தமிழ்ச் சிறுகதையின் தடங்கள்

முதல் ஐம்பது ஆண்டுகள்

ச. தமிழ்ச்செல்வன்

பாரதி
புத்தகாலயம்

Thamiz Sirukathaiyin Thadangal (In Tamil)
Sa. Tamilselvan
First Published : September, 2022

Published by
BHARATHI PUTHAKALAYAM
7, Elango Salai, Teynampet, Chennai - 600 018
Email: bharathiputhakalayam@gmail.com | www.thamizhbooks.com

தமிழ்ச் சிறுகதையின் தடங்கள் *(முதல் ஐம்பது ஆண்டுகள்)*

ச. தமிழ்ச்செல்வன்

முதற் பதிப்பு : செப்டம்பர், 2022

வெளியீடு
பாரதி புத்தகாலயம்

7, இளங்கோ சாலை, தேனாம்பேட்டை, சென்னை - 600 018.
தொலைபேசி : 044 24330024, 24330024 | விற்பனை: 24332924

அச்சு : பிரிண்டெக், சென்னை - 600 005.

சமர்ப்பணம்

இப்படி ஒரு நூலை எழுதத் தூண்டிய
எங்கள் இயக்க முன்னோடி
எழுத்தாளர் அருணன் அவர்களுக்கு...

உள்ளே...

பகுதி-2

முன்னுரை

சிறுகதை வாசிப்பில் தம்மை ஈடுபடுத்திக்கொள்ளும் இளம் வாசகர்களுக்கு அறிமுகம் செய்யும் தன்மையில் ஒரு நூலை நீங்கள் எழுத வேண்டும் என்று பல ஆண்டுகளுக்கு முன்னால் தோழர் அருணன் என்னிடம் கேட்டுக்கொண்டார். அதுக்கான ஆள் நான் தானா என்கிற சந்தேகத்தோடே இக்கட்டுரைகளை எழுதினேன். தமிழ்ச் சிறுகதைகள் காலம்தோறும் என்ன அரசியலைக் கொண்டிருந்தன என்கிற கோணத்துடன் வாசிக்க ஆரம்பித்தேன். என்ன இல்லை தமிழ்ச் சிறுகதைகளில் என்று சொல்லுமளவுக்கு நம் முன்னோடிகள் மகத்தான பங்களிப்பைச் செய்துள்ளனர். அத்தனை தமிழ்ச் சிறுகதையாளர்களுக்கும்-அந்த மகானுபாவர்களுக்கு- என் பணிவான வணக்கமும் நன்றியும்.

(1)

தமிழ்ச் சிறுகதைக்கெனக் காத்திரமான ஓர் அரசியல் உண்டு என்பது என் வாசிப்பில் நான் கண்ட உண்மை. அது பெரிதும் மதச் சார்பற்ற, ஜனநாயக உள்ளடக்கத்தோடு கூடியதாக இருந்து வந்திருக்கிறது. தலித் மக்களின் வாழ்வைப் பேசாமல் விட்ட அல்லது சரியான பார்வையுடன் பேசாத அரசியல் ஒரு குறிப்பிட்ட காலம்வரை அதற்கு இருந்தது உண்மை. தலித் மக்கள் பகுதியிலிருந்து இலக்கிய வாசகர்களும் எழுத்தாளர்களும் கிளம்பி வந்து “உங்க இலக்கியத்தில் எங்கள் இடம் எங்கே?” என்று கேள்வி எழுப்பும்வரை அவ்வெற்றிடம் தொடர்ந்து கொண்டுதான் இருந்தது. ஒருசில கதைகள் எழுதப்பட்டிருந்தன என்பதை மறுக்க முடியாது.

அதே கதிதான் பெண்களுக்கும். துவக்கத்திலிருந்தே தமிழ்ச் சிறுகதைகள் பெண் வாழ்வின்பால் பரிவுடன் இருந்தாலும் பெண் நிலையில் நின்று அழுத்தமான பெண்ணரசியல் பேச எழுத்தாளர் அம்பை வரும்வரை காத்திருக்க வேண்டியிருந்தது. இடதுசாரிகள் தன்னுணர்வுடன் கதைகள் எழுதத் துவங்கும்வரை உழைப்பாளி மக்களின் போராட்டங்கள் தமிழ்ச் சிறுகதைப் பரப்பில் காலெடுத்து வைக்கவில்லை. ரகுநாதனின் ‘சாந்தி’ இதழும் விஜயபாஸ்கரனின் ‘சரஸ்வதி’யும் பின்னர் தாமரையும் செம்மலரும் மனஓசையும் வர வேண்டியிருந்தது. புறச்சூழல்களில் ஏற்பட்ட மாற்றங்களே தமிழ்ச் சிறுகதைகளின் அகச்சூழலை மாற்றியமைத்தன.

‘சொல் புதிது’ என்கிற மும்மாத இலக்கிய இதழ் சில காலம் வந்தது. அதன் முதல் இதழின் தலையங்கம் இப்படி அமைந்திருந்தது: “ஒரு சமூகத்தின் சிந்தனைப் போக்குகளைத் தீர்மானிப்பது அதன் அறிவார்ந்த மையம். தமிழ்ச் சமூகத்தின் அறிவார்ந்த மையம் இன்றுவரை மார்க்ஸிய அணுகுமுறைகளினாலும் நவீனத்துவப் பார்வையினாலும் தீர்மானிக்கப்படும் ஒன்றாகவே இருந்து வந்துள்ளது. இவ்விருபோக்குகளுக்கும் வெளியே உள்ள விஷயங்கள் இங்கு சரியான முறையில் அறிமுகமாகவேயில்லை. அறிமுகப்படுத்தப்பட்ட சில விஷயங்களும் தெளிவுடனும், வாசகனை அடையும் நோக்கத்துடனும் தரப்படவில்லை . மாறாக வெறும் அச்சுறுத்தும் விஷயங்களாகவே இருந்தன. இப்போக்கிற்கு மாறாக இன்றைய காலகட்டத்தில் பல்வேறு அறிவுத் துறைகளிலும் சிந்தனைப் போக்குகளிலும் ஏற்பட்டுவரும் பெரும் மாற்றங்களையும், அத்தகைய மாற்றங்கள் படைப்பிலக்கியத் துறையில் எவ்வாறு பிரதிபலிக்கின்றன என்பதையும் தமிழ் வாசகர்களுக்குக் கொண்டு வருவதை முக்கியமாக கருத்தில்கொண்டு இவ்விதழ் வெளியாகிறது.

மார்க்ஸிய, நவீனத்துவ அணுகுமுறைகள் பாரம்பரியத்தையும் செவ்வியல் மரபுகளையும் புறக்கணிக்கும் தன்மை கொண்டவை. மீறப்படாத இவ்வெல்லையை மீறுகிற ஒரு முயற்சியாகவும் இவ்விதழ் அமையும். நம் மரபின்மீதான ஆக்கபூர்வமான விமர்சன அணுகுமுறைகளைக் கைக்கொள்ளவும், நம் மரபுடன் உரையாடும் மேற்கத்தியச் சிந்தனைகளைக் கண்டடையவும் இவ்விதழ் முயற்சி செய்யும். “சூத்ரதாரியை ஆசிரியராகக் கொண்டிருந்த இவ்விதழுக்கு எழுத்தாளர் ஜெயமோகன் தொடர்ந்து பங்களிப்பு செய்து வந்தார். சொல்புதிது இதழின் இடது அல்லாத அரசியலை இங்கு நான் பேசவரவில்லை.

இடதுசாரிச் சாய்மானம் உள்ளதாக அறிவுலகம் மட்டுமல்ல சிறுகதை உலகமும் இருந்தது என்பதற்கான சான்றாக இத்தலையங்கத்தை நாம் எடுத்துக்கொள்ளலாம் - உழைக்கும் மக்கள் சார்பான குரல்- குறைந்தபட்சம் ஒரு ஜனநாயகத்தன்மை- துவக்கம் முதல் சிறுகதையில், தொடர்ந்து இருந்து வந்துள்ளது.

மேனாட்டார் வருகையுடன் துவங்குவது தமிழ்ச் சிறுகதையின் வரலாறு. ஆகவே இயல்பாகவே ஆங்கிலம் படித்த மேட்டுக்குடித் தமிழர்கள்தான் இவ்விலக்கிய வகையினை முதலில் அறிவர். அவர்களே புனைகதையின் இவ்வடிவத்தில் முதலில் எழுதினர்.

1920களில் சிறுகதைகள் எழுதிய முன்னோடிகள் என நாம் கொண்டாடும் வ.வே.சு. அய்யர், பாரதி, அ. மாதவய்யா ஆகிய மூவருமே மத்தியதர வர்க்க பிராமணக் குடும்பங்களில் பிறந்தவர்கள்.

ஆ. மாதவன் கதைகள் தொகுப்புக்கு எழுத்தாளர் நாஞ்சில்நாடன் எழுதிய முன்னுரையில் தமிழ்ச் சிறுகதையின் தொடக்கம் பற்றி எழுதப்பட்ட ஒரு பத்தியை இங்கே தருவது பொருத்தம்:

“வ.வே.சு. அய்யரின் ‘குளத்தங்கரை அரசமரம்’’ சிறுகதையில் இருந்தே தமிழ்ச் சிறுகதை வரலாறு தொடங்குகிறது என்றொரு பிடிவாதம் உண்டு இங்கு. சி. சு. செல்லப்பா, தனது தமிழ்ச் சிறுகதை பிறக்கிறது பற்றிய நூலில், மகாகவி சுப்பிரமணிய பாரதியாரின் ‘ஆறில் ஒரு பங்கு’ கதையே தமிழின் முதல் சிறுகதை என்று நிறுவுகிறார். பிறகு எங்கோ வாசித்தேன், 1888 இல் சிங்கப்பூரில் இருந்து மக்தூம் சாகிபு என்பவர் எழுதிய ’வினோத சம்பாஷணை’ என்ற சிறுகதைதான் தமிழில் எழுதப்பட்ட முதல் சிறுகதை என்று. சில ஆண்டுகளுக்கு முன்பு, ‘பனையண்ணன்’ ‘வாத்தியார்’ போன்ற நாவல்கள் எழுதிய பெரியவர் ஆர். எஸ். ஜேக்கப்பின் கட்டுரை ஒன்றில், தமிழின் முதல் சிறுகதை, ‘சரிகைத் தலைப்பாகை’ என்ற தலைப்பில் அருள்திரு. சாமுவேல் பவுல் அய்யர் என்பவரால் 1877 ஆம் ஆண்டு ஜூலை மாதம் ‘நற்போதகம்’ எனும் மாத இதழில் வெளியானது என்று குறிப்பிட்டிருந்தார். ஆதாரங்கள் திரட்டி, அறுதியான முடிவு சொல்ல வேண்டியது ஆராய்ச்சியாளர்களின் பணி’’

இதையெல்லாம் படித்தபிறகும் வ.வே.சு. அய்யரிடமிருந்தே நானும் தொடங்கியிருக்கிறேன். பிடிவாதம் என்றே இருந்துவிட்டுப் போகட்டும். மக்தூம் சாகிபு, சாமுவேல் பவுல் அய்யர் போன்றவர்களின் படைப்புக்களை இன்னும் வாசிக்கவில்லை. தேடி முயற்சிப்போம். அதுவரை, வடிவப் பிரக்ஞையுடன் ஒரு கதையை எழுதியதால் வ.வே.சு. அய்யர் என்போம். எல்லா மதங்களைச் சார்ந்தவர்களுக்கும் சிறுகதையின் தோற்றத்தில் பங்கிருக்கிறது என்று இப்போதைக்கு மத நல்லிணக்கம் பேசி முன் நகர்வோம்.

முதல் கட்டத்தில் மட்டுமல்ல, ’60கள் வரையிலுமே தமிழின் முக்கியமான சிறுகதை எழுத்தாளர்கள் பெரும்பாலானோர் பிராமண சமூகத்தில் பிறந்தவர்களே.

கு.ப.ராஜகோபாலன், மௌனி, ந.பிச்சமூர்த்தி, ந.சிதம்பர சுப்பிரமணியன், கல்கி, ராஜாஜி, அசோகமித்திரன்,

தி.ஜானகிராமன், தி. ஜ. ரங்கநாதன், சி.சு.செல்லப்பா, பி.எஸ்.ராமையா, எஸ்.வி.வி., வை.மு. கோதை நாயகி அம்மாள், அநுத்தமா, கிருஷ்ணன்நம்பி, ஜி.நாகராஜன், சுந்தரராமசாமி, சுஜாதா என அந்தப் பட்டியல் நீளும். இப்படி மகத்தான தமிழ்ச் சிறுகதையாளர்களை சாதிரீதியாகப் பட்டியலிட மனம் ஒப்பவில்லைதான். ஆனால், சமூக வரலாற்றின் பின்னணியில் வைத்துச் சிறுகதைகளைப் பார்க்க இது தேவை என்றே படுகிறது. மூத்த படைப்பாளி இந்திரா பார்த்தசாரதி அவர்களின் நேர்காணல் ஒன்றிலிருந்து ஒரு பகுதி இங்கே:

கேள்வி:

"இடதுசாரி படைப்பாளிகள் வரும்வரை தஞ்சாவூரைச் சேர்ந்த எழுத்தாளர்கள் அப்பகுதியின் சமூகப் போராட்டங்கள், வாழ்வியல் பிரச்னைகள் பற்றி எழுதவேயில்லை என்ற குற்றச்சாட்டு வைக்கப்படுகிறதே?"

இந்திரா பார்த்தசாரதி: "பத்திரிகைகளைப் பொருத்தவரை வாசகர்களின் ஆதரவு முக்கியம். அவர்களை வாங்கவைக்க வேண்டும். எல்லாப் பத்திரிகைகளின் நிலைப்பாடும் அதுதான். அந்தக் காலத்தின் மத்தியதர வாசகர்கள் பிராமணர்கள். பத்திரிகைகளை நடத்தியவர்களும் பிராமணர்கள்தாம். சுதந்திரத்துக்குப் பிறகு, கொஞ்சம் புதிய வாசகர்கள் வந்தார்கள். அதேபோல, அப்போதைய எழுத்தாளர்களைப் பார்த்தாலும் புதுமைப்பித்தன், சு. சண்முகசுந்தரம் போன்ற ஒரு சிலரைத் தவிர்த்து மற்றவர்கள் பிராமணர்கள்தான். அதனால், அவர்கள் சார்ந்த பிரச்னைகளைத்தான் எழுதினார்கள். ந. பிச்சமூர்த்தி, அடித்தட்டில் இருப்பவர்களைப் பற்றிச் சிறுகதைகள் எழுதியிருக்கிறார். ஆனால், அவர் கவிஞராகத்தான் இங்கே பார்க்கப்படுகிறார். கதைகள் அதிகம் கவனிக்கப்படவில்லை."

இப்படி ஒரு பட்டியல் இருப்பதன் பின்னணியில் தமிழகத்தின் கல்வி அரசியல், கல்வி மறுக்கப்பட்ட வரலாறு இயங்குகிறது. ஆரம்பகாலச் சிறுகதைகளில் பிராமண வாழ்க்கையே அதிகம் பேசப்பட்டது. வாசகர்களும் அவர்களே என்பதால், எழுதப்பட்டதும் அப்படி ஆகியிருக்கும். சிறுகதையின் வளர்ச்சி எப்போதும் இலக்கிய மற்றும் வெகுசன இதழ்களோடு தொடர்புடையது. பாரதிக்கு சுதேசமித்திரனும் அ. மாதவய்யாவுக்கு அவரே நடத்திய 'பஞ்சாமிர்தம்' இதழும் வ.வே.சு. அய்யருக்கு 'தேச பக்தன்'

இதழும் என வாகனங்கள் அமைந்தன. அப்பத்திரிகைகளின் அரசியலும் அவற்றில் வெளியாகும் சிறுகதைகளின் மீது இயல்பான தாக்கத்தை ஏற்படுத்தியிருக்கும்.

பாரதி, வ.வே.சு. அய்யர், அ. மாதவய்யா ஆகிய இம்மூவருமே பார்ப்பனர்களாகப் பிறந்தாலும் மாதவய்யாவும் பாரதியும் சாதிக்கு எதிராகப் பேசிய அரசியலை முன்னெடுத்தவர்கள். மூவருமே சமூக சீர்திருத்தக் கருத்துக்களைத் தம் கதைகளில் சொன்னார்கள். வ.வே.சு அய்யரும், பாரதியும் காலனி ஆதிக்கத்தை எதிர்த்து நேரடியாகச் சுதந்திரப்போராட்டத்தில் பங்கேற்றவர்கள். ஆஷ் துரையைச் சுட்டுக்கொல்ல வாஞ்சிநாதனுக்குத் துப்பாக்கி சுடக் கற்றுக்கொடுத்தவர் வ.வே.சு. அய்யர். மட்டுமின்றி சேரன்மகாதேவியில் பரத்வாஜ ஆசிரமம் ஏற்படுத்தி எல்லாச் சாதிக் குழந்தைகளுக்கும் கல்வியளிக்க முயற்சித்தவர். ஆனால் அங்கே எல்லாச்சாதிக் குழந்தைகளுக்கும் சமபந்தி இல்லாததால், கடும் விமர்சனத்துக்கு ஆளானவர். பரத்வாஜ ஆசிரமக் கதையையே அ. மாதவய்யா தன்னுடைய ‘ஏணியேற்ற நிலையம்’ சிறுகதையில் வெளிப்படையாக எழுதியிருப்பார். ஆனாலும் வ.வே.சு அய்யரின் குளத்தங்கரை அரசமரம் கதை வரதட்சிணைக்கும், குழந்தை மணத்துக்கும் பிராமண சம்பிரதாயத்துக்கும் எதிராகப் பேசியுள்ளது.

பிறந்தபோதிருந்தே தமிழ்ச் சிறுகதை எளிய மக்கள் சார்ந்த--, சமூகம் சார்ந்த ஓர் அரசியல் பார்வையைக் கொண்டிருந்தது. அது இன்றுவரை தொடர்வதையும் காண முடிகிறது. .

(2)

தமிழ்ச் சிறுகதைகளைப் பத்திரிகைகளை வைத்தும் சிந்தனைப்போக்குகளை வைத்தும் வகை பிரிப்பதாக இருந்தால், பிரதானமாக ஆறேழு வகையான போக்குகள் இருந்து வந்துள்ளதைக் காண முடியும்.

‘மணிக்கொடி’ என்கிற பத்திரிகை முன் வைத்த ஒரு போக்கு. ‘மணிக்கொடி’ இதழைக் காங்கிரஸ்காரர்களான ஸ்டாலின் சீனிவாசன், டி. எஸ். சொக்கலிங்கம், வ. ரா. எனப்பட்ட வ. ராமசாமி ஆகிய மூவரும் சேர்ந்து 1933 செப்டம்பரில் தொடங்கி, 1935 சனவரி வரை நடத்தினர். இந்த முதல் கட்டத்தில் சிறுகதைக்கு மணிக்கொடி பங்களிப்பு எதையும் செய்துவிடவில்லை. இரண்டாம் கட்டத்தில் பி. எஸ். ராமையா ஆசிரியராகவும் கி. ராமச்சந்திரன் துணை ஆசிரியராகவும் இருந்து 1935 மார்ச் முதல் 1938 ஜனவரி

வரை நடத்தினர். இக்காலம்தான் சிறுகதையின் பொற்காலம் எனப் போற்றும் அளவுக்குத் தரமான சிறுகதைகள் மணிக்கொடியில் வந்த காலம். புதுமைப்பித்தன், ந. பிச்சமூர்த்தி, கு.ப. ராஜகோபாலன், பி.எஸ்.இராமையா, ந.சிதம்பரசுப்பிரமணியன், சிட்டி (பெ. கோ. சுந்தர்ராஜன்), சி.சு. செல்லப்பா, தி. ஜானகிராமன், க.நா. சுப்பிரமணியம், லா.ச. ராமாமிர்தம், மௌனி ஆர். சண்முகசுந்தரம், எம்.வி. வெங்கட்ராம் ஆகியோரின் படைப்புகள் மணிக்கொடியில் வெளிவந்தன. 'அவ்வ்வ்வ்வ்வளவும் கதைகள்' என்று ஆறு 'வ்' போட்டு அன்றைய மணிக்கொடிக்கு விளம்பர போஸ்டர்கள் அடிப்பார்களாம். பாவேந்தர் பாரதிதாசனும் மணிக்கொடியில் எழுதியிருக்கிறார். ஆனால் கவிதையோடு நிறுத்திக்கொண்டார்.

என்ன சொல்கிறோம் என்பதைவிட எப்படிச் சொல்கிறோம் என்கிற இலக்கியத்தரம் முக்கியம் என வலியுறுத்தும் போக்கு மணிக்கொடியில்தான் உருவானது, வலுப்பெற்றது என்பார்கள். மூன்றாம் கட்டமாக ப. ராமஸ்வாமியிடம் ஆசிரியப்பொறுப்பு வந்து நான்கைந்து இதழ்களோடு நின்று போனது. 'மணிக்கொடி எழுத்தாளராக' அடையாளம் பெற்ற புதுமைப்பித்தன் அவர் பாணியில் மணிக்கொடியின் கதையை இப்படிக் கூறினார்:

"மணிக்கொடி பொருளாதார நிர்பந்தம் என்ற நண்பரால் சிசுஹத்தி செய்யப்பட்டு அசிரத்தை என்ற குப்பைத் தொட்டியில் எறியப்பட்டு மூச்சுப் பேச்சற்றுக் கிடந்த அந்தக் குழந்தையை எடுத்து வந்து ஆசை என்ற ஒரே அமுதூட்டி வளர்ப்பதற்காக நானும் பி. எஸ் ராமையா என்ற நண்பரும் எங்களைப் போலவே உற்சாகத்தை மட்டும் மூலதனமாகக் கொண்ட இன்னும் சக எழுத்தாளர்களும் சேர்ந்து நடத்தி வந்தோம். அது இரண்டு மூன்று வருஷம் கன்னிப்பருவம் எய்திக் கண்ணை மயக்கும் லாவண்யத்தைப் பெறும் சமயத்தில் அதைக் கைப்பிடித்து இழுத்துக் கொண்டு ஓடும் நண்பரைப் (ப. ராமசாமி) பெற்றோம், அவர் அவளை ஒருவருக்கு விற்றார். விற்ற உடனே அவளுக்கு ஜீவன் முக்தி இந்தக் கலிகாலத்தில் கிடைத்தது, இதுதான் மணிக்கொடியின் கதை"

அதன் பின்னர் மணிக்கொடியின் தொடர்ச்சியாக சி.சு. செல்லப்பா நடத்திய 'எழுத்து' இதழ் இப்போக்கை மேலும் முன்னெடுத்தது. ஜனவரி 1959 - முதல் 1968 மார்ச் வரை 'எழுத்து' மாத இதழாக வெளிவந்தது. மணிக்கொடி துவக்கிய "கலையை வற்புறுத்தும் போக்கை" எழுத்து இதழ் முன்னெடுத்தாலும் அது புதுக்கவிதைக்கான இதழாகவே அமைந்தது. எழுத்து - ஐந்தாவது

இதழ் (மே - 1959) கு. ப. ராவின் நினைவுமலராக வெளியிடப்பட்டது. எழுத்து - ஏழாவது இதழ் (ஜூலை- 1959) புதுமைப்பித்தனின் நினைவு மலராக வெளியிடப்பட்டது. சிறுகதைக்கு வளம் சேர்த்த இவ்விருவருக்கும் மலர் வெளியிட்டது போற்றத்தக்க மகத்தான பங்களிப்பு. மணிக்கொடிப்போக்கினை வளர்த்த இதழ்களென கொல்லிப்பாவை, யாத்ரா, ழ, கசடதபற, போன்றவற்றைக் குறிப்பிடலாம். க.நா. சுப்பிரமணியன், வெங்கட்சாமிநாதன் போன்ற தனி மனிதர்கள் இவ்விதழ்களின் மீது செல்வாக்குச் செலுத்தினர். ‘கலை கலைக்காக’ என வற்புறுத்திய பிரிவு இது என இவர்கள் இடதுசாரிகளால் தொடர்ந்து விமர்சிக்கப்பட்டனர்.

இரண்டாவது பிரிவு ‘எல்லாம் வியாபாரத்துக்காக’ என்று இயங்கிய வணிக இதழ்கள். ஆனந்த விகடன் சிறுகதைப்போட்டி நடத்தியதும், தொடர்ந்து முத்திரைச் சிறுகதைகள் வெளியிட்டதும் சிறுகதை வளர்ச்சிக்கு உதவியது. சிறுகதை என்கிற வடிவம் மக்களிடம் பரவலாக அறிமுகம் ஆக விகடன், கல்கி பின்னர் வந்த குமுதம், சாவி, குங்குமம் போன்ற வணிக இதழ்கள் உதவின. மணிக்கொடிக்காரரான பி.எஸ். ராமையா பின்னர் ஆனந்த விகடனில் வாரம் ஒரு சிறுகதை எழுதியதும் ஜெயகாந்தன் விகடனின் ஆஸ்தான எழுத்தாளர் போல ஆனதும் குமுதத்தில் பிரபஞ்சன் பின்னர் பணியாற்றியதும் கி. ராஜநாராயணன் குமுதத்தில் தொடர்ந்து கதைகள் எழுதியதும் வரலாற்றின் கோலங்கள். கலை விற்பனைக்காக என்கிற இரண்டாம் பிரிவு இது.

மூன்றாவது பிரிவு இடதுசாரி, முற்போக்கு முகாம் என்றழைக்கப்பட்ட குழுவினர். நெல்லையிலிருந்து ரகுநாதன் நடத்திய ‘சாந்தி’, கோவை விஜயபாஸ்கரன் நடத்திய ‘சரஸ்வதி’, இஸ்மத் பாட்சா நடத்திய ‘சமரன்’, விந்தன் நடத்திய ‘மனிதன்’, பின்னர் வந்து சேர்ந்த கம்யூனிஸ்ட் கட்சியின் ஜனசக்தி, தாமரை, அதற்கும் பின்னர் வந்த செம்மலர், சிகரம், யுகவிழிப்பு, வானம்பாடி, விடியல், மனஓசை, மகாநதி, சமூக நிழல் என ஒரு நீண்ட இடது இதழ்களின் வரிசை இருக்கிறது. இவை யாவும் சிறுகதைகள் வெளியிட்டன. ‘கலை இலக்கியம் யாவும் மக்களுக்கே’ என்கிற முழக்கம் இவர்கள் முன் வைத்ததுதான். ‘இவர்கள் எல்லோரும் பிரச்சாரம் செய்கிறவர்கள். கலை செய்ய இவர்களுக்கு வராது’ என்று ‘கலை கலைக்காகவே’ குழுவினர் தொடர்ந்து விமர்சித்தும் இவர்களைப் புறக்கணித்தும் வந்தனர். வருகின்றனர். இடதுசாரியான, நுட்பமான கதைகள் படைத்த, கிருஷ்ணன் நம்பி பற்றி க.நா.சு. அவர்கள் எழுதிய இப்பத்தி ஒன்றே இதற்குச் சான்று:

'அவர் கதைகளை நான் தமிழில் நல்ல கதைகள் என்று வெளியிடுகிற பட்டியலில் சேர்ப்பதில்லை என்று அவருக்கு வருத்தம்தான் என்பது எனக்குத் தெரியும். அவர் தன் சிறுகதைகளில் நல்ல தரத்தை எட்டியவர் என்பது எனக்குத் தெரியும். அந்தத் தரத்துக்கும் அப்பாற்பட்ட ஒரு தரத்தை அவரால் எட்ட முடியாமல்போனது, அவருடைய முற்போக்குச் சிந்தனை இருட்டினால்தான் என்றும் எனக்கு நினைப்பு.'

பெரியவர் க. நா. சு. இப்படி இலக்கிய உலகில் சுறுசுறுப்பாக செம பாலிடிக்ஸ் பண்ணினவர். ஆனாலும் அவரது மொழிபெயர்ப்புகள் மற்றும் கலைத்தரம் குறித்துத் தொடர்ந்து பேசி வந்தமைக்காக அவரை மதிப்போம். முற்போக்குச் சிந்தனையை 'இருட்டு' என்று சொல்லியிருப்பதைக் கவனத்துடன் குறித்துக்கொள்ள வேண்டும்.

நான்காவது பிரிவு, திராவிட இயக்கச் சிந்தனைகளான சுயமரியாதை, பால்ய விவாக எதிர்ப்பு, மூட நம்பிக்கை எதிர்ப்பு, கடவுள் மறுப்பு, பெண் விடுதலை உள்ளடக்கத்தோடு கலை நுட்பத்தைப் பார்க்கிலும் 'சென்று சேர வேண்டிய சேதி' பற்றிக் கவனம் கொண்டு எழுதிய பிரிவினர். பலநூறு சிறுகதைகளை இவ்வியக்கத்தைச் சேர்ந்த அண்ணா, கலைஞர், எஸ்.எஸ். தென்னரசு, டி.கே. சீனிவாசன், சி.பி. சிற்றரசு, ந.பழநிவேலு, சிங்கை பாவலர் போன்றோர் எழுதியுள்ளனர். வெளிப்படையான சமூக அரசியல் கதைகள் இவை.

காங்கிரஸ்காரர்களான கல்கி, ராஜாஜி, தி.ஜ. ரங்கநாதன் போன்றோரும் தேசியம், தேசபக்தி பேசிய அகிலன், நா.பார்த்தசாரதி போன்றோரும் சிறுகதைகள் படைத்தனர். ஆனால் அது கணக்கில் கொள்ளத்தக்க ஒரு 'போக்காக' மலரவில்லை. சி. சு. செல்லப்பாவும் பி. எஸ். ராமையாவும் கூடக் காந்தியவாதிகள்தாம். ஆனால் அவர்கள் சிறுகதையாளர்களாகவே அடையாளப்பட்டுள்ளனர்

ஐந்தாவதாக, 60 களுக்குப் பிறகு மராட்டியத்திலும் கன்னடத்திலும் தலித் அடையாளத்துடன் படைப்புகள் மேலெழுந்து வந்த பின்னணியில் தமிழிலும் தலித் மக்கள் பகுதியிலிருந்து படைப்பாளிகள் கோபாவேசத்துடன் தங்கள் வாழ்வை முன் வைத்துத் தமிழ்ச்சமூகத்தின் மனச்சாட்சியை உலுக்கினார்கள். இன்று இப்போக்கு தமிழ்ச் சிறுகதை வரலாற்றின் மிக முக்கியமான பகுதியாக மாறியிருக்கிறது.

ஆறாவதாக, 80களிலிருந்து தமிழில் பெண் படைப்பாளர்கள் அணி அணியாக எழுத வந்து கவிதை, சிறுகதை, நாவல் என அனைத்து வடிவங்களிலும் இதுகாறும் பேசப்படாத தங்கள் வலிகளையும் இழைக்கப்பட்ட அநீதிகளையும் பேசத் துவங்கினார்கள். தமிழ் இலக்கிய உலகின் மனச்சாட்சியை உலுக்கினார்கள். உயிர்ப்புள்ள போக்காக முழுமையாக இது இன்று மலர்ந்து நிற்கிறது.

சமீப காலத்தில் பாலியல் சார்ந்த உள்ளடக்கத்தைப் பாலியல் காட்சிச் சித்தரிப்புகளை எவ்வித மனத்தடையுமின்றி எழுதுகின்ற புதிய போக்கு ஒன்று உருவாகியிருக்கிறது. வா. மு. கோமு. , ஹரிகிருஷ்ணன், கீரனூர் ஜாகிர்ராஜா, சித்ரன் போன்றோர் இப்போக்கினை முன்னெடுப்பவர்கள் எனலாம். வெறும் பாலியல் கதைகள் அல்ல இவை. கீரனூர் ஜாகிர்ராஜா இஸ்லாமிய சமூகத்தின் அடித்தட்டு மக்கள் வாழ்வை அழுத்தமாகப் படைக்கிறார். எழுதும்போக்கில் கடந்த காலங்களில்போல இலை மறை காய்மறை என்பது இல்லாமல் எழுதும் போக்கு இது என்றே குறிப்பிட விரும்புகிறேன்.

சிறுபான்மை மக்களுக்கு இன்று ஏற்பட்டுள்ள புற மற்றும் அக நெருக்கடிகளை முன் வைத்துச் சிறுகதைகள் எழுதுகின்ற படைப்பாளிகளாக கீரனூர் ஜாகிர் ராஜா, சமீபத்தில் மறைந்த தோப்பில் முகமது மீரான், ரோஜாக்குமார் மற்றும் சம்சுதீன் ஹீரா, அ. கரீம், ஃபிர்தவ்ஸ் ராஜகுமாரன் போன்றோர் எழுந்து வருகின்றனர்.

பரந்த வாசகர்களைக் கணக்கில் கொள்ளாது, புரிதலை அடிப்படையாகக் கொள்ளாமல், கடுமையான உழைப்பைச் செலுத்திச் சிறுகதைகள் எழுதும் நாகார்ஜுனன், கோணங்கி போன்றோரும், மௌனியின் தொடர்ச்சியோ என ஐயம் கொள்ளச் செய்தபடி, தமிழ்ச் சிறுகதையின் வரலாற்றில் தொடர்ந்து இயங்கிக்கொண்டிருக்கிறார்கள்.

‘போக்குகள்’ என்று மேலே பட்டியலிட்டுள்ளது ஒரு வாசிப்பு வசதிக்காகத்தான். எழுதுகிற எழுத்தாளர்கள் யாரும் இப்போக்குப்படி நான் எழுதப்போகிறேன் என்று முடிவு செய்து எழுதுவதில்லை. எழுதப்பட்ட கதைகள் பேசிய உள்ளடக்கத்தையும் மொழியையும் வைத்து நாம் இப்படி வகைப்படுத்திக்கொள்கிறோம்.

3

‘தமிழ்ச் சிறுகதையின் அரசியல்’ என்கிற தலைப்பில் ஒரு கட்டுரை தருமாறு எழுத்தாளர் எஸ். செந்தில்குமார் கேட்டுக்கொண்டார். அவருக்காக 15 பக்கத்தில் ஒரு கட்டுரை எழுதியபோது, இதை ஏன் விரிவாக எழுதக் கூடாது என்கிற எண்ணம் பிறந்தது. இதுபோலத் தமிழ்ச் சிறுகதைகள் பற்றி “நமது பார்வையில்” ஒரு புத்தகம் நீங்கள் ஏன் எழுதக்கூடாது என்று தோழர் அருணன் அவ்வப்போது சந்திக்கும்போது கேட்பார்.

மேற்சொன்ன ஏழெட்டு விதமான போக்குகள் எல்லாவற்றாலும் கொஞ்சம் கொஞ்சம் செதுக்கப்பட்ட வாசக மனதுடன் இயங்குபவன் நான். என்றாலும் அடிப்படையில் நான் ஓர் இடதுசாரி இயக்கம் சார்ந்து இயங்குபவன், இயக்கத்தால் வளர்க்கப்பட்டவன் என்பது என் மனப்போக்கில் கூடுதலான தாக்கம் செலுத்தும். இந்த மனதுடன், கால வரிசையில், சில சிறுகதையாளர்களின் படைப்புகளை முன்வைத்து அவர்கள் முன்னெடுத்த அரசியலை அறிமுகம் செய்யும் சிறு முயற்சியே இந்நூல். அரசியல் என்று நான் இங்கு குறிப்பிடுவதும் புரிந்து கொண்டிருப்பதும் அவர்கள் தம் படைப்புகள்வழி முன்வைத்த சமூகப்பார்வை, சமூகத்தின் எந்தப்பிரிவைப் பற்றி எழுதினார்கள், அவர்களின் மனச்சாய்மானம் எப்பக்கமாக இருந்தது, அவர்கள் வாழ்ந்த காலத்தின் சமூக இயக்கத்தை உள்வாங்கி இருந்தார்களா, பெண்கள், சாதி குறித்த அவர்களின் நிலைப்பாடு என்ன என்பன போன்ற கேள்விகளைத்தான்.

இது ஆய்வு நூல் அல்ல. எனக்கு அது பழக்கமில்லாத தொழிலும்கூட. எனக்குச் சரி என்று பட்டதையும் இயக்கத்தின் தேவையைப் புரிந்துகொண்டும் எதையும் பரவலாக மக்களிடம் “எடுத்துச் செல்லும் பணி”யே என் வாழ்நாளின் பிரதான பணியாக இருந்து வந்திருக்கிறது. இந்நூலும் அதன் தொடர்ச்சிதான்.

என் வாசிப்பில் நான் உணர்ந்தவற்றை அறிமுகம் செய்யும் நோக்கில், எழுதப்பட்ட கட்டுரைகள் இவை. எழுத்தை மட்டுமல்லாது எழுத்தாளனின் வாழ்க்கைக் குறிப்பையும் சேர்த்துச் சொல்லியிருப்பது அவர்களின் மனப்போக்கை முழுமையாகப் புரிந்துகொள்ள உதவும் என்பதால். “படைப்பைப் பார் படைப்பாளியைப் பார்க்காதே” என்றொரு வாதம் இலக்கிய உலகில் உண்டு. ஒருவரின் அரசியலைப் புரிந்துகொள்ளப் படைப்பை மட்டும் பார்த்தால் போதாது. அவர் வாழ்ந்த வாழ்க்கை, படித்த படிப்பு, நட்பு வட்டம், பொருளாதார நிலை, வாழ்ந்த

இடம், பொது வாழ்வுடன் அவருக்கு இருந்த தொடர்பு போன்றவை ஒரு வாசகருக்குத் தெரிய வேண்டும். கிடைத்தவரை ஒவ்வொரு படைப்பாளியின் வாழ்க்கைக் குறிப்புகள் இக்கட்டுரைகளில் கொடுக்கப்பட்டுள்ளன.

சிலருக்கு எழுதப்பட்ட வாழ்க்கை வரலாறுகள் கிடைக்கின்றன. சிலருக்குத் தேடினாலும் கிடைக்காத நிலை. புதுமைப்பித்தனுக்கு ரகுநாதன் என்கிற நண்பர் வாய்த்ததால் தற்செயலாக ஒரு வரலாறு கிடைத்தது. கு.ப.ரா. விற்கு ஒரு கரிச்சான் குஞ்சுவும் பாரதிக்கு ஒரு வ. ரா. வும் தற்செயலாக அமைந்தார்கள். கல்கிக்கு இருந்த வாய்ப்பும் வசதிகளும் வேறு உயரம். ஆகவே திட்டமிட்ட முறையில் உழைப்பும் பணமும் செலவு செய்து விரிவான ஒரு வரலாற்று நூலாக 900 பக்கங்களின் சுந்தாவின் ‘பொன்னியின் புதல்வன்’ கிடைத்தது. நல்லது.

சாகித்ய அகாடமி இந்திய இலக்கியச் சிற்பிகள் என்கிற நூல்வரிசையில் பல எழுத்தாளர்களின் வாழ்க்கை வரலாறுகளைச் சிறிய அளவிலேனும் வெளியிட்டுள்ளது வாசகருக்குக் கிடைத்த நல்வாய்ப்பு. அவ்வரலாறுகளை எழுதியவர்களின் புரிதல் மற்றும் உழைப்புக்கேற்ப அந்நூல்கள் அமைந்துள்ளன.

தோழர் சுகுணா திவாகரன், சக்தி தமிழ்ச்செல்வன் இருவருடைய தூண்டுதலால் இக்கட்டுரைகளில் பெரும்பாலானவற்றை அவற்றின் ஆரம்ப வடிவத்தில் விகடன். காம் மின்னிதழில் எழுதினேன். அவற்றை இத்தலைப்புக் கேற்பத் திருத்தித் திரும்ப எழுதியிருக்கிறேன். அவ்விரு தோழர்களுக்கும் விகடன் மின்னிதழுக்கும் நன்றி. இந்நூலை வெளியிடும் எங்கள் பாரதி புத்தகாலயத்துக்கு நன்றி சொல்ல வேண்டியதில்லை. இதன் தொடர்ச்சி பாரதி புத்தகாலய மின்னிதழில் தொடராக வெளி வந்து இந்நூலின் இரண்டாம் பாகமாக இணைந்து வருகிறது. மூன்றாம் நான்காம் பாகங்கள் பின்னர் தொடரும்.

நூலாக இக்கட்டுரைகளைத் தொகுக்கும்போது உறைத்த விடுபடல்கள் என ஆர். சூடாமணி, மேலாண்மை பொன்னுச்சாமி, அஸ்வகோஷ். இலங்கைப் படைப்பாளிகள், சிறுபான்மை இனப்படைப்பாளிகள், சுஜாதா என இன்னும் பலரை உணர்கிறேன். அடுத்த பாகத்தில் அவை இடம் பெறும். "இப்போதைக்கு இது" என ஏற்றுப் பொருத்தருள்வீர்.

தோழமையுடன்,

சிவகாசி-626124

ச. தமிழ்ச்செல்வன்

1

வ.வே.சு. அய்யர்

“பார்க்கப்போனால் நான் மரந்தான். ஆனால் என் மனஸிலுள்ளதையெல்லாம் சொல்லுகிறதானால் இன்னைக்கெல்லாம் சொன்னாலும் தீராது. இந்த ஆயுஸுக்குள் கண்ணாலே எத்தனை பார்த்திருக்கிறேன். காதாலே எத்தனை கேட்டிருக்கிறேன். உங்கள் பாட்டிகளுக்குப் பாட்டிகள் தவுந்து விளையாடுவதை இந்தக்கண்ணாலே பார்த்திருக்கிறேன். சிரிக்கிறீர்கள். ஆனால் நான் சொல்லுகிறதிலே எள்ளளவேனும் பொய்யில்லை.”

எனத் துவங்கும் வ.வே.சு. அய்யரின் “குளத்தங்கரை அரசமரம்” கதைதான் தமிழ்ச் சிறுகதையின் வரலாற்றைத் துவக்கி வைத்த முதல் சிறுகதை எனப்படுகிறது. அய்யருக்கு முன்னால் அச்சில் கதை சொன்னவர்களாக பரமார்த்தகுரு கதை சொன்ன வீரமாமுனிவரும் குசிகர் குட்டிக்கதைகள் சொன்ன அ.மாதவய்யாவும் சிறிய கதைகள் சொன்ன பாரதியும் இருக்கிறார்கள்தான். என்றாலும், சிறுகதை என அறியப்படும் வடிவத்தில் கதையைச் சொன்னவர் வ.வே.சு.அய்யர்.

சொல்கதைகள், பழங்கதைகள், தொன்மக் கதைகள், பாட்டி சொன்ன கதைகள், விடுகதைகள், நெடுங்கதைகள், குட்டிக்கதைகள், பஞ்ச தந்திரக்கதைகள், விக்கிரமாதித்தன் கதைகள், தெனாலிராமன் கதைகள், மரியாதை ராமன் கதைகள், ஆயிரத்தோரு இரவுக்கதைகள்

என விதவிதமான வடிவங்களில் மனித சமூகம் காலம் காலமாகக் கதை சொல்லி வந்திருக்கிறது. சங்க இலக்கியத்திலேயே செய்யுள் வடிவில் சிறுகதைகள் வந்துவிட்டனதான்.

புதுமைப்பித்தன் சொன்னதுபோல "சிறுகதை என்பது தற்காலத்தில் எழுந்த மேனாட்டுச் சரக்கு. சிறுகதை என்றால் சிறிய கதை, கொஞ்சப் பக்கங்களில் முடிந்து விடுவது என்பதல்ல. ஒரு சிறு சம்பவம், ஒரு மனோநிலை என ஒரு பொருள் பற்றி எழுதுவது. சிறுகதை என்பது வாழ்க்கையின் சாளரங்கள்."

அமெரிக்கச் சிறுகதைகளின் முன்னோடியான எட்கர் ஆலன்போ சிறுகதைக்கான இலக்கணமாக சிலவற்றைச் சொல்லிச் சென்றார். அதில் ஒன்று சிறுகதை என்பது ஒரே அமர்வில் வாசித்து முடிப்பதாக இருக்க வேண்டும். "உக்காந்தா படிச்சு முடிச்சிட்டுத்தான் எழுந்திருக்கணும்" என்பது. முதல் வரியிலேயே கதை ஆரம்பமாகிவிடணும். ஒருபொருள் பற்றியதாகவோ ஒரு மனோநிலை பற்றியதாகவோ ஒருமை கொண்டதாக அமைய வேண்டும்.

இந்தவகையில் பார்க்கும்போது, வ.வே.சு.அய்யரின் சிறுகதைகளே முன்னத்தி ஏராகி நிற்கின்றன. மங்கையர்க்கரசியின் காதல், காங்கேயன், கமல விஜயம், ழேன் மூக்கே, குளத்தங்கரை அரசமரம் ஆகிய ஐந்து சிறுகதைகளைத் தொகுத்து மங்கையர்க்கரசியின் காதல் என்ற சிறுகதைத் தொகுப்பை கம்ப நிலையம் சார்பில் 1912இல் அவரே வெளியிட்டார். இதுவே தமிழில் வெளிவந்த முதலாவது சிறுகதைத் தொகுதியாகும்.

இந்த ஐந்து கதைகளிலும் குளத்தங்கரை அரசமரமும் கமலவிஜயம் இரண்டும்தாம் சமகால வாழ்வைப்பற்றிய கதைகள். அவரே விரும்பித் தலைப்பிட்ட மங்கையர்க்கரசியின் காதல் கதை என்ன என்பதை கதைக்கு முன்னால் சூசிகையில் (அன்றைய டீஸர்) சொல்லிவிடுகிறார்.

சூசிகை

குலோத்துங்க சோழனுக்காகக் கலிங்கம் சென்று, வென்று வந்த கருணாகரத் தொண்டைமானுடைய மகளான மங்கையர்க்கரசி என்னும் மங்கை, கருணாகரன் என்னும் வாலிபனைக் காதலிக்கிறாள். அவள் தகப்பன் இறந்துவிட்டதால், அவளுடைய சிற்றப்பன்தான் தற்காலம் அவள் குடும்பத்துக்குத் தலைவன். அவன் அவளை மார்த்தாண்டன் என்னும் வேறு ஓர் இளைஞனை

மணக்கும்படி வற்புறுத்தி வருகிறான். ஆனால் மங்கையர்க்கரசி கருணாகரனையே விவாகம் செய்துகொள்வது என நிச்சயித்துக்கொண்டு அவனை ஒரு நாள் இரவு ஊரின் புறத்திலுள்ள ஒரு காளி கோயிலுக்கு வரும்படிச் சொல்லிவிட்டுத் தான் குறித்த நேரத்தில் கோயிலுக்குச் சென்று காத்துக் கொண்டிருக்கிறாள். பிறகு நடக்கும் விஷயம் கதையில் தெரியும்.''

காதலுக்காக காதலனைக் கொன்றவனைக் கொன்று, தானும் குத்திக்கொண்டு மடியும் பெண்ணின் கதை. சிற்றப்பன் பார்த்த மாப்பிள்ளையை மறுத்துக் காதல் கொடியை உயர்த்திப் பிடித்த கதை என்று சொல்லலாம்.

இதே போலவே "காங்கேயன்" கதைக்கும் ஐயர் சூசிகை எழுதி ஒரேயொரு சம்பவத்தை மாத்திரம் வைத்துக் கதையை எழுதுகிறார். செங்கண்மா தலைநகருடைய அரசன் நன்னன் கங்கபாடி அரசனுக்கெதிராகப் போர் தொடுத்து, அவனைத் தோற்கடித்து, கங்க மன்னனின் கடைசி மகன் காங்கேயனைப் பிணைக் கைதியாகக் கொண்டு செல்கிறான். ஐயர் இந்தக் கதையில் மாதவியும் காங்கேயனும் தனித்தனியாக விரகதாபத்தில் புலம்பும் சம்பவத்தை மாத்திரம் எடுத்துக் கொண்டு சிறுகதை படைத்துள்ளார். இந்தக் கதையிலும் காங்கேயன் விரகதாபத்தில் புலம்பிக் கொண்டிருக்கும் சமயம், மாதவி மாயமாக ஆண் வேடத்தில் வந்து சந்திக்கும் நிகழ்ச்சி கதைக்குள் வருகிறது.

ஐரோப்பாவில் ஏற்பட்ட தொழிற்புரட்சிக்குப் பிறகு உருவான அவசர வாழ்க்கை தனக்கான வடிவமாகப் படைத்துக் கொண்டதே சிறுகதை. நீண்ட நேரம் அமர்ந்து வாசிக்க வாய்ப்பின்றி ஓடும் வாழ்க்கையில் போகிற போக்கில் வாசித்து விடக்கூடியதாய் சிறுகதைகள் பிறப்பெடுத்தன. இந்தியாவில் சுதந்திரப் போராட்டம் சூடு பிடித்துக்கொண்டிருந்த நாட்களில்தான் சிறுகதை பிறந்தது.

ஆஷ் துரையைச் சுட்டுக்கொன்ற வாஞ்சி அய்யர் என்றழைக்கப்பட்ட சங்கர அய்யருக்குத் துப்பாக்கி சுடுவதற்கு புதுச்சேரியில் பயிற்சி அளித்த தீவிர அரசியலில் நிலைகொண்டிருந்தவரான வ.வே.சு அய்யர் வழியாகத்தான் சிறுகதை நம் ஊருக்கு வந்து சேர்ந்தது.

இதுகுறித்து மூத்த பத்திரிகையாளரும் இலக்கிய விமர்சகருமான என்.ஆர்.தாசன் "இவரது தீவிர சுதந்திர இயக்க ஈடுபாடே இலக்கிய முயற்சிக்கும், இலக்கிய நோக்கிற்கும் உத்வேகமாகி நின்றன என்று நாம் யூகிக்கலாம். சுதந்திர இயக்கம் என்பது

அரசியல் அளவில் நின்று விடுவதில்லை அல்லவா?கலாச்சார இலக்கிய எல்லைகளையும் தீண்டக்கூடியதுதானே. அடிமைப்பட்ட தேசம் ஆதிக்க தேசத்தை எதிர்க்கிற அதே நேரத்தில் அதன் உன்னதங்களையும் ஸ்வீகரித்துக்கொண்டு அதற்குமேல் நிற்கவும், இல்லாவிட்டால் அதற்குச் சமதையாக நிற்க முயல்வதும் இயற்கை. அடிமைப்பட்ட தேசத்தின் தவிர்க்க முடியாத தவிப்பு இது. " என்று குறிப்பிடுவார். அடிமைப்பட்ட மனநிலையின் சுய அடையாளத் தேடலின் பகுதியாகவும் இலக்கிய முயற்சிகளைக் காணவேண்டும்.

இப்படி ஸ்வீகரித்துக்கொள்ளத்தக்க திறன் வ.வே.சு. அய்யருக்கு வாய்த்திட அவர் பெற்றிருந்த கல்வி ஒரு காரணம். ஆங்கிலம், பிரஞ்சு, ஜெர்மானிய வசன இலக்கியங்களில் அவருக்கு ஈடுபாடும் பரிச்சயமும் இருந்தது.

திருச்சிக்கு அருகில் வரகனேரியில் (வரகனேரி வேங்கடேச சுப்பிரமணிய அய்யர்)பிறந்த அவர் தமது பதினாறாம் வயதில் பி. ஏ. பட்டத் தேர்வில் சென்னை மாகாணத்தில் முதலாவதாகத் தேர்ச்சி பெற்றார். பின்னர் சென்னை சென்று வழக்கறிஞர் தேர்வில் முதல் பிரிவில் தேர்வுபெற்று, சென்னை மாநகர் மாவட்ட நீதிமன்றத்தில் முதல் வகுப்பு வழக்குரைஞராகச் சேர்ந்து பணியாற்றினார். வ.வே.சு.ஐயர் கிரேக்கம், இலத்தீன், பிரெஞ்சு, ஆங்கிலம், வடமொழி, தமிழ் ஆகிய மொழிகளில் ஆழ்ந்த புலமை பெற்றவராய் விளங்கினார்

பின்னர் தமது பத்தொன்பதாம் வயதில் திருச்சிக்கு வந்து அங்கேயே வழக்கறிஞராகப் பணியாற்றி வந்தார். இதற்கிடையே இவரின் மைத்துனர் பசுபதி ஐயர் என்பவர், வ.வே.சு. ஐயரை லண்டனுக்கு அழைத்துச் சென்று பாரிஸ்டர் கல்வி பயில வைக்கத் திட்டமிட்டார். அதன்படி 1907-ஆம் ஆண்டில் வ.வே.சு. ஐயர் ரங்கூன் வழியாக இலண்டன் சென்றார். அங்கு அவர் இந்தியா ஹவுஸில் தங்கினார். கடல் தாண்டக்கூடாது என்கிற பிராமணப் பண்பாட்டைக் கல்விக்காகக் கைவிட்டார்.

பாரிஸ்டர் பட்டம் பெற வந்த வ.வே.சு.ஐயரை இந்தியா ஹவுஸ் சுதந்திரப் போராட்ட வீரராக மாற்றியது. இந்தியா ஹவுஸிற்கு அவர் அடிக்கடி சென்றபோது தீவிர தேசிய இயக்கவாதியான ஷாம்ஜி கிருஷ்ணவர்மா, டி.எஸ்.எஸ். ராஜன், வீர சாவர்க்கர் போன்ற விடுதலைப் போராட்ட வீரர்களின்

தொடர்பு அவருக்குக் கிடைத்தது. இவர்களின் நட்பால், இந்தியா ஹவுஸில் ரகசியமாக இயங்கி வந்த அபிநவபாரத் சங்கத்தில் வ.வே.சு. ஐயர் உறுப்பினராகச் சேர்ந்தார். அங்கிருந்த மற்ற விடுதலைப்போராட்ட வீரர்களான விபின் சந்திரபால், லாலா ஹரிதயாள், மேடம் காமா முதலியோருடன் ஒன்றிப் பழகினார். இவர் இலண்டனில் வாழ்ந்த காலத்தில் பாரதியாரின் இந்தியா பத்திரிகைக்கு எழுச்சியூட்டும் கட்டுரைகள் எழுதி அனுப்பி வந்தார். என்று நீண்டு செல்லும் அவரது வாழ்க்கை வரலாறு விறுவிறுப்பான பக்கங்களைக் கொண்டது. இந்தப்பரந்த அனுபவமும் ஞானமும் அவர் சிறுகதைக்கு வந்துசேர உதவின எனலாம்.

அவரது மறைவுக்குப் பிறகு இன்னும் மூன்று கதைகளைச் சேர்த்து எட்டுக்கதைகள் கொண்ட தொகுப்பாக மங்கையர்க்கரசியின் காதலை அவரது துணைவியார் பாக்கியலட்சுமி வெளியிட்டார். அத்தொகுப்புக்கு முகவுரை வழங்கிய ராஜாஜி “இக்கதைகளை ஒருவன் படித்துப் புத்தகத்தைக் கீழே வைக்கும் காலத்தில் அவன் மனதில் பரிசுத்தமான உணர்ச்சிகளும், உன்னதமான எண்ணங்களும் ததும்பும்,” என்று எழுதினார்.

தன்னுடைய கதைகளுக்கு முன்னுரைபோல சூசிகை என ஒன்றை அவர் எழுதியுள்ளது கதைக்குள் போக விரும்பும் வாசகனுக்கு வழிமறிச்சானாகத்தான் நிற்கின்றன. பிற்கால எழுத்தாளர்கள் இவற்றையெல்லாம் தவிர்த்து வெளியேறினார்கள். ஆனால் வ.வே.சு அய்யர் இது இடைஞ்சல் என்பதை அறிந்தேதான் சூசிகைகளை எழுதியுள்ளார். அதுபற்றி அவரே குறிப்பிடுகிறார். “இவைகளின் தலைப்பில் எழுதி இருக்கும் சூசிகைகளைப் படிக்காமல், கதைகளையே. துவக்கிப் படித்தால் சுவை அதிகமாகத் தெரியும். ஆனால் ரீதி புதிதாகையால் சிலருக்குப் புரியாமல் போனாலும் போகலாம் என்று சூசிகையைச் சேர்த்திருக்கிறேன்” எழுதியது ‘சென்று சேர வேண்டும்’ என்கிற உந்துதல் அவருக்கு இருந்ததன் விளைவு இது.

தமிழில் சிறுகதை பிறப்பதற்கு ஓரிரு பத்தாண்டுகளுக்கு முன்பே நாவல் வந்து சேர்ந்துவிட்டது. நாவல் வாசிப்பு நிலைபெற, அன்று உருவாகியிருந்த ஆபீஸ் உத்தியோகம்-குறிப்பிட்ட கால அளவு வேலைநேரம், ஓய்வு நேரம் மற்றும் வார விடுமுறை, ஆங்கிலக்கல்வி, மெக்காலே கல்விப்பரவலாக்கம் போன்றவை எப்படிக்காரணிகளாக அமைந்தன என்கிற ஆய்வை

வரலாற்றறிஞர் ஆ. இரா. வேங்கடாசலபதி தன்னுடைய “நாவலும் வாசிப்பும்” என்கிற நூலில் விரிவாகச் செய்துள்ளார்.

நாவல் வாசிப்பு உருவாக்கி வைத்திருந்த மௌன வாசிப்பாளர்கள் இயல்பாக சிறுகதையும் வாசிக்க வந்தார்களெனக் கொள்ளலாம். இந்த மௌன வாசிப்புக்குள் வந்தவர்களில் பெரும்பாலானோர் உயர்சாதிகளைச் சேர்ந்த நடுத்தர வர்க்கத்தினர் என்பதால் கதைகளும் அவர்களைப் பற்றியதாகவே அன்று வந்தன. கல்வி பரவலாகப் பரவலாகத்தான் சாதி அடுக்கின் கீழ் மட்டங்களில் வைக்கப்பட்டிருந்தோரும் மௌன வாசிப்புப் பண்பாட்டிற்கும் நாவல், சிறுகதை வாசிப்புக்கும் வரலாயினர். அதன்படி 60 களிலும் 80 களிலும் முறையே பிற்பட்ட சாதியாரும் தாழ்த்தப்பட்ட சாதியாரும் தமிழ் நாவல்களிலும் சிறுகதைகளிலும் கதாபாத்திரங்களாக வரத் துவங்கினர் என்பதை நாம் கவனத்தில் கொள்ள வேண்டும்.

இந்தப் பின்னணியில் வைத்து நாம் குளத்தங்கரை அரசமரம் என்கிற தமிழின் முதல் சிறுகதையை வாசிக்க வேண்டும். சிறுவயதில் திருமணமான ருக்குமணியும் நாகராஜனும் சாந்தி முகூர்த்தத்தை எதிர்பார்த்துக் காத்திருக்கிறார்கள். இதற்கிடையில் பாங்க் திவாலானதால் ருக்குமணியின் தகப்பனார் காமேசுவர ஐயர் செல்வத்தை இழக்கிறார். இதன் காரணமாக நாகராஜனின் தகப்பனார் தன் மகனுக்கு வசதியான வேறிடத்தில் திருமணம் செய்ய ஏற்பாடு செய்கிறார்.

நாகராஜன் இதை விரும்பாவிட்டாலும், தாலி கட்டுகிற போது மறுத்துத் தகப்பனாரின் மூக்கறுக்கத் திட்டமிடுகிறான். இந்தத் தந்திரத் திட்டத்தை அறியாத ருக்குமணி, தான் ஏமாற்றப்பட்டுவிட்டதாய் மனம் உடைந்து குளத்தில் விழுந்து தற்கொலை செய்து கொள்கிறாள். நாகராஜனோ “இனிமேல் எனக்கென்ன இருக்கிறது? ருக்மிணி நீயோ அவசரப்பட்டு என்னை விட்டுவிட்டுப் போய்விட்டாய். எனக்கு இனிமேல் சம்சார வாழ்க்கை வேண்டாம். இதோ சன்னியாசம் வாங்கிக் கொள்ளுகிறேன்!" என்று சொல்லிக்கொண்டே யாரும் தடுப்பதற்கு முந்தி தான் உடுத்தியிருந்த வேஷ்டியையும் உத்திரீயத்தையும் அப்படியே தாராய் கிழித்து விட்டான். அவன் தாயார் தகப்பனார் ஒருவரும் வாய் பேசவில்லை.

நாகராஜனும் அவர்கள் திடுக்கிட்டதிலிருந்து சுதாரிச்சுக் கொள்ளுகிறதற்குள்ளே அவர்கள் காலில் சாஷ்டாங்கமாய் விழுந்து

நமஸ்காரம் பண்ணிவிட்டு யாருடனும் பேசாமல் கௌபீனதாரியாய்ப் புறப்பட்டுப் போய்விட்டான். இப்படி முடிந்தது என் ருக்மிணியின் கதை! என் அருமைக் குழந்தைகளே! பெண்கள் மனசு நோகும்படி ஏதாவது செய்யத் தோணும்போது இனிமேல் இந்தக் கதையை நினைத்துப் பார்த்துக் கொள்ளுங்கள். விளையாட்டுக்காகக் கூடப் பெண்ணாய்ப் பிறந்தவர்களின் மனதைக் கசக்கவேண்டாம். எந்த விளையாட்டு என்ன வினைக்கு கொண்டுவந்து விடும் என்று யாரால் சொல்லமுடியும்? என்று அந்தக் குளத்தங்கரை அரசமரம் ருக்குமணியின் கதையை நமக்குச் சொல்லி முடிக்கிறது.

ரீதி மட்டும் புதிதல்ல அன்று வழக்கிலிருந்த குழந்தைத் திருமணத்துக்கும் வரதட்சிணைக்கும் எதிராக பிரச்சாரமின்றிப் பேசும் உள்ளடக்கத்தோடும் இக்கதை அமைந்ததால் எல்லோரும் கொண்டாடும் கதையாக, பெண்கள் மீதான பாலியல் வன்முறை அதிகரித்துள்ள, இன்றைக்கும் இது திகழ்கிறது. கறாராகப் பார்த்தால் இன்றைய வாசிப்பில் அய்யரின் இந்த ஒரு கதைதான் நிற்கும் என்று சொல்லலாம்.

பின்னர் வ.வே.சு.அய்யர் காந்திஜியின்பால் ஈர்க்கப்பட்டு தீவிரவாதத்தைக் கைவிட்டுக் காந்தி சொன்ன தேசியக் கல்விப் பணிக்காக சேரன்மகாதேவியில் குருகுலத்தையும் பரத்வாஜ ஆசிரமத்தையும் உருவாக்கி நடத்தினார். அங்கே பிராமணக்குழந்தைகளுக்கு தனிப்பந்தியில் உணவு பரிமாறப்பட்டதை முன் வைத்து எழுந்த பிரச்னையால் காங்கிரசுக்குள் ஏற்கனவே எழுந்து வந்துகொண்டிருந்த பிராமணர்-பிராமணரல்லாதோர் அரசியல் இன்னும் கூர்மைப்பட்டதும் பெரியார் காங்கிரசை விட்டு வெளியேறி சுயமரியாதை இயக்கத்தைத் துவக்கியதுமான பெரும் அரசியல் திருப்பத்துக்கு வ. வே. சு அய்யர் ஒரு காரணமாக அமைந்தார்.

இது குறித்த விரிவான ஆய்வை "சேரன்மாதேவி" என்கிற தன்னுடைய நூலில் (காலச்சுவடு பதிப்பகம்) பழ.அதியமான் செய்துள்ளார்.

"சிரமப்பட்டு வெளிநாடு சென்று படித்த படிப்பைத் தன் வறுமையைப் போக்க உதவும் அருமருந்தான படிப்பை, நாட்டுக்காகத் துறக்க முடிந்த ஒரு தியாகியால், ஒரு மாபெரும் சாம்ராஜ்யத்தையே அறிவு, உண்மை, உணர்வு ஆகியவற்றின் பலம் மட்டுமே கொண்டு எதிர்க்க முடிந்த ஒரு வீரரால் வைதிகத்தை

எதிர்த்து நிற்க முடியவில்லை. ஒரு சிறிய பள்ளிக் கூடத்தில் இரண்டு மனித ஜீவன்களை அடுத்தடுத்து உட்கார வைத்து உணவளிக்க முடியவில்லை. தான் மனமார விரும்பியும் செய்ய முடியாமல் போனதை என்ன சொல்வது?"

என்று பழ அதியமான் அந்நூலில் குறிப்பிடுகிறார்.

குருகுலக்குழந்தைகளைப் பள்ளிக்கு வெளியே சுற்றுலாவாக அழைத்துச் செல்வதை கல்வியின் ஒரு பாகமாக வைத்திருந்தார்கள். கல்வியில் அன்றைய தேதியில் அது முக்கியமான முன்னுதாரண முயற்சிதான். அப்படியான ஒரு பாபநாசம் யாத்திரையின் போது பாபநாசம் பாணதீர்த்த அருவியிலிருந்து தண்ணீருக்குள் தவறி விழுந்த வ. வே. சு அய்யரின் மகள் சுபத்ராவைக் காப்பாற்ற நீருக்குள் குதித்த அய்யர் சுழலில் சிக்கிக் காலமானார். 1925 ஜூன் 4 ஆம் நாள் அவர் மறைந்தார்.

தமிழின் முதல் சிறுகதை எழுத்தாளரின் கதை இவ்விதம் துக்ககரமாக முடிந்தது.

2

அ. மாதவய்யா

“திருநெல்வேலி ஜில்லாவிலிருந்து செங்கோட்டை - கொல்லம் வழியாக மலையாளம் செல்லும் பிராமணப் பிரயாணிகளுக்கு, ஆரியன் காவில் மலையாளத்து மகாராசா ஏற்படுத்தியிருக்கும் `ஊட்டுப்புரை' எனும் கோயில், வழித்தங்கலுக்கு வசதியான இடம். அந்தக் கோயிலில் ஆண்டுதோறும் நடக்கும் `சாஸ்தா பிரீதி' என்னும் விசேஷச் சடங்குக்கும் விருந்துக்கும், பிராமணர்கள் திரளாகக் கூடுவதுண்டு. பிரக்கியாதி பெற்ற சாஸ்தாவின் தரிசன மகிமையும், அன்று நிகழும் விருந்துச் சாப்பாட்டின் சிறப்பும் யாவரும் அறிந்தனவே.

செல்வச்சுருக்கமும் சீரணசக்திப் பெருக்கமும் ஒருங்கே வாய்ந்து, ஆங்காங்கே உள்ள பல புண்ணிய க்ஷேத்திரங்களுக்குச் சென்று தரிசித்து, அந்தந்த இடங்களில் ஏற்பட்டிருக்கும் ஊட்டுப்புரை, சத்திரம், கோயில்களில் பணச்செலவின்றி வயிறு புடைக்க உண்டுகளித்து, தாம் கண்ட பற்பல தெய்வங்களின் ஏற்றத்தாழ்வையும் வரசக்திகளையும் பற்றிக் கதை பேசியும் வாதாடியும் ஒருநாள்போல பல நாள்களையும் ஆண்டுகளையும்

கழிக்கும் பிராமணோத்தம கோஷ்டிகள் எல்லாம், கிழக்கே உதிக்கும் ஞாயிறு மேற்கே உதிக்கணும், ஆரியன் காவு சாஸ்தா பிரீதியன்று, அங்கு கூடாதொழியார். இத்தகைய கோயில் பெருச்சாளிகளின் யதார்த்தமான தெய்வபக்தியும் விசுவாசமும் ஆழ்ந்து பரிசோதிக்கத் தக்கதன்று. 'பனங்காட்டு நரி சலசலப்புக்கு அஞ்சாது.'

- அ. மாதவய்யாவின் 'சாஸ்தா பிரீதி' என்கிற கதையிலிருந்து.

சாதி எதிர்ப்புப் போரின் முக்கியமான ஓர் அம்சமாக, சொந்த சாதிக்குத் துரோகம் செய்வது பற்றி இன்று நாம் உரையாடல் நடத்திக்கொண்டிருக்கிறோம். ஆனால், தான் பிறந்த பார்ப்பன சமூகத்தின் போலிமைகளை நூற்றாண்டுக்கு முன்னரே, இன்ன மட்டும் என்றில்லாமல் தன் கதைகளில் பகடி செய்த அ.மாதவய்யா, 'தமிழ்ச் சிறுகதை வரலாற்றின் முதல் மூவர்' என அழைக்கப்படுவோரில் (வ.வே.சு.அய்யர், அ.மாதவய்யா, பாரதி) முக்கியமானவர். இந்த மூவருமே 1926-ஆம் ஆண்டுக்கு முன்பே மறைந்துவிட்டார்கள். ஆகவே, 1925 வரையிலான காலகட்டத்தை 'தமிழ்ச் சிறுகதை வரலாற்றின் முதல் கட்டம்' எனக் குறிப்பிடலாம்

தமிழ், ஆங்கிலம் ஆகிய இரு மொழிகளிலும் பெரும்புலமை பெற்றவரான அ. மாதவய்யா, இரு மொழிகளிலும் நாவல்களும், சிறுகதைகளும், கட்டுரைகளும், நாடகங்களும், இசைப்பாடல்களும் எழுதியவர். அவர் பதிப்பித்த குசிகர் குட்டிக்கதைகள் 3 பாகங்களிலும் அட்டையில் தன் பெயரை அ.மாதவையர் என்றே குறிப்பிட்டுள்ளார். காலப்போக்கில் அது மாதவய்யா ஆகியிருக்க வேண்டும்.

1872ஆம் ஆண்டு ஆகஸ்ட் 16ஆம் நாள் அன்றைய திருநெல்வேலி மாவட்டம் (இன்று தூத்துக்குடி மாவட்டம்) ஸ்ரீவைகுண்டம் தாலுகாவில் உள்ள பெருங்குளம் கிராமத்தில் அப்பாவையன் என்கிற அனந்தநாராயண ஐயருக்கும் மீனாட்சியம்மாளுக்கும் மூன்றாவது குழந்தையாகப் பிறந்தவர் அ.மாதவய்யா. திருநெல்வேலி இந்துக் கல்லூரியில் மெட்ரிக்குலேஷன் படித்து, சென்னை கிறித்தவக் கல்லூரியில் பி.ஏ படித்து, உப்பு-சுங்க இலாகாவில் அரசு அதிகாரியாகச் சேர்ந்தார். இடையில் அவரது 15-வது வயதில் அந்தக் கால வழக்கப்படி 11 வயதேயான மீனாட்சியை, மணம் முடித்தார்.

தன்னுடைய 20-ஆவது வயதில் ஆங்கிலத்தில் எழுதத் தொடங்கினார். 'விவேக சிந்தாமணி' இதழில் மதிப்புரைகளும் தொடர்கதையும் தொடர்ந்து எழுதினார். விதவா மறுமணத்தை வலியுறுத்தும் 'சாவித்திரி சரித்திரம்' என்ற நாவலின் சில இயல்கள் 'விவேக சிந்தாமணி'யில் வந்தன. பிறகு இந்த நாவல் முழுமைபெற்று 'முத்துமீனாட்சி' என்ற பெயரில் 1903ஆம் ஆண்டில் வெளியானது.

தொடர்ந்து பல நாவல்களும் சிறுகதைகளும் ஆங்கிலத்திலும் பிறகு அவற்றைத் தமிழில் அவரே மொழிபெயர்த்தும் வெளியிட்டார். 'பத்மாவதி சரித்திரம்', 'முத்துமீனாட்சி', 'விஜய மார்த்தாண்டம்', 'தில்லை கோவிந்தன்', 'சத்தியானந்தன்', 'கிளாரிந்தா' போன்ற புகழ்பெற்ற நாவல்களைப் படைத்தார். 'குசிகர் குட்டிக்கதைகள்' என்ற பெயரில் இரண்டு சிறுகதைத் தொகுப்புக்களை வெளியிட்டார்.

சாதி எதிர்ப்பு, இந்து மதச் சீர்கேடுகளைச் சாடுதல், பெண் கல்வி, ஆண்-பெண் சமத்துவம், விதவா விவாகம் என்கிற உள்ளடக்கத்தோடு அன்றைய நாளில் மிக முற்போக்கான படைப்புகளை முன்வைத்தார். ஆகவே, 'கமலாம்பாள் சரித்திரம்' என்ற ஒரு நாவலை எழுதிய ராஜம் அய்யரைக் கொண்டாடியதுபோல இவரைச் சாதிய சனாதனிகள் கொண்டாடவில்லை; புறக்கணித்தனர். ராஜம் அய்யரைக் கொண்டாடக் காரணம், 'கமலாம்பாள் சரித்திரம்' நாவலின் பிற்பகுதி முழுக்க வேத விசாரத்தில் இறங்கியதுதான்.

கடுமையான சமூக விமர்சனங்களை முன்வைத்த கதைகள் தந்த மாதவய்யாவைப் பற்றி கண்டனம் தெரிவித்த 'தி இந்து' நாளிதழ், ஒரே வருடத்தில் தன் நிலையை மாற்றிக்கொண்டு, தானே முன்வந்து தன் நாளிதழில் கதைகளை (ஆங்கிலத்தில்) எழுத அவரை வேண்டிக்கொண்டது. நாரதா என்கிற புனைபெயரில் இந்து இதழில் STORIES FROM INDIAN LIFE என்கிற பொதுத்தலைப்பில் 1923-24 இல்தொடர்ந்து சிறுகதைகள் எழுதிவந்தார். முதலில் ஆங்கிலத்தில் கதைகள் எழுதிப் பின்னர் அவற்றை அவ்ரே தமிழிலும் மொழிபெயர்ப்புச் செய்து வெளியிடுவதும் அவரது வழக்கம்.

தான் வாழும் காலச்சூழலை, தன் படைப்புகள் வழியே விமர்சனத்துக்கு உட்படுத்திய எழுத்தாளர் அ. மாதவய்யா. அவர் தீவிரமாக எழுத்துலகில் இயங்கிய காலம் 1890-1925க்கு உட்பட்ட

35 ஆண்டுகள். இந்தக் காலம், தமிழ்ச் சமுதாயத்தில் ஆங்கில ஆட்சியால் பல மாற்றங்கள் நிகழ்ந்துகொண்டிருந்த காலம். பொருளாதாரத் தளத்தில் மரபாக வந்த வேளாண்மை சார்ந்த அரசியல் பொருளாதாரமும், கைவினைத் தொழில்களும் வணிகமும், வழக்கிலிருந்த பழைய தொழில்நுட்பங்களும் பெருத்த சவாலைச் சந்தித்துக்கொண்டிருந்தன.

தொழிற்புரட்சியின் விளைவாக இங்கிலாந்தில் எழுந்து நின்ற நவீன தொழிற்சாலைகளுக்குத் தேவையான கச்சாப்பொருள்களை உற்பத்திசெய்யும் நிலப்பரப்பாக இந்தியா ஆக்கப்பட்டிருந்தது. லங்காஷியரில் உற்பத்தியாகும் பண்டங்களுக்கான சந்தையாக இந்தியா ஆகிக்கொண்டிருந்தது. உற்பத்தியாகும் பொருள்களை வாங்கும் நுகர்வோராக இந்தியர்களை மாற்றப் பண்பாட்டுத்தளத்தில் அதிரடியான தாக்குதல்களை ஆங்கிலேயர் தொடுத்துக் கொண்டிருந்த காலம். பிறப்பால் ஏற்றத்தாழ்வு கற்பித்த இந்து மரபுக்கு 1833ஆம் ஆண்டில் வெளியிடப்பட்ட சட்டத்தின் முன் அனைவரும் சமம் என்கிற கொள்கைப் பிரகடனம் சவுக்கடியாக அமைந்தது. பிறப்பால் உயர்ந்த சாதியினர் பழைய சட்டங்களின்படி மிகக்குறைந்த தண்டனை பெற்றுத் தப்பிக்கொண்டிருந்தனர். அந்த நடைமுறைக்கு இந்தப் பிரகடனம் ஆப்பு வைத்தது.

அ. மாதவய்யா உள்ளிட்ட அன்றைய உயர்சாதி அறிவுஜீவிகளின் முற்போக்கான பிரிவினர் இதை வரவேற்றனர். அ. மாதவய்யாவின் பல கதைகளும் நாவல்களும் இதைப் பாடுபொருளாக்கின. `தந்தையும் மகனும்' என்ற சிறுகதையில், தன் தந்தை வசதி படைத்தவராக இருந்தும் `சாணான்' என்ற சாதியிப்பிறப்பின் காரணமாக அக்கிரகாரத் தெருவில் நடப்பதற்கு, பார்ப்பனர்கள் தடை விதித்ததைக் கண்டு மனம் கொதித்த அந்தச் சாணாரின் மகன் ஆங்கிலக் கல்வி கற்று கிறிஸ்தவனாக மதம் மாறி, தாசில்தார் பதவி ஏற்று, அதே அக்கிரகாரத் தெருவில் குதிரை ஏறி பவனி வரும் காட்சியை அந்தக் கதையில் மாதவய்யா மிகுந்த குதூகலத்தோடு வர்ணிக்கிறார். இந்தக் 'குதூகலம்' அன்றைய நாளில் மிக முக்கியமான சாதி எதிர்ப்பு உணர்வல்லவா?

இதேபோல, `குதிரைக்காரக் குப்பன்' என்கிற சிறுகதையில் கிறித்துவத்துக்கு மதம் மாறி வெள்ளைக்காரத் துரையிடம் குதிரைக்காரனாக வேலைசெய்த பறையரிடம் பார்ப்பனர்களின் ஜம்பம் ஒன்றும் பலிக்காமல்போவதை மாதவய்யா பலத்த கிண்டலும் கேலியுமாக விவரிக்கிறார்.

'தில்லை கோவிந்தன்' என்ற ஆங்கில நாவலில் வரும் தில்லை சாம்பவசிவ தீட்சிதர் என்பவர் கொலைகாரன் என்றாலும்கூட பார்ப்பனன் என்பதற்காகவே மதிப்பவர்; பிற சாதியர்களைச் சாதியின் பெயரால் அவமதிப்பவர். இவருக்கு எதிரில் வந்த சாணார் இளைஞர் ஒருவர் சாதி வழக்கப்படி ஒதுங்கிப் போகாததால், அவருடைய காலில் முள் தைத்துவிடுகிறது. அதற்காக சில மறவர்களைக்கொண்டு அந்தச் சாணார் இளைஞரை நையப்புடைக்கிறார். ஆனால், அந்தச் சாணார் இளைஞரோ கிறித்துவராதலால் பாதிரியாரின் துணையுடன் நீதிமன்றத்தில் வழக்கு தொடுத்து, பார்ப்பன நீதிபதியாலேயே தீட்சிதருக்கு அபராதம் வாங்கித் தருகிறார். இப்படி, தன் பல படைப்புகளில் சட்டத்தின் முன் அனைவரும் சமம் என்கிற புதிய ஏற்பாட்டை உற்சாகத்துடன் கொண்டாடும் ஜனநாயகவாதியாக மாதவய்யா வாழ்ந்திருக்கிறார்.

அவர் வாழ்ந்த காலத்தில் காந்தியுகம் தொடங்கியிருந்தது. பெரியார், அம்பேத்கர் போல சமூக விடுதலையை முன்னெடுத்த பெரியவர்களும் சகபயணிகளாக வாழ்ந்துகொண்டிருந்தனர். அரசியல் விடுதலையா, சமூக அக விடுதலையா என்ற கேள்வி முன்னுக்கு வந்துகொண்டிருந்தது. அ.மாதவய்யா, அக விடுதலைக்காகத் தன் வாழ்வைச் செலவிட விரும்பினார்.

"சம்பூர்ண சுயராஜ்யம், அரசியல்ரீதியில் பெறுவதல்ல... வறுமை, அறியாமை நீக்கித் தாழ்த்தப்பட்டவர்கள் விடுதலை பெற்றுச் சமமாகிறபோதுதான் அந்தச் சுயராஜ்யம் கிடைக்கும்" என்று தன் பார்வையை அன்றே தெளிவாக முன்வைத்தவர் மாதவய்யா. தாழ்த்தப்பட்ட மக்களைப் பற்றிய அவரது கருத்தும் மனங்கொள்ளத்தக்க வகையில் தெளிவானது.

'ஆரியர், திராவிடர்களுக்கு முன்பே இந்த நாட்டுக்கு உரியவர்கள். இவர்களே இந்த மண்ணின் மைந்தர்கள்" எனப் பொட்டில் அடித்தவர். 'தீண்டத்தகாதாரை மனிதரிலும் கீழாய் நடத்திக்கொண்டு நாம் (பார்ப்பன - வேளாளர்), நம்மை ஆள்பவர்களிடமிருந்து (ஆங்கிலேயர்) சம உரிமை கேட்பது வெட்கத்துக்குரியது' என்று எழுதினார். இதேபோன்ற பார்வையைப் பாரதியும்'ஆறிலொரு பங்கு'முன்னுரையில் வெளிப்படுத்தி இருப்பதைப் பார்க்கலாம்.

நல்ல உத்தியோகத்தை, நல்ல சம்பளத்தைத் தன் 50-வது வயதில் உதறித் தள்ளிவிட்டு அச்சகம் ஒன்றைத் தொடக்கி

'பஞ்சாமிர்தம்' என்ற பத்திரிகை வழியே சமூகச் சீர்திருத்தக் கருத்துகளை மக்களிடம் கொண்டுசெல்லும் முயற்சியில் இறங்கினார். நாட்டு விடுதலைக்கு முன் நிபந்தனை, 'சமூக விடுதலை', அந்தச் சமூக விடுதலைக்கு முன் நிபந்தனை, 'தனி நபர்களின் விடுதலை' என்ற கொள்கையுடையவராக மாதவய்யா இருந்தார். சூத்திர சாதியரிடம் விழிப்புஉணர்வு ஏற்படுத்த தந்தை பெரியார் வாழ்நாள் முழுவதும் பாடுபட்டதைப்போல, தனிப்பட்ட முறையில் மாதவய்யா தான் பிறந்த பார்ப்பன சமூகத்தாரிடையே கருத்துப் போரை நடத்தினார்.

ஆங்கில ஆட்சி நிறைவேற்றிய பல சட்டங்கள் - சதி வழக்கத் தடைச்சட்டம் (1829), கட்டாய அடிமைமுறைத் தடைச்சட்டம் (1843), விதவை மறுமணச் சட்டம் (1856), குழந்தை மணத் தடைச்சட்டம் (1891, 1921) போன்றவை உடனடியாக நடைமுறைக்கு வந்ததும் ஆங்கிலக் கல்வி பரவலாகி சமூகத்தில் உருவான சமத்துவச் சிந்தனைகளும் சாதி வேற்றுமைகளை ஏற்காத கிறித்துவ மதபோதனைகளும் இறுகிக்கிடந்த இந்து சாதி சமய அமைப்பை பல முனைகளிலிருந்தும் தாக்கிக்கொண்டிருந்த காலம் அது. இந்து சமூகத்தைச் சீர்திருத்திக் கௌரவமான முகத்தை அதற்கு வழங்கிடப், பல அறிவாளிகள் முயன்றனர். அவர்களில் ஒருவர்தான் மாதவய்யா. முதலில் திருந்தவேண்டியது பார்ப்பன சாதிதான் என்று அவர் தீர்க்கமாக நம்பினார். 'நம்முடைய நாகரிகங்களுக்கெல்லாம் மூலஸ்தானமாகிய பிராமணரது ஆச்சார அனுஷ்டானங்களை வேண்டியவாறு சீர்திருத்துவதே நமது முதற்கடமை' என்று எழுதினார்.

மாதவய்யாவின் படைப்புலகை ஆய்வுசெய்த தமிழின் மிக முக்கியமான ஆய்வாளரான ராஜ் கௌதமன் தன்னுடைய ஆய்வில் 'மாதவய்யாவைப் பொறுத்தவரை, மனிதனை அளவிடுவதற்கு சாதிப் பிறப்பைவிட, தனிமனிதப் பண்புதான் அளவுகோலாக இருந்தது. குற்றங்கள் மிகுந்த ஒருவனை, அவன் பார்ப்பனன் என்பதற்காக ஏற்றுக்கொள்ளும் பார்ப்பனர்கள், நற்குணமும் நல்லொழுக்கமும் நிறைந்த பார்ப்பனர் அல்லாத உத்தமமான ஒரு மனிதரை, தங்களைவிடத் தாழ்ந்தவர் என சாதியின் பெயரால் ஒதுக்குவதை மாதவய்யா ஏற்கவில்லை. மொத்தத்தில் வாக்குண்மை, மனச்சுத்தி, மெய்யறி ஒழுக்கம் ஆகியவற்றை மதிக்காமல் வெளிவேஷத்தையும் பகட்டையும் பணத்தையும் பெரிதாகப் போற்றும் வாழ்க்கைப் பார்வையை மாதவய்யா கடுமையாக விமர்சனம் செய்தார்' என்று குறிப்பிடுகிறார்.

பெரிய ஒழுக்கமும் தர்மமும் வேதவியாக்கியானமும் பேசும் பிராமணர்களுக்குள் பெண் பித்தர்களும் மனிதாபிமானவற்றவர்களும் இருப்பதை, தன் பல கதைகளிலும் நாவல்களிலும் கதாபாத்திராங்களாக்கிக் கைகொட்டிச் சிரித்தவர் மாதவய்யா. `பஞ்சாமிர்தம்' பத்திரிகையில் தன்னுடைய அரசியல் கருத்துகளை தலையங்கத்திலும் கட்டுரைகளிலும் எழுதியிருக்கிறார்.

அவருடைய சிறுகதைகளில் எனக்கு மிகவும் பிடித்த கதை `ஏணியேற்ற நிலையம்' என்னும் கதை. சேரன்மாதேவியில் வ. வே. சு ஐயர் ஆரம்பித்த பிரசித்திபெற்ற குருகுல அனுபவத்திலிருந்து கிளைத்தெழுந்த புனைவாக அது அமைந்துள்ளது. அதில் சமபந்தி போஜனம் இல்லாமல் பிராமணப் பிள்ளைகளுக்கு மட்டும் தனி பந்தி வைத்ததால், தமிழக அரசியல் வரலாற்றில் முக்கியமான திருப்புமுனையே ஏற்பட்டதை நாம் அறிவோம். அ.மாதவய்யா, தனது இந்த `ஏணியேற்ற நிலையம்' கதையில் உண்மையிலேயே எல்லா சாதிப் பிள்ளைகளுக்கும் ஒரே சமையல், ஒரே சாப்பாடு என்கிற லட்சியத்தோடு ராமலிங்கம் என்கிற தேசபக்தர் ஏணியேற்ற நிலையத்தை ஆரம்பிக்கிறார். இதை இப்போது வாசிக்கும்போது கலைஞரின் சமத்துவபுரம் திட்டத்தை இது ஞாபகப்படுத்துகிறது. கதையை அவர் சொல்லிச் செல்லும் பாங்கில் அன்றைய காங்கிரஸின் சீர்திருத்தத் திட்டங்களையும் வெற்று முழக்கங்களையும் போலிமையையும் பகடிசெய்வதைக் காணலாம்.

ஜாமீன் கொடுக்க மறுத்து, நான்காவது முறை ஜெயிலிலிருந்து திரும்பி வெற்றி மாலைகள் அணிந்து, சொற்பொழிவுகள் சொரிந்து, ஒருவாறு ஆடிப்பாடி அமர்ந்த பிறகு, கதரையும் தீண்டாமையையும் தவிர மற்ற தேசிய பரவர்த்திகள் எல்லாம் தீண்டுவாரற்றுக் கிடப்பதை ராமலிங்கர் உணர்ந்தார். என் செய்வதென்று தெரியாமல் சில நாள் பயனின்றிக் கழிந்த பிறகு, சன்னமான நூலைத் தன்னால் நூற்க முடியாது என்பதை அனுபவத்தில் அறிந்தவராதலின், சாதி மத பேதங்களை வேரோடு களைந்து, தமிழர்கள் எல்லோரையும் ஒன்றுபடுத்தும் கடமையைக் கைக்கொள்ள நினைத்தார்.

தான் செய்தற்குரிய தேசத்தொண்டு இன்னதென்று துணிந்த பிறகு, தன்னிடம் இருந்த சிறு பொருளையும் பிறர் உதவியைக்கொண்டும் ராமலிங்கர் `ஏணியேற்ற நிலைய'த்தை ஸ்தாபித்தார். அதன் திறப்பு விழா கொண்டாட்டத்தன்று, ஜனநாயகர்கள் பலர் விஜயம் செய்து, சிற்றுண்டி அருந்தி, பிரசங்கமாரி பொழிந்தனர். ராமலிங்கர் சாதி ஏணியிலே

கீழ்ப்படிகளில் இருப்பவர்களை மேலேற்றிவிடும் தன்மையினால், அந்த நிலையத்துக்குத் தான் சூட்டிய விசித்திர நாமத்தைப் பற்றி அரிய சொற்பொழிவு ஒன்றை சொரிந்தார்.

ராமலிங்கர் அந்த நிலையத்தை நடத்திவந்த விதமும் விந்தையானது. நடுநிலை உத்தியை அனுசரித்து 'மேல்'சாதியரைச் சற்றுக் கீழே இறக்கி, 'கீழ்'சாதியரை மேலே உயர்த்திவிட்டால், எல்லோரும் ஒரு பொது மேடையில் சாதிபேதமின்றி வாழலாம் என எண்ணினார். முதலில் மாமிசம் உண்ணும் விஷயம் பெருந்தடையாக இருந்தது. இப்போது ஊன் உண்ணும் சாதியர்கள், 'அதை நீக்கிவிட்டால் இந்தியாவுக்குள்ள அரைகுறையான சரீர பலமும் அறவே ஒழிந்துபோகும்' என்று சிலர் அஞ்சினர். ஊன் உண்பது கடவுள் ஆக்கினைப்படி ஒழுகுவதே என்று சிலர் வாதாடினர். முடிவில் தன் ஆசிரமம் சம்பந்தப்பட்ட வரையில் ராமலிங்கர் புலாலை மறுத்துவிட்டார்.

இப்படி ராமலிங்கர் ஆரம்பித்த 'ஏணியேற்ற நிலைய'த்தில் பிராமணர், க்ஷத்திரியர், முதலியார், பிள்ளைமார் தலா இரண்டு பேரும், முக்குலத்தோர் மூன்று பேரும், தீண்டா சாதியர் நான்கு பேரும் சேர்ந்திருந்தனர். முதலில் ஒரு பிராமணச் சமையல்காரரை நியமிக்கிறார். எல்லோரும் சாப்பிடுகிறார்கள். பிறகு அது நியாயமில்லை என, ஒரு சைவ வேளாளத் தவசிப்பிள்ளையைத் திட்டம் செய்கிறார். அந்தச் சமையல்காரர் தான் சமைத்ததைத் தானே சாப்பிடுவதில்லை. 'மேல்சாதி, கீழ் சாதியர் எல்லாம் சாப்பிட்ட மிச்சத்தை தான் சாப்பிடுவதா?' என்கிற உணர்வில் தவசிப்பிள்ளை சாப்பிட, தன் வீட்டுக்குப் போய்விடுவார்.

அந்த நிலையத்துக்கு சாட்சாத் காந்தி மகானே நேரில் வந்து ராமலிங்கரைப் புகழ்ந்து பேசுகிறார். அன்று இரவு ராமலிங்கருக்குப் புளகாங்கிதத்தில் உறக்கம் வரவில்லை. இரண்டொரு முஸ்லிம்கள், கிறித்தவர்களையும் நிலையத்தில் சேர்த்துவிட வேண்டும் எனத் திட்டம் தீட்டுகிறார். ஆனால், மறுநாளே பிரச்னை வெடித்து விடுகிறது. நிலையத்தில் அவரவர் சாப்பிட்ட பாத்திரத்தை அவரவர் கழுவ வேண்டும் என்பது விதி.

பழனி முதலிக்குக் காய்ச்சல். ஆகவே அவர் கஞ்சி குடித்த பாத்திரத்தை சமையல்காரரைக் கழுவி வைக்கச் சொல்கிறார். 'நான் வேளாளப்பிள்ளை என்பது தெரியாதோ? என்ன வாய்க்கொழுப்பு இருந்தால், என்னைக் கழுவச் சொல்லுவாய்?' என்று

பாய்ந்துவிடுகிறார். ராமலிங்கம் தலையிட்டபோது "பள்ளனுக்கும் பறையனுக்கும் சாதிகெட்ட பயல்களுக்கும் பொங்கிப் போடுகிற இந்தப் பொல்லாத வேலை வேண்டாம்" என்று வேலையைவிட்டுப் போய்விடுகிறார். பிறகு இரண்டு பறைச் சிறுவர்களை உதவிக்கு வைத்துக்கொண்டு ராமலிங்கர் தானே களத்தில் இறங்கிச் சமைக்கிறார். ஆனால், நிலையத்திலிருந்த 14 பேரில் 9 பேர் அதைச் சாப்பிட மறுத்து, சத்தியாக்கிரகம் இருக்கின்றனர். மாதவய்யா, கதையை முடிக்கும் கடைசிப் பத்தி பகடியும் சோகமும் கவிந்தது.

"'ஏணியேற்ற நிலைய'மாகச் சில மாதங்களுக்கு இயங்கிய வீடு, இப்போது ஒரு கடையாகி, பழைய கோணிச்சாக்குகளும், கெரோசின் டின்களும், பீப்பாய் பிதிலிகளும் அதில் விற்கப்படுகின்றன. மூடபக்தி மூட்டைகள், சாதிக்கொழுப்புப் பிதிலிகள், வீண் டம்ப டின்கள், சத்திழந்த ஆசாரக் கழிசடைகள் போன்ற பழைய பண்டங்கள் மட்டும் அங்கே விலையாவதில்லை."

(பிதிலி = எண்ணெய் பாத்திரம்)

1925ஆம் ஆண்டில் 'பஞ்சாமிர்தம்' இதழில் வந்த கதை இது. விடுதலைப் போராட்டம் சூடுபிடிக்கத் தொடங்கிய அந்த நாளிலேயே அதற்குள் குடிகொண்டிருந்த போதாமைகளை விமர்சித்த இந்தக் கதை, பல வரலாற்று உண்மைகளையும், மனித மனதில் மாற்றம் வராமல் சும்மா அமைப்புகளை உருவாக்கினால் மட்டும் மாற்றம் வந்துவிடாது என்பதையும் சாப்ளின் பாணியில் கேலி பூசிய சோகத்துடன் சொல்கிறது.

"அது நேர்ந்த விதம்" என்கிற சிறுகதையில் பெண்ணைப்பெற்ற பிராமணத்தகப்பன் சீர்கொடுத்துக் கல்யாணம் செய்ய முடியாத காரணத்தால் கிறித்துவ மதத்துக்குப் போகாலாமா என்று யோசிப்பதாக எழுதுகிறார்:

"இதையெல்லாம் பற்றி யோசிக்கும் பொழுது சில வேளைகளில், இந்தப் பாழாய்ப்போன பிராமண சமூகத்தையே விட்டு விலகி, பிரமா ஸமாஜத்திலோ அல்லது கிறிஸ்தவ மதத்திலோ சேர்ந்து விடலாமென்று தோன்றுகிறது"

பிரம்ம சமாஜத்தை அன்றைய பிராமண சமூகம் எப்படிப்பார்த்தது என்பதற்கான பதிவாகவும் இவ்வரிகள் அமைகின்றன.

ஜனநாயக எண்ணம்கொண்டவரான அ.மாதவய்யா, தமிழ்வழிக் கல்வியையும் ஆட்சியில் தமிழையும் வலியுறுத்துபவராக

இருந்தார். மொழியும் ஜனநாயகமும் பிரிக்க முடியாதவை என்கிற புரிதல் அவருக்கு இருந்தது. தனித்தமிழ் மீதும் காதல் கொண்டிருந்தார். கலப்பில்லாத தனித்தமிழ் நடையில் சித்தார்த்தன் என்னும் நூலை (புத்தரின் வரலாறு) எழுதினார்.

அன்று நடைபெற்ற ஆசார சீர்திருத்த மாநாடுகளில் நேரடியாகப் பங்கேற்றுத் தலைமை உரை ஆற்றியது உள்ளிட்ட பங்களிப்புக்களைச் செய்திருக்கிறார். அதாவது பண்பாட்டு அரசியலில் நேரடியாகப் பங்கேற்றிருக்கிறார்.

1925ஆம் ஆண்டு அக்டோபர் 22ஆம் நாள் பிற்பகல் 3.40 மணி அளவில் சென்னைப் பல்கலைக்கழக ஆட்சிமன்றக் கூட்டத்தில், `பி.ஏ பட்டப்படிப்பில் தாய்மொழியைக் கட்டாயப் பாடமாக வைக்க வேண்டும்" என ஆவேசமாகப் பேசிவிட்டு அமர்ந்தார். அடுத்த சில நிமிடத்தில் மூளையின் ரத்தநாளங்கள் வெடித்து உடனே உயிர் துறந்தார்.

நூறு ஆண்டுகளுக்கு முன்னர் இப்படி ஓர் ஆளுமையாகத் தமிழ் மண்ணில் தனித்தடம் பதித்தவர் அ.மாதவய்யா. நம் தமிழ்ச் சாதி, அவரை அப்போதும் கண்டுகொள்ளவில்லை; இப்போதும் கண்டுகொள்ளவில்லை. அவரைப்பற்றிய தோழர் ராஜ்கௌதமனின் நூல் ஒன்றுதான் அவருக்கான உண்மையான நினைவுச் சின்னமாகத் துலக்கம் பெற்று மிளிர்கிறது.

ஒரு துன்பியல் நாடகத்தின் இறுதிக்காட்சிபோல, அவரது வாழ்வு முடிவுக்கு வந்தது. காலத்திற்குத் தேவையான பண்பாட்டு அரசியலை சமரசங்களுக்கு இடம் கொடாமல் முன்னெடுத்த அ. மாதவய்யா தமிழ்ச் சிறுகதை வானிலும் என்றென்றும் சுடர் விடும் தாரகையாக ஒளிர்கிறார். முற்போக்கு எண்ணம் கொண்ட ஒவ்வொருவரும் அ.மாதவய்யாவின் படைப்புகளை மீண்டும் வாசிப்பது அவசியம்.

3

பாரதி

தமிழ்ச் சிறுகதை வரலாற்றின் முதல் அலையாகிய 1910 - 1925 காலகட்டத்தின் மூன்று முன்னோடிகளான வ.வே.சு. ஐயர், அ. மாதவய்யா, பாரதி ஆகிய மூவரில் மற்ற இருவரையும் விட, பாரதியின் பெயரும் புகழும் விரிந்து பரவியதற்குக் காரணம், அவரது கவிதைகள்; அதுமட்டுமின்றி, சுதந்திரப் போராட்டத்தின் அங்கமாகவே அவரும் அவரது (இசைத்துப் பாடப்பட்ட) கவிதைகளும் ஆகிவிட்டதும் ஒரு காரணம். எட்டுத் திக்கும் சென்று கலைச்செல்வங்கள் யாவும் தமிழுக்குக் கொணர்ந்து சேர்க்கும் பணியில் அவர் அளப்பரிய பங்காற்றியுள்ளார். கவிதை, வசனக்கவிதை, கட்டுரைகள், கதைகள், சிறுகதைகள், நாவல், கார்ட்டூன் என எல்லா வடிவங்களிலும் எழுதிப்பார்த்தவர் பாரதி.

ஆனாலும், அவரை சிறுகதை ஆசிரியராகத் தமிழ் இலக்கிய உலகம் முன்னிறுத்தவில்லை.

தமிழ்ச் சிறுகதையின் வரலாற்றை எழுதிய அமரர் சி.சு. செல்லப்பாகூட பாரதியை விட்டுவிட்டார். பிறகு தவறை உணர்ந்து அந்த நூலின் (தமிழ்ச் சிறுகதை பிறக்கிறது - காலச்சுவடு பதிப்பகம்) இரண்டாம் பதிப்பில் சேர்க்கிறார். அது பற்றிக் குறிப்பிடும்போது வ.வே.சு. ஐயரின் 'குளத்தங்கரை அரசமரம்' எழுதப்படுவதற்கு ஏறத்தாழ பத்து ஆண்டுகள் முன்னரே பாரதி எழுதிய சிறுகதை இது (ஆறிலொரு பங்கு) என்ற அளவில் மட்டுமேகூட இதை ஒரு முன்னோடியாக நாம் கருத இடமிருக்கிறது. ஏன் இந்தக் கதையும் கணிப்பும் மறக்கப்பட்டன என யோசித்தால், பாரதியின் கவிதைகளும் கட்டுரைகளும் நம் மனதில் வேறு எதற்கும் இடமில்லாமல் செய்துவிட்டன என்றுதான் தோன்றுகிறது" என்கிறார்.

இலக்கியத்தின் ஒவ்வொரு துறை, ஒவ்வொரு வடிவம் குறித்தும் தீர்க்கமான முடிவுகளும் கணிப்புகளும் பாரதிக்கு இருந்தன.

"தமிழ் வசனநடை இப்போதுதான் பிறந்தது. பல வருஷங்களாகவில்லை. இப்போது நமது வசன உலகத்தில் எந்த பாஷையைக் காட்டிலும் தெளிவாக இருக்கும்படி முயற்சிகள் செய்ய வேண்டும்" - என்று சொல்லும் பாரதிக்கு, உரைநடை குறித்து திட்டவட்டமான கருத்து இருந்தது. உரைநடை இலக்கியம் இப்படித்தான் இருக்க வேண்டும் என்கிற அழுத்தமான புரிதலுடன் சொல்கிறார்." கூடியவரை பேசுவதுபோலவே எழுதுவதுதான் உத்தமம் என்பது என் கட்சி. ஒரு கதை அல்லது தர்க்கம், ஒரு சாஸ்திரம், ஒரு பத்திரிகை விஷயம். என எதை எழுதினாலும் வார்த்தை சொல்வது மாதிரியாகவே அமைந்துவிட்டால் நல்லது. இந்த அடிப்படையைத் தவறவிட்டால் வாக்கியம் தத்தளிக்கத்தான் செய்யும். இந்தப் பண்பு, உரைநடையில் ஏறியிருக்கிறதா என்பதை சோதிப்பதற்கு வாசித்துப் பார்த்துக்கொள்வது நல்லது" என்று மேலும் தெளிவுபடுத்துகிறார்.

பொதுவாக, சிறுகதை எழுதுவோர் நினைவில் கொள்ளவேண்டியவை என இன்று நாம் பேசிக்கொள்ளும் சில விஷயங்கள் உண்டு. எதை எழுதுவது, எப்படி எழுதுவது, யாருக்காக எழுதுவது, யாராக இருந்து எழுதுவது என்கிற நான்கு அம்சங்கள் அவற்றில் அடிப்படையானவை.

தாழ்வுற்று வறுமை மிஞ்சி விடுதலை தவறிக்கெட்ட ஒரு தேசத்தின் மனச்சாட்சியைத் தட்டி எழுப்பவேண்டிய கடமை தனக்கு இருப்பதாக உறுதியாக நம்பியவன் பாரதி. ஆகவே, அவன் எதை எழுத வேண்டும் என்பதில் தெளிவான பார்வை கொண்டிருந்தான். சுதேசியம், ஆங்கில ஏகாதிபத்திய எதிர்ப்பு, ஒன்றுபட்ட தேசிய எழுச்சிக்குத் தடைக்கற்களாகத் திகழும் சாதிய ஒடுக்குமுறை, பெண் அடிமைத்தனம், இந்தியர்களின் அடிமைப்புத்தி போன்றவையே அவனது எழுத்தின் சாரமாக அமைந்திருந்தன. பாரதி, சிறுகதை வடிவத்தைக் கையிலெடுத்தபோதும் இவை பற்றியே எழுதினான்.

எதை எழுத வேண்டும் என்ற கருத்தில் தெளிவு, எழுத்துக்கு மிக அடிப்படையான அம்சம் என பாரதி கருதினார். "சொல்லவந்த விஷயத்தைச் சரியாகக் கட்டியமைத்துக்கொள்ள வேண்டும். உள்ளத்தில் நேர்மையும் தைரியமும் இருந்தால், கை தானாகவே நேரான எழுத்து எழுதும். தைரியம் இல்லாவிட்டால், வசனம் தள்ளாடும். சண்டி மாடுபோல ஓரிடத்தில் படுத்துக்கொள்ளும். வாலைப் பிடித்து எவ்வளவு திருகினாலும் எழுந்திருக்காது."

ஆங்கிலேயர் ஆட்சியின்கீழ் வாழ்ந்துகொண்டு, அந்த ஆட்சி ஒழிய வேண்டும் என எழுதுவதற்கும் சாதி ஆதிக்கம் உச்சத்தில் இருந்த அந்த நாள்களில் அதற்கு எதிராகப் பேசுவதற்கும் நிச்சயமாக எழுத்தாளனுக்கு நேர்மையும் தைரியமும் அடிப்படையான குணாம்சங்களாக இருந்திருக்க வேண்டும். பாரதி, தன் வாழ்நாள் முழுவதும் முன்வைத்த முழக்கம் எது என ஆய்வு செய்த இலங்கைப் பேராசிரியர் ந.ரவீந்திரன்,

'பார்ப்பானை 'ஐயர்' என்ற காலமும் போச்சே - வெள்ளைப்

பரங்கியைத் துரை என்ற காலமும் போச்சே!'

என்ற இரு வரிகளில் அது அடங்கியிருப்பதாகக் கூறுவார். இந்த இரட்டைத் தேசியமே பாரதியின் அரசியல். அவருடைய சிறுகதைகளிலும் இது தொடர்வதையும் கூடுதல் அழுத்தம் பெறுவதையும் நாம் காணலாம். அவருடைய சிறுகதைகளில் மிகவும் போற்றப்படும் கதை சி.சு.செல்லப்பா குறிப்பிட்ட 'ஆறிலொரு பங்கு' என்னும் கதையே.

இந்தச் சிறுகதையை பாரதியார் 1913ஆம் ஆண்டில் எழுதியிருக்கிறார். இந்தச் சிறுகதைக்கு பாரதி எழுதிய முகவுரையில், 'ஒரு சாதி, ஓர் உயிர், பாரத நாட்டில் உள்ள

முப்பது கோடி ஜனங்களும் ஒரு சாதி. வகுப்புகள் இருக்கலாம், பிரிவுகள் இருக்கலாகாது. வெவ்வேறு தொழில் புரியலாம். பிறவி மாத்திரத்தாலே உயர்வு-தாழ்வு என்ற எண்ணம் கூடாது. மத பேதங்கள் இருக்கலாம், மத விரோதங்கள் இருக்கலாகாது. இந்த உணர்வே நமக்கு ஸ்வதந்திரமும் அமரத்தன்மையும் கொடுக்கும். வேறு வழியில்லை. இந்த நூலை பாரத நாட்டில் உழவுத்தொழில் புரிந்து நமக்கெல்லாம் உணவு கொடுத்து ரக்ஷிப்பவர்களாகிய பள்ளர், பறையர் முதலிய பரிசுத்தத்தன்மை வாய்ந்த வைசிய சகோதரர்களுக்கு அர்ப்பணம் செய்கிறேன்' என்று எழுதினார்.

பள்ளர், பறையர் சாதி மக்களை, பாரதி 'வைசியர்' என்று குறிப்பிடுவதை உற்று நோக்கவேண்டும். நால் வருணங்களிலும் சேர்க்காமல், 'பஞ்சமர்' என இந்திய சமூகம் அவர்களை வைத்துக்கொண்டிருந்த காலத்தில், பாரதி அவர்களை 'வைசியர்' எனக் குறிப்பிடுகிறார்.

'மீனாம்பாள், வீணை வாசிப்பதிலே சரஸ்வதிக்கு நிகரானவள். புரசைவாக்கத்தில் உள்ள எங்கள் வீட்டுக்கு அவள் வரும் சமயங்களில் எல்லாம் மேல்மாடத்து அறையை அவளுடைய உபயோகத்துக்காகக் காலி செய்துவிடுவது வழக்கம். நிலாக்காலங்களில் இரவு 8 மணிக்கெல்லாம் போஜனம் முடிந்துவிடும். 9 மணி முதல் நடுநிசி வரை அவள் தனது அறையிலிருந்து வீணை வாசித்துக்கொண்டிருப்பாள்' எனத் தொடங்கும் இந்தக் கதை, ஒரு காதல் கதை. அறையில் அவள் வீணை வாசித்துக்கொண்டிருக்கும்போது, வெளியே அவளுடைய தந்தையான ராவ்பகதூர் சுந்தர்ராஜுலு நாயுடு கட்டிலின் மீது படுத்துக்கொண்டு குறட்டை விட்டுக்கொண்டிருப்பார். ஆனால், மகராஜன் குறட்டைச் சத்தத்தால் வீணைச்சத்தம் கேளாதபடி செய்துவிட மாட்டார். கோவிந்தராஜனுக்கும் அவனுடைய முறைப்பெண்ணான மீனாம்பாளுக்குமான காதல் கதைதான் இது. ஆனால், இந்தப் பையன் பிரம்ம சமாஜத்தில் சேர்ந்துவிட்டான். தேச சேவைக்குத் தன்னை ஒப்புக்கொடுக்கச் சித்தமாகிவிட்டான். அதற்காகப் பிரம்மச்சர்ய சங்கற்பம் செய்துகொள்ள முடிவெடுக்கிறான். ஏனெனில், "இந்தச் சுதேசியம் கேவலம் ஒரு லௌகீக காரியமன்று. இது ஒரு தர்மம். இதில் பிரவேசிப்பவர்களுக்கு வீர்யம், தேஜஸ், கர்மயோகித்தன்மை முதலிய அரிய குணங்கள் வேண்டும்" குடும்பஸ்தனுக்கு அதெல்லாம் வாய்க்காது என நினைக்கிறான்.

தந்தை நாயுடு இல்லாத ஓர் இரவில் மீனாம்பாளிடம் இதுபற்றிப் பேசுகிறான். அவள் மறுமொழி சொல்லும் முன் நாயுடுவின் வண்டி கீழே வந்து நிற்கிறது.

"நாயனா வந்துவிட்டார். நான் போகிறேன்" என்று சொல்லி ஒரு முத்தத்துடன் பிரிந்தாள். குறட்டை நாயுடு கதவை உடைத்து, உள்ளிருக்கும் குறட்டைகளையெல்லாம் எழுப்பி, மேலே வந்து படுத்து அரை நாழிகைக்கெல்லாம் தமது தொழிலை ஆரம்பித்துவிட்டார். இரண்டு ஜீவன்கள் அன்று இரவு முழுவதும் விழித்திருந்தன. ஒன்று நான்; அவள் மற்றொன்று."

வெகு இயல்பான நகைச்சுவை உணர்வுடன் தொடங்கும் கதை, பின்னர் தீவிரமான அரசியல் கதையாக மாறிவிடுகிறது. சமூக விடுதலை, தேச விடுதலை என்கிற நெருப்பில் தகித்துக்கொண்டிருந்த பாரதியின் மனம், எதைப் பற்றி எழுத ஆரம்பித்தாலும் இந்த இரண்டு விடுதலைக் கருத்துகளும் வந்து குதித்துவிடுகின்றன.

அது பற்றி பாரதியே எழுதுகிறான், "பொதுவாக நான் கதைகள் எழுதும்போது வெறுமனே கற்பனை நயத்தைக் கருதி எழுதுவது வழக்கமேயன்றி, ஏதேனும் தர்மத்தைப் போதிக்கவேண்டும் என்ற நோக்கத்துடன் எழுதும் வழக்கமில்லை. கதை என்றெடுத்தால், கற்பனைப் புனைவையே அதில் நான் முக்கியமாகக் கருதுவேன். எனினும், என்னை மீறியே கதைகளிலும் பெரும்பாலும் தர்மபோதனைகள் வந்து நுழைந்துவிடுகின்றன."

தந்தை குறட்டை நாயுடு, வேறு மாப்பிள்ளை பார்க்க, தன் காதலைப் பற்றி அந்தப் பையனுக்கு மீனா சொல்ல, அது பற்றிப் பரவாயில்லை என்று அவன் பணத்துக்காகவே இவளை அடைய முயற்சிக்க, தான் சாகப்போவதாக கோவிந்தராஜனுக்குக் கடிதம் அனுப்புகிறாள். அந்தக் கடிதம் அவன் கைவந்து சேர்வதற்குள் அவள் செத்திருப்பாளே என மனமுடைந்து சந்நியாசம் பூண்டு ஊர் ஊராகச் சுற்றுகிறான் கோவிந்தராஜன். பஞ்சாப் சென்று லாலா லஜபதிராயைச் சந்திக்கிறான். அவரோ அவனைக் கோசல நாட்டில் பஞ்சத்தில் செத்துக்கொண்டிருக்கும் மக்களுக்குச் சேவகம் செய்ய அனுப்புகிறார். அங்கே சென்று பார்க்கையில் தாழ்த்தப்பட்ட மக்கள் கேவலமாக நடத்தப்படுவதைக் கண்டு மனம் துடிக்கிறான்.

'ஆறிலொரு பங்கு' கதையின் முக்கியமான பகுதி இது. பாரதி, கதையில் இப்படி எழுதுகிறான். 'முற்பகல் செய்யின் பிற்பகல் விளையும்' நாம் பள்ளர், பறையருக்குச் செய்வதையெல்லாம்,

நமக்கு அந்நிய நாடுகளில் பிறர் செய்கிறார்கள். நமது சிருங்ககிரி சங்கராச்சாரியாரும், வானமாமலை ஜீயர் ஸ்வாமிகளும் நெட்டால், திரான்ஸ்வால் தேசங்களுக்குப் போவார்களானால், ஊருக்கு வெளியே சேரிகளில் வாசம் செய்ய வேண்டும். சாதாரண மனிதர்கள் நடக்கும் ரஸ்தாக்களில் நடக்கக் கூடாது. பிரத்யேகமாக விலகி நடக்க வேண்டும். பல்லக்குகள், வண்டிகள் இவற்றைப் பற்றி யோசனையே வேண்டியதில்லை.

சுருக்கம்: நாம் நமக்குள்ளேயே ஒரு பகுதியாரை நீசர்கள் என்று பாவித்தோம். இப்போது நம் எல்லோரையுமே உலகத்தார் மற்றெல்லா நாட்டினரைக் காட்டிலும் இழிந்த நீசர்களாகக் கருதுகிறார்கள். நம்முள் ஒரு வகுப்பினரை நாம் தீண்டாத வகுப்பினர் என்று விலக்கினோம். இப்போது வேத மார்க்கஸ்தர், மகம்மதியர் என்ற இரு பகுதி கொண்ட நமது இந்து ஜாதி முழுவதையுமே உலகம் தீண்டாத சாதி என்று கருதுகிறது. உலகத்தில் எல்லா சாதியரிலும் வகுப்புகள் உண்டு. ஆனால், தீராத பிரிவுகள் ஏற்பட்டு சாதியை துர்லபப்படுத்திவிடுமானால், அதிலிருந்து நம்மைக் குறைவாக நடத்துதல் அந்நியர்களுக்கு எளிதாகிறது. 'ஊர் இரண்டுபட்டால் கூத்தாடிக்குக் கொண்டாட்டம்.'

'ஆயிரம் உண்டிங்கு சாதி; எனில், அந்நியர் வந்திங்கு புகல் என்ன நீதி' என்று கவிதையில் ஆங்கிலேயரை நோக்கிக் கேள்வி கேட்ட பாரதி, இந்தக் கதையில் உள்முகமாகத் திரும்பி இந்தியர்களைப் பார்த்துப் பேசும்போது இப்படிப் பேசுகிறான். இந்திய ஜனத்தொகையில் ஆறிலொரு பங்காக வாழும் தாழ்த்தப்பட்ட மக்களுக்காகப் பேசிய தலித் ஆதரவுக் கதை இது.

இந்தக் கதையில் இன்னோர் இடத்தில், இந்த மக்கள் ஏன் தாழ்த்தப்பட்டார்கள் என்பதற்கு விளக்கமாக, "இந்த வகுப்பினர் பெரும்பாலும் விவசாயத் தொழிலையே கைக்கொண்டிருக்கிறார்கள். உழவுத் தொழில் உடைய இவர்கள் சாஸ்திரப்படி வைசியர்கள் ஆக வேண்டும். ஆனால், இவர்களிலேயே பலர் மாட்டிறைச்சி தின்பது போன்ற அனாசாரங்கள் வைத்துக்கொண்டிருப்பதால், இந்து சாதி இவர்களைத் தாழ்வாகக் கருதுகிறது. இந்து நாகரிகத்திலே பசு மாடு பிரதானமான வஸ்துக்களில் ஒன்று. ஹிந்துக்களின் நாகரிகம் விவசாயத் தொழிலைப் பொறுத்து நிற்கின்றது. விவசாயத் தொழிலுக்குப் பசுவே ஜீவன். ஆதலால் இந்துக்கள் புராதன காலம் முதலாகவே கோ மாமிசத்தை வர்ஜனம் செய்துவிட்டார்கள். ஒரு சிறு பகுதி மட்டும் வர்ஜனம்

செய்யாதிருப்பது கண்டு, சாதிபொதுமை அந்தப் பகுதியைத் தாழ்வாகக் கருதுகிறது. இது முற்றிலும் நியாயம். ஆனால் பஞ்சம், நோய் முதலிய பொதுப் பகைவருக்கு முன்பு, நமது உயர்வு தாழ்வுகளை விரித்துக்கொண்டு நிற்பது மடமை. தாழ்ந்த ஜாதியரை நாம் மிதமிஞ்சித் தாழ்த்திவிட்டோம். அதன் பயன்களை நாம் அனுபவிக்கிறோம்" என்று விவரிக்கிறான்.

சாதியின் தோற்றம்குறித்து அண்ணல் அம்பேத்கர் தொடங்கி எண்ணற்ற அறிஞர்கள் அறிவியல்பூர்வமான விளக்கங்களை இன்று முன்வைத்துவிட்டனர். பாரதியின் காலத்தில் அவை வரவில்லை. மாட்டிறைச்சி உண்பதுதான் காரணம் என நம்பியிருக்கிறான் பாரதி. மாட்டிறைச்சி அரசியலாகியிருக்கும் இன்றைய நாளில் பாரதியின் இந்தக் கருத்து நமக்கு ஒவ்வாமை உணர்வைத் தோற்றுவிக்கத்தான் செய்யும். ஆனால், இதை வைத்து பாரதியை முத்திரை குத்திவிட முடியாது. அவனை அவன் வாழ்ந்த காலச் சூழலில் வைத்தே புரிந்துகொள்ள வேண்டும்.

இதே பாரதி, பல கதைகளிலும் கட்டுரைகளிலும் தண்டச்சோறு உண்ணும் பார்ப்பு என்கிற அளவுக்குத் தான் பிறந்த சாதியைச் சாடுவதையும் பார்க்க வேண்டும். அவன் எழுதுவதை, ஒரு குட்டிக்கதையிலும் பார்ப்போம். கதையின் தலைப்பு 'சாஸ்திரியார் மகன்.'

கதை இது:

'பிராமணப் பையன் ஒருவன், தனது விளையாட்டு வண்டி தெருவில் ஒடிந்துபோனதால், அதைப் பார்த்து அழுதுகொண்டு நின்றான்.

அதைக் கண்ட ஒரு சிப்பாய், "குழந்தாய், ஏன் அழுகிறாய்?" என்று கேட்டான்.

"வண்டி ஒடிஞ்சுப் போச்சு."

"இதற்காக அழாதே. வீட்டுக்குப் போ. உன்னுடைய தகப்பனார் அதைச் செப்பனிட்டுக் கொடுத்துவிடுவார்."

"எங்கப்பா சாஸ்திரியார். அவரால் வண்டியை நேர்ப்படுத்திக் கொடுக்க முடியாது. அவருக்கு ஒரு தொழிலும் தெரியாது. யார் வீட்டிலாவது அரிசி கொடுத்தால் வாங்கிக்கொண்டு வருவார். வேற ஒரு எழவும் தெரியாது" என்று விம்மி விம்மி அழுதான். சிப்பாய் சிரித்துக்கொண்டே போய்விட்டான். '

இதுபோன்ற குட்டியான கதைகளை 'வேடிக்கைக் கதைகள்' என்று தலைப்பிட்டு எழுதியிருக்கிறான் பாரதி. 'ஆறிலொரு பங்கு', 'சந்திரிகையின் கதை' போன்ற நெடுங்கதைகளையும் எழுதியிருக்கிறார். .

பாரதியின் இன்னொரு சுவையான கதை 'காக்காய் பார்லிமெண்ட்'.

'... காக்காய் பாஷை மிகவும் சுலபம். இரண்டு மணி நேரத்துக்குள் படித்துவிடலாம். 'கா' என்றால் 'சோறு வேண்டும்' என்று அர்த்தம். 'கக்கா' என்றால் 'என்னுடைய சோற்றில் நீ பங்குக்கு வராதே' என்று அர்த்தம். 'காக்கா' என்றால் 'எனக்கு ஒரு முத்தம் தாடி கண்ணே' என்று அர்த்தம். இது ஆண் காக்கை பெண் காக்கையை நோக்கிச் சொல்லும் வார்த்தை. 'காஹகா' என்றால் 'சண்டை போடுவோம்' என்று அர்த்தம். 'ஹாகா' என்றால் 'உதைப்பேன்' என்று அர்த்தம். இப்படி ஏறக்குறைய மனுஷ்ய அகராதி முழுவதும் காக்கை பாஷையில் க, ஹா, க்ஹ முதலிய ஏழெட்டு அட்சரங்களைப் பல்வேறுவிதமாகக் கலந்து அமைக்கப்பட்டிருக்கின்றன.

இன்று சாயங்காலம் அந்த பாஷையை பரீட்சை செய்துபார்க்கும் பொருட்டாக, மேல்மாடத்து முற்ற வெளியிலே போய் உட்கார்ந்து பார்த்தேன். பக்கத்து வீட்டு மெத்தைச் சுவரின் மேல் நாற்பது காக்கை உட்கார்ந்திருக்கிறது. 'நாற்பது காக்கைகள் உட்கார்ந்திருக்கின்றன என்று பன்மையில் சொல்ல வேண்டாமோ?' என்று எண்ணி, சில இலக்கணக்காரர்கள் சண்டைக்கு வரக்கூடும். அது பிரயோஜனமில்லை. '

இப்படி சுவாரஸ்யமாகச் செல்லும் கதைக்குள் மனிதர்களின் மன ஓட்டங்களையும் ரஷ்யப்புரட்சி உள்ளிட்ட உலக அரசியலையும் கொண்டு வந்துவிடுகிறார்.

'புதிய கோணங்கி-அதாவது குடுகுடுப்பைக்காரன்' என்றொரு கதை.

வித்தியாசமான குடுகுடுப்பைக்காரன் ஒருவனை பாரதி இக்கதையில் அறிமுகம் செய்கிறான். "ஜாதிகள் சேருது. சண்டைகள் தொலையுது" என்று சமூகச் செய்திகளோடு குறிசொல்லும் அவனை அழைத்துப் பேசுகிறார். அவன் பல நாடுகள் சென்றவன். பல மொழிகள் கற்றவன். நிறைய செல்வங்களும் பெற்றவன்.

“எனக்கு இங்கிலீஷ் நன்றாகத் தெரியும். வேறு சில பாஷைகளும் தெரியும். அனேக புஸ்தகங்கள் வாசித்திருக்கிறேன். இங்கு வந்து பார்க்கையிலே அவ்விடத்து ஜனங்களைக் காட்டிலும் இங்குள்ளவர்கள் பல விஷயங்களிலே குறைவு பட்டிருக்கிறார்கள்;

நம்முடைய பரம்பரைத் தொழிலை வைத்துக் கொண்டே ஊரூராகப் போய் இங்குள்ள ஜனங்களுக்குக் கூடியவரை நியாயங்கள் சொல்லிக் கொண்டு வரலாமென்று புறப்பட்டிருக்கிறேன். இதுதான் என்னுடைய விருத்தாந்தம்" என்றான்.

ஒரு ஜரிகை வேஷ்டி எடுத்துக் கொடுக்கப் போனேன்; போன தீபாவளிக்கு வாங்கினது; நல்ல வேஷ்டி;

"சாமி, வேண்டியதில்லை" என்று சொல்லிவிட்டு அவன் மறுபடி உடுக்கையடித்துக் கொண்டு போய்விட்டான். போகும்போதே சொல்லுகிறான்.

“குடுகுடு, குடுகுடு, குடுகுடு, குடுகுடு, சாமிமார்க்கெல்லாம் தைரியம் வளருது, தொப்பை சுருங்குது; சுறுசுறுப்பு விளையுது, எட்டு லச்சுமியும் ஏறி வளருது, பயந் தொலையுது, பாவந் தொலையுது, சாத்திரம் வளருது, சாதி குறையுது, நேத்திரம் திறக்குது, நியாயந் தெரியுது, பழைய பைத்தியம் படீலென்று தெளியுது. வீரம் வருகுது, மேன்மை கிடைக்குது, சொல்லடீ சக்தி, மலையாள பகவதி, தர்மம் பெருகுது, தர்மம் பெருகுது.” என்று சொல்லிக் கொண்டே போனான். அவன் முதுகுப் புறத்தை நோக்கி, தெய்வத்தை நினைத்து, ஒரு கும்பிடு போட்டேன்.”

என்று கதை முடிகிறது. இது ‘திட்டமிட்டு’ எழுதப்பட்ட கதைதான். பாரதியே ஒப்புக்கொண்டதுபோல தாழ்வுற்றுக்கிடக்கும் தன் சமூகம் பற்றிய கவலையும் தன்னுணர்வும் பாரதியை இறுகப்பற்றி இருந்ததால் அவரால் ‘சுதந்திரமாக’க் கதை எழுத முடியாமல் போயிற்று.

“சிறுகதை” என்கிற தலைப்பிலேயே ஒரு கதை எழுதியிருக்கிறார்.

ஒரு வீட்டில் ஒரு புருஷனும் ஸ்திரீயும் குடியிருந்தார்கள். ஒரு நாள் இரவில் புருஷன் வீட்டுக்கு வரும்போது ஸ்திரீ சமையல் செய்து கொண்டிருந்தாள். சோறு பாதி கொதித்துக் கொண்டிருந்தது. அந்த ஸ்திரீ அன்றிரவு கொஞ்சம் உடம்பு அசௌகரியமாக யிருந்தபடியால், தனக்கு ஆகாரம் வேண்டாமென்று நிச்சயித்துப்

புருஷனுக்கு மாத்திரமென்று சமைத்தாள்.

புருஷன் வந்தவுடன் "நான் இன்றிரவு விரதமிருக்கப் போகிறேன். எனக்கு ஆகாரம் வேண்டாம்" என்றான்.

உடனே பாதி கொதிக்கிற சோற்றை அவள் அப்படியே சும்மா விட்டுவிட்டு அடுப்பை நீரால் அவித்து விடவில்லை. தங்களிருவருக்கும் உபயோகமில்லாவிடினும் மறுநாள் காலையில் வேலைக்காரிக்கு உதவுமென்று நினைத்து, அது நன்றாகக் கொதிக்கும் வரை காத்திருந்து வடித்து வைத்துவிட்டுப் பிறகு நித்திரைக்குச் சென்றாள்.

அதுபோலவே, கர்மயோகி தான் ஒரு தொழில் செய்யத் தொடங்கி, இடையிலே அது தனக்குப் பயனில்லையென்று தோன்றினால், அதை அப்படியே நிறுத்தி விடமாட்டான். பிறருக்குப் பயன் தருமென்பதைக் கொண்டு, தான் எடுத்த வேலையை முடித்த பிறகே வேறு காரியம் தொடங்குவான்.''

ஆனால் இதைச் சிறுகதை என்று இன்று நாம் ஒப்புக்கொள்ள மாட்டோம். ஒரு கருத்து, ஒரு தத்துவம் அல்லது சேதியைச் சொல்வது என்று முடிவு செய்துவிட்டு, அதை கதைபோலச் சொல்வதை 'உபதேசக் கதை' என்று வேண்டுமானால் சொல்லலாமே ஒழிய சிறுகதை என்று நிச்சயமாகச் சொல்ல மாட்டோம். பாரதியின் சிறுகதைகளில் பெரும்பான்மையானவை இத்தன்மையனவே.

ஆனாலும் அவருடைய கதைகளில் சில பகுதிகள் அற்புதமான சிறுகதைகளாக மலர்ந்துள்ளதையும் காண முடியும்.

பாரதியின் சிறுகதைகளில் முக்கியமான கதைகளாக மதிக்கப்படுபவை அவருடைய 'ஞானரதம்' கதைகள். ஞான ரதத்தில் ஏறி உபசாந்திலோகம், கந்தர்வலோகம், சத்தியலோகம், தர்மலோகம் போன்ற பல லோகங்களுக்குச் செல்வதான கற்பனையில் எழுதப்பட்ட கதைகள் இவை. மனதோடு நடத்தும் உரையாடலாக, தத்துவ விசாரணையாக நகரும் இந்தக் கதைகள் வாசகர் மனதைக் கட்டிப்போடும் கதைகள். அந்தப் பயணத்தில் தலைவலியோடு மண்ணுலகம் வந்து சேரும் காட்சி பிற்காலத்தில் புதுமைப்பித்தன் 'ஒரு நாள் கழிந்தது' என்ற அற்புதமான கதையை எழுத 'அடி எடுத்துக் கொடுத்தது போன்ற' உணர்வை நமக்குத் தருகிறது.

“கதையை இடையிலே விட்டுவிட்டேனே. வீரராகவ முதலித் தெருவிலிருந்து வீட்டுக்கு வந்தேனா? வரும் வழியிலே ‘ஜட்கா' வண்டிகள், ‘துரை'கள் போகும் ‘கோச்சு'கள், புழுதி, இரைச்சல், துர்நாற்றம், இவற்றையெல்லாம் கடந்து, முன் பகுதியிலே பசு மாடு, ராயர் வீட்டம்மாள், குழந்தைக் கூட்டங்கள் முதலிய விபத்துகளுக்கெல்லாம் தப்பி, பின் புறத்திலே ‘மெத்தை'க்கு வந்து சேர்ந்தேன். அங்கே எனது படுக்கை, படிப்பு, எழுத்து, பகலில் ஸ்நேகிதர்கள் வந்தால் அவர்களுடன் சல்லாபம் முதலிய நாலாயிர விஷயங்களுக்கும் உபயோகப்படுத்தப்பட்ட அறையின் வெளிப்புறத்தில் வந்து உட்கார்ந்துகொண்டு என் மனைவியைக் கூப்பிட்டேன். அவள் வந்து ஏனென்றாள். “தலை நோவு பொறுக்க முடியவில்லை. கொஞ்சம் மிளகு அரைத்துக் கொண்டு வா" என்றேன். “ஆமாம்; இரண்டு நாளைக்கு ஒருமுறை இதொரு பொய்த் தலைவலி வந்துவிடும். என்னை வேலை யேவுகிறதற்காக? அதெல்லாம் சரிதான். பால்காரி வந்து மத்தியானம் பணம் கேட்டுவிட்டுப் போனாள். ராயர் வீட்டு அம்மாள் குடக்கூலிக்கு ஞாபகப்படுத்தச் சொன்னாள். ராயர் நேற்றே சொன்னாராம். இந்த மாதம் குழந்தைக்குக் காப்பு வாங்க ரூபாய் தருவதாகச் சொல்லியிருந்தீர்கள். என்னைத்தான் ஏமாற்றுகிறது வழக்கமாகவே போய்விட்டது” இன்னும், அது இது என்று ஆயிரங்கணக்கு சொன்னாள்.

அன்று மாலை அவள் சொல்லிய கணக்குகளை எல்லாம் தீர்க்கவேண்டுமானால், குறைந்தபட்சம் மூன்று லட்சம் ரூபாய் வேண்டும் என்று என் புத்திக்குப் புலப்பட்டது. கடைசியாக “தெருவிலே போகிற நாய்களுக்கெல்லாம் பணத்தை வாரி இறைக்கிறது; வீட்டுச்செலவைப் பற்றிக் கேட்டால் முகத்தைச் சுளிக்கிறது. இப்படிச் செய்துகொண்டே வந்தால், அப்புறம் என்ன கிடைக்கும்? மண்தான் கிடைக்கும்” என்று ஆசீர்வாதம் பண்ணிப் பிரசங்கத்தை முடித்தாள்.

“தலை நோவு தீர்ந்துபோய்விட்டது. நீ தயவுசெய்து கீழே போகலாம்” என்று வணக்கத்துடன் தெரியப்படுத்திக்கொண்டேன். “ஆமாம்... ஊர்க்காரரர் கூடவெல்லாம் ஓயாமல் பேசித் தொண்டைத் தண்ணீரை வற்றவைத்துக்கொண்டிருக்கலாம். நான் ஒரு வார்த்தை பேச வந்தால், உடனே கோபம் வந்து விடும்” என்றாள். அவள் மனதில் என்னை சமாதானப்படுத்துவதாக எண்ணம்.

நடுத்தர வர்க்கத்து வாழ்க்கையின் அசலான ஒரு பக்கத்தை இப்படி எழுத முடிந்திருக்கிறது பாரதியால்.

புதுமைப்பித்தனிடம் பின்னர் துலக்கம் பெற்றதுபோல சிறுகதை வடிவம் பாரதியிடம் செம்மை பெறவில்லை என்றபோதும், மேற்கண்டதுபோல, கதைகளின் சில பக்கங்கள் நுட்பமான சிறுகதைகளாகவே வார்க்கப்பட்டுள்ளதைக் காணலாம்.

பெண் விடுதலைக்குக் கவிதைகளில் குரல் கொடுத்த பாரதி "மிளகாய்ப்பழச் சாமியார்" என்கிற கதையில் அதுபற்றிப் பளிச்சென சாமியாரின் அருளுரை போலச் சொல்லிக் கதையை முடிக்கிறான்.

"ஹா, ஹா, பொறுத்துப் பொறுத்துப் பொறுத்துப் பொறுத்துப் போதுமடா, போதுமடா, போதும்!"

உலகத்திலே நியாயக் காலம் திரும்புவதாம்.

ருஷியாவிலே கொடுங்கோல் சிதறிப் போய்விட்டதாம்.

ஐரோப்பாவிலே ஏழைகளுக்கும் பெண்களுக்கும் நியாயம் வேண்டுமென்று கத்துகிறார்களாம்.

உலக முழுமைக்கும் நான் சொல்லுகிறேன்.

ஆண் பெண்ணுக்கு நடத்தும் அநியாயம் சொல்லுக் கடங்காது. அதை ஏட்டில் எழுதியவர் இல்லை. அதை மன்றிலே பேசியவர் யாருமில்லை.

பறையனுக்குப் பார்ப்பானும், கறுப்பு மனுஷனுக்கு வெள்ளை மனுஷனும் நியாயம் செய்யவேண்டும் என்று சொல்லுகிறீர்கள்.

பெண்ணுக்கு ஆண் நியாயம் செய்வது அதை யெல்லாம் விட முக்கியமென்று நான் சொல்லுகிறேன்.

எவனும் தனது சொந்த ஸ்திரீயை அலக்ஷியம் பண்ணுகிறான். தெருவிலே வண்டி தள்ளி நாலணா கொண்டு வருவது மேல் தொழில் என்றும், அந்த நாலணாவைக் கொண்டு நாலுவயிற்றை நிரப்பி வீடு காப்பது தாழ்ந்த தொழிலென்றும் நினைக்கிறான். பெண்கள் உண்மையாக உழைத்து ஜீவிக்கிறார்கள். ஆண் மக்கள் பிழைப்புக்காகச் செய்யும் தொழில்களில் பெரும்பாலும் பொய், சூது, களவு, ஏமாற்று, வெளிமயக்கு, வீண் சத்தம், படாடோபம், துரோகம், கொலை, யுத்தம்!

இந்தத் தொழில்கள் உயர்வென்றும், சோற்றுக்குத் துணி தோய்த்துக் கோயில் செய்து கும்பிட்டு வீடுபெருக்கிக் குழந்தைகளைக் காப்பாற்றும் தொழில் தாழ்வென்றும் ஆண் மக்கள் நினைக்கிறார்கள்.

வியபிசாரிக்குத் தண்டனை இகலோக நரகம்.

ஆண் மக்கள் வியபிசாரம் பண்ணுவதற்குச் சரியான தண்டனையைக் காணோம்.

பர ஸ்திரீகளை இச்சிக்கும் புருஷர்களின் தொகைக்கு எல்லையில்லையென்று நான் சற்றே மறைவிடமாகச் சொல்லுகிறேன். ஆனால் அவர்கள் பத்தினிகளை நேரே அவர்கள் நோக்க யோக்கியதையில்லாமல் இருக்கிறார்கள்.

பூமண்டலத்தின் துக்கம் ஆரம்பமாகிறது. ஆணும் பெண்ணும் சமானம். பெண் சக்தி. பெண்ணுக்கு ஆண் தலை குனிய வேண்டும். பெண்ணை ஆண் அடித்து நசுக்கக் கூடாது. இந்த நியாயத்தை உலகத்தில் நிறுத்துவதற்கு நீங்கள் உதவி செய்ய வேண்டும். உங்களுக்குப் பராசக்தி நீண்ட ஆயுளும் இஷ்டகாம்ய சித்திகளும் தருவாள்" என்று அந்த மிளகாய்ப் பழச் சாமியார் சொன்னாள். சரி என்று சொல்லி நான் அந்த தேவிக்கு வந்தனம் செய்தேன். அவள் விடை பெற்றுக் கொண்டு சென்றாள்."

"ஆனால் அவர்கள் பத்தினிகளை நேரே அவர்கள் நோக்க யோக்கியதை யில்லாமல் இருக்கிறார்கள்." என்று எவ்வளவு நுட்பமாக எழுதியிருக்கிறான் பாரதி.

1882ஆம் ஆண்டு டிசம்பர் 11 அன்று எட்டயபுரத்தில் பிறந்த பாரதி, 1921 செப்டம்பர் 11 அன்று சென்னை திருவல்லிக்கேணியில் காலமாகிறான். அவன் வாழ்ந்தது 39 ஆண்டுகள்தாம். 15 வயதில் பாடல் எழுதத் தொடங்கிய பாரதி எட்டயபுரம் ஜமீன் சேவகராக இருந்ததைவிடுத்து 1904ஆம் ஆண்டில் வெளியேறிய பின்னரே சாகாவரம் பெற்ற பாடல்களை எழுத முடிந்தது.

செல்லமாள் பாரதியின் வார்த்தையிலேயே பாரதியின் வாழ்க்கைச் சுருக்கத்தைக் கேட்கலாம். "1904ஆம் வருஷத்தில் 'சுதேசமித்திரன்' பத்திரிகையில் உப பத்திர அதிபராக அமரும் முன்பே, நம் நாட்டைப் பற்றிய கவலை அவருக்கு அதிகம் ஏற்பட்டுவிட்டது. எட்டயபுரம் சமஸ்தான அதிபதியின் கீழ் தான் ஏற்றுக்கொண்ட வேலையைத் திரணமாக நினைத்துத் தள்ளினார்.

மதுரை சேதுபதி வித்யாசாலையில் தமிழ்ப்பண்டிதர் வேலையையும் அற்பமாக எண்ணித் தள்ளினார். சுதேசமித்திரன் பத்திரிகைக்கு உழைக்க ஆரம்பித்தவுடன் அவரது உள்ளம் மலர்ச்சியடைய ஆரம்பித்தது. சுமார் இரண்டு வருஷம் கழிந்த பிறகு `இந்தியா' என்னும் வாராந்திரப் பத்திரிகையை ஆரம்பித்தார். உடல், பொருள், ஆவி மூன்றையும் தேச கைங்கர்யத்துக்கு முழுமனதுடன் அர்ப்பணம் செய்தார். சரஸ்வதி தேவி, அவர் வாக்கில் நர்த்தனம் ஆட ஆரம்பித்தாள்.''

வறுமை காரணமாக எட்டயபுரம் ஜமீனில் வேலைபார்த்த ஆறாண்டு காலத்தில், பாரதி ஏதும் எழுதவில்லை. மனம் ஒவ்வாத அடிமைச் சேவகமும் ஜமீந்தாரைக் குஷிப்படுத்த `கண்டதையும்' பேசிக்கழிக்கவேண்டியிருந்த துக்கமும் அவர் படைப்பு மனதின் குரல்வளையை நெரித்திருந்த காலம். இந்தக் காலத்தின் சோகக்கதையை சிரிக்கச் சிரிக்க பாரதி `சின்னச் சங்கரன் கதை' என்கிற முற்றுப்பெறாத கதையில் எழுதியிருக்கிறான். பாரதி எழுதாத இந்தக் காலம் பற்றி பா. கிருஷ்ணகுமார் `அருந்தவப்பன்றி சுப்பிரமணிய பாரதியார்' என்கிற நூலில் ஆய்வுசெய்துள்ளார்.

பாரதியியலில் தோய்ந்தெழுந்த ஆய்வாளர்களான ஆ.இரா.வேங்கடாசலபதி, ய.மணிகண்டன் போன்றோர் பாரதியின் வாழ்வில் வெளிச்சம் பெறாத பக்கங்களின் மீது ஒளி பாய்ச்சும் ஆய்வுக் கட்டுரைகளை எழுதி வருகின்றனர். சலபதியின் `எழுக நீ புலவன்' என்ற நூல், பாரதி என்னும் மகாகவியின் எழுச்சியையும் அதிர்ச்சியூட்டும் சில வீழ்ச்சிகளையும்கூட சான்றாதரங்களுடன் விளக்குகிறது.

அவன் வாழ்ந்த காலத்தில் அவனைத் தமிழ்ச் சமூகம் கொண்டாடிவிடவில்லை. புரவலரைத் தேடி அலையும் அவல வாழ்வே வாழ்ந்துள்ளான். தானே ஒரு பதிப்பகம் தொடங்கும் கனவை விரித்திருக்கிறான்.

`ஸ்ரீமான் சுப்பிரமணிய பாரதியாருக்கு, தமிழ்நாட்டில் நிகரற்று உயர்ந்த கீர்த்தி ஏற்பட்டிருக்கிறது. இவர் நூல்களை வாங்காமல் ஜனங்கள் யாருடைய நூல்களை வாங்கப்போகிறார்கள்? இந்த நூல்கள் இரண்டு வருஷங்களில் விலையாகிவிடும். அதற்குள்ளே இரண்டாம் பதிப்புகளுக்கும் புதிய நூல்களுக்கும் வேண்டுதல் ஏற்படும் என்பது மிகவும் நிச்சயம்' என்று பாரதி எழுதினான். பதிப்பகத்தைத் தொடங்கிட 30, 000 ரூபாய் தேவைப்படும் எனக்

கணக்கிட்டான். அதை எந்தப் புரவலரிடமும் கேட்க மனமில்லை. நூறு ரூபாய் வீதம் மக்களிடம் கடனாகப் பெற்று மீண்டும் வட்டியுடன் திருப்பிக் கொடுத்துவிடலாம் என எண்ணினான். ஆனால், பாரதியின் பெருந்திட்டம் தோல்வியையே தழுவியது. ஒருவரும் கடனுதவி செய்து திட்டத்தை நிறைவேற்ற முன்வந்ததாகத் தெரியவில்லை. புரவலர் மட்டுமல்ல, மக்களும்தான் பாரதியைக் கைவிட்டனர்.

காவல் துறை அவனைத் துரத்திக்கொண்டிருந்தது. கைதுசெய்து கடலூர் சிறையிலும் போட்டது. சிறைவாசம் முடிந்து கடையத்திலோ பாபநாசத்திலோ சொந்த ஊரிலோ போய் வாழ வேண்டும் என்ற நிபந்தனையுடன் விடுதலை செய்யப்படுகிறான். கடையத்துக்கு வந்து சேர்கிறான். அது பற்றி பாரதியாரின் சரித்திரம் நூலில் செல்லம்மாள் பாரதி எழுதுகிறார், 'கடுமையான யோகாப்பியாசத் தினாலும், சகிக்க முடியாத பல கஷ்டங்களாலும் என் கணவரது பொன் நிற மேனி கருகி, பார்க்கச் சகிக்காமல் எலும்பும் தோலுமாக மாறியது. புஸ்தகங்கள் அச்சிட்டு வெளியிடுவதற்கான முயற்சிகள்கூடப் பலிக்கவில்லை. பொருளாதார நிலை ஒரு காரணம். மற்றொன்று 'கலையுணர்ச்சி' நாட்டில் சிறிதளவேனும் இல்லாதது. மூன்றாவது மக்களுக்குப் பீடித்திருந்த ஆங்கிலக் கல்வி மோகம். தமிழ் மக்களுக்கு பாரதியார் சொன்னதெல்லாம் செவிடன் காதில் சங்கு ஊதினதுபோல்தான் ஆயிற்று. கடையமோ நாகரிக வாசனை இல்லாத பிற்போக்கான கிராமம். அந்த இடத்தில் உட்கார்ந்துகொண்டு சமூக முன்னேற்றத்துக்கு ஒருவன் உழைத்தால் அவன் கதி என்னவாகும்?'

1920ஆம் ஆண்டில் மீண்டும் சுதேசமித்திரனில் உதவி ஆசிரியராகச் சேர்கிறான். 1921ஆம் ஆண்டில் திருவல்லிக்கேணி பார்த்தசாரதி கோயில் யானையால் தாக்கப்பட்டு, நோயுற்று வீழ்கிறான். 1921ஆம் ஆண்டில் செப். 11 நள்ளிரவு 1 மணிக்கு காலமாகிறான்.

கடைசியாக அவன் பேசியது, 1921 ஜூலையில் ஈரோடு கருங்கல்பாளையம் வாசகச் சாலையில். தலைப்பு, 'மனிதனுக்கு மரணமில்லை'.

பாரதி எழுதிய கதைகளில் சின்னக்கதை இது:

“பிரார்த்தனை

கிழவனுடைய அறிவு முதிர்ச்சியும், நடுவயதிற்குள்ள மனத்திடனும், இளைஞருடைய உத்ஸாகமும், குழந்தையின் ஹிருதயமும், தேவர்களே, எனக்கு எப்போதும் நிலைத்திருக்கும்படி அருள் செய்க.”

தன் கவிதையில் “விசையுறு பந்தினைப்போல் உள்ளம் வேண்டியபடி செல்லும் மனம் கேட்ட” பாரதி சிறுகதையில் இப்படி ஒன்றை கோரியிருக்கிறார்.

4
புதுமைப்பித்தன்

(1)

புதுமைப்பித்தனின் சிறுகதைகளில் உச்சமான கதைகள் என்று யார் ஒரு பத்துக்கதையை எடுத்தாலும் அதில் நிச்சயம் இடம் பெறும் கதையாக 'செல்லம்மாள்' இருக்கும்.

"செல்லம்மாளுக்கு அப்பொழுதுதான் மூச்சு ஒடுங்கியது. நாடியும் அடங்கியது. செல்லம்மாள் பெயரற்ற வெற்றுடம்பு ஆனாள். அதாவது பதியின் முன்னிலையிலேயே, உற்றார் உறவினருக்கு ஐந்நூறு அறுநூறு மைல் தூரத்திலே, பட்டணத்துத் தனிமையிலே மாண்டு போனாள்" எனத்துவங்கும் செல்லம்மாள் கதை ஒரு காதல் காவியம். தமிழ் இலக்கிய வரலாற்றில் தனித்த இடம் பெற்ற ஒரு காதல் காவியம்தான். வாசிக்கும் எவரையும் உருக்கி விடும் கதை அது. செல்லம்மாளுக்கு உருகாதார் ஒரு வாசகத்துக்கும் உருகார் என்று சொல்லி விடலாம். ஆனால் அதை விடவும் மனதை உருக்கும் காதல் காவியமாக புதுமைப்பித்தன் அவருடைய இணையர் கமலாவுக்கு எழுதிய கடிதங்களும் அவற்றில் தெறிக்கும் காதலும் வாழ்வும் இருக்கின்றன.

தகப்பன் பேச்சைக் கேட்காத பிள்ளையாகத்தான் புதுமைப்பித்தன் வளர்ந்தார். தகப்பனும் சாமானியப்பட்டவரல்ல. சல்லிக்காசு தர முடியாதென்று நள்ளிரவில் புதுமைப்பித்தனையும் கமலாவையும் வீட்டை விட்டு வெளியே அனுப்பிவிட்டவர். உண்மையில் நடுத்தெருவில் நின்றார்கள் இருவரும்.

சமூகத்தால் நடுத்தெருவில் நிறுத்தப்பட்ட ஒரு மனிதனின் சார்புநிலை/கண்ணோட்டம் என்னவாக இருக்குமோ, மொழியும் பேசும் தொனியும் என்னவாக இருக்குமோ, அதுவே புதுமைப்பித்தனின் படைப்புகளின் மொழியும் கண்ணோட்டமுமாக இருந்ததோ என்று ஓர் ஐயம், அவர் படைப்புக்களைத் தொடர்ந்து வாசிக்கையில் ஏற்படுகிறது. அங்கிருந்து அவர் இந்த உலகத்தைப் பார்த்தார். அதற்கும் கீழே என்ன இடம் இருக்கிறது? அவருடைய கிண்டலுக்கும் விமர்சனத்துக்கும் யாருமே தப்பாமல் போனதில் இந்த நடுத்தெரு நாயகன் என்கிற யதார்த்த நிலையும் ஒரு காரணம் என்று தோன்றுகிறது.

அதன்பிறகுதான் புதுமைப்பித்தன் தன் மனதுக்குப் பிடித்த பத்திரிகை/எழுத்துப்பணி தேடிச் சென்னைக்குக் கிளம்பியது.

மணிக்கொடி, தினமணி இதழ்களில் முதலில் பணியாற்றினார். பாரதியின் சரித்திரத்தை எழுதிய வ. ரா அவர்களும் டி. எஸ். சொக்கலிங்கம் அவர்களும் கை கொடுத்து உதவினர். போதாத வருமானத்தில் நிறைவான எழுத்து வாழ்க்கையை நடத்தினார் புதுமைப்பித்தன்.

ஒருநாள் கழிந்தது

"நேரமாகிறது, மவுண்டில் ஒரு நண்பரைப் பார்க்க வேண்டும்!" என்று எழுந்தார் சுந்தரம். "அதற்குள்ளாகவா! வெற்றிலை போட்டுக் கொண்டு போகலாம்!" என்றார் முருகதாசர்.

"கையில் எடுத்துக் கொண்டேன். நேரமாகிறது! அப்புறம் பார்க்கிறேன்!" என்று சொல்லிக் கொண்டு வெளியேறினார் சுந்தரம்.

கையில் இருந்த புகையிலையை வாயில் ஒதுக்கிவிட்டு, சிறிது சிரமத்துடன் தமக்கு நேரமாவதைத் தெரிவித்துக் கொண்டார் சுப்பிரமணிய பிள்ளை.

தொண்டையைச் சிறிது கனைத்துக் கொண்டு, "சுப்ரமண்யம், உங்களிடம் ஏதாவது சேஞ்ஜ் இருக்கிறதா? ஒரு மூன்று ரூபாய் வேண்டும்!" என்றார் முருகதாசர்.

"ஏது அவசரம்!"

"சம்பளம் போடலே: இங்கு கொஞ்சம் அவசியமாக வேண்டியிருக்கிறது...திங்கட்கிழமை கொடுத்துவிடுகிறேன்!"

"அதற்கென்ன!" பர்ஸை எடுத்துப் பார்த்துவிட்டு "இப்போ என் கையில் இதுதான் இருக்கிறது!" என்று ஓர் எட்டணாவைக் கொடுத்தார் சுப்பிரமணியம்.

"இது போதாதே!" என்று சொல்லி, அதையும் வாங்கி வைத்துக் கொண்டார் முருகதாசர்.

"அப்பொ..." என்று மீண்டும் ஏதோ ஆரம்பித்தார்.

"பார்ப்போம்! எனக்குக் கொஞ்சம் வேலையிருக்கிறது" என்று சுப்பிரமணியமும் விடை பெற்றுச் சென்றார்.

முருகதாசர் தமது ஆஸ்தான அறையின் சிம்மாசனமான பழைய கோரைப் பாயில் உட்கார்ந்து கொண்டு, அந்த எட்டணாவைத் திருப்பித் திருப்பிப் பார்த்துக்கொண்டு, நீண்ட யோசனையில் ஆழ்ந்திருந்தார்.

"அங்கே என்ன செய்யறீங்க?" என்று மனைவியின் குரல்!

"நீதான் இங்கே வாயேன்!"

கமலம் உள்ளே வந்து, "அப்பாடா!" என்று உட்கார்ந்தாள். அவர் கையில் இருக்கும் சில்லறையைப் பார்த்துவிட்டு, "இதேது?" என்றாள்.

"சுப்பிரமணியத்திடம் வாங்கினேன்!"

"உங்களுக்கும்... வேலையில்லையா?" என்று முகத்தைச் சிணுங்கினாள் கமலம். பிறகு திடீரென்று எதையோ எண்ணிக்கொண்டு "ஆமாம், இப்பத்தான் நினைப்பு வந்தது. நாளைக்குக் காப்பிப் பொடியில்லை. அதெ வச்சு வாங்கி வாருங்களேன்!" என்றாள்.

"அந்தக் கடைக்காரனுக்காக அல்லவா வாங்கினேன்! அதைக் கொடுத்துவிட்டால்?"

"திங்கட்கிழமை கொடுப்பதாகத்தானே சொன்னீர்களாம்!"

"அதற்கென்ன இப்பொழுது!"

"போய்ச் சீக்கிரம் வாங்கி வாருங்கள்!"

"திங்கட்கிழமைக்கு?"

"திங்கட்கிழமை பார்த்துக் கொள்ளுகிறது!"

புதுமைப்பித்தன் தன் கதையைத்தான் 'ஒரு நாள் கழிந்தது' என்று எழுதியிருப்பார் போலும். நாளை மற்றொரு நாளே என்று ஜி. நாகராஜன் எழுதியதைப்போல அன்றன்றையப் பொழுதைக் கழிப்பதே போராட்டமாக இருந்த வாழ்வே அவருக்கு லபித்தது. சென்னை மாநகரில் வாழப்போன அன்றைய கீழ் நடுத்தர வர்க்கத்து வாழ்க்கையின் ஒரு குறுக்குவெட்டுத் தோற்றமாக இக்கதை இன்றும் வாழ்கிறது.

(2)

தமிழ்ச் சிறுகதைக்கு உருவமும் உள்ளடக்கமும் கொடுத்து மூச்சுக்காற்றை வாய் வைத்து ஊதி உயிர் கொடுத்தவர் புதுமைப்பித்தன் தான் என்பதை எத்தரப்புச் சிந்தனைப்பள்ளிகளைச் சேர்ந்தவர்களும் மறுக்கவில்லை. புதுமைப்பித்தன் தீவிரமாகச் சிறுகதையில் இயங்கிய 1930-40 கால கட்டத்தில் தமிழ் இலக்கியச் சூழலில் எழுந்த "எது இலக்கியம்? எது கதை?எது கலை- எது பிரசாரம்?" என்கிற அனல் பறக்கும் விவாதங்களில் உற்சாகமாகப் பங்கேற்றவர் புதுமைப்பித்தன்.

இலக்கியத்தின் நோக்கம் சமூகத்தைச் சீர்திருத்துவது அல்லது உய்விப்பது அல்ல என்கிற அணியில் நின்றவர் அவர். 'இரண்டாம் கட்ட மணிக்கொடி' இலக்கியவாதிகளின் பொதுவான சார்பு இதுவாகத்தான் அன்று இருந்தது. "அவனவனுடைய ஆத்ம திருப்திக்காக எழுதிக்கொள்வதை விட விவேகமான காரியம் வேறு எதுவும் கிடையாது" என்று ஒரு கடிதத்தில் புதுமைப்பித்தன் குறிப்பிட்டுள்ளதாக ஆய்வாளர் ராஜ்கவுதமன் எழுதுகிறார். மற்றவகை எழுத்துக்களைப்போல இலக்கியத்தை ஒரு தர்க்கத்துக்குள் அடக்க முடியாது என்கிற பார்வையும் அவருக்குண்டு.

"கலை, தர்ம சாஸ்திரம் கற்பிக்க வரவில்லை. பத்துத்தலை ராவணனும், ஆறுதலை சுப்பிரமணியனும் உடற்கூறு நூலுக்குப் புறம்பான அபத்தமாக இருக்கலாம்: ஆனால் ஒரு கொள்கையை, இலட்சியத்தை உணர்த்தக்கூடியது. அதுதான் கலையின் லட்சியம்" என்றார் அவர்.

எந்த இஸத்திற்குள்ளும் தன் மனதைப் பதியனிடாமல் ‘சுத்தமான ’ இலக்கியவாதியாகத்தான் அவர் இருக்க விரும்பினார்.

“கொள்கை என்பது உயரத் தூரத்தில் தூக்கிப்பிடித்த தீப்பந்தம் போல் எட்ட இருப்பதாலேயே வெளிச்சம் விழுகிறது. அது எட்ட இருப்பது அவசியம்” என்று தெளிவான ஒரு பார்வை கொண்டிருந்தார். ஆனாலும் தன் சமகாலத்து நிகழ்வுப்போக்குகளுக்குத் தன் படைப்புகளில் முகம் கொடுக்க அவர் ஒருபோதும் தயங்கியதில்லை.

அவர் இயங்கிய 1930-40 காலம் என்பது உலக அளவில் முதலாளித்துவம் பெரும் நெருக்கடியைச் சந்தித்துக்கொண்டிருந்த காலகட்டம். உலகப் பொருளாதாரப் பெரு மந்தம் எனப்பட்ட The Great Depression காலகட்டம் அது. ஏகாதிபத்திய நாடுகள் தங்கள் சுமையை மூன்றாம் உலக நாடுகளின் மீது இறக்கி வைக்க, அது எளிய மக்களை மேலும் வறியவராக்கி மூச்சுத்திணற வைத்துக்கொண்டிருந்த காலம். நகரங்கள் எனும் பெரும் சந்தைகள் எழுந்துகொண்டிருந்த காலம். முதலாளித்துவத்துக்கு மாற்றாக சோவியத் நாடு ’திட்டமிட்ட பொருளாதாரம், இயற்கை வளங்கள் பொதுவுடைமையில்’ என்கிற நடப்பை முன்வைத்து முன்னேறிக்கொண்டிருந்த காலமாகவும் இருந்தது.

“பட்டணத்திலே மாவிலைகூட காசு கொடுத்துத்தான் வாங்க வேண்டும். ”என்ன, மாவிலைக்குமா விலை?”என்று பிரமித்துப்போகாதீர்கள்! மாவிலைக்கு விலையில்லை என்று வேண்டுமானால் வைத்துக்கொள்ளுங்கள். ஆனால், மரத்தில் ஏறிப் பறித்து, வீடு தேடிக் கொணர்ந்து கொடுப்பதற்குக் கூலி கொடுக்க வேண்டுமா இல்லையா? நாங்கள் படித்த பொருளாதார சாஸ்திரப்படி இந்த ‘உழைப்பின் மதிப்பை’ அந்த இலையின் மீது ஏற்றி வைத்துப் பார்க்க வேண்டும். இதுதான் விலை என்பது”

என்று புதுமைப்பித்தன் தன்னுடைய விநாயக சதுர்த்தி என்கிற சிறுகதையில் எழுதுகிறார். கூலி, விலை, லாபம் போன்றவற்றின் அடிப்படைகளை விளக்கும் மார்க்ஸியப் பார்வையை உள் வாங்கியவராகத்தான் அவர் இருந்திருக்கிறார்.

குறைந்த எண்ணிக்கையில் தொழிலாளிகளை வைத்து அதிக நேரம் வேலை வாங்கி அந்த உபரி உழைப்பில் உருவாகும் சொத்தைத் தனக்கான லாபமாக முதலாளி எடுத்துச் செல்லும் முதலாளித்துவப் பொருளாதார அடிப்படைகளைப்பற்றிக்கூட

வெளிப்படையாகத் தன் கதைகளில் எழுதினார். 'தியாக மூர்த்தி' சிறுகதைக்கு உள்ளேயே அதை வைத்து எழுதுகிறார்:

“பொருளாதார மந்தம் என்று நீட்டி முழக்கிச் சாய்மான நாற்காலியில் உட்கார்ந்து கொண்டு அடித்து விளாசுகிறார்களே, அதுவும் வந்தது. அதைப்பற்றிய தத்துவங்கள், காரணங்கள் எல்லாம் உமக்கும் எனக்கும் பத்திப் பத்தியாக நுணுக்கமாக எழுதத்தெரியும்: பேசவும் தெரியும். ராமனுஜலு நாயுடுவுக்குத் தெரிந்தது போல் நமக்கு ஸ்பஷ்டமாகத் தெரியாது. அவருடைய சிக்கனக்கத்தி விழுந்தது. பத்துப்பேர் வெளியே போக வேண்டியிருந்தது. அதில் ராமசாமிப்பத்தரும் ஒருவர். கெஞ்சினார்கள்: கூத்தாடினார்கள். பத்துரூபாய்-பாதிச் சம்பளம்-கொடுத்தால்கூடப் போதும் என்றார்கள். ராமானுஜூலு நாயுடு சத்திரம் கட்ட வரவில்லையே!” என்று எழுதும் புதுமைப்பித்தன் நல்ல பால் கறக்கும் மாட்டை கண்ணும் கருத்துமாகக் கவனிப்பதும் மாடு கிழடாகி, வறண்டு போய்விட்டால் தோல் விலைக்கு வந்தால் சரிதான் என்று தள்ளி விடுவதையும்போலத்தான் முதலாளி தொழிலாளியை நடத்துவான் என அக்கதையில் விளக்குவார். வேலையிழந்த தொழிலாளியான ராமசாமி பத்தர் கதையின் முடிவில் முதலாளி தனியாக இருக்கும்போது பணத்தைப் பறிக்க முயன்று கைதாகிச் சிறை செல்கிறார். அதைப்பற்றி எழுதும்போது தொழிற்சங்கத்தையும் ஒரு இடி இடிக்கிறார் புதுமைப்பித்தன்.

“பலவந்தத் திருட்டுக் கேஸாகியது. ஆறு மாசக் கடுங்காவல். பத்தர் பாடு கவலையற்ற சாப்பாடு. எந்தத் தொழிலாளர் சங்கம் திருட்டுத் தொழிலாளியின் குடும்பத்துக்கு இந்த மாதிரி உதவி செய்ய முடியும்?நியாயமான உலகமல்லவா?” ரகுநாதனின் பஞ்சும் பசியும் நாவலுக்கு முன்னால் தொழிலாளர் சங்கம் பற்றி எழுதியவர் புதுமைப்பித்தனாகத்தான் இருப்பார்.

(3)

பொருளாதாரப்பார்வை போல சாதியம், பெண்ணடிமைத்தனம் குறித்தும் புதுமைப்பித்தனின் கதைகள் மிகக்கூர்மையான மொழியில் பேசுகின்றன. அன்றாட வாழ்க்கைப் பிரச்னைகளை, வாழ்வின் முரண்பாடுகளை, சமூகத்தின் கையாலாகத்தனத்தை, தமிழ்ச்சமூகத்தின் பொறுப்பற்ற தன்மையை புதுமைப்பித்தன் அளவுக்குச் சிறுகதைகளில் உரித்துத் தொங்கப்போட்டவர்கள் யாருமில்லை.

“கற்பு கற்பு என்று கதைக்கிறீர்களே இதுதானய்யா பொன்னகரம்” என்று பொன்னகரம் கதையை முடிக்கிற தொனி.

“அதோ மூலையில் சுவரின் அருகில் பார்த்தீர்களா? சிருஷ்டித்தொழில் நடக்கிறது. மனிதர்களா, மிருகங்களா? நீங்கள் போட்டிருக்கிறீர்களே பாப்லின் ஷர்ட்டு, உங்கள் ஷெல் பிரேம் கண்ணாடி! எல்லாம் அவர்கள் வயிற்றில் இருக்க வேண்டியதைத் திருடியதுதான். ரொம்ப ஜம்பமாக, நாஸூக்காகக் கண்ணை மூட வேண்டாம். எல்லாம் அந்த வயிற்றுக்காகத்தான்” என்று வாசகரின் மூஞ்சியிலறையும் தொனி. (கவுந்தனும் காமனும்-சிறுகதை) இதுதான் புதுமைப்பித்தனின் தனித்த முத்திரை.

40களின் தமிழகத்தில் சாதியம் என்ன மாதிரியான ஒரு ஆட்டத்தை ஆடிக்கொண்டிருந்தது என்பதன் ஒரு சோற்றுப்பதமாக ‘நாசகாரக் கும்பல்’ கதையை அவர் நமக்குப் படைத்தளித்துள்ளார். புதிய நந்தன், கலியாணி, துன்பக்கேணி, தனி ஒருவனுக்கு, கடவுளின் பிரதிநிதி போன்ற பல கதைகளில் சாதி இயங்கும் விதமும் சாதியின் கொடூர முகமும் பேசப்பட்டிருந்தாலும் ஓர் எதிர்க்குரல் எழுவது நாசகாரக்கும்பலில்தான். தமிழ்ச் சிறுகதை வரலாற்றில் ஒடுக்கப்பட்டவரின் எதிர்க்குரல் முதன் முதலாகப் படைக்கப்பட்டிருப்பது இக்கதையில்தான்.

நாசகாரக்கும்பல்:

“டாக்டர் விசுவநாத பிள்ளை (வெறும் சென்னை எல்.எம்.பி. தான்) சென்ற முப்பது முப்பத்தைந்து வருஷமாக ஆந்திர ஜில்லாவாசிகளிடையே யமன் பட்டியல் தயாரித்துவிட்டு, பென்ஷன் பெற்று, திருச்செந்தூர் ஜில்லா போர்டு ரஸ்தாவில் பாளையங்கோட்டைக்கு எட்டாவது கல்லில் இருக்கும் அழகிய நம்பியாபுரம் என்ற கிராமத்தில் குடியேறினார். (என் திருநெல்வேலி நண்பர்கள் அழகியநம்பியாபுரத்தைத் தேடி ஜில்லாப் படத்துடன் மோதி மூளையை வரள வைத்துக் கொள்ள வேண்டாம். அதில் இல்லை.)

ஏறக்குறைய அதே சமயத்தில்தான், குடிமகன் மருதப்பனும் இலங்கைத் தோட்டத் துரைகளுக்கு க்ஷவரகனாக இருந்து, படிப்படியாகக் கொழும்பு கோட்டைத் தெருக்களில் ஸலூன் வைக்கும் அதிர்ஷ்டமடைந்து, அதில் ஒரு பத்து வருஷ லாபத்தாலும், அங்கு சிறிது மனனம் செய்து கொண்ட 'வாகட சாஸ்திரம்', 'போகர் இருநூறு', 'கோரக்கர் மூலிகைச் சிந்தாமணி'

இவற்றின் பரிச்சயத்தாலும் உயர்திரு. மருதப்ப மருத்துவனாராகி அழகியநம்பியாபுரத்தில் வந்து குடியேறினான்.'' என்று கதை துவங்குகிறது. விசுவநாத பிள்ளை குடியேறினார். மருதப்பன் குடியேறினான். இந்த மொழி இன்று பிரச்னைக்குரியதுதான். எனினும் இரு வேறு வர்க்கங்கள்- சாதி அடுக்கின் மேல்-கீழ் உள்ள இரு கதாபாத்திரங்களை எடுத்த எடுப்பில் அறிமுகம் செய்து இருவரின் மோதலில் கதை முடிகிற கச்சிதத்தை இக்கதை கொண்டுள்ளது. அந்த ஊரில் நிலைகொண்டிருக்கும் சாதிக்கட்டமைப்பின் உச்சத்தில் பண்ணையார் சிதம்பரம்பிள்ளை இருக்கிறார். பண்ணையார் வாங்கிப்போட நினைத்த மூக்கனின் நிலத்தை வைத்தியர் மருதப்பபிள்ளை வாங்க நினைக்கிறார். பண்ணையாரோடு எதுக்கு வம்பு என்று சுப்புப் பிள்ளை தடுக்கிறார்.

"என்னய்யா, அவுகளுக்குப் பணமிருந்தா அவுஹமட்டோடே; அவுக பண்ணையார்ன்னா கொடிகட்டிப் பறக்குதா? அதெத்தான் பார்த்து விட்ரணும்லா! நான் அதுக்கு அஞ்சுனவனில்லெ. நாளெக்கே முடிக்கேன். என்னதான் வருது பாப்பமே!" என்று படபடத்தார் மருதப்பனார்.

"என்னமோ நாஞ் சொல்லுதெதச் சொன்னேன்; உம்ம இஸ்டம்!" என்றார் பிள்ளை.

இங்கே இப்படிச் சொல்லிவிட்டு அங்கே பண்ணையார்ப்பிள்ளையிடம் போட்டுக்கொடுத்து ஏத்தி விடுகிறார் சுப்புப்பிள்ளை.

"நம்ம மருதப்பன் இருக்கான் இல்லியா, பய கொளும்புலெ ரெண்டு காசு சம்பாரிச்சிட்டான்னு மண்டெக் கருவம் தலை சுத்தியாடுது. இண்ணக்கி புதிய தெரஸர் புள்ளெவாள் கெணத்துலெ குளிச்சுக்கிட்ருக்கப்பச் சொல்லுதான், 'பண்ணையப் பணம்னா அவுகமட்டோட, ஊரெல்லாம் என்ன பாவட்டா கட்டிப் பறக்குதா?' என்று; உங்களெ ஒரு கை பாத்துப்பிட்டுத்தான் விடுவானாம்; பாருங்க ஊரு போரபோக்கை!"

"சவம் கொலைச்சா கொலைச்சுட்டுப் போகுது! அவர் இப்ப மருத்துவர்லா! அப்படித்தான் இருக்கும் - எதுக்காம் இவ்வளவும்?"

"ஒங்க வயக்காட்டுப் பக்கம் முக்குருணி வீசம் இருக்குல்லா - நம்ம மூக்கன் பய நெலம், அதுக்குத்தான் இம்புட்டும். வாங்கப் போரேன்னு வீரியம் பேசுதான். "

"மூக்கப்பய நெலமா?... எங்கிட்டல்லா கால்லெ விழுந்து கெஞ்சிட்டுப் போனான்; அந்த நன்னிகெட்ட நாய்க்கு ஒதவப் படாதுன்னு தான் வெரட்னேன். அவன் கால்லெ போய் விளுந்தானாக்கும்! அதுலெ என்ன வீராப்பு?"

"ஒனக்கு எதுக்குடா அந்த நெலம், அதெ வாங்குததுலெ பிள்ளைவாளுக்குத்தானே சௌகரியம்'ணேன். அவ்வளவுதான். இந்தவூரு புள்ளெமாரே அப்படித்தானாம்; எப்பவும் அடாபிடியாம்; அவன் கிட்ட காரியம் நடக்காதாம்!"

கீழ்ப்பட்ட ஒருவர் வசதி வாய்ப்பு வந்தாலும் அவருடைய சாதி அவருக்கு ஒதுக்கிய நிலையைத் தாண்டி வர முயன்றால் சாதி தன் கோர முகத்தைக் காட்டும் என்பது கதையின் முடிவாக வருகிறது. விசுவநாத பிள்ளையின் மனைவி சாவுக்கு சங்கு ஊதிச் சடங்குகள் செய்ய ஊர் நாவிதன் மாடசாமியை அழைக்கிறார்கள். மாடசாமி வரவில்லை. மாடசாமி மருதப்பரின் வீட்டுக்குள் போய் இருந்துகொள்கிறார். அவரை அழைக்க மீண்டும் ஆளை ஏவுகிறார்கள்.

கால் மணி கழித்து, தனியாகவே திரும்பி வந்தான் பலவேசம். ஆனால் ஓடி வந்தான்.

"எசமான், நான் போனேன். வெளிலே மருதப்பரு நின்னுக்கிட்டிருந்தாரு. 'இனிமே, குடிமகன் இந்த வேலைக்கு வரமாட்டான்; அவன் தொளில் இதில்லே; இனிமேச் செய்ய முடியாதாம்னு போய்ச் சொல்லு'ன்னு சொல்லிப்பிட்டாரு!" என்றான் பலவேசம்.

"மாடசாமியா அப்படிச் சொன்னான்?" என்று தென்னங்கீற்றைத் தடுக்காக முடைந்துகொண்டிருந்த சுப்புப் பிள்ளை எழுந்தார்.

"இல்லெ, மருதப்பருதான் சொன்னாரு."

"அவன் சொன்னான், இவன் கேட்டுகிட்டு வந்தானாம். நீ சாதி மறவனாலே! அப்பிடியே அலகிலே, ரெண்டு குடுத்துக் கூட்டியாராமே! என்ன வேலாண்டி, நீ என்ன சும்மா நிக்கே? ரெண்டு சிறுக்கி மகன்களையும் பின்கட்டுமாறாக் கட்டிக் கொண்டா-முதுகுத் தொலியே உறிச்சுப்பிடரேன்!" என்று கர்ஜித்தார் சிதம்பரம் பிள்ளை.

மாடசாமியையும் மருதப்பரையும் கட்டி வைத்து அடிக்கிறார்கள்.

"பிள்ளைமாருன்னா என்ன கொம்பு மொளச்சிருக்கா? பிரிட்டீஸ் ராச்சியமா என்ன? ரொம்ப உறுக்கிரஹளே! மனிசனைக் கட்டிப் போட்டு அடிக்கதுன்னா நாய அநியாயமில்லையா - இண்ணக்கி சிரிக்கிரவுஹ நாளைக்கி வாரதையும் நினைச்சுப் பாக்கணும்!" என்றார் மருதப்பர்.

"நாசுவப் பயலா காரியமாத் தெரியலெயெ; வேலாண்டி, அவன் மொளியை (முழங்காலை)ப் பேத்துக் கையிலெ குடு! அவனுக்குக் குடுக்கிற கொடைலே இவன் சங்கெத் தூக்கணும்; என்ன பாத்துக்கிட்டு நிக்கே?"

வேலாண்டி கையிலிருந்த குறுந்தடியை ஓங்கி முழங்கால் குதிரையில் ஒரு போடு போட்டான். "ஐயோ அம்மா! என்னியப் போட்டுக் கொல்ராண்டோ! ஊர்லே நாயமில்லியா! நீதியில்லியா!" என்று கதறினார் வைத்தியர். .

அடிபொறுக்காத மாடசாமி சங்கெடுத்து ஊதுகிறார்.

“அவிழ்த்துவிடப்பட்ட மருதப்பரும் மனைவியின் கைத்தாங்களில் நொண்டிக் கொண்டே தூரத்தில் சென்று, ஒரு பிடி மண் எடுத்து வானத்தில் எறிந்து, "இப்பிடி சுட்ட மண்ணாப் போகணும்! என் வயிறெரியிராப்லே போணும்" என்று ஏச்சு அழுகையுடனே கூவிவிட்டுச் சென்றார்.”

மருதப்பர் இஸ்லாத்துக்கு மதம் மாறி இலங்கை செல்வதோடு கதை முடியவில்லை. அவருடைய முதலாளியான மரைக்காயருக்கும் பண்ணையார்ப்பிள்ளைக்கும் அந்த நிலம் தொடர்பான பஞ்சாயத்துத் தொடரும்படித் தூண்டி விட்டுச் செல்வதாகக் கதை முடிகிறது.

ஆழ்ந்த வாசிப்புக்கும் விரிவான விவாதத்துக்கும் இடம் வைத்துள்ள மிக முக்கியமான கதை இது. நாசகாரக்கும்பல் என்று புதுமைப்பித்தன் யாரைச் சொல்கிறார் என்பதைப் பொறுத்து கதையின் அர்த்தம் மாறும்படியாக இருக்கிறது. பண்ணையார்ப்பிள்ளை-சுப்புப்பிள்ளை-விசுவநாத பிள்ளை கூட்டணிதான் நாசகாரக்கும்பல் என்று சொல்வதாக எடுத்துக்கொண்டால் இது சுயசாதிக்கு 1937 இலேயே துரோகம் செய்த மிக முக்கியமான கதை ஆகிவிடுகிறது. மணிக்கொடியில் 01-11-1937 இல் இக்கதை வந்துள்ளது. ஒருவருக்கொருவர் சளைக்காமல் சதியில் ஈடுபடுவதால் எல்லோருமே நாசகாரக்

கும்பல் என்று சொல்லிவிட்டார் என்று கொண்டால் கதையின் நோக்கம் வேறாகிவிடுகிறது. இரண்டு விதமான வாசிப்புக்கும் கதையில் இடம் இருக்கிறது. ஆய்வாளர் கோ.கேசவன் குறிப்பிடுவதைப்போல புதுமைப்பித்தன் சார்பு நிலை எடுப்பதில்லை. எல்லாச் சீர்கேடுகளையும் கிண்டல் செய்வதோடு நிற்கிறார். அதில் தொக்கி நிற்கும் விமர்சனமே போதுமானதுதான்.

1930 களில் நெல்லை மாவட்டம் முக்கூடலைச் சேர்ந்த தாழ்த்தப்பட்ட மக்கள் (வெளிநாடுகளில் பணியாற்றிவிட்டுத் திரும்ப வந்தவர்கள்) சாவு வீட்டுச் சடங்குகள் உள்ளிட்ட இழிதொழில்களுக்கு இனி எங்களைக் கட்டாயப்படுத்தாதீர்கள் என ஒரு துண்டுப்பிரசுரம் அச்சிட்டு ஊர் ஊராகச் சென்று கொடுத்ததாக அப்பிரசுரத்தின் நகலுடன் ஆய்வாளர் ஆ. சிவசுப்பிரமணியன் ”பண்பாட்டு அடையாளப் போராட்டங்கள்” என்னும் சிறு நூலில் எழுதியிருக்கிறார். அயோத்திதாசப் பண்டிதர் உள்ளிட்ட பல அடித்தள மக்களின் நாயகர்கள் எதிர்ப்புக்குரல்கள் எழத்துவங்கிய காலமாகவும் 30-40 கள் இருந்தது. இக்குரல்களையெல்லாம் உள்வாங்கியவராக புதுமைப்பித்தன் இருந்தார் என்பது அவரது கதைகளின் வழிப் புலப்படுகிறது.

(4)

மணிக்கொடி காலத்தின் பிற எழுத்தாளர்களைப் போலவே புராணக்கதைகளை மறுவாசிப்புச் செய்து மறு படைப்பாக்குவதில் ஆர்வம் காட்டிய புதுமைப்பித்தன், பல கதைகளில் காவியப்பாத்திரங்களைக் குற்றவாளிக்கூண்டில் நிறுத்திக் கேள்வி கேட்கும்போதும் இதே தொனியில்தான் சவட்டி அடிப்பார். . கௌதம முனிவரின் மனைவி அகல்யையை ஏமாற்றிப் பாலியல் வன்முறை செய்யும் இந்திரன் கதையை ’அகல்யை’ என்கிற சிறுகதையில் சொல்லும்போது பக்கத்தில் கிடந்த தடியால் இந்திரன் மண்டையை அடித்து அகல்யை அவனை உதறித்தள்ளுவதாக எழுதுகிறார். கௌதமர் வந்து எல்லாம் கை மீறி விட்டதைப் பார்த்து “அப்பா இந்திரா! உலகத்துப்பெண்களைச் சற்று சகோதரிகளாக நினைக்கக் கூடாதா?” என்று நேருக்கு நேர் கேட்கிறார்.

‘சாப விமோசனம்’ என்கிற கதையில் சீதையை ராமன் தீக்குளிக்கச் சொன்ன கதையை அகலிகையிடம் சீதை சொல்லிக்கொண்டிருக்கும்போது அகலிகை,

“அவர் கேட்டாரா? நீ ஏன் செய்தாய்?” என்று கேட்டாள்.

“அவர் கேட்டார். நான் செய்தேன்” என்றாள் சீதை, அமைதியாக.

“அவன் கேட்டானா?” என்று கத்தினாள் அகலிகை. அவள் மனசில் கண்ணகி வெறி தாண்டவமாடியது.

“அகலிகைக்கு ஒரு நீதி. அவனுக்கு ஒரு நீதியா?”

ராமனை அவர் என விளித்த அகலிகை அவன் என விளிக்கும் அளவுக்குக் கோபத்துடன் படைத்துக்காட்டுகிறார் புதுமைப்பித்தன்.

சுந்தரராமசாமி அவருடைய கதைகளுக்கான முன்னுரையில் குறிப்பிடுவது போல, “தனக்கு அதிர்ச்சியும் ஏமாற்றமும் தந்த அனுபவங்களைப் படைப்புக்குள் கொண்டுபோகும்போது மொழியில் ஓலமிடுபவர் அல்ல புதுமைப்பித்தன். தான் நன்கு அறிந்திருக்கும் விஷயங்களை வாசகர், தம் சுரணை கெட்ட தனத்தால், இன்னும் புரிந்து கொள்ளாதிருக்கும் நிலை தன் பொறுமையைச் சோதிப்பது போன்ற பாவனையை அவர் பல கதைகளிலும் மேற்கொண்டிருக்கிறார். குத்தலும் கிண்டலும்தான் அவரது சொல்முறைகள்... அனைத்து விமர்சன அதிர்வுகளையும் வாசகனின் தார்மிக ரோஷத்தைத் தூண்டும் வகையில் செலுத்திக் கொண்டிருப்பதே படைப்பாளியின் பணி”(புதுமைப்பித்தன் ஆளுமையும் ஆக்கங்களும்—சுந்தரராமசாமி)

புதிய நந்தன் சிறுகதையில் நந்தன் பிறந்த ஊரான ஆதனூரின் பறைச்சேரி பற்றி அவர் விவரிக்கும் தொனி வாசகனைத் தொந்தரவுக்குள்ளாக்கும்:

“நந்தா சாம்பானை நந்த நாயனாராக்க, சிதம்பரத்தில் அக்கினிப் புடம் போட்ட பின்னர்வெகு காலம் சென்றது. அந்தப் பெருமையிலேயே ஆதனூர் சந்தோஷ அல்லது துக்க சாகரத்தில் மூழ்கி அப்படியே மெய்மறந்தது. இங்கிலீஷ் சாம்ராஜ்யம் வந்த சங்கதி கூடத் தெரியாது. அப்படிப்பட்ட நெடுந்தூக்கம்.

இப்பொழுது ஆதனூரிலே ரயில்வே ஸ்டேஷன், வெற்றிலை பாக்குக் கடை என்கிற ஷாப்பு. காப்பி ஹோட்டல் என்ற இத்யாதி சின்னங்கள் வந்துவிட்டன. எப்படி வந்தன என்கிற சமாசாரம் யாருக்கும் தெரியாது.

ஆனால் நந்தன் பறைச்சேரியில் விடைபெற்றுக் கொண்ட பிறகு பறைச்சேரிக்கு என்னமோ கதிமோட்சம் கிடையாது. பழைய பறைச்சேரிதான். பழைய கள்ளுக்கடைதான்.... சேரிப்பறையர்கள் ஆண்டையின் அடிமைகள், அத்துடன் அவர்களுக்குத் தெரியாத வெள்ளைத்துரையின் அடிமைகள்"

முதலாளித்துவமும், அதன் நுகர்வுக்கலாச்சாரமும், நகரங்களின் எழுச்சியும் காந்தியமும், தேசியமும் பகுத்தறிவும் வேகமாகப் பரவிக்கொண்டிருந்த அந்தக் காலத்தில் புதுமைப்பித்தன் தனித்து நின்று தம் படைப்புகள் வழியாக அவற்றை விமர்சிக்கின்ற திராணி பெற்றிருந்தார் எனத் தமிழின் நுட்பமான ஆய்வாளரான ராஜ்கவுதமன் கணிக்கிறார்.

புதுமைப்பித்தனின் ஒவ்வொரு கதையும் அவரது மேதமையின் வெளிச்சம் பெற்ற கதைதான். ஆனாலும் தமிழராகப் பிறந்த ஒவ்வொரு மனிதரும் மனுஷியும் அவசியம் வாசித்தே ஆக வேண்டிய கதைகள் என செல்லம்மாள், துன்பக்கேணி, சிற்பியின் நரகம், கோபாலய்யங்காரின் மனைவி, பால்வண்ணம் பிள்ளை, கலியாணி, ஒருநாள் கழிந்தது, காலனும் கிழவியும், மகாமசானம், காஞ்சனை, கடவுளும் கந்தசாமிப்பிள்ளையும், கயிற்றரவு போன்ற ஒரு 50 கதைகளையேனும் குறிப்பிடலாம்.

சைவ வேளாளக் குடும்பத்தில் பிறந்த புதுமைப்பித்தனுக்குத் தன் குடும்பத்தின் மீதோ சாதியின் மீதோ அபிமானம் இருந்ததில்லை. ஆனால் அம்மரபுதான் அவரை வளர்த்தெடுத்தது என்பதற்கான அடையாளங்கள் அவர் கதைகளில் உண்டு. கிறித்துவ, இசுலாமிய மதங்கள் மற்றும் மதமாற்ற முயற்சிகள் மீது அவருக்குக் கடுமையான அதிருப்தி இருந்தது. அது ' புதிய கூண்டு 'கொடுக்காப்புளி மரம்', 'நியாயம்'போன்ற அவரது கதைகளிலும் சில கட்டுரைகளிலும் வெளிப்படுவதைக் காணலாம். இதை அன்றைய இந்துத்துவாப் பார்வை எனச் சுருக்கிவிட முடியாது. ஆங்கில ஏகாதிபத்தியத்தின் சந்தை விரிவாக்கமும் மதப் பிரச்சாரமும் ஒன்றோடு ஒன்று இணைந்து இயங்குவதான புரிதல் அவருக்கு இருந்ததை அவரது படைப்புகள் காட்டுகின்றன. 'தலித் மக்களின் அன்றைய ஒடுக்கப்பட்ட உளவியலை புதுமைப்பித்தனின் சைவ வேளாள ஓர்மையால் உள்வாங்க முடியவில்லை' என்கிற ராஜ்கௌதமனின் விமர்சனம் தலித் அல்லாத எல்லா எழுத்தாளர்களுக்கும் பொருந்துமே. (புதுமைப்பித்தன் எனும் பிரம்மராட்சஷ்-ராஜ்கௌதமன் -தமிழினி)

(5)

புதுமைப்பித்தனின் வாழ்க்கையில் பொருளாதார கஷ்டம் இல்லாமல் வசந்தம் வீசியது 1946 என்கிற ஒரே ஒரு ஆண்டில் மட்டும்தான். அந்த ஆண்டில் அவர் சினிமாவுக்கு வசனம் எழுதப்போனார். அவ்வையார் படத்தில் தொடங்கி பாகவதரின் ராஜ முக்தி வரை அது தொடர்ந்தது. ஆனால் அது ஒரு பேயைப்போல அவரை ஆட்டுவித்து அலைக்கழித்தது. சொந்தச் சினிமாக்கம்பெனி ஆரம்பிக்கும் பித்துப் பிடித்துக் கையில் சேர்ந்த பணத்தையும் அதில் இழந்து மீண்டும் ஓட்டாண்டி ஆனதோடு காசநோயின் கரங்களில் நிரந்தரமாகச் சிக்கிக்கொண்டார். புனே நகரத்தில் வியாதியோடு தனிமையில் சீரழிந்து, நம்பியவர்களால் ஏமாற்றப்பட்டுச் சாவதற்காகவே மனைவியும் மகளும் வாழ்ந்துகொண்டிருந்த திருவனந்தபுரம் திரும்பினார்.

அவரே எழுதிய மகா மசானம் கதையில் வருவதுபோல,

“அப்பொழுது அவன் ரஸ்தாவின் ஓரத்தில் உள்ள நடைபாதையில் படுத்துச் சாவகாசமாகச் செத்துக் கொண்டிருந்தான்.

சாவதற்கு நல்ல இடம். சுகமான மர நிழல். வெக்கை தணிந்து அஸ்தமனமாகிவரும் சூரியன். "ஜே ஜே" என்ற ஜன இயக்கம். ராஜ கோலாகலம் என்று தான் சொல்ல வேண்டும்.

அப்பொழுது அவன் செத்துக் கொண்டிருந்தான்; சாவகாசமாகச் செத்துக் கொண்டிருந்தான்.

ஜனங்கள் அவ்வழியாகப் போய்க்கொண்டிருந்தார்கள்; வந்து கொண்டிருந்தார்கள். அவர்களுக்குத் தெரியாது; சிலர் தெரிந்துகொள்ள விரும்பவில்லை” இவ்வளவு பெரிய பரந்த உலகத்தில் தன்னந்தனியாக, சாவகாசமாகச் செத்துக்கொண்டிருந்த அந்த மகாமசானத்து மனிதனைப் போலத்தான் புதுமைப்பித்தனும் மரணத்தைச் சந்தித்தார்.

(ஆனால் ‘மகாமசானம்’ கதை, 30களில் பிரம்மாண்டமாக எழுந்து கொண்டிருந்த சென்னை என்கிற பெரும் முதலாளித்துவச் சந்தையை (பூர்ஷ்), மனிதம் இழந்த மயானம் என்று மூஞ்சியிலறைந்த கதை.)

”புதுமைப்பித்தன் அவர்களின் வாழ்க்கை தமிழ் எழுத்தாளர் ஒருவரின் சோக நாடகம்: உயிருள்ள எழுத்தாளர்களுக்கு ஒரு எச்சரிக்கை” என்று அவருடைய வாழ்க்கை வரலாற்றை எழுதிய

ரகுநாதன் அந்நூலின் முகவுரையின் முதல் வரிகளாக எழுதினார். அவருடைய சொந்த வாழ்க்கை அத்தனை துயர் ததும்பும் ஓர் சோக காவியம்தான். ஆனால், மனைவி, குழந்தையுடன் சேர்ந்து வாழும் கனவைக் கண்களில் தேக்கியபடி, வாழ்வதற்கான போராட்டத்தை இறுதி நிமிடம்வரை நடத்திவிட்டுத்தான் அவர் மடிந்தார்.

1931 ஜூலையில் திருமணம். 1948 ஜூன் 30 இல் புதுமைப்பித்தன் மறைந்தார். 17 ஆண்டுகால மண வாழ்க்கையில் அவர்கள் இருவரும் சேர்ந்திருந்த காலத்தை விட பொருளாதாரக் காரணத்தால் (மட்டுமே) அவர்கள் பிரிந்திருந்த காலமே அதிகம். தொலைபேசியும் அதிவேக போக்குவரத்தும் இல்லாத அந்த நாள்களில் கடிதங்களே தூரங்களை இணைக்கும் ஒரே வழியாக இருந்தன. கஷ்டம் கஷ்டம் எனக் கஷ்டத்தைத்தவிர வேறெதையும் அனுபவித்திருக்காவிட்டாலும் புதுமைப்பித்தன் மீது அவரது துணைவியாருக்கு எந்தப் புகாரும் இருந்ததில்லை.

1981 ஜூலை 31- ஆகஸ்ட் 2 வரை எங்கள் முற்போக்கு எழுத்தாளர் சங்க மாநாடு சென்னையில் நடைபெற்றபோது நானும் சில நண்பர்களுமாகப் புதுமைப்பித்தன் வீட்டுக்குப் போயிருந்தோம். நடமாட்டம் குறைந்து அடுத்த அறையில் படுத்த படுக்கையாக இருந்தார் அம்மா கமலா அவர்கள். “எழுத்தாளர்கள் வந்திருக்கிறார்கள்” என்று அவர்களின் மகள் தினகரி சொன்னதும் தன்னை எழுப்பி நல்ல சேலை உடுத்திவிடச்சொல்லிக் கைத்தாங்கலாக மகள் தோளைப்பிடித்தபடி எங்களைச் சந்திக்கக் கூடத்துக்கு வந்தார். எங்களை எல்லாம் சந்தித்ததில் அவருக்கு அத்தனை மகிழ்ச்சி. “அவங்க இருந்தப்போ எழுத்தாளர் மாநாட்டுக்கு என்னை அழைத்துப்போயிருக்கிறார்” என்று பெருமையுடன் கூறினார். அவருக்குப் புதுமைப்பித்தன் எழுதிய கடிதங்கள் எதுவும் அப்போது அச்சில் வெளியாகியிருக்கவில்லை. 1994இல்தான் கடிதத்தொகுப்பு வந்தது.

ஆனாலும், புதுமைப்பித்தனைப் பற்றிய பேச்சு அவரது முகத்தில் ஏற்படுத்திய மாற்றங்களை நாங்கள் கவனிக்க முடிந்தது. கனிவும் ஏக்கமும் சற்றே நாணமும் பெருமிதமும் பேரானந்தமுமாக மாறி மாறி ஒளிர்ந்த அம்முகம் இன்றைக்கு நினைத்தாலும் மன நடுக்கத்தை ஏற்படுத்துவதாயிருக்கிறது எனக்கு.

தன்னைக் காப்பாற்றப் பொருளுதவி செய்யும்படித் தமிழ்ச் சமூகத்தை நோக்கி கரம் உயர்த்திய புதுமைப்பித்தனை அன்று

தமிழ்ச்சமூகம் பொருட்படுத்தவில்லை. அவர் குரலைச் செவிமடுக்கவில்லை.

பரங்கிப்புண்ணைப் பரிசாகப் பெற்றுத் "துன்பகேணி"யில் சிதைந்துபோன மருதியைப்போலப் புதுமைப்பித்தன் மனம் சிதைந்து மடிந்தார் திருவனந்தபுரத்தில்- தன் மாமனார் வீட்டில்.

பிரேதமாகக் கிடந்த புதுமைப்பித்தனின் நெற்றியை வாஞ்சையுடன் வருடிக்கொடுத்தார் கமலா. எழுதி எழுதி வீங்கிப்போன புதுமைப்பித்தனின் வலது கையைத் தன் நெஞ்சோடு அணைத்து மாறி மாறி முத்தமிட்டார். காலமெல்லாம் கடிதங்களிலேயே வாழ்ந்து முடித்த தன் அருமைக் கண்ணாளின் ஆசை முத்தத்துடன் நம்மிடமிருந்து விடைபெற்றார் புதுமைப்பித்தன்.

கடைசியாக ஒன்றைச் சொல்ல வேண்டும். "புதுமைப்பித்தனின் எழுத்துக்களிலே விஞ்ஞானமும் இருக்கிறது. அஞ்ஞானமும் இருக்கிறது. புதுமைப்பித்தனின் எழுத்துக்களில் அமுதமும் உண்டு. நஞ்சும் உண்டு. புதுமைப்பித்தனின் சிறுகதைகளுக்கு உலக அந்தஸ்து உண்டென்றால் கு.ப.ரா., பிச்சமூர்த்தி, சிதம்பரசுப்பிரமணியன் முதலியோரின் கதைகளுக்கும் நிச்சயமாக உலக அந்தஸ்து உண்டு... எனவே உரித்தானவர்க்கும், உரியவர்க்கும் சேர வேண்டிய புகழை, புதுமைப்பித்தன் ஒருவர்க்கு மட்டுமே அளித்துத் தனிநபர் வழிபாடு செய்வது, வீர வணக்கம் செய்வது நீதியோ நேர்மையோ ஆகாது அல்லவா?" என்கிற முற்போக்கு இலக்கிய இயக்க முன்னோடி தோழர் தி.க.சி அவர்களின் கருத்தை என்னால் ஏற்க இயலவில்லை. புதுமைப்பித்தன், நிச்சயமாக தி.க.சி. குறிப்பிடும் மற்றவர்களைவிட உயரத்தில் வைத்துப் பார்க்கத் தகுதியானவர்.

"என் கதைகளின் பொதுத்தன்மை நம்பிக்கை வறட்சி" என்கிற புதுமைப்பித்தனின் கூற்றை அவரது எண்ணற்ற சிறுகதைகளே நிராகரிக்கின்றன.

புதுமைப்பித்தன் அளவுக்குத் தன் சமகாலத்தை-அதன் அரசியல், பொருளாதார, பண்பாட்டுக் கூறுகளை- படைப்புகளின் வழி ஈவிரக்கமின்றிக் கேள்விக்குள்ளாக்கிய இன்னொரு கலைஞனை தமிழ் இலக்கிய உலகம் இன்றுவரை கண்டடையவில்லை.

5
மௌனி

1907ஆம் ஆண்டு ஜூலை 27ஆம் நாள் தஞ்சை மாவட்டம் செம்மங்குடி என்கிற கிராமத்தில் பிறந்து 1985ஆம் ஆண்டு ஜூன் 6ஆம் நாள் சிதம்பரத்தில் அமரரானவர் எழுத்தாளர் மௌனி, தன் 78 ஆண்டு வாழ்க்கையில் எழுதிய கதைகள் 24 மட்டுமே. “24 கதை எழுதி இறவாப்புகழ் பெற்றவர்” என்கிற பிம்பத்தோடுதான் எப்போதும் மௌனி அறிமுகம் செய்யப்படுவார். அக உலகத்தை எழுத்தில் கட்டியெழுப்பிய முதல் தமிழ் எழுத்தாளர் அவர்தான் என்பது அவர் குறித்த இன்னொரு பிம்பம்.

‘ஒதுங்கி நின்று ஒரு குறிப்பிட்ட கோணத்தில் நோக்கிய அனைத்தையும், கனமான விஷயத்தை ஏற்க மறுக்கிற மெலிந்த வார்த்தைகளில் சொல்லி விடுகிற காரியத்தை மௌனி சாதித்திருக்கிறார். இந்த அளவுக்கு இந்தச் சாதனையைசெய்து வெற்றி பெற்றவர்கள் என்று இன்றைய தமிழ்ச் சிறுகதையில் வேறு ஒருவரையும் சொல்லமுடியாது. அவர் நடையும் நோக்கும் பூரணமானவை. இந்த அம்சம் சிறந்தது, தனிப்பட்டது என்று பிரித்தெடுக்க முடியாது.’ - இது மௌனியைப் பற்றி க. நா. சு. கட்டமைத்த பிம்பம். (க.நா.சுப்ரமணியம் 1959-ல் எழுதிய கட்டுரை)

“எழுதும் முனைப்போ, ஆர்வமோ இல்லாத இந்த எழுத்து மேதை மௌனியைப் பற்றி என்ன சொல்ல? அவர் ஒன்றும் எழுதிக் குவிப்பவர் இல்லை. அவர் முதலில் எழுத ஆரம்பித்ததே, இதில் ஏதாவது உருப்படியாக செய்யமுடியுமா என்று பார்க்கத்தான்.” என்று தொடங்கும் விமர்சகர் வெங்கட் சாமிநாதன் இப்படித் தொடர்கிறார், “மௌனியின் இலக்கிய முன்னோடிகள் என்று, தமிழில் யாரையும் குறிப்பிட்டுச் சொல்லி விடமுடியாது. வசன அமைப்புகளிலிருந்து கதையம்சம் வரை, வேறொருவருடனும் அடையாளம் காட்டமுடியாத தனித்தன்மையை அவர் கலை விளக்குகிறது.”

- இது வெங்கட்சாமிநாதன் தூக்கிக் காட்டிய மௌனியின் பிம்பம்.

“மௌனி எழுதுவதற்கு நிரம்ப கால அவகாசம் எடுத்துக்கொள்வார். ஒவ்வொரு சொல்லையும் சுண்டிச் சுண்டிப் பார்ப்பார். ஒரு நாளைக்கு ஒரு வாக்கியத்தோடு நிறுத்திக் கொண்டதும் உண்டு. தமிழில் முதலில் வரவில்லை என்றால் ஆங்கிலத்தில் எழுதிவிடுவார். பின்னால் தமிழ்ப்படுத்துவார். ஒரு கதைக்கு இருபது டிராப்ட் கூடப் போட்டிருக்கார்.” என்று 20 ஆண்டு காலம் அவரோடு பழகிய கி. அ. சச்சிதானந்தம் வேறொரு பிம்பத்தைக் காட்டுகிறார்.

ஆனால், சச்சிதானந்தம் சொன்னதுக்கு நேர்மாறாக மௌனியைச் சந்தித்துப் பேசிய அனுபவத்தைப் பகிர்ந்துகொள்கிறார், இலங்கை எழுத்தாளர் எம். ஏ. நுஃமான். “தன் கதைகளை ஒரே இருப்பில் எழுதி முடித்து விடுவதாக மௌனி சொன்னார். ஒரே இருப்பில் முடியாவிட்டால், முடிந்த அவ்வளவும்தான் கதை” என்றார். “டால்ஸ்டாய் போன்ற பெரிய எழுத்தாளர்கள் தங்கள் கதைகளைப் பலமுறை திருத்தித் திருத்தி எழுதுவார்களாமே... டால்ஸ்டாய் தன் ‘புத்துயிர்’ நாவலை ஏழுமுறை திருப்பி எழுதியதாகச் சொல்கிறார்களே, நீங்கள் அப்படிச் செய்வதில்லையா?” என்று கேட்டேன். “இல்லை” என்றார். செப்பனிடும் பழக்கம் இல்லை என்றும் ஒரே முறையில் எழுதுவதுதான் என்றும், எழுத்துப் பிழைகள் இருந்தால் அதைத் திருத்திக்கொள்வார் என்றும் சொன்னார்” - இது வேறொரு பிம்பம்.

கைலாசபதி, திகசி போன்ற மார்க்ஸிய விமர்சகர்கள் மௌனியின் எழுத்து மேட்டிமைவாதம் மற்றும் இருண்மைவாதத்தில்

சிக்கியவை. அவருக்குச் சமூகப்பார்வையும் இல்லை; சமகால வாழ்வு குறித்த அக்கறையும் இல்லை என்று கடுமையாக விமர்சித்தார்கள்.

எல்லாவற்றுக்கும் உச்சமாக புதுமைப்பித்தன் சொன்னதுதான் தமிழ் இலக்கிய உலகில் காலங்கள் தாண்டி மீண்டும் மீண்டும் எதிரொலித்துக்கொண்டே இருக்கிறது.

“தமிழ் மரபுக்கும் போக்குக்கும் புதிதாகவும் சிறப்பாகவும் வழிவகுத்தவர் ஒருவரை சொல்லவேண்டுமென்றால் மௌனி என்ற புனைபேரில் எழுதிவருபவரைச் சொல்லவேண்டும். அவரை தமிழ்ச் சிறுகதையின் திருமூலர் என்று சொல்லவேண்டும். கற்பனையின் எல்லைக்கோட்டில் நின்று வார்த்தைக்குள் அடைபடமறுக்கும் கருத்துகளை மடக்கிக் கொண்டுவரக்கூடியவர் அவர் ஒருவரே” என்பது புதுமைப்பித்தன் சொன்ன கருத்து.

“என்னால் தோன்றுவதையெல்லாம் தமிழில் சொல்ல முடியவில்லை. சமஸ்கிருதத்தால் கொஞ்ச நாள் தள்ளியது. இப்போது ஆங்கிலத்தைக்கொண்டு ஓடுகிறது” என்று மௌனியே 1970 இல் ஒரு பேட்டியில் சொல்லியிருக்கிறார். அது இன்னும் அவர்மீதான மயக்கத்தை அதிகரித்தது.

நான் என் இருபதாவது வயதில் -1974-ல் முதன்முதலாக மௌனியை ‘அழியாச்சுடர்’ தொகுப்பின் வழி வாசித்தபோது இந்தப் பிம்பங்கள் என்னை அமுக்குப்பிடி போட்டுக் கட்டி வைத்திருந்தன. என் சொந்தக் கண் கொண்டு வாசிக்கச் சிரமப்பட்டேன். தவிர அன்றிருந்த கனவுலகவாசி மனநிலையில் மௌனியின் பல கதைகள் கிறக்கம் தந்தன. ஏன்? அழியாச்சுடர், காதல்சாலை, மனக்கோலம் எல்லாவற்றுக்கும் மேலாக பிரபஞ்ச கானம் போன்ற கதைகளில் மனதைப் பறிகொடுத்திருந்தேன். ஆனாலும், புதுமைப்பித்தன் அளவுக்கு மௌனியை எனக்குப் பிடித்திருக்கவில்லைதான் அப்போதும்.

நீண்ட இடைவெளிக்குப் பின் இப்போது வாசிக்கையில் குறைகளும் பளிச்செனத் தெரிய வாசிக்க முடிகிறது. அவருடைய வாழ்க்கை பற்றியும் அப்போது தெரிய வாய்ப்பிருக்கவில்லை. இன்று பல்வேறு கோணங்களில் அவருடைய வாழ்வு, படைப்பு பற்றிப் பல நூல்கள் வந்துவிட்டன.

1926 வரை கும்பகோணத்தில் படித்த மௌனி, 1929-ல்

திருச்சியில் கணிதத்தில் இளங்கலைப் பட்டம் பெற்றார். திருமணத்துக்குப் பின் கும்பகோணத்தில் தன் வீட்டில் 14 ஆண்டுகள் வசித்தார். இந்தக் காலத்தில் அவர் வேலை எதுவும் செய்யவில்லை. 1943-ல் தன் குடும்பச் சொத்து மற்றும் தொழிலைக் கவனிக்க என்று சிதம்பரம் சென்று அங்கே தங்கினார். ஒரு நெல் அரவை மில் வைத்திருந்தார். அதனால் `மில் மணி அய்யர்' என்று அழைக்கப்பட்டார்.

தன் ஆரம்பகால வாழ்வைப்பற்றியும் கதைகள் எழுதத் தொடங்கியது பற்றியும் 1965-ல் வெளியான பி. எஸ். ராமையா மணிவிழா மலரில் அவரே சொல்வது, "35 ஆண்டுகளுக்கு முன் படித்து முடித்து, வேலைக்குப் போகாமல் கும்பகோணத்தில் காலம் கழிக்கும் அநேக மாஜி மாணவர்களில் நானும் ஒருவனானேன். ஆர்வ மிகுதியில் படித்தும், தெளிவு காண அநேக விஷயங்கள் பற்றி விவாதித்தும் பொழுதைப் போக்கிக் கொண்டிருந்தோம். எத்துறை என்பதின்றி, அரசியல், சங்கீதம், வேதாந்தம், மொழிப் பிரச்னை, இலக்கியம் இத்யாதி இத்யாதி என எதைப்பற்றியும் ஆங்காங்கே அவ்வப்போது கூடிப்பேசுவது உண்டு...

1933ஆம் வருடத்தில் மகாமகம் வந்தது. அதற்காக ஒரு மாதம் ஒரு விரிவான கண்காட்சி நடத்த ஏற்பாடு செய்யப்பட்டது. அந்த ஒருமாத காலம் அந்த மைதானத்தில் நாங்கள் கூடிப்பேசிப் பொழுதைக் கழித்தோம். அந்தச் சமயம்தான் ராமையா எங்களுக்கு அறிமுகமானார். அவர் கதர் போர்ட் ஸ்டாலுக்காக வந்திருந்தவர் என நினைக்கிறேன்... ஒருநாள் ஏதோ ஒரு சந்தர்ப்பத்தில் அவர் கூறியது ஞாபகத்தில் இருக்கிறது. அதுதான் உள்ளூரப் பதிந்து ஒரு வருஷத்துக்கு மேலாக ஊறி என்னை எழுதும்படி தூண்டியது போலும். என்னைப்பார்த்து "நீங்கள் சிறுகதைகள் நன்றாக எழுத முடியுமென நினைக்கிறேன். மணிக்கொடி பத்திரிகைக்கு எழுதுங்கள்" என்று அவர் சொன்னார். எவ்விதத்தில் நான் சிறுகதை ஆசிரியனாக முடியும் என்று அவருக்குத் தோன்றியது என்பதை அவரால்தான் சொல்ல முடியும்" `எனக்குப்பெயர் வைத்தவர்' என்னும் கட்டுரையில் இப்படிச் சொன்ன மௌனியின் முதல் சிறுகதை `ஏன்?' 1936 பிப்ரவரியில் மணிக்கொடியில் வெளியானது.

"சுசீலா, வக்கீல் ராஜம் ஐயரின் மூத்த பெண். அவள் சிறு வயதிலிருந்தே அதிக வசீகரத் தோற்றமுடையவளென்று பிரசித்தம். சற்று மாநிறமாயினும், அவள் இரு விழிகளும் அதிக

கருமையாகவும், புருவங்கள் செவ்வனே வளைந்து மிகக் கருப்போடினவையாகவும் இருந்தன. ஏன், ஏன் என்ற கேள்விகளை அவள் கண்கள் சதா கேட்பவை போன்று தோன்றும்" என்று தொடங்கும் 'ஏன்?' கதை, பள்ளிப் பருவத்தில் தோன்றும் காதல் கதை. பத்தாம் வகுப்புப் படிக்கும் மாதவனுக்கு எட்டாம் வகுப்புப் படிக்கும் சுசீலா மீது விருப்பம் தோன்றுகிறது. அவன் தினமும் நாம் இருவரும் சேர்ந்தே பள்ளிக்குச் செல்வோம் என்கிறான். அதற்கு அவள், "ஏன்?" என்கிறாள். 'சுசீ உன்னை என்றும் மறக்க மாட்டேன்' என்கிறான். அதற்கும் அவள், "ஏன்?" என்கிறாள். அதற்கு மேல் இதை அவனால் விளக்க முடியவில்லை. விருப்பத்தை சுசீலா எதிர்கொள்கிற விதத்தில் அந்த அளவில் அந்த விருப்பம் கலைந்து போகிறது. சுசீலாவிற்கு வேறிடத்தில் திருமணம் நடக்கிறது.

நான்காண்டுகள் கழிகின்றன. கல்லூரியிலிருந்து விடுமுறைக்கு வரும் மாதவன், சுசீலா ஒரு கைக்குழந்தையுடன் இருப்பதைப் பார்க்கிறான். அவன் சுரம் கண்டு இறக்கும் தருவாயில், 'ஏன், ஏன்' என்று புலம்புகிறான். முடிவெடுக்க முடியாத, எதிர்கொள்ளத் தெரியாத பருவம் அது. அவன் காய்ச்சலில் மரணமடைகிறான். தூக்கிச் செல்லும் உடலை சுசீலா காண்கிறாள். கண்ணீர் வருகிறது. 'ஏன், இந்தக் கண்ணீர்?' என்று தனக்குள்ளே கேட்கிறாள்.

"சுசீலாவும் புக்ககம் சென்று ஒரு மாதம் ஆகப்போகிறது. இப்போது ஊரிலிருந்து வந்தது முதல் அவள் கண்கள் என்றுமில்லாத ஒரு மகத்தான சோகம் கலந்த வசீகரத் தோற்றமுடையவையாக ஏன் தோன்றுகின்றன என அறிய முடியாமலே அவளைப் பார்க்குங்கால் ஆனந்தமடைந்து கொண்டிருந்தான் அவள் கணவன்." - என்று முடியும் அக்கதையில் வரும் சுசீலாவின் கண்களுக்காக நாங்கள் அன்று விழுந்து கிடந்தோம் எனலாம். ரொம்பச் சாதாரணமான கதைதான் இது. ஆனாலும், அந்தக் கண்கள் மட்டும் பயங்கர வசீகரமாகத் தொடரத்தான் செய்கிறது.

இரண்டாவதாக வெளியான 'குடும்ப தேர்' என்கிற கதை, தன் தாயைச் சமீபத்தில் இழந்திருந்த கிருஷ்ணய்யர் அவளைப் பற்றிய நினைவுகளில் ஆழ்ந்துபோய் அவற்றை விவரிப்பதுபோல் அமைந்தது.

"உலகம் சீர்கெட்டுச் சிதைவுபடுவதின் காரணம் குடும்ப வாழ்க்கையில் சமாதானமற்று இருப்பதுதான் என்பதை

ஸ்பஷ்டமாக அறிந்தார். குடும்பத்தினர் ஒருவரிடமும் அதன் பொறுப்பு அடைபட்டுக் கிடக்கவில்லை. ஒருவர் ஏற்கும்படியான அவ்வளவு லேசானதல்ல. எல்லோரிடமும் அது இருப்பது முடியாது. அப்போது அது குடும்பப் பொறுப்பாகாது...

வெகுநேரம் அப்படியே சாய்ந்து கொண்டிருந்தார். உள்ளிருந்து தன் மனைவி விளக்கை எடுத்துச் சென்றதும் அவருக்குத் தெரியாது... அவர் கடைசிக்குழந்தை, 'அப்பா நாழிகையாச்சு. சாப்பிட வா-' என்று கூப்பிட்டதால் திடுக்கிட்டு எழுந்தார். வீதியில் சென்று அங்கிருந்தே பெருமாளைத் தரிசித்துவிட்டு கதவைத் தாளிட்டு உள்ளே சென்றார். மனதில் ஒரு பெரிய பளுத்தொல்லை நீங்கினதான உணர்ச்சி...பலங்கொண்டதான ஓர் எண்ணம். எதிர்கால வாழ்வு லேசானதாகத் தோன்றியது. ஒரு அளவற்ற ஆனந்தம்.... புரியாத வகையில் அவர் மனது 'குடும்பம் ஒரு விசித்திர யந்திரம். பழுதுபட்டுப் போன ஒரு பாகத்தினால் அது நிற்பதில்லை. அதற்குப் பிரதி மறுபாகம் தானாகவே உண்டாகிவிடும் என்று என்னவெல்லாமோ எண்ணியது.'' –அசடு என்று தான் கருதிய மனைவியே இப்போது புதுதாக உருவான உதிரிப்பாகமாக வாழ்க்கையை நகர்த்துவதாகக் குறிக்கிறார். மௌனியின் கதைகளில் இந்த ஒரு கதைதான் குடும்பம் என்ற அமைப்பில் பிடிப்போடு, அதுவும் ஆணாதிக்கக் கண்ணோட்டத்துடன், எழுதப்பட்ட கதை. மற்ற கதைகளில் எல்லாம் மனித உறவுகள் பற்றி மௌனியின் பார்வை நிச்சயமற்ற விநோதமான நிலைகளில் வெளிப்படுகின்றன.

பிரபஞ்ச கானம் கதை சங்கீதத்தில் ஞானம் உள்ள, ஆனால், பாடமுடியாதபடி இருதயநோய் உள்ள ஒரு பெண்ணின் கதை. அப்பெண்ணின் காதலன் பார்வையில் இக்கதை சொல்லப்படுகிறது. திருமண நலங்கின்போது அவள் பாட நிர்ப்பந்திக்கப்படுகிறாள். அவளது பாட்டு பிரவாகம் போலப் பாய்கிறது. ஆழ்ந்து லயித்துப் பாடியபடி அவள் இறக்கிறாள்.

"அவன் அவ்வூர் வந்து, மூன்று வருஷம் ஆகிறது. வந்த சமயம், மேல் காற்று நாளே ஆயினும், அன்றைய தினம் உலகத்தின் வேண்டா விருந்தினன் போன்று காற்று அலுப்புறச் சலித்து ரகசியப் புக்கிடமாக, மரக்கிளைகளில் போய் ஒடுங்கியது போன்று அமர்ந்திருந்தது.'' என்று "பிரபஞ்சகானம்'' தொடங்குகிறது.

"அடிக்கடி அவன், தன் வாழ்க்கைப் புத்தகத்தைப் பிரித்து வெறித்துத் திகைத்து திண்ணையில் நிற்பதுண்டு. பின் புரட்டுதலில்

கவலைக் கண்ணீர் படிந்து, மாசுபட்ட ஏடுகள், அவன் மனக்கண்முன் தோன்றும். முன்னே எழுதப்படாத ஏடுகளில், தன் மனப்போக்கு கொண்டு எழுதுவதால், பளீரெனத் தோன்றுபவை சில, மங்கி மறைதல் கொள்ளுபவை சில. இரண்டுமற்று சில நேரத்தில், எதையோ நினைத்து உருகுவான்.

அவன் அவ்வூர் வந்தபின், அவள் பாடிக் கேட்டதில்லை. அவள் பாடியே மூன்று வருஷத்திற்கு மேலிருக்கும். அவள் ஒருதரம் நோய்வாய்ப்பட்டுக் கிடந்தபோது, அவள் இருதயம் பலவீனப்பட்டு இருப்பதாகச் சொல்லிப் பரிசோதனை செய்த டாக்டர் அவள் பாடுவது கூடாதென்றார். அது முதல், அவள் சங்கீதம் அவளுள்ளே உறைந்து கிடந்தது. அவளுக்கு வீணையிலும் பயிற்சி உண்டு. ஒரு தரம், அவள் வீணைவாசிக்க அவன் கேட்டான். அதன் பிறகு அவளுடைய சங்கீதத்தைப் பற்றியும், பிரபஞ்சத்தைப் பற்றியும் அவன் அபிப்பிராயமும் உறுதியாகிவிட்டது. அவள்தான் சங்கீதம்; பிரபஞ்ச கானம் அவளுள் அடைபட்டுவிட்டது என்று எண்ணலானான். காகத்தின் கரைதலும், குருவிகளின் ஆரவாரமும், மரத்திடைக் காற்றின் ஓலமும் காதுக்கு வெறுப்பாகி விட்டன. அவளுடைய சங்கீதம் வெளிவிளக்கம் கொள்ளாததனால் இயற்கையே ஒருவகையில் குறைவுபட்டது போலவும், வெளியில் மிதப்பது வெறும் வறட்டுச் சத்தம்தான் என்றும் எண்ணலானான்.

சுமார் ஒன்றரை மணி நேரம் வாசித்தாள். அவ்வளவு நேரமும் ஒரே விநாடி போலக் கழிந்துவிட்டது. உலகமே குமுறி சங்கீத மயமானதாக நினைத்தான். அவள் வாசித்துக் கொண்டிருக்கும் போதே நடுவில் இவன் மனதில் பளீரென்று ஓர் எண்ணம் தோன்றியது. அதை உதற முடியாத ஓர் உண்மையென உணர்ந்தான். அவள் பாட்டின் பாணியும் அதைப் பலப்படுத்தியது. இவன் மனத்தில் ஒருவகை பயம் தோன்ற ஆரம்பித்து, உடல் குலுங்கியது. அவள் முடிக்கும் முன்பே தன் இதயம் பிளந்துவிடுமென நினைத்தான். அவள் வாசிப்பதை நிறுத்திவிட மாட்டாளா என்று துடித்துக்கொண்டே கேட்டு நின்றான்...”

கதையின் இறுதிக்கட்டத்தில் கல்யாண வீட்டில் அவள் பாடும் காட்சியை மௌனி விவரிக்கும் விதமே ஒரு சங்கீதப் பிரவாகம்தான்:

“அவள் பாட ஆரம்பித்தாள். ஆரம்பித்த அவள் கொஞ்சம் கொஞ்சமாக மெய்மறந்தாள். சாஸ்திர வரையறுப்பை அறிந்தும்

கட்டுப்பாட்டின் எல்லையை உணர்ந்தும், உடைத்துக்கொண்டு பிரவாகம் போன்று அவள் கானம் வெளிப்பட்டது. அங்கிருந்த யாவரும் மெய்மறந்தனர். தலை கிறுகிறுத்து ஒன்றும் புரியாமல் இவன் தூணோடு தூணாகி விட்டான்.

அவள் சங்கீதத்தின் ஆழ்ந்த அறிதற்கரிய ஜீவ உணர்ச்சி கற்பனைகள், காதலைவிட ஆறுதல் இறுதி எல்லையைத் தாண்டிப் பரிமாணம் கொண்டன. மேருவைவிட உன்னதமாயும், மரணத்தைவிட மனத்தைப் பிளப்பதாயும், மாதரின் முத்தத்தைவிட ஆவலைத் தூண்டி இழுப்பதாயும் இருந்தன. மேலே, இன்னும் மேலே, போய்க் கொண்டிருந்தன...

அவள் ஒரு மணி நேரம் பாடினாள். அவளுள் அடைபட்ட சங்கீதம் விரிந்து வியாபகம் கொள்ளலாயிற்று. வெளி உலகம் கொஞ்சம் கொஞ்சமாக மாறுதல் அடைந்துகொண்டிருந்தது...

இவன் மனப்புத்தகம், பிரிந்து உணர்ச்சி மிகுதியில் படிக்கப்பட்டது. 'காலம்' விறைத்து நின்றுவிட்டது... அந்தியின் மங்கல் வெளிச்சம் மறையுமுன் மஞ்சள் கண்டது. இவன் முகம் ஒளிகொண்டு சவக்களைப் பெற்றிருந்தது.

கடைசிக் காகக் கூட்டத்தின் ஒருமித்த கரைதல் கூச்சல் கேட்டது. முற்றத்துக் கொட்டகையின் மீது குருவிகள் உட்கார்ந்துகொண்டு ஆரவாரித்தன. இவன் திடீரென்று, வாய்திறந்து "ஐயோ... அதோ... சங்கீதம், இனிமை, இன்பம் எல்லாம் திறந்த வெளியில், நிறைகிறதே... " என்று கத்தினான். அதே சமயம், அவளும் கீழே சாய்ந்தாள். 'இயற்கை அன்னை' தன் குறையை, நிவர்த்திக் கொண்டாள். இழந்ததை, அணைத்துச் சேர்த்துக் கொண்டாள்... ஆகாயவீதி, அழகு பட்டது. மேக மலை மறைப்பினின்றும் விடுபட்ட பிறைச்சந்திரன் சோபை மிகுந்து பிரகாசித்தது. வெளியே, அவ்வூர் குறுகிய வீதியே ஒரு களை கொண்டது.”

கணிதத்திலும் சங்கீதத்திலும் தத்துவத்திலும் ஈடுபாடு கொண்டவராக மௌனி இருந்தார். ஒரு பணக்கார வீட்டுப்பையனுக்கு வீட்டில் வைத்துக் கணிதம் ட்யூஷன் எடுத்திருக்கிறார். அதுபற்றி எம்.வி.வெங்கட்ராம் தனது நினைவுகளில் எழுதியிருக்கிறார். எம். வி. வெங்கட்ராமின் இந்த மௌனி பற்றிய நினைவுப்பதிவுகள் மௌனியைப்பற்றி அதுகாறும் கட்டற்றுக் கட்டமைக்கப்பட்டிருந்த கற்பிதங்களைத் தகர்த்துவிட்டது என்றே சொல்ல வேண்டும்.

“மௌனி வாரத்தில் 3, 4 நாள் எங்கள் தெருவுக்கு வருவார்; டியூஷன் முடிந்த பிறகு வாரம் ஒருமுறையாவது என்னைப்பார்க்க வருவார். அவர் வருவதையும், பேசுவதையும் நான் மிகவும் விரும்பினேன்; வேண்டினேன். ஆனால், அவருடைய கருத்துகள் என்னைத் திகைப்புறச் செய்தன. வெறும் சென்டிமென்ட்ஸ் வைத்துக் கவிதை எழுதும் பாரதியார் ஒரு கவிஞனா?” என்று அவர் பலமுறை சொன்னதை வியப்புடன் கேட்பேன். ஒரு சந்திப்பின்போது, நேற்று ராத்திரி பிச்சமூர்த்தி, ராஜகோபாலனோடு பேசிக்கொண்டிருந்தேன். இவன்கள் எல்லாம் என்ன கதைகள் எழுதுகிறான்கள். சரியான அப்ரோச்சே இல்லை' என்று பரிகாசம் செய்தார். அவருடைய பல சந்திப்புகளால், புதுமைப்பித்தன், பிச்சமூர்த்தி, கு.ப.ரா., சிதம்பர சுப்புரமணியன், சிட்டி, ராமையா முதலிய மணிக்கொடி எழுத்தாளர் யாரையும் அவர் எழுத்தாளராக ஏற்றதில்லை என்பது தெரிந்தது. நான் மிகவும் மதித்த இலக்கியப் படைப்பாளிகளை எல்லாம் அவர் பீடத்திலிருந்து கீழே தள்ளிவிடுவதை நான் வேதனையோடு பார்த்துக் கொண்டிருந்தேன்.”

மௌனியின் தமிழ் அறிவின் மீது முதன் முதலாக சந்தேகத்தைக் கிளப்பியவர் எம்.வி. வெங்கட்ராமன். அவரது கதைகளில் மிளிரும் மேதமையை வியக்கும் அவரே அவருடைய மொழியறிவு பற்றி இப்படிக் கூறுகிறார்.

“ஆவலும் மகிழ்ச்சியுமாகக் கதையைப் படிக்கத் தொடங்கினேன். முதலில் எழுத்துகள் புரியவில்லை. பிறகு, ஒரு வாக்கியமும் முடிவுபெறவில்லை, அடுத்த வாக்கியம் எங்கே ஆரம்பமாகிறது என்றும் புரியவில்லை. இலக்கண அமைதியோ, தெளிவோ கதையில் காணோம். எனக்கு ஒரே மலைப்பாக இருந்தது. கரிச்சான்குஞ்சுவும் படித்தார். நாலைந்து பக்கம் படித்ததும், இதென்ன, ஒன்றும் புரியவில்லை. அவரையே சரிசெய்து கொடுக்கச் சொல்லலாமே! என்றார். வேண்டாம், அவர் திருத்திக்கொடுப்பதற்குள் மாதம் போய்விடும், நான் எடிட் செய்கிறேன்.

“கதையைத் திருத்தம் செய்ய எனக்குச் சில நாள்கள் ஆயின. மௌனியின் சிறுகதை வடிவம் அவருக்கு இயல்பாக வந்த ஓர் அற்புதம். போகிற போக்கில் காட்சிகளைத் தோற்றுவிப்பதும், பிம்பங்களை (images) உயிர்ப்பிப்பதும் அவருடைய எழுத்துகளின் வலிமை. இந்த அவருடைய பெருமைகளுக்குச் சற்றும் ஊனம் ஏற்படாமல் கதையைத் திருத்தம் செய்ய எனக்கு மிகக் கவனம்

தேவைப்பட்டது. கால், அரை, முற்றுப்புள்ளிகளைக்கூட ஜாக்கிரதையாகப் பயன்படுத்தவேண்டியிருந்தது...

இரண்டாவது கதை வந்து சேர்ந்தது. அதுவும் முதல் கதைபோலவே இருந்தது. நானே அதையும் ஒழுங்குபடுத்தி 'நினைவுச்சுவடி' என்ற பெயரிட்டு தேனீயில் வெளியிட்டேன்... மௌனியின் தமிழ் பற்றி எனக்குக் கவலையும் வியப்புமாக இருந்தது. மணிக்கொடியில் வெளியான கதைகளின் கைப்பிரதிகளும் இப்படித்தான் இருந்தனவா? பி.எஸ். ராமையா எடிட் செய்தாரா, வேறு யாராவது அவருக்கு உதவினார்களா? அல்லது மௌனியின் கைப்பிரதிகள் சரியான தமிழில் இருந்தனவா?"

மொழியறிவை வைத்து ஒரு படைப்பாளியின் உன்னதமான எல்லைகளைத் தொடும் படைப்பாற்றலைக் குறைத்து மதிப்பிடக் கூடாது என்கிற வாதத்தை நானும் ஏற்றுக்கொள்கிறேன். ஆனால், மௌனிக்குத் தன் படைப்புகளின் மீது ஆகக்கூடுதலான உயர் அபிப்ராயம் இருந்ததும், தமிழ் மொழியையும் தமிழ் வாசகர்களையும் அவர் மிகவும் குறைத்து எடை போட்டதும் ஏற்க இயலாதவை.

"ஐநூறு வருடமானாலும் நான் என் 24 கதைகளில் உருவாக்கிய அக உணர்வுகளின் நுட்பங்களை தமிழ் புரிந்துகொள்ளாது" என்று மௌனி சொன்னார். "மௌனியின் அனுபவம் தமிழ் மரபின் மந்தத்தனத்துக்கும் ஜீரணத்துக்கும் அப்பாற்பட்டது. அதைப் புரிந்து கொள்ளவே இயலாமற் போய்விட்டது" என்று வெங்கட்சாமிநாதனும் மௌனியின் இலக்கியத்தடம் நூலில் தன் கட்டுரையில் தமிழின், தமிழரின் போதாமை குறித்து விசனப்பட்டுள்ளார். இதெல்லாம் ரொம்ப ஓவர். இதற்கு எழுத்தாளர் ஜெயமோகன் சொன்ன பதிலோடு நான் உடன்படுகிறேன்.

"தமிழ் இலக்கியத்தின் பெரும்பகுதி அகத்துறையே. என் வாசிப்பில் அகச் சித்திரிப்பில் உலக இலக்கியத்தின் மிகச்சிறந்த உதாரணங்கள் தமிழிலேயே உள்ளன. அகவுலகைச் சித்திரித்த தமிழ்க் கலைஞர்கள் நூறு பேரின் பெயரை பட்டியலிட்டால் மௌனியை இலக்கிய நுண்ணுணர்வுள்ள எவருமே சேர்க்கத் துணியமாட்டார்கள். மௌனியின் பிரச்னை என்ன? புதுமைப்பித்தன் தவிர்த்த மற்ற தமிழ் நவீனத்துவ படைப்பாளிகளைப்போலவே மௌனியும் தமிழ் இலக்கிய மரபில் அறிமுகம் உள்ளவரல்ல. அவருக்கு உண்மையிலேயே தமிழ் வந்து சேர்ந்திருக்கும் இடம், அதன் விரிவும் மகத்துவமும் தெரியாது.

கல்லூரிக் கல்வி மூலம் தான் கற்ற மேலைக் கற்பனாவாதத்தைத் தன்னுடைய அக்ரகாரப் புழங்குமொழியில் சொல்ல முயன்றார் அவர். பிரவுனிங்கும், கூல்ரிட்ஜும் ஷேக்ஸ்பியரால் பண்படுத்தப்பட்ட மில்டனால் அகலப்படுத்தப்பட்ட மொழியில் எழுதினார்கள். கிரேக்கச் செவ்வியல் மரபின் பெரும் படிமச்செல்வத்தை, சொல்வளத்தை சுவீகரித்துக் கொண்டு எழுதினார்கள். மௌனியின் படைப்புமொழி எந்த மரபிலிருந்தும் வேர்நீர் பெறாத இலைவெளுத்த செடி.

“மௌனியின் இலக்கியாண்மை” என்கிற நூலில் முற்றிலும் வேறொரு கோணத்தில் மௌனியின் மொழியை விமர்சிக்கிறார் ஆய்வாளர் ஜமாலன்:மௌனியின் மொழிப்பரப்பு என்பது “தமிழுக்குள் சமஸ்கிருத அனுபவங்களை(இசை, தத்துவம் போன்றவை உருவாக்கும் அகத்தெழுச்சிகளை) மொழி மாற்றம் செய்வதற்கும் அதற்கான பரப்பைக் காப்பதற்குமானதாக அமையப்பெற்றது எனலாம். 30 களிலேயே பிராந்திய தேசியம் பார்ப்பனிய அழிவிற்கானதாக அவரால் உணரப்பட்டதன் (sense செய்யப்பட்டதன்) விளைவே இந்த மொழியின் மர்மப்பரப்பு, அவரது குழுவிற்கான அல்லது, பெருந்தேசிய சாராம்சவாத பார்ப்பனியப் பண்பாட்டிற்கான, ஒரு வெளியாக உருவமைகிறது எனலாம். இதன் விளைவே தமிழ் வாக்கிய அமைப்பை மீறியதான தோற்றத்தை தருவதாக இருக்கிறது. அவரது எழுத்துக்கள்” என்று மௌனியின் எழுத்தின் உள் அரசியலைப் போட்டுடைக்கும் ஜமாலன் “தமிழில், 60 களில் உருவான, சமூகம்/மக்கள் சார்ந்த கலை இலக்கியப் பார்வைகளுக்கு எதிராக ‘கலை கலைக்காகவே’என்பதான ஓர் இலக்கிய இயக்கம் மௌனி என்கிற பீடத்தைச் சுற்றி உருவமைந்தது.” என்று முடிக்கிறார்.

“மரணம், வாழ்வின் நிச்சயமின்மை, ஆண்-பெண் உறவு ஆகியவற்றைப் பற்றியே தன் எல்லாக் கதைகளிலும் எழுதியவர் மௌனி.

இவ்வளவு பலவீனங்களுடனான மௌனியின் எழுத்து, ஏன் காலம்காலமாக விதந்தோதப்பட்டு வருகிறது என்பது ஒரு முக்கியமான கேள்வி. மௌனியின் கதைகளில் கதை என்று பெரிதாக ஒன்றும் இல்லை. ஒருவித தீவிர மனநிலையில் எல்லாக் கதாபாத்திரங்களும் பேசுவதும், கதையின் போக்கில் இயல்பாகத் தெறித்து விழும் சில நுட்பமான வரிகளுமே அவர் எழுத்தின் மீது ஒரு மயக்கத்தை ஏற்படுத்தியிருக்கும்.

“ஆழித் தண்ணீரில் எல்லை பிரித்துக் கோடிட்டதுதானா நம் வாழ்க்கை...? அசைந்து அசைந்து மிதக்கும் தோணி (மனம்) எல்லை கடக்க அறியாது கடந்தது போலும்!”

“அவன் அழகின் பாழ்பட்ட வசீகரன்”

“சூனிய வெளியில் வாழ்க்கையின் லஷ்யப்பாதையை அமைக்க, அவள் இரு விழிகளும் சுடரொளியாக அமைந்தனவெனக் கண்டான்”

அழியாச்சுடர் கதையில் வருகின்ற புகழ்பெற்ற வாசகம், “நாம் சாயைகள்தானா? எவற்றின் நடமாடும் நிழல்கள் நாம்?”

இப்படியான தெறிப்புகளும் பழகிய தடத்தில் வண்டி ஓட்டாமல் மொழியையும் நடையையும் வேறொன்றாக்கியதும்தான் மௌனிக்கு ஓர் அந்தஸ்தைத் தந்துவிட்டன எனலாம். இந்தத் தத்துவச்சாயல் கொண்ட கவித்துவமான தெறிப்புகளை உரைநடையில் கொண்டுவந்த முதல் தமிழ்படைப்பாளி அவர்தான். சிறுகதையையே கவிதையாக மாற்றி ஜாலம் புரிந்தவர் என்பதால் ஒரு வியப்பும் மயக்கமும் அவர்மீது நமக்கு இருந்துகொண்டே இருக்கிறது.

அடுத்த வேளை சோத்துக்கு என்ன வழி என்று நடுத்தெருவில் நிறுத்தப்பட்ட புதுமைப்பித்தனின் வாழ்க்கையைப்போன்ற ஒரு வாழ்க்கையல்ல மௌனிக்குக் கிடைத்தது. ஒரு வேலைக்கும் போகாமல் இலக்கிய-தத்துவ அரட்டைகளுக்கு நாட்களைத் தத்தம் செய்ய முடிந்த வாழ்க்கைப் பின்னணி அவருடையது. க.நா.சு இலக்கியத்துக்காக சொந்த ஊரைவிட்டு ஒரு டைப்ரைட்டருடன் சென்னைக்குக் குடிபோக முடிந்ததைப்போல, பொருளாதார நெருக்கடி அற்ற வாழ்க்கைதான் மௌனிக்கும்.

ஆனாலும், அவர் பெற்ற மகன்களில் மூத்த மகன் முப்பத்திரண்டாம் வயதில் சாலை விபத்தில் மரணமடைந்தார். இரண்டாவது மகன் இருபத்தெட்டாம் வயதில் மனச்சிதைவுக்கு ஆளாகி மனநோயாளியாகத் திண்ணையில் அமர்ந்துவிட்டார். மௌனி, தன்னுடைய மேதைமை அத்தனையையும் பெற்ற மகன் என நம்பிய கணிணித்துறை வல்லுநரான, மூன்றாவது மகன் மணமாகி இரண்டு ஆண்டுகளில் திடீரெனக் குளியலறையில் மின்சாரம் தாக்கி இறந்துவிட்டார்.

புத்திர சோகத்தில் மூழ்கிய வாழ்க்கைதான் அவருக்கு லபித்தது. இந்தப் புறச்சூழல்தான் அவருடைய எழுத்தில் வாழ்வின்

நிச்சயமின்மை குறித்தும் மரணம் குறித்தும் மீண்டும் மீண்டும் பேசவைத்தது. அன்றைக்கு வீறு கொண்டெழுந்த தேசிய இயக்கத்திலோ, சமூக சீர்திருத்த இயக்கத்திலோ 40களில் அவர் வாழ்ந்த தஞ்சைச் சீமையில் சாட்டையடிக்கும் சாணிப்பாலுக்கும் எதிராகக் கிளர்ந்தெழுந்த பண்ணையடிமைகளின் போராட்டத்திலோ, அவர் மனம் ஈடுபாடு கொள்ளவில்லை. திரும்பிக்கூடப் பார்க்கவில்லை. அக்கிரகாரத்தைவிட்டு வெளியேறாத வாழ்க்கைச் சூழலில் வைத்தே அவரது படைப்புகளைக் காண முடியும். அப்புறம் எப்படி அவரைச் சிறுகதையின் திருமூலர் என்று புதுமைப்பித்தன் சொன்னார்?

“இந்தத் திருமூலர் பட்டத்தை பெரிதாகக் கருத வேண்டியதில்லை. மௌனியும் கருதியதாகத் தெரியவில்லை. ஓர் அதிர்ச்சிக்காக வெளிப்படுத்திய கருத்து என்றே நான் கருதுகிறேன்” என்பது அசோகமித்திரனின் வாக்கு.

“மௌனியை சிறுகதையின் திருமூலர்” என்று புதுமைப்பித்தன் ஏதோ வேகத்தில் குறிப்பிட்டுவிட்டார் என்றே எனக்குத் தோன்றுகிறது. ‘என்னை நன்றாக இறைவன் படைத்தனன், தன்னை நன்றாகத் தமிழ் செய்யுமாறே’ என்று அடக்கமானவர் திருமூலர். தமிழரால் எந்த ஆழத்துக்கும் செல்ல முடியும், எந்த உயரத்துக்கும் ஏற முடியும் என்பதைச் செய்துகாட்டியவர். தமிழ் மொழியை எவ்வளவு அழகாய்க் கையாள முடியும் என்பதை இன்றைய எழுத்தாளர்களுக்கும் உணர்த்தும் வழிகாட்டி. பிழையின்றி தமிழ் எழுத முடியாத ஒருவரைத் திருமூலரோடு ஒப்பிட்டுப் பேசுவது பொருத்தமற்றது. 'திருமூலரோடு என்னை ஒப்பிட்டு புதுமைப்பித்தன் ஏன் பேசினார்? என்று அவரையே கேட்க வேண்டும் என்று மௌனியே கூறுகிறார்.” என்பது எம்.வி.வெங்கட்ராமின் கூற்று.

தெளிவான மொழி அரசியல், பண்பாட்டு அரசியல் கொண்ட மௌனியின் எழுத்துக்களை அதற்குரிய தன்மையுடன் அணுகுவதே சரி.

மௌனியை வாசிப்போம். தெய்வநிலைக்கு உயர்த்தி அவருக்கும் பிற முன்னோடிகளுக்கும் அநியாயம் செய்யாதிருப்போம்.

ஆர்.எஸ். மணி என்பது மௌனியின் இயற்பெயர். மௌனி என்னும் புனைப்பெயரை அவருக்கு சூட்டியவர் ஆசிரியர் பி. எஸ். ராமையா. புனைப்பெயரைப் பொய்யாக்கி நிறையப்பேசுகிற சுபாவம் அவருக்கு என்பது இன்னொரு நகை முரண்.

6

கு. ப. ராஜகோபாலன்

(1)

“இந்த 10 ஆண்டுகளாக பரதேசிபோல் திரிந்தபோதும், உப்புச் சத்தியாக்கிரகம் காரணமாக ஆறு மாத காலம் சிறையில் இருந்தபோதும் அடிக்கடி என் மனதில் தோன்றி, என்னை மயக்கிய பெண் உருவம் யாருடையது எனத் தவித்தேன். அப்பா! அது நூருன்னிஸாவுடையதுதான். முக்காடிட்ட ஒரு சிறுமியின் குற்றமற்ற முகம்; அதில் மை தீட்டிய இமைகளிடையே குறுகுறுவென அசைந்தாடும் இரண்டு விழிகள்.

ரோஜாக்களிடையே மல்லிகையைப்போல கீழ் இதழை சற்றே கடித்து வெளியே தொற்றிய பல் வரிசை. இத்தகைய உருவம் மோகினிபோல் என் மனதில் குடிகொண்டு ஆட்டிவைத்ததே... அது அவளுடையது!"

(கு.ப.ரா-வின் நூர் உன்னிஸா கதையிலிருந்து...)

'கு.ப.ரா' என்றழைக்கப்படும் கு.ப.ராஜகோபாலனைப் பற்றி யார் பேசினாலும் முதலில் வந்து விழும் வார்த்தைகள், 'ஆண்-பெண் உறவுதான் அவர் எழுத்தின் சாராம்சம்' என்பதுதான். “பெண்ணின் சித்தத்தை இருளாக்கும் உணர்ச்சிகளையும், கருவாக நின்றுவிட்ட வேட்கைகளையும், வெகுநுட்பமாகவும் அநாயசமாகவும் படம் பிடிப்பதில் நிகரற்றவன். பெண் மனதைச்

சித்திரிப்பதில் வல்லவன்” என்பது கு.ப.ரா-வின் நெருங்கிய சகாவான கரிச்சான் குஞ்சுவின் கூற்று.

`நான் முதன்முதலாக எழுதிய கதை `நூர் உன்னிஸா. ’ நான் திருச்சியில் மூன்றாவது பாரத்தில் படிக்கும்போது என்னுடன் முகமது அலி என்கிற முஸ்லிம் பையன் படித்துக்கொண்டிருந்தான். அவனுக்கு கணக்கு வராது. நானும் கணக்கில் புலியல்ல. ஆனால், சனிக்கிழமைதோறும் அவன் வீட்டுக்கு என்னை அழைத்துக்கொண்டு போய், கணக்குப் போட்டுக் கொடுக்கச் சொல்வான். அந்த மாதிரி ஒரு தடவை போனபோதுதான் நூர் உன்னிஸாவின் மூல விக்கிரகத்தைப் பார்த்தேன். அவ்வளவு அழகான சிறுமியை நான் இன்னும் பார்க்கவில்லை. அன்று பார்த்த அவள் சாயலும் என் இளம் உள்ளத்தில் அப்படியே பதிந்துவிட்டன. இருபது வருடங்களுக்குப் பிறகும் அவை என் மனதில் தங்கி, நூர் உன்னிஸாவின் வர்ணனையாக அமைந்தன. அந்தக் கதையில் பாக்கி எது, கற்பனை எது, உண்மை எது என்று நான் சொல்ல வேண்டும் என்று நீங்கள் எதிர்பார்க்கிறீர்களா?' கதையின் மூலம் பற்றிப் பேசும் இடத்தில் கு.ப.ரா-வே இப்படி எழுதுகிறார்...

“வாழ்க்கை என்னும் பெருநதி ஓடிக்கொண்டே இருக்கிறது. அதிலிருந்து ஒவ்வோர் எழுத்தாளனும் ஒரு குடத்தைக் கொண்டுபோய் நீர் மொண்டு வந்து நமக்குத் தருகிறான்' என்று அன்னதா சங்கர்ராய் குறிப்பிடுவார். அந்தக் குடத்தின் அளவையும் தன்மையையும் பொறுத்து நமக்குக் கிடைக்கும் கதையின் தன்மை அமையும். அந்தக் குடம் எழுத்தாளனின் வாழ்க்கைக் கண்ணோட்டம், வாழ்க்கை அனுபவம், வாசிப்பு அனுபவம், இலக்கியக் கொள்கை இவற்றால் வடிக்கப்பட்டதாக இருக்கும். கு. ப. ரா-வின் குடம், பெண்மனம் - ஆண் மனம் என்பதில் மையம்கொண்டு நமக்கு நீர் வார்க்கிறது. உப்புச் சத்தியாக்கிரகத்தில் சிறைக்குப் போனவன் கதையை எழுதுபவர் அல்ல கு.ப.ரா. சிறைக்குப் போனவனின் மனதில் மோகினிபோல் குடிகொண்டுவிட்ட பெண்ணைப் பற்றி எழுதுபவர்தான் கு.ப.ரா. இதுதான் அவரது கலையின் அரசியல்.

“என் கதைப் புத்தகத்தை விமர்சனம் செய்தவர்களில் யாரோ ஒருவர், நான் உடைந்த மனோரதங்கள், நிறைவேறாத ஆசைகள், தீய்ந்த காதல்கள் இவற்றைப் பற்றித்தான் எழுதுகிறேன் என்று எழுதிய ஞாபகம். இது குற்றச்சாட்டானால் நான் குற்றவாளிதான். நான் கவனித்தவரை, என் அனுபவத்திலும் வாழ்க்கையிலும்

அவைதாம் எங்கே திரும்பினாலும் கண்ணில் படுகின்றன" என்பதே கு.ப.ரா-வின் வெளிப்படையான வாக்குமூலம்.

புதுமைப்பித்தனைப்போலவே வறுமையான பொருளாதாரப் பின்னணிதான் இவருக்கும். 1902ஆம் ஆண்டு ஜனவரியில் பிறந்த கு.ப.ரா., 1944 ஏப்ரல் 27ஆம் தேதி மறைந்தார். 42 ஆண்டுகாலம் வாழ்ந்தார். தெலுங்கு மொழி பேசும் (வீட்டு மொழி) பிராமணக் குடும்பம். தந்தை பட்டாபிராமய்யர் தென்னிந்திய ரயில்வேயில் வேலைபார்த்ததால், குடும்பம் திருச்சியில் வாழ்ந்தது. அவர் நேஷனல் கல்லூரியில் இன்டர்மீடியேட் படித்துக்கொண்டிருந்த 1918ஆம் ஆண்டில் தந்தை காலமானார். ஆகவே, குடும்பம் கும்பகோணத்துக்குக் குடிபெயர்கிறது. அங்கே அரசுக் கல்லூரியில் சேர்ந்து பி.ஏ. படிக்கிறார். சம்ஸ்கிருதத்தைத் துணைப் பாடமாக எடுத்துப் படிக்கிறார். புதுக்கவிதையின் முன்னோடி என அறியப்படும் எழுத்தாளர் ந.பிச்சமூர்த்தி, அவரது கல்லூரித் தோழர்; பக்கத்து வீட்டுக்காரரர். இருவரும் எழுதத் தொடங்கிய பிறகு 'கும்பகோணம் இரட்டையர்கள்' என அறியப்பட்டவர்கள்.

1926ஆம் ஆண்டு சுப்புலட்சுமி என்கிற அம்மணி அம்மாளைத் திருமணம் செய்துகொள்கிறார். பட்டாபிராமன், ராஜாராமன், கிருஷ்ணமூர்த்தி என மூன்று மகன்கள். சோகம் என்னவெனில், இவர் மறைந்த சில ஆண்டுகளிலேயே அவரது மனைவியும் இளைய மகன்கள் இருவரும் இறந்ததுதான். மூத்த மகன் பட்டாபிராமன் மட்டும் தஞ்சையில் வாழ்கிறார். மகன்கள் யாருமே திருமணம் செய்துகொள்ளவில்லை.

மதுரை மாவட்டம் மேலூரில் தாலுகா அலுவலகத்தில் அரசுப் பணியில் சேர்ந்து ரெவின்யூ இன்ஸ்பெக்டராகப் பதவி உயர்வு பெற்றார் கு.ப.ரா. அந்த நேரத்தில் திடீரென அவருக்குக் கண்பார்வை குறைந்துவிட்டதால் வேலை இழப்பு ஏற்படுகிறது. இதைப் பற்றி கு.ப.ரா-வின் சகோதரியும் எழுத்தாளருமான கு. ப. சேது அம்மாள் எழுதுகிறார், 'இலக்கிய உலகில் 'கு.ப.ரா' எனப் பிரபலமடைந்த ராஜகோபாலன், அப்போது கண் நோய் காரணமாக அரசாங்க உத்தியோகத்திலிருந்து விலகியிருந்தார். கண்களில் சதை வளர்ச்சியால் பார்வை தடைப்பட்டது. ஆனால், அவருடைய இலக்கிய திருஷ்டி, ஒருவித சூஷ்ம தரிசனத்தின் உதவியைக்கொண்டு தொடர்ந்து கதை, கவிதைகள் சிருஷ்டித்துக்கொண்டிருந்தார்'. அவர் சொல்லச் சொல்ல அவரது சகோதரி ப.சேதுஅம்மாள் எழுதுவாராம்.

1936ஆம் ஆண்டில் 'தமிழ்நாடு' என்ற தினசரியில் வ. ரா ஆசிரியராகவும், கு. ப. ரா-வும் சி. சு. செல்லப்பாவும் உதவி ஆசிரியர்களாகவும் சிறிது காலம் பணியாற்றினர். கும்பகோணத்தில் ஆர். மகாலிங்கம் என்கிற மருத்துவர் செய்த சிகிச்சையால் கண் பார்வை ஓரளவு மீண்டது. எழுத்தை நம்பியே இனி வாழ்ந்துவிடலாம் என்ற முடிவில் சென்னைக்கு இடம்பெயர்ந்தார். குடும்பம் கும்பகோணத்தில் இருக்க, இவர் மட்டும் சென்னையில்- புதுமைப்பித்தனைப்போலவே.

'1937ஆம் ஆண்டில் குடும்பத்தை சென்னைக்கு அழைத்துச் செல்கிறார். சமாளிக்க முடியாமல் மீண்டும் கும்பகோணத்துக்கே வருகிறார். அவருடைய நண்பரான பிச்சமூர்த்திக்கு, கோயில் நிர்வாக அலுவலர் வேலை கிடைத்ததால் அவரும் சென்னையிலிருந்து கும்பகோணம் வந்துவிட்டார். கும்பகோணத்துக்குத் திரும்பிய கு.ப.ரா., துணிச்சலான முயற்சி ஒன்றை மேற்கொண்டார். 'மறுமலர்ச்சி நிலையம்' என்ற பெயரில் புத்தக விற்பனை நிறுவனம் ஒன்றை ஆரம்பித்தார். அவருடைய வீட்டுத் திண்ணைதான் வியாபார ஸ்தலம். ஒருமுறை நான் அவரைப் பார்க்கச் சென்றபோது, அவருடைய விற்பனைக் கலையை நேரில் கண்டு திகைப்புற்றேன். நண்பர்கள் வந்து திண்ணையில் உட்காருவார்கள். புத்தகங்களை எடுத்துப் புரட்டுவார்கள். சிலர் திண்ணைக்கே நாள்தோறும் வந்து தொடர்கதையாகப் படித்து முடித்துவிடுவார்கள். இன்னும் சிலர், எடுத்துக்கொண்டு போய்ப் படித்துவிட்டு திருப்பிக் கொடுத்துவிடுவார்கள். விற்பனை என்ற பேச்சுக்கே இடமில்லை. 'என்ன செய்வது... தாட்சண்யமாய் இருக்கிறது. புத்தகங்களை விரும்பிப் படிக்கிறார்களே. அதுவே ஒரு நல்ல காரியம்தானே?' எனும் கு.ப.ரா., ஓர் அப்பாவியாகத்தான் வாழ்ந்தார்' என, சிட்டி எழுதுகிறார்.

"1943ஆம் ஆண்டில் 'கிராம ஊழியன்' இதழின் கௌரவ ஆசிரியராகப் பொறுப்பேற்றார். இந்தச் சந்தர்ப்பத்தில்தான் நானும் தி. ஜானகிராமனும் அவருடன் பழக வேண்டும் என்ற ஒரே நோக்கில் சென்னையில் பார்த்த உத்தியோகத்தையும் உதறிவிட்டுக் கும்பகோணத்துக்கு வந்து சேர்ந்தோம்" எனக் கரிச்சான் குஞ்சு குறிப்பிடுகிறார். எப்படியான நண்பர்கள் அவருக்கு வாய்த்திருக்கிறார்கள் என்பதை வாசிக்கையில், வியப்பும் பெருமூச்சுமே எழுகின்றன. ஆனாலும் காலம் அவரை வஞ்சித்தது.

1944ஆம் ஆண்டு ஏப்ரலில் தஞ்சையில் `கலாமோகினி' இதழின் ஆசிரியரான சாலிவாகனன் திருமணத்துக்குச் சென்றுவிட்டு, விடிய விடிய கல்யாண ஊர்வலத்தில் நடந்தும் நாகஸ்வரக் கச்சேரி கேட்டும் கால் வலியுடன் கும்பகோணம் திரும்பியிருக்கிறார்கள் கு.ப.ரா-வும் தி. ஜானகிராமனும் கரிச்சான் குஞ்சும். அந்தக் கால்வலியே அவருடைய வாழ்வைக் குடித்த `காங்கரின்' என்ற வியாதியாக மாறியது.

தி.ஜானகிராமன் இதைப்பற்றி எழுதுகிறார், `என் மனதில் இருள் சூழ்ந்து கிடந்தது. கரிச்சான் குஞ்சுவும் என்னோடு சேர்ந்து அழுதுகொண்டிருந்தான். கு.ப.ரா கிடந்த கிடையும் பட்ட சித்ரவதையும் எங்கள் இருவர் மனதிலும் ஓர் அநிச்சயத்தையும் கலவரத்தையும் மூட்டியிருந்தன. நாங்களும் கையாலாகாமல் தவித்தோம். கால்களின் வெளியே இரண்டு பக்கங்களிலும் எரிச்சல். `அது பையப் பைய உயிரை அரித்துக்கொண்டிருக்கிறது' என்று கடைசி மூன்று நாள்களுக்கு முன்னர்தான் எங்களுக்குச் சந்தேகம் வந்தது. ஏற்கெனவே மெலிந்து துவண்ட அந்தப் பூஞ்சை உடல், எப்படி இந்த வதையைத் தாங்குகிறது! கால்கள் இரண்டையும் உடனடியாக வெட்டி எடுக்க வேண்டும் என ஆஸ்பத்திரியில் தீர்மானித்தார்கள். கு. ப. ரா அதை மறுத்துவிட்டார். நனைந்த கண்களுடன் `LET ME DIE A PEACEFUL DEATH' என்று சொல்லிவிட்டு `காவேரி தீர்த்தம் ஒரு டம்ளர் வேண்டும்' என்றார். ஓடிப்போய் கொண்டுவந்து கொடுத்தார்கள். கை நடுங்க அதை வாங்கி ஒரு வாய் குடித்தார். உடனே உடல் துவண்டது. வீட்டுக்குக் கொண்டுபோவதற்குள் உயிர் பிரிந்தது.'

`இலக்கியப் பணி ஒன்றையே நம்பி வாழ்க்கை நடத்துவது கஷ்டம் என்பதை நிரூபித்தவர்கள் கு. ப. ரா-வும் புதுமைப்பித்தனும்' என்று புதுமைப்பித்தனின் துணைவியார் கமலா, புதுமைப்பித்தன் நினைவு மலரில் எழுதினார்.

(2)

1964ஆம் ஆண்டில் சிட்டி அவர்களின் முன்னுரையுடனும் தி.ஜானகிராமன் அவர்களின் பின்னுரையுடனும் வெளியிட்ட கு.ப.ரா-வின் `சிறிது வெளிச்சம்' தொகுப்பை 70-களில் நான் வாசித்தேன். `சிறிது வெளிச்சம்' கதை, அந்த இள வயதில் என்னை அப்படியே ஆட்கொண்டுவிட்டது.

அந்தக் கதையில் சாவித்திரியின் புருஷன் பகல் முழுவதும் வீட்டில் இருக்க மாட்டான். இரவில் இருப்பதாக பெயர் பண்ணுவான். பெரும்பாலும் ராத்திரி 2 மணிக்கு வந்து கதவைத் தட்டுவான். பக்கத்து வீட்டில், கதை சொல்லும் எழுத்தாளன் குடியிருக்கிறான். தினமும் சாவித்திரியை அவன் கணவன் அடிக்கிறான், உதைக்கிறான். ஒருநாள் இதுபோல் சாவித்திரியை அடித்துக் கொண்டிருக்கும்போது எழுத்தாளன் போய் கதவைத் தட்டுகிறான். `நீ உன் மனைவியை இப்படி அடித்தால், நான் போலீஸை அழைத்து வருவேன் அல்லது நானே உன்னை உதைப்பேன்' என்று ஆத்திரத்தில் குறுக்கிடுகிறான். `நான் போகிறேன்' எனச் சொல்லிவிட்டு புருஷன் வெளியே போகிறான். கதை சொல்லும் எழுத்தாளன் வீட்டுக்குள் சாவித்திரி வருகிறாள். தாழ்ப்பாள் விடுபடும் சத்தம் கேட்டது. நான் படுக்கையிலிருந்து சட்டென எழுந்து உட்கார்ந்தேன். அவள் என் அறை வாசலில் வந்து நின்றதுபோல் தோன்றிற்று. உடனே எழுந்து மின்சார விளக்கைப் போட்டேன்.

"வேண்டாம் விளக்கு வேண்டாம். அணைத்து விடுங்கள் அதை" என்றாள் அவள்.

உடனே அதை அணைத்துவிட்டு, படுக்கையில் வந்து உட்கார்ந்தேன். அவள் என் காலடியில் வந்து உட்கார்ந்து கொண்டாள்...

"நீ சொல்வதெல்லாம் சரி என்றுதான் எனக்குத் தோன்ற ஆரம்பிக்கிறது."

"நிஜமா!" என்று எழுந்து என் பக்கத்தில் வந்து உட்கார்ந்தாள்.

"பொய் சொன்னால்தான் நீ உடனே..."

"அப்பா, இந்தக் கட்டைக்குக் கொஞ்சம் ஆறுதல்!"

"சாவித்திரி, உன்னால் இன்று என் அபிப்பிராயங்களே மாறுதல் அடைந்துவிட்டன."

"அதெல்லாம் இருக்கட்டும். இந்த அந்தரங்கம் நம்முடன் இருக்கட்டும், என் கட்டை சாய்ந்த பிறகு வேண்டுமானால் யாரிடமாவது சொல்லுங்கள்."

"ஏன் அப்படிச் சொல்கிறாய்?"

“இல்லை, இனிமேல் இந்தச் சரீரம் என் சோகத்தைத் தாங்காது. ஆனால், எதனாலோ இப்போது எனக்கே ஒரு திருப்தி ஏற்படுகிறது.”

“நான் சொல்லவில்லையா?” என்று நான் என்னையும் அறியாமல், துவண்டு விழுபவள்போல இருந்த அவளிடம் நெருங்கி, என்மேல் சாய்த்துக்கொண்டேன். அவள் ஒன்றும் பேசாமல் செய்யாமல் கண்களை மூடிக்கொண்டு சிறிது நேரம் சாய்ந்துகொண்டாள்.

இவ்வளவு மாதங்கள் கழித்து, நிதான புத்தியுடன் இதை எழுதும்போதுகூட, நான் செய்ததைப் பூசி, மெழுகிச் சொல்ல மனம் வரவில்லை எனக்கு. இப்படி மனம்விட்டு ஒரு பெண் சொன்ன வார்த்தைகளைக் கொஞ்சம்கூட மழுப்பாமல் எழுதிய பிறகு கடைசியில் ஒரு பொய்யைச் சேர்க்க முடியவில்லை.

மெள்ள அவளை படுக்கையில் படுக்கவைத்தேன், என் படுக்கையில்! அப்போதும் அவள் ஒன்றும் சொல்லவில்லை. அவ்வளவு ரகசியங்களை ஒரேயடியாக வெளியே கொட்டின. இதழ்கள் ஓய்ந்துபோனதுபோல பிரித்தபடியே கிடந்தன.

திடீரென “அம்மா... போதுமடி!” என்று கண்களை மூடியவண்ணமே முனகினாள்.

“சாவித்திரி... என்னம்மா?” என்று நான் குனிந்து அவள் முகத்துடன் முகம் வைத்துக்கொண்டேன்.

“போதும்.”

“சாவித்திரி விளக்கு...”

அவள் திடீரென எழுந்து உட்கார்ந்தாள்.

“ஆமாம். விளக்கை அணைத்துவிட்டுப் படுத்துக்கொள்ளுங்கள். சற்று நேரம் இருந்த வெளிச்சம் போதும்!” என்று எழுந்து நின்றாள்.

“நீ சொல்வது அர்த்தமாகவில்லை சாவித்திரி.”

“இனிமேல் திறந்து சொல்ல முடியாது. நான் போகிறேன். நாளைக்கு வேறு ஜாகை பார்த்துக்கொள்ளுங்கள்.”

“ஏன்... ஏன் நான் என்ன தப்பு செய்துவிட்டேன்.”

“ஒரு தப்பும் இல்லை. இனிமேல் நாம் இந்த வீட்டில் சேர்ந்து இருக்கக் கூடாது. ஆபத்து” என்று சொல்லி என்னைப் பார்த்துவிட்டு, சாவித்திரி தானே விளக்கை அணைத்துவிட்டு சிறிதும் தயங்காமல் உள்ளே போய் கதவைத் தாழிட்டுக்கொண்டாள்.

சட்டென என் உள்ளத்திலும் எரிந்த விளக்கு அணைந்தது.

“போதும்... போதும்... “எது போதும்?” என்றாள். தன் வாழ்க்கையையா... துக்கமா? தன் அழகா, என் ஆறுதலா அல்லது இந்தச் சிறிது வெளிச்சமா?”

என்று முடிகிறது கதை.

தாகூரின் மீது மதிப்புக்கொண்டிருந்தவரான கு.ப.ரா. , தாகூர் திருச்சிக்கு வந்திருந்தபோது அவரை நேரில் சந்தித்திருக்கிறார். அதன் பிறகு மிகுந்த ஆர்வத்துடன் வங்க மொழியைக் கற்றிருக்கிறார். வங்க இலக்கியங்களை ஆழ்ந்து படித்திருக்கிறார். வங்க நாவல்களிலும் கதைகளிலும் வரும் பெண்களைப்போலவே கு.ப.ரா-வின் கதைகளில் வரும் பெண்களும் அறிவார்ந்த உரையாடல்களில் ஈடுபடுவது, வங்க இலக்கியம் இவர் மீது செலுத்திய தாக்கம் எனலாம். புதுமைப்பித்தனின் கதைகளில் தூக்கலாக உள்ள கதை அம்சம் கு.ப.ரா கதைகளில் குறைவு. கு.ப.ரா-வுக்குக் கதாபாத்திரங்களின் மன ஓட்டம்தான் கதை ஓட்டமே. சொல்லாமலே சொல்லிவிட வேண்டும் என்பது கு. ப. ரா-வின் பாதை. ‘ஒவ்வொரு சிறுகதையும் ஒரு கவிதை போல எந்த இடத்தில் முடிகிறதோ, அந்த இடத்தில் தானாகப் பேனா வந்து நின்றுகொள்ள வேண்டும். அதற்குமேல் ஓர் எழுத்தும் நகரக் கூடாது’ என்ற கதை கொள்கை கொண்டவர் கு.ப.ரா. உரையாடல்களிலேயே கதையை நகர்த்தும் தன்மையைப் பல கதைகளில் காணமுடியும்.

கு.ப.ரா-வின் கதை என்பதற்கான சர்வலட்சணங்களும் பொருந்திய இன்னொரு கதை ‘ஆற்றாமை’. முதல் முறை அந்தக் கதையை வாசித்தபோது மனம் அதிர்ந்தது உண்மை. ‘இவ்வளவு அப்பட்டமாகப் பெண் மனதைச் சித்தரிக்க முடியுமா!’ என்ற வியப்பு ஏற்பட்டது.

சாவித்திரியின் புருஷன் வடக்கே எங்கோ மிலிட்டரி சர்வீஸில் இருந்தான். சாஸ்திரத்துக்காக சாந்திமுகூர்த்தம் நடந்த மூன்று நாள் இருந்துவிட்டு அவசர அவசரமாகப் போய்விட்டான். வருஷம்

இரண்டாயிற்று. கடிதங்கள் வந்தன. ஆள் வரக்காணோம். சாந்திமுகூர்த்தம் ஆகாமல் வைத்திருந்தால் நாலு பேர் ஏதாவது சொல்வார்கள் அல்லவா! அதற்காக சம்பந்திகள் இருவரும் சேர்ந்து முகூர்த்தத்தை நடத்திவிட்டார்கள். பிறகு, பெண்ணை விட்டுவிட்டுப் பையன் எவ்வளவு காலம் இருந்தாலும் பாதகமில்லை. நாலு பேர் பிறகு வாயைத் திறக்க மாட்டார்கள். ஆனால், அந்தச் சாந்திமுகூர்த்தம் சாவித்திரிக்கு எமனாகத்தான் பட்டது. உள்ளத்தை அவள் ஒருவிதமாக முன்னர்போலவே அடக்கி ஒடுக்கிவிட்டாள். உடல்தான் ஒடுங்க மறுத்தது. ஒடுங்கிய உள்ளத்தையும் தூண்டிவிட்டது. அந்த மூன்று நாள் அனுபவித்த ஸ்பரிச சுகத்தை அவளால் மறக்க முடியவில்லை. வாய்விட்டு அலறிற்று. சாவித்திரி, நல்ல சரீரக்கட்டு படைத்த யுவதி. இளமைச் செருக்கு அவள் உடலில் மதாரித்து நின்றது. அதன் இடைவிடாத வேட்கையை அவளால் சகிக்க முடியவில்லை. எதிர் வீட்டில் கமலா. புதுப்பெண்டாட்டி. கணவன் ராகவனுடன் சல்லாபமாக இருப்பதும், அதை இங்கு வந்து சாவித்திரியிடம் பகிர்ந்துகொள்வதுமாக இருப்பவள்.

'இந்தக் கமலாவுக்கு எவ்வளவு கொழுப்பு! அகமுடையான் அருகில் இருந்தால் இப்படியெல்லாமா குதிக்கச் சொல்லும்? என்னிடம் வந்து என்ன பீத்திக்கொள்ளவேண்டியிருக்கிறது? நான் கிடக்கிறேன் வாழாவெட்டிபோல. என்னிடம் வந்து என்ன கும்மாளம்! இல்லை. வேண்டுமென்றுதான். நான் பார்த்து வேதனைப்பட வேண்டும் என்றுதான் இப்படியெல்லாம் செய்கிறாள்போலிருக்கிறது! சதா இவள் அகமுடையான் சொன்னது என்ன பிரதாபம்! இவள்தான் அகமுடையானைப் படைத்தவளோ?... ஏன் தலைகீழா நிற்க மாட்டாள். உடனொத்தவள் நான் தனியாகக் கிடந்து சாவதைப் பார்த்து நாம் இவ்வளவு சந்தோஷமாக இருக்கிறோமே என்று அவளுக்குப் பெருமை! நான் நொந்துகிடக்கிறேன், நொந்துபோயிருப்பேன் என்று கொஞ்சமாவது அவளுக்குத் தோன்றினால்... எப்படித் தோன்றும்? பட்டால் அல்லவா தெரியும் அவளுக்கு'- சாவித்திரி பொருமிக்கொண்டே படுத்திருந்தாள். அப்போது ராகவனைத் தேடி அவனுடைய நண்பன் சீனு வருகிறான்.

சாவித்திரி அவனை "எதிர்வீட்டுக் கதவை சும்மா தட்டுங்கோ!" என்று குரூரத்துடன் வழிகாட்டுகிறாள். அவன் கதவைத் தட்டியதும் ராகவன் எழுந்து வந்து திறக்கிறான். "ஓ, வாருங்கள்!" என்று

ராகவன் பலதரப்பட்ட உள்ளக் கலவரத்தில் கதவைத் திறந்தபடியே விட்டுவிட்டு சீனுவை வாசலுக்கு அழைத்துக்கொண்டு போனான்.

ஒரு விநாடி சீனுவின் கண்களில் ஒரு காட்சி தென்பட்டது. மின்சார விளக்கு எரிந்துகொண்டிருந்தது. வாசற்படிக்கு எதிரே கமலா ஆடை நெகிழ்ந்த நிலையில் படுத்திருந்தவள், ராகவன் உடம்பு கதவு திறந்த இடத்திலிருந்து விலகினதும் சடாரென எழுந்து கட்டிலை விட்டுக் குதித்து சுவர் ஓரம் ஓடினாள்.

சாவித்திரி இன்னும் கொஞ்சம் நன்றாகப் பார்த்தாள். கமலா தலையில் கட்டுப் பூ தொங்கிக்கொண்டிருந்தது. அறையிலிருந்து மல்லிகை வாசனையும் ஊதுவத்தி வாசனையும் கம்மென வெளியேறின. அந்தரங்கம் திறந்துகிடந்தது போன்ற அந்த அறையை அதற்குமேல் அவளால் பார்க்க முடியவில்லை. ஏகாந்தம் ஆடையற்று நின்றது போன்ற அந்த ஒளி அவள் கண்களுக்குக் கூச்சத்தைக் கொடுத்தது. சத்தம்வராமல் அறைக்கதவைச் சாத்திக்கொண்டாள். திடீரென ஒரு வருத்தமும் பச்சாதாபமும் தோன்றி அவளைத் தாக்கின. “என்ன காரியம் செய்தேன்!’ என்ன பாவம் செய்தோ, யாரைப் பிரித்துவைத்தோ இப்போது இப்படித் தனியாகக் கிடந்து தவிக்கிறேன். ஐயோ..." அளவற்ற ஆவலில் ஒன்றையொன்று கவ்விக்கொண்டு கலந்த இரண்டு உள்ளங்கள் ஒரு கணத்தில் சிதறி தூரத்தில் விழுந்தன. கமலா கண்ணீர் பெருகாத தோஷமாக, மகாகோபத்துடன் ஆடையைச் சீர்திருத்திக்கொண்டு விளக்கை அணைத்துவிட்டுப் படுக்கையில் படுத்தாள்.

சீனுவை அனுப்பிவிட்டு ராகவன் உள்ளே வந்தான்.

மெதுவாகக் கட்டிலில் ஏறி கமலாவைத் தொட்டான். கமலா அவன் கையைப் பிடுங்கி உதறி எறிந்தாள். ....

கமலா மூக்கைச் சிந்தும் சத்தம் கேட்டது.

“திருப்திதானா பேயே!" என்று சாவித்திரி தன்னைத்தானே உரக்கக் கேட்டுக்கொண்டாள்.

இவ்வாறு முடிகிறது ‘ஆற்றாமை’. இக்கதை கூட அவர் வாழ்வில் நடந்த ஒரு நிகழ்ச் சியை அடிப்படையாகக்கொண்டு எழுதப்பட்டதுதான் என்று கரிச்சான் குஞ்சு கூறுகிறார்.

அவர் காட்டிய பெண்ணுலகம் அல்லது பெண் மனம் “முழங்காலுக்கு மேல் சேலையைத் தூக்கிக் கட்டச் சொன்ன

பண்ணையாரின் வக்கிரப்பார்வைக்கு இலக்காகி வாழ்ந்த விவசாயக் கூலிப் பெண்ணல்ல. முற்றிலும் நடுத்தர வர்க்கத்துப் பிராமணப்பெண்ணின் மனம்தான். அல்லது அவள் மனம் என இவர் கண்டதுதான்.

"பொதுவாக இவர் கதைகளில் 14 முதல் 17 வயதுள்ள பிராமணக் கன்னிகைகளின் மதர்ப்பான-யௌவன உடல் வனப்பு பற்றிய வர்ணிப்புகள் இடம்பெறுகின்றன. புதுமைப்பித்தனிடம் இதைக் காண்பது அரிது. அவருக்கு இந்த விஷயத்தைச் சொல்ல ஓரிரு சொற்களே போதும்" என்கிற ஆய்வாளர் ராஜ்கௌதமனின் கருத்தை அப்படியே ஏற்க முடியவில்லை. உடல்சார் வர்ணிப்புகள் இல்லாத மனம் சார் வர்ணிப்புகள்தானே அதிகம் கு. ப. ராவிடம்?

பெண்கள் மற்றும் பெண் மனம் பற்றி அதிகம் எழுதிய கு.ப.ரா., பெண் அடிமைத்தனத்துக்கு எதிரான உணர்வுகொண்டவர். ' அவள் இஷ்டம்' என்றொரு கட்டுரை, அவர் பெண் விடுதலை குறித்துக்கொண்டிருக்கும் கருத்தை வெளிப்படுத்துகிறது.

"பெண் அடிமையாகவில்லை. அவள் அடிமையும் ஆக மாட்டாள். ஆகவும் முடியாது. இதுவரையில் அவள் அடிமைபோல இருக்க இசைந்தாள். அவ்வளவுதான். அச்சம், மடம், நாணம், பயிர்ப்பு என்ற வேலிகளை ஆண் மகன் போட்டா பெண்களைக் கட்டுப்படுத்த முடியும்? அவளாகவே அந்த அடைப்புக்குள் போய் புகுந்துகொண்டுஅந்த அடைப்பையே தன் கோட்டையாக்கிக் கொண்டாள். ஆனால், இப்போது அந்த வாழ்க்கை அவளுக்குப் பிடிக்கவில்லை. அது சலித்துப் போய்விட்டது. புதுமை வேண்டுகிறாள். விடுதலை கேட்கிறாள். அந்த ஆட்டம் போதும் இனிமேல் வேண்டாம் என்று அதிலிருந்து விலகி, ஒருகாலத்தில் தானே வேண்டாம் என ஒதுக்கிய சுதந்திரத்தை அடைய விரும்புகிறாள். வேண்டாம் என்கிறாள் பெண். ஆணுக்கு யாதோர் ஆட்சேபனையும் இருக்க முடியாது என்று எண்ணுகிறேன்."

சிட்டி சொன்னதுபோல கு.ப.ரா அப்பாவிதான். இந்தப் பகுதி வாசிக்க வித்தியாசமாக இருந்தாலும் வரலாற்றிலிருந்து துண்டித்து பெண் விடுதலையைக் கற்பனை வெளியில் செதுக்கிப்பார்ப்பதாகவே இருக்கிறது.

இந்தப் 'பெண்மைப்பேச்சு' என்கிற இன்னொரு கட்டுரையில் பெண்விடுதலை கோரும் பெண்ணின் குரலை அங்கீகரித்து எழுதுகிறார். அதிலும் அவள் அடிமைப்பட்டது ஆணின்

அன்பினாலும் அவள் விருப்பப் பட்டும்தான் என்கிறார். ஆண் பெண்ணைப்போற்றி எத்தனை எழுதிவிட்டான். “இத்தனை நாள் இந்தப் போற்றுதலுக்கும் பணிக்கும் உட்பட்டு வந்த பெண் இன்று அதிருப்தி கொண்டுவிட்டாள். இந்தப் போற்றுதலும் பணியும் எனக்கு வேண்டாம். நான் முதலில் நானாக இருக்க வேண்டும்.... பெண் மனிதனை(ஆணை)ப் பார்த்து ‘நானும் உன்னைப் போல ஆவேன்!’ என்கிறாள். இந்த ஆசையில் அவள் தன் கவர்ச்சியைக் கூட இழக்கத் தயாராக இருக்கிறாள். அழகை இழக்க முன் வருகிறாள். என் அழகால் இனிமேல் நான் மனிதனை மயக்க விரும்பவில்லை என்கிறாள்.” என்று எழுதிச்செல்கிறார்

. ஆண் தன் அதீத அன்பினால் அவளை மூச்சுத் திணற வைத்துவிட்டான். இப்போது அவள் அந்த அன்பு வேண்டாம் என்கிறாள் எனில் அவள் இஷ்டப்படி விட்டுவிட வேண்டியதுதான் என்று சற்று சோகத்துடன் சொல்கிறார். பெண் விடுதலை பேசுவதால் பெண் மீதான மயக்கம், காதல் எல்லாம் போய் விடுமே. கலையும் கவிதையும் போய்விடுமே என்கிற கவலை அவருடைய வாதத்தில் உள்ளுறையாக இருப்பதை நம்மால் உணர முடிகிறது. தனிச்சொத்துடமையின் தோற்றத்தோடு பிணைந்த பெண் அடிமைத்தனத்தின் வரலாறு பற்றிய அறிதல் அவரிடம் இல்லை.

ஆனால், அதைத்தாண்டி, பெண்மீதான ஒடுக்குதலும் அவள் அனுபவிக்கும் மூச்சுமுட்டலும் சுயவதையும் அவர் கதைகளில்போல வேறு எவரிடத்திருந்தும் வரவில்லை என்பது மறுக்க முடியாத உண்மை.

(3)

கு.ப.ரா-வின் கதை, உலகம் மிகவும் சிறியது; பிராமணக் குடும்ப வளவுக்குள் நிலைகொண்டிருப்பது. பிற சமூகத்தினரைப் பற்றி அவர் எழுதிய கதைகள் சில உண்டு. பண்ணைச்செங்கான், ராஜத்தின் காதல், அடிமைப்பயல் என.

தன்னுடைய வாழ்வில் நடந்த கதை என்று ஒரு கட்டுரையில் குறிப்பிடும் 'பண்ணைச் செங்கான்' கதையை குத்தகையைக் குறைத்துக் கொடுத்து நில உடமையாளரை ஏமாற்றும் ஒரு குத்தகை விவசாயியாக ‘பறச்செங்கான்’ எனப்படும் செங்கான் வருகிறார்., அந்த கிராமத்திலேயே வயது முதிர்ந்த கிழ உழைப்பாளி அவர்தான். கதைசொல்லும் நில உடமையாளரின்

தாத்தா காலத்திலிருந்து பறச்செங்கான் தான் அவர்கள் நிலத்தைச் சாகுபடி செய்கிறார்.

"காலாவதி காலத்தில் நான் வருஷா வருஷம் என் கிராமத்திற்குப் போய்விட்டு வருவது வழக்கம். நான் போகாவிட்டால் செங்கான் விடமாட்டான். அவன் கொடுத்ததை வாங்கிக்கொண்டு வருவேன். பாதிப்பணம் போய் வருவதில் செலவாகி விடும். அவன் கொடுக்கும் குத்தகை என் பாட்டனார் காலத்தில் ஏற்பட்டது. பக்கத்து நிலங்களுக்கெல்லாம் குத்தகை இரட்டித்து விட்டது. அந்தத்தடவை நான் கிராமத்துக்குப் போயிருந்தபொழுது எல்லோரும் என்னைப் பரிதாபப் பார்வையுடன் பார்த்தார்கள். சிலர் கிட்டே நெருங்கி யோசனை சொன்னார்கள்.

...ஊரெல்லாம் குத்தகை ஏறிப்போச்சு. உங்களை மட்டும் அவன் ஏமாற்றுகிறான். என்று சொல்லிக்கொண்டு ஒருவர் முன் வந்து தாம் ஓர் ஆளை இரண்டு பங்கு குத்தகைக்குப் பேசி விடுவதாகச் சொன்னார்.

...நான் எப்பொழுதும் தாட்சண்யப் பிரகிருதி. புது மனிதன்கூட ஒரே நிமிஷத்தில் என் தலைமேல் ஏறிவிடுவான். நான் மெள்ள ஞெஞ்ஞு மிஞ்ஞுவென்று சொன்னதை அந்த மனிதன் காதிலேயே போட்டுக்கொள்ளவில்லை. வேறு ஆளைப் பேசி என் பேருக்குக் குத்தகைச் சீட்டு எழுதி வாங்கிக்கொண்டு வந்து என்னிடம் கொடுத்து விட்டார். இதை எப்படிச் செங்கானிடம் சொல்வது? அவனை எப்படி அப்புறப்படுத்துவது? என்பவைகளே எனக்குப் பெரிய பிரச்னைகளாகிவிட்டன.

இதுபற்றி செங்கானுக்கும் அரசல் புரசலாகக் காதில் விழுந்திருக்கணும். மறுநாள் வயலில் வரப்பில் என நடந்துகொண்டே அவர்கள் இருவரும் பேசும் பேச்சில் நில உடமையாளரின் மனம் மாறிவிடுகிறது.

'ஏஞ்சாமி, என்னைவிட்டு நெலத்தை மாத்தணும்னு ரோசெனெயா?என் உசிரிலே இன்னொருத்தன் அதுலே ஏரு பிடிக்கவா? முடியுமா எங்கணாச்சியும்? என் நெலத்துலே எவன் நொளைவான்?. பாக்கறேன். அந்த மண்ணுத்தான் அவனுக்கு வெளெய்வாளா?"

"......நாப்பது வருசமா என் கையாலே வரப்புப் பிடிச்சி... வாய்க்கா பிடிச்சி...பெரியய்யா இருந்தா என்னெ வுட்டு

மாத்தனும்னு நெனப்பாங்களா? மண்ணெக் கண்ணாக் காப்பாத்தி_" என்று சொல்லி வந்தவன் திடீரென்று நின்று *"நான் வுடமாட்டேஞ்சாமி!"* என்றான்.

என் மனதில் ஒரு தீர்மானத்திற்கு வந்து விட்டேன்.

"நான் மாற்றுகிறேன் என்று உன்னிடம் சொல்லவில்லையே!" என்றேன்

"அதானே கேட்டேன். ஒரு கலம் அரைக்கலம் நீங்க சாப்பிடறது நான் சாப்பிட்டா என்ன-இந்த வயக்காட்டிலே நான் பட்ட பாட்டுக்கு?நெத்தி வேர்வ நெலத்திலே விள எம்பாங்க-அது எனக்கல்ல தகும்!ராப்பவலா எவன் என்னெப்போல காட்டுலே கிடப்பான்.? ரவைக்கு ரவெ தாவத்துக்குத் தண்ணி கொடுக்கறாப்பேலே தண்ணி கட்டுவான்?- நேரமறிஞ்சு? நம்ம காட்டு லச்சுமி என்னோடே பேசுவாளே! ஒரு வருசம் சூறை உண்டா, சாவி உண்டா, தரிசுண்டா? மூணாம் வருசம் மளெ இல்லாதப்பக் கூட பயிரேத்திப்பிட்டேனே! இந்த வயக்காட்லே ஒளச்சேதான் நான் சாவணும் சாமி! இதே வுட்டா நான் செத்துப்போவேன்!"

பண்ணைச் செங்கான் கொடுப்பது போதும் என்று கதை முடிக்கிறார் கு.ப.ரா.

உண்மையில் இது ஒரு மிக முக்கியமான காலப்பதிவு. '30 களில் சென்னைப்பட்டணத்தில் காலனிய அரசாங்கத்தில் உயர்பதவிகள் உருவான காலத்தில் அதைக் குறி வைத்து கும்பகோணம் மற்றும் மேலத்தஞ்சை வட்டார பிராமண நில உடமையாளர்கள் தங்கள் நிலங்களை மேற்பார்வை பார்த்துக்கொண்டிருந்த காரியக்காரர்களான பிற்பட்ட சாதிக்காரர்கள் பொறுப்பில் குத்தகைக்கு விட்டுச் சென்றனர். இக்கதையில் வருவதுபோல வெகுசில பண்ணையார்கள் தங்களிடம் பண்ணையாளாக இருந்த தாழ்த்தப்பட்ட உழைப்பாளிகள் பொறுப்பிலும் விட்டுச் சென்றனர். கும்பகோணம் பகுதியில் நில உடமை பிராமணர்களிடமிருந்து பிற்பட்ட சாதிக்காரர்களிடம் கைமாறிய வரலாற்றின் துவக்கப்புள்ளி இக்கதையின் காலமாகும். 1934இல் இக்கதையை கு.ப.ரா. மணிக்கொடியில் எழுதியிருக்கிறார்.

பண்ணைச் செங்கானின் அழுத்தமான குரல் இக்கதையில் பதிவாகியிருப்பது குறிப்பிடத்தக்கது. நிலம் வேண்டுமானால் உன் பெயரில் இருக்கலாம் ஆனால் உழைத்து அதைக் 'காட்டு

லட்சுமி' யாக மாற்றியது நானும் என் வியர்வையும் என்று பிசிறற்ற குரலில் பேசுகிறார் செங்கான். அதன் நியாயத்தை 'அப்பாவி' நில உடமையாளரான கு.ப.ரா. ஏற்றுக்கொண்டது போல எல்லாப் பண்ணையார்களும் 30 களில் ஏற்றுக்கொண்டுவிடவில்லை என்கிற பரந்த புறநிலை உண்மையை குபரா எழுதவில்லை. தன்னளவில் கதையை முடித்துக்கொள்கிறார். பல வழக்குகளுக்குப் பின், பஞ்சாயத்துக்களுக்குப் பின் தான் நில உடைமை உறவுகள் நிலை நிறுத்தப்பட்டன. செங்கொடி இயக்கத்தின் தொடர்போராட்டங்களின் விளைவாக குத்தகை விவசாயிகளை நிலத்தை விட்டு வெளியேற்ற முடியாதபடிக்கு "குத்தகை விவசாயிகள் பாதுகாப்புச் சட்டம்" பின்னர் 1952 இல் வந்தது தனிக்கதை.

'அடிமைப்பயல்' கதையை அவர் 1934 இல் எழுதியிருக்கிறார். பண்ணையார் ஒருவரிடம் அப்பன் வாங்கிய கடனுக்காக அடிமைச் சேவகம் புரிந்துகொண்டிருக்கும் பத்து வயதுச் சிறுவன் சோலையை முன் வைத்து எழுதப்பட்ட இக்கதை 30 களில் மேற்குத்தஞ்சை எனப்பட்ட கும்பகோணம் பகுதியின் நில உடமை முறையைப் பதிவு செய்துள்ளது. கீழத்தஞ்சையைப் போல பண்ணையடிமை முறை கும்பகோணம் வட்டாரத்தில் இருக்கவில்லை. ஆனால் இதுபோலக் கடனுக்காக – திருப்பித் தரும் வரை - அடிமைப்படுத்துவது இருந்திருக்கிறது. "இந்த வழக்கம் சில பிராந்தியங்களில் இன்றும் கிராமாந்தரங்களில் இருந்து வருகிறது" என்று கதைக்குள் இதைப் பதிவு செய்கிறார். காலராவால் தாக்கப்பட்டு சோலையின் தகப்பன் சாகக் கிடக்கும்போது கூட இரக்கப்படாத பண்ணையாராக சேர்வைக்காரரைப் படைத்திருப்பதிலும் சோலையின் குடும்பத்தினர் மீது பரிவு ஏற்படும் விதத்தில் எழுதியிருப்பதிலும் கு.ப.ரா. வின் சாய்மானம் புலப்படுகிறது. பிராமணரல்லாத நில உடமையாளர்கள் 30களில் மேலத்தஞ்சை வட்டாரத்தில் எழுந்து வந்ததன் அடையாளமாகவும் இதைப் புரிந்துகொள்ள முடியும்.

கும்பகோணம் எழுத்தாளர்கள் வேறு யாரும் தொடாத பகுதிகளை இந்த இரு சிறுகதைகளில் கு.ப.ரா. தொட்டிருக்கிறார் என்பது மிக முக்கியம்.

(4)

கு.ப.ரா. வின் அரசியல் பார்வை தெளிவானது. அவருடைய ஆழமும் விரிவும் கொண்ட கட்டுரைகளில் அது பளிச்சென

வெளிப்படுகிறது. அவர் மார்க்சியத்தை நிராகரிக்கிறார். காந்தியத்தை ஏற்றுக்கொள்கிறார். வரலாற்றுப் பொருள்முதல்வாதத்தை நிராகரிக்கிறார். ரவீந்திரநாத் தாகூரின் வாழ்க்கைப் பார்வையை ஏற்கிறார். 1902 இல் பிறந்து 1944இல் மறைந்த அவர் இரண்டு உலகப்போர்களையும் கண்டவர். போர்களற்ற ஓர் உலகுக்காக ஏங்கியவர். எந்தப்பார்வை உலகை ஒன்றுபடுத்தும் எனத் தீவிரமாக யோசித்தவர். பல கட்டுரைகளில் இந்தக் கவலையுடன் சித்தாந்தங்களை விவாதத்துக்கு உட்படுத்துகிறார். இரண்டாம் உலகப்போர் துவங்கியதைக் கண்டார். 2 கோடி சோவியத் மக்கள் உயிரைத்தந்து ஹிட்லரைத் தடுத்து நிறுத்தியதைக் காண அவர் இல்லை. சுதந்திரப்போராட்டத்தைக் கண்ட அவர் சுதந்திர இந்தியாவைக் காணவில்லை.

“மார்க்ஸ் பொருளாதார அமைப்பைக் கொண்டே சரித்திரத்தை வியாக்கியானம் செய்தார். முதலாளிக்கும் பாட்டாளி மக்களுக்கும் நிகழும் இடைவிடாத போரின் தொடர்ச்சிதான் சரித்திரம் என்பது அவர் தீர்மானம். வர்க்கப்போர்தான் சரித்திரம்: அதை ஒழித்து வர்க்கமற்ற ஓர் உலகத்தை ஏற்படுத்த சமதர்மம்தான் வழி என்று எதிர்காலத்துக்கு ஒரு திட்டத்தையும் அவர் வகுத்தார். டார்வினுடைய பரிணாம வளர்ச்சித் தத்துவமும், கார்ல்மார்க்சின் பௌதிகவாதமும் பிரச்சாரமானதால் மேல்நாடுகளில் மதப்பற்று அருகிப்போய், கடவுள் நம்பிக்கை குறைந்தது.... கலைகளும் மதமும் எளியவர்களை ஏமாற்றப் பணக்காரர்கள் செய்த சூழ்ச் சிகள் என்று கருதப்படலாயின” என்று ஹெச்.ஜி.வெல்ஸ் பற்றிய தன் கட்டுரையில் கு.ப.ரா. குறிப்பிடுகிறார்.

இந்த உலகம் சுபிட்சமாக வாழ மார்க்சியம் போதாது. அதன் அடித்தளமான விஞ்ஞானமும் போதாது என்பது கு.ப.ரா. வின் நிலைப்பாடு.

“விஞ்ஞானம் மட்டும் தனியே ஒன்றும் செய்ய முடியாது. கலையும் அத்துடன் கலக்க வேண்டும். அதாவது விஞ்ஞானத்தின் முடிவுகள் தமக்கு மேற்போன தெய்வ சங்கற்பத்தை ஒப்புக்கொள்ள வேண்டும். கலை தெய்வ சங்கற்பத்தை ஆதாரமாகக் கொண்டது. உடலும் உயிரும் போல விஞ்ஞானமும் கலையும் சேர்ந்திருந்தால்தான், மானிடன் அதி மானிடனாகி, மனித அறிவுக்கு மேல் விரிவும் ஆழமும் கொண்ட பரந்த பேரறிவைப் பெற்று நடமாட முடியும். பௌதிகவாதிகள், கலை, சமூக

அமைப்பின் மேல் சிகரம்-அதாவது வீட்டின் மேலுள்ள அலங்காரங்கள்-என்று வாதிப்பார்கள். ஒற்றுமை என்பதுதான் என்ன? நேர் எதிரிடையான போக்குக் கொண்டிருக்கும் பௌதிகவாதமும் லட்சியவாதமும் ஒன்றுபட வேண்டும் என்பதுதான் ஒற்றுமை என்று சுருக்கமாகச் சொல்லி விடலாம். நம் நாட்டில் இந்தச் சூட்சுமத்தை வெகு அழகாயும் சுருக்கமாயும், "அம்ருதம் இஹ பவதி" என்ற வாக்கியத்தில் சித்தாந்தம் செய்துவிட்டார்கள். இங்கே-இந்த வாழ்க்கையில் –அழிவின்மை தோன்ற வேண்டும் என்பதுதான் ஒற்றுமை."

தொடர்ந்து கு.ப.ராவின் கட்டுரைகளை வாசிக்கும் போது புதுமைப்பித்தனையும் ந.பிச்சமூர்த்தியையும் போலவே இவரும் விஞ்ஞானத்தையும் கலையையும் எதிர் எதிர் நிலையில் வைத்துப் பார்க்கிறார் என்பது புரியும். மார்க்சியமோ விஞ்ஞானமோ கலையை உள்வாங்கிக்கொள்வதில் பிரச்னையே இல்லை. தெய்வ சங்கற்பத்தை மட்டும் சேர்த்துக்கொள்வது சாத்தியமில்லாத ஒன்று. தெய்வ சங்கற்பம் என்று கு.ப.ரா குறிப்பிடுவதை 'தற்செயல்' என விஞ்ஞானம் கூறுகிறது. கலையை மேல்கட்டுமானம்-அலங்காரம் மட்டுமே என்று மார்க்சியம் சுருக்கிப் பார்க்கவும் இல்லை. அது தவறான புரிதல். 1940 களில் இரண்டையும் எதிராகப் பார்க்கும் போக்கு இருபக்கமும் இருந்திருக்கிறது. அதன் வழியாக ஏற்பட்ட புரிதலே கு.ப.ராவுக்கு இருந்தது எனலாம். அடிக்கட்டுமானம் – மேல்கட்டுமானம் குறித்து குபராவின் காலத்துக்குப் பிறகு நிறைய விவாதங்கள் நடந்து புரிதல் ஆழப்பட்டிருக்கிறது. இப்பார்வை தவிர்த்து அவருடைய கட்டுரைகள் மிகுந்த மேதைமையுடன் எல்லாவற்றையும் இந்திய மண்ணில் நின்று பார்க்கின்றன எனலாம். விஞ்ஞானத்தையே அவர் மேனாட்டார் சரக்கெனச் சற்றே ஒதுக்குகிறாரோ என்கிற ஐயமும் வருகிறது.

'கண்ணன் என் கவி' என்கிற பாரதியைப்பற்றிய கட்டுரையும் 'டால்ஸ்டாய் வாழ்க்கையும் உபதேசமும்' கட்டுரையும் 'ஸ்ரீஅரவிந்த யோகி' என்னும் கட்டுரையும் கு.ப.ரா. என்கிற மேதையை நமக்கு அடையாளம் காட்டுகின்றன. ஆனால் அவருடைய கட்டுரைகள், நாடகங்கள், கவிதைகள் எல்லாவற்றையும் சேர்த்து அவரது ஆளுமையைப் புரிந்துகொள்ளாமல், கதைகளை மட்டுமே பார்த்து 'பெண் மனம்' பற்றி எழுதியவர் என நாம் மிகவும் சுருக்கிப் பார்த்துவிட்டோம்.

மார்க்சிய இலக்கிய விமர்சகரான தோழர் கோ. கேசவன், புதுமைப்பித்தனைவிடக் கு.ப.ரா. தான் சமூகப் பொறுப்புணர்ச்சியைத் தொட்டுத் தழுவி நின்றவர் என மதிப்பிடுகிறார். “புதுமைப்பித்தன் சமூக அநீதிகள் மீது சமரசம் செய்யாமல் சண்டையும் போடாமல் அவற்றைக் கிண்டலாக நமக்குச் சொன்ன இயல்நெறிப் பண்புக்கு (NATURALISM) மாறாக கு.ப.ரா. வின் போக்கு அமைந்துள்ளது. இது அதற்கு எதிரானது அன்று:வேற்றானது ஆகும்.” என்று குறிக்கும் கேசவன் “பொருளின் காரண காரியங்களைக் கண்டு அதன் சாரத்தை உணர மறுக்கும்” புதுமைப்பித்தன் போக்குக்கு மாறாக “ கு.ப.ரா. வின் போக்கு எடுத்துக்கொண்ட கதைக்கருக்களில் பாதிக்கப்பட்டோரின் மீது அனுதாபம் கொண்டு, ஒரு தத்துவத்தின் வழி நின்று கதைகள் எழுதுகின்றது” என்று விளக்குகிறார். (மணிக்கொடியின் இலக்கியக்கொள்கை-கோ. கேசவன்)

அவருடைய ‘அகிம்சையோடு கூடிய பொதுவுடமை’ என்கிற தத்துவத்தில்-புரிதலில்- நமக்கு உடன்பாடு இல்லாவிட்டாலும் அன்றைக்கே இதுபோன்ற உலக நன்மைக்கான எதிர்கால வழிகள் குறித்து விரிவாகவும் ஆழமாகவும் விவாதித்த ஆளுமையாக அவர் இருந்திருக்கிறார் என்பதே மிக முக்கியமானது அல்லவா?

“நாடு மிக விரைவில் விடுதலை பெற்றுவிடும், பலவகையிலும் நல்வாழ்வு பிறக்கும் என்ற நம்பிக்கை குபராவுக்குக் கடைசிவரையில் இருந்தது. வறுமை அவரை வாட்டவில்லை என்று சொல்லிக்கொள்ளலாம் பெருமைக்காக. உண்மையில் வறுமைதான் அவரைக்கொன்றது. அவரும்-அவர் குடும்பமும் சீர்குலைய அதுவேதான் காரணம்” (கரிச்சான் குஞ்சு-கு.ப.ரா. சில நினைவுகள்)

கு.ப.ரா.வின் மறைவுக்குப் பிறகு அவருடைய மனைவியும் இரு புதல்வர்களும் மறைந்துவிட்டார்கள். மூத்த மகன் பட்டாபி அனாதையாக மதுரையில் அலைந்து கொண்டிருந்தார். அவரை அழைத்து வந்து எழுத்தாளர் தஞ்சை ப்ரகாஷ் காப்பாற்றி வந்தார். பிரகாஷ் மறைவுக்குப் பின் சமூக ஆர்வலரான சைக்கிள்கடை மணி உதவிகள் புரிந்து வந்தார் என வே.மு.பொதியவெற்பன் அவர் தொகுத்த “மணிக்கொடி காலம்” நூலில் குறிப்பிடுகிறார்.

7

ந. பிச்சமூர்த்தி

“சொந்த வாழ்வை, குறிப்பிட்ட ஒரு காரியத்துக்கு என சமர்ப்பணம் செய்து வாழவேண்டியதுதான் எந்தத் தமிழனுடைய கடமையும் என நினைக்கிறேன். எதற்கேனும் சமர்ப்பணம் செய்யப்படாத வாழ்வு, உப்பில்லாத ஊறுகாய். குறிப்பாக, இன்றைய இலக்கிய ஆசிரியர்களுக்குச் சமர்ப்பணம் இன்றியமையாதது” என்று சொன்ன ந. பிச்சமூர்த்தி, தன் வாழ்நாள் முழுவதையும் இலக்கியத்துக்காகச் சமர்ப்பணம் செய்தார் எனச் சொல்ல முடியாது. அப்படி ஆசைப்பட்டதே உயர்வுள்ளல்தான்.

1900 ஆகஸ்ட் 15ஆம் தேதி பிறந்து, 1976 டிசம்பர் 4ஆம் தேதி காலமானவர் ந.பிச்சமூர்த்தி.

முதலில் ஆங்கிலத்தில் கதைகள் எழுதினார். “1925 ஆம் வருஷ வாக்கில் இலக்கியத்தொடர்பே இல்லாத நண்பன் ஒருவன் ஒரு பாட்டை எப்பொழுதும் பாடிக்கொண்டிருந்ததைக் கவனித்தேன். ஒரு பெரிய திரையைத் தள்ளியது போன்ற உணர்ச்சியை அந்தப் பாட்டு உண்டாக்கிற்று. “எதிலிருந்து இந்தப்பாட்டைப் பாடுகிறாய்?” என்று கேட்டபொழுது பாரதியாரின் நான்கணா விலையுள்ள ’கண்ணன் பாட்டை’க் கொணர்ந்து தந்துவிட்டு,

“தூண்டிற் புழுவினைப்போல்-வெளியே

சுடர் விளக்கினைப்போல்

நீண்ட பொழுதாக-எனது
நெஞ்சம் துடித்ததடி"

என்று வேதனை இன்பம் ததும்பப் பாடத்தொடங்கினான். அதற்கு முன்பு பாரதி என்று கேள்விப்பட்டதே இல்லை. அதற்குப் பிறகு பாரதியாரைத் தெரிந்து கொண்டேன். அதன் விளைவாகத்தான் இங்கிலீஷில் எழுதும் வழக்கத்திற்கு நான் 'டிக்கெட்' கொடுத்துவிட்டேன்" பாரதியால் தமிழுக்கு வந்த பிச்சமூர்த்தி பாரதிதாசனோடும் நல்ல நட்புடனும் பரஸ்பர அன்புடனும் பழகியுள்ளார். சமகாலத்தில் இருவரும் மணிக்கொடியில் கவிதைகள் எழுதியுள்ளனர். நாமக்கல் கவிஞர், கவிமணி தேசிகவிநாயகம்பிள்ளை, பாரதிதாசன், ச.து.சு.யோகி., சுத்தானந்த பாரதி ஆகிய ஐவரையும் பாரதிக்குப் பிந்தைய காலத்தின் முதன்மையான கவிஞர்கள் என மதித்தவர். இப்படி இக்கவிஞர்களையெல்லாம் மதித்த இன்னொரு புதுக்கவிதை முன்னோடி தமிழில் இல்லை எனலாம்.

1933ஆம் ஆண்டு கலைமகள் நடத்திய சிறுகதைப் போட்டியில் அவரது 'முள்ளும் ராஜாவும்' கதை முதல் பரிசு பெற்றது. 1944ஆம் ஆண்டில் அவரது முதல் சிறுகதைத் தொகுப்பு 'பதினெட்டாம் பெருக்கு' வெளியானது. 1933ஆம் ஆண்டு முதல் 1976ஆம் ஆண்டு வரையிலான தொடர்ந்த இலக்கிய வாழ்க்கை எனச் சொல்லிவிட முடியாமல், இடையில் 18 ஆண்டுகாலம் எதுவுமே எழுதாமலும் இருந்தார். மௌனிபோலவே இவருக்கும் பிறரால் கட்டமைக்கப்பட்ட பிம்பம் ஒன்று உண்டு. குறிப்பாக, நவீன இலக்கிய முன்னோடிகளில், பட்டியல் போடுவதில் உற்சாகம்மிக்க ஒருவரான க.நா.சு., இவரை ஒரு 'வேதாந்தி' எனத் திரும்பத் திரும்பச் சொல்லி, அப்படி ஒரு தத்துவ முகத்தை இவருக்கு அளித்துவிட்டார் எனலாம்.

ரவீந்திரநாத் தாகூருடன் இவரை ஒப்பிட்டுப் பேசுவோரும் உண்டு. ஆனால், அந்தப் பிம்பத்தை பிச்சமூர்த்தி மறுக்கிறார். "தாகூருக்கும் எனக்கும் எந்தவிதத்தில் சம்பந்தம் இருக்கிறது எனத் தெரியவில்லை. தாடியைத் தவிர. எல்லோரும் படித்த அளவுக்கோ, படிக்காத அளவுக்கோதான் நானும் தாகூரைப் படித்திருக்கிறேன் ஆங்கிலத்தில். ஆனால், காளிதாசனுக்குப் பிறகு நம் நாட்டில் தோன்றிய மகாகவி, தாகூர் ஒருவரே எனச் சொல்வேன்."

முதன்முதலாக ந.பிச்சமூர்த்தியின் 'பதினெட்டாம் பெருக்கு' சிறுகதையை வாசித்து, பெரும் மனக்கிளர்ச்சி அடைந்தேன். முழுகாமல் இருக்கும் மனைவி ஊருக்குப் போய்விட, தனியே வீட்டில் இருக்கும் இளைஞன் காவிரியின் ஆற்றுப்பெருக்கைப் பார்த்தபடி திண்ணையில் இருக்கிறான். அப்போது அவன் வீடு தேடி வரும் இளம் ஏழைப்பெண் மீது ஈர்ப்புக்கொண்டு அவளுக்கு அரிசியும் பணமும் கொடுத்து அனுப்புகிறான். போகும்போது அவள் "வருகிறேன்" என்று சொன்னதை அவனையறியாமல் "எப்போது?" என்ற கேள்வியால் எதிர்கொள்கிறான். அவள், அவன் கேட்டதன் உள்ளர்த்தம் புரிந்துகொண்டு, மாலை 5 நாழிகைக்கு வருவதாகச் சொல்லிப் பிரிகிறாள். அன்று பகல்பொழுது முழுவதும் காவிரியின் பதினெட்டாம் பெருக்குப்போல அவன் மனதில் பொங்கிப் பிரவகிக்கும் காமத்துக்கும், 'ச்சீ...! அது தப்பு' என்னும் அறத்துக்கும் நடக்கும் மனப்போராட்டமாகக் கதை விரிகிறது. 'அவள் வராமலே போகட்டும்!' என்று மனம் ஒருபுறம் பதைக்கிறது. இன்னொரு புறம் 'வருவாளா... மாட்டாளா...?' என ஏங்குகிறது. கடைசியில் அவள் வருகிறாள். காலையில் அவன் பார்த்த கவர்ந்திழுக்கும் தோற்றப்பொலிவுடன் இப்போது அவள் இல்லை.

"அதற்குள் அவள் வந்துவிட்டாள். ஆனால், காலையில் தென்பட்ட அராபிக் குதிரை போன்ற தோற்றத்தைக் காணோம். ஒடுங்கிப் பயந்து இருளுடன் இருளாக முயலும் ஒரு நிழல்போலத் தென்பட்டாள். அவள் பதுங்கிய 'மாதிரி' அவன் உள்ளத்தைப் பிளந்தது. பழைய விருத்திகள் இருந்த இடம் தெரியவில்லை.

மறுநொடிக்குள் வீட்டுக்குள் போய் வந்து ஒரு ரூபாயை அவள் கையில் கொடுத்துவிட்டான். அவள் மௌனமாகத் திரும்பினாள். அவளுக்குப் பின்னால் நீண்டு விழுந்த அவளுடைய நிழல், தெருவில் அசைந்துகொண்டிருந்தது. கண்ணுக்கு மறையும் மட்டும் அவள் உருவத்தையும் நிழலையும் மாடியிலிருந்து பார்த்து நின்றான். பிறகு, குறுக்கும் நெடுக்குமாக உலவ ஆரம்பித்தான்.

காவிரி மட்டும் யாதொரு சிந்தனையுமின்றி நுரைமலர் குலுங்க, காதலைத் தேடி கடல் நோக்கிச் சென்றுகொண்டிருந்தது என்று கதையை முடிப்பார். காமம் / ஒழுக்கம் சார்ந்த கதை என்பதால் மட்டும் அந்த வயதில் இந்தக் கதை என்னை ஈர்த்ததாகச் சொல்லிவிட முடியவில்லை. திரே விரியும் சாதாரணக் காட்சிகளை

விவரிக்கும்போதும் அதில் ஒரு தத்துவ விசாரத்தை இயல்பாகப் பேசிவிடும் ந.பி-யின் பாணிதான் ஈர்ப்பின் அடிப்படை.

ஒருபுறம் காவிரிப்பெருக்கு. பெருக்கோடு அவன் மனமும் சென்றது. கடைசியில் கடலில் போய்க் கலந்தாக வேண்டும். ஏனோ... ஒன்று மற்றொன்றில் கலப்பதுதான் விதியா அல்லது இன்பத்தின் ரகசியமா? இருக்கலாம்...காவிரி, கடலை மணக்கப்போகிறாள். அதனால்தான் அவ்வளவு ஒய்யாரமாக நுரைமலர்களையும் கரையோர நாணல்களும் மரங்களும் தரும் வண்ண மலர்களையும் தாங்கிச் செல்கிறாள். ஆனால், 'கடலில் கலக்கும் நாள் என்றோ?' என நினைத்தான்.

இந்தக் கதையில் என்றில்லை, எந்தக் கதையிலும் இந்தத் தத்துவப் பூச்சுள்ள வரிகள் ஓடுகிற ஓட்டத்தில் வந்துகொண்டே இருக்கும். 'ஒருநாள்' என்றொரு நீண்ட கதை. மத்தியதர வர்க்கத்து (ஆபீஸ் குமாஸ்தா) ஒருவரின் ஒருநாள் வாழ்க்கையைச் சித்திரிக்கும் கதை. ஆபீஸ் போக பஸ் ஏறுகிறார். பஸ்ஸிலோ அளவற்றக் கூட்டம். கண்டக்டர் கத்துகிறார்.

"அதென்னங்க, அத்தனை பேரும் ஏறிட்டிங்க? ஃபுட்போர்டு பிஞ்சுபோயிடப்போவுதுங்க. இறங்குங்க, இறங்குங்க, சொன்னாக் கேளுங்க தயவுசெய்து..."

"நான் இறங்கியிருக்கக் கூடாது. இறங்கினால்கூட அவங்க மாதிரி வண்டி புறப்பட்டவுடன் ஏறியிருக்க வேண்டும். இப்போதுதான் வாழ்விலே தோல்விக்குக் காரணம் தெரிகிறது. காரியத்தை எப்படியானாலும் சாதித்துக்கொள்கிறது என்ற நினைப்பு வேண்டும். சொல்லுக்கும் சத்தியத்துக்கும் பயந்தால், அடுத்த பஸ்தான் கிடைக்கும். வாழ்வில் முன்னேறுவதற்கு முட்டுக்கட்டை என்ன என்பது விளங்கிவிட்டது. எதற்கும் ஆசை வேண்டும். வெற்றி பெற்றே தீருவேன் என்ற தீவிரம்! உண்மையில் மனத்தை நான் பார்த்துக்கொண்டிருக்கிறேனே! உண்மையில் அதற்கு எதிலுமே பிடிப்பு இல்லை. காவிரியிலே மிதக்கிற ஒடிந்த கிளைபோல வாழ்விலே போய்க்கொண்டே இருக்கிறது. பிடிப்பில்லையே, கலங்காமலாவது இருக்க வேண்டாமா?"

காவிரியும் நீர்ப்பெருக்கும் அவர் மனதில் எப்போதும் ஓடிக்கொண்டிருந்ததாக அவரது கதைகளும் கவிதைகளும் சொல்கின்றன. சி.சு.செல்லப்பாவுடனான நேர்காணலில்கூட, காவேரி கரைபுரள்வதைக் காணலாம்.

ஞானிகளுடன் உங்களுக்கு ஏதேனும் பரிச்சயம் ஏற்பட்டதா?

ந.பிச்சமூர்த்தி: இன்றும் கோயிலுக்குப் போவதைவிட பெரியோர்களை அண்டுவதே மேல் என நான் நினைக்கிறேன். இளம் வயதிலிருந்தே துறவிகள், பைத்தியம், குழந்தைகள் என்றால் எனக்கு மிக விருப்பம். சொல்லப்போனால், என்னையும் மீறியே அவர்களுடன் கலந்துவிடுவேன்.

பேட்டியாளர்: இதனால்தான் அவர்கள் சம்பந்தப்பட்டதாக உங்கள் கதைகள் அதிகம் இருக்கின்றனவோ?

ந.பிச்சமூர்த்தி: இருக்கலாம். அதுவே காரணமாக இருக்கலாம். இந்தத் தொடர்புகளால் உள்ளொளியையும் நல்ல பயனையும் அடைந்திருக்கிறேன் என உறுதியாகச் சொல்வேன். அவர்கள் தொடர்பு இல்லாமல் இருந்திருந்தால், ஆற்றில் செல்லும் கிளைபோல குறிப்பின்றி புரண்டு போய்க்கொண்டே இருந்திருப்பேன்.

-ந.பிச்சமூர்த்தி என்கிற கலைஞனை முழுமையாகப் புரிந்துகொள்ள, எழுத்தாளர் சுந்தர ராமசாமியின் இந்தக் கணிப்பு நமக்கு உதவக்கூடும்.

“பிச்சமூர்த்தி, தென்னிந்தியாவில் கலைகளின் உன்னத வெளிப்பாடுகள்கொண்ட மண்ணில் பிறந்தவர். அவருடைய தகப்பனார் ஹரிகதை, நாடகம், ஆயுர்வேதம், சாகித்யம், தாந்திரீகம் போன்ற பல துறைகளில் வல்லவர் என்பது தெரிகிறது. கலை, கல்வி, சமயம், தொண்டு ஆகியவற்றின் பாதிப்பிலிருந்து கிடைக்கும் ஓர் உன்னத மனநிலைக்கும் கலாசாரத்துக்கும் பிச்சமூர்த்தி வாரிசாக வந்திருக்கிறார். வாழ்க்கையின் மேலான குறிக்கோளில் கவனம்கொண்ட குடும்பத்தின் வாரிசு. லோகாயதப் போட்டியில் முண்டியடிப்பதிலிருந்து முற்றாக விலகி, அறிவு, கலை, பண்பாடு ஆகியவற்றின் மேன்மைகளைத் தேர்வுசெய்த குடும்பத்தின் வாரிசு. ஒரு படைப்பாளியாகவும் இந்தக் குடும்பத்தின் வாரிசாகவும் பிச்சமூர்த்தி இருக்கிறார் என்பதை, அவருடைய ஆக்கங்கள் அனைத்துமே உறுதிப்படுத்துகின்றன.

ந.பிச்சமூர்த்தியின் படைப்புலகம், பண்பட்டவர்களின் செல்வாக்கு மிகுந்தது. தார்மிக நெறிகளில் அக்கறை; ஒழுக்கங்களைப் பேணுவதில் கவலை; தன்னைச் சுற்றி வாழ்ந்திருப்பவர்கள் மீதும், ஜீவராசிகள் மீதும், இயற்கை மீதும் நேசம்; மரபு வகுத்திருக்கும்

நெறிகளைப் பேண முடியாமல்போகும்போது ஆழ்ந்த மனநெருக்கடி; பிறருடைய துன்பம் கண்டு நெகிழும் மன இயல்பு ஆகிய குணங்கள்கொண்ட கதை மாந்தர்கள்தாம் படைப்பாளியின் பார்வைக்கு உவப்பானவர்கள். பொதுவாக இவர்களுடைய உன்னதங்களை நிலைநாட்டவே எதிர்மறைகொண்ட வேறு கதாபாத்திரங்கள் இவர்களைச் சூழ்ந்துவருகிறார்கள்.''

படைப்பில் ந.பிச்சமூர்த்தியின் பக்கம் மிகத் தெளிவானது. அதில் ஒளிவு-மறைவு எதுவும் இல்லை. தர்மத்தையோ, ஒழுக்க நெறிகளையோ அழுத்துவது அல்லது அழுத்தும்போது உளவியலை மறந்துபோவது கலை வெற்றிக்கு இட்டுச்செல்லாமல் இருக்கலாம். ஆனால், தர்மத்தையும் ஒழுக்கத்தையும் அழுத்துவதுதான் படைப்பாளியின் கடன் என அவர் நினைக்கிறார்.

பிச்சமூர்த்தி கூறுகிறார்... ''புலன் இன்பம் அல்லது கிளர்ச்சி என்ற குறுகிய எல்லைக்குள்ளேயே பெரும்பான்மையான கதைகள் சுழல்கின்றன. நல்லது பொல்லாதது என்ற பாகுபாட்டை சில கதைகள் பொய்யாக்கிவிடுகின்றன. பிரத்யஷமான அறிவியலுக்கும் சமூக இயலுக்கும் மெய்யுணர்வுக்கும் முரண்பட்ட சிருஷ்டிகளால் கலை உலகில் சாதிக்கக்கூடியது என்ன என்பதை சிருஷ்டிகர்த்தாக்கள் சிந்தனை செய்து பார்க்க வேண்டும். எந்தக் காரணத்தைக்கொண்டும் இலக்கிய தர்மத்தை மறக்கலாகாது.'' (வானதி பதிப்பகம் வெளியிட்ட 'ந.பிச்சமூர்த்தியின் 'கலைமரபும் மனிதநேயமும்' புத்தகத்தில் இடம்பெற்றிருக்கும் கட்டுரையிலிருந்து...)

என்னுடைய வாசிப்பில் ந.பிச்சமூர்த்தியின் கதைகளில் எப்போதுமே எளிய உழைப்பாளி மக்களும் நடுத்தரவர்க்கத்துப் பாவப்பட்ட ஜனங்களுமே கதாபாத்திரங்களாக வருகிறார்கள். ஆனால், அவர்கள் புதுமைப்பித்தனின் கதைகளில் வருவதைப்போல சமகால இருப்பின் தன்னுணர்வோடு கதைக்குள் வாழாமல், ஒரு தத்துவநிலையில் வாழ்வை நோக்குகிறவர்களாக ஆகிவிடுகிறார்கள். அவருடைய குடும்பத்தில் ஒவ்வொரு தலைமுறையிலும் ஒருவர் சந்நியாசியாகப்போவது வழமையாக இருந்திருக்கிறது. இவரும்கூட 20 வயதில் ரமண மகரிஷியிடம் போய் 'மீட்சி'க்கு வழி கோரியவர்தான். மகரிஷியோ ''கனி முதிர்ந்தால் அதுவாகவே உதிர்ந்துவிடும்'' என்று சொல்லி அனுப்பிவிட்டார். பிச்சமூர்த்தி திருமணம் செய்துகொண்டு, அலமேலு, ராஜலட்சுமி, மீனாட்சி என்னும் மூன்று பெண் குழந்தைகளுக்குத் தகப்பனாக, 13 ஆண்டுகள் கீழ்கோர்ட்டுகளில் வக்கீலாகவும், 17 ஆண்டுகள் இந்து

அறநிலையத் துறை அதிகாரியாகவும், `நவ இந்தியா' பத்திரிகை ஊழியராகவும் நடுத்தரவர்க்க வாழ்வின் சகல சங்கடங்களையும் அனுபவித்தவர்தான்.

பிற மணிக்கொடி எழுத்தாளர்களைப்போலவே அவர் எழுதிய காலத்தின் சமூகக் கொந்தளிப்புகளைத் தன் படைப்பில் காட்டாத ந. பிச்சமூர்த்தி, இலக்கியத்தின் நோக்கம் என்ன என்பதில் மிகத் தெளிவான பார்வைகொண்டவராக இருந்தார். "இந்து நாகரிகம், இலக்கியத்துக்கு இரண்டாவது ஸ்தானம்தான் கொடுத்திருக்கிறது. முதல் ஸ்தானம் ஆன்ம வேட்கைக்கு. நான் ஓர் இந்து. இந்த அடிப்படை நோக்கில் ஏற்படும் விளைவுகள் எல்லாம் ஏற்படத்தான் செய்யும்."

இன்றைய இந்துத்துவச் சூழலில் வைத்து அவர் சொல்லும் `இந்து' என்ற சொல்லை அர்த்தப்படுத்திக்கொள்ளக் கூடாது என்றே நினைக்கிறேன். கீழ்ச்சாதி மக்களைப் பற்றிய விவரணைகளில் ஒரு மேல்சாதிப் பார்வை அல்லது தொனி அவர் கதைகளில் உண்டு என்றபோதும், நேற்றைய மனிதர்களை நேற்றைய சூழலில் வைத்தே பார்க்க வேண்டுமல்லவா?

"சொல்லைக்கொண்டு சொல்லற்ற நிலையைக் காட்ட முயல்வதுதான் இலக்கியம். அந்த இடத்தில் இலக்கிய உலகின் சிகரமும் ஆன்மிக உலகின் சிகரமும் இணைகின்றன" என்பது அவர் தரும் கூடுதல் விளக்கம்.

அவர் கதைகளில் என்னை வெகுவாகக் கவர்ந்த இன்னொரு கதை `வானம்பாடி'. பறவைகள் பற்றி அவருடைய பல கதைகளும் புகழ்பெற்ற `காட்டு வாத்து' உள்ளிட்ட பல கவிதைகளும் பேசிக்கொண்டே இருக்கின்றன என்றபோதும் `வானம்பாடி' கதைக்கு ஒரு தனி இடம் தந்தாக வேண்டும்.

பறவைகளைப் பிடித்து வளர்த்து பயிற்சி அளிப்பதைத் தன் வாழ்வாகக்கொண்ட ஒரு முஸல்மான் பக்கிரி, தான் பாடப் பழக்கியிருக்கும் `இஸ்ராபேல்' என்னும் பெயர் சூட்டப்பட்ட வானம்பாடியின் சங்கீதத்தைக் கேட்டருள வேண்டும் என ஒரு ஜமீன்தார் முன்னால் நிற்கிறான். ஜமீன்தாரும் `சரி, பாடட்டும்' எனத் தலை அசைக்கிறான்.

பக்கிரி, "இஸ்ராபேல்!" என்றொருமுறை அழைத்தான். அவ்வளவுதான்.

ஒருகணம் ஆற்றங்கரையோரத்தில் நட்சத்திரமும் நள்ளிரவும் சூழ்ந்த நேரத்தில், ஆகாயத்தை முத்தமிடும் மணிக்கூட்டினின்று சித்தாருடன் இரண்டறக் கலந்து உருகும் கோஷா ஸ்திரீயின் கனிந்த குரல் காதல் தீ மூளப் பாடுவதுபோல் இஸ்ராபேலின் இன்னிசை எழுந்தது. மறுகணம் அந்த மணிக்கூண்டின் அடியில், பெண்ணின் குரலோசைகொண்டு கற்பனைத் தூரியத்தால் பெண்ணையே ஊகித்து உருவாக்கும் பித்தர்களின் கட்சிப் பிரதிக்கட்சி ஒலித்தது, ஒருகணம் வெண்ணிலவில் பாசி சேர்ந்து பாழடைந்த பழம் மண்டபங்களினின்று கிளம்பும் நரிகளின் ஊளை போன்று ஆசை மண்ணான கதைப் பாட்டில் மிதந்தது. மறுகணம், கண்களில் தீப்பறக்க, கத்தியும் கேடயமும் மோத, குளிர் நிலாக்கதிர் கத்தியின் மீது விழுந்து துண்டாக, காதலிக்காகப் போர்புரியும் வீரர்களின் முழக்கம் பொங்கிற்று.

"இஸ்ராபேல்!" என்று குறுக்கிட்டான் பக்கிரி. ஒரு நிமிஷம் நிசப்தம்.

மறுநிமிஷம் இசைச் சித்திரம் மாறிவிட்டது. கருக்கலின் கனக ஒளியில், மோனக்கடல் மீது இன்னிசைத் தோணி ஒன்று மனிதரை நோக்கி மிதந்துவந்து, மக்கி மண்ணாகும் யாத்ரீகனைத் தட்டில் ஏற்றி அமரனாக்கும் பரிவும் போதமும் பூர்ணமாகத் தொனித்தன.

"இஸ்ராபேல், என் குருவே!" என்றான் பக்கிரி.

இன்னிசையின் தெய்வ உலகு மறைந்துவிட்டது. ஜமீன்தாருக்கு தன் நினைவுவர இரண்டு விநாடி சென்றது.

"பக்கிரி, இன்னும் கொஞ்சம்" என்றுவிட்டு, தன் வேலையாளியிடம் ஏதோ சொல்லி உள்ளே அனுப்பினார் ஜமீன்தார்.

"நல்லது... இஸ்ராபேல்!" என்றான் பக்கிரி.

சுருதி மாறிவிட்டது. இருபுறங்களும் செழித்தோங்கி வளரும் மரங்கள் நிறைந்த ரஸ்தாவில், செக்கச்செவேலென்ற உடலும், கலங்கிய கண்களும், கபந்தனைப்போல் விரிந்த கைகளும்கொண்ட ஒருவன் உட்கார்ந்து, எல்லாப் பொருள்களையும் எனதாக்குவேன் என்று பேரவாகொண்டு கொட்டாவிவிட்டு ஏங்கும் சத்தம் தொனித்தது.

"பக்கிரி, சபாஷ்! என் ஜன்மத்திலேயே இந்த மாதிரி அனுபவம் கிட்டியதில்லை."

அந்த வானம்பாடியை என்ன விலை கொடுத்தும் வாங்கிவிட ஜமீன்தார், பக்கிரியிடம் பேரம் பேசுகிறான். பணத்தால் அடித்து வீழ்த்திவிடக்கூடிய ஆளாக பக்கிரி இல்லை. அதிகாரத்துக்கும் பணத்துக்கும் முன்னால் கலை, விலை போகாது எனக் கம்பீரமாக அவன் நிற்கிறான்.

இசை குறித்த மேற்கண்ட வாசகங்களை வாசித்தபோது எனக்கு மக்சீம் கார்க்கியின் `ஜிப்ஸி' கதை நினைவுக்கு வந்தது. அந்தக் கதையில் `ஜொபார்' என்னும் குதிரைவீரனின் பிடில் வாசிப்புப் பற்றி கார்க்கி விவரிக்கும் இடம் மறக்க முடியாதது.

"பிடில் நரம்புகள்மேல் அவன் வில் போடுவதைக் கேட்டதும் நம் இதயம் திடுக்கிடும். இன்னோர் இழுப்பு இழுப்பான், கேட்டு நெஞ்சுத்துடிப்பு நின்றுவிடும். அவனோ, பிடில் வாசித்துக்கொண்டே புன்னகை செய்வான். அவன் வாசிப்பதைக் கேட்டு ஒரே நேரத்தில் அழவும் சிரிக்கவும் ஆசை உண்டாகும். ஒரு சமயம் யாரோ கசப்புடன் முனகுவதுபோலவும், உதவி கேட்பது போலவும் கத்தியால் அறுப்பது மாதிரி நெஞ்சை வகிர்வதுபோலவும் இருக்கும். மறுசமயம், ஸ்தெப்பி வெளி ஆகாயத்துக்குக் கதைகள் சொல்லும் துயரக்கதைகள். அருமைக் காதலனுக்கு விடைகொடுத்து அனுப்பும் பெண் அழுவாள்! அருமைக்காதலன் ஸ்தெப்பி வெளியில் காதலியைக் கூவி அழைப்பான். திடீரென உயிர்த்துடிப்புள்ள பாட்டு இடிபோல முழங்கும். இந்தப் பாட்டுக்கு இசைய வானத்திலே சூரியனே நடனம் ஆடுவதுபோல் இருக்கும்! அப்படி அவன் வாசிப்பான்."

இசையில் வர்க்கபேதம் காண முடியுமா எனத் தெரியவில்லை. அதுபோலவே இசை பற்றி எழுதும்போது கார்க்கியானாலும் பிச்சமூர்த்தியானாலும் மௌனி (பிரபஞ்ச கானம்)யானாலும் உலகத்துப் படைப்பாளிகள் எல்லோருமே ஒன்றாகி ஒரே வரிசையில் நிற்கிறார்கள். அற்புதம்தான்.

அவர் கதைகளில் ஆன்மிகச் சிகரத்தைத் தொட முயன்றாலும் சமகால வாழ்வை அவதானித்தபடிதான் இருந்திருக்கிறார். அவருடைய `இரும்பும் புரட்சியும்' என்ற கதை இப்படித் தொடங்குகிறது:

"எனக்கு ஜோசியம் தெரியாது. ஆனால், ஒவ்வொரு கோளுக்கும் ஒவ்வோர் உலோகம் உண்டு எனச் சொல்கிறார்களே, அது உண்மை என்றே தோன்றுகிறது. சனி பகவானுக்கு இரும்பு என்று

சொல்கிறார்கள். தத்துவரீதியாக இரும்புக்கும் புரட்சிக்கும் ஏதேனும் தொடர்பு இருக்குமா என்பதுதான் என் கேள்வி. இரும்பை ஆதிமனிதன் உபயோகிக்க அறிந்தபோது, நாகரிகத்திலே பெரிய மாறுதல் உண்டாயிற்று என்று, கொழுமுனையை உபயோகிக்க ஆரம்பித்த பிறகு உண்டான புரட்சிதான் விவசாயம் எனவும் அறிஞர்கள் சொல்கிறார்கள். 18ஆம் நூற்றாண்டில் இயந்திரங்கள் தோன்றியபோதே புரட்சியும் தோன்றிவிட்டது என்று பொருளாதார நிபுணர்கள் எழுதுகிறார்கள்" இப்படித் தொடங்கும் கதை இரும்பில் தயாரித்து ஓடும் பஸ்ஸிலும் ரயிலிலும் எவ்வளவு புரட்சிகரமான கருத்துகளும் சம்பாஷணைகளும் வந்துவிழுகின்றன என்று பஸ் பயணத்துக்குள் தாவுகிறது.

பஸ்ஸுக்குள் பிச்சை கேட்கும் முடவர் ஒருவரின் கதையாகப் பின்னர் மாறுகிறது. பிச்சைக்காரர் முதலில் கெஞ்சியபடி பிச்சை கேட்கிறார். கொடுக்காத நபர்களிடம் இரண்டாவது, மூன்றாவது முறை கேட்கும்போது "அந்தப் பிச்சைக்காரனது முகமும் குரலும் பெரிய புதிராக விளங்கின. வார்த்தைகள் என்னவோ கருணையைத் தூண்டுவனவாகத்தான் இருந்தன. ஆனால், அவற்றில் ஏறி வந்த குரலோ உறுதியாக ஒலித்தது. 'எனக்குப் பிச்சை போடுவது உங்கள் கடமை' எனத் தெளிவாகச் சொல்வது போன்று ஒலித்தது. அவனுடைய முகத்தைப் பார்த்தேன். அதில் ஒரு கொடுமை. கண்களோ, கண்களா, பிச்சுவாக்களா!' என்ற சந்தேகத்தை எழுப்பியது."

அதை அந்தப் பிச்சைக்காரரிடமே கேட்கும்போது அவர் சொல்கிறார் "வேற வழி இல்லீங்க, நியாயத்துக்கு மசிகிற உலகமா இது? அநியாயத்துக்குத்தான் இங்கே ஆட்சி. அழுத பிள்ளைதான் பால் குடிக்குமாம். இந்தக் கை-கால் இருந்தால் நான் பிச்சையா கேட்பேன்?"

பிச்சைக்காரர் நகர்ந்த பிறகும் பயணிகளின் சம்பாஷணை தொடர்கிறது. கதை சொல்லி இப்படி முடிக்கிறார்... "நீங்க சொல்றது சரிதான். அநியாயம் செஞ்சாத்தான் நியாயம் நிலைக்கிறது. கேட்ட உடனே நாமாகக் காலணா ஏன் போடவில்லை, சொல்லுங்கோ? இதுதான் இந்த கம்யூனிஸ்ட் கட்சிக்கு ஆதாரம்."

கம்யூனிஸ்ட் கட்சியைப் பற்றி அவர் என்ன புரிதல் வைத்திருந்தார் என்பதைப் பார்க்கிறோம் இங்கே. சாட்டை

அடிக்கும் சாணிப் பாலுக்கும் எதிராக அரைப்படி நெல் கூலி உயர்வுக்காக தஞ்சைத் தரணியில் செங்கொடியின் கீழ் போராட்டங்கள் நடந்துகொண்டிருந்த காலத்தில் `மணிக்கொடி' இதழில் ந.பி. தொடர்ந்து எழுதிவந்தார். `தஞ்சைப் பண்ணையார்களும் மிராசுகளும்' அதிகக் கூலி கொடுத்தும் அதிக வரி கொடுத்தும் கஷ்டப்படும் துயரம் பற்றித்தான் பல கட்டுரைகளும் தலையங்கங்களும் மணிக்கொடியில் வந்துகொண்டிருந்தன என்பதை இங்கே இணைத்துப்பார்க்க வேண்டும்.

“சுமார் நாற்பது வருஷக்கால இலக்கிய இயக்கம் ந.பி-யினுடையது. இந்த நாற்பது வருஷங்களில் அவர், பாரதியின் விடுதலை மூச்சால் பாதிக்கப்பட்ட ஒரு காலகட்டம். அடுத்து தொடர்ந்த சுதந்திர இந்தியாவின் ஆரம்பகாலம், இன்றைய நிலை போன்ற யாவற்றினூடும், அவ்வளவாகப் பாதுகாப்பானது எனச் சொல்ல முடியாத பொருளாதார நிலையில் உழன்று எழுதிவருபவர்” என்று தருமு சிவராம் அவரைப்பற்றி வரையும் சித்தரிப்பு உண்மையானது. (வானமற்ற வெளி- பிரமிள் கட்டுரைத் தொகுப்பிலிருந்து...)

சென்னையில் நடுத்தர வர்க்கத்தினர் வாழும் ஆழ்வார்பேட்டையில் வாழ்ந்துகொண்டிருந்த அவர், பிற்காலத்தில் கூவம் நதிக்கரைக்கு இடம்பெயர்ந்ததே அதற்குச் சான்றாக அமையும். எழுத்தாளர் தஞ்சை ப்ரகாஷ் விவரிக்கும் ஒரு காட்சி இது. “1950-களில் திருவல்லிக்கேணி கூவம் நதிக்கரையில் ஓர் ஒண்டுக்குடித்தனத்தில் வாழ்ந்தபோது நீண்ட காலத்துக்குப் பிறகு அவரைப் பார்த்த எனக்கு மிகவும் வருத்தமாக இருந்தது. திருவல்லிக்கேணிச் சாக்கடையோரம் வெற்றுடம்புடன் வானத்தைப் பார்த்துக் கொண்டிருந்த பிச்சமூர்த்தியின் கவிதை உருவம், என்னை அச்சுறுத்தாமல் என்ன செய்யும்? அப்போதெல்லாம் அவருக்கு இருந்த ஒரே துணை சி.சு.செல்லப்பாதான். அப்போது மணிக்கொடி வீரர்கள் எல்லோரும் முடமாக்கப்பட்டு, சென்னை வீதிகளில் சோற்றுக்கு அந்தர வித்தைகள் செய்துகொண்டிருந்த காலம். இவர்களிடையே பிச்சமூர்த்தி பந்தயத்தில் இறங்கவில்லை. எதிரே கூவம்கூட சிறுத்துப்போய் நாறியபடி இறுகியிருந்தாலும் அதன் கரையில் பிச்சமூர்த்தி தன் பஞ்சடைந்த கண்களோடும் வானத்தில் அங்கும் இங்குமாகப் பறந்த கரிச்சான்களையும் தட்டான்களையும் பார்த்து வியந்துகொண்டுதான் இருந்தார். ”

இதைப் பற்றிக் குறிப்பிடும் வெங்கட் சாமிநாதன் 'விருக்ஷங்களையும் நதிகளையும் மலைகளையும் பறவைகளையும் பாடிய ரிக் வேத ரிஷிகள், இப்படித்தான் வாழ்ந்திருப்பார்கள் என நினைக்கிறேன்' என்று எழுதிச் செல்கிறார். க.நா.சு. தொடங்கி வெங்கட் சாமிநாதன் வரை அவரை 'வேதாந்தி' என்றும், 'ரிஷிபுருஷர்' என்றும் சொல்லிச் சொல்லி அடித்தாலும் என்னுடைய வாசிப்பில் அவருடைய கதைகள் மனிதனைப் பேசுவதாகவே உணர்கிறேன். தத்துவப்பார்வை என ஒன்று அவருக்கு இருந்தது. என்கிற கீழ்க்கண்ட எழுத்தாளர் சுந்தர ராமசாமியின் கணிப்போடு நான் உடன்படுகிறேன்.

"பிச்சமூர்த்தியின் ஆத்மிகம் என்ன என்பதை திட்டவட்டமாக நாம் வரையறுத்துக்கொள்ள வேண்டும். அது கடவுளைத் தேடும் விஷயமல்ல; கடவுள் நம்பிக்கை, மனித வாழ்வுக்கு ஜீவாதாரமானது என்ற முடிவு அவருக்கு இருக்கலாம். வாழ்க்கையின் நெருக்கடிகளில் நம்பிக்கையைத் தக்கவைத்துக்கொள்ள அது தேவை என்ற முடிவும் அவருக்கு இருந்திருக்கலாம். உணர்ச்சிகளில் அலைபடும்போது சமன்நிலை காத்துக்கொள்ள தனக்கு அப்பாற்பட்ட சக்தியின் மீது கொள்ளும் நம்பிக்கை அவசியமானது என அவர் கருதியிருக்கலாம். ஆனால், இவற்றை வற்புறுத்தும் மனோபாவம், அவர் படைப்பில் இல்லை. வாழ்க்கை மீது நம்பிக்கை, சகமனிதன் மீது நேசம், இயற்கையின் மீது ஜீவ உறவு, மதிப்பீடுகள் சார்ந்து வாழ்வதில் உறுதி... இவைதாம் பிச்சமூர்த்திக்கு முக்கியமானவை. இந்தக் குணங்கள்கொண்டவன் அவரைப் பொறுத்தவரையில் ஓர் ஆத்மிகவாதி. நாஸ்திகன் என்று அவன் தன்னைக் கூறிக்கொள்ளும் நேரத்திலும் பிச்சமூர்த்திக்கு அவன் ஆஸ்திகன்தான்."

பண்டிதர்கள், விஞ்ஞானிகள், அறிவுஜீவிகள் மீது நம்பிக்கை அற்றவராக பிச்சமூர்த்தி இருந்திருக்கிறார். அவரது 'விஞ்ஞானத்துக்குப் பலி' என்ற ரோபோ கதை ஒரு சான்று. "கலைஞன் என்பவன், தனி சிருஷ்டி அல்ல. அவனும் மனிதன்தான். மனிதன்தான் இப்படிப்பட்ட சிருஷ்டிகளைச் செய்தான். வேறு எந்தப் பிராணியும் செய்யாத இந்தச் செயலை மனிதன் மனிதனுக்காகத்தான் செய்கிறான். ஏனெனில், வேறு எந்தப் பிராணிக்கும் அனுபவிக்கத் தெரியாது. மனிதனுக்குள்ளே கலைஞனும் கலைஞனுக்குள்ளே மனிதனும் இருப்பதால்தான் கலைப்படைப்புகளை உருவாக்க முடிகிறது" என்பதே அவரது கலைக்கொள்கையாக இருந்திருக்கிறது. 'உண்மையை மறைப்பது

கலையாகாது: கீறி ஆற்றுவதே சிறந்த வைத்தியம்' என்று கு.ப.ரா. பற்றிய கட்டுரையில் சொல்கிறார்.

தமிழில் புதுக்கவிதையின் முன்னோடி என அவர் மதிக்கப்படுகிறார். "சிறுகதைகளையும் புதுக்கவிதைகளையும் சம கவனத்துடன் அணுகியவர் அவர்" என்கிற அசோகமித்திரனின் கூற்று, மிகச் சரியானது. 127 சிறுகதைகளும், 83 கவிதைகளும், 11 ஓரங்க நாடகங்களும், பல கட்டுரைகளும் எழுதியுள்ள இவர், வ.ரா இயக்கிய `ஸ்ரீராமானுஜர்' என்ற திரைப்படத்தில் நடித்திருக்கிறார். மேடைகளில் பாரதியின் பாடல்களைப் பாடியுமிருக்கிறார்.

மராட்டிய அரசர்கள் தஞ்சையை ஆண்ட காலத்தில் ஆந்திராவிலிருந்து இடம்பெயர்ந்து வசிக்கத் தொடங்கிய தெலுங்குப் பிராமணக் குடும்பங்களுள் அவரது குடும்பமும் ஒன்று என்று குறிப்பிடும் (ந.பிச்சமூர்த்தியின் கட்டுரைகளைத் தொகுத்த) முனைவர் ய. மணிகண்டன், தெலுங்கை தாய்மொழியாக அவர் கொண்டிருந்தாலும் "அவர்தம் வாழ்வில், படைப்புலகச் செயல்பாடுகளில், தன்னை மறந்த இலக்கிய ஈடுபாட்டில் ஓர் ஒப்பற்ற உண்மைத் தமிழ்ப்பெருமகனாகவே திகழ்ந்தார்" என்று குறிப்பிடுகிறார்.

"தமிழன்னை ஓயாத இளமை பெற்றவள். அவள் பொலிவைப் பலவிதத்தில் காண்கிறோம். எல்லாவிதப் பொலிவையும் ஒருவர் அநுபவித்துத்தான் ஆக வேண்டும் என்று சொல்ல இயலாது. அவரவர் போக்குப்படி தமிழன்னையை வணங்குவதை யாராலும் தடுக்க முடியாது." (பிச்சமூர்த்தியுடன் பேட்டி)

ஏதோ ஒரு திராவிட இயக்க எழுத்தாளர், தனித்தமிழ் இயக்க எழுத்தாளர் உணர்ச்சி பொங்க எழுதியது போல இருக்கின்ற இந்தக் கூற்றுகள் பிச்சமூர்த்தியின் ஒப்பற்ற தமிழ் உள்ளத்திலிருந்து பிறந்தவை என்பார் ய.மணிகண்டன்.

மௌனியும் ந.பிச்சமூர்த்தியும் ஒரே காவிரிப்படுகையில் வாழ்ந்த பார்ப்பனக் குடும்பப்பின்னணி கொண்டவர்கள்தாம். ஆனால் மௌனியோ 'தமிழை நீச பாஷை' என்றுதான் சொல்லவில்லையே ஒழிய தன் மன நிலையைச் சொல்லும் தகுதி தமிழுக்கில்லை' என்று வெளிப்படையாகச் சொன்னவர். ஆனால் ந.பிச்சமூர்த்தியோ தமிழாக வாழ்ந்த வாழ்வும் உள்ளமும் கொண்டவர்.

'மக்கள் கலை' என்னும் கட்டுரையில் நாட்டுப்புற இலக்கியங்களின் அருமை பற்றி எழுதும் இவர் நடையில் எளிமையை வற்புறுத்தும் கட்சியைச் சேர்ந்தவர். பாரதி வழியில் "கரை அருகிலடித்த ஜலம் போல' எல்லோரும் அள்ளிக்குடிக்கும்படி கவிதை அமைய வேண்டும். வசனம்! தொட்டிற்பழக்கம் சுடுகாடு மட்டும். ஆதலால், இப்போதே நமது வசனம் உலகத்தில் எந்த பாஷையைக் காட்டிலும் தெளிவாக இருக்கும்படி முயற்சிகள் செய்ய வேண்டும். கூடியவரை பேசுவது போலவே எழுதுவதுதான் உத்தமமென்பது என் கட்சி. தமிழ்நாட்டில் இலக்கியம் வளருவது இந்த லட்சணத்தைக் கடைப்பிடிப்பதைப் பொறுத்துத்தான் இருக்கிறது." பேச்சுத்தமிழ் குறித்து கி. ராஜநாராயணனுக்கு வெகு முன்பாகவே ந. பி. பேசியிருக்கிறார்.

இலக்கியம் தோன்றுவதற்கு எந்த அளவு கற்பனை தேவையோ அந்த அளவு வாழ்வும் தேவைப்படும் என்று அழுத்தமாக நம்பிய அவர், தன் சிறுகதைகளில் உணர்ச்சிக்கு முக்கியத்துவம் அளித்தார். தர்க்கரீதியான அறிவிற்கு இரண்டாம் இடம் தந்தார். எந்த ஒரு கருத்தையும் வலியுறுத்த அவர் கதை எழுதவில்லை. 17 வயதில் அவர் பார்த்த ரவிவர்மாவின் 'மோகினி' ஓவியம் அவருக்குள் ஏற்படுத்திய உணர்ச்சியே பிற்காலத்தில் அவர் எழுதிய 'மோகினி' சிறுகதைக்கு அடித்தளம் என்று அவர் குறிப்பிடுவதிலிருந்தே அவரது படைப்பு நோக்கம் பற்றி அறியலாம்.

"இலக்கியம், வாழ்வின் ஒரு துறையிலான இயக்கமானதால், இலக்கியம் பாதிக்கப்பட்டேதான் தீர வேண்டும். வாழ்வுக்கும் இலக்கியத்துக்கும் சம்பந்தம் இல்லாததுபோல் பேசுவதை நான் ஏற்கமாட்டேன். வாழும் வகை காணும் முயற்சியைவிட, இலக்கிய முயற்சி சிறந்தது என ஒப்புக்கொள்ள மாட்டேன். சொல் ஓய்ந்து மௌனம் வருமானால், மகிழ்ச் சியுடன் ஏற்பேன். உருவத்தில் நின்று உருவமற்றதைக் காண்பதே இன்பம். மேதையாக இருந்து அந்த இன்பத்தை உலகுடன் பகிர்ந்துகொள்ள முடியுமானால், அதுவும் நல்லதுதான். முடியாவிட்டாலும் அதற்காக வருந்தவேண்டியதில்லை" - ந.பிச்சமூர்த்தி.

நிச்சயமாக அவர் சிறுகதைகள் வழி அவர் கண்ட வாழ்வைப் பகிர்ந்திருக்கிறார். சிறுகதைக்கு வளமான பங்களிப்புச் செய்திருக்கிறார்.

8

பி. எஸ். ராமையா

மேடையேறிப் பேசுகிறவனுக்குக் கிடைக்கும் மரியாதை, அந்த மேடையை அமைத்தவனுக்குக் கிடைப்பதில்லை... அவனும் ஒரு பேச்சாளனாகவே இருந்தாலும். அந்தக் கதைதான் எழுத்தாளர் பி. எஸ். ராமையாவுக்கு நிகழ்ந்தது. மணிக்கொடி பத்திரிகைதான் நாம் குறிப்பிடும் மேடை.

300-க்கு மேற்பட்ட சிறுகதைகள் எழுதியிருந்தாலும் அவர் இலக்கிய உலகத்தில் மறக்கப்பட்ட மனிதராகவே இருந்தார். மணிக்கொடி பத்திரிகையின் ஆசிரியராக 1935 மார்ச் முதல் 1938 பிப்ரவரி வரை பணியாற்றியவர் பி.எஸ்.ராமையா.

மணிக்கொடி இதழ் மூன்று கட்டங்களாக வெளிவந்தது. முதல் கட்டம் என்பது, 1933 செப்டம்பர் முதல் 1935 ஜனவரி வரை பாரதியின் சரித்திரம் எழுதிய வ.ரா. அவர்களை ஆசிரியராகக் கொண்டு வெளிவந்தது. 'தாயின் மணிக்கொடி பாரீர்...' என்ற பாரதியின் பாடலிலிருந்து சொல்லெடுத்துப் பெயர் சூட்டிக்கொண்ட இதழ் அது. காந்திஜி முன்னெடுத்த தேசியக் கிளர்ச்சி மதிப்பீடுகளுடன் அதிகம் விமர்சனம் மற்றும் அரசியல் கட்டுரைகளுடன் முதல் கட்ட மணிக்கொடி வந்து நின்றுபோனது. இரண்டாம் கட்டமாக, நவயுகப் பிரசுராலய வெளியீடாக பி.எஸ்.ராமையாவை ஆசிரியராகக்கொண்டு 'அவ்வ்வ்வ்வளவும் சிறுகதைகள்' என்ற விளம்பரத்துடன் வெளியானது. மூன்றாவது கட்டம் என்பது, 1938-39 ஆண்டுகளில் ப ராமஸ்வாமி ஐயங்கார் அவர்கள் பொறுப்பில் மொழிபெயர்ப்புகள் அதிகம் வெளியான

இதழாக சுயமரியாதை இயக்க எதிர்ப்பு, ராஜாஜி ஆதரவு ரசனைக் கட்டுரைகள் என்கிற உள்ளடக்கத்துடன் வந்து நின்றுபோயிற்று.

இரண்டாம் கட்டம் எனப்படும் பி. எஸ். ராமையாவின் காலம்தான், தமிழ்ச் சிறுகதைக்குப் பொற்காலம் என, பல இலக்கிய முன்னோடிகளும் குறிப்பிடும்காலம். 'காந்தத்துக்கு, இரும்புத்தூள்களைச் சேர்த்து இழுக்கும் சக்தி உண்டு. ராமையா, இலக்கிய உலகில் ஒருவிதமான காந்தம். குறிப்பாக, தற்காலச் சிறுகதை தமிழ் இலக்கியத்தில் தோன்றுவதற்கு மணிக்கொடியில் களம் அமைத்துத் தந்தவர். பல எழுத்தாளர்கள் அவருடைய சிறுகதை மணிக்கொடியில் அவ்விதமாக இழுக்கப்பட்டவர்கள் ராமையா திட்டமிட்டு சிறுகதை மணிக்கொடியைப் பயிர்செய்தார். அவரே எதிர்பாராத அளவு ஓர் இலக்கியச் சக்தியாக அவர் கையில் மணிக்கொடி வளர்ந்தது. இந்த இலக்கியச் சக்தி பணக்காரனுடனோ பழைமையுடனோ நின்று திருப்தி அடையவில்லை. ஏழையையும் தனிமனிதனையும் சமூகத்தையும் தத்துவங்களையும் உண்மைக் கண்களோடு பார்க்கும் ஒரு போக்காக அமைந்ததுதான் அதன் சிறப்பு எனக் கூறலாம்' என்று 1965ஆம் ஆண்டில் வெளியான பி. எஸ். ராமையா மணிவிழா மலரில் ந. பிச்சமூர்த்தி எழுதுகிறார்.

புதுமைப்பித்தன் உள்ளிட்ட தமிழின் ஆகச்சிறந்த படைப்பாளிகளுக்கு மேடை அமைத்துக்கொடுத்த பெருமை பி. எஸ். ராமையாவுக்கு உண்டு. இன்றைய திண்டுக்கல் மாவட்டம், வத்தல குண்டு கிராமத்தைச் சேர்ந்த சுப்பிரமணிய ஐயர் - மீனாட்சியம்மாள் தம்பதிக்கு, கடைக்குட்டி மகனாக 1905ஆம் ஆண்டு மார்ச் 24ஆம் தேதி பி.எஸ்.ராமையா பிறந்தார்.

படிக்க வசதியில்லை. ஆனால், படிப்பில் ஆர்வம்கொண்ட ராமையா, வாரச் சாப்பாடு சாப்பிட்டும், உபகாரச் சம்பளம் பெற்றும் நான்காவது படிவம் வரையில் படித்தார். வேலை தேடி சென்னைக்குப் புறப்பட்டார். படித்த படிப்பு நான்காவது பாரத்துக்கு (ஒன்பதாம் வகுப்பு) மதிப்பு இருந்தாலும், அவருக்கு எந்த வேலையும் கிடைக்கவில்லை. ஊருக்குத் திரும்பலாம் என நினைத்தபோது, திருச்சியில் ஒரு ஜவுளிக்கடையில் வேலை கிடைத்தது. ஆனால், அது சரிப்பட்டு வரவில்லை. பிறகு, கடலூரில் சிறு சிறு பணிகள் செய்தார். அதுவும் சரிவரவில்லை.

மீண்டும் சென்னைக்குத் திரும்பி, பற்பல இடங்களில் பணியாற்றி, ஆர்யபவன் உணவுச்சாலையில் சர்வர் வேலையில்

சேர்ந்தார். 18 வயது வாலிபரான ராமையா, செய்யாத தொழில் இல்லை; பார்க்காத வேலை இல்லை.

அன்றைய படித்த இளைஞர்கள் பலரையும்போல காந்தி தொடங்கிய உப்பு சத்தியாகிரகப் போராட்டத்தில் கலந்துகொண்டதால், கைதுசெய்யப்பட்டுச் சிறைத்தண்டனை பெற்றார். சிறைச்சாலையைவிடச் சிறந்த பள்ளிக்கூடம் வேறென்ன இருக்க முடியும்?

சிறையில், வ.ரா., ஏ.என்.சிவராமன், சங்கு சுப்பிரமணியம் முதலியோரின் அறிமுகமும் நட்பும் கிடைத்தது. சிறைத்தண்டனை முடிந்தவுடன் கதர் விற்பனை நிலையத்தில் வேலை கிடைத்தது. கதர் ஆடைகளை தோளில் சுமந்தபடி விற்பனை செய்தார். பொருட்காட்சியில் கதர்க்கடை போட பி.எஸ்.ராமையா வந்தது பற்றி மௌனியும் குறிப்பிட்டிருக்கிறார்.

காந்திஜியின் நிர்மாணத் திட்டங்களில் ஈடுபாடு ஏற்பட்டது. தொண்டர்படை முகாமிலிருந்து தொண்டாற்றினார். ஓர் அணா விலையுடைய சுதந்திர இயக்கப் புத்தகங்களை விற்பனை செய்தார். தூத்துக்குடி, ராஜபாளையம், திருநெல்வேலி, மதுரை, ஈரோடு முதலிய ஊர்களுக்குச் சென்று தொண்டர்படை முகாம்கள் அமைத்தார்.

1932ஆம் ஆண்டில் மீண்டும் சென்னைக்கு வந்த ராமையாவுக்கு, அடுத்து என்ன செய்வதென்ற குழப்பம். காங்கிரஸ் இயக்கத்து ஈடுபாட்டைக் குறைத்துக்கொண்டார். எழுத்துத் துறையில் ஏற்கெனவே அவருக்கு ஈடுபாடு இருந்தது.

'ஆனந்த விகடன்' சிறுகதைப் போட்டி அறிவிப்பைப் பார்த்தார். அதற்கு கதை எழுதத் தூண்டியவர் சங்கு சுப்பிரமணியம்தான். அவர் தீவிர தேசிய இயக்கக்கொள்கை உடையவர். பாரதி பக்தர். ஆனந்த விகடன் சிறுகதைப் போட்டிக்குக் கதை அனுப்பினார் ராமையா. போட்டியில் முதல் இடம் பெற்ற கதைக்கு, நூறு ரூபாய் பரிசு கிடைத்தது. ராமையா எழுதிய 'மலரும் மணமும்' கதைக்கு ஆனந்த விகடனின் ஊக்கப்பரிசாக பத்து ரூபாய் சன்மானம் கிடைத்தது.

கதையை அனுப்பிய அவசரத்தில் எழுதியவர் பெயரை எழுத மறந்துவிட்டார் ராமையா. கதையை வெளியிட்டு, 'எழுதியவர் பெயரைத் தெரிவிக்கவும்' என, பத்திரிகையில் பிரசுரித்த பிறகே,

எழுதியது தான்தான் எனத் தெரிவித்து அந்தப் பத்து ரூபாயைப் பெற்றார். அதிலிருந்து அவருடைய எழுத்து வாழ்க்கை தொடங்குகிறது.

அவருடைய கதைகளில் சிறந்த கதை என எல்லோரும் தவறாமல் குறிப்பிடுவது `நட்சத்திரக் குழந்தைகள்' கதையைத்தான். அந்தக் கதை இப்படித் தொடங்குகிறது...

“அப்பா, நட்சத்திரங்களுக்குக்கூட அப்பா உண்டோ?"

“உண்டு அம்மா!"

“அவர் யார் அப்பா?"

“சுவாமி."

“சுவாமியா? அப்பா, அவர்கூட உன்னைப்போலத்தானே இருப்பார்? நட்சத்திரம் ரொம்ப அழகாயிருக்கே. அதன் அப்பாகூட அழகாத்தானே இருப்பார்?"

“ஆமாம் அம்மா! சுவாமியினுடைய அழகைப்போல வேறு யாரும் அழகு இல்லை."

“சுவாமிகூட உன்னைப்போல நல்லவர்தானே?"

“ஆமாம்."

“ஆமாம். எனக்குக்கூடத் தெரிகிறது. சுவாமி ரொம்ப... ரொம்ப நல்லவர். நட்சத்திரமே பளிச்சினு அவ்வளவு நன்னாயிருக்கே. அவா அப்பா எப்படி இருப்பார்!"

“அவர் ரொம்ப நல்லவர். நம்மையெல்லாம்விடப் பெரியவர்."

“அப்பா! நட்சத்திரம் எப்போ பிறக்கும்?"

“சாயங்காலத்தில்."

“எப்படியப்பா அது பிறக்கிறது?"

“நாம் சத்தியத்தையே பேசுவதால், நாம் ஒவ்வொரு தடவையும் ஓர் உண்மையைச் சொல்லும்போது ஒரு நட்சத்திரம் பிறக்கிறது."

“நான்கூட நிஜத்தையே சொன்னால் நட்சத்திரம் பிறக்குமா அப்பா."

“ஆமாம் அம்மா! நீ ஒவ்வொரு தடவையும் நிஜம் சொல்லும்போது ஒரு நட்சத்திரம் பிறக்கிறது."

“அப்பா!"

“என்ன அம்மா?"

“நம்ம ஊரிலே அவ்வளவு பேரும் (குழந்தைகள் எல்லாம்) நிஜத்தையே பேசினா, எவ்வளவு நட்சத்திரம் பிறக்கும்? நிறைய... (இரண்டு கைகளையும் விரித்துக்காட்டி) இவ்வளவு நட்சத்திரம் பிறக்குமோல்லியோ?"

“ஆமாம் அம்மா!"

அதைக் கேட்டவுடன், குழந்தை ரோஹிணி வேறொன்றும் பேசாமல் ஆழ்ந்த சிந்தனையில் மூழ்கியவளாய்த் திரும்பிவிட்டாள்.

அப்போது ஒரு நட்சத்திரம் எரிந்து கீழே விழுகிறது. அதைக் கண்ட சிறுமியின் தந்தை, “யாராவது பொய் சொல்லிவிட்டால் ஒரு நட்சத்திரம் இப்படி உதிர்ந்து விழுந்துவிடும்!" என்கிறார். ரோகிணியும் அதை ஏற்றுக்கொள்கிறாள்.

இரண்டு நாள்களுக்குப் பிறகு ஓர் இரவில் வானத்திலிருந்து எரிந்து விழும் நட்சத்திரம் ஒன்றைக் கண்டு வேதனை தாங்க முடியாமல் ரோகிணி அழுகிறாள். அப்பா சமாதானப்படுத்தும்போது, “நம் ஊரில் யாரோ பொய் சொல்கிறார்கள் அப்பா. ஒரு நட்சத்திரம் உதிர்ந்துபோனால் கடவுள் எவ்வளவு வேதனைப்படுவார். அதை நினைத்துதான் வருத்தப்படுகிறேன்!" என்கிறாள் குழந்தை.

“நீதானே அப்பா சொன்னே, `நாம் ஒரு நிஜம் சொன்னால் ஒரு நட்சத்திரம் பிறக்கிறது'ன்னு. அப்போ ஒரு நட்சத்திரம் கீழே விழுந்தா, யாரோ ஒரு பொய் சொல்லிட்டாங்கன்னுதானே அர்த்தம்? சுவாமியினுடைய மனசு இப்போ எப்படி இருக்கும் அப்பா? எனக்கே நிறைய அழ வரதே" என்று சொல்லிவிட்டு அழத் தொடங்கினாள் அந்தக் கபடமற்ற குழந்தை.

`அந்த பச்சை உள்ளத்தில் எழுந்த துக்கத்தையும் அதன் துன்பத்தையும் நாவின் மொழிகளால் விவரிப்பது இயலாத காரியம். அது இதயம் இதயத்தினோடு தனது சொந்த பாஷையில் உணர்த்தவேண்டிய புனிதமான ஒரு துக்கம்' என, அந்தக் கதை முடியும். குழந்தை மனதுடன் நெருங்கிப்போகும் அதிசயத்தை இந்தக் கதை நிகழ்த்துகிறது என்றாலும், சற்றே அதீதமாக அறிவுத்தர்க்கம் செய்யும் குழந்தையாகப் படைத்திருப்பது இயல்பாக இல்லை.

நான் இளவயதில் முதன்முதலில் படித்த பி.எஸ்.ராமையாவின் கதை `மலரும் மணமும்'தான். வாசித்து முடித்து ரொம்ப நாளைக்கு மனதில் நின்ற கதையும் அதுதான். அத்தை மகன் ராமதாஸைத் திருமணம் செய்துகொள்ள ஆசைப்படும் செல்லம், சட்டம் படிக்கப் பட்டணம் போயிருக்கும் அவன் வரவுக்காகக் காத்திருக்கிறாள். அன்றலர்ந்த மலர்போல அவள் மனம் அவனுக்காகப் பூத்துக் குலுங்கிக்கொண்டிருக்கிறது. அவனும் அவளை நேசிக்கிறான். ஆனாலும் படிப்பு முடியும் வரை காத்திருக்கச் சொல்கிறான். ஆனால், காலம் அவளுக்கு வேறொருவனுடன் திருமணத்தை நடத்திவைக்கிறது. சீக்கிரத்திலேயே அந்தக் கணவனும் இறந்து அவள் விதவையாகிறாள். அவளுக்கு வாழ்வுகொடுக்க நினைக்கும் ராமதாஸ், அவளை மணம் முடிக்கிறான். முதலிரவில் அவளை அவன் நெருங்கும்போது, "உன்னுடைய திருப்திக்கும் சந்தோஷத்துக்கும்தான் நான் இதற்கு சம்மதித்தேன். உயிருள்ள வரை இந்தக் கட்டையை நீ பயன்படுத்திக்கொள்ளலாம்" என்று அவன் மார்பில் அவனுடைய அரவணைப்பில் மணமற்ற மலராகிப்போகிறாள்.

காதலில் மலர்ந்து மணம் வீசும் பக்குவம் மிளிரும் காலத்திலேயே இருவரும் சேர்ந்திருந்தால் எப்படி இருந்திருக்கும் என இந்தக் கதையை வாசித்த அன்றைய நாளில் என் மனம் ஏங்கியது. செல்லத்துக்காக மிகவும் துக்கப்பட்டேன். மனித உறவுகளில், பெண் மனதில் தாமதம் நிகழ்த்தும் கொடுமையை மிகநுட்பமாகச் சொல்லும் கதை இது.

'பாக்கியத்தின் பாக்கியம்' என்ற தொகுப்பின் சிறிய முன்னுரையில் `கார்னிவல்' என்னுடைய மிகச்சிறந்த கதைகளில் ஒன்று என்பது என் கருத்து' என்று பி.எஸ்.ராமையா எழுதியுள்ளார். 1936ஆம் ஆண்டில் மணிக்கொடியில் வந்த கதை இது. ஒரு தாசியின் பார்வையில் கதை சொல்லப்படுகிறது. பணக்கார மைனர்களுக்கு வீட்டில் இடம் கொடுத்துப் பணிவிடை செய்யும் தாசியான `வனஜாஷி'யிடம் விழுந்துகிடக்கும் மைனர், அவளை வீணை வாசிக்கச் சொல்கிறான்.

அவர் ரொம்ப இனிமையாகக் குனிந்து என் கன்னத்தில் மூச்சுக்காற்றுப் படும்படி நின்றுகொண்டு "வனீ... வீணை வாசியேன்" என்று கொஞ்சலாகச் சொன்னார்.

"அவர் என்னை பல பெயர்களிட்டுக் கூப்பிடுவார். வனஜாஷி என்று என் முழுப்பெயரையும் சொல்லிக் கூப்பிட்டால் அதற்கு

ஒரு பொருள். அப்போது அவருடைய நெஞ்சம் என் மயக்கத்தில் சரியாக லயிக்கவில்லை எனச் சொல்லலாம். பிறகு, சிறிது சிறிதாக பெயர் குறுகத் தொடங்கும். 'வனஜா, வனஜி' என்றெல்லாம் மாறி, கடைசியாக 'வனீ' என்று ஆகிவிடும். அதுதான் அவருடைய உள்ளத்தில் என்மேல் எழும் பிரேமையின் உச்சஸ்தாயியைக் குறிக்கும் என்பது எனக்குத் தெரியும்.

ரொம்ப கர்வத்துடனும் பரமதிருப்தியுடனும் வீணையைக் கையில் எடுத்தேன். சாதாரணமாகவே வீணையை மீட்டியவுடன் என் மனம் என் பிடியை மீறிவிடும். அதென்னவோ என்னால் விளக்கிச் சொல்ல முடியவில்லை. வீணையின் தந்திகளை சுருதி கூட்டி ஒருதடவை மீட்டிவிட்டவுடன் அந்த நாதத்துக்கு என் உடலில் எங்கேயோ ஓர் எதிரொலி எழுவதாக உணருகிறேன். நான் மீட்டியது வீணையின் தந்திகளை அன்று, என் சொந்த நரம்புகளையேதான் எனத் தோன்றுகிறது.”

சங்கீதத்தை பானம் அருந்திய போதையுடன் கேட்டுக்கொண்டிருக்கும் மைனரின் ரசனைக்குக் கேடாகக் கீழே ஏதோ சத்தமாகத் தகராறு நடக்கிறது. தன்னுடைய வாக்கிங் ஸ்டிக்கால் அவர்களை அடித்து விரட்டுகிறார். கூலி கொடுக்காத பிரச்னைக்காக எழுந்த சண்டை அது. தன் ரசனை குலைந்துபோனதால் வெறுப்படைந்த மைனர், வனஜாக்ஷியை அழைத்துக்கொண்டு காரில் கார்னிவலுக்குப் போகிறார். போய்த் திரும்பும் நடுராத்திரி வேளையில் தெருவில் பாலியல் தொழில் செய்யும் பெண் தனக்குத் தர ஒப்புக்கொண்ட எட்டணாவைத் தராமல் ஏமாற்றும் வாடிக்கையாளரிடம் தகராறு செய்துகொண்டிருக்கிறாள். கூட்டம் கூடி கார், போகும் பாதையை மறித்து நிற்கிறது. மைனர் கீழே இறங்கி பஞ்சாயத்துப் பண்ணி அனுப்புகிறார். “ஊரில் உள்ள தாசிகளை எல்லாம் துரத்தி அடிக்கணும்" என்றபடி காருக்கு வருகிறார். வனஜாக்ஷிக்கு தானும் அந்தத் தெரு தாசியும் ஒன்றுதானே என்கிற பச்சாதாபமும் தன் மீதே அருவருப்பும் அடைகிறாள். கதையில் மைனரைப் பற்றி எதிர்மறையாக ஒரு வார்த்தைகூடக் கிடையாது. ஆனால், கதையை வாசிக்கும் நமக்கு மைனர் மீது கோபமும் வெறுப்பும் உண்டாகிறது. அதுவே இந்தக் கதையின் வெற்றி.

அந்தக் காலத்தில், மணிக்கொடி எழுத்தாளர்களுக்கும் ஆனந்த விகடன் எழுத்தாளர்களுக்கும் இடையே ஒரு சீனப்பெருஞ்சுவரே எழுப்பப்பட்டிருந்தது. கல்கிக்கும் புதுமைப்பித்தனுக்கும் இடையே

ஒரு பனிப்போரே நிகழ்ந்துகொண்டிருந்தது. ஜனரஞ்சக எழுத்தைப் பிரதிபலிப்பவராக–வாசகனுக்கு வால் பிடித்துச் செல்பவராக கல்கி, மணிக்கொடிக்காரர்களால் கடுமையாக விமர்சிக்கப்பட்டார். ஆனால், மணிக்கொடி ஆசிரியராகவே பணியாற்றிய ராமையாவுக்கு, ஆனந்த விகடன் பற்றி அத்தகைய ஒவ்வாமை உணர்வு இல்லை.

தன்னுடைய சிறுகதைத் தொகுப்பின் முன்னுரையில் இவ்விதம் குறிப்பிடுகிறார்...

'1933ஆம் ஆண்டு மறுமலர்ச்சி இலக்கிய சரித்திரத்தில் ஓர் எல்லைக் கல். அந்த ஆண்டில் ஆனந்த விகடன், தமிழ்ச் சிறுகதை இலக்கியத்துக்கு ஒரு பெரும்பணி செய்தது. அந்தப் பத்திரிகையில் முதல்முறையாக சிறுகதைப் போட்டி ஒன்று நடத்தினார்கள். அந்தப் போட்டியே தமிழ் படிப்பவர்களை இலக்கிய வகைகளில் சிறுகதைக்குரிய இடத்தையும் மதிப்பையும் பற்றிச் சிந்திக்கச் செய்தது...'

சிறுகதை என்கிற புதிய (1930-களில்) இலக்கிய வடிவத்தைப் பரவலாக அறிமுகம் செய்தது ஆனந்த விகடன் என்கிற நெகிழ்வுப் பார்வை அவருக்கு இருந்திருக்கிறது. மணிக்கொடியிலிருந்து வெளியேறிய பிறகு, ஆனந்த விகடனில் வாரம் ஒரு சிறுகதை எழுதினார் பி.எஸ்.ராமையா. அவருடைய கதைகள் வாசகர்களால் விரும்பி வாசிக்கப்பட்டன.

"கதைகள் பின்னுவதில் அவர் வெகு சாமர்த்தியசாலி. இந்த லாகவத்திலிருந்து அவருடைய நாடகத் திறமையும் பிறந்திருக்கிறது. வேறுவிதமாகச் சொன்னால், கற்பனைவளம் மிகுந்தவர் என அவரைக் குறிப்பிட வேண்டும். அவர் நோக்கில் உயர்வு நவிற்சி அதிகம் காணப்படுவதாகக் கூற முடியாது. ஆனால், அதில் ஒரு கிண்டல் பார்வை உண்டு. அவரது பல சிறுகதைகளில் இந்தத் தன்மையைக் காணலாம். குறிப்பாக, வாழ்வின் துன்பம் அவருக்கு முக்கிய இலக்கிய விஷயம். இந்தத் துன்பத்துடன் நடைபெறும் போராட்டமே அவருடைய பின்னல்கள்" என்று ந. பிச்சமூர்த்தி, ராமையாவின் கதைகளைப் பற்றி மதிப்பீடு செய்கிறார்.

'தமிழிலே நட்சத்திரக் குழந்தைகள், சிவசைலம், எங்கிருந்தோ வந்தான், கடவுளும் கந்தசாமிப்பிள்ளையும் என்கிற தலைப்புகளில் வந்துள்ள கதைகள் ஒப்புயர்வற்றவை' என்று புதுமைப்பித்தன் 1946ஆம் ஆண்டில் 'முல்லை'யில் எழுதுகிறார்.

ராமையாவின் வாழ்வு, எழுத்து இரண்டின் அடிப்படையுமே எளிமைதான். அசலான காந்தியவாதியான அவர், விடுதலைக்குப் பிறகான இந்திய வாழ்க்கை சுயநலமே பிரதானம் என்று ஆகிவிட்டது பற்றி வேதனைகொண்டவராக `சுதந்திரம் வந்ததிலிருந்து இந்திய மனநிலை தேய்ந்து சுருங்கிக்கொண்டே வந்து, இன்று அவனவன் தான் தனக்கு என்ற மனோநிலை மேலோங்கி வருகிறது' என்று கவலைகொண்டிருந்தாலும் அவநம்பிக்கை அடையாமல்தான் இறுதிவரை இருந்தார் என்பது சி. சு. செல்லப்பாவின் கணிப்பு.

ராமையாவின் கருத்தாக சி.சு.செல்லப்பா கூறுவது...

"காந்தி போட்ட வித்து, முளைவிட்டு செடியாக வந்துகொண்டிருக்கிறது. இப்போது அந்தத் தியாக வெப்பம் தணிந்துவிட்டதே என்று நீங்களும் நானும் அங்கலாய்த்துச் சிந்திக்கிறோமே, அதுவே ஒரு அறிகுறிதான். இப்படி எத்தனை பேர் சிந்தித்துக்கொண்டிருப்பார்கள். அவ்வளவு சிந்தனையும் உணர்ச்சியும் பெருகி நிச்சயமாக பலன் அளித்தே தீரும். காந்தியை போன்ற ஒரு ஜீவசக்தி, ஆத்ம சக்தி ஐம்பது வருஷங்களாகக் கொட்டிய உழைப்பு, பலன் அளிக்காமல் போய்விட்டதென்றால், மனிதகுலத்தின் வரலாற்றே கட்டுக்கதை, கற்பனை என்று ஆகிவிடும்.

`வாழ்க்கையில் துன்பம், துயரம், இன்பம் இருக்கின்றன. அதேபோல தீமை, புன்மை, கயமை ஆகிய தன்மைகளும் இருக்கின்றன. இவை எல்லாவற்றிலும் அழகு இருப்பதாகச் சொல்ல முடியாது. ஆனால், அழகு இருப்பதாக அல்லது அழகாக இருப்பதாக எழுதிவிட முடியும் – திறமை உள்ள ஓர் எழுத்தாளனால். ஆனால், தீமையும் புன்மையும் கயமையும் எவ்வளவு அழகுப்படுத்தப்பட்டாலும் இலக்கியச் சரக்கு ஆகாது. அப்போதைக்கு அது மயக்கத்தை எழுப்பலாம். நிலைத்து நீடித்து நிற்காது. அசிங்கத்தை அழகுப்படுத்திக் காட்டுவது அரிய திறமைதான். ஆனால், அறிவாளிகள் அதை மதிப்பதில்லை.

நூற்றுக்கணக்கான கதைகளை பி.எஸ்.ராமையா எழுதியிருந்தாலும், அவற்றில் எந்தக் கதையும் மன விகாரங்களுக்கும் வக்கிரங்களுக்கும் இடமளித்ததில்லை. அவர் கல்கியைப்போல வெகுசன இலக்கியக்காரர் அல்ல. தன் வாசகர்கள் யார் என்ற

தன்னுணர்வோடு எழுதியவரும் அல்ல. சிறுகதை வடிவம் குறித்த பிரக்ஞையோடு எழுதியவரும் அல்ல.

ஆனாலும் க. நா. சு. `ராமையா ஒரு நல்ல சிறுகதையைக்கூட எழுதியதில்லை' என்று கூறுவதை என்னால் ஏற்க இயலவில்லை. முன் முடிவுகள் இல்லாமல் அவருடைய கதைகளை வாசித்தால் நட்சத்திரக் குழந்தைகள், மலரும் மணமும், கார்னிவல் போன்ற அற்புதமான கதைகளை எழுதியவராகத்தான் நாம் அவரைக் கருதுவோம்.

மணிக்கொடியிலிருந்து வெளியேறிய பிறகு சினிமாத் துறையின் மீது அவருக்கு ஈடுபாடு ஏற்பட்டது. பத்து ஆண்டுகாலம் எழுத்தை மறந்து, சினிமாவில் வேலைசெய்தார். 1940ஆம் ஆண்டில் முதன்முதலாக `பூலோக ரம்பை' என்ற படத்துக்கு வசனம் எழுதினார். அதைத் தொடர்ந்து `மணிமேகலை', `மதனகாமராஜன்', `குபேர குசேலா', `சாலிவாஹன்', `பக்த நாரதர்', `விசித்திர வனிதா' எனப் பல படங்களில் தொடர்ந்து பணியாற்றினார்.

சிரிப்பு நடிகர் சந்திரபாபுவின் சினிமா பிரவேசம் ராமையாவின் `தன அமராவதி' என்ற படத்தின் மூலம் நிகழ்ந்தது. சந்திரபாபுவை திரை உலகுக்கு அறிமுகப்படுத்திய பெருமை, பி.எஸ். ராமையாவுக்கே உரித்தானது. 1943ஆம் ஆண்டில் இவர் திரைப்படம் பற்றிய நூல் ஒன்றை எழுதியிருக்கிறார். இந்த நூல் திரைப்படத் துறை பற்றிய மிகவும் முக்கியமான பதிவுகளை உள்ளடக்கியது. இவரது திரைப்பணி, 1949-50 வரையிலும் நீடித்தது. பிறகு, இந்தத் துறையை அவர் வெறுத்து முற்றாக வெளியேறி மீண்டும் எழுத வருகிறார்.

அவருடைய 300 கதைகளைப் பற்றியும் ஒரு பார்வையை முன்வைத்து கதைகளைத் தொகுத்து `பி. எஸ். ராமையாவின் கதை பாணி' என்கிற நூலை எழுதிய சி. சு. செல்லப்பா, அந்த நூலின் முன்னுரையில் அந்தக் கதைகளை ஓர் அட்டைப்பெட்டியில் அலட்சியமாக ராமையா போட்டுவைத்திருந்தைக் குறிப்பிடுகிறார். தேர்ந்தெடுத்த கதைகளை வரிசைப்படுத்தி ராமையாவுக்கு அனுப்பியபோது அவர் எழுதிய கடிதத்தில், ‘நான் சோற்றுக்கு எழுதிய கதைகளைக்கூடத் தேர்ந்தெடுத்திருக்கிறாயே. சரி, என் விருப்பத்தைச் சொல்கிறேன். குங்குமப்பொட்டு குமாரசாமி துப்பறியும் கதைகளை விட்டுவிட்டாயே. அதைச் சேர்க்க

விரும்புகிறேன். உன் விருப்பத்தைத் தெரிவி' என்று எழுதியதாக செல்லப்பா குறிப்பிடுகிறார்.

சோத்துக்கு எழுதிய கதைகள் என்று அவரே நிராகரிக்கும் கதைகளும் அவரிடம் உண்டு. அது பற்றிய பார்வையும் அவருக்கு இருந்தது என்பதுதான் இங்கு முக்கியம். தன் சொந்த ஊர்க்காரரும் நண்பருமான ராமையாவின் கதைகளைக் காலவெள்ளம் அடித்துச் சென்றுவிடாமல் இருப்பதற்காக, தன் தள்ளாத வயதிலும் அக்கறை எடுத்து சி.சு.செல்லப்பா தொகுத்திருக்கிறார். எப்படிப்பட்ட அன்பு, எப்படிப்பட்ட நட்பு என்பதை நினைத்துப்பார்க்கவே மனம் விம்முகிறது.

`என் கணிப்பில் ராமையா உலகச் சிறுகதைத் துறையில் இடம்பெறக்கூடியவர், ஆண்டன் செகாவ், மாப்பஸான், ஓஹென்ரி, கேத்தரீன் மேன்ஸ்ஃபீல்டு, டி. ஹெச். லாரன்ஸ், ஃபிராங்க் ஓ'கானர், ஹென்ரி ஜேம்ஸ், எர்னஸ்ட் ஹெமிங்வே, ஹெச்.ஈ. பேட்ஸ் ஆகியோர் அடங்கிய முன்வரிசை சிறுகதையாளர்களில் ஒருவர் என்பது என் துணிபு. இவர்களிடம் தனித்தனியாகக் காணும் பல அம்சங்களையும் ராமையாவின் கதைகளில் ஒருங்கே காணலாம். அந்த அளவுக்கு அவரது 300 கதைகளில் `நானாவிதம்' (வெரைடி) காணலாம். மனித சுபாவம் பற்றிய அதிகபட்ச குணாம்சங்களையும் நிறைகுறைகளின் சித்திரிப்பையும் காணலாம். மரபுக்கும் தற்காலத்துக்கும் உறவு ஏற்படுத்தியவர். பழைமைக்கும் புதுமைக்கும் பொருத்தம் பாட்டியவர்' என்று சி. சு. செல்லப்பா தன் நூலில் கணித்துக் கூறுவதை சற்று உணர்ச்சிவசப்பட்ட கருத்தாகவே எடுத்துக்கொள்ள முடிகிறது. இலக்கியம் குறித்த நுட்பமான பார்வை கொண்ட செல்லப்பா தன் நண்பரும் சொந்த ஊர்க்காரருமான ராமையா என்றவுடன் எல்லா விதிகளையும் தளர்த்திவிட்டார் என்று படுகிறது.

மணிக்கொடி எழுத்தாளர்களில் `புதுமைப்பித்தனைத் தவிர வேறு சிலரும் நல்ல கதைகள் எழுதினார்கள். எனினும் புதுமைப்பித்தனிடமிருந்த மன உணர்ச்சிகளை வார்த்தைகளில் மடக்கிக்கொண்டுவரும் சக்தி மற்றவர்களிடம் குறைவாகவே இருந்தது' (இலக்கிய விமர்சனம் என்னும் நூலிலிருந்து) என்கிற தொ. மு. சி. ரகுநாதனின் கருத்தை முற்றாக மறுப்போர் இலர்.

எப்போதும் வெற்றிலை போடும் பழக்கமுள்ள பி. எஸ். ராமையா, தொண்டைப் புற்றுநோய் ஏற்பட்டு 18. 05. 1983 அன்று சென்னையில் காலமானார். தமிழ்ச் சிறுகதை வரலாற்றில் அவரது சிறுகதைகளுக்காகவும் சிறுகதை என்னும் இலக்கிய வகை செழித்து வளர்வதற்காக அவர் செலுத்திய தன்னலமற்ற உழைப்புக்காகவும் அவருக்கு என்றும் அழியாத இடம் உண்டு.

9

தொ. மு. சி. ரகுநாதன்

தமிழ்ச் சிறுகதை வரலாற்றை எழுதுகிறவர்களானாலும் சரி, தமிழின் தேர்ந்தெடுக்கப்பட்ட சிறுகதைகளைத் தொகுத்துப் போடுகிறவர்களானாலும் சரி, இணையத்தில் சிறுகதைகளைப் பதிவேற்றம் செய்யும் இணையதளக்காரர்களானாலும் சரி, ஞாபகமாகத் தவிர்த்துவிடும் ஒரு பெயர் தொ.மு.சி. ரகுநாதன். இவர் எழுதிய சிறுகதைகளை வாசித்த புதுமைப்பித்தனுக்கு, அந்தக் கதைகள் மிகவும் பிடித்துப்போய், யார் இந்தப் பையன் எனத் தேடித் தேடி, சென்னையில் தினமணி ஆபீஸில் அவரை முதன்முதலாகப் பார்த்தபோது "ஏ... நீ நம்ம ஆளுப்பா. உன்னைத்தான் இத்தனை நாளாகத் தேடிக்கொண்டிருந்தேன்" என்று சொல்லிக் கட்டியணைத்துக்கொண்டு, அந்த நிமிடத்திலிருந்து நெருக்கமாகிவிட்டாராம்.

அதன் பிறகு தன் இறுதிக்காலம் வரை அந்த நட்பையும் தோழமையையும் சிக்கெனப் பிடித்துக்கொண்டிருந்தவர் புதுமைப்பித்தன். அவர் சாகும் நாளில், கடைசி நிமிடத்தில் பார்க்க ஆசைப்பட்டு கண்கள் தேடியதும் இவரைத்தான். உடல் நோயால் வேதனை வந்தபோதெல்லாம் "ரகுநாதா..." என்று அரற்றியதாக கடைசி நிமிடத்தில் அவரோடு இருந்த சிதம்பரம் எழுதுகிறார்.

1951ஆம் ஆண்டில் ரகுநாதன் எழுதிய 'பஞ்சும் பசியும்' நாவல்தான் அயல்மொழியில் மொழிபெயர்க்கப்பட்டு வெளியிடப்பட்ட முதல் தமிழ் நாவல். செக் மொழியில் கமில்

சுவலபில் மொழிபெயர்த்த அந்த நூல், 50 ஆயிரம் பிரதிகள் விற்பனையானது. ரகுநாதன் எழுதிய 'ஆனைத்தீ' என்ற சிறுகதைக்கு ஈடான ஒரு கதையை, தமிழில் வேறு யாரும் எழுதவில்லை என்பது எழுத்தாளர் சுந்தரராமசாமியின் அழுத்தமான கருத்து. அவர் பெயரைப் புறக்கணிப்பதில் நியாயம் ஏதும் இருக்க முடியாது. அரசியல்தான் இருக்க முடியும்.

புதுமைப்பித்தனோடு சேர்ந்துகொண்டு கல்கி உள்ளிட்ட புகழ்பெற்ற இலக்கிய உலக ஜாம்பவான்களை எல்லாம் கூர்மையான விமர்சனக் கணைகளால் வீழ்த்தியவர் தொ. மு. சி. ரகுநாதன். அதிரடியான எழுத்துகளால் பலருடைய பகையைச் சம்பாதித்துக்கொண்டவர். ஆனால், உண்மையை எந்தவிதமான சமரசத்துக்கும் இடமின்றி உரக்கச் சொன்னவர். முற்போக்கு இலக்கியம் என்ற வகைமையின் பயணத்துக்கு முதன்முதலாகப் பாதை போட்டவர்.

1939ஆம் ஆண்டிலிருந்தே சிறுகதைகள் எழுதத் தொடங்கிய ரகுநாதனின் கதைகள், 1949ஆம் ஆண்டில் தொகுப்பாக வெளியானது. அந்தத் தொகுப்பில் இருந்த 'நீயும் நானும்' என்ற கதை, வாதப் பிரதிவாதங்களை இலக்கிய உலகில் உருவாக்கிப் பரபரப்பாகப் பேசியது. கம்யூனிஸ்ட்டுகள் மீதான அடக்குமுறைக் காலம். போலீஸாரால் தேடப்பட்டுவரும் ஒரு தொழிற்சங்கத் தலைவர், போலீஸ் கண்ணில் பட்டுவிடுகிறார். போலீஸ் அவரைத் துரத்துகிறது. அவர் தப்பி ஓடி ஓடி, ஒரு சந்தில் நுழைகிறார். அங்கே ஒரு குடிசை வாசலில் ஒரு பெண் உட்கார்ந்து தன் குழந்தைக்குப் பால் புகட்டிக்கொண்டிருக்கிறாள். அந்தப் பெண்ணும் தீவிரமான ஒரு தொழிற்சங்கவாதி. தன் தலைவரை போலீஸார் துரத்திவருவதைப் பார்த்த அந்தப் பெண், தலைவரை தன் குடிசைக்குள் நுழைத்து பின்வாசல் திறந்து தப்பி ஓடிவிடும்படி கூறுகிறாள். தலைவர் குடிசைக்குள் நுழைந்த அடுத்த நிமிடம் போலீஸ் அவள் வீட்டுவாசலில் வந்து நின்றுவிட்டது. உடனே போலீஸ் உள்ளே போனால் தலைவர் பிடிபட்டுவிடுவார். என்ன செய்தாவது தலைவரைக் காப்பாற்ற வேண்டும். ஆனால் என்ன செய்வதென அவளுக்குத் தெரியவில்லை. திடீரென தன் மடியில் பால் குடித்துக்கொண்டிருந்த தன் குழந்தையின் கால்களைப் பிடித்துத் தூக்கிப் படிக்கட்டில் அதை ஓங்கி அடிக்கிறாள். தலை சிதறி குழந்தை இறந்துவிடுகிறது. இந்தக் கொடூரத்தைப் பார்த்த

போலீஸார் அதிர்ச்சியில் உறைந்துபோய் நின்றுவிடுகிறார்கள். தலைவர் தப்பிவிடுகிறார்.

இது கம்யூனிஸ்ட் தலைவர் கே. பாலதண்டாயுதம் தலைமறைவாக வாழ்ந்த காலத்தில் நடந்த ஓர் உண்மைச் சம்பவம். இப்படியான சம்பவம், இங்கு மட்டும் நடக்கவில்லை. நேதாஜியின் இந்திய தேசிய ராணுவம் போரில் பின்வாங்கிக்கொண்டிருந்த நேரத்தில் ஓரிடத்தில் நடந்துள்ளது. வியட்நாமிலும் ஜப்பானிலும் சோவியத் யூனியனிலும் இப்படிக் கட்சித் தலைவர்கள், தேசிய ராணுவம் இவர்களைக் காப்பதற்காகக் குழந்தையைக் கொன்ற சம்பவங்கள் நடந்துள்ளன.

'ஆனாலும் உண்மையும் யதார்த்தமும் ஒன்றா? கலை என்பது நடந்ததை நடந்ததாக எழுதுவதா? அப்படியானால், நடந்ததும் யதார்த்தமும் ஒன்றா? சம்பவ உண்மைக்கும் கலை உண்மைக்கும் வேறுபாடு கிடையாதா? இப்படியெல்லாம் கேள்விகளை எழுப்பியது அந்தக் கதை.' (பொன்னீலனின் தொ.மு.சி. ரகுநாதன் நூலிலிருந்து)

காவல்துறைகளத்தில் கம்யூனிஸ்ட்டுகளை வேட்டையாடிக் கொண்டிருந்த அதே காலத்தில், எழுத்துலகில் கம்யூனிஸ்ட்டுகள் காங்கிரஸ்காரர்களாலும் 'சுத்த இலக்கியவாதி'களாலும் கடுமையாகத் தாக்கப்பட்ட காலமாகவும் இருந்தது. ஹிட்லர் சோவியத் மீது படையெடுத்துச் சென்று தோற்ற காலமாகவும் இருந்தது.

'அகில உலக கம்யூனிஸ்ட் இயக்கம் சமாதான பஜனை செய்துகொண்டே யுத்தத்துக்குத் திட்டமிட்டுவரும் இந்தச் சமயத்தில், கம்யூனிசத்தின் உண்மைத்தன்மையை ஆதரவாளர்களின் வாய்மொழியிலிருந்தே தெரிந்துகொள்வது அவசியம். அதற்காகவாவது இந்தக் கதைத் தொகுதியை வாசிக்கலாம்' என்று ரகுநாதனின் முதல் சிறுகதைத் தொகுப்பைக் கடுமையான வார்த்தைகளோடு வரவேற்றது தினமணி நாளிதழ் (10-09-1950). அன்று கம்யூனிஸ்ட் கட்சியில் இருந்த எழுத்தாளர் சுந்தர ராமசாமிக்கும் இந்தக் கதை மீது கடுமையான விமர்சனம் இருந்தது (தொ.மு.சி.ரகுநாதன் நினைவோடை-சுந்தர ராமசாமி). 'நடந்ததைத்தானே எழுதியிருக்கிறார் அதற்கு ஏன் இத்தனை விமர்சனம்?' என்று இந்தக் கதையை ஆதரித்தோரும் இருந்தனர்.

சிறுத்தொண்ட நாயனார் சிவனடியார் ஒருவர் கேட்டார் என்பதற்காகத்தான் பெற்ற பிள்ளையை வெட்டி கறி சமைத்து அன்போடு உபசரித்தார் என்ற கதையைக் காலம் காலமாகக் கண்களை மூடி பக்திப்பரவசத்தோடு `சிவசிவா' என்று கேட்டுக்கொண்டிருக்கும் உங்களுக்கு, உண்மையின் மீது கட்டப்பட்ட என் கதையை விமர்சிக்க என்ன தகுதி இருக்கிறது என்று தடாலடியாகத் திருப்பியடித்தார் ரகுநாதன்.

ஆரம்பத்தில் அப்படித் திருப்பி அடித்தாலும் பின்னாளில் `நீயும் நானும்' கதையை தான் எழுதியவிதம் சரியல்ல என சுயவிமர்சனம் செய்துகொண்டார் ரகுநாதன். 1956ஆம் ஆண்டில் இலங்கையில் பேசியபோது "நான் சொல்லியிருப்பது ஒரு சம்பவமே! கதை என்ற அளவில் அதன் உருவாக்கம் சரியானதல்ல. யதார்த்த இலக்கியத்தின் உயர்நிலையே மானுட அன்புதான். மானுட அன்பு என்னும் சுடரை உள்ளுக்குள்கொள்ளாத இலக்கியங்கள் யதார்த்த இலக்கியங்கள் ஆக மாட்டா" என்று தன் கதையை தானே மறுபரிசீலனைக்கு உட்படுத்தினார். இதுதான் ரகுநாதன். அத்தோடு நில்லாமல் யதார்த்த இலக்கியம் என்றால், அது எப்படி இருக்க வேண்டும் என்பதற்கு எடுத்துக்காட்டாக மிகயீல் ஷோலக்கவ்வின் கதை ஒன்றைக் கூறுகிறார்.

`இரண்டாவது உலக யுத்தம் முடிவுக்கு வந்த நேரம், ஜெர்மனி வீழ்ச் சியடைந்துவிட்டது. ஆனாலும் போர் முற்றிலும் ஓய்ந்துவிடவில்லை. பாசிசத்தின் தலைமையிடமான ரீஸ்டாக் கட்டடத்தின் மீது செங்கொடியை ஏற்ற சோவியத்தின் செஞ்சேனை வீரர்கள் ஐந்து பேர் ஒருவரோடு ஒருவர் போட்டிபோட்டுக்கொண்டு செங்கொடியுடன் ஓடுகிறார்கள். கட்டட இடிபாடுகளுக்கு இடையே பிரசவத்துக்காகத் துடித்துக்கொண்டிருக்கும் ஒரு ஜெர்மானியப் பெண்ணின் குரல் அவர்களைத் தடுத்து நிறுத்துகிறது. புதிய உயிரைப் பிறப்பிக்கும் வலியில் அவள் துடித்துக் கொண்டிருக்கிறாள். செங்கொடியைக் கீழே வைத்துவிட்டு அந்த ஐந்து பேரும் சேர்ந்து மருத்துவமனைக்குக் கொண்டுசெல்வதற்காக அந்தப் பெண்மணியைத் தூக்குகிறார்கள். சாலையின் இருபக்கங்களும் பதுங்கியிருந்த ஜெர்மானிய ராணுவ வீரர்கள், அந்தச் செஞ்சேனை வீரர்களை ஒவ்வொருவராகச் சுட்டுக்கொல்கிறார்கள். கடைசி வீரர் அந்த நிறைசூலியை மருத்துவமனையில் சேர்த்துவிட்டு, பிறந்த குழந்தையின் குரலைக் கேட்டு மகிழ்ந்தபடி வெளியே வரும்போது சுடப்பட்டு

இறக்கிறார். முகத்தில் புன்னகையுடன் அந்தச் செஞ்சேனை வீரன் மடிகிறான்'. இந்தக் கதையில் சுடர்விடுவதுபோல யதார்த்தம் சுடர்விட வேண்டும் என ரகுநாதன் பேசி முடித்ததாக பொன்னீலன் எழுதுகிறார்.

ஆனால், பெரும் விவாதப் புயலைக் கிளப்பிய சிறுகதையாக அது விளங்கியது. சிறுகதை மட்டுமல்ல, நாவல் இலக்கியத்திலும் புயலைக் கிளப்பியவர் ரகுநாதன். அவருடைய முதல் நாவலான 'முதலிரவு', 'காம உணர்ச்சி, மனிதனின் இதய உணர்ச்சியை மழுங்கடிக்கும் கீழ்த்தரமான உணர்ச்சி' என்ற பழங்கொள்கையைத் தவிடுபொடியாக்குவதற்காக எழுதப்பட்டது. பரபரப்பாக விற்பனையாகிப் பல பதிப்புகளைக்கண்டது. அதன் அமோக விற்பனையில் பொறாமைகொண்ட சில பதிப்பாளர்கள், அந்த நாவலை ஆபாசம் என்றும் அதைத் தடைசெய்ய வேண்டும் என்றும் அரசிடம் புகார் செய்தார்கள். இதுபற்றி பொன்னீலன் எழுதுகிறார், 'அப்போது கல்வி அமைச்சராக இருந்த அவிநாசிலிங்கம் செட்டியார் கட்டபிரம்மசாரி. தீவிர காந்தியவாதியான அவர், திருக்குறளில் இருந்தே காமத்துப்பாலை நீக்கிவிட வேண்டும் எனப் பேசியவர். நாவலில் ஓரினச்சேர்க்கை, முறை பிறழ்ந்த ஈரினச்சேர்க்கை, காந்தியப் பாலியல் நிலைக்கு எதிர்ப்பு எல்லாம் இருந்ததைப் பார்த்த அவர், புத்தகத்தைத் தடைசெய்து ஆணை பிறப்பித்தார்.

படைப்புலகில் இப்படி நுழையும்போதே பரபரப்பாகவும் அதிர்வெடிகளுடனும் நுழைந்தவரான ரகுநாதன், சாகும்பரியந்தம் வலுக்குறையாமல் அப்படியே இயங்கினார் என்பது வியப்பான செய்தி. நீயும் நானும் (1949), ஷணப்பித்தம் (1952), சேற்றிலே மலர்ந்த செந்தாமரை (1955), ரகுநாதன் கதைகள் (1957) ஆகிய நான்கு சிறுகதைத் தொகுப்புகளில் அவருடைய சிறுகதைகள் வந்தன. புதுமைப்பித்தனிடம் நாம் காணும் அதே கிண்டலும் நகையுணர்வும் சமூக விமர்சனமும் இன்னும் அழுத்தமான குரலில் ரகுநாதனின் கதைகளில் ஒலிக்கக் கேட்கலாம்.

பூடகமாகவோ இலைமறை காயாகவோ எழுதுவது ரகுநாதனுக்குப் பிடிக்காத ஒன்று. எழுத வேண்டும் என நினைத்துவிட்டால், தெளிவாகவும் வெளிப்படையாகவும் எழுதிவிடவேண்டியதுதானே என்பதுதான் ரகுநாதனின் போக்கு. அந்நிலைபாட்டின் சாட்சியங்களாக அவருடைய சிறுகதைகள் திகழ்கின்றன. அவர் அளவுக்கு சங்க இலக்கியங்களிலும்

கம்பராமாயணம், மகாபாரதம் போன்ற காவியங்களிலும் பாரதியிலும் புதுமைப்பித்தனிலும் ஆழ்ந்து தோய்ந்த இன்னொரு சிறுகதை எழுத்தாளரை தமிழ் இலக்கிய உலகம் இன்றுவரை பெறவில்லை.

'வென்றிலன் என்றபோதும்' என்ற சிறுகதை மகாபாரதக் காவியத்தை மறுவாசிப்பு செய்து எழுதப்பட்ட முக்கியமான சிறுகதை. ஐந்து பேருக்கு மனைவியாக்கப்பட்ட பாஞ்சாலிக்கு, கர்ணன் மீதுதான் உண்மையான காதல் என்று கதை அதகளமாகப் பயணிக்கிறது. திரௌபதி பேசுவதான பாணியில் இரண்டாம் அத்தியாயம் தொடங்குகிறது:

"அரண்மனை மேன்மாட முன்றிலில் நின்று அர்த்தமற்று வானைப் பார்த்துக்கொண்டிருந்தேன். மனதில் கவலைகள் மோதி மோதி நெஞ்சம் மரத்துப்போயிருந்தது. இறுகிப்போன இதயத்துக்குள்ளிருந்து குறுகுறுக்கும் நப்பாசையும், ஒதுக்க முடியாத துயரத்தின் உறுத்தலும் என்னை நிலைகொள்ளவிடாமல் அலட்டின. எனினும் கண்ணீர் சிந்தவோ, வாய்விட்டு அழுது நெஞ்சின் பளுவைக் குறைக்கவோ மனதில் தெம்பும் திறனும் இல்லை. காரணம், அன்றைய போர். ஒருபுறம் கர்ணன் என் காதலன். மறுபுறம் அர்ஜுனன் என் கணவன். இருவரும் போர் புரிகிறார்கள். இருவரில் யார் விழுவார்கள்? அவர்கள் வீழ்ச்சியைப் பொறுத்துதான் என் வாழ்க்கையும் இருக்கிறது. இப்படியெல்லாம் நெஞ்சக் குகையில் எண்ணங்கள் வெந்து கொண்டிருந்தன."

கர்ணன் கொல்லப்பட்ட சேதி கேட்டு மனம் உடைந்து கட்டிலில் விழுந்து அழுகிறாள் பாஞ்சாலி. அவளுடைய நினைவுகளில் முன்னர் நடந்ததெல்லாம் சித்திரமாக விரிகின்றன. "ஐவருக்கும் நான் பத்தினியானேன். எனக்கு வாய்த்த ஐந்து கணவன்மார்களும் என்னிடம் நடந்துகொண்டவிதம்தான் என்னை கர்ணன் பற்றிய சிந்தனைக்கு மீண்டும் இழுத்துச் சென்றது. இந்த ஐவருக்கும் மேலாக கர்ணனிடம்தான் எனக்கு மனசு ஒட்டக்கூடிய பாசம் இருந்தது.

தருமபுத்திரன் ஒரு ரிஷிப்பிறவி. அவருக்கு மனைவி என்றால், சதி என்ற தெய்விகப் பொருள். அவர் பள்ளியறையில் வைத்துக்கொண்டுகூட, திடீரென நீதிசாஸ்திரம் போதிக்க ஆரம்பித்துவிடுவார். பீமரோ, காதலுக்கோ சல்லாபத்துக்கோ

ஏற்றவர் அல்ல. இடிம்பைதான் அவருக்குச் சரியான மனைவி. வில்லை முறித்து என்னை மணந்த அர்ஜுனருக்கு, நான் பலரில் ஒருத்தி. அவருக்கு, சமயத்தில் ஒருத்தி வேண்டும். அது திரௌபதியானாலும் சுபத்திரையானாலும் ஒன்றுதான். நகுல சகாதேவர்கள் என் கண்ணுக்குக் கணவர்களாகவே தோன்றவில்லை. மதினியின் அன்பு அரவணைப்பில் ஒதுங்க எண்ணும் மைத்துனக் குஞ்சுகளாகத்தான் தோன்றினர்.

இதனால்தான் இந்த ஐவரில் எவர் மேலும் அன்பு செலுத்த முடியவில்லை. உலகமும் அவர்களும், என் பரிவையும் பச்சாதாபத்தையும் எப்படி வேண்டுமானாலும் அர்த்தப்படுத்திக் கொள்ளட்டும். எனினும், எனக்கு கர்ணன்மேல்தான் நேர்மையான அன்பு படர்ந்திருந்தது. கர்ணன் நினைவுதான் என் இளமையைக்கூட கட்டுக்குலையாமல் காத்துவந்தது. இன்று கர்ணன் மடிந்தார். அப்படியானால் ஒட்டிக்கொண்டிருந்த என் வாழ்க்கைக் கனவும் இன்றோடு உதிர்ந்தது என்றுதான் கொள்ளவேண்டுமா?"

இந்தக் கதையின் மையப்புள்ளியாக இருந்தது அர்ஜுனன் போரில் வென்றபோதும் அவன் கர்ணனிடம் தோற்றான் என்று நிறுவுவதே ஆகும். அர்ஜுனனின் புலம்பலாக வரும் வார்த்தைகள்...

"கர்ணன் என் அண்ணன்; என் எதிரி. இந்த உணர்ச்சியை என்னால் லகுவில் ஒதுக்கிவிட முடியவில்லை. இளமை முதல் அவனைப் பகைத்தே வந்திருக்கிறேன். இருவர் கைகளிலும் வில்லேறிய நாளிலிருந்து ஒருவருக்கொருவர் விரோதிதான். இன்று நான் கர்ணனைக் கொன்றுவிட்டேன். எனினும் நான் அவனை வென்றதாகவே எண்ண முடியவில்லை. கர்ணனின் மரணத்துக்காக இந்திரனும் கண்ணனும் அவனிடம் பிச்சை ஏற்கவேண்டியிருந்தது. தான் பெற்ற பிள்ளையிடம் தாய்மை உணர்ச்சியைக் காட்டி ஏமாற்றி, நாகாஸ்திரப் பிரயோகத்துக்கு குந்தி தடை விதிக்கவேண்டியிருந்தது. கடோத்கஜனை இந்தச் சூதில் பணயம் வைத்து வெட்டுக்கொடுக்கவேண்டி வந்தது. கர்ணனைக் கொன்றுவிட்டேன். எனினும் வெற்றி எனக்கல்ல."

1940-களில் கலாசாரக் காவலர்கள் யாரும் தமிழகத்தில் தலையெடுத்திருக்கவில்லை. ஆதலால், பாஞ்சாலியின் ஆறாவது காதலை முன்னிறுத்திக் கலவரம் ஏதும் வெடிக்கவில்லை. இந்தக் கதையும் ரகுநாதனும் தப்பினார்கள். நமக்கு அற்புதமான ஒரு மறுவாசிப்புக் கதை கிடைத்தது. ரகுநாதனுக்கு இந்தப் பழந்தமிழ்

இலக்கியப் பரிச்சயமும் ஆழ்ந்த புலமையும் பிதுரார்ஜிதச் சொத்தாகவே அவருக்கு வந்து சேர்ந்தது எனலாம்.

இவருடைய தாத்தா சிதம்பரத் தொண்டைமான், புகழ்பெற்ற ஒரு தமிழறிஞர். 'ஸ்ரீரெங்கநாதர் அம்மானை', 'நெல்லைப்பள்ளு' போன்ற நூல்களை எழுதியவர். ரகுநாதனின் அப்பா தொண்டைமான் முத்தையா, சிறந்த ஓவியர்; புகைப்படக் கலைஞர். அவருக்கும் அவருடைய இரண்டாவது மனைவி முத்தம்மாளுக்கும் இரண்டாவது மகனாக 1923 அக்டோபர் 20 அன்று பிறந்தவர் ரகுநாதன். அவருக்கு ஓர் அண்ணன், மூன்று தமக்கையர், ஒரு தங்கை.

அண்ணன் பாஸ்கரத் தொண்டைமான் பிற்காலத்தில் மாவட்ட ஆட்சியாளராகவும், பெரும் பேச்சாளராகவும், எழுத்தாளராகவும் புகழ்பெற்றவர். ரகுநாதனின் அப்பா ஒரு பிரம்ம சமாஜியார். வீட்டிலேயே பிரம்ம சமாஜக் கூட்டங்கள் நடக்கும். சமய நல்லிணக்கத்தில் ஈடுபாடுகொண்டவர். தாகூரிடம் ஈடுபாடுகொண்டவர். நல்ல மொழிபெயர்ப்பாளராகவும் எழுத்தாளராகவும் திகழ்ந்தவர். ஆகவே, ஆரோக்கியமான செறிவான குடும்பப் பின்னணி ரகுநாதனுக்கு வாய்த்திருந்தது.

அவருடைய முழுப்பெயர் தொ.மு.சிதம்பர ரகுநாதன். கவிதைகளை மட்டும் திருச்சிற்றம்பலக் கவிராயர் என்ற புனைபெயரில் எழுதுவார். அவர் பிறந்து வளர்ந்ததெல்லாம் திருநெல்வேலியில். 1942-ல் 'வெள்ளையனே வெளியேறு' இயக்கத்தில் பங்கேற்று, சிறை சென்றார். சில மாதங்கள் தலைமறைவு வாழ்க்கையும் வாழ நேர்ந்தது. கம்யூனிஸ்ட் கட்சியிலும் தமிழ்நாடு கலை இலக்கியப் பெருமன்றத்திலும் இணைந்து பல்வேறு பொறுப்புகளில் பணியாற்றினார். தினமணி, முல்லை, சக்தி, சோவியத் நாடு போன்ற இதழ்களில் ஆசிரியர் குழுவிலும் ஆசிரியராகவும் பணியாற்றியிருக்கிறார்.

பத்திரிகைத் துறையில் சலிப்பேற்பட்டு சென்னையிலிருந்து மீண்டும் நெல்லைக்குத் திரும்பி, 1954-ல் 'சாந்தி' என்ற இலக்கிய இதழை அவரே தொடங்குகிறார். சுந்தர ராமசாமியும் நெல்லை எஸ். வேலாயுதமும் உதவியாக இருக்கிறார்கள். குடும்பப் பாகப்பிரிவினையில் அவருக்குப் பணமாகக் கிடைத்த 3,000 ரூபாயை முதலீடாகக்கொண்டு அந்த இதழைத் தொடங்கி நடத்துகிறார். இரண்டு ஆண்டுகள் இலக்கியத்தில் சமரசமின்றி

தரமான படைப்புகளுடன் அந்த இதழ் வெளிவருகிறது. தமிழ் ஒளி, ரகுநாதன், சுந்தர ராமசாமி, ஜி. நாகராஜன் உள்ளிட்ட பலரும் தங்கள் படைப்புகளை அதில் வெளியிட்டனர். பொருளாதாரக் காரணங்களால் மட்டுமே அந்த இதழ் நின்றுபோனது.

'சாந்தி' இதழ்களை முழுமையாகத் தேடித் தொகுக்கும் பணியில் ரகுநாதனின் சீடரான தோழர் பேராசிரியர் ராமசந்திரன் ஈடுபட்டுள்ளார் என்பது ஆறுதல் அளிக்கும் தகவல்.

காரிகை நல்லாள் காயசண் டிகைவயிற்று

ஆனைத் தீக்கெடுத் தம்பலம் அடைந்ததும்

அம்பலம் அடைந்தனள் ஆயிழையென்றே

கொங்கலர் நறுந்தார்க் கோமகன் சென்றதும்'

என்கிற மணிமேகலைப் பதிகத்திலிருந்து சொல்லெடுத்து ரகுநாதன் எழுதிய 'ஆனைத்தீ' என்ற சிறுகதை, அவரது கதைகளில் மிகச்சிறந்த படைப்பாகப் போற்றப்படுவது. 'ஆனைத்தீ' போல நெஞ்சில் மூண்டெழும் காமத்தீ பற்றிய கதை அது.

தாமிரபரணிக் கரையில் கருப்பந்துறை சுடுகாட்டுச் சுடலைமாடன் கோயில் சாமி கொண்டாடியான கட்டாரித்தேவனுக்கு நாட்டாமைக்காரத் தேவரின் மனைவி இசக்கியின் மீது தீராத இச்சை. "நல்ல மஞ்சக் கடம்புக் கட்டையில் செதுக்கி நிறுத்திய சித்திரப்பாவைபோல் இருப்பாள். தலையை அள்ளிச் செருகிக் கோழிவால் கொண்டை போட்டிருப்பாள். நெற்றியின் நடுவே ஓடி, உச்சி வகிடோடு முடியும் பச்சை குத்திய நாமம் அவளின் கண்களை அளக்க உதவும் கேந்திரமாகத் திகழும். அவளது அவயங்கள் யார் மனதையும் தடுமாறச் செய்யும். மாம்பழக் காவலுக்கு அவள்தான் தோட்டத்தில் இருப்பாள். கட்டாரித்தேவனுக்கு அவளோடு பேசுவதில் தனி இன்பம். மஞ்சள் பூசிய முகத்தில் துலாம்பரமாய் விளங்கும் வெற்றிலைக்காவி உதடுகளில் புன்னகை பூக்க, யாரிடமும் சிரித்துச் சிரித்துப் பேசுவாள் இசக்கி."

கட்டாரித்தேவனுக்குக் கலியாணம் ஆகியிருந்தபோதும் மனதில் எழும் குரூர ஆசையைக் கொல்ல முடியாமல் இருந்தான். சுடலைமாடனின் கொடை நடக்கும் அன்று, அவன் சாமியாடியாக

வேடம் தரித்து சுடலையில் அமர்கிறான். மேளமும் தாளமும் பறை இசையுமாக சூழலே துடியாகி நிற்கிறது. அந்தக் காட்சியை நுட்பமாகவும் விரித்தும் ரகுநாதன் விவரிக்கும் பக்கங்கள் தமிழ் இலக்கியத்தின் உக்கிரமான பக்கங்களாக நம்மை நடுங்கச் செய்கின்றன. அதிலும் சுடலைக்குச் சென்று எரியும் பிணத்தின் வயிற்றுக்குள்ளிருந்து குடலை உருவி கட்டாரித்தேவன் வாயில் கவ்விக்கொண்டு திரும்ப ஓடிவரும் காட்சியை ரகுநாதன் விவரிப்பதை வாசிக்கும்போது நமக்கு ஈரக்குலை உண்மையிலேயே பதறும். எழுத்துக்கு இத்தனை ஆற்றல் உண்டா என வியக்கவைக்கும் பக்கங்கள் அவை.

கட்டாரித்தேவனின் கையாளாக வரும் வில்லுப்பாட்டுக் கலைஞன் வீராசாமிக்குக் கட்டாரியின் நோக்கும் போக்கும் எல்லாம் தெரியும். சுடலைக்குப் படையலாக வைக்கப்பட்ட சாராயத்தை கட்டாரி ஒரே மூச்சில் குடித்துவிட்டு அருள் வந்து இறங்குவதற்காகக் காத்திருக்கும் நேரத்தில் இசக்கி வருகிறாள். அதைக் கட்டாரித்தேவன் பார்க்கிறான். அருள் வந்து இறங்கும் முன் அவள் வந்து அவனுக்குள் இறங்கிவிடுகிறாள்.

“தூரத்தில் இசக்கி பச்சைநிறக் கண்டாங்கிச் சேலையைச் சரிபண்ணியவாறே சிரித்துக்கொண்டு நின்றாள். இசக்கியின் வனப்பு கட்டாரியின் கண்களை ஈர்த்தன. கட்டாரிக்குத் தலைக்கிறக்கம் அதிகமாயிற்று. சுடலையையும் இசக்கியையும் மாறி மாறிப் பார்த்துக்கொண்டிருந்தான். திடீரென ஒரே ஆகாகாரம் செய்துகொண்டே துள்ளி எழுந்தான் கட்டாரி. அவன் உடல் கிடு கிடென ஆடியது.”

இப்படித் தொடங்கும் அந்தக் காட்சி விவரிப்பு ஆகாகாரமாக நம் மனங்களில் வானத்துக்கும் பூமிக்குமாகக் குதிக்கிறது. சுடலையிலிருந்து திரும்பி வந்து வாயில் கவ்விய குடலுடன் அவன் ஆடுவது கண்டு ஊரே வாய் பொத்தி நடுங்கி கைகூப்பி நிற்கிறது. ஆனால், இசக்கி மட்டும் கும்பிடாமல் கையால் நாடியைத் தாங்கியவாறே அவனை வியப்புடன் பார்த்துச் சிரித்துக்கொண்டிருந்தாள்.

வில்லுப்பாட்டுக் கலைஞன் சுடலைமாட சாமிக்கும் இசக்கிக்கும் உள்ள உறவைப் பாடுவதுபோல கட்டாரித்தேவனுக்கும் இந்த இசக்கிக்கும் உள்ள உறவை தன் சொந்தப்பாடலாகக் கட்டிப் பாடுகிறான்.

‘ஏந்து நல்ல ஸ்தனமிரண்டாம்... இசக்கி.

இந்திராணி மார்பழகாம்... இசக்கி

பின்னழகைக் கண்டவர்கள்

பிரமித்து நின்றிடுவார்... இசக்கி

முன்னழகைக் கண்டாலோ

மோகிப்பார் ஆயிரம் பேர்... இசக்கி

இசக்கி... இசக்கி என்று உடுக்கடித்து கட்டாரித்தேவனின் ஆட்டத்துக்கு முறுக்கேற்றும் காட்சியும் இந்தக் கதையின் எழுச்சிகரமான பக்கங்களாகும்.

நாட்டுப்புறத் தெய்வங்களின் வழிபாட்டுமுறையோடும் அவர்களின் கலையோடும் பின்னிப்பிணைந்து மிளிரும் கதை இது என்றால், ‘சுருதிபேதம்’ என்னும் கதை கர்னாடக சங்கீதத்தைப் பின்னணி இசையாகக்கொண்டு நம்மை மயக்குகிறது. நாகஸ்வரக் கலைஞரான நாகமுத்து, தான் மையல்கொண்ட பெண்ணான செல்வத்தின் பாட்டுக்கு நாகஸ்வரம் வாசிக்கும்போது தாள லயத்தை மாற்றி குறும்பு செய்கிறான். போகப்போக ரசிகர்கள் அவள் பாட்டுக்கு இவன் எப்படி வாசிக்கிறான் எனப் பார்ப்பதற்கு மாறாக, இவன் வாசிப்புக்கு அவள் எப்படிப் பாடுகிறாள் என்று பார்க்க ஆரம்பித்துவிடுகிறார்கள். அவள் பாடலை நிறுத்தி சபையிலேயே விக்கி விக்கி அழுதுவிடுகிறாள்.

தாசி வடிவாம்பாளின் மகளான அந்தச் செல்வத்தைத் தேடி குற்ற மனதுடனும் அவளைச் சென்றடையும் நோக்குடனும் நாகமுத்து செல்கிறான். கதையின் அடுத்த திருப்பத்தில் செல்வம் நாகமுத்துவின் காதல் மனைவி ஆகிறாள். அடுத்த காட்சியில் வடிவாம்பாள் சாகக் கிடக்கிறாள். அப்போது நாகமுத்துவை அழைத்து “உன் தகப்பன் வேல்சாமி நாதசுரக்காரருக்கும் எனக்கும் பிறந்தவள்தான் செல்வம். உன் அப்பா என்னை ஏமாற்றிவிட்டுப் போய்விட்டார். அதற்கு வஞ்சம் தீர்க்கவே உண்மையைச் சொல்லாமல் செல்வத்தை உனக்குக் கட்டிக்கொடுத்தேன். அவள் உன் தங்கை” என்று சொல்லிவிட்டுக் கண்ணை மூடுகிறாள். தங்கையுடனா இத்தனை நாள் சல்லாபித்திருந்தேன் என்ற குற்ற உணர்வில் குமைந்துபோகிறான் நாகமுத்து. பாட்டில் சுருதிபேதம் செய்த குற்றத்துக்கு என் வாழ்க்கையையே சுருதிபேதம் செய்துவிட்டாளே எனக் கலங்குகிறான். அப்புறம் எந்தப்

பெண்ணுடனும் படுக்கையைப் பகிர்ந்துகொள்ள முடியாத உளவியல் சிக்கலுக்கு அவன் ஆளாகிவிடுகிறான்.

கு.ப.ரா-வின் `ஆற்றாமை' கதையில் சொன்ன அதே விஷயம் ரகுநாதனின் இந்தக் கதையில் இன்னும் அழுத்தமாகவும் தலைமுறைக் கோபமாகவும் பளிச்சென வெளிப்படுவதைக் காண வியப்பாக இருக்கிறது. இதைப்போல `கிரஹணம்' என்ற கதையும் ஆண்-பெண் உறவுக்குள் ஏற்படும் ஊடல், கூடல் பற்றிய கதைதான்.

ரகுநாதனின் கதைகளை வாசிக்க வாசிக்க, இவர் புதுமைப்பித்தன், கு.ப.ரா இருவரையும் கலந்து வடித்த கலைஞரோ என்ற மயக்கம் நமக்கு ஏற்படுகிறது. ஆனால், சோகம் என்னவெனில் அவர் தொடர்ந்து சிறுகதைகள் எழுதாமல் நிறுத்திக்கொண்டார். 1957-க்குப் பிறகு அவர் சிறுகதைகள் எழுதவில்லை. ஆய்வுகளின் மீது கவனம் செலுத்தி அந்தத் துறையில் சாதனைகள் படைத்தார்.

அவரது `பாரதி:காலமும் கருத்தும்' நூல் சாகித்ய அகாடமி விருது பெற்றது. இளங்கோவடிகள் யார் என்னும் ஆய்வு நூல், அதுகாறும் சேரன் செங்குட்டுவனின் தம்பிதான் இளங்கோவடிகள் என திராவிட இயக்கத்தார் கட்டியெழுப்பியிருந்த கற்பிதங்களை உடைத்து நொறுக்கி `இளங்கோ, மன்னர் வம்சத்தைச் சேர்ந்தவரே அல்ல. அவர் ஒரு தனவணிகச் செட்டியார்' என்று ஆதாரங்களுடன் நிறுவினார். அதனாலோ என்னவோ அந்த நூல் புறக்கணிக்கப்பட்டது. அத்தனை வலுவான நூலைக் கண்டுகொள்ளாமல், தன் சாவு சாகத் தமிழறிஞர்கள் அனுமதித்தார்கள். பெரும் கொடுமை அது.

புதுமைப்பித்தன் வரலாறு என்னும் நூல் அவரது படைப்புகளில் மகத்தான ஒன்றாக மதிக்கப்படுகிறது. அவர் இளவயதில் வெளியிட்ட `இலக்கிய விமர்சனம்' என்னும் நூல் தமிழின் முன்னோடியான நூல் என எதிர் அணியைச் சேர்ந்த க.நா.சு உள்ளிட்ட பலராலும் மதிக்கப்படும் நூல்.

தன் இறுதிக்காலத்தை அவர் திருநெல்வேலியிலும் பாளையங்கோட்டையிலும் கழித்தார். காலம் முழுவதும் யாரும் கிட்ட அண்ட முடியாத ஞானச்செருக்குடன் வாழ்ந்த அவர், பிற்காலத்தில் எளிதில் அணுக முடிபவராக மாறினார். அந்தக் காலத்தில் நானும் அவரை பாளையங்கோட்டை வீட்டில் சந்தித்து உரையாடும் சில வாய்ப்புகளைப் பெற்றேன். வாழ்நாள் முழுவதும் தன் புத்தகங்களோடும் எழுத்தோடுமே வாழ்ந்தார். மனைவி

மக்களோடு (பெற்ற தாயுடனும்தான்) அவர் செலவழித்த நேரம் மிகக் குறைவு. எவரையும் சார்ந்திருக்காமல் தன் சொந்தக் கால்களில் நின்று சாதித்த அந்தக் கம்பீரமான ஆளுமை, 2001 டிசம்பர் 31 அன்று காலமானார்.

`வாழ்க்கை என்பது முடிவற்றது. வாழ்க்கையில் `சுபம் முற்றிற்று' என்று வழிபடும் காலமே கிடையாது. அது முற்றுப்பெறாத விஷயம். அப்படி இருக்கும்போது இளம் எழுத்தாளர்கள் ஏன் வாழ்க்கையின் உன்னதம் அல்லது வீழ்ச்சி இவற்றை பற்றியே எழுத வேண்டும்? சாதாரணமான மன நெகிழ்ச்சியை வைத்துக்கொண்டு மனோதர்மம் என்ற இழை அறுந்துவிடாமல் கதை பின்னலாமே!' - ரகுநாதன்

10
அண்ணா

பிரசாரக் கதைகள் எழுதியவர் எனச் சொல்லி, நவீன இலக்கியவாதிகள் ஒட்டுமொத்தமாகப் புறக்கணிக்கும் ஒரு சிறுகதை எழுத்தாளர் அண்ணா. அறிஞர், பேரறிஞர் என்கிற அடைமொழிகளுடன் அழைக்கப்படும் முன்னாள் தமிழக முதலமைச்சரான அண்ணா, நூற்றுக்கும் மேற்பட்ட சிறுகதைகளை எழுதியவர். மிக அதிகமாக 'திராவிட நாடு' இதழிலும், சில கதைகளைப் பெரியாரின் 'குடி அரசு' இதழிலும் எழுதியுள்ளார். அவரது முதல் சிறுகதையான 'கொக்கரக்கோ', 1934ஆம் ஆண்டு ஆனந்த விகடன் இதழில் வெளியானது. 70-களில் முதன்முதலாக நான் வாசித்தது அவருடைய 'கருப்பண்ணசாமி யோசிக்கிறார்' என்ற கதையைத்தான்.

'மணி ஒலித்தது.

கதவு திறக்கும் சத்தம் கேட்டது.

கருப்பண்ணசாமி அலறியபடி உள்ளே ஓடலானார். ஒளிந்துகொள்ள இடம் தேடினார்.

'களுக்'கென ஒரு சிரிப்பொலி கேட்டது. கருப்பண்ணசாமி கோபம்கொண்டு “வேதனைப்படுகிறேன் நான். இந்த வேளையில் கேலி வேறு செய்கிறாயா?” என்று கேட்டார் சிரித்தபடி, தன் எதிரே வந்த தேவியைப் பார்த்து.

“கருப்பண்ணா, என்ன கலக்கம்? ஏன் ஓடுகிறாய்?” என்று தேவி கேட்க, கருப்பண்ணசாமி “காதிலே விழவில்லையா, மணி சத்தம்” என்று கேட்டார்.

“விழுந்தது. அது கேட்டு அச்சம் ஏன் வர வேண்டும்? ஆச்சர்யமாக இருக்கிறதே!” என்று தேவி கேட்டார்.

“உனக்கு ஒன்றும் புரிவதில்லை. யாரோ பக்தர்களல்லவா வருகிறார்கள்” என்று பயத்துடன் பேசினார் கருப்பண்ணர்.

“பைத்தியமே! பக்தர்கள் வருகிறார்கள் என்றால், பயம் ஏன் வரவேண்டும்? உன்னைத் தொழ, சூடம் கொளுத்த, சோடசோபசாரம் செய்ய, படையல் போட வருகிறார்கள் பக்தர்கள். இதற்கு ஏன் பயப்பட வேண்டும்? ஓஹோ! இவ்வளவு பூஜையை ஏற்றுக்கொண்டும் எங்கள் கஷ்டத்தைப் போக்காமல் இருக்கிறாயே கருப்பண்ணசாமி! என்று அந்தப் பக்தர்கள் கோபித்துக்கொள்வார்கள் என்ற பயமா?” என்றாள் தேவி.

இப்படி அமர்க்களமாக ஆரம்பிக்கும் அந்தக் கதை, கருப்பண்ணசாமியின் பயத்துக்குக் காரணம் என்ன என்று ஒவ்வொன்றாக ஆராய்ந்தபடி நகரும்.

“தேவி, பக்தர்களால் எனக்கு ஏற்பட்ட ஆபத்தும் சங்கடமும் உனக்கு என்ன தெரியும்? வரவர இந்த ‘வேலை’யிலேயே எனக்கு வெறுப்பு வளர்ந்துவருகிறது. தான் செய்த மோசத்தை அரை பலம் கற்பூரப் புகையிலே மறைத்துவிடலாம் என்று எண்ணுகிறான். அதற்கு நான் உடந்தையாக இருக்க வேண்டும் என்று எதிர்பார்க்கிறான். அவனுடைய பேராசைக்கு நான் துணைபோக வேண்டும் என எண்ணுகிறான். காரணம் கேட்டால், பெரிய படையலிட்டிருக்கிறேன் என்று கூறுகிறான். ”

பக்தர்கள்தாம் தன்னைக் கேவலப்படுத்துவதாகக் கருப்பண்ணன் கூறுகிறார். நாஸ்திகர்களால் பிரச்னை இல்லை என்கிறார். நாஸ்திகர்கள் ‘மனிதருடன் பழகுவதும் மனிதர்களின் பிரச்னைகளைக் கவனிப்பதுமாகக் காலந்தள்ளுகிறார்கள். என்னைக் கேவலப்படுத்தியது பக்தர்கள்!”

“தேவி, கேள் இந்த விஷயத்தை. இந்தப் பக்தர்களை இன்னின்னது செய்யுங்கள் என் மனமகிழ்ச் சிக்காக, இன்னின்னது படையுங்கள் என்று நான் கேட்டதில்லை. அவர்களாகவே வருகிறார்கள். அவர்கள் மனதுக்குத் தோன்றியபடி ஏதேதோ

செய்கிறார்கள். நான் சிவனே என்று எல்லாவற்றுக்கும் ஈடுகொடுத்துக்கொண்டிருக்கிறேன். என் பொறுமை, பெருந்தன்மை இவற்றைக் கண்டு இந்தப் பக்தர்கள் என்னை என்ன வேண்டுமானாலும் செய்யலாம் என்ற துணிவுகொண்டு..." கருப்பண்ணரின் தொண்டை அடைத்துக்கொண்டது துக்கத்தால்! தேவியின் ஆச்சர்யம் அதிகரித்தது. ஆத்திரத்துடன் கூறினார் கருப்பண்ணசாமி, "ஒரு அறையிலே போட்டுப் பூட்டிவிட்டார்கள்!" என்று. தேவிக்கும் லேசாகத் திகில் ஏற்பட்டது.

அதாவது பக்தகோடிகள் இரண்டு கோஷ்டியாகிவிட்டார்கள். ஒரு கோஷ்டி இன்னொரு கோஷ்டியை வழிபடவிடாமல் தடுக்கக் கையாண்ட உபாயமாக கருப்பண்ணசாமியை அறைக்குள் தள்ளிப் பூட்டுகிறார்கள்.

"போட்டுப் பூட்டடா, என்ன நடந்துவிடுதுன்னு பார்க்கலாம்" என்று ஒருவன் கொக்கரிக்கிறான்.

"பெரிய பூட்டு கொண்டுவா" என்று கூவுகிறான் ஒருவன்.

"அலிகார் பூட்டு வேண்டுமா?" என்று கேட்கிறான் இன்னொருவன்.

கடைசியில் போலீஸ் கேஸாகி "லால்குடி சப் இன்ஸ்பெக்டர் (அவர் பிள்ளை குட்டிகள் நல்லா இருக்கணும்) தயவில் நான் ரிலீஸானேன்" என்று கதையைச் சொல்லி முடிக்கிறார் கருப்பண்ணசாமி.

"... அதனாலேதான் எனக்கு பயம் ஏற்பட்டுவிட்டது. நிஜமா சொல்றேன், இனி இந்தப் பக்தர்களை நம்பி பிரயோஜனமில்லை. ஏதோ பூஜை செய்றாங்களேன்னு பூரிப்படையுறதுல அர்த்தமில்லை. இனி நமக்கு அவங்க தயவு வேண்டாம். சகவாசமே கூடாதுன்னு தோணிவிட்டுது."

தேவியும் கதையைக் கேட்டுக் கலக்கம் அடைந்தார்.

"ஆமாம், இனி இந்தப் பக்தர்களை நம்பக் கூடாது" என்று தேவியும் தீர்ப்பளித்தார்கள். "நாம் ரெண்டு பேர் மட்டும் தீர்மானித்தால் போதுமா தேவி... நம்ம கூட்டம் பெரிதல்லவா? எல்லோருக்கும் எடுத்துச்சொல்லி, இனி இந்தப் பக்தர்களிடம் நாம் சிக்கிச் சீரழியக் கூடாது. பக்தர்கள் வேண்டாம் என்று தீர்மானம் நிறைவேற்றினால்தான் நல்லது" என்றார் கருப்பண்ணசாமி.

“ஆமாம் கருப்பண்ணரே! பக்தர்களால் நம்மவர்களுக்கு ஏற்பட்டுவரும் சீரழிவு களையட்டும், எத்தர்கள் ஏமாளிகளை ஏய்க்க நம்மைக் கருவியாகக்கொள்வதையும் விளக்கமாகக் கூறி, நமது நண்பர்களுக்கும் இனி இப்படிப்பட்ட இடைஞ்சல் ஏற்படாதபடி பார்த்துக்கொள்ளத்தான் வேண்டும். நாம் இதற்கெல்லாம் ஒரு தனி மாநாடு கூட்டிவிடவேண்டியதுதான். இனி பொறுக்க முடியாது. நான் வரவேற்புக் கழகத்துக்குத் தலைமை தாங்கிவிடுகிறேன். திறப்பு விழா நீ நடத்திவிடு. தலைமைக்கு யாரை அழைக்கலாம்?” என்று தேவியார் ஆர்வத்துடன் கேட்டார்.

“யாரை அழைக்கலாம்?” என்று கருப்பண்ணசாமியும் யோசிக்கலானார்.

இந்தக் கதையை அண்ணா 1951ஆம் ஆண்டில் எழுதியிருக்கிறார். திராவிடர் கழகத்திலிருந்து பிரிந்து ஒட்டுமாஞ்செடியாக தி. மு. க-வைத் தோற்றுவித்து, ‘ஆரியமாயை’ நூலை எழுதி அது தடைசெய்யப்பட்டு, சிறைவாசம் அனுபவித்து, திராவிட நாடு பிரிவினை முழக்கத்தை எழுப்பி, சென்னையில் தி.மு.க-வின் முதல் மாநாட்டை டிசம்பரில் நடத்திய பரபரப்பான அந்த 1951ஆம் ஆண்டில் இந்தக் கதையை அண்ணா எழுதியிருக்கிறார்.

அரசியல் பணிகள் அவருடைய காலத்தை அதிகமாக எடுத்துக்கொண்ட சமயத்திலும், விடாமல் சிறுகதை எழுதியிருக்கிறார் அண்ணா என்பது குறிப்பிடத்தக்கது. அவர் சிறுகதை எழுதத் தொடங்கிய காலம் தமிழ்ச் சிறுகதை அதன் வண்ணங்களோடும் வனப்புகளோடும் முகிழ்த்து வந்த ஒரு காலம். ஆகவே, அண்ணாவுக்குச் சிறுகதை வடிவம் பற்றிய தன்னுணர்வு நிச்சயமாக இருந்திருக்கிறது எனலாம். பிற மணிக்கொடி எழுத்துக்காரர்களைப்போல உரத்த குரலைத் தவிர்த்து உள்ளடங்கிய மொழியில் அகத்தின் போக்கைக் கதையாக்கும் லட்சியம் அண்ணாவுக்கு இல்லை. கதை, நாடகம், மேடைப்பேச்சு, சினிமா என எல்லா ஊடகங்களையும் தன் அரசியல் லட்சியத்துக்கு சேவைசெய்யும் கருவிகளாக மாற்றும் அவசியம் அண்ணாவுக்கு இருந்தது.

ஆகவே, சிறுகதையின் வடிவ நேர்த்தி, சொல்வதைவிடச் சொல்லாமல் விடவேண்டியதன் அவசியம், வார்த்தைச் சிக்கனம்

போன்ற அம்சங்களைவிட வாசகருக்கு தன் கருத்து போய்ச் சேர வேண்டும் என்ற அக்கறையே அவருடைய சிறுகதையின் அடிநாதமாக இருக்கும். மன ஓட்டங்களைவிட சம்பவங்களை அடுக்கிச் சென்று தான் வலியுறுத்த நினைத்த கருத்தை நோக்கி வாசகரை அழைத்துச் செல்வதில் அவருடைய ஒவ்வொரு சிறுகதையும் வெற்றிபெற்றது என்றுதான் சொல்ல வேண்டும். அவருடைய கதைகளில் மிகச்சிறந்த கதையாக எல்லோரும் பேசுவது 'செவ்வாழை' என்ற கதையைத்தான்.

“செங்கோடன், அந்தச் செவ்வாழைக் கன்றைத் தன் செல்லப்பிள்ளைபோல் வளர்த்துவந்தான். இருட்டும் நேரம் வீடு திரும்பினாலும்கூட, வயலில் அவன் பட்ட கஷ்டத்தைக்கூடப் பொருட்படுத்தாமல், கொல்லைப்புறம் சென்று செவ்வாழைக் கன்றைப் பார்த்துவிட்டு, தண்ணீர் போதுமானபடி பாய்ச்சப்பட்டிருக்கிறதா எனக் கவனித்துவிட்டுத்தான் தன் நான்கு குழந்தைகளிடமும் பேசுவான். அவ்வளவு பிரேமையுடன் அந்தச் செவ்வாழையை அவன் வளர்த்துவந்தான். கன்று வளர வளர, அவன் களிப்பும் வளர்ந்தது. செவ்வாழைக்கு நீர் பாய்ச்சும்போதும், கல் மண்ணைக் கிளறிவிடும்போதும், அவன் கண்கள் பூரிப்படையும் மகிழ்ச் சியால். 'கரியனிடம் அவனுடைய முதல் பையன் காட்டியதைவிட அதிகமான அன்பும் அக்கறையும் காட்டுகிறாரே!' என்று ஆச்சர்யம், சற்று பொறாமைகூட ஏற்பட்டது குப்பிக்கு” என்று செவ்வாழை கதை தொடங்குகிறது.

அப்பா சொல்வதை நான்கு பிள்ளைகளும் ஆமோதிப்பார்கள். அதுமட்டுமா, பக்கத்துக் குடிசை, எதிர்க்குடிசைகளிலே உள்ள குழந்தைகளிடம் எல்லாம் இதே பெருமையைத்தான் பேசிக்கொள்வார்கள். உழவர் வீட்டுப்பிள்ளைகள், வேறே எதைப் பற்றிப் பேசிக்கொள்ள முடியும்? அப்பா வாங்கிய புதிய மோட்டரைப் பற்றியா, அம்மாவின் வைரத் தோடு பற்றியா, அண்ணன் வாங்கி வந்த ரேடியோவைப் பற்றியா, எதைப் பற்றிப் பேச முடியும்? செவ்வாழைக் கன்றுதான் அவர்களுக்கு மோட்டார், ரேடியோ, வைரமாலை, சகலமும்!

மூத்த பயல் கரியன், “செவ்வாழைக் குலை தள்ளியதும் ஒரு சீப்புப் பழம் எனக்குத்தான்" என்று சொல்வான்.

“ஒண்ணுகூட எனக்குத் தர மாட்டாயாடா? நான் உனக்கு மாம்பழம் தந்திருக்கிறேன்? கவனமிருக்கட்டும். வறுத்த

வேர்க்கடலை கொடுத்திருக்கிறேன் கவனமிருக்கட்டும்" என்று எதிர்க்குடிசை எல்லப்பன் கூறுவான்.

கரியனின் தங்கை காமாட்சியோ, கண்ணைச் சிமிட்டிக்கொண்டே "உனக்கு ஒரு சீப்புன்னா, எனக்கு ரெண்டு தெரியுமா? அம்மாவைக் கேட்டு ஒரு சீப்பு, அப்பாவைக் கேட்டு ஒரு சீப்பு" என்று குறும்பாகப் பேசுவாள்.

மூன்றாவது பையன் முத்து, "சீப்புக் கணக்குப் போட்டுக்கிட்டு ஏமாந்துபோகாதீங்க. ஆமா... பழமாவதற்குள்ளே யாரார் என்னென்ன செய்துவிடுவாங்களோ, யாரு கண்டாங்க!" என்பான். வெறும் வேடிக்கைக்காக அல்ல, திருடியாவது மற்றவர்களைவிட அதிகப்படியான பழங்களைத் தின்றே தீர்த்துவிடுவது என்று தீர்மானித்தேவிட்டான். செங்கோடனின் செல்லப்பிள்ளையாக வளர்ந்து வந்தது செவ்வாழை.

செங்கோடன், பண்ணை பரந்தாம முதலியாரிடம் கூலியாக இருப்பவர். காலம் முழுவதும் அங்கே உழைத்தாலும் அதன் பலன் ஏதும் அவருக்குக் கிட்டுவதில்லை. ஆனால், இந்தச் செவ்வாழை அவருடைய சொந்த உழைப்பில் வளர்க்கப்பட்டு, அதன் முழுப்பலனையும் தனக்கே தன் குடும்பத்துக்கே தரப்போகிறது என்ற மகிழ்ச் சியுடன் இருந்தார். அவரது குடும்பமே செவ்வாழை குலைதள்ளும் நாளை ஆவலோடு எதிர்பார்த்துக் காத்திருக்கிறது.

"செவ்வாழை, குலை தள்ளிற்று. செங்கோடனின் நடையிலேயே ஒரு புது முறுக்கு ஏற்பட்டுவிட்டது. நிமிர்ந்து பார்ப்பான் குலையைப் பெருமையுடன்.

பண்ணை பரந்தாம முதலியார், தமது மருமகப்பெண் முத்துவிஜயாவின் பொன்னிற மேனியை அழகுபடுத்திய வைரமாலையைக்கூட அவ்வளவு பெருமையுடன் பார்த்திருக்க மாட்டார். செங்கோடனின் கண்களுக்கு அந்தச் செவ்வாழைக் குலை, முத்துவிஜயாவின் வைரமாலையைவிட விலை மதிப்புள்ளதாகத்தான் தோன்றிற்று. குலை முற்றமுற்ற செங்கோடனின் குழந்தைகளின் ஆவலும் சச்சரவும் பங்குத் தகராறும், அப்பாவிடமோ அம்மாவிடமோ 'அப்பீல்' செய்வதும் ஓங்கி வளரலாயிற்று."

ஆனால், என்ன கொடுமை? பண்ணையாரின் மருமகளின் பிறந்த நாளைக்குப் பூஜை செய்ய செவ்வாழைப்பழம் தேவை

என்று அந்தக் குலையை பண்ணையார் வீட்டுக்குக் கொடுக்கவேண்டிய நிலை வந்துவிடுகிறது.

“செங்கோடன் குடிசை, அன்று பிணம் விழுந்த இடம் போலாயிற்று. இரவு நெடுநேரத்துக்குப் பிறகுதான் செங்கோடனுக்குத் துணிவு பிறந்தது வீட்டுக்கு வர! அழுது அலுத்துத் தூங்கிவிட்ட குழந்தைகளைப் பார்த்தான். அவன் கண்களிலே, குபுகுபுவென நீர் கிளம்பிற்று. துடைத்துக்கொண்டு, படுத்துப் புரண்டான். அவன் மனதிலே ஆயிரம் எண்ணங்கள். செவ்வாழையை, செல்லப்பிள்ளைபோல் வளர்த்து என்ன பலன்?”

இந்த இடத்தில் கதையை முடித்தாலே போதும் எல்லாம் வாசகருக்குப் புரிந்துவிடும். ஆனால் அண்ணா, அத்துடன் விட மாட்டார். எல்லா கதைகளிலுமே இப்படித்தான். இன்னும் தெளிவாக, இன்னும் விளக்கமாக, வாசகருக்கு எந்தச் சந்தேகமும் இல்லாமல் கதையும் கருத்தும் புரிந்துவிட வேண்டும் என்கிற துடிப்பே கதையை இன்னும் இழுக்கச் சொல்லும். இழுத்து முடிக்கிறார் அண்ணா.

நான்கு நாள்கள் சமாதானம் சொல்லியும், குழந்தைகளின் குமுறல் ஓயவில்லை. கரியன் ஒரே பிடிவாதம் செய்தான், ஒரு பழம் வேண்டுமென்று. குப்பி, ஒரு காலணாவை எடுத்துக் கொடுத்தனுப்பினாள் பழம் வாங்கிக்கொள்ளச் சொல்லி. பறந்தோடினான் கரியன். கடையிலே செவ்வாழைச் சீப்பு, அழகாகத் தொங்கிக்கொண்டிருந்தது. கணக்குப்பிள்ளை, பண்ணை வீட்டிலே இருந்து நான்கு சீப்பை முதலிலேயே தீர்த்துவிட்டான். அவன் விற்றான் கடைக்காரனுக்கு. அதன் எதிரே, ஏக்கத்துடன் நின்றான் கரியன்.

“பழம், ஒரு அணாடா பயலே. காலணாவுக்கு செவ்வாழை கிடைக்குமா... போடா” என்று விரட்டினான் கடைக்காரன். கரியன் அறிவானா, பாவம். தன் கொல்லையிலே இருந்த செவ்வாழை இப்போது கடையில் கொலு வீற்றிருக்கிறது என்ற விந்தையை! பாவம், எத்தனையோ நாள் அந்தச் சிறுவன் தண்ணீர் பாய்ச்சினான், பழம் கிடைக்குமென்று! பழம் இருக்கிறது; கரியனுக்கு எட்டாத இடத்தில்! விசாரத்தோடு வீட்டுக்கு வந்தான் வறுத்த கடலையை வாங்கிக் கொரித்துக்கொண்டே. செங்கோடன் கொல்லைப்புறத்திலிருந்து வெளியே வந்தான் வாழைமரத்தண்டுடன்.

"ஏம்பா, இதுவும் பண்ணை வீட்டுக்கா?" என்று கேட்டான் கரியன்.

"இல்லைடா கண்ணு! நம்ம பார்வதி பாட்டி செத்துப்போயிட்டா. அந்தப் பாடையிலே கட்ட" என்றான் செங்கோடன்.

அலங்காரப் பாடையிலே, செவ்வாழையின் தண்டு!

பாடையைச் சுற்றி அழுகுரல்!

கரியனும் மற்ற குழந்தைகளும் பின்பக்கம்.

கரியன் பெருமையாகப் பாடையைக் காட்டிச் சொன்னான். "எங்க வீட்டுச் செவ்வாழையடா" என்று.

"எங்க கொல்லையிலே இருந்த செவ்வாழைக் குலையை, பண்ணை வீட்டுக்குக் கொடுத்துவிட்டோம். மரத்தை வெட்டி `பாடை'யிலே கட்டிவிட்டோம்" என்றான் கரியன்.

பாவம் சிறுவன்தானே!

அவன் என்ன கண்டான், செங்கோடனின் செவ்வாழை, தொழிலாளர் உலகிலே சர்வ சாதாரணச் சம்பவம் என்பதை. "

அண்ணாவின் கதைகளில் சமூகச் சீர்திருத்தக் கருத்துகள், பகுத்தறிவுப் பிரசாரம், பெண்ணடிமைத்தன எதிர்ப்பு போன்ற அன்றைய கொதிநிலைப் பிரச்னைகள் பாடுபொருளாக ஆகியிருந்தன. இந்தச் செவ்வாழை கதை மலையாளக் கவிஞர் சங்கம்புழாவின் கவிதையான `வாழைக்குலை'யைத் தழுவி எழுதப்பட்டது என்ற கருத்தும் இலக்கிய உலகில் உண்டு. ஆனாலும் என்ன? அண்ணாவின் சிறுகதை எழுத்தின் சகல லட்சணங்களும் பொருந்திய கதையாக அது வந்திருப்பது உண்மை.

அண்ணாவின் கதைகள் மொழிபெயர்க்கப்பட்டு பிற இந்திய மொழிகளுக்குச் சென்றால் மிக முக்கியமான சமூகச் சீர்திருத்தக் கதைகளாக வரவேற்பு பெறும் எனத் தோன்றுகிறது. தமிழ்ச் சமூக வாழ்வின் கொந்தளிப்பான காலகட்டத்தின் பிரச்னைகளை எந்தவித மூடாக்கும் இல்லாமல் பேசும் கதைகள் இவை.

பூம்புகார் பிரசுரம், டாக்டர் அண்ணா பரிமளம் (அண்ணாவின் வளர்ப்பு மகன்) தொகுக்கப்பட்ட 108 சிறுகதைகளை இரண்டு தொகுதிகளாக வெளியிட்டுள்ளது. எழுத்தாளர் பெருமாள்முருகன் தேர்ந்தெடுத்த 14 கதைகளை `தீட்டுத்துணி' என்ற தொகுப்பாக காலச்சுவடு பதிப்பகம் வெளியிட்டுள்ளது.

அண்ணாவின் கதைகளில் ஆகச்சிறந்த கதைகள் என பெருமாள்முருகன் மதிப்பிடுவது, ராஜபார்ட் ரங்கதுரை, சுமார் சுப்பையா, உபகாரி உலகநாதன் ஆகிய மூன்று கதைகளை.

“மணி என்ன இருக்கும், நீ புறப்பட்டபோது?”

“சுமார் 11 மணி இருக்கும்ங்க...”

“எவ்வளவு தூரம் நீ போன இடம்?”

“இருக்குமுங்களே, மூணு மைல் சுமாருக்கு. ”

“இப்ப மணி என்ன?”

“சுமார், 1 மணின்னு நினைக்கிறேனுங்க. ”

முதலாளிக்குக் கோபத்தை அதற்குமேல் அடக்கிக்கொள்ள முடியவில்லை. “யார்யா சுத்த மண்டூகமா இருக்கிறே. எதுக்குக் கேட்டாலும், என்ன கேட்டாலும் ‘சுமார்... சுமார்!’ இதுதானா பதில். திட்டவட்டமான ஒரு பதில், பட்டு வெட்டினபடி கரெக்டான பதில் வருதா உன் வாயிலே இருந்து. தலை நரைச்சுட்டுது. பார்த்தா பரிதாபமாகவும் இருக்குது. ஆனா, உன்னோட போக்கு கொஞ்சம்கூட சரியா, திருப்தியா, தரமா இல்லையே!”

“என்ன வயசாவுதய்யா உனக்கு?”

“சுமார் ஐம்பத்திரண்டுங்க. ”

இப்படித் தொடங்கும் முதல் பக்கத்திலேயே ‘சுமார்’ சுப்பையா கதாபாத்திரத்தைக் கச்சிதமாக அறிமுகம் செய்துவிடுகிறார் அண்ணா.

சுப்பையாவுக்கு இந்த ‘சுமார்’ என்ற பதம் கூடவே வருவதற்கு இரண்டு காரணங்கள். ஒன்று, முதலாளியிடம் ஒருமுறை மாட்டிக்கொண்டபோது, “சரியா தெரிஞ்சா சொல்லணும். இல்லாட்டி சுமாரா இப்படின்னு சொல்லணும்" என்று அவர்தான் ஆணையிட்டிருந்தார். இன்னொரு காரணம், உண்மையே பேச வேண்டும். எதையும் சரியாகத் தெரிந்துகொண்டு பேச வேண்டும் என்பதிலே மிகுந்த அக்கறை சுப்பையாவுக்கு. “நமக்கென்ன தெரியும், நமக்கெங்கே தெரியப்போகுது!’ என்ற எண்ணம் வேறு.

இந்த சுமார் பின் இணைப்பால் சுப்பையா வாழ்க்கையில் தொடர்ந்து பிரச்னைகளைச் சந்திப்பதை சுவைபடவும் சுப்பையாவின்

பார்வையில் துக்கத்துடனும் கதை சொல்லப்படுகிறது. மற்ற கதைகளில் இருக்கும் பொழிப்புரைகள் இந்தக் கதையில் இல்லை.

பொதுவாக அண்ணா போன்ற லட்சியவாதிகள் எழுதும் கதைகளில் கதாபாத்திரங்கள் காவியங்களில் வருவதுபோல கறுப்பு-வெள்ளையில் பிசிறில்லாமல் ஆசிரியரின் கருத்தைச் சுமக்கும் வாகனங்களாகப் படைக்கப்படுவது இயல்பு. அதே பாணியில் அண்ணாவின் கதாபாத்திரங்களும் அப்படியே கருத்தாளர்களாகப் படைக்கப்பட்டிருப்பார்கள். அறிமுகப் பக்கத்திலேயே அவர்கள் கச்சிதமாக அறிமுகமும் செய்யப்பட்டுவிடுவார்கள்.

"சமூக சேவகி சாரு பாலாவுக்கு சளி, ஜுரம், சாந்தி பவனம் அல்லோலகல்லோலப்பட்டது. இன்கம்டாக்ஸ் ஆபீஸர் கோதண்டராம ஐயருடைய ஏக புத்திரி சாருபாலா அமர்க்களமாகத்தானே இருக்கும். அதிலும் சாரு பாலா, சமூக சேவை செய்து பிரபலமடைந்துகொண்டிருக்கும் குமாரி. முகிலுக்கு இணையான குழல். அழகு குழுவியிருந்த வட்ட நிலவு முகம். பிறை நெற்றி. பேசும் கண்கள். துடிக்கும் அதரம். அங்கம் தங்கம். நடை நாட்டியம். பேச்சோ கீதம். வயது இருபத்திரெண்டு. படிப்பு இன்டர். அலங்கார மூக்குக்கண்ணாடி. கையில் அலங்காரப் பை. அதியலங்கார பூட்ஸ். வைரத் தோடு. கையில் ரிஸ்ட் வாட்ச். கழுத்தில் மெல்லிய சங்கலி. எப்போதும் புன்னகை. எவரிடமும் இன்முகம். சாரு பாலா அந்த நகரில் ஒரு காட்சியாகிவிடாமல் இருக்க முடியுமா?" (ப, 87) என்று சமூக சேவகி சாரு பாலாவையும்,

"ஏதோ எனக்கென்று கொஞ்சம் சொத்து இருக்கிறது பிரதர்! நான் ஒன்றும் அலைந்து திரியவேண்டிய அவசியமில்லை. நிம்மதியாக வாழ, எனக்கு வசதி இருக்கிறது. ஆண்டவன் அப்படி ஒன்றும் என்னை உழைத்து உருகுலையும்படியான நிலையிலே விட்டுவைக்கவில்லை. வாழ்வதற்காக வதைபடு என்று என் தலையில் ஒன்றும் எழுதியில்லை" என்று கூறினார் ஒய்யூர் மிட்டாதார் ஒயிலானந்த பூபதி, கொஞ்சம் கோபத்துடன் - என்று பூபதி பாத்திரத்தை 'பூபதியின் ஒரு நாள் அலுவல்' கதையிலும் அறிமுகம் செய்திருப்பது எடுத்துக்காட்டு.

நவீன சிறுகதைகளில் காணப்படும் யதார்த்தம் அண்ணாவின் கதைகளில் காண முடியாதது. அதன் காரணமாகவே இந்தக்

கதைகள் வாசக மனதின் அக உலகில் சென்று ரசாயன மாற்றங்கள் விளைவிக்கும் சக்தியற்றவை ஆகிவிடுகின்றன.

நாம் மேலே குறிப்பிட்ட 'கருப்பண்ணசாமி யோசிக்கிறார்' கதையில், பக்தர்கள் எல்லோருமே பொய்யர்கள்; தங்கள் பித்தலாட்டங்களை மறைக்கவே சாமி கும்பிடுகிறார்கள் எனச் சித்திரித்து, தன் லட்சியத்தை நோக்கி நகர்கிறது. கலைஞரின் 'பராசக்தி' படத்தில்கூட இதேபோன்ற நிலைதான். பக்தியின் பேரால் கபட நாடகம் ஆடுபவர்களை முன்வைத்தே பகுத்தறிவுப் பிரசாரம் செய்யப்படுவது இத்தகைய ஆளுமைகளின் பாணியாக இருந்துள்ளது. தங்கள் வாழ்வின் நெருக்கடிகளுக்குத் தீர்வுகாண முடியாமல் கடவுளிடம் சரணடைபவர்கள்தானே ஏராளம். அவர்களை மனமாற்றம் செய்யத்தக்க அளவுக்கான வாதங்களை பகுத்தறிவுக் கதைகள் வைக்கவில்லை. ஏழைகளின் ஏக்கப் பெருமூச்சாகவும் இதயமில்லாத இந்த உலகத்தின் இதயமாகவும் ஒரு பாத்திரம் கடவுளுக்கு எளிய மக்களின் வாழ்வில் இருக்கிறதே, அந்தப் பிரதேசத்தில் இந்தக் கதைகள் நுழையவில்லை.

1909ஆம் ஆண்டு காஞ்சிபுரத்தில் பிறந்து 3-2-1969 அன்று காலமான அண்ணா, தமிழக அரசியலில் பெரும் எழுச்சியையும் மாற்றத்தையும் கொண்டுவந்தவர். 1-3-1967 முதல் இறக்கும் வரை தமிழக முதலமைச்சராகப் பணியாற்றியவர். கறை படியாத நேர்மையான முதலமைச்சர் எனப் பெயர்பெற்றவர். அவருடைய மரணத்தின்போது துக்கம் தாளாமல் அவரைக் காண லட்சோபலட்ச மக்கள் ரயிலேறி வந்து விபத்திலும் இறந்துபோனவர்கள் ஏராளம்.

அவருடைய 'வேலைக்காரி', 'ஓர் இரவு' போன்ற நாடகங்களும் திரைப்படங்களும் மக்கள் மத்தியில் புகழ்பெற்ற படைப்புகள்.

தமிழ்ச் சிறுகதையிலும் இந்த வகை எழுத்துக்கான அடையாளமாக அண்ணாவின் கதைகள் திகழ்கின்றன. சிறுகதை வரலாற்றில் அண்ணாவின் பங்களிப்பை நிராகரிக்க முடியாது.

11

சி. சு. செல்லப்பா

இலக்கியத்துக்காகவே தன் உடல், பொருள், ஆவி அனைத்தையும் அர்ப்பணம் செய்த ஒருவர் உண்டெனில், அவர் அமரர் சி. சு. செல்லப்பாதான். அவரை ஓரிருமுறை சந்தித்திருக்கிறேன். அந்த நாட்களில், அவருக்கு எதிரான மனநிலையுடன் (கருத்து ரீதியாக) நான் வாழ்ந்துகொண்டிருந்ததால் ரொம்ப ஈர்ப்புடன் பேசிக்கொள்ளவில்லை. அதற்காகப் பின்னர் மிக வருந்தினேன். இன்றுவரை வருந்திக் கொண்டிருக்கிறேன். இப்போதும், அவர் கருத்துகளோடு மாறுபாடு இருக்கிறதென்றாலும், அத்தகைய மகத்தான ஓர் ஆளுமை வாழ்ந்த காலத்தில் வாய்ப்பிருந்தும் பழகாமல் விட்ட இழப்பு பெரிதல்லவா?

உண்மையான காந்தியவாதியான அவர், இலக்கியத்துறையில் தான் சரி என நம்பிய ஒன்றுக்காக எல்லாவற்றையும் தத்தம்செய்தார். அரசாங்கம் அவருக்கு அறிவித்த 'ராஜராஜன் விருதை'க்கூட கொள்கை நிலை நின்று நிராகரித்தார். அதன் காரணமாக, குடும்பத்தாரின் வெறுப்புக்கும் ஆளானார். தானே அச்சிட்ட, விற்பனையாகாமல் தன் சின்னஞ்சிறிய ஒற்றை அறை வீடெங்கும் அடுக்கிவைக்கப்பட்டிருந்த புத்தகங்களுக்கு நடுவே, காது கேளாத தன் துணைவியாருடன் தன் முதுமையைத் தனிமையில் கழித்தவர் செல்லப்பா. தன்னுடைய எழுத்துப் பிரசுராலயம் வெளியிட்ட

நூல்களைத் தானே ஊர் ஊராகச் சுமந்துசென்று விற்றவர் அவர். 1998 டிசம்பர் 18 அன்று அவர் மறைந்தார்.

1912 செப்டம்பர் 29ஆம் தேதி, திண்டுக்கல் மாவட்டம் வத்தலக்குண்டில் பிறந்தவர் செல்லப்பா. வத்தலக்குண்டு அவருடைய அம்மா ஊர். அவருடைய அப்பா ஊரான சின்னமனூரை முன்னொட்டாகக்கொண்டே அவர் சின்னமனூர் சுப்பிரமணியம் செல்லப்பா என அழைக்கப்பட்டார். இள வயதிலேயே தேச விடுதலைப் போராட்டத்தில் பங்கேற்று, சிறை சென்ற அனுபவம் அவருக்கு உண்டு.

அவருடைய 'மூடி இருந்தது' சிறுகதை சிறைவாழ்க்கையின் கடைசி நாளின் நினைவைப் பேசுவது.

"நாளை, நாளை எனக்கு விடுதலை, நான் எதிர்பார்க்காமல் அது என் அருகில் வந்துவிடவில்லை. வாஸ்தவமாக! மாதங்கள், வாரங்கள், நாள்கள், மணிகள், நிமிஷங்கள், ஏன் விநாடிகளும்கூட. அவைகள் ஒவ்வொன்றின் கால அளவையும், கணக்குப் போட்டுப் போட்டுப் பார்த்துவிட்ட பிறகுதான் என்னை நெருங்கி வந்தன. எப்படி அந்தக் கடைசி மின்வெட்டு நேரம். சாஸ்வதமான விடுதலையைத் தரும் கணப் பொழுது, சாவு என்பது உயிர் வாழ்க்கை முழுதும் கண் எதிரில் தோன்றித் தோன்றி ஒருநாள் உன்னிடம் வருவேன். தயாராக இரு' என்று காதில் சம்மட்டி போட்டு அடிக்கிறதோ, அப்படி இருந்தது."

எதற்காக அவன் சிறை சென்றான். போராடியா? எனில், அது எந்தப் போராட்டம்? அதன் வெப்பம் என்ன? கொதிநிலை என்ன என்பதுபோன்ற முன்பின் விவரங்கள் ஏதும் இக்கதையில் பெரிய அளவுக்கு இருக்காது. ஏனெனில், சம்பவங்களை அடுக்கிச் செல்வது சிறுகதையின் வேலை அல்ல என்கிற புரிதலுடன் இயங்கியவர் செல்லப்பா. "நானோ ராஜீயக் கைதி; பகிரங்கமாகக் குற்றத்தை ஒப்புக்கொண்டு உள்ளே வந்தவன். இது எனக்குப் புதிதாக இருந்தது. சப்பென்று இதுவரையில் கழிந்த நாள்களிலிருந்து இது ஒரு மாறுதல். நான் இதை அனுபவித்தேன். விரும்பி நாள்களைப் போக்கியதாகத்தான் எனக்கு நினைவு." இவ்வளவு விவரம் வாசகனுக்குப் போதும் என்று கருதுவார். சிறைக்குச் செல்லும் கொடுமையைக்கூட ஓர் அனுபவம் என்பதாகப் பார்க்கின்ற கலை மனம் அவருடையது.

அவருடைய முதல் தொகுப்பான 'சரஸாவின் பொம்மை', கலைமகள் காரியாலய வெளியீடாக 1942-இல் வெளியானது. அத்தொகுப்பின் முன்னுரையில் எழுத்தாளர் ந. சிதம்பர சுப்பிரமணியன் குறிப்பிடுவது போல, “மேலெழுந்த வாரியாகப் பார்க்காமல் சமூகம், தேசம், பாஷை, மதம் இவைகளைக் கடந்து, மனித ஹ்ருதயத்தின் ஆழத்தைக் கண்டு, அந்த அனுபவத்தைப் பிறருக்கும் பங்கிட்டுக் கொடுப்பதே ஆசிரியனின் வேலை. மின்னல் போல விநாடிக்குவிநாடி தோன்றி மறையும் அனுபவங்களை நிரந்தரமாக்குகிறது கலை” என்கிற நம்பிக்கை உள்ளவர்தான் சி. சு. செல்லப்பா. ஆகவே, சிறைவாழ்க்கை பற்றிய கதையில், அந்தக் கடைசி நாளில் ஆழ்மனதில் தோன்றும் மின்னல்களை நிரந்தரப்படுத்தும் முயற்சியையே கைக்கொள்கிறார்.

“எப்படியும் நான் வெளியே போய்விடுவேன் சுதந்திர மனிதனாக. இந்த இரும்புக் கம்பிகளைப் பிடித்து நின்றுகொண்டிருப்பதற்குப் பதிலாக, எங்கோ ஒரு ரெயில்வே ஸ்டேஷன் கதவின் கம்பிகளைப் பிடித்துக்கொண்டு, டிக்கெட் பரிசோதகரை எதிர்பார்த்து நின்று கொண்டிருப்பேன். பிறகு, என் மாடி ஜன்னல் கம்பிகள் வழியாக சாலையைப் பார்த்துக்கொண்டிருப்பேன்.

இப்படியெல்லாம் நினைப்பில் ஆழ்ந்திருந்தபோது, திடீரென ஞாபகம் வந்தது. சிறையின் கடைசி சூரியாஸ்தமனத்தைப் பார்க்கத் தவறி விட்டேன். வெளியே இருட்டுக் கும்மிவிட்டது. எத்தனை தடவை அந்த இருட்டை மீறி ஊடுருவிப் பார்க்கக் கண்கள் முயன்றிருக்கின்றன! இருட்டு, தனி ஆத்மாவின் ஒரே நண்பன்! இது உங்களுக்குப் பிடிக்காது. வெளிச்சம் இல்லாமல் முன்னேற முடியாது' என்பீர்கள். 'பின் வாங்கவும் முடியாது' என்று நான் சொல்கிறேன். என்னால் வளரமுடியாவிட்டாலும் தேய்ந்துபோகாமல் இருந்தால்போதும். அது எனக்குத் திருப்தி தரும்.

இன்று கடைசி நாள். அந்தக் கும்மிருட்டின் நடுவே புள்ளிகுத்திப்போகும் வெளிச்சம் அதோ தெரிகிறது. வார்டர் தன் கைவிளக்குடன் கடமையைச் செலுத்திக்கொண்டு போகிறான். இரண்டு மணி நேரம் இப்படி வளையவந்துகொண்டிருக்க வேண்டும்' அவனை விடுவிக்க பதில் ஆள் வரும் வரையில். பின்பு மறுபடியும் தன் முறைக்கு தயாராக வேண்டும். அவன் வெளியே போகமுடியாது. நான் நாளை போய்விடுவேன். அவனோ முறையாக நடைபோட்டு, குளிருக்காக மப்ளர் ஒன்றால் முகத்தை

மறைக்க, விளக்குடன் நாளையும் இப்படியேதான் இருப்பான். மறுநாள் அடுத்தநாள்... இப்படியே. அவன், விடுதலையை எதிர்பார்க்க வேண்டியவன் அல்ல. ”

எல்லாம் முடிந்துவிட்டது. நான் அந்தக் கதவை நோக்கி நடந்து போய்க்கொண்டிருந்தேன். அந்தக் கதவு, ஒருநாள் என்னை விழுங்கிவிட்டது. இப்போது வெளியே கக்கிவிடப்போகிறது. பாவம், ஜீரணிக்கமுடியாத குடல்! நான் அவர்களிடம் விடைபெற்றுவிட்டேன். எனக்கு ஞாபகம் இருக்கிறது. அப்போது நடந்துகொண்ட விதம், `உங்களைவிட்டுப் பிரிவதற்கு வருந்துகிறேன்’- இதுதான் நான் சொன்னது. முட்டாள்! நான் சொல்லி இருக்கக் கூடாது. அளவுக்கு மீறிய அசட்டு உணர்ச்சி! வார்டர் என்னோடு வந்துகொண்டிருந்தான். கதவைத் திறந்து அனுப்பிவிட்டுத் திரும்பிப்போவான்; என் பிளாக்குக்கு அல்ல; அவன் பிளாக்குக்கு.

திடீரென்று அவன், `போய்விட்டுத் திரும்பி வருவீர்களா?’ என்று கேட்டான். நான் அதிர்ந்துபோனேன். அவன் என்னை அறிந்துகொண்டு விட்டானா? பின் ஏன் இந்தக் கேள்வி? அவன் முழுதும் தெரிந்து கேட்கவில்லை. கொஞ்சம் தெரியும். நான் அப்போது வந்ததுபோல் மறுபடியும் வரலாம். இது சகஜமாகத் தோன்றியிருக்கக்கூடும். கேள்வி சின்னதுதான். ஆனால், பதில் சொல்லத் தயங்கினேன்.

பின்பு, ‘எனக்கே தெரியாது. யார்தான் சொல்ல முடியும்?’ என்றேன்.

எல்லோருக்கும்போல எனக்கும் அவருடைய கதைகளில் மிகவும் பிடித்த கதைகள், `சரஸாவின் பொம்மையும் பந்தயமும்’தாம். 'வாடிவாசல்' குறுநாவல் அவருடைய மகத்தான படைப்பு. 19 பதிப்புகள் கண்டு இன்றும் விற்பனை (காலச்சுவடு பதிப்பில்) ஆகிக்கொண்டிருக்கும் குறுநாவல்.

“வழக்கம்போல கலாசாலை விட்டதும், ஸரஸாவைப் பார்த்துவிட்டுப் போவதற்காக மாமா வீட்டிற்குள் நுழைந்தேன். அப்பொழுது மாமி சமையலறைக்கு அடுத்தாற்போல் ஒரு வெள்ளிக்கும்பாவில் சாதம் பிசைந்துகொண்டிருந்தாள். ஆனால், யாருக்காக அதைப் பிசைந்துகொண்டிருந்தாளோ, அந்த நபர் மட்டும் அருகே காணப்படவில்லை. ” ஸரஸா! சாப்பிடறாயா, இல்லையா? அப்புறம் நான் சாதத்தை வெள்ளைக்குப்

போட்டுடுவேன் தெரியுமோ? பேசாம வந்துடு" என்று கோபக்குரலில் அந்த மாமி கூறிக்கொண்டிருந்தது மட்டும் என் காதில் விழுந்தது."

ஸரஸா ஆறு வயதுப் பெண்குழந்தை. அவளிடம் பெரியவர்கள் விளையாட்டாகப் பேசிப்பேசி ஓர் எண்ணம் அழுத்தமாக அவள் மனசில் விழுந்துவிட்டது. கதை சொல்லுகிற இந்த மாமாவைத்தான் அவள் கல்யாணம் செய்துகொள்ளப்போகிறாள். பெரியவர்களுக்குச் சிரிப்பான ஒன்று, அக்குழந்தையைப் பொறுத்தவரை மிக முக்கியமான ஒன்றாக இருந்தது.

"ஊரில் இருக்கும்வரை நாள் தவறாது நான் ஸரஸாவைப் போய்ப் பார்த்து வருவதுண்டு. அநேக சமயங்களில், அவளது முரணும் பிடிவாதமும் முன் வந்து வீட்டில் இருப்பவருக்கு வெகு சிரமத்தைக் கொடுத்துவிடும். ஆனால், அதற்கெல்லாம் ஒரே மருந்து என்னிடம் இருந்தது. அவசியமானபோதெல்லாம் அதைக்கொண்டு ஒரே விநாடியில் அவளைப் பழைய ஸரஸாவாக ஆக்கிவிடுவேன். "ஸரஸா, நீ இப்படி முரண்டு பண்ணினால், அப்புறம் நான் உன்னை கல்யாணம் பண்ணிக்க..." என்று இழுத்து முடிப்பதற்குள் "ஆட்டும் ஆட்டும். இனிமே இல்லை" என்று பலத்து கூவித் தன்னைத் தேற்றிக்கொண்டு, கட்டின கன்றாகிவிடுவாள். இந்த மருந்தினால், நான் வீட்டிற்கு வராத சமயங்களிலும் குணம் ஏற்படுகிறது என்பதை அம்மாமியிடமிருந்து தெரிந்துகொண்டேன்.

நாளாக நாளாக, எங்கள் இருவரிடையே அன்பும் பாசமும் நட்பும் வளர்ந்துகொண்டே வந்தது. ஸரஸாவைக் காணாவிட்டால், எனக்குப் பொழுது போகாது. ஸரஸாவுக்கும் அப்படியே. என்னைக் கண்டுவிட்டால் இதர வேலைகள் எல்லாம் அவளுக்கு அலட்ஷியமாகப் போய் விடும். போட்டது போட்டவாக்கில்தான். குடும்பத்திலேயே எங்கள் நட்பைக்கண்டு வியப்புறாதவர்களும் பொறாமைப்படாதவர்களும் இல்லை.

அதே வருஷம் எனக்கு மணம் நடைபெற்றது... திடீரென்று, என் அருகில் ஒரு சிறு குரல் சிணுங்கி அழும் சப்தம் கேட்கவே, தலைநிமிர்ந்து பார்த்தேன். அம்மாமி இடுப்பில் ஸரஸாவுடன் எனக்குச் சமீபமாக நின்றுகொண்டிருந்தாள். ஸரஸாவின் கண்களிலிருந்து நீர் வழிந்துகொண்டிருந்தது.

“ஸரஸா, எதுக்கு அழறே? உனக்கு என்ன வேணும்” என்று கேட்டேன். விம்மல் - விக்கல் - தேம்புதல் - அழுகை. வேறு பதிலே இல்லை...பொறுமையை இழந்துவிடாமல் மறுபடியும் கேட்டேன். கொஞ்சம் கொஞ்சமாக மந்த ஸ்தாயியிலேயே பதில் வந்தது. காதோடு காது வைத்துத்தான் கேட்க வேண்டியிருந்தது. “நான் உன்னைத்தான் கல்யாணம் பண்ணிக்குவேன் போ... ” என்று இழுத்து இழுத்து விக்கல் விம்மல்களுக்கு இடையே சொல்லிவிட்டு ஸரஸா கண்ணைக் கசக்கிக் கொண்டு தேம்பினாள். அவள் அதைச் சொல்லி முடிக்கும்வரை சிரிப்பை அடக்கிக்கொண்டிருந்த நாங்கள் எல்லோரும், சொல்லி முடிக்கவும் கொல்லென்று வாய்விட்டுச் சிரித்து விட்டோம்.

நான் மட்டும் சட்டென்று சிரிப்பை அடக்கிக்கொண்டு, “இதுக்குத்தானா... பிரமாதம். நான் உன்னைத்தான் கல்யாணம் பண்ணிக்கப்போறேன். அழாதே அழாதே” என்று தேறுதல் மொழிகள் பல கூறி என் மடியில் உட்காரவைத்துக்கொண்டேன். ஸரஸாவின் அழுகை நின்றுவிட்டது. அவள் முகத்தில் மகிழ்ச் சி தாண்டவம் ஆடியது. கூடி இருந்தவர் செய்யும் கேலியையெல்லாம் அவள் சிறிதும் பொருட்படுத்தவே இல்லை. பேதைக்குழந்தை! கல்யாணம் என்றால் இன்னதென்று தெரியாத குழந்தை! தான் விரும்பிய அத்தானைக் கல்யாணம் செய்துகொண்டுவிட்டோம் என்ற ஆனந்த சாகரத்திலே மூழ்கிக்கிடந்தாள். கல்யாணம்நடந்த ஐந்து தினங்களிலும் ஸரஸா என்னை விட்டு அப்புறம் இப்புறம் நகரவே இல்லை. மணப்பலகையில் என் புது மனைவியுடன் நான் உட்கார்ந்துகொண்டிருக்கும்போதெல்லாம் அவளும் அருகில் உட்கார்ந்துகொண்டிருப்பாள்... ”

இப்படி இருந்த அப்பெண்குழந்தை, இன்னும் ஆறு ஆண்டுகள் கழிந்த பிறகு முற்றிலும் வேறு ஒருத்தியாக வளர்ந்துவிட்டிருந்தாள். இப்போது அத்தான் கல்யாணம் என்று யாரேனும் பேச்செடுத்தால், அப்படி ஒரு வெட்கம், கூச்சம், கோபம்.

“அம்மாமி... ஏது, ஸரஸா நான் கூப்பிட்டால் கூடப் பேச மாட்டேன் என்கிறாள்! யாரோ முன்பின் பார்த்திராத ஒருவனை விரட்டுவதுபோல விரட்டுகிறாளே” என்றேன் விளையாட்டாக.

“ஆமாம். உன்னைக் கல்யாணம் பண்ணிக்கப்போறாளோ இல்லையோ? அதனால்தான் இந்த வெட்கப்படறாள்” என்று கணீரெனச் சொல்லிச் சிரித்தாள் அம்மாமி. கூட இருந்தவர்களும் கொல்லென்று சிரித்தார்கள்.

ஸரஸாவுக்கு இந்தக் கேலி தாங்க முடியவில்லை. சரேலென்று எழுந்து நின்று, என்னையும் மாமியையும் ஒருதடவை வெருட்டிப் பார்த்து, உதட்டைச் சொடுக்கி வலிப்புக்காட்டிவிட்டு உள்ளே ஓடிபோய்விட்டாள்.

அப்பொழுதுதான் என் மனதில் ஒளி பிறந்தது என்றே சொல்ல வேண்டும். குழந்தை ஸரஸாவுக்கும் இந்த ஸரஸாவுக்கும் எவ்வித சம்பந்தமும் இல்லை. ஆனால், குழந்தை ஸரஸாவுக்கும் எனக்கும் இடையில் இருந்த உறவை உணர்ந்தவுடன்தான் என் மனதில் திக்கென்றது. அவ்வளவு வருஷங்களாக நான் ஸரஸாவின் ஒரு விளையாட்டு பொம்மையாகவே இருந்திருக்கிறேன்! அப்படித்தான் அவள் கருதி என்னிடம் நடந்துவந்திருக்கிறாள். எத்தனையோ பொம்மைகள் இல்லையா... யானை, குதிரை, வண்டி முதலியவை? அவற்றோடு நானும் ஒரு பொம்மை; ஆம்படையான் பொம்மை!

குழந்தை ஸரஸாவின் பொம்மையாக இருந்ததில் எனக்குப் பரம திருப்திதான். ஆனால், அதைப்பற்றி நினைக்கும்போது என் அந்தரங்கத்தில் கொஞ்சம் ஏமாற்றம் கலந்த உணர்ச்சி எழாமல் இல்லை" என்று கதை முடியும்.

ஞாபகம், நொண்டிக்குழந்தை, குருவிக்குஞ்சு போல குழந்தைகள் மன உலகில் நுழைந்து செல்லப்பா எழுதிய இன்னும் சில கதைகளும் உண்டு. இலக்கியத்துக்கும் குழந்தை மனநிலைக்கும் நெருங்கிய பந்தம் எப்போதும் இருக்கும். எழுதுவதற்கேகூட ஒரு குழந்தை மனம் இருந்தால்தான் முடியும் என்று கூடச் சொல்லலாம். உலகத்தின் மிகச்சிறந்த படைப்பாளிகள் எல்லோருமே வெகு இயல்பாகக் குழந்தைகள் உலகத்துக்குள் சென்று புழங்குபவர்களாகத்தான் இருந்திருக்கிறார்கள். செல்லப்பாவும் அந்த வரிசையில் நிச்சயம் இடம் பெறுகிறார்.

சி. சு. செல்லப்பாவின் சிறுகதைகளில், மாடுகளும் அவற்றோடு பழகும் மனிதர்களும் இடம்பெற்ற அளவுக்கு, தமிழில் வேறு யாருடைய எழுத்திலும் இடம்பெறவில்லை. ஜல்லிக்கட்டு நிகழ்வை மையப்படுத்திய குறுநாவல் மட்டுமன்றி, 'கள்ளர் மடம்', 'கூடுசாலை', 'பெண்டிழந்தான்' போலப் பல சிறுகதைகளில், மாடுகள் பற்றிய அவரது பரந்த அறிவும் மனப்பதிவுகளும் இடம் பெற்றுள்ளன.

"பில்லை எப்படி எடுக்குது?" என்று வண்டிக்குள்ளிருந்து புதிதாக வாங்கிய காளையைப்பற்றி, அதன் கால் மிதிகளைக் கூர்ந்து பார்த்துக்கொண்டே கேட்டார் அய்யர். "

“அது, மயிலைக்காளை மாதிரி இல்லீங்க. திராட்டுக்கு எடுப்பிலேயே ஒத்துப்போகுது. ‘கால்ப்’ கொஞ்சம் மெதுவாத்தான் எடுக்குது. கொஞ்சம் சுதாரிப்பு மயிலை மாதிரி பத்தாதுங்க. ரெண்டு இளுவை இளுத்துப்புட்டா அப்புறம் சரியாப்போயிருது. நேக்காப் பூட்டுக்குச் சரியா முன்னே பின்னே தூக்கம், தணிவு, இல்லாம ஒத்து முன்னுக்கு வருதுங்க; வலத்துக்காளையைச் சும்மா சொல்றதுங்களா, கைவைக்க விடாதுங்களே. ஒருதரம் இழுத்துட்டா, வீடு போற வரைக்கும் கை அறைபட்டுப்போகுங்களே, ” (கூடுசாலை - சிறுகதையிலிருந்து)

“அந்தக் காலத்தில் இங்கெல்லாம் எடைக்காடனோ, பூரணையன் ஜோடியோ கிடையாது. அதிகம் போனால், இந்த வடக்கத்தி மாடுகள்தான். நம்மூருக்கு வடக்கத்தி என்றால், கோயம்புத்தூர் பக்கம் என்று அர்த்தம். உங்க தாத்தாவுக்கு இதுகள் எல்லாம் வச்சு அடிச்சுப் புளிச்சுப்போச்சு. வடக்கே புறப்பட்டுப்போய், அப்படியே பெங்களூர் மைசூர் பக்கம் போய் நல்ல புது ஜாதி மாடாக, நம்ம பக்கத்திலே காணாததாக வாங்கி வந்துடணும் என்று ஆசை” (கள்ளர் மடம் கதையிலிருந்து)

சி. சு. செல்லப்பாவின் கதைகளில் நிலவும் காலம் என்பது தமிழகத்தில் பெரு நிலவுடமையாளர்களாகப் பார்ப்பனர்கள் இருந்த ஒரு காலம். இடைநிலைச் சாதிகள் நில உடமையாளர்களாக இன்னும் எழுந்து வந்திராத நேரம். ஆகவே, பெரும்பாலும் அவர் கதைகளில் பண்ணையார்களாக, மிராசுகளாகப் பிராமணர்களே இருப்பார்கள். அவர்களின் நிலங்களில் கூலி வேலை செய்பவர்களாக மேய்ப்பவர்களாக பண்ணை பார்க்கிறவர்களாக இடைநிலைச் சாதிகள் மற்றும் தாழ்த்தப்பட்ட சாதிகளைச் சேர்ந்தவர்கள் இருப்பார்கள். பண்ணையார்களின் முன், அவர்களின் பவ்யமும் அடங்கிப் பதில் பேசுவதும் அதைப் பண்ணையார்கள் அவர்களுக்கே உரிய மேதாவித்தனத்துடன் எதிர்கொள்வதுமான அன்றைய வாழ்வியல் கூறுகள் செல்லப்பாவின் கதைகளில் விரிவாகப் பதிவாகியிருப்பதைக் காணலாம். அவர், சாதிகளைக் கடந்த மனித சாரத்தைத்தான் எழுதினார். ஆனால், அன்றைய காலத்து வாழ்க்கையை அதன் யதார்த்தம் பிசகாமல் எழுதியதில் காலத்தின் சாதியக் கட்டுமானம்குறித்த பதிவாகவும் கதைகள் முக்கியத்துவம் பெறுகின்றன. அவருடைய ‘வாழ்க்கை’ சிறுகதை, இதற்குச் சிறந்த எடுத்துக்காட்டு. நகரத்துக்கு வாழப்போய்விட்ட பிராமண மிராசுதார், அறுவடை நாளன்று மட்டும் கிராமத்துக்கு

வந்து வயல் வெளியில் வெயிலில் நிற்பார். அவரோடு வேடிக்கைபார்க்க வந்த கல்லூரி மாணவனான மருமகன் மொழியில் இக்கதை சொல்லப்படுகிறது.

''மிராசுதாரர் மாமாவின் படபடப்பை அதிகரிக்கச் செய்வதற்கு அங்கு இருந்த சந்தர்ப்பம் ஒவ்வொன்றும் உதவிசெய்ததே தவிர, குளுமைக்கும் சுமுகத்துக்கும் அங்கே ஏதும் இல்லை.

பகவான் கொடுத்த சொத்து, பூமி என்றெல்லாம் தாம் சொல்லிக்கொள்ளும் அந்தக் களிமண் கட்டிப் பரப்பு அத்தனைக்கும் அந்த வெயிலில் கொத்துக்காரன்தான் ராஜா. அவன் இஷ்டப்படிதான் அங்கே, இருபது ஆட்கள் நாலைந்து நடை சும்மா கரைமேலே அரை மைலுக்குமேல் சுருட்டி நடந்து, கதிரடித்துச் சாற்றுப் பார்த்துப் பொலிவிட்டு, அளவு பிடித்துக் குறிபோட்டு நெருஞ்சியும் கள்ளியும் புடைசூழ ஊருக்குத் திரும்பப் பவனி போக வேண்டும்.

இருட்டிலே போகவேண்டிய அந்தப் பாதையைப் பற்றி ஒரு வார்த்தை. புழுதி ஒட்டிக்கொள்ளும் பாதையில் நேரே, ஒரு பக்கம் நெருஞ்சி, மறுபக்கம் கொடிக்கள்ளி, இரண்டோடும் உறவு கொண்டாடாமல் நடந்துபோனால்தான் பிழைக்கலாம். வண்டிப்பாதையும் அதுதான். வலத்துக் காளையின் கால்கள் கள்ளிக்கட்டைகளுக்கு இடுக்கிலும், இடத்துக் காளையின் குளம்புகள் நெருஞ்சி படர்ந்து கிடந்த மண் புற்றுக்கள் மீதும் சதக் சதக்கென மிதித்துப் போடும்போது உள்ளுக்குள்ளே உட்கார்ந்து போகிற ஆத்மாவுக்குக் கோயில்கட்டி வைத்துவிடலாம். வண்டிக்காரன் பாடு தீராப்பொறி.

இந்த ரீதியில் பவனி வந்து இறங்கிய நிலையில் அறுகங்கட்டைக்களம், பள்ளித் தந்திரம், பொட்டலடி, காலிக் களம், அனல் ஓட்டம் இத்தனையும் சேர்ந்தனவே. `களத்திலேதான் கட்டைக் காணோம்; வயிற்றிலே இரண்டு இளநீரையாவது போட்டு வருவோம்' என்று அரிவாளை எடுத்து வரச் சொன்னார் மிராசுதார் மாமா. குடிதண்ணீருக்கு வசதி இல்லாத ஊரில் நிலம் வாங்கிய சலிப்புக் குரலில் கலந்தது.

அதற்குப் பதில் உடனே வந்தது. "சாமி சாமி! அப்படிச் சொல்லாதீங்க. தங்கம் பெத்த நிலமில்லெ! மவராசன் கையிலெ தங்கமான்னா சொரியுது? என்ன ஐயா கவுண்டரே! நீ சொல்லு.'' இதைச் சொன்ன உருவம் முறுக்கு மீசையும் முண்டாசும்

தடிக்கையுமாக வண்டி அணைப்பில் நின்றுகொண்டிருந்தது. அந்தப் புரவுக்கு அவன் தலைக்காவல்.

“காளி முத்தண்ணன் சொல்றது சரிதான். ஜமீன்தார் காலத்துலே ஒருதவா இங்கிட்டு வந்திருப்பாருன்னா நினைச்சே? அவனவன் சாப்பிட்டு ஏப்பம் விட்டுட்டுப்போனது போனதுதான், வந்தது வந்ததுதான்” என்பது கவுண்டரின் பதில். பிரஸ்தாப சந்தர்ப்பத்தில் மிராசுதார் மாமாவின் வயலை வாரத்துக்கு ஒப்புக்கொண்ட உழுபடைக்காரன் அவன்.

“ஆமாடா, எல்லாரும் மச்சுவீடு கட்டித்தானே பிழைக்கிறீங்க? பார்க்கிறேனே. ஐயனும் அசந்தா ஒரு கை......”

“ஹூம். இந்தா சொல்றீங்களே. துரோகம் நினைச்ச நாய் அந்தா பாருங்க. செட்டியாருக்கு அரைமா, ராவுத்தருக்குக் காணி கிரயம். ”

“ஏன்? வீடு நிலைக்கோட்டையானுக்குன்னு ஒத்தி வைத்துப் போட்டுப் பருத்திக் காட்டிலே பழி கிடக்குது, அண்ணாந்து பாத்துக்கிட்டு” என்று சேர்வையும கவுண்டருமாக ஆளுக்குப் பாதி சொல்லி நிறுத்தினார்கள்.

‘ஹூம்! நீங்க சொல்றேள். எல்லாத்துக்கும் புத்தி இருந்துச்சுன்னாத்தானே? கால்கஞ்சி அரைவயித்துக்காவது குடிக்கணுங்கிற நினைப்பு வேண்டாம்? சரி, தோப்பைப் பாத்துட்டு வரேன். கவுண்டா, கருதுக்கட்டு வந்தவுடனே குறுக்கிக் கிழக்காலே போடச் சொல்லிப் படப்பை நெட்டுக்குப் போட்டு ரெவ்வெண்டு அடி அடிச்சுப் போடச் சொல்லு. ”

“சரி, போய் வாங்க. என்னவோ, எங்கப்பன், பெரிய ஐயா காலத்துலே இருந்து தர்மதுரை காலிலே விழுந்து கிடக்கிறோம். நீங்க பாத்து எதுவும் பண்ணிக்கிட்டாத்தான். உங்க கையை விட்டுமாத்திரம் நிலம் பறந்திச்சு, அப்புறம் இது நிலம்னு ஆகும்னு பாத்தீங்க? ஹூம், ஏது?”

“அதெல்லாம் குழையக் குழையத்தான் பேசுவே! சரி. சந்தணக்குடும்பா! நட. காளிமுத்தா, சும்மாத்தானே நிக்கிறே?”

“வாறேன், போங்க. ”

மாமா புறப்பட்டவுடன் இரண்டு மூன்று முண்டாசுகள், தடிக்கம்புகள், அரிவாள்கள் எல்லாம் துணை புறப்பட்டன. இத்தனை பேச்சுக்கும் இடையில் மௌனக்குரலாக – ஆனால்

எனக்குள்ளே பேசிக்கொண்டிருந்த – என் உருவமும் சேர்ந்துகொண்டது.

நீர் வறட்சி உண்டாக்கும் இந்த வெப்பத்தை எதிர்த்து எவ்வளவு நேரந்தான் சமாளிக்க முடியும். ஹாஸ்டல் அறைகளிலும் கடற்கரை ஓரத்திலும் ஜிலுஜிலுவென்ற காற்றை வாங்கிக் குஷியாகக் காலங்கழித்த உடலுக்கு என்னவோ நப்பாசை, ஒரு களத்துக்குப் போய் அறுவடை பூராவும் தெரிந்துகொண்டுவிட வேண்டுமென்று. அப்புறம் நானும் கிராமவாசி. ‘கிராமத்துக்கு போ’ என்று கூவும் கூட்டத்தில் கோவிந்தா போடலாம் அல்லவா?

மேலே சொன்ன ரீதியிலே பேசிப் பேசிக் கிராமங்கள் அலுத்துப்போனதாகத் தெரியவில்லை. அலுப்புச் சலிப்பு இல்லாமல் பரஸ்பரம் முகஸ்துதியையும் ஏச்சையுமே பரிமாறிக்கொண்டு பண்பட்டுப்போன நாக்குகளாக அத்தனையும் பட்டன எனக்கு. அங்கு நடந்துவரும் செய்கைகளுக்கு மேலே பேச்சு அதிகம் என்ற நினைப்பு ஊறியது. கீழே வரும் தொடர் சம்பாஷணைகள் இதை வலியுறுத்துவன.

அந்தரத்தில் கம்பி மேல் நடப்பதற்கும் வரப்பு மேலே நடப்பதற்கும் வித்தியாசம் இருப்பதாகத் தெரியவில்லை. அத்தனை கைவீச்சும் நிதானமும் வேண்டியிருந்தன.

சமாளித்து எட்டு வைப்பதற்கு தார் ரோடிலே எட்டிப் போடும் எட்டு அங்கே செல்லாது. நண்டு வளைகளுக்கும் மடைகளுக்கும், மேலே குத்துக் குத்தாக நின்ற களிமண் கட்டிகளுக்கும் மேலாகத் தாறுமாறாக நிதானமில்லாமல் போட்ட என் கால்களைப் பார்த்துப் பின்னாலே வந்த முண்டாசு, “சின்ன ஐயாவுக்கு நடந்து பழக்கமில்லே போலிருக்கு. பையப் போங்க, சாமி” என்று கூறவும் அதை ரசித்து அத்தனை பட்டிக்காட்டுச் சிரிப்புகளும் கிளம்பின. ‘பட்டிக்காட்டானா?’ என்று ஓர் இடத்தில் ஏளனமாகப் பேசப்படுகிறது. இங்கேயோ இந்தச் சிரிப்புகள் ‘பட்டினத்தானா?’ என்று ஏளனம் செய்கின்றன. ”

பிற சாதியினரின் வாழ்க்கைமுறைகளையும் பண்பாட்டுக்கூறுகளையும் மிக நுட்பமாக அறிந்தவாரக சி. சு. செல்லப்பா பல கதைகளில் வெளிப்படுகிறார். குறிப்பாக குற்றப்பரம்பரையினராக அறியப்பட்ட கள்ளர், மறவர் சாதியினரைப்பற்றிய அவரது சித்தரிப்புகள் சில கதைகளில் துல்லியமாக இருக்கின்றன. 'பந்தயம்' கதையில் வரும்

குண்டத்தேவன், குற்றப்பரம்பரை கதையில் வரும் கதாபாத்திரங்கள் மிகச்சிறந்த சான்றுகள்.

எந்தக் கதையிலும் சம்பவங்களின் மீதோ, கதையின் மீதோ அவரது அக்கறை குவிவதில்லை. அது, பின்புலமாகவே விரியும். அதனூடாக மனித மனத்தின் ஆழத்தில் நிகழும் சலனங்களே அவருக்கு முக்கியம்.

செல்லப்பா அவர்கள் துவக்கிய 'எழுத்து' பத்திரிகை தமிழ் நவீன இலக்கியத்துக்கு ஆற்றிய பங்களிப்பு மகத்தானது. இடதுசாரி இலக்கியம், திராவிட இயக்க இலக்கியம் போன்றவற்றை நிராகரித்து, வேறொரு வகையான கலைப்பார்வையை முன் வைத்து வளர்த்தெடுத்த இயக்கமாக 'எழுத்து' பத்திரிகை எழுந்துநின்றது. அதில், சமரசத்துக்கு இடமின்றி வாழ்ந்தார் செல்லப்பா. கருத்துரீதியாக என்னுடைய நிலைப்பாட்டுக்கு எதிரான இயக்கமாக எழுத்து இயக்கம் இருந்தாலும், அது இலக்கியத்துக்குக்கு அளித்துள்ள பங்களிப்பை மறுக்க முடியாது.

“எழுத்து நடத்தியபின், ஒவ்வொரு விநாடியும் ஒவ்வொரு விஷயங்கள் கற்றுக்கொள்பவராக இருந்தார். முதலில் 25 இதழோ 30 இதழோதான் நடத்துவேன். அதன்பின் இதழை நிறுத்திவிடுவேன் என்றுதான் சொல்லியிருந்தார். ஆனால், அதுபாட்டுக்குப் போய்க்கொண்டே இருந்தது. பெரிய அளவில் சந்தா இல்லாவிட்டாலும், சமூகத்தில் அத்தகைய முயற்சிகளின் பேரில் ஆர்வம் உள்ள ஆட்கள் நிறைய பேர் உருவாகியிருந்தார்கள். தொடர்ந்து நடத்தியாகவேண்டிய அவசியம் ஏற்பட்டது. முதலில் அந்தப் பத்திரிகை ஆரம்பிக்கப்பட்டபோது, அவர் கையில் ஒரு நயா பைசாகூட கிடையாது. அவர் மனைவியின் நகைகளை அடகு வைத்து பத்திரிகையைத் தொடங்கினார். அவரது மனைவிக்கு உள்ளூர வருத்தம். ஏதோ கொஞ்சம் நகைகள்தான் இருந்தன. அதையும் வாங்கிக்கொண்டு போய்விட்டார் என்று. அவர் வெளியே கொண்டுபோன சாமான்கள் திரும்பி வீட்டுக்கு வந்ததாகச் சரித்திரமே கிடையாது. 'சார் இப்படிச் செய்யணுமா. நகைகளை அடகுவைத்து பத்திரிகை நடத்த வேண்டுமா' என்று கேட்டதற்கு, 'அடகுதானே வைச்சிருக்கேன். பணத்தைக் கொடுத்து மீட்டுவிடலாமே' என்பார். 'அப்படி முடியலைன்னா நகை கையை விட்டுப்போயிடுமே' என்றேன். அதுக்கு அவர், 'இந்த எழுத்து இருக்கிறதில்லையா, அது தொடர்ந்து நடந்தாக வேண்டும். நீ அதுக்கு வேணா ஒரு வழி சொல்லேன். நீ இப்போ ஒரு

ஐயாயிரம் ரூபாய் தாயேன். அந்த நகைகளை மீட்டு அவளிடம் தந்துவிடுகிறேன்' என்றார். ஆனால், ஒரு விஷயம். நான் ரூபாய் கொடுத்தால் அதை வாங்கிக் கொள்ள மாட்டார். அநியாயமான சுயகௌரவம் அவருக்கு உண்டு. நாம் வறுமையில் வாடிச் செத்துப்போனாலும் போகலாம்; அடுத்தவரிடமிருந்து எதையும் பெற்றுக்கொள்ளக் கூடாது என்பதில் அபாரமான வைராக்கியம் அவருக்கு இருந்தது. "

என்று தன்னுடைய சி. சு. செல்லப்பா – நினைவோடை நூலில் இதுபற்றி எழுத்தாளர் சுந்தரராமசாமி குறிப்பிடுகிறார்.

இறுதி மூச்சு வரை இலக்கியம் இலக்கியம் என்றே வாழ்ந்த உள்ளம் அவருடையது. வேறு எதுவுமே வேண்டாம் அவருக்கு. இலங்கை எழுத்தாளர் எஸ். பொன்னுத்துரையைச் சந்திக்க செல்லப்பாவும் வெங்கட்சாமிநாதனும் போன கதையை வெ. சா. எழுதுகிறார், "போன உடனேயே நானும் அவரும் இலங்கைத் தமிழர் பிரச்னைகளையும் அரசியல் நிலவரத்தையும் பற்றியுமே பேசிக்கொண்டிருந்தோம். செல்லப்பா ரொம்ப நேரம் பொறுமையாகக் கேட்டுக்கொண்டிருந்தார். அவருக்கு இலக்கியம் தவிர வேறு எதிலும் அக்கறை இருந்ததில்லை. காந்தியோடு அவரது அரசியல் ஆரம்பித்து அதோடு முடிந்தும்விடும். ஒரு கட்டத்தில் பொறுமை இழந்து, "என்னை அவரோடு பேச விடுங்களேன். வேண்டிய அரசியல் பேசியாயிற்று. அவரோடு எனக்கு இலக்கியம் பேசணும்" என்றார் கடுமை தொனிக்க...

விருதுகள், பரிசுத்தொகைகளைத் தொடர்ந்து மறுத்துவந்த அவர், 'விளக்கு' விருதினை ஏற்றார். ஆனாலும், அவர்கள் பணத்தை ஏற்காமல் அதை வைத்து பி. எஸ். ராமையாவின் 300 கதைகளையும் தன்னுடைய குறிப்புகளோடு வெளியிட்டுத் தருமாறு கேட்டுக்கொண்டார். தன்னுடைய கதைகளைப் புத்தகமாகக் கொண்டுவருவதைவிட, தன் சக எழுத்தாளரான ராமையாவின் கதைகளைக் கொண்டுவருவதில் அவர் காட்டிய அக்கறையும் தள்ளாத அந்த வயதிலும் அவரே தன் கைப்பட ராமையாவின் கதைகளைப் பற்றிய குறிப்புகளை எழுதியும், புத்தகத்தின் மெய்ப்புத் திருத்தியும் அவர் செலுத்திய உழைப்பும் மெய்சிலிர்க்க வைப்பவை. அப்படி ஒன்றும் அந்த 300 கதைகளும் உன்னதமான கதைகள் என்று சொல்லிவிட முடியாது. ராமையாவே தவிர்க்க விரும்பிய கதைகளையும் செல்லப்பா கொண்டாடித்தான் எழுதினார். ஆனால், தான் சரி என்று நம்பியதற்காக சாகும்வரை

எதையும் இழந்து அர்ப்பணிப்புடன் உழைப்பது என்கிற அவரது வாழ்க்கைமுறைதான் இங்கு நாம் வியப்புடன் நோக்கத்தக்கது.

பல நவீன இலக்கியப் படைப்பாளிகளை தமிழ்ச் சமூகம் கண்டுகொள்ளாதபோதும், அவர்களோடு உறவாடி இறுதிக் காலங்களில் உதவியாக இருந்து, அவர்களின் விருப்பங்களைக் கேட்டு ஆவண செய்யும் ஓர் உயர்ந்த உள்ளம் தமிழகத்தில் உண்டெனில், அது வெளி ரங்கராஜன்தான். சி. சு. செல்லப்பாவின் கடைசி ஆசைகளை நிறைவேற்ற முயன்றவரும் அவர்தான். சி. சு. செல்லப்பா பற்றிய அவரது வார்த்தைகளுடன் இக்கட்டுரையை நிறைவுசெய்வோம்.

‘‘என் சிறுகதைப் பாணியிலிருந்து தொடங்கி, புத்தகங்கள் அச்சாக்கம் பெறுவதும் அடுத்த புத்தகத்தைப் பற்றி சிந்திப்பதுமாகவே அவர் இயக்கம்கொண்டிருந்தார். அதுவே அவருடைய வாழ்வை நீட்டித்தது. பலமுறை அவரை மரணம் நெருங்கி நெருங்கி விலகியபோது, புத்தகம் பதிப்பாவதைப் பற்றிய செய்தி அவரை மீண்டும் மீண்டும் உயிர்ப்பிக்கும். அவருடைய 'சுதந்திரத்தாகம்' நாவல், நூலகங்களில் ஏற்றுக்கொள்ளப்பட்டால், அந்தப் பணத்தில் அவருடைய செய்யுளியல், எழுத்துக்களம், விமர்சனத்தேட்டம், தமிழ்ப்படைப்பாளிகளின் விமர்சனங்களுக்குப் பதில்கள் ஆகிய பிரதிகளைப் பதிப்பிக்கத் திட்டமிட்டிருந்தோம். சாதாரண நாட்களில், நூலக ஆர்டர்களை அவர் நம்பியவர் அல்ல. தானே புத்தகங்களைச் சுமந்துகொண்டு அலைந்தவர்தான். ஆனால், இயலாத சூழலில், சுதந்திரத்தாகம் நாவல் நூலகங்களில் ஏற்றுக்கொள்ளப்படாமல், சிறிய வீட்டில் வீடு முழுவதும் புத்தகங்கள் நிறைந்திருந்த காட்சி, செல்லப்பாவுக்கு பெரிய மனத்தளர்ச்சியை உண்டாக்கியது. மரணத்திலிருந்து மீள அவருக்கு வழி இல்லாதுபோயிற்று. உண்மையான இலக்கியவாதிகளை அடையாளம் கண்டுகொள்ளத் தெரியாமல், ‘தமிழ் வாழ்க’ என்று முழங்கிக்கொண்டிருக்கும் அரசாங்கம் நம்முடையது. புத்தகங்களின் மதிப்பு தெரியாத ஆட்கள், நூலகங்களுக்குப் பொறுப்பாளர்களாக இருப்பதும் இங்கேதான் இயலும்.

செல்லப்பா, எழுத்து இயங்கிய காலத்திலிருந்து வெளியே வரவே இல்லை. ஆனால், அதுவே அவருக்குப் போதுமானதாக

இருந்தது. அவரை இந்தக் காலத்துக்குள் இழுக்க முடியவில்லை. பல சந்தர்ப்பங்களில் அது தேவையற்றது போலும் தோன்றியது. இனி, அந்தக் காலக் குழப்பத்துக்கு இடமில்லை. செல்லப்பா, நீண்ட தமிழ் இலக்கியத்தின் ஒரு பகுதியாகிவிட்டார். நிறைவான இலக்கிய வாழ்க்கை அவருடையது. ”

12

ந. சிதம்பர சுப்பிரமணியன்

புதுமைப்பித்தன், கு. ப. ராஜகோபாலன், ந.பிச்சமூர்த்தி, மௌனி, பி. எஸ். ராமையா, பெ. கோ. சுந்தரராஜன் (சிட்டி), ந. சிதம்பரசுப்பிரமணியன், சி. சு. செல்லப்பா, க. நா. சுப்பிரமணியம், எம். வி. வெங்கட்ராம் ஆகியோர் `மணிக்கொடி'யில் அவரவர் ஆற்றலையும் தனித்தன்மையையும் வெளிப்படுத்தும் சிறுகதைகள் எழுதிக்கொண்டிருந்தார்கள். பிற்காலத்தில் இவர்கள் `மணிக்கொடி எழுத்தாளர்கள்' எனக் குறிப்பிடப்படலாயினர். இப்படி ஒரு வரியை ரொம்ப காலமாக நாம் வாசித்துக் கொண்டிருக் கிறோம் . ஆம், இந்தப் பட்டியலில் தவறாமல் இடம்பெறும் ஆளுமைகளில் ஒருவர்தான் ந.சிதம்பர சுப்பிரமணியன்.

இவர்களில் மூன்றுவிதமான தன்மைகள்கொண்டவர்கள் இருந்தனர். மணிக்கொடி பத்திரிகையின் முதல் இதழின் தலையங்கத்தில் எழுதியதுபோல,

பாரதி பாடியது மணிக்கொடி
காந்தி ஏந்தியது மணிக்கொடி
காங்கிரஸ் உயர்த்தியது மணிக்கொடி
சுதந்திரப் போராட்ட வீரர்களை
உற்சாகமூட்டியது இம்மணிக்கொடி

என்று காந்தி மகான் என்னும் ஆற்றல்மிகு காந்தத்தால் இழுக்கப்பட்டு, நேரடியாக காங்கிரஸின் சத்தியாக்கிரகங்களில்

பங்கேற்று, அடி உதை பட்டு, சிறை சென்றும் மணிக்கொடியை உயர்த்திப் பிடித்தவர்கள் ஒருவகை. மணிக்கொடியை நிறுவிய வ. ரா, கு. ஸ்ரீனிவாசன்; பிறகு ஆசிரியப் பொறுப்பேற்ற பி. எஸ். ராமையா, சி. சு. செல்லப்பா ஆகியோர் இந்த வகையினர். நேரடி அரசியலில் ஈடுபடாவிட்டாலும் ச கபயணிகளாக நடந்து கலையை மட்டும் வற்புறுத்திய வகையினராக புதுமைப்பித்தன், கு.ப.ரா. , பிச்சமூர்த்தி, மௌனி போன்றோரைக் குறிப்பிடலாம். இந்த வகையினர் பொருளாதாரரீதியில் (மௌனியைத் தவிர) மிகுந்த கஷ்டஜீவனம் நடத்திவந்தவர்கள்.

அப்படியான கஷ்டங்கள் ஏதுமின்றி வசதியான குடும்பப் பின்னணியுடன் நின்று நிதானமாகக் கதைகள் எழுதியவர்கள் என ந. சிதம்பர சுப்பிரமணியனையும் சிட்டியையும் குறிப்பிடுவார்கள். இலக்கியச் சிந்தனைக்காக ந. சிதம்பர சுப்பிரமணியனை அறிமுகம் செய்து நூல் எழுதிய எழுத்தாளர் மாலன் கூறுகிறார்...

"அன்றாட வாழ்வுக்கே எழுத்தாளர்கள் தத்தளித்துக்கொண்டிருந்த ஒருகாலத்தில், அவர் ஐம்பதாயிரம் ரூபாய் செலவு செய்து சொந்தமாக வீடு கட்டியிருந்தார். மகளுக்கு ஆபட்ஸ்பரி மாளிகையில் கல்யாணம் நடத்தினார். மற்றவர்கள் எல்லோரும் எழுத்தையே முழுநேரத் தொழிலாகக்கொண்டிருந்த ஒரு காலகட்டத்தில், படிப்புக்கு மதிப்பும், சமூகத்தில் அந்தஸ்தும், கைநிறைய சம்பளமும் அதிகாரமும் தரும் ஒரு வேலையில் அவர் இருந்தார். "

குடும்பப் பரம்பரையாக அவர் பெற்றிருந்த இசைஞானம், வேதாந்த அறிவு, சம்ஸ்கிருதப் பயிற்சி, இலக்கிய வாசிப்பு போன்றவை அவருடைய எழுத்துக்கு உதவி செய்தன. அவருடைய அன்றாட வாழ்க்கை பற்றி சி. சு. செல்லப்பா கூறுவதாக மாலன் குறிப்பிடுவது...

அவர் ஒரு 'சிஸ்டமாட்டிக்' வாழ்க்கையை வகுத்துக்கொண்டிருந்தார். ஒவ்வொரு ஞாயிற்றுக்கிழமையும் காலையில் நுங்கம்பாக்கத்தில் இருந்த லிட்ரரி சொஸைட்டி நூலகத்துக்குப் போவார். இரண்டு, மூன்று மணி நேரம் அங்கே செலவிடுவார். திரும்பி வந்து கோயம்புத்தூர் கிருஷ்ணையர் ஹோட்டலுக்குச் செல்வது வழக்கம். தரமான ருசியான சிற்றுண்டிக்கு அந்த உணவகம் பெயர்பெற்றது. ஞாயிற்றுக்கிழமை மாலை கட்டாயம் சினிமாவுக்குப் போக வேண்டும்"

அவரைப் பற்றி அவரே எழுதிய வரிகள் மிக முக்கியமானவை. ந. சிதம்பர சுப்பிரமணியன் தன்னுடைய `மண்ணில் தெரியுது வானம்' நாவல் முன்னுரையில் எழுதுகிறார்.

`1933-34ல் சென்னைக்கு நிரந்தரமாக வந்தபிறகு, எழுத்தாளர்களுடனும் பத்திரிகையாளர்களுடனும் தொடர்புகொண்ட காலத்து மகாத்மாவின் கருத்துகளிலும் வாழ்ந்த வழிமுறைகளிலும் என் மனதைப் பறிகொடுக்க ஆரம்பித்தேன். அப்போது என்னை எழுத்து உலகுக்குள் இழுத்துச் சென்ற நண்பர்கள் சிறந்த தேசபக்தர்கள், காந்தி பக்தர்கள், சிறைக்குச் சென்றவர்கள், அடி வாங்கியவர்கள், வாழ்க்கை வசதியை வேண்டாம் என்று உதறியவர்கள், வறுமையையும் கஷ்டத்தையும் விரும்பி மேற்கொண்ட தியாகிகள், முக்கியமாக, தி. ஜ. ர. , வ. ரா. , கு. ஸ்ரீனிவாசன், சொக்கலிங்கம், சங்கு சுப்பிரமணியன், ஏ. என். சிவராமன், பி. எஸ். ராமையா, ரா. நா. போன்றோர் அரசியல் நெருப்பில் முக்குளித்துப் பத்திரிகைக்கு வந்தவர்கள். இவர்கள் அன்போடும் ஆதரவோடும் தங்கள் சங்கப்பலகையில் இடம்கொடுத்து என்னைச் சேர்த்துக்கொண்டார்கள். இவர்களிடம் தினம்தோறும் திருவல்லிக்கேணி கடற்கரையில் நான் கேட்டதும் கற்றதும் என்னை உருவாக்கின. அந்த அனுபவங்கள், நான் மறக்க முடியாதவை; என் இதயப் பொக்கிஷத்தில் வைத்து நிரந்தரமாகப் போற்றப்படுபவை.''

ஆனாலும் 1929-ல் காந்திஜியின் சத்தியாக்கிரகத்தில் பங்கேற்கப் போன இவரை, அவரது தாயார் `வேண்டாம்' எனச் சொன்னதால் போகாமல் இருந்துவிட்டார். தன்னுடைய தாயார், தன்னுடைய தந்தையார், காந்தி ஜி, தியாகையர் ஆகியோரின் தாக்கத்தில் உருவானதுதான் அவரது குணச்சித்திரம். 'காந்திஜி மீதும் தியாகய்யர் மீதும் என்னையும் என் character-ஐயும் உருவாக்கியவர்கள் என்ற மதிப்பு உண்டு' என்று அவரே எழுதுகிறார்.

30-11-1912ஆம் ஆண்டில் பிறந்த ந. சிதம்பர சுப்பிரமணியன், 1933ஆம் ஆண்டில் சென்னையில் நிரந்தரமாகக் குடியேறினார். வாஹினி ஸ்டுடியோவில் விஜயா புரொடக்ஷன்ஸ் நிறுவனத்தில் 25 வருடங்கள் தலைமை நிர்வாகியாகப் பணிபுரிந்தார். 1977ஆம் ஆண்டு ஏப்ரல் மாதத்தில் காலமானார். மணிக்கொடி பி. எஸ். ராமையாவின் பொறுப்பில் அவ்வ்வ்வளவும் சிறுகதைகள் என வரத் தொடங்கிய ஐந்தாவது இதழில் ந. சிதம்பரசுப்பிரமணியனின்

முதல் சிறுகதை 'வாழ்வின் முடிவு' வெளியானது. சக்ரவாகம், சூர்யகாந்தி, வருஷப் பிறப்புக் கதைகள் ஆகிய தொகுப்புகளாக அவரது சிறுகதைகள் தொகுக்கப்பட்டன. இந்தத் தொகுப்புகள் எவையும் இன்று அச்சில் இல்லை. நூலகங்களில்தான் தேடிப் படிக்கவேண்டிய நிலை. அவருடைய 'இதயநாதம்' நாவலை சந்தியா பதிப்பகம் 2012ஆம் ஆண்டில் மீண்டும் வெளியிட்டுள்ளது.

சங்கீதத்தின் மீது அவர்கொண்ட ஈடுபாட்டை `இதயநாதம்' நாவல் எடுத்துக்காட்டுகிறது. அதன் முன்னுரையில் அவரே எழுதுகிறார்,

`சங்கீதம் எங்கள் குடும்பத்தின் பரம்பரைச் சொத்து. ஆனால், என்னுடைய முன்னோர்களுக்குச் சரியான வாரிசாக நான் ஏற்படவில்லை. என் குடும்பத்தில் எனக்கு முன்னே பிறந்திருந்த சங்கீதச் சிம்மங்களுக்குப் பின்னால் வருவதற்குக் கொஞ்சமேனும் யோக்யதை இல்லாதவன். இருந்தாலும் ரத்தத்தில் ஊறியிருக்கும் பரம்பரைச் சங்கீத வாசனை, நான் லௌகீக முறைப்படி எந்தத் தொழில் செய்துகொண்டிருந்தாலும் இதயத்தை சங்கீதத்திலேயே நாடவைத்தது. நாதத்தை முறைப்படி உபாசிக்காத நான், நாதயோகிகளை உபாசிக்கலானேன். அந்த முயற்சியின் பயன்தான் இந்தப் புத்தகம்.

ஸ்ரீதியாகராஜ ஸ்வாமிகள், தீக்ஷிதர், சியாமா சாஸ்திரிகள் போன்ற நாதப்பிரம்மங்களைப் பற்றியும் மஹாவைத்தியநாத சிவன் போன்ற சங்கீத உபாஸகர்களைப் பற்றியும் கேட்டு, என் இதயம் ஒரு நாதோபாசகனைப் பற்றி எழுதத் தூண்டியது. அநேக சங்கீதப் பெரியோர்களைப் பார்த்தும் கேட்டும், அவர்கள் பட்ட சிரமங்களையும், அவர்கள் செய்திருக்கும் தபஸையும் அறிந்ததிலிருந்து, ஒரு நாதயோகியைக் கதாநாயகனாக வைத்து எழுத வேண்டும் என்ற ஆசை வெகுநாள்களாக இருந்துவந்தது. அதன் விளைவே இந்தப் புத்தகம்.

வாழ்க்கையிலே சில சங்கீதப் பெரியார்களுக்கு ஏற்பட்ட அனுபவங்கள் சிலவற்றைப் போன்று தொகுத்துக்காட்ட முயன்றிருக்கிறேன். காளிதாசன் சொல்லியிருப்பதுபோல, `நாதயோகம் எங்கே... நான் எங்கே?' இருந்தாலும் ஆசை வெட்கமறியாது என்ற முறையில் இதை எழுதியிருக்கிறேன். '

க. நா. சுப்பிரமணியன் அவர்கள் அவ்வப்போது வெளியிடும் சிபாரிசுப் பட்டியலில் தவறாது இடம்பெறும் நாவலாக

`இதயநாதம்' இருக்கும். அவர் நம்பிய, அவரைப் பாதித்த, அவரை ஆட்கொண்ட மூன்று விஷயங்கள் என காந்தியம், சங்கீதம், அத்வைதம் ஆகியவற்றைக் கூறலாம். இந்த மூன்றுக்கும் தன்னுடைய எழுத்துகளில் உரிய இடம் அளித்துவிட்டார். இந்த மூன்றுக்கும் அப்பால் அவருக்கு இந்திய வாழ்வின் பாரம்பர்யம் அது புனிதம் எனக் கொண்டாடும் அநேக அம்சங்களின் மீதும் விமர்சனமே இல்லாத ஆழ்ந்த மரியாதை உண்டு. அவருடைய எல்லாக் கதைகளிலும் இதை நாம் காண முடிகிறது.

நீண்ட முன்னுரை ஆகிவிட்டது. இனி அவரது சிறுகதைகளுக்குள் போய்விடலாம்.

“ஊர்வலம், மூலை திரும்பிற்று. பேண்டு கோஷ்டியர் `தாரிணி தெலுஸுகொண்டி... ' என்ற கீர்த்தனையை முடித்துவிட்டு நிறுத்திக்கொண்டார்கள். நாகஸ்வரக்காரர் வாசஸ்பதியை எடுத்து நாதத்தின் இனிமையைப் பிழிய ஆரம்பித்தார். பெரிய இடத்து கல்யாணம். புஷ்பம் மாத்திரம் ரூபாய் 500-க்கு வாங்கியிருந்தார்கள். விமானம் மாதிரி புஷ்பத்தால் அலங்கரிக்கப்பட்ட காரிலே, பெண்ணும் மாப்பிள்ளையும் அலங்காரமாக வீற்றிருந்தார்கள். கார் மெதுவாக வந்துகொண்டிருந்தது. மல்லிகையின் மணம் இரண்டு பர்லாங்கு தூரம் வீசியது.

வாழ்க்கைச் சிக்கலில் அகப்பட்டுக்கொள்ளாத ஞானியைப்போல நாகராஜன் கூட்டத்தில் நுழைந்து கலந்துகொள்ளாமல் மத்தாப்புக்காரர் பக்கத்தில் நின்றுகொண்டிருந்தான். ஆனால், அவன் மனம் உலகத்திலிருந்து விடுபட்டு சூன்யமாகிவிடவில்லை. அவன் மனமும் கண்களும் காருக்குப் பக்கத்திலிருக்கும் ஒரு பெண்ணின் இரு கருவிழி வட்டங்களைத் தேடிக்கொண்டிருந்தன. அவனைக் கேட்டால் `பிரம்மம் சூன்யமன்று. அந்த இரு வட்டங்களே' என்றிருப்பான்.

“அவள் யார்?” அது அவனுக்குத் தெரியாது. அன்று சாயந்திரம்தான் ஊருக்கு வந்தான். ஊர்வலம் மூலை திரும்பியபோது, தற்செயலாகத் திரும்பிய அவன் கண்கள் அவளிடத்தில் சிக்கிக்கொண்டு வெளியே வர மறுத்துவிட்டன. அவளைக் கவனித்துக்கொண்டு வந்தான். அவன் சங்கோசி. கூர்ந்து கவனிப்பதை யாராவது பார்த்துவிடப்போகிறார்கள் என்ற பயம் வேறு. அவளே அவனைக் கவனித்துவிட்டாலும் ஆபத்து. ஒளிந்து ஒளிந்து கவனித்து வந்தான் அவன்.

“அடேயப்பா! என்ன பொல்லாத்தனம் அவளுக்கு? மாப்பிள்ளையை எப்படிக் கிண்டல் பண்ணிக்கொண்டு வருகிறாள்! நாகராஜனுக்கு மாப்பிள்ளை அத்தான் முறை. அவனுக்குத் தெரிந்தவரையில், அவள் பிள்ளை வீட்டுக்கு வந்திருக்கும் பெண்ணாகத் தோன்றவில்லை. பெண்வீட்டுக்காரியாகத்தான் இருக்க வேண்டும். என்ன தைரியம்! என்ன துணிச்சல்! பெண் கைகாரி!"

அவளுக்கு 15 வயதுதான் இருக்கும். நிச்சயமாகக் கல்யாணம் ஆகியிருக்க முடியாது. இந்தக் காலத்தில் இன்னும் எவ்வளவோ நாள்கழித்துக் கல்யாணம் செய்கிறார்கள். நல்ல சிவப்பு. கடைசல் பிடித்து எடுத்த மூக்கு. அழகான காது. உணர்ச்சி நிறைந்த உதடு. பட்டுப்போன்ற சரீரம். பரந்த கண்களைக்கொண்டதால் கண்ணின் கீழே மையிட்டது போன்ற ஒரு கறுப்பு. பேசும் விழிகள்.

அவள் மாதிரி குறும்புத்தனமும் துறுதுறுப்பும் படைத்த சிறுமி வேறு ஒருத்தியும் இல்லை. ஒரு தலைவிபோல் மற்றவர்களை ஆட்டிவைத்துக்கொண்டே வந்தாள். அவளுடைய பரிகாசப் பார்வை, குறும்புச் சிரிப்பு இரண்டும் நாகராஜன் மனத்தைப் பிளந்துகொண்டு சென்றன.

இப்படியே போய்க்கொண்டிருக்கும் கதையில் திருப்புமுனையாக மணி அண்ணா வருகிறார். இவர்தான் இந்தக் கல்யாணத்தைப் பேசி முடித்தவர். அவர், நாகராஜனுக்கும் ஒரு பெண் தயாராக இருப்பதாகக் கூறுகிறார். நாகராஜனின் அப்பாவிடமும் அந்தப் பெண் பற்றிக் கூறுகிறார். அந்தப் பெண் யார் எனக் கேட்கும்போது, “சரிதாண்டாப்பா, பெண்ணைப் பார்க்கணும் நீ, அதுதானே? பார்த்தால் அவ்வளவுதான். இங்கே வாயேன், காண்பிக்கிறேன்” என்று சொல்லி, அவன் மறுப்பதையும் கேட்காமல் இழுத்துக்கொண்டு பெண்கள் பக்கம் போனார்.

அவனை மயக்கிய மோகினி, காரின் பக்கத்திலேயே வந்துகொண்டிருந்தாள். அவள் முன்னே அவனைக் கொண்டுபோய் நிறுத்தினார் மணி அண்ணா. “இவன் புருஷன், அவள் மனைவி!” என்று சுட்டிக்காட்டிவிட்டு, “நான் சொன்னது சரிதானே?” என்று கேட்டார். நாகராஜனுக்குத் தூக்கிவாரிப்போட்டது. சந்தோஷமும் திடுக்கிடச் செய்கிறதல்லவா எதிர்பாராமல் வரும்போது?

நாகஸ்வரக்காரர் அப்போது வாசித்துக்கொண்டிருந்த ‘ஹிந்தோளம்’ எந்த இன்ப உலகத்தைச் சிருஷ்டி

செய்துகொண்டிருந்ததோ, அதில் அவன் மனம் திரிந்துகொண்டிருந்தது. ஆனால், கதையின் இரண்டாது திருப்புமுனையாக நாகராஜனின் தகப்பனார் எதிரே வந்துகொண்டிருந்தார்.

“பையனுக்கு பூரண சம்மதம். ஜாதகம் பொருந்தினால் முடித்துவிடவேண்டியதுதான்" என்று மணி அண்ணா ஆரம்பிக்கவும் “பையனுக்கு அந்தப் பெண் பிராப்தி இல்லை” என்றார் தகப்பனார். நாகராஜனுக்குத் திடுக்கிட்டது. “ஜாதகம் பார்த்தேன். பெண்ணுக்கு அங்காரக தோஷம். அதை முன்பே சொல்லியிருக்கக் கூடாதா? எட்டாம் இடத்திலே இருக்கு. பையனுக்குத் துளிகூடச் செவ்வாய் தோஷம் கிடையாது” என்றார் அப்பா.

“நல்ல பொருத்தம். ஆனால், முடி எங்கே போட்டிருக்கோ?” என்று தலையை ஆட்டினார் மணி அண்ணா.

“ஜாதகமாவது மண்ணாங்கட்டியாவது" என, நாகராஜனுக்கு ஆத்திரமாக வந்தது. ஆனால், அப்போது அவன் சண்டைபோடவில்லை. சண்டைபோடுவது அவன் இயல்பன்று. யாருடன் சண்டைபோடுவது?

நாகராஜனுக்கு மனம் வெறுத்திருந்தது. அந்தப் பாட்டோ மேலும் மேலும் அவனைப் புண்படுத்தி வந்தது. இது என்னடா தொந்தரவு… “சரி! நாழிகைதான் ஆகிவிட்டதே, தூங்கவாவது போகலாம்" என்று முணுமுணுத்துக்கொண்டு ஒதுங்கினான். நினைவை மறக்கத் தூக்கம்தானே மருந்து. நாகஸ்வர வாத்தியம் முடிந்தது. பேண்டு கோஷ்டியர் `நாடகமே உலகம்… ' என்ற பாட்டை வாசித்துக்கொண்டு போயினர். ஊர்வலம், மற்றொரு மூலை திரும்பிற்று.

ந. சிதம்பர சுப்பிரமணியனின் எல்லா முத்திரைகளும் பதிந்த கதை இது எனலாம். `கதையை எங்கே ஆரம்பித்து எங்கே முடிக்கணுமோ அதைக் கச்சிதமாகக் கையாளத் தெரிந்தவர்' என எல்லோரும் குறிப்பிடுவார்கள். உண்மைதான். மண ஊர்வலம் ஒரு தெருவிலிருந்து அடுத்த தெரு திரும்புவதற்குள் கதையை முடிக்கிறார். 1930-40களில் 15 வயதுக் குழந்தைகளைப் பார்த்துக் காதல்கொள்வது சாதாரணமாகவும் இயல்பாகவும் இருந்ததுபோலும். மௌனியும் 13 வயதுக்குழந்தை மீது மையல் கொள்பவனைப் பற்றி `அழியாச்சுடர்' கதையில் எழுதினார். இந்தக் கதையில் ந. சி-யும் 15 வயதுச் சிறுமி மீதே நாயகனை மையல்கொள்ளவைக்கிறார். `ஒன்பதாம் வகுப்புப் படிக்கும் குழந்தைதானே!' என்று நமக்கு

இன்று இதை வாசிக்க சற்று அதிர்ச்சியாகவே இருக்கிறது. பால்ய விவாகம் என்கிற பாரம்பர்யத்திலிருந்து 15 வயதுப்பெண் என்றாவது வந்தார்களே என்று ஆற்றுப்படுத்திக்கொள்ளவேண்டியதுதான்.

இது மாதிரி ஒரு கதையை புதுமைப்பித்தனோ மணிக்கொடி எழுத்தாளர்கள் வேறு யாருமே தொட்டிருந்தால், நிச்சயம் கதையில் செவ்வாய் தோஷத்துக்கு எதிரான ஒரு மீறல் இருந்திருக்கும்; சாடல் இருந்திருக்கும்; விமர்சனமோ விவாதமோ இருந்திருக்கும். ஆனால், இந்தக் கதையில் கதாநாயகனைத் 'தூங்கப் போ, அதுதான் மருந்து' என்று அனுப்புகிறார் ந. சிதம்பர சுப்பிரமணியன். அவர் காலத்து எழுத்தாளர்கள் எவரையும்விட பிற்போக்கான சடங்குகள் சாத்திரங்களுக்கு அடிபணிந்துபோய்விடுகிறவராகவே அவர் படைப்புகள் வழி அவரை நாம் அடையாளம் காண்கிறோம்.

'ரகுபதியின் அவஸ்தை' என்கிற கதையில் வீண் தற்பெருமைகொள்ளும் கதாபாத்திரமான கதை நாயகன் ரகுபதி, தன் மனைவி சரஸ்வதி பற்றியும் தற்பெருமைகொள்கிறான்.

"மற்றெல்லாவற்றையும்போலவே ரகுபதிக்கு மிகவும் பெருமை தரக்கூடியவள்தான் சரஸ்வதி. ரகுபதி அதிர்ஷ்டசாலி என்பதற்கு பலமான அத்தாட்சி அவள். சரஸ்வதி நல்ல அழகி. எஸ். எஸ். எல். சி. வரை படித்திருக்கிறாள். கர்நாடக (பாட்டிகளின்) அநாகரிகத்துக்கும், புதிய (பேத்திகளின்) அநாகரிகத்துக்கும் நடுவேயுள்ள நாகரிகத்தைப் பின்பற்றுபவள் . ஆங்கிலம் படித்தவளாக இருந்தாலும் அவளைப் பார்த்தால் 'சினிமா ஸ்டார்' மாதிரி இராது. குடும்பப்பெண் மாதிரிதான் இருக்கும். அவள் குடும்பப்பெண்தானே!"

இந்த வர்ணனைக்குள் ஒளிந்திருக்கும் பத்தாம்பசலி மனதை நம்மால் எளிதாக அடையாளம் காண முடியும். சரஸ்வதி, வீணை வாசிப்பதில் ஈடுஇணையற்றவளாக இருந்தாள்.

"அவள் மற்ற பெண்களைப்போல திருப்பித் திருப்பி ஒப்பிக்கும் 'கிராமபோன் ரெக்கார்டு' அல்ல. அவளுடைய சங்கீதத்தில் கற்பனையும் ஜீவனும் ததும்பி நிற்கும். அவள் வீணையின் நரம்பைச் சிறிது அசைத்துக்கொண்டிருந்தாலே கேட்கிறவன் நரம்பும் அசையும். அழுத்தத்தோடும் பிகுவோடும் ஸ்வரங்களை கமகம் கொடுத்து வாசிப்பது பிரமிக்கச் செய்யக்கூடியதாகயிருக்கும்."

அவனுடைய தற்பெருமைகளின் பட்டியலில் அவளுடைய வீணை வாசிப்பும் சேர்ந்தது. அதை இன்னும் பெரிதாக்கி அனுபவிக்க ஆசைப்படுகிறான். வித்வத் சபையில் நடக்கும் சங்கீதப் போட்டியில் அவளைக் கலந்துகொள்ளச் செய்கிறான். அவள் ஜெயித்து மெடல் வாங்கப்போவது நிச்சயம். அப்போது ஜனங்கள் பிரமித்து நிற்கப்போவதை கற்பனைசெய்து புளகாங்கிதம் அடைகிறான். சிநேகிதர்கள் தன்னைச் சூழ்ந்துகொண்டு வியப்போடு தன்னைப் போற்றி வாழ்த்தப்போவதை எண்ணி பெருமைகொள்கிறான்.

ஆனால், நடந்ததோ வேறு. அவள் வாசிப்பில் சபையே கட்டுண்டு கிடந்ததும் பிரமித்ததும் உண்மைதான். ஆனால், அவள் பாடிக்கொண்டிருந்தபோது இரண்டு பேர் பேசிக்கொள்வதைக் கேட்கிறான். “பெண்கள்தான் பாட வேண்டுமப்பா. அப்போதுதான் சரீரமும் சாரீரமும் இனிமையாயிருக்கும். பார்றேன், குஷியாயிருக்கு” என்று சரீரத்தையோ சாரீரத்தையோ வியந்து பேசிக்கொண்டிருக்கிறார்கள். பேசியவனின் நண்பன் அந்த வார்த்தைகளை ஆமோதித்து விகாரமான ஒரு புன்னகை செய்தான்.

சரஸ்வதியின் `உடைமையாளனாகிய' ரகுபதிக்கு ஆத்திரம் பொங்கிவிடுகிறது. சபையில் கேட்டுக்கொண்டிருக்கும் எல்லோரும் அவளையே பார்ப்பதுபோல அவனுக்குத் தோன்றுகிறது. எல்லோர் மீதும் கோபம் கோபமாக வருகிறது. கச்சேரி முடிந்து அவளை எல்லோரும் பாராட்டுகிறார்கள். அவன் காதில் அது ஏதும் விழவில்லை. அவளை இழுத்துக்கொண்டு வீடு வந்து சேருகிறான். அவளை 'வெட்கம்கெட்ட கழுதை!' எனத் திட்டுகிறான். அவளுக்கு ஒன்றும் புரியவில்லை. `இனிமேல் வீணையைத் தொட்டால் கையை அடுப்பிலே வைத்துவிடுவேன்' என்று கத்துகிறான்.

ஆண் மனதின் ஆதிக்க மனோபாவமும் கீழ்த்தரமும் கதையில் அற்புதமாகச் சித்திரிக்கப்பட்டிருக்கின்றன. ஆனாலும் முடிப்பில் ஒரு வரி, ஒரு வார்த்தை விமர்சனம் இல்லை... கதை இப்படி முடிகிறது, “அவன் புருஷன், கணவன் எஜமான், கஷ்டப்படவோ, கஷ்டப்படுத்தவோ எல்லாவற்றுக்கும் அவனுக்கு உரிமை உண்டல்லவா! ஆயிரம் வருஷங்களாக மனைவி அடைந்த அனுபவம் அது. ” வெறும் புலம்பலாகக் கதை முடிகிறது. இதுதான் ந. சிதம்பரசுப்பிரமணியனின் முத்திரை. அவரைப் பற்றி இலக்கியச் சிந்தனையில் கட்டுரை வாசித்த எழுத்தாளர் மாலன் குறிப்பிடுவதுபோல,

"மணிக்கொடி என்ற புரட்சிக்காரர்களிடையே கு. ப. ரா ஓர் ஆராய்ச்சியாளர். பிச்சமூர்த்தி ஒரு தத்துவஞானி. புதுமைப்பித்தன் ஒரு கலகக்காரர் என்றால், சிதம்பர சுப்பிரமணியன் ஒரு பழைமைவாதி."

அவர் காலத்திய பிற படைப்பாளிகளில் சொந்த வாழ்வில் பழைமைவாதிகளாக இருந்த பலரும் அவரை 'பெரிய கலைஞர்' என்று கொண்டாடியதாகக் கொள்ளலாம். கற்பனாவாதக் காந்தியவாதியான எழுத்தாளர் நா. பார்த்தசாரதி, ந. சிதம்பர சுப்பிரமணியனுக்கு 1957-ல் எழுதிய கடிதம் ஒரு சான்று:

'பாராட்ட வேண்டும் என்பதற்காக மட்டும் இந்தக் கடிதத்தை எழுதவில்லை. உங்களுடைய கதைகளைப் பாராட்டுகிற அளவுக்குக்கூட அடியேன் தகுதி உடையவன் அல்லன். கோயில்களில் கற்பூர தீபாராதனை நடக்கும்போதும், காலை நேரத்தில் விகசிக்கும் புஷ்பங்களைக் காணும்போதும், கீதை உபநிஷதங்களை உணர்ந்து படிக்கும்போதும் ஏற்படும் புனிதமான தெய்விக உணர்ச்சி அடியேனுக்கு உங்கள் சிறுகதைகளைப் படிக்கும்போது உண்டாகிறது. காவிரி போன்ற ஒரு புண்ணிய நதியில் நீராட இறங்கும்போதோ, சிதம்பரம் கோயிலைப் போன்ற பேராலயத்தினுள் நுழையும்போதோ எத்தகைய சாந்தமும் தூய்மையும் மிகுந்த எண்ணங்கள் உண்டாகுமோ, அந்த எண்ணங்கள் உங்கள் கதைகளைப் படிக்கத் தொடங்கும்போதே எனக்கு உண்டாகிவிடுகின்றன.'

இத்துடன் இந்தக் கட்டுரையை முடித்தால் அது ந.சிதம்பர சுப்பிரமணியனுக்கு நியாயம் செய்வதாகாது. பழைமைவாதி என்று மட்டுமே அவரை முத்திரை குத்தி முடிக்க முடியாது. சி.சு.செல்லப்பாவின் சிறுகதைத் தொகுப்புக்கு ந. சிதம்பர சுப்பிரமணியன் எழுதிய முன்னுரையில் குறிப்பிட்டதுபோல 'மேலெழுந்தவாரியாகப் பார்க்காமல் சமூகம், தேசம், பாஷை, மதம் இவற்றைக் கடந்து மனித இதயத்தின் ஆழத்தைக் கண்டு அந்த அனுபவத்தை பிறருக்கும் பங்கிட்டுக் கொடுப்பதே ஆசிரியனின் வேலை. மின்னல்போல விநாடிக்கு விநாடி தோன்றி மறையும் அனுபவங்களை நிரந்தரமாக்குகிறது கலை' என நம்பியவர் அவர்.

'கொல்லைப்புறக் கோழி' என்று அவரது கதை ஒன்று. அந்தக் கதையின் சாராம்சம் இது.

தோட்டம் போட்டுச் செடி வளர்ப்பதிலே அந்தத் தம்பதிக்கு ப்ரியம். வீட்டின் கொல்லைப்புறத்தில் பூமியைச் சுத்தம்செய்து, மண்ணைக் கொத்திப் பாத்திகள் போட்டு, ஒரு பக்கம் கீரையும் கொத்தமல்லியும் விதைத்து, கிணற்று நீரும் குளித்த ஜலமும் பாத்திகளுக்குப் போய் சேரும்வண்ணம் வாய்க்கால் வெட்டிச் செடிகள் முளைக்க ஆசையுடன் காத்திருக்கிறார்கள்.

வீட்டுக்குப் பின்புறம் ஒரு சேரி. கூலியாள்களின் குடிசை.

ஒருநாள் பயிர்க்குழிகளைப் பார்வையிடச் சென்ற தம்பதிக்குத் தூக்கிவாரிப்போடுகிறது. கொத்துமல்லித் தளிர்கள் இறைந்து கிடக்கின்றன. கீரைப்பாத்தி உருச்சிதைந்து கிடக்கிறது. யுத்தக்களத்தில் கிடக்கும் பிணங்களைப்போலச் சிறு சிறு துண்டுகள் சிதறிக்கிடக்கின்றன. எல்லாம் பின்புறத்துச் சேரிக் கோழியின் வேலை. மனைவிக்குக் கண்ணீர் ததும்புகிறது. கோழியைச் சித்ரவதை செய்து அனுப்ப வேண்டும் என்ற ஆத்திரம் வருகிறது. ஆனால், கோழியோ கொக்கரித்து அங்குமிங்கும் பறக்கிறது. தினமும் இதே தொல்லைதான். வடாம் பிழிந்து உலர்த்தியிருந்தால் களேபரம். அப்பளத்துக்கு உலர்த்திய உளுத்தம் பருப்பில் எச்சம் இடுதல்.

சேரிக்காரர்களாலும் கோழியைக் கட்டுப்படுத்த முடியவில்லை. கட்டிப்போட்டாலும் அறுத்துக்கொண்டு கிளம்பிவிடுகிறது. .

ஒருநாள் இதற்கெல்லாம் ஒரு முடிவு நெருங்குகிறது. சேரியில் கோயிலுக்குக் கோழியைப் பொங்கலிடத் தீர்மானிக்கிறார்கள். கோழியைப் பிடிக்கப்போனால் அது இங்கும் அங்கும் தாவுகிறது. பறந்துபோய் குட்டிச்சுவரில் உட்காருகிறது. கடைசியில் யாராலும் பிடிக்க முடியாமல், வேப்பமர உச்சியில் போய் அமர்ந்துவிடுகிறது.

கோழியைப் பிடிக்க யோசனைகள் சொல்லியபடி பின்னால் நகரும் கணவன், கைப்பிடிச்சுவர் இல்லாத கிணற்றில் விழ இருக்கிறான். மனைவியின் குரலும் உயிராசையின் எச்சரிக்கையும் சரியான சமயத்தில் விழாமல் காப்பாற்றுகிறது. அந்தப் பதற்றமான நிமிடத்தில், கோழியின் உயிராசை அவனுக்குப் புரிகிறது. தன்னைப்போலவே கோழிக்கும் சாக விருப்பமில்லை. பயமுண்டு எனப் புரிகிறது. எந்தக் கோழி தோட்டத்தைச் சிதைத்ததோ, எந்தக் கோழியால் தினசரி ரகளையோ, எந்தக் கோழியைச் சித்ரவதை செய்ய வேண்டும் என விரும்பினானோ அந்தக் கோழி கொல்லப்படுவதிலிருந்து காப்பாற்ற முயற்சி செய்கிறான். சுயநலம்

மிகுந்த மனிதனிலிருந்து கருணை பொழியும் புத்தன் ஒருவன் பிறக்கிறான். ”

இப்படிக் கதைகளும் ந. சிதம்பர சுப்பிரமணியனின் இன்னோர் உலகமாக இருக்கின்றன. மனிதனுக்குள்ளிருந்து மிருகம் வெளியேறி கருணைமிக்க புதிய மனிதன் உயிர்பெற்றெழுவதைக் கதையாக்கியவராகவும் அவர் அறியப்படுகிறார். ஆகவே, பழைமைவாதியாக அடையாளம் பெற்றவர் என்றாலும் வாழ்வின் நித்தியமான அம்சங்களைப் பேசியவர் என்ற முறையிலும் வடிவநேர்த்தியுடன் சிறுகதை உருவம், அழகியல் பற்றிய பிரக்ஞையுடன் எழுதியவர் என்ற வகையிலும் தமிழ்ச் சிறுகதை வரலாற்றில் ந. சிதம்பர சுப்பிரமணியனுக்கு நிச்சயம் இடம் உண்டு.

13
எஸ். வி. வி.

'கமலா' என்று ஒரு பெண். பாவாடை கட்டிக்கொள்ளத் தெரியாமல் மூக்கு ஒழுகிக்கொண்டிருந்த காலம் முதல், அவளை எனக்குத் தெரியும். நான் அவளை எப்போதும் பரிகாசம் செய்துகொண்டிருப்பேன்.

"கமலா, உனக்கு அறுபது வயதில் சிறு பிள்ளையாய் ஒரு புருஷனைப் பார்த்து வைத்திருக்கிறேன். ரொம்ப அழகாக இருப்பான். தடியை ஊன்றிக்கொண்டு கூனிக் கூனி இடுப்பைப் பிடித்துக்கொண்டு நடப்பான்."

"போங்க மாமா... நீங்கள் எப்பப் பார்த்தாலும் இப்படித்தான்!"

"அய்யோ, நான் பொய் சொல்கிறேன் என்றா நினைக்கிறாய்? உண்மையாகப் பார்த்து வைத்திருக்கிறேன். குழந்தை மாதிரி வாயில் ஒரு பல் இராது."

"அய்ய்ய்யோ! அய்யோ... போங்க மாமா! நீங்கள் இப்படியெல்லாம் பேசினால் கெட்டகோபம் வரும். நான் போய்விடுவேன், இங்கு இருக்க மாட்டேன்."

"நிஜமாய்த்தான் சொல்கிறேன் கமலா. உனக்கு வைரத்தோடு, வைர லோலாக்கு, ஸ்வஸ்திக் வளையல் எல்லாம் போடுவான். 'கமலா... கமலா' என்று தடியை ஊன்றிக்கொண்டே கையால்

இடுப்பைப் பிடித்துக்கொண்டு நொண்டி நொண்டி உன் பின்னாலேயே ஓடி வந்துகொண்டிருப்பான்."

"அய்ய்ய்யோ போதுமே... மூடுங்களேன் வாயை!" என்று சொல்லிக்கொண்டே மேலே சொல்லவிடாமல் என் வாயை அமுக்கிப் பொத்துவாள்.

கமலாவுக்கு 16 வயதாகி, சமீபத்தில் கல்யாணம் நடந்தது. புருஷன் சின்னஞ்சிறு பிள்ளை. நன்றாகப் படித்தவன். சம்பாதிக்கிறான். ரொம்பவும் அழகாக இருப்பான். அப்பேர்ப்பட்ட புருஷன் கிடைத்தாரே என்று கமலாவுக்குப் பெருமை.

ஆறேழு மாதங்களாகியும் இப்போதுதான் அவளைப் பார்த்தேன். எனக்கு நமஸ்காரம் செய்தாள்.

"உட்காரு கமலா" என்றேன். அவள் தயங்கினாள்.

சாதாரண கேள்விகள் கேட்டு அவள் வெட்கத்தைப் போக்கி முன்புபோல் சகஜமாகப் பேசும்படியான நிலைமையை ஏற்படுத்த வேண்டும் என்று, அவளுடைய மாமனார்-மாமியார், மைத்துனன்மார்கள் இவர்களைப் பற்றிக் கேட்க ஆரம்பித்தேன். பதில் சொல்லிக்கொண்டு வந்தாள்.

"உன் புருஷனுக்கு இப்போது என்ன சம்பளம்?"

"அதெல்லாம் எனக்கென்ன தெரியும் மாமா?"

"புருஷனுக்கு என்ன சம்பளம் என்று தெரியாமல்கூடவா இருக்கிறாய்?"

"தெரியாது மாமா?"

"சரியாய் 10 மணிக்கு ஆபீஸுக்குப் போய்விடுவான் போலிருக்கிறது!"

"ஒன்பது மணிக்கே புறப்பட்டுப் போய்விடுவார்."

"அப்புறம், சாயந்திரம் 5 மணிக்குத்தானே வருவான்?"

"ஐந்துக்கு வர மாட்டார். ஆறுக்குதான் வருவார். சில நாள் 8 மணிகூட ஆகிவிடும்."

"அதுவரைக்கும் நீ 'எப்போ வருவாரோ எந்தன் களி தீர!' என்று அவனையே நினைத்துக்கொண்டு உட்கார்ந்திருப்பாய்!"

"போங்க மாமா!"

“என்னை எங்கே போகச் சொல்கிறாய்?”

“பின்னே, நீங்க இப்படியெல்லாம் பேசுகிறீர்களே. ”

“எப்படியெல்லாம் பேசுகிறேன்? உள்ளதைச் சொன்னேன். நீ அவனையே நினைத்துக்கொண்டே உட்கார்ந்து இருக்கிறதில்லை?”

“இல்லை. ”

“நிச்சயமாய்?”

“நிச்சயமாய். ”

“புளுகு. ”

“புளுகில்லை. நிஜம், நிஜம், நிஜம். ”

எங்களுக்குள் முன்பு இருந்த சிரிப்பு, விளையாட்டு, சிநேகம் ஏற்பட்டுவிட்டன.

“உன் முகத்தைப் பார்த்தால் அப்படித் தெரியவில்லையே!”

“உங்களுக்குத் தெரியும்! நீங்கள்தான் மாமியை எப்போது பார்த்தாலும் நினைத்துக்கொண்டு உட்கார்ந்திருக்கிறீர்கள் போலிருக்கிறது. ”

“ஆமாம். உன்னைப்போல் ‘இல்லை’ என்கிறேனா? நினைத்துக்கொண்டுதான் உட்கார்ந்திருக்கிறேன். உன் புருஷன் என்ன கோபக்காரனா... சாதாரணமாகச் சிரித்து விளையாடிக்கொண்டு குஷியாக இருப்பவனா?”

“அதெல்லாம் எனக்குத் தெரியாது மாமா. ”

“எதைக் கேட்டாலும் தெரியாது என்கிறாயே? உனக்கு என்னதான் தெரியும்?”

“எனக்கு ஒன்றுமே தெரியாது. போய்வருகிறேன் மாமா. ”

“உட்காரு சொல்கிறேன். ஒன்றும் சொல்லாமல் ‘போகிறேன்’ என்கிறாயே. உன் புருஷனுக்கு சங்கீதம் தெரியுமா?”

“அது என்ன தெரியுமோ, எனக்கென்ன தெரியும்?”

“ ‘தெரியுமா?’ என்று கேட்கிறதுதானே?”

“ ‘நான் போய்வருகிறேன் மாமா. ”

"உட்காரு... உட்காரு. சங்கீதம் தெரிந்தவனாக இருந்தால், வலிப்பு வந்தவன் மாதிரி மூஞ்சியைக் காண அடித்துக்கொண்டு எப்போது பார்த்தாலும் 'கொய்... கொய். . !' என்று இழுத்துக்கொண்டிருப்பானே? அதுகூடவா காதில் விழுந்திடாது?"

"எனக்கு அதெல்லாம் ஒன்றும் தெரியாது மாமா. "

"அகமுடையானைத் தெரியுமோ, இல்லையோ. "

"அதுகூடத் தெரியாது. "

"அவனை நீ பார்த்ததே இல்லே?"

"இல்லை. "

"யாரோ இப்போது '9 மணிக்கெல்லாம் ஆபீஸுக்குப் போய்விடுவா, ராத்திரி 8 மணிக்குத்தான் வருவா' என்றாயே, அது யார்?"

'அது யாரோ தெரியாது. "

கல்யாணமான புதிதில் பெண்களிடத்தில் புருஷனைப் பற்றிப் பேசினால் அவர்கள் இப்படித்தான் 'கோனாமானா' என்று பதில் சொல்லிக்கொண்டிருப்பார்கள். முகத்தில் மாத்திரம் அடங்காத சந்தோஷம் விளங்கிக்கொண்டிருக்கும்.

"புருஷன் பேரை எடுத்தாலே, உனக்கு வாயெல்லாம் பல்லாய்ப்போய்விடுகிறதே!"

"மாமி பேச்சை எடுத்தால் உங்களுக்கு அப்படி இருக்கிறது. "

"ஆமாம். உன்னைப்போல் 'இல்லை' என்கிறேனா? உன் புருஷன் உன்னை என்னவென்று கூப்பிடுகிறது?"

"நீங்கள் மாமியை என்னவென்று கூப்பிடுகிறது?"

"பேரைச் சொல்லித்தான் கூப்பிடுகிறது. "

"மற்ற பேர்களும் அப்படித்தான் கூப்பிடுவா. "

"அதைக் கேட்கவில்லை. 'கமலா... கமலா' என்று சாதாரணமாகக் கூப்பிடுகிறதுதான் இருக்கிறதே. அந்தரங்கமாகக் கூப்பிடுகிற பேர் ஒன்று இருக்குமே?"

"நீங்கள் மாமியை என்னவென்று கூப்பிடுகிறது?"

" 'ஏ... சைத்தான்!' என்பேன். "

“ஹோ... ஹோ... ஹோ!” இடி இடி என்று சிரித்தாள்.

“என்னைக் கேட்டாய் நான் சொன்னேனே. நீ இப்போது சொல்ல வேண்டுமோ இல்லையோ?”

“எனக்கு செல்லப்பேரு ஒன்றுமில்லை. ”

“நீ சொன்னா நான் நம்புவேனா... இல்லாமல் இருக்குமா? எப்படிக் கூப்பிடுகிறான் சொல்லு?”

“இல்லை மாமா. போங்க மாமா, என்னை ஒன்றும் கேட்காதீர்கள். எனக்கு ஒன்றும் தெரியாது மாமா" என்று எவ்வளவோ சாகசங்களும் பிகுவும் பண்ணி, கடைசியில் “ 'தேள் குட்டி' என்று கூப்பிடுகிறது” என்று சொல்லி, கையால் முகத்தை மூடிக்கொண்டு பிடித்தாள் ஓட்டம்.

“ஏ... தேள் குட்டி! இங்கே வா" என்று சிரித்துக்கொண்டே அவள் பின் கத்தினேன். போனவள் போனவள்தான். எத்தனை தரம் 'கமலா' எனக் கூப்பிட்டாலும், ஒருதரம் 'தேள் குட்டி' எனக் கூப்பிடுகிற சந்தோஷத்தை அவளுக்குக் கொடுக்குமா? ஆனால், வேறொருவர் அதைக் கேட்க முடியுமோ?"

காதல் பேச்சுகளே விநோதம்! வாழ்க்கையில் இனிப்பு பூராவும் அல்லவா சிருஷ்டியில், காதலில் திணிக்கப்பட்டிருக்கிறது.

எஸ். வி. வி எழுதிய 'காதல் பேச்சு' என்ற சிறுகதையின் பகுதி இது. 'மணிக்கொடி' வந்துகொண்டிருந்த காலத்தில் எழுதியவரானாலும், மணிக்கொடிப் பக்கமே தலைவைத்துப் படுக்காத ஓர் எழுத்தாளராக வாழ்ந்தவர் எஸ். வி. வி எனப் புகழ்பெற்ற எஸ். வி. விஜயராகவாச்சாரி. ஆங்கிலத்தில் எழுதிப் புகழ்பெற்ற பிறகு, தமிழுக்கு எழுத வந்தவர் எஸ். வி. வி. 'மணிக்கொடி'க்காரர்கள் மறுத்த கல்கியால், கல்கியின் வேண்டுகோளால் தமிழில் கதை எழுத வந்தவர் எஸ். வி. வி. ஆங்கிலத்தில் 'தி இந்து' பத்திரிகையிலும் தமிழில் 'ஆனந்த விகடன்' பத்திரிகையிலும் தவிர வேறு எந்தப் பத்திரிகையிலும் எழுதாதவர் இவர். அவருடைய நூல்களை அல்லயன்ஸ் பதிப்பகத்தில் மட்டுமே வெளியிட்டார். இன்றும் அல்லயன்ஸ் மட்டுமே வெளியிட்டுவருகிறது.

கல்கி பிறகு ஆனந்த விகடனிலிருந்து வெளியேறி, சொந்தமாக 'கல்கி' பத்திரிகையை ஆரம்பித்தார். அப்போது எஸ். வி. வி-யும்

கல்கியில் எழுதுவார் என்கிற பலரது பொதுவான எதிர்பார்ப்பைப் பொய்யாக்கி, கடைசி வரை ஆனந்த விகடன் எழுத்தாளராகவே வாழ்ந்து மறைந்தார். 'எல்லோரும் இன்புற்றிருக்க நினைப்பதுவே யல்லாமல் வேறொன் றறியேன் பராபரமே' என்கிற ஆனந்த விகடனின் லட்சிய முழக்கத்தோடு மிக நெருங்கியவராக வாழ்ந்தவர் என்று 'ஹாஸ்ய மன்னன்' எஸ். வி. வி-யைக் குறிப்பிடலாம்.

இவரைப் பற்றி 11. 08. 1940 ஆனந்த விகடனில் அமரர் கல்கி எழுதியதிலிருந்து...

'நான் சென்னைக்கு வந்த புதிதில், 'இந்த எஸ். வி. வி யார்... உங்களுக்குத் தெரியுமா?' என்று சென்னையில் நான் சந்தித்தவர்களை எல்லாம் கேட்டுக்கொண்டிருந்தேன். அப்படி என்னைக் கேட்கும்படியாகச் செய்தது அப்போது புதிதாக வெளியாகியிருந்த 'ஸோப் ப்ளஸ்' என்கிற புத்தகம்தான். இந்தப் புத்தகத்தில் முதல் விஷயம் 'கோவில் யானை' என்னும் கதைதான். இதைப் படித்தபோது நான் சிரித்ததை இப்போது நினைத்தால்கூட வயிற்றை வலிக்கிறது. புத்தகத்தைப் படிக்கையில் இப்படிச் சிரிப்பும் சந்தோஷமுமாய் இருந்தது. படித்து முடித்த பிறகோ, பெருமை பொத்துக்கொண்டு போயிற்று. 'நம்முடைய தமிழ்நாட்டில் இப்படி எழுதக்கூடிய ஒருவர் இருக்கிறாரே?' என்று நினைக்க நினைக்க கர்வம் ஓங்கி வளர்ந்தது. தமிழ்நாட்டைக் குறித்து முன் எப்போதும் இல்லாத கௌரவ உணர்ச்சியும் உண்டாயிற்று. 'தமிழ்நாட்டின் இலக்கிய ஊற்று' என்பது அடியோடு வற்றிப்போய்விட்டது என நினைத்ததெல்லாம் சுத்த தவறு. இவ்வளவு நகைச்சுவையுடன் எழுதக்கூடிய மனிதர் ஒருவர் இருக்கும்போது, தமிழ்நாட்டில் ஜீவசக்தி இல்லை என்று சொல்ல முடியாது.

ஒருநாள் எஸ்.வி.வி-யைப் பார்ப்பதற்காக இரண்டு நண்பர்களுடன் திருவண்ணாமலைக்குச் சென்றோம். இரவு 11 மணிக்கு அவருடைய வீட்டைக் கண்டுபிடித்து, கதவை இடித்தோம். எஸ். வி. வி-யே வந்து கதவைத் திறந்தார். 'யாரோ கட்சிக்காரர் அவசர கேஸ் விஷயமாக வந்திருக்கக்கூடும்' என அவர் நினைத்திருக்கலாம். நாங்கள் விஷயம் இன்னதென்று சொன்னதும், இடி இடி என்று சிரித்தார். ராத்திரி 11 மணிக்கு வந்து கதவை இடித்து, தூக்கத்திலிருந்து எழுப்பி 'ஒன்றும் காரியமில்லை. வெறுமனே உங்களைப் பார்ப்பதற்காக வந்தோம்' என்று சொன்னால் யாருக்குத்தான் சிரிப்பு வராது?

'எங்களை எத்தனையோ தடவை காரணம் இல்லாமல் சிரிக்கச் சிரிக்க அடித்தீர்கள் அல்லவா! அதற்கு பழிவாங்கிவிட்டோம்' என்று சொன்னேன்.

இந்தச் சந்திப்பின்போது அவரை தமிழிலும் எழுதுமாறு கேட்டுக்கொண்டார் கல்கி. எஸ்.வி.வி-யின் முதல் சிறுகதை 'தாட்சாயிணியின் ஆனந்தம்' என்ற தலைப்புடன் 01-07-1933ஆம் ஆண்டில் வெளியானது. அதை ராஜாஜி படித்துவிட்டு அளவற்ற மகிழ்ச் சி தெரிவித்தாராம். 'இவ்வளவு நன்றாக எஸ். வி. வி இங்கிலீஷில் எழுதியதே கிடையாது' என்று ரசிகமணி டி. கே. சிதம்பரநாத முதலியாரும் பாராட்டினாராம். '

25. 08. 1880ஆம் ஆண்டு திருவண்ணாமலையில் வேணுகோபாலாச்சாரியாருக்கும் கனகவல்லி அம்மையாருக்கும் ஒரே மகனாகப் பிறந்தவர் எஸ். வி. வி. 1934ஆம் ஆண்டு வரை திருவண்ணாமலையில் வக்கீல் தொழில் பார்த்த அவருக்கு, வக்கீல் தொழில் ஓடவில்லை. அதற்கு, தான் பிராமணராகப் பிறந்ததுதான் காரணம் எனக் குறிப்பிடுகிறார். 'பிராமணிய அடையாளங்களையும் அதன் மிச்சங்களையும் நாங்கள் எப்போதோ விட்டொழித்தும், எங்களுக்கு பிராமணப் பட்டம் வேண்டாம் என்று தொண்டை கிழியக் கத்தியும் அது எங்கள் இனத்தின்மேல் நாசமாய் ஒட்டிக்கொண்டிருக்கிறது. சில பரம்பரைச் சொத்துகள் நம்மை விட்டுப்போகாது' என்று அவர் குறிப்பிட்டதாக வாசந்தி தன்னுடைய 'எஸ். வி.வி எனும் ரஸவாதி' என்ற நூலில் குறிப்பிடுகிறார்.

ஆனால், அ. மாதவய்யாவைப்போன்றோ பாரதியைப்போன்றோ தன் எழுத்திலோ வாழ்க்கையிலோ சாதியத்துக்கு எதிராக அவர் இயங்கியதாகவோ எழுதியதாகவோ தடயம் இல்லை. ரசிப்பதற்கான எழுத்து என்கிற ஒரே வகையில் அவரது பயணம் போய்க்கொண்டிருந்தது.

"பழைமைக்கும் புதுமைக்கும் நடக்கும் போராட்டத்தை உணர்ந்து, அதில் புதுமைதான் வெல்ல முடியும் என்கிற திட நினைவுடன், அதே சமயம் பழைமையில் ஊறியவராகவே அவர் தன் கதாபாத்திரங்களைச் சிருஷ்டித்து நடமாடவிட்டார்" என்பது க.நா.சுப்பிரமணியன் கணிப்பு. இந்தக் கருத்துக்கு வலுசேர்க்கும்விதமான பல கதைகளைக் காணலாம். 'பத்மநாபன்' என்ற கதை நல்ல எடுத்துக்காட்டு.

பத்மநாபன், சடகோப ஐயங்காரின் ஏகபுத்திரன். சடகோப ஐயங்கார், பெரிய பணக்காரர். அடிநாளில் அவர் பரம ஏழையாக இருந்தார். சொந்தப் பிரயத்தனத்தினாலேயே ஏராளமான பணத்தைச் சம்பாதித்தார். அவருக்கு இரண்டு மூன்று லட்சம் ரூபாய் சொத்து இருக்கும் என்று ஜனங்கள் மதிப்பிடுவார்கள். அவருடைய ஏகபுத்திரன்தான் பத்மநாபன். சடகோப ஐயங்கார் பணக்காரர் மட்டுமல்ல; தேசத் தலைவர்களில் முக்கியஸ்தர் என்று பேரும் பெற்றவர். 'தலைவர்' என்ற பட்டத்துக்குத் தக்கபடி சமூகச் சீர்திருத்த விஷயங்களில் ரொம்ப முற்போக்கான கொள்கை உடையவர். "சாதி வித்தியாசங்கள் அடியோடு தொலைந்தால்தான் இந்தியாவுக்கு 'கதி மோட்சம்' உண்டு. மாதர்களுக்கு நாம் பெரிய அநீதியை இழைத்துவிட்டோம்" என்பதுபோன்ற கருத்துகளை பிரசங்கங்களில் எடுத்துவிடுவார். ஆனால், சொந்த வாழ்வில் பக்கா ஐயங்காராக ஆச்சாரத்துடன் வாழ்ந்தவர்.

அவருடைய பையனான பத்மநாபனோ, பலமான பொதுவுடைமைவாதி. "சாதியாவது மதமாவது... பிராமணனாம் பிராமணம் அல்லாதவனாம், ஹரிஜனாம். இவை எல்லாம் என்ன நான்சென்ஸ்!" என்று பேசுபவன். இவற்றை அப்படியே வாழ்விலும் கடைப்பிடிப்பவன். பத்மநாபன், சாதி மறுத்துக் காதலித்து அப்பா-அம்மா சம்மதம் இல்லாமல் வாரனேஷ் என்கிற பெண்ணைக் கல்யாணம் செய்துகொள்கிறான். காலப்போக்கில், அந்தப் பெண் மீன் இல்லாமல் சாப்பிட மாட்டாள் என்பதில் தொடங்கி முரண்பாடு முற்றுகிறது. அவன் மனம் வெறுத்து தற்கொலை செய்துகொள்ள முடிவெடுத்து, காதல் மனைவிக்குக் கடிதம் எழுதி வைத்துவிட்டுப் போகிறான்.

'என்னால் நீ ஒரு சுகமும் கண்டவளல்ல. நான் இறந்தாவது உனக்கு சுகத்தைத் தேடிக்கொடுக்கிறேன். நான் இருக்கும் வரையில் நீ வேறு கல்யாணம் பண்ணிக்கொள்ள சட்டம் இடம் கொடாது. உன் பேரில் எனக்கு ஏற்பட்ட காதல், அணு அளவும் எனக்குக் குறைவில்லை. உனக்கு ஏற்ற புருஷனை நீ மறுமணம் செய்துகொண்டு இன்ப வாழ்க்கையில் இருக்க அவகாசம் கொடுப்பதற்காக, நான் இந்த உலகத்தைவிட்டு மறையத் தீர்மானித்துவிட்டேன்' என்கிற அவனது கடித வரிகளைப் பார்த்து மனம் திருந்தும் அவள், அவனுடைய அப்பாவுக்கு தந்தி அடித்து வரச்சொல்கிறாள். அப்பா-அம்மாவுடன் ஏற்கெனவே பத்மநாபனுக்காக என நிச்சயிக்கப்பட்ட பெண்ணான ஜயலட்சுமியும்

வருகிறாள். அவளைப் பார்த்து “வாரனேஷ் நீ என் தங்கை. இன்று முதல் பத்மநாபன் எனக்கு தம்பிமுறை மாதிரி" என்று சொல்கிறாள். அந்த வருடமே பத்பநாபனுக்கும் ஜயலட்சுமிக்கும் விவாகம் நடக்கிறது.

சாதிமறுப்புத் திருமணத்தை நொடியில் அழித்துவிடுகிறார் கதையில். இதேபோன்ற ஒரு விஷயத்தை புதுமைப்பித்தன் “கோபாலய்யங்காரின் மனைவி' என்கிற கதையில் வெகு யதார்த்தமாகச் சித்திரித்திருப்பார். புருஷனாகக் கூட வாழ்ந்தவனை சட்டென `தம்பி' என்று சொல்வதாக நம்ப முடியாத திருப்பத்தை எல்லாம் புதுமைப்பித்தனோ கு. ப. ரா-வோ செய்ய மாட்டார்கள். `மணிக்கொடி'ப் பாரம்பர்யம் அது.

என்றாலும் மேலே தரப்பட்டுள்ள `காதல் பேச்சு' கதையில் வருவதுபோல நுட்பமான ஒரு மன ஓட்டத்தோடு கூடியதாகத்தான் அவரது நகைச்சுவைக் கதைகள் இருந்தன(கொஞ்சம் அசட்டு நகைச்சுவையும் சேர்ந்த்துதான்) என்பதை மறுக்க முடியாது. கர்னாடக சங்கீத ரசனை உள்ளவர்களை வலிப்பு வந்ததுபோல முகத்தைக் கோணலாக்கி, `கொய்... கொய். . !' என்பவர்கள் எனக் கேலி செய்கிறார். கமலா பாத்திரம் வெகு யதார்த்தமாகப் படைக்கப்பட்டிருப்பதைக் காணலாம்.

அவருடைய எல்லாக் கதைகளுமே அக்ரஹாரத்தைவிட்டுத் தாண்டி வெளியே வராத கதைகள்தாம். அவருக்குத் தெரிந்த உலகத்தை அவர் எழுதியிருக்கிறார் என்பதில் தவறேதும் இல்லை. அந்த எல்லைக்குள் நின்று மாமியார்-மருமகள் சண்டை எனில், மருமகள் பக்கம் நின்று எழுதுவார். அந்த அளவுக்கு அவர் முற்போக்கு. படித்த நாகரிகமான பெண்கள் பற்றி அந்தக் காலத்து மனிதர்களுக்கு இருந்த குழப்பமான பார்வையே அவருக்கும் இருந்தது.

`தாயைப் பார்த்து மகளைக் கொள்' என்கிற சிறுகதையில் ஒரு பெண்ணை ஒரு வாலிபன் காதலிக்கிறான். அவள் தாயாரைப் பார்த்த பிறகு, `இந்தப் பெண் வேண்டாம்' என்கின்றனர் அவனது பெற்றோர். அவளது தாய் ஒன்றும் நடத்தைக் கெட்டவள் அல்ல. ஆனால், புருஷனைப் பாடாய்ப்படுத்துபவள். கதாநாயகன், `அந்தப் பெண்தான் வேண்டும்' என அடம்பிடித்து கல்யாணம் செய்துகொள்கிறான். கடைசியில் கதை என்ன ஆச்சு என்றால், அந்தப் பெண் எடுத்ததற்கெல்லாம் ஏட்டிக்குப்போட்டி பேசும்

ஆங்காரியாக உருவாகிறாள். தாயைப்போல மகள் என்கிற பழம்பஞ்சாங்கக் கருத்து இறுதியில் வெல்கிறது கதையில்.

ஆனால், அவரது கதைகள் பற்றி இலக்கியத்தர முத்திரையைக் கையில் வைத்திருந்த க. நா. சு. , சொன்ன கருத்துகள்தாம் அவரை வாசிக்கும் ஆர்வத்தைத் தூண்டிவிட்டன எனலாம். "இந்தத் தலைமுறைக்கும் எஸ். வி. வி-யின் எழுத்துகள் உகந்ததாக இருக்கும் என்றுதான் நம்புகிறேன். ஏனென்றால், இலக்கியத்தரம் என்பது சில எழுத்தாளர்களிடம் தலைமுறைக்குத் தலைமுறை குறைவதில்லை. அப்படிப்பட்ட இலக்கிய ஆசிரியர் எஸ். வி. வி. இலக்கியரீதியிலும் எஸ். வி. வி சில எதிர்கால இலக்கிய ஆசிரியர்களைப் பாதிப்பது மிக மிக அவசியம் என்றும் எனக்குத் தோன்றுகிறது" என்று அழுத்தமாக எழுதுகிறார் க. நா. சு.

என்னுடைய வாசிப்பில் அவருடைய 'ஹாஸ்யக் கதைகள்', 'தீபாவளிக் கதைகள்' ஆகிய சிறுகதைத் தொகுப்புகள் மற்றும் சம்பத்து, 'சபாஷ் பார்வதி', 'புது மாட்டுப்பெண்' போன்ற நாவல்கள் வழியே அவரை கல்கியைப்போல அகல உழுத ஒரு வெகுஜன எழுத்தாளராக மட்டுமே அடையாளம் காண முடிகிறது. கல்கியிடம் காணும் காந்திய முற்போக்குக் கருத்துகளுக்குக்கூட எஸ். வி. வி-யிடம் இடமில்லை.

ஆனாலும், சிறுகதை வரலாற்றில் 18 ஆண்டுகளாக பல்லாயிரம் வாசகர்களைக் கட்டிப்போட்ட கதைகளை எழுதிய ஒருவரைப் பற்றிச் சொல்லாமலே எப்படி விட முடியும்?

14

தி. ஜ. ரங்கநாதன்

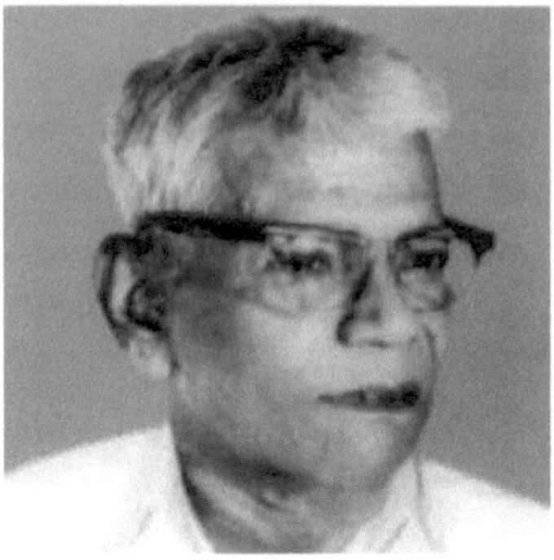

`மூவி மார்ட் சொந்தக்காரரர் காக்கய்யா செட்டியார் என் நண்பர். என்னுடைய நண்பர் என்றவுடனே ஏதோ பொரி, கடலை விற்கும் வியாபாரியாகத்தான் இருக்க வேண்டும் என யாரும் நினைக்கவேண்டியதில்லை. காக்கய்யா லட்சாதிபதி. மூவி மார்ட் பிரமாண்டமான கடை' என்று ஆரம்பிக்கிறது தி. ஜ. ர-வின் `கன்னிகையின் பிரார்த்தனை' கதை.

ஒரு பத்திரிகையாளரும் (அவர்தான் கதை சொல்பவர்) காக்கய்யாவும் நெருங்கிய நண்பர்கள். அந்த ஊரில் மனப்பூர்வமாக நாகரிக வாழ்க்கை நடத்த முயலக்கூடிய எந்த மனிதனும் காக்கையா செட்டியாரின் கடைக்கு வந்துதான் தீர வேண்டும்.

`காருக்கு நல்ல டயர், நவீன பாதரட்சைகள் முதல் மனிதனுடைய நாகரிகத்தை எந்தவிதத்திலும் மலிவடையாமல் காக்கக்கூடிய ரெஃப்ரிஜிரேட்டர் முதல் சேஃப்டி பின், சில்க் ரிப்பன்கள் வரை சகல சாமான்களும் காக்கையா கடையில் எந்நேரத்திலும் விற்பனைக்குத் தயார்.

தவிர, காக்கையாவும் ஒரு வியாபார நிபுணர். அமெரிக்காவிலிருந்து வந்துவிட்டுப் போன ஒரு துரை, அவருக்குச் சொல்லிக்கொடுத்த ரகசியம், ஒரு பிச்சைக்காரனிடம் நாற்பது ரூபாய்க்கு சாமான் விற்கும் சாமர்த்தியம். (அது ஒரு ஆர்மோனியப்பெட்டி என்றும் அதை வாங்கியதன் மூலம் அந்தப் பிச்சைக்காரனின் வருமானம் பெருகியது என்றும் சொல்கிறார்.)

ஒருநாள் 'கேமரா' எனச் சொல்லப்படும் 'ஒற்றைக்கண்' சாமான்கள் கண்சிமிட்டிக்கொண்டு இருந்தன. "பம்பாயிலிருந்து பிளேனில் வந்தது. இந்தப் படம், இந்த கேமராவால் என் எட்டு வயது பையன் எடுத்தது" என்றெல்லாம் கூறுகிறார் காக்கையா. 'வியாபாரம் என்றாலே புளுகுதான்' என்று அவரே கூறுவாராம்.

'மிகவும் உபயோகமாக இருக்கும் வெள்ளைக்காரன் தேசத்திலெல்லாம் போட்டோ எடுக்கத் தெரியாதவன் பத்திரிகைத் தொழிலுக்கே லாயக்கில்லாதவன்' என்றெல்லாம் சொல்லி, தன் பத்திரிகைக்கார நண்பரிடமே ஒரு கேமராவை விற்றுவிடுகிறார். 'கேமராவின் விலை இருபத்து நாலே மூணுவீச அரை வீசமாய் திகைந்தது. அதோடு போயிற்றா பிளேட், தட்டு, தங்க மருந்து, பிம்பம் திரட்டும் திரவகம் என்று, வேறு என்ன என்னவோ சாமான்களையும் சுமத்திவிட்டார்'. குழந்தை கோகிலத்துக்கு, காப்பு வாங்க வைத்திருந்த பணம் அம்பேல்.

தொடர்ச்சியாகப் பத்திரிகைகளில் வெளியாகும் புகைப்படப் போட்டிகளில் கலந்துகொண்டு, போட்ட பணத்தை எடுத்துவிட முடிவுசெய்துகொள்கிறார்.

இவரது போட்டோ பிடிக்கும் திறனை வளர்த்துக்கொள்ள, இவரின் குடும்பத்தினரைப் படம்பிடிக்கிறார். இருட்டு அறை ஒன்றைத் தயார்செய்துகொள்கிறார். கேமராப் புத்தகத்தின் படம் அலம்பும் அத்தியாயத்தை பல முறை படித்து செல்லுலாயிடு மருந்துத் தண்ணீரில் பிளேட்டை வைத்து, ஊஞ்சலாட்டுவதுபோல் அசைத்து... கடைசியில் படம் இரண்டும் ஒரே சூன்யம்.

தவறு இவருடையதல்ல. அந்தப் புத்தகத்தில் வீட்டுக்குள் எடுக்கலாகாது என்று எங்கும் காணோம். 'வெளியில் வைத்து எடுக்க வேண்டும் என்ற வாக்கியம் எங்கோ ஒரு மூலையில் ஒளிந்துகிடந்தது. காக்கையாவின் அறிவுரையின் பேரில் ஒரு நல்ல போட்டோக்காரனை வைத்து பிளேட்டுகளை அலம்பித் தர வைக்கிறார்.

மல்லிகைப் புதர் அருகே வைத்து எடுத்த குழந்தை கோகிலத்தின் படத்தைக் கழுவிக் கொடுக்க போட்டோக்காரரிடம் கொடுக்கிறார்.

"குழந்தையை நீங்கள் கரையான் புற்றருகில் நிறுத்தியிருக்கலாகாது சார். குழந்தை பயந்துகொண்டு ஒரே ஆட்டமாய் ஆடியிருக்கிறது" என்றார் அந்தக் கைதேர்ந்த போட்டோக்காரர்.

அது தூர நிர்ணயத்தின் விஷயம் என்று புரிகிறது இவருக்கு. தீபாவளி வந்துவிடுகிறது. குழந்தைக்கு வாங்கவேண்டிய காப்புக்கான பணம்தான் கேமரா ஆகிவிட்டதே. வருவது வரட்டும் என்று இரண்டு ரூபாய்க்கு அருமையான கில்ட் காப்பு வாங்கி வைத்துவிடுகிறார். அந்தத் தீபாவளிக்குக் காரியங்கள் செய்வதற்கு, மனைவியின் பிடிவாதத்தின்பேரில் உதவிக்கு ஒரு பாட்டியை ஏற்பாடு செய்துகொள்கிறார்கள்.

“அந்தப் பாட்டியை ஒரு படம் எடுக்கலாமே!" என்கிறாள் மனைவி.

இந்தக் குறும்புவார்த்தையைக் கேட்டு வருத்தப்படவேண்டியவன் நானா, அந்தப் பாட்டியா? நான்தானே! ஆனால், இதற்கு நேர்மாறாக பாட்டிக்குக் கோபமுண்டாகி, அவளைச் சமாதானப்படுத்துவது பிரம்மப்பிரயத்தனமாகிவிட்டது. படமெடுத்தால் ஆயுசு குறைந்துபோகுமாம். நிச்சயமாகப் படமெடுக்கப்போவதில்லை என்ற உறுதியின் பிறகுதான், பாட்டி வேலைசெய்யச் சம்மதிக்கிறாள்.

களேபரத்தில், கேமராவை மூடிவைக்க மறந்துபோகிறது. `இரவு இருட்டுதானே அறையில்' என்று சும்மா இருந்துவிடுகிறார். காலையில் பாட்டியைக் காணவில்லை. கேமர வெறும் பிளேட்டில், பாட்டி அந்தக் காப்பை கையில் மறைத்துக் கிளப்பிக்கொண்டுபோவது அவளது கை மத்தாப்பு வெளிச்சத்தில் படமாகியிருந்தது. பேசிய சம்பளமும் இரண்டு ரூபாய்... காப்பும் இரண்டு ரூபாய். அதனால் நஷ்டமொன்றும் இல்லை.

ஒரு தமாஷுக்காக அந்தப் படத்தைப் போட்டிக்கு அனுப்பிவைக்க, அது முதல் பரிசாக நூறு ரூபாய் பெறுகிறது. மேலும் அந்தப் படத்தைக் குறித்து அந்த போட்டோ நிபுணர் எழுதியிருந்த மதிப்புரையின் சுருக்கமாவது... `இதற்கு முதல் பரிசு ரூபாய் நூறையும் அப்படியே கொடுத்துவிடுவது எனத் தீர்மானித்திருக்கிறோம். இந்த விஷயம் ஏழு ஜட்ஜுகளால் ஏகமனதாய் முடிவுசெய்யப்பட்டது. படத்தில் ஒளியும் நிழலும் அற்புதமானதோர் இசைவுடன் விழுந்திருக்கின்றன. ஒரு வாலிபப் பெண்ணின் எந்த நிலை மிக நேர்த்தியாக இருக்குமோ, அந்த நிலையில் எடுக்கப்பட்டிருக்கிறது. கன்னியின் ஹஸ்த மறைவு, அவள் காதலின் எல்லையில்லாத் தன்மை வாய்ந்தது என்பதைச் சுட்டிக்காட்டுகிறது. மொத்தத்தில் இது நமக்கு சில முதல் தர

வங்காள ஓவியங்களை ஞாபகமூட்டுகிறது. இதற்கு ஏற்ற தலைப்பு 'கன்னியின் பிரார்த்தனை' என்பதேயாகும். '

அந்தப் பரிசுத்தொகை இவருடையதா... பாட்டியுடையதா? சர்ச்சைக்குப் பிறகு மனைவி சொல்லியபடி, அது கோகிலத்தின் காப்புப்பணம் என்று முடிவாகிறது.

(தி. ஜ. ர-வின் 'கன்னியின் பிரார்த்தனை' கதைச் சுருக்கம்)

கதையின் போக்கில் தன் கேமரா வியாபாரத்தை அறிவித்ததும் அவருடைய மனைவி வீணா, தன்னையும் மகள்களையும் படமெடுக்கச் சொல்கிறாள். வீணா கேமரா முன் நிற்க, சிங்காரிப்புக்கும் மாற்றுப்புடவைக்கும் தயாராகையில் அந்த நிலையிலேயே வேகமாக ஒரு படம் எடுத்துவிடுகிறார் காக்கையா.

'நானா ஏமாறுகிறவன்? அவள் திரும்புவதற்குள் ஒரு 'ஸ்நாப்' (சரேல் படம்) எடுத்துவிட்டேன்' என்று தி. ஜ. ர எழுதுகிறார். 'ஸ்நாப்' என்ற ஆங்கிலச் சொல்லை 'சரேல் படம்' என, என்ன ஒரு கச்சிதமாகக் காட்சிரூபமாக மொழிபெயர்த்திருக்கிறார்! ஆம். அவர் மிகச் சிறந்த மொழிபெயர்ப்பாளரும்கூட. லூயி ஃபிஷரின் 'காந்தியின் வாழ்க்கை' என்ற நூலை இவர்தான் மொழிபெயர்த்தார். டால்ஸ்டாயின் 'குழந்தைகள் அறிவு', ஜிம் கார்பெட்டின் 'குமாவும் புலிகளும்' ராஜாஜியின் 'அபேதவாதம்', லூயி காரல்லின் 'அலமுவின் அற்புத உலகம்', லெனின் கதைகள் போன்றவை அவருடைய மொழிபெயர்ப்பில் சில.

சிறந்த சிறுகதைகள் பல எழுதியிருந்தாலும், இவரது 'பொழுதுபோக்கு', 'ஆசிய ஜோதி ஜவஹர்', 'இது என்ன உலகம்', 'புதுமைக்கவி பாரதியார்' போன்ற கட்டுரைத் தொகுதிகள் மிகப் பிரபலம். பிரதமராக இருந்த ஜவஹர்லால் நேருவுக்கு 'ஆசிய ஜோதி ஜவஹர்' கட்டுரைத் தொகுப்பை, தானே ஆங்கிலத்தில் மொழிபெயர்த்து (பிரசுரத்துக்காக அல்ல. தமிழ் தெரியாத நேரு படிப்பதற்காக) அனுப்பியிருக்கிறார் என்பது வியப்பூட்டும் செய்தி!

"தி. ஜ. ர என்று அறியப்பட்ட தி. ஜ. ரங்கநாதன், 1901ஆம் ஆண்டு ஏப்ரல் மாதம் பிறந்து, 1974ஆம் ஆண்டு அக்டோபர் மாதம் வரை 74 ஆண்டுகள் வாழ்ந்தவர். நவீனத் தமிழ் இலக்கியத்தின் முன்னோடிகளில் மூத்தவர். சிறுகதை, மொழிபெயர்ப்பு, அறிவியல் கட்டுரைகள் எனப் பல துறைகளிலும் தன் ஆளுமையின் பதிவுகளை விட்டுச்சென்றுள்ளவர். தான் செயலாற்றியது எந்தத்

துறையானாலும் அந்தத் துறைக்கு வளம் ஊட்டிச் சிறப்பித்தவர். தேசியப் போராட்டத்திலும் பங்குகொண்டு சிறைக்குச் சென்றவர். எவ்வளவு சிறப்பான ஆளுமையானபோதிலும் தன்னை முன்னிறுத்திக்கொள்ளாதவர்; அடக்கம் மிகுந்தவர்'' என்று குறிப்பிடுகிறார் இலக்கிய விமர்சகர் வெங்கட் சாமிநாதன்.

எல்லாவற்றுக்கும் மேலாக, மிக எளிமையான வாழ்க்கையை வாழ்ந்தவர். பட்டங்களோ, விருதுகளோ பணமுடிப்புகளோ அவரை வந்தடைந்ததில்லை; அதை அவர் எதிர்பார்த்ததுமில்லை. அந்தக் காலத்தில் அவரைச் சூழ்ந்த பலரையும்போல தம் இயல்பில் வாழ்ந்தவர். நாடு சுதந்திரம் பெற்றதும் தியாகிகளுக்கு ஐந்து ஏக்கர் நிலம் மாதாந்திர ஊதியம் என்றெல்லாம் தரப்பட்டபோதிலும், காங்கிரஸ் தலைவர்கள், பிரமுகர்கள் எல்லோரையும் நன்கு தெரிந்தபோதிலும் தம் இயல்பில் வாழ்ந்த வாழ்வுக்கு 'தியாகம்' என்று பெயர் சூட்டி அங்கீகாரமும் பிரதிபலனும் கோரவில்லை.

அவர் 1974ஆம் ஆண்டில் இறந்தபோது அவர் சொத்து எதுவும் விட்டுச்செல்லவில்லை. குடும்பம் வறிய நிலையில்தான் இருந்தது. அவரின் குமாரர்கள் தம் வழி சென்றுவிட்டனர். இது எங்கும் அநேகமாக நேர்வதுதான். அவரது இரண்டாவது மகள் பாப்பாதான் வீடுகளில் சமையல் வேலைசெய்து தன் தந்தையையும் தாயையும் காப்பாற்றி வந்திருக்கிறார். தி. ஜ. ர-வின் மறைவுக்குப் பிறகும் இதே நிலை. 2008ஆம் ஆண்டில் தமிழக அரசு தி. ஜ. ர-வின் எழுத்துகளை நாட்டுடைமையாக்கி, ஆறு லட்சம் ரூபாய் வழங்கியது. அதை பங்குபோட்டுக்கொண்டனர், திடீரெனத் தோன்றிய தி. ஜ. ர-வின் சட்டபூர்வமான வாரிசுகள். இதுவும் அநேகமாக எங்கும் நடப்பதுதான். அதில் தி. ஜ. ர-வையும் தாயையும் காப்பாற்றிவந்த பாப்பாவின் பங்கு மிகச் சிறியது. அதுவும் தான் இருந்த வறிய நிலையில் கடன் கொடுத்தவர்களுக்குப் போயிற்று. அந்தக் குடும்பத்துக்காக இலக்கிய நண்பர்கள் நிதி திரட்டும் முயற்சியில் ஈடுபடும் நிலை இருந்தது.

தஞ்சை மாவட்டம் திங்களூரைச் சேர்ந்த ரங்கநாதன் படித்தது, நான்காவது வரைதான் என்பது குறிப்பிடத்தக்கது. கணிதத்திலும் அறிவியலிலும் ஏற்பட்ட ஆர்வத்தால் ஆங்கிலம் பயின்றவர். திண்ணைப்பள்ளி ஆசிரியர், வக்கீல் குமாஸ்தா எனப் பல பணிகள் செய்தவர்.

ஒரு கட்டுரையாளராகத் தொடங்கிய தி. ஜ. ர. , கவிதைகள் கதைகளும் எழுத ஆரம்பித்தார். தன்னுடைய 23-வது வயதில் தஞ்சையிலிருந்து வெளிவந்த `சமரபோதினி'-யில் உதவி ஆசிரியராக அமர்ந்தார். பிறகு, `ஊழியன்' என்ற பத்திரிகையில் அமரர் வ. ரா-வுடன் இணைந்து பணியாற்றினார். திரு. வி. க. `நவசக்தி' ஆரம்பித்தபோது அதில் உதவி ஆசிரியராகச் சேர்ந்தார். "உன் வேலைக்கான கடிதத்தில் `க்' `த்' பிழைகள் இல்லை என்பதால்தான், உன்னை வேலைக்கு அழைத்தேன்" என்றாராம் திரு. வி. க.

அடுத்து வந்த இருபது ஆண்டுகாலம் இடைவெளியின்றி சுதந்திரச்சங்கு, ஜயபாரதி, தமிழ்நாடு, ஹனுமான், சக்தி, பாப்பா இந்துஸ்தான் ஆகிய பத்திரிகைகளில் பணிபுரிந்துள்ளார். பிறகு `நவமணி' இதழ் ஆரம்பிக்கப்பட்டபோது அதில் ஆசிரியராகவே சேர்ந்தார். சக்தி கோவிந்தன் அவர்கள் `சக்தி' இதழை ஆரம்பித்தபோது அதிலும் பங்காற்றியுள்ளார். 1940 முதல் 1946 வரை சக்தியின் ஆசிரியராக தி. ஜ. ர பணியாற்றினார்.

உலகப் புகழ்பெற்ற `ரீடர்ஸ் டைஜஸ்ட்' பாணியில் தமிழில் வந்த ஒரே இதழ் `மஞ்சரி'தான். இந்த இதழ் ஆரம்பித்ததிலிருந்து சுமார் 40 ஆண்டுகள் அதன் ஆசிரியராக தி. ஜ. ர இருந்தார். மஞ்சரி இதழின் பெருமைகளில் ஒன்று, அதில் வெளியான புத்தகச் சுருக்கங்கள். அவற்றைச் செய்தது தி. ஜ. ர. மூலநூலைப் படிக்கவில்லையே என்ற குறையே ஏற்படாத அளவுக்கு மூலநூலின் சுருக்கத்தை அதன் அழகியல் அம்சங்களும் மிளிரும்வண்ணம் மொழிபெயர்ப்பார்.

`கார்ல் மார்க்ஸின் `தாஸ் கேப்பிடல்' படித்து கிரகித்துக்கொண்டு சுருக்குவது என்பது பகவான் வாமன அவதாரமாகத் தோன்றுவதுபோல, `மூலதனம்' புத்தகச் சுருக்கம் தி. ஜ. ர-வின் பெருமைக்கு உதாரணம்' என்று குறிப்பிடுகிறார் விட்டல்ராவ். (`தி. ஜ. ரா-வின் எழுத்தும் தேசிய உணர்வும்' என்னும் நூலில்) சந்தனக்காவடி, காளி தரிசனம், நொண்டிக்கிளி, விசை வாத்து, மஞ்சள் துணி, சமத்து மைனா ஆகிய சிறுகதைத் தொகுதிகளில் அவரது கதைகள் தொகுக்கப்பட்டுள்ளன. இவற்றில் எவையும் இப்போது கிடைக்கவில்லை.

ஞானாலயா கிருஷ்ணமூர்த்தி அவர்களின் சேகரத்திலிருந்த `சந்தனக்காவடி' தொகுப்பும் அல்லையன்ஸ் வெளியிட்டுள்ள

'பொழுதுபோக்கு' என்னும் கட்டுரைத் தொகுப்பு மட்டுமே எனக்கு வாசிக்கக் கிடைத்தன. அல்லயன்ஸ் மீண்டும் அவருடைய கதைத் தொகுதிகளைக் கொண்டுவரப்போவதாக ஞானாலயா கிருஷ்ணமூர்த்தி சொன்னார். 'பொழுதுபோக்கு' கட்டுரைத் தொகுதி குறித்து க. நா. சு. தன்னுடைய 'படித்திருக்கிறீர்களா?' என்கிற கட்டுரைத் தொகுப்பில் பாராட்டிக் கட்டுரை எழுதியுள்ளார்.

"மூன்று நாள்களாக ஏன் வரவில்லை?" என்று என்னை வினவினார் வைத்தியநாதய்யர்.

'அதற்கு ஏதோ சமாதானம் சொன்னேன். சொன்ன பதில் இப்போது ஞாபகம் இல்லை. ஆனால், பின்வரும் விஷயங்கள் மட்டிலும் என்னவோ மிக நன்றாக ஞாபகத்தில் இருக்கின்றன' என்று தொடங்கும் 'சந்தனக்காவடி' என்ற கதை, கடவுள், கடவுள் நம்பிக்கை, கடவுள் நிகழ்த்தும் அதிசயம் இவை பற்றிய விவாதத்தை முன்வைக்கும். அந்த ஊரில், ஆண்டுதோறும் சாமுண்டித்தேவன் காவடி எடுப்பது ரொம்பவே பிரசித்தம். அவன் கூழாங்கற்களைக் கட்டிக்கொண்டு காவடி எடுத்தால், அது கோயில் வாசலுக்குப் போகும்போது கற்கண்டாக மாறி இருக்கும். இதைக் கண்ணாரக் கண்டவர் வைத்தியநாதய்யர். ஆனால், அதை நம்ப மறுப்பவர் கதை சொல்லி. தவிர, உடலை வருத்திக் கடவுளை வணங்குபவர் தாமச குணம்கொண்டோர் என்பது அவரது வாதம். உடன் நிற்கும் கிட்டா அய்யருக்கோ சாமுண்டித்தேவன் மீது சந்தேகம். ஆனால், 'இம்மாதிரி அதிசயங்கள் எல்லாம் தூரத்து ஊர்களில் உள்ள கோயில்களில்தான் நடக்க முடியும். உள்ளூரில் நடக்காது. ஆகவே, வைத்தியநாதய்யர் சொல்வதை நம்ப முடியாது' என்கிற கட்சி.

இந்த வருடம் சாமுண்டித்தேவன் 'சந்தனக்காவடி' எடுக்கிறான். கவடியில் ஒரு செம்பு நிறைய சேறு அள்ளிக்கொண்டு போனால் கோயில் வாசலில் அது சந்தனமாகிவிடும் என்பது நம்பிக்கை. ஆகவே, விவாதித்த மூன்று பேரும் அதைக் கண்ணாரக் கண்டுவிடுவது என்று தீர்மானிக்கிறார்கள். சாமுண்டித்தேவன் கொண்டுபோகும் சேறு உண்மையிலேயே சந்தனமாகிவிடுகிறது. இவர் தோல்வியை ஒப்புக்கொள்கிறார். ஆனால், மறுநாள் குளத்தில் குளிக்கும்போது இவர் காலில் ஒரு செம்பு தட்டுப்படுகிறது. எடுத்தால் அது சேறு நிறைந்த செம்பு. சாமுண்டி எல்லோர் முன்னிலையில் கட்டிய சேற்றுச் செம்பு அது. ஸ்நானம் செய்ய குளத்தில் மூழ்கும்போது அதைக் கழற்றி வைத்துவிட்டு உள்ளே

ஏற்கெனவே வைத்திருந்த சந்தனச் செம்பைக் கட்டிக்கொண்டுவிட்டான் என்ற குட்டு வெளிப்படுகிறது. இது நாத்திகம் பேசும் கதை அல்ல.

"கடவுளுக்குக் கூறப்படும் இலக்கணத்தின்படி, அவர் என் உள்ளத்தையும் இயற்கையையும் அறியாதவராக இருக்க முடியுமா? உள்ளத்தை, தன் சொந்த உள்ளத்தைக்கூட அளந்தறிய முடியாத மனிதனுக்குத்தான் அன்பைக்காட்டும் அறிகுறிகள் வேண்டும். எல்லாம் வல்லவரென்று கருதப்படும் இறைவனுக்கும் அப்படியா? எல்லாம்வல்ல கடவுளுக்கு நம்மாலாக வேண்டியது ஒன்றுமில்லை. கடவுளிடம் பக்தி எனக்கு உண்டா இல்லையா என்பதை வெளி உலகுக்குத் தெரிவிக்க வேண்டிய அவசியமும் இல்லை. வெளி உலகம் அதை என்னிடம் தெரிந்துகொள்ள உரிமைகொண்டதும் இல்லை. கடவுளிடம் பக்தியற்ற நாஸ்திகனாகவும் பொய்யனாகவும் நான் இருப்பேனானால், அதை வெளி உலகம் அறிந்துகொள்ளத்தான் முடியுமா?"

இந்தக் கடவுள் கொள்கையைச் சொல்லவருவதுதான் இந்தக் கதை. இதேபோன்ற கருத்தை 'பைத்தியக்காரி' கதையில் வரும் பசுபதி கதாபாத்திரம் வழியாகவும் தி. ஜ. ர சொல்கிறார்.

" 'நட்ட கல்லை தெய்வமென்று நாலு புஷ்பம் சாத்துறீர்' என்ற பாட்டைப் பாடி இதனாலெல்லாம் ஒன்றுமில்லை. மனத்தில் சுத்தம் வேண்டும். வாக்கில் சத்தியம் வேண்டும். தேகம் செய்யும் காரியங்களுக்கு ஆத்மா ஜவாப்தாரியல்ல. நாம் தாமரை இலை நீர்த்துளிபோல் இருக்க வேண்டும். " பொதுவாக அன்றைக்கு நடுத்தரவர்க்கத்தின் மீது அழுத்தமான தாக்கம் செலுத்திய காந்தியத்தின் ஒரு பகுதியாகத்தான் இந்தத் தேகம்-ஆத்மாவைப் புரிந்துகொள்ள வேண்டும்.

சந்தனக்காவடி கதையின் போக்கில் சரஸா ஒரு பாடலைப் பாடுகிறாள். அது 'லாலா கொலைச்சிந்து'. அந்த இடத்தில் இந்தச் சிந்துகள்குறித்த சரித்திரத் தகவலை கதையின் ஓட்டத்தோடு தி. ஜ. ர சொல்லிவிடுகிறார்...

"அது சிந்துகள் காலம். எதற்கெடுத்தாலும் சிந்துகள் கட்டி தெருவில் காலணா, அரையணா புத்தகங்களாக விற்க ஆரம்பித்துவிடுவார்கள். சந்தனத்தான் சிந்து', 'வீராணம் ஏரி உடைப்பு சிந்து' 'பாப்பாத்தியம்மாள் பூனைக்குட்டி பெற்ற சிந்து' 'திருப்பதி வெங்கடாசலப் பெருமாள் சாட்சி சொன்ன சிந்து'

இப்படிப் பல சிந்துகள் தாண்டவமாடிய காலம். இப்போதல்லவா மூலை முடுக்கிலெல்லாம் தமிழ்ப் பத்திரிகைகள் இறைகின்றன. அந்தக் காலத்தில் இந்தச் சிந்து புத்தகங்கள்தாம் சமாசாரப் பத்திரிகைகளின் வேலையைச் செய்தன.'' (மதுரை மீனாட்சியம்மன் கோயில் நுழைவுப் போராட்டத்தைக் கண்டித்து அக்கிரஹாரத்துப் பெண்மணி ஒருவர் எழுதி அன்று விற்பனைக்கு வந்த 'சிந்து' புத்தகம் இவ்விடம் நினைவுக்கு வருகிறது.)

இப்படி, கதைக்குள் சமகாலத்தைச் சொல்வது தி. ஜ. ர-வின் பாணி. அது பற்றி 'சந்தனக்காவடி' தொகுப்பின் முன்னுரையில் அவரே குறிப்பிடுகிறார். "நமது கதைகளில் நமது பழக்க வழக்கங்கள் நிறைந்திருக்க வேண்டும். நமது நடை உடை பாவனைகள் நிரவியிருக்க வேண்டும். தேசிய மணம் கமழ வேண்டும். இதைவிட்டு அந்நிய நாட்டுப் பழக்க வழக்கங்களைப் புகுத்தி எழுதுவது அசம்பாவிதமாகும். அதனால் பயனுமில்லை. இப்படிச் செய்வதைவிட அயல்நாட்டுச் சிறந்த கதைகளை மொழிபெயர்ப்பதே மேலாயிருக்கும்.''

சிறுகதையின் லட்சணம் குறித்த அவரது கருத்துகள் மனம்கொள்ளத்தக்கவை. பிரசாரம் என்ற வாதம் பற்றிய நிதானமான பார்வை அவருக்கு இருந்ததைக் காண முடிகிறது.

"கதை என்னடா கதை? ஒருமுறை திறந்த கண்களோடு உன் வீட்டுத் தெருவில் நடந்துவிட்டு வா. கதைக்கோ கட்டுரைக்கோ விஷயம் கிடைச்சாச்சு! ஊர்வலம், கறுப்புக்கொடி, சட்டத்தின் தடை, எதிர்ப்பு, லத்திசார்ஜ், துப்பாக்கிச் சூடு இவையெல்லாம் தெருவில் நடக்கும் சரித்திரமின்றி வேறென்ன?

கதைகளையெல்லாம் பொதுப்படையாக இரண்டு பிரிவுகளாகப் பிரிக்கலாம். ஒன்று, பிரத்தியட்ச வாழ்க்கைச் சித்திரம்; மற்றது அமானுஷ்ய கற்பனை. மேதைகள்தாம் சுவை குறைவு இல்லாத அமானுஷ்ய கற்பனைகளைப் படைக்க முடியும். என்னைப் போன்றோருக்கு பத்திரமான வழி, பிரத்தியட்ச வாழ்க்கைச் சித்திரங்களே. எங்களைச் சூழ்ந்த உலக அரங்கத்தை நாங்கள் போட்டோ எடுப்போம். எங்களுடைய வாழ்க்கை ஆதர்சங்களும் லட்சியங்களும் அந்த போட்டோவுக்கு மெருகு கொடுத்திருக்கும். எங்களுக்கும் பல கனவுகள் உண்டு. ஆனால், அவற்றில் 'மண்' வாசனை வீசும்; சுகந்தமான வாசனைதான். அஜந்தா ஓவியங்களையே நினைத்துக்கொண்டிருப்பவர்கள், போட்டோக்களில் கலைச்

சுவையைக் காண முடியாது என்று நினைப்பது சகஜம். மீனுக்கு ஒரே சொர்க்கம்தான் உண்டு – தண்ணீர். அதில் வியப்பென்ன? போட்டோக்களிலும் ஒருவித கலைச் சுவையை அனுபவிக்க முடியும் என்று நம்பும் கோஷ்டியைச் சேர்ந்தவன் நான். எனவே, என் கதைகள் அத்தனையும் பெரும்பாலும் முழுவதுமோ அல்லது பெரும்பகுதியோ பிரத்தியட்ச நிகழ்ச் சிகள்.

கலைஞன் நமக்கு அழகைக் காட்டுவது மாத்திரம் அல்ல, அநேக சமயங்களில் அதைக் காண நம்மைச் சித்தப்படுத்தியும்விடுகிறான். குதிரையின் கண்களில் ஒரு மறைப்பைப் போட்டு ஓட்டுகிறார்கள் பாருங்கள். அதே மாதிரி கலைஞனும் நம் கண்களை நேர்வழியில் திருப்புகிறான். மறைக்க வேண்டியதை மறைத்து, விளக்க வேண்டியதை விளக்கி, திருத்த வேண்டியதைத் திருத்தி, மெருகு கொடுப்பது கலைஞனின் நுட்பம்.

கலையிலே பிரசாரம் இருக்கலாமா... கூடாதா? இதைப் பற்றி ஒரு பெரிய விவகாரம் இருந்தாலும் இருக்கலாம்; இல்லாமலும் போகலாம். ; இருந்தாலும் இல்லாவிட்டாலும், கலை கலையாகவே இருப்பது அவசியம். நாம் எழுதும் கதை, கதையாயிருக்க வேண்டும். அதாவது சுவாரஸ்யம் நிறைந்திருக்க வேண்டும். இப்படி எழுதப்படாததால்தான் அநேகக் கதைகளை ஜனங்கள் ரசிக்காமல் தள்ளுகிறார்கள். கேட்கக் கேட்க, படிக்கப் படிக்க ரசமாக இருந்ததா என்ற ஒரே பரீட்சைதான், நல்ல கதைக்கு முக்கியம். மற்ற லட்சணங்கள் எல்லாம் அதற்கு உதவுபவையே.

கதையின் ஒவ்வோர் அம்சமும், ஆரம்பம் நடு முடிவு. ஒவ்வொர் அமைப்பும், ஒவ்வொரு சொல்லும் கதையின் சுவாரஸ்யத்துக்கு, திட்டத்துக்கு உதவ வேண்டும். கதை முழுவதையும் படித்த பிறகு, 'ப்பூ! இவ்வளவுதானா... இதை ஏன் படித்தோம்?' என்ற உணர்ச்சி, படிப்பவருக்கு ஏற்படக் கூடாது. கதையின் முடிவு ஏமாற்றமாக இருந்தால், அந்த ஏமாற்றமும் ஓர் இன்பமாக இருக்க வேண்டும். இதுதான் முக்கியம்.

பிரத்தியட்சம் என அவர் குறிப்பிடும் யதார்த்தம்தான் அவர் கதைகளின் பலம். அவர் சென்னை வாழ்க்கையில் அன்றாடம் காணும் கைரிக்க்ஷா இழுக்கும் அவலம் அவரை மிகவும் பாதித்து, அது பற்றிக் கதைகளும் கட்டுரையும் எழுதியிருக்கிறார்.

அவரது 'பொழுதுபோக்கு' கட்டுரைத் தொகுப்பில் 'ரிக்ஷா வாகனம்' என்கிற கட்டுரையில்...

'வண்டியை, மாடு இழுத்துப் பார்த்திருக்கிறேன்; குதிரை இழுத்தும் பார்த்திருக்கிறேன். மாடு, குதிரைக்குக்கூடக் கஷ்டமில்லாமல் இன்ஜின் இழுத்தும் பார்த்திருக்கிறேன். மனுஷனை உட்காரவைத்து மனுஷன் இழுக்கும் ஒரு வண்டியும் உண்டா? அப்படியும் ஒன்று உண்டு. 'ரிக்ஷா' என்று அதன் பெயர் என்பதை ஒரு பத்திரிகையில் படம் வர்ணனைகளின் மூலம் முதல் தடவையாக அறிந்தபோது, என்னை அறியாமலே திடுக்கிட்டேன். அதன் தர்மத்தைப் பற்றியோ, வேறு அம்சங்களைப் பற்றியோ யோசித்து அப்படி நான் திடுக்கிடவில்லை. தன்னிச்சையாய், என்னை அறியாமல், அதிலே ஒரு வெறுப்பு ஏற்பட்டது. 'ஒரு மனிதனுக்கு நடக்க முடியாத... மற்றொரு மனிதன் அவனை வைத்து இழுக்கிறானாம் - அந்த எண்ணமே என் மனத்தை வாட்டியது. இது ஏதோ ஓர் அநாகரிகக் குரூரம்போல் தோன்றியது' என்று குறிப்பிடும் தி. ஜ. ர. , கட்டுரை எழுதியும் மனம் ஆற்றாமல் 'ரிக்ஷாக்கார வேலன்' என்ற கதையையும் எழுதுகிறார்.

'கல்யாணப் பெண்' என்ற கதையில் பால்யவிவாகம் குறித்துத் தீவிரமாகப் பேசுகிறார்.

செல்லம் கூறுகிறாள்...

'பவானிக்கு பன்னிரண்டு வயசு நிறைந்துவிட்டது. இன்னும் கல்யாணம் செய்யாமல் வைத்திருக்கலாமா? பெரியவளாகிவிட்டால் என்ன செய்கிறது? ஊர் சிரிக்குமே... அப்புறம் சாதிக் கட்டுப்பாடு வந்துவிடாதா?"

நடேசய்யருக்கு ஆத்திரம் பொங்கியது. "என்னடி சாதி? என்னை சாதியைவிட்டுத் தள்ளட்டும். இந்தச் சாதிக்கட்டு இல்லாவிட்டால், நான் கொத்தனார் வேலை, தச்சு வேலை செய்தாவது மானமாய் வாழ்வேனே!"

பேனா பிடிக்கலாம், கரண்டி பிடிக்கலாம். மற்ற எந்த உடல் உழைப்பிலும் பிராமணர்கள் ஈடுபடக் கூடாது என்பது இன்றுவரை நடப்பில் உள்ள யதார்த்தமாக இருக்கையில், 40-களில் இப்படியான பாத்திரங்களை அவர் படைத்துள்ளார் என்பது குறிப்பிடத்தக்கது. காந்தியம் முன்வைத்த சமூக சீர்திருத்தம், உயர் சாதிகளுக்கிடையில் நடக்க வேண்டிய சீர்திருத்தங்கள் பற்றிப் பேசியது. அதுவே

தப்பெனப் பேசியவர்கள் பெரும்பான்மையாக வாழ்ந்த காலத்தில் தி. ஜ. ர போன்ற காந்தியவாதிகளின் குரல் மதிக்கத்தக்கது.

நான்காம் வகுப்பு வரை மட்டுமே பள்ளிப் படிப்புப் பெற்ற ஒரு மனிதர், தன் சொந்த உழைப்பாலும் ஆர்வத்தாலும் விடாமுயற்சியாலும் தமிழின் தரமான பத்திரிகையாக விளங்கிய `மஞ்சரி'யின் ஆசிரியர் என்கிற நிலை வரை அடைந்தது, அன்றைய நாள்களில் அபூர்வமாக நிகழக்கூடிய ஒன்று. மனிதாபிமானமும் தேசாபிமானமும் அடிச்சரடாக அவருடைய கதைகளில் ஓடுவதைக் காண முடிகிறது. அமானுஷ்யமான கற்பனைகளை நிராகரித்து, சக மனிதர்களின் துயரங்களையும் மேன்மைகளையும் கீழ்மைகளையும் விமர்சனப் பார்வையோடு (அதில் நமக்குக் கருத்து மாறுபட்டாலும்) பேச முற்படும் அவருடைய சிறுகதைகள் வாசிக்கப்பட வேண்டியவை. குழந்தைகளுக்காகவும் தொடர்ந்து கதை எழுதிய முன்னோடி என்கிற பெருமையும் அவருக்கு உண்டு.

15
கல்கி

“கல்கியால்தான் சிறுகதை, தமிழ் மண்ணில் இரண்டறக் கலந்தது. அந்த அஸ்திவாரத்தின்மீதே சிறுகதை கட்டியெழுப்பப்பட்டு, சிகரமும் அமைக்கப்பட்டது. அந்தச் சிகர வளர்ச்சியை ஏற்படுத்தியவர்கள் மணிக்கொடி குழுவினர்” என்று தமிழறிஞரும் இடதுசாரிச் சிந்தனையாளருமான இலங்கைப் பேராசிரியர் கா. சிவத்தம்பி குறிப்பிடுகிறார். ஆனாலும், மணிக்கொடி குழுவினரும் அதைத் தொடர்ந்த சிற்றிதழாளர்களும் ‘அகல உழுதவர்’, ‘தழுவல் கதைகள் எழுதியவர்’ போன்ற அடைமொழிகளுடனே கல்கியைக் குறிப்பிடுவர்.

தான் இறக்கும்வரை கல்கியுடன் நேருக்குநேர் மல்லுக்கு நின்றவர், புதுமைப்பித்தன் எனலாம். அவர், ‘ரஸமட்டம்’ என்ற புனைபெயரில் எழுதிய விமர்சனக் கட்டுரைகளில் தாக்குதலுக்கு அதிகம் ஆளானவை, கல்கியின் எழுத்துகளே. கல்கியின் வாதங்களை “மட்டரக மூளைகளுக்கு உதயமாகும் அக்குத்தொக்கற்ற வார்த்தைக் குப்பை” என்கிற அளவுக்குக் கடுமையான வார்த்தைகளால் சாடியவர் புதுமைப்பித்தன்.

‘என்னுடைய கதைகள் எல்லாம் மட்டமான மொழிபெயர்ப்பு என்பதாக பத்து வருடங்களுக்கு முன்பே சிலர் எழுதினார்கள். விவாதங்களில் நேர்மறையாக பதில் சொல்ல முடியாதபோதெல்லாம், ரஸமட்டக் கும்பல்கள் இந்த பூச்சாண்டியை எடுத்துவிடுவது வழக்கம்' என்று புதுமைப்பித்தன் மறைவுக்குப் பிறகும் கல்கி

எழுதிக்கொண்டிருந்தார். `என்னுடைய கதைகளின் தரத்தைத் தீர்மானிப்பதற்கு, தமிழ்நாட்டில் பதினாயிரக்கணக்கான வாசகர்களும், கல்வி அறிவில் சிறந்த பெரியோர்களும் இருக்கிறார்கள்' என்றும் 1949ஆம் ஆண்டில் கல்கி எழுதினார். புதுமைப்பித்தன் 1948ஆம் ஆண்டில் காலமாகிவிட்டார்.

புதுமைப்பித்தனின் படைப்புலகை ஆய்வுசெய்த ஆய்வாளர் ராஜ்கௌதமனின் கருத்து, "எனக்கு உடன்பாடானதாகவும், இந்த விஷயத்தில் அறிவுப்பூர்வமானதாகவும் படுகிறது. இந்திய-தமிழகத்தில், மேற்கத்திய ஏகாதிபத்தியத்தின் வணிகச் சக்திகளின் பரவலின் ஊடாக நவீன இலக்கியம் தோன்றியது. தமிழகத்தில், 1930-களில் நவீன இலக்கியத்தில் `படைப்பு x சரக்கு' என்கிற தர நிர்ணயம் உருவானது. இந்த இரண்டையுமே மேற்கத்திய முதலாளியம் உற்பத்திசெய்த நவீனத்துவத்தின் இரு வகை எழுத்துகள் என்றே கருத வேண்டும். சரக்குமயமான எழுத்தில் தரமில்லை என்று மணிக்கொடி படைப்பாளிகள் தாக்குதல் நடத்தியதில் அர்த்தமில்லை என்பது இப்போது தெரிகிறது.

சரக்குக்கு உடனடியான செலாவணி மதிப்பும், வெகுமக்கள் ரசிப்பும் வரவேற்பும், புகழும் லாபமும் உண்டு. ஆனால், அற்ப ஆயுளைக்கொண்டது. அன்றாடச் செய்திகளைப்போல நுகர்ந்ததும் எறிந்துவிடத்தக்கது. படைப்பு இப்படிப்பட்டதன்று. ஒப்பீட்டளவில் நீடித்த ஆயுளைக்கொண்டது. பொருளைவிட சீரிய நோக்கங்கள்கொண்டது. அது, மாபெரும் ஆளுமையின் பரிபூரண வெளிப்பாடு. இப்படிப்பட்ட நிலையில், ஒன்றில் மற்றதை எதிர்பார்ப்பது அர்த்தமற்றது" என்பது ராஜ்கௌதமனின் தீர்ப்பு.

`கல்கி என்று ஏன் பெயர் வைத்துக்கொண்டீர்கள்?' என்கிற கேள்விக்கு அவரே சொன்ன பதில்,

"நான் கல்கி என்ற புனைபெயரில் முதன்முதலாக எழுதிய கட்டுரையைப் படித்தவர்களுக்கு, இந்தப் புனைபெயரின் அர்த்தம் புரியும். நான் பழைமையான சம்பிரதாயங்களையும் அர்த்தமற்ற பழக்கவழக்கங்களையும் விட்டொழித்து, புதுமை யுகத்தை மலரச்செய்ய வேண்டும் என்ற கருத்தை அந்தக் கட்டுரையில் வெளியிட்டேன். இதுவரை கழிந்துபோன யுகங்களைத் தவிர்த்து, புதுயுகத்தை சிருஷ்டிக்கப்போவதாக ஒவ்வோர் இளம் எழுத்தாளரும் எண்ணிக்கொண்டு எழுதுவது இயற்கை. அதுபோலவே நானும் அந்தக் காலத்தில் ஒரு புதுயுகத்தை சிருஷ்டிக்கப்போகும்

பெருவீரனாக என்னை நினைத்துக்கொண்டு, பகவானின் பத்தாவது அவதாரமும் புதுயுகத்தைக் குறிப்பதுமான `கல்கி' என்ற புனைபெயரை அப்போது வைத்துக்கொண்டேன்.

ஜோதிடம் பார்ப்பது, சகுனம் பார்ப்பது முதலான அர்த்தமற்ற வழக்கங்களை விட்டொழிக்க வேண்டும் என்று `கல்கி' என்ற புனைபெயருடன் எழுதிய எனது முதலாவது கட்டுரையில் குறிப்பிட்டிருக்கிறேன். புதிய கருத்துகளை வெளியிட்டு, வாசகர்களின் சிந்தனையை புதிய திசையில் திருப்பி, புதிய யுகத்தை சிருஷ்டிக்க வேண்டும் என்ற ஒரே எண்ணத்துடன்தான் `கல்கி' என்ற புனைபெயர் பூண்டேனே தவிர, வேறு எந்தக் காரணமும் கிடையாது. "

மேற்கண்ட வாசகங்கள், `பொன்னியின் புதல்வர்' என்ற பேரில் கல்கிக்கும் கல்கி குடும்பத்துக்கும் நெருக்கமான சுந்தா அவர்களால் எழுதப்பட்ட கல்கியின் வாழ்க்கை வரலாற்று நூலில் பதிவுசெய்யப்பட்டவை. 912 பக்கங்களில் ஏராளமான புகைப்படங்களுடன் இந்த வரலாற்று நூல் வெளிவந்துள்ளது.

இந்த நூல் பற்றியும் `புதுமைப்பித்தனின் வரலாறு (ரகுநாதன் எழுதியது)' நூலுடன் ஒப்பிட்டு காரசாரமான விவாதம் இலக்கிய உலகில் உண்டு. புதுமைப்பித்தன் வரலாற்று நூலின் காலச்சுவடு மறுபதிப்புக்கான முன்னுரையில், புதுமைப்பித்தனின் படைப்புகளை செம்பதிப்பாக வெளிக்கொண்டுவந்தவரும், புதுமைப்பித்தனுக்கே பிச்சனாகிவிட்ட ஆய்வாளர் ஆ. இரா. வேங்கடாசலபதி எழுதுகிறார்:

`இவ்வளவு முக்கியமான ஒரு நூல் உருவான கதை, சுவையானது. புதுமைப்பித்தனுக்கு எதிரான ஆளுமையாக இருவருடைய வாழ்நாளில் மட்டுமல்லாமல் மறைவுக்குப் பிறகும் கட்டமைக்கப்பட்ட கல்கியின் வரலாறு எழுதப்பட்ட கதையோடு இதை ஆழ்ந்து நோக்கலாம். கல்கியின் வாழ்க்கை வரலாறான `பொன்னியின் புதல்வர்' 1974 ஆகஸ்ட் முதல் இரண்டு ஆண்டுகள் கல்கி வார இதழில் தொடராக வெளிவந்தது. 1976 டிசம்பரில், கல்கியின் 78-வது பிறந்தநாளையொட்டி நூலாக்கம் பெற்றது. டெம்மி அளவில் ஏறத்தாழ 900 பக்க அளவிலான பென்னம்பெரிய நூல் அது. எழுதியவர், தொடக்ககால மணிக்கொடி எழுத்தாளரும், பிறகு கல்கி குழுவில் இடம்பெற்றவருமான மே. ரா. மீ. சுந்தரம் என்கிற சுந்தா.

கல்கி நிறுவனத்தின் முழு ஆதரவுடனும் புரத்தலுடனும் தி.சதாசிவம், கல்கியின் மகன் கி. ராஜேந்திரன் உள்ளிட்ட குடும்பத்தினரின் ஒத்துழைப்புடனும் வெளிவந்த அங்கீகரிக்கப்பட்ட வாழ்க்கை வரலாறு அது. இரண்டு ஆண்டுகளுக்குமேல் உழைப்பை வாங்கி, கல்கி குழுவைச் சேர்ந்த செல்வாக்கான பல பிரமுகர்களின் ஒத்துழைப்புடன், பல நூலகங்களிலிருந்து சேகரித்த ஏராளமான தகவல்களையும்கொண்டு எழுதப்பட்ட நூல் அது. கல்கி பணியாற்றிய `நவசக்தி', `விமோசனம்', `ஆனந்த விகடன்', `கல்கி' ஆகிய இதழ்களை முழுமையாகவும் முறையாகவும் பயன்கொண்டு, பொருத்தமும் சுவையும் உடைய ஏராளமான மேற்கோள்களை சுந்தா எடுத்தாண்டிருப்பார். வாழ்க்கை வரலாறு எழுதுவது எப்படி என்பதற்கு, ஒரு பாடப்புத்தக முன்மாதிரி என்றும் இதைச் சொல்லலாம். (இருந்தாலும் அந்த நூல் விற்பனையாகாமல், இருபது ஆண்டுகளுக்குமேல் வானதி பதிப்பகத்தில் கிடந்து, சில ஆண்டுகளுக்கு முன்புதான் மறு பதிப்பாயிற்று.)

சத்தான உணவும் குங்குமப்பூ போட்ட பாலும் பருகி வளர்ந்த தாய்க்குப் பிறந்த சுந்தாவின் பொன்னியின் புதல்வரோடு ஒப்பிடுகையில், ரகுநாதனின் புதுமைப்பித்தன் வரலாறு போஷாக்கு இல்லாமல் பிறந்த குழந்தை. ஆனால், நிறைமாதக் குழந்தையின் வனப்புடன் பிறந்தவுடன் நஞ்சுக்கொடியைத் தோளில் தூக்கிப் போட்டுக்கொண்டு ஓடிய அவதாரப் பிறப்பு.

கல்கியும் புதுமைப்பித்தனும் மறைந்து வெகுகாலம் ஆன பிறகும், அவர்களுடைய ஆவிகள் இன்னும் இந்தப் பூமியில் இறங்கிச் சண்டையிடுவதுபோன்ற பிரமை நமக்கு ஏற்பட்டாலும், கல்கியின் வாழ்க்கை வரலாறு மிகச்சிறப்பாக எழுதப்பட்டிருக்கிறது என்பதை புதுமைப்பித்தனின் ஆவி ஏற்றுக்கொண்டுள்ளதை நாம் அவதானிக்கலாம். சென்னையில், 1950ஆம் ஆண்டில் கூடிய தமிழ் எழுத்தாளர் சங்கத்தில், புதுமைப்பித்தன் குடும்பத்துக்கு நிதி திரட்ட வேண்டும் என்கிற தீர்மானத்தை சங்கத் தலைவர் கல்கி முதலில் தவிர்க்க முயன்றாலும், பிறகு அதைச் செயலாக்கும் முயற்சியில் முனைப்புடன் செயல்பட்டார் என்று அதே முன்னுரையில் சலபதி குறிப்பிட்டுள்ளார்.

கல்கியின் நாவல்களான `அலை ஓசை', `கள்வனின் காதலி', `சிவகாமியின் சபதம்', `தியாக பூமி', `பார்த்திபன் கனவு',

'பொன்னியின் செல்வன்' போன்றவை (அவர் 12 நாவல்கள் எழுதியிருப்பினும்), அவருக்கு பெரும்புகழை ஈட்டித்தந்தன. நாவலாசிரியராக அவர் கொண்டாடப்பட்ட அளவுக்கு சிறுகதை ஆசிரியராகக் கொண்டாடப்படவில்லை. சிறுகதைகளையும் நாவல் பாணியிலேயே எழுதினார் என்றுதான் சொல்ல வேண்டும். சிறுகதையின் வடிவக்கச்சிதம் அவருக்குப் பிடிபடவில்லை.

பேராசிரியர் எம். வேத சகாயக்குமார், தம் 'தமிழ்ச் சிறுகதை வரலாறு' (முதற்பகுதி) என்ற நூலில், 'அவர் (கல்கி) கதைகளில் சிறுகதைக்குரிய எந்தவித இயல்பையும் காண முடியாது. சிறுகதையில் அமைந்திருக்கவேண்டிய ஒருங்கிணைப்புப் பற்றி அவர் என்றுமே கவலைப்பட்டதில்லை. அவர் கவனமெல்லாம், வாசகர்களைச் சுவைப்படுத்துவதற்கான தந்திரங்கள் மீதுதான்' என்று குறிப்பிடுகிறார்.

தீவிர இடதுசாரி ஆய்வாளரான அமரர் கோ. கேசவன், "கல்கியின் கதைகள் வாசகர்களை ஆட்கொண்டன என்றே வரலாறு குறிப்பிடுகிறது. ஆனால், உண்மை மாறுபட்டுள்ளது. கல்கியின் கதை வடிவங்களை வாசகர்களே ஆட்கொண்டு நிர்ணயித்துள்ளனர் என்பதே உண்மையான வரலாறு" என்கிறார். "கல்கிக்கு புதினம் எழுதுவதில் இருந்த பொறுப்பு, கவனம் சிறுகதையில் இல்லை என்றுதான் சொல்ல வேண்டும். கல்கி ஒரு முதல்தர சிறுகதை எழுத்தாளர் அல்ல. இரண்டாம் தர எழுத்தாளர்களில் நடுவில் இருப்பவர்" என்பது, முற்போக்கு எழுத்தாளரான சிகரம் ச. செந்தில்நாதனின் கருத்து. "சிலர் கூறுவதுபோல 'கல்கித் தமிழ்' என்ற அந்த எளிய கலகலப்பான நடையில் எழுதி பல்லாயிரம் வாசகர்களை ஈர்த்தவராயிற்றே அவர்" என்பது அருணன் கூற்று.

முதலில் ஆனந்த விகடனிலும், பிறகு தன் சொந்தப் பத்திரிகையான 'கல்கி'யிலும் அவர் தொடர்ந்து சிறுகதைகள் எழுதினார். சிறுகதை என்கிற வடிவம் அறிமுகமான 1920-களிலிருந்தே கல்கி, கதைகள் எழுதிக்கொண்டிருந்தார். அந்த வடிவத்தை மக்களிடம் பரவலாக எடுத்துச்சென்ற முன்னோடி என அவரைக் குறிப்பிட்டாக வேண்டும். அவர், ஆழ உழாமல் அகல உழுதவராக இருக்கலாம். வாசகனுக்கு வால் பிடித்தவர் என்று விமர்சிக்கப்பட்டிருக்கலாம். எல்லாவற்றுக்கும் மேலாக ஜனரஞ்சக எழுத்து என்பதன் அடையாளமாக அவர்தான் திகழ்கிறார். அந்தப் படை வரிசையில் அவர்தான் கேப்டனாக முன் நிற்கிறார்.

அந்த வரிசையில் காந்திஜியின் கொள்கைகளை, சமூக சீர்திருத்தக் கருத்துகளை, மூடப் பழக்கவழக்கங்களை எதிர்த்து உறுதியுடன் எழுதினார் என்பது உண்மை. அவருடைய சிறுகதைகள் எல்லாமே இன்று வலைதளங்களில் வாசிக்கக் கிடைக்கின்றன. உடனடி வாசிப்புக்காக இங்கே ஓரிரு கதைகளை மட்டும் அறிமுகம்செய்கிறேன். அவருடைய கதைகளில் எல்லோருக்கும்போலவே எனக்கும் மிகவும் பிடித்த கதை, 'கேதாரியின் தாயார்'.

'சமீபத்தில், பத்திரிகைகளில் 'அம்மாமி அப்பளம்' என்னும் விளம்பரத்தைப் பார்த்ததும், எனக்குத் தூக்கிவாரிப்போட்டது. உடனே பாகீரதி அம்மாமியின் ஞாபகம் வந்தது. அவளுடைய அருமைப் புதல்வனும் என்னுடைய பிராண சிநேகிதனுமான கேதாரியின் அகால மரணத்தை எண்ணியபோது உடம்பை என்னவோ செய்தது. கேதாரிக்கு இந்தக் கதி நேரும் என்று யார் நினைத்தார்கள்? இதுபோன்ற சம்பவங்களை எண்ணும்போதுதான் மனித யத்தனத்தில் நமக்கு நம்பிக்கை குன்றி, விதியின் வலிமையில் நம்பிக்கை பலப்படுகிறது' என்று தொடங்குகிற கல்கியின் 'கேதாரியின் தாயார்', அவரது கதைகளில் முக்கியமானதும், அவரது நோக்கையும் போக்கையும் பிரதிநிதித்துவப்படுத்துவதாகவும் அமைந்த கதை.

சங்கர் என்னும் கேதாரியின் நண்பனுடைய எண்ண ஓட்டங்களிலிருந்து அந்தக் கதை தொடங்குகிறது. தொடக்கத்திலேயே கேதாரியின் மரணக் குறிப்பு இடம்பெறுகிறது. "கேதாரியின் மரணத்துக்குக் காரணம், சிக்கலான வகைகளில் புரிந்துகொள்ள முடியாத நிலையிலிருந்த அவனுடைய உடல்நிலையே" என்று அவனுக்கு மருத்துவம் பார்த்த மருத்துவர்கள் உரைக்கிறார்கள். ஆனால், அவன் உடல் நோயின் வேர் அவனுடைய மனோவியாதியில் இருந்தது என்பதையும், அந்த மனோவியாதி, நமது சமூகத்தைப் பீடித்திருக்கும் பல வியாதிகளில் ஒன்றைக் காரணமாகக்கொண்டது என்பதையும் சொல்லும் நண்பன், அவனுடைய நட்பையும் வாழ்வில் நடந்த பல்வேறு சம்பவங்களையும் தொகுத்து நினைத்துக்கொள்கிறவிதத்தில் கதை அமைந்திருக்கிறது.

கேதாரிக்கு, தாயின் ஞாபகம் மட்டுமே உண்டு; தந்தையைப் பற்றிய ஞாபகமே கிடையாது. அவன் மூன்று வயதுக் குழந்தையாக இருந்தபோது, அவர் ஒரு நாடகக்காரிமீது மையல்கொண்டு

ஊரைவிட்டுச் சென்றுவிட்டார். இந்த விவரமெல்லாம் கேதாரி வளர்ந்து பெரியவனாகும் வரை யாருக்கும் தெரியாது. கேதாரிக்கு திருமணப் பேச்சு நடக்கிறபோதுதான், அவன் தாயாரான பாகீரதி அம்மாவே சொல்லித் தெரிந்துகொள்கிறான். அதைச் சொல்வதற்கும் ஒரு காரணம் இருக்கிறது. மணந்துகொள்ள இருக்கும் பெண்ணை, தான் சென்று பார்க்கவேண்டிய அவசியமே இல்லையென்றும், தன் அம்மாவுக்குப் பிடித்திருந்தால் போதுமென்றும் சொன்ன மகனைப் பார்த்துச் சொல்லவேண்டிய சூழல் உருவாகிவிடுகிறது.

`இப்படியெல்லாம் பிள்ளையையும் பெண்ணையும் சம்மதம் கேட்காமல் கலியாணம் பண்ணிப் பண்ணித்தான், குடும்பங்களில் கஷ்டம் ஏற்படுகிறது. இவனுடைய (கேதாரியினுடைய) தகப்பனார் எங்களை விட்டுவிட்டுப் போனதற்காக ஊரெல்லாம் அவரைத் திட்டினார்கள். எனக்கும் அப்போது கோபமும் ஆத்திரமும் அடைத்துக்கொண்டுதான் வந்தன. நாற்பது நாள் படுத்த படுக்கையாய்க் கிடந்தேன். ஆனால், பின்னால் ஆறஅமர யோசித்துப் பார்த்ததில், அவர்மேல் ஒரு குற்றமும் இல்லையென்று தோன்றிற்று. என்னை கலியாணம் செய்துகொள்வதில் அவருக்கு இஷ்டமே இல்லையாம். அப்படிச் சொல்லவும் சொன்னாராம். ஆனால், பெரியவர்கள் பலவந்தப்படுத்தி கலியாணம் செய்துவைத்தார்களாம். ஏதோ ஐந்தாறு வருடங்கள் பல்லைக் கடித்துக்கொண்டு குடும்பம் நடத்தினோம். அப்புறம் அந்தக் கூத்தாடிச்சி வந்து சேர்ந்தாள்; போய்விட்டார். "

இப்படி பாகீரதி அம்மாமியே அந்தப் பேச்சை எடுத்தபோது, நானும் பக்குவமாகச் சிற்சில கேள்விகளைப் போட்டு மற்ற விவரங்களையும் அறிந்தேன். கேதாரியின் தகப்பனார் சுந்தர ராமையர், பார்ப்பதற்கு வாட்டசாட்டமாக இருப்பாராம். நன்றாகப் பாடுவாராம். அப்போது திருமங்கலத்தில் தபால் ஆபீஸில் அவருக்கு குமாஸ்தா உத்தியோகம். ரங்கமணி என்னும் பெயர்பெற்ற நாடகக்காரி, அந்த ஊரில் நாடகம் நடத்திக்கொண்டிருந்தாள்.

ஒருநாள் அயன் ராஜபார்ட் போடுகிறவனுக்கு உடம்பு சரியில்லை என்றும், அன்று அநேகமாக நாடகம் நடைபெறாது என்றும் செய்தி வந்தது. கேதாரியின் தகப்பனாருக்கு நாடகம் என்றால் பித்து. நாடகம் பார்த்துப் பார்த்து எல்லா நாடகங்களும் நெட்டுருக பாடல்கள் தலைகீழ்ப் பாடம். ஆகவே, இவர் போய், "நான் ராஜபார்ட் போட்டுக்கொள்கிறேன்" என்றார். சில

பாடல்களும் பாடிக்காட்டினார். ரங்கமணி சம்மதித்தாள். நாடகம் நடந்தது. எல்லாரும் அதிசயிக்கும்படி கேதாரியின் தகப்பனார் நடித்தார். அம்மாமிக்குக்கூட அது பெருமையாயிருந்தது. அப்புறம் திருமங்கலத்தில் அந்த கம்பெனி இருந்த வரையில் அவர்களுடனேயே இருந்தார். வேலையை ராஜினாமா செய்துவிட்டார் என்றும், தன்னுடன் அழைத்துக்கொண்டு போகப்போகிறாள் என்றும் ஊரில் பேசிக்கொண்டார்கள். ஆனால், பாகீரதி அம்மாமி அதையெல்லாம் நம்பவில்லை. கடைசியில், நாடகக் கம்பெனி ஊரைவிட்டுப் போயிற்று. அதற்கு மறுநாள், சுந்தர ராமையரையும் காணவில்லை. நாடகக் கம்பெனி இலங்கைக்குப் போயிற்று என்றும், அங்கே போய் இவரும் சேர்ந்துகொண்டார் என்றும் பின்னால் தகவல் தெரியவந்தது.

பட்டப்படிப்பு முடிந்ததும் பக்கத்தில் இருந்த மணிபுரம் பண்ணையார் நரசிம்மையர், கேதாரியைப் பற்றிய எல்லா விஷயங்களையும் கேள்விப்பட்டு, அவனுக்குத் தன் மகளைக் கொடுக்க முன்வருகிறார். சம்பந்தம் பேசுவதிலும் வித்தியாசமான யோசனையைக் கொண்டிருக்கிறாள் பாகீரதி அம்மாள். சீர்வரிசை, வரதட்சணை எதைப் பற்றியும் அவள் கவலைப்படவில்லை. மாறாக, தன் மகனை வெளிநாட்டுக்கு அனுப்பி ஐ. ஸி. எஸ் படிக்கவைக்க ஏற்பாடு செய்ய வேண்டும் என்பதை மட்டும் நிபந்தனையாகச் சொல்கிறாள். நரசிம்மையரும் நிபந்தனைக்கு ஒப்புக்கொள்கிறார்.

கேதாரியும் நண்பனும் சென்று பெண்ணைப் பார்த்துவிட்டு வருகிறார்கள். பார்ப்பதற்கு கிளி மாதிரி இருக்கும் அவளுக்கும் கேதாரிக்கும் ஒரு நல்ல முகூர்த்தத்தில் திருமணம் நடைபெறுகிறது. மறு ஆண்டில் கேதாரி இங்கிலாந்துக்குப் பிரயாணமாகிறான். பாகீரதி அம்மாமியைத் தங்கள் வீட்டிலேயே வந்து இருக்க வேண்டும் என்று மணிபுரத்தார் எவ்வளவோ வருந்த அழைக்கிறார். அம்மாமி கேட்கவில்லை. கிராமத்தில் தாயற்று வளர்கிற தன் சொந்தக்காரப் பிள்ளைகள் இருவரை அழைத்துவந்து வளர்க்கத் தொடங்குகிறாள். ஆனால், சம்பந்திகளின் கௌரவத்தை முன்னிட்டு அப்பளம் போட்டு விற்பதை மட்டும் நிறுத்திவிடுகிறாள்.

கேதாரி வெளிநாட்டுக்குச் சென்ற ஏழெட்டு மாதங்களுக்குப் பிறகு, நரசிம்மையருக்கு ரங்கூனிலிருந்து ஒரு கடிதம் வருகிறது. அது கேதாரியின் தந்தையார் சுந்தர ராமையர் எழுதிய கடிதம். பிள்ளையின் திருமணத்தைப் பற்றி யார் மூலமோ கேள்விப்பட்டு

எழுதிய கடிதம். ரங்கூனிலிருந்து ஊருக்குத் திரும்ப பிரயாணச் செலவுக்குப் பணம் அனுப்பும்படி எழுதியிருக்கிறார். “அம்மாமியைக் கேட்டு முடிவெடுக்கலாம்!“ என்று நண்பன் சொன்ன ஆலோசனை ஏற்கப்படுகிறது. நண்பனே வந்து மாமியிடம் விஷயத்தைச் சொல்கிறான். நரசிம்மையரிடம் பணம் வாங்க வேண்டாம் என்றும், தானே கொடுப்பதாகவும் சொல்லிச் சிறுகச் சிறுகச் சேர்த்துவந்த எண்பது ரூபாயைக் கொண்டுவந்து ரங்கூனுக்கு அனுப்பித் தருமாறு சொல்லி ஒப்படைக்கிறாள். ஆனால், பத்து நாள்களில் அனுப்பிய மணியார்டர் திரும்பிவந்துவிடுகிறது. எந்த முகவரிக்கு அனுப்பப்பட்டதோ அந்த முகவரியில் இருந்தவர் எழுதியிருந்த கடிதத்திலிருந்து மணியார்டர் வருவதற்கு முன்னரே சுந்தர ராமையர் காலமாகிவிட்டார் என்றும் அநாதைப்பிணமாக அடக்கம் செய்யப்பட்டுவிட்டார் என்றும் தெரியவருகிறது. பதினெட்டு வருடங்களாக கண்களால் காணாத கணவனுக்காக பாகீரதி அம்மாள் துக்கம் காக்கிறாள். பத்தாம் நாள் சாதி வழக்கப்படியான எல்லா அலங்கோலங்களுக்கும் அவள் ஆளாக நேர்கிறது. கேதாரிக்கு இதைப் பற்றி ஒன்றும் எழுதக் கூடாது என்றும் திரும்பி ஊருக்கு வந்த பிறகு தெரிவித்தால் போதும் என்றும் சொல்லிவிடுகிறாள் பாகீரதி அம்மாள்.

காலம் நகர்கிறது. எதிர்பார்த்ததைப்போல மிகச் சிறப்பான தகுதியுடன் ஐ. சி. எஸ் தேர்வில் தேர்ச்சிபெறுகிறான் கேதாரி. நீண்ட பயணத்தை முடித்துக்கொண்டு ஊருக்குத் திரும்பியதும் தன் தாயாரைப் பார்ப்பதற்கு விரைகிறான். தாழ்வாரத்திலேயே உட்கார்ந்திருக்கும் அவள்மீது அவன் பார்வை விழவே இல்லை. வேகவேகமாக `அம்மா... அம்மா'வென அழைத்தபடி வீட்டுக்குள் நுழைகிறான். நண்பன் அவனை அழைத்து பாகீரதி அம்மாள் இருக்கும் இடத்தைக் காட்டுகிறான். கேதாரி திரும்பி வருகிறான். வெள்ளைப்புடவை அணிந்து, மொட்டைத்தலையில் முக்காடிட்டு உட்கார்ந்திருக்கும் பாகீரதி அம்மாளைப் பார்த்ததும் “ஐயோ... அம்மா. . !" என்று பயங்கரமாகக் கூச்சலிட்டபடி தொப்பென கீழே உட்கார்கிறான். அதே விசனத்தில் அவன் படுத்தபடுக்கையாகிறான். கடுமையான காய்ச்சலால் அவதிப்படுகிறான். அந்தக் காய்ச்சலுக்கிடையேயும் அம்மாவின் கோலத்தை எண்ணி அவன் மனம் குமைகிறது. இத்தகு பழக்கவழக்கங்களை நிர்பந்திக்கிற சாஸ்திரங்களைக் கொளுத்த

வேண்டும் என்று மனம் குமைகிறான். வைதிகத்தில் நம்பிக்கை மிகுந்த குடும்பத்தில் தனக்குப் பெண் எடுத்திருப்பதால்தான் ஊர் வாய்க்கு அஞ்சி இந்த முடிவுக்கு தன் அம்மா வந்திருக்கலாம் என்று புலம்புகிறான். உடல்நலம் தேறி எழுந்ததும் முதல் வேலையாக இத்தகு மூடப்பழக்கங்களை ஒழிக்க பெரும்கிளர்ச்சியைச் செய்யப்போவதாகச் சொல்கிறான். ஆனால், உடல் குணமடையாமலேயே வெளிநாட்டிலிருந்து திரும்பிய 21ஆம் நாள் அவன் இறந்துவிடுகிறான்.

இந்தப் பரிதாப வரலாற்றில் சொல்லவேண்டியது இன்னும் ஒன்றே ஒன்றுதான் பாக்கியிருக்கிறது. கேதாரியின் மாமனார், அவனுடைய புகைப்படம் ஒன்று இருந்தால் தரும்படி எனக்குச் சொல்லியிருந்தார். நானும் அவனும் சேர்ந்து எடுத்துக்கொண்ட படம் ஒன்று என்னிடம் இருந்தது. அதிலிருந்து அவனுடைய படத்தை மட்டும் தனியாக எடுத்து சட்டம் போட்டு எடுத்துக்கொண்டு போனேன். அப்போது, அவர்களுடைய வீட்டில் தற்செயலாய் கேதாரியின் மனைவியைக் காண நேரிட்டது. அவளைப் பார்த்ததும் என் உடம்பு நடுங்கிற்று; மயிர் சிலிர்த்தது. அவளை 'கிளி' என்று சொன்னேன் அல்லவா? அந்தக் கிளிக்கு இப்போது தலையை மொட்டையடித்து முக்காடும் போட்டிருந்தார்கள்!

கணவன் இறந்தால் மொட்டை போட்டு முக்காடு போடும் பிராமண வழக்கத்துக்கு எதிராக, வாசக மனதில் அழுத்தமான உணர்வைத் தூண்டிவிடும் கதை இது.

அன்றைய தஞ்சை மாவட்டம் (இன்றைய நாகப்பட்டினம் மாவட்டம்) மாயூரத்துக்கு எட்டு மைல் தொலைவில் உள்ள புத்தமங்கலம் என்னும் சிறிய கிராமத்தில் ராமசாமி அய்யருக்கும் தையல்நாயகி அம்மையாருக்கும் இரண்டாவது மகனாக 1899ஆம் அண்டு செப்டம்பர் 9ஆம் நாள் பிறந்த ரா. கிருஷ்ணமூர்த்திதான் கல்கி ஆவார்.

இளம் வயதிலேயே தந்தையை இழந்தார். திருச்சியில் தேசியப் பள்ளியில் கல்வியைத் தொடர்ந்தார். படிக்கும் காலத்திலேயே 1921 செப்டம்பர் 18ஆம் நாள் காந்தியை நேரில் சந்திக்கும் பேறுபெற்றார். அன்று முதல் அவருள் அரும்பிக்கொண்டிருந்த காந்தி பக்தி, முழுதாக மலர்ந்து மணம் வீசத் தொடங்கியது. பிறகு, சத்தியாக்கிரகத்தில் ஈடுபட்டு சிறைக்குச் சென்றார். "1921ஆம்

வருஷ ஆரம்பத்தில் டி. எஸ். எஸ். ராஜனுடைய ஆவேசமான பிரசங்கங்களைக் கேட்டுத்தான் பள்ளிக்கூடப் புத்தகங்களைக் கட்டி காவிரியில் போட்டுவிட்டு, நான் வெளிக்கிளம்பியது. என்னுடைய வாழ்க்கையில் இந்த மனிதர் மட்டும் பிரவேசித்திராவிட்டால், 'சிவனே' என்று பரீட்சையில் பாஸ் செய்துவிட்டு உத்தியோக வேட்டையில் தலையிட்டிருக்கலாம்" (சுந்தாவின் 'பொன்னியின் புதல்வர்' நூலிலிருந்து...)

சிறை மீண்ட பிறகு திருச்சி காங்கிரஸ் கமிட்டி அலுவலகத்தில் குமாஸ்தாவாகச் சேர்ந்தார். பிறகு திருச்செங்கோடு காந்தி ஆசிரமத்தில் சில காலம் வாழ்ந்தார். பின்னரும் அதே டி. எஸ். எஸ்.ராஜனின் சிபாரிசுக் கடித்ததுடன் சென்னை சென்று திரு.வி. க-வின் 'நவசக்தி' இதழில் வேலையில் சேர்ந்தார். அங்கு வெ. சாமிநாத சர்மா அவர்களுடன் இணைந்து பணியாற்றும் வாய்ப்பு கிட்டியது.

தன்னுடைய 28-வது வயதில் 'சத்தியசோதனை' என்கிற மொழிபெயர்ப்பு நூலையும் 'சாரதையின் தந்திரம்' என்னும் சிறுகதைத் தொகுப்பையும் வெளியிட்டார்.

'சாரதையின் தந்திரம்' கதை இப்படித் தொடங்குகிறது.

"அடி அக்கா, எனக்கு உன்னைத் தவிர வேறு யார் இருக்கிறார்கள்? என் கவலைகளை யாரிடம் சொல்லி ஆற்றுவேன்? இத்தனை நாள்களாக எட்டிப்பாராமல் இருந்துவிட்டாயே!" என்று சொல்லி, சாரதையின் மடியில் முகத்தை வைத்துக்கொண்டு கண்ணீர் உகுந்தாள் லக்ஷ்மி.

"அசடே, நீ என்ன இன்னமும் பச்சைக்குழந்தையா? பதினெட்டு வயதாகிறது. ஒரு குழந்தை பெற்றெடுத்துவிட்டாய். வெட்கமில்லாமல் அழுகிறாயே! சங்கதி என்ன சொல்" என்று சொல்லி, சாரதை அருமையுடன் லக்ஷ்மியின் கண்ணீரைத் துடைத்தாள்.

தன் மீதுகொண்ட அன்பை மறந்து, சீட்டு விளையாட்டு, கிண்டி குதிரைப்பந்தயம் என அலைகின்ற தன் கணவனைக் குறித்தான கவலையைத்தான் அக்காவிடம் சொல்லி அழுகிறாள் லக்ஷ்மி. சாரதை ஒரு தந்திரம் செய்கிறாள். கணவனிடம் முன்பைவிட அன்பாக இருக்குமாறு தங்கையிடம் சொல்லிவிட்டு, மனைவி மீது சந்தேகம் வரும்படியாக அவ்வப்போது இரண்டு வரியில்

கடிதம் எழுதி லஷ்மியின் கணவனுக்கு அனுப்பிக்கொண்டே இருக்கிறாள். சந்தேகத் தீயை அணைத்துக்கொள்ளும் முயற்சியில் அவள் கணவன் குதிரைப்பந்தயத்தை மறந்து மனைவிக்குத் தெரியாமல் அவளை வேவுபார்ப்பதிலேயே கவனத்தைச் செலுத்துகிறான். முடிவில் இது சாரதையின் தந்திரம் என்றறிந்து மனம் திருந்துகிறான்.

"சாரதை, அவனுடன் போய் மாடிப்படியில் வழியை மறித்துக்கொண்டு, "அசட்டு அத்தான்! லக்ஷ்மியிடம் ஒரு வார்த்தையும் சொல்லாதே, அவளிடம் சந்தேகப்பட்டாய் எனத் தெரிந்தால் உயிரை விட்டுவிடுவாள். மேலும் என்னை மன்னிக்கவே மாட்டாள்?" என்றாள்.

"சாரதை, உனக்கு என்ன கைம்மாறு செய்யப்போகிறேன்?" என்றான் நாராயணன்.

"கைம்மாறா? நீ என் மீது கோபித்துக்கொள்ளப்போகிறாயோ என்று பயந்தேன். நல்லது, எனக்கு கைம்மாறு செய்ய விரும்பினால், குதிரைப்பந்தயத்தை மறந்துவிடு. உன் மனைவியை தனியே விட்டுவிட்டு ஊர் சுற்றவும், சீட்டு விளையாடவும் போகாதே" என்றாள்.

"இல்லை... இல்லை. ஆண்டவன் மீது ஆணை! இந்த ஒரு மாதமாக நான் அனுபவித்தது போதும்" என்று கூறிக்கொண்டு நாராயணன் விரைந்து கீழே ஓடினான். இவ்வாறு சுவாரஸ்யமான திருப்பங்களுடன் நகர்ந்து, கதை முடிகிறது.

1924ஆம் ஆண்டில் ருக்மணி அம்மையாரைத் திருமணம் செய்கிறார். 1928ஆம் ஆண்டில் ஆனந்த விகடனில் முதல் கட்டுரை 'ஏட்டிக்குப்போட்டி' கல்கி என்ற புனைபெயரில் வெளிவருகிறது. 1931ஆம் ஆண்டில் ஆனந்த விகடனில் துணை ஆசிரியராகச் சேர்ந்து, 1941 வரை பணியாற்றுகிறார். பிறகு விகடனிலிருந்து விலகி, எம்.எஸ். சுப்புலட்சுமி அவர்களின் கணவரான சதாசிவத்தின் உதவியுடன் கல்கி பத்திரிகையைத் தொடங்குகிறார். 1944ஆம் ஆண்டில் 'சிவகாமியின் சபதம்', 1948ஆம் ஆண்டில் 'அலை ஓசை', 1950ஆம் ஆண்டில் 'பொன்னியின் செல்வன்' ஆகிய நாவல்கள் கல்கியில் தொடர்களாக வெளிவருகின்றன. 1947ஆம் ஆண்டில் கல்கியின் பெருமுயற்சியின் பலனாக எட்டயபுரத்தில் பாரதிக்கு மணிமண்டபம் எழுகிறது. 1954 டிசம்பர் 5ஆம் நாள் கல்கி காலமானார்.

சமகால அரசியல் தலைவர்களையும் தன் கதைகளில் கதாபாத்திரங்களாக்கி உலவவிடுவது கல்கியின் பாணி. அத்தகைய ஒரு கதை `அமர வாழ்வு'.

"பர்மாவிலிருந்து தாய்நாட்டுக்குத் திரும்பி வந்த பிறகு, என் உள்ளம் அமைதி இழந்து அலைப்புண்டிருந்தது. ஓர் இடத்தில் நிலையாக இருப்பது சாத்தியமில்லாமல்போயிற்று. என் மனோநிலையை வியாஜ்யமாகக்கொண்டு தேச யாத்திரை செய்யத் தொடங்கினேன். அந்தத் தேச யாத்திரையைப் பெரும்பாலும் வட இந்தியாவிலேயே செய்யும்படி தூண்டிய காரணம் ஒன்று இருந்தது" என்கிற பீடிகையுடன் ஆரம்பமாகும் அந்தக் கதையில், நேதாஜி சுபாஷ்சந்திரபோஸ் கதாபாத்திரமாக வருகிறார். நேதாஜியின் இந்திய தேசிய ராணுவத்தில் வீரர்களாகச் சேரும் இளம் டாக்டர்களான ராகவன் - ரேவதி தம்பதிகளை மையமாகக்கொண்டு சுழலும் கதை. நம்ப முடியாத திருப்பங்களுடன் நகரும் கதை இது. இந்தக் கதை போகிறபோக்கில் அன்று காங்கிரஸ் கட்சிக்கு நேதாஜியைப் பற்றி இருந்த கிண்டலான பார்வையை கல்கி சத்தமில்லாமல் வெளிப்படுத்துகிறார்.

"நேதாஜியின் நோக்கம் என்ன என்பது சீக்கிரத்திலேயே தெரியவந்தது. இந்திய சுதந்திர சைன்யம் ஒன்றை அமைத்துக்கொண்டு இந்தியாவுக்குப் படையெடுத்துச் சென்று பிரிட்டிஷாரைத் துரத்திவிட்டு புதுடெல்லியில் பூரண சுதந்திரக் கொடியை உயர்த்துவதுதான் அவருடைய உத்தேசம் எனத் தெரிந்தது. இந்த எண்ணத்துடன் நேதாஜி இந்திய சுதந்திரப் படையைத் திரட்டத் தொடங்கினார். அதுவரையில் எச்சில் கையினால் காக்கை ஓட்டாத லோபிகளாக இருந்தவர்கள் உள்பட, மலாயிலும் பர்மாவிலும் வாழ்ந்த இந்தியர்கள் பதினாயிரம், லட்சம் என்ற கணக்கில் பணத்தை அள்ளிக் கொடுத்தார்கள். கனவில்கூட போர்க்களம் செல்வது பற்றி எண்ணி அறியாதவர்கள் நேதாஜியின் சுதந்திரப் படையில் சேரத் தொடங்கினார்கள். அப்படி சுதந்திரப் படையில் முதன்முதலில் சேர்ந்தவர்களில் டாக்டர் ராகவனும், டாக்டர் ரேவதியும் இருந்தனர். தங்கள் மூலமாக பாரதத்தாயின் விடுதலை நடைபெற வேண்டியிருக்கிறது என்றும், அதனால்தான் தங்களை கடவுள் மலாய் நாட்டில் கொண்டுவந்து சேர்த்தார் என்றும் அந்தத் தம்பதிகள் பூரணமாக நம்பினார்கள். மலாயிலிருந்து பர்மாவுக்குப் போன முதல் கோஷ்டியோடு புறப்பட்டுச் சென்றார்கள்.

சில தினங்களுக்கெல்லாம் ரங்கூனிலிருந்து இந்திய சுதந்திரப் படையானது 'ஜெய்ஹிந்த்!' 'டெல்லி சலோ!' என்று வானளாவக் கோஷமிட்டுக்கொண்டும், 'கதம் கதம் படாயே ஜா... குஷீகே கீத் காயே ஜா' என்னும் சுதந்திரப்போர் கீதத்துடனும் அசாம் எல்லைப்புறத்தை நோக்கிக் கிளம்பியது. அப்போது அந்தப் படையைச் சேர்ந்தவர்களின் உற்சாகத்துக்கு அளவே கிடையாது. நேதாஜி நேரில் வந்திருந்து அவர்கள் புறப்படும்போது பேசிய பேச்சு மரக்கட்டைக்குக்கூட சுதந்திர வீரஉணர்ச்சியை ஊட்டக்கூடியதாக இருந்தது. அப்படியிருக்க, ஏற்கெனவே தாய்நாட்டின் விடுதலைக்காக உடல், பொருள், ஆவியைத் தத்தம் செய்யச் சித்தமாயிருந்தவர்களைப் பற்றிக் கேட்பானேன்? புது டெல்லியில் சுதந்திரக்கொடியை உயர்த்தி நேதாஜியை இந்தியக் குடியரசின் முதல் அக்கிராசனராகச் செய்யும் வகையில் முன் வைத்த காலை பின் வைப்பதில்லை என்று பிரக்ஞை செய்துகொண்டு அந்த வீரர்கள் கிளம்பினார்கள். அத்தகைய சுதந்திர ஆவேச வெறி, டாக்டர் ராகவனையும் கொள்ளைகொண்டிருந்தது.

ஆயினும் அவனுடைய உற்சாகத்தை ஓரளவு குறைப்பதற்குரிய இரு காரணங்கள் ஏற்பட்டிருந்தன. அவற்றில் ஒன்று, ரேவதியைப் பிரிந்து போகவேண்டியிருக்கிறதே என்பது. ஏனெனில், ரேவதி சேர்ந்திருந்த பெண்கள் படை, போர்முனைக்கு உடனே அனுப்பப்படவில்லை. இவ்விதம் ஒருவரையொருவர் பிரிய நேர்ந்தது அவர்கள் இருவருக்குமே மனவேதனையை அளித்தது. என்றாலும், அவர்கள் ஈடுபட்டிருந்த மகத்தான லட்சியத்தை முன்னிட்டு ஒருவாறு மனதைத் திடப்படுத்திக்கொண்டு பிரியத் தயாரானார்கள். மறுபடியும் சந்தித்தால், சுதந்திர பாரத தேசத்தில் சந்திப்பது, இல்லாவிடில் வீர சொர்க்கத்தில் சந்திப்பது என்று ஒருவருக்கொருவர் வாக்குறுதி கொடுத்துவிட்டுப் பிரிந்தார்கள்.

ரேவதியின் பிரிவால் ஏற்பட்ட மனச்சோர்வை, ராகவன் ஒருவாறு சமாளித்துக்கொண்டான். ஆனால், வேறொரு காரணத்தினால் மனதில் ஏற்பட்ட சங்கடம் அவ்வளவு சுலபமாகச் சமாளிக்கக் கூடியதாயில்லை. அந்தக் காரணம், ராகவன் சேர்ந்திருந்த சுதந்திரப் படையின் தலைவர் மேஜர் ஜெனரல் குமரப்பா என்பதுதான்!''

தன்னையும் ரேவதியையும் பிரித்தது குமரப்பாதான் என்கிற சந்தேகம் ராகவனுக்கு.

ஒருநாள் ராகவனை, குமரப்பா அழைக்கிறார். ராகவன் ஓடோடிச் செல்கிறான்.

கேப்டன் ராகவனை அவர் ஏற இறங்கப் பார்த்தார். பிறகு, “கேப்டன், உம்மிடம் மிக முக்கியமான ஒரு வேலையை ஒப்புவிக்கப்போகிறேன்" என்றார்.

ராகவன் கம்பீரமாக “மிக்க வந்தனம். ஜெனரல், என் உயிரைக் கொடுத்தாவது கட்டளையை நிறைவேற்றுவேன்!" என்று சொன்னான். ஆனால், அவன் மனதுக்குள் ஏனோ திக் திக் என்றது.

“உயிரைக் கொடுக்கிறேன் எனச் சொல்வதில் பயனில்லை. இந்தியாவின் வருங்காலத்தையே உம்மிடம் ஒப்புவிக்கப்போகிறேன். ஒரு கடிதம் கொடுப்பேன். அதைக் கொண்டுபோய் பத்திரமாய்ச் சேர்க்க வேண்டும். வழியில் உயிருக்கு அபாயத்தைத் தேடிக்கொள்வது துரோகம் செய்வதாகும். "

“கடிதம் யாருக்கு?" என்று ராகவன் கேட்டபோது, அவனுடைய குரல் தழுதழுத்தது.

“வேறு யாருக்கு? நமது மகோன்னத தலைவருக்குத்தான். நேதாஜி, தற்சமயம் அந்தமான் தீவில் இருக்கிறார். ஆகாச விமானத்தில் போய் கடிதத்தைக் கொடுத்துவிட்டு, பதிலும் வாங்கிவர வேண்டும். "

சற்று முன்னால் ராகவன் மனதில் குடிகொண்டிருந்த பயமெல்லாம் பறந்தது. குமரப்பாவிடம் சொல்ல முடியாத நன்றி அவனுடைய உள்ளத்தில் ததும்பியது.

“ரொம்ப வந்தனம்! இதோ புறப்படத் தயார்!" என்று எக்களிப்புடன் சொன்னான்.

“ஆனால், இந்த முக்கியமான கடிதத்தை அவ்வளவு சுலபமாக உம்மிடம் ஒப்புவிக்க முடியாது. அதற்கு முன்னால் உமக்கு ஒரு சோதனை இருக்கிறது. அதில் நீர் தேறியாக வேண்டும். "

சிறிது நேரம் ராகவனுடைய மனதைவிட்டு அகன்றிருந்த சந்தேகங்கள், பயங்கள் எல்லாம் திரும்பவும் அதிவிரைவாக வந்து புகுந்தன.

“என்ன சோதனை?" என்று ஈனஸ்வரத்தில் கேட்டான்.

“நான்கு நாள்களுக்கு முன்பு இங்கு வந்துசேர்ந்த படையில் ஒருவர் மீது பிரிட்டிஷ் ஒற்றர் என்ற சந்தேகம் ஏற்பட்டது. விசாரித்ததில் அது நிச்சயமாயிற்று. நமக்குள்ளே இருந்துகொண்டு ஒற்று வேலை பார்ப்பவர்களுக்கு என்ன தண்டனை தெரியுமல்லவா?"

“தெரியும். மரணதண்டனை!"

“அந்தத் தண்டனையை நீர் நிறைவேற்ற வேண்டும். "

ராகவன் மனதில் பெரும்திகில் உண்டாயிற்று. மேலே எதுவும் பேச முடியாமல் நின்றான்.

“ஒற்று வேலைபார்த்தது ஒரு பெண்; அவள் உமக்கு அறிமுகமுள்ள பெண்தான்!"

ராகவனுக்கு இப்போதுதான் எல்லாம் வெட்டவெளிச்சமாகின. அவள் ரேவதியாகத்தான் இருக்க வேண்டும். சந்தேகமில்லை. `ஆ! இந்தக் கொடிய கிராதகன் இந்த முறையில் இருவர் மேலும் பழிதீர்த்துக்கொள்ளப் பார்க்கிறான். இத்தனை நாள் ஒன்றுமே வெளியில் காட்டிக்கொள்ளாமல் வேஷம்போட்டதெல்லாம் இத்தகைய ஒரு சந்தர்ப்பத்தை எதிர்பார்த்துத்தான்' என்று ராகவன் ஒரு நிமிட நேரம் யோசனை செய்தான். படைத்தலைவர்களின் கட்டளைகளை மறுவார்த்தை பேசாமல் நிறைவேற்றுவதாகச் செய்துகொடுத்த பிரதிக்ஞையை ஞாபகப்படுத்திக்கொண்டான். அதை நிறைவேற்றிவிட்டு, நேதாஜியையும் கடைசி முறையாகத் தரிசித்துவிட்டு, பிறகு தன் சொந்த பழியைத் தீர்த்துக்கொள்வது என்று முடிவுசெய்தான்.

“என்ன யோசனை செய்கிறீர், ஒப்புக்கொள்கிறீரா... இல்லையா?" என்று அதிகாரக் குரலில் கேள்வி வந்தது.

“கட்டளையை நிறைவேற்றுகிறேன்!" என்று ராகவன் பல்லைக் கடித்துக்கொண்டு சொன்னான்.

“ரொம்ப சரி! இதோ துப்பாக்கி. இதில் ஐந்து குண்டுகள் இருக்கின்றன. ஐந்தையும் தீர்த்துவிட வேண்டும். ஒருவேளை கை நடுக்கத்தால் குறி தவற இடமிருக்கக் கூடாதல்லவா?"

இவ்விதம் சொல்லிக்கொண்டே குமரப்பா மேஜை மேல் கிடந்த துப்பாக்கியை எடுத்து நீட்டினார். ராகவன் அதற்குள் மனதைத் திடப்படுத்திக்கொண்டிருந்தான். சிறிதும் கை நடுக்கமின்றித் துப்பாக்கியை வாங்கிக்கொண்டான்.

கேப்டன், ரேவதியின் கண்களைக் கட்டி ஒரு பாறையின் பக்கத்தில் நிறுத்தியிருந்தார்கள்.

ராகவனும் அவளுக்கு எதிரில் முப்பது அடி தூரத்தில் நின்றுகொண்டான். துப்பாக்கியை குறிபார்த்துவிட்டு, கண்களை மூடிக்கொண்டான். விசையை இழுத்தான்.

ஒன்று, இரண்டு, மூன்று, நான்கு, ஐந்து!

ஐந்து வெடியும் ராகவனுடைய தலையின் உச்சியில் ஐந்து இடி விழுந்ததுபோல் வெடித்தன.

அவனுடைய தலை சுழன்றது. மறுபடியும் ஒரு பெருமுயற்சி செய்து சமாளித்துக்கொண்டான். கண்களைத் திறந்து பார்த்தபோது ஏற்கெனவே ரேவதி நின்ற பாறை ஓரத்தில் புகை சூழ்ந்திருப்பதைக் கண்டான். அந்தப் புகையினிடையே தரையில் ஓர் உருவம் கிடந்தது!

அங்கிருந்து கேப்டன் ராகவனை மிக அவசரமாக விமானக்கூடத்துக்கு அழைத்துச் சென்றார்கள்.

அதன் பிறகு அவன் குமரப்பாவைப் பார்க்கவேண்டிய அவசியம் ஏற்படவில்லை. கடிதம் அவனிடம் கொண்டுவந்து கொடுக்கப்பட்டது. விமானம் தயாராக நின்ற இடத்துக்கு அழைத்துச் செல்லப்பட்டான்.

அதன் பிறகு இந்திய தேசிய ராணுவம் தோற்கிறது. நேதாஜி, விமான விபத்தில் மரணமடைகிறார். ராகவன், குமரப்பாவைக் கொன்று தீர்க்கும் பழி உணர்ச்சியுடன் அவரைத் தேடி வட இந்தியாவில் அலைகிறான். கடைசியில் ஒரு ரயில்பெட்டியில் அவரைக் கண்டு சுடப்போகிறான். அப்போது ஆண் வேடத்தில் அவன் கதையை அதுவரை முழுக்கக் கேட்டுக்கொண்டிருந்த ரேவதி உயிருடன் வந்து மீசையை எடுத்துவிட்டு தன்னை அடையாளம் காட்டி குமரப்பாவைச் சுடுவதைத் தடுக்கிறாள்.

பிறகு கணவனும் மனைவியும் ஆனந்தமாக சென்னைக்குச் செல்லும் ரயிலில் ஏறுகிறார்கள். பயணத்தின்போது குமரப்பாவைச் சரியாகப் புரிந்துகொள்ளாமல்போனதைப் பற்றியே பேசிக்கொண்டு போகிறார்கள். அப்போது...

என்னுடைய பெட்டிக்குள்ளே சில நாள்களாக பத்திரப்படுத்தி வைத்திருந்த தினசரிப் பத்திரிகை ஒன்றை எடுத்துக் கொடுத்தேன்.

அதில் வெளியாகியிருந்த ஒரு செய்தியைச் சுட்டிக்காட்டினேன். அதைப் படித்ததும் ராகவனுக்கு எல்லையற்ற வியப்பு ஏற்பட்டது என்பதை அவருடைய முகக்குறி உணர்த்திற்று. மேற்படி பத்திரிகைச் செய்தி வருமாறு...

`இந்திய சுதந்திரப் படையில் மிகவும் பொறுப்புவாய்ந்த பதவி வகித்தவரும் நேதாஜி சுபாஷ் சந்திரபோஸின் பூரண நம்பிக்கைக்குப் பாத்திரமான ஆப்தருமான மேஜர் ஜெனரல் குமரப்பா, சென்னை ஆஸ்பத்திரியில் நேற்று சேர்க்கப்பட்டார். சிகிச்சை எதுவும் பயன்படாமல் இன்று மாலை அவர் மரணமடைந்த செய்தியை அறிந்து பெரிதும் வருந்துகிறோம். '

லெஃப்டினென்ட் கர்னல் ராகவன் மேற்படி செய்தியைத் திரும்பத் திரும்பத் திரும்பப் படித்துப் பெருமூச்சு விட்டார்.

“தேதியைப் பார்த்தீர்களா?" என்று கேட்டேன்.

“ஆம்; ரட்லம் ஜங்ஷனில் நாம் சந்தித்ததற்கு மூன்று தினங்களுக்கு முன்னால்... " என்றார் ராகவன்.

“அன்றிரவு அவரைப் பார்த்தபோதே எனக்கு ஏதோ ஒரு மாதிரி இருந்தது" என்று நான் சொன்னேன்.

“அமரவாழ்வைப் பற்றி ஜெனரல் குமரப்பா கூறியதின் உண்மைப்பொருள் இப்போதுதான் எனக்கு நன்றாய் விளங்குகிறது!" என்றார் என்னுயிர் துணைவர்.

குமரப்பாவாக வந்தது ஆவியா என்கிற குழப்பத்தை வாசகனுக்கு ஏற்படுத்தி, கதையை முடிக்கிறார் கல்கி. கேதாரியின் தாயாரும் அமரவாழ்வும் கல்கியின் எழுத்துக்குச் சரியான அடையாளங்கள் என நான் கருதுகிறேன்.

16
ராஜாஜி

`சபேசன் காபி' என்றால், ஒரு காலத்தில் ராஜதானியெல்லாம் பிரசித்தம். வெள்ளைக்காரர்கள்கூட அதைத் தேடி வாங்குவார்கள். நம்மவர்களைப் பற்றியோ சொல்லவேண்டியதே இல்லை. "கொட்டை வாங்கி எவ்வளவு ஜாக்கிரதையாக வீட்டிலேயே வறுத்துப் பொடி பண்ணினாலும் டப்பாவுக்குள் போட்டுப் பூட்டிய சபேசன் காபிப்பொடிக்குச் சமானமாகாது" என்று மயிலாப்பூர், தியாகராய நகரில் உள்ள எல்லா பெரிய மனுஷாள் வீட்டுப் பெண்டுகளும் சொல்வார்கள்.

1922ஆம் வருடத்தில் சபேசய்யர், காபி வியாபாரத்தை ஆரம்பித்தார். இரண்டு வருடங்கள், கஷ்டமில்லாமல் காலக்ஷேபம் செய்வதே கடினமாக இருந்தது. 1928ஆம் வருடம் மார்ச் மாதத்தில் சுப்புக்குட்டி, சபேசய்யரிடம் குமாஸ்தாவாகச் சேர்ந்தான். அன்று முதல் சபேசன் காபிக்கு நல்ல அதிர்ஷ்டம். ஆறு மாதங்களுக்குள் வியாபாரம் மும்மடங்கு ஆயிற்று. அதன் பிறகு மளமளவென ஏறிற்று. இது சபேசய்யருக்கே வியப்பாக இருந்தது. `எல்லாம் சுப்புக்குட்டியின் அதிர்ஷ்டம்' என்று, அவனிடத்தில் அவருக்கு அளவு கடந்த அபிமானம். வருடத்தில் இரண்டு தடவை சம்பளம் உயர்த்தினார். வேண்டாம் என்றாலும் அவனுக்கு அளவுக்கு மிஞ்சிய சௌகரியங்கள் செய்துகொடுத்தார். சுப்புக்குட்டியின் தங்கைக்கு, செலவு எல்லாம் தாமே செய்து நல்ல இடத்தில் கல்யாணம் முடித்துவைத்தார். அவனை தம்முடன் ஒரு கூட்டாளி என்றே பாவித்துவந்தார், வெறும் குமாஸ்தாவாக எண்ணவில்லை.

சுப்புக்குட்டியின் தாயார், காபிப்பொடி அரைப்பதில் அவனுக்கு ஒரு ரகசியம் சொல்லித் தந்திருந்தாள். அவ்வாறு அரைத்த காபிப்பொடியைப் போட்டு இறக்கிய காபி, மிகுந்த சுவையுடையதாக இருக்கும். சுப்புக்குட்டி, சபேசன் கம்பெனியில் குமாஸ்தாவாகச் சேர்ந்த தறுவாயில் ஒருநாள், சபேசய்யர், சுப்புக்குட்டி வீட்டுக் காபி சாப்பிட்டார். “உங்கள் வீட்டுக் காபியைப்போல் நான் எங்கேயும் சாப்பிட்டதே கிடையாது" என்றார். “வறுப்பதில் ஏதாவது தனி முறையா அல்லது காபிக்கொட்டை உயர்ந்த வகையா? இல்லை. காபி வடிப்பதில் சாமர்த்தியம் ஏதேனுமா?” என்றெல்லாம் சபேசய்யர் சுப்புக்குட்டியின் தாயாரைக் கேட்டு விசாரித்தார். அவள் விவரத்தைச் சொல்லாமல் “அந்த ரகசியம் சுப்புக்குட்டிக்குத் தெரியும்" என்றாள். “இது நம்ப ஆபீஸில் காபி அரைக்கும்போது செய்ய முடியுமோ?” என்று கேட்டார். “ஆகா... செய்யலாம்” என்றாள் சுப்புக்குட்டியின் தாயார்.

அதன் பிறகு சபேசய்யரின் வேண்டுகோளின்படி ஆலையில் காபிப்பொடி அரைக்கும்போது யாருக்கும் தெரியாதபடி சுப்புக்குட்டி போய் செய்யவேண்டியதைச் செய்வான். ரகசியம் சபேசய்யருக்குக்கூடத் தெரியாது. ஒரு சிறு டப்பாவில் தன் வீட்டிலிருந்து ஏதோ கொண்டுவந்து அரைக்கும் கொட்டையில் சேர்க்கிறான் என்பது மட்டும் தெரியும். அது என்னவென்று அவர் கேட்கக் கூடாது. இது அவர்களுக்குள் ஏற்பாடு. வியாபாரம் வெகுவேகமாக வளர்ந்தது. கொள்ளை லாபம். சென்னையில் முதல் தர வியாபாரிகளுக்குள் சபேசய்யரும் ஒருவராகக் கருதப்பட்டார். வியாபாரச் சங்கங்களிலும், பெரிய மனிதர்களுடைய க்ளப்புகளிலும் சபேசய்யர் ஓர் உறுப்பினராகச் சேர்க்கப்பட்டார். ரகசியத்தை அறிய, சில சமயம் சபேசய்யர் பிரயத்தனப்பட்டார். ஆனால். சுப்புக்குட்டியிடம் அவன் தாயார் சபதம் வாங்கியிருந்தாள். யாருக்கும் சபேசய்யருக்குக்கூடச் சொல்வதில்லை என்று சத்தியம் செய்திருந்தபடியால், அவன் சொல்லவில்லை; சபேசய்யரும் வற்புறுத்தவில்லை.

1936ஆம் வருடத்தில் சபேசய்யருக்கு எல்லா செலவும்போய், மாதம் 2, 000 ரூபாய் வருமானத்தில் மீதமிருந்தது. சுப்புக்குட்டிக்கு மாதம் 250 ரூபாய் சம்பளம். சபேசய்யருடைய மோட்டார் வண்டியில் சுப்புக்குட்டி வீட்டுக்குப் போவான். சுப்புக்குட்டியிடம் மிக்க அன்பு பாராட்டிவந்த பழைய நண்பர்களுக்கெல்லாம்,

இப்போது அவன் மீது பொறாமை ஏற்பட்டது. இல்லாத குற்றமெல்லாம் அவனிடம் கண்டார்கள். சபேசய்யருக்கும் சுப்புக்குட்டிக்கும் இடையில் விரோதம் உண்டுபண்ணப் பார்த்தார்கள்.

“அவன் தனியாகக் கடை போடப்போகிறான்" என்று ஒருவர் சபேசய்யரிடம் போட்டுவைத்தார். இன்னொருவர், “அது உண்மைதான் நானும் கேள்விப்பட்டேன்" என்றார். சபேசய்யரின் மனதில் குரோதம் வளர்ந்தது. சுப்புக்குட்டிக்கு உடல்நலக் குறைவு ஏற்பட்டது. அவனுக்கு லீவு கொடுக்க மறுக்கிறார். “காபிப்பொடியின் ரகசியம் சொல்லு, லீவு தருகிறேன்" என்று பிடிவாதம் பிடிக்கிறார். சுப்புக்குட்டி வேலையை ராஜினாமா செய்துவிட்டு, வீடு போகிறான். ஐந்தாறு மாதங்களில் சபேசய்யரின் காபி வியாபாரம் படுத்துவிடுகிறது. ஜனங்கள் 'வீட்டில் அரைத்த காபி மாதிரி ஆகுமா!' என, கொட்டையை வாங்கி அரைக்க ஆரம்பிக்கிறார்கள்.

இப்போது சுப்புக்குட்டியின் நண்பர் விசுவநாதராவ், காபிக்கடையில் சுப்புக்குட்டியைச் சேர்த்துக்கொள்கிறார். 'நடேசன் காபி' என அதற்கு பெயர் வைக்கிறார்கள். சீக்கிரமே அந்தக் கடை அமோகமாக வளர்கிறது. சபேசய்யர், ஹைக்கோர்ட்டில் வழக்கு தொடுத்தார். 'டப்பாக்களின் வடிவம், பெயர், படம் எல்லாம் நம் காபிப்பொடி டப்பாக்களின் உருவமே. இதனால் ஜனங்கள் ஏமாந்து, தன் வியாபாரம் கெட்டுவிட்டது' என தடை உத்தரவுக்கும் நஷ்டஈடுக்கும் ஹைகோர்ட்டில் வழக்கு ஒரு வருடம் நடந்தது. முடிவில் சபேசய்யர் ஜெயித்தார். ஆனால், பரிதாபம் கோர்ட் தீர்ப்பு அமலாவதற்குள் மாரடைப்பில் அவர் மாண்டுபோகிறார். ராவ், மீண்டும் சுப்புக்குட்டியின் உதவியுடன் தொழிலை நடத்துகிறார். ஆனாலும் காபிப்பொடி ரகசியம் எப்படியோ கசிந்துவிடுகிறது.

ஊரெல்லாம் 'இந்தச் சபேசன் காபிப்பொடியில சீக்காய்ப்பொடி கலப்பாமே?' எனப் பேச ஆரம்பித்தார்கள். 'ஒரு டப்பாவில் கால் பங்கு சீக்காய்ப்பொடியாமே!' என்று சொல்லிக்கொண்டார்கள். பிறகு, 'சபேசன் காபி', 'நடேசன் காபி' இரண்டுமே ஜனங்களுக்குப் பிடிக்கவில்லை. டப்பாப்பொடி போட்டுச் செய்த காபியைக் குடித்தவர்கள், தேசத்தில் பலவித அசௌகரியங்கள் காண ஆரம்பித்தனர். சிலருக்கு வயிற்றுச் சிக்கல் உண்டாயிற்று. சிலர் “பேதியாயிற்று" என்றார்கள். சிலர் குடித்தவுடன் வாந்திகூட எடுத்துவிட்டார்கள். இதன் விளைவாக பெரிய மனிதர்கள்

எல்லோரும் வீட்டிலேயே கொட்டை வறுத்துப் பொடி செய்ய ஆரம்பித்துவிட்டார்கள். உண்மையில், சுப்புக்குட்டி சேர்த்துவந்தது ஒரு டப்பா காபிப் பொடிக்கு ஒரு சிறு தேக்கரண்டி சீக்காய்ப் பொடிதான். இவ்வளவு நாள் நன்றாக இருந்ததென்று குடித்தவர்களுக்கு, இப்போது ஏனோ அதைத் தாங்க முடியவில்லை. மூளையில் உண்டாகும் எண்ணங்களுக்கு அபார சக்தி உண்டு. இதையும் செய்யும்... இதற்கு மேலேயும் செய்யும்!"

இது, ராஜாஜி எழுதிய புகழ்பெற்ற 'சபேசன் காபி' என்ற கதை. சமூக உளவியல் குறித்தான கதை இது. குடித்துக்கொண்டிருந்த காலமெல்லாம் ஒன்றுமே செய்யாத காப்பிப்பொடி சீயக்கய்ப்பொடி கலந்தது என்கிற விஷயம் பரவியவுடன் மக்களுக்கு வயிற்றைக் கலக்கிவிடுவதும் வாந்தி எடுப்பதுமான உடல் உபாதைகள் வந்து சேர்கின்றன. சமூக உளவியலைப் படம் பிடிக்கும் கச்சிதமான கதை இது.

இந்தியாவின் முதல் கவர்னர் ஜெனரலாக 1948 முதல் 1950 வரை பொறுப்பில் இருந்தவரும், 1952 முதல் 1954 வரை தமிழகத்தின் முதலமைச்சராக இருந்தவரும், 1955ஆம் ஆண்டில் பாரத ரத்னா விருதுபெற்ற முதல் இந்தியருமான மூதறிஞர் ராஜாஜியை, ஒரு சிறுகதை எழுத்தாளராக இலக்கிய உலகம் போற்றுவதில்லை. அறிஞர் அண்ணாவுக்கு நேர்ந்த கதிதான் மூதறிஞருக்கும் ஏற்பட்டது.

டிசம்பர் 1921 முதல் மார்ச் 1922 வரை மூன்று மாதங்கள் சிறையில் அடைப்பட்டுக்கிடந்த ராஜாஜி, வெளியே வந்ததும் 'சிறையில் தவம்' எனும் நூலை எழுதி எழுத்தாளரும் நூலாசிரியரும் ஆனார்.

தமிழிலும் ஆங்கிலத்திலும் 40 நூல்கள் எழுதியுள்ளார். கவிதை, கதை, நாவல் என எல்லா வடிவங்களிலும் எழுதினார். சமய, இதிகாச, தத்துவ எழுத்தில் ஒரு புதிய பாணியைப் படைத்தார்.

ஏராளமான சிறுகதைகள் எழுதிய ராஜாஜிக்கு, கதைக்கொள்கையைப் பொறுத்தவரையில் தெளிவான சிந்தனையும் கோட்பாடும் உண்டு. சிறுகதை வேறு, நாவல் வேறு என்பதையும் இரண்டுக்கும் உள்ள வித்தியாசத்தையும் அவர் மிகக் கச்சிதமாக அறிந்துவைத்திருந்தார். 1948ஆம் ஆண்டில் கோலாலம்பூரிலிருந்து வெளியான 'தமிழ்ச் சுடர்' மாத இதழில், சிறுகதைப் பண்பு குறித்து ராஜாஜி எழுதிய கட்டுரை வந்தது.

`நீண்ட கதை எழுதுவதற்குவேண்டிய பொறுமையும் அவகாசமும் இல்லாமல் சுருக்கமாக எழுதப்பட்ட கதை சிறுகதை ஆகும் என்று யாராவது எண்ணினால், அது தவறாகும். சிறுகதை வேறு, பெருங்கதை வேறு. அளவு வித்தியாசம் மட்டுமல்ல, வகையே வேறு. ஆலமரம், புளியமரம் முதலிய மரங்கள் ஒரு சாதி, கிளைகளின்றி ஒரே தண்டாக வளரும் தென்னை, பனை, கமுகு முதலிய மரங்கள் வேறு சாதி. அதைப்போல் சிறுகதை வேறு, பெருங்கதை வேறு.

சிறுகதை நெடுங்கதையைப்போல் நீடித்த ஒரு காலப்போக்கையோ அல்லது ஒரு கதாநாயகனுடைய வாழ்க்கை முழுவதையுமோ சித்திரிக்காது. தனிப்பட்ட ஒரு சந்தர்ப்பத்தை மட்டிலும் எடுத்துக்கொண்டு சித்திரிப்பது சிறுகதை. சிறுகதையில் நிகழ்ச்சிச் செறிவு அதிகமாகக் காணப்பட மாட்டாது. சம்பவங்கள் குறைந்த எண்ணிக்கையாய்த்தான் இருக்கும். ஆனால், கதைக்கட்டு சாமர்த்தியமாகப் பதிந்திருக்கும். பாத்திரங்கள் பளிச்செனத் தூக்கிக்காட்டும் குண விசேஷங்களுடன் இருக்கும். நல்ல சிறுகதைக்கு அடையாளம் ஒன்றே. அதைப் படித்து முடிக்கும்போது நல்லவர்களுடைய மனதில் மகிழ்ச் சி தோன்றி உள்ளம் பூரிக்கும்.'

மதுவிலக்குப் பிரசாரம், தீண்டாமை ஒழிப்பு போன்ற அன்றைய காங்கிரஸ் கட்சியின் நடவடிக்கைகளுக்குத் துணையாகப் பிரச்சாரம் செய்யும் நோக்குடன் நிறைய கதைகள் எழுதியவர் ராஜாஜி. அவர் எப்போதுமே ஓர் ஒழுக்கவாதி. ஆகவே, சிறுகதை உள்ளிட்ட எந்தப் படைப்பானாலும் அவசியம் ஒரு நீதி இருக்க வேண்டும் என்பதை அவர் வற்புறுத்துவார். அதனால் அவருடைய கதைகளில் பிரசார தொனி சற்றுத் தூக்கி நிற்கும். ஆனால், `சபேசன் காபி'போல அத்தகைய பிரசாரம் ஏதுமில்லாத வாழ்க்கைக் கதைகளையும் அவர் சுவைபட எழுதியிருக்கிறார்.

"ரகுராம அய்யருக்குச் சின்ன வயதிலிருந்தே திருட்டுப் பழக்கம் உண்டு. ஒருமுறை ரயில் பயணத்தில் அரசு அதிகாரியின் சட்டைப் பையிலிருந்தே களவு எடுக்கும் அளவுக்குத் திருட்டுப்புத்தி. இத்தனைக்கும் அவர் வக்கீலுக்குப் படித்தவர். ஆனால், திருட்டுப் பழக்கம் எப்படியோ ஒட்டிக்கொண்டுவிட்டது.

வாழ்க்கையில் அவர் படிப்படியாக உயர்ந்து வருகிறார். ஒருநாள், அவருடைய சட்டையைச் சலவைக்குக் கொடுக்கிறார். அதில் மறதியாக சட்டைப்பையில் பத்து ரூபாய் இருந்துவிடுகிறது.

சலவை செய்து கொண்டுவரும்போது சலவைத் தொழிலாளியான சின்னசாமி அந்தப் பத்து ரூபாயை அய்யரிடம் திருப்பித் தந்துவிட்டுச் சொல்கிறார், (ராஜாஜி 'சொல்கிறான்' என்று அக்கால வழமைப்படிதான் எழுதியிருக்கிறார்) "பாடுபட்டுச் சம்பாதிக்கலாம். இன்னொருத்தர் சொத்து நமக்கு என்னத்துக்குங்க சாமி? திருட்டுச் சொத்து நிக்குமா?" இதுகாறும் தவறு செய்துவந்த ரகுராம அய்யர், சின்னச்சாமியின் செய்கையால் மனம் திருந்துவதாக கதை முடிகிறது. ராஜாஜியின் 'வண்ணான் சின்னசாமி' கதையின் சாரம் இது. அவருடைய நீதி சொல்லும் சிறுகதைகளுக்கு, இது ஓர் உதாரணம். 'குப்பையிலே குருக்கத்தி', 'ஜெயராமையர்' போன்றவையும் இந்த வகையிலான கதைகள். ராஜாஜி வக்கீலாக இருந்ததாலோ என்னவோ, அவருடைய பெரும்பாலான கதைகளில் ஒரு வக்கீல் வந்து நின்றுவிடுகிறார்.

மடத்துக்கு அடுத்து இருக்கும் ஒரு வீட்டில் அழுகின்ற ஒரு நாயின் துயரத்தைத் தன் மனதில் ஏற்றுக்கொண்டு, அதன் துயரத்தைத் தீர்க்கும் வழி தெரியாமல் தத்தளிக்கும் மனிதராக வேங்கடேச சாஸ்திரியையும், இதைப் பற்றியெல்லாம் கவலைப்படாமல், புத்தக ஞானமே பெரிது என வாழும் இன்னொரு சீடரான சர்மாவையும் படைத்து இவர்களுக்கிடையிலான உணர்வுபூர்வமான வேறுபாடுகளை மையமாகக்கொண்டு உயிராபிமானத்தைச் சொல்லும் கதையாக 'அத்துவைத ஆராய்ச்சி'யை எழுதியிருக்கிறார்.

'ராஜாஜி கதைகள்', 'பாற்கடல்', 'பிள்ளையார் காப்பாற்றினார்', 'நிரந்தரச் செல்வம்' ஆகிய தொகுதிகளிலும் தனியாகவும் என 60-க்கு மேற்பட்ட சிறுகதைகளை ராஜாஜி எழுதியிருக்கிறார். மணிக்கொடியும், ஆனந்த விகடனும் சிறுகதைக்கு இடம் கொடுக்கத் தொடங்கும் முன்னரே ராஜாஜி கதை எழுதத் தொடங்கிவிட்டார் என்பது குறிப்பிடத்தக்கது. 1929ஆம் ஆண்டில் மதுவிலக்குப் பிரசாரத்துக்காகவே அவர் தொடங்கிய 'விமோசனம்' இதழில் அவர் கதைகள் எழுதினார். பத்து இதழ்கள் வந்தன. அதில் அவரும் தி. ஜ. ர. , கல்கி, சதாசிவம், நாமகிரி போன்றோரும் கதைகள் எழுதினர்.

'தமிழில் சிறுகதை வரலாறும் வளர்ச்சியும்' என்ற நூலில் 'தமிழில் சிறுகதை என்ற புதிய கலை வடிவம் தோன்றி சில ஆண்டுகளே ஆகியிருந்த அந்தத் தொடக்க நாள்களிலேயே அந்தப் புதிய கலை வடிவத்தை ஆளத் தொடங்கி, அதுவரையிலும்

சிறுகதை எழுதிய யாரும் சிந்திக்காத புதிய துறைகளில் சிந்தனையைச் செலுத்தி கதைகளை எழுதியவர் ராஜாஜி. இதனால்தான் 'சிறுகதைப் பொருள் விரிவுக்குச் சேவை செய்தவர்' என்றும், 'அரசியல் கொள்கைகளை மக்களிடையே பரப்பும் ஆக்க இலக்கியத்தைச் சிருஷ்டித்த சமீப கால எழுத்தாளர்களில் முக்கியமானவர்' என்று சிட்டியும் சிவபாதசுந்தரமும் குறிப்பிடுகின்றனர்.

மார்க்ஸிய அறிஞரான இலங்கைப் பேராசிரியர் கா. சிவத்தம்பி, தன்னுடைய 'தமிழில் சிறுகதையின் தோற்றமும் வளர்ச்சியும்' என்ற நூலில்,

'ஆரம்ப காலத்தில் எழுதப்பட்ட கதைகள், பிற்காலத்தில் எழுதப்பட்ட கதைகளிலும் பார்க்க உருவ அமைதிச் சிறப்புக்கொண்டவையாக விளங்குகின்றன. ஆரம்ப காலத்துக் கதைகளில், சம்பவத்துக்கு முக்கியத்துவம் கொடுத்து லட்சியத்தை வற்புறுத்திவந்தார். ஆனால், பிற்காலப் பிரிவில் எழுதிய கதைகளில் கருத்தையே பிரதானமாகக்கொண்டு எழுதினார். எனவே, அவரது பிற்காலக் கதைகள் அளவால் குறுகியனவாகவே உள்ளன. கருத்தையே முக்கியமானதாகக்கொண்டதால் கதை கூறும் முறைமையிலும் மாற்றம் ஏற்பட்டது. கதைகளில் சம்பவ வளர்ச்சிக்கு முக்கியத்துவம் கொடுக்கவில்லை. கருத்தையே கதையின் பிரதான அம்சமாகக்கொண்டு ராஜாஜி எழுதியதால், அவர் கையாளும் உரைநடை உணர்ச்சிப் புலப்பாட்டைக் காட்டாது தர்க்கரீதியான அமைப்பைக்கொண்டதாக விளங்கும்.

ராஜாஜியின் அறிவு முதிர்ச்சிக்கு மக்களிடத்தில் இருந்த செல்வாக்கே அவரது எழுத்துகளுக்கு மதிப்பைக்கொடுத்தது. அரசியலில் இருந்த புகழால் இலக்கியத் துறையில் பெரும்பெயர் பெற்ற ராஜாஜி, தமது எழுத்துத்திறனால் இலக்கியத் துறையிலும் தமக்கு நிரந்தரமான ஓர் இடத்தைப் பெற்றுக்கொண்டார். 'சமீபகால இலக்கிய வரலாற்றில், அரசியலை இலக்கியத்துக்குள் கலந்தோருள் ராஜாஜி முதன்மையானவர்' என்று சரியாகக் குறிப்பிடுகிறார்.

தன்னுடைய கதைகள் பற்றி ராஜாஜியே சொன்ன வாசகங்கள், இந்த இடத்தில் முக்கியத்துவம் பெறுகின்றன. "இந்தச் சிறுகதைகளிலே, பெரியவருக்காக எழுதியவை, சிறியவருக்காக எழுதியவை, இரண்டு வகைக் கதைகளிலுமே கலையம்சம் குறைவாக இருக்கலாம். எனது சிறுகதை உத்தியில் இலக்கிய

மதிப்பீட்டாளர்கள் குறைகூடச் சொல்லலாம். ஆனால், அந்தக் குற்றச்சாட்டை நான் பொருட்படுத்தவில்லை. ஏனென்றால், இந்தக் கதைகளெல்லாம் நான் வெறும் பொழுதுபோக்காக எழுதவில்லை. என் நாட்டு மக்களுக்கு என்னுடைய எந்தக் கருத்து நன்மைபயக்குமோ, மக்களின் முன்னேற்றத்துக்கு எந்த அனுபவ உண்மை பயன்படுமோ அதைக் கதைபோலச் சொல்ல வேண்டும் என்பதே என்னுடைய நோக்கம். வெறும் கதையழகு, கலையழகுக்காக நான் இவற்றை எழுதவில்லை. என் அனுபவத்தில் நான் கண்ட சில உண்மைகளை என் நாட்டு மக்களுக்குச் சொல்கிறேன், அவ்வளவே. ”

ஆனால், இந்த வாதம் எனக்கு ஏற்புடையதாக இல்லை. கலையழகோடு கருத்தைச் சொன்னால் இன்னும் ஆழமாக வாசக மனங்களில் தாக்கத்தை ஏற்படுத்தும் என்பதுதானே உண்மை. கருத்தையும் கலையமைதி/கலையழகு இரண்டையும் எதிரெதிராக நிறுத்துவது எந்த வகையிலும் நியாயமல்ல. உயிரைப் பிழிந்து கதை எழுதிய கு. ப. ரா-வின் கதைகளை வெறும் ஒழுக்க மீறல் கதைகளாகப் பார்த்து அதிர்ச்சியடைந்தவர் ராஜாஜி என்பதும் இங்கே குறிப்பிடவேண்டிய செய்தி. 'சொல்வதை'விடவும் 'உணர்த்துவதே' அவர் சொல்லும் 'பயன்பாட்டுக்கும்' பொருத்தமானது. அன்று முதல் இன்று வரை மதுவிலக்குப் பிரசாரக் கதைகள் எத்தனை வந்துவிட்டன? குடிப்பழக்கம் அதனால் குறைந்துவிட்டதா என்ன? அத்தகைய கதைகள் எவர் மனதைத் தொட்டன?

ஆச்சர்யம் என்னவெனில், அந்தக் காலத்தில் ராஜாஜியின் உயிர்த்தோழராக விளங்கிய கல்கியை, பரம வைரியாக பாவித்துத் தன் கட்டுரைகளில் சாகும் பரியந்தம் உரித்தெடுத்த புதுமைப்பித்தன், ராஜாஜியின் எழுத்துகள் மீது மென்மையான அணுகுமுறையும் பார்வையும் கொண்டிருந்தார் என்பதுதான்.

“எனக்கு ஒரு சப்-ரெஜிஸ்தாரைக் கண்டால் எப்போதும் பயம். அவருக்கு வயதும் அனுபவ முதிர்ச்சியின் எல்லையைக் காண்பிப்பது. அவர் 'காம்பு' செய்யும் இடங்களில் எல்லாம் தமது ரெஜிஸ்திரார் உத்தியோகத்தின் செல்வாக்கை உபயோகித்து, கம்பராமாயணப் பிரசங்கம் செய்துவருவார். அந்த நண்பரின் பிரசங்கங்களைக் கேட்கும் அனுபவம் எனக்கு உண்டு. அதிலிருந்துதான் எப்போதும் இந்த பயம்.

அதிலிருந்து குறிப்பிட்ட ஒரு துறையில் பிரபலமோ அதிகாரமோ பெற்றிருக்கும் ஒருவர், வேறு ஒன்றில் ஈடுபட்டு நமது மதிப்பைப் பெற வேண்டும் என்று முயன்றால், அவரைவிட்டு ஒரு காத வழி விலகிச் செல்வதே எனது பழக்கம்.

அதற்கு ஒரு விதிவிலக்கு, ஸ்ரீ சக்கரவர்த்தி ராஜகோபாலாச்சாரியார்.

"ராஜாஜியின் கதைகளைப் பொறுத்தவரையில், அவை யாவும் பிரசாரக் கதைகள் என்று ஒரேயடியாகச் சொல்லிவிடலாம். ஆனால், பிரசாரப் போக்கினால் அவற்றின் நயம் சிறிதும் குறைந்துவிடவில்லை. நான் சொல்வதற்கு விதிவிலக்காக, இரண்டோர் உதாரணங்களும் இருக்கின்றன. ஆனால், பொதுவாக அவரது கதைநயம் பிரசாரத்தினால் சுவை குறைந்திடவில்லை" என்கிற புதுமைப்பித்தனின் கருத்து, கவனமாகச் செதுக்கப்பட்டது என்பது தெரிகிறது. இதே புதுமைப்பித்தன் "12. 2. 1946ஆம் ஆண்டில் மீ. ப. சோமசுந்தரத்துக்கு எழுதிய கடிதத்தில் தமது 'பத்திய வஸ்துக்கள்' என்ற பட்டியலில் ரவா உப்புமா, போண்டா சாம்பாரோடு ராஜாஜி கதைகளையும் சேர்த்து எழுதியுள்ளார். இவற்றை அனுபவித்தால் நோய்தான்" என்கிறார். தனிமனிதர்களை அனுசரித்து புதுமைப்பித்தனின் அளவுகோல் மாறுபடுவதை ஆய்வாளர் ராஜ்கௌதமன் சரியாகச் சுட்டிக்காட்டுகிறார் (புதுமைப்பித்தன் எனும் பிரம்ம ராச்சஷ் நூல்-ராஜ்கௌதமன்.)

மேலும், ராஜ்கௌதமன் குறிப்பிடுவது, "ராஜாஜியின் ஏனைய கதைகள் குடியின் கேடு, அந்நியப்பொருள் மோகம், சூதின் கேடு, உள்நாட்டுக் கைத்தறி நெசவின் வீழ்ச் சி, கைராட்டை நூல், கைத்தறித் துணி, கதராடை ஆகியவற்றின் பெருமை, தீண்டாமை ஒழிப்பு, அரிஜன ஆலயப் பிரவேசம் ஆகிய காந்தியக் கருத்துகளின் விவரிப்புகளே. பிரசாரத்தை நீக்கிவிட்டுப் பார்த்தால், ராஜாஜி கதைகளில் குறிப்பிடத்தக்கது அவற்றின் கதை அம்சமே. புதுமைப்பித்தனும் சில கதைகளில் காந்தியக் கருத்துகளைக் கையாள்கிறார். ராஜாஜி கதைகளில் கருத்துக்கள் பாத்திரங்களை நடத்திச் செல்கின்றன. புதுமைப்பித்தன் கதைகளில் கருத்துக்கள் கலாபூர்வமாக விவாதிக்கப்படுகின்றன. மனிதமயமாக்கப்படுகின்றன."

ராஜாஜி தொடர்ந்து சிறுகதைகள் எழுதவில்லை.

1954ஆம் ஆண்டில் சென்னை முதலமைச்சர் பதவி காமராஜிடம் கைமாறியபோது, ராஜாஜிக்கு வயது 76. அதன்பிறகு ராமாயணத்துக்கு புத்துயிர் கொடுக்கும் முயற்சியில் இறங்கினார். 'பெரியார்

ராமாயணத்தைக் கிழி கிழி எனக் கிழித்துக்கொண்டிருந்த காலத்தில், அதற்கு எதிர்வினையாகவே ராஜாஜி இதைச் செய்தார்' என்ற கருத்து உண்டு. 'கல்கி' வார இதழில் 23 மே 1954 முதல் 6 நவம்பர் 1955 வரை 'சக்கரவர்த்தித் திருமகன்' எனும் பெயரில் ராமாயணச் சுருக்கத்தைத் தொடராக எழுதினார். ராஜாஜியின் தந்தை பெயர் சக்கரவர்த்தி வேங்கடார்யா ஐயங்கார். ஆகவே, 'சக்கரவர்த்தித் திருமகன்' எனும் தலைப்பு ஒருவகையில் ராஜாஜிக்கேகூடப் பொருத்தமானதுதான் என்றெல்லாம், அவரது அன்பர்கள் பேசினர். அந்தத் தொடர் மலிவுப் பதிப்பாக 1956 மார்ச் மாதம் ஒரு ரூபாய் விலையில் நூலாக வந்தபோது, தொடர்ந்து 33 பதிப்புகள் கண்டு லட்சக்கணக்கான பிரதிகள் விற்றுத் தமிழ்ப் புத்தக விற்பனையில் சரித்திரம் படைத்தது. அதுமட்டுமன்று, அதற்கு சாகித்திய அகாடமி பரிசும் 1958ஆம் ஆண்டில் கிடைத்தது. 'பழைய இதிகாசம் ஒன்றைச் சுருக்கி எழுதியதற்கு, பரிசா?!' என்று இலக்கியவாதிகள் வெகுண்டனர். அகாடமியின் போக்கைக் கண்டித்து விஜயபாஸ்கரன் நடத்திய இடதுசாரி இதழான 'சரஸ்வதி' இதழில் க. நா. சுப்பிரமணியம், தொ. மு. சி. ரகுநாதன், டாக்டர் எஸ். ராமகிருஷ்ணன் முதலானோர் எழுதினர். சாகித்திய அகாடமியின் விருது வரிசையில் மூன்றாவதாகப் பரிசு வாங்கியவர் ராஜாஜி. முதல் விருது 1955ஆம் ஆண்டில் ரா. பி. சேதுப்பிள்ளையின் 'தமிழின்பம்' கட்டுரைத் தொகுப்புக்குக் கிடைத்தபோதே சலசலப்பு எழுந்தது. இரண்டாவது விருது, ராஜாஜியின் சீடர் கல்கி கிருஷ்ணமூர்த்திக்கு 1956ஆம் ஆண்டில் 'அலை ஓசை' நாவலுக்காக வழங்கப்பட்டது.

'குழந்தைகளுக்கான கதைகளும் எழுதினார் ராஜாஜி. சிறுவர்களை ஒன்றும் அறியாதவர்கள், அவர்களுக்குப் பெரியவர்களின் உபதேசம் தேவை என்ற எண்ணத்தை, முற்றிலும் இந்தக் கதைகளில் உடைத்துவிட்டார் ராஜாஜி. நன்கு புரிந்துகொள்ளக்கூடிய பக்குவமுடையவர்களை வைத்துக்கொண்டே கதைகளைச் சொல்லியிருக்கிறார்' என்று ராஜாஜியைப் பற்றி இந்திய இலக்கியச் சிற்பிகள் வரிசையில் நூல் எழுதிய ஆர். வெங்கடேஷ் குறிப்பிடுகிறார்.

ராஜாஜி-கல்கி-சதாசிவம்-எம். எஸ். சுப்புலட்சுமி-ரசிகமணி ஆகியோர் நட்சத்திர நண்பர்களாக அன்றைய நாட்களில் மதிக்கப்பட்டவர்கள்.

ராஜாஜி கவிஞர் அல்லர். ஆனால், சில பாடல்களை எழுதியுள்ளார். அவர் எழுதி இசைக்குயில் எம். எஸ். சுப்புலட்சுமி பாடி உலகெங்கும் புகழ்பெற்ற ஒரு பாடல் `குறை ஒன்றும் இல்லை மறைமூர்த்தி கண்ணா... ' என்ற பக்திப்பாடல்.

ராஜாஜி புனைந்த அந்தப் பக்திப்பாடலின் பின்னணியில், சோகமான ஒரு முரணைக் குறிப்பிடுவர் சிலர். ராஜாஜி, தம் 37ஆம் வயதில் மனைவி அலர்மேல்மங்கையை இழந்தார். அப்போது அவருடைய கடைக்குட்டி லட்சுமிக்கு மூன்று வயது. மூத்த மருமகன் வரதாச்சாரி இறந்தபோது, மகள் நாமகிரிக்கு 26 வயது. இளைய மருமகன் தேவதாஸ் காந்தி மறைந்தபோது, மகள் லட்சுமிக்கு 45 வயது. காந்திஜியின் மகன்தான் தேவதாஸ். இத்தகைய இழப்புகளையும் வாழ்க்கையில் பல இடர்களையும் சோதனைகளையும் சந்தித்தவண்ணம் இருந்த அவரால், `குறை ஒன்றும் இல்லை... ' என்று எப்படிப் பாட முடிந்தது என்பதை அதிசயமாகப் பார்த்தவர் பலர்.

`குறை ஒன்றும் இல்லை மறைமூர்த்தி கண்ணா
குறை ஒன்றும் இல்லை கண்ணா...
குறை ஒன்றும் இல்லை கோவிந்தா
குறை ஒன்றும் இல்லை மறைமூர்த்தி கண்ணா
குறை ஒன்றும் இல்லை கண்ணா...
குறை ஒன்றும் இல்லை கோவிந்தா
கண்ணுக்குத் தெரியாமல் நிற்கின்றாய் கண்ணா
கண்ணுக்குத் தெரியாமல் நின்றாலும் எனக்குக்
குறை ஒன்றும் இல்லை மறைமூர்த்தி கண்ணா
வேண்டியதைத் தந்திட வேங்கடேசன் என்றிருக்க
வேண்டியது வேறில்லை மறைமூர்த்தி கண்ணா
மணிவண்ணா மலையப்பா கோவிந்தா கோவிந்தா கோவிந்தா கோவிந்தா

திரையின் பின் நிற்கின்றாய் கண்ணா கண்ணா திரையின் பின் நிற்கின்றாய் கண்ணா - உன்னை
மறையோதும் ஞானியர் மட்டுமே காண்பார்
திரையின் பின் நிற்கின்றாய் கண்ணா - உன்னை
மறையோதும் ஞானியர் மட்டுமே காண்பார்

என்றாலும் குறை ஒன்றும் எனக்கில்லை கண்ணா
என்றாலும் குறை ஒன்றும் எனக்கில்லை கண்ணா
குன்றின்மேல் கல்லாகி நிற்கின்ற வரதா
குன்றின்மேல் கல்லாகி நிற்கின்ற வரதா
குறை ஒன்றும் இல்லை மறைமூர்த்தி கண்ணா
குறை ஒன்றும் இல்லை மறைமூர்த்தி கண்ணா
மணிவண்ணா மலையப்பா கோவிந்தா கோவிந்தா கோவிந்தா கோவிந்தா
கலிநாளுக்கிரங்கி கல்லிலே இறங்கி
நிலையாகக் கோயிலில் நிற்கின்றாய் கேசவா
கலிநாளுக்கிரங்கி கல்லிலே இறங்கி
நிலையாகக் கோயிலில் நிற்கின்றாய் கேசவா
குறை ஒன்றும் இல்லை மறைமூர்த்தி கண்ணா
யாதும் மறைக்காத மலையப்பா
யாதும் மறைக்காத மலையப்பா உன் மார்பில்
ஏதும் தர நிற்கும் கருணைக் கடல் அன்னை
என்றும் இருந்திட ஏது குறை எனக்குன்றும் இருந்திட ஏது குறை எனக்கு
ஒன்றும் குறையில்லை மறை மூர்த்தி கண்ணா
ஒன்றும் குறையில்லை மறை மூர்த்தி கண்ணா
மணிவண்ணா மலையப்பா கோவிந்தா கோவிந்தா கோவிந்தா கோவிந்தா
கோவிந்தா கோவிந்தா கோவிந்தா கோவிந்தா'

10-12-1878ஆம் ஆண்டில் பிறந்த ராஜாஜி, 25-12-1972ஆம் ஆண்டில் காலமானார்.

17

அநுத்தமா

இன்றைய தலைமுறை வாசகர்களுக்கு அநுத்தமாவைத் தெரிந்திருக்க வாய்ப்பில்லை. என் தலைமுறையிலும், ஏன் நானும்கூட அவருடைய பெயரை அறிந்திருந்தேனேயொழிய அவருடைய சிறுகதைகளை வாசித்ததில்லை. `மணிக்கொடி'ப் பாரம்பர்யத்தையும் `தாமரை', `சரஸ்வதி' பாரம்பர்யத்தையுமே பெரிதாக எண்ணிய நாங்கள், `கலைமகள்', `விகடன்' பாரம்பர்யத்திலும் திராவிட இயக்கப் பாரம்பர்யத்திலும் வளர்ந்த எழுத்தாளர்களை அவ்வளவாக வாசித்ததில்லை; வாசிப்பதில்லை. அது ஒரு மனவியாதி என்பதை, மிகத் தாமதமாகவே நான் உணர்ந்தேன்.

தவிர, அநுத்தமா அதிக காலம் கல்கத்தாவிலேயே வாழ்ந்து அங்கு இருந்தபடியே எழுதியவர் என அறிகிறோம். அவருடைய `நைந்த உள்ளம்' நாவல் மிகப் பிரசித்தம். `கேட்ட வரம்' நாவல், காஞ்சிப் பெரியவருக்கு மிகவும் பிடித்த நாவல் `கேட்ட வரம்', பாளையம் என்ற ஊரில் நடைபெறும் பஜனை சம்பிரதாய நெறி பற்றிப் பேசும் நாவல்.

`காஞ்சி மகா ஸ்வாமிகள், இவரை ` `கேட்ட வரம்' அநுத்தமா' என்றுதான் அழைப்பாராம். இவரது எழுத்துகளைப் போற்றி, சமீபத்தில் காஞ்சிப் பெரியவர்கள் இருவரும் இவரைப் பாராட்டி நற்சான்றிதழ் அளித்து ஆசி வழங்கியுள்ளனர். இந்திய நாட்டின்

மிகப்பெரிய விருதுகளையும் பட்டங்களையும் வழங்கும் தலைவர்களே, காஞ்சி மகானின் ஆசியைத் தேடி காஞ்சிபுரம் வருகின்றனர். ஆனால், அந்தக் காஞ்சி மகான் 'அநுத்தமா'வுக்குப் பட்டமும் ஆசியும் வழங்கினார். இதுவே இவரது எழுத்துக்குக் கிடைத்த முத்திரை' என்று அவருடைய ஐந்து சிறுகதைத் தொகுப்புகளுக்குமான பதிப்புரையில் கலா நிலையம் பதிப்பகத்தார் குறிப்பிட்டுள்ளனர்.

காஞ்சிப் பெரியவரைச் சந்தித்த இரு அனுபவங்களைப் பற்றி அநுத்தமா எழுதிய உணர்ச்சிகரமான கட்டுரை ஒன்று இணையத்தில் காணக் கிடைக்கிறது. ஆகவே, இவர் அக்கரையில் நிற்பவர் என்று புறம்தள்ளுவது நியாயமில்லை. 40-களில் வாசிப்பும் இலக்கியப் பரிச்சயமும் வாய்க்கப் பெற்ற உயர்சாதி வகுப்பைச் சேர்ந்த பெண்கள்தாம் ஆரம்பத்தில் எழுத வந்தனர். அதிலும்தான் எத்தனை பேரால் தொடர்ந்து எழுத முடிந்தது. அன்றைய சமூகத்தின் பிடிக்குள் நின்றுகொண்டே இலக்கியம் படைக்கவேண்டியிருந்ததையும் நாம் கணக்கில்கொள்ள வேண்டும்.

மறுபதிப்பாக அவருடைய கதைகளை ஐந்து தொகுப்புகளாக கலா நிலையம் வெளியிட்டுள்ளது. ருசியான கதைகள், அற்புதமான கதைகள், பிரமாதமான கதைகள், படு பேஷான கதைகள், அழகான கதைகள் என, இந்தத் தொகுப்புகளுக்கு பெயர் சூட்டியுள்ளார்கள். இப்படியெல்லாம் பேர் சூட்டியதற்காக இந்தப் புத்தகங்களைப் புறக்கணிக்கலாம்தான். ஆனால், அநுத்தமாவின் கதைகள் புறக்கணிக்க முடியாதவை. அவருக்குப் பரிச்சயமான பிராமண வாழ்வைப் பற்றி மட்டும் அவர் எழுதவில்லை. பிராமண வீடுகளில் பணிப்பெண்களாக வரும் எளிய வர்க்கத்துப் பெண்கள், உழைப்பாளிகள் பற்றியும் நியாயமான பரிவுணர்வுடனும் உழைப்பை மதித்தும் கொண்டாடியும் பல கதைகளை எழுதியுள்ளார்.

அதைவிட முக்கியமாக 1947ஆம் ஆண்டு முதல் எழுதத் தொடங்கிய அநுத்தமா, 22 நாவல்கள், 300 சிறுகதைகள், 15-க்கு மேற்பட்ட வானொலி நாடகங்கள் மற்றும் சிறுவர் நூல்கள் என எழுதிக் குவித்தவர். இந்து குடும்பங்கள் வலியுறுத்தும் பெண் கடமைகள், ஆச்சாரங்கள், அடங்கி நடத்தல், கணவர் பணிவிடை, குடும்பப் பெருமை, குடும்ப மானம், ஈருடல் ஓருயிராக வாழ்தல், இத்யாதி விஷயங்கள் உயர்வானவை என நம்பி வாழ்ந்து, அதையே தன் எழுத்திலும் கொண்டாடிய ஆளுமை, அநுத்தமா.

பெண் உரிமை, பெண் விடுதலை போன்ற விஷயங்கள் அவருக்குத் தெரியாமலிருக்க முடியாது. 2003ஆம் ஆண்டு வரை எழுதிய அவர், நிச்சயம் அறிந்திருப்பார். எனினும், குடும்ப எல்லையைத் தாண்டாத வாழ்வும் எழுத்துமே அவருக்கானவை.

பல கதைகள் இருந்தாலும் அவருடைய 'சுருதிபேதம்' என்னும் கதை, அவருடைய எழுத்தின் அடையாளமாகச் சொல்லத்தக்கக் கதை.

விஜயாவுக்கும் அவள் கணவர் ஷண்முகசுந்தரத்துக்கும் ஒத்துப்போவதேயில்லை. எதற்கெடுத்தாலும் சண்டை வந்துவிடுகிறது. அடக்கி அடக்கிப் பார்த்து முடியாமல், தன் மன பாரத்தை எல்லாம் தன் தோழியான சரோஜாவிடம் கொட்டித்தீர்த்து 'வழிகாட்டுதல் கேட்க வேண்டும்; ஆறுதல் பெற வேண்டும்' என நினைக்கிறாள். அதற்காகவே ஒரு பாட்டுக் கச்சேரிக்கு அவளை அழைத்துக்கொண்டு போய் அங்கு வைத்துப் பேசத் திட்டமிடுகிறாள். அவளை அழைப்பதற்காக சரோஜாவின் வீட்டுக்குப் போகிறாள். வாசற்படியில் கால் வைக்கும்போதே சரோஜாவின் கணவர் கத்திக்கொண்டிருப்பதை விஜயா கேட்கிறாள்.

"உன்னிடம் எப்படிக் கத்த முடியும்? ஹோட்டல்காரனிடம் கத்தினாலும் சற்று பயந்துகொண்டு செய்வான். 'காபி கொண்டு வா' என்று கேட்டால், கொஞ்சமாகப் பொடியைப் போட்டு நிறைய உப்புத்தண்ணீரை விட்டு, பொடி மிதக்க அழுக்குத் துணியில் வடிகட்டி ஆறிய பிறகே ஆடையோடுகூடிய பாலை ஊற்றி சர்க்கரை போதாமல் கலந்து, பாசி படிந்த பித்தளை டம்ளரில் ஒரு விரல் உள்ளே தோய்ந்தபடி கொண்டுவந்து கொடுப்பாய். அதை நான் தேவாம்ருதமாக எண்ணிக் குடிக்க வேண்டும்" என்று ராமலிங்கம் கூறிக்கொண்டிருந்தார்.

உள்ளே வைத்த காலைப் பின்னுக்கு இழுத்துக்கொண்டு, விஜயா யோசனையுடன் நின்றுவிட்டாள். 'இங்கேயும் இவ்வளவுதானா? நாம் என்னவோ ஆறுதலை உத்தேசித்து இங்கு வந்தோமே!' என்று எண்ணியபடி, அவள் வாயிற்படியில் தயங்கி நின்றுவிட்டாள். அகஸ்மாத்தாக தெருப்பக்கம் பார்த்த ராமலிங்கம், விஜயா நிற்பதைக் கண்டு, "உள்ளே வாருங்கள், சரோஜா இருக்கிறாள்" என்று கூறிவிட்டு தன் அறைக்குச் சென்றுவிட்டார்.

விஜயா விறுவிறுவென உள்ளே சென்றாள். தன் சிநேகிதி சரோஜா கட்டிலின் மீது படுத்துக்கொண்டு அழுதுகொண்டிருப்பாள்

என்று அவளுக்குத் தீர்மானமாகத் தோன்றியது. அந்தச் சம்பவத்தை எப்படிச் சமாளிக்கலாம் என்று தன் மனதினுள் யோசித்தபடியே அவள் உள்ளே நுழைந்தாள்.

"விஜயா, இங்கே இருக்கிறேன் வா" என்று சமையலறையில் இருந்து குரல் கொடுத்தாள் சரோஜா. அவள் தொனி கணீரென இருந்தது. கண்ணீரால் அலம்பப்பட்ட உப்புக்கரிப்போ, கரகரப்போ அதில் சிறிதுமில்லை. விஜயா வியப்புடன் நோக்கிக்கொண்டே, தோழியிடம் ஏகினாள்.

தோழிகள் இருவரும் கச்சேரிக்குப் போகிறார்கள். இளம் பாடகர் பாடுகிறார். ஆயினும் கச்சேரி சோபிக்காமல் சப்பென்றிருந்தது.

"என்ன, பாட்டு சோபிக்கவே இல்லையே!" என்று மெதுவாகக் கேட்டாள் சரோஜா.

"சுருதி சேரவில்லை, அதுதான்" என்று சட்டென பதிலளித்தாள் விஜயா. அவளுக்கு நல்ல சங்கீத ஞானமுண்டு.

கதையின் மையப்புள்ளியாக இந்த சுருதிபேதம் விவாதிக்கப்படுகிறது.

வீடு திரும்பிய பிறகு சரோஜா தன் கணவனுடன் இது பற்றி விவாதிக்கிறாள்.

"சுருதிபேதம். இன்று பாடகன் சுருதியோடு சேராமல் பாடிக்கொண்டே போனான். கேட்கவே வழங்கவில்லை. எனக்கு முன் அவளேதான் அதைக் கண்டுபிடித்தாள். தம்பூர் நல்லதாக இருந்தால் என்ன, பாடகன் பல நாள் பயின்றவனாக இருந்தால் என்ன? தம்பூர் சுருதி நாதமும் இவன் குரல் நாதமும் சேர்ந்து இழைந்தால் அல்லவா ஜீவனுள்ள சங்கீதம் ஏற்படும்? தன் வாழ்க்கையிலும் சுருதிபேதம் இருப்பதை அறிந்துகொள்ளாத மூடமாக அவள் தன் கணவனையும் பெற்ற பிள்ளையையும் கடிந்துகொள்கிறாள்."

கணவன் அப்படிப் பேசினாலும் அதைப் பெரிதுபடுத்தாமல் மனைவி, கணவனின் பாட்டுக்கு சுருதி கூட்டி வாழவேண்டும் என்பதுதான் கதையின் சேதி. இருவரும் ஒருவருக்கொருவர் விட்டுக்கொடுத்து வாழவேண்டும் என்றால் நமக்கு ஏற்புடையதுதான். மனைவிதான் கூடுதலாக விட்டுக்கொடுக்க

வேண்டும் என்பதுதான் இன்றைய வாசகர்களாகிய நமக்கு இடிக்கிறது.

அநுத்தமாவின் 'கேட்ட வரம்' என்ற நாவலை பட்டியல் மன்னரான க.நா.சு தன் பட்டியலில் சிபாரிசு செய்திருக்கிறார். அதை சுந்தரராமசாமி மறுத்திருக்கிறார்

"க.நா.சு இந்த நாவலை ஏன் சிபாரிசு செய்தார்?" என அவரிடம் சுந்தரராமசாமி கேட்டபோது, "பெண்களுக்கு அந்தரங்க உலகம் ஒன்று உள்ளது. அது இலக்கியத்துக்கு வரவேண்டும்" என்றாராம் க.நா.சு. "இப்போதைக்கு வந்திருப்பதில், இது நம்பகத்தன்மையுடன் அதிக மிகையுணர்ச்சிகள் இல்லாமல், உபதேசங்கள் இல்லாமல் இருக்கிறது. அதனால் சொன்னேன்" என்றாராம்.

இந்தப் பண்பு அவருடைய சிறுகதைகளுக்கும் பொருந்தும். "சமையலுக்கும் நாவல்களுக்கும் அடுக்களையில் இருந்தே பாத்திரங்களை எடுக்கிறீர்களே?" என்று பாராட்டுவாராம் அகிலன்.

"பாசாங்குத்தனமே இல்லாத, பொய்மை என்பதே அறியாத ஜீவனாக வாழ்ந்த அபூர்வ மனுஷி. அவரது எழுத்துக்கும் சொந்த வாழ்வுக்கும் எந்த பேதமும் இல்லை. ஆதர்சம் என்று எதை நம்பினாரோ அதன்படி வாழ்ந்தவர். குறைகள் இருந்திருக்காதா? நிறைய இருந்திருக்கும் சாமானியருக்கு. அவற்றின் நிழலே தன் மீது படியாமல் பார்த்துக்கொண்ட விவேகம் அவராகப் பழகிக்கொண்டதாகப்படுகிறது. பிரபஞ்சத்தின் தோன்றல்கள் அனைத்தையும் ஆத்மார்த்தமாக நேசித்ததாலேயே அவருக்கு அது சாத்தியமாயிற்று எனத் தோன்றுகிறது. அவரது பரந்த வாசிப்பும் தார்மிகப் பண்புகளில் அவருக்கு இருந்த ஆழ்ந்த நம்பிக்கையும் அவரைப் பதப்படுத்தியிருக்கலாம். தாமரை இலை நீர்போல வாழ்வது சுலபமல்ல. எழுத்தாளர்கள், சுலபத்தில் நொறுங்கிவிடும் இயல்பு உடையவர்களாக அறியப்படுபவர்கள். அதனாலேயே அநுத்தமா அபூர்வப்பிறவியாகத் தெரிகிறார்" என்று அநுத்தமாவைப் பற்றி எழுத்தாளர் வாஸந்தி கூறுகிறார்.

இராஜேஸ்வரி பத்மநாபன் (பூர்வீகம் வட ஆற்காடு மாவட்டம்), ஆந்திர மாநிலம் நெல்லூரில் 1922ஆம் ஆண்டு ஏப்ரல் 16ஆம் தேதி பிறந்தார். ஏழாம் வகுப்புப் படிக்கும்போதே கல்யாணமாகிவிட்டது. மீண்டும் ஒன்பது ஆண்டு இடைவெளிக்குப் பிறகு மெட்ரிகுலேஷன் வரை படித்த இவர், தனது சொந்த முயற்சியால் தெலுங்கு, இந்தி,

பிரெஞ்சு மொழிகளைக் கற்றுத் தேர்ந்தார். 12ஆம் வயதிலேயே பத்மநாபன் என்பவரை மணந்தார். புகுந்த வீட்டில் மாமனார் அவரை மகள்போல் நடத்தினார். தனது 22-வது வயதில் எழுதத் தொடங்கினார். தான் எழுதிய முதல் சிறுகதையான 'ஒரே ஒரு வார்த்தை'யை மாமனாரிடம் படிக்கக் கொடுத்தார். அதைப் படித்துவிட்டு "பலே" என்ற ஒற்றை வார்த்தையைக் கூறி பாராட்டியவர், லலிதா சகஸ்ரநாமத்திலிருந்து 'அநுத்தமா' என்ற பெயரைத் தெரிவுசெய்து, மகள்போல் இருந்த மருமகளுக்குப் புனைபெயராகச் சூட்டி மகிழ்ந்தார்.

மாமனார் புனைபெயர் சூட்டிய பிறகுதான் 'அநுத்தமா' என்ற பெயரில் எழுதிக் குவிக்கத் தொடங்கினார் இராஜேஸ்வரி பத்மநாபன். இவருக்கு வாய்த்த கணவர் பத்மநாபன், அநுத்தமாவுக்கு உற்ற துணையாகவும் உதவும் கரமாகவும் விளங்கினார்.

இவரது முதல் படைப்பான 'அங்கயற்கண்ணி', கல்கி நடத்திய சிறுகதைப் போட்டியில் இரண்டாம் பரிசு பெற்றது. அடுத்து கலைமகள் இதழ் நடத்திய போட்டியில் இவரது 'மணல் வீடு' புதினம் முதல் பரிசு பெற்றது. அதன் பிறகு பல்வேறு இதழ்களில் இவரது படைப்புகள் தொடர்ந்து வெளிவந்தன. அநுத்தமா எழுதிய கதைகள் அனைத்தும் குடும்பக் கதைகள். ஒவ்வோர் இல்லத்திலும் நடக்கும் நிகழ்ச் சிகளைத்தான் அவை பிரதிபலித்தன.

ஆங்கிலத்திலும் சிறந்த புலமை பெற்றிருந்தார் அநுத்தமா. மொழிபெயர்ப்பாளராகவும் விளங்கினார். அவருடைய இத்தகைய புலமைக்கு கணவரே காரணம் என்றால் மிகையல்ல. கலைமகள் இதழின் ஆசிரியர் கி. வா. ஜகந்நாதன் மீது அநுத்தமாவுக்கு அளவுகடந்த பக்தியும் மரியாதையும் இருந்தன.

கி. வா. ஜ. , எல்லோரிடமும் அநுத்தமாவை அறிமுகப்படுத்தும்போது "எனது தங்கை" என்று சகோதரப் பாசத்துடனேயே அறிமுகப்படுத்துவாராம். ஒருமுறை கி. வா. ஜ. , "கலைமகள் இதழுக்கு ஒரு நாவல் எழுதித் தர முடியுமா?" எனக் கேட்க, அநுத்தமாவும் உடனே ஒப்புக்கொண்டாராம்.

"எத்தனை நாள்களில் தர முடியும்?" என்று கி. வா. ஜ கேட்க, "பத்து நாள்களில்" என்று அநுத்தமா வாய்தவறிச் சொல்லிவிட்டாராம்.

"அது எப்படி ஒரு முழு நாவலை பத்து நாள்களில் உன்னால் எழுத முடியும்?" என்று கேட்டாராம்.

அன்றிரவே அநுத்தமா எழுதத் தொடங்கினார். எழுத எழுத, அந்தக் காகிதங்களிலேயே பிழை திருத்தி, கணவரிடம் கொடுப்பாராம். அநுத்தமா புதிய பக்கங்களை எழுதிக்கொண்டிருக்கும்போதே, ஏற்கெனவே எழுதித் திருத்திய பக்கங்களை, பத்மநாபன் திருத்தி பிரதியாக எடுப்பாராம்.

பெண்கள் எழுத்தாளராகப் பிரகாசிப்பது என்பது, நமது தமிழ்ச் சமுதாயத்தில் போராட்டம்தான். காரணம், சில பெண் எழுத்தாளர்களுக்கு அவரது குடும்பமே முதல் எதிரியாக இருந்துள்ளது. இன்றும் இருக்கிறது. ஆனால், அந்தக் காலத்திலேயே மனைவியின் குறிப்பறிந்து நடந்துகொண்ட கணவர் பத்மநாபனின் குணத்தையும், புனைபெயர் வைத்து ஊக்கப்படுத்திய மாமனாரின் பண்பையும் பாராட்டாமல் இருக்க முடியாது. கி. வா. ஜ-விடம் சொன்னபடி, சரியாக பத்தே நாள்களில் நாவலை முடித்துக் கொடுத்தபோது கி. வா. ஜ நிஜமாகவே அசந்துபோனாராம்.

1956ஆம் ஆண்டில் இவர் படைத்த `பிரேம கீதம்' என்ற புதினம், தமிழ் வளர்ச்சிக் கழகத்தின் விருதைப் பெற்றது. `ஒரே ஒரு வார்த்தை', `வேப்பமரத்து பங்களா' போன்ற புதினங்கள், கன்னடத்தில் மொழிபெயர்க்கப்பட்டுள்ளன. புனைவுக் கதைகளைத் தவிர, பறவை இனங்களைப் பற்றி ஆராய்ந்து, நான்கு புதினங்களை குழந்தை இலக்கியத்துக்கு நல்கியுள்ளார்.

மோனிகா ஃபெல்டன் எழுதிய `இராஜாஜியின் வாழ்க்கை வரலாறு' என்ற ஆங்கில நூலை, தமிழில் மொழிபெயர்த்துள்ளார்.

“என் மாமியார் ராஜம்மாளும் எழுத்தாளர் அநுத்தமாவும் தோழிகள் என்பதால் அநுத்தமாவை நான் பல முறை சந்தித்திருக்கிறேன். என் மாமியார், அவரை உரிமையாக `ராஜேஸ்வரி' என்றே அழைப்பார். முதன்முறையாக அவரது வீட்டுக்குச் சென்றபோது என் மாமியார் அவரை `ராஜேஸ்வரி' என அழைப்பதைப் பார்த்து நான் அவர் யாரோ என நினைத்திருந்தேன். பிறகுதான் தெரியும் எங்களுடன் கதைகள் குறித்துப் பேசிக்கொண்டே சிற்றுண்டி செய்து கொடுத்த அந்த எளிய பெண்மணி பெரிய எழுத்தாளர் அநுத்தமா என்று. எந்த பந்தாவும் இல்லாமல் சாதாரணப் பெண்மணியைப்போல் இருப்பார்.

அவர்களுடையது கூட்டுக் குடும்பம். அதில் அனைவரும் அன்பாக ஒற்றுமையாக இருப்பார்கள். நான் ஒருமுறை அவர் வீட்டுக்குச் சென்றிருந்தபோது, 'அவர் ரஷ்யன் கல்சுரல் சென்டரில் பேசச் சென்றிருக்கிறார்' என்றார்கள். 'சாதாரணப் பெண்மணியாக இருந்த அவருக்கு, அங்கு என்ன வேலை?' என நான் நினைத்தபோது என்னுடன் வந்திருந்த எழுத்தாளர் லஷ்மி, 'அநுத்தமா, ரஷ்ய மொழியில் வல்லவர்' என்ற விஷயத்தை எனக்குத் தெரிவித்தபோது எனக்கு ஆச்சர்யம் தாங்க முடியவில்லை. அந்தக் காலகட்டத்தின் மிகப்பெரிய எழுத்தாளர் அநுத்தமா. அவரது கதைகள் பொதுமக்களிடம் மிகப்பெரிய தாக்கத்தை ஏற்படுத்தின. ஆனால், தான் பெரிய ஆள் என்பதுபோல் அல்லாமல் எல்லாரிடமும் அன்பாக பழகுவார்" என்பது எழுத்தாளர் உஷா சுப்பிரமணியனின் பதிவு.

ராஜம் கிருஷ்ணன், வாஸந்தி இவர்களைப்போல் அநுத்தமா கள ஆய்வுசெய்து கதைகள் எழுதியதில்லை. குடும்பம்தான் இவரது கதைகளின் பாடுபொருள். தனது எழுத்துகள், படிப்பவருக்கு நிம்மதி தர வேண்டும். அவர்களது மனதில் கீழ்த்தரமான எண்ணங்கள் இருந்தால் அவற்றை மாற்ற வேண்டும் என்று விரும்பினார்.

“வாழ்க்கையில் எழுத்தாளன் அடைந்த அநுபவத்தையும், அதையொட்டித் தோன்றும் மனோபாவங்களையும் கொண்டுதான் அவன் எழுதுகிறான் என்றாலும், ஓரளவுக்குக் கற்பனையும் அதனுடன் இணைந்துவிடுவது சகஜம். உண்மை, உணர்ச்சியை உந்திவிடுகிறது; கற்பனையைக் கிளறிவிடுகிறது. உண்மையிலிருந்துதான் கற்பனை பிறக்கிறது. அழகை அனுபவிக்கும்போது, துக்கத்தைக் கேட்கும்போது, மகிழ்ச் சியில் திளைக்கும்போது அவனது உடலும் மனமும் ஒருங்கே கவரப்படுகின்றன. அவன் மட்டும் அவற்றை அனுபவிப்பதில்லை; அவன் குழந்தைகளாகிய கதாபாத்திரங்களும் அந்த உண்மைச் சம்பவங்களில் தவழ்ந்து விளையாடுகின்றன. அதைத்தான் அவன் சித்திரிக்க முயல்கிறான்” என்பது அநுத்தமாவின் வார்த்தைகள்.

'தாயின் பரிசு' என்கிற அவருடைய கதை, வசதியான வீடுகளில் வீட்டுவேலை செய்யும் பொன்னம்மாவைச் சுற்றிய கதை. மறுநாள் தீபாவளி. கையில் பணம் இல்லை. வீட்டில் கணவன் ஒரு குடிகாரன். மகன் உதிரிப் பாட்டாளி. மருமகள் கர்ப்பவதி. மகள் ஒருத்திதான் வீட்டுவேலைகளை இழுத்துப் போட்டுச் செய்வாள்.

தான் வேலைபார்க்கும் பணக்கார வீட்டின் தோட்டத்தில் வேலை இருக்கிறது என்று மகனை அழைப்பதில் கதை தொடங்குகிறது. அவன் வர மறுக்கிறான். இந்தச் சண்டையில் அவள் சாப்பிடாமலே வேலைக்குப் போகிறாள்.

தாமதமாக வந்ததற்காக அந்த வீட்டார் கோபித்துக்கொள்கிறார்கள். கொல்லைப்புறத்தில் குவிந்துகிடக்கும் பற்றுப்பாத்திரங்களைத் தேய்க்க ஆரம்பிக்கிறாள். நாள் முழுக்க 'வேலை... வேலை' என ஓடுகிறாள். இடையில் அவளுடைய மகன் வருகிறான். தோட்டவேலைகள் செய்துவிட்டுப் போகிறான். அந்த வீட்டுக் கைக்கடிகாரத்தையும் திருடிக்கொண்டு போய்விடுகிறான். கைக்கடிகாரத்தைத் தேடி பொன்னம்மா வீட்டுக்கு பெரிய வீட்டுக்காரர்கள் வந்துவிடுகிறார்கள். அவள் "தான் எடுக்கவில்லை" என சத்தியம் செய்கிறாள். அவர்கள் போய்விடுகிறார்கள்.

ஒரு சந்தேகம் வந்து வீட்டின் பானை, சட்டிகளையெல்லாம் உருட்டித் தேடுகிறாள். கைக்கடிகாரம் கிடைத்துவிடுகிறது. அதைச் சேலை முந்தானையில் மறைத்து எடுத்துக்கொண்டு பெரிய வீட்டுக்கு ஓட கால் எடுத்து வைக்கும்போது, அந்த வீட்டார் மறுபடி இவள் குடிசைக்கே வந்துவிடுகிறார்கள். உடனே அவள் அவர்கள் கால்களில் விழுந்து "தான்தான் புத்தி பிசகி எடுத்துவிட்டேன். மன்னித்துவிடுங்கள்" என்று கதறுகிறாள். குடிகாரப் புருஷன் எழுந்து வந்து "திருட்டு நாயே!" என்று அவளை விறகுக்கட்டையால் அடிக்கிறான்.

வந்தவர்கள் பதறிப்போய் "சரி... சரி விடுங்க" என்று தடுக்கிறார்கள். அவள் வாயில் ரத்தம் வழிகிறது. மனம் பொறுக்காமல் பொன்னம்மாவின் மகன் "நான்தான் எடுத்தேன்" என்று ஒப்புக்கொள்கிறான். ஆனால், பொன்னம்மா "இல்லை, இல்லை. நான்தான் எடுத்தேன்" என்று மகனைக் காப்பாற்ற முயல்கிறாள்.

"குற்றவாளியைக் காப்பாற்றலாமா?" என்று வந்தவர்கள் கேட்கிறார்கள்.

"சாமி, உங்கள் மகனுக்கு நீங்கள் நினைத்தால் இந்தக் கடிகாரத்துக்குப் பதிலாக ஆயிரம் ரூபாயிலே ஒன்று வாங்கி தீபாவளிப் பரிசாகக் கொடுத்துவிடுவீர்கள். ஆனால் என் மகனுக்கு நான் என்ன கொடுக்க முடியும்? இந்தச் சரீரத்திலே முடிந்ததைத்தானே செய்ய முடியும். நான் திருட்டுப் பட்டம் கட்டிக்கொண்டாலும்

ஜெயிலுக்குப் போனாலும், எப்படியோ என் மீதி ஆயுசைக் கழித்துவிடலாம். அவனுக்கு அவப்பெயர் வந்துவிட்டால், அவன் ஆயுசே இன்னும் தொடங்கவில்லையே. எப்படி தலைநிமிர்ந்து வாழ்ந்து, அதனால்தா... " மேலே பேச முடியாமல் தலைசுற்றி மயங்கி வீழ்ந்துவிட்டாள் பொன்னம்மா. "அம்மா... " என்று மகன் அலறுகிறான்.

"தவறு செய்வது இயற்கை. இதை இப்படியே மறந்துடுங்க" என்று சொல்லிவிட்டு வந்தவர்கள் திரும்புகிறார்கள்.

வீட்டுக்குச் செல்லும் வழியில் எசமானர் தம் மகனிடம் கூறினார், "பார்த்தியாடா, ஒரு தாயின் மனசை? இன்றைக்கு அவள் உயிர்கூடப் போய்விட்டிருக்கலாம்" என்றார்.

"சரிதான் அப்பா. ஆனாலும் அவர்களை நீங்கள் அப்படி விட்டிருக்கக் கூடாது" என்றான் மகன்.

"சே, சே! அப்படிச் சொல்லாதே. இன்று நரகசதுர்த்தி அல்லவா! பகவான் ஓர் அரக்கனுக்கே கருணையுள்ளம் காட்டவில்லையா? இன்றைக்கு பொன்னம்மாவை குடிசையில் பார்த்த மாதிரி இல்லை. தேவியின் சந்நிதானத்தில் இருப்பதுபோல இருந்தது. மயிர்க்கூச்செறிந்துவிட்டது. அன்னையைத் 'தெய்வம்' என்று கூறுவதில் என்ன தவறு?" என்றார் பெரியவர். அப்போது வானத்தில் அழகிய மின்னல் ஒன்று கோடிட்டது. அவர் மொழிகளை ஆமோதித்து முறுவலிப்பதுபோல இருந்தது. உடனே மழையும் தொடர்ந்து பெய்தது.

இப்படி முடியும் இந்தக் கதையில் குடிசைவாழ் உழைப்பாளி மக்களின் வாழ்க்கை வெகு யதார்த்தமாகச் சித்திரிக்கப்படுகிறது. பொன்னம்மாளின் மகளான எல்லம்மாவின் கதாபாத்திரம் அசலாகச் சித்திரிக்கப்பட்டுள்ள அபூர்வமான படைப்பு. இப்போது வாசித்தாலும் மனதைக் கரைத்துவிடும் கதை இது. .

ஒவ்வொரு கதையிலும் ஒரு பெரிய சேதியைச் சொல்ல அநுத்தமா முயல்வதில்லை என்பதற்குச் சான்றாக 'வழித்துணை' கதையைச் சொல்லலாம். மதுரை ரயில் நிலையத்தில் மகளையும் பேத்தியையும் தனியாக சென்னைக்கு வழியனுப்ப வரும் முதிய தாய்-தந்தையரும் அந்தப் பெண்ணும் சென்னை வரை வழித்துணையாக சகபயணிகள் யாரேனும் அமைவார்களா என்று ரயில்பெட்டியில் தேடிச் சலிக்கும் மனஉளைச்சலை நுட்பமாகப் பதிவுசெய்துள்ள கதை.

மத்தியதர வர்க்கப் பெண்களின் வாழ்வியலை எளிமையாக எழுத்துகளில் பதிவுசெய்தவர் அநுத்தமா. அவர் தன் எழுத்துகளில் பெண்ணியமோ, அரசியலோ பேசவில்லை. 1950-களின் வாழ்க்கையைப் பண்பாட்டை மிகைப்படுத்தாது சித்திரிப்பவை இவரது கதைகள். குடும்பம், வாழ்க்கை, முரண்கள், உறவுச்சிக்கல்கள் போன்ற அம்சங்களை அடிப்படையாகக்கொண்டதாகவே இவரது படைப்புகள் உள்ளன. கதைமாந்தர்களின் நுணுக்கமான உணர்ச்சி நிலைகளை இவரது கதைகள் படம்பிடித்துக் காட்டுகின்றன. இவரது கதைகள் எளிமையானவை. குடும்பங்களில் ஏற்படும் பிரச்னைகளையும், காரணங்களையும், அதற்கான தீர்வுகளையும் பேசுபவை. அவருக்கென திட்டவட்டமான பண்பாட்டு மதிப்பீடுகள் இருந்தன. அந்த மதிப்பீடுகளுக்கு நூறு சதம் உண்மையாக எழுதியவர் அவர். `எழுத்தில் உண்டாகும் அனுபவம், பாவம் அப்படியே வாசகனுக்குப் போய்ச் சேர வேண்டும். அதுதான் சிறந்த எழுத்து' என உறுதியாக நம்பியவர் அநுத்தமா.

இவ்வளவு ஆதரவான ஒரு புகுந்த வீடு இன்றைக்கும்கூட நம் பெண்களுக்கு அமைவதில்லை. அமைந்தால் இன்னும் அற்புதமான எழுத்தாளர்கள் வருவார்கள் என்பதற்கு அநுத்தமாவின் வாழ்வே சாட்சி.

ஓயாமல் எழுதியதில் கழுத்து நரம்புகள் பாதிக்கப்பட்டு, அடிக்கடி நரம்புத் தளர்ச்சிக்கு ஆளானார் அநுத்தமா. 2010, டிசம்பர் 3ஆம் தேதி தனது 88-வது வயதில் திடீரென "மூச்சுவிட சிரமமாக இருக்கிறது" எனச் சொல்ல, மருத்துவர் வந்து பார்த்துவிட்டு "ஒருக்களித்துப் படுங்கள்" என்று சொல்லியிருக்கிறார். கண்களை மூடி திரும்பிப் படுத்தவர்தான். அந்த நிமிடமே அவர் உயிர் துறந்தார். இப்படியான அமைதியான ஒரு மரணத்தையே அவர் விரும்பினார்.

`கேட்ட வரம்' அவருக்குக் கிடைத்தது!

18

கு. அழகிரிசாமி

ஒரு கதை மனதை மட்டுமல்ல, தொடர்ச்சியாக உடலையும் பாதிக்கும் என்பதை நான் முதன் முதலாக உணர்ந்தது அமரர் கு. அழகிரிசாமியின் 'திரிபுரம்' கதையை வாசித்தபோதுதான். அக்கதையை வாசித்த நாளில் அது ஏற்படுத்திய அதிர்வுகளைத் தாள முடியாமல் மூன்று நாள் காய்ச்சல் கண்டு படுத்துவிட்டேன். இது சற்று அதீதமாகத் தெரியலாம் என்றாலும் இது உண்மை. எங்கள் கரிசல் மண்ணின் முன்னணிப் படைப்பாளியான கு.அழகிரிசாமியும், 'நைனா' என நாங்கள் அன்புடன் அழைக்கும் கி. ராஜநாராயணனும் ஒரே ஊர்க்காரர்கள். இடைசெவல் கிராமம் தமிழ் இலக்கியத்துக்கு வழங்கிய இரு பெரும் ஆளுமைகள் அவர்கள்.

"என் கலை சிருஷ்டிகளுக்கு ஒரு 'ராஜநாராயணன்' இல்லாமல் முடியவே முடியாது. சுவரில்லாமல் சித்திரம் எழுதுவதா? ராஜநாராயணன் என்றால் ஒரு குறிப்பிட்ட அடையாளங்களும், குணாதிசயங்களும் உள்ள உன்னோடு அடங்கி விடவில்லை. நான் நினைக்கும் அந்த ராஜநாராயணனில் இவன் ஒரு பாகமேயாகும். இந்த ராஜநாராயணனுடைய கூட்டுறவில் இவனைச் சுற்றிச் சுற்றி, இரவு பகலாகப் படர்ந்த சிந்தனைகள், கனவுகள் ஆகிய பொருள்கள் எல்லாம் ஒன்று சேர்ந்து, எங்கும் கேட்கவும், எங்கும்

பார்க்கவும், எங்கும் தீண்டவும் முடியும் ஒருவனையே நான் குறிப்பிடுகிறேன். அவனை உனக்கு அடையாளம் கூடத்தெரியாது. ஆனால், என்னோடு அவன் அந்த பிரம்மாண்டமான ரூபத்திலேயே பழகுகிறான்; நேசிக்கிறான்; ஆடிப்பாடிக் களிப்பிக்கிறான். மனித ஜீவன்களின் நெருங்கிய கூட்டுறவில் இந்த அதீதத்தன்மை இயற்கையாகிவிடுகிறது இல்லையா? உண்மை அப்படி இல்லை என்றால், இன்றுவரை உலகத்தில் ஒரு காவியமோ, கலையோ பிறந்திருக்குமா?" - இது 1945-ல் கு. அழகிரிசாமி கி. ரா. வுக்கு எழுதிய கடித வரிகள் இவை.

இன்னொரு கடிதத்தில் "உன் கடிதம் காணாததால் நான் இந்தக் கடிதம் எழுதுவதாக நீ நினைக்கலாம். இல்லை. நீ இதற்குள் பத்துக் கடிதங்கள் எழுதியிருந்தாலும் இந்தக் கடிதம் எழுதாமல் தீராது. ஏதோ ஒரு அன்பின் சக்தி உள்ளே இருந்து தூண்டுகிறது" என்று எழுதிச்செல்கிறார்.

பொறாமை கொள்ளச்செய்யும் அப்படி ஒரு காவியத்தன்மை கொண்ட அன்பும், நட்பும் இருவருக்கும் இடையில் நிலவியது.

''கு.அழகிரிசாமி திருநெல்வேலி மாவட்டத்தில் கோவில்பட்டிக்கும் கயத்தாறுக்கும் இடையில் உள்ள இடைசெவல் என்னும் சிற்றூரில், 1923-ல் குருசாமி - தாயம்மாள் ஆகியோருக்கு முதல் மகனாகப் பிறந்தார். பரம்பரையாக வீட்டில் தெலுங்கு பேசுபவர்கள் அழகிரிசாமியின் குடும்பத்தார். ஆனால், வெளியே பேசும்போது தமிழில்தான் பேசுவார் அழகிரிசாமி.

வசதியின்மை காரணமாக அவரை நான்காவது வரைகூட படிக்க வைக்க அவரது பெற்றோரால் முடியவில்லை. ஆனால், விடாமுயற்சியுடன் எஸ். எஸ். எல். சி. வரை படித்து முடித்தார். அந்தச் சிற்றூரில் எஸ். எஸ். எல். சி. வரை படித்தவர் என்ற பெருமை அவருக்கு உண்டு.

1970-ல் காலமான அவர் இப்பூமியில் வாழ்ந்தது 47 ஆண்டுகள்தாம். அக்குறுகிய வாழ்வுக்காலத்தில் என்றும் அழியாத அழுத்தமான தடங்களை விட்டுச்சென்றுள்ளார். நூற்றுக்கும் மேற்பட்ட சிறுகதைகள், கட்டுரைகள், கவிதைகள், நாடகங்கள், நாவல்கள், மொழிபெயர்ப்புகள், பத்திரிகைப்பணி, பதிப்புப்பணி, கடிதங்கள், இலக்கியப்பேச்சு என கலாசாரத்தின் ஒவ்வொரு அசைவிலும் தன்னை இணைத்துக்கொண்டு ஒரு முழுமையான இலக்கியவாதியாக வாழ்ந்திருக்கிறார் கு. அழகிரிசாமி.

பிற படைப்புகளும் முக்கியமானவை என்றாலும் நாங்கள் அவரைச் சரணடைந்தது அவரது சிறுகதைகளில்தான்.

கு. அழகிரிசாமியின் எழுத்துகளை என் 25 ஆண்டுகளாகப் பரிச்சயம் கொண்டவன். 14 வருஷங்களுக்கு முன்னால், அவரை நேரிடையாகக் கண்டு நட்பும் பெற்றிருக்கிறேன். இது அவ்வளவு முக்கியமில்லை. இன்னும் நான் உயிர்தரித்து உலவுகின்ற எஞ்சிய நாட்கள் முழுவதும், இந்த 14 வருஷங்களாக இருந்த நேரிடைப்பழக்கம் என்கின்ற அவ்வளவு முக்கியமற்ற விஷயம் நீங்கலாக, எப்பொழுதும் போல அவருடன் நான் பரிச்சயம் செய்து கொண்டிருப்பேன். இதுதான் ரொம்பவும் முக்கியம். இதற்கான காரியத்தை அவர் செய்துவிட்டுப் போயிருக்கிறார்.

கு. அழகிரிசாமி என்கிற ஐந்தடி ஏழு அங்குலம் உயரமுள்ள, சிறிதே தலை வழுக்கையான, ஒரு கை ஊனமான, சதா நேரமும் சிரிக்கின்ற முகமுள்ள அந்த மனிதன் என்கிற ஸ்தூலமான பொய்மைதான் இப்போது இல்லை.

மற்றபடி, அழகிரிசாமி என்கிற மனிதனின் முகம் தெரியாமல், அவரது `திரிவேணி'யையும், `சிரிக்கவில்லை'யையும், `அழகம்மா'வையும், `வெறும் நாயை'யும், `ராசா வந்துட்டாரு'வையும் நான் படித்து, பரவசமுற்று, பாராட்டி, நினைத்து நெகிழ்ந்திருக்கிறேன். அந்த அழகிரிசாமி இப்போதும் இருக்கிறார் என்றே நான் நம்புகிறேன். இதுதான் ரொம்பவும் முக்கியமான அர்த்தமுள்ள விஷயம்"

இவ்வாறு ஜெயகாந்தன் `ஞானரதம்' இதழில் அழகிரிசாமியின் மறைவையொட்டி 1970-ல் எழுதியிருந்தார்.

இந்தக் கதைகளில் வருகிறவர்கள் எல்லாரும் சாதாரண மனிதர்களும் ஸ்திரீகளும் குழந்தைகளும்தான். ஆயினும் அவர்களைக் கதை ஆசிரியர் ஏதோ, ஜால வித்தையினால் அபூர்வமான கதபாத்திரங்களாகத் திகழும்படி செய்திருக்கிறார். அவர்கள் நம்மை விட்டுப் போகாமல் சுற்றித் தொடர்ந்து வந்துகொண்டிருக்கும்படியும் செய்துவிட்டிருக்கிறார்.

"குழந்தை சாரங்கராஜன் நம் கண்ணினும் இனிய கண்மணியாகிவிடுகிறான். அவனை அழைத்து வந்து ஏதேனும் ஒரு புத்தகத்தில் `அன்பளிப்பு' என்று எழுதிக் கொடுக்க நம் உள்ளம் துடிதுடிக்கிறது.

மங்கம்மாள் அரை அடி முன்னால் நகர்ந்து வந்து நின்று “எங்க வீட்டுக்கும்தான் ராஜா வந்திருக்கிறான். வேணும்னா வந்து பாரு” என்று சொல்லும் காட்சி மனதிலிருந்து அகலுவதில்லை. அவனைத் தொடர்ந்து சென்று அந்த ராஜாவை நாமும் பார்க்க வேண்டுமென்று ஆசை உண்டாகிறது.

கல்யாண கிருஷ்ணனைத் தொடர்ந்து அந்தமான் தீவு வரைக்கும் போக நாமும் தயாராகிறோம்; செல்கிறோம். ஆனால் அங்கேயிருந்தும் அவன் டிமிக்கி கொடுத்துவிட்டானே! ஒரு வேளை காஞ்சிபுரம் கருட சேவைக்குப் போனால் அவனைக் கண்டுபிடிக்கலாமோ?

ஸ்ரீ கு. அழகிரிசாமிக்குக் கதை புனையும் கலை அற்புதமாக வந்திருக்கிறது. சாதாரண புருஷர்களும், ஸ்திரீகளும், குழந்தைகளும் அவருக்குக் கை கொடுத்து உதவி இருக்கிறார்கள். “கதை ஆசிரியர் எதற்காக கதை எழுதுகிறார்? கடவுள் எதற்காக இந்த உலகத்தைப் படைக்கிறாரோ, அதே காரணத்துக்காகத்தான். இந்த உலகத்தில் எத்தனையோ குறைபாடுகள் இருக்கின்றன. இலக்கிய விமர்சகரை இந்த உலகத்தைப் பற்றி விமர்சனம் எழுதச் சொன்னால் இதில் உள்ள குற்றம் குறைகளை எடுத்துக் கொண்டு வெளுத்து வாங்கிவிடுவார்!

ஆனாலும், இவ்வளவு குறைபாடுகளை உடைய உலகத்தை சிருஷ்டி செய்வதில் கடவுள் ஆனந்தம் அடைகிறார். இல்லாவிடில் இவ்வளவு சிரமமான சிருஷ்டித் தொழிலில் பிடிவாதமாக ஈடுபட்டிருக்கமாட்டார் அல்லவா? அது போலவே கதை ஆசிரியர்களும் கதை புனைவதில் ஏற்படும் ஆனந்தம் காரணமாகவே கதை எழுதுகிறார்களள. தாங்கள் எழுதும் கதைகளை யாராவது படித்தாலும் படிக்காவிட்டாலும், பாராட்டினாலும் பாராட்டாவிட்டாலும், அதனால் ஊதியம் ஏதேனும் கிடைத்தாலும் கிடைக்காவிட்டாலும், கதை ஆசிரியர்கள் கதை எழுதிக் கொண்டுதானிருப்பார்கள்” என்பது கல்கி, கு. அழகிரிசாமியின் கதைகள் பற்றி எழுதிய குறிப்பு.

புதுமைப்பித்தனைத் தனது குருவாக வரித்துக்கொண்ட கு. அழகிரிசாமியின் ஒவ்வொரு சிறுகதையும் ஒரு ’மாஸ்டர் பீஸ்’. இது நல்ல கதை, அது அற்புதமான கதை என்றெல்லாம் பிரித்துச் சொல்ல முடியாதபடி ஒவ்வொரு கதையிலும் அவருடைய எழுத்தின் ஒளியை நாம் தரிசிக்கிறோம்.

அவருடைய 'சுய ரூபம்' கதை பற்றி பிரபஞ்சன் எழுதிய குறிப்பு:

"தமிழ்ச் சிறுகதைத் தரத்தை இந்திய அளவுக்கு உயர்த்திய அமரர் கு. அழகிரிசாமியின் இந்தக் கதையைச் சுமார் 20 ஆண்டுகளுக்கு முன் வாசித்தேன். மீண்டும் சென்ற வாரம் திரும்பவும் வாசிக்க நேர்ந்தது. இருபது ஆண்டுகளுக்கு முன்னர் முதன்முதலில் அதை வாசிக்கையில், எனக்கேற்பட்ட அதே இலக்கிய அனுபவம் இப்போதும் ஏற்பட்டது.

பசி மட்டும்தானா இக்கதையின் கரு. மேலும் பல பரிமாணங்களை உள்ளடக்கியது. இக்கதை இருப்பவர்களுக்கும் இல்லாதவர்களுக்குமான உரிமைப்போராட்டமே அது. இன்னும் ஆழமாகப் பார்ப்போமேயாகில், இக்கதையில் முரண் சக்திகள் இல்லை. வில்லன்கள் இல்லை. உண்மையில் கதாநாயகனுக்கும் வில்லனுக்கும் வித்தியாசமும் பெரிதாக இல்லை."

இப்போது அந்தச் 'சுயரூபம்' கதையைப் பார்க்கலாம்:

"வேப்பங்குளம் கிராமத்தில் இருநூறு வீடுகள் உண்டு. ஒவ்வொரு வீட்டுக்கும் ஒவ்வொரு பழம் பெருமையும் உண்டு. இப்போது சில வருஷங்களாகப் பருவ மழை சரிவரப் பெய்யாமலும், வேலை வெட்டிகள் கிடைக்காமலும் போய், அகவிலைகளும் தாறுமாறாக ஏறிக்கொண்டுவிடவே, அந்தக் கிராமத்தின் பெரும்பாலான வீடுகளில் 'உண்டு' என்று சொல்லுவதற்கு அந்தப் பழம்பெருமை ஒன்றுதான் மிஞ்சியிருந்தது.

பழம்பெருமை படைத்த இந்த வேப்பங்குளத்தில் பிறந்த எத்தனையோ பேரில், தற்சமயம் ஐம்பதாம் வயதைத் தாண்டிய வீ. க. மாடசாமித் தேவரும் ஒருவர். அப்படிச் சொல்லிக் கொள்ளுவதைவிட, வீரப்பத் தேவர் பேரன் என்று தம்மை அறிமுகப்படுத்திக் கொள்ளுவதில்தான் அவருக்குப் பிரியம் அதிகம். தாத்தா வீரப்ப தேவரின் அரிய சாதனைகளையும், ஒரு கடுஞ்சொல்லுக்கு ஒன்பது தலைகளைச் சீவி எறியும் மகா தீரத்தையும், உடன்பிறந்த தங்கை ஏதோ ஒரு சமயம் அவரை லட்சியம் செய்யாமல் இருந்ததற்காக அவளுடைய மூத்த மகன் கல்யாணத்தின்போது யார் யாரோ தாங்கியும் கட்டாயப்படுத்தியும், அழுதும் இன்னும் என்ன என்ன விதமாகவோ கும்பிட்டுக் கூத்தாடியும் கை நனைக்காமலே (சாப்பிடாமலே) வந்துவிட்ட வைராக்கியத்தையும் மாடசாமித் தேவர் தம் வாழ்நாளில் சந்தித்த

ஒவ்வோர் இரண்டு கால் பிறவியிடத்திலும் சொல்லிப் பெருமைப்பட்டிருக்கிறார்.

அப்பேர்ப்பட்ட வீரப்பத் தேவரின் பேரர், காலனும் அஞ்சும் கந்தசாமித் தேவரின் ஏகபுத்திரர். வீ. க. மாடசாமித் தேவரை அன்று அதிகாலையில் அவருக்குக் கடன் கொடுத்த முத்தையாத்தேவர் கிணற்றடியில் பிற ஜாதியார் முன்னிலையில் அவமானமாகப் பேசிவிட்டார். "மதியத்துக்குள் காசு வந்து சேரும் போம்" என்று வீராப்புப் பேசிவிட்டு, முருகேசம் பிள்ளையின் பலகாரக் கடைக்குப் பசியுடன் போய்ச் சேர்ந்தார்.

முருகேசம் பிள்ளையவர்கள், மாடசாமித் தேவரவர்கள் வந்ததைக் கவனிக்கவில்லை என்று சொல்ல முடியாது; கவனிக்க விரும்பவில்லை என்பதுதான் சரி. பஸ்ஸுக்கு வந்த பிரயாணிகளுக்குப் பலகாரங்களைக் கொடுத்துக் காசாக்குவதிலேயே பிள்ளை கண்ணும் கருத்துமாக இருந்தார். தேவரோ, தாம் வந்ததைத் தெரிவிப்பதற்காக இடையிடையே ஏதேதோ பேச்சுக் கொடுத்துப் பார்த்தார். அது, 'புல்லர்க்கு நல்லோர் சொன்ன பொருளை'ப் போலவும், தாடகையின் மார்பில் பாய்ந்த ராமபாணம் போலவும் இந்தப் பக்கமாகப் புகுந்து அந்தப் பக்கமாகப் பறந்துவிட்டது.

சாயங்காலம் வரையிலும் அந்தக் கடையில் கிடையாகக் கிடந்து முருகேசம்பிள்ளையிடம் நட்புணர்வை வளர்த்து கடனுக்கு நாலு இட்டிலிகளைப் பெற்று விட தேவர் என்னென்ன பிரயத்தனம் செய்தாலும், முருகேசம் பிள்ளை பிடி கொடுக்கவில்லை. பசியில் காதடைத்து வந்தது தேவருக்கு. முருகேசம்பிள்ளை பேசிய பேச்சுக்கெல்லாம் ஆமாஞ்சாமி போட்டும் மசியவில்லை.

மத்தியானம் ஆயிற்று. வயிற்றுச் சோற்றுக்கு முருகேசம் பிள்ளை வீட்டில் எடுபிடி வேலை செய்து உயிரைப் பேணிக்கொண்டிருக்கும் ஒரு சிறுவன் வீட்டிலிருந்து அவருக்கு மத்தியானச் சாப்பாடு கொண்டுவந்தான். காரணம் இல்லாமலே, நித்திய வழக்கப்படி அவன்மீது ஒரு வசை புராணம் பாடி முடித்தார் பிள்ளை. பிள்ளையவர்களைச் 'சண்டாளன்' என்று மனதுக்குள் திட்டிக்கொண்டு, அதே சமயத்தில் அவருடைய கட்சியிலேயே சேர்ந்துகொண்டு, அந்தச் சிறுவனை மாடசாமித் தேவரும் கடிந்துகொண்டார். இது பிள்ளையவர்களுக்குப் பிடிக்கவில்லை.

“தேவரே, இவன் என்ன, அனாதைப் பயல்னு பார்த்தீரா? நான்தான் திட்டுறேன்னா, நீரும் எதுக்குப் பின்பாட்டுப் பாடுறீரு?” என்று ஒரு போடு போட்டார்.

தேவருக்கு முகத்தில் அறைந்தாற்போல் இருந்தது. பல்லைப் பல்லைக் காட்டிக்கொண்டு, “நான் அப்படி என்ன சொன்னேன்...? அவனுக்குப் புத்திதானே சொன்னேன்?” என்று பரிதாபகரமாகச் சொன்னார்.

பையன், தேவரைச் சிம்மப் பார்வை ஒன்று பார்த்துவிட்டுப் போனான்.

காலையிலிருந்து முருகேசம் பிள்ளையோடு வளர்த்த நட்பு இப்படி ஒரு நிமிஷத்தில் தகர்ந்து தரைமட்டமாகி விட்டதே என்று தேவருக்கு ஏமாற்றம். பழையபடியும் அவரோடு சிநேகிதமாகிவிடுவதற்குத் தக்க தருணத்தை எதிர்பார்த்தவராய் அந்த இடத்தில் இருந்தபடியே இருந்துகொண்டிருந்தார்.

இரவு ஏழு மணிக்கு மேல் ஆகிவிட்டது.

முருகேசம் பிள்ளை தம் தளவாடங்களைத் தலையில் தூக்கி வைத்துக் கொண்டு, வெறும் கடையை இழுத்துப் பூட்டிவிட்டு, நிலா வெளிச்சத்தில் விலக்குப் பாதை வழியாக மேற்கே நோக்கி நடக்கத் தொடங்கினார். நடுவழியில் பிள்ளையவர்களைப் பார்த்து,

“அண்ணாச்சி, ஒரு காரியமில்லே...” என்று ஆரம்பித்தார்.

“என்ன சமாச்சாரம்?” என்று கேட்டார் முருகேசம் பிள்ளை.

“இல்லே, மிஞ்சிப்போன அந்த இட்டிலியை எடுத்துக்குடுங்களேன், நாளைக்கு காலையிலே காசைக் கொண்டாந்து குடுத்திடுறேன்?”

“இதுக்குத்தான் நீர் இவ்வளவு நேரமும் வலைவீசினீரா? சரிதான், சரிதான்! ஐயா, நம்பகிட்டே கடன்கிடன் என்கிற பேச்சே கிடையாது” என்று சொல்லி, சற்று வேகமாக நடந்தார்.

“நீங்க கடன் குடுக்காமலா இருக்கிறீக?”

“குடுப்பேன் ஐயா, குடுப்பேன்; குடுக்கிறவுகளுக்குக் குடுப்பேன்; உமக்குக் குடுத்துப்போட்டு நான் எங்கே போய்க் காசை வசூல் பண்றது?”

“என்ன அப்படிச் சொல்லிப்போட்டீக, அண்ணாச்சி? இந்த வீரப்பத் தேவர் பேரன் அப்படிப்பட்டவன் இல்லே.”

“ஆமாமா! உமக்குக் கடன் குடுத்திட்டு, அப்புறம் வசூல் பண்ண வீரப்பத் தேவருகிட்டப் போக வேண்டியதுதான்.”

“என் பாட்டன் பூட்டன் காலத்திலே கூட இப்படி எங்க குடும்பத்திலே யாரும் கெஞ்சினது கிடையாது. எங்க பாட்டனாரு, ஒரு கோவத்திலே சொந்தத் தங்கச்சி வீட்டிலே கூடச் சாப்பிடமாட்டேன்னு வந்தவரு...”

“ஐயா நீர் பொழைச்ச பொழைப்பும், ஓம்ம பாட்டன் பொழைச்ச பொழைப்பும் எனக்குத் தெரியும். சும்மா ஆளைப் போட்டு பிடுங்காதீங்க.”

பாட்டன்மாரைப் பற்றி அலட்சியமாகப் பேசிய அந்த வார்த்தைகளுக்காகவே தேவரின் எரிமலை வெடிப்பதற்குக் காத்திருந்தது போலும்! “என்னடா சொன்னே?” என்று இடிமுழக்கம்போல் குரலெழுப்பிக்கொண்டு முருகேசம் பிள்ளை மீது புலிப் பாய்ச்சலாகப் பாய்ந்தார் மாடசாமித் தேவர். இந்தத் தாக்குதலால் பிள்ளையின் தலையில் இருந்த தளவாடங்கள் கீழே விழுந்து சிதறின. உடனே இருவரும் கைகலந்துவிட்டார்கள். திட்டிய திட்டுகளும், பேசிய பேச்சுகளும்... அது வேறு பாஷை. பலம் கொண்ட மட்டும் ஒருவரையொருவர் ஓங்கிக் குத்தினார்கள். ஒருவரைக் கொல்லாவிட்டால் மற்றொருவர் உயிரோடு மீள முடியாது என்பதும் உறுதியாகிவிட்டது. அந்தப் பேயறைகளும், பேய்க் கூப்பாடுகளும் கேட்பாரற்ற ஓசைகளாகக் காற்றில் கலந்துகொண்டிருந்தன. சண்டையை விலக்குவதற்குச் சுற்றுமுற்றும் ஒரு ‘சுடு குஞ்சும்’ கிடையாது. கை ஓயக் குத்தினார்கள். கையைவிட்டால் அப்புறம் பல்தான் ஆயுதம். பல்லையும் பகவான் கொடுத்திருக்கிறாரே!.... அடியோடு கடியும் சேர்ந்தது. உடம்பெல்லாம் ரத்தக் கோரைகள்....

நடுக்காட்டில் சில நிமிஷ நேரம் இந்தப் பயங்கரப் போர் நடந்தது. முடிவில் மாடசாமித் தேவரே சோர்ந்து விழுந்தார். வயிற்றுப் பசியை வைத்துக்கொண்டு அவர்தான் எப்படித் தாக்குப் பிடிப்பார்? வீசி எறிந்த கோணிப் பை மாதிரி பாதையோரத்தில் சுருண்டு விழுந்தார் தேவர். முருகேசம் பிள்ளை வாய்க்கு வந்தபடி திட்டிக்கொண்டே தம் தளவாடங்களைக் கம்பீரமாகப் பொறுக்கி ஒன்றுசேர்த்துக் கொண்டிருந்தார். தேவர் கிடந்த இடத்தில் மூச்சுப்பேச்சே இல்லை. மௌனம்தான் நிலவியது.

முருகேசம் பிள்ளை புறப்படவிருந்த சமயத்தில், மாடசாமித் தேவர் சுய உணர்வு இல்லாத நிலையில். "அண்ணாச்சி, இன்னுங் கூட ஒங்க மனசு எறங்கலையா? வயத்துப் பசியிலே புத்தியைப் பறி கொடுத்திட்டேன், அண்ணாச்சி" என்று மன்னிப்பையும் இட்டிலியையும் ஏக காலத்தில் கேட்டார்.

முருகேசம் பிள்ளையின் மனமா இரங்கும்? அதற்குப் பதிலாகப் பன்மடங்கு கோபமே வந்தது. "இந்தா, திண்ணுத் தொலை. இப்படி மானங்கெட்ட தீனி திண்ணு உடம்பை வளக்கலேன்னா என்னவாம்?" என்று சொல்லிக்கொண்டே கூடையின் வாய்க்கட்டை அவிழ்த்து இட்டிலியை எடுத்துக் கொடுக்கப்போனார்.

"இந்தப் பயகிட்ட நான் பிச்சை வாங்கித் திங்கவா?" என்று வீறாப்புடன் சொல்லிக்கொண்டு தமது முழுப் பலத்தையும் பிரயோகித்துப் பிள்ளைமீது மறுமுறையும் மறுமுறையும் பாய்ந்தார், தேவர். பாய்ந்த வேகத்திலேயே அடி வயிற்றில் ஒரு பலமான குத்து வாங்கிக்கொண்டு கீழே விழுந்தார். உடம்பில் மூலைக்கு மூலை பரல் கற்கள் குத்தின. திரும்ப எழுந்து சண்டை போடுவதற்குத் தேவரிடம் சக்தி இல்லை.

அப்போது முருகேசம் பிள்ளை, "உம்மை விருதாவாக் கொலைப் பண்ணிட்டுத் தூக்குமேடையில் ஏறுவானேன்னு பாக்கிறேன். இல்லேன்னா, நடக்கிற கதை வேறே" என்று கடைசி உறுமலாக உறுமிவிட்டுப் போய்விட்டார்.

அடிபட்டுக் கிடந்த மாடசாமித் தேவருக்கு, என்னென்னவோ பயங்களெல்லாம் வந்து உள்ளத்தில் புகுந்து கொண்டன. முருகேசம் பிள்ளை ஊருக்குள் போய் நடந்த சங்கதியைச் சொன்னால்... ? வீரப்பத் தேவரின் பேரன் வழிப்பறியடித்துப் பசி தீர்க்க முயன்றதாகக் கதை கட்டினால்...? பிறகு, போலீஸ்காரர்கள் வந்து தம்மை ஊரார் முன்னிலையில் கைதியாகக் கூட்டிக்கொண்டு போனால்... ?

அவர் தம்முடைய பயங்களை ஒருவழியாக உதறுவதற்கு வெகு நேரம் ஆயிற்று.

'இனி என்ன கஷ்ட வந்தாலும் வரட்டும். என்னதான் வந்துவிடும்? தலைக்கு மிஞ்சின ஆக்கினையா? கோவணத்துக்கு மிஞ்சின தரித்திரமா? இந்த அற்பப் பயல் யாசகமாகக் கொடுத்த இட்டிலியை வாங்கி நாய்த் தீனி தின்னாமல் இருந்தோமே, இந்தக்

கடும்பசியிலும் – அது போதும்; மற்றக் கேவலம் எது வந்தாலும் வரட்டும்' என்று தமக்குத்தாமே ஆறுதல் தேடிக்கொண்டு தள்ளாடித் தள்ளாடி வீட்டை நோக்கி நடந்து வந்தார் மாடசாமித் தேவர்.

கு. அழகிரிசாமியின் எல்லாக் கதைகளும் கரிசல் காட்டின் எளிய, பசித்த மனிதர்களைப் பற்றியும் சென்னைவாழ் கீழ், நடுத்தர வர்க்கத்து மனிதர்களைப் பற்றியுமே பேசுபவை. எளிய நேரடியான மொழியில் வட்டார சொற்களையும் கைக்கொண்டு, தன் உலகங்களை வாசக மனதில் கட்டி எழுப்புபவர்.

“வாசகர்களைத் தன் அறிவு மேம்பாட்டில் மருட்டாத, இயல்பான, சினேகமான, தொனி கு. அழகிரிசாமியின் இலக்கியத் தொனி. கு. அழகிரிசாமியின் பாத்திரங்கள் நாமே. நம்மையல்லால் வேறு யாரையும் அவர் எழுதவில்லை. நம்மை நமக்குக் காட்டுவதல்லால் இலக்கியத்தின் பெரிய சாதனைதான் வேறு என்ன?” - என்று பிரபஞ்சன் கூறும்போது பலத்த ஆமோதிப்பை நாம் வெளிப்படுத்துகிறோம்.

உலகமே கொண்டாடும் அழகிரிசாமியின் இன்னொரு கதை `அன்பளிப்பு' குழந்தைகளின் மன உலகத்தை அழகிரிசாமியைப் போலத் துல்லியமாகப் படம் பிடித்தவர்கள் வேறு யாருமில்லை. ராஜா வந்திருக்கிறார், தம்பி ராமையா, அன்பளிப்பு, இருவர் கண்ட ஒரே கனவு, குமாரபுரம் ஸ்டேஷன் எனப் பல கதைகள் அதற்கு உதாரணம். அன்பளிப்பு கதையில் வரும் ஏழைச் சிறுவன் சாரங்கனின் பெயரை அன்றைய வாசகர்கள் பலரும் தங்கள் குழந்தைகளுக்குச் சூட்டி மகிழ்ந்தனர். எழுத்தாளர் சுந்தர ராமசாமி தன் பேரனுக்குச் சாரங்கன் என்று பெயர் சூட்டினார்.

“மறுநாள் ஞாயிற்றுக்கிழமைதானே என்று, இரவு வெகுநேரம் கண்விழித்துப் படித்துக் கொண்டிருந்து விட்டேன். சனிக்கிழமை இரவு படுத்துக் கொள்ளும்போது மணி இரண்டிருக்கும். எவ்வளவு கால தாமதமாகித் தூங்கப் போனாலும், தூக்கம் வருவதற்கு மேற்கொண்டு ஒரு அரைமணி நேரமாவது எனக்கு ஆகும். எனவே இரண்டரைக்குத்தான் தூங்க ஆரம்பித்திருப்பேன். சுகமாகத் தூங்கிக் கொண்டிருக்கும்போது, முதுகில் நாலைந்து கைகள் வந்து பலமாக அடிக்க ஆரம்பித்து விட்டன. அடிகளால் ஏற்பட்ட வலியை விட, அவற்றால் ஏற்பட்ட ஓசை மிகப் பெரியதாக இருந்தது. தூக்கம் கலைந்து கண் விழிப்பதற்குள், வலதுபுஜத்தில் எறும்பு கடிப்பதுபோல இருந்தது.

"தூங்குமூஞ்சி மாமா!.... "

"மணி ஏழரையாகிவிட்டது.... "

"எழுந்திருக்கிறீர்களா, பலமாகக் கிள்ளவா"

"முகத்தில் ஜலத்தைக் கொண்டுவந்து தெளித்துவிடுவோம். இன்னும் இரண்டு நிமிஷத்துக்குள் எழுந்துவிட வேண்டும்... "

இப்படியே பல குரல்கள் பேசிக் கொண்டிருந்தன. பேச்சின் நடுவே இரண்டு அல்லது மூன்று பேர் சேர்ந்து 'சிரிடா சிரி' என்று சிரித்தார்கள். கண் விழித்துவிட்டேன்.

"யார் அது? உம்! இதோ வருகிறேன். தூக்கத்திலே வந்து.... " என்று அதட்டிக்கொண்டே எழுந்து உட்கார்ந்தேன். ஒரு பையனைத் தவிர, அதாவது சாரங்கராஜனைத் தவிர, மற்ற எல்லாக் குழந்தைகளும் விழுந்து விழுந்து சிரிக்க ஆரம்பித்துவிட்டார்கள்.

"கடிகாரத்தைப் பாருங்கோ மாமா. மணி எட்டு ஆகப் போகிறது. இன்னும் தூங்கு மூஞ்சி மாதிரி தூங்கிக் கொண்டு..." - என்று சொல்லி விட்டுச் சிரித்தாள் சித்ரா. "அது இருக்கட்டும், விடிந்ததும் எங்கே இப்படிப் பட்டாள 'மார்ச்' பண்ண ஆரம்பித்துவிட்டது?" என்று கேட்டேன்.

"இரவில் வெகு நேரம் கண் விழித்தால் உடம்புக்குக் கெடுதல் என்று எங்கள் பாடப் புத்தகத்தில் போட்டிருக்கிறது, மாமா" என்றான், இதுவரையில் மௌனமாக இருந்த சாரங்கராஜன்.

"நான் படித்த பாடப் புத்தகத்திலும் அப்படித்தான் போட்டிருந்தது! என்ன செய்வது?" என்று எனக்கு நானே சொல்லிக் கொண்டேன். ஆனால், சிறுவன் சாரங்கனிடம் அவ்விதம் சொல்லாமல், "நாளை முதல் சீக்கிரமாகவே தூங்கி விடுகிறேன். கண் விழிக்கவில்லை" என்றேன். அவனுக்குப் பரம சந்தோஷம், அவன் சொன்னதை அப்படியே ஏற்றுக் கொண்டதற்காக...

மறு நிமிஷத்தில், எல்லோருமாகச் சேர்ந்து ஒருமிக்க, "என்ன புத்தகம் கொண்டு வந்திருக்கிறீர்கள்?" என்று கேட்டார்கள்.

"ஒரு புத்தகமும் கொண்டு வரவில்லை!"

"பொய், பொய், சும்மா சொல்கிறீர்கள்!"

"நிஜமாக, ஒரு புத்தகமும் கொண்டு வரவில்லை"

“நேற்று புத்தகம் கொண்டு வருவதாகச் சொன்னீர்களே!”

“நேற்றுச் சொன்னேன்...”

“அப்புறம் ஏன் கொண்டு வரவில்லை?”

“புத்தகங்கள் ஒன்றும் வரவில்லை. வந்திருந்தால்தான் கொண்டு வந்திருப்பேனே. ”

“பிருந்தா... மாமா பொய் சொல்கிறார்; கொண்டு வந்து எங்கேயாவது ஒளித்து வைத்திருப்பார். வாருங்கள், தேடிப் பார்க்கலாம்” என்றாள் சித்ரா.

அவ்வளவுதான், என்னுடைய அறை முழுவதும் திமிலோகப் பட்டது. ஒரே களேபரம். சித்ரா மேஜையைத் திறந்து உள்ளே கிடக்கும் பெரிய காகிதங்களையும், துண்டுக் காகிதங்களையும், கடிதங்களையும் எடுத்து வெளியே எறிந்தாள். துழாவித் துழாவிப் பார்த்தாள். மேஜையில் புத்தகம் எதுவும் இல்லாது போகவே, அதிலிருந்து சாவிக்கொத்தை எடுத்துப் பெட்டியைத் திறந்து தேட ஆரம்பித்துவிட்டாள்.

பிருந்தாவும், சுந்தரராஜனும் பீரோவைத் திறந்து புத்தகங்களை எடுத்துக் கண்டபடி கீழே போட்டார்கள்.

சின்னஞ் சிறு குழந்தையான கீதா கீழே உட்கார்ந்து, இறைந்து கிடக்கும் ஆங்கிலப் புத்தகங்களை அர்த்தமில்லாமல் திறந்து பார்த்துக் கொண்டிருந்தாள்.

சித்ரா பெட்டியில் உள்ள சலவைத் துணிகளை எடுத்து வெளியே போட்டாள். என்னுடைய பழைய டைரிகள், எனக்கு வந்த பழைய கடிதங்கள், இரண்டொரு புத்தகங்கள் – எல்லாம் ஒரே குப்பையாக வந்து வெளியே விழுந்தன.

பீரோவைச் சோதனை போட்ட பிருந்தாவும் சுந்தரராஜனும் ஜன்னல்களில் அடுக்கியிருந்த புத்தகங்களை ஒவ்வொன்றாக எடுத்துக் கீழே போட்டார்கள்.

சாரங்கன் ஒருவன்தான் என்னோடு அமைதியாக உட்கார்ந்து கொண்டிருந்தான். அவன் எப்பொழுதுமே குறும்பு பண்ணமாட்டான்; விளையாட மாட்டான். மற்றக் குழந்தைகள் எல்லோரும் ஒரு விதம்; அவன் ஒருவிதம். என்னிடத்தில் பயபக்தியோடு நடந்து கொள்ளும் சிறுவன் அவன் ஒருவன்தான்.

ஜன்னலில் இருந்த புத்தகங்கள் ஒவ்வொன்றாக வந்து விழும் போது, ஒரே சந்தடியும் இரைச்சலுமாய்ப் போய் விடவே, சமையற் கட்டிலிருந்து என் தாயார் ஓடிவந்தார்கள். ”

எப்போதும் மற்ற குழந்தைகளுக்கெல்லாம் பரிசும் புத்தகங்களும் கொடுக்கும் இவர் சாரங்கனுக்கு ஏதும் தருவதில்லை. அவன் கொஞ்சம் பெரிய பையன் என்பதாலோ என்னவோ! அவனுடைய வீட்டுக்குப் போய் சாப்பிட்டதும் இல்லை. மிகவும் ஏழைக்குடும்பம். உபசரிக்க முடியாத கஷ்டத்தை அவர்களுக்குக் கொடுக்கக் கூடாதல்லவா? ஆனாலும், குழந்தைகள், குழந்தைகள் தாமே. சாரங்கன் ஒருநாள் இவரைக் கைப்பிடியாக தன் வீட்டுக்கு அழைத்துச் செல்கிறான். உப்புமாவும் காப்பியும் கொண்டு வந்து வைக்கிறான்.

‘இந்தப் பையனுக்கு எதற்கு என் மேல் இவ்வளவு அன்பு? இவன் அன்பு என்னைத் திணறடிக்கிறதே! இது தாங்கமுடியாத அன்பு! தாங்க முடியாத பேதைமை! இரண்டும் சேர்ந்து என்னை குரங்காட்டம் ஆட்டுகின்றன. ஆனால், இவனைக் கோபிக்கக் கூடாது. இவன் இப்போது எனக்குக் கொடுக்கும் தொந்தரவே இவனுடைய அன்பை அளந்து காட்டுகிறது. ஏதோ ஒரு நாள் என்னைக் கஷ்டப்படுத்துவதனாலாவது, இவன் திருப்தியடையட்டும். என்னுடைய முயற்சி எதுவும் இல்லாமல், என்னால் மட்டுமே ஓர் உயிர் சந்தோஷமும், திருப்தியும் கொள்ள முடிகிறது என்றால், அதை எந்தச் சமயத்திலும் தடுக்கக் கூடாது. தடுக்க முயலுவது அமானுஷிகம்’ என்று எண்ணித் தேற்றிக்கொண்டேன்.

சாரங்கன் வெளியே வந்தான். மேஜையைத் திறந்து ஒரு பவுண்டன் பேனாவை எடுத்தான். என் முகத்துக்கு எதிரில் நிற்காமல் என் முதுகுப் புறமாக வந்து நின்று கொண்டான். அங்கே நின்ற வாக்கிலேயே, நான் கையில் வைத்திருந்த சரித்திரப் புத்தகத்தை மெதுவாகப் பிடித்து இழுத்துத் தூரத்தில் வைத்தான். தூங்கும் குழந்தையின் கையிலிருக்கும் கிலுகிலுப்பையை எவ்வளவு ஜாக்கிரதையாகத் தனியே எடுத்து அப்புறப்படுத்துகிறோமோ, அது போல அதை அப்புறப்படுத்தினான். பிறகு அவன் வலது கையால் தன் கால் சட்டையின் பையில் கையை விட்டு எதையோ எடுப்பதுபோல் எனக்கு ஜாடையாகத் தெரிந்தது. அதை என் முன்பாக மேஜைமேல் வைத்தான்.

அது ஒரு டைரி. நான் சுந்தரராஜனுக்கும், சித்ராவுக்கும் அன்பளிப்பாகக் கொடுத்த டைரிகளைப் போன்ற ஒரு டைரி. அதே கம்பெனியில் செய்தது. அதே நிறமுடையது. 'அப்புறம் எழுதுங்க' என்றான்.

எனக்கு ஒன்றுமே புரியவில்லை. "என்ன எழுத... " என்று கேட்டேன்.

"என் பிரியமுள்ள சாரங்கனுக்கு அன்பளிப்பு" என்று எழுதுங்கள்.

குழந்தைகளிடம் பேதம் காட்டக்கூடாது என்பதை மட்டுமின்றி, குழந்தைமையின் சகல பரிணாமங்களையும், ஏழ்மையை அவர்கள் எதிர்கொள்ளும் துயரத்தையும் இக்கதை நம்முன் விரிக்கின்றது.

வர்க்கப் போராட்டத்தை அழகியல் குறையாமல் கலையுணர்ச்சி ததும்பத் தமிழில் எழுதிய முதல் படைப்பாளியும் அழகிரிசாமிதான். அவரது 'வெறும் நாய்' என்கிற கதையே அது. ஒரு பணக்கார டாக்டர் வீட்டில் ஒரு நல்ல ஜாதி நாயை வளர்த்தார். அந்த நாய்க்கும் தெருவில் போகும் ஒரு பேரும் இல்லாத நல்ல ஜாதி நாயாகவும் இல்லாத 'வெறும் நாய்'க்கும் பகை. அந்த வெறும் நாய் டாக்டர் வீட்டுக் கேட்டுக்கு முன்னால் ரோட்டில் போனாலே இந்தப் பணக்கார நாய் பாய்ந்து பாய்ந்து குரைக்கும். எத்தனை நாள்தான் நம்ம வெறும் நாயும் பொறுமை காக்கும்? ஒருநாள் வசம்மாகப் பணக்கார நாயைக் கடித்துக் குதறி விட்ட்து. டாக்டருக்குக் கோபம் வந்து ஒரு கல்லை எடுத்து எறிந்தார். வெறும் நாயிடம் நடக்குமா? அது தப்பி ஓடி விட்டது.

டாக்டர் வீட்டுக்குப் பின்புறம் கூலித்தொழிலாளி முனியசாமியும், அவன் மனைவியும் வசித்து வந்தார்கள். அவர்களின் குடிசைக்குத்தான் வெறும் நாய் சோத்துக்காகப் போய் நிற்கும். மிஞ்சின அன்றைக்கு நாய்க்குச் சோறு கிடைக்கும். முனியனைக் கூப்பிட்டு டாக்டர் 'ஒழுங்கா உன் நாயை அடக்கி வை இல்லேன்னா சுட்டுவிடுவேன்' என்று மிரட்டிக்கொண்டே இருந்தார். அவன் எவ்வளவோ சமாதானமாகப் பேசியும் டாக்டரின் கோபம் அடங்கவில்லை. இந்தப் பகை முற்றி ஒருநாள் டாக்டரும் வெறும் நாயும் நேருக்கு நேர் மோதிக்கொள்ளும் நிலை ஏற்பட்டது. முனியனைப்போல சமாதானம் பேச அது என்ன மனுசனா? நாயல்லவா? டாக்டரை முழங்காலுக்குக் கீழே கடித்துக் குதறி இழுத்து விட்டது.

அன்று இரவு முனியனின் மனைவி வெறும் நாய்க்கு வயிறாரச் சோறு போடுவாள். மனைவி தூங்கியபிறகு முனியன் எழுந்து போய் நாயை வாஞ்சையுடன் தடவிக்கொடுப்பான். .

“மனுஷனுக்குத்தான் ஜாதிப்புத்தி போகுமென்றால் நாய்க்கும் போய் விடுமா?”

என்ற வரியுடன் கதை முடியும். ஒரு தெளிவான அறிக்கை அது, அல்லவா?

கு. அழகிரிசாமியும், கி. ராவும் அன்றைய கம்யூனிஸ்ட் கட்சியுடன் நெருக்கமான தொடர்பில் இருந்தது அவர்களுடைய கடிதங்களில் உள்ள குறிப்புகளின் வழி தெரிய வருகிறது. மிகப்பெரிய இசை ரசிகரான அழகிரிசாமி மலேசியாவில் வாழ்ந்த காலத்தில் இசைக்கலைஞரும் இவரது கதைகளின் ஆழ்ந்த வாசகருமான சீதாலட்சுமி அம்மாவை மணந்து கொண்டார். அவர்களின் காதல் வாழ்வின் கனிகளாக மூன்று குழந்தைகள் பிறந்தன. இறுதியாக அவர் சோவியத் நாடு இதழில் வேலைக்குச் சேர்ந்தார். ஆனால் அதிக காலம் பணி செய்ய முடியாமல் அவர் வாழ்வு முடிந்தது. அவருடைய ‘அன்பளிப்பு’ சிறுகதைத் தொகுப்புக்கு சாகித்ய அகாடமி விருது வழங்கப்பட்டது. ஆனால், அதைப் பெற்றுக்கொள்ள அவர் உயிருடன் இருக்கவில்லை. கு. அழகிரிசாமியின் கதைகளை வாசிக்காதவர்கள் தமிழ் வாழ்வின் அதி அற்புதமான தருணங்களை இழந்தவர்களாவார்கள்.

19

கிருஷ்ணன் நம்பி

கிருஷ்ணன் நம்பி
(24 ஜூலை 1932 - 16 ஜூன் 1976)

44 ஆண்டுகள் மட்டுமே இந்தப் பூமியில் வாழ்ந்து, 25 சிறுகதைகள் மட்டுமே எழுதிய கிருஷ்ணன் நம்பி, தமிழின் மிக நுட்பமான படைப்பாளி. 1932ஆம் ஆண்டு பிறந்து 1976ஆம் ஆண்டு அவர் காலமானார்.

கிருஷ்ணன் நம்பியின் இலக்கியப் பிரவேசம், 1948-49ஆம் ஆண்டில் வை.கோவிந்தனின் `சக்தி' பத்திரிகையில் வெளிவந்த `நாட்டுப்பாடல்கள்' பற்றிய அவரது கட்டுரையின் மூலம் ஆரம்பமாயிற்று. 16 வயதில் அவர் பத்தாம் வகுப்பு படித்துவந்தார் என்பது வியப்பான செய்தி. கம்யூனிஸ்ட்டுகளான தொ. மு. சி. ரகுநாதன், வ. விஜயபாஸ்கரன் ஆகியோர் நடத்திய இலக்கிய இதழ்களான `சாந்தி', `சரஸ்வதி'யில் அவரது ஆரம்பகாலப் படைப்புகள் வெளியாகின. அவரது கதைகளைக் கேட்டு வாங்கி தோழர் ப. ஜீவானந்தம் `தாமரை' இதழில் பிரசுரித்துள்ளார். தொடர்ந்து `கலைமகள்', `சதங்கை', `ஆனந்த விகடன்', `கணையாழி', `தீபம்' போன்ற பல இதழ்களிலும் எழுதினார். கண்ணன், குழந்தைகள் இதழில் குழந்தைகளுக்கான பாடல்கள் நிறைய எழுதியுள்ளார். அழ. வள்ளியப்பாவின் முன்னுரையுடன் அந்தப் பாடல்கள் `யானை என்ன யானை?' என்கிற தொகுப்பாக அப்போதே (அவர் இருக்கும்போதே) வெளிவந்துள்ளது.

1951 ஆகஸ்ட் மாத சுதந்திர தின `சரஸ்வதி' இதழில் வெளியான `சுதந்திர தினம்' கதைதான், நான் சிறுவயதில் முதன்முதலாக வாசித்த கிருஷ்ணன் நம்பியின் கதை. முதல் கதையிலேயே

மனதைக்கொள்ளை கொண்டார் கிருஷ்ணன் நம்பி. 'சுதந்திரம் பெற்று நான்கே ஆண்டுகள் ஆகியிருந்த 1951ஆம் ஆண்டில் இப்படி ஒரு கதையை மனுஷன் எழுதிவிட்டாரே!' என்கிற வியப்பும் மனநெருக்கமும் அவர் மீது அப்போதே ஏற்பட்டுவிட்டது.

"ஒரு கொடி செஞ்சு கொடு அண்ணாச்சி. "

"என்ன கொடி கேட்கிறே?" என்று அலுப்புடன் முகத்தைத் திருப்பிக் கேட்கிறான் பாண்டியன்.

ஓடிப்போய் தன் மூன்றாம் வகுப்புப் பாடப்புத்தகத்தை எடுத்துக்கொண்டு வருகிறான் கருப்பையா. ஒரு பக்கத்தை தன் அண்ணனிடம் காட்டுகிறான். 'தேசக்கொடி' என்று தலைப்பு. வர்ணம் ஏதும் இல்லாமலே காகிதத்தின் வெண்மையிலும், அச்சு மையின் கருமையிலும் 'மூவர்ணக்கொடி'யின் படம் அந்தப் பக்கத்தில் இருக்கிறது.

"இந்தக் கொடி செஞ்சு கொடு அண்ணாச்சி. நாளைக்கு இஸ்கூலுக்குக் கொண்டுக்கிட்டுப் போகணும். நாளைக்கு எல்லோரும் கொண்டுக்கிட்டுப் போகணும்" என்று சொல்கிறான் கருப்பையா. அவன் முகத்தில் களிப்பும் ஆர்வமும் மின்னுகின்றன.

தாய்-தகப்பன் இல்லாத பாண்டியனும் கருப்பையாவும் அண்ணன்-தம்பிகள். தாயும் தந்தையுமாகக் கருப்பையாவுக்குப் பாண்டியனே இருக்கிறான். சமைக்க மட்டும் உறவுக்கார ஆத்தாள் ஒருத்தி வந்துகூட இருக்கிறாள். ராத்திரி தம்பி தூங்கிய பிறகு கண் விழித்திருந்து தம்பிக்காக மூவர்ணக்கொடி செய்கிறான் பாண்டியன்.

கருப்பையா காலையில் கண் விழிக்கும்போது, அருகில் சுவரில் சாய்ந்து ஓய்வுகொண்டிருக்கும் அந்த அழகிய மூவர்ணக்கொடியைப் பார்க்கிறான். அவன் மனசு துள்ளிக் கிளுகிளுக்கிறது. விருட்டென படுக்கையைவிட்டு எழுந்திருக்கிறான் கருப்பையா. கிணற்றில் நீர் மொண்டுகொண்டிருக்கும் ஆத்தாளிடம் பெருமையாகக் கொடியைக் காட்டி, "அண்ணாச்சி செஞ்சி கொடுத்தாரு!" என்கிறான்.

"எதுக்குடா இது?"

"எதுக்கா? என்ன ஆத்தா நீ! இஸ்கூலுக்கு இன்னிக்கு மத்தியானம் கொடி கொண்டுகிட்டுப் போகணும் " என்கிறான் அவன்.

"எதுக்குக் கொண்டுகிட்டுப் போகணும்?"

“சொதந்திர தினமில்லா... அதுக்கு” என்று சொல்லிவிட்டுக் கொல்லைப் பக்கத்தைப் பார்த்து நடக்கிறான் அவன். ஆத்தாளுக்கு ஒன்றும் புரியவில்லை.

“சொதந்திர தினமாமே... அது என்ன தெனமோ?” என்று முணுமுணுக்கிறாள் அவள்.

கொடியை வலக்கையில் சற்று தோள் மீது சாய்த்தபடி பிடித்துக்கொண்டு கம்பீரமாக, பட்டாளத்துச் சிப்பாய்போல் நடக்கிறான். அவனுக்கு உற்சாகமாக இருக்கிறது.

அந்தக் கிராமத்துப் பள்ளிக்கூடத்துக்கு மாவட்டக் கலெக்டர் கொடி ஏற்ற அன்று மாலை வருகிறார். `மாணவர்கள் எல்லோரும் நன்றாக `டிரெஸ்' பண்ணிக்கொண்டு வர வேண்டும். பள்ளிக்கூடத்தில் வரிசையாக அணிவகுத்து நிற்க வேண்டும்' என்று ஹெட்மாஸ்டர் பல உத்தரவுகளைப் பிறப்பித்திருந்தார். அதையெல்லாம்விட முக்கியமாக எல்லோருக்கும் `டீ பார்ட்டி' உண்டு என்று சொல்லியிருந்தார். அது பிள்ளைகளுக்கு மனக்கிளர்ச்சியை உண்டுபண்ணிக்கொண்டிருந்தது.

“பள்ளிக்கூடத்துச் சுவரெல்லாம் புதிதாக வெள்ளையடித்திருக்கிறார்கள். அசிங்கம் பிடித்த ஒரு கிழட்டுப் பிச்சைக்காரனுக்குப் புத்தாடை உடுத்திவிட்டதுபோல காட்சியளிக்கிறது. அந்தப் பழைய கிராமப் பள்ளிக்கூடம்.”

பள்ளிக்கூடத்தின் பின்பக்கம் ஒரு கீற்றுக்கொட்டகையில் ஜிலேபிகளும் வடைகளும் தயாராகிக்கொண்டிருக்கின்றன. புது வடையின் மணத்தை, பிள்ளைகள் உள்ளே இழுத்து ரசிக்கிறார்கள். அங்கே ஒரு கூட்டமே வேடிக்கை பார்த்துக்கொண்டிருக்கிறது. சமையல்காரர் அவர்களைப் “போங்க போங்க" என விரட்டுவதும், அவர்கள் போவதுபோலப் போய்விட்டு மீண்டும் மீண்டும் வந்து எட்டிப்பார்ப்பதுமாக இருக்கிறார்கள்.

கலெக்டர் இன்னும் வந்தபாடில்லை. பிள்ளைகளுக்கு, பசி வந்துவிட்டது. `கலெக்டர் வருவதற்குள் டீ பார்ட்டியை முடித்துவிடலாம்' என நீண்ட வரிசையில் பிள்ளைகளை அமரவைத்து, இலையைப் போடுகிறார்கள். ஆளுக்கு ஒரு ஜிலேபி, இரண்டு இரண்டு பூவன் பழம், அப்புறம் இரண்டு வடைகள், மிக்ஸர் வருகிறது. எல்லாக் குழந்தைகளும் நாக்கைத் தீட்டிக்கொண்டு சாப்பிட ஆரம்பிக்கிறார்கள்.

ஆசிரியர்கள் குறுக்கும்நெடுக்குமாக நடந்து மேற்பார்வையிடுகிறார்கள். ஹெட்மாஸ்டர் கைக்கடிகாரத்தைப் பார்க்கிறார். "சீக்கிரம் ஆகட்டும்" என்று உரக்கச் சொல்கிறார்.

"மடமடன்னு சாப்பிடணும்" என்று பையன்களை லேசாக முடுக்குகிறார் மூன்றாம் வகுப்பு ஆசிரியர்.

'சட் சட்' என விரலைச் சொடுக்கிக்கொண்டு போகிறார் ஐந்தாம் வகுப்பு வாத்தியார். குழந்தைகள் நிமிர்ந்து ஆசிரியர்களின் முகங்களைப் பார்க்கிறார்கள். ஒன்றும் ஓடவில்லை அவர்களுக்கு.

ஜிலேபியைச் சாப்பிட்டுவிட்டு வாழைப்பழத்தைச் சாப்பிடத் தொடங்குகிறான் கருப்பையா. முத்தையா, பழத்தை விழுங்கிவிட்டு பழத்தோலின் சுவையான பிரதேசத்தை பல்லால் பிடுங்கிக்கொண்டிருக்கிறான்.

"சீக்கிரம்... சீக்கிரம்" என்று வேகமாக ஓடி ஓடி நடக்கிறார் மூன்றாம் வகுப்பு வாத்தியார். சமையல்காரர் பெரிய பாத்திரத்திலிருந்து மற்றொரு பெரிய பாத்திரத்துக்கு அருவியாக காபி ஆற்றுகிறார்.

வாசலில் ஹார்ன் சத்தம் கேட்கிறது. "ஓ. . ! கலெக்டர் வந்துட்டார். சீக்கிரம் ஆகட்டும்" என்று கத்திவிட்டுக் கிடுகிடுவென வாசலுக்கு ஓடுகிறார் ஹெட்மாஸ்டர்.

"வேகமாகச் சாப்பிடுங்க" என்று சேவகன் அருணாசலம் கூச்சலிடுகிறான். வடையைக் கையில் எடுக்கிறான் கருப்பையா. அவனுக்கு வடை பிடிக்கும். ஆனால், கை உதறலெடுக்கிறது. 'கையிலிருந்து வடையை அருணாசலம் பிடுங்கிக்கொண்டு போய்விடுவானோ!' எனத் தோன்றுகிறது அவனுக்கு. பறந்து அள்ளித் திணிக்கிறான் அவன். 'ஹக்' என, தொண்டையில் விக்கல் குறுக்கிடுகிறது. தண்ணீர் வேண்டும் என்று அருணாசலத்தைப் பார்த்துக் கையைக் காட்டுகிறான். "தண்ணி இப்போ கொண்டுவர முடியாது. கலெக்டர் வந்தாச்சு. எந்திரிங்கோ" என்கிறான்.

இரண்டாம் வகுப்பு வாத்தியார் வெளியே இருந்து உள்ளே வருகிறார். "எல்லோரும் எந்திரிங்க. போரும் போரும்" என்று விரட்டுகிறார்.

கருப்பையா பாதி வடையையும் மிக்ஸரையும் அப்படியே போட்டுவிட்டு விக்கிக்கொண்டே எழுகிறான். பின்புறம் திரும்பி அவன் தன் கொடியைக் கையில் எடுக்கையில் வேறொரு சிறுவன்

ஊடே பாய்ந்து ஓடுகிறான். அவன் கால்கள் கருப்பையாவின் கொடியில் தட்டி மறைகின்றன.

“கொடி கிழிஞ்சுபோச்சுடா!” என்று தொண்டை அடைக்கக் கூறுகிறான் கருப்பையா. அம்புபோல் பாய்ந்துவரும் இரண்டாம் வகுப்பு வாத்தியார், இதைப் பார்க்கிறார். பயல் கொடியைக் கிழித்துக்கொண்டு நிற்கிறானே! “ஏண்டா முட்டாக்கழுதே, ஒழுங்கா வெச்சிக்கிறதுக்கென்ன? மூளை கீளை இருக்காலே ஒனக்கு?” என்று உணர்ச்சி வசப்பட்டவராய் அந்தக் கொடி இருந்த கழியைப் பிடுங்கி கருப்பையாவின் துடையில் பளீரென விளாசிவிட்டுக் கழியைக் கீழே வீசிவிட்டு ஓடுகிறார். ஓ. . ! அவசரம்... அவசரம்.

இதற்குப் பிறகும் கதை நீள்கிறது. கலெக்டர் கொடி ஏற்றி முடிக்கவும் மழை வந்துவிடுகிறது. கலெக்டர் காரில் ஏறி அந்தப் பக்கம் போகவும் “எல்லோரும் ஓடுங்கடே!'' என்று விரட்டிவிடுகிறார்கள்.

இந்தக் குழந்தைகள் டிபன் சாப்பிடும் இந்தக் காட்சி முதல் வாசிப்பிலேயே, என் மனதை உலுக்கி, இதைத் தாண்டி மேலே வாசிக்க முடியாமல் கண்கள் திரையிட, கை-கால்கள் சோர்வுற்றதுபோல, நான் துக்கித்து நின்றது இன்னும் அப்படியே நினைவிருக்கிறது. ஐன்ஸ்டீனின் ‘போர்க்கப்பல் பொட்டெம்கின்’ திரைப்படத்தின் உலகப் புகழ்பெற்ற ஒடெஸ்ஸா படிக்கட்டு துப்பாக்கி சூடு காட்சியைப்போல என்றென்றும் மனதைவிட்டு அழியாச் சித்திரமாக இந்தக் காட்சி நிலைத்துவிட்டது.

இந்தக் கதையை கிருஷ்ணன் நம்பி முடித்தவிதம் ஒரு கவிதைதான்.

‘குழந்தைகள் தெப்பமாய் நனைந்தபடி ஓடுகிறார்கள். அவர்களின் காகிதக் கொடிகள் நனைந்து குளிக்கின்றன. முத்தையாவின் கையைக் கெட்டியாகப் பிடித்துக்கொண்டு ‘சர்க் சர்க்’ என நீர் தெறிக்க ஓட்டமாய் ஓடுகிறான் கருப்பையா.

சுதந்திர தினத்தன்று அந்தத் தினத்தின் பொருளே போன்று, ‘இதோ இதுதான் அது’ எனச் சுட்டிக்காட்ட முடிவதைப் போன்று, ஒரு சுவையான கரும்பின் அடிக்கரும்புபோல் ஏதோ ஒன்றைப் பெற முடியும் என எதிர்பார்த்திருந்தான் கருப்பையா. அன்று அதுவரை கிட்டாத அந்த ஏதோ ஒன்று, அந்த மழையில்

நனைந்துகொண்டு ஓடுகையில் கிட்டிவிட்டதுபோல் உணர்கிறான் அந்தச் சிறுவன்.

மழை நிற்கவில்லை. அன்னை பாரததேவியின் ஆனந்த பாஷ்பமே போன்று மழை அந்தக் குழந்தைகள் மீது சொரிகிறது. அவளுடைய அன்புமயமான, மோகனப்புன்னகையே உருக்கொண்டு மலர்வது போன்று கீழ்வானில் வர்ணக் களஞ்சியமாக ஒரு வானவில் அப்போது தோன்றுகிறது. '

இந்திய சுதந்திரத்தின் அர்த்தம், அர்த்தமின்மை, ஏழைகளுக்கு அது என்ன கொடுத்து, எதைப் பறித்தது என்பதுபோல ஏதேதோ உணர்வுகளையும் கேள்விகளையும் சத்தமில்லாமல் நம் மனதில் எழுப்புகின்ற நுட்பமான கதை இது.

இதைப்போலவே குழந்தைகளை, பள்ளி புரிந்துகொள்ளாது நடத்தும் கேட்டை வலியுடன் பேசும் இன்னொரு கதை 'கணக்கு வாத்தியார்.' அந்தக் காலத்திலேயே ஆனந்த விகடனில் முத்திரைக் கதையாக இவரது கதை வெளிவந்துள்ளது.

தனது கதைகளைப் பற்றி அவரே கூறுவது...

"அநேகமாய் என்னையே கதாநாயகனாக்கி, என் சொந்த ஆசைகளை, கனவுகளை, அசட்டுத்தனங்களை, வக்கிரங்களை, தோல்விகளை ஆதாரமாகக் கொண்டுதான் நான் கதைகள் எழுதுகிறேன். வாசகனை ஏமாற்ற அவசியமானால் ஒரு மீசை அல்லது ஒரு முண்டாசுக்கட்டு அல்லது என் கண்ணையும் மூக்கையும் கழற்றிப்போட்டுவிட்டு சங்கரனின் கண்ணையும் நாராயணனின் மூக்கையும் இரவல் வாங்கிக்கொண்டு ஏறக்குறைய என்னையே சங்கர நாராயணன் என்கிற புதிய ஆசாமியாக வாசகனுக்கு அறிமுகம் செய்துவைக்கிறேன்.

என்னை மையமாகவைத்து எழுதும் கதைகளே எனக்குப் பிடிக்கின்றன. அப்படி எழுதும் கதைகளே (என்னைப் பொறுத்தவரை) வெற்றிகரமாக அமைவதாகவும் எனக்குப் படுகிறது"

கிருஷ்ணன் நம்பியின் நெருங்கிய சகாவாக 1952ஆம் ஆண்டு முதல் அவரது இறுதிக்காலம் வரை இணைந்து பயணித்த எழுத்தாளர் சுந்தரராமசாமி, சாகித்ய அகாடமி வெளியிட்டுள்ள 'இந்திய இலக்கியச் சிற்பிகள்' வரிசையில் கிருஷ்ணன் நம்பியைப் பற்றி மிகச் சிறப்பான அறிமுகத்தை எழுதியுள்ளார்.

'தன்னைப் பாராட்டிக்கொள்வதைவிடவும் தன் மீதான விமர்சனத்தை விளம்பரப்படுத்திக் கொள்வதில் அவருக்கு தனி உற்சாகம் இருந்தது. இடைவெளி விடாமல் எழுதக்கூடிய பழக்கம் அவரிடம் இல்லை. நினைத்து நினைத்துத் தள்ளிப்போட்டு ஒருநாள் எழுதக்கூடியவர். ஆகவே, மிகக் குறைவாகத்தான் அவரால் எழுத முடிந்தது. நன்றாக எழுத வேண்டும் என்ற ஆசைதான் சதா அவரைத் தூண்டிக்கொண்டிருந்தது. எழுதிக் குவிக்க வேண்டும் என்ற எண்ணம், அவருக்கு எப்போதும் இல்லை. அத்துடன் நம்பி, வெகுஜனப் பத்திரிகைகளுக்கு தன் கதைகளைப் பொதுவாக அனுப்ப விரும்பவில்லை. வித்தியாசமான கதைகளையே எழுத வேண்டும் என்ற விருப்பத்துடன் இருந்த நம்பியின் கதைகள் பிரபல இதழ்களில் வெளிவருவதற்கான வாய்ப்பும் குறைவாகவே இருந்தது. அவர் தம் வாழ்நாளில் எழுத்துகள் மூலம் பெற்ற வருமானம் மிகக் குறைவாகவே இருந்திருக்கும்' என்பது சுந்தரராமசாமி வரையும் சித்திரம்.

இதுபற்றி 'கதைக்கு ஒரு கரு' என்ற கட்டுரையில் கிருஷ்ணன் நம்பியே கூறுவது சுந்தரராமசாமியின் கணிப்பை உறுதிப்படுத்துகின்றன.

“நானோ, என் தகப்பனார் சொல்வதுபோல ஒரு மகா சோம்பேறி. வருஷத்தில் முழுசாக ஐந்து அல்லது ஆறு கதைகள் எழுதி முடித்துவிட்டேன் என்றால், அதுவே எனக்கு ஒரு சிகர வெற்றி. இப்படியெல்லாம் இருந்தும் எனக்கென்னவோ கதை எழுதி பணம் பண்ணிவிடலாம் என்று ஒரு கனவு. முயன்று பாடுபட்டு முடியுமா, முடியாதா எனப் பார்த்துவிடுகிற ஊக்கமும் சுறுசுறுப்பும் அறவே என்னிடம் கிடையாது. சொல்லப்போனால் உழைப்பிலேயே நம்பிக்கை அற்றவனாக நான் இருந்தேன். எப்படியாவது நிறைய எழுதி எப்படியாவது காசு சம்பாதிக்க வேண்டும் என்று குழந்தைத்தனமாக நான் எண்ணிக்கொண்டிருந்தேன். மேலும், எழுதிக் கிடைக்கும் காசுதான் இனிக்கும். பூ விற்ற காசுதான் மணக்கும் என்று எனக்கு மயக்கம். பத்திரிகைக்காரன் கொடுத்த காசைக் கொடுத்து டிபன் வாங்கிச் சாப்பிட்டால், அதில் அலாதியானதொரு திருப்தி. பத்திரிகைக்காரனிடம் சன்மானம் பெற்றே என் வாழ்க்கையின் பொருளாதார வெற்றியைச் சாத்தியமாக்கிவிடும் நப்பாசை. ஆனால், என் ஆசையின் தூய்மையோ, இறைவன் காலடியில் மலர்களாக சமர்ப்பிக்கத்தக்கது. அழகிய பிதற்றல்களால் லௌகீக வாழ்க்கையைப்

பாழடித்துக்கொண்ட கற்பனைப் பேர்வழிகளில் நானும் ஒருவன். ஆனால், இதில் எனக்கு தன்னிரக்கம் எதுவும் கிடையாது. விளக்கில் வீழ்ந்து மடியும் விட்டில்பூச்சியின் துன்பத்துக்கு நமது நினைப்புதான் ஆதாரமே அன்றி விட்டிலில்லை. சுடரில் தன்னைக் கருக்கிக்கொள்ளுதல் விட்டிலைப் பொறுத்தவரையில் ஜீவாத்மா, பரமாத்மாக்களின் ஐக்கியமாகவும் இருக்கலாம் அல்லவா?''

கிருஷ்ணன் நம்பி எழுதிய முதல்கதை 'நீலக்கடல்'. ஆனால், அது பிரசுரமாகவில்லை. அதை எழுதியதும் கலைமகள் இதழுக்கு அனுப்பிவைத்தார். கிட்டிப்புல்லில் அடிபட்டுச் செத்துப்போன குருவியின் மரணத்தை முன்வைத்து மரணம் பற்றிய பல கேள்விகளை முன்வைத்த கதை அது. அந்தக் கதை பற்றி கிருஷ்ணன் நம்பியின் உடன்பிறந்த சகோதரரான கிருஷ்ணன் வெங்கடாசலம் கூறியிருப்பது சுவையான தகவல்.

"அந்தக் காலத்தில் தமிழில் 'கலைமகள்' முக்கியமான ஒரு பத்திரிகை. ஒருசமயம் அவர்கள் பச்சை, சிவப்பு, நீலம் என பல நிறங்களைக் கூறி, அவற்றுக்குப் பொருந்தும்படியான கதைகளை வரவேற்று, அதில் தேர்வுபெற்ற கதைகளைப் பிரசுரம் செய்தனர். 'நீலக்கடல்' கதையை 'நீலம்' நிறத்தைக் குறிக்கும் வகையிலான கதையாக கலைமகளுக்கு அனுப்பியிருந்தார் நம்பி.. ஆசிரியர் கி.வா.ஜகந்நாதன், இந்தக் கதையைத் தேர்வுசெய்யவில்லை. அவருக்கு திருமணம், உபநயனம், காது குத்தல் போன்ற மங்கலகரமான நிகழ்வுகளைக்கொண்ட கதையாக இருந்தால் பிடித்திருந்திருக்கும். மரணத்தைப் பற்றிய கதையைப் பிரசுரிக்கலாமா? அது அமங்கலமல்லவா? எனவே, கிடப்பில் போட்டுவிட்டார். திருப்பியும் அனுப்பவில்லை. கலைமகளில் தாமோதரன் என்பவர், அப்போது உதவி ஆசிரியராக இருந்தார். அவருக்கு இந்தக் கதை மிகவும் பிடித்திருந்தது. கி. வா. ஜ-வின் மனதை மாற்றி பிரசுரம் செய்துவிடலாம் என்றெண்ணி, பல மாதங்கள் அந்தக் கதையை அவரே வைத்திருந்தார். ஆனால், அவரது முயற்சி வெற்றிபெறவில்லை. நம்பி எழுதிய கடிதத்துக்கேற்ப சில மாதங்கள் கழிந்து, அந்தக் கதை திரும்பி வந்து சேர்ந்தது.

தனது 18-வது வயதில் எழுத ஆரம்பித்து, இடையில் கிடப்பில் போட்டு, கதையை முழுமையாகப் பூர்த்திசெய்தபோது, நம்பியின் வயது 28. பிறகு இந்தக் கதை 1961ஆம் ஆண்டில், 'சரஸ்வதி' இதழில் வெளிவந்தது. நம்பியின் மனதுக்கு மிகவும் நெருக்கமான

கதை இந்தக் கதை' என்று சுந்தரராமசாமி குறிப்பிட்டிருக்கிறார். அது உண்மைதான். ஏனெனில், அது கிருஷ்ணன் நம்பியின் கதை!

கிருஷ்ணன் நம்பியின் கதைகளில் எனக்கு மிகவும் பிடித்த இன்னொரு கதை `மருமகள் வாக்கு' .

மறுநாள் தேர்தல். பூனைக்கும் கிளிக்கும் இருமுனைப் போட்டி. போட்டிபோடுபவர்கள், கிளி அபேட்சகர் வீரபாகுக் கோனாரும் பூனை அபேட்சகர் மாறியாடும் பெருமாள் பிள்ளையும். மீனாட்சி அம்மாள், அக்கிரகாரத்தில் வசித்து வந்தாள். அவளிடம் சொந்தமாக பசு இருந்தது. அவள் கணவன் இறந்துபோக, அவன் வேலை மகன் இராமலிங்கத்துக்குக் கிடைத்தது. அவன் சாது.

மருமகள் பெயர் ருக்மணி. நல்ல உழைப்பாளி. பசுவை நன்கு கவனித்துக்கொள்வாள். மருமகளிடம் மாமியார் கண்டிப்புடன் நடந்துகொள்வார். அன்றைக்கு என்ன குழம்பு வைக்கவேண்டும், எவ்வளவு அரிசி சோறு பொங்கவேண்டும் என்பது உள்பட எல்லாமே மாமியாரிடம் கேட்டுதான் செய்ய வேண்டும். மாமியாரின் அதிகாரக் கோட்டைத் தாண்டிய ஒரு சந்தோஷமாக, ருக்மணிக்கும் பசுவுக்குமிடையிலான உறவு மட்டுமே இருந்தது. ருக்மணி, எப்போதும் பசுவுடன் பேசிக்கொண்டே இருப்பாள்.

வாக்குப்பதிவு அன்றைக்கு மாமியார்க்காரி 'பூனைக்குத்தான் போட வேண்டும்' என்று மருமகளிடம் சொல்கிறாள். “சரிங்க மாமி" என்று சொல்லிக்கொண்டிருக்கும்போதே, “இன்னைக்கு ஓட்டு கிளிக்குத்தான்" என்று ருக்மணியின் உள்ளம் ஆணித்தரமாகச் சொல்லிக்கொண்டது.

வாக்களிக்கச் செல்லும்போது அரசமரத்தில் ஒரு பச்சைக்கிளி தெரிந்தது. அதனுடன் மானசீகமாகப் பேசிக்கொண்டாள். கிளிக்குத்தான் ஓட்டு போடப்போவதாகவும், பூனைக்கு ஓட்டு போட தனக்கு விருப்பமில்லை என்றும் சொன்னாள்.

ருக்மணி ஓட்டுச்சாவடிக்குள் போகிறாள். அவளுக்கு முற்றிலும் அந்நியமான சூழலாக அது இருந்தது. ருக்குவின் நெஞ்சு படபடவென அடித்துக்கொண்டது. பொறுக்க முடியாதபடி மூத்திரம் முட்டிற்று. `ஸ்வாமி. என்ன அவஸ்தை இது!' பற்கள் அழுந்தின. `ஐயோ, பால் கறக்க நேரமாகியிருக்குமே' என்ற நினைவு வர, மடியில் பால் முட்டித் தெறிக்க மருகும் பசுவும், கட்டிலிருந்து தாவித் தவிக்கும் அதன் கன்றும் `ம்மாம்மா... ' என்று அவள் செவிகளில் அலறிப் புடைக்கலாயின. அவள் உடம்பு

இப்படிப் பதறுவானேன்? மாரும் லேசாக வலிக்கிறது. ஆ, கிளி! கிளிக்கு எதிரே முத்திரை நெருங்கிவிட்டது. இப்போது ஒரு கை ருக்மிணியின் கையைப் பற்றவும், திடுக்கிட்டு, "யாரது?" என்று அவள் திரும்பிப் பார்த்தாள். யாரும் அங்கு இல்லை. ஆனால், அவள் கையை வேறொரு கை இறுகப் பற்றியிருந்தது என்னவோ நிஜம்தான். பெண் கைதான். வேறு யாருடைய கையும் அல்ல; மாமியார் மீனாட்சி அம்மாளின் கைதான். கிளிக்கு நேர் எதிராக இருந்த அவள் கையை, பூனைக்கு நேராக மாமியார் கை நகர்த்தவும், பளிச்சென அங்கு முத்திரை விழுந்துவிட்டது.

"ஆ! ருக்மணியின் வாக்கு பூனைக்கு! ஆம், பூனைக்கு!"

பரபரவெனச் சாவடியைவிட்டு வெளியேறினாள் அவள். அவளுக்காகப் பெண்கள் காத்திருந்தனர். இவள் வருவதைக் கண்டதும் அவர்கள் ஏனோ சிரித்தனர். பக்கத்தில் வந்ததும், "ருக்கு, யாருக்குடி போட்டே?" என்று ஒருத்தி கேட்க, "எங்க மாமியாருக்கு" என்ற வார்த்தைகள் அவள் அறியாது அவள் வாயிலிருந்தது வெளிப்படவும், கூடி நின்ற பெண்கள் பெரிதாகச் சிரித்தார்கள். ருக்மணி தலையைத் தொங்கப் போட்டபடி, அங்கு நிற்காமல் அவர்களைக் கடந்து விரைந்து நடந்தாள். முன்னைவிடவும் மார்பு வலித்தது. பொங்கி வந்த துக்கத்தையும் கண்ணீரையும் அடக்க அவள் ரொம்பவும் சிரமப்படவேண்டியிருந்தது.

இது வெறும் மாமியார்-மருமகள் கதை அல்ல. சமூக உளவியலைப் புரிந்துகொள்ள உதவும்விதமாக இன்னொரு தளத்தில் இயங்கும் கதை. தன்னுணர்வுக்கும் அதற்கு அப்பாற்பட்டு இயங்கும் மனதுக்குமிடையிலான போராட்டமாகவும் இதைப் புரிந்துகொள்ள முடியும்.

அவரது 'தங்க ஒரு' என்கிற கதை, இன்றைக்கும் போற்றப்படும் ஒரு மேஜிக்கல் ரியலிசக் கதை. சென்னை மாநகரத்தில் குறைந்த வாடகைக்கு கிடைக்கும் ஒண்டுக்குடித்தனத்தில் வாழ்ந்து கால் நீட்டிப் படுக்க முடியாமல் உடம்பைக் குறுக்கிக் குறுக்கிப் படுத்துக் கடைசியில் லில்லிபுட் மனிதர்களாக ஆகிப்போன ஒரு போலீஸ் குடும்பம், ஒரு போலீஸ்கார பூட்ஸுக்குள் குடித்தனம் நடத்தும் சைஸில் சுருங்கிப்போகிறார்கள்.

வீடு தேடி அலையும் ஒரு மனிதன், இந்த பூட்ஸ் வீட்டு மனிதரைச் சந்தித்து உரையாடுவதே கதை. 'இன்னொரு பூட்ஸ் காலியாகத்தான் இருக்கிறது. வாடகைக்கு எடுத்துக்கொள்கிறீர்களா?'

என்று அவர் கேட்பதாக கதை முடியும். இப்படி விதவிதமான வடிவங்களிலும் சொல்முறைகளிலும் கதை சொன்னவர் கிருஷ்ணன் நம்பி.

பார்ப்பன சமூகத்தில் பிறந்த அவருக்கு பார்ப்பனர் அல்லாத சாதிகளில்தான் நண்பர்கள் அதிகம் என்று சுந்தரராமசாமி குறிப்பிடுகிறார். "வெவ்வேறு ஜாதிகளையும் மதங்களையும் சேர்ந்த பிச்சைப் பண்டிதரும், தர்மராஜனும், அண்ணாமலையும், கம்யூனிஸ்ட்டுகளான எம். எம். அலி, மிக்கேல் ராஜு, விசாலம் (பிறகு நாவலாசிரியராக ஆனவர்) பாலமோகன் தம்பி ஆகியோரும் அவரது நண்பர்கள். திராவிடர் கழகத்தைச் சேர்ந்த நாராயண பிள்ளை என்பவர் அவருக்கு மிக நெருக்கமான நண்பர். "

ஏழை எளிய மக்களைப் பற்றி அக்கறையுடன் எழுதியவர் நம்பி. முற்போக்கு இதழ்களான 'சாந்தி', 'சரஸ்வதி', 'தாமரை'யில் தொடர்ந்து எழுதியவர்.

இந்த இடத்தில் கிருஷ்ணன் நம்பியின் எழுத்து பற்றி பட்டியல் மன்னர் க. நா. சு எழுதியிருப்பது நினைவுக்கு வருகிறது. 'அவர் கதைகளை நான் தமிழில் நல்ல கதைகள் என்று வெளியிடுகிற பட்டியலில் சேர்ப்பதில்லை என்று அவருக்கு வருத்தம்தான் என்பது எனக்குத் தெரியும். அவர் தன் சிறுகதைகளில் நல்ல தரத்தை எட்டியவர் என்பது எனக்குத் தெரியும். அந்தத் தரத்துக்கும் அப்பாற்பட்ட ஒரு தரத்தை அவரால் எட்ட முடியாமல்போனது, அவருடைய முற்போக்குச் சிந்தனை இருட்டினால்தான் என்றும் எனக்கு நினைப்பு. ' முற்போக்குச் சிந்தனைகளை இருட்டெனக் கண்ட க. நா. சு-வின் பட்டியலில் கிருஷ்ணன் நம்பியின் கதைகள் இடம்பெறாமல்போனதில் வியப்பொன்றும் இல்லை. நல்லவேளை சேர்க்கவில்லை.

"சமூக ஏற்றத்தாழ்வுகளில் அவருக்குக் கோபம் இருந்தது. குடும்பத்துக்கு உள்ளோ வெளியிலோ அநீதியான காரியங்கள் நடைபெறுகிறபோது அவர் மிகுந்த கோபம் அடைந்திருக்கிறார். ஆனால், தனிநபராக அவரால் கதை, கவிதை எழுதுவதைத் தவிர வேறொன்றும் செய்ய முடியாமல் போயிற்று" என்று சுந்தரராமசாமி குறிப்பிடுகிறார்.

கடைசியில் எலும்புப் புற்றுநோய் வந்து, ஒரு காலை எடுத்தும்கூட தப்ப முடியவில்லை. தன் மரணத்தை ஓராண்டுக்கு மேலாக எதிர்நோக்கிக் காத்திருந்து, அதை எதிர்கொள்ள தன்

மனைவி மக்களையும் மனரீதியாகத் தயார்படுத்திப் பிறகு 1976 ஜூன் 16 அன்று காலமானார்.

"எனது லௌகீக வெற்றிகளில் எப்போதுமே எனக்கு நம்பிக்கை இல்லை.

பிழைக்கத் தெரியாத பயலாக இந்த உலகத்தில் வந்து அவதரித்திருப்பவனாகவே என்னைப் பற்றி நான் நினைத்துக்கொள்வேன். தோல்விகளை எப்போதும் எதிர்நோக்கிக் காத்திருப்பது என் சுபாவம். ஆனால், இந்தப் பிரபஞ்சமே கவிதை, சிறுகதை, நாவல்களால் ஆனது எனத் தீர்மானம் செய்திருந்த என் மனதை, வியாபாரத்தில் ஒட்டவைக்க என்னால் முடியவில்லை.

ஆனால், பிரத்யட்ச வாழ்க்கையின் இரும்புக்கரங்கள் கொடுத்த சவுக்கடிகளைத் தாங்க முடியாமல் என் தந்தையின் கல்லாப்பெட்டியில் போய் நானும் விழுந்து சரண் புக வேண்டியதாயிற்று."

- கிருஷ்ணன் நம்பி.

20

லா. ச. ராமாமிர்தம்

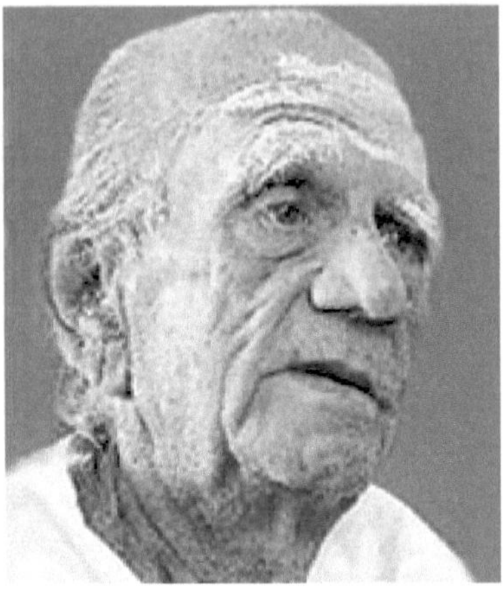

‘உன் எழுத்துத் திறமையின் முழு சக்திப் பிரயோகத்துடன் ஒரு காகிதத்தில் ‘நெருப்பு’ என எழுதினால், அங்கு பொசுங்குகிற நெடி வர வேண்டும்” என்பது எழுத்தாளர் லா. ச. ராமாமிருதத்தின் புகழ்பெற்ற கூற்று.

ஒரு பேச்சுக்காக இதை அவர் சொல்லவில்லை. உண்மையிலேயே அதற்கான அவருடைய தவத்தின், முயற்சியின் விளைவுதான் அவருடைய எழுத்துகள்.

இளவயதில் அவருடைய ‘அபிதா’ நாவலை முதன்முதலாக வாசித்து அப்படியே அவருடைய மொழியில் சொக்கிக் கிடந்த தலைமுறை எங்களுடையது.

“அவள் முன் செல்கிறாள். நான் பின் செல்கிறேன். அவள் நடையில் இடுப்பின் கடையலில் என் மனம் பறிபோகிறது. குடத்தின் நசுங்கலிலிருந்து ஜலம் மத்தாப்பூக் கொட்டிக்கொண்டே போகிறது. அவள் நடக்கையில் ஜலம் தெளித்த இடம் பூமிக்குக் குளிர்ச்சி. ஆனால், அவள் நடை என் நெஞ்சுக்குத் தீ ஜுவாலை காட்டும் உருக்கள். நானா... நீயா... நானா?”

அபிதாவின் பின்னால் அலைந்த அந்தக் கிழவரைப்போல நாங்களும் அவள் பின் அலைந்திருக்கிறோம். நெடுங்கதையான ‘அபிதா’வை வாசித்த பிறகுதான் அவருடைய சிறுகதைகளை

வாசிக்க எனக்கு வாய்த்தது. அவருடைய கதைகளுக்குக் கதைச் சுருக்கம் சொல்வது அபத்தம். அவருடைய கதைகளை வேறு மொழிகளில் பெயர்ப்பது அசாத்தியம். ஏனெனில், மொழியும் உணர்வும்தான் அவருடைய எழுத்தின் உயிர்.

“கதை எழுதுவது பெரிய விஷயமல்ல. அந்த அழகிய சிற்பத்தை இழைத்து இழைத்து தட்டித் தட்டி கண் மூடாமல் நகாசு வேலை செய்து சிற்பத்தின் கண் திறந்து விக்ரஹத்தை வரவழைக்க வேண்டும்" என்று அவரே சொன்னதுபோல ஒவ்வொரு கதையையும் அவர் வடித்திருப்பார்.

அவருடைய மகன் சப்தரிஷி அவரைப் பற்றிக் கூறுவது இதை மேலும் உறுதிசெய்கிறது. “அப்பாவைப் பொறுத்தவரையில் அவர் அயராத உழைப்பாளி. தான் தேடும் நயம் கிடைக்கும் வரை மீண்டும் மீண்டும் எழுதியதையே பலமுறை எழுத, அவர் தயங்கியதே இல்லை; அலுத்துக்கொள்வதுமில்லை. லா. ச. ரா-வின் சிறுகதைகள் நினைவின் அடிவாரத்தில் வருடக்கணக்கில் ஊறிக்கிடப்பவை. எந்தச் சமயமும் விட்ட இடத்திலிருந்து அந்த ஸ்ருதி கலையாமல் மீண்டும் தொட்டுக்கொள்ள தன் நினைவைப் பழக்கிக்கொண்டிருக்கிறார். இவர் கதை எழுத உட்காருவதில்லை. கதை இவர் மனதில் உட்கார ஆரம்பிக்கும்போது, இவரும் எழுத ஆரம்பிப்பார். கதை தன்னை நடத்திக்கொள்ளும்போது அதன் உருவத்தை எழுத்தாக்குகிறார்.

பெண் குழந்தை தானாக தன் பருவம் அடைந்து கன்னியாவதைப்போல அப்பாவின் கதை எவருடைய வற்புறுத்தலுமின்றி தன் பக்குவம் அடைந்து கன்னிமை அடைகிறது. இவரும் தன் கதையின் வேளைக்கு, தருணத்துக்குக் காத்திருந்தார். வற்புறுத்தப்படாத செழுமையில் இவர் கதைகள் இருப்பதால்தான் அது சிரஞ்சீவத்துவம் பெற்று விளங்குகிறது.

எழுத்தில் தான் பேசுவதாக அப்பா நினைத்ததே இல்லை. தன் மூலமாக, தன் எழுத்தின் மூலமாக தன் மூதாதையர்கள் பேசுவதாகவே நம்பினார். இவருடைய எழுத்துக்கு கேமரா கண்கள் உண்டு. அதிஅற்புதமான கவிதைகளை உருவாக்கக்கூடிய திறன் பெற்றவை அவரது எழுத்துகள். காட்சித்தன்மையுடன்கூடிய அவரது விவரிப்புமொழி, வாசகனின் மனத்திரையில் சித்திரங்களை உருவாக்கிவிடக்கூடிய ஆற்றல் பெற்றது.

கவிதையும் உரைநடையும் அவரது கைவண்ணத்தில் கதைக் கவிதையாக, கவிதைக் கதையாக மாறிவிடுவது லா. ச. ரா எனும் மந்திரவாதியின் உச்சபட்ச வித்தை. அப்பாவின் உரைநடை, உயிர் நடை. அப்பாவின் எழுத்துகள் பற்றி அவர் பாஷையிலேயே கூற வேண்டுமானால், 'மனதில் தோன்றியவற்றைத் தோன்றியபடி தோன்றிய கதியிலேயே' நமக்கு மாற்றிவிடும் சக்தி படைத்தவர்.''

தமிழ்ச் சிறுகதையின் எல்லைகளை விரித்துச் சென்ற மனவெளிப் பயணி லா. ச. ரா. புதுமைப்பித்தனைப்போல சமூக யதார்த்தங்களைத் தன் படைப்புகளில் அடித்து விளாசியவரல்ல லா. ச. ரா. ''புதுமைப்பித்தனுடைய சிறுகதைகளை முதன்முதலாகப் படித்தபோது அவரது எள்ளல், பாத்திரங்கள், களம் இவற்றிலெல்லாம் பிறந்த மண்ணின் நினைவுகள் இருந்தன. இதனால் மிக எளிதாக புதுமைப்பித்தன், மனதில் இடம்பெற்றார். ஆனால், லா. ச. ரா-வின் உலகம் வேறுவிதமானது. லா. ச. ரா-விடம் புதுமைப்பித்தனின் குத்தல், கேலி மிகக் குறைவு. புதுமைப்பித்தனின் கதைகளில் இடம்பெறும் சோகம் விமர்சனத்துடன்கூடிய துயரம். லா. ச. ரா-வின் சோகம் தீவிரமானது. பார்வை அகவுலகம் சார்ந்தது. பெரும்பாலும் குடும்பம்தான் அவரது கதைகளின் களன். புறக்கடை, கோயில், கடைத்தெரு எல்லாம் பிற யதார்த்தவாதிகளைப்போல் அவரது படைப்புகளில் இடம்பெறுகின்றன. ஆனால், அவை ஒருவிதமான சோக முலாம் பூசி நிற்கின்றன'' என்று வண்ணநிலவன் லா. ச. ரா-வின் எழுத்து பற்றிக் குறிப்பிடுவார்.

'அபூர்வ ராகம்' என்னும் அவருடைய கதை இப்படித் தொடங்குகிறது.

''வீணையின் ஸ்வரக் கட்டுகளை விருதாவாய் நெருடிக்கொண்டிருக்கையில் திடீரென ஒரு வேளையின் பொருத்தத்தால் ஸ்வரஜதிகள் புதுவிதமாய்க் கூடி ஓர் அபூர்வ ராகம் ஜனிப்பதுபோல் அவள் என் வாழ்க்கையில் முன்னும் பின்னுமில்லாது முளைத்தாள்.

இல்லாத சூரத்தனமெல்லாம் பண்ணி கோட்டையைப் பிடித்து ராஜகுமாரியை பரிசிலாய் மணந்த ராஜகுமாரனைப்போல் நான் அவளை அடைந்துவிடவில்லை. நாங்கள் சர்வசாதாரணமாய் பெரியோர்களால் நிச்சயிக்கப்பட்டு அவர்கள் மூன்று நாள் முன்னதாகவே வந்து நடத்திவைத்த முகூர்த்தத்தில்

மணந்துகொண்டவர்கள்தாம். ஆகையால், இறுதி செய்யாத செயலையோ, நம்பாத விஷயங்களையோ தேடி அலையவேண்டாம்.

நான் - முதலில் என்னைப் பற்றிச் சொல்லிவிடுகிறேன்.

வாழ்க்கையில் என் லட்சியம் என்னவென்றால், ஒன்றும் செய்யாமல் இருப்பதுதான்.

எனக்கு கால்நடையாய் ஊர்களைச் சுற்றவேண்டுமென்று ஆசை. மூட்டை இல்லாமல் முடிச்சு இல்லாமல் கண்ட இடத்தில் அகப்பட்டதைத் தின்று கையலம்பிவிட்டு வாசல் திண்ணையிலோ மரத்தடியிலோ படுத்துறங்கிவிட்டு... மேகங்களைக் குன்றுகள் தடுத்து குடம் குடமாய் மழை கொட்டும் மலைநாட்டின் கமுகுச் சோலைகளையும் மாடுகளைப்போல் மந்தை மந்தையாய் யானைகள் மேய்வதையும் பார்க்க வேண்டும். அசைவற்ற மனதில் அமைதி நிறைந்ததாய் பார்த்தவர்கள் சொல்லிக்கொள்ளும் கன்னியாகுமரியின் கடற்கரையில் ஓங்கி நிற்கும் மணற்குன்றுகளில் ஒன்றின்மேல் உட்கார்ந்துகொண்டு சூரிய அஸ்தமனத்தைப் பார்க்க வேண்டும் என்று ஓர் ஆசை.

நான் மொத்தத்தில் வேண்டுவது 'ஒன்றும் வேண்டாம்' என்பதே. இதனால் எனக்கு உலகத்தில் எனக்கு வெறுப்பு அல்லது ஞானப்பைத்தியம் பிடித்துவிட்டது என்று இல்லை. எனக்கு வாழ்க்கையில்தான் பற்று. அதைவிட்டால் வேறு நம்பிக்கையில்லை. கண் கண்டதில் நம்பிக்கையில்லை. அதைத் தள்ளிவிட்டு காணாததைத் தேடி எப்படிப் போவேன்? ஆனால், என் இஷ்டப்படி இந்த உலகத்தை அனுபவிப்பதில்தான் எனக்கு ஆசை. இந்த மிருகத்தனம் என்னுடனே பிறந்துவிட்டதென்று நினைக்கிறேன்.

அம்மாவுக்கு எவ்வளவு மறு உலகத்தில் நம்பிக்கையோ அத்தனைக்கு அத்தனை என் மனம் இங்குதான் ஊன்றி நின்றது. எதற்கு சொல்லவந்தேன் என்றால், எப்படியோ அம்மா இருக்கும் வரை அவளுக்கு அடங்கி சமர்த்துப் பிள்ளையாய் இருந்துவிட்டு, அவள் கடன் கழிந்ததும் உதறித் தோளில் போட்டுக்கொண்டு ஊரைவிட்டுக் கிளம்பிவிடக் காத்திருந்தேன்.

ஆயினும் அம்மா என்னை சும்மாவிடும் வழியாயில்லை. ஜாதகங்களைப் போட்டுப் புரட்டிக்கொண்டிருந்தாள். ஆகையால், பெண் பார்க்கப் போனோம்.

நீலம் உடுத்தி, இரை தின்ற பாம்புபோல் கனத்துப் பின்னல் முழங்காலுக்கும் கீழ் தொங்க, நிமிர்ந்த தலை குனியாது சமைலறையினின்று வெளிப்பட்டு வந்து நமஸ்கரித்து மையிட்ட கண்களை ஒருமுறை மலர விழித்து புன்னகைப் புரிந்து நின்றாள். அவ்வளவுதான்.

அவள்தான் நான் கண்ட அபூர்வ ராகம்.

சில விஷயங்கள் நடந்துவிடுகின்றன. கால காரணங்களற்று. அவை நேர்ந்ததற்கு நேர்ந்ததுதான் சாட்சி. அந்த மாதிரி முன்னும்பின்னுமற்றது எங்கள் சந்திப்பும் வாழ்வும். நாங்கள் இன்னமாதிரி இருந்தோம் என்று சித்திரிக்க மேற்கொண்ட முயற்சி, கேவலம் ஒரு புருஷன்-பெண்ஜாதியின் அந்தரங்க வாழ்க்கையை அம்பலமாக்கும் விரஸமாய் முடியுமா அல்லது எங்கள் இளமையின் புதுமையில் வாழ்க்கையையே ஒரு மஹா சங்கீதமாயும் அதில் அவளை ஓர் அபூர்வ ராகமாயும் பாவித்து அதன் சஞ்சாரத்தை உருவாக்கும் வசனக் கவிதையாக அமையுமா அறியேன்.

வாஸ்தவத்தில் இந்த வரலாற்றில் என் பாத்திரம் எவ்வளவு முக்கியமானது என்று எனக்கு இன்னமும் நிச்சயமாகவில்லை. நான் இப்போது இருக்கிற மாதிரி அப்போது இல்லை. முன்னைவிட எனக்கு இப்போது 'நாகரிகம்' முற்றிவிட்டது. என் உடலில் ஓடிய என் அப்பனின் மிருகரத்தம் சுண்டிவிட்டது. நானும் என் தாயின் இஷ்டப்படி எல்லோரும்போல ஆகிவிட்டேன். பாழடைந்த கோயில் மூலவர் மேல் எலியும் பெருச்சாளியும் ஓடுவதுபோல் என் மேல் பேரன் பேத்திமார் ஏறி விழுந்து விளையாடுகின்றனர். கடன், வியாதி, கவலை, குடும்பம், எல்லாம் பெருத்துவிட்டன. இத்தனைக்கும் இடையில் நான் அவளைப் பற்றி நினைப்பதுமில்லை.

'அபூர்வ ராகம்' எனக் கதைசொல்லி வர்ணிக்கும் அவருடைய மனைவிக்கு உடல்நலக் குறைவு ஏற்பட, அவளுக்கு சரியானால் திருப்பதியில் அவளுக்கு மொட்டைபோடுவதாக அம்மா வேண்டிக்கொள்கிறாள் - அபூர்வ ராகத்துக்குத் தெரியாமலே. அவள் உடம்பு சரியானதும் அம்மா சொல்கிறாள், "நாளை காலை மொட்டையடிக்கப் போக வேண்டும்." அந்த இரவில், கணவன்-மனைவிக்கிடையிலான உரையாடல்:

"இயல்பு என்று சொல்வதன் அர்த்தம் என்ன? பட்சிகளுக்குப் பறப்பதுதான் இயல்பு. றெக்கையை ஒடித்துவிட்டு இயல்பு

மாறாதவை பட்சிதான் என்றால் என்ன சரி? ராகத்துக்கும் பட்சிக்கும் என்ன வித்தியாசம்? இரண்டுக்கும் மேல் சஞ்சாரம்தானே!"

“இப்போ என்னவென்கிறாய்?"

“ஒன்றுமில்லை, ராகத்தின் முடிவும் எடுப்பாய்த்தானிருத்தல் வேண்டும்" கொண்டையைப் போட்டுக்கொண்டு எழுந்தாள்.

“எங்கே?"

“கீழே போகணும். இதோ வருகிறேன். "

ஆனால், அவள் திரும்ப வரவே இல்லை. தன் ஆளுமையின் பாகமாய் இருந்த கூந்தலை மாமியாரின் வேண்டுதல் காரணமாக இழக்காமல் வாழ்வை முடித்துக்கொண்டதாக நாம் யூகிக்கலாம்.

இப்படிச் சுருக்கமாக அந்தக் கதையைச் சொன்னதே தப்புத்தான். முழுமையாக வாசிக்க வேண்டும். அந்த வாசிப்பின் தருணத்தில்தான் லா. ச. ரா பிடிபடுவார். எடுத்துச் சொல்லும்போது அல்ல.

1989ஆம் ஆண்டு தனது 'சிந்தா நதி' கட்டுரைத் தொகுப்புக்காக சாகித்ய அகாடமி விருது பெற்றார் லா. ச. ரா. தனது 92-வது வயதில், தனது பிறந்த நாளான 30. 10. 2007 அன்று காலமானார்.

அவருடைய எழுத்துகள் புரியாதவை என்கிற விமர்சனம் பற்றிக் கூறும்போது...

“நான் ஜனரஞ்சகமான எழுத்தாளன் அல்ல. புரியாத எழுத்தாளர் என்ற பெயரை சம்பாதித்துக்கொண்டு அப்படியே அதனாலேயே பிரபலமாகிவிட்டவன். ஏதாவது புரியும்படி எழுதினால், எனக்கு இப்போது ஆபத்துதான். தரம் குறைந்துவிட்டது என்று, என்னை வேறு ஒரு பிரிவில் சேர்த்துவிடுவார்கள். இரண்டு, மூன்று பேர் சொல்லிவிட்டார்கள். எனக்கு மாற்றே கிடையாதாம். முன்னாடியும் கிடையாதாம்; பின்னாடியும் கிடையாதாம். என்னோடு நான் முடிந்தது. இப்படி இருப்பதில் எனக்கு ஒன்றும் அவ்வளவாக உடன்பாடு இல்லை. ஆனால், நான் என்ன செய்ய முடியும்? ராமாமிருதம், ராமாமிருதமாகத்தான் இருக்க முடியும்.

'நான் எப்போதுமே எனக்காகத்தான் எழுதுகிறேன்' என்று சொல்லி வந்திருக்கிறேன். இதுதான் நிஜமும்கூட. 'எனக்காகத்தான் எழுதுகிறேன் என்றால், ஏன் பத்திரிகையில் பிரசுரிப்பானேன்.

நீயே வைத்துக்கொள்ளவேண்டியதுதானே' என்று ஒரு கட்சி பேசினால், அதை ஒரு கட்சியாகவே நான் கணக்கில் எடுத்துக்கொள்வதில்லை.

என்னுடைய எழுத்தில் சங்கீதத்தின் ஈடுபாடு இருக்கிறது. சங்கீதம், ஓவியம், எழுத்து போன்ற எல்லா கலைகளும் எதை நோக்கி நகர்கின்றன? மௌனத்தை நோக்கித்தான். மௌனம்தான் எனக்கு எப்போதுமே முக்கியமானதாக இருந்திருக்கிறது. பேசிக்கொண்டே இருக்கும்போது இடையில் திடீரென பேச்சு நின்றுவிடும். அற்புதமான கணங்கள் அவை. மனது நிறைந்துபோவதுபோல் இருக்கும். அதே சமயம், என்ன நேரப்போகிறதோ என்ற பயமும் இருக்கும். ஆனால், அநேக நேரங்களில், மௌனத்தை நோக்கிப் போகிறேன் எனச் சொல்லிவிட்டு, எழுத்தாளன் நிறைய பேசுகிறான். நான் நிறைய பேசுகிறேன்.

“உங்கள் எழுத்து புரியவில்லையே” என்று என்னிடமே வந்து சொல்கிறார்கள். புரியவேண்டும் என்பது அவசியமா என்ன? இன்றைக்கு இல்லாவிட்டால் நாளைக்குப் புரிந்துவிட்டுப்போகிறது. எழுத்தாளனுக்கே அவன் எழுதுபவை எல்லாம் புரிகிறது என்று நீங்கள் கண்டீர்களா? புரியாமல்தான் இருந்துவிட்டுப்போகட்டுமே. அதனால் இப்போது என்ன கெட்டுப்போய்விட்டது?” என்று கவலைப்படாமல் பேசுகிறார். (பிரபல இதழுக்காக எடுத்த நேர்காணலில்...)

சமூகப் பிரச்னைகளை அவருடைய கதைகளில் அவர் அதிகம் பேசியதில்லை. ஆனால், சமகாலத்தை அறியாதவர் அல்லர் அவர். விருதுகள் பற்றிய ஒரு கேள்விக்கு அவர் சொன்ன பதில் அதற்குச் சான்று.

“விருதுகள் என்று கணக்கிட்டால் பத்து, பன்னிரண்டு வாங்கியிருக்கிறேன். சாகித்ய அகாதமி, கலைமாமணி... இப்படியே போய்கொண்டே இருக்கும். சங்கராச்சாரியார், பெரியவர் ஒரு விருது கொடுத்திருக்கிறார். நான் கொஞ்சம் அதை பெரியதாகத்தான் நினைக்கிறேன். அவருக்கும் இலக்கியத்துக்கும் எவ்வளவு சம்பந்தம் என எனக்குத் தெரியாது. ஆனால், என்னுடைய எழுத்தில் ஆன்மிகத்தின் சாயல் இருப்பதால், அவர் கொடுத்திருக்கிறார். அப்பறம் ஞானபீட விருதுக்கு இரண்டு முறை பரிந்துரைக்கப்பட்டிருக்கிறேன். நான் பிராமணன், அந்தத்

தொந்தரவு வேறு இருக்கிறது. எனவே இங்கே தி.மு.க ஆட்சியில், எனக்கு எந்த விருதும் கிடைப்பதற்கு வாய்ப்பு இல்லை. ஜெயலலிதா இருந்ததால் கலைமாமணி கிடைத்தது. அது கிடைத்தால் என்ன, கிடைக்காவிட்டால் என்ன? நான் அதையெல்லாம் போட்டுக்கொள்வதே கிடையாது. டாக்டர் பட்டம் வேறு, யாரோ ஒருவர் கொடுத்திருக்கிறார். இதற்கும்மேல் மற்றவர்களால் எனக்கு என்னதான் தந்துவிட முடியும்?"

எல்லோரையும் பற்றிக் கருத்துச் சொல்லும் பெரியவர் க. நா. சு. , லா. ச. ரா பற்றிக் கூறியுள்ளது: "அவருடைய வாழ்க்கைத் தத்துவம் அவருக்கே சிறப்பாக உரியதாகும். வாழ்க்கைத் தத்துவம் என்று சொல்கிறபோது ஏதோ பெரிய துறவு மனப்பான்மை குடும்பச் சூழ்நிலையைவிட்டு ஓடிவிடுவது என்றெல்லாம் அர்த்தமில்லை. லா. ச. ரா. , கவிதை நிரம்பிய கண்ணோட்டத்துடன் சாதாரணமான குடும்பச் சூழ்நிலைகளைக் கணிக்கிறார். ஓரளவுக்கு கோணல் பார்வையும் பார்க்கிறார் என்று சொல்லலாம். இந்தக் கோணலில்தான் அவரது தனித்துவம் அடங்கியிருக்கிறது. லா. ச. ரா-வின் சிறுகதைகள் எல்லாமே சாவைப் பற்றியவைதான் என்று சொல்வது மிகையாகாது. சாவின் நிழலிலேதான் எந்த மனிதனுடைய வாழ்வும், காதலும், ஊடலும், கோபதாபங்களும், நடைமுறைக் காரியங்களும் நிகழ்கின்றன. "

அது உண்மைதான். பெரும்பலான கதைகளில் சாவு பின்னின்று நகர்கிறது; நகர்த்துகிறதுதான். என்ன கோணல் பார்வை பார்த்தாலும் லா. ச. ரா உள்ளடக்கத்தில் ஒரு பழைமைவாதிதான். சொல்வதில் ஒரு பாய்ச்சலான புதுமையைக்கொண்டிருக்கிறார். இளம் எழுத்தாளர்களுக்கு அவருடைய எழுத்து பிரமிப்பூட்டும் பாடம்தான். வாசகனுக்கு அவர் எப்படிச் சொல்கிறார் என்பதைவிட, என்ன சொல்கிறார் என்பதும் முக்கியம் அல்லவா?

'ஜனனி' போன்ற அவருடைய பல கதைகளைப் பகுத்தறிவைக் கழற்றி வைத்துவிட்டுத்தான் வாசித்து அனுபவிக்க முடியும். அறிவியல் பார்வையை அவரிடம் தேட முடியாது. இல்லாமல் காஞ்சிப்பெரியவர் 'சுதாரஸ சதுரஹ விருதை' அவருக்கு அளித்திருப்பாரா? சொந்த வாழ்க்கையிலேயே அமானுஷ்யமான, அறிவுக்கு அப்பாற்பட்ட நிகழ்வுகள் நடந்திருப்பதாக நம்புகிறவர் அவர் என்பது அவரது நேர்காணலில் வெளிப்படுவதைப் பார்க்கிறோம். அவருடைய நோக்கம் சமூகத்துக்கு எதையும் சொல்வது அல்ல. நான் ஒரு சௌந்தர்ய உபாசகன் என்று

வெளிப்படையாகச் சொல்லிக்கொண்டவர். எனக்காகத்தான் நான் எழுதுகிறேன் என்றும் சொன்னவர். “பொம்மனாட்டிகள் ஈரப் புடவையைக் கட்டிக்கொண்டு படியில் ஏறிக்கொண்டிருக்கும் காட்சி, அப்படியே என் மனதில் இருக்கிறது. என்னுடைய கதைகளிலும் இந்தக் காட்சி அடிக்கடி வரும். தி. ஜ. ர. , `ஏண்டா, இது அடிக்கடி வருகிறதே' என்பார். அதற்கு நாம் ஒன்றும் செய்ய முடியாது. சில காட்சிகள் அப்படி நம் மனதில் பதிந்துவிடுகின்றன. நான் கெட்டுப்போகவில்லையே தவிர, கெட்ட எண்ணங்கள் எனக்கு இல்லாமல் இல்லை. `செக்ஸ்' இல்லாமல் எதுதான் உண்டு? பெரிய பக்தியின் மூர்க்கமே செக்ஸ்தான். காமத்தால் உடலில் ஏற்படும் அவஸ்தைகள் எல்லாவற்றையும் நான் எழுத்தில் வடித்திருக்கிறேன். ஆனால், சமுதாயத்துக்கு விரோதமாக நான் என்றும் எழுதியது கிடையாது. சந்தோஷமாக, ஒற்றுமையாக இருப்பது பற்றிதான் நான் எழுதுகிறேன். அதுதான் எனக்கு தோன்றவும் செய்கிறது. ”

மேற்படி வாசகங்களுக்காக அவரைக் கடுமையாக விமர்சித்தவர்கள் உண்டு. அந்த விமர்சனங்களின் கோபத்தைக் கழித்துவிட்டுப் பார்த்தால் அதில் நியாயம் இருந்ததாகவே கருதுகிறேன்.

அவர் எழுதிய சிறுகதைகளில் அளவில் சிறிய கதை (4 பக்கம்) என `கறைபட்ட இலை' கதையைச் சொல்லலாம். வயலில் வேலை செய்துகொண்டிருக்கும் கணவனுக்காக கஞ்சி கொண்டுபோகும் பறைக்குலப் பெண் ஒருத்தி வழியில் வாய்க்காலில் குளுகுளுவென ஓடும் தண்ணீரைக் கண்டதும் சோற்று மூட்டையைக் கரையில் இறக்கி வைத்துவிட்டு ஆடை களைந்து தண்ணீரில் இறங்குகிறாள்.

“அவள் மயிர் அவிழ்ந்து, தோகை விரிந்து, பிறகு கனத்து அமிழ்ந்தது. கைகளை விரித்து, கால்களைச் சேர்த்து, சிலுவைபோல மிதந்தாள். வெயிலின் வெப்பம் கண்கள் கூசி இமைக்கத் தவித்தன. வாய் சிரித்தது. உடல் கரும் பளிங்கென ஒளி வீசிற்று. ”

அப்போது எதிர்பாராமல் எதிர்க்கரைக்கு வரும் ஓர் இளம் கவிஞன் இந்தக் காட்சியைப் பார்க்கிறான். அவன் அவளிடம் லயித்தான். இடையில் செருகிய எழுத்தாணி அவனேயறியாது அவன் கையில் ஏறியது. ஓலை? இல்லை. ஆனால் அதோ முள்களிடையில் ஓர் ஆலிலை... சட்டென அதையெடுத்து

அங்கேயே மண்டியிட்டுத் தொடை மீது வைத்து எழுத ஆரம்பித்தான்.

அவரவர் லயிப்பில் அவரவர். அவனுக்கு அவன் எழுத்தில்... அவளுக்கு அவள் குளிப்பில். அவள் அவனைப் பார்க்கவில்லை. ஆனால், பசியோடு காத்திருந்த புருஷன் வந்து இருவரையும் பார்க்கிறான். தேவடியாத்தனம் நடப்பதாகக் கற்பித்து, முதலில் கவிஞனைக் குத்திக் கொலை செய்கிறான்.

ஆலிலை, கவியின் கரத்தினின்றும் நழுவியது. அது ஜலத்தில் விழும் முன்னர், அவனது ரத்தத்தில் ஒரு துளியைத் தாங்கிக்கொண்டது. வாய்க்காலில் குளித்துக்கொண்டிருக்கும் ஸ்திரி தன்னை நோக்கி மிதந்து வந்த அந்த இலையைக் கையிலெடுத்துப் பார்த்தாள். அவளுக்கு வியப்பாயிருந்தது. ஏதோ நாலு கிறுக்கு. அது நடுவே ஒரு துளிச்சிவப்பு. அடுத்து அந்த எழுத்தாணி அவள் மார்பிலே அழுந்துகிறது. அவளுக்கு வீறிட நேரமில்லை. ஆணியின் வேகம் அவ்வேகம். அது சென்ற பாதையும் அவ்வளவு சொகுசு-காலன் அவளைத் தழுவலில் அவ்வளவு ஆசை.

இரண்டு கொலைகள் நடந்துவிட்டன. ஆனால் லா.ச.ரா கதையை இப்படி முடிக்கிறார்.

“அப்புறம் என்னென்னவோ நடந்தது-வாய்க்காலில் குளியாடும் சவத்தைப் பற்றியும், கரையில் கிடந்த சவத்தைப் பற்றியும் சோற்று மூட்டையின் மேல் விழுந்திருந்த எழுத்தாணியைப் பற்றியும் -

அதெல்லாம் பற்றி நமக்கென்ன?

இது இலையின் கதை.

அதுவும் இனி கொஞ்சம்தான்.

வெயிலில் காய்ந்து, காற்றில் அலைந்து, எங்கெங்கோ சென்று அது கடைசியில் அடுப்புக்குச் செத்தை பெருக்கும் ஒருத்தியின் துடைப்பத்தில் சிக்குண்டது.

“எந்தக் கட்டையிலே போவானோ புகையிலை மென்னு துப்பிட்டிருக்கா இல்லாட்டி, இலை தைக்கலாம். இருந்தாலும் பரவாயில்லை. பெரிய இலை. காஞ்ச இலை. நல்லா எரியும்.”

அவள் நினைத்ததும் சரிதான்.

நன்றாகத்தான் எரிந்தது - என்று அந்தக் கதை முடியும்.

லா.ச.ரா-வின் அடையாளமான ஒரு கதை இது என்பேன். அதெல்லாம் பற்றி நமக்கென்ன? இது இலையின் கதை என சமூக வாழ்க்கையை எளிதாகக் கடந்து போக முடிகிற அவருடைய மனநிலையைக் காட்டும் கதை.

“என் எண்ணங்களை நானே நூற்று, என் மேல் பின்னிக்கொண்டு, அவை இன்னதென்றுகூடப் புரியாது, அவற்றில் சிக்குண்டு, தவித்து இரையாகிக்கொண்டிருக்கிறேன்” என்று தன் எழுத்தைப் பற்றி அவரே பிரகடனம் செய்கிறார்.

ஆனாலும் அவர் பிறவிக் கலைஞன் என்று சொல்லுமளவுக்கு மொழியை தன் மனம் நினைத்தபடியெல்லாம் வார்க்கும் வல்லமை பெற்ற ஒரு மகா கலைஞர் என்பதால், அவரையும் மீறி சமூகப் பிரச்னைகளை அவர் கதைகள் தொட்டுப் பேசியதும் உண்டு.

அப்படி, அவருடைய கதைகளில் மிக முக்கியமான கதை என ‘தரிசனம்’ கதையைச் சொல்லலாம்.

‘எனக்கு வயது பன்னிரண்டிலேயே கன்னியாகுமரி மேல் காணாமலே காதல் கொண்டுவிட்டேன். நான் குமரன். அவள் குமரி. முதன்முதலில் காதல் வரும் வயதில் வரும்போதே மரங்களைச் சாய்க்கும் புயல் போன்ற காதல்’ என்று கதை தொடங்குகிறது.

சூர்ய உதயம், அஸ்தமனம் இரண்டுமே குமரியில் காணலாமாமே! அவள் மூக்குத்தியே மணிக்கூண்டாமே!

கன்னியாகுமரி. பேரிலேயே, பேருக்குள்ளேயே ஏதேதோ நீரோட்டங்கள் விளையாடுகின்றன. நெஞ்சை மீட்டுகின்றன.

அவள் குமரி... நான் குமரன்!

இப்படியே கன்னியாகுமரிக் கடற்கரையில் நிற்கும் குமரி அம்மன் மீது இவர் கொள்ளும் காதலைப் பற்றி கதை பேசிக்கொண்டே போகிறது. கதை சொல்பவர் இப்போது இருப்பது சென்னையில்.

எதிர்வீட்டிலிருந்து வீணையில் மோகனம் கிளம்பி நெஞ்சில் கொக்கி மாட்டியிருக்கிறது.

எதிர்வீட்டில் ஒரு பெண். வயது 32. இன்னும் கல்யாணம் ஆகவில்லையாம். இங்கு நாங்கள் குடி வந்ததிலிருந்து நான் இன்னும் அவளை முகம் பார்த்ததில்லை. ஜன்னல் பக்கம் நிழல்,

மாடியில் துணி உலர்த்தவோ, கூந்தலை ஆற்றவோ, மாலை வேளையில் காற்று வாங்கவோ – ஊஹூம்.

அவளை அவள் பயிலும் வீணையின் இசையாய்த்தான் அறிவேன். தன் ஆவியின் கொந்தளிப்பை வீணையில் ஆஹூருதியாய்ச் சொரிகிறாள். அவள் தாபத்தின் தகிப்புக்கு வீணை வெறும் வடிகாலாய் இல்லை. இன்று இவள் வாசிப்பைக் கேட்கையில் வீணை இவள் தலை விதி. “என் வேளை வரும்போது என் சிதையில் என் வீணையை என் தலைவிதியை என்னோடு எரித்துவிடுங்கள். என் வேளையே! எப்போது வருவாய்?” என்கிற மாதிரி.

தன் கை பிடிக்க உகந்த புருஷனுக்குக் காத்திருந்து காத்திருந்து அவன் வராமல் கடைசியில் கல்யாணம் என்று ஆனால் போதும் என்கிற நிலைமைக்கு வந்தாகிவிட்டது கன்யா -

- இனி குமரி இல்லை...

நாட்டில் பெண்களுக்குக் குறைவில்லை. பிள்ளைகளுக்கும் குறைவில்லை. ஆனால், தாலிமுடி ஏன் விழுவதில்லை?

கடைசியில் கன்னியாகுமரிக்குப் போக வாய்க்கிறது. அவள் முன் நின்று வியக்கிறார்.

சிற்பியின் செதுக்கல் முடிந்து முழுமை கண்டதும் அவனையே காலால் உதைத்துத் தள்ளிக் கொக்கரிக்கும் சௌந்தர்யம். கிணறு வெட்ட பூதம் கல்லைச் செதுக்கி கன்னியாகுமரி. கல்மேல் உளி பிடித்து கையை நடத்தியவளே நீதானோ? சகிக்க முடியாத சௌந்தர்யம் என்றால் அது இதுதான்.

.... .

உமையைப் பிரிந்த சிவம் அங்கு இமயமலைச் சிகரத்தில் தவமிருக்கிறான். இங்கு தென்கோடியில் அவனை அடைய இவள் தவம் கிடக்கிறாள். ஒருவருக்கொருவர் விட்டுக்கொடுக்க மாட்டார்கள். யார் முன்னால் தணிவது என்று இருவரும் காத்துக்கொண்டிருக்கின்றனர்.

காத்திருப்பது என்றல் என்ன?

கப்பல்களைக் கவிழ்த்த கதைகளைத் தன்னுள் அடக்கிய அந்த மூக்குத்தி உண்மையில் கல்யாணமாகாமல் காத்திருக்கும் கன்னிகளின் ஏக்கம் ஒன்றுதிரண்ட கண்ணீர்ச்சொட்டு.

-இந்தக் கடைசி வரியில் கதை சமூகத்தளத்துக்குள் பாய்கிறது. சக்திமிக்க பாய்ச்சல். வாசக மனதில் பெரும் அதிர்வை ஏற்படுத்தும் பாய்ச்சல். இப்படிப் பாய்ச்சல்களை நிகழ்த்த வேண்டும் என அவர் நினைத்துச் செய்யவில்லை. அவருக்கு அது நோக்கமே அல்ல.

கருத்துமுதல்வாதிகளான, லா. ச. ரா போன்ற கலைஞர்களிடமிருந்தும்கூட, அவர்கள் அசலான கலைஞர்களாக இருக்கும்பட்சத்தில், சமூக வாழ்வின் வெக்கையும் தவிப்பும் தகிப்பும் அவர்களின் படைப்பில் அவர்களை அறியாமலே வந்து விழும் என்பதன் சாட்சியமாக இந்தக் கதை விளங்குகிறது.

21
விந்தன்

'இருப்பவனைப் பற்றி எழுதி, அவன் பணத்துக்கு உண்மை இரையாவதைவிட, இல்லாதவனைப் பற்றி எழுதி அவன் அன்புக்கு உண்மை இரையாவதேமேல்' என்ற கொள்கையுடன் நாற்பது ஆண்டுகாலம் எழுதி எழுதியே பலரின் தூற்றுதலுக்கும், சிலரின் போற்றுதலுக்கும் ஆளானவர் விந்தன்' என்று அவரது நண்பரான மு. பரமசிவம் குறிப்பிடுவதுதான் எழுத்தாளர் விந்தனின் வாழ்க்கைச் சாரம்.

'இன்று மனித வாழ்வில் முக்கியமாக இடம்பெற்றிருப்பவை மூன்று. முதலாவது, கடவுள். இரண்டாவது, மதம். மூன்றாவது, கலை. 'எல்லாவற்றுக்கும் காரணம் நான்தான்!' என்று சொல்லாமல் சொல்லி, மனிதனின் தன்னம்பிக்கையைக் கொன்றுகொண்டிருக்கிறார் கடவுள். 'இந்த உலகத்தில் அனுபவிக்கும் துன்பத்தைப் பற்றிக் கவலைப்படாதே. மறு உலகத்தில் இன்பம் உனக்காகக் காத்துக்கொண்டிருக்கிறது' என்று சொல்லி, மனிதனை சாவை நோக்கி அழைத்துச் சென்றுகொண்டிருக்கிறது மதம். கடைசியாக உள்ள கலையாவது மனிதனை வாழவைக்கிறதா என்றால், அதுவும் இல்லை. கடவுளையும் மதத்தையும் சிருஷ்டி செய்து, மனிதனின் ஆயுளைக் காலத்துக்கு முன்னால் கொள்ளையடிக்கும் பிக்பாக்கெட் முதலாளிகளின் கத்தரிக்கோலாக அது மாறிவிட்டது. ஆம், மாறத்தான் வேண்டும். மனிதன் மனிதனாக வாழத்தான் வேண்டும். இதற்கு வேண்டியதெல்லாம் என்ன?

'ஒரே வார்த்தையில் சொல்லப்போனால், நம் உழைப்புக்கு ஏற்ற மதிப்பு. ' அந்த மதிப்பைப் பெறுவதற்காகத்தான் இன்று கடவுளுடன் நாம் போராடுகிறோம்; மதத்துடன் போராடுகிறோம். இந்தக் கடுமையான போராட்டத்தில் நாம் வீழ்ந்தாலும், நம் சந்ததியாவது வாழ வேண்டும். மேற்படி குறிக்கோளுடன் எழுதப்படுபவை எதுவாக இருந்தாலும் அதுவே 'மக்கள் இலக்கியம்' ' என்று விந்தன் தன்னுடைய 'சமுதாய விரோதி' என்னும் சிறுகதைத் தொகுப்புக்கான முன்னுரையில் இலக்கியக் கொள்கையைப் பளிச்செனச் சொல்லிவிடுகிறார்.

அவர், கம்யூனிஸ்ட் கட்சியிலோ வேறு எந்தக் கட்சியிலோ உறுப்பினராக ஒருபோதும் இருந்ததில்லை. ஆனாலும் தன்னை ஓர் 'எழுத்தாளன்' என்று சொல்லிக்கொள்வதைவிட 'தொழிலாளி' என்று சொல்லிக்கொள்வதில்தான் பெருமைகொள்வார். ஒரு கம்யூனிஸ்ட்டைப் போலவே இந்தச் சமகால வாழ்வைப் பார்த்தார், விமர்சித்தார், எழுதினார். ஆகவே, 'சுத்த எழுத்தாளர்கள்' எனப்படும் பல ஆகிருதிகள், விந்தனை ஒரு பொருட்டாக மதித்ததில்லை. பட்டியல் மன்னர்கள், அவர் பெயரை எந்தப் பட்டியலிலும் சேர்த்ததில்லை; இன்றும் சேர்ப்பதில்லை. ஆனால், அவருடைய எழுத்துகளை கல்கி மிகவும் மதித்தார். அவருடைய பத்திரிகை ஆபீஸில் அச்சுக்கோக்கும் ஒரு தொழிலாளியாக வேலை பார்த்துவந்த விந்தனின் எழுத்துகளை தொடர்ந்து கேட்டு வாங்கிப் பிரசுரம் செய்தது மட்டுமின்றி, அவரை 'கல்கி'யின் ஆசிரியர் குழுவில் துணை ஆசிரியராகவும் உயர்த்தினார்.

விந்தன் கதைகளைப் பற்றி விந்தனின் 'முல்லைக்கொடியாள்' தொகுப்பின் முன்னுரையில் கல்கி எழுதுகிறார்...

'...ஒரு காலத்தில் தமிழ்நாட்டில் சிறிய கதைகளும் பெரிய கதைகளும் பெரும்பாலும் ஒரு சாதியரைப் பற்றியே வந்துகொண்டிருந்தன. எழுதுகிறவர்களும் படிக்கிறவர்களும் பெரும்பாலும் பிராமணர்களாகவே இருந்தபடியால், அந்தச் சாதியினரைப் பற்றியே கதைகள் எழுதப்பட்டன. அந்தக் கதைகளில் கையாளப்பட்ட தமிழ் நடை, பிராமணக் குடும்பங்களில் வழங்கும் தமிழாகவே இருந்தது. பிராமண எழுத்தாளர் கஷ்டப்பட்டு வேறு சாதியினரைப் பற்றி கதை எழுதும்போது அவர்கள் வர்ணிக்கும் நடை, உடை, பாவனைகள் அவ்வளவு சரியாக இருப்பதில்லை. இந்தச் சமயத்தில்தான் நவயுக புதுமலர்ச்சி எழுத்தாளர்கள் தோன்றினார்கள். ருஷ்யக் கதைகளையும் மற்ற

மேல்நாட்டுக் கதைகளையும் படித்தார்கள். அந்தக் கதைகளைப்போல் இந்நாட்டு ஏழை எளியவர்களையும் உழைப்பாளி மக்களையும் பற்றிய கதைகள் எழுதத் தொடங்கினார்கள்.

விந்தன், உழைப்பாளி; மக்களிடையே பிறந்து வளர்ந்து உழைத்துப் பண்பட்டவர். ஏழை எளியவர்கள், தொழிலாளிகள், பாட்டாளிகளின் சுக-துக்கங்களை மனம் ஒன்றி அனுபவித்து உணரும் ஆற்றல் பெற்றவர். அந்த உணர்ச்சிகளை இலக்கியப் பண்பு வாய்ந்த சிறுகதைகளாக எழுதியிருக்கிறார். 'அவருடைய கதாபாத்திரங்கள் அனுபவிக்கும் கஷ்டங்களுக்கெல்லாம் நாம்தான் காரணமோ!' என எண்ணி எண்ணி, தூக்கம் இல்லாமல் தவிக்க நேரும்.

பிராமணரான கல்கியே இப்படித் திறந்த மனதுடன் எழுதியிருப்பது கவனிக்கத்தக்கது. கல்கியின் இந்த நெகிழ்வான, ஜனநாயக மன உணர்வுதான் விந்தனை வெளி உலகுக்குக் கொண்டுவந்தது என்றே சொல்லலாம். அன்றைய நாட்களில் விந்தனின் கதைகளில் வெளிப்பட்ட ஏழை - பணக்காரன் பேதம், வேறெவர் கதைகளிலும் இவ்வளவு அப்பட்டமாக வெளிப்பட்டதாகக் கூற முடியாது.

விந்தனின் 'ஒரே உரிமை' என்ற சிறுகதையைப் பார்க்கலாம்.

சாப்பிட்ட பிறகு இலையை எடுத்து வெளியே போட வருகிறார் வசதி படைத்தவர்.

என் கையில் இருக்கும் இலையைக் கண்டதும் சாலையோரத்தில் நின்றுகொண்டிருந்த இரண்டு ஜீவன்கள் என்னை நோக்கி ஓடிவந்தன. அவற்றில் ஒன்று நாய். இன்னொன்று பெயருக்கு மனிதனாகப் பிறந்திருந்த சோலையப்பன்.

"சாமி, சாமி... அந்த இலையை இப்படிக் கொடுங்க. கீழே போட்டுடாதீங்க சாமி... " என்று கெஞ்சினான்.

... மனிதர்களுக்கு விசித்திரமான ஒரு மனோபாவம். என்னைப் போன்ற அதாவது பணத்தைக்கொண்டு எந்தவிதத்திலும் சாப்பாட்டுக்கு வசதி செய்துகொள்ளக்கூடியவர்களைக் கண்டால் அவர்கள் வருந்தி வருந்தி விருந்துக்கு அழைக்கிறார்கள். மறுத்தால் அவர்களுக்குக் கோபம்கூட வந்துவிடுகிறது. ஆனால், இந்தச் சோலையப்பன்கள் (அதாவது பணத்தைக்கொண்டு சாப்பாட்டுக்கு வசதி செய்துகொள்ள முடியாதவர்கள்) வலுவில் வாசலுக்கு வந்து

ஒரு கை சோறு கேட்டால்கூட எரிந்து விழுகிறார்கள். "ஏன் இப்படி, கூலிக்கு வேலை கிடைக்காத காலங்களில் மட்டும்தான் நாய்க்குப் போட்டியாக நான் வந்து நிற்கவேண்டியிருக்கிறது" என்று மனமுடைந்து சொன்ன சோலையப்பனின் பேச்சில் மனம் நெகிழ்ந்துபோகும் அந்தப் பணக்காரர், தன் செலவில் கிராமத்தில் ஒரு ரொட்டிக்கடை வைத்துக் கொடுத்து "ரொட்டி வித்துப் பொழைச்சுக்கோ, இனிமே பிச்சை எடுக்காதே" என்று அறிவுரை சொல்லிவிட்டு பட்டணம் போய்விடுகிறார்.

இரண்டே வாரங்களில் அவரை உடனே வரச்சொல்லி சோலையப்பன் கடிதம் போடுகிறார். இவரும் வந்து கடையைப் பார்க்கிறார். வாங்கி வைத்த ரொட்டியெல்லாம் விற்பனை ஆகாமல் அப்படியே கடையில் இருக்கின்றன.

"ஏன், வியாபாரம் நடக்கலியா?"

"இல்லாம என்னங்க? அதோ அந்த முதலியார் ரொட்டிக்கடை இருக்குதுங்களே, அங்கே தினம் தினம் எம்மா வியாபாரம் ஆவுது!"

'பின்னே என்ன... உன் கடையிலே மட்டும் ஏன் வியாபாரம் ஆகலை?"

"என்ன இருந்தாலும் நான் பறையன் பறையன்தானுங்களே! என் கடையிலே யாராச்சும் ரொட்டி வாங்கணும்னா அவங்களும் பறையர்களாகத்தானே இருக்கணும்! அவங்களுக்குத்தான் கூழுக்கே பஞ்சமாச்சுதுங்களே. அவங்க எங்க ரொட்டி, கிட்டி வாங்கப்போறாங்க? வந்தா ஒசந்த சாதிக்காரர்தான் வரணும். அவங்க எங்கிட்ட எங்கியாச்சும் வருவாங்களா? 'பறப்பயலுக்கு இங்கே என்னடா ரொட்டிக்கடை?'ன்னு என்னையும் அடியா அடிச்சுப்போட்டு, இந்தக் கடையையும் காலி பண்ணாம இருந்தாங்களே, அதைச் சொல்லுங்க. "

"என்னடா, திருப்பித் திருப்பி 'பறையன், பறையன்'கிறாயே?" என்று நான் அலுத்துக்கொண்டேன்.

"நானாங்க சொல்றேன்... ஊர் சொல்லுது; உலகம் சொல்லுதுங்க. இந்த 15 நாளா என் கடையை யாரும் எட்டிப்பார்க்காம இருக்கிறதிலிருந்தே இது தெரியலீங்களா?"

"சரி, அப்படீன்னா நீ இப்ப என்னதான் சொல்றே?"

"இது உங்க கடை. இதுல போட்டிருக்கிற பணம் உங்க பணம். நீங்களே இந்தக் கடையை எடுத்துக்குங்கோன்னு சொல்றேன்!"

"இதென்னடா வேடிக்கையா இருக்கே. உனக்கு தினசரி வேலை கிடைக்கத்தான் வழி இல்லை. யாருடைய உதவியையாவது கொண்டு சொற்ப முதல்ல ஒரு ரொட்டிக்கடை, மிட்டாய்க்கடை இப்படி ஏதாவது ஒன்றை வெச்சுப் பொழைச்சுக்கக் கூடவா உனக்கு உரிமை இல்லை?"

"ஏதுங்க, யோசித்துப்பார்க்கப்போனா, எனக்கு இருப்பது ஒரே உரிமைதானுங்களே!"

"அது என்னடா, ஒரே உரிமை?"

"வேறே என்னங்க, தற்கொலை செய்துகொள்ளும் உரிமைதானுங்க அது!" என்றான் அவன்.

அவன் கண்களில் நீர் சுரந்தது.

பாவம், அதற்குக்கூட அவனுக்கு உரிமையில்லை என்னும் விஷயம் அவனைப் போன்ற அப்பாவிகளுக்கு எப்படித் தெரியும்?

இந்தக் கதையில் மிக மிக முக்கியமான சமூகப் பிரச்சினை ஒன்றை, ரத்தமும் சதையுமாக உயிர்ப்புடன் தூக்கிப்போடுகிறார் விந்தன். இன்றைக்கும் எந்த நகரத்திலும் கடைவீதியில் தாழ்த்தப்பட்டவர் ஒருவர் கடைவைத்து எல்லோரும் வந்து வாங்கும் நிலை இல்லவே இல்லை. 40-களின் பிற்பகுதியிலேயே இந்தப் பிரச்னையை விவாதத்துக்குக் கொண்டுவந்த முன்னோடியாக விந்தன் திகழ்கிறார். தலித் இலக்கியமோ, தலித் இயக்கங்களோ முன்னுக்கு வந்திராத ஒருகாலத்தில் இந்தக் கதை எழுதப்பட்டது என்பது இன்னும் கூடுதல் முக்கியத்துவமான செய்தி.

பேராசிரியர் கா. சிவத்தம்பி, தன்னுடைய 'தமிழில் சிறுகதையின் தோற்றமும் வளர்ச்சியும்' நூலில் விந்தனைப் பற்றிக் குறிப்பிடும்போது, '40-களில் தி. மு. க எழுத்தாளர்கள் யாரை கதை மாந்தர்களாக ஆக்கினார்களோ, அவர்களேதான் விந்தனின் கதை மாந்தர்களாகவும் வந்தார்கள். ஆனால், தி. மு. க எழுத்தாளர்கள் எல்லா பிரச்சினைகளுக்கும் காரணம் பார்ப்பனியம் என்று ஒற்றைத் தீர்வை முன்வைத்தபோது விந்தன், 'பொருளுடைமையே பிரச்னைகளின் அடிப்படை' என்ற சித்தாந்தத்தை நம்பியவர் என்பதால், வர்க்கபேதத்தை

முன்னிலைப்படுத்தி அதற்குள் சாதியையும் கொண்டுவந்தார் எனக் குறிப்பிடுவார்.

விந்தன் செங்கல்பட்டு மாவட்டத்தில், நாவலூர் என்னும் சிற்றூரில் வேதாசலம் - ஜானகியம்மாள் தம்பதிக்கு 1916 செப்டம்பர் 22ஆம் நாள் பிறந்தார். இவருக்கு பெற்றோர் சூட்டிய பெயர் கோவிந்தன். விந்தனின் பெற்றோர், தம் மகனின் படிப்பில் போதிய கவனம் செலுத்தவில்லை. எனவே, கோவிந்தன் தமக்கு விவரம் தெரிந்தவுடன் கல்வியின் மகத்துவத்தைப் புரிந்துகொண்டு, இரவுப் பள்ளிகளில் படித்து அறிவை வளர்த்துக்கொண்டார். ஓவியம் வரைவதில் ஆர்வம் உடைய இவர், ஓவியப் பள்ளியில் சேர்ந்து தம் திறனை வளர்த்துக்கொண்டார்.

விவசாயக் குடும்பத்தைச் சேர்ந்த விந்தன், விவசாயம் நலிந்தபோது சென்னைக்கு பிழைப்புத் தேடி வந்த பல்லாயிரக்கணக்கான மக்களில் ஒருவர். அன்றைய சென்னையின் அடித்தளச் சமூகத்தில் அவரது வாழ்க்கை அமைந்தது. உழைப்பாளர் பகுதியான வடசென்னையின் புளியந்தோப்புப் பகுதியில் வசித்தார்.

1936ஆம் ஆண்டில் ஜெமினி ஸ்டூடியோவில் விளம்பரப் பகுதியில் ஓவியராகி, பணியைத் தொடங்கினார். பிறகு, ராஜாபாதர் என்ற நண்பரின் உதவியால், டாக்டர் மாசிலாமணி என்பவர் நடத்திவந்த 'தமிழரசு' மாத இதழில் அச்சுக்கோக்கும் பணியில் சேர்ந்தார். அங்கு பணியாற்றியபோது புரட்சிக்கவிஞர் பாரதிதாசன் போன்றோரின் தொடர்பும் நட்பும் கிடைத்தன. தமிழ்ப் படைப்பாளிகளின் எழுத்தை அச்சுக்கோக்கும் வாய்ப்பைப் பெற்ற விந்தன், அதன் மூலம் தம் அறிவை மேலும் வளர்த்துக்கொண்டார். பாரதிதாசனின் 'தமிழுக்கு அமுதென்று பேர்' கவிதையை விந்தனே அச்சுக்கோத்தார். பிறகு, 'தமிழரசு' இதழைவிட்டு விலகி 'ஆனந்த போதினி', 'சுதேசமித்திரன்', 'தாருல் இஸ்லாம்' போன்ற இதழ்களில் பணியாற்றி, அனுபவம்மிகுந்த அச்சுக்கோப்பாளராக 'ஆனந்த விகடன்' இதழில் சேர்ந்தார். பிறகு 'கல்கி' இதழிலும் பணியாற்றினார்.

1951ஆம் ஆண்டில் 'கல்கி' இதழ் பணியைவிட்டு விலகிய விந்தன், திரைப்படத் துறையில் நுழைந்தார். புதுமைப்பித்தன் உள்ளிட்ட பல எழுத்தாளர்களைக் கவர்ந்து இழுத்த சினிமா, விந்தனையும் விட்டுவைக்கவில்லை.

ஏ.வி.எம் கதை இலாக்காவில் சேர்ந்தார். அங்கே எழுத்தாளனுக்குத் தரப்படும் சொற்ப ஊதியத்தைக் கண்டு வெறுத்து, உடனே வெளியேறினார். பிறகு, டி. ஆர். ராமண்ணாவின் ஆர். ஆர். பிக்சர்ஸ் தயாரித்த 'வாழப் பிறந்தவள்' படத்துக்கு வசனம் எழுதினார். தொடர்ந்து 'பார்த்திபன் கனவு', 'குழந்தைகள் கண்ட குடியரசு', 'சொல்லு தம்பி சொல்லு', 'மணமாலை' போன்ற படங்களுக்கு வசனமும், 'அன்பு', 'கூண்டுக்கிளி' ஆகிய படங்களுக்கு கதை-வசனமும், பல படங்களுக்குப் பாடல்களும் எழுதினார்.

'குலேபகாவலி' படத்தில் வரும் புகழ்பெற்ற பாடலான,
'மயக்கும் மாலைப் பொழுதே நீ போ போ...
இனிக்கும் இன்ப இரவே நீ வா வா. . !' என்ற பாடல்,
எம். ஜி. ஆரும் சிவாஜியும் இணைந்து நடித்த 'கூண்டுக்கிளி' படத்தில் வரும்

'சரியா... தப்பா
கொஞ்சும் கிளியான பெண்ணைக்
கூண்டுக்கிளி ஆக்கிவிட்டுக்
கெட்டிமேளம் கொட்டுவது
சரியா... தப்பா?'

போன்ற பல பாடல்கள் அவருக்கு பெரும்புகழ் சேர்த்தன.

சினிமாவில் கொஞ்சம் காசு கிடைத்ததும் 1954ஆம் ஆண்டில் 'மனிதன்' என்ற பெயரில் சொந்தப் பத்திரிகை ஆரம்பித்தார். அதில் ஜெயகாந்தன், சுந்தர ராமசாமி, தமிழ் ஒளி போன்ற இளம் இடதுசாரி எழுத்தாளர்கள் தொடர்ந்து எழுதினார்கள். வையாபுரி பிள்ளை, மு. வரதராசனார், கு. ப. சேது அம்மாள், நாரண துரைக்கண்ணன், பி. எஸ். ராமையா போன்றோரும் 'மனிதன்' இதழில் எழுதியுள்ளனர்.

பத்து மாதங்கள் மட்டுமே வாழ்ந்தான் அந்த 'மனிதன்'. புதுமைப்பித்தன் கவிதைகளைக் கடுமையாக விமர்சித்து 'தமிழ் ஒளி' எழுதிய கட்டுரை மனிதனில் வந்துள்ளது. 1969ஆம் ஆண்டில் 'புத்தகப் பூங்கா' என்ற பெயரில் பதிப்பகம் ஒன்றை விந்தன் தொடங்கினார். ஜெயகாந்தனின் முதல் சிறுகதைத் தொகுப்பான 'ஒரு பிடி சோறு' தொகுதியை தனது முன்னுரையுடன் வெளியிட்டு இலக்கிய உலகுக்கு ஜெயகாந்தனை அறிமுகப்படுத்தியவரே விந்தன்தான்.

விந்தன் சிறுகதைகள், நாவல்கள், கவிதைகள், குட்டிக் கதைகள், சிந்தனை நூல்கள், கட்டுரைகள் எனப் பல வடிவங்களிலும் தம் பங்களிப்பை அளித்துள்ளார். 'முல்லைக்கொடியாள்', 'ஒரே உரிமை', 'சமுதாய விரோதி', 'விந்தன் கதைகள்', 'இரண்டு ரூபாய்', 'ஏமாந்துதான் கொடுப்பார்களா?', 'நாளை நம்முடையது', 'இதோ ஒரு மக்கள் பிரதிநிதி', 'நவீன விக்ரமாதித்தன்' என்று, ஒன்பது தொகுதிகளாக இவருடைய சிறுகதைகள் வெளியாகியுள்ளன. எல்லா கதைகளையும் உள்ளடக்கிய பெரும்பதிப்பை காவ்யா பதிப்பகம் இப்போது வெளியிட்டுள்ளது.

'கண் திறக்குமா?', 'பாலும் பாவையும்', 'அன்பு அலறுகிறது', 'மனிதன் மாறவில்லை', 'காதலும் கல்யாணமும்', 'சுயம்வரம்' போன்ற நாவல்களைப் படைத்துள்ளார். இவருடைய 'தெருவிளக்கு' என்ற நாவல் (மனிதனில் தொடராக வந்தது) முற்றுப்பெறவில்லை.

விந்தன், எம். கே. தியாகராஜ பாகவதர் வாழ்க்கை வரலாற்றை எழுதியுள்ளார். நடிகர் எம். ஆர். ராதாவின் வாழ்க்கையை, 'சிறைக்காலச் சிந்தனைகள்' என்ற பெயரில் எழுதியுள்ளார். 'பாட்டினில் பாரதம்' என்ற கவிதை நூலையும், 'ஓ மனிதா', 'புதிய ஆத்திசூடி', 'பெரியார் அடிச்சுவட்டில்' போன்ற சிந்தனை நூல்களையும், 'வேலை நிறுத்தம் ஏன்?', 'விந்தன் கட்டுரைகள்' என்ற தலைப்புகளில் கட்டுரை நூல்களையும் எழுதியுள்ளார்.

புதுமைப்பித்தன் சாகும் நாள் வரை கல்கியை பரம வைரிபோலக் கருதி விமர்சித்தவர். ஆனால், ராஜாஜியின் எழுத்துகளை வெகுவாகச் சிலாகித்தவர். ஆனால், விந்தன் அதற்கு நேர்மாறாக, கல்கியை 'பேராசிரியர்' என்ற வார்த்தையால் சுட்டி, அவரைத் தன் குருநாதராக ஏற்றுக்கொண்டவர். ராஜாஜியின் 'பஜ கோவிந்தம்' நூலுக்குப் போட்டியாக 'பசி கோவிந்தம்' என்கிற புடைநூலை எழுதினார். அதிகாரத்தில் இருப்பவர்களைப் பகைத்துக்கொள்வது பற்றிக் கவலையேபடாமல், தன் கருத்துகளைத் துணிச்சலுடன் முன்வைக்கும் பண்பு அவரிடம் இருந்தது.

'சமூக விரோதி' என்றொரு சிறுகதை. அதில் சொந்தத் தகப்பனாக இருந்தாலும் கள்ளச்சாராயம் காய்ச்சுகிறான் என்றபடியால், அவனை போலீஸ்வசம் ஒப்புவிக்கிறான் மகன். அது பற்றி கதையில் ஓரிடத்தில் வரும் உரையாடல்:

"அவர் எனக்கு விரோதியில்லை. "

"பின்னே, யாருக்கு தம்பி விரோதி?"

"சமூகத்துக்கு விரோதி. "

"சொந்த அப்பனைவிட, சமுதாயம் பெரிதா?"

"அப்பனைவிட, அரசாங்கத்தைவிடப் பெரிது!"

பெண்களின் நிலை குறித்துப் பல கதைகளில் வெடிப்புறப் பேசும் விந்தன் 'மாட்டுத்தொழுவம்' கதையில் சாட்டையடியாக தன் கருத்துகளை முன்வைக்கிறார். இந்தக் கதை, எனக்கு இப்சனின் 'பொம்மை வீடு' கதையையும், கு. அழகிரிசாமியின் 'தேவ ஜீவனம்' கதையையும் நினைவுபடுத்தியது.

"அதிகாரபூர்வமான சட்டதிட்டங்களால் மனித வர்க்கத்தை அடக்கி ஆண்டுவிட முடியும் என்று நம்புவது அறியாமை. மனிதன் நினைத்தால் அந்தச் சட்டதிட்டங்களை மீறிவிட முடியும். ஆனால், அதன் பிறகு ஆக்கினைகளை மீறுவதற்கு மனிதன் சக்தியற்றவன்... வாழ்க்கையில் அன்புக்கு இடமில்லையென்றால், இன்பத்துக்கு இடம் ஏது? அனைவரும் பொதுவாக அன்பில்தான் பிறக்கிறோம்... அன்பால் வளர்கிறோம். ஆனால், எல்லோருமே அன்பில் வாழ முடிகிறதா... இல்லை. அப்படி வாழ முடியாத தரித்திர தேவதைகளில் நானும் ஒருத்தி" என்று ஆரம்பமாகும் இந்தக் கதையில் வரும் நாயகி, பிறந்த வீட்டில் செல்லமாக, சுதந்திரமாக வளர்ந்தவள். புகுந்த வீட்டில் அவளுக்கு எந்தச் சுதந்திரமும் இல்லை. கணவனின் அன்போ, மாமியின் அன்போ கிட்டவில்லை. அதிகாரத்துக்குக் கீழ்ப்படியும் பிறவியாக வாழ நேர்கிறது. இந்தக் கொடுமைக்குள்ளும் இரண்டு குழந்தைகள் பெற்று இப்போது மூன்றாவது முறையாக முழுகாமல் இருக்கிறாள். பிரசவத்துக்கு மட்டும் தவறாமல் அம்மா வீட்டுக்குப் போய்விட வேண்டும். இதே மாதிரி கூடவே வீட்டில் உள்ள பால் மாடும் இப்போது சினையாகி நிற்கிறது.

"மாட்டுக்கும் பிரசவத்துக்குப் பிரசவம் கிராமத்துக்கு ஓட்டிவிடுவார்கள். நியாயம்தானே? பால் மரத்துப்போன அந்த மாட்டுக்கு யாராவது தண்டத்தீனி போட்டுக்கொண்டிருப்பார்களா? அதனுடைய நிலைதான் என்னுடைய நிலையும். வீட்டுக்காரியங்களையோ என்னால் இப்போது செய்ய முடிவதில்லை. பிறகு ஏன் எனக்கு வெட்டிச்சோறு?

நாளைக்கு மாட்டை கிராமத்துக்கு ஓட்டிவைக்கப்போகிறார்கள். பெற்றுப் பிழைத்தால் திரும்பி வரும். வந்தால் மீண்டும் பாலைக் கறந்து குடிப்பார்கள். வராமல் செத்தொழிந்தால் வேறு மாடு வாங்கிக்கொள்வார்கள். இதோ, அப்பாவுக்குக் கடிதம் எழுதி அவரும் என்னை அழைத்துக்கொண்டு போக வந்துவிட்டார். நானும் நாளைக்குப் போகிறேன். பெற்றுப்பிழைத்தால் திரும்பி வருவேன். வராமல் செத்தொழிந்தால் என்ன பிரமாதம்... அவர் வேறு கல்யாணம் செய்துகொண்டுவிடுவார்.

அவ்வளவுதான். இப்போது நீங்களே சொல்லுங்கள், நான் வாழ்வது, மனிதத்தொழுவமா... மாட்டுத்தொழுவமா?" என்று கேள்வியுடன் கதை நிறைவுறும். நேரடியான, குழப்பமற்ற கருத்துகளை எளிய மொழியில் கலாபூர்வமாகச் சொல்லும் கலை, விந்தனுக்கு கைவந்தது.

இன்று, 'ஒரு பக்கக் கதைகள்' என வார இதழ்கள் வெளியிடுகின்றன. இதற்கும் விந்தனே முன்னோடி. எடுத்துக்காட்டாக ஒரு குட்டிக்கதை (நம்பிக்கை):

இரவு மணி 10. கடைசியாக வீட்டுக்கு வந்து சேர்ந்த வீட்டுக்காரர், தெருக்கதவைச் சாத்தித் தாளிட்டுவிட்டு உள்ளே சென்றார்.

"நன்றி செலுத்துகிறேன். கடவுளுக்கு நான் நன்றி செலுத்துகிறேன்!" என்றது ஜன்னல்.

"ஏன்?" என்று கேட்டது கதவு.

"மீனை, தண்ணீரில் வாழவைத்ததுபோல, மனிதனை காற்றில் வாழவைத்தாரே அதற்காக!"

"இல்லாவிட்டால்?"

"உன்னைச் சாத்திவிட்டுச் சென்றதுபோல என்னையும் அல்லவா அவர் சாத்திவிட்டுச் சென்றிருப்பார்!"

இதைக் கேட்டதும் "அந்த வெட்கக்கேட்டை ஏன் கேட்கிறாய்?" என்று அலுப்பும் சலிப்புமாக ஆரம்பித்த கதவு, திடீரென தன் குரலைத் தாழ்த்திக்கொண்டு, "உன்னிடம் நான் ஒரு ரகசியம் சொல்லட்டுமா?" என்றது ஜன்னலிடம்.

"சொல்லு" என்றது ஜன்னல்.

"இப்போதெல்லாம் மனிதன் தன்னைப்போன்ற மனிதனை நம்புவதில்லை. என்னைப் போன்ற கதவைத்தான் நம்புகிறான்" என்றது கதவு.

சொல்லாலும் எழுத்தாலும் செயலாலும் உண்மையான மக்கள் எழுத்தாளராக இறுதிவரை வாழ்ந்தவர் விந்தன்.

காமராஜர், அண்ணா, கலைஞர், எம். ஜி. ஆர் போன்ற அரசியல் தலைவர்களுக்கு நெருக்கமானவர் விந்தன். இருப்பினும், தன் சொந்த வாழ்க்கைக்காக அவர்களிடம் உதவி கேட்டு போனதே இல்லை. தி. மு. க ஆட்சிக்கு வந்த பிறகு "நிலம் வாங்கி வீடு கட்டித் தருகிறோம். விண்ணப்பத்தில் கையெழுத்து மட்டும் போட்டுக் கொடுங்கள்" என்ற முதலமைச்சர் அண்ணாவின் வேண்டுகோளை நிராகரித்தார்.

தமிழக அரசின் இதழான 'தமிழரசின்' ஆசிரியர் பொறுப்பை ஏற்கச்சொல்லி கலைஞர் கருணாநிதி அழைத்தபோதும் மறுத்துவிட்டார். அரசைப் பாராட்டும் நிர்பந்தம் தனக்கு வந்துவிடலாம். தன் சுதந்திரம் போய்விடும் என்று அவர் கருதியிருக்கலாம்.

30-06-1975 அன்று அவர் காலமானார்.

'வாழ்ந்தாலும் 'லோ சர்க்கி'ளோடுதான் வாழ்வேன்; செத்தாலும் லோ சர்க்கிளோடுதான் சாவேன்!' என்று அவர் அடிக்கடி சொல்வாராம்.

அவ்வாறே அவர் வாழ்வும் மரணமும் அமைந்தன.

(அவரது மகன் ஜனார்தனன் அப்பாவின் எழுத்துகளின் மீது தமிழகத்தின் கவனத்தை ஈர்க்க, இடையறாது முயன்றுவருகிறார்.)

22

மா. அரங்கநாதன்

ஐம்பதுகளில், 'பிரசண்ட விகடன்', 'பொன்னி', 'புதுமை' ஆகிய இலக்கிய இதழ்களில் சிறுகதைகள் எழுதியுள்ளார். 'சிவனொளி பாதம்' என்ற பெயரில் கட்டுரைகள் எழுதியுள்ளார். எண்பதுகளில், 'முன்றில்' சிற்றிதழ் ஆசிரியராகவும், முன்றில் இலக்கிய அமைப்பை ஏற்படுத்தியும் செயல்பட்டார். சாகித்ய அகாடமிக்காக சிறுகதைகள் மொழிபெயர்த்துள்ளார். இவரது சிறுகதைகள், ஆங்கிலத்திலும் பிறமொழிகளிலும் மொழிபெயர்க்கப்பட்டுள்ளன.

பொருளின் பொருள் கவிதை (கட்டுரைத் தொகுப்பு), வீடுபேறு, காடன் மலை, சிராப் பள்ளி, ஞானக்கூத்து மா. அரங்கநாதன் கதைகள் போன்ற கதைத் தொகுப்புகளையும், மா. அரங்கநாதன் கட்டுரைகள், பறளியாற்று மாந்தர் (புதினம்), காளியூட்டு (புதினம்) என, பல நூல்களையும் எழுதியவர். இருப்பினும், அவர் ஒரு சிறிய இலக்கிய வட்டத்துக்கு அப்பால் பெரிதாக அறிமுகம் ஆகவில்லை.

"அவருடைய 'பறளியாற்று மாந்தர்' என்ற புதினம், சாகித்ய அகாடமியின் இறுதித் தேர்வில் இருந்தது. மூன்று நிபுணர்களில் இருவர் மா. அரங்கநாதன் பற்றிய தத்தம் அபிப்பிராயங்களைப்

பகிர்ந்துகொண்ட செய்தியை, அவர்களில் ஒருவர் சமீபத்தில் சொன்னார். "அய்யா, நான் அரங்கநாதனுக்குப் பரிசு கொடுத்தால், மொத்த தமிழ்ச் சூழலும் மாறும்" என்றேன்.

அவர், "எனக்கு அரங்கநாதன் யார் என்று தெரியாதே" என்று கூறிவிட்டார். ஆக, 'அரங்கநாதனின் முதல் நாவலே பரிசுக்குரியது என்று ஒருவரும், அவர் யார் என்றே தெரியாது என்று இன்னொருவரும் கூறும் நிலை' என்று மா. அரங்கநாதன் கதைத் தொகுப்புக்கு எழுதிய முன்னுரையில் தமிழவன் குறிப்பிடுகிறார். இந்தக் கூற்று, பெரும்பாலான நல்ல படைப்பாளிகள் பலருக்கும் பொருந்தும் என்றாலும் மா. அரங்கநாதனுக்கு மெத்தப்பொருந்துகிறது என்பது உண்மை.

கன்னியாகுமரி மாவட்டத்தின் திருப்பதிசாரம் (திருவெண்பரிசாரம்) கிராமத்தில் 1932ஆம் ஆண்டில் பிறந்தவர் மா. அரங்கநாதன். மனைவி, மகன், மகளுடன் சென்னையில் வசித்துவந்தார். மகன் மகாதேவன் (தமிழுணர்வுமிக்க ஆளுமை) சென்னை உயர் நீதிமன்ற நீதிபதியாகப் பணியாற்றிவருகிறார். பிறகு புதுச்சேரிக்குக் குடிபெயர்ந்த அரங்கநாதன், 16-4-2017 அன்று புதுச்சேரியில் காலமானார்.

அவருடைய எழுத்துகளை மிகச் சமீபமாகத்தான் நானும் வாசிக்க ஆரம்பித்தேன். ஒன்றிரண்டு கதைகளை முன்னர் வாசித்திருந்தாலும், அவரது கதைகளை ஒருசேர வாசித்தது சமீபத்தில்தான். அவருடைய எல்லா கதைகளிலும் 'முத்துக்கருப்பன்' என்கிற கதாபாத்திரம் முக்கியப் பாத்திரமாக வருகிறது. முத்துக்கருப்பன் வாயிலாகவே தன்னுடைய தத்துவப் பார்வையை ஒவ்வொரு கதையிலும் முன்வைக்கிறார் அரங்கநாதன்.

"உங்கள் கதைகளில் முத்துக்கருப்பன் என்கிற கதாபாத்திரம் தொடர்ந்து வருகிறது. உண்மையில் முத்துக்கருப்பன் யார்?"

''என்னால் விளக்கிச் சொல்ல முடியாத சில உணர்வுகளை எழுத்தில் கொண்டுவருவதற்கு உதவி செய்கிறவன் முத்துக்கருப்பன். கதை என்றால் என்ன... கவிதை என்றால் என்ன என்று கேட்டால், சரியாக பதில் சொல்ல முடியாத நிலை ஏற்படுகிறது. அது என்னவென்று தெரிந்தால், அது இனிமேல் இருக்காது அல்லவா? கடவுள் சமாசாரம்கூட அப்படித்தானே!'' என்று ஒரு நேர்காணலில் பதில் கூறினார் அரங்கநாதன்.

உண்மையில், அவருடைய பெரும்பாலான கதைகளின் மையச்சரடாக இருப்பது, வாழ்வின் 'சொல்ல முடியாத' தன்மையைச் சொல்ல முயல்வதுதான். தத்துவவாதியான ஜே. கிருஷ்ணமூர்த்தி மீது ஈர்ப்புக்கொண்டு, அடையாறில் அவருடைய உரைகளைக் கேட்கச் செல்பவராக அரங்கநாதன் இருந்தார். சைவ சித்தாந்தத்திலும் ஆழ்ந்த புலமையுடன் இருந்தார். தேவாரம், திருவாசகப் பாடல்களை எளிய நடையில் மறு ஆக்கம் செய்திருக்கிறார். இவை எல்லாமே அவருடைய சிந்தனையில் தாக்கத்தை ஏற்படுத்தியிருக்கக்கூடும்.

அவருடைய சைவப் பின்னணிகுறித்த கேள்வி ஒன்றுக்கு அவர் அளித்த பதில்...

''சைவப் பின்னணி என்று எதைக் குறிப்பிடுகிறீர்கள்? மொத்தமாக பக்தி இயக்கமே தென்னாட்டில், தமிழ்நாட்டில்தான் தோன்றியது. அதுவும் வைதிக எதிர்ப்புக்கான முயற்சியே. வேதங்களில் பூர்வகுடி மக்களின் சிவலிங்கம் நிந்திக்கப்படுகிறது. விஷ்ணு, உபேந்திரன் என்கிற பெயரில் – இந்திரனின் வேலைக்காரனாகச் சொல்லப்படுகிறார். இதுபோன்ற கீழ்த்தரங்களை எதிர்த்துக் கிளம்பியதுதான் பக்தி இயக்கம். வேதகாலத்துக்கு முன்னரே கருப்பண்ணசாமி, சுடலைமாடன் என்று பிறகு அறியப்படுகிற பூர்வகால கடவுளரைத் திரும்பவும் தக்க இடத்துக்குக் கொண்டுவரச் செய்த முயற்சியே இது. இந்தக் கடவுளரையும் 'வேதநாயகன்' எனப் பட்டம் சூட்டி, அந்த பக்தி இயக்கத்தையும் வைதீகம் தன்னோடு சேர்த்துக்கொண்டுவிட்டது. பெண் தெய்வ வணக்கம், வேதகால ஆரியர்க்கு இல்லை. ஆனால், இங்கே கருமாரி அம்மனைக்கூட பெயர் மாற்றி வேத மந்திரங்களால் அர்ச்சனை செய்து, எந்த விஷயத்தில் ஆதாயம் இருக்கிறதோ அங்கே ஒரு சம்ஸ்கிருதப் பெயர் சூட்டப்பட்டு, அதைத் தங்களுடையதாக ஆக்கிக்கொள்வதில் வைதிகம் கைதேர்ந்த ஆதிக்க சக்தி.

ரஸ்ஸல், பெர்னாட்ஷா, பெரியார் ஆகியோரின் கொள்கைகள் சீரும் சிறப்பும் அடைந்தால், சார்வாகன், ஜாபலி ஆகியோர் பெயர்களைக் கூறி பெரியார் போன்றோரையும் தங்கள் பக்கம் இழுத்துவிடும். இதுதான் வைதிகம்.

சைவ சித்தாந்தம் என்பது, பக்தி இயக்க காலத்து சைவ சமயம் அல்ல. அதுவும் சொல்லப்பட்டிருக்கலாமேயொழிய, பக்தி இயக்க

காலத்துக்கு முன்பே தொன்றுதொட்டு தென்னாட்டிலிருந்து வந்தது.–சங்க காலத்திலும் சில கவிதைகளில் தெரிவது – இதையே கொள்ள வேண்டும். நமக்குத் தெரிந்தவரையில், பூங்குன்றன் போன்றோரிலிருந்து வள்ளலார் ஈறாக நம் சித்தர் பெருமக்கள் தந்தது. இதில், திருமூலரின் கொடை மிக அரிது என்று சொல்ல வேண்டும்.''

"இதை எப்படி எதிர்கொள்ள வேண்டும்? இதற்கு எதிரிடையாக ஓர் இலக்கியவாதி என்ன செய்ய வேண்டும்?"

''எதையும் செய்ய வேண்டாம். இதுதான் வைதிகம் என்று அதை அறிந்துகொள்வது மட்டுமே உண்மையான வைதிக எதிர்ப்பு.

ஜே. கிருஷ்ணமூர்த்தி சொல்வதும் கிட்டத்தட்ட இதுவேதான்.

ஒளி வருவதும், இருள் அகலுவதும் வேறு வேறல்ல. இதுதான் இருள் என அறிந்துகொள்வதுதான் ஒளி. அப்போதே இருள் அகன்றுவிடுகிறது. 'கோபம்' என்ற ஒன்றாக நாம் மாறும்போது அல்லது கோபம் அடைகிறபோது, கோபமடைந்த நம்மை நாமே பார்த்துக்கொள்ள முடியுமானால் அது, சாந்தம்.

ஆகவே, வைதிக எதிர்ப்பு என்பதே அவர் உள்வாங்கியிருக்கும் சைவ சித்தாந்தத்தின் சாரம் என்பதையும் அதுதான் அரங்கநாதன் நிற்கும் இடம் என்பதையும் நாம் புரிந்துகொள்ளலாம்.

ஆனால், அவருடைய எல்லாக் கதைகளுமே புதிர்களை நோக்கியிருப்பினும் சமகால வாழ்வைப் பகடிசெய்யவும் அவை தவறுவதில்லை.

'ஓர் இரங்கல் கூட்டம்' என்கிற கதையைப் பார்க்கலாம்.

முதல் நாள் இறந்துபோன ஒரு படைப்பாளிக்கு, அடுத்த நாளே இரங்கல் கூட்டம் நடக்கிறது. திருவல்லிக்கேணியில் நடக்கும் அந்தக் கூட்டத்துக்கு, ஆள்கள் சிரமப்பட்டு வந்துசேர்கிறார்கள். கூட்டத்தை தலைமையேற்று நடத்துபவர், "இறந்த படைப்பாளி நடத்திவந்த சிற்றிதழின் மூன்றாவது இதழ், அவரது அகால மரணத்தால் அச்சேறாமல் நின்றுவிட்டது'' என்று வருத்தத்துடன் பேசுகிறார். கூட்டத்திலிருந்து ஒருவர் எழுந்து, "அது அச்சேறிவிட்டது" என்றும் "அதில் தலைமையேற்று நடத்தும் உங்களைப் பற்றிய விமர்சனக் கட்டுரை வந்திருக்கிறது" என்றும்

சொல்லி, அதை வாசிக்கிறார். அந்தக் கட்டுரை, நிகழ்ச் சியைத் தலைமைதாங்கி நடத்திக்கொண்டிருப்பவரைக் கடுமையாக விமர்சிக்கிறது. 'ஜெயச்சந்திரனுக்கு ஒரு எழவும் தெரியாது. எழுத்தாளர்களோடு இருப்பதாலேயே எழுத்தாளனாகிவிட்டதாக ஒரு பாவனை' என வாசித்துக்கொண்டே போக, தலைமையேற்று நடத்துபவர், வாசிப்பதைத் தடுப்பதுபோல ஏதோ கத்திக்கொண்டு போய் மேசையில் உள்ள சோடா பாட்டிலை எடுத்து ஜன்னலில் வீசுகிறார். அது, சாலையில் விழுகிறது (அப்போது பிள்ளையார் சதுர்த்திக் காலம் என்பதால் திருவல்லிக்கேணியில் அந்தத் தெருவில் யாரும் வராது, வீட்டுக் கதவுகளைத் தாளிட்டு உள்ளே பத்திரமாக இருந்துகொண்டனர்) என்று கதை முடிகிறது.

ஆர். எஸ். எஸ் - இந்து முன்னணியினரின் பிள்ளையார் ஊர்வலத்தையும் திருவல்லிக்கேணிக்காரர்கள் தெருவுக்கு வராமல் தம்மைப் பாதுகாக்கவே முயல்வார்கள் என்பதையும் சொல்லாமல் சொல்லி, கதையை முடித்திருப்பதை நாம் கவனிக்கலாம்.

''ஐயா, மலையை வலப்புறமா சுத்தணுமா... இடது புறமாவா?''

''எப்படி வேண்டுமானாலும் சுற்று. மலையைப் பார்க்கணும் அதுதான் முக்கியம்.''

அந்த இடத்துக்கு விஷேட நாளன்று அவன் சென்றிருக்கக் கூடாது. விஷேடங்கள் இட விஷேடத்தை மங்கச்செய்யும். பெரிய அரண்மனை போன்ற கோயிலின் வெளிப்பிராகாரத்தில், ஒரு மூலையில் எங்கேயும் பார்க்காதவாறு உட்கார்ந்துகொண்டிருந்த தாடிக்காரரிடம் ஏனோ பேச வேண்டும்போல் தோன்றிற்று. கேட்ட கேள்விக்கு அவர்தான் இப்படிப் பதில் சொன்னார்...

"காடன் மலையோடு அவனுக்கு சொந்தம் உண்டென்று பல்லாண்டு காலமாகக் கருதிவந்திருக்கிறான். பள்ளிக்குச் செல்லும் பருவம் முதற்கொண்டு மலை அவனிடம் பேசியிருக்கிறது. எட்டாம் வகுப்பில் தோற்றுப்போன செய்தியோடு வீடு திரும்புகையில், மலையைப் பார்ப்பதைத் தவிர்த்தான். பார்த்திருந்தால் அது சிரித்திருக்காது; அவனுக்கு 'வெவ்வெவ்வே' காட்டியிருக்காது. மலையின் அனுதாபம் எப்படியேனும் வெளிப்பட்டிருக்கும். அது காடன் மலை."

மீண்டும் ''ஐயா'' என்றான். தாடிக்காரர் அவனை இப்போது கவனிப்பதாக இல்லை. எனவே, கோயிலின் மற்ற பகுதிகளுக்குச் சென்றான். உட்பிராகாரங்கள் மனிதக் கும்பலால் அழகிழந்து காணப்பட்டன. வெளிச்சம் குறைவாக விழுந்த ஓரிடத்தில் அமர்ந்துகொண்டான். நேரம் செல்லச்செல்ல, கும்பல் அவன் இருந்த பக்கத்திலும் வந்து மோதி உட்கார்ந்தது. திடகாத்திரம் உள்ளவனாதலால் சமாளித்துக்கொண்டான்.

இரண்டு மணி நேரம் அவனும் அந்தக் கும்பலுமாக இருந்த இடத்துக்கு வருகை தந்தது, அவன் அதுவரை கேட்டிராத ஒரு முடியின் ஓசையும் ஒரு கருவியின் பிளிறலும். இந்தப் பகுதியில் வாழ்ந்துகொண்டிருப்பவனானபோதிலும், இந்த இடத்தையே சார்ந்தவன் எனச் சொல்ல முடியாது. அதனால்தான், அந்த இசைக்கருவிகளைப் புதிதாகச் செவியுற்று அதிர்ந்தான்.

காடன் மலையில் பண்டாரங்கள் மிகுதி. திருவிழாவின்போது அவர்கள் கூட்டம் இன்னும் அதிகம். சுற்றுவட்டார ஊர்களிலிருந்து நேர்ந்துகொண்ட காணிக்கையைச் செலுத்த, கரும்புத் தொட்டிலிலே குழந்தையைக் கொண்டுவரும் பெற்றோரும் அதிகம். அவர்களில் சிலர், துணியால் வாயை மூடிக்கொண்டும் இருந்தனர். மாமியார்கள் இருக்க முடியாது என அவன் நினைத்தான்.

கூட்டத்தோடு கூட்டமாக உட்கார்ந்துகொண்டிருப்பதில் ஒரு லாபமும் இருந்தது. பக்கத்தில் இருந்த இருவர் பேசிக்கொண்டிருந்த விஷயம், அவனுக்கு உதவியாக இருந்தது.

''மூணு நாளா வெளிப்பிராகாரத்திலே அப்படியே உட்கார்ந்திருந்தாராம். பேச்சில்லை. மாமியாரு கொடுமையாலே சாமியாரா மாறிட்டாராம். ''

சிரிப்புடன்கூடிய பேச்சு. அவனுக்கு அது போதுமானதாக இருந்தது.

'கோனாரே' என்றழைத்தது அந்தக் குரல். அதே தாடிப் பண்டாரம்தான். அவன் பேசுவதற்காக நின்றான்.

''எதைத் தேடி நீங்க வந்தாப்பில, முத்துக்கருப்பக் கோனாரையா?" எனத் தொடங்கும் 'காடன் மலை' கதை, தகப்பன் செத்தால் அல்லது காணாமல்போனால் பிள்ளைக்கு அந்த அரசு வேலை கிடைக்கும் என்று பெத்த மகனே சொல்லிக்காட்டியதால், மனம் வெறுத்துப்போய் சாமியாராகி காடன் மலைக்கு வந்துவிட்ட, தன்

தாய்மாமன் முத்துக்கருப்பனைத் தேடி மருமகன் சுப்பிரமணி வரும் கதை. மாமனின் மீதிக்கதையைத் தெரிந்துகொள்ளவே அவன் வருகிறான். மீதி என்ன மீதி. எப்போதுமே ஒரு மீதி இருக்கும் என்பதை அறிந்துகொள்கிறான்.

இரண்டே பக்கங்களில் முடியும் ஒரு கதை, 'கண்ணோட்டம்'. ஒருவன், நடந்துசெல்லும் பெண்ணின் சங்கிலியைப் பறித்துக்கொண்டு சைக்கிளில் வேகமாகப் போகிறான். அந்தப் பெண், பலரின் பார்வைக்கு ஆட்பட்டாலும் அப்படியே நிற்கிறாள். சங்கிலியைப் பறிகொடுத்த அந்தப் பெண், எந்த அசைவும் இன்றி சங்கிலியைப் பறித்தவன் சென்று மறைந்த திசையிலிருந்து கண்ணை எடுக்காமல் நிற்கிறாள். சற்று நேரத்தில், சைக்கிள் பேர்வழி போன திசையிலிருந்து செய்தி வருகிறது.

“திருப்பத்துல ஒரு ஆக்ஸிடெண்ட். லாரி மோதி ஒரு ஆள் காலி. இடுப்புக்குக் கீழே எதுவுமே இல்லை. இந்தத் தெருவுல சைக்கிள்ல வந்திருக்கிறான். வேகமா திரும்பி வந்ததும் லாரி மோதினதும் சரியா இருந்தது. வயிறும் தலையும் தனித்தனியா கிடக்குது. கை வேறு தனியா. அதுலே பார்த்தியாம்மா, ஒரு சங்கிலி விரலோடு சேர்ந்திருக்கு. அங்கே ஒரே கூட்டம்” பையன் சொன்னபோது, அந்தப் பெண் கழுத்தைத் தடவிக்கொள்கிறாள். முகத்திலிருந்த வியப்புக்குறி அதிகமாகிறது.

அந்தப் பெண், இப்போது நின்றுகொண்டிருந்த இடத்தைவிட்டு நகர ஆரம்பிக்கிறாள். இப்போது வியப்பு எதுவும் முகத்தில் இருப்பதாகச் சொல்ல முடியாது. மெள்ள அந்த இடத்தைவிட்டு நடக்கும்போது, ஒரு முணுமுணுப்பு மட்டும் அவளிடமிருந்து பிறக்கிறது. அது “ஐயோ பாவம்” என்ற சொற்களாக இருக்கிறது.

இதுபோல சில கதைகள் லா. ச. ரா கதைகளின் உள்ளடக்கம்போல மாயத்திலும் மௌடீகத்திலும் கால்கொண்டு நிற்கின்றன.

ஆனாலும், தர்க்கம் அதர்க்கம் இரண்டுக்கும் சம முக்கியத்துவம் கொடுக்கும் அவரது கதைகளின் பார்வையுடன் என்னால் உடன்பட முடியவில்லை. மாயத்தன்மை, இருண்மை, புதிர்த்தன்மை இவையும் பகுத்தறிவைப்போலவே வாழ்வில் முக்கியமானவை என வலியுறுத்தும் இவரது கதைகளின் உள்ளடக்கத்தை ஏற்க முடியவில்லை. நகுலனின் இலக்கியக் கொள்கையை ஏற்கும் அரங்கநாதன்,

'நான் எழுதி முடித்த பிறகே என்ன எழுதினேன் என்பது தெரியவருகிறது' என்பது உண்மை என்று தன் படைப்புச் செயல்பாட்டிலிருந்து தன்னுணர்வையும் பகுத்தறிவையும் சுத்திகரித்து நீக்கிவிடுவதையும் ஏற்க இயலவில்லை.

ஆனாலும், சிறுகதை என்கிற வடிவத்தை பல்வேறு சிந்தனைப் பள்ளிகளைச் சேர்ந்தவர்களும் தங்கள் பார்வைகளைச் சொல்லப் பயன்படுத்தியதுபோல அத்வைத, சைவ சித்தாந்தப் பார்வைகொண்ட மா. அரங்கநாதன் அவர்களும் கைக்கொண்டு சிறுகதையின் பரப்பை விரிவுபடுத்தினார் என்பதை மறுக்க முடியாது. சிறுகதைக்கு வளம் சேர்த்திருக்கிறார்.

இந்துத்துவம், ஒற்றைப் பண்பாட்டை நம்மீது திணிக்கும் இந்தக் காலத்தில், மா. அரங்கநாதன் முன்வைக்கும் 'வைதிக எதிர்ப்பு சைவத்தை' நாம் நிராகரிப்பது நல்ல யுத்தத் தந்திரமாக இருக்காது. சாதிக்கு எதிராகவும் நிற்கிறது அவரது பார்வை.

அவரது நினைவையொட்டி, 2018ஆம் ஆண்டு முதல் ஆண்டுதோறும் ஏப்ரல் 16ஆம் தேதியன்று மா. அரங்கநாதன் நினைவு இலக்கிய விருதுகள், முன்றில் இலக்கிய அமைப்பு சார்பில் வழங்கப்படுகின்றன. இந்த விருதுகளை மா. அரங்கநாதனின் மகன் நீதியரசர் அரங்க. மகாதேவன் அவர்கள் வழங்குகிறார்.

23

ஜி. நாகராஜன்

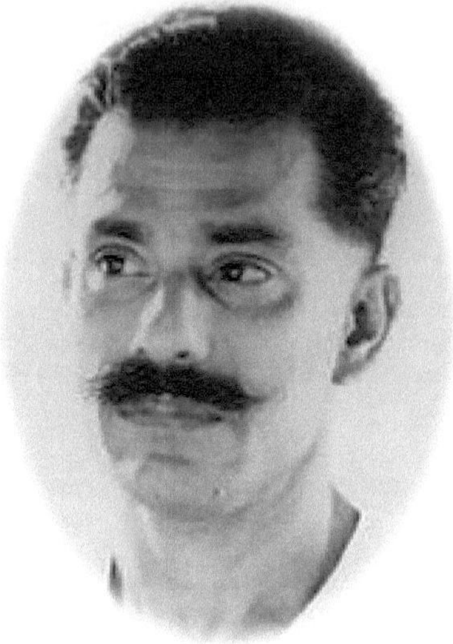

கம்பீரமான தன் உடலையும் உள்ளத்தையும் குடியாலும் கஞ்சாப்புகையாலும் மெள்ள மெள்ளத் தானே சிதைத்துக்கொண்டு, வருங்கால எழுத்தாளர்களுக்கெல்லாம் ஓர் எச்சரிக்கையாகத் தன் வாழ்வை அமைத்துக்கொண்ட ஜி. நாகராஜன், தமிழின் முன்னுதாரணமில்லாத மகத்தான படைப்பாளி. அவர் எழுதியது கொஞ்சமே என்றாலும், அந்த எழுத்துகளில் தன் மேதைமையையும் கலைநுட்பத்தையும் மொழி வளமையையும் அற்புதமாக வெளிப்படுத்தியவர். யாரும் அதுவரை எழுதியிராத பாலியல் தொழிலாளிகள், சமூகத்தின் பார்வையில் குற்றச்செயல் புரிந்து பிழைப்பவர்கள் போன்ற விளிம்புநிலை மனிதர்களின் அக உலகைத் தமிழ்க் கதைப்பரப்பில் விரித்த ஒப்பற்றப் படைப்பாளி.

1929ஆம் ஆண்டு செப்டம்பர் முதல் தேதி மதுரையில் தன் பெற்றோரின் ஒன்பது குழந்தைகளில் ஏழாவதாகப் பிறந்த இவர், தன் இளவயதிலேயே (ஒன்பதாவது பிரசவத்தின்போது) தாயை இழந்தார். தந்தை கணேச அய்யர், பழநியில் வக்கீல் தொழில் பார்த்துவந்தார். மதுரைக் கல்லூரியில் படித்தபோது கணிதத்தில் நூற்றுக்கு நூறு மதிப்பெண் எடுத்து சர். சி. வி. ராமனிடமிருந்து

தங்கப்பதக்கம் பெற்றார். ஆங்கிலத்திலும் கணிதத்திலும் அசாத்தியமான புலமை பெற்றிருந்த இவர், அமெரிக்கன் கல்லூரி உள்ளிட்ட பல கல்லூரிகளிலும் தனிப்பயிற்சி நிறுவனங்களிலும் பேராசிரியராகப் பணியாற்றினார்.

அவருடைய மாணவராக இளம் பிராயத்திலிருந்து ஜி.நாகராஜனுடன் நட்பாயிருந்து, இறக்கும் நாளிலும் உடன் இருந்த எழுத்தாளர் சி. மோகன், அவரைப் பற்றிய முழுமையான சித்திரத்தை (சாகித்ய அகாடமியின் இந்திய இலக்கியச் சிற்பிகள் வரிசை நூலில்) தீட்டியுள்ளார். சி.மோகனின் புத்தகமே ஆழமான ஒரு கலைப்படைப்பாகத் திகழ்கிறது. அதில் ஜி.நாகராஜனைப் பற்றி அவர் தீட்டும் ஒரு தீற்றல்...

`ஜி. நாகராஜன் முகத்தோற்றத்தில்கூட அவர் தன் சாதி அடையாளத்தைக் களைந்துவிட்டிருந்தது. பேச்சு, உடை, சிந்தனை, உணர்வு, நடத்தை, செயல், உணவு, வாழ்க்கைமுறை என எல்லாவற்றிலும் பிரக்ஞைபூர்வமாக சாதியத்தன்மைகளைக் கடந்துவிடப் பிரயத்தனப்படுவதும், அவ்வாறாகக் கடந்துவிட்ட ஒரு வாழ்க்கையை அமைத்துக்கொள்வதும் சாத்தியம்தான். ஆனால், அவர்களுடைய தேர்வாக இல்லாத, பிறப்பால் அமைந்த முகத்தோற்றத்தில் அதை களைந்துவிடுவது அபூர்வமென்றே நினைக்கிறேன். ஆனால், அப்படியான ஓர் அபூர்வமாகத் தன்னை ஆக்கிக்கொண்டவர் ஜி. என். ஸ்டாலின் மீசையும் ராணுவ முடிவெட்டும் வஸ்தாதுகளின் உடற்கட்டும் மட்டுமல்ல, முகத்தில் உருவேற்றிக்கொண்ட முரட்டுத்தனமும் சேர்ந்து சாதியத்தின் எந்தவிதச் சாயலும் இல்லாமல், அதை அறவே துடைத்துவிட்ட மனிதர் அவர். '

1952-56 காலகட்டத்தில் அவர் திருநெல்வேலியில் பேராசிரியர் நா. வானமாமலை நடத்திய தனிப்பயிற்சிக் கல்லூரியில் ஆசிரியராகப் பணியாற்றியிருக்கிறார். அப்போது கம்யூனிஸ்ட் தலைவர்கள் ஏ. நல்லசிவன், ப. மாணிக்கம், நல்லகண்ணு, நெல்லை எஸ். வேலாயுதம் போன்றோருடனும் ரகுநாதன், சுந்தர ராமசாமி, கிருஷ்ணன் நம்பி, டி. செல்வராஜ் போன்ற அன்றைய இடதுசாரி எழுத்தாளர்களுடனும் தொடர்பு ஏற்பட்டது. கம்யூனிஸ்ட் கட்சியில் தன்னை இணைத்துக்கொண்டு ஏழை எளிய உழைப்பாளி மக்களை அணி திரட்டி பல போராட்டங்களிலும் பங்குபெற்றுள்ளார். திருநெல்வேலி நகரத்தின் கம்யூனிஸ்ட் கட்சிச் செயலாளராகவும் பணியாற்றியிருக்கிறார். இளமையின் மிடுக்குடன்

ஜி. நாகராஜன் செயல்பட்ட காலம் இது. எழுத்தார்வம் வேர் பிடித்ததும் இங்குதான்' என சி. மோகன் குறிப்பிடுகிறார்.

அதே காலத்தில் நெல்லையின் பாலியல் தொழிலாளிகளுடனான உறவும் தொடங்கியிருக்கிறது. `குறத்தி முடுக்கு' என்கிற புகழ்பெற்ற அவரது குறுநாவலுக்கான களம் அங்குதான் உருவாகிறது. குடிப்பழக்கமும் புகைப்பழக்கமும் என, சமூகம் ஒழுக்கக்கேடு எனச் சொல்லும் எல்லா பழக்கங்களும் அவரிடம் வந்து சேருகின்றன. கட்சிக்குள் கேள்விகள் எழுகின்றன. இதை அடுத்து அவர் கட்சிப்பேரவையைக் கூட்டி தன்னை பொறுப்பிலிருந்து விடுவிக்குமாறு கோரி தன்னுடைய ராஜினாமாவை முன்வைக்கிறார். ஆனால், கட்சி அவருடைய ராஜினாமாவை ஏற்க மறுக்கிறது. தன்னுடைய வாழ்க்கைமுறையை கட்சிக்கு பங்கம் வராதபடி அமைத்துக்கொள்ள வேண்டும் என்பதே கட்சியின் வேண்டுகோள் என, பேரவை கேட்டுக்கொள்கிறது. வாழ்க்கை அவரிடம் வைத்த அந்தக் கடைசிக் கோரிக்கையை நிராகரித்து, தன் உள்மனம் செலுத்தும் திசைகளில் பயணிக்கத் தொடங்குகிறார். நெல்லை வாழ்க்கையைவிட்டு மீண்டும் மதுரைக்கே வருகிறார்.

கட்சியைவிட்டு வெளியேறினாலும் குறிப்பிட்ட ஒரு காலம் வரை மார்க்ஸியப் பிடிப்புடன் வாழ்ந்தார். அவருடைய முதல் கதையான `அணுயுகம்' 8-06-1957 தேதியுடைய `ஜனசக்தி' வார மலரில் வெளியானது. அவருடைய ஆரம்பகாலப் படைப்புகள் எல்லாமே கம்யூனிஸ்ட்டுகள் நடத்திய `ஜனசக்தி', `சாந்தி', `சரஸ்வதி' போன்ற இதழ்களில்தான் வெளியாகின. பிறகு சிலகாலம் அரவிந்தர்மீதும் காந்திமீதும்கூட நம்பிக்கைகொண்டிருந்தார்.

பிறகு, தத்துவங்களின் மீது நம்பிக்கை இழந்தவரானார். ஜே. கிருஷ்ணமூர்த்தியை வாசிக்குமாறு அறிவுறுத்திய சுந்தர ராமசாமிக்கு, 1968ஆம் ஆண்டில் அவர் எழுதிய கடிதத்தில் `ஜே. கே-யைப் படிக்கச் சொல்லி எழுதியிருந்தீர்கள். ஜே. கே-யின் புத்தகங்கள் பல, இங்கு நூல் நிலையத்தில் உள்ளன. இருந்தாலும் Philosophy-யிடத்து எனக்கிருக்கும் அவநம்பிக்கை காரணமாக நான் இதுவரை எந்த பிலாசஃபி புத்தகத்தையும் படித்ததில்லை. அரவிந்தர், ஜே. கே போன்ற இந்துமத Philosophers வேறு வகையானவர் என்று நீங்கள் கூறலாம். உண்மைதான். Intellect-க்கு survival value-தான் உண்டு. அதைக்கொண்டு நுண்பொருளான

உண்மையை (Reality) அறிய முடியாது என்ற Hindu Philosophers-ன் கருத்தை என்னால் புரிந்துகொள்ள முடிகிறது. அந்த உண்மையை அறிய அவர்கள் வலியுறுத்தும் transcendental experience ஒன்று இருக்கலாம் என்று நான் ஏற்றுக்கொண்டாலும் அந்த அனுபவத்துக்கு இட்டுச்செல்லும் வழிமுறைகளைப் பின்பற்ற எனக்குக் கொஞ்சம்கூட கட்டுப்பாடு இல்லை. ஒருகாலத்தில் அந்த வழிமுறைகளைப் பின்பற்ற வீடு, வாசலைவிட்டு, மலை காடு என்று போக வேண்டும் என நினைத்துக்கொண்டிருந்தேன். இப்போது அதெல்லாம் ஒருவகை Psychic training என்ற முடிவுக்கு வந்திருக்கிறேன்' என்று எழுதுகிறார்.

அவருடைய 'கண்டதும் கேட்டதும்' என்ற முதல் சிறுகதைத் தொகுப்பை அவரே தொடங்கிய பதிப்பகமான 'பித்தன் பட்டறை' மூலம் 1971ஆம் ஆண்டில் அவரே வெளியிட்டார். அந்தத் தொகுப்புக்கு முன்னுரைபோல சின்னஞ்சிறிய குறிப்பை முதல் பக்கத்தில் எழுதியிருப்பார்:

"ஒரு காட்டுல ஒரு சிங்கமாம். அதுக்கு மேலே சொன்னா அசிங்கமாம்" என்கிறான் கண்ணன்.

"ஒரு ஊர்ல ஒரு நரி. அதோட கதை சரி" என்கிறாள் ஆனந்தி.

(கண்ணன், ஆனந்தி இருவரும் ஜி. நாகராஜனின் குழந்தைகள். 'ஆனந்தி' அவரது முதல் மனைவியின் பெயர். அவர் அகாலத்தில் இறந்த பிறகு, இரண்டாவதாக பள்ளி ஆசிரியரான நாகலட்சுமியைத் திருமணம் செய்துகொண்டார்.)

அந்தத் தொகுப்புக்கு முன்னுரை எழுதிய எழுத்தாளர் சுந்தர ராமசாமி "கதைகளைச் சொல்லிச் சொல்லிக் கொல்ல வந்தவர் அல்ல இவர். விளக்கங்களும் உரைகளும் விரவிவரும் உபந்நியாசம் இலக்கியக் கலை ஆகாது என்பது இவருக்குத் தெரியும். பின்கட்டின் சாளரம் ஒன்றைத் திறந்துவிட்டு கம்மென வாயை மூடிக்கொண்டு நம்முடன் நின்றபடி உள்ளே எட்டிப்பார்க்கிறார். இந்தத் தருணத்தில் சாளரத்தைத் திறந்ததுதான், தான் செய்த ஒரே காரியம் என்கிற பாவத்துடன்..." என்று ஜி. நாகராஜனின் எழுத்துமுறை பற்றிக் குறிப்பிடுகிறார்.

பள்ளிக்கூடத்தில் பச்சக்குதிரை விளையாடும்போது சோமுவின் கை ஒடிந்துபோகிறது. பச்சக்குதிரையாகக் குனிந்துகொண்டிருந்த ராஜுவின் மனதில் உருவாகும் குற்ற உணர்ச்சி அவனை

மனக்குழப்பத்தில் தள்ளுகிறது. கனவும் நினைவுமாகத் தனக்குள் அமிழ்ந்துபோகிறான். 'பச்சக்குதிரை' கதை இப்படித் தொடங்குகிறது.

ராஜுவுக்கு துக்கம் பீறிட்டு வந்தது. சாகலாம்போலிருந்தது.

'பெரிய சண்டியரு! இவர் எதைக் கேட்டாலும் கொடுத்துடணும். இல்லாட்டி மாட்டவைப்பாராம், மாட்ட!' - ராஜுவுக்கு கோபமெல்லாம் செல்லத்துரை மீது.

'எருமைமாடு மாதிரி இருந்துக்கிட்டு இவன் எதுக்கு நாலாம் க்ளாஸிலேயே இருக்கணும்? அன்னிக்கு மாணிக்கம் வாத்தியார்கூட, 'டே தடியா! அய்யாகிட்டச் சொல்லி ஏதாச்சும் கடைலே கிடைலே வைக்கச் சொல்லு' என்கலே இந்த மாணிக்கம் வாத்தியான்! அவன் ஒரு மண்டைக்கனம், மாணிக்கம், கீணிக்கம், சாணிக்கம், பூணிக்கம்...'

மாணிக்கம் வாத்தியார் திருகிய காதை, ராஜு லேசாகத் தொட்டுக்கொண்டான். இட்லியைத் தொட்ட மாதிரி இருந்தது.

……………. .

ராஜு மீண்டும் காதைத் தொட்டுக்கொண்டான். துக்கம் நெஞ்சை அடைத்தது. 'அம்மா பார்த்தா 'ஓ'ன்னு அலறிடுவா. ஊர்லே இல்லை, நல்லவேளை. அப்பா வரதுக்குள்ளே தூங்கிடணும். போடா, ராஜு போ, உனக்குத் தூக்கம் வேறயா கெட்டிருக்கு. காலையிலேயே போலீஸ்காரன் வரும்போதல்ல தெரியும். '

இந்த வீட்டிலே ராஜு என்கிற செட்டிமார் பையன் ஒருத்தன் இருக்கானா? அய்யய்யோ, போலீஸ்காரன் வந்துட்டானே! மூஞ்சியைப் பாரு, குரங்கு மாதிரி. ஆமாம் இந்த வீடுதான். என்ன விஷயம் என்று கேட்டுக்கொண்டு வாசலில் நிற்கிறார் அப்பா. ராஜு கதவு அருகே ஒளிந்துகொண்டு நிற்கிறான். "அந்தப் பையனே டேஷனுக்கு கூட்டிப் போகணும். யாரோ ஒரு பையன் கையை ஒடிச்சுட்டான்" என்கிறான் போலீஸ்காரன்.

"எங்க வீட்டு ராஜுவா? அவன் அப்படியெல்லாம் கையை ஒடிக்க மாட்டானே! பாவம், ரொம்ப சாது" என்கிறார் அப்பா.

போலீஸ்காரன் விட்டால்தானே! "ஒடிக்க மாட்டானா? அவுங்க மாணிக்கம் வாத்தியாரே பார்த்தாராம். இவன்தான் ஒடிச்சானாம்.

பச்சக்குதிரை விளையாடுறப்போ, குனிஞ்சிருந்த உங்க ராஜுதான் அந்த சோமுவை காலை வாரிவிட்டுக் கையை ஒடிச்சிருக்கான். செல்லத்துரைங்கிற பையன்கூடச் சொன்னான். "

பாவம் அந்தச் சோமு! அவன் கையொடிஞ்சுப்போச்சு. "கையொடிஞ்சிருச்சே! வீட்டுல கொன்னுப்புடுவாங்களே"ன்னு கத்தினான். "சோமு, சோமு எம்மேலே கோவப்படாதே. நான் ஒண்ணும் உன்னை காலை வாரிவிடலே. நீ கையை வெச்சு முதுகிலே அழுத்தினபோது லேசாகக் குனிஞ்சேன் சோமு. " சோமுவை பியூன் ஹென்றி தூக்கினபோதுதான் எப்படி அலறினான் அவன்! அய்யோ பாவம், "நான் வேணும்னு ஒண்ணும் செய்யலை சோமு. என்னை மட்டும் சும்மாவிட்டாங்களா? இங்கே பாரு. இங்கே பார். தலையிலே மங்கு மங்குன்னு குட்டினார். என் கன்னத்தைப் பாரு. பளீர் பளீர்னு அடிச்சிருக்கார். எல்லோரும் என் மேலே விழுந்து என்னை கீழே தள்ளி மிதிச்சாங்க சோமு. என்னை போலீஸ்லவேறே பிடிச்சித் தரப்போறாங்களாம் சோமு."

ஒருவன் 'அய்யோ அப்பா' என்று கத்திக்கொண்டு ஓட்டமெடுத்தான். ராஜு மட்டும் சரசரவென தண்ணீருக்குள் நடந்தான். வேலுச்சாமியை எட்டிப் பிடித்தான். இருவரும் தண்ணீரில் மல்லுக்கட்டினர். அவன் இவனை இழுத்தான். இவன் அவனை இழுத்தான். ராஜுவுக்கு மூச்சு முட்டியது.

பாவம் ராஜு செத்துவிட்டான். ராஜுவின் வீட்டு முன்பு கூட்டம். மாணிக்கம் வாத்தியார்கூட வந்திருந்தார். "நல்ல பையன், ரொம்ப சாது' என்று அனுதாபப்பட்டார். 'அந்த வேலுச்சாமிக்காகத்தான் ராஜு செத்துப்போனானாம்" என்றார் யாரோ ஒருவர். எல்லாரும் ஆமோதிக்கும் பாவனையில் தலையை அசைத்துவிட்டு ராஜுவின் சாவுக்காக வருந்தினர். அந்தக் கூட்டத்திலே நின்றுகொண்டிருந்த ராஜுவும் வருத்தத்தோடு தலையை அசைத்தான்.

இதுபோன்ற கதை எழுதிய ஜி. நாகராஜனின் படைப்பு மனம், பிறகு புறக்கணிக்கப்பட்ட வாழ்க்கைக்குள் புகுந்து அங்கேயே நிலைபெற்றுவிடுகிறது.

தன்னுடைய 'கண்டதும் கேட்டதும்' தொகுப்புக்கு அவரே சுயவிமர்சனமாக ஒரு கட்டுரையை 'வைகை' இதழில் எழுதுகிறார். 'இந்தத் தொகுப்பில் அடங்கியுள்ள என் கதைகளில் முழுமையாக சிறுகதை இலக்கணத்தைப் பெற்றிருக்கும் ஒரே கதை 'யாரோ

முட்டாள் சொன்ன கதை'. மற்றவை எல்லாம் வெறும் முயற்சிகளே. ஆங்கிலத்தில் சொல்வதென்றால், அவற்றை sketches, vignettes என்று கூறலாம். இந்த முயற்சிகளிலும் என்னுடைய ஆற்றலையும் பல்வேறு குறைபாடுகளையும் காணலாம் என்பது வேறு விஷயம். ”

அவர் குறிப்பிட்ட யாரோ முட்டாள் சொன்ன கதையில் `லூஸ் மணி' என்றழைக்கப்படும் மணியும் பாக்கியமும் தம்பதியர். அந்த ஊரில் இருக்கும் ரௌடி, பரமன். பரமனுக்கும் பாக்கியத்துக்கும் இடையில் தொடர்பு இருக்கிறது. இதை கணவன் அறிகிறான். அதன் பின்பான அவனுடைய செயல்கள் எவ்வாறு நிகழ்கின்றன எனும் விளைவுகளே இந்த நெடுங்கதை. பரமனுக்கு அவர்களுடனான தொடர்பு ஏற்பட்டது முதல் பரமனின் மரணம் நிகழும் வரை தெளிவாக நீள்கிறது. இதில் சம்பவங்கள் நேர்க்கோட்டில் இல்லாமல் முன்பின்னாக அமைந்திருப்பது சிறிதும் பிசகில்லாமல் சொல்லப்பட்டிருக்கிறது. மேலும், கதையின் வழியே எழும்பும் பாக்கியத்தின் குரல், “உடல் போகப்பொருளாகவே இருப்பினும், அது உடலின் சம்மதத்தினால் மட்டுமே நிகழும். சமூகம் திணிக்கும் அறம் உடலுக்குப் பொருந்தாது" என கர்ஜிக்கிறது.

“பாக்கியம், நான் சொல்றதைக் கேளு. அவன் சாவாசத்தை விட்டிரு. "

“அவன்ட்டு சொல்லாதே. ”

“சரி, பரமன்... அவரு பரம அயோக்கியன். அவரோட சங்காத்தம் வெச்சிக்காதே. ”

“பரமனோட நான் சங்காத்தம் வெச்சிக்கில்லையே. ”

“அந்த வூட்டுக்குப் போறயில்ல? அவர் காட்ற வீட்டுக்கும் போறேல்ல?”

“ஆமா, ஆனா பரமன் அங்கே வர மாட்டார். ”

“அது அவர் நடத்துற வீடுதானே?”

“அது எனக்குத் தெரியாது. ”

“எனக்கு துரோகம் பண்ணலாமா?”

“எம் பிரியப்படி நான் இருப்பேன். ”

"அது தப்பில்லை."

"நீ என்ன சம்பாரிக்கிறே?"

"தொண்ணூறு. வீட்லேருந்து வாடகை வருது. நம்ம மூணு பேருக்கும் போதாதா?"

"போதாது. என் ஒருத்திக்குப் போதாது. என்னை... புதுக்குடி சமீந்தார் மவன் கட்டிக்கிறேன்னான்."

"கட்டிக்கலியே."

"அதுக்கு நான் என்ன செய்றது? அவன் என் கால் அடியிலேயே கிடந்தான்."

"இருந்தாலும் ஒன்னைக் கட்டிக்கலையே!"

"ஆமாம். நீதான் கட்டிக்கிட்டே, வெருவாக்கலங்கெட்டவன்."

"கட்டின புருஷனை இப்படிப் பேசலாமா?"

"அய்யோ காளியாத்தா என்னை இப்படிச் சோதிச்சிருச்சே! நான் பணத்துலே புரளணும்."

"இந்தக் குடிப்பளக்கத்தை நிறுத்திரு. எல்லாம் சரியாப்போகும்."

"போடா கபோதிப்பயலே, பணம்தான்டா எல்லாம்."

கதையின் இறுதிப் பகுதியில் பரமனைக் கொலைசெய்துவிட்டு மணி ஓடுகிறான். போலீஸும் ஊரும் சேர்ந்து அவனைத் துரத்துகிறார்கள். ஓடிக்கொண்டே அவன் மனதில் எழும் பால்ய காலத்துச் சித்திரங்கள், பயங்கள், துக்கங்கள் என அந்தப் பகுதி காவியமாய் விரிகின்றன. ஓடி ஒரு தென்னைமரத்தின் மீதேறிக் கவ்விப் பிடித்துக்கொள்கிறான்.

காற்று வீசி அடித்தது. மரம் ஊஞ்சலாடியது. அவன் கால்களும் கைகளும் மரத்தைக் கவ்விக்கொண்டன. 'எவ்வளவு பசுமையான உலகம்! தொலைவிலே காணுகிற நீலம்தான் எவ்வளவு அழகு! உலகமே பசுமையும் நீலமும்தானா? உலகமே அவனை அசைத்தாட்டும் காற்றுத்தானா? உலகமே தொலைவிலே தெரியும் அமைதி நிறைந்த குடிசைகள்தானா? காற்று ஓங்கி வீசியது. 'மரமே கதி' என அவன் உடலும் உள்ளமும் மரத்தைப் பற்றிக்கொண்டன. மேலே தென்னோலைகள், வயது முதிர்ந்த கிழவன் ஓர் இளவட்டத்தின் தர்க்கங்களுக்குப் பதில் சொல்வதுபோல

காற்றுக்குப் பதில் சொல்லிக்கொண்டிருந்தன. மரத்தின் கழுத்தில் முத்து முத்தாய் செவ்விளநீர்க் காய்கள்!

'யாரும் ஏறாத மரம் ஏறிட்டேன். மேலே இன்னும் எவ்வளவு இருக்கும்... ஏளு மொளம் இருக்குமா?' காற்று விர்ரென்று வீசியது. தாராளமாகக் காற்றோடு இரண்டடி பறந்தான். மரத்துக்கு நேருவது எங்களுக்கும் நேரட்டும் என்று அவன் கைகளும் கால்களும் மரத்தைப் பற்றிக்கொண்டன . "தம்பீ... கீளே இறங்குடா" என்று ஒரு குரல் அலறியது. அவனும் இறங்க ஆரம்பித்தான். மரத்தின் கழுத்தில் முத்து முத்தாக இருந்த செவ்விளநீர்க் காய்களை மீண்டும் பார்த்தான். "அய்யோ செவ்விளநீர்க் காய்களே!" என்று கதை முடிகிறது.

சமூக ஒழுங்குக்குள் வாழ ஆசைப்படும் எளிய அப்பாவி மனதின் பிரதிநிதியாக லூஸு மணியும் அறங்கள் அறுத்துத் தடைகள் தாண்டியவளாக பாக்கியமும் இந்தக் கதையில் வாழ்கிறார்கள். அழகும் எளிமையும்மிக்க, துரோகங்கள், குற்ற மனம் இல்லாத வாழ்வுக்கான மணியின் ஏக்கமாகக் கடைசிக் காட்சிகள் விரிகின்றன.

'துக்க விசாரணை' என்ற கதை, இறந்துபோன ரோகிணி என்கிற பாலியல் தோழியின் அக்காவிடம் துக்கம் கேட்கப் போவது பற்றியது. இந்த ஒரு பத்தியிலேயே கதையை நம்மால் உணர முடிகிற அளவுக்கு அந்தக் கதை சொற்சிக்கனத்துடன் செல்கிறது.

"இடையே ஊதி அணைத்துவிட்ட மெழுகுவத்திபோல ரோகிணி இறந்துவிட்டாள். ஒருபோதும் குரலை உயர்த்திப் பேச மாட்டாள். ஒருமுறை யாரோ ஒருவனோடு இருந்தாள். நான் வந்ததை அறிந்ததும் வந்து சமாதானம் கூறிச் சென்றாள். "இது என் தலையெழுத்துங்க" என்று சொல்லிச் சிரித்துவிட்டுச் சென்றாள். நான் காத்திருப்பேன் என எதிர்பார்த்தாள். இரண்டு நாள்களுக்குப் பிறகுதான் நான் அவள் இடத்துக்குச் சென்றேன்.

அப்போது, "அக்கா கடனையெல்லாம் தீர்த்திட்டு கன்னியாஸ்திரி ஆகிவிடுவேன்" என்றாள். "இல்லாட்டி தற்கொலை பண்ணிப்பேன்" என்று பிறகு சேர்த்துக்கொண்டாள்.

"தற்கொலையில் அர்த்தமில்லை" என்றேன்.

"பின்னே எதில்?" என்று கேட்டுக்கொண்டே என் கன்னங்களில் முத்தினாள். அந்தப் பத்துப் பதினைந்தைக் கொடுப்பதைத் தவிர

நான் ரோகிணிக்கு எதுவும் செய்தது கிடையாது. ஆனால், அவளுக்குத் தெரியுமோ என்னமோ, அவளைப் பற்றிப் பல தடவை நான் நினைத்ததுண்டு.

"நினைப்பு என்ன அவ்வளவு பெருசா? பின் இல்லையா? இறந்துபோனவர்களைப் பற்றியோ உயிரோடு இருப்பவர்களைப் பற்றியோ அவ்வப்போது நினைத்துக்கொள்வது பெருசில்லையா?"

சிறுகதைகள் தவிர நிமிஷக் கதைகள் என்கிற வடிவத்திலும் சில கதைகளை அவர் எழுதிப்பார்த்திருக்கிறார். அதில் ஒரு கதை...

"அவள் ஒரு விபச்சாரி. அவளை வைத்து கதை எழுதவேண்டும் என எழுத்தாளன் விரும்பினான். ஆகவே, அவன் அவளிடம் சென்றான்.

"பெண்ணே, நீ இவ்வளவு கெட்டநிலைக்கு வரக் காரணம் என்ன?" என்று எழுத்தாளன் கேட்டான்.

'என்ன... கெட்டநிலையா? அப்படி ஒண்ணும் எனக்கு சீக்குக்கீக்குக் கிடையாது. ஒங்கிட்ட சீக்கில்லாமே இருந்தா, அதுவே ஆண்டவன் புண்ணியம்" என்றாள் விபச்சாரி.

"இல்லே, உனக்கு சமுதாயம் எவ்வளவு பெரிய கொடுமையை இழைத்துவிட்டது!" என்றான் எழுத்தாளன்.

"கொடுமை என்ன கொடுமை! பசிக்கொடுமை எல்லோருக்கும்தானிருக்கு. இந்த போலீஸ்காரங்க தொந்தரவு இல்லாட்டி ஒண்ணுமில்லை" என்றாள் விபச்சாரி.

"கண்ட கண்டவங்ககிட்டெல்லாம் போகிறது உனக்கு கஷ்டமா இல்லை?"

"யாரும் கண்ட கண்டவங்ககிட்டெல்லாம் போகல. எனக்குன்னு ஒரு புருஷன் இருக்கார். "

"மற்ற பெண்கள் எல்லாம் கட்டின புருஷனோடு மட்டும்தான் இருக்கிறார்கள். வேறு ஆண்பிள்ளைகளோடு சம்பந்தம் வைத்துக்கொள்வதில்லை தெரியுமா?"

"அப்படியா?"

"பின்னே?"

"சரி, உங்களுக்கு பெஞ்சாதி இருக்குங்களா?"

“ஊம்... இருக்கு. "

“நீங்க மட்டும் எங்கிட்ட வந்திருக்கீங்களே ஒங்களுக்கு வெக்கமாயில்லை? சரி, அது கிடக்கட்டும்; நேரமாவுதுங்க. "

கொடுமையிலும் கொடுமை, கொடுமையை ‘கொடுமை' எனப் புரிந்துகொள்ளாததுதான். எழுத்தாளனுக்கு அது புரியவில்லையோ என்னவோ, விபச்சாரியைக் காட்டி வாசகர்களின் கண்ணீரைப் பிதுக்கியெடுத்து நாலு காசு சம்பாதிக்கும் எண்ணத்தை மட்டும் கைவிட்டான்.

மதுரையில் சில காலம் காந்தி மியூசியத்தில் எழுத்தராகப் பணிபுரிகிறார். அங்கேயே தங்கிக்கொள்ள இடமும் அளிக்கிறார்கள். ஆனாலும் இவரது தன்போக்கான வாழ்முறை அந்த வேலையையும் விட்டுத் துரத்துகிறது.

‘பேராசிரியர் ஜி. நாகராஜன், எங்கள் கல்லூரியில் பாடம் எடுக்கிறார்' என்று தனிப்பயிற்சிக் கல்லூரிகள் சினிமா தியேட்டர்களில் விளம்பர சிலைடு போடும் அளவுக்குப் பிரசித்திபெற்ற கணித, ஆங்கில ஆசிரியராக இருந்த அவர், திருமணம் செய்து இரண்டு குழந்தைகளுக்குத் தகப்பனாகவும் ஆகிவிட்ட அவர், தன் அறிவுத்திறத்தால் எவரையும் வீழ்த்திவிடும் வல்லமை பெற்றிருந்த அவர், குடிப்பழக்கத்திலிருந்து ‘குடி நோயாளி' என்கிற நிலைக்கு வீழ்ந்து, தெரிந்தவர்களிடமெல்லாம் கையேந்திக் காசு வாங்கிக் குடிப்பவராகவும் வீடற்றவராகத் தெருக்களில் படுத்துறங்குபவராகவும் மாறிப்போனார். கடைசி ஏழு ஆண்டுகள் இப்படியான ஒரு வாழ்முறைக்குள் சிக்கிக்கொண்டு வெளியேற முடியாமல் அல்லது வெளியேற விரும்பாமல் சிதைந்துகொண்டிருந்தார்.

நான் அவருடைய ‘ஆண்மை' கதையை முதன்முறையாக வாசித்தபோது அந்தப் பெண் ராஜத்துக்காக கண் கலங்கினேன். அந்தக் கதையின் மையமான இடம் இதுதான் என்று சொல்வேன்:

“ஆமாம், என்னைப் பார்த்தா காசு பணத்துக்கு வரவ மாதிரியா தெரியுது?” என்று கேட்டுக்கொண்டே வந்து கதவுகளை அடைத்தாள் ராஜம்.

“என்ன திடீர்னு இந்த யோசனை?”

“பின்னே, என் பின்னாலே ஏன் வந்தீங்க?”

“நீ யாரா இருந்தாலும் வந்திருப்பேன். ”

“வருவீங்க, வருவீங்க, முதுகுக்கு டின்னைக் கட்டிட்டு வருவீங்க. என்ன... ஒரு மாதிரியா இருக்கீங்க?”

“ஒண்ணுமில்லே" என்று சொல்லிக்கொண்டே எழுந்து நின்று அவளை லேசாக அணைத்து, அவளது கையை உயர்த்தி கையிடுக்கில் முத்தமிட்டேன். அவள் கைகளைச் சோர்வுறக் கீழே போட்டுவிட்டு, இயந்திரம்போல் ஓர் அடி எடுத்து வைத்துக் கட்டிலில் அமர்ந்தாள்.

“மெய்யாச் சொல்லுங்க, என்னைப் பார்த்தா காசுக்கு வரவ மாதிரி தெரியுதா?”

“அதான் உன் முகத்திலே எளுதி ஒட்டியிருக்கே, இங்கே பார். ஒருத்தனோடவோ இல்லை பலரோடவோ பெண்ணினத்தின் மகத்தான தொழில் தாசித்தொழில்” என்று நான் தத்துவம் பேசினேன்.

“அப்ப, இனிமே அப்பாவையும் தம்பியையும் பஸ் ஸ்டாப்புக்கு வர வேண்டாண்டிற வேண்டியதுதான். ”

“எனக்குக்கூட அவரைப் பார்த்தா என்னவோ மாதிரி இருந்திச்சு. என்னவோ மகளை மருமகன் வீட்டுக்கு அனுப்பிவைக்கிற மாதிரி பஸ் ஸ்டாப்புக்கு வந்திட்டார். ”

அவள் சிறிது நேரம் அமைதியானாள். பிறகு திடீரென விக்கி அழுதாள். “அய்யோ... கடவுளே. . !" என்றிழுத்து விசும்பினாள்.

“ச்சு, ச்சு, பைத்தியம் அழாதே. எல்லாம் சரியாயிடும்” என்று தேற்றினேன்.

“என்னெத்த சரியாப்போகுதுங்க. எல்லாம் இனிமே அப்படித்தான். போனது போனதுதான். ”

தன்னைப் பற்றி அவள் தனக்குள் வரைந்திருந்த சித்திரம் கலைந்து எல்லாம் வெட்டவெளிச்சமாகிவிட்டதை அவள் உணரும் ஒரு தருணத்தை, அவள் உடைந்து நொறுங்கும் அந்தத் தருணத்தை ஜி. நாகராஜன் படம் பிடித்திருக்கும்விதம் வாசக மனதில் ஆழமான அதிர்வுகளை உண்டாக்குகிறது.

இப்படியான வாழ்வைப் படம்பிடிப்பதை 50-களின் இலக்கிய உலகம் அப்படியே ஏற்றுக்கொள்ளவில்லை.

“நாட்டில் நடப்பதைச் சொல்லியிருக்கிறேன். இதில் உங்களுக்குப் பிடிக்காதது இருந்தால், ‘இப்படியெல்லாம் ஏன் நடக்கிறது?’ என்று வேண்டுமானால் கேளுங்கள். ‘இதையெல்லாம் ஏன் எழுத வேண்டும்?’ என்று கேட்டுத் தப்பித்துக்கொள்ளப் பார்க்காதீர்கள். உண்மையைச் சொல்வதென்றால், முழுமையும்தான் சொல்லியாக வேண்டும். நான் விரும்பும் அளவுக்குச் சொல்ல முடியவில்லையே என்பதுதான் என் வருத்தம்” என்று ஜி. நாகராஜன் ஒரு பதிலைச் சொல்லவேண்டியிருந்தது.

இதே தொனியில் புதுமைப்பித்தனும் ‘கவந்தனும் காமனும்’ கதையில் பேசியிருப்பார்.

சதத் ஹசன் மாண்ட்டோ எழுதிய தேசப் பிரிவினைக் காலத்துக் கதைகளும் ஜி. நாகராஜனின் கதைகளும் ஒரே அலைவரிசையில் இயங்குவதை நாம் மீண்டும் மீண்டும் காண முடியும்.

1981ஆம் ஆண்டு பிப்ரவரி 18ஆம் தேதி காலை அவரை மதுரை அரசு மருத்துவமனையில் சேர்க்கிறார்கள் சி. மோகனும் சிவராமகிருஷ்ணன் என்கிற நண்பரும். “இடையில் டாய்லெட் போக வேண்டும்" என்றார். எழுந்து நடக்க வெகுவாகச் சிரமப்பட்டார். டாய்லெட்டில் அவரால் உட்காரக்கூட முடியவில்லை. தாள முடியாத அவஸ்தை. கழிவிரக்கவசப்பட்டவராக, “கடவுளே, என்னை சீக்கிரம் அழைத்துக்கொள்" என்று வாய்விட்டுக் கதறி அழுதார்.

திரும்ப வந்து படுக்கையில் படுத்துக்கொண்டதும் குளிர் அவரை மிகவும் உலுக்கியது. “குளிருது, ரொம்பக் குளிருது” என்றவர் “சிதையில் போய் படுத்துக்கொண்டால்தான் இந்தக் குளிர் அடங்கும்” என்றார்.

இப்படி அவரது வாழ்வின் கடைசி நிமிடத்தை சி. மோகன் பதிவுசெய்கிறார். அன்று இரவு உடன் யாருமே இல்லாத தனிமையில் அநாதையாக அந்த அரசு மருத்துவமனையில் தன் வாழ்வை முடித்துக்கொண்டார் ஜி. நாகராஜன்.

சி. மோகனும் சிவராமகிருஷ்ணனும் இரவு போய்விட்டு, காலையில் வருவதாகச் சொல்லிப் பிரிந்தபோது ஜி. நாகராஜன் ஷெல்லியின் ஒரு கவிதை வரியைச் சொல்லி விடை கொடுத்திருக்கிறார்

‘வாழ்வின் முட்கள் மீது நானே விழுந்தேன்!

குருதி கொட்டிக்கொண்டிருக்கிறேன். '

தன்னுடைய பொன்மொழிகளாகச் சிலவற்றை அவரே விட்டுச் சென்றிருக்கிறார். அதில் ஒன்று:

`மனிதனைப் பற்றிப் பொதுவாக எதுவும் சொல்லச் சொன்னால் ‘மனிதன் மகத்தான சல்லிப்பயல்’ என்றுதான் சொல்வேன். '

24

பெண் படைப்பாளிகள்–பாகம்–1

இந்தக் காலகட்டத்தில் கதை எழுதிய ஆண்களில் வ.வே.சு. அய்யர் முதல் ஜி. நாகராஜன், அசோகமித்திரன், சுந்தர ராமசாமி வரை எல்லோருமே (நான்கைந்து பேரைத் தவிர) பார்ப்பன வகுப்பில் பிறந்தவர்கள்தான். அதேபோல பெண்களிலும் சிறுகதை முன்னோடிகள் எல்லோருமே அந்த வகுப்பில் பிறந்தவர்களே. கல்வி அறிவும், ஆதரவான குடும்பச் சூழலும், அதற்கான நேரமும் அவர்களுக்கே வாய்த்ததால் இது நிகழ்ந்திருக்க வேண்டும். பொதுவாக இவர்கள் வசதியான குடும்பத்துப் பெண்களாகவும் இருந்தனர். ஆனாலும், சாஸ்த்திர சம்பிரதாயங்களுக்குள் அமிழ்ந்து கிடந்த அந்தத் தலைமுறைக் குடும்பங்களுக்குள்ளிருந்து இந்தப் பெண் ஆளுமைகள் எழுத்துவெளிக்குள் வந்து அசாத்தியமான சாதனைகள் படைத்தது வியப்புக்குரியதே!

பொதுவாக இந்த ஆளுமைகள் எல்லோருமே நாவலாசிரியர்களாகவே அறியப்பட்டனர். நாவலில் சாதனைகள் படைத்தனர். சிறுகதைகளும் எழுதி வரலாற்றின் பகுதியான காரணத்தால், அவர்களைப் பற்றி சிறுகுறிப்புகளாவது எழுதிச் சேர்ப்பது அவசியம். அநுத்தமாவைத் தவிர பிற படைப்பாளிகளின் தொகுப்புகள் இப்போது கிடைக்கவில்லை. இணையதளங்களிலும் இவர்களின் கதைகள் ஒன்றிரண்டைத் தவிர அதிகம் இல்லை. இந்தச் சூழலில் எழுத்தாளர் அ. வெண்ணிலா தொகுத்த 'மீதமிருக்கும் சொற்கள்-பெண் எழுத்தாளர்களின் சிறுகதைகள்' என்ற நூலும், குங்குமம் தோழி பதிவேற்றம் செய்தவையுமே இவர்களின் படைப்புகள் பற்றிய அறிமுகத்தைப் பெற நமக்கு உதவுகின்றன.

அந்தத் தொகுப்புக்கான முன்னுரையில் அ. மார்க்ஸ் குறிப்பிடுவது... 'வை. மு. கோதைநாயகி அம்மாள், ருக்மணி பார்த்தசாரதி, குமுதினி, லட்சுமி, கோமகள், கமலா சடகோபன், அநுத்தமா, எம். எஸ். கமலா, எஸ். கமலாம்பாள் ஆகியோரின் கதைகள், குடும்ப எல்லையைத் தாண்டாதவையாகவே உள்ளன. அதாவது, குடும்பத்துக்குள் உருவாகும் சிக்கல்கள், குழந்தை வளர்ப்பில் பிரச்னை, கணவனின் சந்தேகம் இப்படியான

விஷயங்களே. அதிகம்போனால் பெண் பார்த்து ஒதுக்கும் கொடுமை, வரதட்சணை, சீர் செய்வது தொடர்பான பிரச்னை ஆகியவற்றை இவை தாண்டுவதில்லை. சில கதைகள் ஆணுலகம் உருவாக்கும் அச்சுப் பிரதிகளை அப்படியே மறு உருவாக்கம் செய்கின்றன. '

இது, நூறு சதவிகிதம் உண்மை. ஆனாலும், நாம் ஒன்றை மறந்துவிடக் கூடாது. பெண்கள் நாவல், கதைகள் போன்றவற்றை வாசிப்பதே தப்பு என்கிற சமூக மனநிலை அழுத்தமாக இருந்த காலத்தில், அதை உடைத்துக்கொண்டு இந்தப் பெண்கள் வாசித்தது மட்டுமின்றி ஆண்களுக்குச் சமமாக எழுதவும் செய்தார்கள் என்பதே பெரிய காரியம்தான். அவர்கள் என்ன வேண்டுமானாலும் எழுதட்டுமே! சாதி அடுக்கில் எந்தப் பிரிவில் இருந்தாலும் இவர்கள் பெண்கள் அல்லவா?

'நாவலும் வாசிப்பும்' என்கிற மிக முக்கியமான தன்னுடைய ஆய்வு நூலில் ஆ. இரா. வேங்கடாசலபதி அந்தக் காலத்திய மனநிலையை இப்படி எழுதுகிறார்... 'பெண்கள் பெருமளவில் நாவல்களைப் படிக்கத் தொடங்கியது, நடுத்தரவர்க்க அறிவாளர்களைப் பெரிதும் கலக்கமுறச் செய்திருக்கிறது. நாவல் பற்றிய விவாதங்களில் ஏராளமான குறிப்புகள் விரவிக்கிடக்கின்றன.'

நாவல் படிப்பதே சுவர்க்கமென நினைத்துள்ள பெண்களைப் பற்றி சுதந்திரச் சங்கு குறிப்பிடுவது... ' 'நம் பெண்மணிகளுக்கு நகைப் பைத்தியத்துக்கு அடுத்தபடி நாவல் பித்தென்று சொல்லலாம்' என்றது பஞ்சாமிர்தம் (அ. மாதவய்யா நடத்திய இதழ்). இதன் தொடர்பில் மிகக் கடுமையான விமர்சனத்தை வைத்தவர் வரகவி அ. சுப்பிரமணிய பாரதி. நாவல்களைப் படிப்போரில் பெரும்பாலானோர் 'வேலையற்ற ஸ்திரீகள், வீட்டுக்கு ஆகாத நாள்களில் பொழுதைக் கழிக்க வழி தெரியாத பூவையர்கள்' என்று ரசக்குறைவாக, ஆணாதிக்க மனப்பாங்கோடு' அவர் குறிப்பிடுகிறார்.

இத்தனை எதிர்மறையான சூழலில் அன்று இந்தப் பெண் எழுத்தாளர்கள் எழுதவந்தனர்.

1. வை. மு. கோதைநாயகி அம்மாள் (1901–1960)

ஒரு நாள்கூட பள்ளிக்குப் போகாமல் 115 நாவல்களை எழுதிய ஆளுமை இவர். தமிழில் நாவல் எழுதிய முதல் பெண். 35 ஆண்டுகள் தனி ஆளாய் (கணவர், மகன் உதவியுடன்) 'ஜகன்மோகினி' எனும் இதழை நடத்தியவர். எழுத்தாளர், பத்திரிகையாளர், சுதந்திரப் போராட்ட வீரர், சமூகசேவகி, இசைக்கலைஞர் எனப் பல பரிமாணங்களில் தன்னை நிறுவிக்கொண்டவர்.

சென்னை திருவல்லிக்கேணியில் பிறந்தவர். தந்தை நீர்வளூர் என். எஸ். வெங்கடாச்சாரியார். தாயார் பட்டம்மாள். 1907ஆம் ஆண்டு கோதைக்கு ஐந்தரை வயது ஆனபோது அதே திருவல்லிக்கேணியில் ஏழு வயதான வை. மு. பார்த்தசாரதியுடன் திருமணம் நடைபெற்றது. பால்ய விவாகம் எனப்படும் குழந்தைத் திருமணங்கள் தடை செய்யப்படாத காலம் அது. மாமனார் வீட்டில் இருந்தவர்கள் அனைவருமே, தமிழையும் சம்ஸ்கிருதத்தையும் நன்கு கற்றவர்கள்; ஆழ்வார் பாசுரங்களை மனப்பாடமாக ஒப்பிப்பவர்கள். மூத்த மாமனார் திருக்குறள் பரிமேலழகர் உரைக்கும், நன்னூலுக்கும் உரை எழுதியவர். அதனாலேயே பள்ளிக்குக்கூடச் சென்றிராத வை. மு-வுக்கு வீட்டில் ஓரளவு கல்வியறிவு பெறும் வாய்ப்பு கிட்டியது.

'வைதேகி' அவரது முதல் நாவல். 'ஜகன்மோகினி' இதழில், தொடர்களாகவும் தனியாகவும் எனத் தொடர்ந்து 115 நாவல்களை

எழுதினார். அவருடைய இலக்கிய இயக்கம் முழுமையாக 'ஜகன்மோகினி' இதழை மையமிட்டே தொடர்ந்தது. நாவல்களில் கவனம் செலுத்திய அளவுக்கு சிறுகதையில் அவர் கவனம் செலுத்தவில்லை. 'பஷமாலிகா' (1947-ல் ஐந்தாம் பதிப்பு கண்டது) மற்றும் 'பெண் தர்மம்' (1946) ஆகிய இரு சிறுகதைத் தொகுப்புகள் ஜகன்மோகினி காரியாலய வெளியீடாக வெளிவந்துள்ளன.

அவருடைய 'காலச்சக்கரம்' சிறுகதை:

'சலசலவென்ற ஓசையுடன் நதியின் துல்லியமான தெளிந்த ஜலம் சங்கீதத்துக்கு சுருதி கூட்டுவது போன்று இனிமையாக ஓடிக்கொண்டிருக்கிறது. ஆங்காங்கே சிலர், கும்பல் கும்பலாக நின்று பேசிக்கொண்டிருப்போரும் நடப்போருமாக இருந்தனர். அந்தி நேரத்தின் வெகுஅழகிய தோற்றம் மக்களின் மனதைப் பரவசப்படுத்துகிறது. சிலுசிலுப்பான காற்றும், கீழ்த்திசையில் சந்திரன் ஜகஜோதியாகத் தன் குளிர்ந்த பார்வையுடன் தோன்றும் காட்சியும் ஒன்றுகூடி எல்லோரையும் ஆனந்த சாகரத்தில் அமுத்திவிட்டன. விண்மீன்கள் ஒன்றோடொன்று ஷேமலாபங்களை விசாரித்துக்கொண்டு, தங்கள் எஜமானனாகிய சந்திரனின் வரவை எதிர்பார்த்து நிற்பதுபோல கூட்டம் கூட்டமாகப் பிரகாசிக்கின்றன.

இத்தகைய அற்புதமான ஆனந்த வேளையில் அந்த நதிக்கரையின் தென் அண்டைப் பக்கத்தில் மிகவும் சாதாரணமான சிறிய வீட்டில் வாசற்புறம் உள்ள அறையில் மினுக்மினுக்கென விளக்கு எரிந்துகொண்டிருந்தது. கயிற்றுக்கட்டிலில் வாடித் துவண்டு தளர்ந்த தேகமும் குழி விழுந்த கண்களும், எண்ணெயை அறியாத காற்றில் பறக்கும் தலை மயிரும், கண்ணிலிருந்து நீர் பெருகி கன்னத்தின் வழியாக ஓடிக்கொண்டிருக்கும் பரிதாபகரமான தோற்றத்துடன் சோகப் பதுமையோ அல்லது உயிருள்ள பாவையோ என ஐயுறும்படிக்கு இளநங்கையான சுபாஷினி படுத்தவாறு கீழ்த்திசையில் தோன்றும் சந்திரனைப் பார்த்துக்கொண்டிருந்தாள்.

சுபாஷினியும் பாஸ்கரனும் சிறு வயது முதல் ஒருவரை ஒருவர் நேசிக்கிறார்கள். "சுபாஷினி, உன்னை உன் தந்தை தனியேவிட்டு இறந்தார் என்று நீ விசனிக்காதே! நான் உன்னை கைவிட மாட்டேன் என்பதை உன் தாயாருக்கும் உறுதி கூறிவிடு! நானும் நீயும் இனி வேறல்ல. என் படிப்பு முடியட்டும். நான் உன்னை விவாகம் செய்துகொள்கிறேன்" என்று சத்தியம் செய்துவிட்டுப்போன பாஸ்கரன், போனவன் போனவன்தான். தொலைத்தொடர்பு

வசதிகள் இல்லாத அந்தக் காலத்தில் கடிதம் எழுதி எழுதிக் காத்திருக்கிறாள் சுபாஷினி.

'எனக்கு மேல்நாடுகள் சுற்றவும், உயர்ந்த படிப்புகள் படிக்கவும் என்னை மீறிய ஆசை சில வருஷமாக வாட்டுகிறது. அதற்கு நமது விவாகம் இடம்கொடாது. ஆகையால், உன் எண்ணத்தை மாற்றிவிடு. கோடீஸ்வரரான கோவிந்தருடைய பெண்ணை நிச்சயம் செய்திருப்பது உண்மையே. 15 ஆயிரம் வரதட்சணை. அது தவிர சீர் வகைகள். அதுவும் தவிர, சீமை முதலிய வெளிநாட்டுக்குச் சென்று படிக்கவைக்கும் பொறுப்பு யாவும் அவருடையதே. இத்தனையையும் எப்படி ஒரு காதலுக்காக விடுவது?' என்று கடைசியாக ஒரு கடிதம் போட்டுத் தப்பிக்கிறான் பாஸ்கரன்.

காலச்சக்கரம் சுழல்கிறது. பெண்பார்க்கும்போது காட்டிய பெண் வேறு. பாஸ்கரனுக்குக் கட்டிவைத்த பெண் வேறு. கண்பார்வை இல்லாத பெண்ணை ஏமாற்றிக் கட்டிவைத்துவிடுகிறார்கள். வெளிநாட்டில் படித்துப் பெரிய டாக்டர் ஆனாலும் அவனுக்கு அவன் விரும்பிய காதல் வாழ்க்கை அமையவில்லை. சுபாஷினியின் அம்மா அவளுடைய கடன்களையெல்லாம் அடைத்து வரதட்சணையும் இல்லாமல் தன் மகளைக் கட்டிக்கொள்ளச் சம்மதித்த பையனுக்கு மணம் செய்விக்கிறாள். அந்தோ! அவனுக்கு காக்கா வலிப்பு. ஏமாற்றிக் கல்யாணம் செய்துவிடுகிறார்கள். சுபாஷினிக்கு இரண்டு பிள்ளைகள். இருவருக்கும் காக்கா வலிப்பு. மூன்று நோயாளிகளைப் பராமரித்து வறுமையில் வாடி, சீக்கிரமே சாகிறாள் சுபாஷினி.

அவள் சாகும் தருணத்தில் பாஸ்கரன் அவளைத் தேடி வருகிறான். அவள் சாவைக் கண்ணாரக் கண்டு கதறுகிறான் எனக் கதை முடிகிறது. இன்றைய மருத்துவ அறிவின்படி பார்த்தால், கதையில் சில முக்கிய பலவீனங்களை நம்மால் காண முடியும்.

வளமான தமிழ் வார்த்தைப் பிரயோகமும் நடையும் 'பிராமணாள் பாஷை' என்று மக்கள் அழைக்கும் சம்ஸ்கிருதச் சொற்கள் இடையிடையே விரவியதுமான ஒரு மொழிநடை அவருடையது. காந்தியை நேரில் சந்திக்கும் வாய்ப்பு பெற்று காந்தியத்தின்பால் ஈர்க்கப்பட்டவர். சத்தியாக்கிரகத்தில் பங்கேற்று சிறைக்குச் சென்றவர். வேலூர் சிறையில் இருக்கும்போதும் தொடர்ந்து எழுதிக்கொண்டும் கணவர் உதவியுடன் 'ஜகன்மோகினி'

இதழை நிறுத்தாமல் நடத்தியவர். பன்முகப் பரிமாணம்கொண்ட அவர், 1956ஆம் ஆண்டில் தன்னுடைய ஒரே மகன் எதிர்பாராமல் காலமான புத்திர சோகத்தில் முடங்கிப் படுத்தார். ராஜாஜியின் வற்புறுத்தலால் இன்னும் இரண்டு ஆண்டுகள் 'ஜகன்மோகினி'யைக் கொண்டுவந்தார். பிறகு முடியாமல் படுக்கையில் வீழ்ந்து 1960ஆம் ஆண்டில் காலமானார்.

எண்ணற்ற பெண் எழுத்தாளர்களை 'ஜகன்மோகினி'யில் எழுதவைத்து எழுத்தாளர்களாக ஒரு படை வரிசையையே களத்தில் இறக்கிவிட்ட பெருமையே அவரது சாதனைகளின் உச்சம் எனக் கருதுகிறேன். அவருடைய வாழ்க்கைக் குறிப்பை எழுதிய இரா. பிரேமா குறிப்பிடும் இந்த வரிகளை நாமும் ஆமோதிக்க வேண்டும்.

' 'ஜகன்மோகினி' பத்திரிகை தமிழ்நாட்டின் கலாசார அரங்கில் குறிப்பிட்டுச் சொல்லும்படியான அரிய சேவை செய்துள்ளது. எழுத்தறிவு பெறாது 'வீடே உலகம்', 'சமையலே கதி' என முடங்கிக்கிடந்த பெண்மணிகளிடையே எழுத்து வாசனை ஊட்டி வெளியுலக அறிவைக் கொடுத்தது. 'ஜகன்மோகினி'யில் வெளியான கதை, கட்டுரைகள் அவர்களுக்கு இலக்கிய அறிமுகத்தையும் உலக அறிவையும் ஊட்டியது. ஆணாதிக்கச் சமூகத்தில் தனி ஒரு பெண்ணாக நின்று பல பெண் எழுத்தாளர்களை உருவாக்கியுள்ள வை. மு. கோ அம்மையாரின் கொடை வரலாற்றில் இடம் பெறத்தக்கதாகும். '

2. கமலா விருத்தாச்சலம் – (1917–1995)

வாழ்வில் தனக்கு ஒரு நியதி, மனைவிக்கு ஒரு நியதி என்பதே அவரிடம் கிடையாது. அவர் உயிரோடு இருந்த காலங்களில் அனுபவித்த துன்பங்களுக்கு அளவே கிடையாது. பேச்சென்றால் அவருக்கு ரொம்பவும் பிடிக்கும். சில நாள்கள் இரவு 2 மணி வரையிலும் பேசிக்கொண்டிருப்போம். புத்தகங்கள், எழுத்தாளர்கள், இலக்கியம், கவிதை, கதை, குடும்ப விஷயம் எனப் பல விவரங்கள் பேச்சில் வந்து போகும். எதைப் பற்றிப் பேசினாலும் சுவைபடப் பேசுவார். கதை எழுத உட்கார்ந்தால் ஒரே மூச்சில் எழுதி முடித்த பிறகே வேறு வேலையில் கவனம் செலுத்துவார்.

என்னையும் ஏதாவது கதை எழுது என்று சொல்லிக்கொண்டே இருப்பார். நல்ல நிஜமான, சாகாத கதைகளை உன்னால் எழுத முடியும். நீயும் எழுத்தில் என் கூட தொடர்ந்து வர வேண்டும் என்பதே எனது ஆசை என்பார்' என்று தன் கணவர் புதுமைப்பித்தனைப் பற்றிய தன் நினைவுகளை கமலா விருத்தாசலம் எழுதியுள்ளார் – புதுமைப்பித்தனின் 'சம்சார பந்தம்' என்னும் நூலில்.

புதுமைப்பித்தன் வாழ்ந்த காலத்திலேயே, கமலா கதைகள் எழுதத் தொடங்கிவிட்டார். 'கிராம ஊழியன்', 'தினமணி' இதழ்களில் அவருடைய கதைகள் வெளிவந்தன. 'காசுமாலை' என்கிற சிறுகதைத் தொகுப்பு 1971ஆம் ஆண்டில் வந்துள்ளது.

1931ஆம் ஆண்டில் புதுமைப்பித்தனை மணந்த அவர், 1948ஆம் ஆண்டில் அவர் மறையும் காலம் வரையிலும் அவரோடு சேர்ந்து வாழ்ந்த ஆண்டுகள் பத்துக்குள்தான் இருக்கும். புதுமைப்பித்தன்

இடைவிடாமல் கமலாவுக்கு எழுதிய கடிதங்களில்தான் இருவரும் வாழ்ந்தார்கள். துன்பமும் கண்ணீரும் சேர்ந்து வாழும் ஏக்கமுமாக அவர்கள் வாழ்க்கை முடிந்தது. தன் இறுதி நாள்களில் உதவி கேட்டு தமிழக-இலங்கை வாசகர்கள், எழுத்தாளர்களிடம் மன்றாட்டை வைத்த புதுமைப்பித்தனுக்கு யாரும் உதவவில்லை. அவரது மறைவுக்குப் பிறகு தமிழக அரசு லாட்டரிச்சீட்டில் கமலாவுக்கு 2 லட்சம் ரூபாய் கிடைத்தது. அந்தப் பணத்தைக்கொண்டு சென்னை ராஜா அண்ணாமலைபுரத்தில் ஒரு வீட்டை வாங்கினார். புதுமைப்பித்தன் மனைவி என்றால் அந்தப் பகுதியில் யாருக்கும் தெரியாது. லாட்டரியில் வீடு வாங்கின அம்மா என்றால்தான் தெரியும்.

குறைவான சிறுகதைகளே எழுதியிருந்தாலும் புதுமைப்பித்தன் சொன்னதுபோல சாகாவரம் பெற்ற கதைகளை எழுதியிருக்கிறார் என உறுதியாகச் சொல்ல முடியும்.

'திறந்த ஜன்னல்' என்கிற அவரது சிறுகதை:

"சீ, மணி என்ன ஆச்சு... இன்னுமா தூக்கம்? எருமைமாட்டுத் தூக்கம்" என்று சொல்லிக்கொண்டே எதிர் அறையில் இருந்து கதவைத் திறந்துகொண்டு, ராதை படுத்திருக்கும் அறையில் நுழைந்தான் வேணு.

வெயிலின் கொடுமை தாங்க முடியாமல் ஜன்னல் கதவுகளை எல்லாம் மூடி, தலையில் ஓர் ஈரத்துணியைப் போட்டுக்கொண்டு அயர்ந்த தூக்கத்தில் இருந்த ராதை, தற்செயலாக அப்போதுதான் திரும்பிப் படுப்பதற்காகப் புரண்டாள்.

'எருமைமாட்டுத் தூக்கம்' என்ற கடைசி வார்த்தையைக் கேட்டு, சட்டென எழுந்து உட்கார்ந்தாள். கலைந்து கிடக்கும் தலை மயிரை ஒரு புறமாக ஒதுக்கித் தள்ளியவண்ணம் படபடவென எழுந்து ஜன்னல் கதவுகளைத் திறந்து வெளியே பார்த்தாள். வெயிலின் அடையாளத்தைப் பார்த்து மணி 4 என்பதை அறிந்துகொண்டாள். குழாயடியில் போய் அவசர அவசரமாக முகம் கழுவிக்கொண்டு, அடுப்பங்கரைக்குள் நுழைந்துவிட்டாள். அடுப்பைப் பற்றவைத்து காபி போட்டாள். 'ஐயோ! மணி '4 ஆயிற்றே. அவர்கள் வெளியில் போக வேண்டுமே' என்று விசிறியால் அடுப்பை வீசிக்கொண்டே அதன் முன் உட்கார்ந்தாள். 'அவர் புறப்பட்டுவிடுவாரோ!' என்று அடிக்கடி அந்த இடத்தில் இருந்தபடியே திரும்பித் திரும்பிப் பார்த்துக்கொண்டே இருந்தாள்.

அவ்வளவு அவசரமாக வேலையில் கவனம் இருந்தும், வேணு சொல்லிக்கொண்டு வந்த `எருமைமாட்டுத் தூக்கம்' என்ற வார்த்தையும் அடிக்கடி அவள் ஞாபகத்துக்கு வந்துகொண்டிருந்தது. `ஆமாம்... நிஜம்தான். எருமைமாட்டுத் தூக்கம், பாழுந்தூக்கம் என்றைக்குத்தான் என்னைவிட்டுத் தொலையுமோ அல்லது முழிப்பில்லா தூக்கம் என்றுதான் வருமோ' என்றெல்லாம் நினைத்துக்கொண்டே அடுப்புக்கு வீசிறிக்கொண்டிருந்தாள். சிறிது நேரத்தில் காபியும் தயாராகிவிட்டது. காபியை வடிக்கட்டி, பால் சர்க்கரை சேர்க்கவேண்டியதுதான் பாக்கி. வேணு சட்டை போட்டுக்கொண்டு வெளியில் போகப் புறப்பட்டுவிட்டான்.

"கொஞ்சம் இருங்கள், இதோ காபி ஆகிவிட்டது. கொண்டுவருகிறேன்" என்று காபியைச் சேர்க்கப்போனாள்.

அதற்குள் வேணு "ஆமாம், மணி 5 அடிக்கப்போகிறது. எனக்கு அவசரமாக இன்று வெளியில் போகவேண்டும் என எப்பவோ சொன்னது" என்று சொல்லிக்கொண்டே வாசற்படி வரை வந்துவிட்டான்.

ராதை சட்டெனச் சென்று அவன் முன் பாய்ந்து, கதவை மூடினாள். "காபி ஆகிவிட்டது எடுத்து வருகிறேன். சூடு ஜாஸ்தியாக இருந்ததால் ஆற்றிக்கொண்டிருந்தேன். நீங்கள் சாப்பிட்டுவிட்டுத்தான் போக வேண்டும்" என்றாள். அவள் குரலில் சிறிது கோபமும் வருத்தமும் கலந்திருந்தன. எப்போதாவது ஒரு சிறு தவறு ஏற்பட்டுவிட்டால், கெஞ்சி மன்றாடி, அவன் காலைப் பிடித்து மன்னிப்புக் கேட்கும் ராதைக்கு, இன்று கோபம்தான் அதிகரித்துக்கொண்டு வந்தது. "எவ்வளவு நேரம் ஆனாலும் இன்று காபி சாப்பிட்டுவிட்டுத்தான் செல்ல வேண்டும்" என்று மெதுவாகச் சொல்லிக்கொண்டே, காபி எடுத்து வருவதற்காக அடுப்பங்கரைக்குச் சென்றாள்.

அவள் அடுப்பங்கரைக்குள் சென்றதும், `சீ இந்தப் பிடிவாதம் ஆகாது. அதைத்தான் இன்று பார்ப்போம்' என்று நினைத்துக்கொண்டு வெளியில் போக கதவைத் திறந்தான் வேணு.

"இதோ கொண்டு வந்துவிட்டேன். சாப்பிட்டுவிட்டுப் போகலாம்" என்று சொல்லிக்கொண்டே, ராதை கையில் காபியோடு அவன் அருகில் வேகமாக வந்தாள்.

“உங்கள் உத்தரவுப்படிதான் நடக்க வேண்டுமோ, அதைத்தான் இன்று பார்ப்போம்” என்று சொல்லிவிட்டு, வேணு வெளியில் சென்றுவிட்டான்.

ராதைக்கு, கோபம், தூக்கம் இரண்டும் விஷக்கடிபோல் உச்சஸ்தாயில் ஏறிவிட்டன. கதவை ‘படார்’ என அடைத்துத் தாழ் போட்டாள். காபியை தானும் சாப்பிடாமல், தர்மாஸ் ஃபிளாஸ்கில் விட்டுவைத்துவிட்டு, கூடத்தில் கிடந்த சாய்வு நாற்காலியில் வந்து படுத்துக்கொண்டாள்.

இப்படித் தொடங்கும் இந்தக் கதை, ராதைக்கும் வேணுவுக்கும் இடையில் நடக்கும் மௌன யுத்தத்தை நுட்பமாகச் சொல்கிறது. இரவு, அதிகாலை, மதியம், மாலை என்கிற தலைப்புகளில் அந்தக் காலத்திய இருவரின் மனநிலைகளைப் படம்பிடித்துச் செல்கிறது. கணவனின் அறையில் இருக்கும் ஜன்னல் வழியாகப் பார்த்தால், எதிர்வீட்டுப் பெண் நிற்பது தெரிகிறது. அவளைப் பார்ப்பதில் வேணுவுக்கு ஓர் இன்பம். அதை ராதை அறியாமல் செய்ய முயல்கிறான். ஆனால், ராதைக்கு இது தெரியும். கணவனின் செயலால் மன உளைச்சலுக்கு ஆளாகியிருக்கிறாள். அவனிடம் நேருக்குநேர் கேட்க வேண்டும் என நித்தமும் நினைக்கிறாள். தைரியமின்றித் தள்ளிப்போடுகிறாள்.

மதிய உணவுக்குப் பிறகு அவனுடைய அறையில் அவனோடு இருக்கிறாள். ஜன்னலுக்கு வெளியே எதிர்வீட்டுப் பெண் நிற்பதைக் கண்டு வேணு தன் மனைவியை வெளியே அனுப்ப நினைக்கிறான். ஏதேதோ நைச்சியமாகப் பேசி அவளை அறையைவிட்டு அனுப்ப நாடகமாடுகிறான். அவளும் ஜன்னலுக்கு வெளியே அந்தப் பெண் நிற்பதைப் பார்த்துவிடுகிறாள். விஷக்கடிபோல கோபம் அவள் தலைக்கு ஏறுகிறது. அறையைவிட்டுப் போக மறுக்கிறாள். கோபம் வந்து அவன் அவளை இழுத்து வெளியே தள்ளிக் கதவைப் பூட்டிக்கொள்கிறான்.

வெளியில் தள்ளப்பட்ட ராதைக்கு நெஞ்சை அடைத்துக்கொண்டு நின்ற துக்கம், உடைப்பட்ட மதகு வெள்ளம்போல் கண்ணீராக அவள் புடவையை நனைத்தது. ‘இனி என்ன செய்வது?’ என்ற கேள்வியைக்கூட அவளால் நினைத்துப்பார்க்க முடியவில்லை. சட்டென அவள் மனதில் ‘தற்கொலை ஒன்றுதான் இதற்கு ஆறுதல் அளிக்கும்’ எனத் தோன்றிற்று.

அதற்கு வழி என்னவென நான்கு பக்கங்களிலும் சுற்றி நோக்கினாள். அண்ணாந்து உயர நோக்கினாள். அவள் கண்ணில் ஒன்றும் படவில்லை. எப்படி தற்கொலை பண்ணிக்கொள்வது என ஒன்றன்பின் ஒன்றாக பல கேள்விகள் அவள் மனதில் எழ ஆரம்பித்தன. விஷம், திராவகம் என்றால், நினைத்த உடனே எங்கிருந்து கிடைக்கும்? என்ன செய்வது என அவள் மனம் எவ்வளவு போராடியும் ஒரு முடிவுக்கும் வரவில்லை. நேரம் ஆக ஆக அவள் தற்கொலை என்பது எளிதான காரியமல்ல என்பதை உணர்ந்தாள்.

இந்தச் சந்தேகத்தில்கூட அவன்மேல் அவளுக்கு வெறுப்பு ஏற்படவேயில்லை. அவனுக்காகப் பரிதாபப்பட்டாள். 'ஏன் என்னிடம் நேரில் சொல்லி, தன் விருப்பத்தை நிவர்த்தித்துக்கொள்ளக் கூடாது. பொய் சொல்லி என்னை ஏன் துரத்த வேண்டும்?' என்றுதான் பட்டது அவளுக்கு. தன் நினைப்புக்கு முடிவில்லாமல்போகிறதே என்ற வருத்தம் ஒருபக்கம்; அன்பில்லாதவருடன் எவ்வளவு நாள்கள் வாழ்க்கை நடத்துவது என்பது மறுபக்கம். ஒரு வழியும் தெரியாமல் வெளியில் அழுதுகொண்டே உட்கார்ந்திருந்தாள்.

வீட்டைவிட்டு வெளியே போவது என முடிவெடுக்கிறாள். ஆனால், அதையும் மற்றவர்களுக்குத் தெரியாமல் செய்ய வேண்டும். அவன் மனம் வருந்தும்படி செய்யக் கூடாது என நினைக்கிறாள். நகைகளை எல்லாம் கழற்றி வைக்கிறாள். அவனுக்கு ஒரு கடிதம் எழுதி வைக்கிறாள். வாசலுக்குப் போவதும் திரும்ப வருவதுமாகத் தவிக்கிறாள். அப்போது கணவன் கதவைத் திறக்கும் சத்தம் கேட்கிறது. கதவிடுக்கில் ஒளிந்துகொள்கிறாள்.

அவன் வந்து அவள் கடிதத்தைப் படிக்கிறான். மனம் குற்ற உணர்வுகொள்கிறது. உடனே அவளைத் தேடிச் செல்லத் தயாராகிறான். அப்போது அவள் ஒளிந்திருப்பதை தற்செயலாகப் பார்க்கிறான்.

ராதை பயத்தினால் நடுங்கி சிறு குழந்தைபோல் உடம்பை ஒடுக்கி, புடவையை ஒதுக்கி கூட்டிப் பிடித்து கதவு மூலையோடு நெருங்கி நின்றுகொண்டிருப்பதைப் பார்த்தான்.

பயந்து வெறுவிப்போய் நின்றுகொண்டிருந்த ராதை வேணுவைப் பார்த்ததும், திடுக்கிட்டு அவன் முகத்தையே கூர்ந்து நோக்கி, அசைவற்று அப்படியே நின்றுவிட்டாள்.

வேணுவும் ஐந்து நிமிடம் வரை அவளையே பார்த்து நின்றான்.

“ஏன் ராதை இங்கு வந்து நிற்கிறாய்? வா, மேலே போவோம்" என்று அழைத்தான் மெதுவாக. அவன் குரலில் பரிதாபம், மன்னிப்பு இரண்டும் கலந்திருந்ததாகப்பட்டது ராதைக்கு. பதில் பேசாமல் அவன் பின் மாடிப்படிகளில் கால் வைத்து ஏறினாள். இப்படி கதையை முடிக்கிறார்.

19ஆம் நூற்றாண்டில் இங்கிலாந்துப் பெண் நோரா இப்சனின் 'பொம்மை வீடு' கதையில் சந்தேகப்பட்ட கணவனைவிட்டுத் தைரியமாக வெளியேறினாள். ஆனால், 20ஆம் நூற்றாண்டிலும் கணவனைவிட்டு, வீட்டைவிட்டு வெளியேறக்கூட முடியாதவளாகத் தமிழ்ப் பெண் இருக்கிறாள் என்பதை ஜீவனுள்ள கதையாக வடித்திருக்கிறார். புதுமைப்பித்தனின் 'கல்யாணி' போல இந்தப் பெண் வெகு இயல்பான கதாபாத்திரமாக யதார்த்தத்துடன் படைக்கப்பட்டிருக்கிறாள்.

புதுமைப்பித்தன் எழுதிய கடிதம் ஒன்றிலிருந்து ஒரு பகுதியுடன் இந்தக் கட்டுரையை நிறைவுசெய்வது பொருத்தமாக இருக்கும்.

'கண்ணா... நீயே யோசித்துப்பார். உனக்கு ஒரு நல்ல சாமான் வாங்கிக்கொடுத்து நீ சந்தோஷமாகப் போட்டுக்கொள்வதைப் பார்த்து ஆனந்தப்பட இதுவரை கொடுத்துவையாத பாவி நான். என்னைப் பொறுத்தவரை நீ களங்கமற்றவள்தான். அதனால்தான் நான் உன்மேல் இப்படி வெறி பிடித்த மாதிரி உன் உயிருடன் ஒட்டிக்கிடக்கிறேன். கண்ணா, இங்கு உன் நினைவுதான் என் உடலுக்கும் உயிருக்கும் உணவாக தேகத்திலும் மனதிலும் தெம்பு கொடுத்துக்கொண்டு வருகிறது. நீ இங்கு வந்துவிட்டால், உன் மனம் சமாதானமடைந்துவிடும்.'

25

பெண் படைப்பாளிகள்–பாகம்–2

1) மூவலூர் இராமாமிர்தம் அம்மையார்

(1863–1962)

ஒரே ஒரு சிறுகதை எழுதி, சிறுகதை வரலாற்றில் இடம்பெற்ற மூவலூர் இராமாமிர்தம் அம்மையார், திராவிட இயக்கத் தூண்களில் ஒருவர். பா. ஜீவசுந்தரி எழுதிய அவரது வாழ்க்கை வரலாற்று நூலின் முன்னுரையில் அமரர் சின்னக்குத்தூசி இவ்வாறு எழுதுகிறார்...

`திராவிட இயக்க வரலாற்றை யார் எழுதினாலும் அதில் `தந்தை பெரியாருடன் பணியாற்றியவர்கள்' என்று ஒரு பட்டியல் போட்டால், அதில் முதல் வரிசையில் மூவலூர் மூதாட்டி இராமாமிர்தம் அம்மையாருக்கு இடம் தராமல் எழுத முடியாது. பெரியார் காங்கிரஸில் இருந்தபோது அவருக்கு அனுசரணையாக இருந்து கட்சிப்பணிகளில் உறுதுணையாக இருந்தவர் மூதாட்டியார்.

காங்கிரஸிலிருந்து விலகுவது என பெரியார் முடிவுசெய்தபோது, `நானும் விலகுகிறேன்' என்று அறிவித்துவிட்டு காங்கிரஸிலிருந்து வெளியேறினார் அவர். பெரியார் சுயமரியாதை இயக்கத்தைத் தொடங்கியபோது, அதிலும் சேர்ந்து அவரது கொள்கைகளை மக்களிடம், குறிப்பாகப் பெண்களிடம் கொண்டுசேர்ப்பதில் முதல் இடம் வகித்தவர்.

பெண்கள் வீட்டைவிட்டு வெளியே வர முடியாது என்றிருந்த இருண்ட காலத்தில் 'தேவதாசிகள்' என்று அழைக்கப்பட்ட குலத்திலேயே பிறந்து, தேவதாசி ஒருவராலேயே வளர்க்கப்பட்ட அவர், தைரியமாக அரசியலில் அடியெடுத்துவைத்தார். ஆண்களுக்கு இணையாகப் பிரசாரம் செய்தார். போராட்டங்களில் கலந்துகொண்டார்.

அம்மையாருடைய இளமைக்காலம் பற்றிக் குறிப்பிடும் பா. ஜீவசுந்தரி, அம்மையாரின் தாய்-தந்தையர் இசை வேளாளர் குடும்பத்தைச் சேர்ந்தவர்கள் என்பதும், ஆனால் தேவதாசி முறையை ஏற்க மறுத்து வாழ்ந்தவர்கள் என்பதும் தெரியவருகிறது. மனைவி, மகளைக் காப்பாற்ற வழியில்லாத அவரது தந்தை, வீட்டைவிட்டு ஓடிவிட்டார். நிர்க்கதியான தாய், தனது மகளை ஒரு தாசியிடம் பத்து ரூபாய்க்கும் ஒரு பழம்புடவைக்கும் விற்றுவிட்டுச் சென்றுவிட்டார் என்றும் கூறப்பட்டுள்ளது' என்று எழுதுகிறார்.

எத்தகைய வறுமையான, அநாதரவான ஒரு வாழ்க்கையை மூவலூர் இராமாமிர்தம் அம்மையார் எதிர்கொண்டிருப்பார் என்பதை இதற்குமேல் விளக்கத் தேவையில்லை. இத்தனை தடைகளையும் தாண்டி திராவிட இயக்கத்தில் ஒடுக்கப்பட்ட பெண்ணினத்தின் தலைவராக அவர் உயர்ந்தார்.

'1949ஆம் ஆண்டில் திராவிடர் கழகம் உடைந்து திராவிட முன்னேற்றக்கழகம் உருவாகிறது. பெரியார்-மணியம்மை திருமணமே இதற்குக் காரணமாகக் கூறப்பட்டது. திருமணம் ஏன் என்பதற்குக் காரணம் கூறும்போது 'எனக்குப் பிறகு இந்த இயக்கத்தை நடத்த எவருக்குமே தகுதியில்லை' என்று பெரியார் கூறினார். அப்போது 'எனக்குக்கூடவா தகுதியில்லை. என்னை ஏன் வாரிசாக ஏற்றுக்கொள்ளக் கூடாது?' என்று மூவலூர் அம்மையார் கேட்டுள்ளார். அண்ணாவுடன் தி. க-விலிருந்து வெளியேறிய மூவலூரார் தி. மு. க-வின் முன்னணித் தலைவர்களில் ஒருவராக அந்த 70 வயதிலும் சுறுசுறுப்பாகச் செயல்பட்டார்' என்று ஜீவசுந்தரி குறிப்பிடுகிறார்.

26. 6. 1962ஆம் ஆண்டில் அவர் மறைந்தபோது, முரசொலியில் கலைஞர் இவ்வாறு தலையங்கம் எழுதினார்.

'வீரத்தாயை இழந்தோம்
பால்நுரைபோல் தலை

துமபை மலர்போல் உடை!
கம்பீர நடை!
கனல் தெறிக்கும் பேச்சு!
அனல் பறக்கும் வாதத்திறன்!
அநீதியைச் சுட்டெரிக்கச் சுழலுகின்ற கண்கள்!
அடிமை விலங்கு தகர்த்தெறிய ஆர்ப்பரிக்கும் உள்ளம்!
ஓயாத பணி... ஒழியாத அலைச்சல்!
பேச்சு, மூச்சு, செயல் அனைத்திலும் திராவிடம்... திராவிடம்!'

வாழ்வின் இறுதிக்காலத்தில் தன் ஒரே மகன் செல்லப்பாவுடன் மாயவரத்தில் வாழ்ந்து மறைந்தார். கடுமையான அரசியல் பணிகளுக்கு இடையிலும் இலக்கியத்தையும் தன் வாழ்வின் ஓர் அங்கமாக அவர் கொண்டிருந்தார். குழந்தைகளுக்கான தாலாட்டுப் பாடல்களை தானே எழுதிப் பாடியிருக்கிறார்.

தேவதாசிகளின் வாழ்க்கைமுறை, அவலங்கள், அதிலிருந்து அவர்கள் மீள்வதற்கு எவையெல்லாம் உதவியாக இருந்தன என்பதையெல்லாம் பேசும் 'தாசிகள் மோசவலை அல்லது மதிபெற்ற மைனர்' என்கிற நாவலை அவர் 1936ஆம் ஆண்டில் எழுதி சிவகிரி ஜமீந்தாரிணி வெ. வெள்ளத்துரைச்சி நாச்சியார் அவர்களின் உதவியுடன் தாமே வெளியிட்டார். மீண்டும் 65 ஆண்டுகள் கழித்துதான் அந்த நாவல் மறுபதிப்புக் கண்டது.

இப்பேர்ப்பட்ட தலைவி, ஒரு சிறுகதையும் எழுதியிருக்கிறார் என்பது சிறுகதை வரலாற்றில் குறிப்பிடத்தக்கச் செய்தியல்லவா? சிறுகதை வடிவம் முக்கியத்துவம் பெற்ற ஒருகாலத்தில் (1945ஆம் ஆண்டில்) 'தமயந்தி' என்கிற இந்தக் கதையை அண்ணா அவர்கள் நடத்திய 'திராவிட நாடு' இதழில் ஐந்து வாரம் தொடராக எழுதியுள்ளார்.

தமயந்தி

'நீர்வளம், நிலவளம் பொருந்திய புவனகிரியை ஆண்ட குணசேகர ஜமீன்தாரை அறியாதார் தமிழ்நாட்டில் மிகச் சிலரே. இந்த ஜமீன்தாருக்கு தமிழரசி என்கிற ஒரே புதல்வி. இவரின் அரசாங்கத்துக்கு இரண்டு மந்திரிகள். முதல் மந்திரி வெங்கடேச அய்யரும், இரண்டாவது மந்திரி திருநாவுக்கரசும் உத்தியோகம் செய்துகொண்டிருந்தார்கள்.

கல்வியில் சிறந்த மடாதிபதி ஒருவரை தமிழ் வளர்ச்சிக்காக நியமித்து, தேவார, திருவாசகப் பாடசாலைகள் மூலம் பைந்தமிழைப் பலப்படுத்த ஏராளமான பொருளையும் மடத்துக்கென வைத்து மடத்துக்குப் பணிசெய்ய மடவடையாள் எனும் மனோன்மணி தாசியையும் ஆலயப் பணிக்குத் தாசி மதன சுந்தரியையும் ஏற்படுத்தியிருந்தார்' எனத் தொடங்கும் இந்தக் கதையில், தமிழரசிக்குக் கல்வி கற்றுத்தரும் பொறுப்பை மனோன்மணியின் மகள் தமயந்தி ஏற்கிறாள். மடாதிபதியும் வெங்கடேச அய்யரும் பிற்போக்கான மனிதர்கள். திருநாவுக்கரசு, தமயந்தி ஆகியோர் முற்போக்கான சிந்தனை உடையவர்கள். தமயந்தி தன் தாயின் விருப்பப்படி தாசி தொழிலுக்குப் போக மறுத்து, கல்வி கேள்விகளில் சிறந்து விளங்கினாள். மடாதிபதியின் சூழ்ச் சியால் திருநாவுக்கரசர் பதவி பறிபோகிறது. அவர் மக்களிடம் சென்று தொண்டாற்றப் போய்விடுகிறார்.

மடாதிபதி, தமயந்தி மீது மையல்கொண்டுள்ளான் என மதனசுந்தரி சொல்லக் கேட்டு, தமயந்தி ஆவேசத்துடன் பேசுகிறாள். “இத்தகைய சாத்திரங்களைச் சுட்டுப்பொசுக்க வேண்டும். கடவுளின் பேரால் ஒரு வகுப்பாரை விபச்சாரிகளாக்கிய விபரீதச் செயலை விலக்கத்தான் வேண்டும். உலகத்தை உண்டாக்கிய கடவுள், ஆக்கல், அளித்தல், அழித்தல் எனும் முத்தொழில் புரியும் கடவுள், அன்புக் கடவுள், தனக்கு மனைவியாகச் சிலரை ஏற்று பலர் அறியச் செய்வதா? அவருக்கு வெட்கம் மானமில்லையா? அது மாத்திரமா...

நமது நாட்டில் எத்தனை மதங்கள்? எவ்வளவு சாதிகள்? பார்ப்பனர் தவிர மற்ற யாவரும் சூத்திரர், தீண்டாதாராகவே கருதப்படுகிறார்கள். உத்தமர்கள் உதித்த நம் நாடு ஏன் இன்று ஊதாரிகள் நிறைந்த நாடாயிற்று? வீரர்கள் தோன்றிய நாடு ஏன் இன்று வீணர்கள் மலிந்த நாடாயிற்று? நமது நாட்டுப் பெண்மணிகள், உத்தமிகளாய், வீரர்களாய், வலிமை பொருந்தியவர்களாய் விளங்கவே நான் பாடுபடப்போகிறேன்.”

ஜமீனுக்கு ஆண் வாரிசு இல்லை. மகளுக்கு மடாதிபதி ஆலோசனையின் பேரில் தமிழகத்துக்கே தாயகமாய் விளங்கிய தருமபுரியை ஆண்டுவந்த துரைராஜரின் மகன் வீரகுணசீலனை மணம் பேசி முடிக்கிறார். வீரகுணசீலன் ஏழைதான். ஆனால் நல்லறிவு பெற்றவன்; உயர்தரக் கல்வி கற்றவன்; பல மொழிகள்

பயின்றவன்; விஞ்ஞானத்தில் தேர்ச்சிபெற்று விளங்கியவன்; தன் தந்தையைப்போலவே பகுத்தறிவாளன்.

வீரகுணசீலனும் தமிழரசியும் இன்ப வாழ்க்கை நடத்திவந்தார்கள். வீரகுணசீலன் தன் நாட்டிலே தங்கம் விளையும் இடத்தைக் கண்டுபிடித்து மாமனார் உத்தரவு பெற்று தோண்டி எடுத்தார். அதைக் கண்ட மாமனார், மருமகனின் அறிவையும் ஆராய்ச்சியையும் புகழ்ந்து முன் தனக்கு இருந்த செல்வத்திலும் அதிகமாகப் பெருகியதைக் கண்டு அகமகிழ்ந்தான். பூமியில் கிடைத்த பொருளில் மூன்றில் ஒரு பாகம் பிராமணாளுக்குச் சொந்தம் என்ற மனுமுறைப்படி அவர்களுக்கு ஏராளமான பொன்னைத் தந்தார். ஆனால், வீரகுணசீலனுக்கும் தமிழரசிக்கும் சற்றும் பிடிக்கவில்லை. என்ன செய்வது?

இந்தச் செய்தி அறிந்த திருநாவுக்கரசு ஏழைகளிடம் சென்று "தோழர்களே! தங்கசுரங்கத்தைக் கண்டவர் ஒருவர், வெட்டி எடுத்தவர்கள் நீங்கள். அதிக பலனை அனுபவிப்பவர்கள் ஆரியர். இதென்ன அநீதி? உழைப்புக்குத்தக்க ஊதியம் உங்களுக்கு இல்லை. நெற்றிவியர்வை நிலத்தில் விழ பாடுபட்டவர்களுக்குக் கூலி சுவல்பம். இந்த முறை ஒழிய வேண்டாமா? உங்களுக்கு உணர்ச்சியில்லையா... ஊக்கமில்லையா?" என உருக்கமுடன் எடுத்துக்காட்ட மக்கள் பலர் அவர் முன்னேற்றச் சங்கத்தில் சேர்ந்தார்கள்.

ஒருநாள் வீரகுணசீலன் தன் காரில் காட்டு மார்க்கமாகப் போகும்போது திடீரென கார் நிறுத்தப்பட்டது. டிரைவர் தலையில் குல்லாய் விழுந்தது. ஒரு வெடிச் சத்தம் கேட்டது. ஒருவன் இறந்து கிடந்தான். வீரகுணசீலனைக் காணவில்லை. நகர் முழுவதும் அழுகுரல். அல்லோலகல்லோலம். தந்தித் தபால்கள் பறந்தன. போலீஸார் தீவிரமாகப் புலன்விசாரித்தனர். வீரகுணசீலனைக் கண்டுபிடிப்பவர்களுக்கு 10 லட்சம் ரூபாய் இனாம் என்ற விளம்பரம். ஆனால், ஒன்றும் பயன்படவில்லை

இப்படிப் பல திருப்பங்களுடன் செல்லும் கதை முடிவில் வீரகுணசீலன் உயிருடன் திரும்ப, திருநாவுக்கரசு தமயந்தியை மணம் முடிக்க, பகுத்தறிவாளர்களின் வெற்றியோடு கதை முடிகிறது.

புதுமைப்பித்தன், கு. ப. ரா போன்றோர் முன்னெடுத்த சிறுகதை வடிவத்தோடு இந்தக் கதை எந்த அளவுக்குப்

பொருந்திப்போகுமோ தெரியாது. ஆனால், 1930-களில் வந்துகொண்டிருந்த சிறுகதைகள், குறிப்பாக பெண் படைப்பாளிகளின் கதைகள் அக்கிரஹாரத்தையும் வீட்டு வாசல்படியையும் தாண்டாதபோது அம்மையாரின் கதை ஒரு வெடிகுண்டைப்போல வெப்பத்தையும் வெளிச்சத்தையும் உள்ளுறையாகக்கொண்டுள்ளது முக்கியமல்லவா?

அவர் எழுதியது இந்த ஒரு கதையைத்தான் என்று சொல்லப்பட்டாலும், பா. ஜீவசுந்தரி தேடிக் கண்டுபிடித்து இணைத்துள்ள 'தாயைக் கண்டேன்' என்கிற நடைச்சித்திரம் ஒரு சிறுகதையைப்போலத்தான் உள்ளது.

2

கு. ப. சேது அம்மாள்

எழுத்தாளர் கு. ப. ராஜகோபாலின் இளைய சகோதரியான இவர், தன் வீட்டில் நிலவிய இலக்கியச் சூழலின் உந்துதலால் எழுதத் தொடங்கியவர். ஐம்பது ஆண்டுகளுக்கும் மேலாகத் தொடர்ந்து எழுதியவர். இவருடைய படைப்புகள் சமீபத்தில் நாட்டுடைமையாக்கப்பட்டன.

'மங்கை', 'கலைமகள்', 'கலா மோகினி' ஆகிய இதழ்களில் இவர் தொடர்ந்து எழுதியுள்ளார். 'வீர வனிதை' (1958), 'தெய்வத்தின் பரிசு' (1965), 'உயிரின் அழைப்பு' (1966) ஆகியவை இவர் எழுதிய முக்கிய நூல்கள்.

புதுமைப்பித்தன் குடும்பத்திலிருந்து வந்த கமலாவிருத்தாச்சலம் குறைவில்லாக் கதை தந்ததுபோல அமரத்துவம்மிக்க பல சிறுகதைகளைத் தந்த கு. ப. ரா-வின் சகோதரி எப்படி

எழுதியிருக்கிறார் என்று பார்க்கும் குறுகுறுப்பு எல்லோரையும்போல எனக்கும் இருந்தது.

1908ஆம் ஆண்டில் பிறந்த அவருக்கு அன்றைய கால வழக்கப்படி 11 வயதில் திருமணம் செய்விக்கப்பட்டது. அவருடைய மனதில் இலக்கியத்தின்மீதும் படிப்பின்மீதும் ஆர்வத்தை விதைத்தவர் அவருடைய சகோதரர் கு. ப. ராஜகோபாலன். சேது அம்மாளை, தாகூரின் சாந்தி நிகேதனில் படிக்கவைக்க கு. ப. ரா ஆசைப்பட்டாராம்.

ஆனால், அம்மாவின் வீட்டோ அதிகாரத்தால் அந்த வாய்ப்புப் பறிபோனது. கு. ப. ரா-வுக்கு பார்வை இழப்பு ஏற்பட்ட பிறகு, அவர் சொல்லச் சொல்ல அவருடைய கதைகளை எழுதும் பொறுப்பை சேது அம்மாள் ஏற்றுக்கொண்டார். அப்போது ஏற்பட்ட ஆர்வமே அவரை சொந்தமாகக் கதை எழுதத் தூண்டியது. அவருடைய முதல் கதையான 'செவ்வாய்தோஷம்' 'காந்தி' இதழில் 1939ஆம் ஆண்டில் வெளியானது. தொடர்ந்து 500 சிறுகதைகளும், 9 நாவல்களும், சில ஓரங்க நாடகங்களும் அவர் எழுதியுள்ளார். இவையெல்லாம் இன்று வாசிக்க எளிதில் கிடைப்பதாக இல்லை.

'சிறுகதையின் வடிவத்தை மிகச் சரியாகப் புரிந்துகொண்டு அதன் சர்வ லட்சணங்களோடு கதை எழுதிய முதல் பெண்மணி இவர்தான்' என்று அவர் எழுதத் தொடங்கிய காலத்திலேயே பாராட்டப்பட்டவர்.

"ஒரு விஷயத்தை எழுத வேண்டும் என முடிவு செய்த பிறகு அதை சிறுகதையாக எழுதுவதா, நாவலாக எழுதுவதா என்பதை எப்படித் தீர்மானிப்பீர்கள்?" என்ற கேள்விக்கு அவரது பதில்...

"சிறுகதை என்பது ஓர் அங்கம்தான். முழு வாழ்வு அல்ல." அவருடைய மனதுக்கு மிக நெருக்கமான நாவல் எனத் தன்னுடைய 'குரலும் பதிலும்' என்கிற நாவலையே குறிப்பிடுகிறார். ஆணாதிக்கச் சூழலில் பெண்கள் தங்களுக்குள் அன்பால் கட்டுண்டு வாழ்வை எதிர்கொள்ளும்விதத்தை அதில் சித்திரித்துள்ளார். காந்தியத்தின்பால் ஈர்ப்புக்கொண்டு பல கதைகளை அவர் எழுதியுள்ளார்.

"இளம் பெண் எழுத்தாளர்களுக்கு என்ன சொல்ல விரும்புகிறீர்கள்?" என்ற கேள்விக்கு "எழுதுவது வாசகரின்

மனதில் நிற்க வேண்டும். நம்முடைய புத்தகத்தைப் பாதுகாக்க வேண்டும் என்கிற உணர்வு அவர்களுக்கு ஏற்படும்படி எழுத வேண்டும்” என்று பதிலளித்துள்ளார்.

இனி, அவரது `புயல் ஓய்ந்தது' கதை.

ஐப்பசி மாதத்து அமாவாசை. அந்தியில் பிடித்த மழை விடாமல் ஒரே மாதிரியாக அடித்துப் பெய்துகொண்டிருந்தது.

நல்ல நிசிவேளை. இடியும் மின்னலுமான அந்த அடைமழையிலும் சாரதா, தன் அறையின் ஜன்னல்களையும் கதவையும் திறந்து போட்டுவிட்டுத் தூக்கம்கொள்ளாமல் மறுகும் மனவேதனையை வெளியுலகத்து ஆர்ப்பாட்டத்தோடு கலந்து கண்டுகொண்டு சாய்மானத்திலேயே கிடந்தாள். இன்னும் பலமான மழை வலுக்கவே அவள் மீது சாரலடித்தது. எழுந்து ஜன்னலை மூடும் சமயம் வாசற்கதவை யாரோ தட்டும் சத்தம் கேட்டது.

நின்று கேட்டாள். ஒரு தடவை, மறுதடவை, பிறகு தொடர்ந்து தட்டுவது கேட்டது. சரி நமது வீட்டுக்கதவுதான் என்று மாடியிலிருந்து இறங்கி வந்து கதவு அருகில் நின்று, கதவைத் திறக்காமலேயே “யாரது?" என்று கேட்டாள்.

“நான்தான் சாரதா, திற. "

குரலைக் கேட்டதும் அப்படியே நின்றுவிட்டாள். ஒருகாலத்தில் அமுதச்சுவையாக இனித்த அந்தக் குரல், இன்று கர்ணகடூரமான த்வனியாகக் கேட்டது. உள்ளே இருந்து பதிலுமின்றி, கதவும் திறக்கப்படாதது கண்டு மறுபடியும், “சாரதா, கதவைத் திற... நான்தான்” என்றது வெளியிலிருந்த குரல்.

தாழ்ப்பாளை நீக்கிவிட்டு உள்ளே வந்துவிட்டாள் சாரதா. கதவைத் திறந்துகொண்டு நடராஜன் அவள் பின்னாலேயே கூடத்துக்கு வந்து நின்றான். சாரதா திரும்பி நின்று வந்தவனைப் பார்த்து “வாருங்கள் ராஜா, சௌக்கியமா?” என்று பாதகமான தொனியில் கேட்டவுடனேயே நடராஜனின் நம்பிக்கையில் ஒரு பாதி செத்துவிட்டது.

அந்த அதிர்ச்சியால் தூண்டப்பட்டவனாக மெய்ம்மறந்துபோய் அவளை நோக்கிப் பாய்ந்தான். சட்டென இரண்டடி பின்வாங்கி நின்றுகொண்டாள் சாரதா. கூரிய சிரிப்பொன்று சிரித்துக்கொண்டு, “இவ்வளவு பிரேமை உங்களுக்கு எப்போது உதித்தது?” என்று

அவனைப் பார்த்துக்கொண்டே கேட்டாள். அவளுடைய அந்தத் தீக்ஷண்யமான சிரிப்பு பாணம்போல நடராஜனின் உள்ளத்தில் தைத்தது. ஒரு நிமிஷம் ஸ்தம்பித்து நின்று பிறகு தெளிவடைந்து, “சாரதா, உன் தயாளத்தை நம்பி எனது தவறை உன் முகத்தின் முன் ஒப்புக்கொண்டு, உனது மன்னிப்பையும் உன்னையும் கேட்கிறேன். என்னை ஏமாற்...”

எட்டிக் கசப்பை விழுங்குவதுபோல அந்த வார்த்தைகளை வாங்கிக்கொண்ட சாரதாவின் தோற்றத்தைக் கண்ட நடராஜன், மேலே பேசத் தெரியாமல் திகைத்து நின்றான்.

நிலைமையைச் சமாளித்துக்கொண்டு சகஜ பாவத்துடன் சாரதா, “உட்காருங்களேன். தீர்த்தம் வேண்டுமா?” என்றாள் உபசாரமாக, “வேண்டும். கொண்டு வா” என்றான். வந்ததும் வாங்கிக் குடித்தான். உட்கார்ந்துகொண்டான், பேசாமல் எதிரே சிலைபோல நிற்கும் மனைவியை ஐந்து நிமிஷம் உற்றுப்பார்த்தான். ஐந்து வருஷங்களுக்கு முன்பு எந்தக் கம்பீர ரூபத்தையும், ஞான சோபையையும் கண்டு தன் உள்ளத்தைப் பறிகொடுத்தானோ... அதே கம்பீர ரூபமும் தேஜஸும் அவளுடைய தோற்றத்தை மறுமுறையாக அதுவும் ஸ்பஷ்டமாகக் கண்டான். மனம் படாதபாடுபட்டது. தத்தளித்து உருகினான். அதே அளவில் குரலும் கெஞ்ச, “சாரதா. வா இப்படி உட்கார் என் பக்கத்தில். மாட்டாயா?” என்று விம்மினான்.

குழந்தை இல்லை என்கிற காரணத்தைக் காட்டி மறுமணம் செய்துகொண்டு போய்விட்ட கணவன், நீண்டகாலத்துக்குப் பிறகு இன்று மீண்டும் வந்து தன் குடும்பத்தோடு இருக்குமாறு அழைக்கிறான். அவள் உறுதியாக மறுக்கிறாள்.

“என் வீடா! அது எங்கு இருக்கிறது? அந்த வீட்டில் உங்கள் குழந்தைக்கே அன்னமும் இடமும் இல்லையென்றால், எனக்கு எங்கிருந்து கிடைக்கும்? ஒருகாலத்தில் உங்களுக்கு இந்தக் கழிவிரக்கம் தோன்றாமல் இருக்காது என்பது எனக்குத் தெரியும். எனக்குப் பதிலாகத்தான் இந்திரா இருக்கிறாளே! நீங்கள் கருதியபடி மலடியாக நின்றுவிடாமல் காத்த கடவுள் கருணாநிதி! அதுபோதும் என்ற திருப்தியுடன் உங்களுக்கு பாரமாக அங்கு இருந்துகொண்டு என்ன பயன்? வந்துவிட்டேன்! எனது பர்த்தா சுகமடைய வேண்டி அதற்கானதைச் செய்து எனது ஆயத்தை நான் நிறைவேற்றிவிட்டேன். நான் அவளுக்குக் கற்றுக்கொடுத்த பதி சேவையை அவளே

எனக்குப் போதிக்கும் அளவில் உயர்வடைந்துவிட்டாள். என் வேலை சித்தியாகிவிட்டது. எனது துயரமும் இன்றோடு நிவர்த்தி. உங்களையும் மறுமுறையாகக் கண்டுவிட்டேன். துயரம் தீர்த்த தங்களுடைய பாதங்களுக்கு நமஸ்காரம்!"

"நிஜம்தானா சாரதா இது?"

"எனது சுபாவம் என்றும் ஒரே மாதிரிதான். சுயநலமற்றது என்று நிமிர்ந்து சொல்ல இடம் வைத்துக்கொண்டுதான் நான் மனிதர்களுடன் பழகுகிறேன். எனது முடிவில் தவறுதல் ஏற்பட இடமே கிடையாது. "

"மிஞ்சிவிட்டாயா உன் கணவனை?"

"ராஜா, அது விதியின் கூற்று. என்னதல்ல. இந்த ஞானமில்லாவிடில் நான் என்றோ தற்கொலை புரிந்துகொண்டிருப்பேன்" என்றாள் சாந்தமாக.

சாரதாவின் பதிலில் ஆழ்ந்தபடியே வெளியுலகைப் பார்த்தான் நடராஜன்.

வெளியே நிகழும் ஆர்ப்பாட்டம் அவனுடைய உள்ளப் போராட்டத்துக்கு எந்தவிதத்திலும் குறைந்திருக்கவில்லை - என்று கதை முடிகிறது.

கதையின் போக்கில் ஓரிடத்தில் இப்படி வரும்:

"...சாரதா, உன் மனதை எவ்வளவு இறுக்கிவிட்டேன் பாபி! என் கண்ணே! உனது அன்பு எங்கே! அதை என் மீது சொரி. இல்லாவிட்டால் உயிர் வாழ என்னால் சாத்தியமில்லை... சாரதா!"

"ராஜா, கொஞ்சம் பொறுங்கள். இருந்த அன்பையெல்லாம் அன்றே உங்களுக்கு அளித்துவிட்டேன். பாக்கி வைத்திருக்கவில்லை, இன்று கொடுக்க! ஆண்களின் அன்புக்கும் பெண்களுக்கும் இதுதான் வித்தியாசம். உங்களுக்குத் தெரியாத தத்துவமா இது?"

"ஆமாம். உண்மை, நிஜமான வார்த்தை, பிறந்து பிறந்து மாய்வதும் நிமிஷத்தில் மாறுதலடைந்துவிடும் சபல சித்தமும்தான் ஆண்களின் அன்பு என்று சொல்கிறாய்... வாஸ்தவம். "

கு. ப. ரா-வின் வாக்கியம்போல அதற்கு இணையான எழுத்து எனப் போற்றத்தக்க வரிகளோடு இந்தக் கதை எழுந்து நிற்கிறது.

வை. மு. கோதைநாயகி அம்மாள், கலமா விருத்தாச்சலம், மூவலூர் இராமாமிர்தம் அம்மையார், கு. ப. சேது அம்மாள் ஆகிய நால்வரைப் பற்றி மட்டும் இங்கு குறிப்பிட்டுள்ளோம். *1930-60* காலகட்டத்தில் இன்னும் பல முக்கியமான பெண் படைப்பாளிகள் சிறுகதைக்கு வளம் சேர்த்துள்ளார்கள். குகப்பிரியை, கமலா பத்மநாபன் *(1913-1945)*, குமுதினி *(1905-1986)*, கௌரி அம்மாள் *(1913-1987)*, எம். எஸ். கமலா *(1940-கள்)* சரோஜா ராமமூர்த்தி *(1921-1991)*, வசுமதி ராமசாமி *(1917-2004)* கோமகள் *(1933-1004)* என இன்னும் பல படைப்பாளிகள் உண்டு. அவர்களின் கதைகள் ஆளுக்கு ஒரு கதை வீதம் `மீதமிருக்கும் சொற்கள்' என்கிற தொகுப்பாக என். சி. பி. ஹெச். வெளியீடாக அ. வெண்ணிலா தொகுத்து வெளியிட்டுள்ளார்.

26

ஆ. மாதவன்

நகுலனையும் நீல. பத்மநாபனையும்போல திருவனந்தபுரத்திலேயே வாழும் படைப்பாளி ஆ. மாதவன், தமிழகத்தில் அவ்வளவாகக் கண்டுகொள்ளப்படாத எழுத்தாளர். 2015ஆம் ஆண்டில் அவருக்கு சாகித்ய அகாடமி விருது வழங்கப்பட்டபோதும்கூட அவருடைய நேர்காணல்களோ செய்தியோ பத்திரிகைகளில் பெரிய அளவில் வரவில்லை. ஜெயமோகனின் விஷ்ணுபுரம் இலக்கிய வட்டம், அவருக்கு விருது வழங்கிப் பாராட்டியது. அப்போது அவரைப் பற்றிய ஒரு புத்தகத்தை ஜெயமோகன் வெளியிட்டார். ஆ. மாதவனை நேர்காணல் செய்து ஜெயமோகன் வெளியிட்டார். பிறகு, அவரது 66 சிறுகதைகளின் தொகுப்பை நற்றிணைப் பதிப்பகம் வெளியிட்டது. அந்தத் தொகுப்பின் முன்னுரையில் எழுத்தாளர் நாஞ்சில்நாடன் `கலை இலக்கியப் பெருமன்றமோ, தமிழ்நாடு முற்போக்கு எழுத்தாளர் கலைஞர்கள் சங்கமோ ஆ. மாதவனைக் கூப்பிட்டு எந்தக் கூட்டமும் போட்டதில்லை. அவர்களும்தாம் தன்னாள், வேற்றாள் பார்ப்பார்கள் போலும்!' என்று குறிப்பிட்டுள்ளார். இதேபோன்ற கருத்தை ஜெயமோகனும் தன்னுடைய கட்டுரையில் வெளிப்படுத்தியிருக்கிறார்.

லா.ச.ரா., க.நா.சு., சுந்தர ராமசாமி, தி.ஜா., ஞானக்கூத்தன் போன்ற தமிழகத்திலேயே வாழ்ந்த பல எழுத்தாளர்களையும்கூட இந்த அமைப்புகள் அழைத்துக் கூட்டம் போட்டதில்லை. அவர்கள் தன்னாள், வேற்றாள் பார்ப்பதில்லை. கருத்துரீதியாக மட்டுமே யோசிப்பவர்கள். அவர்களின் கருத்துகளும் கால

ஓட்டத்தில் மாற்றம் பெற்றுள்ளன. நிற்க. இங்கு நாம் ஆ. மாதவனின் சிறுகதைகளைப் பற்றியும் அவரைப் பற்றியும் பேசுவோம்.

ஆ. மாதவன் 1934ஆம் ஆண்டில் திருவனந்தபுரத்தில் பிறந்தார். அவரது தந்தை பெயர் ஆவுடைநாயகம் பிள்ளை. தாயார் செல்லம்மாள். ஆ. மாதவனின் தந்தையின் ஊர் திருநெல்வேலி மாவட்டம் செங்கோட்டை. தாயின் ஊர் நாகர்கோவில். பிளவுபடாத திருவிதாங்கூர் இருந்த காலத்திலேயே அவர்கள் திருவனந்தபுரத்துக்குக் குடியேறிவிட்டனர். அவரது தந்தை, திருவனந்தபுரம் சாலை அங்காடியில் சிறுவணிகராக இருந்தார். பள்ளிப்படிப்பை முடித்த ஆ. மாதவன் மேலே படிக்கவில்லை. திராவிட இயக்க ஆதரவாளராக எழுத ஆரம்பித்தார். அவரது முதல் கதை 1955ஆம் ஆண்டில் 'சிறுகதை' என்ற இதழில் வெளியானது. பிறகு, மலையாளம் வழியாக நவீன இலக்கிய அறிமுகம் பெற்று தீவிர இலக்கியத்தளத்தில் செயல்படலானார். அவரது முதல் சிறுகதைத் தொகுதி 'மோக பல்லவி'.

'மலைக்கு மேகம் நிழல் காட்டுகிறது. மலை நிர்வாணத்தில் தவம் நிற்கிறது. மேகத்துக்கென்ன? காற்றின் கதியில் மேகம் நழுவியே போகிறது. மலை வெயிலில் தகிக்கிறது... கார்த்திக்கு இந்த வெயிலின் தகிப்பு தெரியுமோ?' என்று தொடங்கும் 'மோக பல்லவி' கதையில் கார்த்தி என்பவர் ஒரு துணை நடிகை. கதை சொல்லியின் மனைவி மனோ மரணப்படுக்கையில் இருக்கிறார். எதிர்வீட்டுப் பெண்ணான கார்த்தி இரவில் வேலை முடித்துவிட்டு காலையில் திரும்புபவர். காலையில் வந்து மனோவுக்கு உதவிகள் செய்பவர். அந்தக் கார்த்தி மீது இவருக்கு ஓர் ஈர்ப்பு.

'பட்டுச்சேலையின் தளர்ச்சி, அலங்காரத்தின் அலட்சியம், அழகாக இருக்கிறோம் என்ற நிமிர்வு, வஞ்சகமில்லாத வளர்ச்சி, பரந்த முகம்... கார்த்தி பின்னும் மனத்திரையில் வளர்ந்தாள். விலக்க முடியாத மனச்சபலம். மனைவி நோய்ப்படுக்கையில் இருக்கிறாளே எனத் தலைகுனிகிறதா என்ன? விவஸ்தைக்கெட்ட மனசு!' என்று தொடர்கிறது கதை.

ஒரு கட்டத்தில் மோகத்தைக் கட்டுப்படுத்த முடியாமல், மனைவிக்கு உதவ வந்த கார்த்தியை வழிமறிக்கிறான். "என்னைவிடுங்கள். என்னை விட்டுடுங்கள்... " அவள் குரல் இரங்கிற்றே தவிர, அவனது வன்மை தளர்வதாக இல்லை. அவள்

முகமும் கைகளும் நெஞ்சுத்துடிப்பும் அவன் இறுக்கத்தில் வசமாகச் சிக்கிக்கொண்டன. எண்ணி சில கணப்பொழுது மூச்சுகளும் பெருமூச்சுகளும்தாம் பேசின.

இனி அவளால் முடியாது என்று அவன் சற்றே நயந்த ஒரு விநாடியில் திமிறிக்கொண்டு அவள் வெளியே பாய்ந்துவிட்டாள். இரையை நழுவவிட்ட வேங்கைபோல அவன் சமைந்து நின்றான். இரவு, வழிகாட்டியில்லாத கபோதிபோல நாதியற்றுக் கிடந்தது. ஆனால், அவனது அந்தரங்கத்தில் அடிப்படையற்ற அவலங்கள் ஒன்றன்பின் ஒன்றாக நிகழ்ந்து முடிந்துவிட்டன. தண்டனை நிறைவேற்றப்பட்ட கழுமேடைபோல நெஞ்சம் வெறிச்சிட்டிருந்தது.

அன்று இரவு முழுக்கப் பிதற்றிக்கொண்டிருந்த அவனுடைய மனைவி விடிந்துபோய்ப் பார்த்தபோது அமைதியாக உறங்கிக்கொண்டிருந்தாள். கடைசி உறக்கம். காலையில் கார்த்தி எதிர்வீட்டைக் காலிசெய்து மூட்டை முடிச்சுகளோடு கிளம்புகிறாள்.

அவன், உள்ளே மனைவியின் பிணத்தையும் மறந்து கார்த்தி போவதைப் பார்த்துக்கொண்டே நின்றான். அவள் வண்டியின் திரையை இழுத்துவிட்டுத் தன்னை மறைத்துக்கொண்டாள்.

வாசலில் அவன், கார்த்தியின் மயக்கத்தில் சிலையாக நின்றான். மனைவியின் பிணம் தனித்துத் தூங்கிற்று என்று 'மோக பல்லவி' கதை முடிகிறது.

'தேவ தரிசனம்' என்ற கதையிலும் இதே போன்ற காட்சி.

'வசுமதி ஆரம்பத்தில் எப்படியோ வாழ்ந்தவள். அவளது வாடிக்கையாளர்களில் ஒருவனே அவளை நிரந்தரமாக்கிக்கொண்டு கழுத்தில் சரடேற்றி வீட்டுக்கு அழைத்துவந்துவிட்டான். அதிலிருந்து இவள் தன் பத்தினித்தன்மையை நிலைநாட்டிக்கொள்ள தினமும் விடியற்காலையின் முதல் தொழுகைக்காகக் கோயிலுக்கு வருகிறாள். "கோயிலில் சங்கு ஊதும் ஆள் ஒருவன்தான் கதை சொல்லி. சந்தடியற்ற காலைப்பொழுதில் கோயில் வரை வழித்துணையாக வசுமதிக்கு இவன் அமைகிறான். பத்திருபது நாள்களில் அவனுக்கு அவள்மீது மோகம் வந்துவிடுகிறது. ஒருநாள் கோயிலுக்குள்ளேயே ஆளரவமற்ற ஓரிடத்தில் அவளை வழிமறிக்கிறான்.

"எனக்கு வழிவிடுங்கள். இது பாவம். "

“நீ பாவ காரியம் செய்துகொண்டிருந்த காலத்தில் உன் மேல் சுமத்தப்பட்டிருந்த மலிவு காரணமாக என்னால் உன்னை அணுக முடியவில்லை. இப்போது நீ புடம்போட்ட தங்கம். தீக்குளித்து வந்த புராண நாயகிபோல புனிதமான உன்னை, நான் வேண்டுவதெல்லாம் ஒரே ஒருமுறை... ”

“நான் தீக்குளித்துவிட்டு என்னை நம்பும் ஒருவருக்கு மனைவியாகிவிட்டேன். இன்னும் என்னைப் பழைய சேற்றுக்கு இழுக்காதீர்கள். இது தேவாலயம், எனக்கு வழிவிடுங்கள். ”

ஆனால், அவன் அவளை மறித்தது மறித்ததுதான்.

அதற்குப் பிறகு அவள் கோயிலுக்கு வருவதை நிறுத்திவிடுவதாகக் கதை முடிகிறது.

`நாலு பேர்' என்று இன்னொரு கதை. `காதோரத்து நரை பூத்த வயதின் பள்ளிக்கூடத்து வாத்தியார் ஒருவர், இறகடியில் மென் பீலி போன்ற பருவத்தின் தன் மாணவி துளசி மீது மையல்கொள்கிறார். அவளும் அவர் மீது.

“முறையற்ற எனது பேராசையை அவளிடம் நீட்டியபோது - புன்னகையால் அவள் அதைத் தழுவிக்கொண்டாள். அந்தப் பேராச்சர்யத்தின் நாளை, நான் புல்லரிப்பால் நினைக்கிறேன்.

வயல்கரைக்கு அப்பால், தாழைப்புதருக்கு அடியில் என் அழைப்பை ஏற்று அவள் வந்தபோது - இந்தப் பிரபஞ்சம் முறைகேட்டுக்காக ஒரு கணம் ஸ்தம்பித்துக்கொண்டது.

“துளசி, நீ ஏன் வந்தாய்?"

“நீங்கள் அழைத்தீர்கள். வந்தேன். ”

ஆனால், அந்த ஆசிரியன் பறையர் வகுப்பு. அவளோ உயர்சாதி. அவளை அண்ணன்மார் வீட்டுச்சிறை வைக்கிறார்கள். அவள் தப்பி ஓடி வருகிறாள். “வாருங்கள் நாம் கண்காணாத பாழ்வெளிக்குப் போய்விடுவோம். ” நான் மௌனமாக நின்றேன். தொலைவில் விளக்கொளி எங்களைத் தேடி வரும் அரவம் கேட்டது. அவள் மிரண்டாள்.

“இப்போதாவது வாயைத் திறந்து முடிவைச் சொல்லிவிடுங்கள். நாம் ஓடிவிடுவோம். அதோ என் அண்ணன்மார் விளக்கொளி நம்மைச் சுட்டி வருகிறது. ” நான் மௌனமாக நின்றேன்.

என் கையை விட்டெறிந்துவிட்டு, அவள் இருளை மூடிக்கொண்டு ஓடியே போனாள். மௌனம் என்னை மீட்டபோது விடிந்திருந்தது.

ஆனால், விடிந்ததா?

அண்ணன்மார் நான்கு பேரும் அவளை அடித்தே கொன்றுபோடுகிறார்கள்.

இனி வேதாந்தியைப்போல உதட்டளவில் சிரித்துக் காட்டிக்கொண்டு பைத்தியமாகத் திரியவேண்டியதுதான்!' என்று கதையை முடிக்கிறார்.

இன்று நடக்கும் ஆணவக்கொலைகள்போல இந்தக் கதையில் ஓர் ஆணவக்கொலைதான் நடக்கிறது. ஆனால், கதை அதன் மீது அழுத்தம் தராமல் காதலின் மீது அழுத்தம் தருகிறது. துளசி - உன் முடிவுக்குக் குளம் போன்ற குட்டையான என் மௌனமே எமன் என்று திசை திரும்புகிறது. மேற்சொன்ன மூன்று கதைகளிலுமே முறையற்ற பாலியல் உந்துதல் கதைக்கருவாக அமைந்துள்ளது.

ஆ. மாதவனின் கதைகளின் பொதுவான உள்ளடக்கமாக இந்த வரம்புமீறல் இருக்கிறது. அவர் கடைத்தெரு மக்களையும் அடித்தட்டு மக்களையும் பற்றித்தான் பேசுகிறார். ஆனால், அவர்களின் வாழ்வியல் அவரின் கதைக்களனாவதில்லை. கதையின் போக்கில் அது வெளிப்படும்.

இதுபற்றி அவருடைய நேர்காணலில் பதில் கூறுகிறார்.

“உங்கள் படைப்புகளில் நீங்கள் பாலியல் ஒழுக்கத்தைப் பெரிதாகப் பொருட்படுத்தவில்லை என்று ஓர் அபிப்பிராயம் உள்ளதே. அதைப் பற்றி என்ன கூறுகிறீர்கள்? பாலியல் மீறல்களை நீங்கள் நியாயப்படுத்துகிறீர்களா என்ன?"

“பாலியல் ஒழுக்கம் என்பது, முதலில் குறிப்பிட்டதுபோல ஒரு தடுப்புக்கல் மட்டுமே. உணர்ச்சிச் சக்கரம் உருண்டு செல்லும் மானிட உலகில் அதற்கு ஒரு தேவை உள்ளது. ஆனால், அந்தத் தடுப்புக்கல்லை எறிபவர்களை, அதாவது சந்தைவெளி மாந்தர்களை, எட்ட நின்று பார்த்து நயமாக எழுதிக் கட்டுவதை நான் இலக்கியத்தில் ஒரு பகுதியாகக்கொண்டிருக்கிறேன். அவர்களின் உலகம் அப்படிப்பட்டதுதான். அங்கே அந்தக் கல் இல்லை.

உண்மையில் பாலியல் காரியங்கள் அனைத்துமே 'ஒழுக்கம்' என்ற வரைமுறைக்கு அப்பாற்பட்டவைதானே. ஒழுக்கம்கூட

நாமே சுயநலமாக வகுத்துக்கொண்ட நியாயங்களாயிற்றே. ஆடை அணிந்தால் ஒழுக்கம். 'நிர்வாணம்' என்பது ஒழுக்கமின்மை. ஆனால், ஆடை அணியாத நிர்வாணம் மனிதனுக்கு மானசீகமாக வேண்டும்தான். அந்த அவலம் சமூக ஆட்டங்களாக நடத்தப்படுவதை 'இப்பிடி இருக்கிறது' என்று, கொஞ்சம் மெல்லிய கலைப்பால் சேர்த்து குவளையில் ஊற்றிவைக்கிறேன். அவ்வளவே! குற்றம் காண்பவர்கள் உண்மையில் தாகம்கொண்டவர்கள். மறைவாக அருந்திக்கொள்பவர்கள். ஆக, நான் சித்திரம் வரைகிறேன். தவிர தத்துவம் உபதேசிக்க வரவில்லை. "

இதுதான் அவரும் அவர் எழுத்தும் நிற்கும் இடம்.

ஜி. நாகராஜன் அழுத்தமாகத் தீட்டிய புழக்கடை வாழ்க்கையை இவர் மெல்லிதாகத் தீட்டியிருக்கிரார் என்று சொல்லத் தோன்றுகிறது. கடைத்தெருவில் மூட்டை தூக்குபவர்கள், பிச்சைக்காரர்கள், வேசிகள், தெருப்பொறுக்கிகள், சிறுதொழிலாளர்கள் ஆகியோரின் வாழ்க்கையைத்தான் அவர் தீட்டியிருக்கிறார். திருவனந்தபுரத்தின் சாலைத்தெருவில் அமைந்த செல்வி ஸ்டோர்ஸ் என்னும் கடையில் அமர்ந்தபடி அவர் நம்மை நோக்கிப் பேசுகிறார். உள்ளதை உள்ளபடி எந்தப் பக்கமும் சார்புநிலை எடுக்காமல் எழுதிச்செல்கிறார்.

இடதுசாரிகள் அவரைப் புறக்கணித்ததாக நாஞ்சில்நாடன் முன்னுரையில் பேசினாலும் அவர் அப்படி நினைக்கவில்லை.

"தமிழக முற்போக்கு முகாம் உங்களை கவனிக்கவில்லையா? இயல்புவாதம் அவர்களுக்கு உகந்த அழகியலாயிற்றே?"

"தோழர் ப. ஜீவானந்தத்தை ஆசிரியராகக்கொண்டு நடந்து வந்த 'ஜனசக்தி' நாளிதழின் மாத ஏடு 'தாமரை'க்கு அப்போது தி. க. சிவசங்கரன் பொறுப்பாசிரியராக இருந்தார். 'பாச்சி' கதையைப் பாராட்டி அவருக்கே உரித்தான அஞ்சலட்டைக் கடிதம் ஒன்றை அனுப்பியிருந்ததுடன் தாமரை வருட மலருக்குக் கதை ஒன்று அனுப்ப வேண்டியும் கேட்டிருந்தார்.

தாமரை வருட நிறைவு சிறுகதை மலரில் எனது கதை, 'பதினாலு முறி' சிறப்புக் குறிப்புரையுடன் வெளிவந்தது. பிறகு, தாமரையின் ஒவ்வொரு மலரிலும் எனது கதை தவறாது இடம்பெற்றது. மலையாளமும் தமிழுமான சாலை வட்டார மொழியும் கலாசாரப் பழக்கங்களும்கொண்ட தமிழ் மக்களின்

அகண்ட வாழ்க்கையைப் பின்னணியாகக்கொண்டு தொடர்ந்து எழுத 'தீபம்', 'தாமரை' இலக்கிய இதழ்கள் எனக்கு மிகமிக உதவின.

அவர் தொடக்கத்தில் திராவிட இயக்கம் மற்றும் தி. மு. க-வால் மனக்கிளர்ச்சி அடைந்து திராவிட இயக்க இதழ்களில்தாம் ஆரம்பகாலக் கதைகளை வெளியிட்டார். "நான் நிறைய வாசிக்கவும் நல்ல நூல்களை வாசிக்கவும் திராவிட அறிவு இயக்கமே காரணம். தமிழகத்தில், திராவிடக் கழகத்திலிருந்து பிரிந்து 1949ஆம் ஆண்டில் திராவிட முன்னேற்றக் கழகம் புதிய எழுச்சியோடு தோன்றியபோது அதன் தலைவர்கள் அண்ணா, மு.க.நெடுஞ்செழியன், ஆசைத்தம்பி, என். வி. என். , தில்லை வில்லாளன் ஒவ்வொருவரும் ஒவ்வொரு சஞ்சிகை தொடங்கி நடத்திவந்தனர். 'திராவிட நாடு', 'திராவிடன்', 'போர்வாள்' போன்றவை.

இதற்கெல்லாம் புறம்பாகக் கட்டுரை, கதை மட்டுமாக நிரப்பிக்கொண்டு, தனி இலக்கியப் பத்தரிகையாக முருக சுந்தரத்தின் 'பொன்னி' வெளிவந்தது. கடைப் பையன்களிடையே வாசிப்பு நண்பர்களாகக் கிடைத்த ஏ. நடராஜன் ஏ. கிருஷ்ணன் போன்றோர் பொன்னியையும் திராவிடன் வார ஏட்டையும் தவறாமல் படிக்கத் தந்து உதவினர். அங்கிருந்துதான் என் நல்ல வாசிப்புக்கான தொடக்கம். " பிறகு சுந்தர ராமசாமி ஒரு கூட்டத்தில் அவருக்கு விடுத்த சவாலை எதிர்கொள்ளவே திராவிட இயக்க எழுத்திலிருந்து மாறி யதார்த்தவாத எழுத்துக்கு வந்தார்.

திராவிட இயக்கப் பின்னணி அவருக்கு இருந்தபோதும் காலப்போக்கில் அவர் பகுத்தறிவுப் பாதையில் பயணிக்காமல் கடவுள் நம்பிக்கைகொண்டவராகவும், இந்து மதத்தின் மீது மதிப்பும் பற்றும்கொண்டவராகவும் ஆகிறார். "இன்று எனக்கு கடவுள் நம்பிக்கை உண்டு. ஆனால் 'கடவுள்களிடம்' நம்பிக்கை இல்லை. கடவுள் நிறைவு என ஒன்று இல்லையென்றால் கலைகள் இல்லை. கல்மிஷமற்ற நல்ல நினைவுகளை மெள்ள மெள்ளத் தாலாட்ட இறை நம்பிக்கை வேண்டும். கடவுள் எனும் புலப்படாத பிரமாண்டத்தின் அரவணைப்பை மனித மனதின் நுண்ணுணர்வால்தான் உணர முடியும். அந்த உணர்வின் சாட்சிக்கூடம்தான் கோயில்கள், சிற்பங்கள்... நாட்டியம், இசை எல்லாம். இசையை மட்டும் ரசித்து உணர்ந்தாலே கடவுளாகக் காண்பதுபோலத்தான். நான் அந்த ஸ்பரிச சுகத்தை 'தெய்விகம்'

என்று உணர்பவன். அதனால் நான் கலைஞன் என்று தன்னைத்தானே அகந்தைகொள்வதுண்டு. சூழ்நிலைகளை சற்றே மறந்து விகாரமற்று நிற்க கோயில் சன்னதி பல நேரங்களில் உதவுவதுண்டு.

இந்து மதம் எனக்குப் பிடிக்கும். கிறிஸ்தவத்தின் மதச் சான்றுகளில் அதிகம் உள்புகுந்து பாராததினாலோ என்னமோ, அந்த மதம் பற்றி அதிகம் தெரியாது. இஸ்லாம் மதத்தில் நிறைய கட்டுப்பாடுகள்.

வீணாக ஏன் வேறு பாதை பற்றிச் சிந்திக்க வேண்டும்? இந்து மதம் ஆழமான தத்துவச்சரடும் கொண்டது. வேதம் – வேதாந்தம் என. விருப்பு-வெறுப்பு-சந்தோஷம்-சாயுஜ்யம் எல்லாமே இந்து மதத்தில் உள்ளன. இந்துமதம் அணைப்புக்கு அன்னையாக, சுகப்புக்குக் கன்னியாக, பற்றுக்குப் பிள்ளையாக, வாழ்வுக்குத் தென்றலாக உள்ளது. வேறென்ன... நிறைய சொல்லலாம். ”

இப்படி ஓர் ஆன்மிகராக இருந்தாலும் தன் படைப்புகளில் அவர் ஒருபோதும் ஒழுக்கத்தைப் போதிப்பதில்லை. வாழ்க்கையும் மனிதர்களும் என்னவாக இருக்கிறார்களோ அன்னவாகவே தன் படைப்புகளில் வைத்துவிட்டு, வாசகனுக்கு வழிவிட்டு ஒதுங்கி நின்றுகொள்கிறார்.

அவருடைய சிறுகதைகளில் மிகவும் பேசப்படும் கதைகளாக `பாச்சி' மற்றும் `எட்டாவது நாள்' இரண்டையும் குறிப்பிடலாம்.

`பாச்சி செத்துப்போனாள். வாழ்வு அநித்யம் என்று சொல்வார்கள். அது உண்மைதான். பாச்சி செத்துப்போவாள் என்று கனவில்கூட நினைத்ததில்லை. மனதால் தீண்டிக்கூடப் பார்க்காத ஒரு பயங்கரம் நிகழ்ந்திருக்கிறது. பாச்சி செத்துப்போனாள்! நாணுவுக்கு எல்லாவற்றின் பேரிலும் வெறுப்பாக வந்தது, “சே! என்ன வேண்டிக் கிடக்கிறது? போச்சு, எல்லாம்போச்சு!”

கடைத்தெரு முழுக்க சூன்யமாகக் கிடக்கிறது. இன்னும் நன்றாக விடியவில்லை. தேங்காய்மட்டை ஏற்றிய வண்டிகள், எறும்புப் பட்டாளம்போல நீளமாக ஊர்ந்து செல்கின்றன. சக்கரங்கள், அச்சுக்கோலில் டக்டக்கென மோதிக்கொள்ளும் சத்தம் தொலைவரை நீளக் கேட்கிறது. சாலையில் கடைகள் ஒன்றுமே திறக்கவில்லை. அப்புவின் புட்டுக்கடை மட்டும் திறந்து, வாசலில் தண்ணீர் தெளித்துவிட்டுப் போனான் பையன். உள்ளே, சாயரத்தட்டில் கரண்டி மோதும் சத்தமும், பாய்லரின் உள்ளே கரி வெடிக்கும் சத்தமும் கேட்கின்றன.

பாச்சி செத்துப்போன விஷயம் யாருக்காவது தெரிந்திருக்குமோ? தெரிந்திருந்தாலும் யாருக்கென்ன? நாணுவுக்கு, மனசு இருப்புக்கொள்ளவில்லை. நேற்று இரவு இரண்டாவது ஆட்டம் சினிமாவிட்டு ஆள்கள் போகும்போதெல்லாம்கூட பாச்சி சுறுசுறுப்போடுதான் இருந்தாள். அதற்குப் பிறகு என்ன நடந்துவிட்டது? சந்து பொந்துகளிலிருந்து ஏதாவது விஷப்பூச்சி தீண்டியிருக்குமோ? ராத்திரி லாரியிலோ மோட்டாரிலோ அடிபட்டிருக்குமோ என்றால் அதுக்கான ஊமைக்காயம்கூடப் பாச்சியின் உடலில் இல்லை. என்ன மறிமாயமோ! விடியற்காலை பார்த்தபோது பாச்சி காலைப் பரப்பி, நாக்கையும் துருத்திக்கொண்டு செத்துக்கிடக்கிறது. பாச்சி என்கிற தெருநாய் மீது கடைத்தெரு மனிதனான நாணு கொள்ளும் வாஞ்சையே பாச்சிக் கதை.

அவருடைய கதைகளில் உச்சம் எனக் கொண்டாடப்படும் 'எட்டாவது நாள்' சற்றே பெரிய கதை. 'இதை 'தாமரை'யில் 45 பக்கங்களுக்குமேல் ஒரே இதழில் வெளியிட்டு, என்னையும் அறிமுகப்படுத்தி வட்டார இலக்கிய உலகின் மற்றொரு வாசலையும் திறந்துவைத்தார் தி. க. சிவசங்கரன்' என்று குறிப்பிடுகிறார் ஆ. மாதவன்.

'சாளைப்பட்டாணி' எனப் பிறரால் அழைக்கப்படும் பட்டாணி திடகாத்திரமான உழைப்பாளி. "எறச்சிக்கடையிலே நின்னேன். சாயக்கடையிலே நின்னேன். ஆரஞ்சு விக்கப்போனேன்" என்று அவனே கூறுவதுபோல உடல் உழைப்புச் சார்ந்து அவன் செய்யாத தொழில் இல்லை. 20 வயதுக்குமேல் அவன் செய்யாத சேட்டைகளும் இல்லை.

அவனுடைய வலதுகை உணர்ச்சியற்றுப்போய் கழுத்தில் தொட்டில் கட்டித் தொங்கப்போட்டுக்கொண்டு அலையும் இடத்தில் கதை தொடங்குகிறது. "எட்டு நாள்களுக்குச் சாராயம் குடிக்காமல் தினசரி வந்து ஊசி போட்டுக்கொள்ள வேண்டும். எட்டாவது நாள்தான் தெரியும். அவனுடைய கை தப்புமா அல்லது வெட்டி எடுத்துவிட வேண்டுமா என்பது" என டாக்டர் சொல்லியிருக்கிறார். இப்போது அவனுக்கு 50 வயசுக்கிட்ட இருக்கும். இந்த முப்பது வருடத்தில் இந்தக் கையாலே அவன் செய்யாத பாவ காரியங்கள் இல்லை. எத்தனை பெண்களை இந்தக் கையால் நாசம் செய்திருக்கிறான்.

“சம்பக்கடையில் உள்ள எறச்சிக் கடையிலே வெட்டுக்காரனா இருக்கும்போ எத்தரையோ எச்சி நாய்களை, எறச்சி வெட்டும் கத்தியினாலே முதுகிலேயும் வாலிலேயும் வெட்டியிட்டுண்டும், அப்போ அது ஒரு ஜாலி...வெட்டுக்கொண்டதும் நாயி குய்யோன்னு விளிச்சுக்கொண்டு ரத்தம் சொட்ட சொட்ட ஓடிப்போறதைக் காண தமாஷாயிருக்கும். சம்பைக்கடைக்கு மீன் வாங்க வரும் பொம்பளைங்கள் எல்லாம் “சாம துரோகி, கை புழுத்துப்போகும். வாயில்லாத ஜீவனை இப்பிடியா வெட்டுவது?” என்று கூப்பாடுபோடுவார்கள்.

கடைவீதியை தன் மிரட்டலுக்குக் கட்டுப்படும்படி வைத்திருந்தான். ஆனால், இப்போதோ உடல் தளர்ந்துபோச்சு. போகிற வருகிற சின்னப்பயல்கள் எல்லாம் அவனைக் கண்டதும் உற்சாகமாகிக் கல்லெடுத்து எறிகிறார்கள். எட்டாவது நாள் வரட்டும். தன் ஒருகை போனாலும் இன்னொரு கையை வைத்து இந்தப் பொடியன்களை என்ன செய்கிறேன் பார் என்று கறுவிக்கொண்டு எட்டு நாளையும் கடத்துகிறான்.

“ராத்திரி படுத்தா ஒறக்கமில்லை. பகல் ஒறக்கமில்லை. கண்ணும் அடச்சிக்கிட்டு படுத்திருந்தா, பழைய சங்கதிகள் நெஞ்சிலே உருண்டு உருண்டு வருது. கஞ்சி திளைச்சு மறியிது மாதிரி ஒவ்வொண்ணும் பொங்கிப்பொங்கி வருது. ஆருக்கோ கதை சொல்வது மாதிரி மனசுக்கேகூடப் பேசிக்கொண்டு இருந்தா கொஞ்சம் சொகமிருக்கு.”

இப்படித் தனக்குள் அவன் பேசிக்கொள்ளும் பேச்சின் மூலமே நாம் அவன் கதையை அறிகிறோம். அவன் செய்த காரியங்கள் பற்றி எந்தக் குற்ற உணர்வும் அவனுக்கு இல்லை. ஆ. மாதவனும் அவனைக் குற்றவாளியாக்கிய சமூகமே என்கிற பாணியில் எந்த வசனம் பேசவும் இல்லை. அவனுக்காகக் கண்ணீர் சிந்தவும் இல்லை. நம்மைக் கண்ணீர் சிந்தவைக்கவும் இல்லை. உள்ளதை உள்ளபடி வரைந்துகொண்டு போகிறார். “அவன் செய்யும் அனைத்துக் குற்றங்களிலும் என் உள்ளம் திளைப்பதை நான் கண்டுகொண்டதே அந்தக் கதை எனக்கு அளித்த அனுபவம் என்று 25 ஆண்டுகளுக்கு முன் உணர்ந்தேன். நான் யாரென எனக்குக் காட்டிய படைப்புகளில் ஒன்று அது” என்று இந்தக் கதை குறித்து ஆ. மாதவன் கூறுகிறார்.

பெண்கள் மீதான பாலியல் வல்லுறவுக் குற்றங்கள் அதிகரித்துக்கொண்டுபோகும் இந்த நாள்களில் ஆண் மனதின் இருண்ட பகுதிகளை ஆராய்வது மிக மிகத் தேவை. அத்தகைய ஆய்வுக்கு வளமான ஆதாரங்களை ஆ. மாதவனின் சிறுகதைகள் நமக்குத் தருகின்றன. புறச்சூழலின் தாக்கம் குறித்து அவர் கதைகளில் பேசாவிட்டாலும் நம்மால் உய்த்துணர முடிகிறது.

ஆரம்பத்தில் தி. மு. க சார்புடையவராக இருந்தாலும் பிறகு எந்த அரசியல் சார்பும் அற்றவராக மாறிவிட்டார். அரசியலே எனக்குப் பிடிக்காது என்கிற நிலைக்கு வந்துவிட்டார். திராவிட இயக்கம் பற்றிய அவர் கூற்று முக்கியமானது. "ஆரம்பத்தில் அது புதிய பகுத்தறிவை எளிய மக்களிடம் பரப்பத் தோன்றிய ஒரு பெரிய இயக்கமாக இருந்தது. நல்ல தமிழ் பேச, எழுத, தெளிவான கருத்தைச் சொல்ல, மக்களின் மூடநம்பிக்கையை விரட்ட, பகுத்தறிவுப் பாதையில் பயணிக்க, சுயநலமற்ற தலைவர்கள் முன்னின்று நடத்திய காலகட்டம் அது. என் இளமைக்காலத்தில் அது என்னை ஈர்த்தது. எளிய கல்வி கற்ற எனக்கு, பல மேல்நாட்டு அறிஞர்களின் அறிமுகமும் இலக்கியத் தேடலும் அங்கிருந்து வந்ததே! அழுக்கும் அவலமும் ஏறிப்போன இந்தக் காலத்தில் அவர்கள் நடந்த பாதையில் இப்போது நடப்பதில்லை" இது ஒரு முக்கியமான விமர்சனமும்கூட.

80 வயதைக் கடந்து இன்று திருவனந்தபுரத்தில் வாழ்ந்துவரும் ஆ. மாதவன், சிறுகதை வரலாற்றில் மறுக்க முடியாத சாதனைகள் படைத்தவர். *(இக்கட்டுரை எழுதப்பட்ட பிறகு 2021 ஜனவரி 5 ஆம் நாள் ஆ. மாதவன் காலமானார்).*

"படைப்புலகில் நான் ஒரு போதகனல்ல. என் வழி கலையைக் கலை உணர்வுடன், யதார்த்தப் பரிவுடன், விளம்புவது மட்டுமே என்பது உண்மை!" - ஆ. மாதவன்

27

ஜெயகாந்தன்

"நீ சுத்தமாயிட்டே. ஆமா, தெருவிலே நடந்து வரும்போது எத்தனை தடவை அசிங்கத்தைக் காலால மிதிச்சுடுறோம். அதுக்காகக் காலையா வெட்டிப் போட்டுடுறோம்? கழுவிட்டு பூஜை அறைக்குக்கூடப் போறோமே. சாமி, வேண்டாம்னு வெரட்டவா செய்றா? எல்லாம் மனசுதாண்டி. . மனசு சுத்தமா இருக்கணும். உனக்கு அகலிகை கதை தெரியுமோ? ராமரோட பாதத்துளி பட்டு அவ புனிதமாயிட்டாள்னு சொல்லுவா. ஆனா, அவ மனசாலே கெட்டுப்போகலை. அதனால்தான் ராமரோட பாதத்துளி அவ மேலே பட்டுது. கெட்ட கனவு மாதிரி இதை மறந்துடு. உனக்கு ஒண்ணுமே நடக்கலை. எதுக்குச் சொல்றேன்னா, வீணா உன் மனசும் கெட்டுப்போயிடக் கூடாது பாரு... கெட்ட கனவு மாதிரி இதை மறந்துடு. உனக்கு ஒண்ணுமே நடக்கலை."

ஜெயகாந்தன் என்றதும் எப்போதும் என் மனதில் மேலெழும்பி வரும் வரிகள் இவைதான். 1966ஆம் ஆண்டில் ஆனந்த விகடனில் அவர் எழுதிய 'அக்கினிப்பிரவேசம்' கதையில் வரும் வரிகள் இவை. கல்லூரி முடிந்து வீடு திரும்ப, பேருந்துக்காகக் காத்திருக்கும் அப்பாவியான மாணவி ஒருத்திக்குக் காரில் லிஃப்ட் கொடுத்து அழைத்துச் செல்கிறான் பணக்கார மனிதன் ஒருவன். அவ்வளவு பெரிய காரையும் அவனையும் பார்த்து கண்கள் விரிய அதிசயமாகப் பார்க்கிறாள்.

"அவன் அழகாகத்தான் இருக்கிறான். உடலை இறுகக் கவ்விய கபில நிற உடையோடு, ஒட்டு உயரமாய் அந்த மங்கிய ஒளியில் அவனது நிறமே பிரகாசமாய்த் திகழ்வதைப் பார்க்கையில், ஒரு

கொடிய சர்ப்பத்தின் கம்பீர அழகே அவளுக்கு ஞாபகம் வருகிறது. பின்னாலிருந்து பார்க்கையில், அந்தக் கோணத்தில் ஓரளவே தெரியும் அவனது இடது கண்ணின் விழிக்கோணம் ஒளி உமிழ்ந்து பளபளக்கிறது. எவ்வளவு புயலடித்தாலும் கலைய முடியாத குறுகத்தரித்த கிராப்புச் சிகையும், காதோரத்தில் சற்று அதிகமாகவே நீண்டு இறங்கிய கரிய கிருதாவும்கூட அந்த மங்கிய வெளிச்சத்தில் மினுமினுக்கின்றன. பக்கவாட்டில் இருந்து பார்க்கும்போது, 'அந்த ஒளி வீசும் முகத்தில் சின்னதாக ஒரு மீசை இருந்தால் நன்றாயிருக்குமே!' என்று ஒரு விநாடி தோன்றுகிறது. ஓ! அந்தப் புருவம்தான் எவ்வளவு தீர்மானமாய் அடர்ந்து செறிந்து வளைந்து இறங்கி, பார்க்கும்போதே பயத்தை ஏற்படுத்துகிறது. அவன் உட்கார்ந்திருக்கும் சீட்டின் மேல் நீண்டுகிடக்கும் அவனது இடது கரத்தில், கனத்த தங்கச்சங்கிலியில் பிணைக்கப்பட்ட கடிகாரத்தில் 7 மணி ஆவது மின்னி மின்னித் தெரிகிறது. அவனது நீளமான விரல்கள் இசைக்குத் தாளம் போடுகின்றன. அவனது புறங்கையில் மொசுமொசுவென அடர்ந்திருக்கும் இளமயிர் குளிர்க்காற்றில் சிலிர்த்தெழுகிறது. ''

அவன் ஆழ்ந்த சிந்தனையோடு பெருமூச்செறிந்து தலை குனிந்தவாறு ஆங்கிலத்தில் சொல்கிறான்: "இந்த கார் இரண்டு வருஷமா ஒவ்வொரு நாளும் உன் பின்னாடியே அலைஞ்சுண்டிருக்கு - டு யூ நோ தட்?" என்ற கேள்வியோடு முகம் நிமிர்த்தி அவன் அவளைப் பார்க்கும்போது, தனக்கு அவன் கிரீடம் சூட்டிவிட்டது மாதிரி அவள் அந்த விநாடியில் மெய்ம்மறந்துபோகிறாள்.

"ரொம்ப நல்லா இருக்குல்லே?"- இந்தச் சூழ்நிலையைப் பற்றி, இந்த அனுபவத்தைக் குறித்து அவளது உணர்ச்சிகளை அறிய விழைந்து அவன் கேட்கிறான்.

"நல்லா இருக்கு... ஆனா பயமா இருக்கே!"

"பயமா, எதுக்கு... எதுக்குப் பயப்படணும்?" - அவளைத் தேற்றும் தோரணையில் தோளைப் பற்றி அவன் குலுக்கியபோது, தன் உடம்பிலிருந்து நயமிக்க பெண்மையே அந்தக் குலுக்கலில் உதிர்ந்ததுபோன்று அவள் நிலைகுலைந்துபோகிறாள். "எனக்குப் பயமா இருக்கு. எனக்கு இதெல்லாம் புதுசா இருக்கு... "

இப்படி லேசான கிறக்கத்தில் இருந்த அவளுக்கு சாக்லேட் கொடுத்து, சூயிங்கம் கொடுத்து காரிலேயே உறவுகொள்கிறான். அதன் பிறகு வீடு வந்து அம்மாவின் தோளில் சாய்ந்து அழுகிற

அவளை அடித்துவிட்டு பிறகு அம்மா அவளைக் குளிப்பாட்டி தலையில் நீரைக் கொட்டிப் பிறகு சொல்லும் வார்த்தைகள்தாம் தொடக்கத்தில் குறிப்பிட்ட வரிகள்.

1966ஆம் ஆண்டில் இந்தக் கதை வந்தபோது தமிழ்ச் சமூகத்தை ஓர் உலுக்கு உலுக்கியது என்றுதான் சொல்ல வேண்டும். இந்த ஒரு கதையோடு கதை முடிந்துவிடவில்லை. இந்தக் கதையின் நீட்சியாக 'சில நேரங்களில் சில மனிதர்கள்' என்ற புகழ்பெற்ற நாவலையும் அந்த நாவலின் தொடர்ச்சியாக 'கங்கை எங்கே போகிறாள்?' என்ற நாவலையும் படைத்தார். ஆகவே 'அக்கினிப்பிரவேசம்' கதை அவருடைய படைப்பு வாழ்வில் ஒரு திருப்புமுனை என்றே கூறலாம்.

ஜெயகாந்தன் கடலூரில், 1934ஆம் ஆண்டில் ஏப்ரல் மாதம் 24ஆம் தேதி வேளாண் குடும்பத்தில் பிறந்தார். சிறுவயதிலிருந்தே அவருக்கு பள்ளிப்படிப்பில் நாட்டமில்லை. எனவே, அவர் ஐந்தாம் வகுப்பு வரையே பள்ளிக்குச் சென்றார். இதன் காரணமாக, அவருக்கும் அவரது தந்தைக்கும் கருத்துவேறுபாடு ஏற்பட்டதால், அவர் தன் தாயார் மற்றும் தாத்தாவிடம் மிகவும் நெருக்கமாக இருந்தார். வீட்டில் அவருக்கும் அவரது தந்தைக்கும் சுமுகமான உறவு இல்லாமல், இருவரும் எதிரும்புதிருமாக இருந்தனர். அவர் பள்ளிக்குச் செல்லவில்லை என்ற ஒரே காரணத்தால், அவரது தந்தை அவருக்குக் கடுமையான தண்டனைகள் வழங்கினார். சிறுவனாக இருந்து இதை சற்றும் தாங்கிக்கொள்ள இயலாததால், அவர் தனது 12-வது வயதில் வீட்டைவிட்டு வெளியேறி விழுப்புரத்தில் உள்ள அவரது மாமா வீட்டுக்கு வந்து சேர்ந்தார். அவரின் மாமா அவருக்கு கம்யூனிசக் கொள்கைகளையும் பாரதியின் படைப்புகளையும் அறிமுகப்படுத்தினார்.

சிறிது காலம் கழித்து, சென்னையில் உள்ள இந்திய கம்யூனிஸ்ட் கட்சியின் உறுப்பினரான உறவினர் புருஷோத்தமன் வீட்டுக்கு அழைத்துச் சென்றார் ஜெயகாந்தனின் தாயார். இந்திய கம்யூனிஸ்ட் கட்சி அலுவலகத்தில் தனது பிள்ளைப்பருவத்தைக் கழித்த அவர், தமிழ்நாட்டின் கம்யூனிஸ்ட் கட்சித் தலைவர்களுக்குப் பரிச்சயமானார். அந்தக் கட்சி அலுவலகத்தைத் தனது வீடாகவும், அந்தக் கட்சி உறுப்பினர்களைத் தன் குடும்ப அங்கத்தினர்களாகவும் கருதிய அவர், அவர்களின் கலந்துரையாடல்களைக் கேட்கக் கேட்க, இலக்கியத்தின் மீது அவருக்கு நாட்டம் ஏற்பட்டது. அமரர் ஜீவானந்தம், ஜெயகாந்தனுக்குக் கல்வி கற்றுத் தர தமிழாசிரியர்

ஒருவரை பணியில் அமர்த்தினார். தமிழ் இலக்கிய, இலக்கணங்களை முறையாகக் கற்றுத்தேர்ந்த அவர்,பல இடங்களில் முழுநேரம் மற்றும் பகுதிநேர வேலைபார்த்தார்.

இதுபற்றி அவரே ஓரிடத்தில் குறிப்பிடுவது "நான் பிழைப்புக்காக என்னென்ன செய்திருக்கிறேன் என்றொரு நினைவுப்பட்டியல் போட்டால்... மளிகைக்கடைப் பையன், ஒரு டாக்டரின் பை தூக்கும் உத்தியோகம், மாவு மெஷின் வேலை, கம்பாசிடர், டிரெடில்மேன், மதுரை சென்டிரலில் 'வேலைக்காரி' சினிமா பாட்டுப் புத்தகம் விற்றது, கம்யூனிஸ்ட் கட்சி ஆபீஸில் இருந்து பத்திரிகைகள், புத்தகங்கள் விற்றது, ஃபவுண்ட்ரியில் இன்ஜினுக்கு கரி கொட்டுவது, சோப்பு ஃபேக்டரியில் இங்க் ஃபேக்டரியில் கைவண்டி இழுத்தது, புரூஃப் ரீடர், பத்திரிகை உதவி ஆசிரியர்... எனப் பட்டியல் நீளும். அந்தக் காலங்களில்தான் எளிய தொழிலாளர்களின் சிறிய குடியிருப்புகளிலும் ஏழை விவசாயிகளின் எளிய குடிசைகளிலும் தங்கி, அவர்களது உபச்சாரத்தை, அவர்கள் தரும் உணவை, அவர்கள் வாழும் பண்பை நான் அதிகம் அனுபவித்தேன். அந்த அனுபவங்கள் இந்த வாழ்க்கையைப் பற்றிய புதிய ஞானத்தை எனக்குத் தந்தன. வாழ்க்கையின் உயிர்ப்பு எங்கெல்லாம் மிக ஆரோக்கியமாகத் தளும்பி நிற்கிறது என்பதை என்னால் தரிசிக்க முடிந்தது. வாழ்வைப் பற்றிய புதிய நம்பிக்கையும் தைரியமும் எனக்குப் பிறந்தது" என்று நினைவுகூரினார் ஜேகே.

1949ஆம் ஆண்டில் இந்திய கம்யூனிஸ்ட் கட்சிக்குத் தடைவிதிக்கப்பட்டதால், அவர் தஞ்சாவூரில் உள்ள காலணிகள் விற்கும் ஒரு கடையில் தற்காலிகப் பணியில் சேர்ந்தார். அவருக்குக் கிடைத்த ஓய்வு நேரத்தில், எழுதும் பழக்கத்தை ஏற்படுத்திக்கொண்டார். பிறகு, காமராஜரின் கொள்கைகள் மீது அவருக்குப் பற்று ஏற்பட்டதால், அவரது தொண்டனாக மாறி, அவர் இருந்த தமிழக காங்கிரஸ் கட்சியில் சேர்ந்தார். 'நவசக்தி' இதழிலும் பணியாற்றினார்.

1950ஆம் ஆண்டில் அவரது எழுத்து வாழ்க்கை தொடங்கியது. 'சௌபாக்கியம்' என்கிற இதழில் அவரது முதல் சிறுகதை வெளியானது. சுமார் 200 சிறுகதைகளும் 50 நாவல்களும் 20-க்கு மேற்பட்ட கட்டுரைத் தொகுப்புகளும் கவிதைகள், முன்னுரைகள், நேர்காணல்கள், வாழ்க்கை வரலாற்று நூல்கள் என எழுதிக்

குவித்தவர் ஜே. கே. முழுமையான ஓர் எழுத்தாளர் என்றும் சுயசிந்தனையாளர் என்றும் அவரைச் சொல்ல வேண்டும். இவ்வளவு எழுதிய இன்னொரு தமிழ் எழுத்தாளர் அவர் காலத்தில் இல்லை.

அவருடைய சிறுகதை வரலாற்றை எழுதுபவர்கள், அவரது சிறுகதைப் பயணத்தை சில கட்டங்களாகப் பிரிக்கிறார்கள். கம்யூனிஸ்ட் கட்சியோடு சேர்ந்து வாழ்ந்த காலத்தில் எழுதியவை எல்லாம் எளிய அடித்தட்டுவர்க்க மனிதர்களைப் பற்றிய கதைகள். அடுத்த கட்டமாக 'சரஸ்வதி' இதழில் எழுதத் தொடங்கிய காலத்தில் பாலியல் பிரச்னைகளைத் தொட்டுக் கடுமையான வாதப்பிரதிவாதங்களை ஏற்படுத்திய கதைகள். ஆனந்த விகடனில் எழுதத் தொடங்கிய பிறகு பரந்த வாசகர்களை நோக்கி உரத்த குரலில் பேசிய கதைகள் எனப் பல பரிமாணங்களில் அவரது சிறுகதைகள் பயணிக்கின்றன. இன்னொரு முக்கிய வகைமை பிராமணக் குடும்பங்களில் நிலைகொண்டு பேசிய கதைகள். திராவிட இயக்கத்தார் கண்மூடித்தனமாக பிராமண எதிர்ப்பைப் பேசியதால் அதற்கு எதிரான மனநிலையில் ஜேகே பிராமணக் கதைகளை எழுதியதாகவும் கருதுவோர் உண்டு.

அவர் இலக்கியப் படைப்புகளைப் படைத்ததோடு நில்லாமல், அந்தப் படைப்புகளை முன்வைத்துத் தன் பரந்துபட்ட வாசகர்களோடு இடையறாத உரையாடல்களை நிகழ்த்தி வந்தார். தன்னுடைய நூல்களின் முன்னுரைகளை அத்தகைய விவாதங்களுக்கான தளமாகப் பயன்படுத்திக்கொண்டார். அதுபோதாதென்று தமிழகம் முழுவதும் பயணம் செய்து மக்களிடம் இலக்கியக் கூட்டங்களில் விரிவாக உரையாற்றினார்.

அவருடைய உரைகளில் மனதைப் பறிகொடுத்த எண்ணற்ற இளைஞர்களில் நானும் ஒருவன். நான் சார்ந்த தமிழ்நாடு முற்போக்கு எழுத்தாளர் சங்கத்தின் பல நிகழ்வுகளில் அவரை அழைத்துப் பேச வைத்திருக்கிறோம். கம்பீரமான தோற்றப்பொலிவுடன் சந்தேகத்துக்கிடமற்ற குரலிலும் தொனியிலும் அவர் பேசுவார். அப்போது அவர் சொல்வது அத்தனையையும் அப்படியே ஏற்றுக்கொள்ளத்தான் தோன்றும்.

அவருடைய 'அக்கினிப்பிரவேசம்' கதை, பல முனைகளிலிருந்தும் தாக்கப்பட்டபோது நிதானமாகவும் பொறுமையாகவும் நின்று அவற்றை எதிர்கொண்டார்.

“இன்னும் ஒரு சாரார் கேட்கிறார்கள்: ‘இதன் மூலம் என்ன சொல்கிறீர்கள்? கெட்டுப்போய்விட்டு வந்த பெண்ணின் தலையில் ஒரு குடம் தண்ணீரை ஊற்றிவிட்டால், கறை போய்விடும் என்கிறீர்களா?’ என்று.

நான் தீர்க்கமாகச் சொல்லிவிட்டேன். அவள் கெட்டுப்போனவள் அல்ல. அவளுக்கு வாழ்க்கை உண்டு. அவள் மனதில் களங்கம் இல்லை. மனம் என்பது முதிர்ந்தது. எது சரி, எது தவறு என்று இதுபோன்ற காரியங்களில் தீர்மானிக்க முடியாத பேதை அவள். இதற்காக இந்த மூடச்சமூகம் அவளுக்கு வாழ்க்கையை மறுத்து அவளைக் காலில் போட்டுத் துவைத்துவிடும். எனவே, அதை ஒரு கெட்ட கனவாகவே எண்ணி அவளே மறந்துவிட வேண்டும். இதிலிருந்து பெற்ற படிப்பினையோடு தனது வாழ்க்கையில் இனி அவள் எச்சரிக்கையோடு இருத்தல் வேண்டும்.

ஒரு வேசியை ஊர் கூடிக் கல்லெறியும்போது ‘எவன் பாவம் செய்யாதவனோ அவனே இவள் மீது கல்லெறியட்டும்’ என்று கூறிய அந்தக் கடவுள் தூதன் ஒழுக்கக் கேட்டையா பிரசாரம் செய்தான்?அவன் பேச்சால் தமது பண்பாடே கெட்டுப்போகும் என்று அவனை சிலுவையில் அறைந்த மூடத்தனம் நம்மைவிட்டு அகலவில்லையா என்ன?” என்று ஆணித்தரமாக நெற்றியிலடித்தார் ஜேகே.

இதற்கப்பாலும் ‘அக்கினிப்பிரவேசம்’ கதையில் இன்னும் விவாதிக்க இடம் இருக்கிறது. தலைக்குத் தண்ணீர் ஊற்றிப் பாவத்தைக் கழுவிய அந்தத் தாய் சொன்ன வரிகளை மீண்டும் வாசிக்கையில் “.... கெட்ட கனவு மாதிரி இதை மறந்துடு. உனக்கு ஒண்ணுமே நடக்கலை. எதுக்குச் சொல்றேன்னா - வீணா உன் மனசும் கெட்டுப்போயிடக் கூடாது பாரு. கெட்டகனவு மாதிரி இதை மறந்துடு. உனக்கு ஒண்ணுமே நடக்கலை. ”

‘வீணா உன் மனசும் கெட்டுப்போயிடக் கூடாது பாரு...’ என்கிற வார்த்தைகளை, அந்தத் தாய் ஏன் சொல்கிறாள்? உடம்பு கெட்டதுபோல மனசும் கெட்டுடக் கூடாது என்கிற எச்சரிக்கை உணர்வு அவளுக்கு ஏன் வந்தது? கதைக்குள்ளே அவள் விரும்பியும் பயந்தும்தான் அவனுடன் உறவுகொள்வதாக வருகிறது. அது வன்புணர்வுதான். ஆனால், அவளுக்கு அறியாமையின் பாற்பட்ட ஓர் ஈர்ப்பும் இருந்தது. அவளை தலைக்குக் குளிப்பாட்டி அவ்வளவு வசனமும் பேசுகிற வரைக்கும்கூட அவன் தந்த சூயிங்கம் அவள் வாயில்தான் இருக்கிறது.

கொடியில் துவைத்து உலர்த்திக் கிடந்த உடைகளை எடுத்துத் தந்து அவளை உடுத்திக்கொள்ளச் சொன்னாள் அம்மா.

“அதென்ன வாயிலே சவக் சவக்குனு மெல்லறே?"

“சூயிங்கம். "

“கருமத்தைத் துப்பு... சீ!... துப்பு. ஒரு தடவை வாயைச் சுத்தமா அலம்பிக் கொப்புளிச்சுட்டு வா" என்று கூறிவிட்டு, பூஜை அறைக்குச் சென்றாள் அம்மா.

அந்தச் சூயிங்கம்தான் ‘சில நேரங்களில் சில மனிதர்களாக’வும் அப்புறம் ‘கங்கை எங்கே போகிறாள்?’ என்ற இரு நாவல்களாகவும் இழுத்து நீண்டு வெளியில் வந்தது. இப்படியாக இருக்கிறார்கள் மனிதர்கள். “கண்டதைத்தானே சொல்கிறேன்" என்கிறார் ஜெயகாந்தன். அதை ஒரு பாடலாக அவரே எழுதி பீம்சிங் இயக்கிய ‘சில நேரங்களில் சில மனிதர்கள்’ திரைப்படத்தில் வைத்துள்ளார்.

கண்டதைச் சொல்லுகிறேன்
உங்கள் கதையைச் சொல்லுகிறேன்

இதைக் காணவும் கண்டு நாணவும்
உமக்குக் காரணம் உண்டென்றால்
அவமானம் எனக்குண்டோ

நல்லதைச் சொல்லுகிறேன்
இங்கு நடந்ததைச் சொல்லுகிறேன்

இதற்கெனைக் கொல்வதும்
கொன்று கோயிலில் வைப்பதும்
கொள்கை உமக்கென்றால்
உம்முடன் கூடி இருப்பதுண்டோ?

வாழ்ந்திடச் சொல்லுகிறேன்
நீங்கள் வாழ்ந்ததைச் சொல்லுகிறேன்

இங்கு தாழ்வதும் தாழ்ந்து
வீழ்வதும் உமக்கு தலையெழுத்தென்றால்
உம்மை தாங்கிட நாதியுண்டோ?

கும்பிடச் சொல்லுகிறேன்
உங்களைக் கும்பிட்டுச் சொல்லுகிறேன்
என்னை நம்பவும் நம்பி
அன்பினில் தோயவும் நம்பிக்கை இல்லையென்றால்
எனக்கொரு தம்பிடி நஷ்டம் உண்டோ?
ஒரு தம்பிடி நஷ்டம் உண்டோ?

'சரஸ்வதி' இதழில் அவர் எழுதிய 'தாம்பத்தியம்', 'திரஸ்காரம்', 'பௌருஷம்', 'பால்பேதம்' ஆகிய நான்கு கதைகள் அந்தச் சமயத்தில் கடுமையான எதிர்ப்புக்கு இலக்காகின. பாலியல்ரீதியாக சிற்றின்பத்தைத் தூண்டும்வண்ணம் அவரது எழுத்துகள் இருப்பதாக விமர்சனம் எழுந்தது.

'தலைச்சுமைக்கார மருதமுத்துவுக்கும் ரஞ்சிதத்துக்கும் அவர்கள் தலைவிதிப்படி அன்று மாலை கலியாணம் நடந்தேறியது. அதாவது அரையணா கதம்பம், ஓரணா மஞ்சள் கயிறு, காலணா மஞ்சள், மூணு ரூபாய்க்குப் புடவை, இரண்டணாவுக்கு வளையல். ஆக, ஐந்து ரூபாய் செலவில் ரிக்ஷாக்கார-கூலிக்கார ஏழைக்கடவுளின் சந்நிதானத்தில் ரஞ்சிதத்தை மருதமுத்து கண்ணாலம் கட்டிக்கொண்டான்' என்று தொடங்கும் 'தாம்பத்தியம்' சிறுகதை, கண்ணாலம் கட்டிக்கொண்ட அந்த ஏழை உழைப்பாளி மக்கள் 'ஒதுங்குவதற்கு' ஓர் இடம் இன்றி பார்க் பெஞ்சுக்கு அருகில் செடிகளின் மறைவில் தங்கள் முதல் இரவைக் கழிக்க முற்படுவார்கள். "சீச்சீ... இந்த பார்க் ரொம்ப நாஸ்டியாப்போச்சு!" என்று ஒரு வெள்ளை வேஷ்டிக்காரர் தம் அருகில் வந்தவரிடம் சொல்லிக்கொண்டே நடந்தார். மருதமுத்துவின் உடல் நாணிக்கூசியது. ரஞ்சிதம் பரிதாபகரமாக விழித்தாள்.

அன்று இரவு முழுவதும் இருட்டும் தனிமையும் கிடைக்காமல் போராடும் அந்தத் தம்பதியை விடிகிற நேரத்தில் போலீஸ்காரன் வந்து விபச்சார வழக்கில் இழுத்துக்கொண்டு போகிறான் என்று கதை முடியும்.

`பால்பேதம்' கதையில் குழந்தைக்கு ஒரு தாய் பால் ஊட்டும் காட்சியையும், மாடு கன்றுக்குப் பால் ஊட்டும் காட்சியையும் விரிவாக எழுதியிருப்பார். "பால் நரம்புகள் புடைத்துப் பருத்த முலைக்காம்புகளில் வெண் முத்துப்போல் ஈரம் கசிந்திருந்தது. உணர்விழந்த உணர்ச்சிப் பரபரப்போடு குழந்தையின் முகத்தை மார்பில் வைத்து அழுத்தினாள் வேலம்மாள். நெஞ்சில் புகுவதுபோல மார்பிலே முட்டி முட்டி முலை சுவைத்தது சிசு."

`இதுபோன்ற ஆபாச வார்த்தைகளை ஆசிரியர் களைந்தெறிய வேண்டும்' என ஒரு வாசகர் 1957 செப்டம்பர் `சரஸ்வதி' இதழில் கடிதம் எழுதியிருந்தார்.

அதற்கு ஜேகே பதிலளித்து எழுதினார்: `...திவ்யப்பிரபந்தம் படித்திருக்கிறீர்களா?

`வயிறசைந்தாய், வன முலைகள் சோர்ந்து

பாயத் திருவுடையவாய்மடுத்துத்

திளைத்துதைத்துப் பருகிடாயோ...

முத்தனைய முறுவல் செய்து

மூக்குறிஞ்சி முலை உணாயே...

ஒரு முலையை வாய் மடுத்து

ஒரு முலையை நெருடிக்கொண்டு

இரு முலையும் முறை முறையாய்

ஏங்கியேங்கி இருந்துணாயே...' என்று வருகிறது.

முலை என்ற வார்த்தையைப் படித்ததுமே நாம் கதை படிக்கிறோம் என்பதையே மறந்து சம்பந்தமில்லாத உணர்ச்சிக் கிறக்கத்துக்கு படிப்பவர் ஏன் ஆளாக வேண்டும்? ஆபாசம் வார்த்தையிலா இருக்கிறது? அப்படியானால்

`வலிமை சேர்ப்பது தாய் முலைப்பாலடா

உண்ண உண்ணத் தெவிட்டாதே

அம்மை உயிரெனும் முலையினில் உணர்வென்னும் பால்' என்ற பாரதியின் கவிதையில் உள்ள முலை என்ற பதத்துக்கு முகம் சுளிக்கவேண்டுமோ?" என்று ஆதாரங்களை அடுக்குகிறார்.

இப்படியாக ஆழமான பல விவாதங்களுக்கு வாசகர்களை ஈர்த்த படைப்பாளி, தமிழில் அவரையன்றி வேறு யாருமல்ல. இதுபற்றி மேலும் ஜெயகாந்தன் கூறுவது, “நான் ஆரம்பகாலத்தில் எழுதியவையெல்லாம் ஆபாசமென்று என்னை ஏசியவர் பலர். மனிதனுடைய வாழ்க்கையின் ஒரு பகுதியை ஆக்கிரமித்துக்கொண்டிருப்பதே பாலுணர்ச்சிதான். ஆகவே, அதற்கும் நான் மதிப்பளிக்க விரும்பினேன். ஒரேயடியாக அதைப் பற்றி மட்டுமே எழுதுவதோ அல்லது அறவே ஒதுக்குவதோ சரியல்ல என்று எண்ணுபவன் நான்.”

இத்தகைய விவாதங்கள் குறித்து பேராசிரியர் கா. சிவத்தம்பி தன்னுடைய `தமிழ்ச் சிறுகதையின் தோற்றமும் வளர்ச்சியும்' என்ற நூலில் ஜெயகாந்தன் பற்றி எழுதும்போது `வாழ்வுக் கண்ணோட்டம்கொண்டு பாலுணர்ச்சியைப் பார்த்தல் வேண்டும். பாலுணர்ச்சிக் கண்ணோட்டம்கொண்டு வாழ்க்கையைப் பார்த்தலாகாது' என்று குறிப்பிட்டுவிட்டு ஜேகே-வின் ஆரம்பகாலக் கதைகளில் அத்தகைய தெளிவு இல்லையோ என்கிற ஐயத்தைப் பதிவுசெய்துவிட்டு `பிற்காலத்துக் கதைகளில் பாலுணர்ச்சி மிகச் செம்மையாகக் கையாளப்படுவதை `உன்னைப்போல் ஒருவன்', `பிரளயம்', `வாய்ச்சொற்கள்', `இருளைத்தேடி' ஆகிய கதைகளில் காண்கிறோம்' என்று முடிக்கிறார்.

ஜேகே-வின் சிறுகதைகளைப் பற்றி பேராசிரியர் கா. சிவத்தம்பி குறிப்பிடுவது கவனத்துக்குரியது. `...அவை இருவேறு காலப் பகுதிகளுக்குரிவையாக அமைவதைக் காணலாம். முதலாவது, ஆனந்த விகடனுக்கு எழுதுவதற்கு முந்திய காலம். அடுத்து ஆனந்த விகடனிலும் அத்தகைய பிற பத்திரிகைகளிலும் எழுதும் காலம். முதலாவது காலப்பிரிவில், தத்துவ நோக்குப் பீறிட்டு நிற்கும் கதைகளும் பரிசோதனை முயற்சிகளாக அமைந்த கதைகளுமே வெளிவந்தன. இந்தக் கதைகள் தரமானவையாக அமைந்தனவெனினும், வாசகரஞ்சகமாக அமையவில்லை. இரண்டாவது காலப்பிரிவினையைச் சேர்ந்தவை வாசக ரஞ்சகமாக அமைவதுடன் கருத்தையும் வலியுறுத்துவனவாய் அமைகின்றன.

அவருடைய கதைகள் இணையத்தில் எளிதாக வாசிக்கக் கிடைக்கின்றன. ஆகவே, இங்கு அதிகம் கதைகள் பற்றி விவரிக்கவில்லை.

ஒரு கம்யூனிஸ்ட்டாகத் தன் பயணத்தைத் தொடங்கிய அவர், பிறகு காங்கிரஸ்காரராகவும் அதற்குப் பிறகு காஞ்சிப்பெரியவரை வைத்து `ஜய ஜய சங்கர' என்று நாவல் எழுதப்போனதையும் அவருடைய வீழ்ச் சி என விமர்சிப்போர் உண்டு. இந்து தர்மம் என அவர் பேசியது மற்றவர்கள் பேசியதைப்போல அல்ல.

“நமது இந்துதர்மத்தின் பேராலேயே இந்தத் தேசத்தை சோஷலிசப் பாதையில் அழைத்துச் செல்ல முடியும் என்று நான் மார்தட்டிச் சொல்கிறேன். இந்து தர்மத்தை உண்மையாக நம்புகிறவர்களுக்கு உகந்த சமூக அமைப்பு சோஷலிச சமூக அமைப்புத்தான். ஓர் இந்தியன் என்பவன் தனிமனிதன் அல்லன். சமூக மனிதனே அவன். ருஷ்யாவில் ஏற்பட்டு நிலவுகிற ஒரு புதிய சமூக அமைப்பை ஓர் இந்து தன்னியல்பாகவே ஆதர்சமாய்க் காண்பது அவசியக் கடமையாகிறது” என்றெல்லாம் அவருடைய `ஓர் இலக்கியவாதியின் அரசியல் அனுபவங்கள்' நூலில் எழுதுகிறார். ஆனாலும் அவர்மீதான விமர்சனம் தொடர்கிறது.

`ரிஷிமூலம்' நாவலுக்கான முன்னுரையில் `நான் சமுதாயத்தை உயர்த்துவதற்கான இலக்கியம் படைக்கிறேன். சோஷலிசமே எனது லட்சியம். புரட்சி ஓங்குக! தொழிலாளிவர்க்கம் ஜிந்தாபாத்! நான் எழுதும் ஒவ்வோர் எழுத்தும் மக்களுக்காகவே என்றெல்லாம் எனக்கு நானே கட்டியம் கூறிக்கொண்டு ராஜநடை போட்டு வருவது என்னைப் பொறுத்தவரை ஒரு கோமாளித்தனம்' என்று குறிப்பிடுகிறார். அதே முன்னுரையில் `பிராய்டிசத்தை அடிப்படையாகக்கொண்டு கதை எழுதுவது வெட்கப்படவேண்டிய காரியமல்ல' என்றும் குறிப்பிடுகிறார்.

இவற்றையும் அவரது சில நாவல்கள், கதைகள் பல தார மணத்தை ஆதரிப்பதையும் கடுமையாக விமர்சிக்கும் மார்க்சியரான அருணன் “...மக்களுக்காக எழுதக் கூடாது என்று முடிவெடுத்தவுடன் அவருக்கு எஞ்சியிருந்தது பாலுறவுச் சிக்கல்களே. அந்தப் பாலுறவுப் பிரச்னையிலும் அவரது வக்கிரப்பார்வை அவரைப் படுபிற்போக்குத்தனமான, பெண்ணடிமைத்தனமான, சனாதனப் படுகுழியில் தள்ளிவிட்டது” என்று விமர்சிக்கிறார்.

இன்னொரு மார்க்சிய விமர்சகரான எஸ். தோத்தாரி அவருடைய நாவல்களில் மண்டிக்கிடக்கும் பிராய்டிசம், ஆன்மிக வாதம், மாயாவாதம், நீஷேயிசம் போன்றவற்றுக்கு மாறாக அவருடைய சிறுகதைகளில் மனிதநேயம் சிதையாமல் இருப்பதாகக் கூறுகிறார்.

இந்த இருண்மை நிலைக்குக் காரணம் அவர் “தமிழ்நாட்டிலும் இந்தியாவிலும் உலகெங்கிலும் நடைபெறும் யதார்த்தமான சமூக இயக்கங்களையும் அவற்றில் இயங்குகின்ற மனிதர்களின் சமூக உறவுகளையும் காணத்தவறியதே ஆகும்” என்று கணிக்கிறார்.

ஆனால், சமகால நிகழ்வுகளைக் கவனிக்காதவரல்ல ஜேகே. ‘சக்கரம் நிற்பதில்லை’ என்றொரு நெடுங்கதையில் 1974ஆம் ஆண்டில் நடந்த ரயில்வே ஸ்டிரைக் பற்றி எழுதியிருக்கிறார். ஆனால், அந்த வேலைநிறுத்தம் தோற்கட்டும் என ஒரு கதாபாத்திரம் சபிக்கிறது. சக்கரத்தை ஓடவிடுபவன்தான் தொழிலாளி, நிறுத்துபவன் தொழிலாளி அல்ல என்றெல்லாம் கதையில் நீண்ட சம்பாஷணைகள் இருக்கும். சுவரில் வரைந்த அரிவாள் சுத்தியல் மீது சாணி அப்பும் காட்சியைக் கிண்டலாக விவரிப்பார்.

மிகக் கடுமையான விமர்சனத்துக்குள்ளான இந்தக் கதையை அவர் 1974ஆம் ஆண்டில் தினமணி கதிரில் எழுதினார்.

ஜெயகாந்தனைத் தெய்வமாகக் கொண்டாடுபவர்கள் இன்றும் உண்டு. கடுமையாக விமர்சிப்பவர்களும் கணிசமாக உண்டு.

ஜெயகாந்தனின் படைப்புகள் மீதான பொதுவான விமர்சனம் ஒன்றுண்டு. அது, ‘கதைகளில் வரும் எல்லா கதாபாத்திரங்களின் மீதும் இவரே ஏறி அமர்ந்துகொண்டு சொற்பொழிவாற்றுகிறார். கதாபாத்திரங்களை சுதந்திரமாக வாழவிட மாட்டார்’ என்பது ஒன்று. கதைக்குள் தேவைக்கு அதிகமான சத்தம் இருக்கும் என்பது இன்னொன்று. அப்புறம் அவர் தமிழில் எழுதும் யாருடைய எழுத்தையுமே வாசித்ததில்லை. அதுபற்றி அவரே கூறுவது… “நானோ எப்போதுமே பிற எழுத்தாளர்களைப் பற்றி ஏதும் சொன்னதில்லை. மூத்த எழுத்தாளர்களைப் பற்றி கருத்துகள் சொல்லும் வழக்கம் இல்லை. இளம் எழுத்தாளர்களை ஊக்கப்படுத்தியதில்லை. அவர்களுக்கு உதவும் வகையில்கூட அதிகமாக ஏதும் சொன்னதில்லை. அதில் எனக்கு நம்பிக்கையில்லை.

விமர்சனத்தால் இலக்கியவாதிக்கு என்ன பயன்? பிறரை மனதில்கொண்டு நல்ல எழுத்தாளன் எழுதுவதில்லை. பிறர் சொல்வதை அவன் பொருட்படுத்துவதுமில்லை. என்னைப் பொறுத்தவரை விமர்சனங்களை நான் கவனிப்பதே இல்லை. விமர்சனங்களால் வாசகர்களுக்கு வாசகச்சூழலுக்கு ஒருவேளை ஏதேனும் பிரயோசனம் இருக்கலாம்.”

அவர் இறப்புக்கு இரண்டு ஆண்டுகளுக்கு முன்பாக தமிழ் 'இந்து' நாளிதழுக்கு அளித்த பேட்டியில் சொல்கிறார்...

"இன்றைக்கு உங்களுக்குப் பிடித்த தமிழ் எழுத்தாளர் யார், என்ன காரணம்?"

"இன்றைக்கும் எனக்குப் பிடித்த தமிழ் எழுத்தாளர் மௌனி. நான் மொழியை ஆர்ப்பாட்டமாகப் பயன்படுத்தினேன் என்றால், அவர் ரகசியமாகப் பயன்படுத்தியவர். அதுதான் காரணம் என்று நினைக்கிறேன். "

ஜெயகாந்தன் தன்னை அறிந்தவராகவே இருந்திருக்கிறார். எல்லா விமர்சனங்களுக்கும் அப்பாற்பட்டு தமிழ்ச் சமூகத்தின் இரண்டு தலைமுறைகளை ஆட்டிப்படைத்த ராட்சசன் ஜெயகாந்தன் மட்டுமே என்பதை யாரும் மறுக்க முடியாது.

பேராசிரியர் கா. சிவத்தம்பியின் வார்த்தைகளோடு நிறைவுசெய்வோம்,

"இலக்கியத் தரமான சிறுகதைகள், ஜனரஞ்சகமாக அமைய மாட்டாது என்ற கருத்து தவறானது என்பதை சாதனையால் நிறுவியவர் ஜெயகாந்தன். "

28

கிருத்திகா

மதுரம் என்ற இயற்பெயர் கொண்ட கிருத்திகா, காலம் சென்ற ஐ. சி. எஸ் அதிகாரி பூதலிங்கத்தின் இணையர். வேளாண் விஞ்ஞானி எம். எஸ். சுவாமிநாதனின் இணையர் மீனா சுவாமிநாதனின் தாயாரான கிருத்திகா, 1915ஆம் ஆண்டு பிறந்தவர். கன்னியாகுமரி மாவட்டம் பூதப்பாண்டி இவரது சொந்த ஊர். திருப்பதிசாரத்தைச் சேர்ந்த பூதலிங்கம்பிள்ளையை மணம்புரிந்துகொண்டார். பூதலிங்கம்பிள்ளை ஐ. சி. எஸ் படித்து பிரிட்டிஷ் அரசில் வேலைபார்த்தார். பிறகு நேருவுக்கு மிக நெருக்கமானவராக இருந்தார். இந்திய உருக்குத் தொழிலை பொதுத்துறை சார்ந்து உருவாக்கியதில் பெரும்பங்கு வகித்தவர் பூதலிங்கம்பிள்ளை.

டெல்லியின் அதிகார உள்வட்டத்தில் இருந்த கிருத்திகா, ஆங்கிலத்திலும் தமிழிலும் எழுத ஆரம்பித்தவர்; பாரதி மீது அதீத மோகம்கொண்டவர். அவரது முதல் நாவல் 'புகை நடுவில்'. 'புகை நடுவில் தீ இருப்பதை பூமியில் கண்டோமே' என்ற பாரதி வரியிலிருந்து இந்தத் தலைப்பு எடுக்கப்பட்டது. பம்பாயில் படித்து வட மாநிலங்களிலேயே அதிகம் வசித்தவர். தமிழில் இவர் எழுதியவை, 'புகை நடுவில்', 'வாஸவேச்வரம்', 'சத்தியமேவ', 'புதிய கோணங்கி' மற்றும் 'நேற்றிருந்தோம்' போன்ற புதினங்களும், 'மனதிலே ஒரு மறு', 'மா ஜானகி'

போன்ற நாடகங்களும். 1940-50களில் எழுதிக்கொண்டிருந்த பிற பெண் படைப்பாளிகளைப்போலவே, கிருத்திகாவும் நாவல்களில் கவனம் செலுத்தியதுபோல சிறுகதைகளில் கவனம் செலுத்தவில்லை. அவருடைய ஒட்டுமொத்த எழுத்துகளுமே பெரிதாகக் கவனிக்கப்படவுமில்லை... கொண்டாடப்படவுமில்லை.

“கிருத்திகா, தமிழின் பெண் எழுத்தாளர்களில் மிக அபூர்வமான தனித்தன்மைகொண்டவர். வழக்கமாக பெண்கள் எழுதும் கருப்பொருள்கள், பெண்ணுரிமை அல்லது பெண்ணின் வாழ்க்கைச் சிக்கல்கள் சார்ந்தவையாகவே இருக்கும். இதற்கு முற்றிலும் விதிவிலக்கானவர் அவர். அந்த வகையில் குர் அதுல் ஐன் ஹைதர்-ருடன் ஒப்பிடத்தக்கவர். அவரது படைப்புகள் குறியீட்டுத்தன்மையுடன் சமகால உயர்மட்ட அதிகார அரசியலை விவாதிப்பவை. அங்கதச்சுவைகொண்டவை. அங்கதத்தைக் கையாண்ட ஒரே தமிழ்ப் பெண் எழுத்தாளர் இவரே.

கிருத்திகாவின் பெரும்பாலான நாவல்களை தமிழ் உலகம் சரிவர உள்வாங்கிக்கொள்ளாமல் இருக்கிறது. அதற்கு அவற்றின் கூறுமுறை முக்கியமான ஒரு காரணம். சம்பிரதாயமான கதை பெரும்பாலும் எந்த நாவலிலும் கிடையாது. கரு புதுமையானதாக இருந்தாலும் நடை பழைமையானதாக இருக்கிறது. மகாபாரதத்தையும் டெல்லி அரசியலையும் பிணைத்து எழுதப்பட்ட அவரது அரசியல் அங்கத நாவல்களை விமர்சகர்கள் விவாதிக்கும்போதுதான் எளிய வாசகர்கள் உள்ளே நுழைய முடியும். அது நிகழவில்லை. இப்போது அவரது பல நாவல்கள் கிடைப்பதேயில்லை.

கிருத்திகாவின் முக்கியமான நாவல் ‘வாஸவேச்வரம்’. இது அவரது புகுந்த வீடான திருப்பதிசாரத்தைக் களமாக்கியது. இந்தியா விழித்தெழும் காலகட்டத்தில் பண்பாட்டுத் தேக்கத்தில் ஊறிச் செயலற்றுக்கிடக்கும் ஒரு கிராமத்தைச் சித்தரிக்கிறது ‘வாஸவேச்வரம்’. பொதுவாக இத்தகைய கிராமியச் சித்திரிப்பு நாவல்களில் உள்ள கடந்தகால ஏக்கம், இழந்ததைப் போற்றுதல் இதில் இல்லை. கிராமத்தின் சில்லறைத்தனங்களும் கண்மூடித்தனங்களும் எள்ளலுக்கு ஆளாகின்றன. அத்துடன் கடுமையான ஆசாரங்களுக்கு அடியில் பாலியல் மீறல் இயல்பாக நடந்தபடியே இருப்பதையும் ‘வாஸவேச்வரம்’ காட்டுகிறது.

கிருத்திகாவின் எழுத்துகளில் மொழித்தீவிரமில்லை. அங்கதத்தைத் தாண்டிய ஆழமான அரசியல் தரிசனமுமில்லை.

இலக்கிய நுட்பங்கள் எனப் பொதுவாக அன்று அறியப்பட்ட பல விஷயங்கள் இல்லை. ஆகவே, கா. நா. சு தலைமுறையும் சுந்தர ராமசாமி தலைமுறையும் அவரைப் பொருட்படுத்தவில்லை. பெண்ணியம் உருவாகி வந்த பிறகு கிருத்திகா மறுவாசிப்புக்கு ஆளாகியிருக்க வேண்டும். 'அவரது அங்கதம் உண்மையில் ஆண்மைய அரசியலை நோக்கிய பெண்ணின் சிரிப்பு' என்று கிருத்திகா குறித்து எழுத்தாளர் ஜெயமோகன் தன்னுடைய அஞ்சலிக்குறிப்பில் கூறுகிறார்.

'போகமும் யோகமும்' என்ற அவரது சிறுகதைத் தொகுப்பிலுள்ள 'தீராத பிரச்னை', இதற்கு ஒரு சான்றாகவே திகழ்வதைப் பார்க்கலாம்.

தீராத பிரச்னை

'ஒண்டுக்குடித்தன வீடு. அவள் பின்புறச் சுவரை வெறிச்சோடிப் பார்த்தவண்ணம் அமர்ந்திருந்தாள். உள்ளத்திலோ இருள். இனம்புரியாத ஓர் ஏக்கம் நெஞ்சைப் பற்றிக்கொண்டிருந்தது. வேதனைப் பெருமூச்சுகள் விட்டு விட்டுக் கிளம்பின. கூச்சல், அடி, உதை நினைவுக்கு வந்தன. எதற்காக அவள் இத்தனை குழப்பங்களுக்கு இடம் உண்டாக்கினாள்?

'ஆசைக் கடலிலகப்பட்டருளற்ற

வந்தகன் கைப்பாசத்தில்.... '

அவள் அடிக்கடி பாடும் அந்தாதி அடிகளில் இதுவும் ஒன்று. உள்ளத்திலே அந்த அடி ஒலித்து மறைந்தது. மறுபடியும் பெருமூச்சு ஒன்று அவளுடைய அடிவயிற்றிலிருந்து புறப்பட்டு வெளி வந்தது. ஆமாம். எதற்காக அவள் இத்தனை ஆர்ப்பாட்டங்கள் செய்தாள்? சிறு வயதிலிருந்தே ஏதோ ஒன்றைத் தேடி அவள் உள்மனம் ஏங்குகிறது. ஆனால், அது என்னவென்று புரியாமலே வாழ்நாள் முழுவதும் அதைத்

தேடித் தேடி அலுத்து... மனம் சோர்ந்து...

'நின்று மிருந்துங்கிடந்து நடந்து...'

முதல் முதல் அவன் கையைப் பிடித்தவுடன் எச்சுமிக்கு உள்ளங்காலில் இருந்து உச்சந்தலை வரையில் ஒரு மின்சார அதிர்ச்சி உண்டாயிற்று. இதென்ன? உதிரம் கொதிக்க, இதயம் படபடக்க, முகம் சிவக்க, உள்ளத்தில் ஊடுருவிப் பாயும் இந்த

உணர்ச்சி என்னவாக இருக்கக்கூடும்? இதுதான் அதுவோ? ஓகோ! அவள் தேடும் அந்த ஆத்மார்த்த அனுபவம்தான் இதுவோ! என்ன முட்டாள்தனம்... தன்னைப்போல் உடலுணர்ச்சியால் தத்தளிக்கும் மற்றொரு ஜீவன், ஆத்மாவுக்குத் தேவையான ரசஞானத்தை ஊட்ட முடியுமா? முடியாது என்று இப்போது கண்டுகொண்ட இந்த உண்மை, அப்போது எச்சுமிக்கு எப்படி எட்டக்கூடும்? சின்னஞ்சிறு பெண், விருப்பங்கள் வெறிகொண்டு பொங்கும் பருவம்... எச்சுமி மேலும் ஓர் உஷ்ணப் பெருமூச்சு விட்டாள்...

(முதலிரவுக்குப் பிறகு...)

... அந்த அன்பின் அரவணைப்பில் அவள் நுகர்ந்த ஒரு கணகணப்பு... அடைகாப்பது போன்ற ஓர் அரவணைப்பு. இதுதானா அவள் ஆராய்ச்சியின் எல்லை? அழிவில்லாத நிறைவைத் தேடும் வழி இத்தனை சுலபமானதா?'

இப்படித் தொடங்குகிறது கதை. எச்சுமி என்கிற நுட்பமான பெண்ணுக்கும் சிவநாதன் என்கிற வக்கீலுக்கும் திருமணம் நடக்கிறது. அழிவில்லாத மனநிறைவைத் தேடும் பெண்ணாக அவள்.

யோசித்துப் பார்க்கும்போது அவன் ஒரு சாதாரண மனிதன், அதிலும் பக்குவமடையாதவன் என்று புரிந்தது. சிவநாதனுக்குச் சிற்றின்பத்தில் நாட்டமிருந்ததேயொழிய, பெண்களைப் பேணவேண்டிய நயமான நளினமில்லை. அவர்களுக்குக் களிப்பும் உற்சாகமும் தரக்கூடியவற்றைக் கொடுக்கவும் சக்தியில்லை. இந்தக் குறைகளை மறைக்க அவன் கிளர்ச்சிகள் செய்தும் கூப்பாடுகள் போட்டும் அவளையும் பிள்ளைகளையும் அடித்தும் சமாளிக்கப் பார்த்தான்.

கனவில் கண்டவற்றையும் நாவல்களில் படித்தவற்றையும் தன் கணவனிடமிருந்து அவள் எதிர்பார்த்தாள். அவன் காட்டிய பகட்டு அன்பு அவளை வசீகரித்தது. தன் அந்தரங்கத்தின் ரசிகத்தன்மையை சிவநாதன் அறிந்துவிட்டதாக வீண் பிரமைகொண்டாள். "ஐயோ என்ன அசட்டுத்தனம்! கானல்நீரைக் கண்டு தாகம் தணியும் என எண்ணியதுபோல் ஆயிற்று." உண்மை என்னவென்றால், அவள் தேடியது அவனிடமல்ல.

இந்தக் கதையின் மையமான பிரச்னையாக இந்த ஆண் புரியாமை இருக்கிறது. உரத்த குரலில் பெண்ணியம் பேசவில்லை. ஆனால், அதுதான் மையமாக நிற்கிறது. எச்சுமி மீது அவன்

அதிகாரம் செலுத்துகிறான். ஐந்து குழந்தைகள் பிறக்கின்றன. நான்கு பிரசவங்களும் தாய் வீட்டில்தான். தாயும் சோர்ந்துபோகிறாள். குறை கூறுகிறாள். எச்சுமியும் எதிர்த்துக் கூப்பாடு போடுகிறவளாக குணமாற்றம் அடைகிறாள். ஆனால், கதையின் இன்னொரு பக்கமாக சங்கீதம் அவளை நிறைப்பதாகக் காட்டுகிறது. அந்தப் பகுதிகள் கதையின் மிக அழகான நுட்பமான பகுதிகள். தங்கை பட்டுவும் அவளும் சேர்ந்து பாடும் இடம் அபூர்வமான பகுதி.

“அந்திப்பொழுதில் விளக்கேற்றியவுடன் இரு பெண்களும் அந்தாதி பாட, பர்வதத்தம்மாள் மனமுருகக் கேட்டுக்கொண்டிருப்பாள். தேவியின் துதி மிருதுவான தென்றலில் மிதந்து கோயில் பிராகாரத்தை எட்டி, அங்கே தீபாராதனைக்காகக் காத்திருக்கும் தகப்பனார் காதிலும் ஒலிக்கும். எச்சுமியின் நெஞ்சில் அமுங்கிக்கிடக்கும் படைப்புத்திறன் யாவும் அந்தச் சங்கீதத்தின் ஊடே வெளிவந்ததோ! ஏனென்றால், அப்படிப் பாடும்போதெல்லாம் ஏதோ சங்கேதமான ஒரு பரிசு அவளை வந்து அடைந்து அவள் வாழ்வைப் பூரணமாக்கிவிட்டதாக ஒரு பிரமை அவளுக்கு உண்டாயிற்று. பாடும்போது அவள் பயன்பெற்று வாழ்வதாக நிறைவுகொண்டாள். ஆனால், மறுகணம், சங்கீதம் ஓய்ந்ததும், வாழ்வின் உண்மையான நிலை. கணவனின் மூர்க்கம்... அப்பாவின் சுடுசொற்கள்... அம்மாவின் மௌன பாவங்கள் என காட்சிகள் ஒவ்வொன்றாகக் கண் முன் தோன்றி மறையும். ”

கதையின் இன்னோர் இடத்திலும் எச்சுமி பாடுவதும் அவள் தன்னைக் கரைந்துபோகச் செய்வதும் பற்றி வருகிறது.

“உள்கூர்ந்த அனுபவத்துடன் வந்த அந்த இசைப்பாக்கள் அம்மாவின் இதயத்தைத் தொட்டுவிட்டன. அவள் கண்கள் நிறைந்தன. எச்சுமி தன் உள்ளத்தில் ஏதோ ஒன்று பரிபூரணமாக ஒளிரத் துடிதுடிப்பதை ஒரு கணப்பொழுதுக்கு மங்கலாக உணர்ந்தாள். ஆனால், தெளிவாகப் புரிந்துகொள்ள அவளால் எப்படி இயலும்? பாடப்பாட அவள் அகத்தின் வேரில் குளிர்நீர் பாய்ந்தது. பேயாக உழலும் மனதில் ஒரு சிறு துளி இன்பம் சொட்டி, அதைச் சுடர்விட்டுப் பிரகாசிக்கச் செய்தது. உள்ளுணர்வு என்ற ஒளிமாடத்தில் அன்பு சுரந்தது. அன்று இரண்டு மணி நேரம் பாடிய பிறகு, எச்சுமியின் இதயம் அன்பால் நிரம்பிவிட்டது. முகத்தில் சாந்தம் நிலவியது. ”

யாரையெல்லாம் வெறுத்துப் பேசினாளோ அவர்கள் மீதெல்லாம் அதன் பிறகு வாஞ்சையைப் பொழிகிறாள் என, கதை போகிறது. பிள்ளைபெறும் இயந்திரமாக அவளை மாற்றிவிட்டு, எங்கோ தப்பி ஓடிவிட்ட சிவநாதனின் தரப்பு நியாயங்களைப் பற்றிக்கூட யோசிக்கிறாள். கணவன் ஓடிப்போன பிறகு தன் மீது கருணை பொழியும் மணியனுக்குத் தன்னையே கொடுத்து நன்றி பாராட்டுகிறாள். அதன் காரணமாக, பிறந்த வீடும் அவளை வெறுக்கிறது. பிள்ளைகள் பாட்டியுடன் ஒட்டிக்கொள்ள இவள் தனியாளாகிறாள்.

கதையின் முடிவில் அவளுடைய மகன், 'தான் பம்பாயில் சௌகரியமாக வாழ்வதாகவும் வந்து தன்னோடு இரு' என்றும் கடிதம் எழுதியதால் அங்கே போகிறாள். அங்கே அவளுடைய கணவன் சிவநாதனைப்போலவே மகனும் தன் மனைவியைக் கொடுமைசெய்வதைக் காண்கிறாள். அங்கு இருக்கப் பிடிக்காமல், மூட்டையைக் கட்டிக்கொண்டு கிளம்பித் தன் தனிமைக் குடிலுக்கு வந்து அங்கேயே சாகிறாள். 'தீராத பிரச்னை' என்று தலைப்பு வைத்ததன் மூலம் காலம் காலமாகத் தீராத பிரச்னை என உணர்த்தி, பெண் வாழ்வின் மீது சமூகத்தின் அக்கறையை ஈர்க்கிறார்.

"கிருத்திகாவின் முதன்மை ஆர்வமாக உளவியல் பகுப்பாய்வு இருந்ததை அவரது படைப்புகளை ஒட்டுமொத்தமாகக் காணும்போது அறிய முடிகிறது. ஆனால், இந்தப் பகுப்பாய்வு சமூகம் விரிந்த பாலினப் பாகுபாட்டைக் கேள்வி கேட்காததாகவே அமைந்திருக்கிறது. இந்தியத் தேசியம் என்பதில் தனிப்பட்ட முறையில் எனக்கு நம்பிக்கையில்லை. ஆனால், கிருத்திகாவின் இந்தியத் தேசியம் இந்துமதத் தத்துவங்களை ஆதாரமாகக்கொண்டது என்பதை அவரது படைப்புகளின் மூலம் உணர முடிகிறது. ஒருவேளை அவரது குடும்ப மரபின் தாக்கமாகக்கூட இது இருக்கலாம். பௌத்தம் தவிர, இதர மதங்கள் மற்றும் சாதிகுறித்த கருத்தாடல்களும்கூடப் பெரிதாக அவரது படைப்புகளில் இடம்பெறவில்லை. எழுத்தை மன அவசங்களின் வெளிப்பாட்டுக்கான ஊன்றுகோலாக கிருத்திகா கருதுவதை அவரது படைப்பின் மூலம் உணர முடிகிறது" என்பது கிருத்திகாவைப் பற்றி இந்திய இலக்கியச் சிற்பிகள் வரிசையில் நூல் எழுதிய ஆய்வாளரும் நாடகவியலாளருமான அ.மங்கையின் கருத்து. .

“தமிழ் இலக்கியத்தின் நவீனத்துவப் பாதையில் அழுத்தமாகத் தன் தடங்களைப் பதித்திருப்பவர் கிருத்திகா. அவர் பிறந்து நூற்றாண்டாகியும் இன்னமும்கூட தமிழிலக்கிய விமர்சனச் சூழலில், அதிகம் கவனிக்கப்படாத தடங்கள் அவை. இங்கே விமர்சனச் சூழல் என்று நான் குறிப்பிடுவது பேராசிரியர்கள் வீ. அரசு, அ. ராமசாமி போன்ற வெகுசில விதிவிலக்குப் பேராசிரியர்களைத் தாண்டி, பொதுவாக தமிழின் நவீன இலக்கியம் குறித்த ஆழமான பார்வையோ அக்கறையோ இல்லாத தமிழ்க் கல்விப் புலத்தை அல்ல. தமிழ் இலக்கிய சிறு பத்திரிகைச் சூழலில்கூட கிருத்திகாவுக்குப் போதுமான அளவு வாசகக் கவனம், விமர்சன கவனம் இதுவரை கிட்டவில்லை. ஆண் எழுத்தாளர்கள் பிதாமகர்களாக இயங்கி வழிநடத்தும் தமிழ் இலக்கியச் சொல்லாடல்களின் ஆண்மைத்தன்மையும் இதற்கோர் அடிப்படையான காரணம்” என்று கவிஞர் பெருந்தேவி குறிப்பிடுகிறார்.

அப்படியே பேசியிருந்தாலும்கூட, அவரது `வாஸவேச்வரம்' நாவல் பேசப்பட்ட அளவுக்குக்கூட அவரது சிறுகதைகள் பேசப்படவில்லை. ஆங்கிலத்தில் எழுதும்போது `மதுரம் பூதலிங்கம்' என்ற தம் இயற்பெயரில் எழுதினார். குழந்தைகளுக்கான ராமாயணம், மகாபாரதம், பாகவதம் என இவரது ஆங்கில நூல்கள் பல. பாரதியின் வாழ்க்கை வரலாற்றை, பாரதி வாழ்ந்த இடங்களுக்கெல்லாம் நேரில் சென்று ஆராய்ந்து ஆங்கிலத்தில் எழுதியுள்ளார். நாடகங்கள் எழுதியுள்ளார்.

`மகாத்மா காந்தி தென்னாப்பிரிக்காவில் இருந்து இந்தியா திரும்பிய ஆண்டு பிறந்தது, விடுதலைப் போராட்டத்தின் சந்திப்பு முனையாகத் திகழ்ந்த பம்பாயில் வளர்ந்தது ஆகியவை, எனது வாழ்வு, எழுத்து ஆகியவற்றின் மீது தாக்கம் செலுத்தியிருக்கலாம்' என்று `நான் எப்படி எழுத வந்தேன்' என்கிற வெளியிடப்படாத ஒரு கட்டுரையில் அவர் எழுதியிருப்பதாக அ. மங்கை குறிப்பிடுகிறார். மேலும், `முப்பது வயதை எட்டியதும், எனது வெளிப்பாட்டு ஊடகம் எழுத்து, அதுவும் தமிழ் மொழி எழுத்து என்பதை நான் அறிந்துகொண்டேன். ஆனால், நான் சொல்லவருவது சிக்கலானது. அதற்குத் தேவையான திறன் எனக்கு உண்டா என்கிற தயக்கம் இருந்தது. எனக்கு ஓவியம், பாட்டு, பியானோ இசை ஆகியவற்றைத் தெரியும். பாரதியின் மாயாஜாலப் பாடல்களைப் பாடி மெய்ம்மறந்து மகிழ்ந்தேன். நான் முழுமையாகத் தயாராக

இருந்தேன். படைப்புப் பணியில் இறங்க ஆயத்தமாகிவிட்டேன். நான் இன்னும் தயங்கினால், எனது படைப்புச்சக்தி பயனற்ற வேலைகளில் கழியும்' என்று தொடர்கிறார்.

இப்படித் தன்னுணர்வுடன் படைப்பில் இறங்கிய கலைஞர்கள் மிக அபூர்வம். அவருடைய படைப்புகள் எல்லாமே ஆண்-பெண் உறவும் புரிதலின் போதாமையும் அவற்றுக்கான சமூகச் சூழலும் பற்றியுமே பேசுபவை.

தமிழ்ச் சிறுகதை வரலாற்றில் குறைந்த எண்ணிக்கையில் கதைகள் எழுதினாலும் மறுக்க முடியாத சிறுகதையாளர்களாகத் திகழும் வரிசையில் கிருத்திகாவும் என்றென்றும் இருப்பார்.

பெங்களூரில் 93 வயது வரை வாழ்ந்த இவர், 13-2-2009 அன்று காலமானார்.

29
தி. ஜானகிராமன்–1

`**மோ**கமுள்', `அம்மா வந்தாள்', `மரப்பசு', `உயிர்த்தேன்', `நளபாகம்' போன்ற நாவல்கள் மூலம் உலகப்புகழ் பெற்றவர் தி. ஜானகிராமன். ஒரு நாவலாசிரியராகவே அவர் பெரிதும் அறியப்பட்டிருந்தாலும் அவருக்கு சாகித்ய அகாடமி விருது கிடைத்தது அவரது `சக்தி வைத்தியம்' சிறுகதைத் தொகுப்புக்குத்தான். நூற்றுக்கும் மேற்பட்ட சிறுகதைகளை அவர் எழுதியுள்ளார்.

நாவல்கள் அவருக்கு அளித்த புகழின் வெளிச்சம் அதிகம் என்பதால், அவருடைய சிறுகதைகள்மீது கவனம் குறைவாக விழுந்திருக்கலாம். பாலியல் மீறல்கள் அவரது நாவல்களின் மைய இழையாக இருந்ததாலும் ஒரு வெகுசன ஈர்ப்பு அவர் நாவல்களின் மீது விழுந்திருக்கலாம். ஆனால், அவரது சிறுகதைகள் மிக நுட்பமான மனித உணர்வுகளைப் பேசுகின்றன.

தி. ஜானகிராமன் தஞ்சை மாவட்டத்தைச் சார்ந்த தேவங்குடி என்னும் ஊரில் 1921ஆம் ஆண்டில் பிறந்தார். ஆரம்பகாலங்களில் சங்கீதப் பயிற்சியும் மேற்கொண்டார். இவருடைய பல கதைகளில் சங்கீதம் பற்றிய அருமையான பல தகவல்கள் விரவிக்கிடப்பதற்கு, சங்கீதத்தில் இவருக்கு இருந்த ஞானமும் அறிவும் முக்கியக் காரணமாக இருந்திருக்க வேண்டும். இலக்கியத்தில் எம். ஏ படித்திருக்கும் இவர், ஆரம்பத்தில் சிலகாலம் பள்ளி ஆசிரியராக வேலைபார்த்து, பிறகு சென்னை அகில இந்திய வானொலி நிலையத்தில் வேலைபார்த்தார். பிறகு, புதுடெல்லி வானொலி

நிலையத்திலும் பணியாற்றி சிறந்த சேவை புரிந்து 1978ஆம் ஆண்டு பணி ஓய்வுபெற்றார்.

ஆரம்ப காலங்களில் 'கலைமகள்' பத்திரிகையில் எழுதி, நட்சத்திர எழுத்தாளராக உருவெடுத்தார். 'மணிக்கொடி' இதழிலும் இவரது சிறுகதைகள் வெளிவந்திருக்கின்றன. இவரது முதல் சிறுகதைத் தொகுப்பு 'கொட்டு மேளம்' 1954ஆம் ஆண்டில் வெளிவந்து மிகவும் பிரபலமடைந்தது. இரண்டாவது சிறுகதைத் தொகுதி 'சிவப்புரிக்க்ஷா'. 1956-ல் வெளிவந்த இந்தச் சிறுகதைத் தொகுப்பும் ஜானகிராமனுக்கு மிகுந்த புகழைக் கொடுத்தது. கு.ப.ராஜகோபாலனுக்கு நெருக்கமான நண்பராக இருந்தவர். கு.ப.ரா-வின் இறுதி நாளில் அவருக்குத் துணையாக இருந்தவர்.

"இன்றைய தமிழ் இலக்கியத்தில் தி. ஜானகிராமன் ஒரு தனித்த, விதிவிலக்கான நிகழ்வு. அவர் ஒரு முதல் தர இலக்கியத் தரமான எழுத்தாளர். அதேசமயம் மிகப் பிரபலமான எல்லோரும் விரும்பி வாசிக்கும் எழுத்தாளரும்கூட. இலக்கியத் தரமும் பிரபல்யமும் ஒருங்கே வாய்க்கப்பெற்ற இவரைப் போன்ற எழுத்தாளர் இன்று தமிழ் எழுத்துலகில் இல்லை. அவருடைய எழுத்தின் குணங்கள், மிக நுண்ணிய ரசனைகொண்ட விமர்சகனையும் வியக்கவைக்கும்; வெகுசாதாரண வாசகனையும் கவர்ந்துகொள்ளும்.

அவருடைய சம்பிரதாயக் கட்டுப்பாடுகளை மீறும் கதைகளில் காணும் அழகு, கதாபாத்திரங்களும் நிகழ்வுகளும் உருவாக்கப்படும் தீவிரம் எல்லாம் ஒரு விமர்சகனை வியக்கவைக்கும். அதேசமயம் அவரது சொக்கவைக்கும் நடையழகும், வெகுசுலபமாக எந்தவிதமான சிரமமும் கொடுக்காமல் எத்தனை நூறு பக்கங்களானாலும் அலுக்காமல் படிக்கவைக்கும் எளிய சின்ன சின்ன சம்பாஷணைகளால் ஆன கதை சொல்லும் நேர்த்தியெல்லாம் எப்படிப்பட்ட சாதாரண வாசகனையும் மனம் கவரும். சாதாரணமாக நம்மில் பெரும்பாலோருக்கு வார்த்தைகளில் அடைபட மறுக்கும் எந்தச் சிக்கலான சம்பவத்தை அல்லது சிந்தனையை வெகு எளிதாக அன்றாடம் நாம் புழங்கும் வார்த்தைகளில் ஜானகிராமனால் சொல்லிவிட முடிகிறது.

தன்னை அதிகம் சிரமப்படுத்திக்கொள்ளாத சாதாரண கதை படிக்கும் வாசகன், இத்தகைய எழுத்தின் ஆழத்தை உணர்த்துகொள்ளாமல் படித்துச் செல்லக்கூடும்தான். ஆனால், ஜானகிராமன் எழுத்து தரும் சுகானுபவத்தில் அவன் தீவிர

ஜானகிராமன் ரசிகனாகிவிடுகிறான். இதெல்லாம் போக, ஜானகிராமனின் எழுத்தில் காணும் பரிகாசமும் கேலியும் யாரையும் துன்புறுத்தாத மென்மை குணம்கொண்டது. இது எந்த ரக வாசகனையும் கவர்ந்து ரசிக்கவைக்கும்.

ஜானகிராமனின் நாவல்கள், சிறுகதைகள் எல்லாமே அவர் பிறந்த தஞ்சை ஜில்லாவின் மத்திய தர பிராமணர்களின் வாழ்க்கையைச் சித்திரிப்பவை; அந்த வாழ்க்கைகொண்ட மதிப்புகளின் உச்சங்களையும் சீர்கேடுகளையும் பிரதிபலிக்கும் ஆவணம். ஜானகிராமன் படைக்கும் உலகம் லட்சியவாதிகளால் நிறைந்தது. அவர்கள்தாம் தமக்கு விதித்துக்கொண்டுள்ள லட்சியங்களைக் காக்க எப்போதும் வாழ்க்கையின் வதைக்கும் யதார்த்தங்களையும் சூழ்நிலையையும் போராடிக்கொண்டேயிருக்க வேண்டியிருக்கிறது'' என்பது அவரைப் பற்றி, வெங்கட் சாமிநாதனின் சித்தரிப்பு.

'தஞ்சை விவசாயக் கூலிகள் சாட்டையடியும் சாணிப்பாலும் தின்றுகொண்டிருந்த காலத்தில், மணிக்கொடி எழுத்தாளர்கள் அதைப்பற்றி எதுவுமே எழுதாமல் மேல்தட்டு வர்க்கத்து வாழ்க்கையையே வியந்து வியந்து எழுதிக்கொண்டிருந்தார்கள்' என்ற விமர்சனம், தி. ஜானகிராமன் மீதும் உண்டு. என்றாலும் எளியவர்கள் மீது பரிவும் சாய்மானமும் கொண்டவராக அவரது சிறுகதைகள் அவரை அடையாளப்படுத்துகின்றன. அதற்கு நல்ல உதாரணம் 'சிலிர்ப்பு' கதை. அவர் எப்படி எழுதுகிறார் என்பதற்கான உதாரணமாக அந்தக் கதை பற்றி அவரே பேசுகிறார்:

"எப்படி எழுதுவது என்பதை எனக்குச் சரியாக விவரிக்கத் தெரியவில்லை. மாபஸான் 'நெக்லேஸை'யோ, 'இரு நண்பர்களை'யோ, செக்காவ் 'டார்லிங்'கையோ, 'கோரஸ் பாடகி'யையோ, கு.ப.ரா. 'நூருன்னிஸா'வையோ, பிச்சமூர்த்தி 'பதினெட்டாம் பெருக்கை'யோ, தாகூர் 'ஊர் திரும்புதலை'யோ எப்படி எழுதினார்கள் என்று அவர்களைக் கேட்டால்தான் தெரியும். என் சொந்த அனுபவத்தில் தெரிந்ததைத்தான் நான் சொல்வேன்.

ஒருநாள் நான் ரயிலில் போய்க்கொண்டிருந்தபோது கச்சலும் கறுப்புமாக நாய் பிடுங்கினாற்போன்ற பத்து வயதுப் பெண் குழந்தையுடன் யாரோ பணக்கார அம்மாள் எதிர் இருக்கையில் அமர்ந்திருந்தாள். பள்ளிக்கூட விடுமுறைக்கு மூத்த அக்காளின்

ஊரில் தங்கிவிட்டு ஊர் திரும்புகிறது அந்தப் பெண். நல்ல துணை ஒன்று இந்தப் பணக்கார அம்மாளின் உருவில் கிடைக்கவே, அக்காள் அந்த அம்மாளோடு குழந்தையை அனுப்பியிருக்கிறாள். ஏதோ பேசிக்கொண்டிருக்கும்போது அந்த அம்மாள் "இது படித்து என்ன பண்ணப்போகிறது? நான்கூட, கூடமாட ஒத்தாசையாயிருக்க இதையே சாப்பாடு போட்டு வீட்டில் வைத்துக்கொண்டுவிடலாம் என்று பார்க்கிறேன்" என்றாள்.

என்னமோ, அந்த யோசனையும் அந்த அம்மாள் அதைச் சொன்ன தோரணையும் உள்மனதில் பாய்ந்து குத்திக்கொண்டுவிட்டன. அந்தப் பெண்ணையே பார்த்துக்கொண்டு வந்தேன். அந்த ஆறு மணி நேரப் பயணத்தில் ஒன்றும் வேண்டும் என்று கேட்காமல், ஆசைப்படாமல், கேட்ட கேள்விகளுக்கு மட்டும் பதில் சொல்லிக்கொண்டு வந்தது அது. எனக்கு உணர்ச்சிவசப்படுகிற இயல்பு அதிகம். அந்தப் பெண் தன் பொறுமையினாலும் பொறுப்பினாலும் எதையும் சமாளிக்கும். எதையும் ஆளும் எனத் தோன்றிற்று. ஓடி ஆடி, கத்திக் கூச்சலிட்டு விளையாடிப் பிதற்றவேண்டிய வயதில் அது உலகத்தின் சுமைகளையும் கவலைகளையும் தாங்கிக்கொண்டிருப்பதுபோல் எனக்குத் தோன்றிற்று. எனக்குப் பயமாக இருந்தது. வயிற்றைக் கலக்கிற்று. அதுவே பிறகு 'சிலிர்ப்பு' கதையாயிற்று.

'சிலிர்ப்பு' கதையின் சுருக்கம் இது.

திருச்சிராப்பள்ளியிலிருந்தே புறப்படுகிற வண்டி அது. மாயவரத்தோடு நின்றுவிடும். *10:30* மணிக்குத் தொடங்கி *3* மணியோடு அதன் வாழ்வு முடிந்துவிடும்.

நான், கடைசிப் பெட்டிக்கு முன் பெட்டியில் தனியாக உட்கார்ந்திருந்தேன். பக்கத்தில் என் பையன் அயர்ந்து தூங்கிக்கொண்டிருந்தான். தலைமாட்டில் கையிலிருந்து நழுவிய ஆரஞ்சு உருண்டு கிடந்தது. அதைப் பார்க்கும்போது சிரிப்பு வந்தது எனக்கு. பையனை பெங்களூரிலிருந்து அழைத்துவருகிறேன். மாமா சம்சாரம் ஊருக்கு வந்திருந்தபோது அவனை அழைத்துப் போயிருந்தாள். நான் காரியமாக பெங்களூர் போனவன் அவனை அழைத்துக்கொண்டு வந்தேன். பெங்களூர் சிட்டி ஸ்டேஷனில் மாமா ரெயிலேற்றிவிட வந்திருந்தான்.

ரெயில் புறப்பட ஐந்து நிமிஷம் இருக்கும்போது ஆரஞ்சுப் பழக்காரனைப் பார்த்து, "ஆரஞ்சுப்பா... ஆரஞ்சுப்பா" என்று

பையன் முனகினான். மாமா, காதில் விழாததுபோல அந்தண்டை முகத்தைத் திருப்பிக்கொண்டுவிட்டான். பையனைச் சுடுகிறாப்போல ஒரு பார்வை பார்த்தேன். அவன் வாய் மூடிக்கொண்டான். ஆனால், வண்டி புறப்பட்டதுதான் தாமதம், ஆரம்பித்துவிட்டான். ஆறு வயசுக் குழந்தை; எவ்வளவு நேரம்தான் அடக்கிக்கொண்டிருப்பான்.

"யப்பா... யப்பா. . !"

"ஏண்டா கண்ணு!"

"யப்பா... ஆரஞ்சுப்பா. "

"நீ தூங்கு. திருச்சிராப்பள்ளி வந்தவுடனே வாங்கித் தந்துடுறேன். "

"போப்பா!"

"இப்ப எங்கடா வாங்கிறது, ரெயில் போயிண்டிருக்கிறபோது?"

"அப்பன்னா ஒரு கதை சொல்லு. "

"அப்படிக் கேளு. நல்ல கதையாச் சொல்றேன். ஒரே ஒரு ஊரிலே..." பாதிக் கதையில் பையன் தூங்கிவிட்டான்.

திருச்சி வந்ததும் ஆரஞ்சு வாங்கினேன். "யப்பா, இதை ஊருக்குப் போய்த் திங்கறேம்ப்பா. அம்மா உரிச்சுக் கொடுப்பா... கையிலே வாங்கித் திங்கிறேம்பா" என்று கெஞ்சினான்.

"ஆல் ரைட், அப்படியே செய். "

வண்டி புறப்பட இன்னும் அரை மணி இருந்தது. தாகம் வறட்டிற்று. இறங்கிப் போய்த் தண்ணீர் குடித்துவிட்டு, வெற்றிலை போட்டுக்கொண்டு வந்தேன்.

திரும்பி வரும்போது யாரோ ஓர் அம்மாள் என் பெட்டியில் ஏறிக்கொண்டிருந்தாள். உடன் ஒரு பெண். எதிர்ப் பலகையிலேயே உட்கார்ந்துகொண்டார்கள்.

அம்மாளுக்கு 40 வயது இருக்கும். இரட்டை நாடி. ருமானி மாம்பழம் மாதிரி பளபளவென்று இருந்தாள். காதில் பழைய கட்டிங்கில் ஒரு பெரிய ப்ளூ ஜாக்கர் தோடு. மூக்கில் வைர பேசரி. கழுத்து நிறைய ஏழெட்டு வடம் சங்கிலி. கையிலும் அப்படியே. மாம்பழ நிறப் பட்டுப்புடவை. நெற்றியில் பளீரென

ஒரு மஞ்சள் குங்கும வட்டம். பார்க்க பார்க்க கண்ணுக்கு நிறைவான தோற்றம். பக்கத்தில் ஒரு தோல் பெட்டி. ஒரு புதுக் குமுட்டி அடுப்பு.

அந்தப் பெண்ணுக்கு 8 வயது இருக்கும். மாநிறம்; ஒட்டி உலர்ந்த தேகம்; குச்சிக் குச்சியாகக் கையும் காலும். கண்களை வெளிச்சம் போட்டுப் பார்க்கவேண்டியிருந்தது. எண்ணெய் வழிகிற முகம். தூங்குவதுபோல ஒரு பார்வை. கையில் ஒரு கறுப்பு ரப்பர் வளை. புதிதாக மொடமொடவென ஒரு சீட்டிப் பாவாடை. சிவப்புப் பூப்போட்ட வாயில் சட்டை. அதுவும் புதிதுதான். கழுத்தில் பட்டையடித்த கறுப்புக் கண்ணாடி மணிமாலை. பக்கத்தில் ஒரு சீட்டிப்பாவாடை, கொசுவி முறுக்கிச் சுருட்டிக் கிடந்தது. அதிலேயே ஒரு சட்டையும் திணித்திருந்தது.

அந்த அம்மாளுக்கும் பெண்ணுக்கும் என்ன சம்பந்தம்... எப்படிக் கேட்பது?

அந்தக் குழந்தை குடும்பச் சூழ்நிலை காரணமாகப் படிக்கப்போகாமல் ஒரு ஜட்ஜ் வீட்டில் பத்துப்பாத்திரம் தேய்த்துக்கொண்டிருக்கிறாள். ஏழு வயதிலிருந்து இந்த வேலைக்கு அவள் போய்க்கொண்டிருக்கிறாள். கல்கத்தாவுக்கு அந்தக் குழந்தையை நாளை அனுப்புகிறார்கள். அங்கே ஒரு வீட்டில் குழந்தையைப் பார்த்துக்கொள்ள...

... எந்தக் குழந்தையையோ பார்த்துக்கொள்ள எங்கிருந்தோ ஒரு குழந்தை போகிறது. கண் காணாத தேசத்துக்கு ஒரு தாய் அந்தக் குழந்தையை அனுப்புகிறாள். அதுவும் ஒரு பாவாடையைச் சுருட்டிக்கொண்டு கிளம்பிவிட்டது.

பையன் ஆரஞ்சை மறுபடியும் கையில் எடுத்து வைத்துக்கொண்டான்.

"ஏண்டா குழந்தை, உரிச்சுத் தரட்டுமாடா?" என்றாள் அம்மாள்.

"வாண்டாம். ஊரிலே போய் அம்மாவை உரிச்சுக் குடுக்கச் சொல்லப்போறேன்."

"நானும் அம்மாதான்டா."

பையன் சிரித்து மழுப்பிவிட்டான். ஒரு நிமிஷமாயிற்று. "உனக்கென்ன வயசு?" என்று திடீரென்று பையன் குஞ்சுவைப் பார்த்து ஒரு கேள்வி போட்டான்.

“பத்து. ”

“பத்து வயசா? அப்பன்னா நீ வந்து அஞ்சாவது படிக்கிறியா!” என்று விரலை எண்ணிக்கொண்டே கேட்டான்.

“இல்லை. ”

“ஏண்டா, பத்து வயசுன்னா அஞ்சாவது படிக்கணுமா?”

“ஆமாம்பா. எனக்கு ஆறு வயசு. ஒண்ணாவது படிக்கிறேன். ஆறு, ஏழு, எட்டு, ஒன்பது, பத்து. அவ அஞ்சாவது. ”

“அவ படிக்கலைடா. ”

“நீ படிக்கலை?”

“வீட்லயே வாசிக்கிறியா?”

“ம்ஹ்ம். ”

“அவ கல்கத்தாவுக்குப் போறாடா. அதான் படிக்கலை. ”

அங்க எதுக்குப் போறாளாம்?”

“வேலைபார்க்க?”

“போப்பா... ஏண்டி, நீ வேலைபார்க்கப் போறியா?”

“ஆமாம். ”

பையன் அவளையே சிறிது நேரம் பார்த்துக்கொண்டிருந்தான். அவனுக்கு நம்பிக்கை வரவில்லை. மீண்டும் கேட்டான்...

“உனக்கு சைக்கிள் விடத் தெரியுமா?”

அந்தப் பெண் வாய்விட்டுச் சிரித்தது. முதன்முதலில் அது சிரித்ததே அப்போதுதான்.

“எனக்கு எப்படி சைக்கிள் விடத் தெரியும்? தெரியாது. ”

“`அப்படீன்னா எப்படி வேலைக்குப் போவியாம்?”

“நடந்து போவேன். ”

மறுபடியும் அவளைப் பார்த்து யோசித்துக்கொண்டிருந்தான் பையன். அவன் அப்பா சைக்கிளில் வேலைக்குப் போகும்போது அவள் மட்டும் எப்படி நடந்து போக முடியும் என்று அவனுக்குப் புரியவில்லை. இரண்டு குழந்தைகளும் வயல்வெளிகளைப் பார்த்துக்கொண்டு வண்டியின் வேகத்தை ரசித்துக்கொண்டிருந்தன.

குழந்தையைப் பார்த்து எல்லோர் நெஞ்சமும் இளகிற்று. பக்கத்தில் தஞ்சாவூர், ஐயம்பேட்டை என நடுவில் ஏறி உட்கார்ந்துகொண்டவர்களுக்கு அரைகுறையாகக் கேட்டாலும் நெஞ்சு இளகிற்று. அம்மாள் உட்கார்ந்திருந்த பலகையின் கோடியில் உட்கார்ந்திருந்தவர் - ராவ்ஜி மாதிரி இருந்தது. உதட்டைக் கடித்து ஜன்னலுக்கு வெளியே தலையைத் திருப்பிக்கொண்டார். நெஞ்சைக் குமுறி வந்த வேதனையை அடக்கிக்கொண்டு தைரியசாலியாக அவர்பட்ட பாடு நன்றாகத் தெரிந்தது.

கும்பகோணம் வந்துவிட்டது.

"போயிட்டு வரேம்மா. குழந்தே, போயிட்டு வரட்டுமா?" என்று ஒரு ரூபாயை அதன் கையில் வைத்தேன்.

"நீங்க எதுக்காகக் கொடுக்கிறேள்?" என்று அம்மாள் தடுத்தாள்.

"எனக்கும் பாத்யமுண்டு. நீங்களும் அழச்சிண்டுதானே போறேள்? இது வாத்தியார் குழந்தைதானே? உங்க குழந்தையில்லையே? நீங்க கொண்டாடுற பாத்யம் எனக்கும் உண்டும்மா. நான் என்ன செய்றது. எனக்குக் கொடுக்கணும்போல இருக்கு. எனக்கும் இதுக்குமேலே வக்கில்லை."

"ஹ்ம்" என்று இரட்டைநாடிச் சரீரத்தில் ஒரு பெருமூச்சு வந்தது. "வாங்கிக்கோடிம்மா. உங்களுக்கு ஒரு குறையும் வராது, ஸ்வாமி" என்றாள் அம்மாள்.

"யப்பா... இதைக் கொடுத்துட்டு வரேம்பா" என்று என் பையன் ஆரஞ்சைக் காண்பித்தான்.

"கொடேன்டா, கேட்பானேன்?"

"வாண்டாண்டா கண்ணு. குழந்தை பாவம். அம்மா உரிச்சுக் குடுக்கணும்னு சொல்லிண்டிருந்தது."

"யப்பா... வாங்கிக்கச் சொல்லுப்பா" என்று பையன் சிணுங்கினான்.

"வாங்கிக்கோம்மா."

பெண் வாங்கிக்கொண்டது.

"ஸ்வாமி, நல்ல உத்தமமான பிள்ளையைப் பெத்திருக்கேள். வாடா கண்ணு. எனக்கு ஒரு முத்தம் கொடுத்துட்டுப் போ" என்று அம்மாள் அழைத்தாள். பையன் கொடுத்துவிட்டு ஓடிவந்தான்.

என் மெய் சிலிர்த்தது. முகத்தைக் கூடியவரையில் யாரும் பார்க்காமல் அப்பால் திருப்பிக்கொண்டு கீழே இறங்கி அவனைத் தூக்கிக்கொண்டு நடந்தேன். அவனுக்கு நடக்கவா தெரியாது? எனக்கு என்னவோ வாரியணைத்துக் கொள்ளவேண்டும் என உடம்பு பறந்தது. தூக்கி எடுத்துத் தழுவிக்கொண்டே போனேன். உள்ளம் பொங்கி வழிந்தது. அன்பையே, சச்சிதானந்தத்தையே கட்டித் தழுவுகிற ஆனந்தம் அது.

மானுட அறம் குறித்த அக்கறை அவருடைய பல கதைகளில் வெளிப்படும். சிவப்பு ரிக்ஷாவில் வரும் ருக்குவும் சப் எடிட்டரும், கடன் தீர்ந்தது கதையில் வரும் சுந்தர தேசிகர் முள்கிரீடத்தில் வரும் அனுகூலசாமி வாத்தியார் எனப் பல கதைகளைச் சொல்ல முடியும்.

'முள் கிரீடம்' கதையின் சுருக்கம்:

அனுகூலசாமி ஒரு பள்ளி ஆசிரியர். 36 வருடங்கள் ஒரு பள்ளியில் வேலை செய்துவிட்டு ஓய்வுபெறுகிறார். பிரிவு உபசார விழாவில் நாகஸ்வரம் இசைத்து மாணவர்கள் அவரை அழைத்துவந்து மாலை மரியாதை செய்கிறார்கள். அனுகூலசாமி தான் பணியாற்றிய இத்தனை வருடங்களில் எந்த ஒரு மாணவனையும் அடித்ததே இல்லை. ஏன், அதிர்ந்து ஒரு வார்த்தை சொன்னதுகூட கிடையாது. அதுதான் அவர் பெற்ற கௌரவம்!

ஓய்வுபெற்ற மனிதராக வீடு திரும்புகிறார். அவரது மனைவி ஆச்சர்யத்துடன் கேட்கிறார், "மாணவர்களிடம் உங்களுக்கு ஒருமுறைகூட கோபமே வந்ததில்லையா?"

அவர் புன்சிரிப்புடன், "உலகத்திலே இருக்கிறது கொஞ்சகாலம். மழைக்கு வந்து ஈசல் மடியறாப்பில அந்தப் பொழுதை அடிச்சுக்கிட்டு, கோவிச்சுக்கிட்டுப் போக்கணுமா?" என்கிறார்.

அவரது மனைவியோ "ராட்சசன் மாதிரி கோவிச்சுக்க வேண்டாம். ஆம்பிளையா இருக்கிறதுக்காகவாவது ஒரு தடவை கோபம் வரவேண்டாமா?" என்கிறார்.

அவர் பதில் பேசாமல் எப்படியோ கௌரவமாக, எந்தப் பழியுமின்றி ஓய்வுபெற்றுவிட்ட சந்தோஷத்துடன் சிரித்துக்கொள்கிறார்.

அப்போது, அவரது வகுப்பில் படித்த ஆறுமுகமும் அவனோடு இன்னொரு சிறுவனும் அவனது தாயும் தயங்கி தயங்கி வீட்டினுள் வருவது தெரிகிறது. ஆறுமுகத்தோடு வரும் சிறுவன் பெயர் சின்னையா என்று நினைவுக்குவருகிறது.

ஆறுமுகம் தயக்கத்துடன் "இவங்க சின்னையாவோட அம்மா சார்" என்று அறிமுகப்படுத்துகிறான். சின்னையா கலக்கத்துடன் தலை கவிழ்ந்தபடி உதடு நடுங்க அம்மா அருகில் நின்றுகொண்டிருக்கிறான். எதற்கு வந்திருக்கிறார்கள் எனப் புரியாமல் அனுகூலசாமி யோசிக்கும்போது ஆறுமுகம் சொல்லத் தொடங்குகிறான்...

"சார், போன வருஷம் இவன் நம்ம வகுப்புல இருந்து ஒரு இங்கிலீஷ் புத்தகத்தைத் திருடிக்கொண்டுபோய் வேற பேர் ஒட்டிக் கடையில பாதி விலைக்கு வித்துட்டான். நான்தான் அதைக் கண்டுபிடிச்சு உங்ககிட்ட கூட்டிட்டு வந்தேன். நீங்க அதுக்குத் தண்டனையா 'இனிமே அவன்கூட யாரும் பேசக் கூடாது'னு சொன்னீங்க!" என்கிறான்.

அனுகூலசாமிக்கு, நடந்தவை லேசாக நினைவுக்குவருகிறது. ஆறுமுகம் தொடர்ந்து சொல்கிறான்... "அன்னிலேர்ந்து நாங்க இவனை ஒதுக்கிட்டோம் சார்! யாரும் பேசவே மாட்டோம். இப்போகூட உங்க பிரிவு உபசார விழாவுக்குப் பசங்ககிட்ட ஆளுக்கு ஒரு ரூபாய் வசூல்பண்ணினோம். இவன் காசு கொடுக்க வந்தான். வாங்க மாட்டோம்னு சொல்லிட்டோம். அதுபோல அவனை பார்ட்டிக்கும் வரக் கூடாதுனு சொல்லிட்டோம்" என்கிறான்.

இதைக் கேட்டுக்கொண்டிருந்த சின்னையா தன்னை அறியாமல் விசும்பி அழத் தொடங்குகிறான். அவனை சமாதானம் செய்தபடியே சின்னையாவின் தாய் கலங்கிய குரலில் சொல்கிறாள்... "நல்ல பையன் சார். அன்னிக்கு ஏதோ புத்திபிசகா செஞ்சிட்டான். இந்த ஒரு வருஷமா பிள்ளை சொரத்தாவே இல்லை. வீட்டுல தங்கச்சிக்கிட்டகூட முகம் கொடுத்துப் பேசுறதில்லை சார். இன்னிக்குத்தான் விஷயத்தைச் சொல்லி அழுதான். நீங்கதான் மன்னிப்பு கொடுத்து மத்த பையன்களை இவனோட பேசச் சொல்லணும். அப்படியே இதையும் ஏத்துக்கணும்" என்கிறாள்.

சின்னையா வியர்த்து வடிந்த தன் கையில் சுருட்டிவைத்திருந்த ஒரு ரூபாயை அவரிடம் நீட்டுகிறான். அனுகூலசாமிக்கு அதுவரை இருந்த மனமகிழ்ச் சி சிதறிப்போய் கையும் களவுமாகப்

பிடிபட்டதுபோலிருக்கிறது. அவர் தண்டனையை ஏற்றுக்கொள்வதுபோலக் குனிந்து வாங்கிக்கொள்கிறார். பிறகு, குரல் தழுதழுக்கச் சொல்கிறார்...

“இந்தப் பயக இப்படிச் செய்வாங்கன்னு தெரியாதும்மா!"

சின்னையாவின் முகத்தில் முதல்முறையாக லேசாகச் சிரிப்பு வருகிறது. அவரும் சிரிக்கிறார். ஆனால், சுவரில் மாட்டப்பட்டிருந்த இயேசுநாதரின் முள்கிரீடம் இடம் மாறி, தனது தலையில் பொருத்தப்பட்டதுபோல வலியை உணர்கிறார் அனுகூலசாமி.

‘ஏன் எழுதுகிறேன்’ என்கிற கேள்வியை எழுப்பி அவரே விடை கூறுகிறார் தி. ஜா. “எனக்கே எனக்காக, கொஞ்சம் எனக்கும் கொஞ்சம் உங்களுக்குமாக, சில சமயம் எதற்கு, யாருக்கு எனத் தெரியாமல்... இப்படிப் பல மாதிரியாக எழுதுகிறேன்.

எனக்கே எனக்காக எழுதும்போது என்ன எழுதுகிறேன், எப்படி எழுதுகிறேன், என்ன எழுத வேண்டும் என்று எனக்கு நானே உபதேசம் செய்துகொள்கிறேனோ? பசியே தொழிலாகக்கொண்டிருக்கிற ஏழைகளைப் பற்றி, பிச்சைக்காரர்களைப் பற்றி, பாட்டாளிகளைப் பற்றி, விருப்பமில்லாமல் வழுக்கி விழுந்த பெண்களைப் பற்றி, பள்ளிக்கூடம் போக முடியாமல், பிண ஊர்வலத்தில் நடனம் ஆடிக்கொண்டு போகிற குழந்தைகளைப் பற்றி, விருப்பமில்லாமல் திருட நேர்ந்தவர்களைப் பற்றித்தான் எழுத வேண்டும் என்று வகுத்துக்கொள்கிறேனா?

இதையெல்லாம் எழுதி, உன்னைச் சுற்றி சாக்கடை தேங்கிக்கிடக்கிறது... ஏன் பார்க்கவில்லை என்று சமுதாயத்தைப் பார்த்துக் கோபித்துக்கொள்ள சங்கற்பிக்கிறேனா அல்லது குடும்ப உறவுகள், உணர்ச்சிகள், கலைஞர்கள், பெரிய உத்தியோகஸ்தர்கள், நடுவகுப்பு, உயர்வகுப்பு மனிதர்கள், அவர்களுடைய ஆச்சாரங்கள், சீலங்கள், புருவம் தூக்கும் பாங்கு, கண்ணிய வரம்புகள், மேல்பூச்சுகள், உள்நச்சுகள் இவற்றைப் பற்றி எழுத வேண்டும் எனத் திட்டம் போட்டுக்கொள்கிறேனா? அல்லது சிம்ம விஷ்ணு, கரிகாலன், ராணாபிரதாப், வல்லவ சேனன், அலெக்ஸாண்டர் இவர்களைப் பற்றி எழுதி பழைய காலத்தை மீண்டும் படைக்க வேண்டும்.

இன்றைய மனிதனின் மூதாதையரின் நற்குண, துர்குணங்கள், இவற்றையெல்லாம் எழுதி சரித்திரக் கொள்கைகளையோ சித்தாந்தங்களையோ வகுத்து நிலைநாட்ட வேண்டும் என்று எழுதும்போது திட்டம் போட்டுக்கொள்கிறேனா?

★

எனக்கே எனக்காக எழுதும்போது இந்தப் பிடுங்கல்கள் ஏதும் என்னைத் தொந்தரவு செய்வதில்லை. நான் இத்தனை பெயரைப் பற்றியும் எழுதினாலும் எழுதுவேன், எழுதாமலும் இருப்பேன். யாரைத் தெரியுமோ அவர்களைப் பற்றி எழுதுவேன். அதாவது அவர்கள் அல்லது அவை என் மனதில் புகுந்து, தங்கி, அமர்ந்து என்னைத் தொந்தரவு பண்ணினால் எழுதுவேன். தொந்தரவு தாங்க முடியாமல் போனால்தான் எழுதுவேன். நானாகத் தேடிக்கொண்டு போய் 'உன்னைப் பற்றி எழுதுவதாக உத்தேசம்' என்று பேட்டி காண மாட்டேன் – அப்ஸர்வ் பண்ண மாட்டேன். அவர்களாக, அவையாக வந்து என்னைத் தாங்கினால்தான் உண்டு. அதனால்தான் எனக்கு எழுதுவதற்காக யாத்திரை பயணங்கள் செய்வதில் உற்சாகம் கிடையாது. அதைவிட காதல் செய்து பொழுதைப்போக்கலாம். (என்ன காதல் என்று நிர்ணயித்துக்கொள்வது என்னுடைய இஷ்டம், வசதியைப் பொறுத்தது.)

அவர் வாக்குப்போலவே 'மெனக்கெடல்' என்று ஏதுமின்றி இயல்பாக வந்து விழும் கதைகள்தாம் அவருடைய படைப்புகள். அவருடைய நாவல்களில் பாலியல் மீறல்கள் பற்றி கண்ணியத்துக்கும் ஆபாசத்துக்கும் இடையில் கத்திமுனையில் நடப்பது போன்ற கதைகளைச் சொல்லியிருப்பார். 'மரப்பசு' நாவல் கொஞ்சம் கீழே இறங்கிய நாவலாக எனக்குப் படும். ஆனால் சிறுகதைகளில் பல்வேறு தளங்களுக்குள்ளும் ஊடுருவிப் பாய்ந்து நம்மை மெய்ம்மறக்கச் செய்கிறார். சிறுகதை பற்றி அவர் சொன்ன வாசகத்தோடு நிறைவுசெய்வோம்.

"உணர்வு இல்லாமல் இயந்திர ரீதியில் படைக்கிறவர்கள் இருக்கிறார்கள். இவர்கள் தங்கள் சாமர்த்தியத்தையும் அசகாய சூரத்தனத்தையும் காட்டி நம்மைப் பிரமிக்கவைக்க முடியும். ஆனால், மெய்மறக்கச் செய்ய இயலாது. நான் இந்த நோக்கில்தான்

எந்தக் கலைப் படைப்பையும் பார்க்கிற வழக்கம். சிறுகதையையும் அப்படித்தான் பார்க்கிறேன். எந்தக் கலைப்படைப்புக்கும் முழுமையும் ஒருமையும் அவசியம். அவை பிரிக்க முடியாத அம்சங்கள். சிறுகதையில் அவை உயிர்நாடி."

1982ஆம் ஆண்டில் அவர் காலமானார்.

30

தி. ஜானகிராமன் – 2

"யாதும் ஊரே" கதைகள்!

(தி. ஜானகிராமன் அவர்களின் நூற்றாண்டை ஒட்டி திரு. கல்யாணராமன் தொகுத்து காலச்சுவடு பதிப்பகம் வெளியிட்ட ஜானகிராமம் என்கிற பெரும் தொகுப்பில் இடம் பெற்ற என்னுடைய கட்டுரை கீழே. யாதும் ஊரே என்கிற அவரது ஒரு தொகுப்பில் உள்ள கதைகள் பற்றிய எனது வாசிப்பாக இக்கட்டுரை)

1954க்கும் 66க்கும் இடைப்பட்ட காலத்தில் தி. ஜானகிராமன் எழுதிய 14 கதைகளின் தொகுப்பான "யாதும் ஊரே" 1967இல் வெளிவந்துள்ளது. தி. ஜா. அவர்கள் வாழ்ந்த காலத்திலேயே வெளிவந்த 7 தொகுப்புகளில் இதுவும் ஒன்று.

'சக்தி வைத்தியம்' 'பிடிகருணை' கொட்டுமேளம், போன்ற கதைத் தொகுப்புகளையும் அவருடைய நாவல்களில் பெரும்பாலானவற்றையும் முன்னர் வாசித்திருந்தேன். சுகுமாரன் தொகுத்து காலச்சுவடு பதிப்பகம் வெளியிட்டுள்ள முழுத்தொகுப்பு 2014இல் வந்த பிறகுதான் அவருடைய பிற கதைகளை வாசிக்கத்துவங்கினேன்.

'யாதும் ஊரே' தொகுப்பின் முதல் கதையான 'கோபுர விளக்கு' 1954 ஜூன் மாதம் கலைமகள் இதழில் வெளியாகியுள்ளது. நான் பிறந்தது 1954 நவம்பர் மாதத்தில். நான் பிறப்பதற்கு முன் தி. ஜா எழுதிய கதையை நான் 2014இல்தான் வாசித்தேன் என்பதும் 2020 இல்தான் அதுபற்றிச் சில வரிகள் எழுதுகிறேன் என்பதும் ஒரு சிறு வெட்க உணர்வையும் குற்ற உணர்வையும் ஏற்படுத்துகிறது.

1. கோபுர விளக்கு

'கோபுர விளக்கு' கதை இருட்டில் துவங்குகிறது. "கிழக்குத் தெருவின் வெளிச்சத்தில் நடந்து வந்ததால் அந்தத் திடீர் இருட்டு குகை இருட்டாகக் காலைத் தட்டிற்று." கோபுரத்தின் மெர்க்குரி விளக்கு அவிந்து கிடந்ததால் தெருவில் இருட்டு. கோபுரத்து விளக்கை கோவில் மேனேஜர் ஏன் அணைத்தார்? ஒரு கோபத்தில். அப்படி என்ன கோபம்? என்று அடுத்தடுத்த கேள்விகளோடு

துப்புத் துலக்கியபடி செல்கிறது கதை. அந்த ஊரில் வாழும் தர்மு என்கிற இளம் பெண் செத்துப்போனாள். அவளைப்பற்றி ஊரில் 'கிரிசை கெட்டது' என்கிற பேச்சு உண்டு. அதனால் அவளை அடக்கம் செய்ய ஊரில் யாருமே முன் வரவில்லை. சடலம் இன்னும் அவள் வீட்டிலேயே கிடக்கிறது. இந்தப்பின்னணியில் கோவில் மேனேஜர் கோபுர விளக்கை அணைத்துவிட்டார்.

அந்தப்பெண்ணை இவர் முந்தாநாள்தான் கோவிலில் வைத்துப் பார்த்திருந்தார். தி. ஜானகிராமன் எந்தக் கதாபாத்திரத்தையும் பேரை மட்டும் சொல்லி நிறுத்துவதில்லை. அது சிறுகதையானாலும் சரி நாவல் ஆனாலும் சரி. அக்கதாபாத்திரத்தின் உருவத்தோற்றத்தை சரசரவெனச் சில வார்த்தைகளில் வரைந்து காட்டாமல் அடுத்த வரிக்கு நகர்வதில்லை. அதுவும் பெண் கதாபாத்திரங்கள் எனில் சித்தரிப்பு மிகத்துல்லியமாக இருக்கும். ''அவள் நிகு நிகு என்று தீட்டித் தேய்த்த கத்தி மாதிரிப் போய்க்கொண்டிருந்தாள்'' இந்த 'நிகு நிகு' என்றால் என்ன என்பதற்குப் பிற்பாடு விளக்கம் வருகிறது.

அவளைத் தீட்டிய கையோடு அடுத்த வரியில் அங்கே கோவில் பிரகாரத்தில் அமர்ந்து தூங்கி வழிந்து கொண்டிருந்த இரண்டு ஆச்சிகளை வரைந்து காட்டுகிறார். '' இரண்டு பேருக்கும் முண்டனம் செய்து முக்காடிட்ட சிரசுகள், பழுத்துப்போன வெள்ளைப் புடவை. நெற்றியில் விபூதி, பல்லும் பனங்காயுமாக மூஞ்சிகள். தோலில் சுருக்கம். பட்டினியும் பசியுமாகக் காயக்கிலேசம் செய்கிறார்களோ என்னமோ, இரண்டு பேரும்!இல்லாவிட்டால் ஐம்பது வயசுக்குள், இத்தனை அசதியும் சோர்வும் வருவானேன்?மனிதப்பிறவி எடுத்து சுகத்தில் எள்ளளவு கூட காணாத ஜென்மங்கள் இரண்டும். மங்கைப்பருவத்துக்கு முன்னாலேயே குறைப்பட்டுப் போனவர்களாம்.

பின் மீண்டும் விட்ட இடத்தில் தர்முவைச் சித்தரிக்கத்தொடங்குகிறார். இவரைப் பார்த்துவிட்ட அவள் வேதனையையும் வெட்கத்தையும் ஒரு புன் சிரிப்பில் புதைத்துக்கொண்டு 'விர்'ரென்று அந்த இடத்தை விட்டுப் பறந்து விட்டாள். ''கட்டுக்கூந்தல் அவளுடைய பிடரியில் புரண்டு கொண்டிருந்தது'' என்று தி. ஜா வர்ணனையைத் துவக்கி " அவளைக் கறுப்பு என்றுதான் சொல்ல வேண்டும். ஆனால் அட்டைக்கரி அல்ல. மெல்லிய உயரமான தேகம். கையில் நாலைந்து ஜோடி இருக்கும், மஞ்சளும் நீலமும் கலந்த ரப்பர்

வளையல்கள். அதுவும் முலாம் தேய்ந்து பல்லை இளித்தது. ஒரு பூப்போட்ட வாயில் புடவை. பளபளவென்று தங்க நிறத்தில் கைக்கு வழுக்கும் செயற்கைப்பட்டு ரவிக்கை. நிகுநிகுவென்ற ஒரு புது மெருகு அந்த உடல் முழுதும் ஊடுருவி ஒளிர்ந்தது. ”

தர்மு என்கிற அப்பெண்மணி நேரடியாக இரண்டு காட்சிகளில் மட்டுமே கதைக்குள் வருகிறாள். மற்றவர்கள் அவளைப்பற்றிக்கூறும் சித்தரிப்புகளில்தான் கதை முழுக்க வருகிறாள். மேலே விவரித்தது காட்சி இரண்டு. இதற்கு முந்திய காட்சி ஒன்று உண்டு. இரு மாதங்களுக்கு முன் கோவிலில் அவளைக் கண்டார். துர்க்கை அம்மனுக்கு முன்னால் நின்று இந்தத்தர்மு அழும் குரலில் வேண்டிக்கொண்டிருந்தாள்.

“ஈச்வரி! இரண்டு நாளாக வயிறு காயறது. இன்னிக்காவது கண்ணைத்திறந்து பார்க்கணும். தாராள மனசுள்ளவனா… ஒருத்தனைக் கொண்டு விட்டுத் தொலைச்சா என்னவாம். . ?”

இவர் வாய்விட்டு அவள் சொன்ன வேண்டுதலைக் கேட்டுவிட்டதால் சமாளிப்பது போல இவரை ஏமாற்றுவதற்காக மீண்டும் அதே வார்த்தைகளில் ஒரு வேண்டுதலை வைப்பதுபோலப் பேசுகிறாள்.

“ஈச்வரி, என் தங்கையைக் காப்பாற்றிப்பிடு, தாராள மனசுள்ளவனா ஒருத்தனைப் பார்த்து அவளுக்கு முடிச்சுடு, தாயே” மனைவி கௌரியிடம் சொல்கிறார்.

“கேக்கறதுதான் கேட்டாளே பணம் வேணும்-கஷ்டம் விடியணும்னு அழப்படாதோ?நல்ல ஆளைப்பிடிச்சுத்தரணும்னு தானா கேக்கணும்” என்கிறார் மனைவி. கௌரி வீட்டுக்குள்ளேயே இருந்தாலும் ஊரைப்பற்றிய செய்தி எல்லாம் அவருக்கு வந்து சேர்ந்து விடுகிறது. செய்திக்களஞ்சியமாகவும் அபிப்ராயக் களஞ்சியமாகவும் இருக்கிறார். குளம், சந்தி, கடைத்தெரு, எங்கே பார்த்தாலும் தர்மு நிற்பதைக்கூட கௌரி அறிந்து வைத்திருக்கிறார்.

தர்மு குடும்பத்தின் முழுக்கதையும் ‘சீனு மாமா’ என்கிற சீனு ஐயர் மூலம் நமக்கு வந்து சேர்கிறது. ரிஷிவாக்குப் போல சோதிடம் சொல்லி செல்வாக்குடன் வாழ்ந்த மந்திரச் சாமா வின் மகள்தான் தர்மு. சாமாவுக்கு ஏழெட்டுக்குழந்தைகள். அவர் நடத்தை கொஞ்சம் போதாது. பூர்வீகமா இருந்த ஒண்ணரை வேலி சர்வமானியச் சொத்து இருந்தது. எல்லாத்தையும் தொலைச்சார்.

அப்புறம் பாரிசவாயு வந்து ஏழு வருஷம் படுத்த படுக்கையாக கிடந்தார். அவர் சம்சாரம் குடும்பத்தைக் காக்க என்று அப்படி இப்படி ஆரம்பித்தது. தர்முவுக்குக் கல்யாணம் ஆனாலும் அவள் தாய் நடத்தை பற்றிக் கேள்விப்பட்ட உடன் நாலே மாசத்தில் தர்முவைத் துரத்திவிட்டான். அப்புறம்தான் அவளும் அம்மாவழியில் இப்படியான வழியைத் தேர்ந்துகொள்ள நேர்ந்தது. ஓட்டலில் மாவரைக்கும் கூலி மட்டும் பெரிய குடும்பத்துக்குப் பத்தவில்லை. அக்கிரகாரத்தில் வீடுகளுக்கு மாவு அரைத்துக் கொடுத்த வழக்கமும் இவள் இப்படி ஒரு தினுசு எனத் தெரிந்ததும் நின்னுபோச்சு. ஒரு வீட்டிலேயும் குத்துச்செங்கல் ஏற விடலே.

அந்தப் பார்வையின் தொடர்ச்சிதான் இப்போ தர்மு செத்துக்கிடக்கும்போதும் அக்கிரகாரம் ஏன்னு எட்டிப்பார்க்கலை.

ஊர் இப்படி ஈவிரக்கமில்லாமல் இருப்பதனால் ஊரின் மீது கோபம் கொண்ட கோவில் மேனேஜர் ஊருக்கு வெளிச்சம் எதுக்கு என்று விளக்கணைத்துப் போட்டுவிட்டார்.

“இன்னிக்குக் கடவுள் வெளிச்சம் கேட்பானா?கேட்க மாட்டான். ஊருக்கு மட்டும் என்ன வெளிச்சம்?எத்தனை வெளிச்சம் போட்டால் என்ன நம்ம இருட்டு கலையப்போறதில்லை. இப்படித்தான் தவிக்கட்டுமே ஒருநாளைக்கு. . ”

அந்த மேனேஜரும் கதை சொல்லியும் சேர்ந்து சடலத்தை எடுத்துப்போடுவோம் என்று போவதாக கதை முடிகிறது.

அக்கிரகாரத்தின் அந்தகார இருளைச் சாடும் கதை இது. அவள் ஏன் உடலை விற்பவளாக ஆனாள் என்பதைப் பார்க்க வேண்டும். அதற்கு யார் பொறுப்பு? என்கிற கேள்வியை எழுப்பும் கதை இது. அக்கிரகாரத்தில் எல்லோரும் யோக்கியர் இல்லை.’ பெரியாத்து சமாச்சாரம் தெரியுமோ இல்லியோ’ என்கிற சீனு மாமா குரலில் அந்த விமர்சனம் இருக்கிறது.

கோவில் பிரகாரத்தில் முண்டகம் செய்யப்பட்ட இரு கிழவிகளை ஏன் கதைக்குள் கொண்டு வந்தார் என்கிற கேள்வி பாக்கி இருக்கிறது. இந்தத் தர்மு அந்தக் கதிக்குத்தான் ஆளாக்கப்பட்டிருப்பாள் என்பதை வரைந்து காட்டுகிறார் தி.ஜா.எனத்தோன்றுகிறது. தர்முவின் சித்திரம் துலக்கமாகத் தெரிவதற்காக வரையப்பட்ட பின் திரைச்சீலையாகவும் அவ்விருவரின் வரைவை எடுத்துக்கொள்ளவும் செய்யலாம்.

‘நடத்தை சரியில்லாதவள்’ என ஊர் ஒதுக்கிய தர்முவின் மீது நமக்குப் பரிவும் அன்பும் பச்சாதபமும் ஏற்படும்படி தி. ஜா. கதையைக் கொண்டு போயிருப்பதில் அவரது முற்போக்கான பார்வை வெளிப்படுகிறது. அவளுக்காக கௌரி கண்கலங்கிச் சொல்லும் வார்த்தைகளில் நாமும் கண்ணீர் விடுகிறோம்:

“கௌரி குழந்தை மாதிரி விசித்து விசித்து அழ ஆரம்பித்துவிட்டாள். என்னையும் அது தளரச்செய்து விட்டது.

“அந்தப்பொண்ணு ஊத்தின எண்ணெய்க்காவது மனம் இரங்கப்படாதோ அந்த சாமி. இவ்வளவு பெரிய கோவிலைக் கட்டிண்டு உக்கார்ந்திருக்கே! துர்க்கைக்கு முன்னாடி நின்னுண்டு அழுததுன்னேளே. பொம்மனாட்டி கண்ணுலே ஜலம் விட்டா உருப்படுமா அந்தத்தெய்வம்? அவ யாராயிருந்தா என்ன? மனசு உருகிக் கண்ணாலே ஜலம் விட்டுதே அது”

இந்தத் தொகுப்பில் மட்டுமல்ல, ஒட்டுமொத்த தி. ஜா கதைகளில் முக்கியமான கதை இது.

ஒரு வரலாற்று ஆவணமாக ஒரு செய்தியும் கதையில் உண்டு. மந்திரச்சாமாவுக்கு பூர்வீகமாக ஒண்ணரை வேலி சர்வமானியச் சொத்து இருந்தது என்கிற செய்தி. தஞ்சை வட்டாரத்தில் மன்னர்களால் பிராமணர்களுக்கு மானியமாக நிலங்கள் வழங்கப்பட்ட வரலாற்றின் நிழல் இக்கதையில் விழுந்திருக்கிறது.

2. யாதும் ஊரே

25 வருடமாகச் சென்னைப்பட்டணத்தில் உத்தியோகத்திலிருக்கும் பார்வதியின் கணவர் மூன்றுமாத ரஜா (விடுப்பு) எடுத்துக்கொண்டு பார்வதியுடன் காவிரிக்கரையில் இருக்கும் தங்கள் கிராமத்துக்கு வந்திருக்கிறார்கள். மாநகர வாழ்வின் பரபரப்பே இல்லாத இந்தக் கிராமத்து வாழ்வை அணு அணுவாக ரசித்து வாழ்ந்துகொண்டிருக்கிறார்கள்.

அச்சமயம் காவிரிக்கரையில் அமைந்த பஜனை மடத்தில் ஒரு சன்னியாசி தண்டமும் கமண்டலமுமாக உட்கார்ந்து ஜபம் பண்ணிக்கொண்டிருக்க அவரைத் தன் வீட்டில் பிட்சை பண்ணி வைக்க கிச்சான் அழைத்து வருகிறான். வந்த நேரம் அவன் மனைவிக்கு உடம்பு சரியில்லை. ஆகவே பார்வதியின் கணவனிடம் உதவி கேட்டு கிச்சான் வர, இங்கே பிட்சைக்கு ஏற்பாடாகிறது. பார்வதி வீட்டுத்திண்ணையில் சன்னியாசி

காத்திருக்க, உள்ளே பார்வதி சமைத்துக்கொண்டிருக்கிறாள். பார்வதியின் கணவன் தான் கதையை நமக்குச் சொல்கிறவர். அவர் திண்ணைக்கும் உள்ளுக்குமாக போய் வந்துகொண்டிருக்கிறார்.

பெருநகர நடுத்தர வாழ்க்கையின் பிடுங்கல்கள் இல்லாமல் மூன்று மாத விடுப்பில் கிராமத்தில் இருக்கும் காலத்து 'விட்டேத்தியான' மனநிலை அவருக்கு மிகவும் பிடித்திருக்கிறது.

''மூங்கில் தோப்புகள், சுழியிட்டு ஓடுகிற ஆறு, வழிந்து ஓடுகிற வாய்க்கால், கொல்லை முருங்கை மரத்தில் தினைக் குருவியின் ஊசிக்கத்தல் வலியன் குருவி கனைத்துக் கனைத்துக் குழைக்கிற இனிமை. நீளமான ஒரு வாக்கியத்தைத் திருப்பித் திருப்பிப் பேசிக்கொண்டிருந்த புளிய மரத்துக் குருவி, ஆழங்காண முடியாத நிசப்தம், அதன் நடுவே கீச்சிடும் அடுத்த வீட்டு ஊஞ்சல், நிழல், காற்று, , நாற்றங்கால்களில் அலையோடுகிற பசும் பொன், வரப்புக்களில் நாயுருவிகளை உராய்ந்து நடப்பது, களத்துக் கலியாண முருங்கையில் 'ட்ரூவ்' என்று அழைக்கிற மணிப்புறா, மகாபிரபோ, எங்கள் மெய் சிலிர்க்கிறது. எல்லாவற்றுக்கும் சிகரம் வைத்தாற்போல இந்த சன்யாசி வந்திருக்கிறாரே- அவருக்கு ஒரு கவளம் சோறு போடும் பேறு கிடைத்ததே -! நாங்கள் கூடச் சன்யாசிகளாகத் தான் இருப்பதாகத் தோன்றிற்று. சிறுமை, மனநோவு, பற்றாக்குறையின் குமைச்சல் -அனைத்தையும் விட்டு விடுதலையடைந்திருப்பதே சன்யாசம்தான். ''என்று நினைத்தாலும் தன்னைவிட இந்தச் சன்னியாசி இன்னும் சுதந்திரமாக இருப்பதாக ஒரு உணர்வு அவருக்கு வருகிறது.

''எனக்குப் பொறாமையாகத்தான் இருந்தது......பரம சாத்திகராக எல்லாவற்றையும் துறந்துவிட்டு என்னை ஏங்க ஏங்க அடித்துக்கொண்டிருந்தார்.

சன்னியாசம் என்ற ஒரு நிலையை எப்படிக் கற்பனை செய்து ஒரு மரபாகக் கொண்டு வந்தார்கள்?எந்த மகாமேதையின் கற்பனை அது?''

சன்னியாசம் என்கிற வாழ்நிலை மீது அப்படி ஒரு ஈர்ப்பு அவருக்கு ஏற்பட்டு விடுகிறது. உள்ளே சமைத்துக்கொண்டிருக்கும் பார்வதியிடம் போய்,

"நாம கூட சன்னியாசம் வாங்கிண்டா நல்லதில்லையா?''என்று கேட்டேன்.

“நாமகூடன்னா? ரெண்டு பேரும் சேர்ந்து சன்யாசம் வாங்கிண்டு ஆளுக்கொரு கமண்டலமும், தண்டமும் ஏந்திண்டு, சேர்ந்து நடக்கலாம்னா?”

“இல்லை . ஒரு கவலை கிடையாது, பந்தம் கிடையாது. தினம் ஒரு ஊர்-ஏதோ கிடைச்ச இடத்திலே சாப்பாடு-பகவானை நினைச்சிண்டே இருக்கிறது”

கதையை வாசித்துக்கொண்டே போனால் தி. ஜா ஏதோ சன்னியாசத்துக்கு ஆதராவாக ஒரு கதை எழுதிவிட்டாற்போல ஒரு உணர்வு மேலோங்கி வந்துகொண்டே இருக்கும். ஆனால், அதுவல்ல கதை.

பக்கத்து ஊரில் ஒரு கதாகாலட்சேபம் கேட்கப்போகிறார்கள்-சன்னியாசியையும் அழைத்துக்கொண்டு.

போன இடத்தில் கதாகாலட்சேபம் செய்கிறவர் சன்னியாசியை ஏற்கனவே அறிந்தவர். அவர் கதைக்கு ஊடாக ஒரு உதாரணத்துக்காக இந்தச் சன்னியாசியின் பூர்வாச் சிரமக் கதையைச் சொல்லிவிடுகிறார். பெரும் நிலங்களுக்குச் சொந்தக்காரரான இந்தச் சன்னியாசியை அவருடைய உறவினர்கள் ஏமாற்றி சன்னியாசம் வாங்க வைத்து வெளியேற்றிய கதையை உருக்கமாகச் சொல்கிறார். இவருடைய சொத்துகளை உறவுக்காரர்கள் அபகரித்துக்கொண்ட கதையையும் சொல்கிறார்.

கேட்டுக்கொண்டிருந்த சன்னியாசிக்கு அடக்க முடியாமல் அழுகை வந்துவிடுகிறது. விசித்து விசித்து அழத்தொடங்கி விடுகிறார். பின் எழுந்து வந்து விடுகிறார்கள்.

பார்வதியிடம் நடந்ததைச் சொல்கிறார். “ஸ்வாமிகள் அழுதாரா” என்று மீண்டும் மீண்டும் கேட்டு விட்டு விழுந்து விழுந்து குலுங்கிக் குலுங்கிச் சிரிக்கிறாள் பார்வதி.

சற்று நின்றவள். “அழுதாரா?” என்று கேட்டுவிட்டு மீண்டும் ஒரு ஆவர்த்தம் சிரித்தாள். கண்ணைத்துடைத்துக்கொண்டாள். இருமினாள்.

“நீங்கள் போய் அந்தத் தாயாதிக்காரா கிட்ட சொல்லி ராஜி பண்ணுங்கள். ஊருக்குள் வராமல் களத்திலாவது உட்கார்ந்து சாகுபடியைக் கவனிக்கட்டும்” என்றாள் அவள்.

சன்னியாசிக்கு தன் நிலத்தின் மீதான பற்று இன்னும் விட்டுவிடவில்லை. தான் ஏமாற்றப்பட்டது குறித்த துக்கம் அவருக்கு இன்னமும் இருக்கிறது. எனில், அவர் முற்றும் துறந்துவிடவில்லை என்பதுதானே பொருள் என்பது பார்வதிக்குப் பளிச்செனப் புலப்பட்டு விடுகிறது.

தி. ஜா. வின் கதைகளில் பெண்கள் வெகு இயல்பாகவும் யதார்த்தமாகவும் லௌகீகமாகவும் அறிவார்த்தமாகவும் இருப்பார்கள் என்பதற்கு இன்னுமொரு சான்று இந்தபார்வதி. சன்னியாசியின் உணர்வுகளைக் கிளப்பி விட்ட கதைசொல்லியின் குறும்பையும் அவள் சட்டென அடையாளம் காண்கிறாள்.

கதை முழுக்கப் புனிதமாகக் கட்டமைக்கப்பட்ட சன்னியாசப் பிம்பத்தின் மீது பார்வதியின் தொடர் சிரிப்பு வந்து வந்து மோதி அதை உடைக்கிறது. தி. ஜாவின் முத்திரை பார்வதியின் ஆலோசனையில் பதிந்திருக்கிறது. 'யாதும் ஊரே' எனத் தலைப்பிட்டது கதைக்கு வேறு சில பரிமாணங்களையும் தருகிறது. சன்னியாசத்தின் மறுபெயர் 'யாதும் ஊரே' என்று சொல்வதாகக் கொள்ளலாம். எல்லா ஊரிலும் இப்படியான ஏமாற்றுகளும் துரோகங்களும் நடப்பதாகவும் கொள்ளலாம்.

3. கண்டாமணி

ஓர் உளவியல் நெருக்கடியை நுட்பமாகப் படம் பிடிக்கும் கதை கண்டாமணி.

கிராமத்தில் (வழக்கம்போல் காவிரிக்கரையில்தான்) 24 வாடிக்கையாளர்களுக்காக சாப்பாடு தயார் செய்து போடும் வீட்டுச்சாப்பாட்டு 'மெஸ்' ஒன்றை மார்க்கம் நடத்தி வருகிறார். அன்று சமையல் முடிந்து மனைவியை இலை நறுக்கச் சொல்லிவிட்டு உடம்பைக்கழுவிக்கொண்டு வந்து சந்தியாவந்தனம் செய்து விட்டு(அய்யர் மெஸ் என்பதற்கான அடையாளம்) உள்ளே போய் காயத்ரி ஜபம் பண்ணுகிறார்.

முதலில் சாப்பிட வருகிறார் அந்த ஊர் பள்ளிக்கூடத்தில் விஞ்ஞான வாத்தியாருக்கு உதவியாளராகப் பணியாற்றும் பெரியவர். அவர் வாடிக்கையாளரல்லர். அவர் மீது மார்க்கத்துக்கு எப்போதும் ஒரு பச்சாதாபம் உண்டு. 'மார்க்கத்துக்கு அவரைப்பார்க்கும்போதெல்லாம் காரணமில்லாமல் ஒரு தயவு சுரக்கும்'

எல்லோருக்கும் அளந்து அளந்து கஞ்சத்தனமாகச் சாப்பாடு பரிமாறும் மார்க்கம் மாதத்தில் ஓரிரு முறை மட்டுமே சாப்பிட வரும் இவருக்கு மட்டும் தாராளமாகப் பரிமாறுவார்.

அவர் நன்றாகச் சாப்பிட்டார். குழம்பு நன்றாக இருக்கிறதென்று மோர் சாதத்துக்கும் கொஞ்சம் கேட்டார். போட்டுவிட்டு வந்து மார்க்கம் குழம்பைத் தற்செயலாகக் கிளறிக் கரண்டியைத் தூக்கியபொழுது அதிலிருந்து நீளமாக ஒரு பாம்புக்குட்டி சூட்டில் வதங்கி, பளபளப்பு சற்று மங்கி குழம்புக்குள் விழுந்தது.

இந்த இடத்திலிருந்து கதை வேகம் பிடிக்கிறது.

கணவன் மனைவி இருவரும் அதிர்ச்சியில் ஆடிப்போகிறார்கள். விலங்கு, சிறை, சாபங்கள் –எல்லாம் வளைந்து வளைந்து நடுவில் வந்தன. சாப்பிட்டவருக்கு ஏதாவது ஆகிவிடுமோ நம்மால் தான் ஆச்சு என்று பழிச்சொல்லுக்கு ஆளாகிவிடுவோமே என மனம் நடுங்கினர். இத்தனை காலம் மானமாகக் காலம் தள்ளியாச்சே என்று அழுகின்றனர்.

“பஞ்ச லோகத்திலே கண்டாமணி வாங்கித் தொங்க விடறோம் கைநீளத்துக்கு. சேதி பரவாமல் இருக்கணும் யுகேச்வரா” என்று வேண்டிக்கொள்கிறார்கள். அந்தக் குழம்பைக் கொட்டிவிட்டு வேறு குழம்பு வைத்து வாடிக்கையாளர்களுக்குப் பரிமாறுகிறார்கள்.

முதலில் சாப்பிட்ட பெரியவருக்கு ஏதும் ஆகிவிடக் கூடாதே என்று ராவெல்லாம் மார்க்கம் தூங்காமல் புரள்கிறார். தான் அத்தனை பேருக்கும் அரை வயிறு அரை வயிறாகச் சாப்பாடு போட்ட பாவம்தான் இப்படி வந்து பழி வாங்குகிறதோ?

“என்ன கோழிக்குப் போடறாப்பிலே போடறேள்?வாங்கிற காசு செரிக்கணும். இப்படி வயித்துச்சுவருக்கு வெள்ளையடிக்கிறாப்பல மட்டும் போட்டு என்ன பண்றது?”என்ற நூல்கடை வேம்பு ஐயரின் தாயில்லாப் பிள்ளை நட்டாணி சொன்னானே-இலை முன் உட்கார்ந்து-அந்தக் கோபாக்கினியா?” என்றெல்லாம் புரள்கிறது மார்க்கத்தின் குற்ற மனம்.

காலையில் அந்த சாப்பிட்ட பெரியவர் காலமாகிவிட்டார் என்கிற செய்தி வருகிறது. மாரடைப்பால் மரணம் என்று டாக்டர் சொல்லிவிட்டார் என்கிற செய்தியும் கூடவே வந்து மார்க்கத்துக்கு நிம்மதி தருகிறது. யுகேச்வரர் காப்பாற்றிவிட்டார்.

இப்போது கதை அடுத்த திருப்பத்தை அடைகிறது.

ஒரே மாசத்தில் கண்டாமணி விளக்கைச் செய்து சாமிக்குப் படைத்துவிட்டார் மார்க்கம். ஆனாலும் மனசின் குறு குறுப்பும் குற்ற உணர்வும் மங்கிடவில்லை. கோவிலில் ஒவ்வொரு பூஜைக்காலத்தின்போதும் இவர் வாங்கி வைத்த கண்டாமணியை அடிக்கிறார்கள். ஒவ்வொரு அடியின் மணியோசையும் இவருக்கு அவர் சாப்பிட்டதையும் காலையில் மாண்டுபோனதையும் நினைவுபடுத்திக்கொண்டே இருக்கிறது. அந்த மணியைத் திரும்பக் கொடுங்கள் வேறு வெள்ளிமணி அதே செலவில் சின்னச் சின்னதாக வாங்கிச் சாத்துகிறேன் என்று அறங்காவலரிடம் கெஞ்சுகிறார் அது நடக்கவில்லை. இன்னும் மணி அடித்துக் கொண்டேதான் இருக்கிறது மார்க்கத்துக்கு தன் குற்ற மனதிலிருந்து விடுதலை கிடைக்கவில்லை.

எழுத்தாளர் பாவண்ணன் இக்கதையைப்பற்றி 'திண்ணை'யில் எழுதிய ஒரு கட்டுரையில் இப்படிக் குறிப்பிட்டிருப்பார்:

"மனத்தில் முகிழ்க்கும் எல்லா உணர்வுகளுமே ஒரு பொறி போலத்தான். ஒவ்வொரு உணர்வும் ஏதோ ஒரு விதத்தில் மனிதர்களைத் தளைப்படுத்துகிறது. ஆட்சி செய்கிறது. ஆக்கிரமிக்கிறது. சிற்சில சமயங்களில் தூக்கலான அந்த உணர்வே சம்பந்தப்பட்ட மனிதர்களின் விசேஷ அடையாளமாகவும் மாற வாய்ப்புண்டு. ஆனால் குற்ற உணர்வுக்கு ஆட்படும் மனிதர்களுக்கோ பெரும்பாலும் மீட்சி இருப்பதில்லை. ஒவ்வொரு கணத்தையும் நரகமாக்கி விடும்." பாவண்ணன் கருத்தோடு உடன்படுகிறேன்.

"*Essentially a far better short story writer than a novelist.*" நிறைய கதைகள் நன்னொருக்கும். ஜானகிராமனுடைய நாவல்களை விட சிறுகதைகள்தான் மிகவும் சிறப்பானவை என்பது என் அபிப்ராயம். அவர் சிறுகதைகளில் பெரிய master. தமிழின் மிகச்சிறப்பான சிறுகதைகளை எழுதியிருக்கிறார். பாயசம், கண்டாமணி ஆகியவை மிகவும் சிறந்தவை" என்று தி. ஜா. வின் சிறுகதைகள் பற்றி அசோக மித்திரன் பேசும்போதும் இக்கதையைப் பற்றிக் குறிப்பிடுகிறார்.

அவர் வாங்கி வைத்த கண்டாமணியின் ஓசையே அவர் மனதைச் சிக்க வைத்த பொறியாக, பூட்டப்பட்ட கூண்டாக மாறி நிற்கிறது. ஒரு நுட்பமான உளவியல் சிக்கலை எளிமையான மொழியில் சொன்ன கதை இது.

நாம் ஒவ்வொருவரும் இதுபோன்ற மனநிலையை எப்போதேனும் கடந்துதான் வந்திருக்கிறோம் என்பதால் பரவலான அங்கீகாரத்தை வாசகர்களிடம் பெற்ற கதையாக இது விளங்குகிறது.

4. யோஷிகி

ஜப்பானின் கியாத்தோ நகரில் நடக்கும் கதை இது.

கதையை நமக்குச் சொல்லும் கதை சொல்லி ஒரு எழுத்தாளர்.' வரவேற்பு மேஜையண்டை போனேன்' என்று ஆரம்பித்ததும் அசைவம் கலக்காத சைவ உணவுக்காக அவர் நடத்தும் அன்றாடப்போராட்டமும் அந்த எழுத்தாளரின் நம்மூர் அடையாளத்தைச் சொல்கின்றன.

பால் அசைவம் என்றும் மீனும் முட்டையும் சைவம் என்றும் ஜப்பானியர்கள் நம்புகிறார்கள். இவர் முழுச்சைவம் என்று சொல்லிவிட்டுப் பால் காப்பி கேட்பதை வியக்கிறார்கள்.

யோஷிகி என்கிற இவரது நண்பரின் நண்பர் வந்து இவரை இரண்டு நாட்கள் ஊரைச் சுற்றிக்காண்பிப்பதாக ஏற்பாடு. ஆனால் யோஷிகியால் சொன்ன நாளில் வரமுடியவில்லை. மறுநாள்தான் வருகிறார். மறுநாள் முழுக்க அவர் கூடவே இருந்து ஊரைச் சுற்றிக்காட்டுகிறார். அவர் விடைபெற்றுச் சென்றபின்புதான் யோஷிகியின் சொந்தக்கடை ஒன்று இரு தினங்களுக்கு முன் எரிந்து சாம்பலானதையும் அவருடைய தம்பி அதில் படுகாயமடைந்து பிரக்ஞை தப்பிவிட்ட நிலையில் இருக்கிறதையும் எழுத்தாளர் அறிகிறார். இவ்விபத்தின் காரணமாகத்தான் அவர் சொன்ன நேரத்துக்கு வர இயலவில்லை என்பதையும் அறிய நேர்கிறது. இவ்வளவுதான் கதை.

ஆனால் கதைக்குள் ஜப்பானியர்களின் பொதுவான குணநலன்கள் எனச் சிலவற்றைப்பற்றி விவாதிக்கும் இடங்கள் ரசமானவை. ஜப்பானியர்களைப்பற்றி எழுத்தாளரின் கணிப்பாக தி. ஜா. கூறுவது:

“அழகான ஆரோக்கியமான ஜனங்கள் நீங்கள். நான் ஜப்பானில் காலடி வைத்து இரண்டு மாதமாயிற்று. இன்னும் ஒரு நரைமயிரைப் பார்க்கவில்லை. ஒரு சிடுமூஞ்சியைப் பார்க்கவில்லை. எந்த பஸ் ஸ்டாப்பிலும் ஒரு நிமிஷத்துக்கு மேல் காத்திருக்கவில்லை. ஏறின பஸ்ஸிலும் 'சில்லறை இல்லேன்னா இறங்கு சார் என்று எந்தக் கண்டக்டரும் கத்தவில்லை. சில்லறை கொடுக்க மறந்து

போகவுமில்லை. தெருவிலோ தியேட்டரிலோ யாரும் இரைந்துபேசவில்லை. பத்து மாணவர்கள் சேர்ந்து உல்லாசமாகப் போகும் போதுகூட காச்சு மூச்சு என்று தலை கால் தெரியாமல் கத்தவில்லை. மாணவிகளைப் பார்த்துச் சீட்டியடிக்கவில்லை. எந்தச் சாமானும் கெட்டுப் போகவுமில்லை ஹிபியா பார்க்கில் மத்தியானம் ஆபீஸ் இடைவேளையில் ஆயிரம் ஜனங்கள் வந்து கையில் கொண்டுவந்த டிபனைச் சாப்பிட்டு விட்டு அரைமணி நேரம் இளைப்பாறிவிட்டுப் போகிறார்கள். நானும் போய் உட்கார்ந்தவன் ஒரு பெஞ்சில் எண்ணூற்றுச் சொச்ச ரூபாய் இருந்த பர்ஸ், டயரி எல்லாவற்றையும் மறந்துவிட்டுப் போய்விட்டேன். அரை மணிக்கு மேல் ஞாபகம் வந்தது. திரும்பி ஓடி வந்தேன். மூன்று மணிக்குப் - பிறகும் அது வைத்த இடத்திலேயே இருந்தது. ரயிலில் போகும்போது யாரும் இங்கு கத்துவதில்லை. சிகரெட் பிடிப்பதில்லை. படிக்கிறார்கள் இலலாவிட்டால் கண்ணை மூடிக்கொண்டு வருகிறார்கள்"

ஜப்பானைப்பற்றிச் சொல்வதாக வரும் இப்பத்தியில் அவர் தமிழ்நாட்டு நிலைமையைத்தான் அதிகம் பகடி செய்கிறார். தமிழ்நாட்டு மக்களின் (தி. ஜா. டெல்லியில் அதிக காலம் வாழ்ந்திருப்பதால் டெல்லி வாழ்க்கையை விமர்சிப்பதாகவும் கொள்ளலாம்) குறிப்பாக அடித்தட்டு மக்களின் சத்தமான கலாச்சாரத்தைக் கண்டு முகம் சுளிக்கும் 'மேல்தட்டு மனோபாவமே' இப்பத்தியில் வெளிப்படுவதைக் காண்கிறோம்.

ஜப்பானியர்களின் சமூக உளவியலைப் படம் பிடிக்க முயன்ற கதையாக, அதன் வழி நம்முடைய கலாச்சார வாழ்வை விமர்சிக்க முயன்ற கதையாக இதை வாசிக்கமுடியும்.

5. மணம்

சினிமாவில் துணைநடிகையாக பணியாற்றும் நீலாவை வழக்கமாக லாட்ஜ்களில் தங்கும் பெரிய புள்ளிகளுக்கு இரவு விருந்தாக்க அழைத்துச்செல்லும் ஏஜண்ட் அருள்சாமி வந்து அழைக்கிறான். அலுப்பின் காரணமாக அவள் மறுக்கிறாள். மறுநாள் காலை படப்பிடிப்புக்கான பூஜை இருப்பதால் தூங்கணுமே என்று மறுக்கிறாள். ஆனால் ஓர் இரவுக்கு ஐநூறு ரூபாய் என்றதும் மூணு மாத வாடகைப்பாக்கிக்கு ஆச்சே என்று கிளம்பி விடுகிறாள்.

அறைக்குள் போனதும் விளக்கு அணைந்து விடுகிறது. மின்சாரம் தடைப்பட்டிருக்கிறது. ப்யூஸ் போய்விட்டது. அருள்சாமி கீழேயும் மேலேயும் ஓடுகிறான். ஆனால் ஒன்றுமே ஆகவில்லை. ஸ்டோர் ரூம் சாவியைப் பூட்டி மேனேஜர் எடுத்துக்கொண்டு போய்விட்டார் என்கிறான். இந்தக்களேபரத்தில் பார்ட்டி வந்துவிட்டது. இருட்டுக்குள் கதவைப்பூட்டிக்கொள்கையில் அந்த மனிதரிடமிருந்து வந்த மணம் அபூர்வமான மணமாக இருக்கிறது." சாராயத்தில் கலந்திருக்கிற பிரஞ்சு வாசனை இல்லை. மகிழம்பூ மாதிரி.. ஜவ்வாது மாதிரி.. ரோஜாப்பூவா.. எல்லாம் கலந்ததா!.. ஆகாகா! என்ன வாசனை!"

பணத்தை வாங்கிக்கொண்டு வீடு வந்து படுக்கிறாள்.

மறுநாள் காலையில் பூஜைக்கு சிறப்பு விருந்தினராக ஒரு பெரும் பணக்காரரை தயாரிப்பாளர் அழைத்திருக்கிறார். அவர் வருகிறார். அவருடைய முகத்தைப் பார்க்க அப்படி ஒரு அகோரமாக இருக்கிறது. "அந்தக் கோரமே கண்ணை இழுத்து இழுத்துக் கவர்ந்தது. ஏராளமாகப் படித்தவராம். ஏராளமான பணமாம்." எல்லோரும் அவரைத் தொட்டுத்தொட்டுப் பேசுகிறார்கள். நீலாவுக்கு ஒருவித அருவறுப்புணர்வுதான் வருகிறது. ஆனால் விழாவில் அவர் அவ்வளவு அறிவார்ந்த உரை நிகழ்த்துகிறார்.

பின் எல்லோரையும் தயாரிப்பாளர் அவருக்கு அறிமுகம் செய்து வைக்கிறார். நீலாவை அறிமுகம் செய்ய அவர் அருகில் வரும்போது அந்தக் கோரமான பெரியவரிடமிருந்து ஒரு ரம்மியமான வாசனை வருகிறது. நீலா.. அம்மாடா.. என்று அதை மூச்சிழுத்து சுவாசிக்கையில் அந்த வாசனை. மகிழம்பூ மாதிரி.. ஜவ்வாது மாதிரி.. ரோஜாப்பூவா.. எல்லாம் கலந்ததா!.. அட அதே வாசனை போலிருக்கிறதே...

நேற்றிரவு இருட்டுக்குள் இந்தக் கோரத்துடனா தான் இருந்தேன் என்பதை உணர்ந்த கணத்திலிருந்து அவள் உள்ளம் உணரும் அருவறுப்பும் துக்கமும்தான் கதையின் இறுதிப்பகுதி.

லாட்ஜில் விளக்கு அணைந்ததும் மேனேஜர் இல்லாமல் போனதும் எல்லாமே திட்டமிட்ட சதி என்பது உறைக்கவும், தான் ஏமாற்றப்பட்டுவிட்டது புரிகிறது. தன் அம்மாவின் படத்துக்கு முன்னால் நின்று அழுகிறாள்.

உடலைப் பலருக்குத் தின்னக்கொடுத்தவள் என்றாலும் அவளுக்கான நியாயங்கள், உணர்வுகள் அவளே சென்று அழியலாம்; ஆனால் திட்டமிட்டு ஏமாற்றப் படுவதை எந்த மனித உயிர்தான் ஏற்கும்?

கதையில் புழங்கும் ஜிஞ்சர் பீர், கார்பாலிக் சோப் போன்ற வார்த்தைகள்' 60 களின் பொருள்சார் பண்பாட்டைச் சுட்டும் ஆவணமாக அமைகின்றன.

அம்மாவின் படத்துக்கு முன்னால் ஏன் தி. ஜா. அவளை நிற்க வைக்கிறார். அவளுடைய முன்கதையை நமக்குச் சொல்வதற்காக மட்டுமல்ல. எங்கிருந்து எப்படியான ஒரு பண்பாட்டிலிருந்து எப்படியான ஓர் அகோரத்தில் வந்து விழுந்திருக்கிறாள் என்கிற வீழ்ச் சியை அடையாளப்படுத்தவும்தான். இவ்வீழ்ச் சிக்குப் பின்னணியாக இருப்பது அடுத்தடுத்த அம்மா, அப்பாவின் மரணமும் பொருளாதாரம் அதாவது வாழ்வாதாரம் ஏதுமற்ற நிர்க்கதியான நிலைமை என்பதை தி. ஜா. முன்வைக்கிறார். அதன் காரணமாக ஒரு முழுமை கதையில் கிடைக்கிறது.

6. அப்பா–பிள்ளை

காவிரிக் கரையில் வாழும் குஞ்சு, ஒரு முதியவர். அண்மையில் தாயைப் பறி கொடுத்தவர். தாயைப் பற்றிய நினைவுகளில் மூழ்கியபடி திண்ணையில் உட்கார்ந்திருக்கிறார். தொமேர். . தொமேர்.. என்று வாண்டுப்பயல்கள் கரையில் நின்ற நாவல் மரத்தில் ஏறி ஆற்றில் குதி போட்டுக்கொண்டிருந்தார்கள். குதியினால் தெறித்த நீரில் ஓரிரண்டு திவலைகள் திண்ணையில் முகட்டில் விழுகின்றன. காவேரி அவ்வளவு கையெட்டு... அக்கரையிலிருந்து பார்த்தால் ஒவ்வொரு வீடும் காலை நீரில் தொங்கவிட்டுக் கனவு காண்பது போலிருக்கும். இப்படி ஒரு தெருவே கட்ட வேண்டுமென்று யாருக்குத் தோன்றிற்றோ! என்று பலவிதமான சிந்தனையிலிருந்தவரைச் சோகமாக வந்த ராமநாதன் என்கிற ஓர் இளைஞன் சந்திக்கிறான்.

அவரை நமஸ்கரித்து மிகவும் பணிவாக அவர் மகனுடன் வேலை பார்ப்பவன் என்று கூறுகிறான். முதியவர் தம் நண்பரின் அண்ணன் மகன் அவன் என்பதையும் தெரிந்து கொள்கிறார். வந்தவன் கண்களில் நீர் வழிய, 'குழந்தைக்கு முடியிறக்குவதற்கு அம்மா, மனைவியுடன் வைத்தீஸ்வரன் கோவில் வந்தேன். வந்த

இடத்தில் அம்மா கீழே விழுந்து அடிபட்டதால் மருத்துவமனையில் சேர்த்திருக்கிறேன். கையில் பணமில்லை யாரையும் தெரியவில்லை' என்று கலங்கி நிற்கிறான். காலில் விழுந்து நமஸ்கரித்து கண்களில் நீர் வழிய "பெரியவா காப்பாத்தணும்" என்று சொல்லும்போது அவரால் கலங்காமல் இருக்க முடியவில்லை. அவனுக்கு ஆறுதல் கூறிக் கையில் காசில்லாத நிலையிலும் பக்கத்தில் கடன் வாங்கி 20 ரூபாய் கொடுக்கிறார். இது போன்ற சமயங்களில் உதவுவதுதானே மனித இயல்பு.

அத்தோடு விடாமல் "சரி, வந்த இடத்திலே சாப்பாட்டுக்கு என்ன பண்றாளோ, பாவம்! நாலு மணிக்கு நல்ல ரசம் வச்சு, மூணு பேருக்குச் சமைச்சு, ரசஞ்சாதமும் தயிருஞ் சாதமுமாப் பிசைஞ்சு ரெண்டு பாத்திரத்திலே கொடு. ஆஸ்பத்திரியிலே போய்ப் பார்த்து அதையும் கொடுத்துட்டு வரேன்" என்று மனையாளைச் சமைக்கச்சொல்லி இரண்டு பித்தளைத் தூக்குகளில் எடுத்துக்கொண்டு போகிறார். அவன் சொன்ன மருத்துவ மனையில் அப்படி யாரும் இருக்கவில்லை. பக்கத்தில் இருந்த மருத்துவ மனைகளிலும் விசாரித்துவிட்டு ஏமாந்துபோய் வீட்டுக்குச் செல்கிறார்.

இரவே மகனுக்கு ஒரு கடிதம் எழுதுகிறார். நாலாம் நாள் அதற்குப் பதில் வருகிறது. "விவரம் யாவும் தெரிந்து கொண்டேன். ராமநாதன் அளவுக்கு மீறின புத்திசாலி. அதனால்தான் போன வருடமே அவனை வேலையை விட்டு நீக்கி விட்டார்கள். வேலை வாங்கித் தருகிறேன் என்று 30, 40 பி. ஏ; எம். ஏக்களிடம் நூறு-இருநூறு என்று வாங்கிக் கொண்டானாம். அவன் அப்பா, சித்தப்பாவின் நண்பர்களிடம் இதேபோல் கடன் வாங்கிக் கொண்டு போய்விட்டான். கவலைப்பட வேண்டாம். அந்தப் பணம் திரும்பி வராது. இருபது ரூபாயோடு போயிற்று. இனிமேல் யாராவது கேட்டால் தீர விசாரியாமல் கொடுக்க வேண்டாம். ராமநாதனுக்கு இன்னும் கலியாணமாகவில்லை. தாங்கள் வருத்தப்பட வேண்டாம். " என்ற கடிதத்தைக் கண்டதும் 'பேஷ். . பேஷ்" என்றார். "நம் பிள்ளையும் நம்ம மாதிரிதான் இருக்கான்னேன்" என்று கடிதத்தை மனைவிக்கு வாசித்துக் காட்டினார். அவர் சம்சாரம் கண்கலங்கச் சிரிக்கத் தொடங்கினாள் என்று கதையை முடிக்கிறார் தி. ஜா.

கதை முழுக்கப் புரண்டோடும் மனித மனங்களின் கருணை வெள்ளத்தை –காவிரியின் வெள்ளத்தைப் போல- நாம்

காண்கிறோம். காவிரியைப்பற்றி துவக்கத்தில் தி. ஜா. விரித்து எழுதியிருப்பதும் இதற்காகத்தான் போலும்.

காவிரி ஆற்றோடு கட்டப்பட்டிருந்த அக்கிரஹாரத்தின் அன்றாடத்தை மிக அற்புதமாக இக்கதையில் தி. ஜா. தீட்டியுள்ளார்.

”அம்மாவுக்கே காவேரி ஓடினாற்போலிருந்தது. கால் நகம், கைநகம், ஒன்றையும் விடாமல் அவள் தேய்த்துச் சுத்தி பண்ணிக்காவேரியில் கரைத்துக்கொண்டே இருப்பாள். எழுபத்திரண்டு வருஷம் இப்படிக் கரைத்திருப்பாள். பதினாறு வயதில் இந்த வீட்டில் புகுந்தாள்கடைசியிலே போன ஆனிக்கு அவளே கரைந்து போன பொழுது அவளுக்கு வயது எழுபத்தாறு.

இத்தனை குதி, இத்தனை வாண்டுகள், இத்தனை இரைச்சலுக்கும் நடுவில் படிக்கட்டு சூன்யமாகத்தான் இருந்தது குஞ்சுவுக்கு. ”

இன்னொரு பாட்டம் இன்னொரு இடத்தில் அக்கிரஹாரத்துக் காவேரியை வரைகிறார் தி. ஜா. :

“குடிக்க, குளிக்க, சௌசம் செய்ய-எல்லாவற்றுக்கும் இந்தக் காவேரிதான். தெருவிலிருக்கிற ஆசாரப் பாட்டிகள் ‘பேரன் மேலே பட்டுவிட்டான், சாக்கடை நீர் காலில் தெறித்துவிட்டது’ என்று நினைத்து நினைத்து வாசலுக்கு வந்து ஒரு எட்டு வைத்து முழுகிவிட்டுப் போகிறார்கள். அம்மாவும் அப்படித்தான் செய்து கொண்டிருந்தாள். நினைத்து நினைத்து வந்து முழுகுவாள். சிலுசிலுப்புக்கு அந்த எண்பத்தைந்து வயது அஞ்சினதில்லை. ”

தண்ணிக்குத் தவிக்கும் கரிசல்காட்டுக்காரனான எனக்கு இப்படி நினைத்து நினைத்து வந்து குளிக்கும் ஒரு வாழ்க்கையைப் பார்க்க பொறாமையாக இருக்கிறது. எப்படி அநுபவித்து வாழ்ந்திருக்கிறார்கள் மனுஷர்கள், மனுஷிகள்...! அதை தி. ஜா. எவ்வளவு லயித்துச் சொல்லியிருக்கிறார்!

கதையில் அம்மாவின் வயது எழுபத்தாறு என்றும் எண்பத்தைந்து என்றும் இரு இடங்களில் இருவிதமாக வந்து குழப்புகிறது. கவனப்பிழையாக இருப்பின் சரி செய்யலாம்.

7. யதுநாத்தின் குருபக்தி

“**பி**ரிட்டிஷார் இந்த நாட்டை ஆண்டபோது ஸாங்காச்ய சமஸ்தானத்தில் மன்னராக இருந்தவர், யதுநாத் பகதூர், எம். ஏ.

டி. பில். அவர் அபூர்வமான ஒரு ராஜா. குடிப்பழக்கம், பல மனைவிகள், ஐரோப்பிய டைப்பிஸ்ட் காதலிகள், குதிரைப்பந்தயம், வேட்டையாடல் ஒன்றும் அவருக்குத் தெரியாது. ஆதலால் அந்தப்புரமும் வனாந்திரமும் அங்கே வளரவில்லை" என்று அட்டகாசமான ஓர் அறிமுகத்தோடு கதை துவங்குகிறது.

யதுநாத் ஒரு வேதாந்தி. சிறுவயது முதலே ஆத்ம விசாரத்தில் ஈடுபட்டவர். உலக இன்பங்களில் ஒரு ராஜாவுக்கு ஏற்படக்கூடிய சராசரிப் பற்றுக்கூட அவருக்கு இல்லை. இங்கிலாந்துக்கு தத்துவ ஞானத்தில் எம். ஏ. பட்டமும் டாக்டர் விருதும் பெறப் போவதற்கு முன்பே ஆசாதேவியுடன் அவருக்குத் திருமணம் ஆகிவிட்டது. இங்கிலாந்திலும் மற்ற பணக்கார இந்திய இளைஞர்களைப்போல அல்லாமல் முழுக்கப் படிப்பிலேயே கவனம் கொண்டார். நல்ல யௌவனமான அந்த ஏழு வருடங்களை உடலை மாசு படுத்தாமல் கழித்துவிட்டு திரும்பியிருந்தார். உடலை மாமிசங்களின் மீது புரளவா ஈசன் கொடுத்தான்? பிரம்மத்தை, பிரபஞ்சத்தின் ஒரே உண்மையைக் காண உடலைச் சாதனமாக்கி ராஜயோகம் புரிவது அவருக்கு நோக்கமாக இருந்தது.

நல்ல குரு ஒருவரை அடைவதற்காகப் படாத பாடு பட்டார். வருவதெல்லாம் நெட்டுருப் புலவராக இருந்தனர். பதினான்கு வருடம் கழித்து ஆந்திரரான வேங்கடதாசர் குருவாகக் கிடைத்தார். மூன்று வேதங்களும் தலைகீழ்ப்பாடம். வழக்கிலுள்ள எல்லா உபநிஷத்துகளும் மனப்பாடம் பாகவதம் முதலிய புராண இதிகாசங்களிலிருந்து நினைத்த போது அவருடைய ஞாபகசக்தி சுலோகங்களை அள்ளி எறியும்.

அவர் வந்த பிறகு அவரிடம் பாடம் கேட்பதிலேயே யதுநாத்தின் நாளும் பொழுதும் கழிந்துகொண்டிருந்தது. அரண்மனையிலும் அரசு விழாக்களிலும் அவருக்கு முக்கியத்துவம் வளரத் துவங்கியது. அவருடைய அறிவின் தீட்சண்யத்திலும் கலை மனதின் ஆழத்திலும் வியந்து நின்றார் யதுநாத்.

கதை இப்படியே போய்க்கொண்டிருக்க, ஒரு திருப்பமாக குருநாதரைப்பற்றி நம்ப முடியாத சேதி ஒன்று வருகிறது. மன்னரின் நம்பிக்கைக்குரிய அந்தரங்கக் காரியதரிசி மூலமாகவே வருகிறது. "ஒரு தோட்டியாம். காளிந்தி என்று பெயராம்.. ஆச்சாரியாரையும் அவளையும் சம்பந்தப்படுத்தி ஒரு அபவாதம்"

ஆச்சாரியார் ஒரு கிருஹஸ்தப் பிரம்மச்சாரி. சாஸ்திரத்தில் சொல்லப்பட்ட நாட்களைத் தவிர, வேறு எப்போதும் சிற்றின்பத்தில் ஈடுபட மாட்டார் என்பது யதுநாத்தின் தீர்க்கமான கருத்து. ஆகவே அவன் இச்செய்தியை நம்ப மறுக்கிறான். அந்தரங்க காரியதரிசி காளிந்தியின் தகப்பனையே அழைத்து வந்து சொல்ல வைக்கிறான்.

"என் மகள்தான் காளிந்தி. இருபத்திரண்டு வயசு ஆகுது. போன வருசம் கல்யாணம் கட்டிக்கொடுத்தேன். குருமகாராஜின் வீட்டிலே தோட்டி வேலை செய்து வந்தாள் அவள். குரு மகராஜ் அவள் வீட்டிற்கு ராத்திரி பன்னிரண்டு மணிக்கு மேல் வருகிறார். நானே பார்த்தேன். என் மருமகன் காளிந்தியோடு சண்டை போட்டான். ஓடிப்போய்விட்டான்."

அப்போதும் யதுநாத்துக்கு தன் குருநாதர் மீதான குற்றச்சாட்டை நம்ப மனமில்லை. . இரவில் தானே நேரில் காளிந்தியின் குடிசை இருக்கும் தோட்டிச்சேரிக்குச் செல்கிறார். குடிசையின் கூரையைக் கழியால் தூக்கினால் உள்ளே அகல் விளக்கின் ஒளியில் குருமகராஜின் மடியில் காளிந்தி. கோயில் தூணில் தவழும் கரும் பெண் சிற்பம் போல-உதட்டில் ஒரு மின்னல் புன்சிரிப்புடன்.

இதுவரை சொல்லப்பட்டது ஏற்கனவே சொல்லப்பட்ட பல கதைகளில் சொல்லப்பட்ட கதைதான். இதற்குமேல் எழுதுவதுதான் தி. ஜா வின் கதை.

இழிவான காரியம் செய்துவிட்ட குற்ற உணர்வில் தவிக்கிறான் யதுநாத். தன் மனைவி ஆசாதேவியை நள்ளிரவில் எழுப்பி நடந்ததெல்லாம் சொல்லுகிறான். அவளால் நம்ப முடியவில்லை. நம் ஆச்சாரியாரா? தோட்டியையா?

யதுநாத்தின் பார்வை வேறாக இருந்தது. வேங்கடதாசர் அசாதாரண மனிதர். மட்டுமின்றி அபாரமான ரசிகர். காளிந்தியோ அழகின் சிகரம். அவளுடைய அழகைக் கௌரவிக்க வேண்டும் என்பதற்காகத்தான் அவர் தோட்டிச்சேரியில் இருக்கும் அவள் வீட்டைத்தேடிச் சென்றிருக்கிறாள். அவளை அடையவேண்டும் என்பது அவர் நோக்கமாக இருந்தால் தன் மாளிகையிலேயே தோட்டிப்பணி செய்யும் அவளை அங்கேயே அடைந்திருக்க முடியாதா? அவளைத் தேடிச்சென்று அவளுக்குக் கௌரவம் கொடுக்கத்தானே விரும்பினார்?

ஆகவே ஆச்சாரியாரின் ரசனைக்கு மதிப்பளிக்கும் விதமாகவும் உலகத்தின் மகான்களின் ஒருவராகிய வேங்கடதாசரைக் கவர்ந்த

காளிந்திக்கு ஒரு தனி மாளிகை கட்டித்தந்து கௌரவிக்க முடிவு செய்கிறான். ஆனால் ஆசாவின் கருத்து வேறாக இருக்கிறது.

"காளிந்தி பிறன் சொத்து. கண்ணன் வெண்ணையைத் திருடித்தான் தின்பான். நீங்கள் மாளிகை கட்டிக்கொடுத்தால் காளிந்தி வேங்கடதாசருடைய சொத்தாகிவிடுவாள். அப்புறம் அவளுக்குச் சுகம் எது?"

ஆனால் அவளை குருநாதர் கல்யாணம் கட்டிக்கொள்ளாத வரைக்கும் அவள் பிறன் சொத்துத்தானே என்பது யதுநாத்தின் வாதம். ஆபத்தும் இடைஞ்சலும் இல்லாவிட்டால் அது எப்படி பிறன் சொத்தாகும் என்பது ஆசா.

ஆனால் குருநாதரின் கவர்ச்சி பிறன் சொத்தின் மீதான கவர்ச்சி வகைமையில் சேராது. இது இயற்கையின் அப்பட்டமான கவர்ச்சி. மீள முடியாத கவர்ச்சி என யதுநாத் நம்புகிறான்.

அப்பேர்ப்பட்ட பேரழகி என்றால், அந்தக் காளிந்தி அந்தத் தோட்டிச் சேரியிலேயே யாரையும் கவரவில்லையா?அவ்வளவு அழகிற்காக ஒருவன் உயிரைக்கூடத் தியாகம் செய்யலாமே?அவள் புருஷன் கூடச் செய்யலாமே? ஆனால் செய்யவில்லையே என ஆசா.

"அவள் புருஷன் ஒரு தோட்டிப்பயல், உன்னையும் என்னையும் போல"என்கிறான் யதுநாத். கடலில் போகிற செம்படவனுக்கு மீன் நாற்றம்தான் தெரியும். அலையின் பேச்சும் அழகுமா தெரியும்?மேகத்தைக்கண்டு நானும் நீயுமா காவியம் எழுதினோம்?வால்மீகியும் காளிதாசனும்தானே எழுதினார்கள்" என்கிறான் யதுநாத்.

"குரு மகாராஜருக்குக் காளிந்தியும் வேண்டும். அதோடு அவள் அந்தக் குடிசையில் வைத்துத்தான் வேண்டும். அந்தப் புழுதியில் புரண்டால்தான் அவருக்கு நிம்மதி இருக்கும் "என ஆசாதேவி.

இப்படியே பேசிப்பேசி இரவு கழிகிறது இருவருக்கும். காளிந்திக்கு மாளிகை என்பதில் யதுநாத் உறுதியாக நிற்கிறான்.

"அன்று யதுவுக்கு இருந்த எழுச்சியில் அவர் திடமாகக் காத்து வந்த இல்லறப் பிரம்மச்சரியங்கூடக் கலைந்துவிட்டது. பிரம்மஞான ராஜா மனுஷராஜா ஆகிவிட்ட மகிழ்ச் சியில் ஆசா திளைப்பதாகக் கதையை தி. ஜா. முடிக்கிறார்.

ஜனநாயக யுகத்தில் வாழ்ந்த தி. ஜானகிராமன், குருநாதர் எவ்வளவு பெரிய மகானாக இருந்தாலும் கட்டின புருஷனைப்பற்றிக் கவலையே படாமல் உடம்பின் இலக்கணமாகத் திகழ்ந்த காளிந்தியை ரசிக்க அவள் குடிசைக்கே போனது குற்றமில்லையா என்கிற கேள்வியை எங்கேயும் எழுப்பவில்லை. அவள் புருஷன் வெறும் தோட்டிப்பயல் என்கிற வியாக்கியானம் வேறு. காளிந்தியின் முகத்தில் புன்னகை மின்னியது என்று சொன்னதன் மூலமும் காளிந்தியின் தகப்பனார் மன்னரிடம் வந்து “குருமகராஜ் என் பெண் வீட்டைத்தேடி வருவதைப்பற்றி எனக்கும் என் வீட்டுக்காரிக்கும் எல்லையில்லாத ஆனந்தம்” என்று ஒப்புதல் வாக்குமூலம் கொடுக்க வைத்ததன் மூலமும் அழகு, ரசனை, இயற்கையின் கவர்ச்சி என்கிற பேரால் எளிய மக்களின் உணர்ச்சிகளைத் தூசுக்கும் மதிக்காத அதிகாரத்தின் ’நியாயத்தை’ தி. ஜானகிராமன் அங்கீகரிக்கிறாரா? என்கிற ஒரே ஒரு ஜனநாயகக் கேள்வியின்முன் இக்கதை இற்று நொறுங்கி வீழ்கிறது. செம்படவன் அலையையும் கடலையும் ரசிக்கவே மாட்டான் என்கிற தி.ஜாவின் பார்வையும் கேள்விக்குள்ளாக்கப்பட வேண்டும். அதெல்லாம் உயர்ந்தோர் மாட்டே என்கிற குரல் அதற்குள் ஒளிந்திருக்கிறதே? மொத்தத்தோட்டிச்சேரியும் புழுதியிலும் குடிபோதையிலும் கிடப்பதற்கான பொறுப்பு யாருடையது என்கிற கேள்வியெல்லாம் நமக்கு எழுகிறது.

அதைப் பற்றியெல்லாம் கவலைப்படாமல் வாசித்தால், இது காமத்தின் உள்ளார்ந்த வேர்களைத் தேடும் ஆழமான கதை எனக் கொண்டாடலாம்தான். இத்தகைய ஜனநாயகக் கேள்விகளைத் தவிர்ப்பதற்காகத்தான் இந்த உள்ளடக்கத்தை சமகாலத்தில் நிறுத்தி எழுதாமல் மன்னராட்சிக்காலத்துக்குக் கொண்டுபோய் தி.ஜா. விவாதிக்கிறாரோ என்னவோ?

8. ஆரத்தி

ஒரு சின்னக்கதை இது.

ஆனால் மனதைத் தொந்தரவு செய்யும் கதை.

காமாட்சிக்குக் கல்யாணம் ஒன்பது வயதில் நடந்தது. பால்ய விவாகம்தான். புருஷன்காரனுக்கு தகப்பனார் இல்லை. தாயுடன் அவ்வப்போது வருவான் – ஆடி, ஆறாமாசம், தீபாவளி என. அப்புறம் அவனைக்காணவில்லை இங்கு வந்தானா என்று

அவனுடைய தாயார் கடிதம் எழுதுகிறார். ஆறுமாதம் கழித்து ரங்கூனிலிருந்து மணியார்டர் வந்தது. அங்கு வேலையில் இருப்பதாகவும் இன்னும் இரு மாதங்களில் வந்து அழைத்துச் செல்வதாகவும் ஒரு தகவலுடன். ஆனால் அவர் வரவே இல்லை.

ஆண்டுகள் கடந்தும் அவர் வரவில்லை. திடீரென்று ரங்கூன், சிங்கப்பூர் எங்கும் சண்டை என்றார்கள். குண்டு குண்டாக விழுவதாகச் சொன்னார்கள். ஆனாலும் காமாட்சி நம்பிக்கையோடு பூவும் பொட்டும் வைத்துக் காத்திருந்தாள். ஊரில் பலருக்கும் நம்பிக்கையில்லை. இன்னும் இவள் குங்குமம் வைத்திருப்பது அர்த்தமற்றது எனக்கருதினர். கோவிலுக்குப் போனால், அவளோடு சேர்ந்து உட்கார வெள்ளைப்புடவை கட்டிய விதவைப்பெண்களும் விதவைப்பாட்டிகளுமே வந்தனர். அக்காட்சியை தி. ஜா. வர்ணிக்கும்போது நம் மனம் பெருமூச்செரிகிறது.

யார் என்ன நினைத்தாலும் அவளுடைய மன்னி, அண்ணனின் மனைவி, வீட்டில் என்ன சுபகாரியமானாலும் காமாட்சியை அழைத்து அவள் கையில் ஆரத்தித்தட்டைக்கொடுத்துச் சுற்றச் செய்வாள். அதுவே காமாட்சிகுப் போதுமானதாக இருந்தது. மன்னி ஒருத்தி தன்னைச் சுமங்கலி என அங்கீகரிக்கும் மன நிறைவே போதும் என்றிருந்தாள்.

தி. ஜா.கதையைத் துவங்கும் இடம் முக்கியமான தருணம். அண்ணாவின் பேரன் பிறந்து ஆண்டு நிறைவு. ஹோமம் முடிந்து காது குத்தியானதும் ஆரத்தி எடுத்தார்கள். ஆரத்தித்தட்டுக்குக் காமாட்சியின் கை ஒரு கையாக இருந்த வழக்கத்தை அன்று மன்னி தவிர்த்துவிட்டாள். மன்னி தன்னைப்பார்க்காதது போல் விலக்கின விலக்கு. அந்தக்கணத்தில் அடுக்களை நிலையோரமாக நின்ற காமாட்சிக்கு காலின் கீழ் மண் சரசரவென்று சரிவதுபோலிருந்தது. மன்னியும் கைவிட்டு விட்டாளே!

கண்ணாடியில் காமாட்சி முகம் பார்க்கும் காட்சி நம் மனதை அசைக்கும்.

“இருபத்து நான்கு வருஷங்களாகிவிட்டன. மாப்பிள்ளை வரவில்லை. காமாட்சி வயதை எண்ணினாள். முப்பத்தைந்து. தலையில் நமைச்சல் தாங்கவில்லை. வரவரவென்று சொரிந்தாள். நரைப்பதற்கான நமைச்சலாம். விறுவிறுவென்று முழுதும் நரைத்துவிட்டது. கண்ணாடியை எடுத்துப் பார்த்தாள். கூந்தல் கறுப்பு மாறித் துரு ஏறிய இரும்பாகியிருந்தது. முன்நெற்றி

நரைக்குக்கீழ் தம்பிடி அளவு மங்களாம்பிகா குங்குமம்...அதைப் பார்த்ததும் ஒரு கேள்வி எழுந்தது. ”காமாட்சியின் கை அண்ணா வீட்டுக்குச் சமைக்கிறது. அண்ணாவின் வேட்டி, மன்னியின் புடவையைக் கூடத்துவைக்கிறது. கால், கடைக்கும், மார்க்கெட்டுக்கும் நடந்து சாமான் வாங்கி வருகிறது.’நீ யாருக்காக உழைக்கிறாய்!யாருக்காக வாழ்கிறாய்?’

அது என்ன பதில் சொல்லிற்று. ‘‘நீ வாழா வெட்டியில்லை, விதவை இல்லை.... ” அப்புறம்;அதோடு பதில் நின்றுவிட்டது.

எல்லா மன அவஸ்தைக்கும் ஒரு நாள் முடிவு வந்தது. கோவிலில் வெள்ளைப்புடவைப்பாட்டிகளுக்கு நடுவில் அவள் உட்கார்ந்திருந்த ஓர் இரவில் மன்னி ஓடி வந்து அழைக்கிறாள். வீட்டுக்குப்போனால் காமாட்சியின் கணவன் வந்து நிற்கிறான்.

அக்காட்சியை உணர்ச்சிகரமான –துன்பமும் இன்பமும் கலந்த ஒரு காவிய நாடகமாக –தி. ஜா. வடித்திருக்கிறார்.

“காமு, அடையாளம் புரிகிறதா?” என்றான் அண்ணா.

காமு அவரை ஏற இறங்கப் பார்த்தாள். பைத்தியம் போல் பார்த்தாள். விக்கி விக்கி அழுதாள்.

அவரும் விக்கி அழுதார். அண்ணாவும் மன்னியும் அதையேதான் செய்தார்கள். ”

காமுவை மாப்பிள்ளையுடன் சேர்ந்து ஊஞ்சலில் உட்கார வைத்து மன்னி ஆரத்தி எடுப்பதுடன் கதையை முடிக்கிறார்.

இப்படிக் கைவிடப்பட்ட பெண்களின் ஒட்டுமொத்த சோகத்தையும், மன உளைச்சல்களையும் இந்த ஒரு கதையில் கொண்டுவந்து சேர்த்துவிட்டார் தி. ஜா.

அன்று பால்ய விவாகம் எனில் இன்று கல்யாணம் முடிந்த கையோடு கணவன் வெளிநாடு போய் விடும் துயரம் பரவலாகவும் குறிப்பாக இஸ்லாமியக் குடும்பங்களிலும் பெண்களை வதைத்துக்கொண்டிருக்கிறது.

தி. ஜா. வின் குருவான கு.ப.ரா. வின் ’ஆற்றாமை’ கதையில் வரும் சாவித்திரி போல குரூரம் கொண்ட பெண்ணாக அல்லாமல், அதே வாழ்க்கைச் சூழலில் அப்பாவிப்பெண்ணாகக் காமாட்சியைப் படைத்துக் காட்டியிருக்கிறார் தி. ஜா.

கதையில் மாப்பிள்ளை பற்றி தகவல் அறிய அண்ணா எடுக்கும் முயற்சிகள் பற்றிக் குறிப்பிடும்போது “நாகப்பட்டினம், பட்டுக் கோட்டை, முத்துப்பேட்டை, அதிராம்பட்டணம், அய்யம்பேட்டை என்று அக்கரைச் சீமையைக் கொல்லைத் தலைமாடாக வைத்திருப்போரின் ஊர்களுக்கெல்லாம் அலைந்தான்” என்று ஒரு வரியை தி. ஜா. எழுதுகிறார்.

என்ன ஒரு வரலாற்று வரி இது! அந்த ஊர்களிலெல்லாம் காமாட்சியைப் போன்ற காத்திருக்கும் பெண்கள் இருந்துதான் இருப்பார்கள் என்பதும் வாசிக்கும்போதே நமக்கு உறைக்கிறது.

9. ஸ்ரீராமஜெயம்

வேலுமாரார் அந்த அச்சாபீசில் வாட்ச்மேனாக வேலைக்குச் சேர்ந்து பத்து வருஷமாகிறது. அதே அச்சாபீசில் ப்ரூப் ரீடராக வேலைபார்க்கும் ராகவாச்சாரி சேர்ந்து 26 வருடம் ஆகிறது. ராகவச்சாரிக்கு நாலு பெண் குழந்தைகள் மூன்று ஆண் குழந்தைகள். அதனாலோ என்னவோ அவர் மீது எல்லோருக்கும் ஒரு பரிவு. அவர் ஒருபோதும் ஆபீசுக்கு குறித்த நேரமான காலை எட்டரைக்கு வருவதில்லை. அதை முதலாளி ஏனென்று கேட்பதில்லை. ஆபீசில் நடந்த எத்தனையோ வேலை நிறுத்தங்களில் ஒன்றில்கூட அவர் கலந்துகொண்டதில்லை. அதற்காக சக ஊழியர்கள் அவர்மீது கோபப்பட்டதில்லை.

காலையில் மேசைக்கு வந்தால் கருமமே கண்ணாயிருப்பார். மதிய உணவு இடைவேளைக்கு ஐந்து நிமிடங்களுக்கு மேல் எடுத்துக்கொண்டதில்லை. அவர் கோடானுகோடி அச்சுப்பிழைகளை மன்னிக்கிற காருண்யம் மிக்கவராக வாட்ச்மேன் வேலுமாராருக்கு ஒரு அபிராயம். பேனாவைக்கழுத்தைப்பிடித்து எழுதுகிறவர்கள் மனமுதிர்ச்சி இல்லாதவர்கள் என்றும் நடுவயிற்றில் பிடித்து எழுதுபவர்கள்பக்குவமும் லாகவமும் உள்ள விசேஷ மனிதர்கள் என்றும் வேலுமாராருக்கு ஒரு அபிப்ராயம் உண்டு. ராகவாச்சாரிக்குமனப்பக்குவம் சராசரிக்கு அதிகம் என்றுதான் அவன் தீர்மானம் செய்து வைத்திருந்தான்.

அப்பேர்ப்பட்ட ராகவாச்சாரி ஒருநாள் ஆபீசுக்கு வெகு சீக்கிரமாக வருகிறார். அன்றைக்கு அவர் விடுப்பு எடுத்திருந்தபோதும் வந்தார். வாட்ச்மேனிடம் முதலாளியைப்பார்த்துக் கொஞ்சம் பணம் வாங்க வந்ததாகச் சொல்கிறார். கொஞ்ச நேரம் ஆபீசுக்கு

உள்ளே போனவர் திரும்பி வரும்போது வாட்ச்மேனுக்கு ஒரு சந்தேகம் வருகிறது. அவருடைய பையைச் சோதனை போடுகிறார். உள்ளே முதலாளியின் மேசை மீதிருந்த புத்தம் புதிய 500 பக்க நோட்டு இருக்கிறது. அவரை வெளியே போகவிடாமல் தடுத்து முதலாளி வந்ததும் உள்ளே அழைத்துப்போய் இப்படி அவர் நோட்டுத் திருடியதைச் சொல்கிறான்.

முதலாளி "இந்த வயசிலே இது என்ன அசட்டுத்தனம்" என்று திட்டிவிட்டு "ஏதாவது வேணும்னா எங்கிட்டே வந்து கேளும்" என்று அறிவுறுத்தி அதே மாதிரி பத்து நோட்டுகள் பைண்ட் பண்ணி அவருக்குக் கொடுக்கச் சொல்லி உத்தரவு போடுகிறார்.

ராகவாச்சாரி தான் அன்று லீவு எடுத்ததை மறந்து தன் மேசைக்குப் போகிறார்.

நேர்மையான ஊழியர் ஒருநாள் தவறு செய்வதும் அதை முதலாளி மன்னிப்பது மட்டுமின்றி அவர் எதை விரும்பித் திருடினாரோ அதையே பத்து மடங்கு அவருக்கு இலவசமாக வழங்கி மன்னிக்கிறார். மன்னிப்பை விடப் பெரிய தண்டனை ஏதும் இல்லை என்பதை அறிந்திருந்த ஒரு தலைமுறையின் கதை இது. சந்தேகப்படுவதற்குத்தானே தனக்கு முதலாளி சம்பளம் கொடுக்கிறார் எனத் தன் சந்தேகத்தில் உறுதியாக நின்று ராகவாச்சாரியின் பையைச் சோதனை போட்ட வேலுமாராரின் விசுவாசமிக்க ஊழியமும் இன்று காணக்கிடைக்காத ஒன்றுதான்.

ஜப்பான்காரன் சென்னைப்பட்டணத்தின் மீது குண்டு போட்ட அன்று ஒரே ஒருநாள் ராகவாச்சாரி இரண்டு நிமிடம் முன்பாகவே வேலைக்கு வந்ததாக ஒரு வரி கதைக்குள் கடந்து போகிறது. எம்டன் குண்டு போட்டது 1914இல். ஜப்பான்காரன் குண்டு போட்டது அக்டோபர் 1943இல். ஆகவே இது 40களில் நடக்கும் கதை. 1944ஆம் வருஷத்துக்கு முன்னால் ஒரு தம்பிடிக்கு வெற்றிலையும் ஒரு தம்பிடிக்குப் புகையிலையும் கிடைத்தது. ஆனால் இப்போது 1944இல் அதை வாங்க அரையணா தேவைப்படுகிறது என்றும் ஒரு வரி கதையில் வருகிறது. வரலாற்று ஆவணமாகக் கதைகள் மாறுவது இதுபோன்ற வரிகளில்தாம்.

தவிர, அச்சாபீசில் 'நடைபெற்ற எத்தனையோ வேலை நிறுத்தங்கள்' பற்றியும் ஒரு குறிப்பு வருகிறது. ஆம். கம்யூனிஸ்ட்டுகள் 1940களில் வலுவாகத் தொழிற்சங்கம் உண்டாக்கிப்

போராட்டங்கள் நடத்திய களங்களில் அச்சகத்துறையும் ஒன்று. பஞ்சாலையைப்போல சங்க நடவடிக்கைகள் தீவிரமாக இருந்தது அச்சக ஊழியர்கள் மத்தியில் என்பதை 1940களின் 'ஜனசக்தி' இதழ்களில் வாசித்திருக்கிறேன். அதையெல்லாம் நினைவூட்டும் படைப்பாகவும் இக்கதை அமைகிறது. பல நினைவுகளைக் கிளர்த்துவது ஒரு கலைப்படைப்பின் முக்கியமான பணி அல்லவா?

10. மாற்றல்

அப்பாமங்கலம் கிராமத்தில் வாத்தியார் வேலைபார்க்கும் வெங்கிடியாபிள்ளைக்கு மாற்றல் உத்தரவு வந்து விட்டது. அவரும் அதை 'சரிதான்' என்று ஏற்றுக்கொண்டு விட்டார். எல்லோருக்கும் வரும் மாற்றல் தனக்கு மட்டும் வராமல் எப்படி இருக்கும் என்பதாக அவர் ஏற்றுக்கொண்டு வீட்டைக்காலி செய்துகொண்டு கிளம்பத்தயாராகிவிட்டார். ஊர்ப் பெரிய மனிதர்கள் எல்லோரும் சேர்ந்து அவருக்கு ஒரு பிரிவுபச்சார விருந்துக்கு ஏற்பாடு செய்திருந்தார்கள். ஆற்றின் கரையில் திறந்த வெளியில் 'வனபோஜனம்' மாதிரிப் பெரிய ஏற்பாடு." கூட்டாஞ்சோறு, சர்க்கரைப்பொங்கல், வெண்பொங்கல், வறுவல்கள், பொரியல்கள், அவியல்கள், கலியாண முறுக்களவு ஜிலேபி-ஐயோ- கவர்னருக்கு அளித்த விருந்து என்றுதான் நீங்கள் நினைத்திருப்பீர்கள்" என்று தி. ஜா. உற்சாகமாக வர்ணித்துப் போகிறார். ஒரு மட்டன் பிரியாணியும், சுக்கா வருவலும் இல்லாத இதைப்போய்ப் பெரிய விருந்தென்று வியப்படைகிறாரே தி. ஜா என்று ஒரு புன்னகை நமக்கு.

அவ்விருந்தில் பங்கேற்ற பெரிய மனிதர்கள் வெங்கிடியாபிள்ளை எப்படி இந்த ஊரின் ஒரு மனிதரைப்போல அத்தனை சுப காரியங்களிலும் தன் பங்களிப்பைச் செய்தார் என்பதை நினைவு கூர்ந்து பேசுகிறார்கள். பேச்சுப் போய்க்கொண்டே இருக்கையில் அவரை எதற்காக இந்த ஊரைவிட்டு மாற்ற வேண்டும்?மாற்றலை ரத்து செய்ய நாம் முயற்சி எடுக்க வேண்டாமா என்கிற கேள்வியை தேசபக்தர் கிட்டப்பா தூக்கிப்போட அது வேகமாகப் பற்றிக்கொண்டது.

மறுநாள் வெங்கிடியாபிள்ளையின் குடும்பம் மூட்டை முடிச்சுக்களைக் கட்டிக்கொண்டிருக்கும்போது அஜீஸ் ராவுத்தர்

அவரை அழைப்பதாக ஒருவர் தகவல் கொண்டு வருகிறார். வெங்கிடியாபிள்ளைக்கு அப்படியெல்லாம் யாரையும் போய்ப் பார்க்கிற பழக்கமில்லை. என்றாலும் அழைத்தாரே என்பதற்காகப் போனார். பிரசிடெண்டிடம் மாற்றல் உத்தரவை ரத்து செய்யும்படி அஜீஸ் ராவுத்தர் சொல்லிவிட்டாராம். உடனே கான்சல் ஆகிவிடுமாம். ஒரு மரியாதைக்கு நீங்கள் நேரில் போய் பிரசிடெண்டைப் பார்த்துவிட்டு வரணும் என்றார் ராவுத்தர்.

ராவுத்தர் சொல்லிவிட்டாரே என்பதற்காக வெங்கிடியா தன் பயணத்தை ரத்து செய்து விட்டு பிரசிடெண்டைபார்க்க அவர் இருக்கும் ஊருக்கு இரண்டு பஸ் மாறிப் போய்ச் சேருகிறார். ராத்திரிவரை காத்திருந்து பிரசிடெண்டைப் பார்க்கிறார்.

பிரசிடெண்ட் இவரைப்பார்த்துக் கோபப்படுகிறார் ‘‘அந்த எளவெடுத்த ராவுத்தனுக்கு வேலை கிடையாது. ஆர்டர்ஸ்களை ஒபே பண்றதுக்கு என்ன நீரு?’’ என்று ஆரம்பித்து தன் ஓட்டை இங்கிலீசில் தாறுமாறாகத்திட்டி ‘‘இந்த ஒரு தடவை உட்டேன், இனிமே இப்படி பிரஷ்ஷர் கொண்டு வந்தா தொலைச்சிடுவேன்’’ என்று எச்சரித்து அனுப்புகிறார்.

நான் மாற்றல் உத்தரவை ரத்து செய்யக் கோரவே இல்லையா. ஊர்ப்பெரியவர்கள் செய்த திருக்கூத்து அல்லவா இது. தான் செய்யாத காரியத்துக்காகத் தேவையில்லாத பேச்சு வாங்கிக்கொண்டு பஸ் இல்லாததால் ராப்பொழுதை பஸ் ஸ்டாண்டில் கழிக்கிறார் வாத்தியார்.

இந்தக் கதையில் ஆசிரியத்தொழில் புரியும் ஒருவர் ஒரு கிராமத்தின் வாழ்வோடு தன்னைப் பிணைத்துக்கொள்வதன் அருமை பேசப்பட்டுள்ளது முக்கியமானது.

“வெங்கிடியாவுக்கு அப்பாமங்கலம் அவர் அப்பன்பாட்டன் பிறந்த ஊர் அல்ல; பிழைக்க வந்த இடம்தான். ஆனால், அவர் மற்ற வாத்தியார்களைப் போலவா இருந்தார்? சீசன் டிக்கட் வாங்கிக்கொண்டு ரயிலிலா வந்துகொண்டிருந்தார்?பஸ்ஸிலா வந்தார்?பல வாத்தியார்கள் அப்படி வருவதைப் பார்த்தால் பொசபொசவென்று வரும். அப்படி ஒரு ஒட்டு, ஒரு உறவு இல்லாமல் துடைத்து விட்டாற்போல நடந்துகொண்டிருந்தார்கள். வெங்கிடியாதான் ஊரோடு ஐக்கியமானார்”

ஊருக்குத்தேவையான காரியங்களுக்காக அரசாங்கத்துக்கு மனுப்போடுவதிலிருந்து பொதுக்காரியங்களுக்காக வசூல் செய்வது

வரை ஊரில் ஒருவராகவே ஆகிவிட்டிருந்த ஒரு ஆசிரியரை இன்று காண முடியுமா?

காங்கிரஸ்காரர்கள் அப்போதே ஊழல்வாதிகளாக ஆகிவிட்டதை வெங்கிடியாபிள்ளை பிரசிடெண்டைச் சந்திக்கக் காத்திருக்கும் காட்சியில் தோலுரிக்கிறார் தி. ஜா. கல்வி எவர் கைகளிலெல்லாம் சிக்கிச் சின்னாபின்னமாகி இன்றைய நிலைக்கு வந்து நிற்கிறது என்பதைப் புரிந்துகொள்ள உதவும் கதையாகவும் இதை வாசிக்கலாம்.

11. வெயில்

ஒரு சிறிய காட்சி கதையாகியிருக்கிறது.

மனைவியை இழந்து பட்ட மரமாக நிற்கிறார் 72 வயது வெங்கு. துக்கம் முடிந்து மகள் ஊர் திரும்பும் காட்சிதான் அது. ரயிலுக்கு இன்னும் எட்டு நிமிடம்தான் இருக்கு என்று வாசலில் நிற்கும் வண்டியிலிருந்து கணவர் அவசரப்படுத்திக் கொண்டிருக்க, மகள் உணர்ச்சிப்பூர்வமாக விடைபெறும் காட்சி. வண்டி கிளம்பிப் போன ரெண்டு நிமிடத்தில் மகளுடைய மகன் -பேரனின் சட்டை முத்தத்திலே கொடியிலே தொங்குவதைப் பார்த்துவிடுகிறார்கள். அதை எடுத்துக்கொண்டு அவள் பின்னாலேயே ஓடுகிறாள். அந்த வெயிலில் செருப்புக் கூடப் போடாமல் அவள் ஓடுவதைப் பார்த்து மனம் கேளாமல் பெரியவரும் செருப்புப் போட்டுக் குடையைப் பிடித்துக்கொண்டு பின்னாடியே போகிறார். பாதிவழியில் ஒரு வெற்றிலைக்கடையில் ஸ்டூலில் உட்கார்ந்து விடுகிறார். அதற்குமேல் நடக்க முடியவில்லை.

வெற்றிலைக்கடைக்காரர் ‘ஒரு சட்டைக்காகவா இப்படி இந்த வெயிலில் ஓட வேண்டும்’ என்று கேட்கிறார். ‘சட்டை இருந்தால் அதைப்பார்க்கும்போது குழந்தை ஞாபகம் வருமில்லையா’ என்று கேட்கிறார்.

சட்டையைக்கொடுத்துவிட்டு மூச்சிறைக்க வரும் அவளும் சொல்கிறாள் “சட்டையைப் பார்த்தா குழந்தை ஞாபகமாவது வரும்னு நினைச்சேன். அப்புறம் வந்தது வந்தாச்சு. கடைசியா குழந்தையை ஒரு தடவை பார்க்கலாமோல்லியான்னுதான் ஓடினேன். பார்த்தாச்சு, வெயில்லே நடந்தா செத்தா போயிடப்போறோம்?”

உள்ளே போகும் அவளைப் பார்க்கிறார் வெங்கு. வெட வெட வென்று விறைப்பாக அந்த அறுபத்து ஐந்து வயது உள்ளே ஓடும் ஆசையையும் நடுங்கும் காதோலையையும் கண்ணால் பருகினார் வெங்கு.

“ஏய். . கொஞ்சம் சர்க்கரையைப் போட்டுண்டு வா வெந்நீரிலே” என்று குரல் கொடுத்தார். பேரன் வந்து வெந்நீலியா காப்பியிலான்னு அம்மா கேட்டாள் என்று வந்து நிற்கவும் வெங்கி நிஜ உலகுக்கு வருகிறார்.

பிரிவின் வலியைச் சொல்லும் கதைதான். அதைத் தன் வழியில் வித்தியாசமாகச் சொல்லியிருக்கிறார் தி. ஜா.

12. மாடியும் தாடியும்

90 பி வீட்டுக்குப் போக வேண்டிய குடும்பம் 90 சி க்கு வீடு மாறி வந்து, ஆள் மாறியதைப்பற்றிய புரிதல் இல்லாமல், அடுத்தவீட்டுத் தாடிக்காரரிடம் பேச வேண்டியதையெல்லாம் மாறிவந்த 90 சி வீட்டுத் தாடித் தாத்தா வான சாமாவிடம் பேசிக்கொண்டிருக்கும் கதை. கணவன் – மனைவி, இளைஞனான ஒரு மகன் மூன்றுபேர் பெரியவரைத் தேடி வருகிறார்கள். அவர்களுடைய மகன் எப்பப் பார்த்தாலும் சிரிக்கிறான். யாரைப்பார்த்தாலும் சிரிக்கிறான். என்ன கேள்வியை யார் கேட்டாலும் பதில் சொல்லாமல் சிரிக்கிறான். அதற்கு ‘‘யந்திரம் வைத்து இருபத்தோருநாள் ஹோமம் வளர்த்து சண்டி பூஜை பண்ணி அவனைச் சரி பண்ணிக்கொடுக்கணும்.” இந்தக் கோரிக்கையை முதலில் சொல்லியிருந்தால் அது நான் இல்லை, பக்கத்து வீட்டு தாடிக்காரர் என்று சொல்லி சாமா அனுப்பி வைத்திருப்பார். ஆனால் அவர்கள் வி. வி. ஐயர் சொல்லி அனுப்பிச்சார் என்று ஆரம்பிக்கவும் சாமாவுக்கும் வி. வி. ஐயரைத் தெரியும் என்பதால் ‘சொல்லுங்கோ’ என்று அவர்கள் கதை பூராவையும் கேட்கும்படி ஆகிறது. கடைசியில்தான் சொல்கிறார்கள் ஹோமம், சண்டி பூஜை என்று. சாமா விழித்துக்கொண்டு பக்கத்து வீடு என்று சொல்லி ‘சீக்கிரம் ஓடுங்கோ அவர் பூஜை முடிக்கிற சமயம். அப்புறம் தூங்கப் போய்விடுவார்’ என்று அவசரமாக அனுப்பி விடுகிறார்.

“அவரும் தாடி வச்சிண்டிருப்பாரோ”

“பேஷா –என் தாடியைப்போல இன்னும் ஒரு மடங்குநீளம். அதுதான் நம்மூர் தாடி. ரிஷிகள் தாடி. இது ரஷ்யா தாடி-இங்கர்சால் தாடி-மார்க்ஸ் தாடி-பர்னாட்ஷா தாடி-எப்படியாவது வச்சுங்கோ. உங்களுக்கு நாழியாடுத்து. போங்கோ!”

மாடியைவிட்டு இறங்கும்போது அதுவரை சிரிக்க மட்டும் செய்து கொண்டிருந்த பையன் பேசத்துவங்குகிறான். ‘‘மேலே இருக்கிறது நாஸ்திக தாடியாம். நாங்க ஆஸ்திக தாடியைப் பார்க்கப்போறோம்” என்று சாமாவின் மகளிடம் சொல்லிச் செல்கிறான்.

மேலோட்டமாகப் பார்த்தால் கதையின் மையமாக இந்த இடக்குழப்பத்தை வைத்து திசை அறியாமல் பயணிக்கும் நடுத்தர வர்க்கத்தைப் பகடி செய்வதாகத் தோன்றும். ஆனால் இது கல்வி குறித்த ஒரு முக்கியமான சேதியைச் சொல்கிறது. குழந்தைகளுக்குப் பிடித்ததை தேர்வு செய்ய அனுமதிக்காத பெற்றோர்கள் குழந்தைகள் வாழ்வைச் சிதைப்பவர்கள் என்கிற குற்றச்சாட்டை இக்கதை முன் வைக்கிறது.

அந்தப்பையன் ஏன் சிரித்துக்கொண்டே இருக்கிறான்? எப்போதிருந்து சிரிக்கத் துவங்கினான்? அவன் கணக்குப்பாடம் எடுத்துப் படிக்க ஆசைப்படுகிறான். ஆனால் தனக்கிருக்கும் தொடர்புகளை வைத்து அவனுக்கு வேலை வாங்கித்தர அவன் அறிவியலைப் படித்தாக வேண்டும் என்று அப்பா கட்டாயப்படுத்துகிறார். அப்பாவின் கட்டாயத்தையும் மீறி அவன் கணக்குப்பாடம் எடுக்கிறான். அப்பா அவனோடு பேசுவதை நிறுத்துகிறார். அப்படி ஒரு நெருக்கடியை அப்பா கொடுத்த பிறகு இளம் மனம் என்ன செய்யும்?அவன் அப்பா விருப்பப்படி அறிவியல் பாடம் எடுக்கிறான். ஆனால் மதிப்பெண்கள் குறைவாக எடுக்கிறான். ஒவ்வொரு பரீட்சையிலும் இருபது முப்பது மார்க் எடுக்கிறான். ஒருநாள் அப்பாவிடம் வந்து பேசுகிறான்

“ஒன்னாலே தான்ப்பா வந்தது நான் அப்பவே கணக்கு எடுத்துக்கறேன்னாக்கும் சொன்னேன். நீங்க கேக்கலே. விசுவாமித்திரர் மாதிரி கோவிச்சுன்னுட்டயேள். அதுக்குப் பயந்தூண்டி நான் கணக்கை விட்டேன். சயன்ஸ் படிச்சேன். அதுதான் எனக்கு மார்க் வரமாட்டேங்கறது” இதைக்கேட்ட தகப்பனாருக்குக் கோபம் வருகிறது “ஏண்டா, உனக்கு மூளை எங்கே போச்சு?நான் சொன்னா எனக்கு அது வராதுன்னு

தாட்சண்யமில்லாம சொல்லியிருக்கண்டோமா? இப்படி ஒரு கோழையாயிருக்காய். அப்பாகிட்டே தைரியமில்லாதவன் எப்படிடா வெளியே போய்ப் பொழைக்கப்போறாய்?" என்று கேட்கிறார். அப்போதிருந்துதான் அந்தப் பையன் சிரிக்கத் துவங்கினான்.

மனதைக் கனமாக்கும் கதை இது. பெற்றோர்களின் முட்டாள்தனத்தை-குறிப்பாக அப்பாக்களின் அடாவடியை அழுத்தமாக எடுத்துரைக்கும் கதை இது.

13. பாஷாங்க ராகம்

இத்தொகுப்பின் சிறந்த கதைகளில் இதுவும் ஒன்று. தி. ஜா. வின் மொத்தக் கதைகளிலுமே சிறந்த கதைகளில் இது ஒன்று.

சங்கீத விமர்சகர் ஸ்ரீபலராமன் காலமாகிவிட்டார். அவருடைய மறைவுக்கு அஞ்சலி செலுத்தியும் ஆறுதல் சொல்லியும் அவருடைய மனைவிக்கு பிருங்கி சங்கீத சபையார் கடிதம் எழுதுகிறார்கள்." பயமின்றியும் பாரபட்சமின்றியும் அவர் சங்கீத விமர்சனம் செய்து வந்ததே, சங்கீதமே மூச்சாக அவர் வாழ்ந்த லட்சிய நோக்குக்குச் சான்றாகும். அவர் மறைவைச் செவியுற்று இசையுலகம் துயரில் ஆழ்ந்து கிடக்கிறது. அன்புக் கணவரைப் பிரிந்து துயரென்னும் இருளில் தவிக்கும் தங்களுக்கும் தங்கள் குழந்தைகளுக்கும் தன் ஆழ்ந்த அனுதாபத்தை எங்கள் பிருங்கி சங்கீத சபை தெரிவித்துக்கொள்கிறது"

இந்தக் கடிதத்தில் ஒரு வரி கூட உண்மையில்லை என்பது பலராமனின் மனைவி விஜயாவுக்கும் மகள் ரதிபதிப்ரியாவுக்கும் தெரிகிறது. "நன்றி என்று ஒரு வரிப் பதில் எழுதக்கூடாது இக்கடிதத்தில் உள்ள பொய்யின் கழுத்தை முறித்துப்போடு" என்று அம்மா சொன்னபடி மகள் நீண்ட பதில் கடிதம் எழுதுகிறாள். அதுவே கதையாக நம்முன் விரிகிறது.

பலராமன் தைரியமாக எதையும் எழுதியதில்லை. பயந்து பயந்துதான் பொழுதைப்போக்கினார் அவர். அம்மாவோ குழந்தைகளாகிய நாங்களோ அவர் மறைவால் இருட்டில் தட்டித் துழாவி நடக்கவில்லை. அம்மா இப்போது அவர் மனைவியாக இல்லை. வேறு திருமணம் செய்துகொண்டு கோரேகானில் இப்போதைய கணவரோடு மகிழ்ச்சியுடன் வாழ்கிறார் என்று துவங்கி அக்கடிதம் சம்பிரதாயமான சங்கீத சபைக் கடிதப்பொய்களின்

மீது எக்காளமாகச் சிரித்து நகர்கிறது. தி. ஜா தேர்ந்து கொண்ட இக்கடித வடிவம் இக்கதைக் கருவுக்குக் கச்சிதமாகப் பொருந்துகிறது.

பலராமனின் அப்பாவுக்கு மூன்று பிள்ளைகள். அவர் ஆசிரியராகப் பணியாற்றினாலும் சங்கீதத்தில் கரை கண்டவர். அதிலேயே திளைத்தவர். அவருடைய மூத்த பையன்கள் இருவரும் பாடுவார்கள். அதைப்பார்த்துப் பூரித்திருப்பார் தந்தை. உரிய வயது வந்ததும் அவர்கள் இருவருக்கும் சங்கீதத்தை முறையாகக் கற்பிக்கக் கனவு கண்டிருந்தார். ஆனால் அவர்கள் இருவரும் ஆற்றில் குளிக்கப் போகையில் ஒரே நேரத்தில் இறந்து போனார்கள். அதனால் தன் மூன்றாவது பிள்ளையான பலராமனுக்கு சங்கீதம் கற்றுக்கொடுத்து தன் சங்கீத சொத்தை அவனுக்கே எழுதி வைக்க ஆசைப்பட்டார். ஆனால் பலராமனுக்குச் சங்கீதம் ஏறவில்லை. விதைத்தது எதுவும் கட்டாந்தரையில் முளைக்கவில்லை. போராடித்தோற்ற தகப்பன் ''பாஷாங்க சனியனே! நீ இங்கே வந்து எங்கேடா பிறந்தே'' என்று விதவிதமாகத் திட்ட ஆரம்பித்தார். அவர் சாகும்போது மகனைப்பார்த்து கண்ணீர் வடித்தாராம். அப்பாவின் கண்ணீருக்குக் காரணம் தான் சங்கீத உலகுக்குள் வராததுதானே என்று பலராமனுக்குப் புரிந்துவிட்டது, அந்தக்கணமே இனி வேலைக்குப் போவதில்லை. சங்கீதத்துக்கே உழைப்பது என்று முடிவு செய்துவிட்டார். ஆனால் அவர் சம்பாத்தியத்தை நம்பி மனைவியும் இரு குழந்தைகளும் என மூன்று உயிர்கள் இருப்பதை மறந்துவிட்டார்.

சங்கீத வித்வான்களுக்கு கடிதம் எழுதுவது, விமர்சனங்கள் எழுதுவது, யாரைக்கண்டாலும் சங்கீதம் பற்றியே பேசுவது என்று ஆனார் பலராமன். அப்படிப் பழக்கமான விஜயராகவன் வீட்டு நிலைமையைப்புரிந்துகொண்டு உதவிகள் செய்யத் துவங்கினார். பலராமனின் மனைவி விஜயாவுக்கு அவரோடு சிநேகம் ஏற்பட்டது. அதைக் கண்டுபிடித்துக் கோபப்பட்ட பலராமன் 'அவன் ஏன் நான் இல்லாதபோது வீட்டுக்கு வருகிறான்' என்று தகராறு செய்ய ஆரம்பித்தார். ஒருநாள் விஜயா நேரடியாகவே கேட்டுவிட்டாள். சங்கீதம் தொடர்பான கதை என்பதால் தி. ஜா. இந்தக் காட்சியை சங்கீதத்தோடு பிணைத்தே படைக்கிறார்.

"பாஷாங்க ராகத்துக்கு வேற ஸ்வரம் எதுக்கு வரும்?"

பலராமனால் பதில் சொல்ல முடியவில்லை. மீண்டும் கேட்டாள். ரக்திக்கு" என்று பலராமன் பதில் சொல்கிறார்.

“இப்ப புரிஞ்சுதா?அந்நிய ஸ்வரம் எதுக்கு வரும்?ராகத்துக்கு ரக்தி கொடுக்க வரும். அதை இன்னும் போஷிக்க வரும். இப்ப நாலு மாசமா குடும்ப போஷனை விஜயராகவன்னாலதான் நடக்கிறது. நாலு மாசமா நீங்க திங்கற அரிசி, குடிக்கிற காப்பியெல்லாம் அவன் வாங்கிப்போட்டதுனேன். . இத்தனை சாஸ்திரம் படிச்சும் வீட்டிலே இருக்கிற பாஷாங்க ராகமே புரியலே” என்று அம்மா தோளில் கன்னத்தை இடித்துக்கொண்டாள்.

பலராமன் அப்போது தலையில் அடித்துக்கொண்டு தெருவில் இறங்கியவர்தான். பைத்தியம் பிடித்துவிட்டது.

கடிதத்தை மகள் இப்படி முடிக்கிறாள். இந்தக் கடைசி வரிகளில் தங்கள் தரப்பு நியாயத்தை அழுத்தமாகக் கூறிவிடுகிறாள்.

“இத்தனை நீளமாகக் கடுதாசி எழுதினதிற்கு மன்னிக்க வேண்டும். மேதைமைக்கும் பைத்தியத்துக்கும் இடையே உள்ள வரம்புக்கோடு மிக மெல்லியது என்று சொல்லுகிறது வழக்கம். ஆனால் கோடே இல்லாத மாதிரி நீங்கள் குழம்பி விட்டதால் அம்மாவின் உத்தரவுப்படி எழுதினேன். பெத்த அப்பாவைப்பற்றி இத்தனை கேவலமாக எழுதக்கூடாது. என்ன செய்கிறது?வருத்தமாகத்தான் இருக்கிறது. ஆனால் அந்த அப்பாவிடம் நானும் தம்பியும் பட்ட வேதனை...”

பின்குறிப்பாக விஜயா விஜயராகவனும் ரெண்டு வரி எழுதுகிறார். ‘‘என் மாமனார் செய்த பாபத்தை அவர் தலையில் சுமந்துகொண்டு அலைந்தார். அதற்கு நாங்கள் எவ்வாறு பிணையாக முடியும்?”

முந்தைய ‘மாடியும் தாடியும்’ கதையில் வரும் தகப்பனார் கொடுமையால் சிதைந்த பிள்ளையின் வாழ்வு போலத்தான் இக்கதையிலும் பலராமன் சிதைந்து போனது. விஜயா என்கிற பெண்மணி தைரியமாக முடிவெடுத்து விஜயராகவனுடன் வாழப்போனது வரவேற்கத்தக்க முற்போக்கான முடிவுதான். பலராமன் தந்த துன்பத்திலிருந்து விஜயாவும் குழந்தைகளும் தப்பினார்களே என்கிற நிம்மதிப்பெருமூச்சு நமக்கு வருவது உண்மை. என்றாலும் பலராமன் மீது நமக்குப் பரிவும் பச்சாதபமும் குறையவில்லை. அப்படிக் கதையை வடித்திருக்கிறார் தி. ஜா. சங்கீதம் கல்லாத ஒரு வாசகரும்கூட பாஷாங்க ராகம் என்கிற வார்த்தை ஒவ்வொரு சந்தர்ப்பத்திலும் எதை உணர்த்துகிறது கதையில் என்பதைப் புரிந்துகொள்ள முடிகிறது.

ஒரு முழுமையான கதை இது. எல்லாவற்றுக்குமான நியாயங்களையும் சொல்லி முழுமைப்படுத்தியுள்ளார் தி. ஜா.

14. அன்பு வைத்த பிள்ளை

சாகக்கிடக்கும் கிழம் என்று தி. ஜா குறிப்பிடும் பெயரிடப்படாத அந்தத் தாய்க்கிழவியின் கடைசி இரவுதான் கதை. இத்தொகுப்பின் மனதை உருக்கும் இன்னொரு கதை இது. நாலு பிள்ளை பெற்றும் அந்தத் தாயைச் சீந்துவார் இல்லை. மூத்தமகன் நாராயணசாமியின் வீட்டில் கந்தலோடு கந்தலாகக் கிடக்கிறாள். அவனுக்கு வாய்த்த மனைவி-கிழத்தின் மூத்த மருமகள் ஒரு தெய்வப்பிறவி. அவள் கிழத்துக்குப் பணிவிடை செய்ய தயாராக இருந்தாள். ஆனால் மகன் விடுவதில்லை. அவனுக்கு எப்போதும் ‘மங்களவிலாசத்திலேயே இருக்க வேண்டும்’. மருமகள் பாகு அவன் போக்கிலேயே போகிறவள்தான். மனைவிக்கு மனித சரீரம் இல்லை என்று அவன் நினைத்துவிட்டான். ஏழு குழந்தைகளைப் பறிகொடுத்து நாலு குறையும் கண்டுவிட்டாள் பாகு.

அந்தக் கடைசி இரவிலும் அந்தத் தாய் தண்ணீர் தண்ணீர் என்று மருமகளை அழைத்துக்கொண்டே சாகிறாள். ஒருமுறை வெந்நீர் கொடுத்துவிட்டு கணவனின் மங்கள விலாசத்தில் நுழைந்தவள் அவன் தேவையைப் பூர்த்தி செய்த அலுப்பில் தூங்கி விடுகிறாள். தண்ணீர் தண்ணீர் என்று கேட்டபடிக்கே தாய் செத்துப்போகிறாள்.

அவள் செத்த பிறகு ‘‘அம்மா.. அம்மா..’’ என்று மகன் அழுகிறான். அவளைப் படம் பிடிக்க போட்டோகிராபரை வரவழைக்கிறான். கிழத்தின் பிணம் அதற்குள் விறைத்துவிட்டது. அந்தக்கோலத்தைத் தன்னால் படம் எடுக்க முடியாது என போட்டோகிராபரும் மறுக்கிறான்.

தன் தாயை எந்தக்கோலத்தில் வைத்திருந்தான் என்பதை இரண்டு வரியில் உணர்த்திவிடுகிறார் தி. ஜா.

“கிழிசல் புடவையுடன் கிழம் கிடந்த அலங்கோலம் சகிக்கவில்லை. பிள்ளை வைத்திருந்த அன்பு ஒவ்வொரு கிழிசலிலும் எட்டிப்பார்த்தது. .”

அழகான பெண்களைக் கவர்ந்துவந்தும், விலைக்கு வாங்கியும், அவர்களுக்கென ‘அம்முவீடு’, ‘மங்களவிலாசம்’, ‘கல்யாண மகால்’ என்ற இருப்பிடங்களை உருவாக்கிய தஞ்சை மன்னர்களைப்

போன்ற ஆண்கள் ஒவ்வொரு வீட்டிலும் இருப்பதைத்தான் இக்கதையின் மூலம் தி. ஜா சொல்ல வருகிறார். மனித சரீரம் என்று பெண்ணை நினைக்காத ஆண் வர்க்கத்தின் மூஞ்சியலடிக்கும் கதை. இரு பெண்ணுடல்களை நம்முன் வரைந்து காட்டுகிறார் தி. ஜா.. ஒன்று சதா கணவனுக்குத் தின்னக் கொடுக்கும் மருமகள் பாகுவின் உடல். இன்னொன்று பீற்றல் பாயில் கிழிசல்களுக்குள் கிடக்கும் தாயின் உடல். இரு நிலைகளிலும் மனுஷியாகப் பெண்ணைப்பார்க்காத ஆணின் அலட்சியமே வெளிப்படுவதாகத் தி. ஜா. வலுவான குரலில் பேசுகிறார்.

தி. ஜாவின் ஆகச்சிறந்த கதைகளில் இதுவும் ஒன்று.

இந்த 14 கதைகளில் 'மாற்றல்' கதையில் வரும் வெங்கிடியாபிள்ளை தவிர மற்ற 13 கதைகளுமே அக்கிரகாரத்துப் பிராமணாள் வாழ்வையே களமாகக் கொண்டுள்ளன. காவிரி எல்லாக்கதைகளிலும் கரைபுரண்டு ஓடுகிறாள். காவிரிக்கரையின் இப்பக்கம் அக்கிரகாரமும் அப்பக்கம் சாட்டையடிக்கும் சாணிப்பாலுக்கும் இலக்கான பள்ளுப்பறைகளின் சேரிகளும் இருந்தன. கரைக்கு இப்பக்கத்தை மட்டுமே எழுதிய தஞ்சைப் படைப்பாளிகளின் வரிசையில் (கு.ப.ரா. வின் பண்ணைச் செங்கான் போலச் சில விதி விலக்குகள் உண்டு) தி.ஜா.வும் இத்தொகுப்பில் வெளிப்படுகிறார். பிற தொகுப்புகளில் வேறு பகுதி மக்களைப் பற்றியும் எழுதியிருக்கிறார்.

இதைக் குற்றமெனச் சொல்லவில்லை. சொல்லவும் முடியாது. சொந்தச் சாதியின்மீது கடுமையான விமர்சனங்களையே இக்கதைகளில் அதிகம் வைத்திருக்கிறார் தி. ஜா. என்பது கவனிக்கப்பட வேண்டியது. புதுமைப்பித்தன், எம். வி. வெங்கட்ராம், கி. ராஜநாராயணன், வண்ணநிலவன், வண்ணதாசன் என எல்லாப்படைப்பாளிகளுமே தாம் பிறந்து வளர்ந்த குடும்பச் சூழலைக் களமாகக் கொண்டே எழுதுகிறார்கள், குடும்பம் என்று வந்தால் சாதியும் சாதிப்பண்பாடும் கூடவே வந்துவிடத்தான் செய்கிறது. ஆனால் எவருக்கும் சொந்த சாதி அபிமானம் கிடையாது. ஆனால், ரகுநாதன், கு. அழகிரிசாமி போன்ற முன்னோடிகளின் சிறுகதைகளில் சாதி அடையாளத்தைக் காண முடியாது. நிலைபெற்ற பெரிய சாதிகளில் பிறந்த படைப்பாளிகள் அச்சாதிகளின் தாக்கம் பெற்ற கதைக் களனை எடுத்துக்கொள்வதாகவும் மக்கள்தொகையில் சிறியனவாக உள்ள சாதிகளில் பிறந்த படைப்பாளிகள் அப்படி அல்லாமல் இருப்பதாகவும்

மேலோட்டமாகப் பார்க்கையில் தெரிகிறது. இந்த உளவியல் ஆய்வுக்குரியதுதான்.

ஆனாலும் காவிரிக்கரைக்கு அப்பக்கமும் ஒரு வாழ்க்கை இருந்தது என்பதைச் சொல்லாமலே போனார்களே நம் முன்னோடிகள் என்பதைச் சொல்லாமலும் இருக்க முடியவில்லை. அவர் அறிந்த வாழ்க்கையைக் களமாகக் கொண்டு மானுட வாழ்வின் சாரமான விஷயங்களைப் பேசிய மகத்தான கலைஞர் தி. ஜானகிராமன் என்பதை இத்தொகுப்பின் கதைகள் காட்டி நிற்கின்றன என்பதுதான் என் கடைசி வரியாக இருக்கிறது.

31

கரிச்சான் குஞ்சு

கரிச்சான் குஞ்சு என்று அழைக்கப்பட்ட ஆர். நாராயணசாமி 10. 1. 1919இல் தஞ்சை மாவட்டம் நன்னிலம் வட்டம் சேதனீபுரத்தில் பிறந்தவர். 17. 1. 1992 அன்று கும்பகோணத்தில் இறந்தார். கு.ப.ரா. வோடு நெருங்கிய உறவுகொண்டிருந்தவர். அப்போது கரிச்சான் என்ற புனைபெயரில் எழுதிவந்த கு.ப.ரா. மீது கொண்ட அன்பினால் கரிச்சான் குஞ்சு என்ற புனைபெயரில் இவர். எழுதலானார். கு. ப. ரா தாசன் என்று வைத்தால் பழைய தோற்றம் ஆகிவிடும் என்று நினைத்தாரோ என்னவோ. அந்தக் கும்பகோண நாட்களைப்பற்றி அவர் வார்த்தைகளிலேயே கேட்போம்

''நண்பன் தி. ஜானகிராமனின் தூண்டுதலால் தான் எனக்குப் புதிய இலக்கியத்தின் பரிச்சயம் கிடைத்தது. 1936 முதல் 1940 வரை மதுரை, இராமேஸ்வரம், தேவஸ்தானம் பாடசாலையில் இலவச உணவுடன் தமிழும் வடமொழியும் கலந்த வித்துவான் பட்டப் படிப்பு படித்துக் கொண்டிருந்தேன். வேதமும் வடமொழியும் பயின்றிருந்த எனக்கு 1934-ல் தான் தமிழ்ப் பயிற்சி ஆரம்பம்.

எட்டு வயது முதல் பதினைத்து வயது வரை பெங்களூரில் வேதமும் வடமொழியும் பயின்று திரும்பி இருந்த காலம் அது.

என் சிறிய தாயாரும் வேறு சில நண்பர்களும் தமிழ் கற்பித்தார்கள். பதினாறு மாதங்கள் இடைவிடாத பயிற்சி. பிறகு 1936-ல் ஓரியண்டல் பட்டப் படிப்பிற்கான அரசுத் தேர்வில், தமிழிலும் ஒரு பேப்பர் எழுதித் தேர்ச்சி பெற்றேன். அதன் விளைவே நான் தமிழ் படித்ததும், வித்வான் பட்டம் பெற்றதும், 1940 முதல் 1976 வரை தமிழாசிரியனாகப் பணி செய்து பிழைத்து ஓய்வு பெற்றதும். 1936-ல் தி. ஜானகிராமன் கும்பகோணம் கல்லூரி மாணவன். அப்பொழுதே இலக்கியப் பைத்தியம் பிடித்து விட்டிருந்தவன், என்னைக் கண்டு, என்னுடன் பேசி புதுமை அறியா என் மீது அனுதாபம் மிகவும் காட்டி மணிக்கொடிப் பரம்பரை யின் இலக்கியச் சிறப்பை அறிவுறுத்தி என் மனதில் புதுமை வாடை வீச வைத்தான். அத்துடன் இல்லாமல், பாரதியாரின் பாட்டுக்கும் உரை நடைக்கும் இருக்கும் பெருமைகளை எடுத்துக் கூறிப் புத்தகங்களையும் கொடுத்துப் படிக்கச் செய்துவிட்டான். விதி யாரைவிட்டது? என்னையும் இலக்கியப் பைத்தியம் பிடித்துக் கொண்டது. பாடசாலையில் பாரதி நூலைப் படித்து அங்கு என்னுடன் பயின்ற சிலரையும் அந்தப் புத்தகங்களைப் படிக்கத் தூண்டிய குற்றத்திற்காக அபராதம் விதிக்கப்பட்டேன். அபராதம், காசு பணம் என்றாலும் செலுத்திவிடலாம். இரண்டு நாட்கள் பாடசாலைச் சோறு கிடையாது என்றார்கள். அது நிறைவேறவில்லை. அதற்கான காரணங்களை இங்கு விவரிக்க வேண்டிய அவசியம் இல்லை என்று கருதுகிறேன். இப்படி என்னைக் கெடுத்த இலக்கியப் பைத்தியம் தான், அதே தி. ஜானகிராமன் தூண்டுதலால் என்னைக் கு. ப. ரா.விடம் கொண்டு சேர்த்தது. துரதிர்ஷ்ட ம் பிடித்தவன் நான் முழுதாய் இரண்டு வருடங்கள் கூடப் பழகவில்லை. அவரை இழந்து தவித்தோம்.

அந்தக் காலத்தில் கும்பகோணம் சாரங்கபாணி சந்நிதித் தெருவில் கோயிலுக்குரிய ஒரு மண்டபத்தில், ஜெயமாருதி வாசகசாலை என்ற ஒரு ஸ்தாபனம் இயங்கிற்று. இன்று பத்திரிகை உலகிலும் பிறவகையிலும் பெரும் புகழும் மேன்மையும் பெற்று விளங்கும், ஓவியம் வல்ல திரு. கோபுலு அவர்களும், ஆனந்த விகடன் திரு. சவிதி' அவர்களும், குமுதம் திரு.ரா.கி.ரங்க ராஜன் அவர்களும், காலமாய்விட்ட கி.ரா.கோபாலன் அவர்களும் பங்கு கொண்டு அந்த ஸ்தாப்னத்தை நடத்தியதுடன் கையெழுத்து இதழ்களும் நடத்தினார்கள். --

அவர்கள் அனைவருடைய கலைத் திறமையும் மிளிரும் அந்த இதழ்களில். அவர்கள் கு. ப. ரா. கும்பகோணத்தில் இருப்பதை அறிந்து அவரை அணுகி ஆலோசனையும் பெற்றார்கள். திரு. 'கோபுலு' அவர்கள், கு.ப.ரா. ஆசிரியராயிருந்து வெளியிட்ட 'கிராம ஊழியன்' ஆண்டு மலர்கள் இரண்டில் அரிய ஓவிய ஒத்துழைப்புத் தந்து சிறப்பித்தார்.

கும்பகோணம் டவுன் ஹைஸ்கூலுக்கு எதிரில் ஒரு ஷாப்புக் கடை' 'தொண்டர் கடை' என்று மிகவும் பெயர் பெற்றது. அதன் சொந்தக்காரரான ஒல்லியான உடலும், ஓங்கி உயர்ந்த, பெரிதாயிருந்த உள்ளமும் கொண்ட ஒரு வாலிபர் தான் இந்தத் தொண்டர் என்பவர். கு. ப. ராவின் தொண்டராகவே இருந்தார். கடையோரத்தில் இடம் தந்து உட்கார வைப்பார். அவர் இறங்கிப் போகும் வரை தொண்டர் உட்கார மாட்டார். பக்கத்திலிருந்த 'கணபதி அண்ட் கோ'வில் இருந்து வெற்றிலை வடையமும் வாசனைப் புகையிலையும் வாங்கிவரச் செய்வார். நாங்களும் கீழே கூடி நின்றிருப்போம். தொண்டருக்கு நண்பர்களான கல்லூரி மாணவர்களும் ஆசிரியர்களும் ஜயமாருதிக் கலைஞர்களும் கூடுவார்கள். அவர்களுள் கர்ண கொல்லை தெருவைச் சேர்ந்த சகோதரர்களுள் இருவர் திரு. ராஜா, திரு. சந்தானம் என்போர் கு.ப.ராவுக்குப் பல வகை யிலும் உதவி செய்தவர்கள். மாலையில் சிறிது நேரம் கடையில் இருந்த பின், பக்கத்திலிருக்கும் காந்தி பார்க்கிற்குச் செல்வோம். கீழே அமர்ந்து பேசிக் கொண் டிருப்போம். பேச்சின் முக்கியமான அம்சம் இலக்கியம் பற்றியும் தேச விடுதலை பற்றிய இயக்கங்களின் அன்றைய நிலைபற்றியும் தான் இருக்கும். " *(கரிச்சான் குஞ்சு எழுதிய கு.ப.ரா. என்னும் நூலிலிருந்து-வானதி பதிப்பகம்-ஏப்1990).*

பெங்களூரில் எட்டு வயது முதல் பதினைந்து வயதுவரை வடமொழியும் வேதமும் பயின்றார். மதுரை-ராமேஸ்வர தேவஸ்தானப் பாடசாலையில் 7 வயது முதல் 22 வயதுவரை தமிழும் வடமொழியும் கற்றார். சென்னை, மன்னார்குடி, கும்பகோணம் முதலான ஊர்களில் தமிழாசிரியராகப் பணியாற்றினார். தன்னை முன்னிறுத்திக்கொள்ளாத இவரது தன்மையாலோ அல்லது இலக்கிய உலகின் மறதியாலோ இவரது சிறுகதைகள் பற்றி யாரும் பெரிதாக எடுத்துப் பேசவில்லை. கச்சிதமான வடிவ நேர்த்தியும் சொற்சிக்கனமும், மௌனியைப்போல புதிய புதிய சொற்சேர்மானங்களையும் கொண்டு அவர் கதை நகர்த்தும் பாங்கு நம்மை வசீகரிக்கிறது.

கரிச்சான் குஞ்சு எழுதத் துவங்கிய காலம் காலனி ஆதிக்கம் முடிவுக்கு வந்துகொண்டிருந்த காலம். தமிழகத்தில் அதே நேரம் பார்ப்பனிய ஆதிக்கமும் வேரோடு சாயத் துவங்கியிருந்த காலமாகவும் இருந்தது. அதிகாரத்தின் உயர்மட்டத்துடன் பிணைப்புக்கொண்டிருந்த பிராமண அறிவாளிகளுக்கு அன்று ஏற்பட்ட உளவியல் சிதைவு குறித்து கரிச்சான் குஞ்சுவின் மொத்தச் சிறுகதைத்தொகுப்புக்கு(காலச்சுவடு வெளியீடு) முன்னுரை எழுதிய பேராசிரியர் கல்யாணராமன் கீழ்க்கண்டவாறு கணிக்கிறார். இக்கணிப்பின் பெரும்பகுதியுடன் உடன்படலாம்- சில மாறுபாடுகளுடன் என்று கருதுகிறேன். கல்யாணராமனின் நீண்ட பத்தி இங்கே:

''ஆயிரமாண்டு நிலவுடைமை மரபின் பிதுரார்ஜிதத்தைப் பிராமணச் சமூகம் இழக்கத்தொடங்கிய இருபதாம் நூற்றாண்டின் முற்பகுதியில், ஆற்றங்கரையிலிருந்து மாநகரம் நோக்கிய புலம்பெயர்தல் வேகமடைந்தது. சொத்து சுகங்களைப் பரம்பரையாய்க் கட்டி ஆண்ட பெருங்குடி மனிதர்கள், தொடர்ந்து தம் நிலவுடைமையைத் தக்கவைத்துக்கொள்ள முடியாமல், அதிலிருந்து அவசர அவசியமாய் விலக நேர்ந்தபோது, அவர்தம் மனங்களில், தாம் விட்டாலும் விடாது தம்மை ஒட்டும் வாழ்ந்து சிதைந்த ஒருகாலத்தின் தழும்பு நிலைப்பட்டது. இழக்கக்கூடாத தனியுரிமையை இழந்துவிட்ட மேலாதிக்க உணர்வின் வெறுமையைத் தம் நியாய உணர்வால் வென்று, பொதுவெளியில் கலப்பதற்குப் பிராமண அறிவாளிகள் பெரிதும் முயன்றபோதிலும், அன்றாடத்திற்கே சிரமப்பட வேண்டியிருந்த சராசரிகள், நவீனக் காலத்தைச் சபித்துக் கோவிலையும் சடங்குகளையும் முன்னைவிடக் கெட்டியாய்ப் பற்றிக்கொண்டனர். வேதம், தமிழ், தத்துவம், கணிதம், அறிவியல், தர்க்கம், சோதிடம், இலக்கணம், இலக்கியம், கலை, மருத்துவம் எனப் பல துறைகளிலும் தம் முன்னோர் ஈட்டிவைத்த பெரும் அறிவுச்செல்வத்தின் வாரிசுதாரர்களான இவர்களுக்குப் பழங்காலம் போல் மூளையுழைப்பைப் போஷிக்கும் தக்க ஜமீன்தார்களும் வேறு புரவலர் பெருந்தகைகளும் இல்லாதாயினர். ஜனநாயகம் மெல்ல மலரத் தொடங்கிய நாள்களில், சாதிப் பெருமையோ சமயத் தலைமையோ இவர்களுக்குக் கைக் கொடுக்கவில்லை. எல்லாரும் இந்நாட்டு மன்னராகிவிட்ட இந்திய யதார்த்தத்தின் நிகழ்காலத்தில், தம் வேர் தேடும் முற்காலம் நோக்கி இவர்கள் நகர்ந்துகொண்டிருந்தனர்.

சுதந்திரமும் சமத்துவமும் சகோதரத்துவமும் பேசாதோருக்குப் பொதுவாழ்வில் அனுமதியில்லாத காந்தி யுகத்தில், வழக்கறிஞராகவும் ஆடிட்டராகவும் இன்னபிற கண்காணிப்பதிகாரிகளாகவும் இவர்கள் குப்பை கொட்டத் தொடங்கினர். பகுத்தறிவையும் தன்மதிப்பையும் கடவுள் மறுப்பையும் சாதியொழிப்பையும் வலியுறுத்திய பெரியாரின் மண்ணில், எதுவுமே நடவாததுபோல் பாவனை காட்டிப் பாரம்பரியப் புரோகிதத்தையும் காலட்சேபங்களையும் இவர்களில் ஒருசாரார் குலத்தொழிலாய்ப் பேணினர். சாணிப்பால் கொடுமைக்கும் கூலி ஏய்ப்புக்கும் எதிராகத் தோழர்கள் ஒன்றுதிரட்டிய பண்ணையெதிர்ப்புப் போராட்டங்களால், பாரம்பரியச் செல்வாக்குக் குலைக்கப்பட்ட இவர்கள், கணக்குப்பிள்ளைகளாய்ச் சாணக்கியர்களாய்ச் சமூகச் சமரின் போக்கைத் தமக்குச் சாதகமாகத் திருப்ப முயன்றனர். ஆனால், புத்தியை இவர்கள் எவ்வளவு கூர்ப்பாகத் தீட்டிய போதிலும், சிறப்புரிமை அனைத்தும் மதிப்பிழக்கத் தொடங்கிய காலத்தில், சமுதாய நிலைமைகள் எதுவும் இவர்களுக்குக் குடைபிடிக்க மறுத்தன.

வரலாற்றின் சக்கரங்களைப் பின்னோக்கிச் செலுத்த முடியாத அதர்ம சங்கடத்தைச் சரியாகப் புரிந்துகொண்ட இவர்களின் வழித்தோன்றல்கள், மருத நிலபுலங்களிலிருந்து வெளியேறி, அரசாங்கத்தின் உயர்பதவிகளுக்கும் தனியாரின் பெருநிறுவனங்களுக்கும் ஆங்கிலக் கல்வியின் உயரிய வாய்ப்புகளைப் பயன்படுத்திக் காலனி மேலாதிக்கத்தால் ஏற்றம் பெற்று வளர்ந்த நாடுகளுக்கும் தம்மைத் தாமே புலம்பெயர்த்துக் கொண்டனர். இவ்வகையில், பிறந்தமண் விட்டு வெளியேற முடிந்தோர் அனைவரும் வெளியேறினர். வெளியேற முடியாத நடுத்தட்டினர் மட்டும், மாதச் சம்பளத்திற்கான உத்தியோகங்களைச் சம்பாதித்துக்கொண்டு, கலையிலக்கியங்கள் பக்கம் கரையொதுங்கினர். ” அவர்களில் ஒருவர்தான் கரிச்சான் குஞ்சு.

இவர் உண்மையிலேயே கு. ப. ராவின் வாரிசுதான் என்பதைப் பறைசாற்றும் கதை கீழே:

‘‘பித்தப்பசி’’ “

.... அம்மா கிளம்பி ஊருக்குப் போய்விட்டாள். ராஜு தான் பஸ்ஸில் ஏற்றிவிட்டு வந்தான். சற்றே கடைத்தெருவில் நடந்தான்.

ஏதோ சாமான் வாங்கினான். அப்படியும் இப்படியுமாய் அந்தியைப் பிடித்துத் தள்ள ரொம்பச் சிரமப்பட்டான். அந்தி முற்றி இரவு வந்தது.

ராஜு கூடத்தில் நிலைகொள்ளாமல் நடமாடிக் கொண்டிருந்தான். அடியும் நுனியுமாய்ச் சில பாட்டுகளை முக்கால் தொண்டையிலும் முனகலிலும் பாடிக்கொண்டிருந்தான். பெயர் சொல்லி, பத்மாவைக் கூப்பிட்டுக் கூப்பிட்டு, ஏதாவது கேட்டுக்கொண்டிருந்தான்: -

“பத்மா, பௌடர் டப்பாவும் பூவும் வாங்கிக்கொண்டுவரச் சொன்னாயே, வாங்கிக்கொண்டு வந்தேன் பார்த்தாயோ, எடுத்து வைத்தாயோ?” "பத்மா, அந்தக் கதைப் புத்தகம் எங்கே? எடுத்தாயா?”

பத்மா சமையலறையில் இருந்தாள். ஆலோசனையில் வாழ்ந்தவளாய் மெல்ல மெல்ல அடி பெயர்த்து ஏதோ காரியம் செய்துகொண்டேயிருந்தாள். தலைப்பை இழுத்தும் காலைக் கட்டிக்கொண்டும் கூடவே வந்த குழந்தைகளையும் அவள் மெல்லவே இழுத்துவிட்டுக் காரியம் செய்துகொண்டிருந்தாள், சிறு பேச்சும் இல்லாமல். ஆனால் குழந்தைகள் முனகிக்கொண்டே சுற்றின அவளை; கூடத்திலிருந்து பேசிக்கொண்டே இருக்கும் ராஜுவுக்கு ஏதாவது அரைகுறையாய்ப் பதில் சொல்லித்தான் ஆகவேண்டும் என்று நினைத்தாள். இதுவரையில் போகட்டும்; அடுத்தபடியாக ராஜு ஏதாவது கேட்டால் பதில் சொல்லி விடுவோமென்று நினைத்துக்கொண்டாள். கூடத்தில் இருந்த ராஜுவின் கேள்விகளும் காரியங்களும் பத்மாவுக்குச் சிரிப்பூட்டின என்றாலும், அந்தச் சிரிப்பு நெஞ்சுக்குள்ளேயே மறைந்துவிட்டது. சந்தர்ப்பத்தின் தோரணை நகைச்சுவையை மழுங்கச்செய்துவிட்டது, பத்மாவின் நெஞ்சில், பயத்தால் உண்டாகுமே அதுபோன்ற சங்கையும் சங்கடமும்தான் தோன்றின. அவற்றையே பிரதிபலித்தது அவளுடைய புற உடலும்.

"பத்மா, அதுகளுக்குச் சுருக்கச் சாதம் போட்டுப் படுக்க வை. ஞை ஞைனு, அப்பா, அதுகள் குரல்... ” என்று சொல்லிவிட்டு ஏதோ பாட ஆரம்பித்தான் ராஜு.

சற்று நேரம் சென்றது. குழந்தைகளை உட்கார வைத்துத் தள்ளாமையால் தானும் உட்கார்ந்தபடியே பத்மா குழந்தை களுக்குச் சாதம் போட்டுக்கொண்டிருந்தாள். அவளுடைய கைகள் வழக்கத்தினால் காரியம் செய்து கொண்டிருந்தன. கூடத்திலிருந்து

ராஜுவின் பாட்டுக்குரல் கேட்டுக்கொண்டேயிருந்தது. கைக்குழந்தைக்கு அடுத்த, முன்னணையென்று கூறப்படும் சவலைக் குழந்தை, நோஞ்சைக் குரலில், ஆனால் புத்திசாலித் தனமான பல கேள்விகளைக் கேட்டுக்கொண்டே இருந்தது. வழக்கமாய்ப் பத்மா ஏதாவது பதில் சொல்வதுண்டு. இப்போது மூத்தவன் ஏதோ பதில் சொல்லியும் சின்னதிற்குத் திருப்தி ஏற்படவில்லை. அது அம்மாதான் சொல்லவேண்டுமென்று பிடிவாதம் பிடித்து அழுதது. திரும்பிப் பார்த்தாள் பத்மா "சொல்ல மாத்தையாம்மா..." என்றது குழந்தை.

"என்ன சொல்லணும்..!"

"அப்பா, ஏன் இன்னிக்கு வெளியிலே போகலேன்னு கேக்கறான் இவன்" என்று மூத்தவன் கூறினான். அதுவும் சற்று இரைந்தே சொல்லிவிட்டான். ராஜுவின் காதில் அது விழுந்தது. சிரித்துக்கொண்டே, "அட படுவா... ' என்று சொல்லிக்கொண்டே வந்து நின்றான். அவன் உள்ளே வந்தது இது இரண்டாம் தடவை. மெல்ல எழுந்திருந்தாள் பத்மா. குழந்தைகளுக்கு என்ன பதில் சொல்வது?

"பாட்டி ஊருக்குப் போயிருக்கிறாளல்லவா, அதனாலே நமக்குத் துணையாக அப்பா... . " என்று பாதியிலேயே நிறுத்தினாள்.

அர்த்தத்தோடு சிரித்துக்கொண்டே ராஜு, மறுபடியும் கூடத்துக்குப் போய்விட்டான்.

"தட்டில் போட்ட சாதம் அப்படியே இருக்கு ... சாப்பிடு... ஊம், சுருக்கச் சாப்பிடு..." என்று குழந்தைகளை அவசரப்படுத்தினாள் பத்மா. பேசிக்கொண்டே சாப்பிட்டுக் கொண்டிருந்தார்கள். ராஜுவுக்குக் கூடத்தில் இருப்புக் கொள்ள வில்லை. உள்ளே வந்தான் மறுபடியும். வெறுமெனவாவது. அவன் வரும்போதெல்லாம் எழுந்து நிற்பது பத்மாவுக்குச் சிரமமாய்த்தானிருந்தது. ஆனால் அவள் தன் சிரமத்தை ஜாடையாய்க்கூட வெளிக்காட்டவில்லை. “நீ உட்கார்ந்தே இரேன் இதில் என்ன ...." என்றான் ராஜு. மெல்லச் சிரித்துக்கொண்டே நின்றாள் பத்மா.

“சரி, நீ உட்காரமாட்டாய்... " என்று கூடத்துக்குச் சென்றாள் ராஜு. சோனியும் சவலையுமாய் இருந்த குழந்தைகள், கொரித்த காலும் கொட்டினது முக்காலுமாய்ச் சாப்பிட்டு எழுந்த உள்ளேயே தன் கையை அலம்பிக்கொண்டு அலுப்பா உட்கார்ந்து

கொண்டிருந்தாள் பத்மா. இதற்குள் கைக்குழந்தை அழ ஆரம்பித்தது. எழுந்துபோய் அதை எடுத்துக்கொண்டாள். கங்காளத்துக்கருகில் சென்ற குழந்தைகள் ஏதோ சச்சரவிட மூத்தவன் மற்ற மூன்றுக்கும் கையலம்ப உதவினான். கடை வாண்டு, "அம்மாதான் வரவேண்டும்" என்று பிடிவாதம் பிடித்தது.

"நான் - அப்பா அலம்பலாமா... ?" என்று கேட்டுக்கொண்டே வந்த ராஜு, அதன் உடம்பையெல்லாம் அலம்பினான் துண்டால் துடைத்தான். அழைத்துக்கொண்டு கூடத்துக்கு வந்தான். பாயையெல்லாம் உதறிப்போட்டுக் குழந்தைகளைப் படுக்கவைத்தான். 'சமத்தா தூங்கறேளா.... ஊம்..? .... தூங்குங்கோ என்று தட்டிக்கொண்டிருந்தான்.

சமையலறையில் வெளிச்சம் இருந்ததே தவிர, இருண்டு போய்விடவில்லை. புகையேறிய சுவர்களும் பிறைகளும் அந்தச் சிறு வெளிச்சத்தை அலக்ஷியம் செய்துவிட்டுத் தூங்கின கூடத்தில் இருந்தபடியே உள்ளே உற்றுக் கவனித்தான் ராஜு. பத்மா குழந்தையுடன் உட்கார்ந்திருந்தாள். அவளுடைய உடலின் சிவப்பு நிறம் வெளுப்பாகிவிட்டிருந்தது. அதுவும் அழகாகவே பட்டது ராஜுவுக்குத் தலை வகிடுகூடப் பளிச்செனத் தெரிந்தது. நெற்றியிலிருந்த குங்குமம் முகத்தின் வெளுப்பை எடுத்துக் காட்டிற்று. உடுத்திருந்த புடவையின் பெரும்பாக உடம்பில் படாமல் ஏதோ போர்த்திருந்ததுபோல் தோன்றும்படி இளைத்திருந்தாள் அவள். கையிலிருந்த குழந்தைக்கு உறுத்தாமல் இருக்கும்படி வளைகளை மேலே ஏற்றிவிட்டுக்கொண்டிருந்தாள் கையில் குழந்தை தூங்கிக்கொண்டிருந்தது. 'நம்முடை பிறந்தகம் நன்றாயிருந்து, இன்னும் ரண்டு மாசமாவது அங்கே இருந்துவிட்டு வர முடியவில்லையே' என்ற வேதனை - அவள் மனத்தை விட்டு எப்பொழுதும் நீங்காமலிருந்த குறை, இந்த வேளையில் அதிகமாய் உறுத்திற்று, ராஜுவைச் சாப்பிட கூப்பிட வேண்டுமென்ற ஞாபகம் ஒரு கணமும் மறக்கவில்லை அவளுக்கு. ஆனால் வாய்விட்டுக் கூப்பிடத்தான் இல்லை. கூப்பிட வேண்டும், கூப்பிடவேண்டுமென்று நினைத்துக்கொண்டே உட்கார்ந்திருந்தாள் கூப்பிடாமலேயே; அதற்குக் காரணம் மற்றச் சில நினைவுகளும் கூடவே தொடர்ந்து சுற்றியதுதான். "பிரஸவித்து மூன்று மாதங்கூட ஆகாமல் புக்ககம் வந்திருந்த தன் நிலை ... குழந்தைகள் ... ராஜு... கூடம், காமரா உள் ... அம்மாவோ இல்லை... . . இன்னும் இரண்டு மூன்று நாட்கள் ... " என்பவைதான் அந்த நினைவுகள்.

குழந்தைகளைத் தூங்கப் பண்ணிக்கொண்டிருந்த ராஜு தட்டிக் கொடுத்துக்கொண்டே இருந்தான். அந்தத் தட்டுதல்களின் சீரான கோவையில் தோன்றிய ஒருமைப்பாட்டினால் குழந்தை தூங்கியது போலவே, அவனுடைய மனமும் அவனையறியாமலேயே ஒருமைப்பாடடைந்தது. 'பாட்டி ஊருக்குப் போயிருக்கிறாளல்லவா, அதனாலே நமக்குத் துணையாக அப்பா... ' என்று குழந்தைக்குப் பத்மா சொன்ன பதிலையும், அதைச் சொல்லும்போது அவளுடைய உள்ளும் புறமும் தெளிவாய்த் தெரியும்படி தோன்றிய குறிப்பையும் நினைத்தான். அந்த நினைவிலேயே நேரம் சற்றுக் கழிந்தது. பத்மாவின் அந்தப் பதிலில் தனக்கு அநுகூலம் தொனித்ததாகத் தீர்மானம் செய்துகொண்டு எழுந்தான்.

அவன் எழுந்துவிட்டது பத்மாவுக்குத் தெரிந்தது. 'சரி, குழந்தையைத் தூளியில் போட்டுவிட்டுச் சாப்பாட்டை முடிப்போம்... ' என்று கிளம்ப நினைத்துக் கையைக் கீழே ஊன்றி எழுந்திருக்க முயன்றுகொண்டிருந்தாள் பத்மா. இதற்குள் கூடத்திலிருந்து ராஜு பேசினான், சிரிப்பும் கேலியுமாய்.

"குழந்தைகள் தூங்கிவிட்டார்கள். சரி, பத்மா, அம்மாவை ஊருக்குப் போக வேண்டாமென்று தடுத்தாயே, நிஜமாகவா? சும்மாச் சொல்லி வைப்போம், போவது என்னவோ நிச்சயம் என்றுதானே? என்ன இருந்தாலும்... "

பத்மா எழுந்திருக்க இருந்தவள் ஊன்றிய கையை எடுத்து மறுபடியும் இரு கையாலும் குழந்தையை அணைத்துக்கொண்டு உட்கார்ந்தேவிட்டாள். மறைய ஆரம்பித்திருந்த சங்கையும் பயமும் மறுபடியும் தலையெடுத்ததால் அவள் திகைத்தாள்.

பதில் பெறாமல் ஏமாந்த ராஜு, "பத்மா, பத்மா தூங்கிப் போய்விட்டாயா என்ன?" என்று கேட்டுக்கொண்டே, சமையலறைக்குள் வந்துவிட்டான்.

"இல்லையே..!" என்று மெல்ல எழுந்தாள். வாசற்படியை அடைத்துக்கொண்டு நின்ற ராஜுவின் மேல் படாமல் வளைந்து நெளிந்து ஒசிந்துகொண்டு கூடத்துக்குச் சென்றாள். சென்று குழந்தையைத் தூளியில் இட்டுத் திரும்பினாள்.

கூடவே வந்திருந்தான் ராஜுவும். மெல்லச் சென்று இலை போட்டாள். ராஜு உட்கார்ந்தான். சாப்பாடு நடந்தது. ராஜு ஏதோ பழைய - பழக்கமான ஹாஸ்யங்களைச் செய்தான். பத்மா ஒரு

அரைச்சிரிப்பை - அதுவும் மெல்ல உதட்டு நுனியில் அரும்பவிட்டுக்கொண்டே பரிமாறினாள்.

“மோரை என் பக்கத்தில் வைத்துவிட்டு நீயும் உட்காரேன் சாப்பிட ... ” என்றான் ராஜு.

பத்மா ஒன்றும் சொல்லவில்லை. அவளேதான் மோர் வார்த்தாள். சாப்பிட்டு எழுந்தான். கைகழுவிக்கொண்டவன் கூடத்துக்குப் போகாமல், "உனக்கு நான் சாதம் போடுகிறேன்” என்று சொல்லிக்கொண்டே உள்ளே வந்தான். பத்மா பேசாமல் நின்றாள். ராஜுவும் நின்றான். தலை நிமிராமலேயே பத்மா சொன்னாள், "போய் வெற்றிலை போட்டுக் கொள்ளுங்களேன், நான்..."

“சரி, சீக்கிரம் வா, சாப்பிட்டுவிட்டு, பத்தெல்லாம் அப்புறம் ஒழிச்சிக்கலாம்...” என்று கூடத்துக்கு வந்தான் ராஜு. வெற்றிலை போட்டுக்கொண்டான். பாட்டுகளை முணுமுணுத்தான். இடையிடையே, "பத்மா, ஆச்சா... ஆச்சா..." என்றும் வேறு பல கேள்விகளும். “அதைப் பார்த்தாயோ.? இது சொன்னாயே வேணுமா.? இந்த அது வாங்கப் போறேன். வாங்கட்டுமா..?”

உண்டு - இல்லை என்ற குறிப்புக்களைக் கொண்ட “உம் ஊம்” என்பன போன்ற முக்கல்களாலேயே, அந்தக் கேள்வி மாரியைச் சமாளித்து வந்தாள் பத்மா.

“எத்தனை நாழி... . " என்று அலுத்துக்கொண்டான் ராஜு.

"பத்மா சாப்பிட்டு இலைகளை எறிந்துவிட்டுக் கைகழுவுவதற்குள் ராஜு சொன்னான்: "என்ன பத்மா... எல்லாக் காரியத்தையும்...”

அவன் முடிப்பதற்குள்ளேயே, "...நீங்க வாணா தூங்குங்களேன்” என்று அழுத்தமாகவும், "...பாவம், தூக்கம் வந்துவிட்டது உங்களுக்கு...” என்று சிரித்தும் கூறினாள் பத்மா. "ரொம்ப சமத்தா பேசறதா எண்ணமாக்கும்... சேச்சே... சீக்கிரம், பத்மா, விளையாடாதே.., எல்லாக் காரியமும் நீ செய்யக்கூடாதுன்னு அம்மா உத்தரவு... . ” என்று சிரித்தான் ராஜு

"அம்மா சொன்னது ... ” சொல்ல வாயெடுத்ததை விழுங்கிவிட்டுச் சாப்பிட்ட இடத்தைச் சுத்தம் செய்து எழுந்தாள்.

கையில் விளக்கை எடுத்துக்கொண்டு சமையலறைக் கதவைச் சாத்தினாள். அவள் வருவதையறிந்த ராஜு, கூடத்து விளக்கைச் சற்றுத்தணித்தான் தூங்கிக்கொண்டிருந்த குழந்தைகளையெல்லாம்

கவனித்துக்கொண்டே தயங்கித் தயங்கி வந்த பத்மா, தூளிக்கருகில் குனிந்து பார்த்தாள். ராஜு தாம்பூல உபசாரம் செய்தான் - தானே எழுந்து சென்று, அவன் எவ்வளவு சொல்லியும் பத்மா உட்காரவில்லை. தவிர நெருக்கத்தையும் தவிர்த்தாள். பேச்சற்ற, ஆனால் கூரிய அர்த்தம் நிறைந்த செயல்கள் நடந்தொழிந்தன - கேட்பதும் மறுப்பதும் அணுகுவதும் உதறுவதுமாய். பொழுது பாரவண்டி போல் நகர்ந்தாலும் உணர்ச்சி விஷ வேகத்தில் ஏறியது. ரத்தம் சில மடங்கு அதிக விசையோடு எழுந்து பரவிற்று. ராஜு அமைதி இழந்தான். கதகதத்திருந்த உடற்கூடு, அவனுடைய ஆர்வம் புறக்கணிக்கப்பட்டதால் மிகுந்தது. மிகுதியில் அவன் எப்படியோ ஆகிவிட்டான்.

பத்மாவும் செயலற்றுத்தான் இந்தத் தவிர்ப்பு முறையைப் பிரயோகித்தாள். இதைச் செய்கிறோமே என்ற வேதனையும் கூச்சமும் அவள் முகத்தில் கூத்தாடின. அவள் முகமெல்லாம் அறுந்து தொங்கியது. கண்ணெல்லாம் சோர்ந்து பஞ்சடைந்தன. அவற்றையெல்லாம் கவனிக்கும் அமைதி இல்லை ராஜுவினிடம். எல்லாம் சேர்ந்து அவனை ஆத்திரமடையச் செய்தன. ஆத்திரத்தில் ஏதோ கத்திவிட்டு வீட்டை விட்டு வெளிக்கிளம்பினான்.

சாதாரணமான பிரணயக் கலகங்களிலோ தாம்பத்யச் சிடுக்குகளிலோ செய்வது போல, அவள் தடுப்பாள், சமாதானம் கூற நெருங்குவாள்' என்று அவனும் எதிர்பார்க்கவில்லை. அவளும் அப்படிச் செய்யவில்லை. ஒரே சூன்யத்தில், தன் இருக்கையையும் மறந்திருப்பது போல் இருந்தாள் பத்மா.

போகும் வேகத்தில் படாரென்று கதவை அடித்துச் சாத்திக்கொண்டு போனான் ராஜு அதிர்ச்சியில் திறந்து கொண்டு, மறுபடியும் சாத்தவந்த கதவுக்குப் பழைய வேகம் இல்லை ; ஆகவே ஒருக்களித்த நிலையில் நின்றுவிட்டிருந்தது.

எங்கேயெல்லாமோ சுற்றிவிட்டுத் திரும்பி வந்தான் ராஜு. உடம்பில் விறுவிறுப்போ வியர்வையோ இல்லாமல் - படபடப்பெல்லாம் அடங்கிப் பதவிசாய் வந்தான். கதவோ ஒருக்களித்துத் திறந்திருந்தது. தானே சாத்தித் தாழ்ப்பாளும் இட்டுவிட்டு உள்ளே சென்றான்.

ராஜுவுக்குச் சொல்ல வேண்டுமென்று சில வார்த்தைகளைத் தீவிரமாய் யோசித்துக்கொண்டேயிருந்த பத்மாவுக்கு அரைத்தூக்கம்; அயரும் பக்குவம்.

உள்ளே வந்தவன் ஜலத்தை எடுத்துத் தேய்த்துத் தேய்த்துக் காலை அலம்பினான். கை நிறைய ஜலம் எடுத்துக் கண்ணையும் கன்னத்தையும் அழுத்தித் துடைத்துக்கொண்டு கூடத்துக்கு வந்தான். குழந்தைகளுடைய போர்வைகளையெல்லாம் சரி செய்துவிட்டுப் பத்மாவின் பக்கத்தில் வந்து உட்கார்ந்தான். அவளுடைய தலையணையின் ஓரத்தில் துளி இடம் இருந்தது. அதில் தன் தலையைப் புதைத்துக்கொண்டான். இடம் சற்றே அதிகமாயிற்று. பத்மாவின் வெளிறிய துவண்ட முன் கைகளை வருடிக்கொண்டே சாந்தமாய் உடம்பைக் கிடத்தினான். பத்து நிமிஷங்களில் அயர்ந்து தூங்கிவிட்டான்.

('தேனீ' இதழில் வெளியானது. மார்ச் 1, 1948)

என்ன ஒரு அற்புதமான கதை. வாசிக்க வாசிக்க நமக்குப் பத்மா மீது தோன்றும் பரிவும் வாஞ்சையும் அவள் புருஷன் மீது உருவாகும் கோபமும் இக்கதையின் வெற்றி. கரிச்சான் குஞ்சு கதைக்குள் ஒரு வார்த்தைகூட பத்மாவுக்கு ஆதரவாகவோ ராஜூவுக்கு எதிராகவோ பேசவில்லை. அப்படிப் பேசியிருந்தால் இது ஒரு பெண்ணியக்கதை என்ற முத்திரையை அழுத்தமாகப் பெற்றிருக்கும். கதையை முன்வைத்த விதத்திலேயே அவரது சாய்மானம் நமக்குப் பிடிபட்டு விடுகிறது. கு. ப. ராவின் கனகாம்பரம், சிறிது வெளிச்சம் போல காலத்தால் அழியாத காவியமாக, இக்கதை ஜொலித்து நிற்கிறது. இந்திய சமூகத்தில் பெண்களின் நிலை குறித்து இத்தனை உருக்கமாக எழுதிவிட முடியுமா என்று வியக்க வைக்கிறார். என்ன கச்சிதமான வடிவமும் மொழியும்?பெண்நிலையை இப்படி ஒரு தொனியில் பேசும் இக்கதை பெண்ணியக்கதை அல்லாமல் வேறென்ன?

கரிச்சான் குஞ்சுவின் முத்திரைக் கதைகளில் இன்னொன்று 'ரத்தச்சுவை'

ரத்தச் சுவை

ராமுவுக்குப் பைத்தியம் பிடித்துவிட்டது என்றார்கள் எல்லோரும். நானும் அவனைக் கவனித்தேன். அவன் சரியாயில்லை. நான் ஊருக்கு வந்து இரண்டு நாட்கள் ஆகிவிட்டன. ராமுவை அழைத்துவரச் சொல்லிப் பலரை அனுப்பினேன். அவன் வரவில்லை. நான் போய்க்கூப்பிட்டேன். அவன் பேசவில்லை; ஆனால் என்னைப் பார்த்துச் சிரித்தான். 'வீட்டுக்குப் போய் வருகிறேன்' என்று ஜாடை காண்பித்தான். உடனே திரும்பிக்

குரங்கைப் பார்க்கப் போய்விட்டான். ராமு அந்தக் குரங்கினிடம் என்ன கண்டானோ, அதையே கவனித்துக் கொண்டும் அது போகுமிடங்களுக்கெல்லாம் தானும் போய்க் கொண்டும் இருந்தான். வீட்டுக்கு வந்தேன். என் வீட்டாரிடமும் ராமு வீட்டாரிடமும் விசாரித்தேன்.

அவனுடைய குடும்பம் நொடித்துவிட்டது. ஒரு கல்யாணத்துக்கு வாங்கின கடனைத் திருப்பிக் கொடுக்காமலேயே பல வருடங்கள் கழிந்துவிட்டன. கடன் கொடுத்திருந்த கோபாலய்யர் வியாஜ்யம் நடத்தி ராமுவின் சொத்து முழுவதையும் கட்டிக்கொண்டு விட்டார். வீடு உள்படப் போய்விட்டது. ஆறு மாதத்தில் வீட்டைக் காலி செய்து தரவேண்டும் என்று கோர்ட்டில் தீர்ப்பு ஆகியிருந்தது. அந்த கெடுவில் இன்னும் இரண்டே மாதங்கள் பாக்கி. மனுஷன் என்ன பண்ணுவான்? கலங்கிப்போய் விட்டான். பேச்சிலோ செய்கையிலோ வேறு ஒரு விபரீதமும் கிடையாதாம். பிரமை பிடித்ததுபோல் அந்தக் குரங்கைச் சுற்றிக்கொண்டு அலைகிறானாம். அதுவோ இவனைப் பாய்ந்து கடிக்க வருகிறதாம்.

குரங்கோ ஒற்றைக் குரங்கு. நானும் பார்த்தேன். அதன் பரிமாணம், நீளமும் சரி. பருமனும் சரி அசாதாரணமானதுதான். கொழுத்து விறாந்து கிடந்தது அது. ஊரில் அதன் ரகளை இல்லாத நாளே கிடையாதாம். எங்கு வேண்டுமானாலும் ஏறி இறங்கி எதையும் எடுத்துத் தின்றுகொண்டு திமிர்பிடித்து அலைந்து கொண்டிருக்கிறது. அது. எல்லோரும் அதைக்கண்டு பயப்பட்டார்களே தவிர அது யாரைக் கண்டும் எதைக் கண்டும் பயப்படவில்லையாம். நாய்களையெல்லாம் அது பலபடித் துன்புறுத்திற்று. நாய்க்குட்டிகளைக் கொன்று போடுகிறதாம். 'ஒற்றைக் குரங்கு ஊரை அழிக்கும் என்பது ஹனுமானைப் பற்றிய பழமொழியாம். அவர் லங்கையை அப்படி அழித்ததால்தான், நம்முடைய தெய்வமானார். ஆனால் இந்த குரங்கு எங்கள் ஊரில் இப்படி அட்டூழியம் செய்து வருகிறது. ஊரில் எல்லோரும் புராதனக் குடிகள். உலகத்தின் அணுவணுவிலும் தெய்வத்தைக் கண்டு போற்றும் புராதனக் கொள்கைகளை உடையவர்களின் வம்சபரம்பரை. ஆகவேதான் அந்தக் குரங்கைப் பிடிக்கவோ, அடிக்கவோ, அன்றிச் சுடவோ அவர்கள் அனுமதிப்பதே இல்லை. "நாம் ஜாக்கிரதையாக இருக்கவேண்டுமே ஒழிய ஆஞ்சநேய ஸ்வாமிக்கு அபசாரம் செய்யலாமோ'' என்கிறார்கள். இப்படியெல்லாம் விவரங்கள் தெரிந்தன.

ராமு கடன்பட்டுப் புண்பட்டதற்கும் இந்த வானர லீலைக்கும் என்ன சம்பந்தம்? இது யாரும் சொல்லவில்லை. எனக்கும் புரியவில்லை. ”

இப்படியாக ஆரம்பித்துப் போகும் கதையின் முடிவில் ராமு ஏன் இந்தக் குரங்கு ஆராய்ச்சியில் இறங்கினான் அதை ஏன் இன்னும் தொடர்கிறான் என்கிற கேள்விகளுக்கான முடிச்சை ராமுவே அவிழ்க்கிறான். ராமுவின் கூற்றாக:-

“... இந்தக் குரங்கு எத்தனை நாய்க்குட்டிகளைத் தூக்கிச்சென்று கொன்றிருக்கிறது தெரியுமா? ஆரம்பத்திலே தாய் நாய்கள் குரைத்துத் துரத்தியதால் இதற்கு ஏற்பட்ட கோபவெறியில் குட்டிகளைத் தூக்கிச் சென்றது; கொன்றது; இவ்வளவுதான் ஊராருக்குத் தெரியும். எனக்கு அதுக்கு மேலே தெரியும். குட்டிகளின் கழுத்தை நெறித்துக் கிழித்துக் கையால் குதறி எறியும். கையெல்லாம் ரத்தமாய் விடும். துடைக்கத் தெரியாமல் நக்கும். ரத்தம் நாக்கில் படும். தணிந்த வெறிக்கும் இந்தச் சுவைக்கும் ஒரு தொடர்பு ஏற்பட்டு இது அடிக்கடி ஏற்படுவதால் நினைவில் அழுந்தும். பிறகு அதே செய்கைக்குத் தூண்டும். வெறி வந்தவுடன் நாக்குச் சுவையும் நினைவுக்கு வரும். வெறியும் தணியும். சுவையும் கிடைக்கும். இப்படியே வழக்கமாகி இன்று இந்தக் குரங்கு ரத்த வெறி மிகுந்து கிடக்கிறது. நேற்று ஒரு ஆட்டைக் கிழித்துக் காய்ப்படுத்திவிட்டது. கதையெல்லாம் எதற்கு? இன்று இந்தக் குரங்கு பரிபூர்ண ரத்தவெறி பிடித்து பக்கா மாமிச பட்சியாய் மாறிவிட்டிருக்கிறது. அந்தக் குரங்கை அப்படியே செய்ய அனுமதிப்பதைத் தான் தர்மமென்று கூறுகிறது சமூகம். இதேதான் கோபாலய்யர் கதையும். ஆரம்பத்தில் வட்டி இல்லாமல் உபகார நோக்கத்தோடு, உதாரச் சிந்தையோடு ஏழைகளுக்குக் கடன் கொடுக்க ஆரம்பித்தவர், இப்போ குடும்பங் குடும்பமாய் அழித்துத் துடைத்துக் கொண்டு வருகிறார். அதையும் கடமையைப் போல் செய்கிறார். வழக்கமும் சட்டமும் அதை ஒப்புக்கொள்ளவும் செய்கின்றன. ஸ்வாமி தரிசனம் செய்வதுபோல அவ்வளவு அநுஷ்டானப் பொருத்தத்தோடுதான் இதைச் செய்கிறார். சமூகம் தான் நல முற்று வரத் தானே செய்துகொண்ட கடன் கொடுக்கும் ஓர் உதவிமுறை இன்று இப்படிப் பரிணமித்திருக்கிறது. வளர்கிறது. ரத்தவெறி கொண்டு திரியும் குரங்கை ஒடுக்குவது ஆஞ்சநேய ஸ்வாமிக்கு அபச்சாரமென்று கருதப்படுகிறதே, அந்த மனோபாவத்திற்கும் சமூகப் போக்குக்கும் ஒரு தொடர்பை

உணர்கிறேன். வெற்றி அந்தப் போக்கிற்குத்தானா என்று அறிவதில் ஆர்வத்தோடு இருக்கிறேன். நான் போகிறேன் நானா, குரங்கின் கதையில் இன்று விசேட கட்டம். ” -

"என்னடா ராமு, நான் வெகு தூரத்திலிருந்து வெகு நாள் கழித்து வந்திருக்கிறேன். ” -

“எனக்குத் தெரியவில்லையா, இருந்தாலும் உன்னைவிட எனக்கு நானா என் மனம் என் வசத்தில் இல்லை. அதோ ஓடுகிறது. காலையில் நம்மூருக்கு ஒரு குரங்காட்டி வந்தான். அவனுடைய குரங்கை நம்மூர் தடிக்குரங்கு இழுத்துக் கொண்டு ஓடிவிட்டது. பாவம், அந்தப் பிச்சைக்காரனுடைய பிழைப்புக்கு ஆதாரமாயிருந்தது போய்விட்டது. ரொம்ப பாடுபட்டான். ஒன்றும் முடியவில்லை. மகா ஆத்திரம் அவனுக்கு. எப்படியாவது அதைப் பிடித்துவிட வேண்டும் அல்லது தடிக்குரங்கைக் கொன்றுவிட வேண்டும் என்று இருக்கிறான். போய் என்ன ஆகிறதென்று பார்க்க வேண்டும்... ?” - -

ராமு கிளம்பினான். இதற்குள் தெருவில் ஒரே சத்தம். பெரியவாள் எல்லோரும் இரைந்து கத்தினார்கள். -

‘பிச்சைக்காரப் பயலைக் கட்டிப் பிடியுங்கடா, பந்தக்காலில் கட்டிப் போடுங்கள் படவாவை. குரங்கைப் பிடிக்கவாவது இவன்... ” என்றார் ரொம்பப் பெரியவர் ஒருவர்.

ராமு வேகமாய்ப் போனான். நானும் பின்னே சென்றேன். பிச்சைக்காரன் கையிலிருந்த கயிற்றுச் சுருக்கில் தடிக்குரங்கு மாட்டிக்கொண்டு படாத பாடுபடுத்திற்று. பிச்சைக்காரனைப் பிராண்டிற்றுக் கடித்தது. அவனும் அதை அடித்து இரத்தம் பீறிப் பிய்த்துவிட்டிருந்தான். இதற்குள் ஊர்ப் பெரியவாள் எல்லோரும் பல ஆட்களைக் கூட அழைத்துக் கொண்டுவந்து சேர்ந்தார்கள். குரங்கை விடுதலை செய்யப் பிச்சைக்காரன் இசையவில்லை. அடிக்கக் கட்டளையிட்டார்கள் ஊரார்கள்.

அவன் அடிபட்டுக் கொண்டே கதறினான், சொன்னான்; "சாமி. அழகான பெண் குரங்குங்க என் குரங்கு; ரொம்ப சாதுங்க. என் குரங்கின் கழுத்தை நெறிச்சுப்போட்டு, இரத்தம் உறிஞ்சிடுச்சுங்க இது! அந்த ஜாதியிலே வந்துட்ட ஏதோ பிசாசுங்க இது... ” என்று சத்தியத்தைச் சொன்னான்.

சத்தியம் யாருக்கு வேண்டும்? அதையும் இந்தப் பிச்சக்காரப் பயலா சொல்வது? -

"சீச்சி நாயே, வாயை மூடு. ஆஞ்சநேய ஸ்வாமிக்கு அபசாரம் பண்ணிவிட்டு பேசறையேடா... " என்றார் ஒருவர்.

"ஏண்டா நிற்கிறீர்கள்? அவனை உதையுங்களடா, கயிற்றை அறுத்துக் குரங்கை விடுவியுங்கள், உம்" என்று ஆட்களுக்கு உத்திரவு பிறந்தது.

'சாமி சாமி, இந்தக் குரங்கு இருப்பது ஊருக்குக் கெடுதல். " என்று பிச்சைக்காரன் முடிப்பதற்குள் அவனுக்கு அடி விழுந்தது. ராக்ஷஸக் குரங்கு யதேச்சையாய்த் தன்னரசு செலுத்த ஆரம்பித்தது.

பழையபடியே ஐயமாரும் தன்னரசு செலுத்த ஆரம்பித்தார்கள்.

பிச்சைக்காரனுடைய பிழைப்புக்கு ஆதாரமாய் இருந்தது போய்விட்டதுடன் அவனும் ரத்தம் சிந்தினான் அடிபட்டு. எல்லாம் ஆஞ்சநேய ஸ்வாமிக்கு அபசாரம் செய்ததன் பலன்.

ஸ்வாமியும் தர்மமும்தான் எல்லாம். - பல ராமுக்களுடைய சொத்துக்கள் போயின. இன்னும் பலர் ராமுகள் ஆக இருக்கிறார்கள்.

ஊரில் ஸ்னான, ஸந்தியா, ஜபதப ஹோமங்களுக்குக் குறைவே இல்லை.-ஊரார்களோடு ஒப்பிட்டு ஒப்பிட்டுக் குரங்கைப் பார்த்துக்கொண்டு இருப்பதை ராமு நிறுத்தவில்லை. ஊரில் இருந்தவரைக்கும் நானும் ராமுவை அதிகம் விட்டுப் பிரியவில்லை. ராமுவுக்குப் பைத்தியம் பிடித்துவிட்டது என்றார்கள் எல்லோரும்என்று கதை முடிக்கிறார் கரிச்சான் குஞ்சு. தனி மனித உளவியலையும் சமூக உளவியலையும் ஒரே நேரத்தில் பகுத்தாய்கின்ற மிக முக்கியமான கதையாக இது திகழ்கிறது. வெவ்வேறு மனித குணாம்சங்களுக்குக் இக்குரங்குக் கதையைப் பொருத்திப்பார்த்து நம்மால் விவாதித்துக்கொள்ள முடியும்.

''கரிச்சான் குஞ்சுவின் படைப்பு முழுமையையும் பார்க்கும் போது அது நமக்கு, நம்மைவிட்டுப் பின்தங்கி விலகிச் சொல்லும் உலகைச் சொல்கிறது. இருள் நிறைந்த பாதை ஒன்றை நமக்கு தம் ஒளி வீசிக் காட்டும் மின்மினிப் பூச்சிகள் போன்றவைதான் அவர் எழுத்துக்கள் என்று சொல்லத் தோன்றுகிறதுஅவை மொத்தமும் எழுப்பும் ஸ்ஸ்ஸ் என்று தொடரும் ஒலிப்பெருக்கு ஒரு வித புதிரும் மாயமுமான உணர்வைத் தரும். அவை ஏதும்

ஒரு பூச்சியின் மின்மினுப்புமோ ஏதும் நமக்கு பெரிதாகத் தராமல் போகலாம். ஒவ்வொரு கதையும் ஒரு துணுக்குக் காட்சி, ஒரு உணர்வு, சட்டெனத் தோன்றி மறையும் துணுக்கு, ஒரு நாடகக் காட்சி, ஒரு சம்பவம், ஒரு கட்டத்தைப் பிரதிபலிக்கும் பாத்திரத்தின் ஒரு சலனம், இவையெல்லாவற்றையும் ஒட்டுமொத்தமாக நாம் பார்க்கும்போது, அவை கடந்த காலத்தின், வாழ்க்கையின் அடி நாதத்தை, தர்மத்தை, பார்வையை நமக்கு ஒரு இழப்புணர்வின் சோகத்தோடு சொல்லும். பிரச்சினை என்னவென்றால் இன்றைய தமிழ்ச் சமூகத்தின் பெரும்பான்மைக்கு தாம் இழந்த மதிப்புகள், மதிப்புகளாகவே தோன்றுவதில்லை. அவற்றின் இழப்பும் சோக உணர்வைத் தருவதில்லை" என்பது இலக்கிய விமர்சகர் வெங்கட் சாமிநாதனின் கருத்து.

என்னுடைய வாசிப்பில் வெங்கட்சாமிநாதனின் கணிப்பை விட பேராசிரியர் கல்யாணராமனின் கணிப்பே பெரிதும் சரியானதென்று படுகிறது. பிராமண நடுத்தர வர்க்கம் நில உடமையையும் இழந்து சாதிய அடிப்படையில் பெற்றிருந்த உச்ச ஸ்தானத்தையும் இழந்து தன் பழைய சாம்ராஜ்யம் மீண்டும் கிட்டவே கிட்டாது என்கிற கள யதார்த்தத்தை ஏற்றுக்கொள்ள முடியாத ஆற்றாமையில் புலம்பும் தன்மையுடைத்ததாகவே படுகிறது. வெங்கட்சாமிநாதன் கூறுவதுப்போலப் பூடகமாக ஒன்றுமில்லை கரிச்சான் குஞ்சு மிகவும் வெளீப்படையாகத்தான் எழுதியிருக்கிறார். ஒரு சோற்றுப் பதமாக "நல்ல சகுனம்தானா" என்கிற கதை அமைகிறது. 1975இல் இக்கதையை எழுதியிருக்கிறார். 1960களீல் செங்கொடி இயக்கம் நடத்திய போராட்டங்களின் விளைவாக நில உச்ச வரம்புச் சட்டம் வந்தது. தி. மு. க. ஆட்சி வந்தபோது நில உச்ச வரம்பு 25 ஸ்டாண்டார்டு ஏக்கர் என்பது 15 ஸ்டாண்டார்டு ஏக்கராகக் குறைக்கப்பட்டது. 'இச்சட்டம் அநியாயம்' என்று கரிச்சான் குஞ்சு இக்கதையில் பேசுகிறார். கதையின் இறுதியில் அவரே பேசுவதுபோல நீண்ட பகுதி ஒன்று வருகிறது. அது அப்பட்டமான பிராமண நில உடைமையாளரின் குரல் என்பதை விளக்க வேண்டியதில்லை அப்பகுதி இதோ:

"மன்னிக்க வேண்டும், அண்ணா; நீங்களும் லௌகீக வாடையில் குளிர்ந்து நடுங்குகிறீர்கள். "

"இருக்கட்டுமே; இது தவறல்ல; மனிதன் வாழ்வதும் ஓர் உண்மை; கலையழகு பொருந்திய உண்மை. வாழ்வியல் ஓர் அழியாத உண்மை; அதிலும் இன்று சில மனிதர்களின்

சிறுமையால் மாசு படிகிறது, மதிப்பறியாத இன்றைய தத்துவ வறுமையின் விபரீதம்தான் இந்தக் கலக்கம். உன் பருவம் என்னைப் புரிந்துகொள்ள முடியாமல் உன்னைத் தடுக்கலாம். ஆனால் ... ’’

அந்த வாலிபன் விழித்தான். நிலபுலம், காசு பணம் என்று வரும்போது அவரும் ஆடுகிறார்; குழம்பிக் கலங்குகிறார். கோபுரமே ஆடுகிறதா? கடலே கலங்குகிறதா? இது நாட்டின் வளர்ச்சிக்கான நல்ல சகுனமல்லவே என்று தவித்தான்.

"அண்ணா, உங்களிடமிருந்து உண்மையாகவே விளக்கம் பெற வந்தேன் நான்; உங்களை ஆராய முற்படுகிறேனே தவிர, அதற்கான தெம்பில்லாத சோனி நான்; சொல்லுங்கள்...’’ என்றான்.

அவர் சொல்லி முடிக்கிறார்:

எங்கள் பெரியவர்கள் எங்களுக்கு நிறைய வித்தையைக் கொடுத்தார்கள்; பண்பாட்டைக் கொடுத்தார்கள்; உண்மைதான்; உடல் உழைப்பைக் கற்றுக் கொடுக்கவில்லை அவர்கள்; யாரையும் போய் அண்டிப் பிழைக்க முடியாத மானத்தையும் கௌரவத்தையும் கொடுத்தார்கள். நியாயமோ, அநியாயமோ, தலைமுறை தலைமுறையாய் இந்தக் கிராமத்தையும் நிலத்தையும், தோப்புத் துரவுகளையும், சாய்மானம் போட்ட திண்ணையையும், ஊஞ்சலையும், காற்றுப் பந்தலையும் உடுப் பிரியாமலேயே வாழ்ந்துகொண்டு வருகிறோம். உதவி செயகிறோம். சும்மா இல்லையே? யோசனை சொல்கிறோம். உதவி செய்கிறோம். வரி கொடுக்கிறோம். தாசில்தாரும், கலெக்டரும் சொன்னபடியெல்லாம் கேட்டு, நிதியென்றும் நிவாரணமென்றும் அவர்கள் கேட்டபோதெல்லாம் பணமும் கொடுத்து வருகிறோம். எங்களைக் கண்டாலேயே பிடிக்காமல் போகும்படியாக நாங்கள் ஏதாவது கொடுமை செய்ததுண்டா? எத்தனை தாக்குதலுக்கு இலக்கானோம் நாங்கள்? குடியானவர்களுக்கும் எங்களுக்கும் இருந்த உறவு ஆண்டை - அடிமை உறவாகவா இருந்தது! ஒரு அத்து மட்டு, மரியாதையெல்லாம் உயர்ந்த நாகரிகப் பண்புகள் அல்லவா? அதைக் கொடுத்தார்கள்; அறுபது நாற்பதென்று அடி விழுந்தது, சமாளித்தோம்; இப்போது அடியோடு எல்லாமே போய்விடுமோ என்று அதிர்ந்து கிடக்கிறோம்.

"இது என்ன ஜனநாயக நியாயமோ தெரியவில்லையே! கன்னாபின்னாவென்று சட்ட திட்டங்கள் வந்ததில் உறவெல்லாம்

அறுந்துபோய்க் கசப்பு மேலிட்டு, ஒருவரை மற்றவர் எப்படி ஏமாற்றலாம் என்று பார்க்கும் நிலையும் வந்துவிட்டதே. இதெல்லாம் நல்லதா? இதைச் சொன்னால் பிற்போக்குவாதி, பழமை விரும்பி என்றெல்லாம் பட்டம் கட்டுகிறார்கள். மற்றவனைக் காட்டி, "அவன் ரஷ்யாவைக் காப்பியடிக்கிறான்; காலம் கடந்துவிட்ட கார்ல் மார்க்ஸைக் கட்டிக்கொண்டு அழுகிறான்; சொந்தமான செயல் திறமையோ கொள்கை வளமோ இல்லையென்று சொன்னானே இந்தக் கெட்டிக்காரன்; இவன் அதே வழியிலும், அதைவிடப் பொருத்தமில்லாத வழியிலும் போகிறானே, இதை யார் சொல்வது? நான் சொல்கிறேன், இவன் புத்திசாலி இல்லை; நாட்டை ஆளவோ செல்வத்தைப் பெருக்கவோ சரியான வழியை இவன் தெரிந்துகொள்ளவே இல்லை. அடித்துப் பேச ஆளில்லாமல் வளவளன்னு பேசுகிறான்; கல்லிலும் முள்ளிலும் போய் விழுந்துவிட்டு, காயத்தைத் துடைத்துக்கொண்டே, "விழவில்லை; சும்மா குதித்துப் பார்த்தேன்" என்று அசடு வழிகிறான்; அப்புறம், விழுந்தால்தான் குதிக்க வருமென்று ஜம்பம் அடிக்கிறான்; இவன் பல விவஹாரங்களிலும், வியாபாரங்களிலும், திட்டங்களிலும் பல கோடிக்கணக்கான ரூபாய்களை இழந்தது பொய்யா? போலி கௌரவத்திற்காக உலகத்திலுள்ள நாடுகளில் மூலை முடுக்குகளில் எல்லாம் இவன் கோடிக்கணக்கான ரூபாய்களைப் பயனின்றிச் செலவழிக்கவில்லையா ? நேற்றைக்குச் சமாசாரம் என்ன?

"தேசிய உடைமையாக்கிய ஒரு பெரிய தொழில் சந்தியில் நிற்கிறதே, ஏக ஊழல்; இதைச் சொன்னால் நான் பிற்போக்காளன், நிலத்திமிங்கிலம், கொள்ளையடிக்கும் காணியாட்சிக்காரன் என்றெல்லாம் பட்டம் கட்டிக்கொள்கிறேன். எங்களுக்கு உரிமையில்லையா? அறிவு விவேகமில்லையா? சொத்தோடு பிறந்தது குற்றமா அல்லது பாவமா? கீழே இருக்கிறவனை மேலே கொண்டுவர, மேலே இருக்கிறவனைக் குழிதோண்டிப் புதைக்கச் சொல்கிறது உன் புதுப் பொருளாதாரத் தத்துவம்! அனுபவசாத்தியம் என்ன; உண்மைநிலை என்ன என்றெல்லாம் பார்க்காமலேயே கூச்சல் போடவேண்டியது. கிளிப்பிள்ளை மாதிரி அதுகூட இல்லை மடைவாய்த் தவளை மாதிரி, ஒருவன் சொல்வதைப் பலர் முறை வைத்து அழவேண்டியது. நிலப்பசி நீங்கவேண்டும், உழுபவனுக்கு நில உரிமை வேண்டும். இடையில் உள்ளவன் ஒழிக - அல்லது இருப்பதை விட்டுவிட்டு ஓடுக, அப்படி இப்படியென்று கோஷம் போடவேண்டியது. இதெல்லாம் சிறு மனிதர் செய்யும் கூத்துடா,

நாராயணா, சிறு மனிதர் செய்யும் கூத்து. உண்மையான மதிப்புகளும், அளவீடுகளும் இருந்தால் இந்தக் கூத்து நடக்குமா? நாங்களெல்லாம் என்ன காட்டுமிராண்டிகளா? அல்லது மண்ணுரிமையாலும் பொன்னுரிமையாலும் மனிதக் கூட்டங்களைக் காலின்கீழ் துவைக்கும் பிரபு வர்க்கத்தைச் சேர்ந்தவர்களா? நாங்கள் பாரதப் பண்பாட்டிற்கு எவ்வளவோ நலம் சேர்த்திருக்கிறோம்; சேர்த்துக் கொண்டிருக்கிறோம்; சேர்க்கவும் போகிறோம். எங்களை அலைக்கழிப்பது நல்லதா? எங்கள் வாழ்வைக் குலைக்கலாமா?" என்று குரலை உயர்த்திக் கூறி முடித்தார் அவர்.

அந்த வாலிபனும் அயர்ந்து போய்த்தான் உட்கார்ந்திருந்தான். "கோபுரம் ஆடுவதும் ஸமுத்திரம் கலங்குவதும் நல்ல சகுனமாகாது" என்று அவன் உள்ளம் ஒலித்தது

சமூகத்தின் உச்சத்தில் கோபுரமாக இருக்கும் பிராமண சமூகம், -அறிவுக்கடலாக இருக்கும் பிராமண சமூகம் அலைக்கழிக்கப்படலாமா என்கிற ஆற்றாமையின் குரலாகவே இதை நான் வாசிக்கிறேன். மணிக்கொடி இதழில் நில உடைமையாளர்களுக்கு ஆதரவான தலையங்கங்கள் வெளியானதாக அறிகிறோம். அதே குரல் இக்கதையிலும். ஆனால் இவரது குருவான கு.ப.ரா. எழுதிய பண்ணைச் செங்கான்' கதையில் பறைச்செங்கானின் ஆவேசமான குரலை அங்கீகரிக்கும் தொனியில் எழுதியிருப்பாரே அதுதானே முற்போக்கான குரல்?இக்கதை அப்பட்டமான அரசியலை-பொருளாதார அரசியலையும் பண்பாட்டு அரசியலையும் வெளிப்படையாக-எந்தக் கூச்சமுமும் இன்றிப் பேசும் கதை என்பேன். ஆனால் சிறு நில உடமையாளர்களான பிராமணர்களின் பக்கம் நின்று அழுத்தமாகப் பேசுகிறது.

கதையில் ஓரிடத்தில்-"சிவப்பு அட்டை போட்ட புத்தகங்களை, அவை மலிவாய் வருவதற்கு முன்பே நான் படித்தவன், நாராயணா, இதுவும் இந்தச் சிறு மனிதர்களின் பொய்க் கற்பனை; இன்று நான் சொல்வது என்று பேசுகிறார். வெளிப்படையாக மார்க்சியத்தை நிராகரிக்கிறார். . அவர் வாழ்ந்த காலத்தில் கும்பகோணத்தில் கம்யூனிஸ்ட் இயக்கத்தின் போராட்டங்களில் கொடிபிடித்தும் போனவராக அவரைக் குறிப்பிடுகிறார்கள். . ஆனாலும் கம்யூனிஸ் கட்சியின் அடிப்படையான போராட்டங்களை அவர் நிராகரிக்கிறார்.

ஆனால் இந்த ஒரு கதைதான் கரிச்சான் குஞ்சுவின் அடையாளம் என்று ஒதுக்கிவிட முடியாது. கூடாது. காதல் கல்பம், முழுமை,

டீ சார் போன்ற நல்ல காதல் கதைகளையும் மனிதரின் அக உலகின் தடங்களைப் பின்பற்றி நம்மை அழைத்துச்செல்லும் ரகசிய மனிதன், சஞ்சீவினி, சின்னத்தனம், சட்டம், சாத்திரம், சம்பிரதாயம், ரத்தச்சுவை உள்ளிட்ட பல மகத்தான கதைகளையும் எழுதியுள்ளார்.

100க்கும் மேற்பட்ட சிறுகதைகளை எழுதியுள்ளார். சுமார் பத்துச் சிறுகதைத் தொகுதிகள் வெளிவந்துள்ளன. 99 கதைகளின் முழுத்தொகுப்பை காலச்சுவடு பதிப்பகம் வெளியிட்டுள்ளது. 'பாரதி தேடியதும் கண்டதும்' 1982), 'கு.ப.ரா. ' (1990) ஆகியவை இவரது கட்டுரை நூல்கள். இவர் எழுதிய ஒரே நாவல் 'பசித்த மானிடம்' (1978). இரு குறுநாவல்கள் நூல்வடிவம் பெற்றுள்ளன. இரு நாடகத் தொகுதிகளை எழுதியுள்ள இவர் சமஸ்கிருதம், ஆங்கிலம், இந்தி மொழிகளிலிருந்து சில முக்கிய நூல்களைத் தமிழாக்கியுள்ளார். தமிழிலிருந்து சமஸ்கிருதத்துக்கும் ஆங்கிலத்துக்கும் சில மொழிபெயர்ப்புகளைச் செய்துள்ளார். தேவி பிரசாத் சட்டோபாத்தியாயாவின் "இந்தியத் தத்துவத்தில் நிலைத்திருப்பனவும் அழிந்தனவும்" என்கிற பெருநூலை கரிச்சான் குஞ்சு மொழிபெயர்த்துள்ளார்.

சிறுகதை, குறு நாவல், நாவல் குறித்து அவர் சொன்னது இளம் படைபாளிகளுக்கு வழிகாட்டும்:

"எது நாவல், எது குறுநாவல் என்பதை எவ்விதம் தீர்மானிப்பது? தமிழ்ப் பத்திரிகைகள் இவற்றை அளவைக் கொண்டு தீர்மானிக்கின்றன. நீளமாக இருந்தால் நாவல், சிறியது என்றால் குறுநாவல் என்பது அவர்களது தீர்மானம். குறு நாவல் என்பதையே சில பத்திரிகைகள் 'நெடுங்கதை' என்றும் குறிப்பது உண்டு. அதாவது இது சிறுகதை அல்ல என்பது அதன் அர்த்தம். வெகுஜனப் பத்திரிகை என்பதன் வடிவங்கள் மாற தீர்மானங்கள் அவர்களிடத்தேயேபொருளிழந்து போயின. இன்று ஒரு பக்கத்தில் சிறுகதை வெளியாகிறது. முப்பத்திரண்டு பக்கப் பத்திரிகை ஒன்று, படத்துடன் நாலு பக்கத்திற்குக் கதை வெளியிட்டு அட்டையில் அதைக் 'குறுநாவல்' எனக் குறிப்பிடுகிறது. எண்பது, அறுபத்து நான்கு பக்க அளவில் 'நாவல்கள்' வெளியாகின்றன மாதந்தோறும்.

யோசித்துப் பார்க்கையில் குறுநாவல், நாவல் என்பவை அளவு சார்ந்த அல்ல, வடிவம் சார்ந்த பெயர்களாகும். கதை நடந்து செல்லும் அமைப்பு, பாத்திர வார்ப்பு, அவற்றின் வளர்ச்சி அல்லது

தேய்வு இவை ஒரு நாவலில் வலுவாக அமைந்து இருக்கும். சம்பவங்கள் இருக்கலாம். குறு நாவலோ பாத்திரப் படைப்பிற்கு இடம் அற்று கதைப் போக்கிற்கு முக்கியத்துவம் அளிக்கும் வடிவம். ”

32

அசோகமித்திரன்

அசோகமித்திரனும் நானும் தமிழ்ச் சிறுகதைகள் குறித்து உரையாட, வாஸந்தி ஒருங்கிணைக்க, அது `இந்தியா டுடே' இதழில் வெளிவந்தது. இரண்டு தலைமுறை எழுத்தாளர்கள் பேசட்டும் என அவர்கள் நினைத்திருப்பார்கள்போலும். 80-களின் முற்பகுதியில் முற்போக்கு எழுத்தாளர் சங்கம் நடத்திய நாவல் அரங்கு ஒன்றில் கலந்துகொண்டு அவர் எங்களோடு நாவல் குறித்து உரையாடினார். எழுதும் மனநிலை குறித்த கேள்வி ஒன்றுக்கு அசோகமித்திரன் அப்போது சொன்ன பதில் என் மனதில் இன்றும் அழுத்தமாகப் பதிவாகியுள்ளது. "அப்படியெல்லாம் ஒன்றும் இல்லை. உழைப்பும் சமூக அக்கறையும் இருந்தால் எப்போது வேண்டுமானாலும் எழுதலாம்" என்று சொன்னார். எழுதுவதற்கான மகோன்னத மனநிலைகள் பற்றி அந்த நாளில் என் அந்தரங்கத்தில் நிலைபெற்றிருந்த சில கற்பிதங்களை அவரது சாதாரண வார்த்தைகள் தகர்த்தன என்றுதான் சொல்ல வேண்டும்.

அவரது சிறுகதைகளை நான் பிறகுதான் வாசிக்கத் தொடங்கினேன். `18-வது அட்சக்கோடு' நூலின் அப்பாவி நாயகனுடன் மிகவும் ஒன்றிப்போய் பெரும் மனக்கிளர்ச்சியுடன் அந்த நாவலை வாசித்தேன். 'தண்ணீரின்' ஜமுனாவுக்காக மனம் கரைந்துகொண்டிருந்தேன். 'கரைந்த நிழல்கள்' காட்டிய நான் அறியாத உலகத்தை வியந்து வாசித்துக்கொண்டிருந்தேன்.

அவருடைய நாவல்களிலிருந்து சிறுகதைக்கு வந்தபோது, இது வேறு ஒரு தளத்தில் நுட்பமாக இயங்குவதைக் கண்டேன். கோவில்பட்டியிலிருந்து அப்போது வெளிவந்துகொண்டிருந்த நீலக்குயிலின் ஆசிரியர் அண்ணாமலை, எனக்கு அசோகமித்திரனின் எழுத்துகள் மீது ஈர்ப்பை ஏற்படுத்தினார்.

அவருடைய கதை மாந்தர்கள் பெரும்பாலும் ஹைதராபாத், சென்னை ஆகிய இரு பெருநகரங்களில் வாழ்பவர்கள்தாம். அந்த நகரங்களில் வாழும் கீழ்மத்தியதர மக்களும், உழைப்பாளி வர்க்கமும்தான் அவருடைய கதை மாந்தர்கள். கிட்டத்தட்ட ஜெயகாந்தன் படைப்புகளில் புழங்கிய வெளிதான் இவருடையதும். ஜெயகாந்தன் சத்தமாகப் பேசினார். அசோகமித்திரன் ஒடுங்கிய குரலில் கதை சொன்னார்.

அவருடைய நாவல்களில் நான் சற்றும் சந்திக்காத ஒரு சிறு சலிப்பை முதன்முதலாக அவருடைய சிறுகதைகளை வாசிக்கையில் அடைந்தேன் என்பது உண்மை. தொடர்ந்து வாசிக்க வாசிக்க, அவருடைய சிறுகதைகளில் காணப்படும் `சாதாரணத் தன்மை' மற்றும் அபூர்வமான ஓர் எளிமை, சிறுகதைகளில் எவருக்கும் சித்திக்காத ஒரு கலைநுட்பம் என்பது பிடிபட ஆரம்பித்தது.

புதுமைப்பித்தன், கு. அழகிரிசாமி, ஜெயகாந்தன் என உணர்ச்சிகரமான, பிடிப்புள்ள பாதையில் பயணித்துவிட்டு அசோகமித்திரனிடம் வந்ததால் ஏற்பட்ட ஆரம்ப அயர்ச்சி அது என்று பிறகு புரிந்துகொண்டேன்.

`இந்த பாணி. இதை என் பாணி என்று கூறிக்கொள்ள முடியுமானால், சொல்லவேண்டியதை நேரிடையாக அடைமொழிகளைப் பயன்படுத்தாமல், ஆசிரியராகச் சார்புகொள்ளாமல் எழுத முயல்வது. ஆசிரியரே தம் பாத்திரங்கள் எவருடனும் ஒன்றாமல் எழுதுவதின் ஒரு விளைவு, வாசகர்களுக்கு அப்படிப்பட்ட ஒன்றிக்கொள்ளுதல் முடியாமல்போவது. பொதுவாக வாசகர்கள், அதுவும் தமிழ் மொழி வாசகர்கள் ஏதேனும் ஒரு பாத்திரத்தில் ஒன்றிக்கொள்வதுதான் ஆரம்ப நாளிலிருந்தே வழக்கம். இந்த அம்சம்தான் திரைப்பட நடிகர்கள் பெரும் நட்சத்திரங்களாகவும் பெரும் செல்வாக்குக் கொண்டவர்களாகவும் மாறுவதற்குக் காரணம். என் கதைகள், இந்த உணர்ச்சிக்கு இடம்கொடுப்பதில்லை. இதனால் பாத்திரங்கள் எவ்வளவு பழகியவர்கள் அல்லது தெரிந்தவர்கள்போல்

இருந்தாலும் வாசகர்கள் அந்தப் பாத்திரங்களிலிருந்து விலகி இருக்கவே செய்வார்கள். இப்படி விலகியிருப்பதில் பாத்திரம் அல்லது சம்பவம் பற்றி அதிக தகவல்களை அறிய சாத்தியம் உண்டு' - 'பேனாவே ஊன்றுகோலானதும்' என்கிற தலைப்பிலான கட்டுரை ஒன்றில் அசோகமித்திரன் தன் சிறுகதை பாணி குறித்துக் குறிப்பிடுகிறார்.

இவர், எல்லோரும் போன பாதையில் போகாமல் தனி வழியில் நடந்தவர். தமிழ்ச் சிறுகதை வரலாற்றில் தனித்துவம் மிக்கவர். 'அம்ருதா' இதழுக்காக அளித்த பேட்டியில் அசோகமித்திரன் இதுபற்றி மேலும் விளக்குகிறார்.

"தமிழ்க் கதைகளுக்குள் ஆசிரியரின் குரல் உரத்து ஒலிப்பது என்பது ஒரு பாணி. நீங்கள் அதை முற்றிலும் தவிர்த்துவிட்டீர்கள். முப்பது முப்பத்தைந்து ஆண்டுகள் கழித்து இன்று அது ஒரு முக்கிய எழுத்துப் பாணியாகவே வளர்ந்திருக்கிறது. இதை எப்படிச் செய்தீர்கள்?"

"ஆசிரியரின் குரல் ஒரேயடியாக இல்லை எனக் கூற முடியாது. ஒரு குரல் இருக்கிறது. ஆனால், உங்களை வற்புறுத்தும் குரல் அல்ல. ஒரு நண்பனுக்கு யோசனை கூறுவதுபோல அந்தக் குரல் உள்ளது. "

தியாகராஜன் என்கிற இயற்பெயர்கொண்ட இவர், அசோகமித்திரனாகத் தன்னை வரித்துக்கொண்டதற்கு ஒரு கதை உண்டு. அவருடைய சிறுகதைத் தொகுப்புக்கு (காலச்சுவடு பதிப்பகம்) முன்னுரை எழுதிய மோகனரங்கன் குறிப்பிடுகிறார். "அவர் ஜெமினியில் பணிபுரிந்தபோது, அவருடைய சக ஊழியராகவும் அவருக்கு ஆதர்சமாகவும் விளங்கியவர் என்.வி.ராஜாமணி. அவர் எழுதிய நாடகம் ஒன்றில், லட்சிய வேகம் மிகுந்த அரசன் ஒருவன், அவனாகவே வேறு பெயரில் புரட்சியாளர் குழுவில் சேர்ந்துவிடுவான். அந்தக் குழுவினர் அரசனை யார் கொல்வது எனச் சீட்டுக் குலுக்கிப் போட்டுத் தேர்வு செய்கையில் அவன் பெயரே வந்துவிடுகிறது. அவனை அவனே கொல்ல வேண்டும். அந்தக் கதாபாத்திரத்தின் பெயர்தான் 'அசோகமித்திரன்'. அந்தப் பாத்திரம்போலவே இவரும் ஓர் எழுத்தாளனாக தனது மொழியின் அடையாளத்தை மறைத்துக்கொண்டு, கதையின் பாத்திரங்கள் அவற்றின் வார்ப்புக்கேற்ப சுயேச்சையாக இயங்கவும் பேசவும்கூடிய

பொதுமொழி ஒன்றை உருவாக்கிப் பயன்படுத்துகிறார் என நாம் உருவகித்துக்கொள்ளலாம். தவறில்லை.''

272 சிறுகதைகளை எழுதியுள்ள அசோகமித்திரனுக்கு, அவரது 'அப்பாவின் சிநேகிதர்' சிறுகதைத் தொகுப்புக்காகவே 1996ஆம் ஆண்டில் சாகித்ய அகாடமி விருது வழங்கப்பட்டது.

1931ஆம் ஆண்டு ஆந்திரப்பிரதேசத்தில் உள்ள செகந்திராபாத் நகரில் பிறந்தவர். தந்தையின் மறைவுக்குப் பிறகு தனது 21-வது வயதில் சென்னையில் குடியேறினார். உருப்படியான வேலை ஏதும் கிடைக்காமல் அவதிப்பட்ட வாழ்வே அவருக்கு லபித்தது. தனக்கு ஓர் உத்தியோகம் வாங்கிக்கொள்ளத் தெரியவில்லை என்று அவர் பல இடங்களில் குறிப்பிட்டுள்ளார். ஜெமினி சினிமா கம்பெனியில் எடுபிடி வேலைகள் செய்திருக்கிறார். டிரைவராகும் முயற்சியில் ஓட்டுநர் உரிமம்கூட வாங்கி வைத்திருக்கிறார். ஒரு கட்டத்துக்குப் பிறகு முழுநேர எழுத்தாளராக வாழத் தீர்மானிக்கிறார். அதுபற்றி ஒரு நேர்காணலில் கூறுகிறார்...

"எழுத்தையே நம்பி வாழ்பவர் நீங்கள். பிரபல பத்திரிகைகளில் தொடர்கதைகள் எழுதுவது, சினிமாவுக்கு எழுதுவது போன்ற பிரயாசைகள் உங்களிடம் இல்லை. வாழ்க்கையை எப்படி நடத்தினீர்கள்?"

"சிரமம்தான். எஸ். எஸ். வாசனும் என்னுடைய தகப்பனாரும் நெருங்கிய சிநேகிதர்கள். அந்த நட்பில்தான் என்னை ஜெமினி ஸ்டுடியோவுக்கு வேலைக்கு வரச்சொன்னார் வாசன். ஒருகட்டத்தில் அந்த வேலை எனக்குப் பிடிக்காமல்போனது. வெளியே வந்தால் வேறு வேலை கிடைக்கவில்லை. 30 வயதுக்கு மேற்பட்டவர்களை அப்போதெல்லாம் 'அரை கிழம்' எனச் சொல்லி வேலைக்கு எடுக்க மாட்டார்கள். பத்திரிகைகளில் கதை எழுதினேன். சன்மானம் குறைவு. கஷ்டப்பட்டேன். ஆங்கிலத்தில் கட்டுரைகள் எழுதுவதில் ஓரளவுக்கு வருமானம் வந்தது. ஆனால், என் மூன்று மகன்களைப் படிக்கவைப்பதில் பெரிய சிரமம் இருக்கவில்லை. அரசுப் பள்ளிக்கூடங்கள், இனாம் பள்ளிக்கூடங்களில்தான் மூவரும் படித்தார்கள். அதேசமயம், அன்றைக்கு அங்கு நல்ல கல்வி கிடைத்தது. இன்று அதை எல்லாம் கற்பனையே செய்ய முடியாது.

"உங்கள் 60 ஆண்டு எழுத்து வாழ்க்கை, திருப்தி தருகிறதா?"

"இதுவரைக்கும் 9 நாவல்கள், முந்நூற்றிச் சொச்ச சிறுகதைகள், ஆயிரத்துக்கும் மேற்பட்ட கட்டுரைகளை எழுதியுள்ளேன்.

என்னுடைய எழுத்தின்மேல் திருப்தி இருக்கிறது. வாழ்க்கைமீது புகார்கள் கிடையாது. ஆனால், என் எழுத்தைப் படித்துவிட்டு 'எழுத்தாளனாகப் போகிறேன்' எனச் சொல்லிக்கொண்டு யாராவது என்னைப் பார்க்க வந்தால் மட்டும், எனக்குப் பொல்லாத கோபம் வரும். 'போடா மடையா... உருப்படியா ஏதாவது வேலையைத் தேடிக்கொள்' எனக் கத்தத் தோன்றும். நான் எப்படியோ வாழ்ந்துவிட்டேன். எதிர்பார்ப்புகள் இல்லாத வாழ்க்கை. மற்றவர்களுக்கு இந்தக் கஷ்டம் வேண்டாம். "

யார் தமிழ்ச் சிறுகதைகளைத் தொகுத்தாலும் அதில் தவறாமல் இடம்பெறும் அசோகமித்திரனின் கதை, 'புலிக் கலைஞன்'. புலி வேஷம் போடும் கலைஞனான டகர் பாயிட் காதர், ஒரு சினிமா கம்பெனியின் கதை இலாகாவில் இருக்கும் சர்மாவைப் பார்த்து "ஏதாச்சும் வேலை கிடைக்குமா?" எனக் கெஞ்சி நிற்கிறான். "இப்போ ஒண்ணும் படப்பிடிப்பு இல்லை. போய்வா!" என்று சர்மா அவனைத் திருப்பி அனுப்புகிறார். ஆனால், அவன் தன்னுடைய புலி வேஷத்தை ஒருமுறை பார்க்கும்படி வற்புறுத்துகிறான்.

"உனக்கு நீந்தத் தெரியுமா?" என்று சர்மா கேட்டார்.

"நீச்சலா?" என்று அந்த ஆள் திருப்பிக் கேட்டான். பிறகு, "கொஞ்சம் கொஞ்சம் தெரியுங்க" என்றான்.

"கொஞ்சமெல்லாம் தெரிஞ்சாப் போறாது. ஒரு ஆளு மேலேந்து ஆத்துலே பாய்ஞ்சு நீந்திப் போற மாதிரி ஒரு சீன் எடுக்கவேண்டியிருக்கும். அதுக்கு நீ போறாது. "

"எனக்கு டகர் பாயிட் வரும்ங்க. என் பேரே 'டகர் பாயிட் காதர்'தானுங்க. "

"அதென்ன டகர் பாயிட்?"

"டகர் பாயிட்டுங்க. டகர்... டகர் இல்லே. . ?"

இப்போது எல்லாரும் கவனமாக இருந்தோம். ஒருவருக்கும் புரியவில்லை.

அவன் சொன்னான். "புலிங்க, புலி, புலி பாயிட். "

"ஓ... டைகர் ஃபைட்டா, டைகர் ஃபைட், நீ புலியோட சண்டைபோடுவியா?"

“இல்லீங்க. புலி வேஷம் போடுவேங்க. அதைத்தான் டகர் பாயிட்னுவாங்க இல்லீங்களா?"

“புலி வேஷக்காரனா நீ? புலி வேஷமெல்லாம் சினிமாவுக்கு எதுக்கப்பா? புலி வேஷமா... சரி, சரி. ஏதாவது சான்ஸ் இருந்தா கட்டாயம் சொல்லி அனுப்புறேன். "

“நான் ரொம்ப நல்லா டகர் பயிட் பண்ணுவேங்க. நிஜப்புலி மாதிரியே இருக்கும். "

“நிஜப்புலிக்கு நிஜப்புலியே கொண்டுவந்துடலாமே!"

“இல்லீங்க, நான் செய்றது அசல் புலி மாதிரியே இருக்கும். இப்ப பார்க்கிறீங்களா?"

“ஆஹாம், வேண்டாம்பா... வேண்டாம்பா!"

“சும்மா பாருங்க சார். ஐயாவெல்லாம் எங்கே புலியாட்டம் பார்த்திருப்பாங்க. "

“ஏன், ஒவ்வொரு மொகரத்துக்கோ ரம்ஜானுக்கோ தெருவுல புலி வேஷம் நிறையப்போகிறதே?"

“நம்பளது வேற மாதிரிங்க. நிஜப்புலி மாதிரியே இருக்கும்."

அவன் எங்கிருந்தோ ஒரு புலித்தலையை எடுத்தான். அப்போதுதான் அவன் ஒரு துணிப்பையை எடுத்து வந்திருந்தது தெரிந்தது. புலித்தலை என்பது தலையின் வெளித்தோல் மட்டும். அதை அவன் ஒரு நொடியில் தன் தலையில் அணிந்துகொண்டு முகவாய்க்கட்டை அருகே அந்தப் புலித்தலை முகமூடியை இழுத்துவிட்டுக்கொண்டான். அவன் சொந்தக் கண்களோடு ஒரு சிறுத்தையின் முகம் உடையவனாக மாறினான். அறையை, ஒரு விநாடி அங்குமிங்கும் பார்த்துக்கொண்டான்.

“பேஷ்" என்று சர்மா சொன்னார். நாங்கள் அவனையே பார்த்தவண்ணம் இருந்தோம்.

அவன் கைகளை ஒருமுறை உடம்பைத் தளர்த்திக்கொண்டான். அப்படியே குனிந்து நான்கு கால்களாக நின்று முகத்தைத் திருப்பித் திருப்பிப் பார்த்தான்.

“பேஷ்" என்று சர்மா மீண்டும் சொன்னார்.

அவன் பூனைபோல் முதுகை மட்டும் உயர்த்தி உடலை வளைத்துச் சிலிர்த்துக்கொண்டான். பிறகு, வாயைத் திறந்தான்.

நாங்கள் திடுக்கிட்டோம். அவ்வளவு நெருக்கத்தில் அவ்வளவு பயங்கரமாக புலி கர்ஜனையை நாங்கள் கேட்டது கிடையாது.

அவன் மீண்டும் ஒருமுறை புலியாக கர்ஜித்து, தன் பின்பக்கத்தை மட்டும் ஆட்டினான். அப்படியே நான்கு கால்களில் அறையில் காலியாக இருந்த நாற்காலிமீது பாய்ந்து ஒடுங்கினான். நாற்காலி தடதடவென ஆடியது. நான் "ஐயோ!" என்றேன்.

அவன் நான்குகால் பாய்ச்சலில் என் மேஜை மீது தாவினான். கண் இமைக்கும் நேரத்தில் சர்மா மேஜை மீதும் பாய்ந்தான். சர்மா மேஜை மீதும் தாறுமாறாகப் பல காகிதங்கள், புத்தகங்கள், வெற்றிலைப் பொட்டலம் முதலியன சிதறி இருந்தன. ஒன்றின் மீதுகூட அவன் கால்கள் படவில்லை. அவன் சர்மா மேஜை மீது பதுங்கி சர்மாவைப் பார்த்து மீண்டும் ஒருமுறை குலை நடுங்கவைக்கும் முறையில் கர்ஜித்தான். அங்கிருந்து அப்படியே உயர மேலே பாய்ந்தான். நாங்கள் எல்லோரும், "ஓ" எனக் கத்திவிட்டோம்.

அது பழங்காலத்துக் கட்டடம். சுவர் நெடுக சுமார் பத்தடி உயரத்தில் இரண்டு அங்குலத்துக்கு விளிம்பு மாதிரி இருந்தது. ஒரு பக்கச் சுவரில் அந்த விளிம்புக்குச் சிறிது உயரத்தில் ஓர் ஒற்றைக் கம்பி போட்ட ஜன்னல் வென்டிலேட்டராக இருந்தது. அதில் ஏகமாகப் புழுதி, அழுக்கு ஒட்டடை படிந்திருந்தது.

அவன் நான்கு கால்களையும் வைத்து ஆள் உயரத்துக்கும்மேல் எகிறி எங்கள் தலைக்குமேல் அந்த ஈரங்குலச் சுவர் விளிம்பில் ஒரு கணம் தன்னைப் பொருத்திக்கொண்டான். பிறகு, கைகளால் வென்டிலேட்டர் கம்பியைப் பிடித்துக்கொண்டு மீண்டும் புலிபோல கர்ஜித்தான்.

"பத்திரம்பா... பத்திரம்பா" என்று சர்மா கத்தினார். அந்த உயரத்தில் அவன் முகத்துக்கு நேரே கூரை மின்சார விசிறி பிசாசாகச் சுற்றிக்கொண்டிருந்தது. அவனுக்கும் அந்த விசிறிப் பட்டைகளுக்கும் நடுவே சில அங்குலங்கள்கூட இருக்காது.

அவன் அவ்வளவு உயரத்திலிருந்து அப்படியே நாற்காலி மீது தாவினான். அப்படியே எம்பித் தரையில் குதித்தான்.

நாங்கள் திகிலடங்காத அதிர்ச்சியில் இருந்தோம். சிறுத்தை முகத்தில் இருந்த அவன் கண்கள், புலிக்கண்களாக மின்னின. இன்னொரு முறை சிறுத்தை பயங்கரமாக வாயைப் பிளந்து

கர்ஜித்தது. அடுத்த கணம் அவன் உடல் தளர்ந்து தொங்கியது. அவன் எழுந்து நின்றுகொண்டான்.

சர்மாவால்கூட 'பேஷ்' என்று கூற முடியவில்லை. அவன் சிறுத்தை முகமூடியைக் கழற்றிவிட்டான்.

நாங்கள் எல்லோரும் பேச முடியாமல் இருந்தோம். அவன்தான் முதலில் பழைய மனிதனானான்.

"நான் கட்டாயம் ஏதாவது பார்க்கிறேம்பா" என்று சர்மா சொன்னார். அவர் குரல் மிகவும் மாறியிருந்தது. அவன் கையைக் குவித்துக் கும்பிட்டான்.

"நீ எங்கே இருக்கே?" என்று சர்மா கேட்டார். அவன் "மீர்சாகிப்பேட்டை" என்று சொல்லி, ஒரு எண், சந்தின் பெயர் சொன்னான். நான் குறித்துக்கொண்டேன். அவன் தயங்கி, "ஆனா, எவ்வளவு நாள் அங்கே இருப்பேன்னு தெரியாதுங்க" என்றான்.

"ஏன்?" என்று சர்மா கேட்டார்.

"இல்லீங்க... " என்று ஆரம்பித்தவன் சடாலென்று சர்மா காலில் விழுந்தான்.

"எழுந்திருப்பா எழுந்திருப்பா காதர்" என்று சர்மா பதறினார். நாங்கள் எழுந்து நின்றிருந்தோம். அவனும் எழுந்து கண்களைத் துடைத்துக்கொண்டான். "நம்ம சம்சாரம், வீட்டுப் பக்கமே வராதேன்னு சொல்லியிருக்குங்க" என்றான். அவன்தான் சில நிமிடத்துக்கு முன்பு புலியாக இருந்தான்.

"நான் சம்பாரிச்சு எவ்வளவோ மாசமாகுதுங்க. அதுதான் என்ன பண்ணும்? நாலு குழந்தைங்க. எல்லாம் சின்னச் சின்னது" அவன் இப்போது அழுதுகொண்டிருந்தான்.

இதற்கு மேலும் கொஞ்சம் கதை நீளும். ஆனாலும் "அவன்தான் சில நிமிடத்துக்கு முன்பு புலியாக இருந்தான்" என்கிற புள்ளியில் நம் மனம் நிலைகுத்தி நின்றுவிடுகிறது. சாய்மானம் இல்லாமல் எழுதுவதாகச் சொன்னாலும் 'புலிக்கலைஞன்' மீது நாம் சாய்மானம்கொள்ளும்படிதான் அசோகமித்திரன் எழுதியிருக்கிறார். பசியும் பட்டினியும் அசோகமித்திரன் கதைகளில் முக்கிய இடம்பிடிக்கும் அம்சங்களாகும்.

"இன்று ஓர் இரவிலேயே சுந்தரத்துக்குத் தெரிந்து அப்பா மூன்று முறை வெளியே போயிவிட்டு வரும்படி நேர்ந்துவிட்டது.

சுந்தரத்துக்கு, ஊரெல்லாம் கட்டணக் கழிப்பிடம் கட்டிவருவது கவனத்துக்கு வந்தது. அவன் சிறுவனாக இருந்தபோது அப்பாவும் அவனுமாக ஒருமுறை மவுன்ட் ரோடுக்குச் சென்றிருந்தபோது இந்த வசதிக்காக அப்பா தேடியது நினைவுக்கு வந்தது. அப்போது அண்ணாசிலை இருக்கும் இடத்தில் பூமிக்குக் கீழே படி இறங்கிச் சென்றார்கள். அந்தப் புரியாத வயதிலும் சுந்தரத்துக்கு அங்கே செல்வது பயம் எழுப்பியது. அப்போது அந்த இடத்தைப் பயன்படுத்த காசு பணம் கிடையாது. இப்போது அந்த மாதிரி இடங்களை எல்லாம் அகற்றிவிட்டார்கள். புதிதாகக் கட்டணக் கழிவறைகள், வாசலில் பட்டியல். இதற்கு பத்துக் காசு, இதற்கு பதினைந்து காசு, இதற்கு... இத்தோடு இன்னோர் அறிவிப்பையும் எழுதிவிடலாம். 'காசு கொடுக்க முடியாதா? போ, ஒதுக்குப்புறமாக உள்ள சந்தையும் சுவரையும் தேடிப்போ!' இதை ஆண்கள் செய்துவிடலாம். பெண்கள்?

இந்தச் சேரிக்காரரர்களிடம்தான் இதற்கெல்லாம் ஒவ்வொரு முறையும் பணம் காசு இருக்குமா? சேரியில்கூட வசிக்க முடியாமல் நடைபாதைகளிலும் தெரு ஓரங்களிலும் வாழ்க்கை நடத்துபவர்கள் என்ன செய்வார்கள்? முன்பாவது ஒருசில இடங்கள்தாம் அசிங்கமாக இருக்கும். இனி ஊரே அப்படியாகவேண்டியதுதான்.

காலையில் எழுந்தவுடன் டீ குடிப்பதற்காகச் சில நாணயங்களைப் பத்திரப்படுத்தியவர்கள் இனி காலைக்கடன்களைக் கழிப்பதற்கும் காசு தயார்செய்து கொள்ளவேண்டும். மறைவிடம் தேவைப்படும்போது அவர்களிடம் காசு இருக்க வேண்டும் அல்லது காசு இருக்கும்போது மறைவிடத்தை நாடிப் போக வேண்டும். உடல் இயக்கங்கள், கையில் இருக்கும் சில்லறைக்குத்தக்கபடி இயங்க வேண்டும். இது சாத்தியமா? இதுதான் சாத்தியமாக வேண்டுமென்றால் எவ்வளவு கொடுமை?' (1981ஆம் ஆண்டில் அசோகமித்திரன் எழுதிய 'தனியொருவனுக்கு' என்னும் சிறுகதையிலிருந்து...)

பல பரிமாணங்களை உடையது அவரது எழுத்து என்பதை அறிந்திருந்தாலும், வறுமையைப் பாடிய கலைஞன் என்றே அவரைக் குறிப்பிட நான் ஆசைப்படுகிறேன். வாசகனை ஈர்க்க எந்த மெனக்கெடலையும் செய்யாத இயல்பான எழுத்தின் மூலம் அடித்தட்டு மக்களின் வாழ்வையே ஒவ்வொரு கதையிலும் பேசுகிறார். எந்தத் தீர்வையும் அவர் முன்வைப்பதில்லைதான்.

எதை நோக்கியும் அவர் கதைகள் நம்மை அழைத்துச் செல்லவில்லைதான். ஆனாலும் அவருடைய மனிதர்கள் யார்? எளிய மனிதர்கள். நகர்ப்புற வாழ்வில் உழலும் நடுத்தர வர்க்கத்தினர் மற்றும் உதிரிப்பாட்டாளி வர்க்கத்தினர்.

இறுதிவரை அவர் தன் பிராமணாள் பாஷையை விடவில்லை. “நன்னா இருக்கேளா?" என்றுதான் கேட்பார். தான் பிராமணனாகப் பிறந்ததால் அவமதிக்கப்பட்டதாகவும் வஞ்சிக்கப்பட்டதாகவும் ஓர் உணர்வு அவருக்கு இருந்தது. அதில் ஓர் அரசியல் பார்வை அல்லது தெளிவு அவருக்கு இல்லை என்கிற விமர்சனம் அவர்மீது இருக்கிறது.

அதையும் கணக்கில்கொண்டே நான் கூற விரும்புகிறேன். அவர், இல்லாமையைப் பேசிய கலைஞன்; பொருளாதாரக் காரணங்களால் வாழ்விழந்த மனிதர்களைப் பற்றிப் பேசிய கலைஞன்; தனக்குள் பயணம் போவதாகப் பம்மாத்துப் பண்ணாமல், புற உலகோடு மன உலகங்களை இணைக்கத் தன் எழுத்தில் முயன்ற கலைஞன்.

தமிழ்ச் சிறுகதைக்கு வடிவத்திலும் உள்ளடக்கத்திலும் மிகப்பெரிய கொடைகளை நல்கியவர் அசோகமித்திரன்.

2017 மார்ச் 23 அன்று சென்னை வேளச்சேரியில் உள்ள தன் மகன் வீட்டில், 86-வது வயதில் காலமானார்!

33

எம். வி. வெங்கட்ராம்

‘**வி**ழிப்பு வந்ததும் ராஜம், தன் கண்களைக் கசக்கிக்கொண்டு எழுந்து உட்கார்ந்தான். தூக்கக்கலக்கம் இல்லாவிட்டாலும் எதையோ எதிர்பார்த்தவன்போல் கொஞ்ச நேரம் காத்திருந்தான். அவன் எதிர்பார்த்தபடி பக்கத்து வீட்டுச் சேவல் ‘கொக்... கொக் கொக்கோகோ... ’ எனக் கூவியதும் அவனுக்குச் சிரிப்புவந்தது. ‘நான் கண் திறக்க வேண்டும் என்று இந்தச் சேவல் காத்திருக்கும்போல! இப்போ மணி என்ன தெரியுமா? சரியா நாலரை!’ என்று தனக்குள் சொல்லிச் சிரித்தவாறு இடுப்பு வேட்டியை இறுக்கிக் கட்டிக்கொண்டு எழுந்தான்.

காலையில் அம்மா முகத்தில் விழித்துவிடக் கூடாது என அவனுக்குக் கவலை. இருட்டில் கால்களால் துழாவியபடி இரண்டு தங்கைகளையும் தாண்டினான். அப்பால்தான் அம்மா படுத்திருந்தாள். கீழே குனியாமல் சுவிட்சைப் போட்டான். வெளிச்சம் வந்ததும் உள்ளங்கைகளைப் பார்த்துக்கொண்டான். ஆணியில் தொங்கிய கண்ணாடியை எடுத்து முகத்தைப் பார்த்துக்கொண்டான். பிறகுதான் மனசு சமாதானப்பட்டது. அது என்னவோ, அம்மா முகத்தைப் பார்த்தபடி எழுந்தால், அன்றைய பொழுது முழுவதும் சண்டையும் சச்சரவுமாகப் போகிறது!’ - இப்படி ஆரம்பமாகிறது எம். வி. வெங்கட்ராமனின் சிறுகதை ஒன்று.

'பைத்தியக்காரப் பிள்ளை' என்பது கதையின் தலைப்பு. எம். வி. வி எழுதிய மிக அபூர்வமான கதை இது. தறி நெசவுத்தொழில் செய்து பிழைக்கும் ஓர் ஏழைக்குடும்பத்தின் கதை. தகப்பன், குடித்துக் குடித்தே செத்துப்போனவன். பத்துப் பிள்ளைகள் பெற்ற தாய், ஒரு சண்டைக்கோழி. அவளைப் பற்றி நினைத்தாலே மூத்த மகனான ராஜத்துக்கு எரிச்சலும் பயமும் ஒருசேர வந்துவிடும்.

அவன் கவனம், தறிமேடை மீது சென்றது. இரண்டு முழம் நெய்தால் சேலை அறுக்கலாம். கடைசிச் சேலை. இன்றைக்குச் சாயங்காலம் அறுத்துவிட வேண்டும். முடியுமா? முதலாளி கூப்பிட்டு ஏதாவது வேலை சொல்லாமல் இருக்க வேண்டும். அம்மா சண்டை வளர்க்காமல் இருக்க வேண்டும். முதலாளி கூப்பிட்டால் சால்ஜாப்பு சொல்லலாம்? ஆனால், இந்த அம்மாவை எப்படி ஒதுக்குவது?

குனிந்து தைரியமாக அம்மாவைப் பார்த்தான். தூக்கத்திலேகூட உர்றென... பார்க்கச் சகிக்கவில்லை. பெற்றவளை அப்படிச் சொல்வது பாவமில்லையா? ஒன்றா... இரண்டா? ஆண் பிள்ளையில் ஐந்து, பெண் பிள்ளையில் ஐந்து. பத்தும் பிழைத்துக் கிடக்கின்றன, சேதாரம் இல்லாமல். அப்பா நெசவு வேலையில் கெட்டிக்காரர். குடித்துவிட்டு வந்து அம்மாவைத் தலை, கால் பாராமல் உதைப்பார். உதைத்துவிட்டுத் தொலைவாரா... அம்மா காலில் விழாத குறையாக இரவு முழுவதும் அழுதுகொண்டிருப்பார்.

ராஜம், வீட்டுக்கு மூத்த பிள்ளை. அப்பாவும் அம்மாவும் சண்டைபோட்டுப் போட்டு பத்துக் குழந்தைகள் பிறந்த கதை அவனுக்குத் தெரியும்.

"இவ்வளவு சண்டைபோட்டிருக்காவிட்டால் இத்தனை குழந்தைகள் வந்திருக்காது. பொண்டாட்டியை ஏன் அடிக்கணும், பிறகு அது மோவாயைப் பிடித்து ஏன் கெஞ்சணும்? அதான் எனக்குப் புரியல. "

அப்பாவால்தான் அம்மா கெட்டுப்போயிருக்க வேண்டும். ஆரம்பத்தில் அவள் அப்பாவை எதிர்த்துப் பேசுவதில்லை. அடிதாங்க முடியாமல், எதிர்த்து வாயாடத் தொடங்கினாள். உடம்பில் தெம்பு குறைந்ததும் பதிலுக்கு அடிக்கவும் கடிக்கவும் ஆரம்பித்தாள்.

அம்மாவுக்கு சோழிப்பல். உதடுகளைக் காவல் காப்பதுபோல் வெளியே நிற்கும். அப்படிக் குடிபோதையில் அவளை அடிக்கும்போது கையோ, காலோ, வாயோ, வயிறோ, பல்லில் சிக்கிய இடத்தைக் கடித்துக் குதறிவிடுவாள்.

அவளிடம் கடிபடாமல் தப்புவதற்காக அப்பா தறிமேடையைச் சுற்றிச் சுற்றி ஓடிய காட்சியை நினைத்தபோது அவனுக்குச் சிரிப்பு வந்தது. அப்பா வெளியே சென்று குடித்துவிட்டு வருவார். நாள் பூராவும் இந்தக் கேள்வியும் குடியுமாகக் கழிந்தது.

இரவு என்ன ஆயிற்று எனத் தெரியவில்லை. வீடு நாறும்படி வாந்தி எடுத்தார். பிறகு, ரத்தமாய்க் கக்கிவிட்டு மயங்கிப் படுத்தவர், பெண்களுக்கு மணம் செய்துவைக்கிற சிரமத்தைத் தட்டிக் கழித்துவிட்டுப் போய்ச் சேர்ந்தார்.

அப்புறம், எல்லாம் அம்மா பொறுப்பு!

அம்மா பொறுப்பு என்றால், அவள் பிரமாதமாய் என்ன சாதித்துவிட்டாள்? குழந்தைகளை வாட்டிவதக்கி வேலை வாங்கி வயிற்றை நிரப்பிக்கொள்கிறாள். வயிற்றில் கொட்டிக்கொள்வதைத் தவிர அவளுக்கு வேறொன்றும் தெரியாது.

எவ்வளவு ஜாக்கிரதையாகச் சத்தமில்லாமல் அவன் எழுந்து பல்துலக்கிவிட்டு காபி குடிக்கக் கடைக்குக் கிளம்பினாலும் புறப்படும் நேரத்தில் அம்மா விழித்துக்கொண்டாள். காபி குடித்துவிட்டு தனக்கு தோசையும் ஒரு டம்ளர் நிறைய சாம்பாரும் வாங்கி வரச் சொல்கிறாள். இவன் "காசு கொடுத்தால் வாங்கி வருகிறேன்" என்று சொல்கிறான். சண்டை ஆரம்பமாகிவிடுகிறது.

அவளுக்கு முன்னால் நின்று பேச்சுக்கொடுக்க முடியாது என்று ராஜத்துக்குப் புரிந்தது. அவனே ஒரு எவர்சில்வர் டம்ளரை எடுத்துக்கொண்டு ஹோட்டலுக்குப் புறப்பட்டான்.

அவன் பேசாமல் கிளம்பிய பிறகு அம்மா விடவில்லை. "எனக்காக நீ ஒண்ணும் வாங்கிட்டுவராதே. வாங்கிட்டு வந்தா சாக்கடையிலே கொட்டுவேன்."

அவன் பதில் பேசாமல் புறப்பட்டான். ஒரு விநாடி தயங்கி நின்றான். அம்மாவைப் பிடித்து இழுத்து, தலை முடியை உலுக்கிக் கன்னங்களில் மாறி மாறி அறைந்து, முகத்திலும் முதுகிலும் குத்தி, "விட்டுட்றா, விட்டுட்றா, இனிமே நான் உன் வழிக்கு வரலை.

நீ பங்கஜத்தைக் கட்டிண்டு சுகமாயிரு. என்னை விட்டுடு" என்று கதறக் கதற உதைத்துச் சக்கையாக மூலையில் எறிந்துவிடலாமா என்ற ஒரு கேள்வி காட்சியாகக் கண்களுக்கு முன்னால் வந்தபோது அவன் மனசுக்கு சௌகரியமாயிருந்தது. `அப்பா அடிக்கும்போது வலி தாங்க முடியாமல் அவரைக் கடிக்கப் பாய்வாளே, அப்படிக் கடிக்க வருவாளோ? வரட்டுமே... என்னிடம் பலிக்காது; பல்லைத் தட்டிக் கையில் தருவேன்' என்று மனத்துக்குள் கறுவிக்கொண்டான்.

ஒரு விநாடிக்குமேல் இந்த மன சுகம் நீடிக்கவில்லை. அம்மா தாடகை; பல்லைவிட அவள் சொல்லுக்குக் கூர் அதிகம். அவன் கை ஓங்கும்போதே அவள், `கொலை... கொலை... ' என்று சத்தம்போட ஆரம்பிப்பாள். ஐந்து குடிகள் இருக்கும் வீடு, இருபது பேராவது இருப்பார்கள். எல்லாரும் எழுந்து ஓடிவந்துவிடுவார்கள். அவனைத்தான் கண்டிப்பார்கள்.

அம்மாவை ஜெயிக்க முடியாது.

அவன் பேசாமல் நடந்தான்.

"அவன் வாங்கி வந்த சாம்பாரை சாக்கடையில் கொட்டு" என்று கத்துகிறாள் அம்மா. அவன் தங்கை குள்ளியை அழைத்து தறிக்குப் போகிறான்.

குள்ளிக்கு ஒன்பது வயசு இருக்கும். கடைக்குட்டி. அண்ணன் வருகையை எதிர்ப்பார்த்துக் காத்திருந்தாள். ராஜம் மாடத்தில் இருந்த கடிகாரத்தைப் பார்த்தான். மணி 5:30.

அம்மா சளைக்கவில்லை. "நீ வாங்கிட்டு வந்ததை நான் ஏண்டா தொடுறேன்? உன் பொண்டாட்டிகிட்ட கொண்டுபோய்க் கொடு!"

"ஊர்ப் பொண்ணுங்களைப் பற்றி இப்படிப் பேசினா... நல்லா இருக்காது!"

"நல்லா இல்லான்னா என்ன ஆகிடும்? ரெண்டு இட்லி வாங்கிட்டு வாடான்னா, எவ்வளவு பேச்சு பேசுறே? நாய்ங்கிறே; குரங்குங்கிறே. பெத்தவளுக்கு வாங்கித் தரணும்னா காசு கிடைக்கலை. வரப்போறவளுக்கு ஜரிகைச் சேலை, தாம்புக்கயிறு சங்கிலி, பவுன் தாலி எல்லாம் செஞ்சு பெட்டியிலே பூட்டிவெச்சியிருக்கியே. எனக்குத் தெரியாதுன்னா நினைச்சே? அதுக்கெல்லாம் எங்கேருந்து பணம் வருது?"

எதிர்வீட்டுப் பெண் பங்கஜத்தை ராஜம் கல்யாணம் கட்டிக்கொள்ளப்போகிறான். அம்மாவுக்குத் தெரியாமல் முதலாளியை வைத்துப் பேசி முடிவுசெய்துவிட்டதில் அம்மாவுக்கு ஆத்திரம். யாருக்கும் தெரியாமல் அவன் தன் கல்யாணத்துக்காகப் பட்டுச்சேலை, தாலி, நூறு ரூபாய் பணம் எல்லாம் சேமித்து ரகசியமாகப் பெட்டியில் பூட்டிவைத்திருக்கிறான். கள்ளச்சாவி போட்டு அம்மா பெட்டியைத் திறந்து பார்த்திருக்கிறாள். அந்த நூறு ரூபாய் மீது அம்மாவுக்குக் கண் இப்போது.

வேலை நடந்துகொண்டிருக்கும்போது அம்மா புதிய திட்டத்துடன் மகள் குள்ளியை அழைக்கிறாள்.

"நீ இனிமே இந்தத் தறிக்குப் போக வேண்டாம். புதுத்தெரு சென்னப்பன் நூறு ரூபா பணம் தர்றேன்னான். பழையது கொட்டிக்கிட்டு அங்கே போ."

குள்ளியாலே அந்த அநியாயத்தைப் பொறுக்க முடியவில்லை. "அண்ணன் தறியிலே இன்னும் ஒண்ணேமுக்கால் முழம் இருக்கு. முதலாளி அவசரமா சேலை வேணும்னு..."

"அதெல்லாம் உன்னை யார் கேட்டா? பேசாம பழையது கொட்டிக்கிட்டுத் தொலை!" என்னும்போது குள்ளியின் தலையில் நறுக்கென ஒரு குட்டு விழுந்தது.

எல்லாவற்றையும் கேட்டுக்கொண்டிருந்த ராஜம், தறிமேடையைவிட்டுக் கீழே இறங்கினான்.

"ஏண்டி, என்ன சொல்றே. . ?"

"புதுத்தெரு சென்னப்பன் குள்ளிக்கு நூறு ரூபா முன் பணம் தர்றேன்னான். அவளை அங்கே போகச் சொன்னேன்."

கரை கோத்துக் கொடுக்கும் சிறுவர் சிறுமிகளுக்கு இப்போது நல்ல கிராக்கி. ஐம்பதும் நூறும் முன்பணம் தந்து நெசவாளர்கள் அவர்களை வேலைக்கு அமர்த்திக்கொள்கிறார்கள். அம்மாவுக்கு இந்த விஷயம் தெரியும்.

"அவளை அங்கே அனுப்பிவிட்டா நான் என்ன செய்றது?"

"நீ வேறே ஆளைப் பார்த்துக்கோ. குள்ளிதான் வேணும்னா நூறு ரூபா முன் பணம் கொடு."

ராஜத்துக்கு அவளுடைய தந்திரம் புரிந்தது. களவாணித்தனமாய்ப் பெட்டியைத் திறந்துபார்த்தாளா? பெட்டியில் தாலி, சேலை

செயினோடு நூறு ரூபா பணம் இருப்பதைக் கண்டுவிட்டாள். அந்தப் பணத்தைப் பறிக்கத்தான் இந்தக் குறுக்குவழியில் போகிறாள்.

ராஜத்துக்கு மனம் வெறுத்துப்போகிறது.

பெற்றவளுக்கு இவ்வளவு கெட்ட மனசு இருக்குமா? ராட்சசி, ராட்சசி!

அப்பா இருந்தவரை எலிக்குஞ்சுபோல இருந்தவள், அப்பா போனவுடனே பெருச்சாளிபோல் ஆகிவிட்டாள். பிள்ளைகளும் பெண்களும் சம்பாதித்துப் போடப் போட இவளுக்குச் சதை கூடிக்கொண்டேபோகிறது. ஏன் கூடாது? தறிவேலை செய்து கொடுக்கக்கூட இவளுக்கு உடம்பு வளைவதில்லை; கூலி வாங்கிக்கொண்டு அவனிடமே பாதி வேலை வாங்கிவிடுகிறாள். நாள் முழுவதும் கொறிக்கிற கொழுப்புதான் இவளை இப்படியெல்லாம் பேசவைக்கிறது, செய்யவைக்கிறது. இந்தத் திமிரை ஒடுக்க வேண்டும். அப்பா செத்தபோது ஊருக்காக ஒப்பாரிவைத்தாள். இவள் உடம்பு கரைய ஒப்பாரிவைத்துக் கதறிக் கதறி அழவேண்டும்.

“நீயே எடுத்துக்கோ, இந்தா!” என அவன் ஆணியில் தொங்கிக்கொண்டிருந்த பெட்டிச் சாவியை அவளிடம் எறிந்தான். சட்டையை மாட்டிக்கொண்டான். கண்ணாடியில் முகம் பார்த்து பவுடர் போட்டுக்கொண்டான். கிராப்பை ஒழுங்கு செய்துகொண்டான். அவனுடைய வாயிலிருந்து வெளிவந்த சொற்கள் செத்து அழுகி வெளிவருவதாகவும் நாறுவதாகவும் அவனுக்குத் தோன்றியது.

“பெட்டியிலே நூறு ரூபா இருக்கு. எடுத்துக்கோ, சேலை கட்டிக்கோ, செயின் போட்டுக்கோ, போ... போ...”

அவளிடம் பேசுவதற்குத் தன்னிடம் சொற்களே இல்லை, எல்லாம் தீர்ந்துவிட்டன என்று அவனுக்குப் புரிந்தது. அவன் பதில் பேசாமல் கீழே குனிந்தவாறு நடந்தவன் தயங்கி நின்றான்.

“காய்ஃஷீதா?” (என்ன அண்ணா) – என்றவாறு அவள் ஓடிவந்தாள்.

“ராஜாமணிகிட்ட நான் அஞ்சு ரூபா கடன் வாங்கினேன். அவ சாப்பிட வார்றப்போ ஒரு ரூபா சேர்த்து அவகிட்ட கொடுத்துடு.”

“ஏழு ரூபா எதுக்கு அண்ணா?”

“உனக்கு ஒரு ரூபா, ப்ரியப்பட்டதை வாங்கித் தின்னு. அம்மாகிட்ட காட்டாதே. ”

“ஒரு ரூபா எதுக்கு அண்ணா?”

“வெச்சுக்கோ, வெச்சுக்கோ”

சொல்லிக்கொண்டே அவன் நடந்தான்.

போனவன் ரயில் முன் பாய்ந்து தன்னை மாய்த்துக்கொள்கிறான். பிணமாக அவனைத் தூக்கி வருகிறார்கள்

அம்மா அழாமல் இருக்க முடியுமா... கதறிக் கதறி அழுதாள். இந்தத் தெருவாசிகள் மட்டுமல்ல, பல தெருக்களிலிருந்து மக்கள் கூட்டமாக வந்து பார்த்துக் கலங்கினார்கள்.

எதிர்வீட்டில்தான் பங்கஜம் இருந்தாள். அவளுடைய பெற்றோர் எதிர்வீட்டுக்குப் போய்விட்டதால், அவள் தன் சகோதரர்களோடு இருந்தாள்.

“ஹய்யா, தூ ஜீதோ?” (ஏண்டி, நீ போய்ப் பார்க்கவில்லையா?) என்று அண்ணன் கேட்டான்.

“பார்க்காமே என்ன? பைத்தியக்காரப் பிள்ளை! கலியாணம் ஆனப்பறம் இந்த வேலை செய்யாமல் இருந்தானே!” என்ற பங்கஜம், போர்வையால் தலையையும் சேர்த்து மூடிக்கொண்டாள்.

குளிர் மட்டும் அல்ல; கும்பகோணத்தில் கொசுத்தொல்லையும் அதிகம். இப்படிக் கதை முடிகிறது.

வாழ்வின் அழகுகளை மட்டுமல்ல, குரூரங்களையும் படம்பிடித்து நமக்கே காட்டுபவன்தான் அசலான கலைஞன். இந்தக் கதை அப்படியான ஒரு கதை. வறுமையும் இயலாமையும் பீடித்த ஒரு வாழ்க்கையை இணைந்து எதிர்கொள்ளாமல் தாய் இப்படியான சுயநலக் குணத்துடன் இருக்கிறாள். விரும்பிய பெண்ணான பங்கஜமோ அவனைப் 'பைத்தியக்காரப் பிள்ளை' என்கிறாள். காலம் முழுவதும் விதவையாகத் தன்னை வாழவைக்காமல் திருமணத்துக்கு முன்பே செத்துத்தொலைந்தானே என்கிற நிம்மதிப்பெருமூச்சும் பங்கஜத்தின் பேச்சில் தொனிக்கிறது. ஒன்பது வயதுக் குள்ளியும் 13 வயது தங்கை ராஜாமணியும் குழந்தைத் தொழிலாளிகளாக உழல்கிறார்கள். அந்தக் குடும்பத்தின் பொருளியல் வாழ்வை எம். வி. வி நேரடியாகப் பேசாவிட்டாலும் பின்புலமாக அது நின்று நம் மனங்களை ஊடறுக்கிறது. 20ஆம்

நூற்றாண்டின் இணையற்ற எழுத்தாளர்களில் ஒருவர் எம். வி. வி என்பதற்கு அவரது பைத்தியக்காரப் பிள்ளையே சான்று என்று அசோக மித்திரன் குறிப்பிட்டுள்ளார்.

பொதுவாக ஆழ்மன வேட்கைகளை வெளிப்படுத்துவதாகவே எம். வி. வி-யின் கதைகள் அமையும். குறிப்பாக, பால் வேட்கை அவருடைய பல கதைகளின் உள்ளடக்கமாக அமையும். 'பனி முடி மீது ஒரு கண்ணகி' என்றொரு கதை. அநாதைகளான ஒரு சிறுவனையும் (கண்ணன்) சிறுமியையும் (கண்ணகி) தன்னோடு இமயமலைக்கு அழைத்துச் செல்கிறார் ஒரு சாமியார். ஒவ்வொரு ஷேத்திரமாகத் தரிசனம் செய்துகொண்டே மலை உச்சிக்கு அழைத்துச் செல்கிறார். ஆறு ஆண்டுகள் தமிழ் ஞானம் முழுவதும் அளித்தார். மூன்று ஆண்டுகள் மௌன சாதனை செய்வித்தார். பிறகு, அவர்கள் இருவரையும் தனித்து விட்டுவிட்டு எங்கோ புறப்படுகிறார். நீங்கள் இருவரும் தனித்திருந்து சாதனை செய்க என்று கூறி குடிலைவிட்டு அகல்கிறார். ஆனால், இளைஞனுக்கு யுவதியாகிவிட்ட அந்தப் பெண் கண்ணகியின் உடல் மீது மோகம் வந்துவிடுகிறது. அவள் நம் தவத்துக்கு இது தவறல்லவா என மறுதலிக்கிறாள். உடலைவிடுத்து, உயிர்நிலையில் நின்று ஆத்மானந்தம் நுகர இந்தக் காம உணர்வு தடையாக இருக்குமே என்கிறாள். ஆனால், அவனுடைய பிடிவாதத்தில் பிறகு சற்றுக் கரைகிறாள்.

"இந்த உடம்பு ஒரு விந்தைப்பொருள். எந்தப் பயன் கருதி இது சிருஷ்டிக்கப்பட்டதோ, அதன் பயனைக் குருதேவரின் உதவியால் நான் அடைந்துவிட்டேன். இனி இந்த உடல் எனக்குத் தேவையில்லை. உனக்கு இதனிடம் கவர்ச்சி ஏற்பட்டுள்ளது. நீ உன் விருப்பம்போல் இதை உபயோகித்துக்கொள்ளலாம். ஆனால், பன்னிரண்டு வருஷங்களாக நீ தேடிய பொருள் இதனால் கிடைக்கும் என ஏமாந்துவிடாதே. "

கண்ணன் கேட்டுக்கொண்டிருந்தான். கேட்டு முடிந்ததும் திரும்பினான். எதிரில் மலைச்சிகரங்கள் தீப்பற்றி எரிந்தன. மரங்கள், பறவைகள், ஆகாயம், செடிகள், கொடிகள், பாறைகள் அனைத்திலும் தீ தொத்திப் பரவி எங்கும் நிறைந்தது.

மீண்டும் திரும்பினான். எதிரில் சிவப்பு - நெருப்பு.

"ஹரஹர மகாதேவ். . !" கணீரென வாசலில் கேட்டது குருதேவரின் குரல் என்று கதையை முடிப்பார். உடல்சார்ந்த

இயல்பான வேட்கை செயற்கையான தவத்தை வெல்லுவதாக கதையை முடிக்காமல், குருதேவரைக் கொண்டுவந்து வாசலில் நிறுத்தி கதையைத் திருப்பிவிட்டார் எம். வி. வி. எனினும், இதை ஒரு விவாதப்பொருளாக்கியிருக்கிறார்.

அவரது 'வேள்வித் தீ', 'அரும்பு', 'நித்திய கன்னி' முதல் சாகித்ய அகாடமி விருது பெற்ற 'காதுகள்' நாவல் வரை நாவல்களுக்காக தமிழ் இலக்கிய உலகம் முழுமையாலும் அவர் கொண்டாடப்பட்டிருக்கிறார். இருந்தாலும் இவரது சிறுகதைகள், கவிதைகள் உலகம் பற்றி தமிழ் உலகம் அவ்வளவாக அறியாது. தினமும் சவரம் செய்து, இஸ்திரி செய்யப்பட்ட உடைகளை அணிந்து, நெற்றியில் விபூதி-குங்குமம் அழியாமல் 'பளிச்' என்று இறுதிநாள் வரை வாழ்ந்தவர் எம். வி. வி.

“பட்டாடை நெய்யும் சௌராஷ்டிரர்கள் சமூகத்தில் பிறந்த அவரது வாழ்வில் பட்டின் மினுமினுப்பு ஒருபோதும் இருந்ததில்லை. அவரது பால்ய காலத்தின் சில வருஷங்கள் தவிர. அந்த பால்யகாலத்திலும் அவருக்கு இன்னொரு அவஸ்தை நிகழ்ந்தது. தனது சொந்த அப்பா-அம்மாவால் அவரது தாய்மாமனுக்கு சிறுவயதிலேயே தத்துக்கொடுக்கப்பட்டவர் எம்.வி.வி. மாமாவை 'அப்பா' என்றும், அத்தையை 'அம்மா' என்றும் அழைக்க நிர்பந்திக்கப்படுகிறார். அவரது அத்தை “இவ்வளவு செலவு செய்து உன்னைத் தத்தெடுத்தேனே 'அம்மா' என்று கூப்பிட மாட்டேன் என்கிறாயே! அம்மா என்று கூப்பிடு" என்று சொல்லித் தண்டிக்கிறார். வாய் அம்மா என்றாலும், மனம் ஒட்டாமல் தத்தளிக்கிறார் வெங்கட்ராம். அவரது மன அழுத்தத்தின் தொடக்கப்புள்ளி இது எனச் சொல்லலாம்.

இவ்வளவுக்கு மத்தியில் சுவாரஸ்யமான பல அடுக்குகளைக்கொண்டது அவரது வாழ்க்கை. அப்பா-அம்மா வீட்டில் வறுமை. தத்துப்போன வீட்டில் கோடீஸ்வர வாழ்க்கை. 13 வயதில் எழுதத் தொடங்கியது, 16 வயதில் மணிக்கொடியில் 'சிட்டுக்குருவி' என்ற கதை பிரசுரம். பி. ஏ. பொருளாதாரம் படிக்கும்போதே தி. ஜானகிராமன் இவரை குருபோல வியந்து பார்த்து நட்பாக்கிக்கொள்வது. இந்தி விஷாரத் படிப்பில் தேர்ச்சி. ஆங்கில இலக்கியப் புலமை. இளம் வயது திருமணம். பட்டு ஜவுளி ஜரிகை வியாபாரம்.

1948-ல் தேனீ பத்திரிகை தொடங்கியது. பத்திரிகையில் நஷ்டம். அதனால் வியாபாரத்தில் நஷ்டம். அடியாள்களை வைத்துக்கொண்டு

ரௌடியாக சில காலம். காங்கிரஸ் கட்சியில் சேர்ந்து கவுன்சிலர் பதவிக்கு நின்று தோற்றது ஒரு நேரம். பல பெண்களாலும் காதலிக்கப்பட்ட வசீகரனாக இருந்தது ஒரு காலம். “இந்த அனுபவங்களும்கூட இல்லாவிட்டால் எழுத்தைத் தவிர என்னதான் மிஞ்சியிருக்கும் என் வாழ்வில்!" என்பார் எம். வி. வி. என்று அவரைப் பற்றிய ஒரு சித்திரத்தை அவரது சொந்த ஊர்க்காரரான கவிஞர் ரவி சுப்பிரமணியன் தீட்டுகிறார்.

தஞ்சை மாவட்டத்தின் கோயில் நகரமாம் கும்பகோணத்தில் 1920ஆம் ஆண்டு மே 18-ல் பிறந்தவர் எம். வி. வி. கும்பகோணம் நகரம் 1930, 40களில் கதைகளின் கருவூலமாகத் திகழ்ந்து வந்தது. மகாமகக் குளத்தின் படிக்கட்டுகள், நகர மேல்நிலைப் பள்ளி எதிரில் உள்ள ‘தொண்டரடிப் பொடிக்கடை’ ஆகியவைதான் கதைஞர்களின் கூடலரங்குகளாக இருந்ததாக இந்திரா பார்த்தசாரதி குறிப்பிடுகிறார்.

எழுத்துலகை அதிரச்செய்த கதைகளை உருவாக்கிய எம்.வி.வெங்கட்ராம், கு.ப.ரா., கரிச்சான்குஞ்சு, தி.ஜானகிராமன் போன்றோர் குடந்தையில் உற்சாகமாக இயங்கிய காலம் அது. அந்த வரிசையில் எம். வி. வெங்கட்ராம் ஒரு பிறவிக்கதைஞர்.

நவீன இலக்கிய இதழான ‘மணிக்கொடி’, பட்டொளி வீசிப் பறந்துகொண்டிருந்த நேரம் அது. தனது 16 வயதில் ‘சிட்டுக்குருவி’ என்ற சிறுகதை மூலம் இலக்கிய வானில் இடம்பிடித்தார் எம்.வி.வெங்கட்ராம். சௌராஷ்டிர மொழிபேசும் பட்டு நெசவாளர் குடும்பத்தில் பிறந்து, இருநூற்றுக்கும் மேற்பட்ட சிறுகதைகள், நாவல்கள், வரலாற்று நூல்களை எழுதியவர். ஒரு மேடை நாடகமும் இதில் சேரும்.

அவரது சிறுகதைகளில் பாலியல் வேட்கையை மட்டுமன்றி வேறுபல மன உணர்வுகளையும் எழுத்தில் வடித்துள்ளார். குறிப்பாக, ‘வயிறு பேசுகிறது' என்றொரு கதை. பட்டினிப் பட்டாளத்தில் ஒருவனான ரகு, கோடீஸ்வரக் குடும்பத்தில் பிறந்த நிர்மலாவைக் காதலிக்கிறான். பணக்காரக் குடும்பம் இதை அறிந்து நிர்மலாவை அந்த ஊரைவிட்டே கடத்தி வேறு நகரத்துக்கு அழைத்துச் சென்றுவிடுகிறார்கள். அவள் நினைவுகளோடும் பட்டினியோடும் உழன்றுகொண்டிருக்கிறான் ரகு. இரண்டு ஆண்டுகள் கழித்து நிர்மலாவிடமிருந்து ஒரு திங்கட்கிழமை அன்று கடிதம் வருகிறது. ‘வியாழக்கிழமை நாம் வழக்கமாகச் சந்திக்கும் ரயில் பாதைக்கு அருகில் உள்ள ஆலமரத்தடியில் சந்திப்போம்'

என்று எழுதுகிறாள். நான்கு நாள்களும் அவளைச் சந்திக்கத் தன்னை ரகு ஆயத்தப்படுத்திக்கொள்வதே கதையின் பெரும்பகுதி. ஆயத்தம் என்றால், மன ஆயத்தம் மட்டுமல்ல. இருக்கும் வேட்டிச்சட்டையைத் துவைத்து தயார்செய்வது. கிடைக்கிற சோற்றைத் தின்று தெம்பாக்கிக்கொள்வது என்கிற தயாரிப்பும்தான்.

வியாழனன்று அம்மா வயிற்றைப் பட்டினிப்போட்டு, இருப்பதை இவனே சாப்பிட்டுவிட்டுக் கிளம்புகிறான். ஆனாலும் வயிற்றுக்கு அது போதவில்லை. எட்டணா கிடைத்தால் ஹோட்டலில் வயிறாரச் சாப்பிட்டுவிட்டு தெம்புடன் அவளைச் சந்திக்கலாமே என எண்ணியபடியே வெயிலில் நடக்கிறான். நீண்ட தூரம் நடந்து களைப்புடன் அந்த ஆலமரத்தடியை அடைகிறான். உடல் சோர்வுற்று, கால்கள் மரத்துப்போய் சரிந்து உட்கார்ந்து கண்களை மூடிக்கொள்கிறான். நிர்மலா வருகிறாள். தன் அப்பா, திருமணத்துக்கு ஒப்புக்கொண்டதாகக் கூறுகிறாள்.

பசிக்கிறக்கத்தில் மூளை அவனைக் கைவிட்டது, இதயம் அவனைக் கைவிட்டது. கை-கால்களும் அவனைக் கைவிட்டன. வெறும் வயிறாகவே அவன் மாறிப்போனான்.

"அந்தத் தோடுகள் வைரம்தானே?"

"வைரம்தான்.. ஏன்?"

"என்ன பெறும்?"

"மூவாயிரம் ஆகும். "

"மூவாயிரமா! 150 மூட்டை நெல் வாங்கலாம். ஒரு வருஷம் என்ன, ரெண்டு வருஷம்கூட நிம்மதியாச் சாப்பிடலாம். "

அவனுடைய வார்த்தைகள் அவளுக்குப் புரிந்தன. அவன் ஏன் இப்படிப் பேசுகிறான் எனப் புரியாமல் அவள் விழித்தாள். "நீங்கள் என்ன சொல்கிறீர்கள்?" கிசுகிசுக்கும் குரலில் அவன் கூறினான். "அம்மாவுக்கு ரொம்பப் பசி... இல்லை... சும்மா சொன்னேன். அம்மாவும் நானும்தான் சாப்பிட்டோம்... இல்லை... எனக்கும் ரொம்பப் பசி!" என்று கதை முடிகிறது. வயிற்றின் குரலை அழுத்தமாகப் பதிவுசெய்த கதை இது. இதுபோன்ற கதைகளை யாரும் எடுத்துப் பேசாமல் அவரது பாலியல் வேட்கைப் பார்வையையே கூடுதலாகப் பேசிவிட்டார்களோ என்கிற ஐயம் எனக்கு ஏற்படுகிறது.

'மழை' என்கிற கதையிலும் நீண்டகாலம் கழித்து தன் பழைய காதலன் வீட்டுக்கு வரும் கல்யாணி தன் குழந்தையின் இரண்டு நாள் பட்டினிக்கு அவனிடம் நீராகாரம் வாங்கி ஊட்டிவிட்டு மழையோடு புறப்பட்டுப்போகிறாள். தன் இரண்டு நாள் பட்டினிக்கு ஒன்றும் தராமலேயே!

பசியை அறிந்த கலைஞன். பசியைப் பாடிய கலைஞன் என எம். வி-விக்கு இன்னொரு முகம் இருப்பதை நாம் எடுத்துச் சொல்ல வேண்டும். முருக பக்தரான அவர், 1992-ல் கரிச்சான் குஞ்சு அவர்களின் நினைவு நாளில் இப்படிப் பேசினார், "நான் கல்லாப்பெட்டியை மூடிவிட்டேன். விளக்கையும் அணைத்தாயிற்று. என் கடையை கட்டிப் பூட்டிவிட்டேன். சூடமும் கொளுத்தியாகிவிட்டது. அதுவும் கொஞ்ச நேரத்தில் அணையும். இப்போது நான் என் குருநாதனின் (அதாவது முருகனின்) சொல்லுக்குக் காத்திருக்கிறேன்."

14-01-2000-ல் கும்பகோணத்தில் அவர் காலமானார்.

34

இந்திரா பார்த்தசாரதி

"இலக்கியம் தனிமொழியன்று, உரையாடல். உரையாடல் எனும்போது, நடையைப் பொறுத்த விஷயம். நடை என்பது சிந்தனையின் நிழல். காற்றாடி பறப்பதற்கு எதிர்க்காற்று தேவைப்படுவதுபோல படைப்பாளிக்கு ஒரு வாசகன் தேவை. 'நான் எனக்காக எழுதுகிறேன்' என்று சொல்வதெல்லாம் தன்னைத்தானே ஏமாற்றிக்கொள்வதாகும். இலக்கியம், மனிதன் சமுதாயத்தோடு கொள்கின்ற உறவுகளை நிச்சயப்படுத்தும் உணர்ச்சிகளின் பரிமாற்றம்" என்கிற தெளிவான பார்வையுடன் தன் படைப்புப் பயணத்தை, கடந்த 55 ஆண்டுகளாகத் தொய்வின்றித் தொடர்பவர் எழுத்தாளர் இந்திரா பார்த்தசாரதி.

தந்திரபூமி, குருதிப்புனல், சுதந்திரபூமி, வேதபுரத்து வியாபாரிகள், ஆகாசத்தாமரை, மாயமான் வேட்டை, திரைகளுக்கு அப்பால், ஹெலிகாப்டர்கள் கீழே இறங்கிவிட்டன உள்ளிட்ட அவரது நாவல்களுக்காகவும் மழை, போர்வை போர்த்திய உடல்கள், கால எந்திரம், நந்தன் கதை, ஔரங்கசீப், ராமானுஜர், கொங்கைத் தீ, பசி போன்ற நாடகங்களுக்காகவும் கொண்டாடப்படும் அவர், நூற்றுக்கு மேற்பட்ட சிறுகதைகளை எழுதியுள்ளார். கிழக்குப் பதிப்பகம் அந்தக் கதைகளைத் தொகுத்து இரு தொகுதிகளாக வெளியிட்டுள்ளது.

அவர் எழுதிய முதல் சிறுகதையே (மனித யந்திரம்) முத்திரைக் கதையாக ஆனந்த விகடன் இதழில் பிரசுரமாயிற்று. அவர் எழுதிய காலத்திலேயே விகடனில் ஜெயகாந்தன் தொடர்ந்து எழுதிவந்தார். வெகுசன இதழ்களில் தரமான இலக்கியப் படைப்பாளிகள் பங்கேற்பதை ஜெயகாந்தனும் இ. பா-வுமே தொடங்கிவைத்தார்கள் எனலாம்.

வடிவப் பிரக்ஞையுடன் சிறுகதை படைக்கும் படைப்பாளி என்று இ.பா அவர்களைக் குறிப்பிடலாம். "சிறுகதையின் வடிவம் அந்தந்தப் படைப்பாளியின் உள்மனத்தோற்றத்திற்கேற்ப உருக்கொள்கிறது. இதற்கு இலக்கணம் ஏதும் கிடையாது. கோட்பாட்டிற்கேற்ப இலக்கியம் படைப்பதற்கும், பெண் மருத்துவ இயல் படித்த பிறகுதான் ஒருத்தி பிள்ளைப்பெற வேண்டும் என்று சொல்வதற்கும் வித்தியாசமில்லை" என்று சொல்லும் இ.பா., நிகழ்வின் யதார்த்தத்தைக் காட்டிலும் கதாபாத்திரங்களின் செயல்பாட்டு யதார்த்தமே மனதில் நின்று காலத்தை வெல்லும் என்பதில் நம்பிக்கைகொண்டவர்.

`ஒரு நல்ல சிறுகதை, எழுத்தாளனுக்கும் வாசகனுக்கும் இடையே நிகழ்கிற உரையாடலாக இருக்க வேண்டும். வாசகன் அந்தக் கதையைப் படித்து முடித்த பிறகு அவன் சிந்தனையைத் தூண்டும் முறையில், அதன் கருத்து எல்லை அதிகரித்துக்கொண்டு போதல் அவசியம். ஒரு பிரச்னையை மையமாக வைத்துக்கொண்டு எழுதப்படும் கதைகளுக்குத்தாம் இந்த ஆற்றல் உண்டு. பிரச்னையை நேரடியாகச் சுட்டிக்காட்டுவது தினசரிகளின் வேலை. இலக்கியத்தின் பரிபாஷையின் அழகுணர்ச்சியோடு பிரச்னையைச் சொல்வதுதான் ஒரு சிறந்த படைப்பாளியின் திறமை.

ஒரு கதை, தன் உள்ளடக்க வலுவிலேயே ஒரு பிரச்னையின் தீவிரத்தை உணர்த்த வேண்டுமே தவிர, அதை எழுதுகிறவனுடைய இலக்கியப் புறம்பான கட்சி அல்லது குழுச் சார்பினால் விளைகின்ற உரத்த குரலினால் அல்ல. உரத்த குரல் இடைச்செருகலாய் ஒலித்துவிடக்கூடிய வாய்ப்புண்டு. `வெறும் ஏமாற்றத்தையும், விரக்தியையும், தோல்வி மனப்பான்மையையும் இலக்கியமாக்கிவிடக் கூடாது' என்று தன் சிறுகதைகளுக்கான லட்சணங்களைப் பற்றிய தன்னுணர்வு அவருக்குண்டு.

`தொலைவு' என்கிற அவரது புகழ்பெற்ற சிறுகதை, இப்படித் தொடங்குகிறது:

"ஜன்பத் போக்குவரத்துத் தீவு. பச்சை ஒளி தந்த அனுமதியில் அதுவரையில் சிலையாய் நின்ற ராட்சச பஸ்கள் சீறிக்கொண்டு புறப்பட்டன.

"அப்பா, அதோ ஸ்கூட்டர்..." என்று கூவியவாறே வாசுவின் பாதுகாப்பிலிருந்து விடுவித்துக்கொண்டு சிவப்பு ஒளியையும் பாராமல் வீதியின் குறுக்கே ஓடினாள் கமலி.

"கமலி. . !" என்று கத்தினான் வாசு.

அவள் ஏமாற்றத்துடன் திரும்பிப் பார்த்தாள். வாசு அவள் கையைப் பற்றி வேகமாகப் பின்னால் இழுத்துக்கொண்டு வந்தான்.

"'வாக்'னு வந்தப்புறம்தான் போகணும்னு நான் எத்தனை தடவை சொல்லியிருக்கேன்? வயது ஏழாச்சு. இதுகூடத் தெரியலியே!"

"அந்த ஸ்கூட்டர் காலியாயிருக்கு. யாரானும் ஏறிடுவாப்பா."

"ஏறிட்டுப் போகட்டும். ரோடை இப்போ க்ராஸ் பண்ணக் கூடாது." டெல்லியில் ஆட்டோரிக்ஷாவை 'ஸ்கூட்டர்' எனக் குறிப்பிடுவது வழக்கம்.

"அதோ எல்லாரும் பண்றாளேப்பா!"

"ஒத்தர் தப்புப்பண்ணினா எல்லாரும் பண்ணணுமா?"

கமலிக்கு அப்பாவின் பேரில் கோபம் கோபமாக வந்தது. அரை மணி நேரமாக இருவரும் ஸ்கூட்டருக்காக அலைகிறார்கள். பிளாஸாவிலிருந்து அவளை இதுவரை நடத்தியே அழைத்து வந்துவிட்டான் வாசு.

அவர்கள் பஸ்ஸில் போயிருக்கலாம். ஆனால், ஒவ்வொரு பஸ்ஸிலும் கூட்டம் பொங்கிவழிந்தது. குழந்தையையும் இழுத்துக்கொண்டு முண்டியடித்து ஏற முடியுமா? – வாசுவால் இதை நினைத்துக்கூடப் பார்க்க முடியவில்லை. டாக்ஸியில் போகலாம் என்றால் அதற்கு வசதியில்லை. லோதி காலனி போவதற்கு நாலு ரூபாய் ஆகும். இடைக்கால நிவாரணம் கொடுக்கப்போகிறார்கள். வாஸ்தவம்தான். போன மாதம் அக்காவுக்கு உடம்பு சரியில்லை என்று அவன் பம்பாய் போய் வரும்படியாக ஆகிவிட்டது. அதற்கு வாங்கிய கடன் தீர வேண்டும். கடன் வாங்குவது என்பது அவனுக்குப் பிடிக்காத காரியம். ஆனால், திடீர் திடீரெனச் செலவுகள் ஏற்படும்போது அவற்றை எப்படிச் சமாளிப்பது?

"அப்பா, அந்த ஸ்கூட்டர்ல யாரோ ஏறிட்டா" என்று அலுத்துக்கொண்டே சொன்னாள் கமலா.

குழந்தையின் எரிச்சல் அவனுக்குப் புரிந்தது. ஆனால், என்ன செய்ய முடியும்? சாயந்தரம் ஐந்து மணிக்கு மேல் ஆகிவிட்டால் ஒரு ஸ்கூட்டர்கூடக் கனாட் பிளேசில் கிடைக்காது. கிடைப்பதும்,

கிடைக்காமல் இருப்பதும் ஒவ்வொருவருடைய அதிர்ஷ்டத்தைப் பொறுத்தது.

40 ஆண்டுகளுக்குமேலாக டெல்லியில் வாழ்ந்த இ. பா-வின் கதைகள் பலவற்றின் களமாக டெல்லி மாநகர் இருப்பதைக் காணலாம். இந்தக் கதையும் அப்படியே டெல்லியின் போக்குவரத்துகுறித்த கதையாகத் தொடங்குகிறது. 'ஸ்கூட்டர்' எனப்படும் ஆட்டோ கிடைக்காமல் தகப்பனும் மகளும் நெடுநேரம் காத்திருக்கிறார்கள்.

"டாக்ஸியிலே போகலாமாப்பா?" என்று கேட்டாள் கமலி. அவளுக்குக் கால் வலிக்கிறது என்ற பிரத்தியட்ச உண்மையைத் தவிர, மாதத்தின் கடைசி வாரத்தில் மத்திய சர்க்கார் அசிஸ்டென்ட்டால் இதைப் பற்றி யோசித்துப்பார்க்க முடியுமா என்ற பொருளாதாரப் பிரச்னையைப் பற்றிக் கவலையில்லை. இப்போது அவனால் அது முடியாது என்பது இருக்கட்டும். மாத முதல் வாரத்தில்கூட என்றைக்காவது குற்ற உணர்ச்சி இல்லாமல் அவனால் டாக்ஸியில் போக முடிவதில்லை. பொருளாதாரத்தை அடிப்படையாகக்கொண்ட இயந்திரபூர்வமாகிவிட்ட சமூகத்தின் ஒழுக்க நியதிகள், ஒருவனைக் குற்ற உணர்ச்சியால் அவஸ்தைப்படும் நிலைக்கு கண்டிஷன் செய்துவிடுகின்றனபோல் இருக்கின்றன.

"ஸ்கூட்டரே கிடைக்காது" என்று சாபம் கொடுப்பதுபோல் சொன்னாள் கமலி.

"அவசரப்படாதே, கிடைக்கும். "

"பஸ்ஸிலே போகலாமே!" அப்பா தன்னை டாக்ஸியில் அழைத்துச் செல்லத் தயாராக இல்லை என்பது அவளுக்குப் புரிந்துவிட்டது. ஸ்கூட்டரே குறிக்கோளாய் அலைவதைக் காட்டிலும் பஸ்ஸில் போகலாமே என அவளுக்குத் தோன்றிற்று.

"கூட்டத்துல ஏற முடியுமா உன்னால?"

"பின்னாலே என்னதான் பண்றது? ஆத்துக்குப் போகாமலேயே இருக்கலாங்கறேளா?"

இந்தக் கேள்வி பயங்கரமான ஓர் எதிர்காலத்தை அவன் மனக்கண் முன்பு நிறுத்தியது. ஸ்கூட்டரே கிடைக்காமல் ஸ்கூட்டரைத் தேடி இருவரும் வாழ்நாள் முழுவதும் கனாட் பிளேஸில் அலைந்துகொண்டிருக்கிறார்கள். அவன்

கிழவனாகிவிடுகிறான். கமலியும் வளர்ந்து பெரிய பெண்ணாகிவிடுகிறாள். ஸ்கூட்டர்க்காரர்களின் அடுத்த தலைமுறையும் அவர்களை ஏற்றிச் செல்ல மறுத்துவிடுகிறது.

"அப்பா, இதோ பஸ் காலியா வரது. போயிடலாம்."

ஆனால், அந்த பஸ் லோதி காலனி போகாது. அதற்குப் பிறகு அந்த வழியாக வாசுவின் பழைய நண்பன் ஒருவன் காரில் போகிறான். அவன் லிப்ஃட் தருவதாகக் கூறுகிறான். ஆனால், அவன் கடைந்தெடுத்த ஊழல் பெருச்சாளி. அதனால் அவனோடு செல்ல வாசுவுக்கு விருப்பமில்லை. மறுத்துவிடுகிறான். பிறகு, ரொம்ப நேரம் கழித்து இரண்டு ஆட்டோக்கள் வருகின்றன. அவர்கள் நெடுநேரமாகக் காத்திருக்கும் இவர்களை ஏற்றாமல், இவர்களுக்குப் பிறகு வந்த அழகான பெண்கள் இருவரை ஏற்றிக்கொண்டு போய்விடுகின்றன. கமலிக்கு அழுகை அழுகையாய் வருகிறது.

"அவன் உடம்பு கோபத்தால் ஆடியது. அங்கு இருந்த இன்னொரு ஸ்கூட்டரையும், டாக்ஸி ஸ்டாண்டில் இருந்த டாக்ஸிகளையும், தெருவில் போய்க்கொண்டிருந்த கார், பஸ் என எல்லாவற்றையும் அடித்து நொறுக்கிவிட வேண்டுமென்ற வெறிவந்தது. கும்பகோணத்திலிருந்து சுவாமிமலைக்குப் போவதற்கு அவன் பத்து வருஷத்துக்கு முன்னால் பஸ்ஸையோ, ஸ்கூட்டரையோ அல்லது டாக்ஸியையோ எதிர்ப்பார்த்துகொண்டா இருந்தான்? – தன்னால் இப்போது கமலியைத் தூக்கிக்கொண்டு லோதி காலனிக்கு நடந்துபோக முடியாதா?

கமலி 'தூக்கக் கூடாது' என முரண்டுபிடிக்கலாம். அவளைச் சமாதானப்படுத்தித் தூக்கிக்கொண்டு போகலாம் என்றாலும், அவனுக்குப் 'பைத்தியக்காரன்' என்ற பட்டம்தான் கிடைக்கும். சிக்கலாகிவிட்ட சமூகத்தில் ஒருவன், 'சமுகம் என்றால் தன்னைத் தவிர மற்றவர்கள்' என்ற பிரக்ஞையோடு அவர்கள் அபிப்பிராயத்துக்கு இசைந்து வாழவேண்டியிருக்கிறது. ஆனால், இதை எதிர்த்துப் போராட வேண்டும்.

"கமலி வா, நடந்தே போயிடலாம்" என்றான் வாசு.

"நடந்தேவா?!" என்று அவள் திகைத்தாள்.

"நடக்க முடியலைன்னா சொல்லு, தூக்கிண்டு போறேன்" என்றான் வாசு.

வரிசை வரிசையாக கார்களும் டாக்ஸிகளும் விரைந்துகொண்டிருந்தன.

வாசுவும் கமலியும் இன்னும் வெகுதூரம் போகவேண்டும்...

இந்தக் கதை வெறுமனே போக்குவரத்து வசதிகுறித்த கதையாக அல்லாமல் வாசு, கமலி என்கிற இரு மனித ஜீவன்களைப் பற்றியும் அவர்கள் இந்த மனித சமூகத்தோடுகொள்ளும் உறவு பற்றியதாகவும் அறம், நியாயம் பற்றிய கதையாகவும் வடிவம்கொண்டு நகர்கிறது. அவரவர் நியாயங்களுக்கிடையிலான தொலைவையும் பேசுவதாகக்கொள்ள முடியும்.

அவரது பல நாவல்களைப்போலவே சிறுகதைகளும் தனிமனித அறம்குறித்து ஆழ்ந்த அக்கறைகொள்கின்றன. டெல்லியின் உயர் அலுவலகங்களில் அழிந்துகொண்டிருக்கும் பணிக்கலாசாரம், நியாயம், நீதி குறித்தும் உரத்த குரலில் பேசுகின்றன.

இவரது இன்னொரு முக்கியமான சிறுகதை 'குதுப்மினாரும் குழந்தையின் புன்னகையும்'.

பாஸ்கரன் டை கட்டிக்கொண்டிருந்தான். பின்னால் கதவருகே புடவையின் சலசலப்பு. அம்புஜம் நின்றுகொண்டிருக்கிறாள் என்பதை அவன் உணர்ந்தான். அவள் தன்னையே உற்றுக் கவனித்துக்கொண்டிருக்கிறாள் என்று அவனுக்குப் பட்டது. அந்தப் பார்வை முதுகைத் தொடுவதுபோலிருந்தது அவனுக்கு.

“எங்கே... டிரெஸ் எல்லாம் பலமாயிருக்கு?”

அவன் பதில் சொல்லவில்லை. பதில் சொல்லவும் தேவையில்லை. இரண்டு ஆண்டுகள் ஆஸ்பத்திரியில் இருந்துவிட்டு வந்தாலும் வந்தாள், வியாதி போனதோடு மட்டுமல்லாமல், அவள் புத்தியும் போய்விட்டது. இப்படியா எதற்கெடுத்தாலும் சந்தேகம். . ?

பாஸ்கரன் கோட்டை எடுத்து மாட்டினான்.

“வர நேரமாகுமா?”

பாஸ்கரனுக்கு ஞாபகம் வந்தது, அன்று மாலை ஆங்கில டிராமா ஒன்றுக்குப் போவதாக இருந்தான். இந்தச் செய்தியைச் சொல்லும்படியான சகஜமான ஒரு சூழ்நிலை வீட்டில் இல்லை. அதனால் அவன் சொல்லவுமில்லை. இப்போது அவள் கேட்டதால் சொன்னான்.

“ஆமாம். ஒரு இங்கிலீஷ் பிளே, ஐஃபாக்ஸ் ஹாலிலே. போகப்போறேன்.”

“இன்னொரு டிக்கெட் யாருக்கு?”

கோட்டுப்பைகளை அவள் குடைந்திருக்கிறாள். இரண்டு டிக்கெட்டுகளையும் பார்த்திருக்கிறாள்! தினம்தோறும் இந்தப் பரிசோதனை எதற்காக... அவ்வளவு நம்பிக்கையின்மையா?

“ராஜு வந்தாலும் வரலாம். இல்லாட்டா, நீ வர்றீயா?”

“இல்லாட்டாதானே... முதல்லேயே கேட்கத் தோணித்தோ?”

“இது கொஞ்சம் சீரியஸ் பிளே. உனக்கு இன்ட்ரெஸ்ட் இருக்காதுன்னு நினைச்சேன்.”

“நான்தான் ரசனை கெட்டவ . ரசனை இருக்கிறவளா பார்த்து அழைச்சிண்டு போங்கோ. ராஜுவோ வேற யாரோ?”

“வேற யாரோன்னா, என்ன அர்த்தம்?” பாஸ்கரனுக்குக் கொஞ்சம் கொஞ்சமாக ஆத்திரம் தலைக்கேறியது.

இந்த மனநிலையோடு டெல்லியில் உள்ள தனது அலுவலகத்துக்குச் செல்கிறான் பாஸ்கரன். கம்பெனியின் மேனேஜிங் டைரக்டர் சோப்ரா, புத்தகங்கள் வாசிக்கும் மனிதன். பாஸ்கரன் மீது தனிப்பிரியம்கொண்டவன். வாசித்த புத்தகங்கள்குறித்தும் வாழ்க்கை குறித்தும் விவாதிக்க அந்த அலுவலகத்தில் அவனுக்கு பாஸ்கரனைவிட்டால் வேறு துணை இல்லை. கல்யாணம் ஆகாதவன். ஒழுக்கம், மனக்கட்டுப்பாடு என்பதெல்லாம் குறை அமைப்பில் பலவீனமானவர்களுக்குத்தான் என்பது அவன் அபிப்பிராயம். இவற்றை ஒரு கொள்கை அளவில் ஏற்றிப் பேசவேண்டிய அவசியமில்லை என்பது அவன் கொள்கை. ஒரு பெண்ணோடு ஏற்படுகிற உடலுறவு, நிறைந்த அனுபவமாக இருந்தால்தான், மனிதனால் வாழ்க்கையின் முக்கியமான பிரச்னைகளை கவனிக்க முடியுமென்று அவன் அடிக்கடி கூறுவது வழக்கம்.

பாஸ்கரனின் மனைவிக்கு உடல் நலம் இல்லாததால் அவனுக்கு அந்த உறவில் குறை இருப்பதாக சோப்ரா கருதுகிறான்.

“நீங்கள் ஓய்வு எடுத்துக்கொள்ளுங்கள். மனைவியையோ, வேறு யாரையோ அழைத்துக்கொண்டு இரண்டு நாள் பிக்னிக் போய்விட்டு வாருங்கள்.”

“என்ன சொன்னீர்கள்... மனைவியையோ வேறு யாரையோவா?”

“ஆமாம். யாராக இருந்தால் என்ன? அடுத்த நிமிஷத்து அதிசயத்தையோ, மாறுதலையோ எதிர்நோக்குவதுதான் வாழ்க்கையின் சுவாரஸ்யம். ”

“நான் அந்தச் சூழ்நிலையில் வளரவில்லை. ”

ஆனால் சோப்ரா வளர்ந்த சூழல் வேறுதான். அதை அவன் குழப்பமின்றிக் கூறுகிறான். “என்னைப் பொறுத்தவரையில் எனக்கு ஒவ்வொரு புதிய நிமிஷத்திலும் புதிய வாழ்க்கை. ஒரு உருதுப் பாட்டு உண்டு. ‘கடந்துபோன நிமிஷம், நிகழும் நிமிஷத்தைப் பார்த்துக் கேட்கிறது... யார் இந்த அயலான்?’ நான் வளர்ந்த சூழ்நிலை இப்படி.

சோப்ராவிடம் மறுத்துவிட்டுப் போன பாஸ்கரன் சற்று நேரத்தில் திரும்ப வந்து இரண்டு நாள் விடுப்பு தனக்கும் சோப்ராவின் அந்தரங்கக் காரியதரிசி உஷாவுக்கும் சேர்த்துத் தருமாறு கேட்கிறான். சோப்ரா சிரித்துக்கொண்டே சம்மதிக்கிறான். உஷாவும் சம்மதித்துத் தன் ஒப்பனைகளைக் கலைத்துவிட்டு பாஸ்கரனுடன் வருகிறாள். எங்கே போகலாம் என்கிற இலக்கின்றி, டாக்ஸியில் ஏறுகிறார்கள். பிறகு, “குதுப்மினார் போகலாம்" என பாஸ்கரன் சொல்கிறான்.

“குதுப்மினார் எதற்காகக் கட்டப்பட்டது?” என்று கேட்டாள் உஷா.

“ஒவ்வொருவரும் ஏதாவது ஒரு காரணம் பற்றி ஒன்று செய்கிறார்கள். ஆனால், குதுப்மினார் ஒன்றுதான் ஒரு காரணமும் இல்லாமல் விண்ணளந்து எழுந்த கட்டடம். வாழ்க்கையின் லட்சியமற்ற வெறும் போக்கை உருவகப்படுத்துவதற்காக உருவான கட்டடம். இது மந்திரமுமில்லை, மசூதியுமில்லை, சமாதியுமில்லை. அரசனின் உள்ளத்துச் சூன்யத்தை, சிந்தனையின் வெட்டவெளியைக் கல்லிலே வடித்துக்காட்டும் பிரமாண்ட வெறுமை. ”

மூன்று வயதுக்குழந்தை ஒன்று தள்ளாடிக்கொண்டே வந்தது. ஓடி ஓடிக் களைத்துவிட்டதுபோல் இருக்கிறது. அது உஷா அருகில் வந்து அவளை நிமிர்ந்து பார்த்தது. அப்படியே அந்தக் குழந்தையைத் தூக்கிக்கொண்டாள்.

“குதுப்மினாருக்கு அர்த்தம் கிடையாது என்றீர்களே... இதற்கு அர்த்தம் உண்டா, இல்லையா?" குழந்தையை அவள் அப்படியே கட்டிக்கொண்டாள்.

பாஸ்கரனுக்கு, காலையில் வீட்டில் தன் மகள் ரமா ஓடிவந்து தன் கால்களைக் கட்டிக்கொண்ட காட்சி நினைவுக்கு வருகிறது.

குழந்தையின் தாய் சிரித்துக்கொண்டே வந்தாள். தன் குழந்தையை மற்றவர்கள் கொஞ்சுவதைக் கண்டதும் உண்டான பெருமிதம் அவள் முகத்தில் தெரிந்தது. அவள் கணவனும் அவள் அருகில் வந்து நின்றான்.

குழந்தையைத் தாயிடம் கொடுத்துவிட்டு மேலே நடந்த உஷா சொன்னாள், “கல்யாணமாகியும் குழந்தையில்லாத மலடி என்று என்னைப் பற்றி அவள் நினைத்திருக்க வேண்டும். "

சர்வசாதாரணமாக அவள் இதைச் சொன்னாலும், அவள் குரலில் ஓர் ஏக்கம் நிழலிட்டுக்கொண்டிருப்பதுபோல் பாஸ்கரனுக்குப் பட்டது.

அவள் ஏன் சோப்ராவைக் கல்யாணம் செய்துகொள்ளக் கூடாது என்று பாஸ்கரன் கேட்கிறான். அதற்கு அவள், “சோப்ராவை உங்களைக் காட்டிலும் நான் அந்தரங்கமாக அறிவேன்" என்கிறாள்.

“நீ அவரை அறிந்த அந்தரங்கம் வேறு, நான் அவரை அறிந்துகொண்ட அந்தரங்கம் வேறு. ”

“நான் சோப்ராவை மணந்து, நேர்மையான மனைவியாக இருந்தால், என் குழந்தையைக் கொஞ்சக்கூடிய வாய்ப்பு எனக்கு என்றுமே ஏற்படாது. இதுதான் நான் அறிந்த அந்தரங்கம். நீங்கள் அவரை அறிந்துகொண்ட அந்தரங்கத்துக்கும் அடிப்படை இதுதான். ”

எதிரே வானளாவி நின்ற `பிரமாண்டமான வெறுமை'யின் சின்னமாகிய குதுப்மினார், இடிந்து தகர்ந்து தரைமட்டமாகியது. சோப்ரா, தன்னைப் பற்றி உலகம் எந்தவிதமான அபிப்பிராயம்கொள்ள வேண்டும் என்பதற்காக எவ்வளவு பாடுபட்டுக்கொண்டிருக்கிறான். வாழ்க்கையை ஒரு குதுப்மினாராகக் கட்டி, எல்லோரையும் குடியேற்ற முயலுகிறான். நிமிஷத்துக்கு நிமிஷம் செத்துக்கொண்டிருக்கும் அவன் `ஒவ்வொரு நிமிஷத்தையும் சாசுவாதமாக்கிக்கொண்டிருக்கிறேன்’ என்று சொல்வதில்

ஆச்சர்யமில்லை. சோப்ராவுக்கும் அம்புஜத்துக்கும் என்ன வேறுபாடு? தண்ணீரைக் கானல் என்கிறான் சோப்ரா. கானல் நீரைக்கூட தண்ணீர் என்று சொல்லி, வேலிக்குமேல் வேலி இடுகிறாள் அம்புஜம்.

அந்தக் குழந்தையின் புன்னகைக்கு முன்னே குதுப்மினாருக்கு எந்தப் பொருளுமில்லை என்பதைப் புரிந்துகொண்ட பாஸ்கரன், விடுமுறை போதும் என்கிற உணர்வுடன் திரும்புவதாகக் கதை முடிகிறது.

உணர்வுதளத்தில் தொடங்கும் கதை அறிவார்ந்த தளத்திலான உரையாடலாகவும் விவாதமாகவும் உருமாற்றம்கொள்வதை இந்தக் கதையில் நாம் காணலாம். இது இந்திரா பார்த்தசாரதி அவர்களின் எழுத்தின் சாரம் என்று சொல்லலாம். மத்தியதர வர்க்கம், உயர் மத்தியதர வர்க்கம் அதிலும் குறிப்பாக டெல்லியில் உயர் பதவிகளில் இருக்கும் வர்க்கத்தினர் இவர்களைக் கதாபாத்திரமாக்கி அதனூடாக ஒட்டுமொத்த இந்திய நடுத்தர வர்க்கத்தின் வாழ்வையும் வாழ்வின் சாரத்தையும் சொல்ல முயல்பவை அவரது சிறுகதைகள் எனப்படுகிறது.

“ஓர் எழுத்தாளன் எழுத முனையும்போது தன்னை நேரடியாகப் பாதித்த விஷயங்களை எழுதுகிறான். அவன் எந்த அளவுக்குப் பாதிக்கப்பட்டிருக்கிறான் என்பதை அவனது கல்வி, வளர்ந்த சூழ்நிலை, பண்பாட்டுச்சூழல், மனப்பரிமாணம் ஆகியவையே முடிவுசெய்கின்றன. அவன் எப்படி உருவாகி இருக்கிறானோ, அந்த அளவிலிருந்து பிரதிபலிப்பு செய்கிறான். தன்னை வெளிப்படுத்திக்கொள்கிறான். அப்போது அது பகிர்ந்துகொள்ளவேண்டிய விஷயமாகிறது. பகிர்ந்துகொள்ளல் வருகிறபோதே வடிவம் வந்துவிடுகிறது. உரையாடல் தேவையாகிறது. அது தனிமொழியாக இருக்க முடியாது” என்று தன் இலக்கியக் கொள்கைக்குக் கூடுதல் விளக்கம் தரும் இ. பா. , முதுகலைப் பட்டம் பெற்று முனைவர் பட்டமும் பெற்ற படிப்பாளி. பேராசிரியராகப் பணியாற்றியவர். 40 ஆண்டுகாலம் டெல்லியில் வாழ்ந்தவர். போலந்தில் பணியாற்றியவர். இந்தப் பின்னணி அவர் சொல்வதுபோல, அவர் எழுத்தின் திசை வழியைத் தீர்மானித்திருப்பதை நாம் உணர முடிகிறது.

அவருக்கேயான தனி பாணியில் அறிவார்ந்த உரையாடல்களோடு சிறுகதைகள் படைத்து, சிறுகதை வரலாற்றில் தனித்த இடம் பிடித்துள்ளவர் இந்திரா பார்த்தசாரதி.

இலக்கியத்துக்கு வெளியேயும் ஓர் உறுதியான மதச்சார்பற்ற, ஜனநாயக அரசியலின் பக்கம் நிற்பவர் என்பது அவரது கூடுதல் சிறப்பு.

35

சார்வாகன்

மிகுந்த குற்ற உணர்ச்சியுடன் எழுத்தாளர் சார்வாகனைப் பற்றிய இந்தக் கட்டுரையை எழுதத் தொடங்குகிறேன். 70-களில் நான் எழுத ஆரம்பித்த நாள்களிலேயே சார்வாகனின் பெயரை சில சிற்றிதழ்களில் பார்த்திருக்கிறேன். ஓரிரு கதைகள் படித்திருக்கிறேன். என்றாலும் தொடர்ச்சியாகவும் முழுமையாகவும் அவரை நான் வாசிக்கவில்லை. 2015ஆம் ஆண்டில் அவருடைய மரணத்துக்குப் பிறகுதான் அவரை வாசித்து அடையாளம் கண்டேன். காந்தியமும் மார்க்சியமும் கலந்த இடதுசாரியாக அவர் வாழ்ந்திருக்கிறார். தொழுநோயாளிகளைக் குணப்படுத்தும் டாக்டராகத் தன் வாழ்நாளை அவர்களுக்காக முழுமையாக அர்ப்பணித்துக்கொண்ட மாமனிதர் அவர். அரசாங்கம் கொடுத்த சம்பளத்துக்குமேல் ஒரு பைசாகூட அவர் நோயாளிகளிடமோ வேறு எவரிடமோ பெற்றதில்லை. மருத்துவத்தைச் சேவையாக மட்டுமே வரித்துக்கொண்ட அற்புதமான ஆளுமை அவர்.

தமிழகத்தின் வேலூரில் 1929ஆம் ஆண்டு செப்டம்பர் 7ஆம் நாள் பிறந்தவர். 1954ஆம் ஆண்டிலிருந்து ஆறு ஆண்டுகள் இங்கிலாந்தில் உள்ள மருத்துவமனையில் பணிபுரிந்தார். லண்டனில் திருமணம் நடந்தது. 80-களில் மூன்று ஆண்டுகள் போர்ட்லண்ட் நகரில் இருந்தார். தொழுநோயால் பாதிக்கப்பட்ட கைகளை மீண்டும் சரியாக்குவதில் சார்வாகன் கண்டுபிடித்த

முறைகள்தாம் இன்றும் அவர் பெயரிலேயே வழங்கப்படுகின்றன. இதற்காக இவருக்கு 1984ஆம் ஆண்டில் இந்திய அரசால் பத்மஸ்ரீ விருது வழங்கப்பட்டது.

இவரின் தாத்தா கிருஷ்ணய்யர், வேலூரில் காவல்துறையில் தமிழ்ச் சுருக்கெழுத்தராக இருந்தார். அவர் பெரியதொரு நூலகத்தை வைத்திருந்தார். அந்த நூலகத்தில் உள்ள புத்தகங்களை சிறிய வயதில் படித்து தனது படிப்பு ஆர்வத்தை வளர்த்துக்கொண்டார். எழுத்தில் ஆர்வம்கொண்ட இவர், கவிதைகளையும் சிறுகதைகளையும் சிற்றிதழ்களில் எழுதியுள்ளார். இவரின் 'கனவுக்கதை' என்னும் சிறுகதை, 1971ஆம் ஆண்டின் சிறந்த சிறுகதையாக 'இலக்கியச் சிந்தனை' பரிசு பெற்றது. இவருடைய சிறுகதைகள் சில, ஆங்கிலத்தில் மொழிபெயர்ப்பாகி வெளியாகியிருக்கின்றன. இவர் எழுத்துகள், தொகுப்பாக 41 சிறுகதைகள் மற்றும் 3 குறுநாவல்கள் என 500 பக்கங்களுடன் 'சார்வாகன் கதைகள்' என்ற பெயரில் புத்தகமாக நற்றிணை பதிப்பகத்தால் வெளியிடப்பட்டுள்ளன.

அவர் வாழ்ந்த காலத்தில் அவரோடு தொடர்பில் இருந்த எழுத்தாளர்கள் மிகக் குறைவு. எழுத்தாளர் பாரவி (இடையுறாத நட்புடன் இருந்தவர் இவர் ஒருவரே), எஸ். வைத்தீஸ்வரன், அசோகமித்திரன், பிற்காலத்தில் சாருநிவேதிதா என வெகுசிலரே அவருடன் நேர்ப்பழக்கம்கொண்டிருந்தனர். அவரும் இந்தப் பக்கம் அதிக கவனம்கொள்ளவில்லை. எழுதியவற்றைப் பதிப்பிக்கவும் அவர் பெரிதும் முயலவில்லை. யார் படிக்கப்போறாங்க என்கிற மனநிலையுடனே இருந்துவிட்டவர். இடதுசாரி மனோபாவம்கொண்ட அவரை இடதுசாரிகளும் தொடர்புகொள்ளவில்லை என்பதில்தான் என் குற்ற உணர்வு வேர்கொண்டுள்ளது.

அவருடைய இறுதி நாள்களில் அவரைச் சந்தித்தது பற்றி எழுத்தாளர் எஸ். வைத்தீஸ்வரன் குறிப்பிடுகிறார்...

"கடைசியாக அவர் ஒருநாள் அவசரமாக என்னைத் தொலைபேசியில் அழைத்தார்.

"வந்து பார்த்துவிட்டுப் போய்விடுங்கள். அடுத்த மாதம் நான் இல்லாமல் போய்விடலாம். "

எனக்குப் பதற்றமாக இருந்தது. சென்னையில் இருந்த அவரைப் பார்க்க நான் உடனே போனேன். தளர்ந்த நிலையில் நாற்காலியில் உட்கார்ந்திருந்தாலும் இனிமையும் சிநேகமும் அவர் முகத்தில் இன்னும் பரவியிருந்தன.

“உங்களையெல்லாம் ஒரு தடவைப் பார்த்துவிட வேண்டுமென்றிருந்தது. இன்னும் ஓரிரு நண்பர்களிடமும் சொல்லிவிட்டேன். டாக்டராக இருப்பதால் இப்படி ஒரு தொல்லை. என் உடல்நிலை எனக்கே தெரிந்துபோய்விடுகிறது. என் பழைய அனுபவம் ஒன்றை உங்களுக்குச் சொல்ல வேண்டும். உங்களுக்குத் தெரியுமா? எங்கள் குடும்பத்தில் அத்தனை பேரும் டாக்டர்கள்! என் மனைவி உட்பட! என்ன பிரயோஜனம்? தினப்படி வழக்கமாக என் மனைவி என்னைத் தவறாமல் விடியற்காலம் எழுப்பிவிடுவாள். ‘வாக்கிங் கெளம்புங்கோ!’ என்று உத்தரவு போட்டுவிட்டு மீண்டும் திரும்பிப் படுத்துக்கொள்வாள். சில காலத்துக்குப் பிறகு விடியலில் அவள் உத்தரவு போடாமலேயே அவள் என்னை விரட்டுவதுபோல் எனக்குத் தோன்றி நான் எழுந்துவிடுவதும் உண்டு!

பத்து வருஷத்துக்கு முந்தி அன்றும் நான் அப்படித்தான் எழுந்து அவளை நன்றாகப் போர்த்திவிட்டு வாக்கிங் போனேன். ஒரு மணி நேரம் கழித்துத்தான் வந்தேன். நன்றாகத் தூங்கிக்கொண்டிருந்தாள். நான் அவள் தூக்கத்தைக் கலைக்க விரும்பவில்லை. நானே காபி தயாரித்துக்கொண்டு, கூடத்தில் பேப்பரை விரித்துக்கொண்டு உட்கார்ந்திருந்தேன். மணி 9:30 க்கு மேல் ஆகிவிட்டது. அங்கே வந்த என் மகள் ‘ஏன் அம்மாவை எழுப்பவில்லையா... இன்னுமா தூக்கம்?’ என்றாள்.

‘தூங்கட்டுமேடீ... ஏதோ அசதியா இருக்கலாம்’ என்றேன்.

‘நோ... நோ... எழுப்புங்கள் நேரமாகிவிட்டது’ என்று உள்ளே போனாள். நான் உள்ளே போய் அவளை விதவிதமாக எழுப்ப முயன்றேன். அவள் கண் விழிக்கவே இல்லை. கைகள் சில்லிட்டுப்போயிருந்தன. கலக்கமுடன் அவசரமாக இன்னோர் இதய டாக்டரைக் கூட்டிவந்து காண்பித்தோம்.

‘உங்கள் மனைவி இறந்துபோய் இரண்டு மணி நேரம் ஆகிவிட்டது’ என்றார்.

என்னால் அதிர்ச்சியைத் தாங்க முடியவில்லை. அவள் காலையிலேயே இறந்துபோய்விட்டாள். இரண்டு மணி நேரமாக மனைவி இறந்ததை உணராமல் நான் காபி குடித்துக்கொண்டு கூடத்தில் ஆசுவாசமாக உட்கார்ந்துகொண்டிருக்கிறேன். இப்படி ஒரு விபரீதமான சோகமா எனக்கு?" அவர் கண்ணில் ஈரம் துளிர்த்தது. "ஆனா, இப்ப என் விஷயத்தைப் பாருங்கள். என் முடிவு எனக்கு அநேகமாக நிச்சயமாகவே தெரிந்துவிட்டது. மாதம், தேதி, கிழமைகூடச் சொல்லிவிடலாம். அந்த அளவுக்கு ஆண்டவன் எனக்கு நோட்டீஸ் கொடுத்துவிட்டார். என் மனைவியைப்போல் நான் யாருக்கும் தெரியாமல் சத்தமில்லாமல் சாக முடியாது. இப்போது விடிந்தால் எல்லோருமே ஆவலுடன் எதிர்பார்த்துக்கொண்டிருக்கும் செய்தி என்னுடைய சாவுதான். அப்படி ஒரு ராசி எனக்கு!" என்று சிரிக்க முயன்றார்.

அவருக்கு பலமாக இருமல் வந்துவிட்டது. "நிச்சயம் அடுத்த மாதம் வருவேன். இதே கதையை மீண்டும் என்னிடம் சொல்லி, நீங்கள் சிரித்துக்கொண்டிருப்பீர்கள் சார்... வரட்டுமா?" என்று விடைபெற்றேன்.

மூன்று நாள்கள் கழித்து, அந்தச் செய்தி அவர் குடும்பத்தாரால் அறிவிக்கப்பட்டது.

டாக்டர் ஹரிஸ்ரீனிவாசன் என்கிற சார்வாகன், நாடகங்கள், சிறுகதைகள், கவிதைகள் என நிறையவே எழுதியிருக்கிறார். அவருடைய சிறுகதை ஒன்றை முழுமையாக வாசிக்கலாம் இங்கே...

'எதுக்குச் சொல்றேன்னா...'

அவன் பேசிக்கொண்டே போனான்: "என்ன செய்வது சொல்லுங்கள். நாம் என்ன, கேட்டுக்கொண்டா பிறந்தோம். இல்லை, நம்முடைய அப்பா-அம்மாவை நாமே தேடிக்கொண்டோமோ? யாரோ ரெண்டு பேர் என்னமாவோ முடிச்சுப் போட்டுக்கொண்டாங்க. நாம வந்து விழுந்தோம். பாலும் சர்க்கரையும் கலந்து வெக்கிறப்போ ஈ வந்து விழுந்த மாதிரி. இது பொருத்தமில்லையோ? அப்போ சிரங்கிலே புழுவந்து தோணின மாதிரின்னு வெச்சுக்குங்களேன். எதுக்குச் சொல்றேன்னா, நாம வந்ததுக்கு நாம பொறுப்பாளியில்லை.

ஆனாலும் வந்துட்டோம். வந்த பிறகு போகிறதுக்குள்ளே இருக்கவேண்டிய பொறுப்பு மாத்திரம் நம்மதாயிட்டுது.

ஏன், நமக்குக்கூட சில சமயம் தோணுறதில்லையா, 'எல்லாத்தையும் ஒழிச்சிட்டு ஒரேயடியாப் போயிட்டா என்ன?'ன்னு. ஆனா, எவ்வளவு பேர் அப்படித் துணிஞ்சு செய்றோம். இயற்கையோட விதி நாம் இருக்கிறதுக்காகத்தான் வழி செய்துகொள்ளச் செய்யுதே தவிர இறக்கிறதுக்கு வகை செய்றதில்லை. ஆனாலும் அதிசயம் பாருங்க, நாம் இருக்கிற ஒவ்வொரு நாளும் சாவை நோக்கியே ஒரு படி. எதுக்குச் சொல்றேன்னா, வாழ்வுங்கிறது பொறுப்பற்ற வழியிலே ஆரம்பிச்சு, ஒருநாள் நிச்சயமா பொக்குன்னு போகிற போக்கற்ற வியாபாரம். இதுல எதுக்கய்யா நாம அநாவசியமா நம்மைக் கஷ்டப்பட்டு வறுத்தெடுக்கணும்.

என்ன வேதாந்தம் பேசறேன்னு பார்க்கிறீங்களா, வேதாந்தமும் இல்லை வெண்டைக்காயுமில்லை. அப்பட்டமான உண்மையைத்தான் சொல்றேன். உண்மைக்கும் பொய்க்கும் என்ன வித்தியாசம் சொல்லுங்க. உண்மை மாதிரி இருக்கும்... ஆனால் அது உண்மையில்லை. அதுதானே பொய்? வேதாந்தமும் அந்த மாதிரி பொய். நீங்களே சொல்லுங்க நம்ம வாழ்விலே எது நிஜம்? நேத்து நடந்ததெல்லாம் போயிட்டுது. செத்துப்போனது. நாளைக்கு வரப்போகிறது வந்த பின்னாலேதான் நிச்சயம். அதுவரைக்கும் அதுவும் நிஜமில்லைதான். நாளைக்குக் குத்தப்போகிற முள் இன்னிக்கு வலிக்குதா? இல்லை, முந்தாநாள் தின்ன பாகற்காய் இன்னிக்குக் கசக்குதா? சும்மா பிணத்துலே ஊறுகிற புழு மாதிரி முந்தாநாள் நடந்ததிலேயே மனசை நெளிச்சுக்கிண்டிருந்தா எப்பிடி சுகம் வரும்? நாளான்னிக்கி வரப்போகிற ஜிலேபியை நினைச்சு நாக்கைச் சப்புக்கொட்டிக்கொண்டிருந்தால் இன்னிக்கு வயிறு நிறைஞ்சுடுமா?

தொடை மாமிசத்தைக் கடித்து இழுப்பதற்காகச் சில விநாடிகள் பேச்சை நிறுத்தின அவன் மீண்டும் தொடர்ந்தான். "எதுக்குச் சொல்றேன்னா, இப்போ, இந்த நிமிஷம், இந்த க்ஷணம்தான் நிஜம். அதுதான் உண்மை. அதுதான் எனக்குத் தெரியும். அதனால்தான் என்னை உறைக்க முடியும். அதைத்தான் என்னால் உணர முடியும். மீதியெல்லாம் செத்ததோ, இல்லை இன்னம்

பிறக்காத வெறும் கனவோதானே. ஆனாலும் பாருங்க, விஷயம் சுளுவாயில்லை. ஆழ்ந்து பார்த்தா இந்த நிமிஷம், க்ஷணம்கூட கொஞ்சம் வலுவில்லாததுதான். நிமிஷமோ விநாடியோ நின்னாதானே அதுதான் ஓடிக்கொண்டேயிருக்கே, இதுதான் இந்த விநாடின்னு நான் எதைச் சொல்றது? சொல்கிறப்பவே ஓடிப்போச்சே, வேறே விநாடி வந்துட்டுதே. இந்த வயத்தெரிச்சலுக்கு என்ன செய்கிறது? அப்போ நிஜம்னு ஒண்ணும் கிடையாதா? எல்லாம் பொய்யின்னா அதிலேயும் ஒரு சங்கடம் இருக்கு. ”

பேச்சை நிறுத்தி, எலும்பைக் கடித்து, உள்ளே இருந்த மஜ்ஜையைச் சத்தத்தோடு உறிஞ்சிக்கொண்டே பேச்சை, விட்ட இடத்திலிருந்து ஆரம்பித்தான்.

“எதுக்குச் சொல்றேன்னா, ‘நான்’ என்று சொல்லிக்கொள்கிற ஒண்ணாவது நிஜமா இருக்கணும். இல்லாதுபோனா நானே, என் பேச்சும் எண்ணமும் உட்பட பொய்யாய்ப்போகிறேன். அதே மாதிரி இந்த விநாடி, இருக்கிறவரையில், நிஜமாக இருக்கணும். அது நிகழ்காலமா இருக்கிறதனாலேயே. ஆனா, ‘நான்’ என்கிறதே கடந்தகால அனுபவமும் எதிர்காலக் கனவுகளும் பிண்டமான ஒண்ணுதானே. எல்லாம் பொய்யால் ஆன ‘நான்’ மட்டும் எப்படி நிஜமாயிருக்க முடியும்? இப்படியெல்லாம் சந்தேகத்திலே கடைக்காலெடுத்து, காலத்தையும் கனவையும் செங்கல்லாக்கி எழுப்பின கட்டடம் நம்ம வாழ்க்கை.

இதுலே நகாசு வேலை – நல்லது கெட்டது, புண்ணியம் பாவம், ஒன்னது என்னது, ஒசந்தது தாழ்ந்தது, நாகரிகம் அநாகரிகம், கௌரவம் அகௌரவம், வேண்டியது வேண்டாதது, பிடிச்சது பிடிக்காதது – எத்தனை போங்கள், இதெல்லாம் யாரை யார் ஏய்க்கிறதுக்குன்னு எனக்கே வெளங்கலை.

எதுக்குச் சொல்றேன்னா, என்னைப் பொறுத்தமட்டிலே இதுலேயெல்லாம் அர்த்தமிருக்கிறதாகப் படவில்லை எனக்கு. நாம நல்லதுன்னு நினைச்சா நல்லது, இல்லையின்னா கெட்டது. நியூகினீக்காரன் நல்லதுன்னா தலையை வெட்டலையா, வெள்ளைக்காரன் நல்லதுன்னா வேண்டாதவங்களைச் சுட்டுப் பொசுக்கலையா, துரோணன்கூட ஏகலைவன் கட்டைவிரலைக் கடிச்சுக்கலையா, எல்லாம் மனசுலேதான் இருக்குங்குறேன்.

எதுக்குச் சொல்றேன்னா, இதோ பாருங்க... நீங்களும் நானும் இப்போ ரசிச்சுக்கிட்டுச் சாப்பிடுறோம், கறி எவ்வளவு ருசியாயும் மெதுவாயும் இருக்கு. இந்தக் கறி நடமாடிக்கிட்டிருந்ததைப் பற்றி யோசிக்கிறாமா. ரொம்பப் பேருக்கு யோசிக்கவே பிடிக்கிறதில்லை. ஏன் அப்பிடித் தெரியுமா? நடமாடுறப்போ அங்கே இருந்த உண்மை வேறே. அது அப்போ சாப்பிடுற வஸ்துவில்லை. இப்போ அந்த உண்மை இறந்தகாலமாய்ப்போச்சு. இது வேறே உண்மை. சாப்பிடுற உண்மை. இதுதான் இப்போ உண்மை. இதைச் செத்துப்போன பழைய உண்மையோடே எப்படிச் சேர்த்துப்பார்க்கிறது?

எதுக்குச் சொல்றேன்னா, நமக்கு புத்தி இருக்கு. விருப்பு வெறுப்பில்லாமல் கொஞ்சம் யோசனை பண்ணலாம். பண்ணணும். வார்த்தைகளைக் கண்டு மலைச்சுப்போகக் கூடாது. வார்த்தைகளோடே சண்டைபோடக் கூடாது, வார்த்தைதான் வாயிலேயிருந்து வந்தா காத்தாப்போச்சே! இதைப் பாருங்க, இந்தக் கறி இன்னைக்குக் காலையிலேகூட ஓடியாடிக்கிட்டிருந்தது. அப்போ அதுக்குத் தெரியாது, இப்போ நம்ம வயித்துக்குள்ளே போகப்போகிறோம்னு. கொஞ்சிற்று. பாட்டுப் பாடிற்று. ஒரு க்ஷணம் அது இருந்தது. ஒரு வெட்டு. மறு க்ஷணம் அது இல்லை. நமக்குச் சாப்பாடு. இதுதான் உலகம். இது என்ன மிருகம்னு கேட்கிறீங்களா, இதைப் பாருங்கள். ”

அவன் தன் ஜோல்னா பையிலிருந்து ஒரு சிறு குழந்தையின் தலையொன்றை எடுத்து வெற்றிப் புன்னகையோடு காண்பித்தான். நான் எச்சில் கையோடு அங்கேயிருந்து ஓடிவிட்டேன்.

1960-களின் தொடக்கத்தில் பிரிட்டிஷ் விஞ்ஞானியும் நாவலாசிரியருமான சி. பி. ஸ்நோ என்பார் எழுதிய புத்தகம் 'TWO CULTURES'. அறிவியலும் இலக்கியமும் இருவேறு பண்பாடுகளாக இருப்பதுதான் இன்றைய உலகப் பிரச்னைகளுக்கு மூலம் என்பதாக அவர் விவாதிப்பார். நாம் மேலே உள்ள சார்வாகனின் கதையில் அவருடைய அறிவியல் மனமும் படைப்பு மனமும் ஒருங்கே இயங்கியிருப்பதைக் காண முடியும். கற்பனையும் தர்க்கமும் புரண்டு புரண்டு நகர்வதை அவதானிக்கலாம். 1964-க்கும் 1976-க்கும் இடைப்பட்ட

காலத்தில்தான் அவர் அதிகமான கதைகளை எழுதியிருக்கிறார். அங்கதம் அவர் கதைகளின் தொனியாக அமையும். சுய எள்ளலை உள்ளடக்கிய கிண்டலான பார்வையில் அவர் தன் கதைகளில் நம் சமகால வாழ்வை விமர்சிக்கிறார். கதைகளில் எந்த முடிவையும் தீர்வையும் அவர் சொல்வதில்லை. ஆனாலும் வாசிக்கையில் நாம் உள்வாங்கிக்கொள்ள நிறைய கேள்விகளும் சிலிர்ப்புகளும் அவர் கதையில் இருக்கும்.

எமர்ஜென்சி சமயத்தில் 1976ஆம் ஆண்டில் அவர் எழுதிய கதையான `புதியவன்' எதையும் நேரடியாகக் குறிப்பிடாவிட்டாலும் காலம் காலமாக அதிகாரம் எப்படி எளிய மக்களின் உளவியலில் அடிமை மனநிலையை உருவாக்குகிறது என்பதை நுட்பமாகப் பேசுகிறது.

`நடக்க முடியாதவள்' என்கிற கதை ஒரு க்ளாசிக் கதை என்றுதான் சொல்ல வேண்டும். பொதுவாக, இப்படியான ஒரு செவ்வியல் முடிவைப் பிற கதைகளில் வைக்காதவர் சார்வாகன்.

“வாழ்க்கையிலே அன்றாடம் விதவிதமான சம்பவங்களில் நாம் பங்கேற்கிறோம். அவற்றின் விளைவாக நமக்குப் பல்வேறு வகையான அனுபவங்கள் நேர்கின்றன. அவற்றுள் பல தங்கள் அடையாளத்தை நம்முள் நிரந்தரமாகப் பதித்துவிடுகின்றன. அந்த மாதிரியான அனுபவங்களில் சிலவற்றையாவது நாம் பலருக்கும் எடுத்துச் சொல்ல வேணும் என்று பெரிதும் விரும்புகிறோம். போன வருஷம் நிகழ்ந்த இந்தச் சம்பவமும் அந்த மாதிரியான அனுபவங்களில் ஒன்று” என்று தொடங்கும் `நடக்க முடியாதவள்' கதை, புற்றுநோய் தாக்கப்பட்ட ரோகிணி என்கிற பெண்ணைப் பற்றிய கதை.

வேளாண் விஞ்ஞானிகளான இரு நண்பர்கள் கதை சொல்லியும் வாமன் தாமோதரும், இவர்களைச் சந்திக்க இன்னொரு விஞ்ஞானியும் இவர்களின் நண்பருமான ஆந்திரே மில்லர் ஹாலந்து நாட்டிலிருந்து வந்திருக்கிறார். வாமனும் அவரது மனைவி ரோகிணியும் தமிழகத்தின் தென்கோடியில் அமைந்திருந்த வேளாண் விஞ்ஞானி ஆராய்ச்சி மையத்தில் இருந்தார்கள். ஆகவே, கதை சொல்லியும் மில்லரும் அங்கே பயணிக்கிறார்கள். ரோகிணி நடுக்கூடத்தில் கட்டிலில் அமரவைக்கப்பட்டிருக்கிறாள். இடுப்புக்குக் கீழே செயல்பாடு இல்லை. அவளைப் பார்த்ததும்

மில்லரின் முகத்தில் ஏற்பட்ட பாவங்களை நுட்பமாகக் கவனிக்கும் ரோகிணி, அவரிடம் கடுமையான தொனியில் கேள்வி கேட்டு சீக்கிரமே அவரை அறைக்கு அனுப்பிவிடுகிறாள். தன்னை இப்போதே பிணமாக உணரும் அவர் மனம் அவர் முகத்தில் தெரிவதை அவள் கண்டுகொள்கிறாள். தன்னை நடுக்கூடத்தில் படுக்க வைத்திருப்பதை மில்லரின் மனம் ஏற்காததும் அவளுக்குப் புரிகிறது.

“நான்தான் இங்கே, வீட்டின் மத்தியிலே, என்னைப் படுக்க வைக்க வேண்டும் என்று பிடிவாதம் பிடித்து வாமனிடம் வற்புறுத்திச் சொல்லிக் கட்டிலை இங்கே போட வைத்தேன். நான் இன்னும் இந்த வீட்டின் எஜமானிதானே. இந்தக் குடும்பத்தின் தலைவியாகத்தானே இருக்கிறேன். இதன் அன்றாட வாழ்விலே, நடைமுறைகளிலே நான் எனக்கு உரிய பங்குபெற விரும்புகிறேன். அதற்கு எனக்குத் தகுதி இல்லையா என்ன?எனக்கு இன்னும் உயிர் இருக்கிறது அல்லவா? என்னால் இன்னும் பேச முடிகிறது, கண் பார்க்கிறது, காது கேட்கிறது, மூளையால் இன்னும் யோசிக்க முடிகிறது, அது போதாதா? என்னால் நடக்க முடியாது அவ்வளவுதானே? வீட்டுக்குள் ஓடியாடினால்தான் குடும்பத்தை நடத்த முடியுமா என்ன? என்னைத் தனிமைப்படுத்தி ஓரங்கட்டிவைக்க எனக்கென்ன தொத்துவியாதி ஏதாவது பிடித்திருக்கிறதா என்ன? இல்லை, பைத்தியம் பிடித்துப் பாயைச் சுரண்டிக்கொண்டிருக்கிறேனா? அப்படியொண்ணும் இல்லையே!”

நோயுற்ற ஒருவர் தனக்குரிய இடத்தைப் போராடிப்பெறும் கதையாக இதை வாசிக்கலாம். ஏற்கெனவே ஒருமுறை அவளுக்குக் கட்டி வந்து அதைச் சோதனைக்கு அனுப்பியபோது ‘புற்றுநோய்க்கூறு இல்லை’ என்று ரிசல்ட் வருகிறது. ‘அப்பாடா’ என்று விட்டுவிடுகிறார்கள். மீண்டும் அதே இடத்தில் கட்டி வருகிறது. இப்போது அது புற்றுநோய்க்கட்டிதான் என உறுதிப்படுகிறது. வாமனுக்குச் சந்தேகம் வந்து பழைய கட்டியை மீண்டும் மறு ஆய்வுக்கு உட்படுத்த, தன் நண்பரான டாக்டரிடம் கேட்டுக்கொள்கிறான். மறு ஆய்வில் பழைய கட்டியிலேயே புற்றுநோய்க்கூறு இருப்பது தெரியவருகிறது. அடடா... இதை அப்போதே ஏன் கண்டுபிடிக்க முடியாமல் போனது? என்கிற வருத்தமும் கேள்வியும் எழுகிறது. இதை வாழ்வின் புதிர் என்று சொல்லாமல் தற்செயல் நிகழ்வுகளின் தொகுப்புதானே நம்

வாழ்க்கை என்று வாசகர் ஊகிக்கும்விதமாக சார்வாகன் கதையை நகர்த்திச் செல்கிறார். அறிவியலும் புனைவும் புதிர்களும் நிறைந்த மனித வாழ்வையும் மனித மனதையும் படம்பிடித்த கதை இது.

அவர் நிறைய சிறுகதைகள் எழுதவில்லை. அதுபற்றி நற்றிணை பதிப்பகம் வெளியிட்டுள்ள தொகுப்பின் முன்னுரையில் அவரே இவ்வாறு குறிப்பிடுகிறார்.

“நான் உண்மையாக ‘எழுத்தாளன்’ என்றிருந்தால் இதைப்போல நாலைந்து மடங்கு எழுதிக் குவித்திருக்க வேண்டும். என் கைவிரல்கள் மரத்து மடங்கி விடவில்லையே. ஆகவே, இன்னமும் எழுதிக்கொண்டிருக்கவும் வேண்டும். இரண்டும் நேரவில்லை. நான் அவ்வப்போது ஏதேதோ எழுதியிருந்தாலும் என்னை எப்போதும் ஓர் எழுத்தாளனாகக் கருதிக்கொண்டதில்லை. இப்போதும் கருதிக்கொள்ளவில்லை.

...எனக்கு இன்னும் ஒரு குறை. 1988ஆம் ஆண்டில் என்று நினைக்கிறேன். நான் இறந்துவிட்டேன் என்று கேள்விப்பட்டு (உண்மையில் இறந்தது சார்வாகனல்ல. சாலிவாஹணன் என்கிற முந்தின தலைமுறை எழுத்தாளர்) வல்லிக்கண்ணன் ஓர் இரங்கல் கட்டுரை எழுதியிருந்தார். எதில் பிரசுரித்தார் எனத் தெரியவில்லை. அந்த அரிய கட்டுரையைத் தேடுகிறேன்... தேடுகிறேன். இன்னும் தேடிக்கொண்டேயிருக்கிறேன். எனக்குத் தெரிந்து மார்க் ட்வைன் தவிர, வேறு யாருக்கும் இந்த அரிய பாக்கியம் கிட்டினதில்லை. மிகப்பல வருஷங்களுக்குப் பிறகு வ. க. வைச் சந்தித்தபோது அவரிடம் விசாரித்தேன். நடந்தது பற்றி வெட்கப்பட்டுக்கொண்டாரே தவிர, எங்கே பிரசுரித்தார் என்பது அவருக்கும் நினைவில்லை. அது யாரிடமேனும் இருந்தால் அதையும் அடுத்த பதிப்பில் (அப்படி ஒன்று வருமானால்) சேர்த்துவிடலாம்.”

தன்னை எழுதத் தூண்டியவர் என மூத்த படைப்பாளி தி.க.சி-யை நன்றியுடன் முன்னுரையில் குறிப்பிடுகிறார். “எழுதுங்கய்யா” என்று பார்த்தபோதெல்லாம் அவர் தூண்டியிருக்காவிட்டால், நான் இத்தனையாவது எழுதியிருப்பேனா என்பது சந்தேகம்தான் என்று குறிப்பிடுகிறார்.

ஆறு கண்டங்களுக்கும் பயணம் செய்து, பல்வேறு தேசங்களின் தொழுநோயாளிகளின் வாழ்வில் ஒளியேற்றிய அவரது செறிவான அனுபவங்களில் காலூன்றி அவர் எவ்வளவோ எழுதியிருக்கலாம். நமக்குக் கிடைக்கவில்லை. நாம் அவர் வாழும் காலத்திலேயே அவரை இனம்கண்டு வாசித்துக்கொண்டாடியிருக்க வேண்டும். கொள்வார் இல்லாததால் கொடுக்காமல்போன கலைஞன் சார்வாகன். எவருடைய எழுத்தைப்போலவும் இல்லாத தனித்துவத்துடன் மிளிரும் அவரது கதைகளை வாசிக்கையில் இந்த ஏக்கம் நம் மனதில் படர்கிறது. அவர் அளித்துள்ள இந்த 43 சிறுகதைகளும் சிறுகதை வரலாற்றில் நிச்சயம் இடம்பெறுகின்றன.

ஆனால், அவருக்கு இந்த வாழ்க்கையின் மீது எந்தப் புகாரும் இருக்கவில்லை என்பதோடு நிறைவான மனதோடுதான் இந்த உலகிலிருந்து விடைபெற்றுள்ளார். காலச்சுவடு வெளியிட்டுள்ள அவரது தேர்ந்தெடுத்த கதைத்தொகுப்பின் பிற்சேர்க்கையாக ஒரு மருத்துவ ஏட்டில் அவர் எழுதிய கட்டுரையின் பகுதியை வெளியிட்டுள்ளார்கள்.

“1980-களில் பிரேசில் நாட்டில் அமேசான் ஆற்றங்கரையில் இருந்த மனாவ்ஸ் என்ற சிற்றூருக்கு WHO குழுவினருடன் சென்றிருந்தேன். அங்கே தொழுநோய் மருத்துவமனை ஒன்று இருந்தது. அங்கு இருந்த நோயாளிகளைப் பரிசோதித்துக்கொண்டிருந்தபோது, மருத்துவர் ஒருவர் தொலைவில் நின்றிருந்த பெண்மணியைச் சுட்டிக்காட்டி “அவர் உங்களைப் பார்க்க வேண்டுமென்று துடிதுடித்துக் கொண்டிருக்கிறார்” என்றார். ‘இங்கு இருப்பவர்களுக்கு உங்களுடைய அறுவைசிகிச்சை மூலம்தான் சிகிச்சையளிக்கிறோம். பத்து வருடங்களாகச் செயலிழந்திருந்த இந்தப் பெண்ணின் கை, கால்கள் சிகிச்சைக்குப் பிறகு சரியாகியிருக்கின்றன. அதற்குக் காரணமான உங்களுக்கு அவர் நன்றி கூற வேண்டுமாம்" என்றார். அந்தப் பெண்ணிடம் சென்றேன். என்னை அருகில் பார்த்ததும் அவருக்கு சன்னதம் பிடித்ததைபோல ஆகிவிட்டது. எனக்குச் சற்றும் புரியாத போர்ச்சுக்கீசிய மொழியில் என்னென்னவோ பேசினார். கை, கால்களை ஆட்டிக்காட்டினார். என்னைக் கட்டிப்பிடித்தார். என் உடம்பு முழுக்கத் தடவிக்கொடுத்தபடி பாதி அழுகையும், பாதி சிரிப்புமாக ஏதேதோ பிதற்றினார். தென்னிந்தியாவில் ஏதோ ஒரு

மூலையில் ஆரணி என்ற சிற்றூரில் வளர்ந்த ஒருவனிடம், ஆயிரக்கணக்கான மைல்கள் தாண்டியுள்ள ஒரு கண்டத்தில் வசிக்கும் ஒரு பெண்மணி அவருடைய வாழ்க்கையை மீட்டெடுத்துத் தந்துவிட்டதாகச் சொல்லி ஆனந்தக் கூத்தாடி நெகிழ்ந்துகொண்டிருக்கிறாள். இதைவிடப் பெரிய விருது எனக்கென்ன வேண்டும்? நான் சரியான வாழ்க்கையைத்தான் வாழ்ந்திருக்கிறேன் என்று அப்போதுதான் உணர்ந்தேன். ”

ஆனாலும் உங்கள் வாழ்வனுபவத்தின் சாரத்தைக் கதைகளாக நாங்கள் பெறவில்லை என்கிற குறை ஒன்றுள்ளது தோழர் சார்வாகன்!

36

சுந்தர ராமசாமி

நவீன இலக்கிய உலகில் 50 ஆண்டு காலம் இடையறாது இயங்கிய பேராளுமை சுந்தர ராமசாமி. அவரை மைய அச்சாகக்கொண்டு ஓர் இலக்கிய இயக்கமே எழுந்து நிற்கிறது. அமரர் ஜீவானந்தம் அவர்களுக்கு நெருக்கமான பையனாக இள வயதில் கம்யூனிஸ்ட் இயக்கத்தால் கவரப்பட்டு கம்யூனிஸ்ட்டுகளான ரகுநாதன், விஜயபாஸ்கரன் ஆகியோர் நடத்திய சாந்தி, சரஸ்வதி இதழ்களில் சிறுகதைகள் எழுதத்துவங்கினார்.

1951இல் ரகுநாதனின் சாந்தி இதழ் கொண்டுவந்த புதுமைப்பித்தன் நினைவு மலரில் அவரது முதல் கதையான ‘முதலும் முடிவும்’ வெளியானது.

ஆரம்பத்தில் அவர் எழுதிய கதைகள் சோசலிச யதார்த்த பாணிக் கதைகளாகவே இருந்தன. தண்ணீர், பொறுக்கி வர்க்கம், கோவில் காளையும் உழவு மாடும் போன்ற கதைகள் அதற்கு உதாரணமான கதைகள்.

தண்ணீர் கதை விவசாயத்துக்கு தண்ணீர் விடக்கோரி ஒரு கிராமத்து இளைஞர்கள் நடத்தும் போராட்டம் பற்றியது. விவசாயத்துக்கு அணையைத் திறந்துவிட மறுத்த அதிகாரிகள் தாணுமாலயன் கோவில் திருவிழாவுக்காக தெப்பக்குளத்துக்கு நீர் திறந்துவிட முடிவு செய்து அதை ரகசியமாக நள்ளிரவில் திறக்கிறார்கள். இளைஞர்கள் மடையை உடைத்து தண்ணீரை எல்லா வயல்களுக்கும் திருப்பி விடுகிறார்கள். மறுநாள் போலீஸ் வந்து ஊரையே தாகுகிறது. போராட்டக்காரர்களை அடித்து

நொறுக்குகிறது. அந்தக் கதையை சுந்தரராமசாமி முடித்திருக்கும் விதம்தான் இங்கு முக்கியமானது. .

"கீழே விழுந்து கிடந்த குற்றவாளிகளைப் போலீஸ் படை வண்டியில் தூக்கிப்போட்டுக்கொண்டு புறப்பட்டது. வண்டி ஊரைச் சுற்றிப் போகிறபொழுது அடிபட்டு அவலநிலையிலிருந்த வேலப்பனின் கூட்டாளிகள் சிரமப்பட்டு எழுந்திருந்து . லாரியின் வலை வழியே தங்கள் வயல்களைப் பார்த்தார்கள்.

பூர்ண திருப்தியில், எக்களிப்புடன் தலையாட்டியவாறே, கதிர்கள் வீரவணக்கம் சொல்லி அவர்களை வழியனுப்பி வைத்தன."

கதையின் இறுதி வரிகள் "முற்போக்கான" திசையைக் காட்டி நிற்க வேண்டும் என்று ஆரம்பகால இடதுசாரி எழுத்தாளர்கள் கருதி எழுதிய பாணியில்தான் சு. ராவும் இக்கதையை எழுதியிருக்கிறார். இப்படி எழுதுவதைக் கடுமையாகக் கேலிக்கும் விமர்சனத்துக்கும் உள்ளாக்குபவராகப் பிற்காலத்தில் சு. ரா மாறிப்போனது வரலாறு. 'கோவில் காளையும் உழவு மாடும் 'கதை உழைக்காமலே ஊரைச்சுற்றும் வைரவன் பண்டாரத்தையும் தன்னந்தனி ஆளாக வழிப்போக்கர்களுக்காக காட்டில் கிணறு தோண்டுகிற உழைப்பாளியான பனையேறிக்கிழவனையும் இரு குறியீடுகளான பாத்திரங்களாக வார்த்துக் கதையை நகர்த்திப்போகிறார்.. கிணறு வெட்டி முடிந்து போகிற வருகிற மக்களெல்லாம் தண்ணீரைப் பருகும் நாளும் வந்தது. கிழவனும் கண்ணை மூடினான். பண்டாரம் கல்தூணில் தலையைச் சாய்த்துக்கொண்டு அழுவதாகக் கதையை முடிக்கிறார். இரண்டு வர்க்கங்களின் குணாம்சத்தைப் பளிச்செனச் சொல்லும் கதை இது.

"பொறுக்கி வர்க்கம்" என்றே ஒரு கதை எழுதியிருக்கிறார். ஒரு ஓட்டல் வாசலில் எச்சில் இலையை வழித்துச் சாப்பிடும் பொறுக்கிகள் நிற்கிறார்கள். . அவர்கள் ரொம்ப காலமாக அந்த ஓட்டல் வாசலில் எச்சில் இலை பொறுக்கிச் சாப்பிட்டு வருபவர்கள். . இபோது ஓட்டல் முதலாளியின் மகன் கல்லாவுக்கு வந்துவிட்டான். அவன் இவர்களைக்கண்டு அருவருப்படைகிறான். இலை பொறுக்கிக்கொண்டிருந்த ஒரு சிறுவனை எச்சில் இலைக்குழிக்குள் குப்புறத்தள்ளிவிட்டு பெரிய இரும்புக்கரண்டியால் நையப்புடைக்கிறான். காயங்களோடு அந்தச் சிறுவன் கதறி அழுகிறான். ரோட்டில் போகிற வருகிற ஆயிரம் சனங்களில்

ஒருவர்கூட அவன் ஓலத்தைத் திரும்பிப்பார்க்கவில்லை. அவனைப்போலவே இலை பொறுக்கும் மக்கள்தான் ஒவ்வொருவராக வந்து அவனுக்கு நியாயம் கேட்கிறார்கள். தகராறு வலுத்தபோது முதலாளி வந்து விடுகிறார். சமாதானப்பேச்சு வார்த்தைக்கு வருகிறார். பொறுக்கி வர்க்கத்தின் சார்பாக ஒரு ஒன்றரைக்கண்ணன் பேசுகிறான். முதலாளி ஒரு ஐந்து ரூபாய் நோட்டை நீட்டுகிறான். ஒன்றரைக்கண்ணன் வெடித்து எழுகிறான்.

ஒன்றரைக் கண்ணன் மறுநிமிஷம் அதை அவர் கையிலிருந்து பிடுங்கி வீசி எறிந்தான்.

“இப்படி ரூபாயைத் தந்து ஏமாத்திப்போடலாம்னு நெனைக்க வேண்டாம். இந்த ரூபாயை நம்பி எதை வேணும்னாலும் செய்யலாம்கிற திமிரு வந்து போச்சுல்லே? உம்ம மாதிரி ஒரு அம்மைதான வேய் இவனையும் பெத்துப் போட்டிருக்கா. இவன் உடம்பிலேயும் ரத்தம்தானே ஓடுது? வேய், சின்னஞ்சிறு வயசிலே நானும் பொறுக்கியாத் திரிஞ்சவன்தான். இந்த ஓட்டல்லெ எச்சில் பொறுக்கி ஒம்ம கையாலெ அடிவாங்கி இருக்கேன். அது ஒமக்கு மறந்து போயிருக்கும். ஆனா எனக்கு மறக்கலெ. இண்ணைக்கு ஒம்ம மவன் இவனெ அடிச்சிருக்கான். அண்ணைக்கு நான் அடிபட்டு அளுதுக்கிட்டு ஓடினேன். இண்ணைக்கு அப்படியில்லெ. காலம் மாறிப் போச்சு. தெரிஞ்சுக்கிடும்!" “பின் என்ன செய்யணும்னு சொல்லு. " “ஒம்ம மவனெக் கூட்டிக்கிட்டு வாரும்” என்றான் ஒன்றரைக் கண்ணன். மகனை ஹோட்டல் பூராவும் தேடினார்கள். காணவில்லை. கடைசியில் எங்கிருந்தோ கூட்டிக்கொண்டு வந்தார்கள். “மன்னிப்புக் கேக்கச் சொல்லும் வேய், ஒம்ம மவனே!” ஒன்றரைக் கண்ணன் சொன்னான். சொல்லிவிட்டு கூட்டத்தைப் பார்த்து, “நான் சொல்லுவது நியாயம்தானே?” என்று வினயமாகக் கேட்டுக் கொண்டான். “நியாயம்தான், நியாயம்தான்” என்று குரல் எழுந்தது.

ஒன்றரைக் கண்ணன் சொல்லும் வாசகத்தை அதே பாஷையில் முதலாளி மகன் விக்கி விக்கித் திரும்பச் சொன்னான். கூட்டம் வேடிக்கை பார்த்தது.

அடிபட்ட பொறுக்கி சிரித்தான்”

என்று கதையை முடிக்கிறார்.

இக்கதை முடிவு யதார்த்தமாகப் படவில்லை. லும்பன் வர்க்கமான பொறுக்கி வர்க்கத்தின் மன ஓட்டம் மன்னிப்புக் கேட்கவா சொல்லும் என்கிற கேள்வி எழுகிறது. இது கதை எழுதுகிற சு. ரா வின் நடுத்தரவர்க்க மூளையில் உதித்த தீர்வாகவே இருக்கிறது. தன்னுடைய கருத்தை அந்தக் கதாபாத்திரத்தின் மீது ஏற்றி வைத்து எழுதிய குற்றத்துக்கு சு.ரா.ஆளாகிறார். இருப்பினும் அடித்தட்டு/விளிம்பு நிலை மக்களின் அவல வாழ்வை எழுத முன்வந்தது வரவேற்கத்தக்கது. பிற்காலத்தில் இந்த ஏரியாப்பக்கமே சு.ரா.வராமல் போனதை எண்ணிப்பார்க்கையில் இக்கதை அவருடைய எழுத்து வரலாற்றில் முக்கியமான கதைதான்.

இது சு. ரா. வின் சிறுகதைகளின் முதல் கட்டம். அதன்பிறகு அவருக்கும் ஜீவாவுக்கும் அவருக்கும் கம்யூனிஸ்ட் கட்சிக்கும் இருந்த உறவு அறுபடுகிறது. 60 களின் துவக்கத்தில் தோழர் ஜீவாவும் மறைந்து விடுகிறார். ஜீவா மறைவை ஒட்டி ஏப்ரல் 1963இல் தாமரை இதழ் கொண்டுவந்த ஜீவா மலரில் ஜீவா பற்றி சுந்தர ராமசசமி எழுதிய கட்டுரை ஒரு சிறுகதையைப்போல கவித்துவமாக ஜீவாவை அறிமுகம் செய்கிறது. சுப்பையா பிள்ளை என்கிற தோழருக்கும் ஜீவாவுக்கும் இடையில் நடக்கும் ஓர் உரையாடலை சு. ரா இளைஞராக இருக்கையில் அருகிருந்து பார்த்தும் கேட்டும் இருக்கிறார். அதையே இப்படி விவரிக்கிறார்:

“சுப்பையா பிள்ளை என்னைப் பார்த்து அசட்டுச் சிரிப்புச் சிரித்தார். இந்த ஆள் கையில் அகப் பட்டுவிட்டால், அவ்வளவுதான்' என்பது அந்தச் சிரிப்புக்கு அர்த்தம். ஒன்றாம் வகுப்பு மாணவன் மாதிரி, அவர், ஜீவா முன் தொந்தி தொப்பை யோடு நின்றிருந்தது வெகு ரசமான காட்சியாக இருந்தது.

" சரி கடைசி கேள்வி. இதுக்குள்ளே என்ன இருக்கு? சொல்லு பார்ப்போம்?" என்று கேட்டுக்கொண்டே ஜீவா சுப்பையா பிள்ளையின் தொந் தியைத் தடவினார்.

"மட்டன்" என்று சொல்லி விட்டு பூப்பூ வென்று சிரித்தார் சுப்பையா பிள்ளை. ஜீவாவும் கடகடவென்று உடம்பு குலுங்கச் சிரித் “மட்டன், கோழி சூப்பு, ஆம்லேட்டு, குறுமா, காமா சோமா... அதெல்லாம் இருக்கட்டும். இல்லாமலா போய்விடும். அதெல்லாம் நான் அதைக் கேக்கலே. சின்னக்குடல், பெரியகுடல், அந்தப்பை, இந்தப் பை அப்படீன்னெல்லாம் சொல்றாங்களே அதெக் கேக்கறேன். வயித்துக்குள்ளே என்ன என்ன இருக்குன்னு ஒரு சின்னப் படம் போட்டுக் காட்டு பார்ப்போம், "

" சும்மா இரு அண்ணேய். நீ ஒண்ணு. ஆளைப் போட்டுப் பயித்தாரன் ஆக்கிக்கிட்டு. அம்பி சிரிக்கான் என்னைப் பாத்து'' என்று உடம்பை நெளித்தபடி கொஞ்சினார் பிள்ளை.

ஜீவா, பிள்ளையின் கரங்களைப் பற்றியபடி, ★ சுப் பையா, தம்பி சுப்பையா, நாம் எல்லாம் இந்த தேசத்திலே, நாங்களும் மனுஷப் பிறவீனு சொல்லிக்கிட்டி வேட்டியும் கெட்டிக்கிட்டு அலையுறோமே, எதுக்குன்னு கேக்கறேன்? நமக்கு ஏதாவது தெரியுதா? நாம் ஏதாவது செய்து காட்டியிருக் கோமா? சத்தியமாக் கேக்கறேன்... காரு எப்படி ஓடுதுனு கேட்டா தெரியாதுங்கறே. சோறு எப்படிச் செமிக்குதுன்னு கேட்டா தெரியாதுங்கறே... விளக்கு எப்படி எரியுதுன்னு கேட்டா தெரியாதுங்கறே... குருவி எப்படிப் பறக்குதுன்னு கேட்டா தெரியாதுங்கறே... வாத்து எப்படி நீஞ்சுதுனு கேட்டா தெரியாதுங்கறே...'' என்று சொல்லிக்கொண்டே வந்தவர் துரித காலத்தில் ஆரம்பித்து, "எப்படி நிக்கறேன்னா தெரியாது; எப்படி ஓடறே? - தெரியாது; எப்படிப் படுக்கறே? - தெரியாது; பல் எப்படி முளைக்குது? தெரியாது..." என்று சொல்லிவிட்டு உரத்த குரலில் " என்ன எழவுதான் நமக்குத் தெரியும்?" என்று உணர்ச்சி வசப்பட்டுக் கத்தினார்,

சுப்பையா பிள்ளை ஜீவாவின் முகத்தையே பார்த்தபடி நின்றிருந்தார். அவர் முகத்தில் கோபத்தின் சாயலே தெரியவில்லை. அதற்கு நேர் மாறாக அவரை உட்கார வைத்து புஷ்பார்ச்சனை செய்தால் பிறக்கும் திருப்தியும் முகத்தில் தெரிர்தது.

ஜீவா தொடர்ந்து பேசினார் :

''சுப்பையா, நல்லாக் கேட்டுக்கோ; எறும்பு இருக்கே எறும்பு, இதைப்பத்தி இங்கிலீஷிலே எழுதி வெச்சிருக்கான் பாரு புஸ்தகம் தண்டிதண் டியா தலையாணி கணக்கா! எத்தனை ஆயிரம் புஸ்தகம் எறும்பெப் பத்தி! அட ஆண்டவனே, எறும்புலெ எத்தனை வகை ; ஒவ்வொண்ணும் என்ன என்ன செய்யுது ; பாட்டி எறும்பு என்ன செய்யுது; பேரன் எறும்பு என்ன செய்யுது ; அக்கா எறும்பு என்ன செய்யுது ; அம்பி எறும்பு (என்னைக் காட்டியவாறு) என்ன செய்யுது; எறும்புக் கூட்டம் லெஃப்ட்ரைட் போட்டு எப்படி மார்ச் பண்ணிப் போகுது; அதிலெ தலைவன் யாரு; தொண்டை யாரு? ஆண்டை யாரு; அடிமை யாரு? அய்யர் எறும்புக்கு என்ன மரியாதை; அரிஜன் எறும்புக்கு என்ன மரியாதை? காதலன் எறும்பும் காதலி எறும்பும் பூங்காவனத்தில் 'பாயும் ஒளி நீ எனக்கு

பார்க்கும் விழி நான் உனக்கு' அப்டீனு தொகையறா எடுத்து கிட்டப்பா சுந்தராம்பாள் மாதிரி பாடிக்கிட்டு எப்படி காந்தர்வ விவாகம் பண்ணிக் கிடுது... ... எனக்குச் சொல்லத் தெரியலே பையா! எனக்குச் சொல்லத் தெரியலே! பாவிகள் எழுதி வெச்சிருக்கிற புஸ்தகத்திலே ஒரு பக்கத்தெப் பாக்க இந்த ஆயுள் பத்தாது பத்தவே பத்தாது!... ஆமா... நாம் என்ன டான்னா நாமதான் மகா கெட்டிக்காரங்கனு நெனைச்சுக்கிடறோம்... 'ஓம்' என்கிற ரெண்டு எழுத்தும் குள்ளே நீ, உங்கப்பன், பாட்டன், பேரன், பூட்டன் தெரிஞ்சுக்கிட்டது அத்தனையும் அடக்கி வெச்சுருக்கோம், எல்லாம் இதுக்குள்ளே அடங்கிப் போச்சு என்கிறோம்... வேண்டாம், புதுசா ஒண்ணும் வேண்டாம், வேண்டவே வேண்டாம் அப்படீனு தொண்டை கிழியக் கத்தறோம். புல்லும் தர்ப்பையும் போரும் என்கிறோம். என்னை விட்டால் யாருடா? ஹய் தட்புட் ராஜா அப்படீன்னு தொடையெத் தட்டறோம்... . சாயங்காலமாயுட்ட ரேக்ளா வண்டியிலெ ஊர்சுத்தப் போறோம்... மோர்காரியிட்டெ குஸ்திக்குப் போறோம்... பால் காரியிட்டே சவால் விடுகிறோம். தம்பி உன்னை சொல்றேன்னு நெனச்சுக்கிடாதே. பொதுவாச் சொல்றேன்... ... . பொதுவாச் சொல்றேன்... ஆமா பொதுவாச் சொல்றேன்... ஆமா... நாம என்னைக்காவது அது ஏன் அப்படி? இது ஏன் இப்படி? அப்படி இருக்குமா? எப்படி இருக்கணும்? எப்படி மாத்த ணும்?... கொஞ்சமாவது யோசிச்சுப் பார்த்திருக்கிறோமா? கடுகாவது யோசிச்சிப் பார்த்திருக்கிறோமா?... யோசிக்காம மண்ணாந்தைகளா போய்ட்டோமே தம்பி, மண்ணாதைகளாகப் போயிட்டோமே... . . மண்ணாந்தைகளாகப் போயுட்டோமே..."

இரு கைகளாலும் ஜீவா தம் நெஞ்சில் அடித்துக் கொண்டார்.

ஜீவா! நீங்கள் எவ்வளவு அருமையான மனிதர் ஜீவாவின் மறைவுக்கு முன்பே சு. ரா. எழுத்தாளர் க. நா. சுப்பிரமணியன் அவர்களின் ஆளுகைக்குள் வருகிறார். கிருஷ்ணன் நம்பி போன்ற மகத்தான எழுத்தாளர்களைக்கூட அவர்களின் இடதுசாரிச் சாய்மானம் காரணமாக "முற்போக்கு இருட்டுக்குள்" சிக்கியவர்கள் என்று வெளிப்படையாகப் புறக்கணித்தவர் க. நா. சு.

அந்த நேரத்தில் சோவியத் நாட்டில் நிகழ்ந்த மாற்றங்களை ஸ்டாலின் காலத்திய 'அத்துமீறல்'களைக் கண்டிக்கும் மனநிலையும் சு.ராவுக்கு வந்து சேர்ந்தது. கேரளத்தின் பண்பாட்டுச் செயல்பாட்டாளரும் எழுத்தாளருமான எம். கோவிந்தனின்

சிந்தனைகளாலும் சு.ரா.கவரப்பட்டார். தனக்கும் க. நா. சுவுக்கும் இடையிலான உறவைப்பற்றி இவ்வாறு குறிப்பிடுகிறார்:

''1954ல் அவரைப் பார்த்ததிலிருந்து அவர் இறந்துபோவதுவரை ஒரு மானசீகத் தொடர்பு, நேர் சந்திப்பு, நட்பு, மதிப்பு எல்லாம் இருந்து வந்திருக்கின்றன. அவர் நேரில் இல்லாதபோதும் அவருடன் தனியாகப் பேசிக் கொள்வதுபோல் ஒரு உறவு தொடர்ந்து இருந்து வந்திருக்கிறது. இப்போதும் சில விஷயங்களுக்கு அவரிடம் ஆலோசனை கேட்டு மனதளவில் பெற்றுக்கொண்டுதானிருக்கிறேன். அதன் பிறகான காலம் முழுவதும் இடதுசாரிகள் மீது விமர்சனம் வைப்பவராக சு. ரா. மாறிப்போனார். அவருடைய எழுத்தின் சாரமும் அகநிலை சார்ந்ததாக மாறியது. இடதுசாரி எழுத்தாளர்களை "இலக்கியக் கால் நனைப்புக் கொண்ட அரசியல்வாதிகள்" என்று முகத்தில் அடிப்பதுபோல எழுதினார்.

"தமிழ்நாட்டு இடது சாரி எழுத்தாளர்களுக்கு அவரைப்போன்ற (க.நா.சு.போன்ற) ஒருவர் தேவையே இல்லை. அவர்களுக்குத் தேவை வல்லிக்கண்ணனும் தி. க. சியும் தான். ரகுநாதன்கூடத் தேவையில்லை" என்று சாடினார். சுந்தரராமசாமி அவர்கள் எழுதிய கதைகள் 72 . 1951 முதல் அவர் மறையும் 2005 ஆம் ஆண்டு வரையிலும் இடைவிடாது கதைகள் எழுதியிருக்கிறார். இடையில் ஒரு ஏழு ஆண்டுகள் எதையுமே எழுதாமல் . துறவறம் போல இருந்திருக்கிறார். அந்த மௌனத்திற்குப் பிறகு "பல்லக்குத் தூக்கிகள்" என்கிற சிறுகதைத்தொகுப்பு வந்தது. இன்னும் உள் முகமான கதைகள் அவரிடமிருந்து வரத்துவங்கின. அதை அவரது மூன்றாவது கட்டம் என்று விமர்சகர்கள் குறிப்பிடுகிறார்கள். ஏழாண்டு இடைவெளிக்குப் பிறகு அவர் எழுதிய கதைகளின் தன்மைக்கு "அழைப்பு" கதை ஒரு சோற்றுப்பதம் எனலாம். அக்கதையிலிருந்து சில பகுதிகள்.

''அழைப்பு அத்தனை உக்கிரமாக அதற்கு முன் என் மன வெளியை மோதியதில்லை. அன்று, விளையாட்டயரங்கில் விட்டு விட்டு எழுந்து வானவெளியைத் தாக்கும் ஆரவாரம்போல் என் மனவெளியில் மோதல்கள் அதிர்ந்தன. சில்லென்ற அருவி உச்சந் தலையைப் பெயர்த்துக்கொண்டிருந்த அந்நேரத்தில் நரம்புகளில் வெந்நீரை ஏற்றியதுபோல் ரத்தம் வெதுவெதுப்படைந்து கொண்டிருந்தது. அந்த நிமிஷம், தாண்டாது என் மனதில் உறைந்துபோக, வாய் விட்டுப் பிரார்த்தனை செய்தேன். மன வெளியில், கற்குழவி போல் தாதுபலம் தொங்கும் ஒரு எருதின்

பீறிட்ட கத்தலைப் பின்தொடர்ந்து எழுந்த சித்திரங்கள்... அவற்றை விவரிப்பதே கஷ்டமான காரியம்...

மேலே சொன்ன அனுபவத்திற்கு சமீபத்தில்தான் ஆளானேன். ஒரு காட்டருவி என் மண்டையைப் பெயர்க்க நின்று கொண்டிருந்தபோது, அன்று, கிராமப் பாதைகளில், ஊருக்கு வெளியே, வெகுவாக எட்டி, தெரியாத முகங்கள் தாண்டி, முகங்கள் அருகிப்போன தடங்களில் போய்க்கொண்டிருந்தேன். கேள்விப்பட்ட ஊர்களே தவிர எல்லாம் பார்த்திராதவை. பெயர் கிளப்பியிருந்த கற்பனைகளை ஏமாற்றும் ஊர்க்கோலங்களைப் பார்த்தபடி சென்றேன். நான் போகப் புறப்பட்ட ஊர் என் நினைப்பைவிடவும் தூரத்திலிருந்தது. முன்னெண்ணங்கள் எல் லாம் தப்புத் தப்பாக முடிந்துகொண்டிருந்தன. நின்று விசாரித்த போது 'இதோ' என்று கை காட்டினார்கள். கிராமங்களில் தூரங் கள் மிதிப்பாதங்களில் செம்மண் புழுதியின் காலுறைகள் முட்டு வரையிலும் படர்ந்தபோது, கடைசியாக கணித்ததை விடவும் சற்று முன்னாலேயே அருவியின் ஓசை கேட்டது. அருவியின் இரைச்சல் அந்தரீக்ஷத்தின் மடுவை முட்டிக்கொண்டிருந்தது. அதிலிருந்து சுரந்த பால் என அருவி முன் வளைந்து கொட்டிக் கொண்டிருந்தது. நீர்ப்புகை சர்ப்பக் காற்றுபோல் உடல் நெளித்துப் புரண்டுக் கொண்டிருந்தது. சுற்றிவர ஜீவனற்றுக் கிடந்தது. மரங்களில் அணில்களின் அசைவோ, கரிச்சான் தத்த எழும் சருகோசையோ இல்லை. சுன்னத் செய்த குறிபோல் மாம்ச நிறக் கற்கள் வழவழவென்று பிதுங்கி நிற்க, செம்மண் சரிவில் செருப்புக்குப் பயந்து வேஷ்டியைச் சுருட்டியபடி ஆபாசமாய் இறங்கிச் சென்றேன். ஒரு பள்ளம் தாண்டி மறு மேடு ஏறியதும் அருவியும் பின்னணியும் நாடகத் திரைபோல் வானத்தில் எழுந்தன. சாயங்காலத்திற்குச் சற்று முன்னேரம். 'அருவிமேல் விழுந்த கிரணங்கள் கண்கூசவைத்தன. உப்பு வயல்போல் தெரிந்தது அருவி. சூழ் நிலை கக்கும் அதிர்வுகளை ஏற்க ஏற்க மனம் கனம் பெற்று நாளங்களில் பந்தயக் குதிரைகள் ஓடுவதுபோல் உணர்வு தட்டிற்று. நாலு ஆல விருக்ஷங்களை அடிவயிற்றில் கட்டிக் கொள்ளும் படியான செழுமை அந்த அருவிக்கு. மனசில் பீதி ஊடாடிற்று. தனிமை அமைதியைப் பிளக்கும் அருவியின் இரைச்சல். வானம் உருகி வழிவதுபோல் அருவியின் பெரிய சொரூபம். எவ்வாறு என்று சொல்ல முடியாத ஒரு பயங்கரமான ஆபத்து என் முதுகுக்குப்பின் உருவாகி வருவது போல் பிரமை

தட்டியது. குளிக்கப் பயந்து பின் திரும்பிச் செல்வேன் என்று தோன்றியபோது, தோற்றுப்போக மறுத்து, அவசரமாகச் சட்டையைக் கழற்றினேன். என்னால் தான் தோற்கடிக்கப்பட மீண்டும் முகாந்திரம் அமை யும் என்றால் அக்கணமே என் உயிர் கழன்று தெறித்துவிட வேண்டுமென்று அன்று காலையில் - லக்ஷத்தியோராவது தடவை யாகவா அல்லது அதுவும் தாண்டியா, கடவுளுக்குத்தான் வெளிச் சம் - சபதமேற்றிருந்தேன். என் மனம் என்ற குப்பைத் தொட்டி மீண்டும் என் நினைவில் கொட்ட ஆரம்பித்தது. நினைக்க நினைக்க பச்சாதாபம் தவிர வேறு லாபமில்லை. சபதங்களின் சவக்கிடங்கு - ஒவ்வொரு நாளும் உய்ய நினைத்து, சபதமிட்டு சரிந்துபோன நினைவுகளின் சவக்கிடங்கு - ஆகாது என மறுத்துத் தாண்டி பின் அதிலேயே பழையபடி அழுந்திப்போன குற்ற உணர்வுகள்... அறிவை மனமும், மனதை உடலும் தோற்கடித்ததில் காயமேற்ற அறிவும் மனமும்... அற்ப சந்தோஷங்கள்... பாவங்கள்... புண்ணியங்கள்... சுயதண்டனைகள்... நினைவின் எந்தப் பக்கத்தைப் புரட்டினாலும் பிழைகள் மலிந்து கிடக்கும் அவமானம். இப்படியே செல்கிறது கதை.

அவரது 'ஜே.ஜே.சில குறிப்புகள்' நாவலில் வரும் ஜே. ஜே. கதாபாத்திரத்தின் மனநிலை இக்கதையில் இருந்தே துவங்கிவிட்டது. இக்கதை 1973 இல் வந்துள்ளது. ஜே. ஜே. சில குறிப்புகள் 1981 இல் முதல் பதிப்புக் காண்கிறது.

இலக்கியத்திலும் சமூகத்திலும் தரம், அறம் என்கிற இரண்டும் வீழ்ந்துவிட்டதான விமர்சனமே சு. ரா. வின் எழுத்துக்களின் சாரமாகப் பின்னர் அமைகிறது. 67க்குப் பிறகான திராவிடக்கட்சிகளின் எழுச்சியும் ஆட்சியும் பல பிராமண சமூகத்தில் பிறந்த எழுத்தாளர்களுக்கு உவப்பானதாகவும் இல்லை; ஏற்றுக்கொள்ளவும் முடியவில்லை. சுந்தரராமசாமியும் விதிவிலக்கில்லை.

''தமிழினம் மிகப் பெரிய ஒரு நிகழ்வை நினைத்துப் பரவசம் கொள்ளக்கூடிய எந்த சந்தர்ப்பத்தையும் கடந்த 50 வருடங்களில் உருவாக்கவில்லை என்று நான் நினைக்கிறேன்'' என்று சு. ரா. எழுதுகிறார். சமூக நீதித்தளத்தில் தமிழகம் கண்டுள்ள முன்னேற்றங்களை அங்கீகரிக்காத ஒரு குரலாகவே இது நமக்குப் படுகிறது. திராவிட இயக்கத்தின் உள்ளீடற்ற கருத்தியலை விமர்சிக்கலாம். ஆனால் ஒன்றுமே நடக்கவில்லை என்று கூறுவதை ஏற்க இயலாது.

மூன்றாவது கட்டத்தில் அவர் எழுதிய போதை, வாசனை, பிள்ளை கெடுத்தாள் விளை போன்ற கதைகள் கடுமையான விமர்சனத்துக்கு ஆளாகின.

'போதை' கதையில் பெரியவர் ஒருவர் தெருவில் நடக்கும்போது இஸ்லாமியர்களின் பெரிய ஊர்வலம் ஒன்றைச் சந்திக்கிறார். அது குறித்து அக்கதைக்குள் வரும் சித்தரிப்புகள் இன்றுவரை கண்டனத்துக்கு உள்ளாகின்றன. அதிலிருந்து சில பகுதிகள்:

'ஓ' என்ற ஆரவாரம் கேட்டது. கடல் அலைகள் கரையில் மோதிச் சிதறுவது மாதிரி. பெரிய வீதிக்கு என் கால்கள் என்னை நகர்த்திக் கொண்டு வந்திருப்பதை உணர்ந்தேன். லக்ஷக்கணக்கானவர்கள் ஒன்றுசேரக் கத்துகிறார்கள். அதுபோல் ஓர் ஊர்வலத்தை நான் அதற்கு முன் எப்போதும் பார்த்ததில்லை. பெரிய வீதியின் அகலத்துக்கு ஒரு கோட்டை சுவர் நகர்ந்து வருவது போலிருக்கிறது. தலைகள், மயிர் வழித்த பச்சைப்பாசி படர்ந்ததுபோல் தலைகள். குல்லாய்கள் பட்டுச் சட்டைகள் . அழுக்குச் சட்டைகள். வெளிநாட்டுக் குடைகள். உடல் போர்த்திய ஜரிகைக் கரை போட்ட அங்கவஸ்திரங்கள். வெற்றுடம்புகள். பூட்சுகள். தங்க ஃப்ரேம் மூக்குக் கண்ணாடிகள். கட்டம் போட்ட லுங்கிகள். தங்கப் பற்கள். முண்டாசுத் தலைகள்... .

வீதியும், கட்டிடங்களும் ஸ்தம்பித்துவிட்டன. பாதசாரிகள் ஸ்தம்பித்து ரோட்டோரம் ஒதுங்கிவிட்டார்கள். கார்கள் வீதியில் ஓரங்கட்டி ஒன்றன்பின் ஒன்றாய் ஒதுங்க, அதன் வரிசை நீண்டு கொண்டே போகிறது. பஸ்கள் ஒதுங்கி நிற்க, ஊர்வலம் முடிந்து பின் கிளம்பும் நேரம் வரையிலும் காத்திருக்கப் பொறுமையற்ற விவேகத்துடன் பிரயாணிகள் தொப் தொப்பென்று வெளியே குதித்து நடைபாதையில் ஏறி விரைகிறார்கள்.

லக்ஷக்கணக்கானவர்கள் இதுபோல் கத்துவதையும் இதற்கு முன் நான் கேட்டது கிடையாது. இந்த குரலின் தாக்குதலால் ஜன்னல்களிலும் கடை விளம்பரப் பெட்டிகளிலுமுள்ள கண்ணாடி கள் வெடித்துச் சிதறும் என்று தோன்றுகிறது. வயது வந்த பெண்கள் பூப்பெய்துவிடக்கூடும். ஊர்வலம் முடிவடைவதற்குள் அதில் அனேகர் மார்பு வெடித்து உயிர் துறக்கவோ அல்லது தொண்டை வெடித்து ரத்தம் கக்கவோ கூடும். எல்லோருடைய முகமும் ஒரே பாவத்துடன், ஒரே விதமான கோபத்துடன், கடு கடுப்புடன் இருக்கிறது. ஒருவருக்கொருவர் எவ்வித மன வித்தி

யாசங்களையும் கொள்ளாதது போலவும் ஆபாசமான ஒற்றுமையுடனும், மங்கலமான கட்டுப்பாட்டுடன் நகர்ந்து கொண்டிருக்கிறார்கள். 11 இப்போது நான் நடைபாதையில் ஒரு கார் ஓரம் வந்து விட்டேன். பழைய கறுப்புக் கார் அது. காரில் இரண்டு பெண்கள் இருந்தார்கள். முன் சீட்டில் ஒரு சின்னக்குட்டி. கெட்டிக் காரத்தனம் வழியும் குஞ்சு முகம். இரட்டைப் பின்னல். காலை பின்னால் மடித்து சீட்டில் முட்டை ஊன்றி ஊர்வலம் பார்த்துக்கொண்டிருக்கிறது. அப்பெண்ணின் கத்தலிலிருந்து அவர்கள் தமிழ் பேசக் கூடியவர்கள் என்பதை நான் தெரிந்து கொண்டேன். பின் சீட்டில் ஆரோக்கியத்தைக் காட்டும் விரிந்த முதுகுடன், சதுரமான முகமும், கறுப்பு உதடுகளும், கோணல் வகிடும், தங்க வளையல்கள் அணிந்த நீண்ட அழகான கறுப்பு கைகளும் கொண்ட ஒரு பெண் உட்கார்ந்துகொண்டிருந்தாள். ஊர்வலக் காட்சி அவளை ரொம்பவும் துன்புறுத்துவது அவளுடைய நிம்மதி யற்ற உடல் அசைவுகளாலும் முக பாவங்களாலும் எனக்குத் தெரிந்தன. அவளுடைய எரிச்சலைப் பகிர்ந்துகொள்ள ஆதரவு தேடி அவள் என் முகத்தைப் பார்த்தாள். நான் நடைபாதை மேட்டில் நின்றுகொண்டிருந்தபடியால் அவளுடன் பேச்சுத்தர வாய்ப்பான கோணமாக இருந்தது. அவள் பூர்ண கர்ப்பிணி. முன் சீட்டிலிருந்த குட்டி,' அக்கா அதோ அண்ணா.. அதோ அண்ணா.." என்று ஒருவரைக் களேபரத்தில் கண்டு பிடித்து விட்ட உற்சாகத்தில் பயங்கரமாகக் கத்திற்று. "சனியனே, ஏன் கத்தறே?" என்று பெரியவள் குழந்தையின் மண்டையில் தட்டி னாள். "கேக்காது அக்கா" என்றது குட்டி. "எதுக்கு இப்படி கத்தறாங்க? பயித்தியம் புடிச்சுப்போச்சா?" என்றாள் பெரிய பெண். அப்புறம் வலது கையை முன்னால் நீட்டி, முகத்தைச் சுருக்கி அலுத்துக்கொண்டே, ' 'என்ன ஸார் இது? என்ன இது?" என்றாள். நரம்புத் தளர்ச்சிக்கும், மனப் பதட்டதுக்கும் அவள் ஆளாகிக்கொண்டிருந்தாள்.

குழந்தை 'அண்ணா' என்று காட்டியவர் எதிர்ச்சாரியில் ஓர் பெரிய கடை வாசலில் காகித உறைபோட்ட புதுக்குடையைத் துப்பாக்கி மாதிரி தோளில் வைத்தபடி நின்றுகொண்டிருந்தார். அவர் ஒல்லியாகவும், ரொம்பவும் சிவப்பாகவும், பெரிய வழுக்கையுடனும், சுத்தமான சவரம் செய்த கன்னங்களுடனும் இருந்தார். அவருடைய முகத்தையும் வாயின் அமைப்பையும் பார்த்தபோது சரளமாக இங்கிலீஷ் பேசக்கூடியவர் மாதிரித்

தோன்றிற்று. வரதக்ஷணைக்கு ஆசைப்பட்டுக் கறுப்பியும் ஸ்தூலியுமான ஒரு பெண்ணை அந்தக் காலத்தில் இந்த வழுக்கைக்குக் கட்டிவைத்ததின் விளைவுதான் காரிலுள்ள குழந்தைகள் என்று நான் எண்ணிக்கொண்டேன். தனது வாழ்வின் மொத்தமான நிலையில் ஒரு திருப்தியுடன், ' இந்த ஊர்வலம் என்னை என்ன செய்துவிட முடியும்' என்ற முகபாவத்துடன், ஓர் விமர்சனப் புன்னகையுடன் அவர் நின்றுகொண்டிருந்தார். கூடிய சீக்கிரம் வந்துவிடுவதாகச் சமிக்ஞை காட்டிக்கொண்டே இருந்தார்.

"அண்ணாவுக்குத் தாண்டி வந்தால் என்ன? எனக்கு இங்கிருந்து போணம்" என்றாள் பெரிய பெண்.

"தாண்ட முடியாதக்கா."

"ஏன் முடியாது? இவங்க யாரு? ஊரை விலைக்கு வாங்கியிருக்காங்களா? எதுக்கு இப்படி ஸ்தம்பிச்சுப் போகணும்? எதுக்கு இந்த காரெல்லாம் நிக்கணும்? பஸ்ஸெல்லாம் நிக்கணும்? மத்தவங்களைக் கஷ்டபப்படுத்த இவங்க யாரு?"

ஊர்வலம் போய்க்கொண்டிருந்தது. எத்தனை மைல் அது இன்னும் வந்து கொண்டிருக்கும் என்று சொல்லவே முடியாது போலிருந்தது. லாரியில் ஒலிபெருக்கியைப் பொருத்திப் பயங்கரமாகக் கத்திக் கொண்டே போனார்கள். சிலர் இப்பெண்கள் இருந்த காரைக் கையால் தட்டி விட்டுப் போனார்கள். காரை தாண்டிப் போகிறவர்கள் ஒவ்வொவருடைய வாயும் கத்திக்கொண்டிருக்க, தாண்டி முடிவது வரையிலும் காருக்குள் பார்த்துக்கொண்டே போனார்கள் . அனேகமாக ஒவ்வொருவரும் இப்படிச் செய்தார்கள். சிலர்தாண்டிப் போன பின் திரும்பி காரின் கண்ணாடி வழியாக அவளுடைய முகத்தின் பக்கவாட்டைப் பார்த்துவிட்டு போனார்கள். எல்லோருக்குமே அவளைப் பிடித்திருந்தது. அவளைப் பார்த்துப் புன்னகை செய்து கொண்டே, 'தராத உரிமைகளைத் தட்டிப் பறிப்போம்' என்று உரக்கக் கத்திவிட்டு மீண்டும் புன்னகைசெய்தவாறே தாண்டிமறைந்தான் ஒருவன். "என்ன கத்தறாங்க?" என்று அவளை நான் கேட்டேன். அவள் தமிழில் மொழிபெயர்த்துச் சொல்லிக்கொண்டே வந்தாள். அது பாட்டு மாதிரி இருந்தது. வாலை ஆட்டினால் வாலை நறுக்குவார்களாம். 'நெரிக்கிறவன் குரல்வளையை நெரிப்பார்களாம். "தராத உரிமைகளைத் தட்டிப் பறிப்பார்களாம்."

"எதுக்கு இந்த ஊர்வலம்?"

அவள் தனது வலது கையை சீட்டில் ஊன்றிச் சரிந்து கொண்டே, ஊர்வலத்தில் சென்றுகொண்டிருந்த ஒரு சிறுவனைப் பார்த்து ஏதோ கத்திக் கேட்டாள். அப்புறம் என் பக்கம் திரும்பி "நபி நாயகத்தின் தினம் கொண்டாடுகிறார்களாம்" என்றாள்.

"அத்தனை பேரையும் எனக்குச் சுட்டுக் கொல்லணும்னு தோண் றது" என்று அவள் கத்தினாள்.

"உங்களுக்கு அரசியல் உண்டா?" என்று கேட்டேன். "ஊ ஹூம்" என்றாள். "நியூஸ் பேப்பர் படிப்பேளா?" "படிக்கிறதே இல்லை." "எதுக்கு உங்களுக்கு இப்படி கோபம் வரணும்?"

அதற்கு அவள் பதில் சொல்லாமல், "என்ன ஸார் இது? என்ன ஸார் இது?" என்றாள்.

"நான் போன மாசம் வடக்கே போயிருந்தேன், எங்க ஆபீசிலிருந்து அனுப்பியிருந்தாங்க..."

அக்கா சீட்டில் நகர்ந்து வந்து முகத்தில் ஆவல் வெளிப் படக் கேட்க ஆரம்பித்தாள். சின்னக் குட்டியும் பின்னால் திரும்பிக் கொண்டது.

"...ஒரு நவராத்திரி பன்னண்டு ஒரு மணி இருக்கும், - சாப்பிட ஒரு ஓட்டலுக்குப் போனேன். சர்வர்கள் யாரையும் காணோம். தேடிண்டே கிச்சன் பக்கம் போயிட்டேன். ரகஸ்யமா ரேடியோ வெச்சுக் கேக்கறாங்க. இவங்கதான். சண்டை நடக்கிற சமயம் (எல்லையில்) நம்ம படை பின்வாங்கித்து, உதைபட்டுதுனு நியூஸ் சொன்னதும் கைதட்டிண்டு எழுந்து குதிச்சாங்க..."

"நிஜமாகவா?"

"நிஜம்மா. கண்ணாலே பார்த்தேன்... "

அந்தப் பெண் அவசரமாய் சீட்டின் வலது ஓரத்துக்கு நகர்ந்து சென்றாள். வெளியே அப்போது போய்க்கொண்டிருந்தவர்களைப் பார்த்து ஏதோ கத்த ஆரம்பித்தாள். ஒரு கிழவன் நின்று கேட்டான். அவள் என்னைக் காட்டிக் காட்டி அவனிடம் பேசினாள். அவன், அவள் பேச்சை முடிப்பதற்குள் என் பக்கம் திரும்பி ஏதோ கத்திக் கேட்டான். எனக்குப் புரியவில்லை. எனக்குப் பதிலாக அவள் பதில் சொல்லிக் கொண்டிருந்தாள். நாலைந்து பேர் கிழவனைச் சுற்றிச் சேர்ந்துவிட்டார்கள் அந்த இந்துக்கிழவனை இஸ்லாமியர்கள் சூழ்ந்துகொண்டு தாக்குவதோடு கதை முடிகிறது. காருக்குள்

இருந்தது ஒரு பிராமணக்குடும்பம் என்பது அவர்கள் பேச்சிலிருந்து புலனாகிறது. இப்படி ஒரு கதையை சு.ரா. ஏன் எழுதினார் என்பதை ஆராய வேண்டியுள்ளது. பிராமணர்கள் இன்றைய சமூகத்தில் முற்றுகைக்கு உள்ளாக்கப்பட்டவர்களாக இருக்கிறார்கள் என்கிற உணர்வு சு.ரா.வுக்குமா இருந்தது என்பது வியப்பளிக்கிறது.

இஸ்லாமிய விரோத மனப்பான்மை அவரிடம் இருந்ததற்கான எந்தத் தடயமும் அவருடைய எழுத்துக்களில் வேறெங்கும் இல்லை. சொல்லப்போனால் அவர் இறப்பதற்கு ஓராண்டுக்கு முன்னால் 2004இல் ‘புதிய பார்வை’ இதழில் அவர் எழுதிய ‘‘கதவுகளும் ஜன்னல்களும்’’ என்கிற கதை அய்யாக்குடம் என்கிற இந்துவுக்கும் முகம்மது கான் என்கிற இஸ்லாமியருக்கும் இடையிலான 40 ஆண்டுகால நட்பினை நெகிழ்ச்சியுடன் பேசுகிறது..

‘வாசனை’ என்கிற கதை ஒரு கோவில் நகரத்துக்குச் சென்று லாட்ஜில் தங்கியிருக்கும் குழந்தை இல்லாத பிராமணத் தம்பதிகளுக்கு நிகழும் அவமானம் பற்றிய கதை. அவர்கள் இருவரும் லாட்ஜில் குளித்துத் தயாராகித் தெருவில் நடந்து போகும்போது, ஒரு ஆசாமி கேவலமாகப் பேசுகிறான்: அந்தப் பிராமண இளைஞன் கால் ஊனமுற்றவன். நடப்பதற்காகக் கட்டைகளைப் பயன்படுத்துபவன்.

"பாப்பாத்தி, வாடீ ராஜாத்தி."

ஒரு காட்டு மிருகத்தின் சப்தம்போல் மற்ற இரைச்சலினின்று தூக்கலாயும் கரகரத்தும் அவ்வார்த்தைகள் சாம்பசிவன் காதில் விழுந்தன.

சாம்பசிவனின் அசைவு நின்றுபோக அவன் பக்கவாட்டில் பார்த்தான்.

"பாப்பாத்தி, வாடீ ராஜாத்தி. "

குரல் கீழ் ஸ்தாயியில் இறங்கி, இம்முறை அதில் இளப்பமும் கொஞ்சலும் கலந்திருந்தது.

டீக்கடை முன் அந்த ஆசாமி நின்றுகொண்டிருந்தான். நாலைந்து சிறுவர்கள் அவன் முன்னால் சிதறியிருந்தனர். மொட்டைக் கைகளை அந்தரத்தில் அசைத்து, பார்வைக்குப் புலனாகாமல்

பறக்கும் ஈக்களைச் சாகடிப்பதுபோல் அவன் கைகள் சேர்த்து தட்டிக் கொண்டிருந்தான். நாசித் துவாரம் சிதைந்து வாய் மடையில் வழிந்திருந்தது. முகத்தில் பல இடங்களில் இளஞ்சிவப்பு நிறத்தில் ஈரத்தொளைகள் தெரிவதுபோல் தோன்றிற்று. பாதங்கள் வீங்கி அழுகிக்கொண்டிருந்தன. கட்டுப் போட்டுச் சுற்றியிருந்த துணியில் சீழ் பட்டுக் கறை படிந்திருந்தது. கால் விரல்கள் திருகி ஒன்றின் மேல் ஒன்று ஏறிக்கொண்டிருந் தன. கழுத்தில் அழுக்குக் கயிற்றில் தொங்கிய தகரக் குவளை விலாவுக்கும் தொப்புளுக்கும் ஆடிக்கொண்டிருந்தது.

சாம்பசிவத்தின் பார்வையை சந்தித்ததும் ஓர் இயந்திரத்தின் முடுக்கல்போல் அவன் சிரித்தான். அச்சிரிப்பு வெட்கம் கெட்டதாய், பரிகாசமாய் எடுத்துக்கொள்ளும்படி இருந்தது.

சாம்பசிவனின் கவனம் லலிதா பக்கம் திரும்பியது. அவன் நின்றபோது அவள் கால்களும் நின்றுபோயிருந்தன. அவள் மனம் அந்தப் பிராந்தியத்தில் இல்லை. அவன் பார்வை கோயில் வாசலில் நுழைவோர் மீது படிந்திருந்தது. லலிதாவின் கவன மின்மை சாம்பசிவனுக்கு ஆறுதல் அளித்தது. நின்றதற்குச் சாக்குப்போல் கோபுரத்தைக் காட்டி, "நியான் போட்டுக் கெடுத்து விட்டார்கள்" என்று தேசலாகச் சொல்லிவிட்டுப் புறப்பட்டான். தன் அங்கஹீனத்தை அவன் பயன்படுத்திக்கொண்டதாக சாம்ப சிவன் மனதுக்குப்பட்டது. எதற்கு என்பது யோசித்துப் பார்த்தும் அவனுக்குப் பிடிபடவில்லை. லலிதா காதில் விழுந்திருந்தால் அருவறுப்பு ஏற்பட்டிருக்கும். அப்படி அவள் காதிலும் விழுந் திருந்தால் என்ன செய்ய முடியும் என்று அவன் யோசித்துப் பார்த்தான். கெட்ட வார்த்தைகளில் தன்னால் அவனை மிஞ்ச முடியும் என்று எண்ண இடமில்லை. கோவிலுக்குப் போய்விட்டுத் திரும்பும்போதும் அதே ஆசாமி அதே மாதிரி லலிதாவைக்காட்டித் தன் சகாக்களுடன் கேவலமாகப் பேசுகிறான். அதை சாம்பசிவன் கேட்கிறான்.

அந்த ஆசாமியைத் தன் நடப்பதற்கான ஊன்றுகோல் கட்டையால் தாக்கிக் காயப்படுத்துவதுடன் கதை முடிகிறது. பிராமண சமூகத்தை ஊனமுற்றதாகவும் அவமதிக்கும் அந்த ஆசாமியை அருவறுப்பான தோற்றம் கொண்டவனாகவும் சித்தரிக்கும் சு. ரா. வின் உளவியல் ஆய்வுக்குரியது. இதேபோல, ஒரு ஒடுக்கப்பட்ட சாதியைச்சேர்ந்த பெண் ஒருத்திப் போராடிக் கல்வி கற்று டீச்சராக ஆனபிறகு பள்ளி மாணவன் ஒருவனுடன்

தகாப் பால் உறவு கொண்டதாகக் கூறும் "பிள்ளை கெடுத்தாள் விளை" கதையும் கடுமையான கண்டனத்துக்கு ஆளானது.

ஆனால் இவை அல்ல அவரது அடையாளங்கள்.

இலக்கியத்துக்கும் கலைக்கும் அதீத முக்கியம் அளித்துக் கொண்டாடும் சாரமே அவருடையது. சமூக மாற்றத்தையே நல்ல இலக்கியம் சாதித்துவிடும் என்று நம்புகிற அளவுக்குப் பேசுவார். அவருடைய கருத்தியல் உலகத்தின் அடையாளமாகத் திகழும் கதை "சீதை மார்க் சீயக்காய்த்தூள்" எனலாம்.

ஓவியர் சுப்பையா ஆசாரிக்கு ஒரு ஆர்டர் கிடைக்கிறது. சீதை மார்க் சீயக்காய்த்தூள் அதிபர் குமாரவேலுப்பணிக்கர் தன்னுடைய சீயக்காய் விளம்பரத்துக்காக சீதையின் முழு உருவப்படம் வரையச் சொல்லி ஐநூறு ரூபாய் என்று ரேட்டும் பேசி நூறு ரூபா முன்பணமும் கொடுத்துவிட்டுப் போகிறார். ஒப்புக்கொண்ட காலத்துக்குள் சுப்பையா படத்தையும் வரைந்து விடுகிறார். பணிக்கர் வந்து படத்தைப் பார்க்கிறார். அவருக்குத் திருப்தி ஆகவில்லை.

'சீதெ ரொம்பவும் இளாச்சாப்லெ தெரியுதில்லெ?"

'லேசா வாட்டம் தெரியத்தானே செய்யும். காட்டுலெ இல்லே இருக்கா சீதெ?"

"காட்டுலெ இருந்தா என்ன? வயத்துக்கு இல்லாமெ பட்டினியா கிடக்குதா? காட்டுலெ கெடைக்கிற மாம்பழம், கொய்யாப் பழம், ஆரஞ்சுப்பழம், டொமாட்டோஸ் எல்லாம் தின்னுக்கிட்டுத் தான் இருக்கா? பழங்களிலெதான் சத்து நெறய இருக்கு தூன்னு டாக்டருங்கள்ளாம் கூவறானுங்க. "

'இருந்தாலும் ராமர் கஷ்டப்படறாரேன்னு ஏக்கம் இருக்குமில்லா ?"

"இருந்தாலும் ரொம்ப ஏங்கிட்டா உம்ம சீதெ. என்னமோ பத்துப் புள்ளே பெத்து. பஞ்சத்துலெ அடிப்பட்டாப்லெ தொஞ்சுபோய்க் கிடக்காளே. "

ஆசாரி ஒன்றும் பதில் சொல்லவில்லை. சுப்பம்மாளும் அவர் முகத்தையே பார்த்துக்கொண்டு நின்றாள்.

"நான் சொல்றேனேன்னு வித்தியாசமா எடுத்துக்கிடப் படாது. படத்தெ கொஞ்சம் ரிப்பேர்' பண்ணணும். "

"ரிப்பேரா"?

"ஆமாம். லேசா ரிப்பேர் பண்ணணும். அப்படியே மேலாகக் கொஞ்சம் சாயத்தைப் பூசி கொஞ்சம் வாளிப்பா பண்ணுங்க. "

"வாளிப்பா?"

"ஆமாம் கொஞ்சம் மதமதனு இருக்கவேண்டாம், சீதெ?"

"இப்பம் அதுக்கு என்ன அவசரமாம்? ராமரெப் பாத்ததும் தனியே மதமதனு ஆயுட்டுப்போறா. '

"நீர் ராமாயணத்துக்குள்ளேயே நின்னு பேசுதீரு . இந்த உலகத்துக்குக் கொஞ்சம் வாரும். இது விளம்பரத்துக்காக வைக்கப்போற படம். கொஞ்சம் 'அட்ராக்ஷனா' இருக்க வேண்டாமா?"

"அதுக்கு இப்பம் என்ன செய்யுணுமா?"

“சொன்னேமில்லா, மேலாக..."

"நீங்க சொல்றபடி செய்யமுடியாது."

குமாரவேலுப் பணிக்கர் ஒரு நிமிஷம் அமைதியாக இருந்துவிட்டுச் சொன்னார் :

"அப்பம் ஒரு காரியம் செய்யுங்க. கால் கை எல்லாம் இப்படியே இருக்கட்டும். கொஞ்சம் எடுப்பா வரஞ்சு கொடுத்திருங்க. "

“எதே?"

“சின்னக் குழந்தைக்குச் சொல்லுது போல சொல்லணும் போலிருக்கே உமக்கு. "

உங்களுக்கு சொல்லிச் சொல்லிப் பழக்கம் இருக்கும். எனக்குக் கேட்டுப் பழக்கமில்லை. சொல்லவேண்டாம்" என்றார் ஆசாரி. அவர் குரல் சற்று கனத்தது.

"அப்பம் நான் சொல்றாப்லெ படம் தரமாட்டேராக்கும். "

'சீதை படம் வேணுமின்னிய. நான் படிச்ச சீதை, கேட்டுத் தெரிஞ்சுக்கிட்ட சீதை இவதான். "

"அப்பம் உம்ம படம் எனக்கு வேண்டாம். அட்வான்ஸு பணத்தைத் திரும்பத் தந்திரும்" என்றார் பணிக்கர்.

"பணம் செலவளிஞ்சு போச்சு. இப்பம் என் கையில் இல்லெ. ஒரு வாரத்திலெ திரும்பத் தந்துடுகிதேன்."

'கையிலே சல்லியில்லாமத்தான் சீதையையும் ராமனையும் காப்பாத்தப் புறப்பட்டிருக்கிறீரோவ்?"

"தந்துடறேன்னு சொல்லுதேனெ. உங்க வீட்டுக்கே கொணாந்து தந்துடறேன். "

"பணத்தெ இப்பம் என் முன்னாலே எண்ணனும்" என்று கத்தினார் குமாரவேலுப் பணிக்கர்.

"தரமுடியாது" என்று பதில் சொன்னவர் ஆசாரி அல்ல, சுப்பம்மாள்.

"நான்தரன் சொல்லுதேன், தரமுடியாது" என்று மீண்டும் சொன்னாள்.

பணிக்கர் தலை நிமிர்ந்து பார்த்தார்.

‘‘ஏன்?"

"நீரு சீத படம்தானே வரையச் சொன்னீரு?"

"இப்பம் நானும் அதைத்தானே கேக்குதேன்."

"இல்லை. சீதெ படம் வரைக்கச் சொல்லிப்போட்டு இப்பம் வந்து சூர்ப்பணகை படம் வேணுங்கீரு. சீதை படம் வரைக் கத்தான் அவரு முன்பணம் வாங்கினாரு. வேணுமின்னா படத்தே எடுத்துக்கிட்டுப் போம். இல்லன்னா வீட்டெப் பாத்துக் கம்பிய நீட்டும். "

சண்டைக்கோ, சத்தத்திற்கோ சற்றும் பின்வாங்கமாட்டார் என்பதை உணர்ந்தார் பணிக்கர். "சரி பாத்துக்கிறேன்" என்று சொல்லிக்கொண்டே வெளியேறினார் வியாபார உலகத்துடன் சமரசம் செய்ய மறுக்கும் கலை மனதைப் போற்றும் கதை இது.’’

சுந்தர ராமசாமியின் அனைத்துப்படைப்புகளையும் ஆய்வுக்கு எடுத்துக்கொண்ட ஆய்வாளர் ராஜ்கௌதமனின் கூற்று இங்கு இணைத்துப்பார்க்க வேண்டிய ஒன்று: “சுரா. , இலக்கியம், வாழ்க்கை, மனிதம் ஆகியவற்றில் தரம் பார்க்கும் பழக்கமுள்ளவர். இப்பழக்கத்திற்கும் ஜவுளி விற்பனைக்கும் சம்பந்தம் கிடையாது. இதைத் தொடர்ந்து, தமிழ்ச் சமூகத்தில் கடந்த காலத்தில் சாதனைகள் அதிகம். கவிதை, கலை, கட்டிடக்கலை, சிற்பம்,

ஆற்றல்மிகு மொழி ஆகியவற்றில் தமிழர்கள் செல்வந்தர்களாக இருந்தார்கள்; ஆனால் இன்று மிகப் பெரிய கலாச்சாரத் தாழ்வுகள் தேர்ந்து விட்டதாக (181) ஆதங்கப்படுகிறார். இது சு. ரா. வின் அடிப்படையான வரலாற்றுப் பார்வை: தரத்திலிருந்து சீரழிவுக்குச் சரிந்தது தமிழர் வரலாறு என்பது சு. ரா. வின் பேரளாவிய (universal) பார்வை. பேரழிவிலிருந்து அல்லது முற்றிலும் செம்மையுறாத செவ்வியல் நிலையிலிருந்து சாதனைகள் புரிகிற சிகரங்களை எட்டுகிற வளர்ச்சியை அடைந்துள்ளது என்கிற பார்வை சு.ரா.வுக்கு இல்லை. அப்படி அடையவில்லை; வாணிகம், சீர்கெட்ட அரசியல் இயக்கங்கள், கோஷ்டிகள், கொள்ளைச் சார்புகள் ஆகியவற்றின் காரணமாகத் தரம் கெட்டுவிட்டது என்பது சு. ரா. வின் முடிபு. அப்படியே அவர் அடுக்குகின்ற தமிழ்ச் சமுதாயத்தின் கடந்த காலக் கலாச்சார சாதனைகளெல்லாம் உண்மையிலே ஒட்டுமொத்தமான 'தமிழ்ச் சமூகத்தின்' சாதனைகளாக இல்லை என்பதைச் சு. ரா. கவனித்தாரா என்பது தெரியவில்லை. கொடிய வன்முறைகள், பாரபட்சங்கள், அடக்குமுறைகள், விலக்கல்கள் நிரம்பிய சாதிய-சமய-கலாச்சாரபொருளாதாரப் பூசல்மிகு சமுதாயத்தின் சாதனைகளில் தமிழரில் பருபெரும் பகுதியினர்மீது இரத்தக்கறை படிந்திருப்பதை சு.ரா.வால் காண முடியவில்லை."

"எனக்குப் பிடித்த என் படைப்பு" என்கிற தலைப்பில் வானொலியில் பேசியபோது சு. ரா. குறிப்பிட்டது:

"'ஜே. ஜே : சில குறிப்புகள்' என்ற தலைப்புக் கொண்ட என் இரண்டாவது நாவல்தான் என் மனதில் சற்றுச் சிறப்பான இடத்தைப் பிடித்துக் கொண்டிருப்பதுபோல் தோன்றுகிறது.

புதுமை மீது எனக்குத் தீராத கவர்ச்சி உண்டு. புதுமை என்று மொழி சார்ந்து நிற்கும் வடிவத்தை மட்டுமே நான் குறிப்பிடவில்லை. புதுமை என்பது முக்கியமாக எனக்கு விஷயம் சார்ந்த விமர்சனம் ஆகும். அது வாழ்க்கை சார்ந்த புதிய பார்வையும் ஆகும். இன்றைய வாழ்க்கை சார்ந்த தாழ்வுகளை விவாதித்து குறைகளை இனம் கண்டு அவற்றை நீக்கும் வழிவகையாகும். இந்த வேட்கை சார்ந்ததுதான் என்னுடைய புதுமை. புதிய படைப்பு இன்று வரையிலும் படைப்பாளிகள் போயிராத வாழ்க்கையின் புதிய பிராந்தியத்திற்குள் போயிருக்க வேண்டும். புதிய அனுபவங்களைக் கொண்டு வந்து வாழ்க்கை சார்ந்த பார்வைகளை விரிவு படுத்தியிருக்க வேண்டும். புதிய

கண்டுபிடிப்புக்களை நிகழ்த்தி நம் சிந்தனைகளைக் கூர்மைப்படுத்தியிருக்கவேண்டும். பழைய மொழியை வைத்து இந்த லட்சியங்களை நிறைவேற்ற முடியாது. வாழ்க்கையின் விமர்சனம் தரும் புதிய மொழிதான் புதிய அனுபவங்களையும் சிந்தனைகளையும் படைத்துக் காட்டும். மொழி கூடி வந்த வகையிலும் விமர்சனம் கூர்மை கொண்ட விதத்திலும் வாழ்க்கை சார்ந்த என் கவலைகள் வெளிப்பட்ட முறையிலும் 'ஜே. ஜே : சில குறிப்புகள்' மீது எனக்குத் தனியான மதிப்பு இருக்கிறது..."

அவர் ஜே. ஜே. போல எழுத ஆசைப்பட்டாலும் 'அழைப்பு' கதை போன திசையில் அவரால் தொடர்ந்து பயணிக்க முடியவில்லை. 2005 வரையிலும் அவர் எழுதிய பெரும்பாலான கதைகள் முந்தைய அவரது யதார்த்தவாத நவீனத்துவக் கதைகளாகவே இருந்தன.

சு. ராவின் சிறுகதைகளில் சித்தரிக்கப்பட்ட அளவுக்கு குழந்தைகளின் உலகத்தை வேறு சிறுகதையாளர்கள் எழுதியிருப்பார்களா என்பது சந்தேகமே. அகம், சன்னல், ஸ்டாம்பு ஆல்பம், எங்கள் டீச்சர், பக்கத்தில் வந்த அப்பா, நாடார் சார், காலிப்பெட்டி, அந்த ஐந்து நிமிடங்கள், ஈசல்கள் என வரிசைகட்டி வரும் இக்கதைகளில் குழந்தைகளின் உலகம் வெகு அபாரமாகச் சித்தரிக்கப்பட்டுள்ளது.

இவற்றில் ஏழாம் வகுப்பில் பெயில் ஆகி எட்டாம் வகுப்புக்குப் போகாமல் அதே வகுப்பில் அடுத்த ஆண்டும் படிக்க நேரும் ஒரு சிறுவன் அடுத்த கல்வியாண்டின் முதல் நாளில் சக மாணவர்கள், மாணவிகளின் பார்வையைச் சந்திக்க நேரும் அந்த ஐந்து நிமிடத்தை எப்படிக் கடக்கிறான் என்பதை கச்சிதமான மொழியிலும் வடிவத்திலும் சொன்ன கதை.

'காலிப்பெட்டி' என்கிற கதையில் வரும் சரோஜாவும் சொர்ணமும் நம் மனங்களை அசைத்துவிடுகிறார்கள். ஒரு காவியம்போல மிளிர்கின்ற கதை இது. ஸ்டாம்பு ஆல்பம் ஏற்கனவே புகழ்பெற்று நிலைத்துவிட்ட ஒரு க்ளாசிக் கதையாகும்.

கைக்குழந்தை, கோலம் ஆகிய இரு கதைகளும் கணவன் -மனைவி ஆகிய இருவருக்கிடையிலான அன்பு, காதல், பரிவு, அரவணைப்பு என்பனவற்றை எடுத்துப் பேசும் கவித்துவமான கதைகள். புதுமைப்பித்தனின் 'செல்லம்மாள்' கதையின் உயரத்துக்கு வராவிட்டாலும் இவை மனதைத் தொடும் கதைகள்.

காவியமாக உயர்ந்து நிற்கும் கதைகளெனச் சிலவற்றைக் குறிப்பிட முடியும் ரத்னாபாயின் ஆங்கிலம், காலிப்பெட்டி, மறியா தாமுவுக்கு எழுதிய கடிதம், ஜகதி (கி. ரா. வின் பேதை கதையை நினைவூட்டும் கதை இது) போன்றவை அந்த ரகம்.

விமர்சனங்கள் இருப்பினும் சுந்தர ராமசாமி தமிழ் நவீன இலக்கிய உலகின் புறக்கணிக்க முடியாத சக்தி.

“சிறுகதையே படைப்பு சக்தியின் கடைசிக் குழந்தை. படைப்பு சக்தி அதற்குப் பின் இன்றுவரையிலும் கருத்தரிக்கவில்லை.

காவியங்களும் புராணங்களும் புனைகதைகளும் வாழ்வின் சோதனைகளை விரித்து, தர்மத்தின் வெற்றிக்கு அழுத்தம் தருகின்றன. யதார்த்தத்தைக் கண் திறந்து பார்த்து நம்மைத் திடுக்கிடச் செய்தது நாவல். சூட்சும இயக்கம் கொண்டதாக

'நம்பப்பட்டு வந்த தர்மம் 'காணாமல் போய்விட்டதை உணர்ந்து வருத்தம் கொண்டது

சிறுகதை. வாழ்வின் 'கோலத்தில் வெடித்த முரண்பாடுகள், ஒழுங்கும் ஒத்திசைவும் கொண்டதாக உலகைக் கற்பனை ' செய்து கொண்டிருப்பது சாத்தியம் இல்லை என்ற நிலைக்குத் தள்ளிவிட்டது. யதார்த்தத்தின் கோலத்தை ' உணர்ந்து உடைந்தன உணர்ச்சியும் மென்மையும் கொண்ட கலை உள்ளங்கள்.

'அச்சிதறல்களின் கலை 'வடிவங்களே சிறுகதைகள்.

கதையில் தன் உயிரை வைத்துக்கொண்டிருக்கும் உன்னதச் சிறுகதை எதுவும் இல்லை. மேலான கலைகள் போல் சிறுகதைகளும் கலைஞனின் பார்வையில் தன் உயிரை வைத்துக் கொண்டிருக்கின்றன. கதைக்கு

அடிப்படை ஒத்திசைவு என்றால், சிறுகதைக்கு அடிப்படை முரண. கதை ஸ்வரம் என்றால் சிறுகதை அபஸ்வரம். ” - சுந்தர ராமசாமி

சு.ராவின் கருத்துலகையும் கதை உலகையும் ஆய்வுசெய்த அறிஞர் ராஜ்கௌதமன் இப்படித் தொகுக்கிறார்:

“சோசலிசம், யதார்த்தவாதம், புனைவியல், நவீனத்துவம், பின் நவீனத்துவம், அடுத்து பிராமண ஆதரவு, பிராமண எதிர்ப்பு, மிருகப்புணர்ச்சி ஓசை, ’ஆனந்த அல்குல்’, விபச்சாரிகள், சாதியம்,

தலித்தியம், பெண்ணியம், இஸ்லாம், கிறிஸ்தவம் பற்றிய பகடிகள், இந்துக்கலாச்சாரம், பிரம்மச்சரிய, ஆரண்யக, சந்நியாச ஆஸ்ரமங்கள், கோவில் கோபுரக்கலசம், சாத்வீக நெறி, கிரகஸ்தத்தில் பிரம்மச்சர்ய வாழ்க்கை, ஜவுளிக்கடை, பள்ளிக்கூடம், கன்னியாகுமரிக்கடல், அம்பி, பாலு, தகப்பனார்...ஆகியவை சு. ரா. வின் உலகம்!"

எல்லா அரசியலுக்கும் செவி கொடுத்த எழுத்து எனச் சொல்லலாமா என்று தோன்றுகிறது.

37

ந. முத்துச்சாமி

சிறந்த நாடக ஆசிரியராக நன்கு அறிமுகமான பத்ம ஸ்ரீ ந. முத்துசாமி, நுட்பமான சிறுகதையாசிரியர் 30-க்கு மேற்பட்ட சிறுகதைகளை எழுதியுள்ளார். அவருடைய சிறுகதைகளுக்காக, தமிழக அரசின் விருதும் பெற்றுள்ளார். அவருடைய தேர்ந்தெடுத்த சிறுகதைகளை க்ரியா பதிப்பகம் 1984ஆம் ஆண்டில் வெளியிட்டது.

1936ஆம் ஆண்டு ஒன்றுபட்ட தஞ்சை மாவட்டத்தின் மாயவரம் அருகில் உள்ள புஞ்சை கிராமத்தில் பிறந்தார். இரண்டாம் ஆண்டு இன்டர்மீடியட் படித்துக்கொண்டிருந்தபோது, படிப்பைத் தொடராமல் சென்னைக்கு வந்துவிட்டார். வெங்கடரங்கம்பிள்ளை தெருவுக்கு அருகில் இருந்த மீனவர் குப்பத்தில் வசித்துவந்தார். பக்கத்தில் விக்டோரியா ஹாஸ்டலில் தங்கி பிரசிடென்சி கல்லூரியில் எம். ஏ ஆங்கிலம் படித்துக்கொண்டிருந்த கவிஞர் சி. மணியுடன் நட்புகொண்டு, இலக்கியத்தின்பால் ஈர்க்கப்பட்டார். சி. சு. செல்லப்பாவின் 'எழுத்து' இதழே அவருக்கு இலக்கிய ஆசான் என்று அவரே குறிப்பிடுவார்.

"'எழுத்து' ஒரு லட்சியமாக இருந்தது. 'எழுத்து'வின் புதுக்கவிதைகள் லட்சியமாக இருந்தன. புதுக்கவிதைக்கு எதிர்ப்பு தெரிவிப்போருக்கு எதிராக ஆயுதம் பூண்டு யுத்தத்துக்குத் தயாராக இருப்பவனைப்போல, மனம் ஆயத்தநிலை கொண்டிருந்தது; சி. சு. செல்லப்பா என்கிற தளபதிக்குப் பின்னே அணிவகுத்து நிற்பதைப்போல இருந்தது. சி. சு. செல்லப்பாவிடம் கேட்ட கதை

விமர்சனங்கள், அவர் எழுதியதைப் படித்ததைவிட நேரில் சொல்லக்கேட்ட விமர்சனங்கள் என்னை மெள்ள மெள்ளத் தயாரித்துக்கொண்டு வந்திருந்தன. ”

அவருடைய முதல் சிறுகதைத் தொகுப்புக்கு க. நா. சுப்பிரமணியனிடம் முன்னுரை வாங்க ஆசைப்பட்டு, அவரிடம் எழுதி வாங்கியும், பதிப்பாளர் அதைப் போட மறுத்ததால் அந்தத் தொகுப்பையே போட வேண்டாம் என மறுத்தவர் ந. முத்துசாமி. ஆகவே, மேலும் இரண்டு ஆண்டுகள் தாமதமாகி முதல் தொகுப்பான 'நீர்மை' வெளியானது. நண்பர்களோடு செய்த விவாதங்கள், இலக்கிய அரட்டைகள் இவையே தனக்குப் பயிற்சியாக அமைந்ததாகக் கூறுகிறார். சி. சு. செல்லப்பாவுடன் இவருக்கும் இவரது நண்பர்களுக்கிடையில் ஏற்பட்ட பிணக்கு காரணமாக, இவருடைய குழுவினர் 'நடை' என்கிற புதிய இதழைத் தொடங்கினார்கள். நடை, ஞானரதம், எழுத்து, கசடதபற, கணையாழி போன்ற சிற்றிதழ்களில் தொடர்ந்து சிறுகதைகள் எழுதினார்.

புஞ்சைக் கிராமத்து வாழ்க்கையே அவருடைய எல்லாக் கதைகளிலும் வெவ்வேறு பரிமாணங்களில் வெளிப்படுவதைக் காண்கிறோம். சென்னை நகர வாழ்க்கை சார்ந்தும் ஓரிரு கதைகள் எழுதியுள்ளார். புஞ்சை வாழ்க்கை என்பது, பணக்கார விவசாயியாக இருக்கும் பிராமணக் குடும்பத்தின் பையனாகப் பிறந்த சிறுவனின் பார்வையில் சொல்லப்படுகிறது. “இது புஞ்சைக்கும் எனக்கும் உள்ள உறவுமுறையில் உள்ள ஒரு சிக்கல். எப்போதும் அது வெளியீட்டுக்கு மனதில் காத்துக்கொண்டே இருக்கிறது. அதன் பெயர் சொல்லி அதற்கு அடையாளம் உண்டாக்க வேண்டும் என்ற வற்புறுத்தலோடு இருந்துகொண்டிருக்கிறது. 'நை... நை' என்று அலுத்துக்கொண்டு சவலைக்குழந்தையைப்போல இருக்கிறது. அதற்கு உண்டான இடத்தில் அது இருக்க வேண்டும். அதற்கு பெரிய இடமாக வேண்டுமாம். எல்லாக் கதைகளிலும் வந்தாலும் ஆசை தீர்ந்துபோய்விடவில்லை. நாடகங்களிலும் வர வேண்டுமாம். ”

பொதுவாக, பால்யகால வாழ்வும் நினைவுகளும் ஒரு படைப்பாளியின் மனதில் ஆழமான, அழுத்தமான தாக்கத்தை ஏற்படுத்துவது இயல்பு. அந்த வாழ்வை அதே இளம்பிராயத்து மனநிலையோடு மட்டுமே சொல்பவர் உண்டு. வளர்ந்துவிட்ட இன்று அதை மீள்பார்வை செய்து சொல்பவரும் உண்டு.

ந.முத்துசாமி சென்னைக்குக் குடிபெயர்ந்த பிறகு புஞ்சை கிராமத்துடனான தொடர்பு அறுந்துவிடுகிறது. ஆனாலும் நாடகத்திலும் கதைகளிலும் அது இன்னும் இடம் கேட்டு அழுகிறது என்கிறார்.

“ஒரு காலகட்டத்தோடு வளர்ச்சி குன்றிப்போனதாக பழைய மனிதர்களால் நிரம்பியதான அது, நிகழ்காலத்தில் வந்து அழுகிறது. எனக்கு அதன் நிலை புரிகிறது. என்றாலும் அதன் அழுகையை நிறுத்த முடியவில்லை. ஒரே ஓலம். அதைவிட்டு நான் விலகி வந்துவிட்டேன். அது வேறு மனிதர்களால் நிரப்பப்பட்டுவிட்டது. அவர்களோடு நான் சேர்ந்து வளரவில்லை என்பதால், எல்லோரும் எனக்கு அந்நியமாகிவிட்டார்கள். பழைய மனிதர்கள் ஒவ்வொருவராக உதிர்ந்துபோய்விட்டார்கள். ஊர் எனக்கு சொந்தமாகத் தோன்றினால், அதன் இன்றைய குடிமக்களுக்கு நான் அந்நியமானவனாகவே தோன்றப்போகிறேன் என்ற அவலத்தை நினைத்து மனம் புழுங்குகிறேன். ”

இது ஒரு காலகட்டத்தின் சிக்கல்தான். பிழைப்புக்காக இடம்பெயரும் மனிதர்களுக்கு ஏற்படும் உளவியல் நெருக்கடி. தன் ஆதி அடையாளங்களைத் தேடும் மனித மனதின் துயரம். ந.முத்துசாமி என்கிற உயர் வகுப்பில் பிறந்த நடுத்தரவர்க்க மனிதர் தன் ஆதிநிலையைத் தேடும் உள்ளுணர்வைக் கதைகளாக எழுதிக் கரைத்துவிட முயல்கிறார். இளமைக்காலத்து மனப்பதிவுகளை எல்லாம் காட்சிகளாக விரித்துக்கொண்டே செல்கிறார் தன் கதைகளில். ஆனால், துயரத்தின் சாயல் ஏதுமின்றி. அப்புறம் எது கதை என்பது குறித்து சி.சு.செல்லப்பாவிடம் கற்ற பாடம் வேறு இருக்கிறது. அது கதையை எப்படிச் சொல்வது என்பதில் தீர்மானகரமான பங்குவகிக்கிறது. நிலவுடைமைச் சமூகமாக இருந்த புஞ்சை வாழ்வின் அரசியல், பொருளாதாரப் பின்புலத்தைச் சொல்லக் கூடாது. ‘உட்குரல்’ என்கிற பூடகத்தினூடாகப் பயணிப்பதே கதை என்கிற நம்பிக்கை அவரை வழிநடத்துகிறது. ஆகவே, 40-களின் தஞ்சை வட்டாரப் பொதுவாழ்வின் போராட்டங்களோ சாட்டையடியோ சாணிப்பாலோ அவர் எழுதிய ஒரு கதையிலும் வந்துபோகக்கூட இல்லை.

ந.முத்துசாமியின் கதைகளின் அடையாளம் எது? ‘கதை சொல்வதில்’ அவருக்கு ஆர்வமில்லை. தொகுப்பின் முன்னுரையில் அவரே குறிப்பிடுவதுபோல “நீர்மையின் பாத்திரம் வெளிச்சலனங்கள் அற்றது. உட்சலனங்களாலேயே ஆட்பட்டு

வெளி மௌனத்தை மேற்கொண்டது. உட்குரலைக் கேட்பதற்கே செவிகள் தீட்டிவிடப்பட்டிருக்கின்றன." இதுவே அவரது சிறுகதை பாணியாகத் தனித்த முத்திரையுடன் ஒவ்வொரு கதையிலும் விளங்குகிறது.

'40-களில் சிறுவனாகப் புஞ்சை கிராமத்தில் வாழ்ந்தபோது கொண்டிருந்த அதே பால்யகாலப் பார்வையுடனே தன் சிறுகதைகளை எழுதியுள்ளார். பால்யம் அழியாத, பால்யத்தை இழக்காத படைப்பாளி என்று இவரைச் சொல்லலாம்.

இப்போது 'நீர்மை' கதையைப் பார்ப்போம்.

புஞ்சைக் கிராமத்தில் நடக்கும் கதை இது. 10 வயதில் வீணாகப்போய்விட்ட ஒரு பெண், இப்போது கிழவியாகி 90 வயது தாண்டி செத்துப்போகிறாள். யாரோடும் பேசாமல் ஒதுங்கி வாழும் அவளைப் பற்றிய கதையா, அவளைப் பின்தொடரும் சிறுவனான, கதை சொல்லியின் நினைவலைகளா என மயக்கம்கொள்ளவைக்கும் ஒரு கதை. வெள்ளைக்காரன் காலத்தில் ஆரம்பித்து இன்று வரை நீளும் இந்தக் கதையின் இடையில் 1947 வருகிறது. அக்ரஹாரத்து வாத்தியார் தாழ்த்தப்பட்ட மக்களையெல்லாம் ஊர்வலமாக அழைத்துக்கொண்டு அக்ரஹாரத்துக்குள் வருகிறார். ஆனால், அது அந்த வீணாப்போன பெண்ணின் எதிரே வருகிற ஊர்வலம் என்கிற அளவோடு கடந்துபோய்விடுகிறது. இந்த அரசியல் முக்கியத்துவம்மிக்க ஓர் உள்ளூர் நிகழ்வு, வெகு அலட்சியமாகக் கடந்து செல்லப்படுகிறது. ஆசிரியருக்கு அது முக்கியமில்லையே!

ஆனாலும் கதைக்குள் நடுத்தர உயர்சாதிக் குடும்பத்துத் தாய் ஒருத்தியின் ஒருநாள் பாடு மிக நுட்பமாகப் பதிவுசெய்யப்பட்டுள்ளது. நாம் கதை எனக் கருதாமல் அந்த வாழ்வுக்குள் வெகு இயல்பாக நுழைந்துவிடுகிறோம். வீணாப்போன பெண், தன் வீட்டுக்குத் தயிர் வாங்க வருவதோடு தொடங்கும் இந்தக் காட்சி, 'நீர்மை' கதையில் தனித்து ஒளிரும் பகுதி என்பேன்.

"தினமும் ஒருமுறையாவது அவளைச் சந்திக்கும் வாய்ப்பு எனக்கு எங்கள் வீட்டிலேயே இருந்தது. பால், தயிர் வாங்குவதற்கு அவள் வருவாள். ஒரு தேவையில் இது அவளுக்குப் பழக்கமாகியிருந்தது. தினமும் அம்மா தயிர் கடைந்துகொண்டிருக்கும்போதே வருவாள். நான் அம்மாவின் பக்கத்தில் உட்கார்ந்து மோரில் மத்து துள்ளுவதைப் பார்த்துக்கொண்டிருப்பேன். இடையிடையில் அம்மாவுக்கு

அடுப்பில் வேலை இருக்கும். காலையில் கறந்த பால் பொறை ஊற்ற, வறட்டி வைத்து கணப்புபோல் எரியும் அடுப்பில் காய்ந்துகொண்டிருக்கும். தூசு தட்டிய வறட்டியாலேயே பாலை மூடியிருப்பாள். அதிகம் எரியும்போது பாலில் ஆடை கெடாமலிருக்க அடுப்பைத் தணிக்கவும், அணையும்போது வறட்டியைத் திணித்துத் தூண்டவும் மத்தைக் கட்சட்டியில் சாத்திவைத்துவிட்டு எழுந்து போவாள் அம்மா.

கயிறு ஓடித் தேய்ந்த மத்தின் பள்ளங்களில் கயிற்றைப் பொருத்திப் பார்க்க வேண்டும் எனக்கு. அம்மாவைப்போல், மத்து மோரின் மேலே மிதந்து சிலுப்பாமலும் அமிழ்ந்து கச்சட்டியின் அடியில் இடிக்காமலும் கயிற்றின் மேல் கயிறு ஏறிக்கொள்ளாமலும் கடையும் வித்தையைச் செய்து பார்க்க வேண்டும். என்னை அறைந்து விலக்க அம்மா திரும்பி வருவாள். அந்தத் தூண் அடியிலேயே நான் சண்டியாக உட்கார்ந்து கொண்டிருப்பேன். உடம்பை வளைத்து அம்மாவின் அடியை வாங்கிக்கொள்வேன்.

அம்மாவுக்கோ தயிர் கடைந்துவிட்டுக் குளிக்கப் போகவேண்டும். சமையல் ஆரம்பிக்க வேண்டும். நேரமானால் 'ஒருவேளைப் பிண்டத்துக்குத் தவம் கிடக்கவேண்டியிருக்கு இந்த வீட்டிலே' என்பாள் பாட்டி. அவசர அவசரமாகத் தயிர் கடையவேண்டியிருக்கும். அது அவசரத்துக்குக் கட்டுப்படாது. விட்டு விட்டுக் கடைந்தால் வெண்ணெய் சீக்கிரம் விடுபடும் என்று அம்மா இதர வேலைகளுக்கு ஓடுவாள். சுற்றுவட்டக் காரியங்கள் ஆகும்போது தயிர் கடைவது கவனத்திலிருந்து பரக்கடிக்கும்.

"அம்மோவ்... " என்று மாட்டுக்காரப் பையன் மாடுகளை மேய்ச்சலுக்கு ஓட்டிக்கொண்டு போக வந்து கொல்லைப் படலுக்கு அப்பால் நின்று குரல் கொடுப்பான். படலைத் திறந்துவைத்துத் திரும்பி மாடுகளை அவிழ்த்துவிட வேண்டும் அவனுக்கு. அவனைக் காக்கவைக்க முடியாது. மாடுகள் ஒவ்வொன்றாக வயிற்றை எக்கிக் குனிந்து 'அம்மா, அம்மா... ' என்று அழைக்க ஆரம்பித்துவிடும். கொட்டாய்த் தரை அதிரும்படி அவை கூப்பிடும். அந்நேரம் 'யாராத்து மாடு... இப்படிக் கூப்பிடறது?' என்று தெருவில், குரல் கேட்ட ஒவ்வொருவரும் மனதிலாவது நினைத்துக்கொள்வார்கள்.

கொட்டாயிலிருந்து அம்மா திரும்பும்போது என் தம்பி அடுப்படியில் இருப்பான். காய்ந்த அவரைச் சுள்ளிகளைக் கையில்

அடுக்கிக்கொண்டு ஒவ்வொன்றாய் தணலில் திணித்து அவை பின்னால் புகைவிடுவதை வேடிக்கை பார்த்துக்கொண்டிருப்பான். திரும்பிய வேகத்தில் அவன் முதுகில் ஒன்று வைப்பாள். கைச்சுள்ளிகளைப் பிடுங்கி அடுப்பங்கரைத் தொட்டி முற்றத்தில் எறிந்துவிடுவாள். பாலைத் திறந்து பார்த்துவிட்டு மூடுவாள். அவன் அழ மாட்டான். சுள்ளிகளைப் பொறுக்க ஓடுவான். அடுப்பங்கரையில் மூன்றில் ஒரு பங்கு தொட்டி முற்றம் எங்கள் வீட்டில்.

இதற்கும் 'அம்பே' என்று மாடுகளுடன் ஓடிவிடாமல் பிடித்துக் கட்டிய பசுங்கன்றுகள் கொட்டாயிலிருந்து குரல் கொடுக்கும். கொட்டாய் பெருக்குபவள் வர நேரமாயிற்று என்ற எச்சரிக்கை இது. தாய்கள் மேயப் போன தனிமையை வைக்கோல் போரில் அசை போட்டுத் தணிக்க அவற்றுக்குப் பழக்கப்படுத்தப்பட்டிருந்தது. கொட்டாய் பெருக்குபவளை திட்டிக்கொண்டு அவற்றை அவிழ்த்து வைக்கோல் போர்க்கொல்லையில் விரட்டிவிட்டு உட்கொல்லை படலைச் சாத்திக்கொண்டு வருவாள் அம்மா. திரும்புகாலில் தம்பி கிணற்றுத் தலையீட்டில் குனிந்து தண்ணீரைப் பார்த்துக்கொண்டிருப்பதைக் காணவேண்டியிருக்கும். அவன் தண்ணீரில் பூச்சிகள் கோலமிட்டு ஓடுவதைப் பார்த்துக்கொண்டிருப்பான். ஆர்வத்தில் அவன் பூச்சிகளோடு பேச ஆரம்பித்துவிடுவான். எந்த நிமிஷமும் அவன் குப்புறக் கவிழ்ந்து விழுந்துவிடலாம் என இருக்கும். "சனியனே, என்ன அவப்பேரை வாங்கிவைக்கக் காத்திண்டிருக்கே" என்று அவனை இழுத்துக்கொண்டு வருவாள். அவன் நடக்காமல் அம்மாவின் இழுப்புக்குக் காத்து. கால்களைப் பதித்துக்கொள்வான். குளிப்பாட்ட தண்ணீர் துறையில் இழுபடும் கன்றுக்குட்டியைப்போல நிற்பான். அவன் இதை ரசித்து அனுபவிப்பான்.

இன்னும் தயிர் கடைந்தபாடில்லையே என்று அம்மா தினம் அலுத்துக்கொள்வாள். "சனியன்களே, பாட்டிண்டே போய்த் திண்ணையிலே ஒக்காந்திண்டிருங்களேன், சனியன்களே. ஒரு எடத்துல இருப்புக்கொள்ளாத சந்தம்" என்று வைவாள் அம்மா. இது பாட்டியின் காதுக்கு எட்டினால் "ஏண்டி கொழந்தைகளே கரிக்கறே" என்பாள்.

நான் இழுத்துச் சிலுப்பிய தயிர், கச்சட்டிக்குப் பக்கங்களில் சிந்தியிருக்கும். இப்போது அம்மாவைக் கண்டதும் ஓடத்தோன்றும். அம்மா இப்போது அடித்தால் அழுவேன். சிந்திய தயிரைத்

துடைத்துவிட்டுக் கை கழுவப் போகும்போது தொட்டியில் தண்ணீர் இருக்காது. குளிக்கப் போகுமுன் கொல்லைக் கிணற்றிலிருந்து அடுப்பங்கரைத் தொட்டிக்குத் தண்ணீர் கொண்டுவந்து கொட்ட வேண்டும். எச்சில் கை கழுவும் இரண்டாம் கட்டுத் தொட்டிக்கும் நிரப்ப வேண்டும். முன்பே அவற்றைக் கழுவிக் கொட்டிவிட்டதை அம்மா மறந்துபோயிருப்பாள். அநேகமாக, தினம் எங்கள் இருப்பு இடம் மாறியிருப்பதைத் தவிர அவள் காரியங்கள் இந்த விதமாகவே சற்று முன்னும் பின்னுமாய் இருந்துகொண்டிருக்கும். இந்நேரத்தில் தினமும் ஒருமுறையேனும் அலுப்பின் உச்சத்தில் "புஞ்சையான் குடும்பத்துக்கு ஒழைக்கிறத்துக்கின்னே பொறப்பெடுத்தாச்சு" என்று நொந்துகொள்வாள் அம்மா.

பெண்நிலை அரசியல் என்று மெனக்கெட்டு அவர் எதுவும் பேசாவிட்டாலும், இந்தக் காட்சி ஒரு வாழ்வியலை முன்வைக்கிறது. அதன்வழி பெண்ணின் நிலை குறித்துப் பேசுகிறது. கலையாக அது வாசகர் மனதைத் தைக்கிறது.

'நடப்பு' என்கிற கதையில் ஒரு பண்ணையார் வீட்டுப்பையன் கொல்லையில் உள்ள கிணற்றுக்குள் தவறி விழுந்துவிடுகிறான். நமக்கு அந்தப் பையன்தான் இப்போ பெரியவனாகி கதை சொல்கிறான். கொஞ்ச நேரம் கழித்தே குடும்பத்தார் அதை அறிகிறார்கள். ஊரே கொல்லையில் கூடி நிற்கிறது. பண்ணையார் அப்போது வீட்டில் இல்லை. அவருக்குத் தகவல் சொல்ல ஒருவர் ஓடுகிறார். அவர் கிளம்பி வருவதற்குள் பண்ணையாருக்குப் பல வகையில் ஊழியம் செய்யும் கண்ணுச்சாமி பிறர் உதவியுடன் கயிறு கட்டிக் கிணற்றில் இறங்கித்தான் உடம்பு முழுக்கச் சிராய்ப்பும் ரத்தக்காயங்களும் பெற்றுக் காப்பாற்றிவிடுகிறார்.

"நாங்கள் மேலே வந்துவிட்டோம். செம்பனார்கோயிலிலிருந்து அப்பாவும் வந்துவிட்டார். என்னை வாங்கிக்கொண்டார். என்மேல் வழிந்த ரத்தத்தைக் கண்டு அவர் பயந்துவிட்டாராம். "

"கண்ணுசாமி அண்ணன் கை ரத்தங்க" என்று கூட்டத்தில் எவனோ சொன்னானாம்.

ரத்தம் வடியும் வெலவெலத்த கை நடுங்கிக்கொண்டிருந்த கண்ணுசாமியைப் பார்த்து அப்பா, "கண்ணுசாமி என் பிள்ளையே காப்பாத்தினே. இனிமே நான் இருக்கும் வரைக்கும் ஒனக்கு ஒரு மாசம் ஒரு கலம் நெல்" என்றாராம்.

கூடி நின்று இருந்தவர்கள் எல்லோரும் அப்பாவைப் பாராட்டி இருக்கிறார்கள். கண்ணுசாமி பலவீனமாகச் சிரித்திருக்கிறான். அவன் இறக்கும் வரைக்கும், தான் இறங்கிய அனுபவத்தை எனக்குக் கதை கதையாகச் சொல்லிக்கொண்டிருந்தான். அவனிடமிருந்து தப்பித்தால் போதும் என்று நான் ஓடியிருக்கிறேன்'' என்று `நடப்பு' கதை முடிகிறது.

உயிர் காத்த பெரியவர் கண்ணுசாமியை கதை சொல்லி `அவன் இவன்' என்று ஏகவசனத்தில் குறிப்பிடுவது இன்றைய வாசகர்களாகிய நமக்குக் கடுமையாக உறுத்தும் சாதி அரசியலாகிறது. மகனைக் காத்த கண்ணுசாமிக்குப் பண்ணையார் தன் சொத்தில் ஒரு சிறு பகுதியைக்கூட எழுதிவைக்கிறேன் என்று சொல்லவில்லை. மாசம் ஒரு கலம் நெல்தான் தருகிறேன் என்கிறார். ரொம்ப கணக்குப் பார்த்துத்தான் உணர்ச்சிவசப்பட்டிருக்கிறார் பண்ணை என்று நமக்குத் தோன்றுகிறது.

`சூழ்நிலை' என்றொரு கதை. அது சென்னையில் வாழும் மத்திய தர வர்க்கத்து மனிதன் ஒருவன் எளிய குப்பத்துச் சிறுவர்களோடு சூழ்நிலை காரணமாகச் சிறுபகை கொள்ளும் நிகழ்வைச் சொல்கிறது. மெள்ள மெள்ளப் பகைமை உருவாவதை அற்புதமாகச் சித்திரித்திருக்கும் கதை. எந்தச் சார்பும் எடுக்காமல் கதை சொல்லி கதையைச் சொல்லியிருப்பது முக்கியம். தப்பி ஓடும் மத்திய தர வர்க்கத்து மனநிலை அபாரமாகச் சித்திரிக்கப்பட்ட கதை.

`வண்டி' என்கிற கதை, விரிந்துகொண்டே செல்லும் காட்சிப் படிமங்களின் தொடர்போல அமைகிறது. தன்னுடைய குருநாதர் சி. சு. செல்லப்பாவின் கதைகளின் சாயல்கொண்ட கதை இது. அகம், புறம் என இருபக்கமும் மாறி மாறிப் பயணிக்கும் கதை.

போட்டோகிராஃபிக் யதார்த்தம் என்பதாக ந. முத்துசாமியின் கதைகள் 40-களின் புஞ்சை கிராமத்து வாழ்க்கையை விமர்சனமின்றிப் படைத்துக்காட்டுகின்றன என்று சொல்லலாம்.

ஆரம்பத்தில் `சிம்ஸன்' டிராக்டர் கம்பெனியில் சிறிதுகாலம் பணியாற்றிய பிறகு, அமெரிக்காவின் `போர்டு ஃபவுண்டேஷன்' உதவியுடன் `கூத்துப்பட்டறை' என்ற நவீன நாடகத்துக்கான அமைப்பை முத்துசாமி உருவாக்கினார். கூத்துப்பட்டறை, இதுவரை தமிழ் நாடகங்களுடன் முக்கியமான மொழிபெயர்ப்பு நாடகங்களையும் அரங்கேற்றியிருக்கிறது. தமிழின்

தொன்மைக்கலையான கூத்தை நாடகத்துடன் இணைத்தது மற்றும் பரவலாக அறியச் செய்ததில் முத்துசாமிக்கு பெரும் பங்குண்டு.

1958ஆம் ஆண்டில் அவருக்கு அவயாம்பாள் (குஞ்சலி) அவர்களுடன் திருமணம் நடைபெற்றது. அவர்களுக்கு நடேஷ் (புகழ்பெற்ற ஓவியர், அரங்க வடிவமைப்பாளர்), ரவி என்று இரு புதல்வர்கள். 2000ஆம் ஆண்டின் சங்கீத நாடக அகாடமியின் விருது பெற்றிருக்கிறார். தெருக்கூத்தை தமிழ்க்கலையின் முக்கிய அடையாளமாக்கியவர்களுள் இவரும் ஒருவர். இவரது 'கூத்துப்பட்டறை' என்ற நாடக அமைப்பு தமிழில் பரிசோதனை நாடகங்களுக்கு வழிகாட்டியாக இருந்துவருகிறது. 2018 அக்டோபர் 24இல் அவர் காலமானார்.

38

திராவிட இயக்க எழுத்தாளர்கள்

அறிஞர் அண்ணாவின் சிறுகதைகள் பற்றி ஏற்கனவே தனியாக அறிமுகம் செய்தோம். பிற திராவிட இயக்க எழுத்தாளர்களின் சிறுகதைகள் தொகுப்புகளாக இப்போது வாசிக்கக் கிடைக்கவில்லை. ஆயிரம் கதைகளுக்கு மேல் எழுதி திராவிட இயக்கத்தின் சிறுகதை மன்னன் என்று கூறப்படும் எஸ். எஸ். தென்னரசுவின் கதைத்தொகுதிகள் கூட அச்சில் இல்லை. திராவிட இயக்க நூற்றாண்டு வெளியீடாக சீதை பதிப்பகம் வெளிக்கொண்டு வந்துள்ள திராவிட இயக்க எழுத்தாளர்களின் சிறுகதைகள் என்கிற தொகுப்பே இப்போது கிடைக்கும் ஒரே நூலாக இருக்கிறது. சினிமா, தொலைக்காட்சி என்று திராவிட இயக்கத்தார் அடுத்த பிரச்சார வடிவங்களைக் கையில் எடுத்துவிட்டதால் கதைத்தொகுதிகளை மறுபிரசுரம் செய்ய வேண்டும் என்கிற ஆர்வமும் அவர்களுக்கு இல்லாமல் போயிருக்கலாம்.

இத்தொகுப்பில் 13 எழுத்தாளர்களின் 115 சிறுகதைகள் தொகுக்கப்பட்டுள்ளன.

நவீன இலக்கிய உலகத்தின் உரையாடல்களில் எப்போதும் இத்திராவிட இயக்கச் சிறுகதையாளர்களின் பெயர்கள் இடம் பெறுவதே இல்லை. ஏனெனில் இவை பிரச்சாரத்துக்காக எழுதப்பட்டவை என்பதால் என்பார்கள். சொந்த நாட்குறிப்புகளைத் தவிர மற்ற எல்லா எழுத்துக்களுமே பிறர் வாசிப்பதற்காக எழுதப்படுபவை என்கிறபோது பிரச்சாரம் என்று தனியாக ஒன்று எங்கே இருக்கிறது. ஒருவாசகத்துக்கும் உருகாதோர் திருவாசகத்துக்கு உருகுவார் எனப்படும் பக்தி இலக்கியங்கலீலிருந்து எல்லாமே பிரச்சாரம்தான். எழுதப்பட்ட கதை அதற்குண்டான வடிவ அமைதி பெற்றிருக்கிறதா என்று பார்க்கலாம். பிரச்சாரம் என்று முத்திரை குத்தி வாசிக்காமலே புறக்கணிப்பது அரசியல்தான்.

இக்கதைகளை மொத்தமாக வாசிக்கையில் கதாபாத்திரத்தின் தோளில் உட்கார்ந்துகொண்டு எழுத்தாளர் சொற்பொழிவாற்றும் பிரச்சார நெடியைக் காண முடியவில்லை. பகுத்தறிவு, மூட நம்பிக்கை எதிர்ப்பு, பெண் விடுதலை, பெண்கல்வி, பசி, வறுமை போன்ற விஷயங்களே இக்கதைகளின் சாரமாக இருக்கின்றன.

கலைஞர் மு. கருணாநிதி

கலைஞரின் 'சங்கிலி சாமி" என்கிற சிறுகதை இப்படித் துவங்குகிறது

"சங்கிலியானந்த சாமிக்கு ஜே!" "சங்கிலியானந்த சாமிக்கு ஜே!" ஜே! ஜே!"

பக்தர்கள் குதித்தார்கள்; பரவசத்தால் நர்த்தனமாடினார்கள்; பரமானந்த கீதம் பாடினார்கள்.

"அஷ்டமா சித்துபுரி ஐயனே போற்றி! துஷ்டர் தம் துடுக்கடக்கும் தூயனே போற்றி! கஷ்டங்கள் தீர்த்திடும் எங்கள் கண்கண்ட தெய்வமே போற்றி! போற்றி!!"

இந்தப் பாடலை, சாமியாரின் சிஷ்யன், சம்பந்தம் உரக்கப் பாடினான். சம்பந்தத்தின் முக விகாரங்கள்... தானே வரவழைத்துக் கொண்ட அங்க சேஷ்டைகள் ... . போற்றிப் பாடலுக்கும் புது மெருகு கொடுத்துப் பக்தர் கூட்டத்தைப் புளகாங்கிதத்தில் ஆழ்த்தின.

"நமப் பார்வதி பதே' ஒரே பேரொலி. திடீரென அமைதி. சின்னப்பண்ணை முதலியார் சாமியாரின் பாதங்களைத் தொட்டுக் கும்பிட்டு மலர்களைத் தூவினார். பக்தர்களும் ... . . பண்ணையாரைப் பின்பற்றிப் பாதபூஜை செய்து ... மலர் ... காசு ... . பணம்... . இவைகளால் அர்ச்சித்து நின்றனர். 'ஓம் சங்கரா சிவ' இந்த முணுமுணுப்போடு சங்கிலிச்சாமி தம்மை வணங்கி எழுந்தவர்களுக்கு ஆசீர்வாதம் வழங்கினார்.

பக்தர்கள் பலப்பல வகைகள்; கோரிய வரங்கள் பலப்பல ரகங்கள்.

"வழக்கில் வெற்றி பெறவேண்டும்

"வாதநோய் தீரவேண்டும்"

"பிள்ளையில்லை. அருள் தேவை". "

கொள்ளை போய்விட்டது; கள்ளனைக் காட்டுக!"

எல்லாவற்றுக்கும் ஒரே மருந்து... விபூதி; அதைச் சாமியார் தர, பக்தகோடிகள் வாங்கிக்கொண்ட காட்சியில் ஒரே பக்தி வெள்ளம். "

இந்தச் சங்கிலிசாமி ரயிலில் போகும்போது சங்கிலியைப் பிடித்து இழுத்து ரயிலை விபத்திலிருந்து காப்பாற்றினாராம். ஆனால் உண்மையில் தண்டவாளத்தை அறுக்க ஆள் அனுப்பியதே அவர்தான். . இந்த நாடகம் தெரியாத மக்கள் அவருக்கு சங்கிலி சாமி என்றே பேர் சூட்டி வழிபடுகிறார்கள். அந்த ரயிலில் வந்த சின்னப்பண்ணையார் தன் உயிர் காத்த சாமி என்று தன்னுடைய வீட்டு மாடியில் தங்க இடம் கொடுத்து உபசரிக்கிறான். வெள்ளிக்கட்டிகளைத் தங்கம்மாக்கித் தருகிறேன் என்று அந்தப் பண்ணையாருக்கு அசை காட்டி இரண்டாயுரம் ரூபாய் எடைக்கு வெல்ளிக்கட்டிகளை வாங்கீக்கொண்டு இரவோடு இரவாகத் தப்பிவிடுகிறான் சங்கிலி சாமி. அவனுடைய கையாளான சம்பந்தம் மாட்டிக்கொள்கிறான். . பிறகு அவன் சங்கிலி சாமியைத்தேடிச்சென்று அவனைக் கண்டுபிடித்துக் கொன்று ஒரு அட்டைப்பெட்டியில் பார்சல் செய்து பண்ணையாருக்கு அனுப்புகிறான். சம்பந்தமும் பண்ணையாரும் சேர்ந்து 'சுவாமிஜி சமாதி அடைந்துவிட்டதாக மக்களை நம்ப வைத்து, அவரைப் புதைத்த சமாதியை வழிபாட்டுத் தலமாக மாற்றுகிறார்கள். மக்கள் பணத்தைக் கொட்டுகிறார்கள். பண்ணையார் இழந்த இரண்டாயிரம் ரூபாய் வெள்ளிக்கட்டிக்கு ஈடாக பல ஆயிரம் வந்து கொட்டுகின்றதுகிண்டலான நடையில் எழுதப்பட்ட இக்கதையில் அடுக்கு மொழி வசனங்களோ அவசியமற்ற வார்த்தைகளோ இல்லை. வணிக இதழ்களீல் வரும் கதைகளைபோல எதிர்பாராத் திருப்பங்களும் ட்விஸ்ட்டுகளும் இருக்கின்றன. 40-50 களில் பகுத்தறிவுப் பிரச்சாரத்தை முன்னெடுத்த திராவிட இயக்கத்தின்

எழுத்தாளராக கலைஞர் தன் பணியைச் சரியாகவே செய்திருக்கிறார். - இக்கதையில்.

கலைஞரின் “ஏழை” என்கிற கதை ஒன்று. ஏழைக்கு ஒரு நீதி, பணக்காரனுக்கு ஒரு நீதிதான் இந்த உலகத்தில் இருக்கிறது என்பதை நல்லக்கண்ணுப்பிள்ளை-கருணாம்பாள் தம்பதி களையும் அவர்கள் வீட்டுப் பணிப்பெண்ணான பார்வதியின் வாழ்க்கையையும் இணைத்துப் பேசி விளக்குகிறார். இக்கதையில் பகுத்தறிவுப்பிரச்சாரமோ கடவுள் மறுப்புக் கொள்கையோ இல்லை ஏழை-பணக்காரன் என்கிற பேதமே பேசப்படுகிறது. சற்று அப்பட்டமாக இருக்கிறது என்கிற விமர்சனத்தை வேண்டுமானால் வைக்கலாம். வாசகர்கள் ருசித்துப் பார்க்க அக்கதையின் துவக்கப்பகுதி கீழே:

”வழக்கம்போல் பானுவின் தள்ளுவண்டி ‘பார்க்› நோக்கிப் புறப்பட்டது. பானுவின் சின்னஞ் சிறு வாயிலிருந்து சிதறிக்கொண்டேயிருக்கும் மழலை மொழிகட்குப் பதில் பேசியவாறு வண்டியைத் தள்ளிக்கொண்டு போனாள் பார்வதி. பானுவுக்கு வயது ஆறுகூட ஆகவில்லை . வீட்டில் துரு துரு, என்று சும்மாயிருப்பதில்லை. முக்கியமாக அப்பா அம்மாவைப் பேச விடுவதில்லையென்றால் பாருங்களேன்! காலையிலிருந்து கிராமக்கணக்கு வழக்கு, குத்தகைதார் பணம் பட்டுவாடா, கிசான் தொல்லை; வியாபாரப் பிரச்சினை இவ்வளவையும் கவனித்துவிட்டு மாலை ஆறுமணிக்கு மேல்தான் நல்லகண்ணுப் பிள்ளைக்கு ஓய்வு. அந்த நேரத்தில் ஒரு விநாடிகூட வீணாகப் போய்விடக்கூடாது என்பது பிள்ளையின் நோக்கம். ஆறு மணி எப்பொழுது வரும் என்று எதிர்பார்த்திருக்கும் கருணாம்பாள்ஆமாம் அவரது மனைவி - அந்த அம்மையாரும் அந்த ஓயா உல்லாசத்தைத்தான் விரும்பினார்கள். அவர்களின் இனிய பொழுதை - அந்தத் தீராத விளையாட்டுப் பிள்ளை தொடர்ச்சி கெடும்படி நடுநடுவே அறுத்துவிடும். என்னதான் புத்திர பாசமிருந்தாலும் சற்றுநேரம் யாருடைய தொந்தரவுமின்றி இருக்கத்தான் கருணாம்பாளின் மனம் விரும்பியது. அதுவுமென்ன? அந்தத் தம்பதி ஏழைகளோ, இன்பம் என்ன நிறம் என்று கேட்க? குடிசை மன்னர்களுக்கும் இராணிகளுக்கும் தான் தங்கள் வறுமை ராஜ்யத்தில் இன்பத்துக்காக ஒருசில நிமிடங்கள் கூட ஒதுக்க முடியவில்லை. கடன்காரர் படையெடுப்பு; தயிர்க்காரி முற்றுகை; இவ்வளவையும்

சமாளித்துவிட்டு, இரவு கருணை கூர்ந்து தருகிற சில மணி நேரங்களில் கர்ம வினையை நினைத்துப் புலம்பவும் கடவுளை எண்ணி அழவும் போனது போக, மிச்ச நேரத்தை எப்போதாவது பயன்படுத்திக் கொள்ளலாம். அதுவும் ஏழை சாம்ராஜ்யத்தில் பிரஜைகள் அதிகம். ஏழெட்டுக் குழந்தைகளுக்குக் குறையாது. ஏழாவது குழந்தை, முதல் குழந்தையைவிட ஆறுவயதுதான் இளையதாயிருக்கும். கருணாம்பாளைப் போலக் காசைத் தூசாக மதித்துக் கர்ப்பப்பையை மாற்றிப் போட வசதியா படைத்திருக்கிறார்கள் அந்தப் பரிதாப ஜந்துக்கள்".

இராம அரங்கண்ணல்

இராம. அரங்கண்ணலின் " ஒரு அணா " என்கிற கதை பரபரப்பாக இப்படித் துவங்குகிறது. அச்சக ஊழியரான கந்தசாமி ஓட்டலுக்குப் போகிறார்.

"என்ன சார் வேணும்? சூடா பிரியாணி, ஆம்லெட் ஒரு சிப்பந்தியின் ஆரவாரம். «வாங்கசார் வாங்க! டேய் ஐயாவைக் கவனிடா... " முதலாளியின் வரவேற்பு உபசாரம்.

"இந்தாப்பா, எவ்வளவு நேரமா உட்கார்ந்திருக்கிறது, கயாவிலே சர்க்கரை இல்லேப்பா!"

காத்திருந்தவரின் ஆத்திர மொழி.

"சேச்சே! சுத்தமோசம் சார். பாருங்களேன் ஒரே ரணகளம் மாதிரி எலும்பும் எச்சலும்! நம்ம ஆட்கள் ஓட்டல்னாவே

இப்படித்தான்!" வெறுத்துப்போனவரின் சலிப்புப் பேச்சு

"இரண்டு சாயா! ஆம்லெட் ரெடி!" உள்ளேயிருந்துவரும் உரத்த கூச்சல்.

சந்தைக்கடை போலிருந்தது, சாந்தி கபே! ஆனால் இந்தச் சத்தம் எதுவும் கந்தசாமியின் கவனத்தை இழுத்ததாகத் தெரியவில்லை. மூன்றாவது முறையாகக் கந்தசாமி பார்த்தான் கவரிலே தொங்கும் விலைப் பட்டியலை! டீ கப் அனா 0-2-0 என்று போட்டிருந்ததைக் கண்டபோது அவனையுமறியாமல் அவன் முகத்தில் புன்சிரிப்பு ஒன்று மின்னி மறைந்தது! அந்த'னா› வைப்பார்த்ததும் 'புரூப்› பார்க்கும் புருஷோத்தமன் ஞாபகம் வந்தது போலும்.

"என்ன சார் வேணும்?" சிப்பந்தி கேட்டான் அவசரத்துடன்.

"இன்னேரம் என்ன ரகளை பண்ணியிருப்பான் தெரியுமா?" மெதுவாகச் சொன்னான் கந்தசாமி, னாவையும் ‹புரூப்› புருஷோத்தமனையும் நினைத்துக் கொண்டு.

"என்ன சொல்றீங்க? சூடா" மீண்டும் ஒரு தடவை கத்தினான் சிப்பந்தி.

அச்சக ஊழியரிடம் ஓரணா மட்டுமே இருக்கிறது. ஒரு டீ சாப்பிட்டுவிட்டு ஓரணாவுக்கான பில்லையும் வாங்கிக்கொள்கிறான். பசி அடங்கவில்லை. பக்கத்தில் பிரியாஅணி சாப்பிடுவதைப் பார்த்தும் வாசனையை நுகர்ந்தும் பசி இன்னும் அதிகமாகிறது. கையைக்கழுவப்போகும்போது கந்தசாமி புத்தி தடுமாறு வேறு டேபிளில் போய் உட்கார்ந்து அரை ப்ளேட் பிரியாணி ஆர்டர் செய்து சாப்பிடுகிறான். அதர்கான பில்லை வாங்கிச் சட்டைப்பைக்குள் வைத்துக்கொண்டு பழைய ஓரணா பில்லை மட்டும் கல்லாவில் கொடுக்கிறான். ஆனால் அவனது நடவடிக்கையில் சந்தேகம் கொண்ட ஓட்டல் முதலாளி கையும் களவுமாக கந்தசாமியைப் பிடித்துப் போலீசில் ஒப்படைக்கிறான். தன் மனைவி மக்களின் நிலையை எண்ணிக்கலங்கியபடி போலீசின் பின்னால் நடக்கிறான். அப்போது மின்சார விளக்கொளியில், அங்கிருந்த சுவற்றில் பத்திரிகையின் போஸ்டர் ஒட்டப்பட்டிருந்த்ட்து. ஒருமுறை போஸ்டரைபார்த்துக்கொண்டே நடந்தான். அதில் பின்வருமாறு பொறிக்கப்பட்டிருந்தது. கொட்டை எழுத்துக்களீல்

“தொழிலாளி”

குடியரசு நாள் மலர்

நேரு கர்ஜனை

“பணக்காரரர்களைத்தான் படைத்தானே இந்தப் பகவான். ஏழைகளையும் ஏன் உண்டாக்கி இப்படி சித்திரவதை படுத்துகிறான்!” என்கிற எண்ணம், அடிக்கடி ஏற்படுவதுண்டு எனக்கு. அதிலும், வாயுவேகமாகப் பறக்கும் கார்களும் வண்ணமயில்களாக அசைந்து செல்லும் ஆரணங்குகளும் வானமளாவும் கட்டிடங்கள் எழும்பிடும் காட்சிகளும் நிரம்பிய சென்னையிலிருக்கும் ‘பஸ் ஸ்டாப் புகளுக்குப் போய்விட்டால் போதும்; அப்பப்ப, ஆண்டவன் மட்டும் ஒரு நாளைக்கு வந்து பார்த்தால், தன்னுடைய சிருஷ்டியை நினைத்து நிச்சயமாய் தற்கொலை செய்து கொள்வான். பீளை நிரம்பிய கண்களுடனும் அப்போதுதான் பிறந்ததோ எனக் கருதும் பசும் சிசுக்களை கையிலேந்திய வண்ணம், ஒளியிழந்த உருவங்களாக நின்றுகொண்டு “சாமி, பிச்சை! காலணா போடுங்க மக ராஜா” என்று கதறும் ‹சுதந்திரப் பிரஜைகளின்› தொகை ஒன்றா இரண்டா? வீதியே வீடாய், பார்வையே மொழியாய், பஞ்சடைந்து கண்களைக் காட்சியாக அமைத்து, இந்தப் பரிதாப உருவங்கள் வந்து கை நீட்டும் போது, வயிறு எரியும் எனக்கு. இதற்காகவே நான் பஸ் ஏறாமலே, பல இடங்களுக்கு நடந்து போய் விடுவதுண்டு.

அன்று ஆவணி அவிட்டம் - அதாவது, உயர்குலத்தவர்கள் பூணூலணியும் நாள். ‘மேலான சர்க்கார்› எங்களுக்கு விடுமுறை விட்டிருந்தார்கள். வாரத்தில் ஆறு நாட்களும் ஆபீசே கதியாய்க் கிடக்கும் என்போன்ற குமாஸ்தாக்களுக்கென்று வாய்க்கும் இப்படிப்பட்ட ஓய்வு நாட்களிலாவது ‘உட்கார்ந்திருந்தோம் வீட்டில்› என்கிற பாக்கியம் உண்டா? செச்சே! எங்கே விடுகிறாள் என் மனைவி! ‘நகர்வலம் கிளம்புக!’ என்று உத்தரவிட்டு விட்டாள். தியாகராய நகரிலிருக்கும் சிநேகிதியின் வீட்டுக்குப் போக வேண்டுமாம். “சரி! பஸ் ஸ்டாப் பரிதாபங்களை இன்று சந்திப்பதைத் தவிர வேறு வழியில்லை” என்று கருதிக் கொண்டு அவளுடன் கிளம்பினேன்” எனத்துவங்கும் இக்கதையில் அந்தப்பஸ் நிறுத்தத்தில் செருப்புத்தைக்கும் சிறுவனிடம் செருப்புக்கு நாலு ஆணி அடித்துவிட்டு இரண்டணா கூலிக்குச்

சில்லறை இல்லாததால் எட்டணாவைக்கொடுத்துச் சில்லறை மாற்றி வரும்படி கூறுகிறார். அவன் போனவன் போனவன் தான். வரவே இல்லை. சரி ஏமாற்றிவிட்டான் என்று இவரும் அடுத்த பஸ் ஏறிப் போய்விடுகிறார். மாலையில் வீடு திரும்பும்போது ஒரு சிறு பையன் மீதிச்சில்லறையுடன் வீட்டு வாசலில் காத்திருக்கிறான். செருப்புத்தைத்த சிறுவன் சர்க்கார் பஸ்ஸில் அடிபட்டு இறந்துவிட்டதாகவும் சாவதற்கு முன் இந்தச் சில்லறையை உங்களிடம் கொடுக்கச்சொன்னதாகவும் சிறுவன் கூறுகிறான்.

ஏழையாக இருந்தாலும் மானம் மரியாதை நேர்மையுடன் வாழ வேண்டும் என்பத வலியுறுத்தும் ஒரு வழக்கமான நீதிக்கதைதான். சொன்ன விதத்தில் சுவாரஸ்யம் கூட்டியிருக்கிறார்.

இவர் தஞ்சைமாவட்டம் கோமல் எனும் சிற்றூரில் 31-03-1928 பிறந்தவர்.

குடியரசு› வார இதழ், 'விடுதலை', 'முஸ்லிம் முரசு' நாளிதழ்கள் அண்ணாவின் 'திராவிடநாடு' இதழிலும்

துணையாசிரியராகப் பணியாற்றிப் பின் 'அறப்போர்' எனும் இதழின் ஆசிரியராக இருந்தவர். 'வெண்ணிலா', 'புழுதிமேடு', 'கடிகாரம்' இவரது புதினங்கள். 'உடைந்த ஆசை' இவருடைய சிறுகதைத் தொகுதி. 'ரோம்', ரஸ்புடீன் இவரது சிறந்த வரலாற்று நூல்கள். திரைப்படங்களுக்குக் கதை, வசனம் எழுதிய இவர் தயாரிப்பாளரும் கூட.

மூன்று முறை சட்டமன்ற உறுப்பினராகவும், தமிழ்நாடு குடிசை மாற்று வாரியத் தலைவராகவும் இருந்தவர்.

ஏ. வி. பி. ஆசைத்தம்பி.

ஆசைத்தம்பி -விருதுநகரில் 24-09-1924-இல் பிறந்த இவர் நாடாளுமன்ற உறுப்பினராகப் பணியாற்றிக் கொண்டிருந்தபோது 1979இல் அந்தமான் தீவில் திடீரெனக் காலமானார். அரசு› (மாதமிருமுறை, பின்னர் நாளிதழ்) ஆசிரியர்.

'காந்தியார் சாந்தியடைய› என்ற இவரது சிறிய நூல் தடை செய்யப்பட்டு, இவருக்குச் சிறைத் தண்டனையையும் பெற்றுத்தந்தது.

விந்திய வீரன்›, 'டாக்டர்', 'கொலைகாரி' முதலிய பத்துக்கு மேற்பட்ட புதினங்கள், 'இருண்ட வாழ்வு' போன்ற சிறுகதைத்தொகுப்புகள், 'வாழ்க்கை வாழ்வதற்கே' என்ற நாடகம் போன்றவை இவரது படைப்புகள்.

திரைப்படங்களுக்கும் வசனம் எழுதியுள்ள இவர் இருமுறை சட்டமன்ற உறுப்பினராகவும், தமிழக சுற்றுலா வாரியத் தலைவராகவும் பணியாற்றியவர்.

எழுத்தாளர் ஏ. வி. பி. ஆசைத்தம்பி நான் பிறந்த விருதுநகர் மாவட்டத்துக்காரர் என்கிற சாய்மானத்தோடு அவரது கதைகளை வாசிக்கத்துவங்கினேன். நிறைவேறாக் காதலைப்பற்றிய கதைகளையே அதிகமாக எழுதியிருப்பதாகப் பட்டது. இத்தொகுபில் உள்ள முதல் கதையான 'இருண்ட வாழ்வு' மணீயாச்சி ரயில்வே ஜங்சனின் ஒருவரை ஒருவர் பார்த்ததும் காதல் கொள்ளும் ஒரு ஜோடியைப்பற்றியது. காதலின் அடுத்த கட்டத்துக்கு நகரும் முன்பே அவளுக்கு மணமாகிவிடுகிறது. அதே மணீயாசி ரயிலில் அந்த இளம் ஜோடியைப்பார்த்துக் காதலன் திகைப்பதோடு கதை முடிகிறது. புதுசாக ஒன்றுமில்லை.

அடுத்த கதையான ‘மதுரை மீனாட்சி’ மோகன் என்கிற பகுத்தறிவு வாதியும் சொக்கநாதன் என்கிற பக்திமானும் மீனாட்சி என்கிற பெண்ணைஉக் காதலிக்கின்றனர். தாசி குலத்தில் பிறந்தவள் அவள். அவளுக்கு சொக்கநாதனையே பிடிக்கிறது. . சொக்கநாதனைத் திருமணம் செய்துகொள்கிறாள். மோகன் மனம் வெறுத்துப்போய் ஊரைவிட்டு வெளியேறி முழுநேரப் பகுத்தறிவுப் பிரச்சாரகனாக மாறி ஊர் ஊராகப் பயணித்துக்கொண்டிருக்கிறான். இதற்கிடையில் சொக்கநாதன் எதிர்பாராமல் மரணம் அடைய, மீனாட்சி தன் சொத்துக்களை எல்லாம் மோகனின் பகுத்தறிவுப் பிரச்சாரத்துக்குக் கொடுக்கிறேன் என்று மோகனைத் தேடிச்சென்று கூறுகிறாள். பகுத்தறிவாளனான மோகன் அவளை விதவா விவாகம் செய்யத்தயாராக இருப்பதாகக் கூறுகிறான். அவள் ஏற்காத நிலையில் அவன் “மீனாட்சி” என்று விளிப்பதோடு கதை முடிகிறது. . மறுமணம் பற்றிய பிரஸ்தாபம் இக்கதையில் வந்துள்ளது. மற்றபடி வழக்கமான கதையே.

“செல்லாத நோட்டு” லைலா மஜ்னு” ஆகிய கதைகளும் நிறைவேறாக் காதல் பற்றிய கதைகள்தாம்.

நல்லதங்காள் என்றொரு கதை. விருதுநகர் மாவட்டத்தலைப்பாக இருக்கிறதே என்று பார்த்தால் உண்மையில் அது வத்திராயிருப்புப் பக்கம் உள்ள நல்லதங்காள் கிணறு கதை சொல்வதாகவே கதை அமைந்துள்ளது:

கிணறு :

என் சொந்த ஊர் வத்திராயிருப்பு. சில நூறு வருடங்களாக நான் இருந்து வருகிறேன். ஒரு காலத்தில் என்னைப் போல் பணக்காரன் எங்கள் ஊரிலேயே கிடையாது. அந்த ஊருக்கே தண்ணீர் கொடுத்துக் கொண்டிருந்தவன் நான்தான். என்னைச் சுற்றிலும் குளிர்ந்த சோலை ஒன்று இருந்தது. காலம் ஒரே மாதிரியாகவா இருக்கிறது? பளிச்சென்று மின்னி மறையும் மின்னலைப் போன்றதுதானே வாழ்க்கையும். ஏதோ பஞ்சமாம். என் பணமும் வரண்டது. என் ஆதாரத்தில் வாழ்ந்த அந்தச் சோலையும் தன் களை இழந்து, காய்ந்த கம்புகளாய் நின்றன. திடீரென்று காற்றடிக்கும். மரம் ஒடிந்து என்மேல் தானா விழ வேண்டும்! என் கெட்ட காலம். எனக்கு உடல்போல் இருந்த

சுவர் பாதிக்குமேல் இடிந்து விழுந்து விட்டது. நானும் வாழ்ந்து கெட்டவனாகிவிட்டேன்.

பழைய காலத்தை நினைத்தால் எனக்குப் ‹பகீர்› என்கிறது. நான் வாலிபனாய் இருந்தபோது என்னைத் தேடி ஓடி வந்தவர்களுக்குக் கணக்கே கிடையாது. காலைக் கதிரவன் கூடத் தோன்றியிருக்க மாட்டான். என்னைக் காணக் கையிலே குடத்தோடு காரிகைகள் விரைந்து வருவர்; தூரத்தில் வரும்போதே கார் கலீர்› என்று. வளையல் ஒலியும், சதங்கை ஒலியும் சேர்ந்து என்னைக்குதூகலிக்கச் செய்யும். கயிற்றில் கட்டப்பட்ட வாளியை உண்ளே தூக்கிப் போடுவார்கள். மெல்லிய மல்லிகைப் பச்செண்டைத் தூக்கிப் போட்டது போல் இருக்கும். என் மேல் படுத்துக் கொண்டு அவர்கள் நீர் எடுக்கும் போது விளையாட்டுக்காக› நான் புரண்டு விடுவோமா என்று நினைப்பேன்.

பாப்பேன். அப்படிப் புரண்டால், பாவம் அவள் உள்ளே விழ பாடும். அழ ஆரம்பித்து விட்டால் எப்படி ஆறுதல் பாலுவேன்? அதனால்தான் அவர்கள் எவ்வளவுதான் மண்மேல் சாய்ந்தாலும் நான் புரளாமலே இருந்தேன். மரக்

படைகளும் காய்ந்து ஒடிந்து விழும்போது நான் அப்படி இருக்க முடியுமா? மரக்கட்டைக்கும் மங்கைக்கும் வித்தியாசம் இல்லையா? அதனால்தான் புரண்டு உள்ளே விழுந்தேன். “ என்று கதை ஆரம்பிக்கிறது.

நல்லதங்காள் ஒரு தொழிலாளீயின் மனைவி. அவர்களுக்கு ஏழு குழந்தைகள். வறுமையின் பிடியில் தவிக்கிறார்கள். வேலை கேடுச் சென்ற இடத்தில் அந்த முதலாளி அவளையே கேட்கிறான். அதைக் கேள்விப்பட்ட கணவன் கத்தியுடன் அவனைக் குத்தப் பாய்கிறான். கைதாகிச் சிறை சென்று விடுகிறான்.

”நல்லதங்காளின் கதி? ஏழு குழந்தைகளின் கதி? - வீதி வீதியாக அலைந்தனர்.

ஆண்டாண்டு தோறும் அலைந்தாலும் ரேஷன் காலத்திலே எச்சிலையில் கூட ஒன்றுமிருக்காதே! இவர்கள் என்ன பட்டினத்தார் பரம்பரையா? இருக்கும் இடம் தேடிவந்து உருக்கமுடன் அழைத்தால் உண்பேன் என்று உறுதிகூறி உட்கார்ந்திருக்க? ஊர் பூராவும் சுற்றினாலும் ஏன் என்று கேட்பார் கிடையாதே! |

இந்நிலையில் நல்லதங்காள் என்ன செய்ய முடியும்?

விபசாரியானால் விமோசனம் இருக்கிறது என்பதை உணர்ந்தாள். மானங்கெட்ட வாழ்வு நடத்துவதா? என்று அவள் மனச்சாட்சி கேட்டது. பின் என்ன செய்வது? அனாதைகளுக்கு இக்கு ஆதரவு கிடையாது என்பதைத் தெரிந்து கொண்டாள்.

வறுமையாக வாழ்வதை விட மரணத்தோடு மானமாக வாழ்வது நல்லது என்ற முடிவுக்கு வந்த பின்னரே, குழந்தைகளைக் கூட்டிக்கொண்டு கிணறு நோக்கி வந்தாள். கிணற்றின் ஆழத்தைப் பார்த்தாள். அது அவள் வறுமையின் ஆழத்தில் கடுகளவுகூட இல்லாதிருந்தது. கண்ணை மூடிக் காண்டு குழந்தைகளைத் தூக்கிப் போட்டுவிட்டுத் தானும் விழுந்தாள். மரணம் இவளை நெருங்க மருண்டது. பின்னர் போலீசார் கையிலே நல்லதங்காள் சிக்கினாள். நீதிமன்றத்தில் அவளை நிறுத்தினார்கள். "ஏழு குழந்தைகளைாக் கொன்றுவிட்டாய், அது முதல் குற்றம்; இரண்டாவது நீ தற்கொலை செய்ய முயன்றது குற்றம்" என்று கோர்ட் பேசியது. வரட்டுச் சட்டம் பேசும் கோர்ட்டுக்கு வறுமையார் திட்டம் என்ன தெரியும்? குழந்தைகளை நான்தான் பெற்றவள்; நான்தான் கொன்றவள்" என்று சாதாரண நீதி பேசினாள் நல்லதங்காள். குழந்தையை நீ பெறலாம்; ஆனால் கொல்ல உரிமையில்லை"என்று சட்டம் கூறியதுஆம்! சட்டம் சாதாரண வார்த்தைகளால் ஆக்கப்பட்டதுதான். ஆனால், வறுமை அப்படியா? வறுமை மறுமையை இழக்கச் செய்யுமே? பிள்ளைக்கு நீதி வகுத்த சட்டம்

வறுமைக்கு ஏன் ஓர் எல்லை வகுக்கவில்லை? வறுமைவரம்புக்கு மீறதிருந்தால் தற்கொலை தலை காட்டுமா? கிணற்றிலே சாகவேண்டியவள் தூக்குக் கயிற்றிலே மரணமடைகிறாள் எனக்கதை முடிகிறது.

நவீன நல்லதங்காள் கதையாக ஆரம்பித்து கலைஞரின் பராசக்தி திரைபட பானீயிலான கோர்ட் சீனுடன் கதை முடிகிறது. நல்லதங்காள் கிணறூ பேசுவது போன்ற உத்தியும் மறுவாசிப்புக்கு ஒரு முயற்சி நடந்திருப்பதும் புதுசு.

'ஏ. வி. பி. ஆசைத்தம்பியின் "தாலி" என்கிற கதை சற்று வித்தியாசமான கதை. கடனுக்காக தன் 20 வயது மகளை 70 வயதுக்காரனுக்குக் கட்டிக்கொடுக்கிறான் தகப்பன். அவளோ தன் காதலனை எண்ணி ஏங்குகிறாள். கணவனின் வயோதிகத்தால் தாம்பத்தியமும் கைகூடவில்லை. அப்போது ஜப்பாநிந்திய யுத்தம் நடந்துகொண்டிருக்கிறது. தாத்தாவும் பேத்தியும்போல இந்தக்

கணவன் மனைவி வடநாடெங்கும் தீர்த்தஸ்தல யாத்திரை போகிறார்கள். திரும்பி வரும்போது ரயிலில் அவள் தன் காதலனைச் சந்திக்கிறாள். அதே ரயிலில் இப்போது அவர் ராணுவக் கேப்ட்னாக வருகிறான். வீட்டுக்கு விருந்துக்கு அழைக்கிறார்கள் கணவனும் மனைவியும். அவனும் வருகிறான். மீண்டும் காதல் தீ பற்றிக்கொள்கிறது. 70 வயதுக்கிழவன் இதை அறிந்துகொண்டு அவளுடைய காதலனையே மறுமணம் செய்துகொண்டு வாழச்சொல்லி உயில் எழுதி வைத்துவிட்டுச் செத்துப்போகிறான். ஆனால் அந்தப்பெண்ணை கேடனுடன் சேர்த்து வைக்க ஆசைத்தம்பி விரும்பவில்லை. ஜப்பனியப்படையிடம் ந்பிடிபட்ட கேப்டன் கொல்லப்படுகிறான். ஐயோ என்று அவள் கீழே விழுகிறாள். நாமும்தான். கதை முடிகிறது. அதே நிறைவேறாக்காதல்கதைதான். ஆனாலும் மறுமணம் என்கிற ஒன்று விவாதிக்கப்படுகிறதே.

டி. கே. சீனிவாசன்

காலஞ்சென்ற டி. கே. சீனிவாசன் 14-11-1922-ல் பிறந்தவர் . திருச்சிராப்பள்ளிக்காரரான இவர், சிறுகதைத் துறையில் தனக்கென ஓர் இடத்தைத் தக்கவைத்துக் கொண்டவர்.

'ஞாயிறு› இதழின் இணையாசிரியர். ‹தாய்நாடு ‹ இதழின் ஆசிரியர்.

இவரது சிறுகதைத் தொகுதிகள் : ‹உலக அரங்கில்› கடவுளால் ஆகாதது›, ‹குறள் கொடுத்த குரல்›, ‹எல்லைக்கு அப்பால்›, ‹கொள்கையும் குழப்பமும்›.

'ஆடும் மாடும்› இவரது சிறந்த புதினம்.

'ஊர்ந்தது உயர்ந்தால்', ‹மலர்ச்சியும் வளர்ச்சியும் நெடுங்கதைகள்.

நாடாளுமன்ற மாநிலங்கள் அவை உறுப்பினராக இருந்த இவர், தமிழக திட்டக் குழுத் துணைத்தலைவராகவும், பாடநூல் நிறுவன மேலாண்மை இயக்குநராகவும் பணியாற்றியவர்இவரது கதைஅகளீல் நேருக்கு நேரான பிரச்சாரம் உள்ளடக்கமாக இருப்பதைக் காணலாம். ஆனால் கதைத்தன்மை கெடமல் இருப்பதையும் சொல்ல வேண்டும். ஒருசொற்றுப்பதமாக அவரது கடவுளால் ஆகாதது என்கிற கதையைப் பார்க்கலாம்:

கடவுளால் ஆகாதது

மணி அடித்தது.

கூச்சலும் குழப்பமும் ஒருவாறு அடங்கி அமைதி நிலவ ஆரம்பித்தது.

ஆசிரியர் உள்ளே நுழைந்தார். கதாநாயகனை எதிர்பார்த்து கதாநாயகி "எப்போ வருவாரோ?" எனக் காத்திருப்பது போல யாருடைய வரவுக்காகவோ எல்லோரும் காத்திருந்தனர். கட்டுப் புத்தகங்களை மார்போடு கட்டி அணைத்துக் கொண்டு உள்ளே நுழைந்தார்கள் அந்தப் பெண்கள். இடத்தில் போய் உட்காரும் வரையில் பார்வையை துணைக்கனுப்பி உட்கார்ந்தவுடன் இழுத்துக் கொண்டனர் அத்தனை ஆடவர்களும். பாடம் ஆரம்பித்தது.

நான் அன்றுதான் புதிதாக அந்தப் பள்ளிக் கூடத்தில் சேர்ந்தேன். நான் படித்த பள்ளிக் கூடங்களெல்லாம் ரயில் வண்டி, சினிமாக் கொட்டகை, பிரசவ ஆஸ்பத்திரி மாதிரி பெண்களுக்கு பள்ளிக்கூடங்களும் தனியாகவே இருக்க வேண்டும் என்ற திட்டமான கொள்கையைக் கொண்டவை. எதிர்பாராத விதமாக உள்ளே நுழைந்து வரிசையாக அமர்ந்திருந்த அந்த ‹கொலுப் பொம்மைகள்' என் மனதில் இன்பத் துடிப்பை உண்டாக்கின. ஆசை அடிக்கடி என் கண் களை அந்தப் பக்கம் திருப்பியது. வட்கம் அதைக் கொஞ்சம் மட்டுப்படுத்தியது. பயம் அறவே வேண்டாம் எனத் தடுத்தது.

அறிமுகமே ஆகாத அந்த மாணவர்கள் மத்தியில் இந்த மறுவித உணர்ச்சிகளோடு உறவாடிக் கொண்டிருந்தேன். தமிழ்ப்பாடம் நடத்திக் கொண்டிருந்தார் ஆசிரியர். கேலிகள், மளையாட்டுகள், இடையிடையே ஆசிரியரின் அதட்டல்கள் கேயும் வழக்கமாக நடப்பது போலத்தான் நடந்தது. -

“கற்பென்பது மாதர்க்கணிகலம்” என்று ஆசிரியர் படித்தார்.

“அப்படியென்றால் என்ன அர்த்தம்?” என்று ஒருமாணவன் எழுந்து கேட்டான்.

“கற்பு என்பது மாதர்க்கு ஒரு சிறந்த ஆபரணம் போல்” என்று விளக்க உரை கொடுத்துவிட்டு பாடத்தைத் தொடர்ந்து நடத்த ஆரம்பித்தார் ஆசிரியர்.

முதலில் கேட்டவன் எழுந்து நின்றான். அவன் கண்களில் குறும்பு நிறைந்திருந்தது.

புத்தகத்திலிருந்த பார்வையை அவன் மேல் செலுத்தினார் ஆசிரியர். “எல்லாப் பெண்களுக்குமா?” என்றான்.

அத்தனை பையன்களும் அந்தப் பக்கம் பார்க்க சிரித்தார்கள். மற்றப் பெண்கள் அவளைக் கர்வமாகப் பார்த்துப் புன்னகை புரிந்தனர். அவள் தலை குனிந்திருந்தது. இதயத்தில் வரப்பு கட்டி, வேலி போட்டு அடக்கி வைத்திருந்த வேதனை கட்டுகளையும் மீறி கண்ணீராக வெளிப்பட்டு விரித்து வைக்கப் பட்டிருந்த புத்தகத்தில் விழுந்தது. - ‘உன் கண்ணில் நீர் வழிந்தால், என் நெஞ்சில் உதிரம் கொட்டுதடி› என்ற பாடலின் அடிகள் என் முன்னே உருவெடுத்து நின்றன. இப்படி வகுப்பில் கேலிப்பொருளாக்கப்பட்ட அப்பெண்ணின் கதைதான் இது. பொது மகளிர் வரிசையில் நிறுத்தப்பட்ட அவளை தந்தை பெரியாரின் முயற்சியாலும் வழிகாட்டுதலாலும் இக்கதை சொல்லியின் நண்பன் துரைராஜு திருமணம் செய்துகொள்கிறான். அவன் வீட்டில் மாட்டப்பட்டிருக்கும் பெரியாரின் படத்தை இருகரம் கூப்பி வணங்குவதோடு கதை முடிகிறது.

டவுளால் ஆகாதது பெரியாரால் ஆகும் என்பது சொல்லாமல் சொல்லப்பட்டுள்ளது.

எஸ். எஸ். தென்னரசு

‘திராவிடன்›, ‹நம்நாடு›, ‹முரசொலி›, ‹தென்றல்› இதழ்களில் துணையாசிரியராகப் பணியாற்றி விட்டு, ‹தென்னரசு› என்ற தம் பெயரிலேயே மதுரையிலிருந்து வார இதழை ஆசிரியராக இருந்து நடத்திய பெருமை இவருக்கு உண்டு.

இராமநாதபுரம் மாவட்டம் திருக்கோட்டியூரில் 1931 மார்ச்சில் பிறந்து, 1993 மார்ச்சில் மறைந்த இவர், நடந்த கதைகளைச் சுவையாக எழுதுவதில் வல்லவர்.

‘மயிலாடும் பாறை›, ‹ஐந்தருவி›, ‹தங்கச்சி மடம்›, ‹வைராக்கியம்›, ‹ஆனந்தபைரவி›, ‹கருணைக்கு அழிவில்லை ‹, ‹செம்மாதுளை› முதலிய 12-க்கு மேற்பட்ட புதினங்கள், ‹ஒரு தமிழச்சியின் கதை› போன்ற பல சிறுகதைத் தொகுதிகள், ‹தேவாலயம்›, ‘தலைநகரம்›, ‹அத்தான்› முதலிய நாடகங்கள் இவருடையவை.

திரைப்படங்களுக்குக் கதையும், வசனமும் எழுதியவர். தமிழக மேலவை உறுப்பினராகப் பணியாற்றியவர். வரலாற்று நிகழ்வுகளைக் கதையாக்குவதில் அவருக்கு ஆர்வம் அதிகம். பூனைக்குறவன் என்றழைக்கப்பட்ட கொள்ளையன் பற்றி இரண்டு கதைகள் எழுதியிருக்கிறார்.

பூனை தொங்கிய புளியமரம்

கிழக்கிந்தியக் கம்பெனியின் வலிமை வாய்ந்த விரல்கள் நெல்லை மாவட்டத்தில்தான் முதன் முதலில் வேரூன்றின. அந்தக் கட்டத்தில் தடி எடுத்தவர்கள் எல்லாம் தண்டல் நாயகமானார்

நெஞ்சில் வீரம் இருந்தாலும் இல்லா விட்டாலும் மீசை இருந்தால் மட்டும் போதும் என்ற துணிச்சலில் எத்தனை கோழைகள் கொள்ளைக் காரர்களாக மாறினார்கள்.

அந்த நேரத்தில் உண்மையான வீரர்களாகத் தோன்றியவர்கள் 'பூனையென்று' பட்டப் பெயர் பெற்ற கழுகுத்தேவனும், காசி அய்யனும்தான். திருநெல்வேலிச் சீமை ஒரு காலத்தில் இவர்கள் பெயர்களைக் கேட்டாலே இடிகேட்ட நாகம் போல் அரண்டது. திட்டமிட்டுக் கொள்ளை அடிப்பதிலும் அறைகூவல் விட்டுக் கொள்ளை அடிப்பதிலும் கழுகையும் காசி அய்யனையும் யாரும் மிஞ்சிவிட முடியாது. காசி அய்யனின் மூளை சொல்லுகிறபடி கழுகு வேலை செய்வான். பூனையைப் போல் பதுங்கிப் பாய்வதில் அவனுக்கு நிகர் அவன்தான். காசியின் யோசனையில்லாமல் கழுகு செயலில் ஈடுபட மாட்டான். கழுகு இல்லாத நேரத்தில் காசி கொள்ளையடிக்கவே புறப்பட மாட்டான்.

உலகம் பொல்லாதது: மிகவும் பொல்லாதது. எப்போதும் மூளை உள்ளவனுக்குச் சாதகமாகப் பேசுவதும், அவனுக்குப் பயப்படுவதும்தான் முரடர்களின் சுபாவமாக இருந்து வந்திருக்கிறது. எவ்வளவு காசி அய்யனுக்கு மூளை இருந்தாலும் கழுகுத் தேவனின் துணிவு இல்லா எந்தக் கொள்ளையும் நடத்த முடியாது. இது காசி அய்யனுக்குத் தெரியும். ஆனால் கழுகுத் தேவனுக்குத் தெரியுமா? அவன் வெறும் துணிச்சல்காரன்தானே

ஒவ்வொரு மனிதனுக்கும் இரண்டு குணங்கள் உண்டு. ஒன்று பிறவிக் குணம்; மற்றொன்று பழக்க வழக்கத்தால் உருவாகும் குணம். ஒவ்வொரு கட்டத்திலும் பிறவிக் குணம் தலைகாட்டும் தோஷம் அதை எதிர்க்கும். எது வலிமையாக இருக்கிறதோ அதுதான் இறுதியில் வெல்லும்.

கழுகு இயற்கையிலேயே இரக்க சுபாவமுள்ளவன். பழக்க தோஷத்தால் கொள்ளைக் கூட்டத் தலைவனானான். இருந்தாலும் அவன் உள்ளத்தில் இரக்கச் சித்தமே வலிவு கொண்டிருந்தது. ஒவ்வொரு நாளும், அவன் உள்ளத்தில் இரக்கத்திற்கும், கொடுமைக்கும் போராட்டம் நடைபெறும். கழுகுவின் கண்கள் அந்த நேரத்தில் சிவந்து பழுத்துவிடும். அவன் திகைத்துத் திணறுவான். எதிலும் அவனால் வெற்றிகாண முடியாது. ஆனால் அன்று?

நீந்தத் தெரியாதவன் தண்ணீரில் மூழ்கித் தவிப்பவனைக் காப்பாற்ற முனைவதும், கையிலே காசில்லாதவன் கண்ணீரைக் கண்டு கலங்குவதும் எவ்வளவு பைத்தியக்காரத்தனமோ, அவ்வளவு பைத்தியக்காரத்தனம் உதவி செய்ய முடியாதவன் ரக்கப்படுவது. கழுகுத் தேவனின் வாழ்க்கையில் இது பலித்து கட்டது. எப்படி?

ஒரு காலத்தில் சிவசங்கு என்றால் நெல்லை மாவட்டத்தில் போலீஸ் அதிகாரிகளுக்கு சிம்மசொப்பனம். அவனுக்குப் பிறந்த கழுகுத்தேவன், காசி அய்யன் இருவருக்கும்தான் அந்தப் புகழ் கிடைத்தது. காசி அய்யன் கோஷ்டியிடம் பத்துப்பேர் கொண்ட சரு படை இருந்தது. ஒவ்வொரு நாளும் நள்ளிரவில் கொள்ளையடித்த திரவியங்களை அடர்ந்த காட்டுக்குள்ளே உள்ள காளிகோயில் முன்னே குவித்து எல்லோரும் பங்கு பிரித்துக் கொள்வார்கள். காசி அய்யன் சொல்லுகிறபடி கழுகுத்தேவன் கொடுத்துக் கொடுப்பான். ஆனால் நகைகளைப் பிரிக்குமுன் எவ்வொருவரும் காளியை வணங்கி சத்தியம் செய்து கொள்ள வேண்டும். எல்லோருக்கும் பிரித்துக் கொடுத்துவிட்டு மீதியைக் கழுகுத்தேவன் வைத்துக் கொள்வான். காசி அய்யனுக்கு செங்கோட்டையிலும் கழுகுத் தேவனுக்கு சிப்பிபாறையிலும் குடும்பம் இருந்தது. இப்படி ஒவ்வொரு நாளும் கொள்ளையடிக்கக் கூடிய நகைகளை இவர்கள் என்ன செய்கிறார்கள் என்ற ரகசியத்தைப் போலீசாரால் கடைசிவரை கண்டுபிடிக்க முடியவில்லை. காசி அய்யனுக்கு மது அருந்தும் பழக்கம் உண்டு. பகல் முழுவதும் அவன் போதையில் இருப்பான். தொழிலைத் தொடங்கும் வேளை வந்தவுடன், குளித்துக் குங்குமம் இட்டு வியாபாரியைப் போல் தயாராகி விடுவான். ”

கழுகுத்தேவன் இரக்க குணத்தால் திருடப்போன இடத்தில் தாலிச்செயினை அறுக்காமல் விட்டு விட்டு வருகிறான். காசி அய்யன் அதைப்பிடித்துக்கொண்டு கள்ளர் குழுவில் விசாரணை வைக்கிறான். கழுகுத்தேவன் தனக்குத்தானே தூக்குத்தண்டனை கொடுத்துக்கொள்கிறான்.

இதே பூனைக்குறவனின் இன்னொரு சாகசக்கதைதான் பூனைக்குறவன் கதை. எத்தனை குற்றங்கள் செய்தாலும் கோர்ட்டில் தனக்காகத் தானே வாதாடிக் குறுக்கு விசாரணை செய்து தப்பி விடும் வல்லமையும் புத்திக்கூர்மையும் படைத்த பூனைக்குறவனின் சாகசங்கள் அக்கதையிஉல் பேசப்படுகிறது.

திராவிட இயக்க எழுத்தாளர்களில் கதாபாத்திரங்களின் குணாம்சங்களைக் கச்சிதமாக வார்த்துக் கதை சொல்லும் கலை தென்னரசுவுக்கே கை வந்ததாக தோன்றுகிறது.

அரசியல் களத்தில் போலவே இலக்கியக்களத்திலும் திராவிட இயக்க எழுத்தாளர்கள் இடதுசாரி எழுத்தாளர்களின் சக பயணிகளாக இருக்க முடியும்.

பகுதி–2
எழுபதுகளின் எழுச்சி

குறிப்பு: 1930களில் மணிக்கொடி ஏற்படுத்திய எழுச்சியைப் போல 1970களில் தாமரை மாத இதழ் சிறுகதையின் எழுச்சிக்கு வித்திட்டது. 1964இல் ஜவஹர்லால் நேருவின் மரணத்துடன் 1947இல் துவங்கிய நேரு யுகம் முடிவுக்கு வந்தது. சுதந்திர இந்தியாவின் பொற்காலக் கனவு வெறும் கானல் நீரானது.

அவநம்பிக்கை அலையடிக்கும் காலம் துவங்கியது. தேசிய எழுச்சி அவிந்த பிறகு தனிமனிதன், சுய நலம் முன்னுக்கு வந்தது. அது தமிழ்ச்சிறுகதைகளிலும் பிரதிபலித்தது.

கம்யூனிஸ்ட் இயக்கம் பிளவுண்டதும் அவசரநிலைக் காலமும் நக்சல் இயக்க எழுச்சியும் ஒடுக்குமுறையும் என இந்தியா ஒரு கொந்தளிப்பான காலகட்டத்தை எட்டியது.

39

வண்ணநிலவன்

1965 முதல் 1972 வரை இந்தியக் கம்யூனிஸ்ட் கட்சியின் இலக்கிய மாத இதழான "தாமரை" யில் ஆசிரியர் பொறுப்பில் எழுத்தாளர் தி. க. சிவசங்கரன் இருந்தார். மணிக்கொடி இதழில் பி. எஸ். ராமையா ஆசிரியராக இருந்த காலம்'30 களில் எப்படிச் சிறுகதைகளுக்கு வளம் ஊட்டிய காலமோ, அதே போல 70களில் தி.க.சி.யின் 'தாமரைக்காலம்' தமிழின் நுட்பமான பல சிறுகதை எழுத்தாளர்களுக்கு மேடையாக அமைந்தது. படைப்புச் சுதந்திரத்தோடு எழுதும் களமாக அன்றைய தாமரை திகழ்ந்தது. பிரபஞ்சன், பா.செயப்பிரகாசம். பூமணி, வண்ணதாசன், ஆ.மாதவன் எனப் பின்னர் புகழ்பெற்ற இப்படைப்பாளிகள் தாமரையில் எழுதி அறிமுகமானார்கள். '70 களின் சிறுகதை எழுச்சிக்கு வித்திட்ட அந்தப் படைவரிசையில் ஒருவராகத் தன் கதைகளுடன் முன்னணிக்கு வந்தவர் வண்ணநிலவன்.

தோழர் ரகுநாதன் நடத்தி நின்று போன 'சாந்தி' இதழை பின்னர் இந்தியக் கம்யூனிஸ்ட் கட்சித்தலைவர்களில் ஒருவரான எஸ்.ஏ.முருகானந்தம் தூத்துக்குடியிலிருந்து கொஞ்சகாலம் நடத்தினார். அவ்விதழில் 1970 செப்டம்பரில் வண்ணநிலவனின் முதல் சிறுகதை 'மண்ணின் மலர்கள்' வெளி வந்தது. (இளையபாரதிக்கு அளித்த நேர்காணலில் வண்ணநிலவன் சொன்னது). ஆனால் அந்தக்கதையை அவருடைய எந்தத்

தொகுப்பிலும் சேர்த்ததாகத் தெரியவில்லை. தாமரையில் 1970 இல் வெளியான யுகதர்மம், மயானகாண்டம் போன்ற கதைகளே அவரது துவக்கக்கதைகளாக அமைகின்றன. தாமரை, சாந்தி என்று கம்யூனிஸ்ட் பத்திரிகைகளில் எழுதியதால் அவர் கம்யூனிஸ்ட் அல்லர். கம்யூனிஸ்ட் கட்சி அரசியலை ஏற்றுக்கொண்டவரும் அல்லர். அரசியல் பற்றி ஒரு நேர்காணலில் அவர் கூறியிருப்பது:

“அரசியல்னு ஒண்ணு இல்லை. ஜெயகாந்தன் நேரடியாகவே கம்யூனிஸ்ட்களோட தொடர்புல இருந்திருக்கார். கலாப்ரியா தி.மு.க அனுதாபியாக இருந்திருக்கார். வண்ணதாசன் எந்தக் கட்சியையும் சாராதவராகத்தான் இருந்திருக்கார். எனக்கும் எந்தக் கட்சி சார்பும் கிடையாது. கேட்டது, பார்த்ததை வெச்சு எழுதறோம். அவ்வளவுதான். பெண்ணியம், தலித்தியமெல்லாம் 90-கள்ல வந்தது. நான் கோட்பாடுகளின் அடிப்படையில் கதை எழுதறதில்லை. எனக்கு எந்த அரசியலும் கிடையாது. ஓட்டு போடும்போதுகூட அந்தந்த நேரத்துல எந்தக் கட்சிக்குப் போடணும்னு தோணுதோ, அந்தக் கட்சிக்குப் போட்டிருக்கேன். மார்க்ஸியம் படிச்சிருக்கேன். அவ்வளவுதான். துக்ளக்ல பணியாற்றியதால மற்ற கட்சிகளின் அரசியல் என்னன்னு தெரியும். ஆனா, என் கதைகள்ல எந்த அரசியலையும் நான் சொன்னது கிடையாது.”(நேர்காணல்-பாலு சத்யா-விகடன்-)

இலக்கியத்தில் ஒருவர் முன்னெடுக்கும் அரசியல் எப்போதும் கட்சி சார்ந்ததாக இருக்காது. எப்போதாவதுதான் ஒரு கட்சி சார்ந்ததாக இருக்கும். அது அவசியமும் இல்லை. கூடாது என்றும் இல்லை. இலக்கியத்தில் அரசியல் என்பது யாருக்காகத் தன் படைப்பில் குரல் கொடுக்கிறார், யாரைப் பற்றி எழுதுகிறார், அதில் யார் பக்கம் நின்று எழுதுகிறார் என்பதை அடையாளம் காண்பதுதான். கதைத்தேர்விலிருந்து, கதை சொல்லும் விதத்திலிருந்து, கதையின் தொனியிலிருந்து என ஒரு படைப்பாளியின் அரசியலைப் புரிந்துகொள்ளக் கதைக்குள்ளேயே பல தடயங்கள் இருக்கின்றன. .

1970இல் துவங்கி 1980 வரையான முதல் பத்தாண்டுகளில் அவர் 31 கதைகள் எழுதியிருக்கிறார். 1980 க்கும் 1990க்கும் இடைப்பட்ட பத்தாண்டுகளில் 20 கதைகள். 1990க்கும் 2000 க்கும் இடைப்பட்ட காலத்தில் 37 கதைகள். துக்ளக்கில் பணியாற்றிய காலத்தில் வேலைப்பளு காரணமாக கதைகள் எழுதுவது அப்பத்தாண்டுகளில் குறைந்ததாக அவரே குறிப்பிட்டுள்ளார். 2000த்துக்குப் பின்னும்

கதைகள், நாவல் என அவரது எழுத்துப்பயணம் தொடர்கிறது.

முதல் பத்தாண்டுகளில் எழுதிய 31 கதைகளில் 'பஞ்சம், பசி, பட்டினி துரத்தும் மானுட வாழ்வு' பற்றி எட்டுக்கதைகள் எழுதியிருக்கிறார். பின்னர் 3 கதைகள். ஆக, 2000 வரை எழுதிய 88 கதைகளில் 11 கதைகள் பசியால் துரத்தப்படும் வாழ்வில் மனுஷிகளும் மனுஷர்களும் என்னவாகிறார்கள் என்பதைப் பேசுகின்ற கதைகள். என் வாசிப்பில் பசிக்காக இத்தனை கதைகள் எழுதிய சிறுகதை எழுத்தாளர், முற்போக்கு எழுத்தாளர்கள் உட்பட, வேறு யாரும் இருப்பதாகத் தெரியவில்லை. வண்ணநிலவன் கதைகள் முன் வைக்கும் முக்கியமான அரசியல் இது. "முதல்ல மனுசங்களோட பசியை எழுதுங்கய்யா" என்கிற அழுத்தமான குரல் அது.

மயான காண்டம், அழைக்கிறவர்கள், மிருகம், எஸ்தர், இரண்டாவது சொர்க்கம், குழந்தைகள் ஆண்டில், நரகமும் சொர்க்கமும், துன்பக்கேணி, இரண்டு உலகங்கள், திருடன், அவனுடைய நாட்கள் ஆகிய இந்தக்கதைகள் ஒவ்வொன்றும் ஒரு வண்ணம். பசியைத்தான் இத்தனை ராகங்களில் பாடி இருக்கிறார்.

மயான காண்டம் கதையில், பிணமே விழாத ஊரில், பஞ்ச காலத்தில், தொடரும் பட்டினியால் தவிக்கும் பிணம் எரிக்கும் பண்டிதன் தன் குல மரபுப்படி தன் குடும்பத்தின் பட்டினியை ஊருக்குத் தெரிவிக்கச் சங்கு எடுத்து மயானக்கரையில் நின்று ஊதும் காட்சி மனதை நடுக்கமுறச்செய்யும். பட்டினியை சங்கின் ஒலியாக மாற்றி ஆறு, வயல், வண்டிப்பாதை எனப் பரவவிட்டு இப்பிரபஞ்சமே பட்டினியைக் குரலாகக் கேட்க நேரும் மாயத்தை 'மயான காண்டம்" கதை செய்திருக்கிறது.

"செல்லையாப் பண்டிதன் வீட்டில் அடுப்பு எரிந்து இரண்டு மூன்று நாட்களாகிவிட்டன. நேற்றும் முந்தா நாளும், பட்டினிக்கும் பசிக்கும் சமய சஞ்சீவியாக உபயோகப்பட்டு வந்த மரச்சீனிக் கிழங்கும் இன்றைக்குக் காலையோடு சரி. ஊருக்குள்ளிருந்து அழுகைச்சத்தம் கேட்கிறதா என்று காதைத் தீட்டிக்கொண்டு பத்து நாட்களாகக் காத்திருந்தும் பார்த்தாயிற்று. ஊருக்குள் துஷ்டி விழுகிற பாட்டைக் காணோம். "

-என்று துவங்கும் கதை, பண்டிதருக்கும் அவர் மனைவி செல்லம்மாவுக்குமான சண்டைகளுக்கூடாகப் பயணிக்கிறது. வாய்விட்டு யாரிடமும் கேட்கத் தன் மானம் இடம் தரவில்லை.

இரட்டைச் சங்குகள் கட்டிய கயிற்றைத் தோளில் போட்டுக்கொண்டு வெளிக்கிளம்புகிறான்.

“பண்டிதனின் குலதெய்வம் சொள்ளமாடசாமி. ரொம்பவும் கஷ்டம் வரும்போது அந்தச் சங்குகள் இரண்டையும் வாயில் வைத்து சொள்ளமாட சாமியின் சந்நிதியில் நின்றுகொண்டு ஆங்காரத்துடன் அவன் ஊதுகிறது உண்டு. இந்தச் சங்கொலியில், தாங்கமுடியாத சோகம் கவிந்து மனசையே அலசிப்பிழிகிறபோது, ’சுடுகாட்டு வெட்டியானுக்கு ரொம்பக் கஷ்டம் போலிருக்கே . அதனாலதான் சாமிகிட்ட மொறையிடுதான்’ என்று ஊர் முழுக்கப் பேச்சு நடக்கும். ” மறுநாள் ஊர்ப்பெரியவர்கள் எல்லோரும் அவன் வீட்டுக்கு வந்து அவனுக்கு ஏதாவது பணமோ தானியமோ கொடுத்து உதவுவார்கள். அந்த நம்பிக்கையில் இன்று சங்கு எடுத்துக்கொண்டு போகிறார்.

“சாமி எங்கஷ்டத்தைத் தீருமய்யா. . ” என்று சத்தம் போட்டு ஆலமரமே அதிர்ந்து விழுகிறமாதிரி கத்தி விட்டு, தோளில் கிடந்த சங்குகளை எடுத்து வாயில் வைத்து மூச்செடுத்து ஊதினான். மரத்திலிருந்த நாரைகள் கிளைகள் முறிவது போல் சடசடவென்று இறக்கையடித்துக்கொண்டு பறந்தன. அக்கரையேறிவிட்ட வண்டிக்காரர்கள் வண்டியை நிறுத்திவிட்டுத் திரும்பிப் பார்த்துக்கொண்டார்கள். வயிற்றுப்பசியையெல்லாம் வாய்வழியே காற்றாக்கி சங்குகளை ஊதினான்.

செல்லம்மா வீட்டு வாசலுக்கு வந்து எட்டிப்பார்த்து அப்படியே நின்றுவிட்டாள். பண்டிதனின் சங்கொலி ஆற்றங்கரை மணல், ஆற்றுத்தண்ணீர், அக்கரையிலுள்ள பச்சை வயல் வெளிகள், வண்டிப்பாத சுற்றிக்கொண்டு போகிற வெள்ளிமலைக்குன்று இதையெல்லாம் தொட்டுத் தாண்டிப் போய்க்கொண்டேயிருந்தது. அன்றைக்கு ரொம்ப அபூர்வமாய், ஒரு சங்கீதக் காரனைப்போன்ற கம்பீரத்துடன் மூச்சடைக்க, கண்களில் நீர் வழிய வழிய ஊதினான். மனசில் கொட்டிக்கிடந்த ஆவேசம் தீரும் மட்டும் ஊதிவிட்டு நிறுத்தினான். ”

இத்தோடு கதையை முடித்திருந்தாலும் அற்புதமாகத்தான் இருந்திருக்கும். கதைக்கு ஒரு காவியத்தன்மை கூடக் கிடைத்திருக்கும். ஆனால் அப்புறமும் மூணு வரி எழுதுகிறார் வண்ணநிலவன்.

“கொஞ்ச நேரத்துக்குச் சாமியையே வெறித்துப் பார்த்துக்கொண்டிருந்தான். ஆலமரத்தடியில் முழுவதுமாக இருட்டு கவிந்துவிட்டது. திடீரென்று சாமி முன்னால் நகர்ந்துபோய் ஆலமரத்தில் தொங்கிக்கொண்டிருந்த சிறிய தகர உண்டியலைப் பிடுங்கி, இடுப்பில் வேஷ்டி முந்தியில் கட்டிக்கொண்டு, ஆலஞ்சருகுகள் சரசரக்க வீட்டை நோக்கி நடந்தான். ”

வண்ணநிலவன் பசியைக் காவியப்படுத்த விரும்பவில்லை. நாளை ஊர்ப்பெரியவர்கள் வந்து உதவுவார்கள் என்பதற்கு எந்த உத்தரவாதமும் இல்லை. கண் முன்னால் தொங்கும் உண்டியல்தான் சொள்ளமாடன் கைகாட்டியது என்று நாம் எடுத்துக்கொள்ள வேண்டும். நாளை வரை காத்திருந்து கௌரவம் காக்க பண்டிதருக்கு முட்டுப்பசி அல்லவே?வயிற்றுப்பசி அல்லவா?

‘அழைக்கிறவர்கள்’ கதையில், இடையில் கண்பார்வை இழந்த, உடல் நலம் குன்றிய குடும்பத்தலைவனை காலையில் மனைவியும் குழந்தைகளும் எழுப்பி, அழைத்துக்கொண்டு போய் குடும்பப் போட்டோவுடன் மாம்பலம் ஸ்டேசனில் உட்கார வைத்து, விரித்து வைத்த துண்டில் விழுகிற காசைக்கொண்டு வாழ்க்கையை ஓட்ட வேண்டும். அவரைக் காலையில் அவர்கள் எழுப்புகிற காட்சிதான் கதை. இன்று அவர் எழாமல்போனால்? என்கிற நித்ய பயத்துடன் எழுப்புவார்கள். அந்தப்பயம் பட்டினி என்னும் கத்தி தலைமேல் தொங்கும்போது உண்டாகும் பயம்.

‘மிருகம்’ கதை ஜாக்லேண்டனின் ’உயிராசை’ கதையை ஒத்த ஒரு உன்னதமான படைப்பு. தோழர் லெனின் இறப்பதற்கு முன்னால் தோழர் குருப்ஸ்காயாவை வாசிக்கச் சொல்லிக் கேட்ட கதை என்கிற பெருமை உயிராசை கதைக்கு உண்டு. பஞ்சத்தினால் மக்கள் வெளியேறியபின் பூட்டிக்கிடக்கும் வீடுகளுக்குள் புகுந்து ஏதாவது கிடைக்குமா என்று பார்க்கிற ஒரு மனிதனுக்கும் ஒரு நாய்க்குமான போராட்டம்தான் கதை.

‘‘ஒரு வெள்ளை நாய் அந்த வீட்டுப் புறவாசல் கதவு இடைவெளிக்குள் முகத்தைச் சொருகித் திறக்கப் பிரயாசைப்பட்டுக் கொண்டிருந்தது. கதவு கொஞ்சங்கொஞ்சம் திறந்து திரும்பவும் மூடிக்கொண்டது. சிவனு நாடாருக்கு சந்தோஷமும் ஆச்சரியமும் தாங்க முடியவில்லை. வேகமாக எழுந்து வீட்டைப் பார்க்க நடந்தார். இவர் வருகிற சத்தம் கேட்டு நாய் இவரைப்

பார்த்துவிட்டு திரும்பவும் கதவைத் திறக்கப் பிரயாசைப்பட்டது. குனிந்து கல்லைத் தேடினார். எங்கேயுமே கல்லைக் காணவில்லை.

மழையில் கரைந்து போய் நின்றிருந்த மண் சுவரிலிருந்து துண்டுச் செங்கல், ஓட்டாஞ்சல்லி, ஜல்லிக் கற்களைப் பெயர்த்து எடுத்து நாயைப் பார்த்து எறிந்தார். நாய் தூர ஓடிப்போய் நின்றுகொண்டது. அது பக்கத்தில் வருவதற்குள் கதவைத் தள்ளித் திறந்துகொண்டு வீட்டுக்குள்ளே நுழைந்துவிட்டார். கதவைச் சாத்தினதும் நாய் ஓடிவந்து கதவுக்குப் பக்கத்தில் வந்து நின்றது கேட்டது. வீட்டுக்குள்ளே நுழைந்ததும் அவருக்கு ரொம்பவும் திருப்தியாக இருந்தது. ”

”நெல் குதிர் இருந்த எதிர்த்த பக்கத்துக் கதவுக்குப் பின்னால் ஒரு பழைய ஓவல் டின் டப்பா உட்கார்ந்திருந்தது. ஆசையோடு அதைப் பார்க்க நடந்தார். அருகே போனதும் அதிலிருந்து எறும்புகள் போய்க் கொண்டிருந்ததைப் பார்த்து சந்தோஷமாக இருந்தது. டப்பாவைத் தூக்கி மூடியைத் திறந்து பார்த்தார். அடியில் கொஞ்சம் கருப்புக்கட்டித் தூள் கிடந்தது. அந்தத் தூளை வைத்து இரண்டு வேளை காப்பி போடலாம். டப்பாவைத் தரையில் வைத்து கதவுக்கு முன்னால் உட்கார்ந்து தட்டினார். எறும்புகள் சிதறி ஓடின. அடுப்படிக் கதவு அவ்வப்போது கொஞ்சம் திறந்து மூடுவதும், திறந்த சமயங்களில் நாயின் கறுப்பு மூக்கு மட்டுமாகத் தெரிந்தது. ”

இந்தத் தடவை நாய் முகத்தை கதவுக்குள்ளே நுழைத்த போது கதவோடு சாய்ந்து தன்னுடைய முழு பலத்தையும் கொண்டு அழுத்தினார். நாய் இதுவரை அவர் கேட்டிராதபடி புது மாதிரியான குரலில் ஊளையும், சத்தமும் கலந்து போட்டது. அந்தச் சத்தைக் கேட்டு கதவின் இறுக்கத்தைத் தளர விட்டுவிடுவோமோ என்று அவருக்குப் பயமாக இருந்தது. ஏதோவொரு உலுக்கலுக்குப் பிறகு கதவு நன்றாகப் பொருந்தி நிலைச்சட்டத்துடன் மூடிக்கொண்டது. பயத்துடன் திரும்பி கதவைப் பார்த்து நின்றார். வெளியே அந்த விநோதமான சத்தமும், ஊளையும் கலந்து கேட்டுக்கொண்டே போய் சிறிது நேரத்தில் தேய்ந்து விட்டது. நாய் முகத்தைக் கொடுத்து கதவைத் தள்ளின இடத்தில் சில ரத்தத்துளிகள் சிதறிக் கிடந்தன. இன்னும் பயம் தீராமல் டப்பாவை இறுகப் பிடித்தபடியே உள்ளேயே கொஞ்ச நேரம் நின்று கொண்டிருந்துவிட்டு வெளியே வந்தார்.

நாய் ஒளிந்திருக்கும் என்று நினைத்துக்கொண்டு, ரொம்பவும் ஜாக்கிரதையாக, தன் கண்ணுக்கு எட்டின தூரம் வரை எல்லாப் பக்கங்களிலும் பார்த்துக் கொண்டே தன் வீட்டுக்குப் போனார். தெருவில் எல்லா வீடுகளும் பூட்டிக் கிடந்தது அந்தப் பகலிலும் பயத்தைக் கொடுத்தது. அந்த நாய் எங்கேயாவது ஒளிந்து கிடந்து தன்னைத் தாக்கும் என எண்ணினார். நாய் வந்தால் ஏதாவது ஒரு பக்கம் ஓடித் தப்பித்துக் கொள்ள முன்னெச்சரிக்கையாக நடுத்தெருவில் நடந்து போனார். வீட்டுக்குப் பக்கத்தில் வரும்போது நார்ப்பெட்டியின் ஞாபகம் வந்தது.

வீட்டுக்குள் நுழைந்து கதவை அவசரமாகச் சாத்தினதும் இவ்வளவு நாளும் உணர்ந்திராத நிம்மதியை உணர்ந்தார். தீப்பெட்டியில் மூன்று குச்சிகளே இருந்தன. ஒரே குச்சியில் நெருப்பு நிச்சயமாகப் பற்றிக்கொள்ளும் என்று திருப்தியாகும் வரை தீயைப் பற்ற வைப்பதற்கான ஏற்பாடுகளைச் செய்தார்.

அன்று மாலையும் இரவிலும் அவர் வீட்டை விட்டு வெளியே போகவில்லை. காலையில் தூங்கி விழித்ததும் ஜன்னல் வழியே எட்டிப் பார்த்தார்.

நாய் வாசலில் உட்கார்ந்திருந்தது.

உருவத்திலும் உள்ளடக்கத்திலும் மொழியிலும் சுதி சுத்தமான கதை இது.

வண்ணநிலவனின் கதைகளில் அதிகம் பேசப்பட்ட, விவாதிக்கப்பட்ட கதை எஸ்தர்தான். பஞ்சத்தின் கொடிய கரங்கள் பின்னிருந்து இயக்க, தம் வாழ்வின் ஒவ்வொரு அசைவையும் பஞ்சமே இயக்கிக்கொண்டிருப்பதை உணர்ந்தும் உணராமலும் வாழ்வைக்கடத்தும் மனுஷர்களின் கதை. எஸ்தர் சித்தி என்னும் ஆளுமை மிக்க பெண்ணின் ஆளுகையின் கீழும் அரவணைப்பிலும் வாழும் ஆண்கள் பெண்களின் வாழ்க்கைக்கதை இது. பஞ்சத்தில் நீரின்றிப் பட்டுப்போன பயிர்களையெல்லாம் மாடுகளை விட்டு அழித்துவிட்டு வா என அவ்வீட்டின் வேலைக்காரன் ஈசாக்கை சித்தி அனுப்புவாள்.

ஊரில் எல்லோருக்கும் தேவையாக இருந்த காட்டுக்குள் இப்போது ஒன்றுமே இல்லை. ஒரு வெள்ளை வெயில் விளைகளுக்குள் அடிக்கிறதென்று ஈசாக்கு சொல்கிறான். வெயிலின் நிறங்களை ஈசாக்கு நன்றாக அறிவான். “மஞ்சள் வெயில்

அடித்தால் நாளை மழை வரும்” என்று அவன் சொன்னால் மழை வரும். கோடை காலத்து வெயிலின் நிறமும், மழைக்காலத்து வெயிலின் நிறமும் பற்றி ஈசாக்குத் தெரியாத விஷயமில்லை. ஈசாக்கு விளைகளில் விளைகிற பயிர்களுக்காகவும், ஆடுமாடுகளுக்காகவும் மட்டுமே உலகத்தில் வாழ்ந்து வந்தான்.

ஆனாலும் ஈசாக்குக்குப் பிரியமான விளைகள் எல்லாம் மறைந்து கொண்டிருந்தன. கடைசியாக திட்டி விளையில் மாட்டைவிட்டு அழிக்கப்போனபோது ஈசாக்கு கஞ்சியே சாப்பிடாமல் தானே போனான். எவ்வளவு அழுதான் அன்றைக்கு? இத்தனைக்கும் அவன் பேரில் தப்பு ஒன்றுமில்லை. தண்ணீரே இல்லாமல் தானே வெயிலில் காய்ந்து போன பயிர்களை அழிக்கத்தானே அவனைப் போகச்சொன்னாள் எஸ்தர் சித்தி. காய்ந்து போன பயிர்களை அழிக்கிறதென்றால் அவனுக்கு என்ன நஷ்டம்? ஆனாலும் கூட ஈசாக்கு எவ்வளவாய் அழுதான். அவன் நிலம் கூட இல்லைதான் அது.

‘குழந்தைகள் ஆண்டில்’ என்றொரு கதை. பெற்ற குழந்தைகளுக்குச் சாப்பாடு போட வக்கற்ற தகப்பன் ஒரு பெண்குழந்தையைமட்டும் பாட்டி ஊருக்கு அனுப்பி வைக்கிறான். ஒரு சுமை குறையும் என்றும் அவள் ஒருத்தியாவது வயிறாரச் சாப்பிடட்டும் என்றும் நினைத்து. ஆரம்பத்தில் தாத்தாவும் பாட்டியும் அவளை நன்றாகத்தான் ஆதரித்து வளர்க்கிறார்கள்.

தாத்தா பக்க வாதம் வந்து படுக்கவும் அந்த வீட்டிலும் பஞ்சம் வந்துவிட, பள்ளிப்படிப்பை நிறுத்திவிட்டுப் பாட்டியோடு முள் விறகு வெட்டி, அதை விற்று ஜீவிக்கும் அன்றாடத்துக்குள் அக்குழந்தை தள்ளப்படுகிறாள். பள்ளிக்கூடத்தை ஏக்கத்துடன் பார்த்தபடி விறகைச் சுமந்து கொண்டே போவாள். சர்வதேசக் குழந்தைகள் ஆண்டு என அறிவிக்கப்பட்ட 1979 இல் வண்ண நிலவன் இக்கதையை இத்தலைப்பில் எழுதியிருக்கிறார்.

இதைவிட என்ன அரசியல் வேண்டும். ?

புதுமைப்பித்தன் எழுதிய ‘துன்பக்கேணி’ என்கிற தலைப்பிலேயே வண்ணநிலவனும் ஒரு கதை எழுதியிருக்கிறார். ஒரு கொலைக்கேசில் புருசன் ஜெயிலுக்குப் போய்விட, கர்ப்பிணியான இளம் மனைவி வண்டி மலைச்சி, பசிக்கொடுமை தீர, போலீசுக்குத் தெரியாமல் கள்ளச்சாராயத்தைக் கடத்தும் தொழிலுக்கு வருகிறாள். ராத்திரிக் கடத்தும் போது போலீசிடம்

பிடிபட்டு கோர்ட்டில் நிற்கிறாள். அறிந்தே கிணற்றில் விழும்படி அவளைத்துரத்துவது எது?

'இரண்டாவது சொர்க்கம்' கதையில் பசிப்பிணியிலிருந்து விடுபடுவதற்காகவே மதம் மாறிக் கிறித்துவத்துக்குள் ஐக்கியமாகும் ஒரு குடும்பத்தின் கதையைச் சொல்கிறார்.

இந்த எல்லாக் கதைகளிலும் எது அறம்? எது சரி அல்லது தவறு என்பதை கதையின் எந்த இடத்திலும் வண்ணநிலவன் குறுக்கிட்டோ கதாபாத்திரங்களின் மீதேறியோ ஒரு சொல்லைக்கூடச் சொல்லிவிடவில்லை. எல்லா அறத்தையும் நீதியையும் கதைகளே பேசுகின்றன. அங்கேதான் அது இலக்கியமாகிச் சுடர்கிறது.

வண்ணநிலவன் கதைகளின் ஒரு முக்கியமான முகம் இது.

அவருடைய நூற்றுக்கும் மேற்பட்ட சிறுகதைகளிலும் நாவல்களிலும் எவ்வளவு கொடுமையானதாக வாழ்க்கை வருத்தினாலும் இங்கே யாரும் சாகப் பிரியப்படவில்லை. அதற்கு இந்த சிநேகங்களும் பிரியங்களும்தான் காரணம். " என்கிற செய்தியை விதவிதமான மொழியிலும் தொனியிலும் வாசத்திலும் சொல்லிக்கொண்டே இருக்கிறார்.

சாதி அபிமானமோ சாதித் துவேஷமோ இல்லாத அவருக்குக் கிடைத்த வாழ்வனுபவம் திருநெல்வேலி சைவ வேளாளக் குடும்பப்பின்னணியிலிருந்து என்பதால், பல கதைகள் சைவ வேளாளச் சித்தரிப்புகளாகவும் அவர்களின் பேச்சு மொழியிலும் அமைந்துவிடுகிறது. அந்த 'உள்ளூர்மயம்' அவருடைய கதைகளுக்கு ஒரு அழுத்தத்தையும் நம்பகத்தன்மையையும் மண் வாசத்தையும் அளிக்கின்றன. கதை சென்னைக்குப் போனாலும் திருநெல்வேலி மொழியில்தான் பேசுகிறது.

திருநெல்வேலியின் வாழ்ந்துகெட்ட பிள்ளைமார் சமூகத்தின் வாழ்வைப் பல கதைகள் பேசுகின்றன. யுகதர்மம், காரைவீடு, குடும்பச்சித்திரம், அந்திக்கருக்கல், அவர்கள், விடுதலை, விமோசனம், பிழைப்பு, ராஜாவும் வாரிசுகளும் போன்ற கதைகள் கீழிறக்கப்பட்ட வாழ்வைப் பேசுகின்றன.

கெட்டதுக்குக் காரணமாக அநேகமாக பொறுப்பற்ற குடும்பத் தலைவர்களே அல்லது அவர்களது ஆண் பிள்ளைகளே காரணமாக அமைகின்றனர். சிறு நில உடமைச் சமூகமாக இருந்த ஒரு சமூகத்தின் அடுத்த தலைமுறையின் வீழ்ச்சியை, அந்த வீழ்ச்சி

மனித உறவுகளில் ஏற்படுத்தும் மாற்றங்களை, உயிரோட்டத்துடன், விதம் விதமாக இக்கதைகளில் இசைக்கிறார்.

'காரைவீடு' கட்டி வாழ்ந்த குடும்பத்தின் பெரியபிள்ளை அந்த வீட்டை விற்றுப் பத்திரம் எழுதப்போகிற அந்த ஒருநாளின் அதிகாலைப்பொழுதில் கதை துவங்குகிறது. குடும்பப்பொறுப்பும் சம்பாதிக்கத் துப்பும் இல்லாத இரண்டு ஆண்மக்களால் இக்கதையில் வீழ்ச் சி வருகிறது. ஊரே கொண்டாடிய அந்தக் காரைவீட்டை விற்றுக் கையெழுத்திட்ட பின் "வீட்டுக்கு வந்ததும் பெரியபிள்ளை, அந்தக் காரை வீட்டைத் தான் கட்டின பெருமையை விஸ்தாரமாக எல்லோருக்கும் சொல்ல ஆரம்பித்தார்.

அன்று முழுவதும் சொன்னார். அடுத்த நாளும் அதற்கடுத்த நாளும் சொன்னார். அந்த வீட்டிலிருந்து தட்டாக்குடித்தெருவிலுள்ள ஒரு சின்ன வீட்டுக்குக் குடி வந்துவிட்ட பிறகும்கூட அந்தக் கதையைச் சொல்லிக்கொண்டிருந்தார்-அதாவது, அவர் அந்தக் காரை வீட்டைக் கட்டின கதையை. எல்லோரும் சொன்னார்கள், அவருக்குப் புத்திக்குச் சரியில்லாமல் போனதென்று."

இந்த வீடுகளில் கிடந்துழலும் பெண்கள் எல்லாவற்றையும் போட்டுடைத்தும், ஆண்களை மட்டந்தட்டியும் பேசுபவர்களாக வருகிறார்கள். 'குடும்பச் சித்திரம்' கதையில் வாசலில் நின்று செருப்பைக் கழுவ ஒரு சொம்பு தண்ணீர் கொண்டுவரச்சொல்லிச் சத்தம் கொடுக்கிறார் ரங்கநாதபிள்ளை. தாய் மகளைச் சொல்ல, மகள் தாயைச் சொல்ல, பிள்ளைவாளுக்குத் தண்ணி வந்து சேரவில்லை. மகள் சொன்னதைச் செய்ய மறுத்ததும் தாய் செம்பகத்தம்மா கூப்பாடு போடுகிறாள்.

"யய்யா...வாசல்ல நிக்க கவர்னரய்யா, கேட்டயளா கதய. . ?ஒரு சொம்புத் தண்ணி மோந்து கொடுக்கச்சொன்னதுக்கு இத்தன கூத்து... கேட்டுக்கிட்டுத்தான நிக்கிய...? உங்களுக்குப் படிக்கட்டு ஏறயிலேயே வீட்ல எல்லாந் தயாரா இருக்கணும். அவுரு சின்னக் கலைக்கட்டரு எங்க போயிருக்காரோ தெரியல. அவருக்கு குளிக்க வெந்நியில இருந்து பல்லுத்தேச்சு வுடுதது வரைக்கியும் இந்தப் பொம்பளதான் செஞ்சாகணும். இன்னும் அவர ஆபீஸ்ல கொண்டுபோயி விட்டுட்டுத்தான் வரல நான். இந்தச் செம்பகத்தம்மா ஒருத்தி கெடக்கப்போயித்தான் எல்லாரும் ஆளு ஆளுக்கு அதிகாரம் பண்ணுதீய...? அட ராமா..." இக்குரல்

ஒட்டுமொத்த இந்தியப் பெண்களின் குரலாகவும் விரிவு கொள்வதைப்பார்க்கிறோம்.

“அவர்கள்” கதையில் பற்பனாத பிள்ளை ரெண்டு கத்திரி சிகரெட் வாங்க வக்கற்றுப்போய் மணி கடையில் கடனாக ரெண்டு சிகரெட் கேட்க, அவன் “ச்சேய்... ஒங்களோட பெரிய தொந்தரவாப்போச்சே” என்று கடை வாசலில் வைத்தே அவரை அவமதிக்கிறான்.

“பற்பனாத பிள்ளைக்கு கோபம் வரவில்லை. அவர் சிரித்தார்.”: சர்த்தாம்டே, இன்னும் ஒரு வாரத்துல வய நெல்லு வித்து வந்துரும். அப்பம் பைசா பாக்கி இல்லாமல் பைசல் பண்ணிருதம்ப்பா. ரெண்டு சிகரெட் குடு.”

“எத்தனை மாசமா நெல்லை வித்துத் தாரேன். . நெல்லை வித்துத் தாரேன்னு சொல்லிக்கிட்டு இருக்கேரு!ஒம்ம வயல் பருவம் பாக்கிறவனக் கேட்டா. . அவருக்கு ஊர்ல ஒரு செண்டு நெலம் கூடக் கெடையாது, எல்லாத்தையும் வித்துச் சாப்புட்டாரு. அப்படின்னு சொல்லுதான். நீரு என்னடான்னா நெல்லு வித்து ரூவா வரும்னு சொல்லுதேரு!ஆரு கிட்டக் காது குத்துதேரு?” என்றான்.

மரியாதையைக் குறைத்துவிட்டான். நேற்றும் இப்படித்தான். ‘நீங்க நாங்க’என்று பேசிக்கொண்டிருந்தவன் திடீரென்று ‘நீர்’ என்று பேச ஆரம்பித்துவிட்டான். ஆனால் கடைசியில், பிச்சை போடுகிற மாதி ஒரு கத்திரி சிகரெட்டை எடுத்துக் கையில் போட்டான்.

பற்பனாத பிள்ளைக்குக் கண்கலங்கி விட்டது. ஒரு காலத்தில் அதே மணி கடையில்தான் அவருக்கு எவ்வளவு மதிப்பு இருந்தது?அவர் தூரத்தில் வருவதைப் பார்த்தாலே போதும். ஒரு பாக்கட் கத்திரி சிகரெட்டைத் தயாராக எடுத்து வைத்துக்கொண்டு நிற்பான்.

மெதுவாக நகர்ந்தார்.

நில உடமையாளர்களாகச் செழிப்பாக வாழ்ந்த இவர்கள் இப்படி வீழ்ந்திட்டார்களே என்பதல்ல வண்ணநிலவன் கதைகளின் கவலை. வீழ்ந்தாலும் இவர்கள் இன்னும் எப்படித் தெத்திக்கொண்டு திரிகிறார்கள் என்பதை உள்ளது உள்ளபடி முன் வைக்கிறதுதான் அவர் செய்யும் வேலை. எந்தக் கதாபாத்திரத்தின் மீதும் சார்பு கொள்ளாத ஒரு இடத்தில் தன்னை வைத்துக்கொண்டு கதை

சொல்கிறார். அவரவருக்கு அவரவர் கோணம் என எல்லாக் கோணங்களையும் நம் முன் வைத்து விடுகிறார்.

‘அந்திக் கருக்கல்’ என்னும் கதையில் வரும் பெரியவர், நடக்கமாட்டாத நிலையிலும் தன் மகன் கோவில்பிச்சையைத் தேடிப் போகிறார். அவன் தன் மனைவி ரெஜினாவை விட்டு விட்டு பரிமளம் என்கிற வேறொருத்தியோடு அதே ஊரில் வேறு தெருவில் இருந்து வருகிறான். அவனைச் சத்தம் போட்டு வீட்டுக்கு அழைத்து வரும் நோக்குடன் அவ்வீட்டுக்குப் போகிறார். இவர் வரவை அறிந்து அவன் மாடியில் போய் இருந்துகொள்கிறான். அந்தப்பெண் பரிமளம்தான் அவரை வரவேற்று உபசரிக்கிறாள்.

“உங்கிட்டச் சண்டை போடணும்னு வந்தேன்” என்றார்.

“நல்லாச் சண்டை போடுங்க..! ஒங்க மருமவட்ட சண்டை போடதுக்கு ஒங்களுக்கு உரிமை இல்லியா..? காப்பியக் குடிச்சுப் போட்டுச் சண்டை போடுங்களேன். ஒங்கள ஆரு வேண்டாமுன்னது.?” என்று அவள் கேலியும் சிரிப்புமாகச் சொன்னாள். தொடர்ந்து அவள் உரிமையோடு பேசிய பேச்சுக்களும் ‘‘எனக்குன்னு இந்த ஊர்லே யாரு மாமா இருக்காங்க?பெத்து வளத்தவுக இருக்காகளா. இல்ல கூடப்பொறந்ததுக இருக்கா?ஒருத்தருங் கெடையாது. இவுக ஒருத்தரு இல்லன்னா இந்த ஊருல என்னை ஏன்னு கேக்க ஒரு நாதி கெடையாது” என்றாள்.

அவர்கள் இருவரும் சந்தித்துப் பேசிக்கொள்ளும் அந்தக்காட்சி தமிழ்ச் சிறுகதை வரலாற்றில் தனித்த இடம் பெறும் காட்சியாகும். அவளை ஆசீர்வாதம் செய்துவிட்டுத் திரும்பி விடுகிறார்.

அன்பிலே எல்லாம் கரைந்து போவதை மீண்டும் இக்கதையில் சொல்லியிருக்கும் வண்ணநிலவன் எல்லாத்துக்கும் காரணமான அந்தப்பயல் கோயில்பிச்சை மீது நமக்குக் கோபம் உண்டுபண்ணாமல் விட்டு விடுகிறார். அந்த அரசியல் எனக்கு வேண்டாம் என்று கையைக் கழுவி விடுகிறார். இன்னின்ன மாதிரி இப்பிடியிப்பிடி இருக்காஹன்னு சொல்றதோட நிப்பாட்டிக்கொள்கிறார். இது நியாயமா அண்ணாச்சி என்று கேட்க வேண்டியது நம்ம அரசியல்.

நில உடமை உறவுகளில் அடிப்படையான ஒன்று நில உரிமையாளருக்கும் குத்தகை பார்க்கிறவருக்கும் இடையிலான உறவு. கு. ப. ராவுக்கு ஒரு ‘பண்ணைச் செங்கான்’ கதை

அமைந்ததுபோல வண்ணநிலவனுக்கு அமைந்தது “மேட்டு வயல்” என்னும் கதை.

செல்லையாவுடைய அய்யா இருக்கும்போது தூதுவழி பத்தில் ஏழுவயல்களை அவனும் அய்யாவுமாக பருவம் பார்த்து வந்தார்கள். வீடெல்லாம்நெல்மூட்டைகளும் மாடுகளும் கன்றுகளுமாகக் கொழித்திருக்கும். அய்யாவும் அம்மாவும் அடுத்தடுத்து இறந்த பின் வீட்டிலிருந்த ‘வக்கத்து’ போய்விட்டது. இப்போது மூன்று வயல்கள்தான் இருக்கின்றன. பஸ் கம்பெனிகாரர் வீட்டு வயல்கள் இரண்டு. இன்னொன்று எட்வர்ட் ஐயா வீட்டு வயல்.

எட்வர்டு ஐயா வீட்டு வயலை அவனுடைய குடும்பம்தான் பருவம் பார்த்து வருகிறது. அந்த வயலுக்கு மேட்டு வயல் என்று பெயர்.

இப்போது அந்த ”மேட்டுவயல் அடவோலையை தவசிக்கி மாத்தியாச்சாம்ல.... ? ” என்று ஒரு தகவல் அவனுக்கு வருகிறது. எட்வர்டு அய்யா வீட்டுக்கே போய் அவரிடம் நியாயம் கேட்கிறான்.

“சண்டை போடணும்னு வந்து நிக்கியா?” என்று ஆத்திரத்தோடு கேட்டார் எட்வர்ட்.

“சண்டை எல்லாம் ஒண்ணும் போட வரலீங்க அய்யா. . ? பரம்பரை பரம்பரையா பருவம் பாத்துக்கிட்டு இருக்க வயலைப்புடுங்கி வேற ஆளு கையிலே குடுத்தா நாங்க எப்பிடிப் பொழைக்கது”

“இம்புட்டுப் பேசுதீயே?நீ அந்த வய நெல்லை ஒழுங்கா அளந்து எத்தனை வருஷம் ஆச்சு. . ?கேட்டா, தண்ணி ஏறலை, தண்ணி ஏறலைன்னு சொல்லி கட்டுக்குத்தகை நெல்லைக் கொறைச்சுப் போட்டே. . பெறவு அடவோலைய மாத்தாம என்ன செய்யிறது?”

“அப்பம் ஒங்கிட்டே கேட்டுட்டுத்தான் செய்யணும்கிறீயா. . ? நீ எந்தக் கோர்ட்டுக்கு வேணும்னாலும் போ. . ஒன்னால் ஏண்டதப் பாரு. . ”

கதையில் செல்லையா கோர்ட்டுக்குப் போகவில்லை. எட்வர்ட் அய்யாவின் சம்சாரம் ரோஸலின், செல்லையா மீது கொண்ட

பரிவினால் அவள் அய்யாவிடம் பேசி அவனுக்கே அடவோலையை மாத்திக்கொடுத்துவிடுகிறாள்.

செல்லையாவுக்கு என்ன சொல்வதென்றே தெரியவில்லை. “நீங்க நல்லா இருக்கணும்மா.” என்று கையெடுத்துக் கும்பிட்டான். அன்னத்தாயும் கும்பிட்டாள்.

கடைசியில் அன்புதான் சாதிக்கிறது. யாரும் அன்புக்கு எதிராக வாதாட முடியாது. அன்பினால் எல்லாமே முடிந்துவிட்டால் வேறு என்ன வேண்டும் மனித வாழ்வில்? ஆனால் குத்தகை விவசாயிகள் நிலம்சார்ந்த தங்கள் உரிமைகளைப் பாதுகாத்துக்கொள்ள எண்ணற்ற போராட்டங்களை நடத்த வேண்டியிருந்தது என்பதுதானே வரலாறு. அடக்குமுறைகளைச் சந்திக்க வேண்டியிருந்தது. அன்பினால் எந்த நில உடமையாளனும் மனம் இளகிவிடவில்லை. விதிகளைப் பேசாமல் விதிவிலக்குகளைப் பேசுவது யதார்த்தமாகுமா என்கிற கேள்வி நமக்கு எழுகிறது.

உடைமையாளரின் அன்பையும் கருணையையும் பரிவையும் எதிர்பார்த்து நிற்பதை விட சட்டப்பூர்வமான உத்தரவாதமான ஏற்பாடுகள்தானே செல்லையாக்களின் வாழ்க்கை தடுமாறி விழாமல் தொடர உதவியாக இருக்கும்?கதைத்தேர்வில் செல்லையாவின் பிரச்னையை எடுத்ததில்வண்ணநிலவனின் அரசியல் வெளிப்படை. அங்கு எழும் முரண்பாட்டை மேலே வளர்த்துக்கொண்டு போகவிடாமல் அவருடைய ‘அன்புவழி’ அரசியல் குறுக்கீடு செய்து முடித்து வைத்துவிடுகிறது.

உடல் உழைப்புத் தொழிலாளிகளின் வாழ்வையும் அவர்களின் மேன்மையான மனநிலைகளையும் சில கதைகளில் அற்புதமாகச் சித்தரித்திருக்கிறார் வண்ண நிலவன். “கெட்டாலும் மேன்மக்கள்” அப்படி ஒரு கதை.

சோடா, கலர் தயாரிக்கும் சிறிய கம்பெனி ஒன்றின் ஊழியரான சுப்பையா சைக்கிள் கேரியரில் பாட்டில்களைச் சுமந்து கொண்டு சென்று ஊர் ஊராக, கடை கடையாகப் போட்டு வருபவன். கடையின் முதலாளி திடீரென இறந்துவிட, அவருடைய மனைவி பொறுப்பெடுத்துக் கம்பெனியை நடத்தும் சூழல். சுப்பையாவுக்கும் வேலைப்பளு அதிகரிக்கிறது.

சைக்கிளில் சுப்பையா போகும் பயணத்தில் கதை துவங்குகிறது. குறுக்கிடும் ஆற்று மணலில் பசியோடு லோடு சைக்கிளைத் தள்ளிக்கொண்டு நடக்கிறான். .

......எதிரே ஒரு பெண் கடகப்பெட்டியுடன் வந்துகொண்டிருந்தாள். ஏதாவது வியாபாரமாக இருக்குமோ என்று தோன்றியது. தின்கிற பொருளாக இருந்தால் வாங்கிச் சாப்பிடலாமே என்று நினைத்து, சைக்கிளை எடுக்காமலே நின்றான்.

"பொட்டியிலே என்னம்மா?யாவாரமா...?" என்று கேட்டான்.

"யாவாரந்தா. மொச்சைப்பயறு. வேணுமா?" என்று கேட்டுக்கொண்டே பக்கத்தில் வந்தாள்.

"நல்லா இருக்கணும்மா நீ.. நல்ல நேரத்தில வந்த.. ஆழாக்குப் பயறு போடு"

அவள் பெட்டியை இறக்கி மணலில் வைத்தாள். பயறை அளந்து கொண்டே, ''பேப்பரு இல்ல. கையில வாங்கிக்கிடும்"என்றாள்.

"சும்மா போடு" என்று இரண்டு கைகளையும் அகல விரித்துப் பயறை வாங்கினான். பயறு ருசியாக இருந்தது. இரண்டே வாயில் அவ்வளவையும் தின்று விட்டான்.

"இன்னொரு ஆழாக்குப் போடட்டா..." என்று கேட்டாள்.

"போதும் தாயி,"

எவ்வளவென்று விசாரித்துத் துட்டை எண்ணிக்கொடுத்தான். கடகப்பெட்டியை தலையில் தூக்கி வைத்துக்கொண்டு ஆற்றுக்குள் இறங்கினாள். அவன் பின்னாலேயே போய் தண்ணீரில் இறங்கித் திரும்பவும் ஒருவாய் தண்ணீரை அள்ளிக்குடித்தான். ரொம்பத்தெம்பாக இருந்தது. காற்றுவேறு சுகமாக வீசிக்கொண்டிருந்தது. மணலுக்குள் சைக்கிளைத் தள்ளுவது கூடச் சிரமமாக இல்லை.

இது ஓர் அற்புதமான காட்சி. எங்கள் கரிசல் வட்டாரத்திலும் இப்படிக் காடு கரைகளில் வேலை பார்க்கும் ஜனங்களைக் குறிவைத்துப் பயறும் கிழங்கும் அவித்துக்கொண்டு கடகப்பெட்டியோடு பெண்கள் யாவாரம் செய்வதுண்டு. உழைப்பாளி மக்களின் பசியடக்கும் அமிர்தமாக இந்தப் பயறுகளும் கிழங்குகளும் எப்போதும் எல்லாப் பிரதேசங்களிலும் இருக்கும் போல. முதன்முறை இப்பகுதியை வாசிக்கும்போது எனக்குக் கண்கலங்கிவிட்டது. பசியடங்கியதும் காற்று சுகமாக

வீசுவதும்கூட இயற்கையின் நீதி போலும். அல்லது பசியடங்கிய பிறகுதான் வீசும் காற்றும் உரைக்கும் போலும்.

இக்கதை முடியும்போது, ராத்திரி சுப்பையா ஊர் திரும்பி கம்பெனி வாசலில் சைக்கிளை ஸ்டாண்டு போட்டு நிறுத்துகிறான். வாசல் படியிலேயே முதலாளியம்மா சந்திரா உட்கார்ந்திருக்கிறாள். கணவரை இழந்த பின் மனநிலை சரியில்லாத ஒரு குழந்தை உள்ளிட்டு இரண்டு குழந்தைகளை வைத்துக்கொண்டு பாட்டில் தயாரிப்பிலிருந்து எல்லா வேலைகளையும் அவளே இழுத்துப்போட்டுப் பார்க்கிறாள். வீட்டுக்குக் கிளம்பும் சுப்பையாவை நிறுத்தி அவள் பேசுகிறாள்.

“அய்யா போனம் பொறவு ஒனக்கு வேலை ஜாஸ்தியாப்போச்சு. லையனுக்கும் போய்க்கிட்டு கம்பெனிக்கு வேண்டிய சாமான்களும் நீதான் வாங்கிட்டு வாரே”

“அதனாலே என்ன தாயி. . ”

“கூட ஒரு ஆளாவது போடணும், இல்ல உனக்குச் சம்பளமாவது கூட்டித்தரணும்”

“அந்த மாதிரியெல்லாம் ஒண்ணும் நெனைக்காதியம்மா. . ”

“அடுத்த வாரத்தில இருந்து என்னால ஏண்டதக் கூட்டித்தாரேன். ஒண்ணும் தப்பா நெனைச்சுக்கிடாத சுப்பையா...”என்றாள். சொல்லும்போதே தொண்டை அடைத்தது. கண்ணீர் முட்டிக்கொண்டு வந்தது.

“நான் ஒங்ககிட்ட சம்பளத்தைக் கூட்டித்தாங்கன்னா கேட்டேன்? ரெண்டு புள்ளைகளையும் வெச்சுக்கிட்டு நீங்க தனியா நின்னு தட்டழியதப் பாத்தா அந்த நல்லதங்காளக் கொடுமைப்படுத்துன மூளி அலங்காரி கூட மனசு தாங்க மாட்டாம்மா. நான் சம்பளத்துக்காக இங்கே வேலைக்கு நிக்கலம்மா. . செத்துப்போன அய்யாவையும் உங்களையும், இந்த ரெண்டு புள்ளைகளையும் நெனைச்சுத்தாம்மா வேலைக்கு நிக்கேன். ஒழைச்சுத் தாரதத் தவிர ஒங்களுக்கு ஒதவ எங்கிட்ட வேற ஒண்ணுமில்ல நாச்சியாரே ...”

சந்திரா தலையைக் குனிந்து அழுது கொண்டிருந்தாள்.

இதே போல இன்னொரு கதை ‘பிணந்தூக்கி’ அக்கதையில் பிணத்தைக் குளிப்பாட்டித் தூக்கிப் போகும் உள்ளூர்த்தொழிலாளி ரங்கன், போட்டோ ஸ்டூடியோ அதிபரான பாப்புப்பிள்ளை மரணமடைந்த வீட்டுக்கு வருகிறார். அவர் உயிரோடு இருந்தபோது

அவனை மனுசனாக மதித்தவர். ரங்கன் கல்யாணமாகிப் பெஞ்சாதியுடன் சேர்ந்து அவர் ஸ்டூடியோவில்தான் போட்டோ எடுத்துக்கொண்டான். முதல் குழந்தை பிறந்த போதும் அது குப்புற விழ ஆரம்பித்த சமயத்தில் அது குப்புற விழுந்த நிலையில் எடுத்த படமும் பாப்புப்பிள்ளை எடுத்ததுதான்."

அதுக்கு ஒரு பைசா கூட வேண்ட மாட்டன்னுட்டாவ.. போடா போ.. மொதப் பிள்ளைய அருமையா நெனைச்சுப் போட்டோ எடுக்கே.. அதுக்குப்போயி துட்டுத் தாராராம் தொரை..! பேசாம படத்தை எடுத்துட்டுப் போயி பிரேம் பண்ணி மாட்டுடா'ன்னு சொல்லி கடேசி வரை துட்டு வாங்க மாட்டேன்னு சொல்லிட்டாவ அய்யா.." என்று பிணத்தைத் தோளில் சுமந்து போகும்போது சொல்லி அழுகிறார். சக தொழிலாளிகள் இறுதிச் சடங்குகள் செய்ததற்கான கூலிக்குப் பேசிகொண்டிருக்கையில் ரங்கன் சத்தமில்லாமல் கூலி ஏதும் வாங்காமல் ரோட்டைப் பார்க்க நடக்கிறார்.

இதுதான் வண்ணநிலவனின் முகம் என அறியப்பட்ட, ஆண்-பெண் உறவு, காதல், பழைய காதல் சார்ந்த கதைகள் இன்னொரு முக்கியமான வகைமை.

அயோத்தி, பலாப்பழம், விமோசனம், மனைவி, ராஜநாகம், அவனூர், வெளிச்சம், துருவங்கள், உள்ளும் புறமும், பேச்சி, மைத்துனி, தேடித்தேடி, அரெஸ்ட் போன்ற கதைகள் உயிர்த்துடிப்பான மொழியில் அன்பையும் காதலையும் பேசுபவை. இக்கதைகள் பெரும்பாலானவற்றில் ஒரு கணவன் மனைவி (கூடுதலாக ஒரு கைக்குழந்தை இருக்கும்) மட்டுமே வாழுகின்ற வாழ்க்கைச் சூழலே விரிக்கப்படுகிறது. .

'துருவங்கள்' என்கிற கதை. "அவளுக்குக் கல்யாணம் ஆகி ஆறு வருஷங்கள் ஆகிவிட்டன. ஒரு குழந்தை கூடப் பிறந்துவிட்டது. ஆனாலும் அவளுடைய மனம் பூராவும் ஊரில்தான் இருந்தது. ஏதோ பேருக்காக அவனோடு வாழ்ந்து கொண்டிருந்தாள்.

அவனுக்கும் அவளுக்கும் எதிலுமே ஒட்டவில்லை. இரண்டு பேருடைய ருசிகளும், ரசனைகளும், விருப்பு வெறுப்புகளும் நேர் எதிராக இருந்தன . எதிலுமே அவள் மட்டுமேதான் விட்டுக்கொடுக்க வேண்டியிருந்தது. இந்த ஆறு வருஷத்தில், எல்லா விஷயத்திலும், அவனுக்காக, அவன் கோபிப்பான் என்று விட்டுக்கொடுத்து விட்டுக்கொடுத்து அவளே இல்லாமல் போய்விட்டாள்.

அவளுக்கென்று ஒரு மனமே இல்லாமல் போக்கி விட்டான் அவன். இவ்வளவு தூரத்துக்கு ஆளாகியும் எதையாவது முன்னிட்டுச் சண்டை வேறு போடுவான். எத்தனை நாள்தான் பொறுத்துக்கொள்வது?எதையென்றுதான் பொறுத்துக்கொள்வது?"

என்று துவங்கும் கதை அவள் தன் ஊருக்குப் புறப்படத் தயாராகும் மனநிலையை எடுத்துச்சொல்கிறது. தனக்கென ஒரு முகமே இல்லாமல் அவன் போக்கடித்த ஒவ்வொரு நிகழ்வையும் சண்டையையும் நினைத்துப்பார்த்தபடி துணிமணிகளை எடுத்து வைக்கிறாள்.

"அவனுக்கு உடல், பொருள், ஆவி, அத்தனையும் தத்தம் செய்து என்னைக் கருக்கிக்கொள்ள இனியும் முடியாது. நான் நளாயினி அல்ல. நான் மெழுகுவர்த்தி அல்ல. என்னைக் கரைத்துக்கொண்டு ஒளிதர. நான் மனுஷி. சாதாரண மனுஷி. ரத்தமும் சதையுமான மனுஷி.

1985இல் வண்ணநிலவன் இக்கதையை எழுதியிருக்கிறார் என்பது குறிப்பிடத்தக்கது. இக்கதை முடிவில் புருசன்காரன் சாயங்காலம் வந்து அவளை வெளியே அழைத்துப்போகிறான். அவளும் குனிந்தவாறே அவன் பின்னால் போய்க்கொண்டிருந்தாள். அவள் இன்றும் தப்பிச்செல்லவில்லை. தொடர்கிறாள் மீண்டும் அதே வாழ்வை.

அயோத்தி, அவனூர், மனைவியின் நண்பர் போன்ற கதைகளில் வரும் கணவன்மார்கள் தம் மனைவிமாரின் பழைய காதலையும் நட்பையும் மதிக்கிற மாண்புமிக்கவர்களாக வருகிறார்கள். இக்கதைகள் பெரும்பாலானவற்றில் கணவர்களாக வரும் ஆண்கள் போதிய வருமானம் இல்லாதவர்களாகவே இருக்கிறார்கள். இல்லாமை அல்லது போதாமை அத்தம்பதிகளைச் சோதித்தாலும் ஒருவர் மீது ஒருவர் கொள்ளும் காதலால் அதை வென்று வாழ்வைத் தொடர்கிறார்கள். திருமண பந்தத்தை மீறிய ஆண்-பெண் பாசத்தை (மைத்துனி, ஆதி ஆகமம், அவனூர், அயோத்தி என) கொண்டாடும், மதிக்கும் தன்மை வண்ணநிலவனிடம் தொடர்ந்து இருப்பதைக் காண முடிகிறது. ஒரு கலைஞன் இப்படித்தான் இருக்க முடியும்.

எந்தக் கதையிலுமே ஒடுக்கப்படும் பெண் கட்டுக்களை உடைத்து வெளியேறுவதாகக் காட்சி இல்லை. பெண் மனதை மிக நுட்பமாகப் படம் பிடிக்கும் கதைகள் வண்ணநிலவனுடையவை.

பெண் மீது ஆண் செலுத்தும் மறைமுகமான வன்முறையைக்கூட அநாயசமாக வெளிக்கொண்டு வரும் கதைகள்தாம் அவருடையவை. ‘ராஜநாகம்’ என்கிற குறியீட்டுகதை இதற்கு நல்ல உதாரணம். வக்கிரம் பிடித்த ஆடவர் குலத்தைக் குரூபியான கணவனாக சித்தரிக்கும் இக்கதை அவளைப் பாடும் நாகமாக வரிக்கிறது. நாகம் பாடப்பாடக், கேட்டுக்கொண்டிருந்த ஒவ்வொரு ஆணும், தன்னைக் குரூபியாக உணரத்தலைப்படுகிறான்.

“நாகமே, பாட்டை முடித்துக்கொண்டு சீக்கிரமே போய்விடு. உன் கருணையினால் நாங்கள் உயிர் பெற்றுச் செல்கிறோம். தீவினைகளிலிருந்து தப்பிக்கவே உன்னைப் பாடச்சொன்னோம். உன் தரிசனம் கிடைத்தது. கிடைத்ததே தவத்தை அழித்து விட்டது. எங்கள் மனைவி மக்களிடம் செல்ல வேண்டிய தொலைவு இன்னும் இருக்கிறது. நெருங்கி நின்றாடிக் கொன்றுவிடாதே எங்களை. உன்னைப் பூஜிப்பது தவிர வேறு கதியில்லை. நாகமே உன்னைப் பூஜிக்கிறோம்.

குரூபியான புருஷனோடு வாழ்ந்த கசப்பை உமிழ்ந்து பாடினாள். எந்த வஸ்துவினாலும் அழிக்க முடியாத பாட்டினால் தானிருந்த இடத்தை இட்டு நிரப்பினாள். ”

இப்பத்தி உண்மையில் தன் குரூர முகத்தை அறிந்து கொண்ட ஆண் குலத்தின் கதறல் என்று கொள்ள வேண்டும். மகத்தான வரிகள் இவை. ஆண்கள் தம் அசிங்கங்களை ஏற்றுக்கொள்ளும் சுயவிமர்சனப்பார்வை கொள்வது எத்தனை அற்புதமான கற்பனை.

ஆனலும், பெண் விடுதலை குறித்து எழுப்பப்படும் ஓங்கிய குரல்களில் வண்ணநிலவனுக்கு அசூயை இருக்கிறது. தமிழ் நவீன இலக்கியப் பரப்பில் எழுந்த முதல் பெண்ணியக்குரலான அம்பையின் கதைகள் மீதே அவருக்கு இத்தகைய உணர்வு இருந்திருக்கிறது. அம்பயின் சிறுகதைகள் பற்றி அவர் எழுதியுள்ள இப்பகுதியே சான்று:

”பெரும்பாலான ஆரம்பக் காலக் கதைகளில், அவரது கதாநாயகியரை வதைக்கும், ஆணாதிக்கம் மிகுந்த ஆண் கதாபாத்திரங்கள் இடம் பெற்றுள்ளன. ’வல்லூறுகள்’ என்ற சிறுகதை ஷியாம் பெனகலின் பழைய படங்களை நினைவு படுத்தினாலும், இது மிக முக்கியமான அம்பையின் சிறுகதை. இதிலும் ஆணாதிக்கப் பாத்திரம் வருகிறது. ஆணாதிக்கத்தால்

வதைபடும் அம்பையின் இந்த ஒற்றைப் பெண்முகம் பல சிறுகதைகளில் இடம் பெற்றுள்ளது. 'பெண்' என்ற நிலையில், அவள் எதிர் கொள்ளும் மானுடத் துயரம் இது, எல்லா நாடுகளிலும், சமுதாயங்களிலும் உள்ளது. பெண்ணின் உடம்பும், அவளது மனமும் பெரும்பாலான ஆண்களால் வதைக்கப்படுகிறது என்கிற உண்மையை அம்பை விதவிதமாகத் தனது சிறுகதைகளில் எழுதுகிறார்.

ஆனால், ஆண்களை மிக மோசமாக நடத்தும், காரண-காரியமின்றியே ஆண்களிடம் கோபப்படும், எரிச்சல் படும் (இது மாத விடாய் குறித்த உளவியல் பிரச்னை என்றாலும்) பெண்களும் சமூகத்தில் ஏராளமாக இருக்கின்றனர். அவர்கள் அம்பையின் கண்களில் படுவதில்லையா?ஒரு வேளை, தன்னுடைய, 'ஆணாதிக்க எதிர்ப்பாளர்' என்ற இமேஜ் குலைந்துவிடக் கூடாது என்று அம்பை, திரும்பத் திரும்ப பெண்கள் மட்டுமே ஆண்களிடம் அவதியுறுவதாகச் சித்தரிக்கிறாரோ என்று சந்தேகிக்கத் தோன்றுகிறது

'அந்தேரி மேம்பாலத்தில் ஒரு சந்திப்பு' தொகுப்பில் இந்த ஆணாதிக்க எதிர்ப்பு, ரசனையற்ற ஆண்களைச் சித்தரித்து உவகை கொள்ளும் போக்கிலிருந்து முற்றிலும் விடுபட்டு, பாம்பு தன் சட்டையை உரிப்பது போல் உரித்துக் கொண்டு வெளியே வந்துவிடுகிறார் அம்பை ."

ரெண்டுபக்கமும் தப்பு இருக்கு என்று சமமாகப் பேசுவது பெண்கள் வாழத் தகுதியற்றதாகிவிட்ட இன்றைய உலகில் நியாயமே கிடையாது என்பது என் கருத்து. பெண்ணரசியலை வண்ணநிலவன் ஏற்காதது உண்மையில் வருத்தமளிக்கிறது. நியாயமாக, நடுநிலையாக இருப்பதற்கும் ஒரு அளவில்லையா அண்ணாச்சி?

இப்படி நாலு வகைகளுக்குள் வண்ணநிலவனின் சிறுகதைகளை அடைத்துவிட முடியாது. ஒரு விவாதத்துக்காகவே இப்படி வகைப்படுத்துகிறோம். வகைப்படுத்திவிட முடியாத அளவுக்கு ஒவ்வொரு கதையும் தனித்தன்மையோடு ஒளிரும் கதைகள் என்பதை நாணயத்தின் மறுபக்கம் போல இங்கே குறிப்பிட வேண்டும்.

ஆண்-பெண் உறவில் சில அபூர்வமான கணங்கள் உண்டு. நம் வாழ்வில் எப்போதாகிலும் அதைச் சந்தித்திருப்போம். அத்தகைய தருணங்களைக் கைப்பிடித்த கதைகள் என அவன் அவள் அவன்,

ராதா அக்கா, மெஹ்ருன்னிசா, வார்த்தை தவறிவிட்டாய், சரஸ்வதி, மல்லிகா, யெவனவ மயக்கம் போன்ற கதைகளைக் குறிப்பிடலாம். ஆண் பெண்ணின் உடல் தாண்டிய நேசத்தை வண்ணநிலவன் அளவுக்குப் படம் பிடித்த இன்னொரு எழுத்தாளர் இல்லை.

’70களில் இந்தியா சந்தித்த மிக முக்கியமான சமூகப் பிரச்னை- வேலை இன்மை. வேலையற்ற வாலிபரின் வாழ்வையும் மன உலகையும் எழுத்தில் கொண்டுவந்த முதல் தமிழ்ப்படைப்பாளி வண்ணநிலவன் தான். அவருடைய ‘கரையும் உருவங்கள்’ ஒரு கதை போதும். ஒரே ஒருநாள் என்கிற நெடுங்கதையும் இவ்வாழ்வை விஸ்தாரமாகப் பேசுகிறது. அந்த நாட்களில் கரையும் உருவங்கள் கதையைப்படித்துக் கரைந்து அழாத வாசகர் இல்லை எனலாம். அப்படி ஒரு ‘உருக்குகிற’கதை அது. வேலையற்ற வாலிபம் பற்றி எண்ணற்ற முற்போக்கான கதைகள் அன்று வெளி வந்தன. ஆனாலும் இன்றுவரை அவை எதுவும் கரையும் உருவங்கள் கதைக்கு உறை போடக்கூடத் தகுதியற்றவை. ஒரு சமூகப்பிரச்னையை பிரச்சாரமாக அல்லாமல் வாழ்வுக்குள்ளிருந்து எப்படிச் சொல்ல வேண்டும் என்பதை வண்ணநிலவனிடமிருந்து நாம் கற்றுக்கொள்ள வேண்டும்.

அவருடைய இரு முக்கியமான பஞ்சம் பற்றிய கதைகளான மிருகம், எஸ்தர் இரண்டையும் எழுத அவருக்கு உந்துதலாக இருந்தது எது என்கிற கேள்விக்கு அவரது பதில்:

‘‘பாண்டிச்சேரியில் ‘புதுவைக்குரல்’ என்ற பத்திரிகையில் வேலை பார்த்து கொண்டிருந்த சமயம். பிரபஞ்சன் மூலமாக இந்த வேலை கிடைத்தது. இரண்டு நாள் லீவு எடுத்துக்கொண்டு திருநெல்வேலி போயிருந்தேன் தண்ணீர் கஷ்டம் உச்சத்தில் இருந்த நேரம் அது. திரும்பி வரும் வழியில் தஞ்சாவூர் பக்கம் வண்டி, மாடுகள் என்று கூட்டம் கூட்டமாக ஊர்களை காலி செய்து போய்க்கொண்டிருந்தார்கள். ராமநாதபுரத்திலிருந்து இடம்பெயர்ந்து வருகிறார்கள். இது என்னை மிகவும் பாதித்தது. பாண்டிச்சேரி வந்தவுடன் ஒரே இருப்பில் ‘மிருகம்’, ‘எஸ்தர்’ இரண்டுக் கதைகளையும் எழுதிவிட்டேன். ’’

1949ஆம் ஆண்டு இன்றைய தூக்குக்குடி மாவட்டம் தாதன்குளம் கிராமத்தில் பிறந்த வண்ணநிலவன், பாளையங்கோட்டை, ஸ்ரீவைகுண்டம் ஊர்களில் பள்ளிக்கல்வி முடித்தவர். குண்டூசிக் கம்பெனியில் தினக்கூலி, ஜவுளிக்கடை ஊழியர், வக்கீல்

குமாஸ்தா, பல சிற்றிதழ்களில் மற்றும் துக்ளக்கில் ஆசிரியர் குழுவில் எனப் பலவிதமான பணிகள் ஆற்றியவர். இல்லாமையும் போதாமையும் ததும்பும் வாழ்க்கையே அவரது நீண்ட காலப் பயணம். தற்போது சென்னையில் வசிக்கிறார்.

எளியவர்களின் மனச்சாட்சி என்று வண்ணநிலவனின் கதைகளைக் குறிப்பிடும் எழுத்தாளர் சு. வேணுகோபால் வண்ணநிலவனின் கதைகள் பற்றிக் குறிப்பிடும் இன்னொரு கருத்து:

"எண்பதுகளிலும், தொண்ணூறு களிலும் சிறுகதைகள் எழுதியிருந்தாலும் எழுபது களில் இருந்த இலக்கிய வீச்சு காணாமல் போய் விட்டது. தொண்ணூறுகளில் சில நேர்த்தியான கதைகள் எழுதியிருக்கிறார். பாத்திரங்கள் நுணுக்க மான அசைவுகளால் அழுத்தம் பெற்றவை அவை. ஆனாலும் எழுபதுகளில் கொந்தளித்த படைப் பெழுச்சி இல்லை."

இந்தக்கருத்தை ஒட்டிய கேள்வி ஒன்றுக்கு வண்ணநிலவன் அளித்த பதில் முக்கியமானதும் எனக்கு உடன்பாடானதுமாக இருக்கிறது"

"எல்லோரும் அப்படிக் கருதுவதாகத் தெரியவில்லை. எண்பதுகள் வரை எஸ்தர் முதலான பல சிறுகதைகளில் உரத்த குரல் ஒலித்து வந்தது. ' 90களில் இந்த உரத்தகுரல் கூடாதென்று முடிவு செய்து எழுதினேன். உரத்த குரலில், பைபிள் நடை போலெல்லாம் எழுதுவது ஒன்றும் அவ்வளவு கடினமல்ல. இப்போதுகூட அந்த நடைக்குத் திரும்பிப் போகலாம். ஆனால் அதில் எனக்கு விருப்பம் இல்லை.

'90-க்குப்பிறகுதான் கதாபாத்திரங்களின் உணர்ச்சிகளையும் அவர்களின் மனச்சஞ்சலங்களையும் குறிப்பிடத்தக்க அளவில் சித்தரித்துள்ளேன். நகைச்சுவையாக எல்லாம் எழுதிப்பார்த்திருக்கிறேன். எஸ்தர் கதை ஒன்றுதான் எழுத வேண்டும். எஸ்தர் மாதிரியே எண்பது கதை எழுதி என்ன பயன்.... சினிமாவில் அப்பா வேஷம் போட ஆரம்பித்தால் சாகிற வரை அந்த வேஷம் அந்த நடிகனை விடாது. இதே போக்கு தமிழ் இலக்கிய உலகிலும் இருக்கிறது."

2000த்துக்குப் பிறகு அவர் எழுதிய பயம், ஒரு உரையாடல், ஜன 2020 இல் எழுதிய 'பல்' போன்ற கதைகளையும் வாசித்தேன். இன்றும் துடிப்புமிக்க கதைகளை அவர் தந்துகொண்டிருக்கிறார்.

அவர் படைப்பின் அரசியல் பற்றிய பதிவு இது என்பதால் அதற்குள் செல்லவில்லை.

கட்சிகள், கட்சி அரசியல் பற்றி அவருக்குக் கருத்து உண்டு. சிறுகதைகளில் அல்லாமல் அவருடைய நேர்காணல்கள், சமீபத்திய நாவலான ''எம். எல். '' போன்றவற்றில் அது வெளிப்பட்டுள்ளது.

நக்சல்பாரி இயக்கத்தின் மூலவரான தோழர் சாருமஜூம்தார் நேரடியாக மதுரைக்கு வந்து இயக்கத்தைக் கட்டும் பணியில் ஈடுபடுவதாக விரிகிற ‘‘எம். எல். '' நாவலின் கதாநாயகனான சேது கூறுவதாக வரும் சில பகுதிகள் இவை:

''ஆவணி மூல வீதி முனையில் தி. மு. க. வின் சுவரொட்டி ஒட்டியிருந்தது. மதுரை முத்து தலைமையில் திலகர் திடலில் பொதுக் கூட்டம். அமைச்சர் செ. மாதவன் பேசுகிறார். சிவகங்கை சேதுராசனின் கச்சேரியும் இருந்தது. அந்தச் சுவரொட்டியைப் படித்ததும் மீண்டும் அரசியல் ஞாபகம் வந்தது. தி. மு. க. வில் சேர முடியுமா? தி. மு. க. ஆளும் கட்சி. தி. மு. க. வில் சேர்ந்து என்ன செய்வது?தி. மு. க. வை நம்பி ஓட்டளித்த மக்களுக்கு அந்தக் கட்சி என்ன செய்து விட்டது? காங்கிரஸ் ஆட்சியின் தொடர்ச்சியாகத்தானே தி. மு. க. வும் ஆட்சி செய்கிறது. வர்க்கமில்லாத சமுதாயம் அமையவில்லையே. ஆனால் ரஷ்யாவிலும், சைனாவிலும் கூட வர்க்க பேதம் ஒழியவில்லை என்கிறாரே சபாபதி. ஒரு வேளை அது வெறும் மாயையோ? எந்தச் சமுதாயமாக இருந்தாலும், ஒருத்தனுக்கு மேலே ஒருத்தன் என்று அதிகாரம் செய்கிறவன் இருக்கத்தானே செய்வான்? நாம் இத்தனை நாளும் நம்பி, மார்க்சியத்தின் பின்னே அலைந்தது வெறும் கானல் நீரைத் தேடி அலைந்தது போலத்தானா?''

‘‘சீனப்புரட்சி, மாஸே துங், மார்க்ஸ், லெனின் இவர்களுடைய கொள்கைகள், வழிமுறைகளில் இருந்த அவர்களுடைய கண்மூடித்தனமான பற்றுதலும், நம்பிக்கையும் அவர்களை வழி நடத்தியது. தாங்கள் வித்தியாசமானவர்கள் என்று அவர்கள் நினைத்தார்கள். ஆனால், உலகிலுள்ள எல்லா மக்களையும் போல அவர்களும் ஏதோ ஒன்றைப் பற்றிக்கொண்டு, அதுவே சதம் என்றுதான் வாழ்ந்தார்கள்''

நாவலின் கடைசி வரிகளில் வண்ணநிலவனின் ‘அரசியல் பார்வை’ வெளிப்படுகிறதாகக் கொள்ளலாம்.

“இந்த 2018 லும் எத்தனையோ கட்சிகள், கருத்துக்கள் உருவாகி மனிதர்களைப் பீடித்துள்ளன. அரசியல் கருத்து, ஆன்மீகக் கருத்து, பொருளாதாரக் கருத்து, கல்வி பற்றிய கருத்து என்று ஆயிரக் கணக்கான கருத்துக்களும், நிறுவனங்களும் பல்கிப் பெருகியுள்ளன. தங்களுக்குப் பிடித்தமான கருத்துக்களே சதமென நம்பி, மனிதர்கள் மோதிக் கொள்கிறார்கள். இப்படித்தான் உலகம் தன் போக்கில் இயங்கிக் கொண்டிருக்கிறது. ”

இதுதான் அவரது அரசியல் பார்வை. உலகம் தன் போக்கில் இயங்கிக்கொண்டிருக்கிறது. இயக்கங்கள், கட்சிகள் அதை ஒன்றும் செய்துவிட முடியாது என்கிற தொனி இதில் வெளிப்படுகிறது. வரலாற்று ரீதியாகவே இது சரியான பார்வை அல்ல. தன் போக்கில் உலகம் செல்ல அனுமதிக்காத சக்திகளை எதிர்த்த போராட்டம்தான் மனிதகுல வரலாறு என்று நாம் சொல்வோம்.

நிறைவாக அவரது கூற்று ஒன்றைச் சொல்லி முடிக்கலாம்.

“நான் மார்க்சியம் கற்றிருந்தாலும் இலக்கியத்துக்கும் அதற்கும் காததூரம் என்பதை உணர்ந்தே இருந்தேன் . மௌனி, லாசரா, நகுலன் போன்ற தமிழின் அபூர்வமான உரைநடைக்காரர்களை மார்க்ஸிஸ்டுகளோ, கம்யூனிஸ்டுகளோ பாராட்டியதில்லை. ”

அவர்கள் எப்படி எழுதினார்கள் என்பதைவிட என்ன எழுதினார்கள் என்பதை முக்கியமாகக் கருதும் கம்யூனிஸ்ட்டுகள் இம்மூவரையும் எப்படிக் கொண்டாடுவார்கள்? என்பது நமது எதிர்க்கேள்வி.’’

இத்தகு சிறிய விமர்சனங்களைத் தாண்டி, வண்ணநிலவன் நம் இலக்கிய முன்னோடி. ஒவ்வொரு சிறுகதையிலும் நாம் கற்றுக்கொள்ள ஒன்றையேனும் விட்டுச் சென்றிருப்பவர். ‘‘பதில் வராத கேள்விகள்’’ என்கிற கதையில் வர்க்க அரசியலையே வலுவான குரலில் பேசியவர். இந்த தண்டவாளத்தை நீயும் அப்பாவும் தானம்மா போட்டீங்க என்று கேள்வி மேல் கேள்வி கேட்கும் தன் மகனுடன் ரயில் ஏறி, படித்த மனிதர்களால், டிக்கெட் இல்லாமல் ஏறியதற்காக, அடுத்த ஸ்டேஷனில் இறக்கி போலீஸ் ஸ்டேஷனில் விடப்படும் அந்த ஏழை உழைப்பாளிப் பெண்ணின் கதை எவ்வளவு பெரிய அரசியலை சத்தமில்லாமல் பேசியது?

“ஹரியின் புத்திரி’’ என்கிற கதையில், தாழ்த்தப்பட்ட பெண்ணொருத்தி சாதிக்கலவர நாளில் அடைக்கலம் தேடி ஓடும்

அவலத்தை எழுதியிருப்பார். தீண்டாமையையும் சாதிகளைத் தாண்டிய மனித அன்பையும் ஒருசேரச் சொல்லியிருப்பார்.

பசியையும் வறுமையையும் இல்லாமையையும் போதாமையையும் அதே உக்கிரத்துடன் தன் கதைகளில் சொன்ன, நமக்கு மிக மிக நெருக்கமான படைப்பாளி.

‘‘மனம் உய்ய வேண்டும்; இதற்குத்தான் இலக்கியம் உதவும். மனத்தை உய்விக்கிற இலக்கியத்தை, எப்போதாவது ‘அன்புவழி’யைப் போன்ற ஒரு நாவலை எழுதிவிட முடியுமென்று நினைத்துத்தான் எழுதிப் போகிறேன்.’’ –‘கடல்புரத்தில்’- நாவலுக்கான முன்னுரையில் வண்ணநிலவன்.

(அன்பு வழி நாவல்-பாரபாஸ்)

40

பா. செயப்பிரகாசம்

மிகத் தெளிவான, அழுத்தமான வெளிப்படையான அரசியல் பார்வை கொண்ட படைப்பாளி பா. செயப்பிரகாசம். இடதுசாரி இயக்கத்தில் 60 களின் பிற்பகுதியில் "வசந்தத்தின் இடிமுழக்கம்" எனப் புறப்பட்ட நக்சல்பாரி இயக்கம் தமிழகத்தில் வேர் பிடிக்கத் தன் பங்கைக் களத்திலும் இலக்கியத்திலும் குறைவற ஆற்றியவர் ஜே. பி. என இலக்கிய வட்டாரத்தில் அன்புடன் அழைக்கப்படும் பா. செயப்பிரகாசம். அவ்வியக்கத்தின் இலக்கிய இதழான 'மன ஓசை' யின் ஆசிரியராக 1981 முதல் 1991 வரை பத்தாண்டுகாலம் இயங்கியவர். மக்கள் கலாச்சாரக் கழகம் என்கிற அமைப்பின் முனோடியாகச் செயல்பட்டவர். 2014இல் வெளிவந்த அவருடைய "காற்றடிக்கும் திசையில் இல்லை ஊர்" என்கிற சிறுகதைத் தொகுப்பின் முன்னுரையில் இப்படிக் குறிப்பிடுகிறார்: "எதற்கு முன்னுரிமை தருவது?படைப்புக்கா?பணிக்கா? இரண்டுக்கும் என்பது என் பதிலாக இருக்கிறது"

அப்படித்தான் இன்றுவரை வாழ்ந்து வருகிறார். களம், இலக்கியம் இரண்டுமே தனித்தனியாகவே முழு வாழ்வையும் பலி கேட்கும் இயக்கங்கள். இரண்டுக்கும் சமமான முக்கியத்துவம் என்று முடிவெடுத்தால் அதற்குரிய பாதிப்புகள், பலவீனங்கள் இரண்டிலும் இருக்கும்.

அதே சமயம் இரு அனுபவங்களும் பரஸ்பரம் உதவிக்கொள்ளும் வாய்ப்பும் நேர்மறையான அம்சமாக இருக்கும்.

பா.செயப்பிரகாசத்தின் பிற்காலச் சிறுகதைகளில் வெளிப்படும் கண்ணோட்டம் அவருடைய அரசியல் இயக்கம் அவருக்குத் தந்தது. முதல் மூன்று தொகுப்புகளின் (ஒரு ஜெருசலேம், காடு, ஒரு கிராமத்து ராத்திரிகள்) சிறுகதைகள் நம்மைப் 'படுத்தி எடுப்பது'போல பிந்தைய கதைகள் பாதிப்பை ஏற்படுத்தாமல் கடந்து போவதற்கான காரணத்தை ''அமைப்பு மனம் படைப்பு மனதை விழுங்கி விட்டது'' என்கிற வரியில்தான் தேட முடியும். ஆனாலும், பிற்காலத்தில் எழுதிய கதைகளை எளிதில் அல்லது முற்றிலும் புறக்கணித்து விடவும் முடியாது.

கரிசல்காட்டு வாழ்வை நவீன இலக்கியத்தில் முதன்முதலாக எழுதியவர் கு. அழகிரிசாமி. ஆனால் கரிசல் இலக்கியத்தை அதற்கான அடையாளத்துடன்-தன்னுணர்வுடன் – விரித்துச் சென்ற முன்னத்தி ஏர் கி. ராஜநாராயணன். கரிசல் எழுத்தாளர் கதைகளை கி.ரா தொகுத்தபோது அதில் கரிசல் நிலப்பரப்பென ஒரு வரைபடத்தையும் வெளியிட்டிருந்தார். கங்கை கொண்டானிலிருந்து திருமங்கலம் வரை, சங்கரன்கோவில் தாலுக்காவிலிருந்து விளாத்திகுளம் தாலுக்கா வரை என விரியும் நிலப்பரப்பு அது. கரிசல் நிலப்பகுதிக்குள்ளேயே வேறுபட்ட வாழ்முறைகள் உண்டு. சாதி அடிப்படையிலும் நிலப்பரப்பு அடிப்படையிலும் பன்முகம் கொண்டது கரிசல் வாழ்வு.

கங்கை கொண்டானுக்கு அருகில் இடைசெவலிலிருந்து கு. அழகிரிசாமியும், கி. ராவும் எழுத; சாத்தூர் வட்டாரத்திலிருந்து தனுஷ்கோடி ராமசாமி, லட்சுமணப் பெருமாள், காமராஜ், ச. தமிழ்ச்செல்வன், கோணங்கி எழுத; திருமங்கலத்திலிருந்து ஷாஜகான் எழுத; விருதுநகரிலிருந்து எஸ். ராமகிருஷ்ணனும் கோவில்பட்டியிலிருந்து பூமணியும் சோ. தருமனும் உதயஷங்கரும் நாறும்பூநாதனும், கௌரிஷங்கரும் எழுதிக்கொண்டிருந்தார்கள். கரிசல் என்கிற நாவலை குமரிக்காரரான பொன்னீலன் எழுதினார். ஆறுமுகநேரிப்பக்கமிருந்து வந்து சாத்தூரில் நிலைகொண்டு ஜா. மாதவராஜ் எழுதிக்கொண்டிருக்கிறார். அதெல்லாம் புலம் பெயர்ந்த கரிசல் எழுத்தெனலாம்.

இந்த விரிந்து படரும் கரிசல் வரைபடத்தில் விளாத்திகுளம் தாலுக்காவின் இந்தக் கடைசிலிருந்து சுயம்புலிங்கமும் சூரங்குடி முத்தானந்தமும் அந்தக் கடைசியிலிருந்து பா. செயப்பிரகாசமும் எழுதுகிறார்கள். எப்போதும் காய்ந்தே கிடக்கும் கரிசல் பூமியின் காட்டாறு வைப்பாறு. இந்தப் பூகோளம் குறித்த முழு

ஓர்மையுடனும், தன்னுணர்வுடனும் இயங்கும் படைப்பாளி என பா. செயப்பிரகாசத்தைத்தான் சொல்ல வேண்டும். வைப்பாற்றை வைத்து கரிசலில் எந்தக் கிராமமும் விவசாயம் செய்ததில்லை. செய்வதில்லை.

மழையையும் மழை நீரைச் சேமிக்கும் கண்மாய்களையும் நம்பித்தான் கரிசல் வாழ்க்கை. வாய்த்தவர்களுக்குக் கிணறும் போர்குழாயும் வாழ்க்கை தரும். ஆகவே நிச்சயமற்ற, உத்தரவாதமற்ற பொருளியல் வாழ்வும் அது உண்டாக்கும் சமூக, தனிமனித உளவியல்களும் உறவுச் சிக்கல்களும், வாழ்க்கைப்போராட்டங்களும் பா. செயப்பிரகாசத்தின் சிறுகதைகளின் அடித்தளமாக, மைய நீரோட்டமாக அமைகின்றன. வறுமையும் பஞ்சமும் பிடித்தாட்டும் கரிசல் வாழ்க்கையில் இவை எல்லாவற்றுக்கும் மேலாக அன்போடும் அறத்தோடும் மனிதர்கள் வாழ்ந்தார்கள் என்று பா.செயப்பிரகாசம் பூசி மெழுக வில்லை. அவருடைய கதைகள் கரிசல் மக்களின் அழகுகளையும் அசிங்கங்களையும் சேர்த்தே பேசுகின்றன. துரோகங்கள், வக்கிரங்கள் என எல்லாமே அவர் சிறுகதைகளில் பதிவாகி இருக்கின்றன.

சாத்தூர், சிவகாசி, கோவில்பட்டி வட்டாரத்தின் கரிசல் வாழ்வில் வெடிக்கும் கருமருந்தாகப் பின்னர் வந்து சேர்ந்த தீப்பெட்டி, பட்டாசுத் தொழிலும் கருமருந்து வீச்சமும் ஜே. பி. பிறந்து வளர்ந்த ராமச்சந்திராபுரம் வட்டாரத்தில் கிடையாது. சிவகாசி நகரத்தைப் பற்றி 1980 இல் வெளியான அவருடைய ‘இரவுகள் உடையும்’ தொகுப்பில் ஒரே ஒரு கதை “நெருப்பு வெள்ளமும் சுல்தான்களும்” இருக்கிறது. மற்ற கதைகள் எல்லாமே விவசாயம் பொய்த்த வாழ்க்கையிலிருந்து வெடித்துக் கிளம்பியவையே.

“தனது சிறிய பூப்பாதங்களால், ஏழே வயதை அவன் கடந்திருந்தான். அவனுக்கு நன்றாக நினைவிருந்தது. அந்தச் சோகமயமான நிகழ்ச் சி, அவன் உள் மனசின் கூட்டுக்குள் உறங்கிக்கொண்டிருந்தது. அவனது நினைவின் ஸ்பரிசங்கள் பட்டவுடன், அது பிடரியைச் சிலிர்த்துக்கொண்டு எழுந்து எல்லா கம்பீரங்களையும் தின்றுவிட்டு, உறங்கிவிடும்.

அம்மாவின் கூந்தலைப் பிடித்துக்கொண்டு, வலது கையால் அப்பா ஓங்கி அறைந்தார். “அம்மா” என்று அடி வயிற்றைப் பிடித்து அம்மா சுருண்டு விழுந்தாள். கூந்தலைப் பிடித்த கை

இன்னும் விடவில்லை. கீழே விழுந்தவளை கூந்தலைப் பிடித்துக்கொண்டு தரையில் தரதரவென்று அப்பா சுற்றினார். கதறலுக்கும், அழுகைக்கும் இடையே –அவர் ஓங்கி அவளுடைய இடுப்பில் ஒரு உதை கொடுத்தார்.

அம்மாவின் முந்தானையைப் பிடித்துக்கொண்டிருந்த அவனும், அண்ணனும், சின்னத் தங்கச்சியும் சேர்ந்து கதறினார்கள். அவர்களுடைய கதறலைக்கேட்ட பக்கத்து வீட்டுச் சித்தப்பா, ஒரு ஆகாயப்பருந்து மண்ணில் பயந்து போயிருக்கிற கோழிக்குஞ்சை கால்களால் தாக்குவது போல் யுத்தம் செய்துகொண்டிருந்த அப்பாவை விலக்கிவிட்டார்.

பாட்டி, அப்பாவைப் பெற்றவள், வாசல்படியில் நின்று இவைகளையெல்லாம் பார்த்துக் கொண்டிருந்தாள். மருமகள் அடிபட்டுச் சிதைபடுவதைப் பார்த்து "பொன்னையா, என்ன இது நிறுத்து" என்று அவள் ஒரு வார்த்தை சொல்லவில்லை.

அம்மாவைத் திண்ணையில் படுக்க வைத்திருந்தார்கள். மரணம் தனது விதைகளை அந்த உடலில் ஆழமாகத் தூவியிருந்தது. அவை பூப்பூக்கும்போது, அவள் இறந்து விடக்கூடும்.

விட்டு விட்டு வருகிற சுவாசம் அவள் உயிர் போய்ப் போய் வருகிறது என்பதைச் சந்தேகமில்லாமல் காட்டியது.

வயிற்றில் உதை விழுந்ததால் சிறு கர்ப்பம் கலைந்து காய் விழுந்துவிட்டது..... நினைவிழந்து மூச்சடங்கிப் போய்க் கிடந்தாள் அம்மா. சுற்றிலும் பெண்கள் கூடி நின்று சோக முகத்துடன் பார்த்துக்கொண்டிருந்தார்கள்."

'ஒரு ஜெருசலேம்' கதையின் துவக்கப் பகுதி இது.

பா. செயப்பிரகாசத்தின் கதை இது என அடையாளம் காட்டும் பகுதி. இங்கு விவரிக்கப்படும் துயரக்காட்சி அழியாச்சித்திரமாக நம் மனங்களில் என்றென்றும் நிலைத்து நின்று உருக்குகிறது. ஜே. பி. யின் கதைகளின் முத்திரையே இதுபோல காட்சிப்படுத்தலும் ஓவியம்போல அக்காட்சியை உறைந்து நிற்க வைத்து, வாசக மனதில் உணர்ச்சி அலைகளையும் விவாதங்களையும் கிளர்த்துவதும்தான்.

இந்த உலகமே பார்த்திருக்க, ஒரு ஆண் ஒரு பெண் மீது செலுத்தும் வன்முறை. ஏற்கனவே அவள் மீது செலுத்தப்பட்ட

பாலியல் வன்முறையால் மூன்று குழந்தைகள், வயிற்றில் இன்னும் ஒரு சிறு கர்ப்பம். அவனுடைய தாயின் மௌனம். இந்த ஆணின் வன்முறையை அங்கீகரிப்பதுபோல வேடிக்கை பார்க்கும் பெண்மனம். நம் வரலாற்றில் நிகழ்ந்த எண்ணற்ற வன்முறைக்காட்சிகளை நினைவூட்டும் ஒரு சித்தரிப்பு.

திண்ணையில் படுக்க வைக்கப்பட்டுச் சாகக் கிடக்கும் ஒரு பெண். என்ன ஒரு துயர்தரும் சித்திரம். இதைவிடவும் துயர்கூட்டும் இன்னொரு காட்சி கதையில் தொடர்கிறது.

“தலைமாட்டில் அம்மாவைப் பெற்ற பாட்டி, தலையில் முக்காடிட்டு உட்கார்ந்திருக்கிறாள். ஒரு வாரமாக அவளை மகளின் முகத்தையே பார்த்துக்கொண்டிருக்கிற அவளை –அந்த இடத்திலேயே எல்லோரும் பார்த்தார்கள். அந்த மெலிந்த எலும்புக் கூட்டில், கண்ணீர் எங்கிருந்து ஊறி வருகிறது என்று எல்லோருக்கும் ஆச்சரியமாக இருந்தது.

அவள் இரண்டு பெற்றாள்: மூத்தவள் கல்யாணமாகி, முதல் வருசத்திலேயே இந்த உலகத்தை முடித்துக்கொண்டு கிளம்பி விட்டாள். அந்தச் சோகம் அழுது தீருமுன்னரே, இப்போது இரண்டாவது வாரிசும் மரணக்கோலத்தில் அவள் முன்னால் வைக்கப்பட்டதால் அவள் கல்லாகி நின்றுவிட்டாள். ”

பையன்களை அம்மாவுக்குப் பால் ஊற்றச் சொல்லி அழைக்கிறார்கள்.

“அவன் கண்களில் நீர் முட்டிக்கொண்டிருந்தது. இதுவரை அவன் கண்ட காட்சிகளாலே அந்த இடம் துக்கப்பட்டுப் போயிருந்தது. அவனால் அழுகையை அடக்க முடியவில்லை. பாலில் பஞ்சைத் தொட்டு அம்மாவின் வாய்க்கு அருகில் கொண்டு போனவன் ஓவென்று கதறி அழுதான். பால் சிதறி வாயில் விழாமல் அம்மாவின் முகத்திலும் கழுத்திலும் விழுந்தது. ”

தாயைப் புதைத்த சுடுகாட்டு மேடு சின்னவனுக்கு புனிதத்தலமாக, ஒரு ஜெருசலேம் ஆக, இருப்பதைச் சொல்லத்தான் இக்கதை. ஆனால் மேற்சொன்ன இரு காட்சிகள் ஏற்படுத்தும் துக்கமே பெரிதாக மனதில் நின்று உருக்குகிறது. அதைக் கடந்து வர முடியவில்லை. இத்தனைக்கும் பா. செ கைக்கொள்ளும் மொழி இடையூறான ஒரு கவித்துவ மொழிதான். அதையும் தாண்டி இக்காட்சிகள் நம் மனதிற் பாய்கின்ற விந்தை நிகழ்கிறது. அப்பெண்ணை அந்த ஆண் அடிக்க என்ன காரணம் என்பது

கதையில் சொல்லப்படவில்லை. ஆண் பெண் மீது வன்முறை செய்ய காரணமும் ஒரு கேடா? என்கிற கோபத்தைக் கிளர்த்துவதில் கதை வெற்றி பெற்றுவிடுகிறது. இதுதான் பா. செ.யின் சிறுகதைகளின் பலம். பா.செயப்பிரகாசத்தின் ஆகச்சிறந்த கதைகளென ஒரு முப்பது கதைகளுக்குமேல் சொல்ல முடியும். முப்பது என்பது ஒரு படைப்பாளிக்கு சிறிய எண்ணிக்கை அல்ல. அவற்றில் பெரும்பாலானவற்றை அவர் 1980களுக்குள் எழுதிவிட்டார். இந்த முப்பது கதைகளுமே பஞ்சமும் பசியும் பட்டினியும் துரத்தும் கரிசல் மனிதர்களின் வாழ்வைப் பேசுகின்றன. கரிசல் எழுத்தாளர்களில் இத்தனை துயரங்களையும் இத்தனை விதமான மனித முகங்களையும் விரிவாகவும் நுட்பமாகவும் சிறுகதைகளில் வேறு யாரும் எழுதிவிடவில்லை. கிராமப்புறங்களில் அந்தக் காலத்தில் வெடிமருந்தைக் குழாயில் கிட்டித்து ஓங்கி அடித்து வெடிக்க வைப்பார்கள். ‘படாங்கு’ என்றும் டாம் டாம் என்றும் சொல்லப்படும் அந்த வெடிக்கு மருந்து கிட்டிப்பது போல ஒவ்வொரு கதைக்குள்ளும் உணர்ச்சியைக் கிட்டித்து வைத்துள்ளார் ஜே.பி.வாசகன் அதைத் தொடும்போது வாசக மனத்தில் அது வெடித்துச் சிதறுகிறது.பா. செயின் பல கதைகளைக் கண்களில் கண்ணீர் திரையிடாமல் வாசிக்கவே முடியாது.

அவருடைய கதைகளில் அதிகம் பேசப்பட்ட கதை ‘அம்பலகாரர் வீடு’.

ராத்திரி நேரங்களில் அக்கினிச் சட்டி எடுத்துக்கொண்டு ஒவ்வொரு வீட்டு வாசலிலும் நின்று உடுக்கடித்து, அவர்கள் தரும் தானியங்களைக்கொண்டு வாழும் சாமியாடி ஊர்வழமைப்படி முதலில் அம்பலகாரர் வீட்டுக்கு முன்னால் நின்று முதல் பிச்சை வாங்க நிற்கிறான். ஐந்து ஆண்டுகள் இத்தொழிலைக் கைவிட்டு வெளியூர்களில் சுற்றியலைந்து இப்போது மீண்டும் உடுக்கையைக் கையில் எடுத்து வருகிறான்.

“உள் முற்றத்தில் போய் நின்று உடுக்கையை முழக்கினான். தனக்குரியவர்களை அடையாளம் கண்டுகொண்டுவிட்ட தன்மையில், அது துள்ளல் நடையில் பேசியது. ஒரு கைக்குழந்தையைப் போல் அவன் உடுக்கையை அணைத்திருந்தான். தாய் கிச்சு கிச்சுக் காட்டுவதுபோல் அவன் செய்தபோது, சிரிப்பை அடக்க முடியாமல் அந்தக் கைக்குழந்தை துள்ளிச் சிரித்தது.... . முற்றத்தில் நின்ற அவன், மச்சு வீட்டை நோக்கி ‘அம்மணி’ என உருகும் குரலில் அழைத்தான்.

அவன் வந்திருப்பதைத் தெரிவித்தாகிவிட்டது. பழையபடி அவன் உடுக்கையை முழக்கிப் பாட ஆரம்பித்தான்.... . உள்ளிருந்து எந்த பதிலும் கிடைக்கவில்லை.

சாமி கொண்டாடி நினைத்தான். அம்பலகாரர் இறந்த இந்த ஐந்து வருஷங்களில் பெரிய அம்மாவும் போயிருக்க வேண்டும். 'அம்மணி' என்று அழைத்த இந்நேரத்துக்குள் வெளியே வராமல் இருக்க மாட்டார்கள். நெற்றியில் ஒரு மின்னலுடனும், இதழ்களில் ஒரு புன்னகையுடனும் கை ஏந்திய சொளகில் ஒரு படிக் கம்புடனும் அவனுடைய நார்ப்பெட்டியில் கொட்டாமல் இருக்க மாட்டார்கள்... இவைகளையெல்லாம் அவன் நினைத்துப் பார்த்தான். பெரிய அம்மணி இப்போது இல்லை. அவர்கள் சமாதியாகி நீண்ட நாள் ஆகியிருக்க வேண்டும். இதை நினைக்கிற போது அவனுக்கு நெஞ்சை அடைத்து மூச்சு தாமதப்பட்டது. துக்கத்தினால் தொண்டை கரகரக்க லேசாக விம்மினான். ''

அம்மணியின் பெரிய உருவத்திற்குக் கீழே வேரில் பூத்த சின்னப் பூப்போல் அவரது மகள் சின்ன அம்மணி இருப்பாரே என்று யோசிக்கிறான். அருள் வழியும் அழகு, அவள் முகத்தில் பொலிவதைப் பார்த்து 'தேவி' என்றுதான் அவன் உருகி அவளை அழைப்பான்.

வீட்டினுள் அரவம் கேட்டதால் பேராசை பொங்கிட 'நீண்ட நேரமா பாடிட்டிருக்கேன். தேவீ, என் சின்ன அம்மணி' என்று அழைக்கிறான். சொல்லிவிட்டு அவன் அமைதியாக நின்றான். வீட்டிற்குள்ளிருந்து ஆண் குரலின் மங்கின மெதுவான பேச்சுக் கேட்கிறது. பின்புறக்கதவு திறக்கப்படும் சத்தம் கேட்டு அவன் திரும்பிப் பார்த்தபோது, வேட்டியை மடித்துக் கட்டியபடி ஒரு ஆள் கட்டைச் சுவரேறிக் குதித்து வெளியேறுவதைக் கண்டான். அவன் இருளோடு இருளாய் மறைந்து விட்டான்.

சாபங்கள் தீண்டியவனாய் சாமி கொண்டாடி கல்லாகி நின்றான்.

தேவி வருகிறாள். அக்கினிச்சட்டியின் தீ வெளிச்சத்தில் பார்க்கிறான். அவள் இதழ்களின் பல்லக்கிலிருந்து புன்னகை என்ற ராஜபதுமை கீழே விழுந்து உடைந்து தூள் தூளாகிப் போய்விட்டிருந்தாள். கண்கள் கண்ணீரால் கனக்க சாமி கொண்டாடி சிலையாகி நின்றான். தேவி அவன் கையில் ஒரு வெள்ளிக்காசை வைத்துத் தடுமாறிய குரலில் சொன்னாள் ''இன்று இவ்வளவுதான் கிடைத்தது. ''

சாமி கொண்டாடி வேதனையால் விம்மினான். ‘‘தேவி! என் சின்ன அம்மணி’’ என்று தழுதழுத்த குரலில் கூறினான், ‘‘யாருமே இல்லையா அம்மணி’’. அவன் காசை வாங்கிக்கொள்ளவில்லை. மௌனமாக அக்கினிச் சட்டியைக் கீழிறக்கி வைத்தான். தோளில் தழுவிய சாட்டையைச் சுருட்டி மடக்கினான். உடுக்கையைச் சுற்றி எடுத்து உறைக்குள் வைத்தான். விபூதிப் பையை எடுத்துச் சுருக்கிட்டு, தூரத்தில் தூக்கி வீசி எறிந்தான்.

பக்கத்தில் நார்ப்ப்பெட்டியில் மற்ற ஊர்களில் அவன் வாங்கிய தானியமும், கொஞ்சம் ரூபாய்களும் நிறைந்திருந்தன. நார்ப்பெட்டியோடு எடுத்து அம்மணியின் முன் வைத்துவிட்டு இரு கைகளையும் கூப்பியபடி அவன் சொன்னான் ‘‘தேவி அடியேனின் காணிக்கை’’

சொல்லிவிட்டு அவன் வெளியேறினான். மேலவாசல் வழியாகவே, கால் சிலம்பு ஒலிக்க அவன் வெளியேறினான். அவன் விட்டுச் சென்ற அக்கினிச் சட்டியும் உடுக்கையும் சாட்டையும் அங்கேயே அனாதைகளாய்க் கிடந்தன. ’’

சோகத்தில் தோய்ந்த காவியமாக ‘அம்பலகாரர் வீடு’ இன்றைக்கும் சுடர் விட்டுப் பிரகாசிக்கிறது. இளவயதில் திராவிட இயக்கத்தோடு தன்னைப் பிணைத்துக்கொண்டிருந்த காரணத்தால் கவித்துவமான நடையின் மீதிருந்த மயக்கம் தன்னுடைய ஆரம்பகாலக் கதைகளில் இருந்ததாக அவரே குறிப்பிடுகிறார். ஆனால் அந்த மொழி ‘அம்பலகாரர் வீடு’ கதைக்கு மிகத் தேவையானதாகவும் செறிவூட்டுவதாகவும் இருப்பதைக் காண்கிறோம். ஒரு குடும்பத்தின் சிதைவைக் கண்ணாரக் கண்டு அதைத் தாள முடியாமல் அந்தச் சாமியாடி என்னும் கலைஞன் எல்லாவற்றையும் துறந்து ஓடுகிறான்.

முதல் மூன்று தொகுப்புகளிலும் உள்ள கதைகள் முற்றிலும் கரிசல் கிராமங்களின் வாழ்க்கையை மட்டுமே பேசுகின்றன. காடு தொகுப்பிலுள்ள ‘ விடிகிற நேரங்கள் ’ மற்றும் ‘இருளுக்கு அழைப்பவர்கள்’ போல ஒன்றிரண்டு விதி விலக்கு. மில் தொழிலாளிகளின் போராட்டம் பற்றி முதல் கதையும் மலைவாழ் மக்கள் பற்றி அடுத்த கதையும் பேசுகின்றன.

வறண்ட காற்றே எப்பவும் வீசும் கரிசல் மண்ணில் வறுமையும் இல்லாமையும் போதாமையும் என்கிற புறநிலை யதார்த்தங்கள் மனித குணங்களை எப்படிச் செதுக்குகின்றன என்பதை ஒவ்வொரு

கதையும் ஒவ்வொரு விதமாகப் பேசுகிறது. காலத்தின் கைகளில் சிக்கிய மானுட வாழ்வும் மானிடரும் இந்தக் கொடும் சூழலால் ஆட்டுவிக்கப்படும் பொம்மைகளாகிவிடுவதைச் சித்தரிக்கும் கதைகளே பா. செயப்பிரகாசத்தின் கதைகள்.

கரிசல் கிராமத்திலிருந்து பட்டணத்துக்கு நடுத்தரவர்க்க ஊழியனாகப் போய், அதிகார வர்க்கத்தின் பிடியில் சிக்கி அழுந்திப் பின் வெடிக்கும் இளைஞனின் கதையை 'ஆறு நரகங்கள்' பேசும். கிராமப்புறங்களில் வாழும் வெள்ளை ஆத்மாக்கள் கண நேரக் கோப வெறியில் குற்றவாளிகளாய் உருவெடுக்கும் துயரை 'புஞ்சைப் பறவைகள்' முன் வைக்கும். சொத்துக்கு ஆசைப்பட்டு விருப்பமில்லாத பெண்ணின் கழுத்தில் கட்டாயத்தாலி கட்டும் கொடுமையையும் அதற்கெதிரான போராட்டத்தையும் 'சுயம்வரம்' பேசும். கரிசல்காட்டுப் பள்ளிக்குழந்தைகள் பொய் பேசக்கற்கும் சூழலைச் சொல்வது 'பொய் மலரும்'.

கரிசல் கிராமத்துக்குள் போலீஸ் புகுந்தால் என்ன கதியாகும் என்பதை முதலைகள், பிணந்தின்னிகள் ஆகிய கதைகள் பேசுகின்றன. கரிசல்காட்டுக்குள் கம்யூனிஸ்ட் சிந்தனையையும் செயல்பாடுகளையும் கொண்டுவரும் ஒயிலாட்ட வாத்தியாரை 'தெற்கின் ஆத்மாக்கள்' என்கிற நெடுங்கதை அறிமுகம் செய்யும். ஊருக்குள் பஸ் வரவேண்டி மக்கள் நடத்தும் நேரடிப் போராட்டத்தை 'கமலாபுரம், கதை விரிக்கும்.

'சாதி' 'மயானகாண்டம்' தாலியில் பூச்சூட்டியவர்கள்' கதைகள் கிரமங்களில் நின்றாடும் சாதியத்தையும் அதற்கெதிராகக் கிளம்பும் குரல்களையும் அடையாளம் காட்டுகின்றன.

காடு தொகுப்பிலுள்ள 'சரஸ்வதி மரணம்' கதை தமிழ்ச் சிறுகதை வரலாற்றில் என்றென்றும் நிலைத்திருக்கும் தாரகை போன்று ஜொலிக்கும் உயிர்த்துடிப்பு மிக்க கதை.

“ கம்மாய்க் கரை மேட்டில் ஊஞ்சல் விளையாடிக்கொண்டிருக்கிற போதுதான் அவர்கள் வந்தார்கள். மதிய வெயிலைப் பிளந்து கொண்டு திடீரென்று அழுகைக்குரல் கேட்டது. சோலை ஆட்டத்தை நிறுத்திவிட்டுப் பார்த்தான். களத்து மேட்டிலிருந்த பையன்கள் ஆட்டத்தை நிறுத்திவிட்டு, வண்டிப்பாதைப் புழுதியில் வந்து நின்றிருந்தார்கள்.

சித்தி, கம்மாய்க்கரை மேட்டுவழியாய் அழுதபடி வந்து கொண்டிருந்தாள்... பெரியப்பாவின் மகனான அண்ணன் இறந்து போனதற்கு துக்கம் விசாரிப்பதற்காக அவர்கள் வந்து கொண்டிருந்தார்கள்.

முகத்து வியர்வையை அழுக்குக் கையால் துடைத்துக்கொண்டே பையன்கள் சோலையப்பனிடம் கேட்டார்கள், ''யாரு, உங்க சின்னம்மாவா?''

"ஆமா" சொல்வதற்கு அவனுக்கு வெட்கமாக இருந்தது. தெரு வழியே எல்லோரும் பார்க்க அழுதுகொண்டு போவது, அவனுக்கு எப்படியோ இருந்தது. "

கதையின் துவக்கத்திலேயே மையமான கதாபாத்திரங்கள் அறிமுகப்படுத்தப்பட்டு விடுகிறார்கள். சோலையின் அப்பா இறந்த துக்கம் கேட்கத்தான் தாமதமாக அவர்கள் வருகிறார்கள். வந்தவர்கள் திரும்பும்போது சோலையைத் தங்களோடு அழைத்துச் செல்வதாகப் பாட்டியிடம் கேட்கிறார்கள்.

"அங்க வந்தா ரெண்டு கஞ்சித்தண்ணியக் குடிச்சிக்கிருவான். பிள்ளை தூக்கறதுக்கும் ஆள் வேணும்"

சித்தப்பா சொன்னார். ''அண்ணன் பிள்ளைகள்ளேயே அவன் தான் பெரிய வகுத்துக்காரன். கம்மங்கஞ்சி எடுத்து வச்சி, மங்கு நிறைய ஊத்தி ஊத்திக் குடிக்க வச்சா எவ்வளவு வேணுமானாலும் குடிப்பான். அவனுக்கு மொடா வயிறு"

சோலையின் முகத்தில் இனிய நினைவுகள் நிழலாடின.

அவனைப் பொறுத்தவரை வெளியூர்ப் பயணம் என்றால் அது தின்பண்டங்களோடு இணைந்தது. அப்பா இருந்தபோது அவன் அவரோடு போன பயணங்கள் அப்படித்தான் அமைந்திருந்தன.

சித்தப்பாவுடன் போகிறபோது கரிசல்குளத்தில் பஸ்ஸில் இறங்கி நடந்து போக வேண்டும். ஏழுமைல் தூரம் நடக்க வேண்டும். பஸ் நிற்கிற இடத்தில் வரிசையாய் 'சேவு'க்கடைகள் இருந்தன.

...கரிசல்குளத்தில் இறங்குகிறவர்கள் எல்லோரும், குழந்தைகளுக்கு சேவோ மிக்சரோ வாங்கிக் கொடுத்தே கூட்டிப்போனார்கள். பத்து வயதுப் பாலகன் அவர்களுடன் வருகிற போது, யாரும் வாங்கிக் கொடுக்காமல் போக மாட்டார்கள்.

“நா அவங்க கூடப் போறேன்” நடுவழியில் கிடைக்கவிருக்கிற தின்பண்டத்தை எதிர்பார்த்திருந்த அவன் சொன்னான்.

“படிப்பு போயிருமே” பாட்டி வெதுவெதுப்பான குரலில் மெதுவாகச் சொன்னாள். கண்களில் இதமான பார்வையும், தொண்டையில் வெதுவெதுப்பான குரலும் பாட்டியைத்தவிர வேறு யாருக்கும் வராது.

பாட்டி சொன்னபோது சித்தப்பா பதில் சொன்னார் ‘‘என்ன அஞ்சாம் வகுப்புத்தானே படிக்கிறான். அதுக்கு மேலே படிச்சு என்ன செய்யப்போறான்?”

தின்பண்டத்துக்கு ஆசைப்பட்டு சோலை சித்தப்பா சித்தியுடன் கிளம்புகிறான். பிள்ளை தூக்க அவர்களுக்கு ஒரு ஆள் கிடைத்துவிட்டான். பாட்டிக்கு ஒரு பிள்ளைக்குக் கஞ்சி ஊத்தும் சுமை குறையும். ஆனால் கரிசல்குளத்தில் போய் இறங்கியதும் அவன் எதிர்பார்த்து வந்த பண்டம் வாங்கித்தர சித்தப்பாவிடம் காசு இல்லை.

‘‘வண்டிப் பாதைப்புழுதி கால்களில் தைத்தது – கன்றிச் சிவந்த கால்களை, சூடு தாங்க முடியாமல் ஓரத்திலுள்ள கொழுஞ்சிச் செடிகளின் மேல் மாற்றி மாற்றி வைத்து நடந்தான்.

சித்தப்பாவும், சித்தியும் முன்னால் நடந்தார்கள். பக்கத்தில் சேவுக் கடைகள் இருப்பதையே மறந்து விட்டவர்கள் போல் நடந்தார்கள். பார்வைபடுகிற இரண்டு திசைகளிலுமே சேவுக் கடைகள் இருந்தன. பஸ்ஸை விட்டு இறங்கிய போதே அவன் அங்கே நின்றான். அந்த நினைப்பே இல்லாதது போல், அவர்கள் போய்க் கொண்டிருந்தார்கள்

அந்தச் சின்ன நகரத்தின் எல்லையைத் தாண்டுகிற வரை அங்கொன்று இங்கொன்றாய்க் கடைகள் இருந்தன. இன்னும் கூட வாங்க முடியும்.

கரிசல் குளத்தின் எல்லையைத் தாண்டி, வண்டிப்பாதைப் புழுதியில் போய்ச் சேர்ந்த போதுதான், அந்தச் சின்ன உள்ளம் தாறுமாறாக உடைந்தது. எதிரே ஏழு மைல் தூரம் ஒரே வாலாய் நீண்டு கிடக்கு கரிசல் பாலை தெரிந்தது. கண் பார்வை போன வரை கானல் அலைகள் படைபடையாய்ப் பறந்தன. மரம், செடிகள் எல்லாம் வெயில் நீரில் வளைந்து மிதந்தன. மண்ணிலிருந்து மேலெழும் ஆவிக் கொழுந்துகளில் அக்கினிப்

பிரவேசம் செய்தபடி, ஒன்றிரண்டு உருவங்கள் தூரத்தில் போய்க் கொண்டிருந்தன.

சோலையின் கண்களில் நீர் திரையிட்டது. நாக்கு வறண்டு ஒட்டியது. தனக்குப் பின்னாலிருந்த கரிசல் குளத்தைப் பார்த்தான் அவன் இதற்காக வரவில்லை. ஊருக்குப் போவதற்கு அவனுக்கு எந்தக் காரணமும் இருக்கவில்லை. "சின்னம்மா" என்றான். நாக்கு மேலண்ணத்தில் ஒட்டி, வார்த்தை தடைப்பட்டது. அடிவயிற்றிலிருந்து குரல் மேலெழும்பி வேகு, வேகு என்று குரல் இழுத்தது.

சித்தி திரும்பிப் பார்த்தாள். பையனின் விழிகளும் முகமும் மாறியப் போயிருந்தன. புறப்பட்டபோது இருந்த முகமாக இல்லை. அந்த முகத்தில் கெத்தளித்த சந்தோஷம் இல்லை. கண்களில் ஊர் போகும் ஆவல் இல்லை.

அரைப் பகலிலேயே முகம் சுருங்கி வதங்கிப் போயிருந்தது. சூடு தாங்க முடியாமல், ஒரு கொழுஞ்சிச் செடியின் மேல் நின்று கால்களை மாற்றி மாற்றி வைத்த பையனைப் பார்த்து சித்தி கேட்டாள்.

"என்னப்பா?"

இப்படின்னா, நா வந்திருக்க மாட்டேன்" விக்கலுக்கிடையே வார்த்தைகள் வந்தன.

"என்ன?".

"எனக்குச் சேவு வேணும்" சித்தி கைக்குழந்தையை சித்தப்பாவின் கையில் கொடுத்தாள்.

நெஞ்சடைக்கக் கீழே குத்துக் காலிட்டு, அவனைக் கட்டியணைத்தாள். கட்டியணைத்து வெடித்து அழுதபடி சித்தப்பாவைப் பார்த்தாள்."

காசில்லாத உண்மையை அக்குழந்தைகளுக்குப் புரிய வைக்க முடியாத அவலத்தைப்போல வேறொரு அவலம் இப்பூமியில் உண்டா? பா. செயப்பிரகாசத்தின் கதைகளில் குழந்தைகள் வந்துகொண்டே இருக்கிறார்கள். இழப்புகளைத் தாங்குபவர்களாக, பால் குடி மறந்த மறுநாளே வயக்காட்டுக்குப் போய் உழைக்கிறவர்களாக, ஊரில் எது நடந்தாலும் முதல் பார்வையாளர்களாக ஓடிப்போய் நிற்பவர்களாக எல்லா

நிகழ்வுகளுக்கும் மௌன சாட்சிகளாக பா. செயப்பிரகாசத்தின் குழந்தைகள்....

கரிசக்காட்டில் கால்பதித்து நின்று அவர் சொன்ன கதைகள் எல்லாமே ஜீவகளையுடன் துலங்குகின்றன. நான்காவது தொகுப்பான இரவுகள் உடையும்-1980 தீர்வு, பிணந்தின்னிகள், நெருப்பு வெள்ளமும் சுல்தான்களும் ஆகிய மூன்றுதான் கரிசக்காட்டுக் கதைகள். மற்ற ஐந்திலும் யூனியன், போராட்டம் என களம் மாறுகின்றன.

ஐந்தாவது தொகுப்பான மூன்றாவது முகம் (1986) சாதி, கோவில்மாடு என இரு கரிசல்காட்டுக் கதைகளைக் கொண்டுள்ளன. “பால்ராஜு மெட்ராசுக்குப் போனான் ” கதையில் வரும் பால் ராஜைப்போல பா. செயப்பிரகாசத்தின் கதைகளும் பட்டணத்துக்குப் பயணப்பட்டு நடுத்தர வர்க்க வாழ்வையும் அரசியலையும் அதன் கீழ்மைகளையும் என வேறு பாடுபொருள்களை பேசத்துவங்குகின்றன.

மீண்டும் 90 களில் வெளிவரும் ‘புதியன’ தொகுப்பில் இழிவு, கிராமத்துக்குறிப்புகள், சாவு இல்ல, தொடக்கம் என மீண்டும் பாதிக்கதைகளுக்கு மேல் கரிசல்காடு வந்து விடுகிறது. 1996 இல் வெளியான ‘புயலுள்ள நதி’ தொகுப்பில் ‘மயானகாண்டம்’ மட்டுமே கரிசல் காட்டுக் கதை. இப்படியெல்லாம் பார்க்க வேண்டும் என்பதில்லை. வாழ்க்கை எங்கெங்கு அழைத்துச் செல்கிறதோ அங்கெல்லாம் கதைகளும் கூடத்தானே வரும். என்றாலும் இப்படியும் ஒரு பார்வை பார்த்து வைக்கலாம் என்று தோன்றுகிறது.

பிற்காலத்தின் தன் மொழியை அமைப்புப் பணிகளின் காரணமாக இழந்துவிட்டதாக ஜே. பி. கூறுகிறார். அமைப்புப் பணி மட்டும்தான் காரணமா? கரிசல் காட்டை விட்டு மனம் விலகியதாலும் அந்த இழப்பா என்று பார்ப்பதற்காக இப்படி ஒரு பட்டியல் எடுத்துப் பார்த்தோம். கள்ளழகர், இலக்கியவாதியின் மரணம் ஆகிய தொகுப்புகளில் மீண்டும் வடிவ நேர்த்திமிக்க கதைகளை பா. செ தந்திருக்கிறார்.

பெண்கள், பெண் விடுதலை குறித்து பா. செ. கொண்டிருக்கும் பார்வை பரிவானது மட்டுமின்றிப் புரட்சிகரமானது. இரவுகள் உடையும், சிறை மீட்பு ஆகிய இரண்டு கதைகள் போதும் அதை

நமக்கு உணர்த்த. ''அவர்கள் வருகிறார்கள்'' கதையும் வேறொரு கோணத்தில் தடை உடைக்கும் பெண்ணின் கதைதான்''.

''பா. செ. யின் படைப்புகளில் பெண்கள் '' எனத் தனியாகவே ஆய்வு செய்யலாம். அத்தனை வகைமையான பெண்களை, பாட்டிகளை, குமறுகளை, கணவனை இழந்த பெண்களை, ஒருவருக்கு வைப்பாக மாறும் பெண்களை, தைலியைப்போல சாதியை எதிர்க்கும் தைரியமான தலித் பெண்களை, கணவனைப் பழி வாங்க என்ன செய்வதெனத் தெரியாமல் நடுச்சாமத்தில் மொட்டை மாடியில் கொட்டும் மழையில் அப்படியே விடியும் வரை அமர்ந்திருக்கும் பெண்ணை, ஆணுக்குச் சமமாக ஈகோ கொண்டு கார் இருந்தும் புறக்கணித்து ஆட்டோவில் போகும் பெண், தானே பாட்டுக்கட்டிப் பாடும் வேல்த்தாயி என்னும் நாட்டுப்புறக்கவி என எத்தனை எத்தனை விதமான பெண்களைப் படைத்துவிட்டார்.

தமிழின் மகத்தான படைப்பாளியான ஜி. நாகராஜனிடம் மாணவராகப் பாடம் கேட்டவர் ஜே. பி. அவர் மூலமாக 'சரஸ்வதி' இதழின் அறிமுகம் பெற்றவர். இள வயதிலேயே மார்க்சியத்தின் பால் ஈர்க்கப்பட்டவர். மூன்றாவது லைன் என மார்க்சிய வட்டாரத்தில் அறியப்பட்ட நக்சல்பாரி இயக்கப் பார்வையை உள்வாங்கியவர். ஆகவே சிபிஎம் ஒரு சமரசக் கட்சி என்கிற பார்வை அவருடைய கதைகளிலேயே (வேர்ப்புழுக்கள்) வெளிப்படும். 2014 இல் அவர் வெளியிட்ட ''காற்றடிக்கும் திசையில் இல்லை ஊர்'' தொகுப்பில் உள்ள 'அய்யப்பன் மரணம்' கதையில் எல்லாக்கட்சிகளும் மோசம், கட்சிகளைத் தாண்டிய அரசியல்தான் வேண்டும் என்கிற பார்வையை வெளிப்படுத்துகிறார். இதில் நமக்கு மாறுபட்ட கருத்துக்கள் உண்டு. எனினும் அது அவருடைய அரசியல். அவருடைய பார்வை என்பதை மதிக்க வேண்டும்.

விவாதத்துக்குரிய விஷயம் என்னவெனில் அமைப்பில் பணியாற்றுவது படைப்புக்குக் குந்தகம் விளைவிக்குமா? என்பதை பா. செயப்பிரகாசம் விவாதிக்க வேண்டும் என்கிறார். காலச்சுவடு இதழுக்காக அவரைப் பேட்டி கண்ட பெருமாள் முருகனும் தேவிபாரதியும் இதற்கான பதிலைக் கோரி அவரை மடக்கி மடக்கிக் கேள்வி கேட்கிறார்கள்.

கேள்வி:

புகழ்பெற்றிருந்த கரிசல்காட்டு இலக்கியத்தின் முக்கியமான பிரதிநிதியாக வாசகர்களுக்கு அறிமுகமானீங்க. கரிசல்காட்டு வாழ்வின் உயிர்ப்பான கூறுகளை நீங்க உங்க கதைகளின் மூலமாகத் தொட்டிருக்கீங்க. அப்ப உங்க கதைகளில் ஒரு நேர்த்தி இருக்கும். பிறகு உங்க படைப்புகளில் பிரச்சாரத் தன்மை மேலோங்கத் தொடங்குது.

'காடு' தொகுப்புல அதற்கான விதைகள் தென்படத் தொடங்குது. கடைசிக் கதையான ' விடிகிற நேரங்கள்'ல வெளிப்படையான பிரச்சாரம் இருக்கும். அதுக்கு முன்னாடி உள்ள கதைகள்ல விளிம்பு நிலை வாழ்க்கைமீது, கிராமத்து வாழ்க்கைமீது, ஏழை விவசாயிகள் மீது ஒரு பரிவு இருக்கும், சாதிய அமைப்புக்கு எதிரான, ஒடுக்குமுறைக்கு எதிரான ஒரு குரல் இருக்கும். எல்லாமே அந்த வாழ்க்கையின் பகுதிகளாத்தான் இருக்கும்.

'தெக்கத்தி ஆத்மாக்கள்' கதையக்கூடச் சொல்லலாம். அதுல பிரச்சாரம் இருந்தாக்கூட அது கலையாத்தான் இருக்கு.

'விடிகிற நேரங்களுக்குப் பிறகு' வந்த கதைகள் குறிப்பா உங்களோட நான்காவது தொகுப்பான 'இரவுகள் உடையும்' தொகுப்புல இடம்பெற்றுள்ள எல்லாக் கதைகளுமே நேரடியாகப் பிரச்சாரம் பண்ற கதைகள்தான். அநேகமாகப் படைப்பிலக்கியம் சார்ந்து உங்ககிட்டப் பேச வேண்டிய விஷயம் இதுதான். இதை மையப்படுத்திப் பேசறது முக்கியமானதா இருக்கும் இல்லையா?

- என்று ஒரு பென்னம்பெரிய கேள்வியைத் தூக்கிப் போடுகிறார்கள். அதற்கு பகுதி பகுதியாக அவர் சொன்ன பதில்களைத் தொகுத்தால் இப்படி வருகிறது.

''சுய அனுபவங்களைச் சமூகரீதியான அனுபவங்களோடு இணைத்து அந்த எதார்த்தத்தை வெளிப்படுத்துபவைதான் என்னுடைய தொடக்ககாலக் கதைகள்னு நெனைக்கிறேன்.

எழுதத் தொடங்குறபோது ஒரு பொதுவான சமூக அக்கறை இருந்துது. சமூக நெருக்கடிகள், கிராம வாழ்வின் ஏற்றத்தாழ்வுகள் அது உருவாக்குகிற வாழ்வியல் நெருக்கடிகள் குறித்த அக்கறையும் கோபமும்தான் என் தொடக்ககால எழுத்துக்கான அடிப்படையாக இருந்தவை. ஆனா அவற்றுக்கான காரணம், தீர்வு குறித்தெல்லாம் போதிய தெளிவு கிடையாது. தீர்வுகள் வைக்கப்பட வேண்டும்ங்கிற புரிதல், தேவை வர்றபோது எழுத்து இயல்பாவே பிரச்சாரத் தன்மை கொண்டதா மாறிடுது. .

இலக்கியம் ஒரு பிரச்சார வடிவங்கிற முடிவுக்கு நான் எப்போதும் வரல. மற்றவங்க யாராவது அப்படியொரு தீர்மானத்தோட எழுதுனாங்களான்னும் சொல்ல முடியல. ஆனா பிரச்சினைகளப் பேசறபோதே அதுக்கான தீர்வையும் தேட வேண்டியது ஒரு எழுத்தாளனுக்குள்ள தார்மீகப் பொறுப்பாயிடறதுன்னு நெனச்சேன். அந்த மாதிரியான என் கதைகள்ல அதற்கான தேடல் இருக்கும். வெளிப்படையாகவோ மறைமுகமாகவோ தீர்வு அந்தப் படைப்புக்குள்ள இருக்கும். தீர்வைப் பத்தி பேசும்பொழுது அது பிரச்சாரமாகப் பார்க்கப்படுதுன்னு நெனைக்கறேன்.

சிறுகதை வடிவத்தை ஒவ்வொருவரும் ஒவ்வொரு விதமாப் புரிஞ்சிருக்காங்க. ஒவ்வொருத்தரும் ஒவ்வொரு வகையா வெளிப்படுத்துறாங்க. உள்ளடங்கி வெளிப்படுத்துதல் அல்லது உரக்கப் பேசுதல் அப்படிங்கிறது வெவ்வேறு உத்திகள். என் கதைகளில் வெளிப்படையான பிரச்சாரத்தன்மை இருந்ததற்குக் காரணம் பிரச்சினைகளையும் அதற்கான தீர்வையும் பற்றி பேசியதுதான். இந்தச் சமூகம் அடுத்த கட்டத்துக்கு எடுத்துக்கிட்டுப் போகனும்ங்கற ஆசை. இந்த மாதிரியான புரிதல் காரணமாகப் பிரச்சாரத்தன்மை மேலோங்கிவிடுகிறதுன்னு நெனைக்கறேன்.

சமூக விமர்சனங்களைப் படைப்பாக்குவதற்குப் பதிலா சமூக விமர்சனங்களைப் படைப்புக்குள்ளேயே நேரடியாகப் பேசுவதுங்கிறது கலையாக முடியாது. அது ஒரு தத்துவார்த்தப் பார்வை, தத்துவத் தெளிவு வேண்டியதில்லை எனச் சொல்ல முடியாது. அதைப் பற்றிய தேடல் இருக்கணும். அதை நோக்கிப் போய்க்கொண்டே இருக்கணும். படைப்பாக்கம்னு வர்றபோது அந்தக் குதிரையைக் கடிவாளம் போட்டு நிறுத்திட்டு, நீங்கதான் ஏறி உட்கார்ந்திருக்கணும் அப்படின்னு தொ. மு. சி. ரகுநாதன் சொல்வார். அதுபோல சமூக விமர்சனங்கள் முடிவுகள் இவற்றை நேரடியாக முன்வைக்காமல் படைப்பாக மாத்துறதுங்கறது அந்தக் கதைகள எழுதின காலகட்டங்கள்ல குறைஞ்சு போயிருந்ததுன்னுதான் நான் நினைக்கிறேன். ஆனா அப்பவும்கூடச் சில கதைகள் அதனதன் இயல்புத் தன்மைலயே வெளிப்பட்டுதுங்கற நம்பிக்கையும் எனக்கு உண்டு.

பின்னாடி வந்த படைப்புகளில் வாசகர்களுக்கான இடம் படைப்பாளி பேசுவதற்கான இடமாக மாறிடுது. அது நிகழ்ந்திருக்கு. ஆனா நீங்க சொல்ற மாதிரி வாசகனுக்கு அவனுக்குரிய இடம்

கொடுக்கப்பட்டிருக்கணும். என் பிந்தைய கதைகளில் அது இல்லைங்கிறதை நான் உணர்றேன். இப்ப எடுத்துக்காட்டா 'காடு' கதையில கடைசியில் அந்த ஊரைவிட்டு இரண்டு ஜோடிக் காலடித் தடங்கள் நீங்கிவிடுகின்றனன்னு முடியும். அதையே நான் பிற்காலத்தில் எழுதியிருந்தால் வேற மாதிரி எழுதியிருப்பேன்னு நெனைக்கறேன்.

ரொம்பச் சுருக்கமா சொல்றதுன்னா ஒண்ணு தான், கட்டுரையில வெளிப்படுத்த வேண்டியதெல்லாம் கதைகள்ல வெளிப்படுத்துனோம். இவையெல்லாம் கட்டுரைகளில் சொல்லப்பட வேண்டியது. சொல்லப்பட்டிருந்தா விவாதத்துக்குரியதா மாறியிருந்திருக்கும். ஆனா ஒரு கலைப் படைப்புக்கு அதற்குரிய நியாயங்கள் பூர்த்திசெய்யப்பட வேண்டும். அதில் மாற்றுக் கருத்து இருக்க முடியாது. ”

தன் படைப்பு குறித்த மனந்திறந்த சுய விமர்சனத்தோடு ஜே.பி. அளித்திருக்கும் இந்நேர்காணல் மிக முக்கியமானது.

இந்தக் கேள்வியும் ஜே. பி. யின் இந்தப் பதிலும் எழுத்தாளர்கள், வாசகர்கள் மத்தியில் இன்னும் விரிவாக விவாதிக்கப்படவேண்டியவை. அவ்விவாதத்துக்கான முன் குறிப்புகளை ஜே. பி. இப்பதிலிலும் தன் பல கதைகளிலுமாக வழங்கியிருக்கிறார்.

இக்கட்டுரையை முடிக்கும்போது நான் முதன்முதலாக வாசித்து பா. செயப்பிரகாசத்தின் எழுத்தில் சரணடைந்த ஒரு கதையைப் பற்றிச் சொல்லி முடிப்பது சரியாக இருக்கும். 'நீலக்குயில்' இதழில் தான் அதை வாசித்த ஞாபகம். அக்கதை “வேரில்லாத உயிர்கள்” . 70'களில் தென் மாவட்டங்களில் ரிக்கார்டு டான்ஸ் என்கிற சினிமாப்பாடல்களுக்கு மேடை போட்டு ஆடுகிற நிகழ்ச்சி ஒன்று பரவலாக நடைபெறும் கோவில் திருவிழாக்களில் அதுதான் நிகழ்ச் சியாக இருக்கும். காலப்போக்கில் அது ஆபாசக் களஞ்சியமாக மாறி கிராமப்புற ஆண்களின் வக்கிரங்களுக்கான வடிகாலாக மாறிப்போனது. 2007இல் வெளியான 'கள்ளழகர்' தொகுப்பிலும் 'ஆட்டம்' என்றொரு கதை இதே ரிக்கார்டு டான்ஸ் பார்க்க வரும் கூட்டம் பற்றி எழுதியிருக்கிறார். அது வேறு களம்.

கரிசல் காட்டுப் பெண்ணான மீனாட்சி வறுமையின் காரணமாக டான்ஸ் வாத்தியாரை நம்பி ஊரைவிட்டுக் கிளம்பி அவளறியாமல் இத்தொழிலுக்குள் வருகிறாள். வெவ்வேறு நிலப்பரப்புகளிலிருந்தும்

வந்த பெண்கள் அக்கா தங்கைகளாகி புதிய உறவுகளுடன் வாழும் அந்த வாழ்க்கையைப்பற்றி ஜே. பி. மட்டும்தான் எழுதியிருப்பதாகக் கருதுகிறேன். அதையும் அவர் எழுதிவிட்டார் என்பதில் மகிழ்ச் சி. அக்கதையிலிருந்து ஒரு பகுதி:

“சோகக் கதைகளையும், சுயசரித்திரத்தையும் பேசுகிறபோது, விஜயாவின் முகம் வதங்கிப்போகும். அவள் பேச்சுகளிடையே பெருமூச்சு பதிந்திருக்கும். விழிகள் மேல்நோக்கித் திரும்பியிருக்கும்.

“எனக்கு இதை விட்டால் வேற யார் சோறு போடுவா?” –

ஆண்டு முழுவதும் வயலுக்குத் தலைவாரிப் பொட்டிடும் சீர்காழியை நினைத்தபடி சொல்வாள்.

“சீர்காழியில் வயலெல்லாம் நெல் இருந்தது; எங்க வயித்துக்கு மட்டும் இல்லை.”

இது மாதிரி நேரங்களில் அவள் விழிகள் கண்ணீராகியிருக்கும். அந்த வாழ்க்கை வாழ்வதற்காய் வெட்கப்பட்ட நாணங்கள் பிரதிபலிக்கும். ஒரு பேச்சை எல்லா ஆட்டக்காரிகளும் கேட்டார்கள். என்ன ஆடி என்ன செய்ய, எல்லாம் வயிற்றுக்குச் சரியாகப் போகிறது.

மற்ற ஆட்டக்காரிகளுக்கும் இதுதான் வாழ்க்கையாக இருந்தது. கையில் கொஞ்சம் ஒன்றோ இரண்டோ பணம் சேர்ந்து விட்டால், அவர்கள் இதிலிருந்து தப்பிப்போக ஆசைப்பட்டார்கள்; வேறு ஏதாவது உத்தியோகத்திற்குப் போக ஆசை தோன்றியது. எல்லாமே முனை முறிந்து போகிற ஆசைகள்.

இது ஒரு தொழில். உடல் ஒன்று மட்டுமே, மூலதனம் என்பது எல்லோருக்கும் தெரிந்திருந்தது. தலையில் ஒரு வெள்ளை நிறமும், முகத்திலொரு சுருக்கமும் விளைகிறபோது, அவர்கள் வாழ்க்கை நின்று போகும். அது ஒரு சோக அணிவகுப்பின் எக்காளமாக இருக்கும். சாகவும் முடியாமல், வாழவும் முடியாமல், தவிக்கிற ஊர்வலத்தில் அவர்களும் போவார்கள்.

பயத்தின் சிறகுகள் படபடக்க சாரு இப்படித்தான் ஒரு நாள் மேடையேறினாள்.

முதல் முதலாய் இதைக் கேள்விப்பட்டபோது இது அசிங்கமான ஆட்டம் என்று மட்டும் தெரிந்தது. மேடையில் ஒலிக்கும் ரிக்கார்டுக்கு, டான்ஸ் ஆட வேண்டும் என்று சொன்னபோது

குமட்டல் வந்தது. ஆடைகளையெல்லாம் களைந்துவிட்டு, அரைகுறை ஆடையுடன் மேக்கப் அறையில் நின்றபோது, தோலை உரித்துவிட்டாற்போல் இருந்தது.

மேடைக்குப் போக படியேறுகையில் கால் நரம்புத் தண்டுகள் குளிர்ந்தன. உடல் நடுக்கம் கண்டது. படியிலேயே நின்றுவிட்டாள். ஆனால் வாழ்க்கை இருந்தது. வாழ்க்கை அவள் கால்களுக்கு முன்னாலும் நாணம் அவள் கால்களுக்குப் பின்னாலும் ஓடிவிட்டன. மேடை ஏறி விட்டாள். ”

பிப்ரவரி 2020 இல் வெளியாகி உள்ள அவரது ‘மணல்’ கரிசல் வாழ்வில் இன்று புகுந்து விட்ட மணல் திருட்டையும் அதற்கெதிரான மக்கள் போராட்டங்களையும் அழுத்தமாகப் பேசுகிறது. மீண்டும் கரிசல் மண்ணில் அழுந்தக் கால் பதித்துவிட்டார் பா. செ.

காத்திருப்போம்.

பா. செயப்பிரகாசத்தின் சிறுகதைகள் அத்தனையும் அரசியல் கதைகளே. அவர் சார்ந்த அரசியல் இயக்கத்தின் அரசியலைப் பேசிய கதைகள் பெரும்பாலும் கலையாகாமல் நிற்கின்றன. ஆனால் கரிசல் கிராமத்தில் நின்று பேசிய கதைகள் அத்தனையிலும் வாழ்வும் இருக்கிறது. கலையும் இருக்கிறது. அரசியலும் அழுத்தமாக இருக்கிறது.

41

பூமணி

“**ச**ர்க்கஸ் யானை முக்காலியில் உட்கார்ந்து கொண்டிருப்பது மாதிரிதான் சிறுகதை எழுதுவது. சிறிய பரப்புக்குள் அனைத்தையும் சொல்லியாக வேண்டும். அது என்னால் இப்போது முடிவதில்லை. மேலும் அனுபவங்களின் குறிப்பிட்ட நிகழ்வுகளை மட்டும்தான் சிறுகதையில் சொல்ல முடிகிறது. பல்வேறு பாத்திரங்களை இயல்பாக நடமாடவிட்டு, பன்முகப்பட்ட அனுபவங்களைச் சித்தரிப்பதற்கு நாவல் வடிவம்தான் தோதாக இருக்கிறது”

‘தீராநதி’ இதழில் வெளிவந்த நேர்காணலில் பூமணி இப்படிக் குறிப்பிட்டுள்ளார். 2019 இல் வெளிவந்துள்ள (டிஸ்கவரி புக் பேலஸ் வெளியீடான)’பூமணி சிறுகதைகள்’ என்கிற தொகுப்பில் உள்ள 53 சிறுகதைகளுடன் தன் சிறுகதைப் பயணத்தை முடித்துக்கொண்டு, நாவலில் தன் பயணத்தைத் தொடர்கிறார் எனக் கொள்ள, பூமணியின் இப்பிரகடனம் வாய்ப்பளிக்கிறது.

தமிழ்ச் சிறுகதை உலகுக்குத் தனித்துவம் மிக்க சிறுகதைகளைப் படைத்தளித்திருக்கும் நுட்பமான படைப்பாளி பூமணி.

தன்னைப்பற்றியும் தன் படைப்புகள் பற்றியும் உருவாக்கப்பட்டுள்ள எல்லாவித முன் முடிவுகளையும் நிராகரித்துத் தூரத்தள்ளி விட்டுத் தன் இயல்பில் கம்பீரமாக நடந்து செல்பவர் பூமணி.

அவரை தலித் எழுத்தாளர் என்று பலர் அடையாளப்படுத்தியதை முதலில் உறுதியாக மறுத்தார். ஜெயமோகனுடன் உரையாடியபோது

அவர் வெளிப்படுத்திய வார்த்தைகள் ''என்னை தலித் என்று கூறிக்கொள்ள விரும்பவில்லை. அந்தக் கடன்வாங்கிய பட்டம் எனக்குத் தேவையுமில்லை. எழுத்தாளனை இப்படி சிறுகூண்டுகளுக்குள் அடைத்து நிறுத்திவைப்பது இலக்கியத்துக்குச் செய்யும் பெரிய துரோகமாகும். இதுதான் தொடர்ந்து நடக்கிறது

'தலித்' என்ற வார்த்தை இறக்குமதிசெய்யப்படுவதற்கு முன்பே நான் சமூக ரீதியாக பொருளாதார ரீதியாக ஒடுக்கப்பட்ட மக்களைப்பற்றி எழுதியவன். என்னை இச்சாதிக்காரன் என்று சொல்லிக்கொள்வதில் கூச்சமோ தயக்கமோ கிடையாது, அதற்காக நான் வேறு எந்த இனத்தினரைப்பற்றியும் எழுதக்கூடாது என்று தடைவிதிப்பதற்கு எந்தக் கொம்பனுக்கும் உரிமை இல்லை. ஏனென்றால் அடிப்படையில் நான் ஒரு மனுசன்''

இரண்டாவதாக தன்னை 'கரிசல் எழுத்தாளன்' என அடையாளப்படுத்துவதையும் பின்னர் மறுத்துவிட்டார். கரிசல் இலக்கிய முன்னோடியான கி. ராஜநாராயணனைத் தன் ' முன்னத்தி ஏர்' என்று தன்னுடைய முதல் சிறுகதைத் தொகுப்பான 'வயிறுகள்' தொகுப்பை அவருக்குச் சமர்ப்பணம் செய்த இடத்தில் குறிப்பிட்ட பூமணி, எழுத்தாளர் உதயசங்கர் . இந்தியா டுடே. இதழுக்காகப் பதிவு செய்த நேர்காணலில் இவ்விதம் குறிப்பிட்டு விடுகிறார்:

'' கரிசல் வட்டார இலக்கியம் என்று சொல்வதில் இப்போது எனக்கு உடன்பாடில்லை. சாதிய இலக்கியம் என்று இப்போது சொல்லுவதைப்போல குறுகிய பார்வை கொண்டதாக இருக்கிறது. கரிசல் இலக்கியம், கரிசல் இலக்கியம் என்று ஆரவாரித்ததில் கு. அழகிரிசாமி மாதிரியான எழுத்தாளர்களை நாம் தவறவிட்டு விட்டோம். கு. அழகிரிசாமியை முன்பே நாம் அங்கீகரித்திருந்தால் கரிசல் இலக்கியத்தின் வேகம் குறைந்திருக்கும். இப்போது எனக்கு குற்றவுணர்ச்சியே இருக்கிறது. அருமையான கதைகளை எழுதியுள்ள கு. அழகிரிசாமியின் எழுத்து, கிராமங்களில் காலையில் ஆலங்குச்சியால் நிதானமாக ஒவ்வொரு பல்லாக விளக்குவதைப் போன்ற எழுத்து. புறவயமான சூழ்நிலைச் சித்திரத்தை அகவயப்படுத்தி அந்தக்கதையின் ஓட்டத்துக்கு இசைவாகவோ, கூடுதல் வெளிச்சம் தருகிற மாதிரியோ இருக்கிறது அவருடைய கதைகள். அவரையெல்லாம் விட்டுவிட்டு காடு கரை என்று எதை எதையோ எழுதியாச்சு.''

எந்த ஒரு அமைப்பையும் சார்ந்தவராக அவர் எப்போதும் இருந்ததில்லை. 'முற்போக்கு எழுத்தாளர்' இவர் என்று நான் சொல்லுவேன். எனினும் அப்படி முத்திரை குத்தி ஒருவிதமாக மட்டும் அடையாளப்படுத்தி விடவும் முடியாது.

ஏதாவது ஒரு டப்பாவுக்குள் போட்டு அவரை அடைத்துவிட முயலும் வாசகன் அல்லது விமர்சகனை இத்தகைய பிரகடனங்கள் மூலம் நிர்க்கதியாக்கி விடுகிறார் பூமணி. அவருடைய நாவல்கள், சிறுகதைகள், நேர்காணல்கள். வெகுசில உரைகள் இவற்றின் மூலம் அவரை அழுத்தமான சமூகப் பொருளாதாரக் கண்ணோட்டத்துடன், மார்க்சியத்தை உள்வாங்கி, எழுதுகிற படைப்பாளி என்று சந்தேகத்திற்கிடமின்றிக் கூறலாம்.

1971 இல் 'தாமரை' இதழில் வெளியான 'அறுப்பு' சிறுகதையுடன் அவரது கணக்கு துவங்குகிறது. ஐம்பது ஆண்டுகால படைப்பு வாழ்க்கை அவருடையது. 53 சிறுகதைகள், பிறகு, வெக்கை, நைவேத்தியம், வரப்புகள், வாய்க்கால், அஞ்ஞாடி, கொம்மை என 7 நாவல்கள் 'கருவேலம்பூக்கள்' என்னும் முழு நீளத்திரைப்படம் (இயக்கம்) என இடைவெளியற்ற தொடர்ச்சியான படைப்புச் செயல்பாட்டுடன் நகர்ந்த 50 ஆண்டுகள். ''வெக்கை'' நாவலிலிருந்து பிடிமண் எடுத்து சமீபத்தில் "அசுரன்" திரைப்படமும் வந்துள்ளது. "வெள்ளாவி" என்கிற நாவலை இப்போது எழுதிக்கொண்டிருக்கிறார்.

பூமணியின் சிறுகதைகளுக்கான முக ஜாடையாகச் சிலவற்றைக் குறிப்பிட்டுச் சொல்ல முடியும். மிகுந்த சொற்சிக்கனத்தோடு, தேவைக்கு அதிகமாக ஒரு சொல் கூட இல்லாத கட்டிறுக்கமான மொழி. மடைதிறந்த வெள்ளம்போலப் பிரவகித்து வரும் கரிசல்காட்டுச் சொற்பிரயோகம். வாசிப்பு இன்பம் தரும் கூர்மையான உரையாடல்கள். அதிகம் பேசப்படாத, ஒடுக்கப்பட்ட உடல் உழைப்பாளிகளையே பெரிதும் பேசும் உள்ளடக்கம்.

அவருடைய முதல் தொகுப்பான 'வயிறுகள்' இப்போது என் கைவசம் இல்லை. பிற தொகுப்பு எதிலுமே இந்தக் கதை இந்த ஆண்டில், இந்த இதழில் வெளியானது என்கிற குறிப்புப் போடும் பழக்கமே அவருக்கு இல்லை. "அதெல்லாம் உனக்கு எதுக்கு? கதையைப் படி'' என்கிற வீறாப்பு. தங்கள் தராசுகளில் வைத்து அவரை நிறுத்துச் சொல்லிவிட முடியாமல் ஆய்வாளர்கள், விமர்சகர்களைத் திண்டாட விடும் கெத்து. தொகுப்புகளில் முன்னுரை, பின்னுரை, வாழ்க்கைக் குறிப்பு என்றுகூட எதையும்

பூமணி எழுதுவதில்லை. ஒரே ஒரு தொகுப்புக்கு பா. செயப்பிரகாசம் முன்னுரை எழுதியுள்ளார். அதுகூடப் பதிப்பாளரின் முயற்சியாக இருக்கக்கூடும்.

அவருடைய சிக்கனம் அவர் சிறுகதைகளுக்கு வைத்திருக்கும் தலைப்பிலிருந்தே வெளிப்படும். அறுப்பு, வெளிச்சம், பெட்டை, ஒதுக்கம், ஓட்டை, நரி, வாடை, நாக்கு என 53 கதைகளுக்குமே ஒற்றைச் சொல்தான் தலைப்பு, நாவல்களுக்கும் அவ்விதமே ஒற்றைச்சொல்லே தலைப்பாகும். அம்புட்டுச் சிக்கனம். விதிவிலக்காக பிஞ்சுப்பழம், உரிமைத் தாகம், நல்ல நாள், எதிர்கொண்டு, பொன்னரிசி என ஐந்தே கதைகளுக்கு இரட்டைச்சொற்களில் தலைப்பிட்டுள்ளார்.

எந்தச் செய்தியையும் கதைக்கு வெளியிலிருந்து பூமணி சொல்வதில்லை. கதைக்குள், கதையின் ஓட்டத்துடன் பொருந்தாத கருத்து எதையும் எந்தக் கதாபாத்திரத்தின் மூலமகவும் சொல்வதில்லை என 53 கதைகளும் கறாராகக் கலைக்கொடியை உயர்த்திப் பிடித்து நிற்பதே பூமணியின் சாதனை.

“அறுப்பு தொடங்கிவிட்டது.

வயக்காட்டு மூலையில் குரவைக் கும்மரிச்சம். கொண்டை இறுகல். முந்தானைச் செறுகல். சீண்டல் சிணுங்கல். ஏசல் நொடிப்பு. வெற்றிலைச் சிவப்பு. புகையிலைக் குதப்பல்.

கரகரத்த அரட்டல். முண்டாசுக்கட்டு. தார்ப்பாய்ச்சல். ”

என்று ‘அறுப்பு’ சிறுகதை தொடங்குகிறது. அறுவடை நடக்கும் வயல் காட்சியை இவ்வளவான சொற்களில் சித்தரித்து விடுகிறார். இவ்வளவு விவரங்கள் போதும் எனத் தீர்மானமாக இருக்கிறார். வாசகனின் கற்பனை வளத்தின் மீது அவர் கொண்டிருக்கும் நம்பிக்கையும் மதிப்பும்தான் இத்தகைய சிக்கன நடவடிக்கைக்கான அடித்தளம். வாசகனுக்குப் புரியாது என்கிற அவநம்பிக்கையில் விலாவாரியாகப் பிற எழுத்தாளர்கள் எழுதிக்கொண்டிருக்க பூமணி இப்படி ஒரு நிலைபாட்டில் நிற்பது போற்றத்தக்க பண்பல்லவா?

உறக்கம், பேனாக்கள், மந்தம், ஆழம், பொன்னரிசி, ஏலம், பீளை, போட்டி, வெளியே ஆகிய ஒன்பது கதைகளைத்தவிர மீதி 44 கதைகளுமே கரிசல்காட்டுக் கிராமத்து வாழ்வில் நின்று அவ்வாழ்வைப் பேசும் கதைகளே. அவரது நாவல்கள் எதையுமே வாசிக்காத வாசகன் கூட இந்த 44 சிறுகதைகளின் வழியாக

சுதந்திரத்துக்குப் பிறகான-60 களின் பிற்பகுதி வரையான –காலத்திய கரிசல் வட்டாரத்து வாழ்வின் பல்வேறு பரிமாணங்களை முழுமையாகப் புரிந்து கொள்ள முடியும். அப்படி ஒவ்வொரு கதையும் அவ்வாழ்வின் ஒவ்வொரு பக்கத்தை நம்முன் விரித்துக் காட்டுகின்றன. கு. அழகிரிசாமியைப்போல எழுதாமல், "காடு, கரை என்று எதை எதையோ எழுதியாச்சு" என்று பிற்காலத்தில் அவர் தன் எழுத்துக் குறித்து விசனப்பட்டுக் குற்ற உணர்வு கொண்டாலும், இந்தக் காடு, கரைகளையும் இப்படி ஒரு மொழியில் எழுதவும் ஒருவர் வேண்டும்தானே? என்று நாம் ஆற்றுப்படுத்த வேண்டியிருக்கிறது அவரை.

70களின் பிற்பகுதியில் முதன்முதலாக வாசித்த நாளிலிருந்து இந்த நிமிடம்வரை என்னைத்துரத்தும் கதைகளாகச் சிலவற்றைக் குறிப்பிட முடியும். அவற்றிலும் தனித்துச் சொல்ல வேண்டிய கதைகளாக "கரு" "பசை" ஆகிய இரு கதைகளும் மிளிர்கின்றன.

முதலில் 'பசை'

"யப்பாடி இப்படி வந்து உக்காரு. அந்தக் கெழவங் கிட்ட ரூம் போட்டு வர்ரதுக்குள்ள பெரிய போராப் போச்சு. "

"அவன் என்னமோ கேட்டானே. "

"அவன் கெடக்கான் விடு. கழுத்தில தாலியப் பிடிச்சுக் காட்டினாத்தான்பேசாம இருப்பான். இந்தக் கட்டிலென்ன கூப்பாடு போடுது. பெட்ஷீட்டக் கீழ எறக்கிப் போட்டா நல்லது. எழுந்திரு கொஞ்சம். "

"ஃபேனக் கொறச்சு வையுங்களேன். "

★ சின்ன ரூமாருக்கு"

. "இங்கயே குடியிருக்கவா போறோம். "

'பசை' கதை முழுக்க முழுக்க இரண்டு பேரின் உரையாடல் வழியாக மட்டுமே சொல்லப்பட்ட கதை. ஒரு ஆண். ஒரு பெண். தன் மனைவி அல்லாத இன்னொரு இளம் பெண்ணை அழைத்துக்கொண்டு போய் லாட்ஜில் அறை போட்டு முறையற்ற உறவு கொள்ளும் நிகழ்வு. சவாலான இவ்வடிவத்திலும் கூட காட்சிச் சித்தரிப்புக்காக வளவள என்று உரையாடலை நீட்டிக்கொண்டு போகாமல் கச்சிதமாகக் கொண்டுசென்று முடித்திருப்பார்.

லேசாப் புழுங்குதில்லையா? லைட்ட ஆஃப் பண்ணீட்டு ஜன்னல பாதி தெறந்து வச்சுக்கிரு வமா ?"

"ம். '

"சொன்னபடி கரெக்டா வந்துட்டயே. "

"வந்து தான ஆகணும். நீங்க லீவு போட்ருக்கீங்களா?"

' "மதியத்துக்கு மேல. என்ன?"

"ஒண்ணுமில்ல... லீவுன்னாலும் சம்பளந்தான?"

"சும்மாவா. "

"மாசம் அரநூறு வாங்குவீங்களா?"

"எக்ஸாக்டாச் சொல்லீட்டயே"

"ஓங்க வீட்ல அக்கா ஒருநா பேச்சுவாக்கில சொன்னாங்க. "

"யாரு என் ஒய்ஃப்பா?"

"ஆமா. மாசம் எவ்வளவு மிச்சம் வப்பீங்க?"

"மிஞ்சிப் போனா எரநூறு. "

"எரநூறுன்னா இன்னொரு குடும்பத்தத் தாங்குமே. முன் னூற வச்சிட்டு எங்க வீட்ல அஞ்சாறு பேருக்கு ஓடுதே. ஓங்களுக்கென்ன ஒண்ணப் பெத்து வச்சிருக்கீங்க. அவன எனக்கு ரெம்பப் புடிச்சிருக்கு. வயசென்ன?"

"ரெண்டு முடியுது. "

"அதுக்குப் பெறகு ஒண்ணுங் காணும்?"

.... .

"ஒடம்பேன் இப்படிப் பொசுக்குது?"

"வீட்டிலேயா கெடக்கென். கோதும் அரைக்கப் போனென். வெயில் ரெம்ப. கொழாயடியில நிண்ணது

வேற. சில நாள்ல நீர்க்கடுப்பு வந்து இடுப்பப் பிடிச்சிட்டே நிப்பென். "'

"சர்பத் குடிச்சாத் தணியும்."

"ஒரு டம்ளர் புளிச்ச தண்ணிதான் அதுக்கு மருந்து."

"அப்படியா?"

"ஓங்க வீட்ல காலையில என்ன பண்ணிக்கிருவீங்க?"

"ஏதாவது டிஃபன் தான்."

“பழசு போடுறதில்லையா?”

“பழசா...? எனக்கு கம்ப்ளீட்டா பிடிக்காது.”

“எங்க வீட்ல வாரம் ஒரு நா இட்லி பண்ணவே எங்கம்மாவுக்கு இடுப்பொடிஞ்சு போகும்.”

“எங்களுக்கு அவ இதுக்கெல்லாம் சளைக்கிறதில்ல. நல்லாப் பண்ணுவா. அவ சமையல் ரெம்ப டேஸ்ட்தான்.”

“ஏன், எல்லாப் பண்டமும் இருந்தா எல்லாரும் டேஸ்டாச் செய்யலாமே.”

உரையாடல் போகப்போக மெல்லத் திரை விலகிக் கதை பிடிபட ஆரம்பிக்கும்போது நமக்கு வறுமை நிலையால் இவன் கூட வர நேர்ந்த அவ்விளம்பெண்மீது பரிவும் 'கொழுத்துப் போய் அலைகிற' இவன் மீது கோபமும் ஜுரம் ஏறுவது போல நம் மனதில் ஏறுவதை உணர முடியும். பூமணி எந்த இடத்திலும் சார்பு நிலை எடுத்து ஒரு வார்த்தைகூடப் பேசாமல் நம்மை ஒரு நிலைப்பாடு எடுக்க வைக்கிறார். இதுதான் பூமணியின் கலையின் வெற்றி.

இரண்டாவது கதை “கரு”

மிகுந்த பதட்டத்தை உருவாக்கும் கதை இது.

கரிசல்காட்டுப் பெண்ணொருத்தி திருமணத்துக்கு முன்பே கருவுற்று விடுகிறாள். அவளுடைய தாய்க்கு மட்டும் அது தெரிந்து விடுகிறது. செல்ல மகளை அடி அடி என்று அடிக்கிறாள்-சத்தம் வெளிக்கேளாமல். தகப்பனுக்குத் தெரிந்தால் வெட்டிப் பொலி கொடுத்து விடுவான். ஏற்கனவே வெளியூர் மாப்பிள்ளைக்குக் கட்டிக்கொடுத்த மூத்த மகள் கைக்குழந்தையோடு நகைப் பிரச்னைக்காக பிறந்த வீட்டில் வந்து வாழாவெட்டியாக உட்கார்ந்திருக்கிறாள்.

காலையில் அப்பன்காரன் வீட்டைவிட்டு வெளியேறவும், வடக்கூரில் இருக்கும் மருத்துவச்சியிடம் (கருக்கலைப்புக்காக) மகளை இழுத்துக்கொண்டு, வேகாத வெயிலில் நடக்கிறாள் தாய். அந்த நடைதான் கதை. தகப்பன்காரன் வீடு திரும்புமுன் வேலையை முடித்துக்கொண்டு வந்துவிட வேண்டும் என்கிற கால முள் நம் தலைக்கு மேலே ஓடிக் கதை முழுக்கப் பதைபதைப்பை உண்டாக்குகிறது.

“நாவறண்டு உதடு விருவிருத்தது. குடல் உலர்ந்த மாதிரி தண்ணீர்த்தாகம். ஆத்தா இன்னும் திரும்பிப் பார்க்காமல் போனாள். கொஞ்சம் எட்டிப்போனால் கூப்பிட்டுச் சொல்லலாம்.

ஓடையிறக்கத்தில் சேலையை அவிழ்த்துக்கட்டிக்கொண்டு முகஞ்சுளித்துக் காத்திருந்தாள் ஆத்தா.

“என்னவ்ளே சாவாரஞ்செத்த நட. எட்டித்தான் வந்தான்ன பேதியா வருது”

அப்போதும் தண்ணீர் தவித்தது.

....

“தண்ணி தவிக்குத்தா, கண்ணெக் கெட்டி வருது”

சொல்லி முடித்தபிறகு பயம் அதிகரித்தது.

“தண்ணி தவிச்சா செத்துப்போறயா, அந்தா கெணத்துல போயிக் குடிச்சிட்டு வந்து தொல. இல்ல அதுல வுழுந்து சாகு.”

....

“இரண்டு மூன்று முறை ஆத்தா திரும்பிப் பார்த்தாள். இதுக்கு முந்தி ஆத்தா கைதொட்டு அடித்ததில்லை. அய்யா அரட்டினால் அதுக்கே சண்டை போடுவாள். அவள் குணமே தனி. வெஞ்சணத்துக்கு அரைக்கும்போதுகூட அஞ்சாறு பொரிகடலை மடியில் எடுத்து வைத்திருந்து கொடுப்பாள். சிலசமயம் கடையில் ஏதாவது வாங்கித் தருவாள். எண்ணெய் தேய்த்து தலைமுடிந்து விடுவாள். அரிப்புத்தீர பேன் பார்ப்பாள். ஈர்க் கொல்லி வைத்து மெனக்கிட்டு உருவுவாள். என்னேரமும் “சின்னவளே, சின்னவளே” தான்.

ஆத்தா ரெம்ப மனசு உடைந்து போய்விட்டாள். அக்கா வந்து கிடப்பதே பெரிய கவலை. அடிக்கடி அய்யாவை முனங்குவாள். அய்யா, “ஒனக்கெல்லாம் அனயம் தெரியும் சும்மா கெடயேன்” என்று சொல்லிவிட்டுப் போவார். அக்கா பிள்ளைக்குப் பால் கொடுத்துக்கொண்டே மூக்கை உறிஞ்சுவாள்.

கண்ணெல்லாம் எரித்துக் கிடந்தது. அவ்வளவாய்த் தாளவில்லை. வெக்கையில் பொய் மேகங்கள் நிழல் விரித்து லாந்தின. முதுகில் தொங்கிய முந்தானையை வரிந்து சொருகிக் கொண்டு ஆத்தா சொன்னாள். “வெருசா வாடி, அய்யா வருங்குள்ள போயித்திரும்பணும்.” சில்லோடைத்தாவில் சுடச்சுட நடந்து கரையேறிய போது வடக்கூர் திரட்சியாய்த் தெரிந்தது.

“என்ன பிறப்பு இந்தப் பெண் பிறப்பு” என்று மனம் நொறுங்கிப்போகிறது நமக்கு. சதாகாலமும் ஆண்களின் துரோகத்தால் வீழ்த்தப்பட்டுக்கொண்டே தவிச்ச வாய்க்குத் தண்ணி கிடைக்காமல் மருந்திடப்படாத காயங்களுடன் அதே ஆண்மகனை நம்பிக் கை பிடித்து நடக்கும் ஒரு வாழ்க்கை. கைவிடப்பட்ட தாயும் மகளும் வெக்கை வீசியடிக்கும் வெம்பரப்பில் நடந்து போகின்ற கோலம் ஓராயிரம் கேள்விகளையும் உணர்ச்சி அலைகளையும் நமக்குள் கிளர்த்துகின்றன. ஆனால் பூமணி எதையுமே கூடுதலாகச் சொல்லாமல் இப்படியாக இருக்கு பாருங்க என்பதுபோல கதையைச் சொல்லிப்போகிறார்.

“இந்திய சுதந்திரத்தைவிட மூன்று மாதம் மூத்தவரான பூமணி நம்பிக்கைக்குரிய இளந் தலைமுறை எழுத்தாளர்.

‘எழுத்து’ பத்திரிகையில் கவிதைகள் எழுதத் தொடங்கிய இவர் கடந்த பத்தாண்டுகளாகச் சிறுகதைத் துறையில் முத்திரை பதித்துக் கொண்டிருக்கிறார்.

நெஞ்சை அழுத்திப் பிழியும் சோகமானாலும் குத்தலான கேலியானாலும் மெல்லிய நகைச்சுவையானாலும் அலட்டிக் கொள்ளாமல் வெளிக் கொணரும் ஆற்றல் மிக்க கலைஞர் இவர்.

இவரது கதைகள் வித்தியாசமானவை. வட்டார வழக்கு நடையில் ஒரு புதிய உலகுக்கு அழைத்துச் செல்பவை; வாழ்க்கையிலிருந்து அந்நியப்படாமல் பிரச்னைக்குத் தீர்வைத் தேடுபவை.

“வயிறுகளுக்குப் பிறகு வரும் ‘ரீதி’ இவரது இரண்டாவது சிறுகதைத் தொகுதி. விரைவில் வெளிவரவிருக்கும் இவரது முதல் நாவலின் பெயர் ‘பிறகு’.”

என்கிற பின்னட்டைக் குறிப்புடன் 1979இல் வெளியான “ரீதி” தொகுப்பில் இவ்விரு கதைகளும் இருக்கின்றன.

கதைக்குள் தீர்வைச் சொல்வது அல்லது ‘முற்போக்காக’ கதையை முடிப்பது என்கிற ‘பாணி’ அவரிடம் இல்லை. தன்னியல்பில் கதை சென்று முடியும். இன்னும் சரியாகச் சொன்னால் அவருடைய எந்தக் கதையும் இப்படித்தான் நடந்தது என்று முடிந்து போவதில்லை. இரவின் முடிவில் இன்னொரு காலை புலர்வதுபோல அவருடைய ஒவ்வொரு கதையும்

இன்னொரு பக்கத்தில் தொடர்வதாகவே அமையும். ஓடிக்கொண்டிருக்கும் பெருநதிபோன்ற வாழ்க்கையிலிருந்து தன் கதைகள் என்னும் ஒரு சிரங்கைத் தண்ணீரை நம் மீது தெளிக்கிறார். அந்த நதி இதோ இன்னும் ஓடிக்கொண்டேதான் இருக்கிறது என்கிற ஓர்மையை நமக்கு வழங்கியபடிதான் அவருடைய கதைகள் பயணிக்கும். என்றாலும் விளைச்சல், உரிமைத்தாகம், மாற்றம் ஆகிய மூன்று கதைகளில் மட்டும் கதைக்குள்ளேயே ஒரு தீர்வு சொல்லப்படும் "முற்போக்குப் பாணி" பின்பற்றப்பட்டுள்ளது.

'விளைச்சல்' கதையில் பக்கத்து கிராமத்தில் பெரிய விவசாயியாக இருக்கும் கிராம முன்சீப்பு தீர்வை வசூலிக்க வருகிறார்.

"எல்லோரும் கீழ எறங்கிக்கங்க. கெரமுனுசு சாமி வாறாக"

மேடையின் வடக்கோரத்தில் தூசியைப் பரசிவிட்டு தண்டியான புஸ்தகங்கள் திணித்த பையை இறக்கி வைத்த தலையாரி கணுவோடிய குண்டுப்பிரம்பைக் கம்பீரமாக ஊன்றி அதட்டல் விட்டார். அவர் பார்வையில் பட்டாளத்தோரணை."

-என்று துவக்க வரிகளிலேயே அதிகாரத்தின் வாசனையை மேடையில் உட்காரவைக்கிறார். கிராம முன்சீப் என்னும் இந்த உயர்சாதிக்காரரர் தீர்வை வசூலிப்பதோடு அவ்வூர் விவசாயத்தொழிலாளர்களை தன் வயலுக்கு உழவடிக்கவும் இன்னபிற விவசாயப்பணிகளுக்கும் இலவச உழைப்பையும் நைச்சியமாகப் பேசிப் பெற்றுக்கொள்கிறார். அதே மனிதர் இவ்வூர்ப் பயல்கள் மாடு மேய்த்துப் போகும்போது தன்னுடைய வயலில் லேசாக மேய்ந்துவிட்டதுக்காக, மாடுகளையும் பயல்களையும் அடித்து பவுண்டில் அடைத்து வைக்கிறார். ஊர்ப்பெரியவர்கள் போய் தண்டம் கட்டி மக்களையும் மாடுகளையும் மீட்டு வருகிறார்கள்.

சில காலம் கழித்து மீண்டும் ஊருக்கு தீர்வைபோட வருகிறார்.

ஊர் மக்கள் தீர்வையை ஊர்க்கூட்டம் போட்டு வசூலித்து சல்லிக்காசு பாக்கியில்லாமல் ஆபீசில் கொண்டு கட்டியிருப்பார்கள். "அப்படியா" என்று அதிர்ச்சியடையும் கிராமனுசு "சரி சரி" பெரியசாமி இருந்தா கூட்டீட்டு வாரும். வந்த கையோட ஒழவுச் சமாச்சாரத்தச் சொல்லீட்டுப் போயிறலாம். இந்தப் பதத்துல அடிச்சுப்போட்டா நல்லது.

தலையாரி அசையாமல் வேப்ப மரத்தில் உரிந்திருந்த கரும்பட்டைகளைப் பார்த்துக்கொண்டிருந்தார்.

மாட்டுக்காடியில் சாணியள்ளிக்கொண்டிருந்த ஒருத்தன் கோவத்தில் நிமிர்ந்தான்.

"ஆராச்சும் ஒழவுப்பேச்சுப் பேசுனீகனா மரியாத கெட்டுப்போகும். மாடும் மனுசனும் ஓசிக்கு உழுது வெதச்ச வெள்ளாமைய வீட்லருந்து திங்கறதுமில்லாம சின்னஞ்சிறிசுக தெரிஞ்சுந்தெரியாம அத நோண்டீட்டாக்கூட வகுத்தப் பெரட்டுது வலி. பேசாம எறங்கிப்போயிருங்க. இல்ல..."

-என்று கதை முடிகிறது.

"உரிமைத்தாகம்" கதையில் கடன் கேட்டு வந்த தம்பியை ஏமாத்தி நிலத்தைப் பத்திரம் எழுதிக்கொண்ட வட்டிக்கு விடும் மேலூர்ப் பங்காருசாமி வயக்காட்டுக்கு வந்து அண்ணனையும் தம்பியையும் மிரட்டும் இறுதிப்பகுதியில் அண்ணனும் தம்பியும் திருப்பி அடிப்பதாகக் கதை முடியும்.

'மாற்றம்' கதையில் முத்துப்பேச்சி என்கிற விவசாயக் கூலித்தொழிலாளி தங்களை வயல்வெளியில் மோசமாக நடத்தும் முதலாளியம்மாவுக்கு எதிராகவும் உளுத்துப்போன தானியத்தைக் கூலியாக அளப்பதற்கு எதிராகவும் போர்க்கொடி உயர்த்துவதாக- ஒரு சங்க நடவடிக்கை போல இயங்குவதாக- கதை முடியும்.

உலக அளவில் இடதுசாரி இலக்கியம் பேசிய உழைப்புச் சுரண்டல் பற்றியே பூமணி தன் கரிசல் கிராமத்து வாழ்வில் அது எவ்விதம் ஊடுருவி நிற்கிறது என்பதைக் கலாபூர்வமாகப் பல கதைகளில் பேசுகிறார்.

'நேரம்' கதையில் கைக்குழந்தைக்குப் பாலூட்டக் கூடப் போக விடாமல் 'காவல் காக்கும்' முதலாளியம்மாவும் அதுபற்றிய எந்த வர்க்கக் கோபமும் இல்லாமல் பாலூட்டத் தவிக்கும் இளந்தாயை எக்கண்டம் பேசிக்கொண்டு வேலைபார்க்கும் சக கூலிப்பெண்களின் நிலை பற்றியும் மனம் நெகிழப்பேசுகிறார்.

கரிசல் வாழ்வின் பிரிக்க முடியாத அம்சமாக இருப்பவை நார்ப்பெட்டிகள். அவற்றைப் பின்னிக் கொடுப்பவர்கள் பெரும்பாலும் அடிமூட்டையாகச் சமூகத்தில் நசுங்கும் சக்கிலியர் சமூகத்து மக்கள். ஓட்டை, தேவை ஆகிய இரு கதைகள்

இத்தொழிலாளிகளின் அவல வாழ்வைப் பேசுகின்றன. வாழ்வின் அவலத்தை மட்டும் பேசாமல் இத்தொழிலை ஒரு தொழிலாக மட்டும் அல்லாமல் கலையாகப் பார்க்க வைக்கும் சித்தரிப்பு கதைகளின் உட்சரடாகப் பின்னி வருவது பூரணமாக அவ்வாழ்வின் சாரத்தை நமக்குக் கடத்த உதவுகிறது.

“சருவச்சட்டியில் தண்ணீரள்ளி காய்ந்திருந்த கடகத்தில் தெளித்து நமர்த்திய தாயம்மா நாரிலும் தடவி நுனியை வசப்படுத்தினாள்.

ஒரு சின்னக் கொட்டானோடு மல்லாடிக்கொண்டிருந்த மூத்த பயல் நிமிர்ந்து இடுப்பை நெளித்தான்.

“என்ன பொட்டியாருக்கு இடுப்பு வலிக்குதா. வாவளையம் மடக்கீட்டயா. இனியென்ன ஓலையைச் சொருகி நறுக்கிவுட வேண்டியதுதான. வாயக் கொஞ்சம் அகலிச்சே பின்னு. நாரு வுடுறதுக்கு அப்பத்தான் தோதாருக்கும்.”

“அவங்கிட்டக் கத்தியக் குடுக்காதம்மா. தெண்டித்தெண்டி ஓலையெல்லாம் அத்துருவான். மூங்கியங் குச்சுத்தான் அவனுக்குச் சரி.”

கூர்மையாய்க் குனிந்திருந்த இளையபெண் அக்கறையுடன் சொன்னாள். அவள் கையில் அழகழகாக அரும்பு வைத்த வெற்றிலைக் கொட்டான் மூடி இருந்தது.

தாயம்மாளுக்கு சந்தோசம். “அதுக்காக இப்படியே எத்தன நாளைக்கு. கத்திவச்சும் ஓலவுட்டுப் பாக்கணும். நீ அரும்பு மடக்கி அடுத்த வரிசையில் பிஞ்சுகெட்டு. சின்னக் கொட்டானுக்கு அதுதான் எடுப்பாருக்கும்.”

அவள் கொண்டைக்கத்தியால் நுனிநாரைச் சீவிக் கூர்மை படுத்தினாள்.

தாவாரத்தடியில் தாய் மக்கள் மூணு பேரும் அமைதிப் பட்டிருந்தார்கள். அவர்களைச் சுற்றிலும் நறுக்கியெறிந்த ஓலைகளும் நார்களும் சிதறிக்கிடந்தன.

ஒருகாலத்தில் அவள் தனியாகவே இந்த வேலையில் கிடந்து அழுந்தியதுண்டு. ஓட்டைப்பெட்டி சுளகுகளுக்கு நார்விட்டுத் தருவதிலும் கோட்டைக்கட்டு கட்டித் தருவதிலுமே நாட்கள் கடந்து அதில் கிடைக்கும் கொத்துக்கு வயிறு கட்டுப்பட்ட

நிலையெல்லாம் தாண்டி இன்றைக்கு ஒரு புதுப்பெட்டிக்கோ கொட்டானுக்கோ அடிப்போட்டுத் தந்தால் அதைப் பின்னி முடித்து பல நிறத்தில் சாய ஓலைகள் விட்டு அழகுபடுத்து மளவுக்குப் பிள்ளைகள் வந்து கை கொடுத்திருப்பதை நினைத்தால் அவளுக்குப் பெருமைகூட.''

இப்பகுதி பூமணியின் எழுத்தின் மிக முக்கியமான பகுதி. உழைப்பையே தங்கள் பண்பாடாகக் (WORK AS CULTURE) கொள்ளும் உழைப்பாளி வர்க்கத்தின் உழைப்பின் மீதான பெருமித உணர்வை - அந்த உளவியலை - துருத்தல் ஏதுமின்றி அழகாகப் படம் பிடிக்கும் பகுதி.

பல கதைகளில் வெள்ளாமையில் ஆடு மாடு புகுந்து உழப்புவதும் அதற்காக மாடு மேய்க்கும் சிறுவர்கள் நில உடமையாளர்களிடம் ஈவிரக்கமின்றி அடிபடுவதும் மீண்டும் மீண்டும் வருகிறது. தஞ்சை வட்டாரத்தில் பண்ணையடிமை முறையில் சாட்டையடியும் சாணிப்பாலும் பெற்ற கொடும் சுரண்டலின் கரிசல் காட்டு வடிவம் இதுவெனப்படுகிறது. 'ரீதி' கதையில் உண்மையாகவே சாட்டையடி படுகிறான் சிறுவன். நம் கண்கள் கலங்கும் விதமாக அக்காட்சி விரிகிறது.

விவசாய வாழ்க்கையின் வீழ்ச்சி அல்லது சிதைவு நொறுங்கல், அடமானம், மணம் போல பல கதைகளின் களமாக அமைகிறது.

60 களின் கரிசல் கிராமங்களில் பள்ளிக்கூடத்தில் சேர்ந்திருக்கும் குழந்தைகளை விடவும் தீப்பெட்டி, விவசாயம், கூடை முடைதல், இட்லிக்கடை வேலை எனப் பல தொழில்களில் குழந்தை உழைப்பாளிகளாக இருக்கும் பிள்ளைகள் எண்ணிக்கையே அதிகம் என ஒரு கதையில் குறிப்பிடும் பூமணி நம் கல்வி முறை மீது ஆழமான விமர்சனத்தை பொறுப்பு, வயிறுகள் ஆகிய கதைகளில் வைக்கிறார். இவற்றைவிட 'கோலி' கதையின் முதல் பத்தியில் பள்ளிக்கல்வி மீது அவர் வைக்கும் விமர்சனம் ஆழமானது:

"சுப்புவுக்குப் பள்ளிக்கூடம் சுத்தமாகப் பிடிக்கவில்லை."

எல்லாரும் ஒரே மாதிரி உட்காருவது நிற்பது, பாடுவது, படிப்பது, ஒரே சமயத்தில் ஒண்ணுக்குப் போவது, சாப்பிடுவது, தண்ணீர் குடிப்பது, ஒரே விளையாட்டைச் சேர்ந்து விளையாடுவது, அதென்ன படிப்பு. நெருக்கும்போது ஒண்ணுக்கடிக்கணும். விக்கும்போது தண்ணீர் குடிக்கணும்.

தோணும்போது விளையாடணும். இன்ன விளையாட்டு என்றில்லாமல் இஷ்டத்துக்கு விளையாடணும். வேப்பமரத்தில் ஏறி ஊஞ்சலாடணும். வகுப்பில் ஒளிந்து தேடிப் பிடிக்கணும். பக்கத்திலுள்ள குமரன்கோயில் மலைக்கு ஓடி கால் வலிக்கப் படியேறி உச்சியில் நின்று ஊரை அளந்துவிட்டு உருண்டு திரும்பணும். பள்ளிக்கூடக் கூரை விட்டத்தில் அருவியாக வடியும் குருவிக்கூட்டில் குடும்பம் நடப்பதை மல்லாந்து பார்த்தபடி கண் சொருகணும்.''

-விவாதத்துக்கான முக்கியமான புள்ளி இது.

கரிசல் கிராமத்தில் பிறந்து வளர்ந்து போலீஸ் வேலையில் சேர்ந்து ஏட்டையாவாக பதவி பெற்றிருக்கும் ஏட்டையா ராஜகோபாலும் அவருக்கு ஒத்தாசையாக வரும் கான்ஸ்டபிள் ஆத்தியப்பனும் அடி, தகனம், ஆத்திரம், நாதி, மட்டம், குடை ஆகிய ஆறு கதைகளிலும் ஜோடியாகவே வருகிறார்கள். போலீசுக்குண்டான சேட்டைகள் கொஞ்சமாகவும் ஒரு கரிசக்காட்டு மனிதனின் ஈரமுள்ள மனம் அதிகமாகவும் கொண்ட கதாபாத்திரங்களாக இவ்விருவரும்-குறிப்பாக ஏட்டையா- இக்கதைகளில் வருகிறார்கள். காவல்துறையின் சிதைவுப் பகுதியை அவர்கள் வாயிலாக வெளிப்படுத்துவதுடன், பல சிக்கலான – சாதிப்பிரச்னை உட்பட –தங்கள் அளவில் தீர்த்து வைக்கவும் செய்கிறார்கள்.

மற்ற கதைகளில் காணப்படும் மன இறுக்கம் இந்த ஆறு கதைகளில் மட்டும் தளர்வு பெற்று சுவாரசியமான கதை சொல்லல் முறையில் சொல்லப்பட்டிருப்பது தொடர் வாசிப்பில் ஒரு இளைப்பாறலாக அமைகிறது.

ஒரு சிறு விபத்து அல்லது நோய் காரணாக போகிற போக்கில் இறந்து போகும் தகப்பன்கள், தாய்கள், குழந்தைகள் எனப் பல கதைகளில் வந்துகொண்டே இருக்கிறார்கள். இறந்தவர் போக மிஞ்சியிருப்பவர்கள் வாழப்படுகிற பாடுகளை பிஞ்சுப்பழம், தேவை கதைகள் பேசுகின்றன.

'70 களின் மிக முக்கியமான சமூகப்பிரச்னையாக இலக்கியம் பேசிய வேலையில்லாத் திண்டாட்டத்தை வண்ண நிலவனின் 'கரையும் உருவங்கள்' பேசியதைப்போல பூமணியின் 'கிழிசல்' கதை மனதை உருக்கும் விதமாகச் சொல்கிறது.

நேரடியாக ஒரு கதையைச் சொன்னாலும் அதே கதை குறியீடாக வேறொன்றைச் சொல்வதுபோல சில கதைகளை எழுதியிருக்கிறார். நரி, வாடை, குடை, பாதை, விடுதலை, முழுக்கு போன்ற கதைகள் அந்த வகை. ஆனாலும் எதிலுமே துருத்திக்கொண்டு எதையும் சொல்லிவிடவில்லை என்பதையும் சேர்த்தே பதிவிட வேண்டும்.

"வாடை" கதையில், சாதியமைப்பின் குறியீடாக பாப்புக் கோனாரின் பிணம் அனாதைப் பிணமாக வயக்காட்டில் தனியாகக் கிடக்கிறது. கனத்த அந்தச் சடலத்தை யாராலும் தூக்க முடியவில்லை. செத்த நாயைத் தூக்குவதுபோல கம்பியில் கோர்த்துத் தூக்குகிறார்கள். கடைசியில் யாரைத் தீண்டாமை மனநிலை காரணமாக வாழ்நாள் முழுவதும் பாப்புக்கோனார் கிட்ட அண்டவிடாமல் துரத்திக்கொண்டிருந்தாரோ அந்தச் சக்கிலியர் சமூகத்து மக்கள் வந்துதான் ஒரு மாட்டைத் தூக்கிப்போடுவதுபோலத் தூக்கிப் போடுகிறார்கள்.

"முழுக்கு" கதையில் மூட நம்பிக்கை, சாத்திரம், சடங்கு இவற்றுக்கு முழுக்குப் போடுகிறார்கள். பாதை, விடுதலை இரண்டும் 70 களில் வசந்தத்தின் இடிமுழக்கமென முன் வைக்கப்பட்ட நக்சல்பாரி இயக்க அரசியலைப் பூடகமாகவும் குறியீடாகவும் சொல்வதாக எழுத்தாளர் பெருமாள் முருகன் தன்னுடைய "பூமணியின் சிறுகதைகளும் மூன்று வித முரண்களும்" என்கிற கட்டுரையில் ஆதாரத்துடன் குறிப்பிடுகிறார். அதை மறுக்க இயலாது.

ஜெயமோகன் கொண்டாடும் "நாக்கு" கதை அதிகாரத்தின் கைகளில் சிக்கும் எளிய விவசாயியின் நாக்கு அறுகப்பட்டு அவன் குணமாற்றம் அடைவதைப் பேசுகிறது. மிக முக்கியமான கதை.

மொத்தமாக இந்த 53 கதைகளை வாசிக்கும்போது 60 களுக்குப் பிறகான வாழ்வை பூமணியின் சிறுகதைகள் பேசவில்லை என்பது துணிப்பாகத் தெரிகிறது. ஆனாலும் என்ன? எந்த வாழ்வைப் பின் திரையாக வைக்கிறார் என்பதைவிடவும் எதைப் பேசுகிறார் என்பதுதானே கலையின் அரசியல்?

கரிசல் வாழ்வின் வர்க்க பேதங்களையும், உழைப்புச் சுரண்டலையும், குழந்தைத் தொழிலாளிகள் இழந்துவிட்ட பால்ய காலத்தையும், எல்லாவற்றையும் தாங்கி குடும்பங்களைச் சிதையாமல் காத்து முகம் துடைக்கும் அய்யம்மாக்களையும் மானிடரின் துரோகங்களையும் அற வீழ்ச் சிகளையும் என

எல்லாவற்றையும், குறைவான சொற்களில் சித்திரமாக வாசக மனதில் அழுந்தப் பதிய வைக்கும் கதைகள் பூமணியின் சிறுகதைகள்.

துவக்க காலக் கதைகள் உயிரோட்டமாக இருந்தன. போகப் போக அந்த வீரியம் குறைந்துவிட்டது என்கிற விமர்சனத்தை பூமணியின் கதைகள் மீது வைக்க முடியவில்லை. 70 களில் இறுக்கிப் பிடித்த லகானை இன்னும் விட்டுவிடாமல் பாய்ச்சல் காட்டும் படைப்பாளி பூமணி.

எந்த அமைப்போடும் தன்னை இணைத்துக்கொள்ளாவிட்டாலும் ஒரு மார்க்சியவாதியாக, இடதுசாரி அரசியலின் சக பயணியாக அவரை அவரது சிறுகதைகள் அடையாளம் காட்டுகின்றன.

42

வண்ணதாசன்

"**வ**ண்ணதாசனின் புனைகதை உலகம் அன்றாட வாழ்வின் சிறு சிறு நிகழ்வுகளால், அவற்றினூடே ஓடும் மென்மையும் நொய்மையுமான மன உணர்வுகளால், சுற்றம் மற்றும் நட்புக்களோடு கொண்டிருக்கும் அளப்பரிய நேசத்தால் ஆனது."-என்று பேராசியரும் நல்ல மொழிபெயர்ப்பாளரும் கவிஞருமான எம். ஏ. சுசீலா குறிப்பிடுவார். திருநெல்வேலி சைவப்பிள்ளைமார் குடும்பப்பின்னணியில் வைத்து அன்பையும் நேசத்தையும் அள்ளித்தரும் கதைகள் இவை எனச் சொல்பவர் பலருண்டு.

ஆங்கிலத்தில் Folklore என்று சொல்வதைத் தமிழில் நாட்டார் வழக்காறுகள் என்கிறோம். அதை ஏதோ கிராமப்புறம் சார்ந்தது என்றே பலரும் புரிந்து வைத்திருக்கிறோம். அப்படி அல்ல அது. ஏதேனும் ஒரு மக்கள் குழுவுக்கேயான பிரத்தியேகமான வழக்காறுகளை–அது நகர்ப்புறம் சார்ந்தும் இருக்கலாம்-ஒரு தொழில் சார்ந்தும் இருக்கலாம்-அவற்றையெல்லாம் Folklore என்றே குறிப்பிடுகிறார்கள். வண்ணதாசனின் சிறுகதைகளை திருநெல்வேலி டவுன் சார்ந்து வாழும் ஒரு குறிப்பிட்ட மக்கள் குழுவின் பண்பாட்டின் மீது காலூன்றி நின்று மனிதப்பொதுமையான உணர்வுகளைப் பேசும் Folklore என்று குறிப்பிடத் தோன்றுகிறது. அப்படிப் பார்த்தால் தன் மண் சார்ந்து எழுதுகிற ஒவ்வொரு எழுத்தாளனுமே ஏதோ ஒரு வகையில் ஒரு Folklorist தான்.

நாட்டார் வழக்காறுகள் குறித்து தோழர் அந்தோனியோ கிராம்ஷி சொன்ன வாக்கியமும் கூடவே நினைவுக்கு வருகிறது. அது வெகுமக்களின் உலகக் கண்ணோட்டம். முற்போக்கு மற்றும் பிற்போக்கான கருத்துகளின் அருங்காட்சியகம். காமன் சென்ஸ் எனப்படுவதே தத்துவத்தின் நாட்டார் வழக்காறுதான் . கதைக்குள் வரும் மாந்தர்களின் கருத்துநிலை விமர்சிக்கப்படாமல் அப்படியே கதைகளுக்குள் வருவதால் இக்கதைகள் கிராம்ஷி சொன்னதுபோன்ற அருங்காட்சியகமாகவும் சில சமயம் தோற்றம் கொள்கின்றன.

“வண்ணதாசனின் சிறுகதைகள் ஒரு பகுதி மக்களின் அக வரலாற்றில் பயணப்படுகிறவையாக இருக்கின்றன. புற உலகோடு அவை கட்டாயமாக இணைப்பைக் கொண்டிருக்கின்றன-ஒருசில கதைகள் தவிர்த்து” ஒரு மகத்தான அகக்காட்சிகளின் கலைஞர் என்று சௌந்தர் குறிப்பிடுவதும் ஒருவகையில் சரிதான்.

“வண்ணதாசன் வாழ்க்கையைப் பார்க்கிறாரா? வாழ்க்கைச் சித்திரங்களைப் பார்க்கிறாரா? புற உலகத் தோற்றங்கள் இவரை வெகுவாக ஆகர்ஷிக்கின்றன. இவற்றைக் கிரகித்துக் கொள்ளும் பொறிகள் அவருடையவை. வெகு நுட்பமாக இந்த நுட்பங்களை வெகு நேர்த்தியாகச் சொல்லத் தெரிந்தவர் அவர். இவை திறமைகள். இது ஒரு சம்பத்து; இது ஒரு வில்லங்கம். வாழ்வு பற்றிய தன் அபிப்ராயத்தை ரேகைப்படுத்தும் பணியில் இத் திறமைகள் பின்னொதுங்கி உதவும்போது, இது சம்பத்து. பொறிகள் விரிக்கும் கோலங்களின் அளைதல் வாழ்வின் மையத்துக்கே நகர முட்டுக்கட்டையாகும்போது இது ஒரு வில்லங்கம்.

இக்கதைகளில் வாழ்வுபற்றி ஒரு மயக்கநிலை ஊடாடி நிற்கிறது. விழிப்புடன் வாழ்வைக்கவனித்து, அதன் முழு வீச்சை கிரகித்துக் கொள்ளும் உன்னிப்பைத் தூண்டுவதற்கு பதிலாக, மயக்கத்தின் சுவாரஸ்யத்தை ஏற்படுத்துகின்றன.”- என்பது சுந்தரராமசாமி அவர்களின் கணிப்பு. வண்ணதாசனின் இரண்டாவது தொகுப்பான ‘தோட்டத்துக்கு வெளியிலும் சில பூக்கள்’ தொகுப்புக்கான முன்னுரையில் 1978இல் இப்படி அவர் எழுதியபோதிருந்தே இக்கணிப்போடு எனக்கு உடன்பாடில்லை. ’சிதம்பரம் சில ரகசியங்கள்’ கதையில் வரும் விவாதம் போல ‘மனுசங்களையெல்லாம் பார்த்தால் மட்டும் போதாது இன்னும் உத்துப் பாக்கணுமல்லவா?’ சுந்தரராமசாமி போன்ற மாபெரும் ஆளுமை வண்ணதாசனை உற்றுப்பார்க்கவில்லையோ என ஐயுற்றேன். உற்றுப்பார்க்கையில்தான் புறத்தோற்றங்களின்

சித்திரங்கள் அகவாழ்வுடன் கொண்டிருக்கும் ஜீவனுள்ள பிணைப்பைக் காண முடியும்.

எல்லோரும் சொல்லி, அப்புறம் வண்ணதாசனே சொன்னது “நான் ‘சின்ன விஷயங்களின் மனித’னாக மட்டுமே இருக்க விரும்புகிறேன். அப்படியே இருக்கிறேன். மீண்டும் ஒரு முறை சொல்லிப் பார்க்கிறேன். ‘சின்ன விஷயங்களின் மனிதன்’. நன்றாகத்தான் இருக்கிறது.”

வண்ணதாசனின் நாட்டார் வழக்காறுகளாக மேற்சொன்ன கணிப்புகளை எல்லாம் கொண்டு வந்துவிட முடியும். இவ்வழக்காறுகளின் மூலமாக அவர் மென்மையான, மயக்கமான, அன்பை மட்டுமே முன்னிறுத்துகிறவராகத்தான் இருக்கிறாரா? பூப்பூவாய் விரியும் சினேகங்களை மட்டும்தான் பேசினாரா? வாழ்வின் வெக்கையையும் அனலையும் பேசவில்லையா? பொருளியல் வாழ்வின் அழுத்தங்களை அவர் பேசவில்லையா? அவருடைய சிறுகதைகள் முன்னெடுக்கும் அரசியல்தான் என்ன?

1. கலைக்க முடியாத ஒப்பனைகள்-1978- 15 கதைகள்
2. தோட்டத்துக்கு வெளியிலும் சில பூக்கள்-1978 -11 கதைகள்
3. சமவெளி-1983-12 கதைகள்
4. பெயர் தெரியாமல் ஒரு பறவை-1985-12 கதைகள்
5. மனுஷா மனுஷா-1990- 10 கதைகள்
6. கனிவு-1992-16 கதைகள்
7. நடுகை -1996-22 கதைகள்
8. உயரப்பறத்தல்-1998-17 கதைகள்
9. பெய்தலும் ஓய்தலும் -2007 12 கதைகள்
10. ஒரு சிறு இசை-2013 -15 கதைகள்
11. ஒளியிலே தெரிவது -2010-12 கதைகள்
12. கிருஷ்ணன் வைத்த வீடு -2015-12 கதைகள்
13. நாபிக்கமலம் -2016-13 கதைகள்
14. கமழ்ச் சி-2017 -14 கதைகள்
15. மதுரம் -2018 -11 கதைகள்

ஆகிய 15 தொகுப்புகளில் சேகரமாகியுள்ள 176 சிறுகதைகளை(சிநேகிதிகள் கதை இரு தொகுப்புகளில் இடம்

பெற்றுள்ளது) ஒருசேர வாசிக்கையில், எல்லா மகா கலைஞர்களையும் போல வண்ணதாசனும் 'பேசாப்பொருளைப் பேசவே' கதை எழுதுவது புலப்படுகிறது. அவருடைய கதைகளின் முகங்களாகச் சிலவற்றை அடையாளப்படுத்தலாம் என்று தோன்றுகிறது. இதுபோன்ற வகை பிரிப்புகள் புரிந்துகொள்ளும் வசதிக்காகவேயன்றி ஒவ்வொரு கதையும் தனித்தன்மை வாய்ந்தது என்பதைச் சொல்ல வேண்டியதில்லை.

முகம்-1:

1983இல் வெளியான 'சமவெளி' தொகுப்பிலுள்ள 'வருகை' கதையில் வரும் இப்பகுதியை வாசிப்போம். மேற்குறிப்பிட்ட அத்தனை கணிப்புகளையும் தாண்டிப் புதிய முகம் காட்டும் பத்தியாக இது நிற்கிறது:

"வழியவழிய விம்மிக் கிடக்கிற சரக்குகள் மூடின தார்ப் பாயுடன் ஒரு லாரி, கடைக்கு முன்னால் ரோட்டில் ஏற்பட்ட போக்குவரத்து நெரிசலால் கொஞ்சம் தயங்கி நின்றது. அவ்வளவு சரக்குகளுக்கும் மேல், அவ்வளவு வெயிலுக்கும் மத்தியில், மேகத்திலிருந்து இறங்கினது போல, அதில் ஒருத்தன் படுத்துத் தூங்கிக் கொண்டிருந்தான். லாரி நின்று நின்று நகர்கிறபோதெல்லாம், கடையிலுள்ள பழங்கள்மாதிரி, அவனுடைய தலை லேசாக அசைந்து கொடுத்தது. பக்கா, அவனையே பார்த்துக் கொண்டிருந்தாள். 'இப்படி நமக்கெல்லாம் நிம்மதியாகத் தூங்க முடியுமா?' என்கிறதுமாதிரிக் குஞ்சுவைப் பார்த்தாள்.

லாரி கொஞ்சம் கொஞ்சமாக நகர்ந்து இடம் கிடைத்ததும் வேகம் அடைந்து, வேர் ஹவுஸ் பக்கம் போகப்போக, எங்கிருந்து வந்தார்கள் என்பது தெரியாததுபோல் ஒரு ஏழெட்டுப்பேர் தடதடவென்று லாரியோடு ஓடினார்கள். இருபத்தைந்து வயது – முப்பது வயது – நாற்பது வயது என்று எல்லோரும் லாரியின் பின்னாலேயே சத்தம் போட்டுக்கொண்டு ஓடினார்கள். சிலர் லாரியின் பின்பக்க வளையங்களையும் கொக்கிகளையும் பிடித்துக்கொண்டு ரொம்பச் சுலபமாக ஏறி ஜெயித்துவிட்டது போல் சரக்கின்மேல் நின்றுகொண்டு இன்னும் பின்னால் ஓடிவருகிறவரைப் பார்த்துச் சிரித்தார்கள்.

இப்படி ஓடியவர்கள், ஓடினவர்களில் முந்தியவர்கள், முந்திய வர்களில் லாரியில் ஏறினவர்களில் சரக்கு லாரியின் டிரைவருக்குச் சிநேகிதமானவர்கள், அவர்களுக்கு மட்டும் இன்றைக்கு

லாரியிலிருந்து வேர் ஹவுஸ் கோடவுனுக்குச் சரக்கு இறக்குகிற வேலை கிடைக்கும். அவர்கள் மாத்திரம் இன்றைக்கு உடம்பு முழுவதும் வியர்வையும் முகம் முழுவதும் சிரிப்புமாக வருவார்கள். அவர்கள் மாத்திரம் பாட்டையா கடையில் அரிஷ்டம் குடிப்பார்கள். ரொட்டி சால்னா சாப்பிடுவார்கள். ஆனால் நாளைக்கும் இப்படி ஒரு சரக்கு லாரி வர வேண்டும். பின்னாலேயே ஓட வேண்டும். ஓடி ஜெயிக்க வேண்டும்.

பக்காவுக்கு மறுபடியும் குடல் அறுந்து போகிறமாதிரி அவர்கள் ஓடின ஓட்டம் கண்ணுக்கு முன்னால் தெரிந்தது. அந்த லாரி டிரைவருக்கு, பின்னால் இப்படி ஓடிவருவது தெரியத்தானே செய்யும். அவனேகூட ஒரு காலத்தில் இப்படி ஓடியும் இருந்திருப்பான் இல்லையா? கொஞ்சம் நிறுத்தி ஏற்றிக்கொண்டால் என்ன? இப்படி ஏன் ஓட ஓட அடிக்க வேண்டும்? வயிற்றுக்குக் கால் முளைத்து ஓடுகிறது மாதிரி, இது என்ன கொடூரம்?"

வண்ணதாசன் தன் சிறுகதைகளின் மூலம் பேசும் அரசியல் என்ன என்கிற கேள்விக்கு 'ஒரு' விடையாக இந்தப் பகுதியை எடுத்துக்கொள்ளலாம். அவர் கதைகளின் ஒரு முக்கியமான முகம் இது. பொதுச் சமூகத்தின் கவனம் பெறாத உதிரிப் பாட்டாளிகள், வீடுகளில் உழைக்கும் பெண்கள், வேலைக்காரர்கள், உடலை விற்கும் பெண்கள், குழந்தை உழைப்பாளிகள், வேலை கிடைக்காதவர்கள், கைவிடப்பட்ட அனாதைகள் என விளிம்புநிலை மக்களான இவர்கள்மீதும் இவர்கள் வாழ்நிலைமீதும் நம் கவனத்தைக் குவிக்கும்-பதட்டத்துடன் குற்ற உணர்வு கொள்ள வைக்கும்- நுட்பமான வரிகளை வண்ணதாசன் தன் சிறுகதைகளில் எழுதிக்கொண்டே இருக்கிறார். அவருடைய சிறுகதைகளில் இத்தகைய எளிய மனிதர்களின் ஒரு பெரிய உலகமே எழுந்து நின்று நம்மைத் துயர் கொள்ளச் செய்கின்றது. ஒரு வரியில் முழுவாழ்வின் வலியையும் சுமையையும் சொல்லிவிடும் மொழி அவருடையது- "வயிற்றுக்குக் கால் முளைத்து ஓடுகிறது மாதிரி" "குடல் அறுந்து போகிற மாதிரி அவர்கள் ஓடின ஓட்டம்" என்ன மாதிரியான வரிகள்! பசி துரத்த ஓடும் ஒரு வாழ்க்கையை இதைவிட மனம் பதைக்கச் சொல்லிவிட முடியுமா?

ஒரு லாண்டரியில் வேலை பார்க்கும் கீழ் நடுத்தர வர்க்கத்துச் சிறு பெண்ணின் பார்வையில் இவ்வரிகள் சொல்லப்படுகின்றன. அவள் அனுபவ எல்லைக்குள், டிரைவர் மீது குற்றமாகச் சொல்லி

முடித்தாலும் என்ன வாழ்க்கை இது என்று நம் வாசக எல்லை இன்னும் மேலே விரிந்து சமூகத்தின் மீதான விமர்சனமாகப் பொருள் கொள்கிறது.

கலைக்க முடியாத ஒப்பனைகள் தொகுப்பிலுள்ள 'மிச்சம்' ஒரு துன்பியல் காவியம்போல என்றென்றும் அழியாச்சித்திரமாக மனதில் நிற்கும் கதை. உதிரி உழைப்பாளிகளையும் குழந்தைத் தொழிலாளர்களையும் பாலியல் தொழிலாளியையும் நகராட்சித் துப்புரவுத் தொழிலாளியையும்(தூப்புக்காரி) ஒரே கோட்டில் நிறுத்தி நம்மைக் குற்ற மனம் கொள்ளச் செய்யும் கதை. மஞ்சள் நிற வேனில் அதிகாலை பஸ் ஸ்டாண்டுக்கு வரும் சோடா, கலர் காலி பாட்டில் கிரேடுகளை இறக்கி வைத்துவிட்டு, அதற்குக் கூலியாக ஒவ்வொரு பாட்டிலிலும் அடியில் மிச்சமாகத் தேங்கியிருக்கும் எச்சிற் பானத்தை உற்சாகக் கூவலுடன் சிறு பையன்களான குட்டியும் சோணையும் குடித்துக்கொள்ளும் காட்சி ஒரு குறியீடுபோல அமைந்து நம் மனதை அசைக்கிறது... மிச்சமும் எச்சில் பட்டதுமான வாழ்வைத்தானே இவர்கள் வாழ்கிறார்கள்.

கலைக்க முடியாத ஒப்பனைகள் தொகுப்பின் " பாம்பின் கால்" மற்றும் சமவெளி தொகுப்பில் வரும் 'கூறல்' ஆகிய இரு கதைகளிலும் சவரத்தொழிலாளிகள் மையமான கதாபாத்திரங்களாக வருகிறார்கள். இன்னொரு கதையில் வரும் சுரேஷ் சலூன்கடை வைத்திருந்தாலும் கதை நாயகர்களின் நண்பனாக மட்டுமே வந்து நிற்கிறார். இவ்விரு கதைகளில், அவர்களின் வறுமையும் இல்லாமையும் பேசப்படுவது மட்டுமின்றி அவர்களின் தொழில் சார்ந்த ஈடுபாடும் நுட்பமான திறன்களும் உளவியலும் பேசப்படுகின்றன. பிறரால் ஆகாததை எளிதில் செய்ய முடிகிற கலைஞர்களாக இச்சவரத்தொழிலாளிகள் சித்தரிக்கப்படுவது இக்கதைகளின் பலம்.

'சுவர்' கதையில் வீட்டுக்கு(பழைய காலத்து மட்டப்பா வைத்த காரைவீடுகள்) வெள்ளையடிக்க வரும் நாராயணன் இன்னொரு உதிரித்தொழிலாளி-நம் சங்க பாஷையில் சொன்னால் முறைசாராத் தொழிலாளி- அக்கதையை வண்ணதாசன் விரிவாகச் சித்தரிக்கும் விதத்தில் நாமே வீடு பூராத்துக்கும் வெள்ளையடித்த களைப்பே உண்டாகிவிடுகிறது. இரண்டு நாட்களுக்கு முன்னால் வீட்டுக்கு வந்து சுண்ணாம்பை நீத்தி வைப்பதில் துவங்கும் வேலை

அடுப்படியை வெள்ளையடித்து முடிப்பதோடு நிறைவு பெறும். அதை வெறும் வேலை என்று பாராமல் அத்தொழிலாளி கொள்ளும் ஈடுபாடு கதையின் மையமாகிறது.

“நாராயணனுக்குத் தெரியும், எல்லா வீட்டுக்காரர்களும் அடுப்படிச் சுவர்கள் நிறம் பெறுவதையும் சுத்தமடைவதையும் வைத்தே பொதுவாக வெள்ளையடிப்பு பற்றிய முடிவுக்கு வருகிறார்கள் என்று.

நாராயணன் மட்டப்பா போட்ட இந்தக் காரை வீடுகளின் கட்டை வெளிகளை அடிக்கும்போது எடுக்கிற சிரத்தையைக் காட்டிலும் கூடுதலாக அடுப்படியைக் கழுவி விடவும் சுண்ணாம்படிக்கவும் முயல்கிறதுண்டு. கழுத்து வலிக்க நிமிர்ந்து, விம்பல் விழாமல், மிகுதியும் பனங்கம்பு பாவின கட்டைவெளிகளில் சிராய் பூசிவிடாமல் அடிக்கிறதெல்லாவற்றையும் விட அடுப்படிக்கு வெள்ளையடிப்பதானது சந்தோஷம் கொடுப்பது.”

இந்த “சந்தோஷம்” என்கிற வார்த்தை முக்கியமானது. அடுப்படிக்கும் அடித்து முடித்துவிட்டு வீட்டு ஆச்சி போட்ட சோற்றைத் தின்னும்போது “நாராயணன், எதிரே பார்க்கிறதுக்குத் தெரிந்த அடுக்களைச் சுவர்களையே பார்த்தான். இன்னும் ஒரு சுற்றுக்கூட அடிக்கலாம் என்று தோன்றியது. புகையுடன் சமமாகச் ஜெயிக்காதது போல் பட்டது.” உழைக்கும் வர்க்கத்தின் முக்கிய குணங்களில் ஒன்றான உழைப்பைக் கொண்டாடும் கலாச்சாரம் பதிவான இடம் இது. புகைபடிந்த சுவருடன் அத்தொழிலாளி ஒரு சமரை நடத்துகிற மனநிலை கொள்கிறான்.

“பெயர் தெரியாமல் ஒரு பறவை” தொகுப்பிலுள்ள “வேறு வேறு அணில்கள்” கதையில், “சிலம்பாயி” என்னும் உதிரி உழைப்பாளியின் கோபம் கொப்பளிப்பதைச் சொலியிருக்கிறார்.

வெற்றிலை, லேசான சாராய வாசனை(சிலம்பாயிடம் கேட்டால் ‘சுவர்முட்டி’ என்று அல்லது ‘பழரசம்’ என்று பேர் சொல்வாள்) இந்த மூன்றும் இல்லாமல் அவள் இல்லை. இப்படி அறிமுகமாகும் சிலம்பாயி ஒரு நாள், தன் இந்தத் தொழில் குறித்தும் தன் வாழ்நிலை குறித்தும் அந்த வீட்டு அய்யாவிடம் பகிர்ந்து கொள்கிறாள்” துட்டுக்கு செய்யுற வேலையா இது. அம்மாவங்க தர்ற நாலு ரூபாயை வச்சுக் கைப்பிள்ளைக்கு தினம் ரொட்டி வாங்கிப் போட முடியுமா, இல்லை, சீனியம்மாவுக்கு உள்ளங்கழுத்துச் சங்கிலி பண்ணிப் போட முடியுமா? ...வீட்டில

இருக்க இருக்க அடிதான், உதைதான், கச்சராதான். ஒரு திருப்பு கழுத்தைக் கட்டிக்கிட்டு சினிமாப்பாத்துட்டு வந்தால் மட்டும் ஆயிடுச்சா. மறுபடியும் வீட்டுக்குத்தானே வரணும். வீட்டில் என்ன இருக்கு. அப்படி இழுத்துப் பிடிச்சு உக்கார வைக்கிற மாதிரி. இப்படி வெளியில் வந்தாலாவது கூட நாலு ஜனம், ரெண்டு செடி-கொடி, கண்ணுல, மொகத்தில படும்.''

ஒரு இருபது ரூபாய் அட்வான்ஸ் கேட்கிறாள் சிலம்பாயி. அவளுடைய மகள் சீனியம்மாவின் நடத்தை பற்றிய புகாரினால் அவளையும் வேலையைவிட்டு நிறுத்தும் உத்தேசத்தில் அந்த வீட்டு அம்மாள் இருக்க, இவள் அட்வான்ஸ் கேட்கவும் அவர் கறாராக மறுக்கிறார்.

“பத்து ரூபாயாவது கண்டிப்பாத் தரணும். இல்லேண்ணு சொல்லிரப்படாதும்மா''

“பத்துப் பைசா கூட இல்லை''

இந்த இடத்தில் சிலம்பாயி காயம்பட்டு விட்டாள்.

“பிச்சைக்கு வந்தா நிக்கிது. உங்ககிட்ட, பாடுபடுகிறவ ஒரு ஆத்திர அவசரத்துக்கு கேட்டா, உண்டு –இல்லைன்னு அமர்ந்த வார்த்தையாச் சொல்லாம, இது என்னம்மா பெரிய பேச்சு''

“எப்படிப் பேசணும்னு நீ ஒண்ணும் சொல்லிக்கொடுக்க வேண்டாம், போய்ச்சேரு''

“பின்னே இங்கேயேவா காத்துக்கிடக்கப்போறோம்''

உழைப்பாளியின் தன்மான உணர்வோடு எதிர்க்குரல் எழுப்பும் இக்காட்சி சிலம்பாயியை படைப்பாளி கௌரவிக்கும் இடமாகும்.

இந்தக் கதையையும் ‘நரகத்துக்கு வெளியே கொஞ்சம் சொர்க்கம்’ கதையையும் வாசிக்கையில் கு. அழகிரிசாமியின் “காற்று'' கதை நினைவுக்கு வந்து கனம் சேர்த்தது. இருக்கும் இடத்தின் இறுக்கமும் புழுக்கமும் வெளிக்காற்றை நோக்கித்தள்ளும் புற யதார்த்தம் மனித இயல்புகளை எப்படித் தகவமைக்கின்றன என்பதே இக்கதைகளின் அடிநாதம்.

குழந்தை உழைப்பாளிகள்மீது பரிவும், அந்நிலைகுறித்த இயல்பான கோபமும் வண்ணதாசனின் பல கதைகளில் வெளிப்பட்டுள்ளன. மூன்று கதைகளை இங்கே குறிப்பிட்டுச் சொல்ல வேண்டும். ஒன்று எல்லோரும் கொண்டாடும் ‘நிலை’.

அப்புறம் 'வாழையடிகள்', இன்னொன்று 'இமய மலையும் அரபிக்கடலும்'

தான் வேலைக்கு நிற்கும் குடும்பத்தினர் எல்லோரும் தேரோட்டம் பார்க்கப் போக, ஆசையிருந்தும் போக வழியின்றி வீட்டுக்குத் தண்ணீர் பிடித்துக்கொண்டும், வீட்டு ஆச்சிக்குக் காவலாகவும் பூட்டிய வீட்டுக்குள் அடைபட்டு இருக்க நேரும் கோமுவின் கதைதான் நிலை. தேரோட்டம் பார்த்துவிட்டுச் சிரிப்பாணியாகத் திரும்பிவரும் குடும்பத்தாரை எதிர்கொண்டு சிரித்துக்கொண்டே கோமு கைப்பிள்ளையை வாங்கின பொழுது-

"என்னடி பண்ணிக்கிட்டிருந்தே இவ்வளவு நேரம், ஆற்றுத்தண்ணீர் பிடிச்சி வச்சியா இல்லையா?" என்று தெய்வு ஆச்சி கேட்டாள். "பிடிச்சாச்சு" என்று கோமு சொன்னதைக் கேட்காமலேயே எல்லோரும் உள்ளே போனார்கள்.

இந்த நாலு வரியில் கோமு என்கிற குழந்தை உழைப்பாளியின் வாழ்வைச் சித்திரமாகத் தீட்டிவிட முடிகிறது. கேள்வி கேட்டுவிட்டு அவள் சொன்ன பதிலைக்கூடக் கேளாமல், அவளைப் பொருட்படுத்தாமல், நகரும் குடும்பத்தின் உளவியல் நமக்குக் கோபத்தை உண்டாக்குகிறது. வண்ணதாசனின் கலையின் அரசியல் இது.

'வாழையடிகள்' என்கிற செம்மலரில் வெளியான கதையில் வரும் சித்திரை வடிவு, முள்ளுவெட்டப்போன அவளுடைய அம்மாவைச் சாராயம் காய்ச்சப் போனதாகப் பொய்க்கேஸ் போட்டுப் போலீஸ் இழுத்துக்கொண்டுபோக மானம் தாங்காமல் அவளுடைய அப்பா மேலக்கிணற்றில் விழுந்து செத்துப்போக, நகரத்தில் மேட்டு வீட்டுக்கு வேலைக்கு வந்து சேருகிறாள். மரத்தடியில் துணி தேய்க்கிற குடும்பத்தின் குழந்தையான பாண்டியம்மாள் முதல் நாளே இவளோடு நட்பாகிறாள். அந்த இரு குழந்தைகளின் குழந்தைமையை வெளிப்படுத்தும் இடங்கள் கலங்க வைப்பவை.

"இமயமலையும் அரபிக்கடலும்" கதையில் இரண்டு இடங்களை கண்ணீரில்லாமல் வாசித்துக் கடக்க முடியவில்லை. வேறொருத்தியோடு வாழப்போய்விட்ட தகப்பன். இரண்டு பெண்குழந்தைகளில் சின்னவளான தங்கத்தை டாக்டரம்மா வீட்டுக்கு வேலைக்கு அனுப்புகிறாள் தாய். அவள் மகளுக்கு வழி சொல்லி அனுப்பும் இடம். "பெரிய வேலை ஒன்றும் இருக்காது.

ரூம் ரூம்பாக ஜன்னல் எல்லாவற்றையும் தூசி தும்பு இல்லாமல் துடைக்க வேண்டும். சாப்பிடச்சொன்னால் சாப்பிடக்கூடாது. அம்மா சேர்த்துப் பொங்கியிருப்பாள் என்று சொல்லிவிட வேண்டும். யாரும் குற்றம் சொல்கிறமாதிரி நடந்துகொள்ளக் கூடாது. சரியா?”

அவள் முதல்முதலாக வேலைக்குப் போகும் வீட்டுக்கு நடந்தே போகிறாள். வழி தப்பி விடுகிறாள். ஒரு தாத்தாவின் வழிகாட்டலில் மீண்டும் நடக்கிறாள். அப்படி நடக்கும்போது வழியில் அவளிடம் இல்லாத பேனா ஏதாச்சும் கீழே கிடக்காதா என்று யோசித்தபடி நடக்கிறாள். “தெருவில் கிடந்தால் எடுத்துக்கொள்ளலாம். அது தப்பு இல்லை.” என்று அவள் தனக்குள் பேசிக்கொள்கிறாள். இந்த இரண்டு சின்ன வரிகளைக் கடந்து போகவே முடியவில்லை. குழந்தைகளின் நேர்மை எப்போதும் நம்மை நடுக்குறச்செய்பவை. நேர்மையற்ற உலகை நாம் படைத்து எழுப்பியிருக்கிறோம். அப்பழுக்கே இல்லாத இக்குழந்தைகளுக்காக அதைத்தானே விட்டுச்செல்லப்போகிறோம்? களங்கமற்ற இக்குழந்தைகள் உழைத்துப்பிழைக்கும் அவலத்தை ஒழிக்க ஒரு சமூக ஏற்பாடு இல்லையே நம்மிடம். அச்சிறு குழந்தைகளின் கைகளைப் பற்றி மன்னிப்புக்காக மன்றாடத் தோன்றியது வண்ணதாசனின் இவ்வரிகளை வாசிக்கையில்.

‘பட்டறைகள்’ என்கிற கதையில் போகிற வேகத்தில் வந்து விழுகிற இந்த நாலு வரிகள் நம்மை உலுக்கிவிடுகின்றன:

“இவன் மாத்திரம் என்றில்லை, நிறைய சிறு பையன்கள் வர ஆரம்பித்து விட்டார்கள். பிச்சாண்டி லேத்தில் ஒன்பது – பத்து வயதுப் பையன் ஒருத்தன் நிற்கிறான். ‘அடுத்த வருஷம் புஸ்தகம் வாங்கணும். ரெண்டு மாசத்துக்கு வேலை போட்டுக் கொடுங்க ஸார்’ என்று முன்னீர்ப்பள்ளம் பையன் ஒருத்தன் இவன் காதுபடக் கேட்டிருக்கிறான். மாதம் முப்பது ரூபாய்ச் சம்பளத்துக்கு, ரெடியாக, ஆறும் ஏழும் படித்துவிட்டு மேற்கொண்டு முடியாமல், ஒர்க் ஷாப்பில் தூக்குச்சட்டியோடு வந்து நிற்கிறவர்கள் இந்த ஹைரோட்டில் ஒரு முப்பதுக்கு மேல் தேறும்.”

1983இல் எழுதப்பட்ட இக்கதையில் வரும் வாழ்நிலை 70-80களுக்கு உரியது என ஒதுக்கிவிட முடியாது. இன்றும் நகரங்களின் பட்டறைத்தெருக்களில் தொடரும் துயரம்தான். புலம்பெயர் தொழிலாளிகள் லட்சக்கணக்கில் வந்து இந்த இடங்களில் இன்று நிற்கின்றனர்.

ஒரு எளிய ரொட்டி விற்கும் மனிதனைப் பற்றிய கதையான "பெயர் தெரியாமல் ஒரு பறவை" 84இல் முதல் தடவை வாசித்தபோது, உடைந்து நொறுங்க வைத்த கதை. அடிபட்டுக் குப்புற வீழ்ந்து கிடந்த ஒரு பறவையைக் கண்ட நினைவுடன் திண்ணையில் அமர்ந்து கொட்டும் மழையைப் பார்த்துக் கொண்டிருக்கிறார். அந்த மழையில் நனைந்தபடி வீட்டு முன் கதவைத்தள்ளிக்கொண்டு தன் சைக்கிளுடன் உள்ளே வருகிறார் ரொட்டி விற்கிறவர். அவர் நனைவது பற்றிக் கவலையே இல்லாமல் சைக்கிளின் பின்னால் மழைத்தாள் சுற்றி கட்டியிருந்த ரொட்டி டப்பாவைத் தூக்கிக்கொண்டு வந்து "என்னைப் பெத்த அம்மா" என்றபடி திண்ணையில் வைத்து பேப்பர் கேட்டு வாங்கி ரொட்டிகளைக் காப்பாற்றும் கவனத்திலேயே இருக்கிறார்.' மழைக்கு முன்னாலே ஆஸ்பத்திரிக்குக் கொண்டு சேர்த்துடலாம்னுல்லா நினைச்சேன்' என்று ரொட்டியுடன் பேசிக்கொண்டே இயங்குகிறார். அதைப்பார்க்க, சொல்ல முடியாத துன்பம் கொடுத்தது.

கதையை வண்ணதாசன் இப்படி முடித்திருப்பார்.

"உள்ளே போய்க் கொடியில் கிடந்த துண்டை உருவி எடுத்து அவர்மேல் போட்டேன். கனமான அந்தத் துண்டு தோளில் விழவும் 'அக்'; என்ற சத்தத்துடன் ஏறிட்டுப் பார்த்தார். "மொதல்லே, எழுந்திரிச்சுத் தலையைத் துவட்டும்யா". 'அக்' மறுபடியும் லேசாகத் திடுக்கிடுவது போன்ற அந்த சப்தத்துடன், மேலே விழுந்த துண்டைப் பற்றிக்கொண்டே எழுந்தார். லேசாகக் கண் கலங்கினதுமாதிரி இருந்தது. நடைப்பக்கம் போய், "அய்யா, துவட்டுகிறதுக்குப் பழைய துணி எதுவும் இல்லையா" என்றார். "சும்மா துவட்டும்" என்ற குரலுக்குக் கீழ்ப்படிவதுபோல மடமட வென்று துவட்டிக்கொண்டார்.

"தீப்பெட்டி இருக்காய்யா?" என்று என்னிடம் வாங்கிப் பீடி பற்றவைத்துக்கொண்டே, குத்தவைத்துக் கீழே உட்காரப் போனவர் தான், வெளியே பார்த்துக்கொண்டே – "நாயி உள்ள வந்து எதையோ கவ்விக்கிட்டுப் போகுதே" என்று சொன்னார்.

எனக்குப் புரிந்துவிட்டது. ரொட்டியை "இல்லை" என்று மட்டுமே அவரிடம் சொல்ல முடிந்தது.

என்ன ஒரு துயர காவியம் இக்காட்சி? ஒரு சுத்தமான துண்டுக்குத் தகுதியற்ற தலையா உன் தலை தோழா என்று மனம் வெடித்து வரும் – ஒவ்வொரு முறை இக்கதையை வாசிக்கும்போதும்.

அவர் விஸ்தாரமாகச் சொல்கிறார். நிறையக் காட்சிப்படுத்துகிறார். கதைக்கு வராமல் வெளியே சுற்றுகிறார் என்கிற கருத்துகளெல்லாம் ‘உற்றுப்பார்க்காததால்’ வந்த வினைகள் அல்லது எதிர்வினைகள். வண்ணதாசன் அக மற்றும் புறக்காட்சிகளாக விரிப்பது ஒரு திரைச்சீலை. அத்திரைச்சீலையில் அவர் வரையப்போவது ஒரு ஓரத்தில் ஒரு சிறு ஓவியம்தான். ஆனாலும் அவ்வளவு பெரிய திரையில் வரையும்போதுதான் அச்சிறு தருணம் துல்லியப்படுகிறது. இது வண்ணதாசனின் பாணி என்பதை ஏற்க வேண்டும். வண்ணதாசனின் உச்சமான கதைகளில் இக்கதை ஒன்று. நம் வாழ்வின் ஓட்டத்தில் எப்போதேனும் நிகழ்கிற முக்கியமான தருணம் ஒன்றைக் கப்பெனப் பிடித்து நம் கையில் அப்படியே ஒப்படைப்பதுதான் வண்ணதாசனின் கதைகளின் சாகசம்.

இதே கதையில் குப்புறச் செத்துக்கிடந்த பறவையைப்பற்றிய விரிவான விவரிப்பில் வரும் இந்த வரிகளை வேண்டாத விவரிப்பு என ஒதுக்கிவிட முடியுமா?

“குழந்தைகளை, மனிதர்களையெல்லாம் அடித்து இரவோடிரவாக இப்படி வாசல்களில் நிர்த்தாட்சண்யமின்றி எறிந்து போகிற சமீபத்திய இனக்கலவரங்களின் ஞாபகம் வந்தது. வயலில் அகோரமாய்ச் செத்துக்கிடக்கிற கிழவி, வரிசைவரிசையாக வயிறூதிக் கிடத்தப்பட்டிருக்கிற சிசுக்களின் வரிசையை அதிகப் படுத்த ஒருத்தன் கைகளில் ஏந்திவருகிற இன்னொரு மல்லாந்த குழந்தையின் ஊதின வயிற்றுத் தொப்புள், இறந்துகிடக்கிற தன் குழந்தையின் உடல்கண்டு, அதனருகே உட்கார்ந்து அழுகிற தகப்பனின் கிழிந்த முகம், அப்படிக் கிழிந்த நிலையில் ஒரு கைத்துப் போன சிரிப்புப்போலப் புகைப்படத்தில் பதிவாகியிருப்பது எல்லாம் கலந்து இந்த ஒற்றைப்பறவையாகக் குப்புறக் கிடந்தது.”

முகம் 2 :

வறுமை, இல்லாமை, போதாமை இவையே பெரும்பாலான வண்ணதாசன் கதைகளின் திரைச்சீலையாக அமைகின்றன. அவர் வேறொரு சித்திரத்தை வரையவே திரைச்சீலையை விரித்தாலும் நமக்கு திரைச் சீலையிலிருந்து பார்வையை விலக்கி ஓவியத்தின் மீது கவனம் கொண்டுவிடமுடியாதபடிக்கு அது நம்மைத் தாக்குகிறது. இரண்டையும் விரிப்பது அவர்தான். சிலர் ஓவியத்தை மட்டும் பார்க்கிறார்கள். சிலர் திரைச்சீலையைத் தாண்ட

முடியாமல் தவித்து நிற்கிறார்கள். வெகுசிலர் இரண்டையுமே - இதை அதில் வைத்துப்-பார்க்கிறார்கள்.

“சுடுசோறு இல்லை. விரதம் விரதம்னு மிஞ்சிப்போன ரெண்டு நாள் பழையது பானையில் கிடக்கு. வேணும்னா வாங்கிக்க” என்று வீட்டம்மாள் கேட்டபோது, அவள், “வேண்டாம்” என்று சொல்லியிருந்திருக்க வேண்டாம் என்று தோன்றியது. எச்சில் இலையும் கையுமாய், மீசை மயிரில் பருக்கை ஒட்டத் தின்றுகொண்டிருந்த பிச்சைக்காரனை அவள் பார்த்திருக்காவிட்டால், ஒருவேளை தாராளமாக அதை வாங்கிச் சாப்பிட்டிருப்பாள். அவ்வளவு பசி இருக்கத் தான் செய்தது. அந்தப் பிச்சைக்காரனுக்கும் தனக்கும் நிச்சயம் வித்தியாசம் இருப்பதாக அவள் நம்பினாள். மொத்தத்துக்கு வாங்கிச் சில்லரைக்கு விற்பதில் பெரிய வருமானம் வந்துவிடாவிட்டாலும், அவளுடைய மகன், இந்நேரம் கோயில்வாசலில் சிறு சிறு அலுமினியக் கிண்ணங்களில் வைத்துக் குங்குமமும் மஞ்சள்கிழங்கும் விற்றுக்கொண்டிருப்பான் என்ற பெருமை அவளுக்கு இருந்தது.

“வீட்டுக்கு முன்னால் வச்சுச் சாப்பிட்டு அசிங்கம் பண்ணிக் கிட்டு, என்னப்பா இதெல்லாம்?’ என்று தோரணையாகவே அந்தப் பிச்சைக்காரனை அதட்டிவிட்டுத் தண்ணீர் எடுக்கப் புறப்பட்டு வந்தாள். வெற்றுக்குடமே கனக்கிற மாதிரி இருக்கிறது.” என்று துவங்கும் “சில நிமிர்வுகள் சில குனிவுகள்” கதை வயிற்றின் பசிக்கும் மனசின் மான உணர்ச்சிக்கும் இடையில் நடக்கும் உணர்ச்சிகரமான போராட்டமாக விரிகிறது. வழியில் ஒரு குழந்தை கீழே மண்ணில் போட்டுவிட்ட மரச்சீனிக்கிழங்குத் துருவல் பொட்டலத்தை எடுத்துத் தின்பதா கடந்து போவதா என்கிற மனப்போராட்டம். பிரியங்களையும் சினேகங்களையும் மட்டும் பாடிய கலைஞன் அல்ல வண்ணதாசன். பசியையும் பட்டினியையும் உரக்கப்பாடிய கலைஞன் என்பதை உலகுக்குப் பிரகடனம் செய்யும் கதை இது. கு. அழகிரிசாமிக்கு எப்படி ஒரு ‘திரிபுரம்’ கதையோ அதைப்போல வண்ணதாசனின் ‘எக்காலத்துக்கும் நிற்கும்’ ஒரு கதை இது.

இதற்கு இணையான இன்னொரு கதை “கிளைகள் இலைகள்” மாரடைப்பினால் மரண பயத்துடன் படுத்திருக்கும் சின்ன மாமாவைப் பார்க்கப்போகிறார். ‘ரோமத்துல்லியத்தில் அறுந்து விழுந்து செருகக் காத்திருக்கும் மரணத்தின் கூர் விளிம்பால்

மிகுந்த பயத்திற்கும் நிர்க்கதிக்கும் ஆளான முகம் சின்ன மாமாவுக்கு வந்திருந்தது.''

"... ஒரே ஒரு பெண் குழந்தைக்கு மட்டும் திருமணமாகியிருக்க, மீதி இன்னும் ஐந்து பெண்களும் இரண்டு பையன்களும், தனக்குப் பின் யாருமற்று நிற்கப்போகிற உண்மைதான் அவரை அப்படிப் பயமுறுத்தியிருக்க வேண்டும். உண்மைக்கும் மரணத்துக்கும் பயப்படாமல் எப்படி இருக்க முடியும்?' 'இந்தப் பயலை ஒரு டிகிரி வாங்கக்கூட வைக்காமல் தெருவில் நிறுத்திட்டுப் போயிடுவேன் போல இருக்கேப்பா' என்று மூர்த்தியை இழுத்து முன்னால் நிறுத்திக்கொண்டு சின்ன மாமா அழ, ப்ளஸ் டூ படிக்கிற மூர்த்தி அழ, எல்லோர் மூலம் படர்ந்து அமுக்கின துக்கத்தை வகிர்ந்து இருபுறமும் தள்ளி முன்செல்வதுபோல நான் சின்ன மாமாவின் கட்டிலில் உட்கார்ந்து, 'அப்படியெல்லாம் நாங்க விட்டிருவோமா மாமா. எல்லாரும் இல்லையா?' என்று சொன்னேன். எத்தனையோ பேர் இருக்க, இதை நான் சொன்னதும் மாமா எட்டி என் கையைப் பிடித்துக் கொண்டு தாரைதாரையாக அழுதார்.'' அந்த வார்த்தையைப் பற்றிக்கொண்டு நம்பிக்கையுடன் மாமா எழுந்து விட்டார்.

ஆனாலும் அந்த வார்த்தைக்கு உண்மையாகத் தான் இருக்க முடியாதே. மூத்த பையனின் படிப்புச் செலவைக்கூட ஏற்கிற பொருளாதார நிலை தனக்கு இல்லையே என்கிற பயத்தில் அப்புறம் மூணு வருசம் மாமா வீட்டுப்பக்கமே போகாமல் தவிர்க்கிறார். இந்த நடுத்தர வர்க்க மனநிலையை போதாமையிலிருந்து எழும் குற்ற மனதை இத்தனை துல்லியமாக எழுத முடியுமா என்னும் வியப்பை ஏற்படுத்தும் கதை இது.

ஜன்னல், தாகமாய் இருக்கிறவர்கள், வருகை, அந்தந்த தினங்கள், திறப்பு, அடங்குதல், சிறுகச் சிறுக, நீச்சல், விளிம்பில் நிற்கிறவர்கள், ஆறு, அந்தப்பையனும் ஜோதியும் நானும், முழுக்கைச் சட்டை போட்டவரும் கதிரேசன் என்பவரும், மாறுதல், அரச மரம், அப்பாவைக்கொன்றவன், ஒருவர் இன்னொருவர், உயரம், பூரணம், வரும்போது இருந்த வெயில் என இக்கதைகள் அத்தனையும் வறுமையையும் நொடித்த வாழ்வையும் போதாமையையும் பேசும் கதைகள். இல்லாமை மனித குணங்களில் ஏற்படுத்தும் மாற்றங்களையும் ஆதரவாக நீளும் கைகளைப் பற்றிக்கொள்ளும் ஆவலில் காற்றில் துழாவும் கைகளும், அன்பென்னும் சிறு முளையைப் பற்றிக்கொண்டு

வறுமையின் வெள்ளத்தில் இழுத்துச் செல்லப்படாமல் கிடந்து உழலும் வாழ்க்கையே இக்கதைகளின் பாடுபொருள்- என்று இல்லாமையின் விதவிதமாக கோணங்களில் எடுத்துப்பேசும் இக்கதைகள் வண்ணதாசனின் கலையின் அரசியலை அழுத்தமாக நம் முன் வைக்கின்றன. அதற்காக, எதையும் வெளிப்படையாகவோ துருத்தலாகவோ சொல்லிவிடாமல் கலை அமைதி சற்றும் குலையாமல் நுட்பமான மொழியில் இக்கதைகள் நம்மிடம் வந்து சேர்கின்றன.

முகம் 3:

வண்ணதாசனின் கதைகள் அத்தனையிலும் பெண்கள் மையமான இடத்தைப் பெறுகிறார்கள். ஆணாதிக்கத்தின் சகல வடிவங்களையும் தங்கள் உடம்பிலும் மனசிலும் தழும்புகளாக ஏற்றுக்கொண்டு, பின்னும் அன்பு செய்பவர்களாக, அன்புக்கு ஏங்குபவர்களாக வளைய வருகிறார்கள். கு.ப.ரா., தி.ஜானகிராமன், வண்ணநிலவன் வரிசையில் ஆண்-பெண் உறவின் உச்சங்களையும் கீழ்மைகளையும் பேதமின்றிப் பாடிய கலைஞனாக வண்ணதாசனை அவருடைய கதைகள் காட்டுகின்றன. இந்தச் சுமார் 200 கதைகளிலும் எத்தனை நூறு விதமான பெண் மனங்களைப் படைத்தளித்துவிட்டார் என்கிற மலைப்பு ஏற்படுகிறது.

இரண்டு கதைகளை மட்டும் இங்கே இருசோற்றுப்பதமாக எடுத்துக்காட்டலாம். ‘மிதிபட’ ஒரு கதை. இன்னொன்று “எது தெரிகிறதோ அது”

கூலித்தொழிலாளியான புருசனால் துரத்தப்பட்ட பொன்னுலட்சுமி அண்ணன் வீட்டுக்குச் சுமையாகத் தொடர்ந்து இருக்க மாட்டாமல் மீண்டும் புருசனையே தேடித் தனியாக ஒரு பையில் ஸ்டவ் அடுப்பை எடுத்துக்கொண்டு போகிறாள்.

“என்ன மயித்துக்கு இங்க வந்தே?”

என்கிற கேள்வியோடு அவன் அவளை வாசல்படியில் நிறுத்துகிறான்.

தான் வந்த எத்தனையோ பஸ்களின் டயர்களில் மிதிபடுவதற்கென்றே ரோட்டின் நடுவில் அறுவடைத் தானியக்கதிரைக் குவித்து ஒதுங்கி நின்றவர்கள் போல, இவனிடம் மிதிபட வாழ்க்கையைக் கொடுக்கும்படி இவளைத் தூண்டுகிற விசை எது?

பொன்னுலட்சுமிக்குள் முடிவற்ற கேள்விகள் தெறித்துச் சிக்கலாகிக் கொண்டிருந்தபோது, கப்பென்று இருட்டுப் படர்ந்து வலையாக விழுந்தது. மில் சங்கின் சத்தம் உய்ங்கென்று கேட்டது. ‘லைன் மாத்துதானா, ஓ...’ என்று பொன்னுலட்சுமி நிதானித்து, மறுபடி வெளிச்சம் வரக் காத்திருந்த நேரத்தில், அவள் மேல் இரண்டு கைகள் விழுந்தன. உடம்பை இழுத்து நெருக்கி, மிகுந்த பரபரப்புடன், இந்த இருட்டே ஒரு அனுகூலம் போன்று வெறியுடன் அவள் முகத்துடன் முகம் அப்பியது, முத்துதான். அவன் கைகள், அவன் வாடை. இவ்வளவு நேரம் நாயை விரட்டுகிற மாதிரி விரட்டினவன், எவன் வரச்சொன்னான் என்று கேட்டவன்.

பொன்னுலட்சுமி மிகுந்த மூர்க்கமுடன் பலம் திரட்டி உதறித் தள்ளவும், அவன், இருட்டுக்குள், கதவு, சுவர் என்று எதனுடன் எல்லாமோ மோதி விழவும், மறுபடியும் வெளிச்சம் வந்தது. வெளிச்சம் முழுவதுமாகத் தான் வீழ்ந்திருப்பதைக் காட்டிவிடக் கூடாது என்பதுபோல, ஒரு மிருகம் நிகர்த்து, அவசரம் அவசரமாகப் பாய்கிற முயற்சியில், அவன் விழுந்து கிடந்த இடத்திலிருந்து வேட்டியைப் பற்றிக்கொண்டு எழுந்து “வெளியே போயிரு” என்று கத்தினான்.

பொன்னுலட்சுமிக்கு வேறு எந்த யோசனையுமின்றி வெளியே போவதற்கு மிகுந்த உடன்பாடு தோன்றிற்று. பையை எடுப்பதற்குள், அவள் குனியும்போது, இடுப்பில் அவன் மிதிக்கக்கூடும் என்ற பயத்தை மட்டும் தவிர்க்க முடியவில்லை.

‘காத்திருக்க ஒருத்தி’ என்று ஜெயகாந்தன் ஒரு கதை எழுதியிருப்பார். கணவனின் வருகைக்காகக் காலமெல்லாம் வீட்டில் காத்திருக்கும் பெண்கள் பற்றிய குறுநாவல் அது. வண்ணதாசனின் இந்தக்கதைக்கு “மிதிபட ஒருத்தி” என்று பெயர் வைத்தால் இன்னும் கூடப் பொருத்தமாக இருக்கலாம். குடும்ப வன்முறைச் சட்டமென்று ஒன்றைக் கொண்டு வரவேண்டிய அளவுக்குப் பெண்கள் மீதான வன்முறை உச்சத்தில் இருக்கும் நாடாக இந்தியா மாறியுள்ளது. அந்த வன்முறைப் புள்ளிவிவரங்களின் ஒரு துளியாக இந்த ‘மிதிபட’ கதையை வண்ணதாசன் வார்த்திருக்கிறார். “பஸ்களின் டயர்களில் மிதிபடுவதற்கென்றே ரோட்டின் நடுவில் அறுவடைத் தானியக்கதிரைக் குவித்து ஒதுங்கி நிற்கும்” இந்திய விவசாயிகளையும் இந்தியப் பெண்களையும் அடுத்தடுத்து நிறுத்தி வைத்து இச்சமூகத்தின் முன் கேள்விகளை ஆவேசத்துடன் வீசும் கதையாக இதைப் பார்க்க வேண்டும்.

பொன்னுலட்சுமிக்கு நேர் மாறாகக் கணவன்மீது கடுமையான ஆத்திரத்தோடு அவனோடு சேர்ந்து வாழ்ந்தாலும் மனதால் 'போடா.' என்று விலகி நிற்கும் பிரேமா "எது தெரிகிறதோ அது" கதையில் குழந்தையுடன் தாய் வீடு வந்திருக்கிறாள். மதிய வெயிலில் நகராட்சிப் பூங்காவுக்குப் போய் ஊஞ்சலில் ஆடிக்கொண்டிருக்கிறாள்.

"கல்யாணம் ஆவதற்கு முன் எட்டு வருடங்கள் தினசரி நடமாடிய இந்த இடத்தின் திசை எப்படி விடுபட்டது என்பதை அவளால் தாங்கமுடியவில்லை. கல்யாணம் ஆகிப் போன இந்தப் பதினோரு வருடங்களில் தான் இதுவரை, நான்கு, எட்டு, பதினாறு என அறிந்திருந்த அத்தனை திசைகளையும் பிடுங்கிக் கொண்டு, இப்படி உச்சி வெயிலில், தன்னந்தனியாக ஊஞ்சலாட விடும்படி எப்படி ஆண் ஒன்று பெண் ஒன்று என இரண்டு குழந்தைகளைப் பெற்றவன் இருக்கமுடிகிறது என்று கோபம் உண்டாயிற்று.

இம்முறை முன்னைவிடவும் வேகம் கூட்டுவதற்காக, தரையில் உதைத்து உடலைப் பின்னுக்குச் சாய்ந்து உந்திய நேரத்தில், எட்டித் தூரப் போய் 'நவீனாப்பா' எப்படி விழுந்திருப்பான் என்று நினைக்க பிரேமாவுக்கு சந்தோஷமாக இருந்தது. மகளுக்கு நவீனா என்ற பெயரை பிரேமா தான் வைத்தாள். நவீனாவுக்கு அப்பா என்பதால், நவீனாப்பா என்பது ஒரு அடையாளமாக இருக்கிறதே தவிர, பிரேமா அவனுடைய பெயரைக் கூட இப்போது அதிகம் உச்சரிப்ப தில்லை . – பிரேமாவுடைய அம்மா கோபத்திலும், கோபத்தை விட வருத்தத்திலும் அவளிடம் கேட்டிருக்கிறாள், ஒரு ஆத்திர அவசரத்துக்கு, கட்டினவன் பெயர் என்ன என்று கேட்டால் கூட, வாயால் சொன்னால் குறைஞ்சா போயிருவே?. ' அதற்கு பிரேமா ரொம்பக் கடுமையான பதிலைச் சொன்னாள், 'வாயால சொல்லச் சொல்லுதே இல்லே. வாயின்னா என்ன? எச்சில். எச்சிலோடு எச்சிலா அவனைச் சேர்த்து எவ்வளவோ முழுங்கியாச்சு. துப்பணும்'னா சொல்லு. உன் ஆசைக்கு அந்தப் பெயரை என் வாயால சொல்லி, உன் முன்னாலேயே துப்பீருதேன். ஓரமாகப் போயி'ன்னா ஓரமா. இல்லை . நடுச் சந்தியிலே'ன்னா, அப்படியே'."

பொன்னுலட்சுமியைப்போல மிதிபட்டு வாழப் பிரேமா தயாராக இல்லை. ஊஞ்சலாடும் போது மானசீகமாகவேனும் தன் கணவனை மிதித்துக் குப்புறத்தள்ளும் கோபத்தோடு இருக்கிறாள்.

பொன்னுலட்சுமியும் பிரேமாவும் இந்தியப்பெண்களின் இரு வேறு வார்ப்புகளாக, இரு வேறு யதார்த்தங்களின் பிரதிநிதிகளாகப் படைக்கப்பட்டிருக்கிறார்கள்.

பின்னர் எழுதிய கதைகளில் பெண்களை அவள்-இவள் என விளிக்காமல் அவர்-இவர் எனக் குறிப்பிடும் வண்ணதாசனின் மொழிப்பிரக்ஞை பற்றி குறிப்பிட்டே ஆக வேண்டும்.

“இவுக படுத்துத பாடு தாங்க முடியலியே அய்யா” என்று மகனிடம் புலம்புகிற தாய்(பாசஞ்சர் ரயிலும் ஆண்கள் பெட்டியும்) “வேற வீடு பாத்துப் போயிராலாங்க” என்று கணவன் மீது விழுந்து கேவி அழுகிற நுண்ணுணர்வு கொண்ட பெண் (சுலோச்சனா அத்தை, ஜெகதா மற்றும் ஒரு சுடுமண் காமதேனு)”பொம்பளப் புள்ள இப்படிக் கருப்பாப் பிறந்திடுச்சே. இடி விழுந்திடுச்சே” என்று கதறி அழுகிற இளம் தாய் (மாசிலாமணிக்குக் குழந்தை பிறந்திருக்கிறது) “அமுதா மாதிரிப் புள்ளைங்களைத்தான் நாம வளர்க்கணும் மற்றவங்களை வளர்க்கத்தான் ஏகப்பட்ட பேரு இருக்காங்களே” என்று மாற்றுத்திறனாளியான மகளைக் கட்டிக்கொள்கிற இளம் தாய் (சில சமயங்கள்) “எல்லாத் திசைகாட்டிகளும் பிடுங்கி எறியப்பட்ட சாலையில் நான் நிற்கிறேன்” என்று கையறு நிலையிலும் கால் ஊன்றி நிற்கிற ஜானகி (ஒரு பறவையின் வாழ்வு) எனப் பெண்மையின் வண்ணங்களையும் வகைவகையான வாதைகளையும் பெருமிதங்களையும் வரைந்து வரைந்து காட்டுகிறார் வண்ணதாசன். மேற்கோள் காட்டப்பட்ட மேலே உள்ள ஒவ்வொரு வரிக்குள்ளும் பொதிந்து வைக்கப்பட்டுள்ள உணர்ச்சிக் கொந்தளிப்பும் தத்தளிப்பும் ஓராயிரம் கதைகளை நமக்குள் கிளர்த்தி நிற்கின்றன. அவர் சொன்னதுபோக நம் மனம் நம் வாழ்விலிருந்து எண்ணற்ற கதைகளை உருவி எடுத்து நம் முன் விரிக்க இக்கதைகள் ஒரு புறாவைப்போலப் பறந்து சென்று கூட்டமாகத் திரும்பி வரும் வினோதத்தைக் காண்கிறோம்.

முகம் 4:

தி. க. சிவசங்கரன் என்கிற ஒரு தொழிற்சங்கவாதியின் மகன் வண்ணதாசன். வங்கி ஊழியர் சங்கத்தின் உறுப்பினராக சங்கத்தின் அறைகூவல்களை ஏற்று வேலை நிறுத்தம் உள்ளிட்ட பல போராட்டங்களில் பங்கேற்றவர். சங்கக்கூட்டங்களில் அவர் வாசித்த கவிதைகள் வங்கி ஊழியர் சங்க வட்டாரத்தில் ரொம்பப்

பிரசித்தம். அவர் தொழிற்சங்கவாதி அல்ல என்றாலும் தொழிற்சங்கத்தில் இருந்தவர்தான்.

ஆனாலும் தொழிற்சங்க வாழ்க்கை அவருடைய சிறுகதைகளில் ஒருபோதும் பாடுபொருளாக வந்ததே இல்லை-இதுவரை. ஏன்?அவர் வாழும் இதே உலகத்தின் வாழும் யதார்த்தமாக அது இருக்கும்போது அது ஏன் ஒரு கதையில் கூடப் பாடுபொருளாக அமையவில்லை என்கிற கேள்வி எழுவதைத் தவிர்க்க முடியவில்லை. இதே அன்பும், சினேகமும், பிரியமும் தொழிற்சங்க வாழ்க்கையில் இல்லையா?

கதைகளைத் தேடித்தேடிப்பார்க்கையில் "வரும் போகும்" கதையில் தொழிற்சங்க ஆபீசில் தட்டி போர்டு எழுதிக்கொண்டு கண்ணாடி வழியாக சிநேகமாகப் பார்க்கும் ஒரு ராமையா வருகிறார்.

'பட்டறைகள்' கதையில் தொழிற்சங்கப் போராட்டத்தால் வேலை இழந்து கரும்புச்சாறு பிழிந்துகொண்டிருக்கும் ஒரு கண்டக்டர் சங்கரவேல் அண்ணாச்சி வருகிறார். "கிளைகள் இலைகள்" கதையில் தனியார் வங்கியில் ஒரு தொழிற்சங்கத்தை நிறுவி அடுத்தடுத்த போராட்டங்களை வழி நடத்தியதன் மூலம் அந்த வங்கி விஸ்தரித்திருந்த தெற்கத்தி ஜில்லா பூராவும் தோழர் டி.எஸ் என்று அறியப்பட்டிருந்த சின்னமாமா படுத்திருக்கிறார். மனுஷா மனுஷா கதையில் வர்த்தக குமாஸ்தாக்கள் சங்கத்தின் உண்ணாவிரதப்பந்தலில் பிரமு அண்ணாச்சி இருக்கிறார்.

அவ்வளவுதான். 200 கதைகளில் போகிற போக்கில் தொழிற்சங்கம் பெற்றிருக்கும் இடம் இவ்வளவுதான். ஏன்? இப்போது இந்த ஏன் கேள்வியை நான் உள்முகமாகத் திரும்பி தொழிற்சங்க இயக்கத்திடம் வைக்க விழைகிறேன். மக்கள் மனங்களில் நமக்கு அழுத்தமான இடம் இருந்தால் ஒரு கலைஞனின் படைப்பில் இடம் பெற்றிருப்போமே? கிளைகள் இலைகள் கதையில் வரும் தோழர் டி. எஸ். கூடத் தடுமாறி நிற்கும் கணத்தில் தொழிற்சங்கத்தின் தோளைப்பற்றிக்கொள்ளலாம் என்று நினைக்காமல் ஒரு அப்பாவி மருமகனின் கைகளை அல்லவா தேடுகிறார்? புலம் பெயர் தொழிலாளிகள் சங்கத்துக்குள் வரவில்லை என்பது ஒருபுறமிருக்க காண்ட்ராக்ட் மற்றும் உதிரி உழைப்பாளிகளின் அன்றாட வாழ்வின் பிரிக்க முடியாத பகுதியாக நாம் இன்னும் மாறவில்லையே என்கிற ஏக்கம் பிறக்கிறது. எழுதாமல் விட்டதன் மூலம்,

வண்ணதாசன் என்கிற கலைஞன் முன் வைக்கும் விமர்சனம் இது, எனப் புரிந்துகொள்கிறேன்.

முகம் 5:

நூற்றுக்கு மேற்பட்ட கதைகளில் யாரேனும் யாரிடமேனும் வழி கேட்டு, முகவரி தேடிப் போய்க்கொண்டே இருக்கிறார்கள். வண்ணதாசன் கதைகளின் முக்கியமான அடையாளமாக இந்தத் 'தேடுதல்' இருக்கிறது. ஏற்கனவே வாழ்ந்த வாழ்க்கையின் தொடர்ச்சியை ஒரு திருப்பத்தில் இழந்து விட்டு மீண்டும் பல வருடங்கள் கழித்து பழைய வாழ்வுச் சங்கிலியின் இன்றைய கண்ணி எங்கே எப்படி நிற்கிறது எனத் தேடிப்பார்க்கும் ஆவல். அதே அன்புடன் அதே பாசத்துடன் அப்பயணம் தொடர்கிறதா என அறிந்துகொள்ளும் குறுகுறுப்பு. ஆதிநிலைகளைத் தேடிச்செல்லும் அகப்பயணமாகப் பல கதைகள். கடந்த காலத்தை ஊடறுத்துச் சென்று தன் அகமுகத்தை முழுதாகப் பார்த்துவிடச் செய்யும் முயற்சிகள் என்று இக்கதைகளைக் கூறலாம். நீ அங்கிருந்து வந்தவன். அப்படி இருந்தவன். இப்போ நீ ஏன் இப்படி ஆயிட்டே என்பதை மானுடர்க்கு நினைவு படுத்திக்கொண்டே இருப்பது ஒரு கலைஞனின் வரலாற்றுக் கடமை அல்லவா?

1990இல் அலர்மேலு நரசய்யாவை(சிநேகிதியும் சிநேகிதர்களும்) நமக்கு அறிமுகம் செய்து வைத்த வண்ணதாசன் அப்படியே விட்டுவிடாமல் ஏழு ஆண்டுகள் கழித்து 1997இல் கல்யாண அழைப்பிதழோடு நம்மை அவரிடம் மீண்டும் அழைத்துச் சென்று (அழைக்கிறவர்கள்) “குயில் கூவித்துயில் எழுப்ப, கொடியரும்பு கண்விழிக்க' என்கிற பாடலைக் கேட்க வைத்து நம்மை நிரப்பி அனுப்புகிறார்.

“ஜான்சி கண்ணை மூடிக்கொண்டாள். மருதாணி வாசனை வர ஆரம்பித்து இருந்தது.

ஆட்டோவை நிற்கும்படி சொன்னாள். அவள் சொன்ன தெரு இன்னும் வரவில்லை. கொஞ்ச தூரம் போக வேண்டும் என்று ஆட்டோ ஓட்டுகிறவர் சொன்னபோதும் இறங்கினாள். அவளுக்குச் சற்று நடக்க வேண்டும்போல இருந்தது. நடந்து நடந்து ஒரே ஒரு நாளின் ஒரே ஒரு தருணத்துக்குப் போய்விட வேண்டும்.

திரும்பிப் போவதும் அல்லது திரும்பி வருவதும் அப்படி ஒன்றும் சுலபமில்லை. ஆனால் எத்தனை முறை இப்படித் திரும்பிப் போயிற்று. திரும்பி வந்து ஆயிற்று, கடைசி வரை போகாவிட்டாலும் பாதி தூரம் வரையாவது போய்க்கொண்டே இருக்கத்தான் தோன்றுகிறது. வாசலில் போட்டு இருக்கிற கோலம், உதிர்ந்திருக்கிற போகன்வில்லாப் பூக்கள் வரை போய் விட்டுக்கூட, படியேறி வீட்டுக்குள் போகாமல் திரும்பிவிடுவது இல்லையா என்ன? பஸ் ஜன்னல் வழியாகப் பார்க்கிற தற்செயலான தண்டவாளங்களில் இருந்து, எப்போதோ போன ரயில்களின் பெட்டிகள் நம்முடன் நகரத் துவங்குவது உண்டுதானே?"

"நடந்து நடந்து ஒரே ஒரு நாளின் ஒரே ஒரு தருணத்துக்குப் போய்விட வேண்டும்." என்கிற ஒரு வரியில் இவ்வகைக் கதைகளின் இலக்கை வண்ணதாசன் உணர்த்திவிடுகிறார்.

தருணங்களைக் கைப்பற்றி வாசகனுக்குக் கையளிப்பதுதானே வண்ணதாசன் கதைகளின் தனித்துவம்.

முகம் *6:*

திரும்பத் திரும்ப வரும் பெயர்கள் (சுந்தரம், முருகேசு, ஈஸ்வரி, தினகரி, ராஜு, திரிகூடம், சரஸ்வதி) திரும்பத் திரும்ப வரும் இடங்கள், நிலப்பரப்பு - இக்கதைகள் அனைத்தும் ஒரு நாவலின் வெவ்வேறு அத்தியாயங்கள் போன்ற உணர்வை ஒரே வாழ்க்கையின் வேறு வேறு பக்கங்கள் என்கிற உணர்வைத்தருகின்றன. வாசிக்க வாசிக்க நாம் அவ்வாழ்வின் ஒரு பகுதியாக ஆகி விடுகிறோம். கனவில் நாமும் 'கிருஷ்ணன் வைத்த வீடு' இருக்கும் தெருவில் அங்கிட்டும் இங்கிட்டுமாக நடந்துகொண்டிருக்கிறோம்- அந்த வீட்டைப் பார்த்தபடி –குடும்பத்தோடு தற்கொலை செய்து கொண்ட அவ்வீட்டாரின் உடல்களை மாடியிலிருந்து இறக்கும் காட்சியைப் பார்த்தபடி- கொலுசணிந்த சசியின் இடது காலைப் பார்த்துக் கதறி அழுதபடி.... அப்புறம் அந்த குளக்கரைப் படியில் அமர்ந்து தன் தாய் செத்து மிதந்த குளத்துக்குள் தான் பெற்ற பரிசுக்கோப்பைகள் அனைத்தையும் வீசி எறியும் இளைஞனின் தோள்களைப் பற்றி ஆறுதல் சொல்கிறோம்... பார்க்கிற சிறு பெண்பிள்ளைகளையெல்லாம் "என் அம்மையில்லா." என்று வாஞ்சையுடன் முகம் தடவி நிற்கிறோம். அழகான பெண்ணாகப் பிறந்ததாலேயே மாப்பிள்ளை அமையாமல் அப்படியே ஒடுங்கிப்போன விசாலத்துக்காகக் கண்ணீர் சிந்துகிறோம்.

கல்யாணம்தான் ஒரு பெண்ணுக்கு இறுதி லட்சியமா? ‘எழுந்து வா தாயி’ என்று அவள் கரம் பற்றி எழுப்புகிறோம்.

முகம் 7:

மணவாழ்வுக்குள் போன பின்னும் ஒரு ஆண் இன்னொரு பெண்மீதும் ஒரு பெண் இன்னொரு ஆண்மீதும் கொள்ளும் பாசம், அன்பு, நட்பு, ஈர்ப்பு – இதை இயல்பாக எடுத்துக்கொள்ளாத மனுஷர்கள், மனுஷிகள் அதனால் ஏற்படும் மன இடைவெளிகள், மன அழுத்தங்கள், சண்டைகள், பிரிவுகள், மனப்பிறழ்வுகள் ஒரு புறமும் இந்த உறவுகளை வெகு இயல்பாக எடுத்துக்கொண்டு போற்றுகிற மனுஷர் மனுசிகள் புழங்குகிற வீடுகள் மறுபுறமுமாக ஒரு படபடப்பு மிக்க வாழ்க்கைப் பக்கத்தை 50க்கு மேற்பட்ட கதைகள் பேசுகின்றன. இதுவே வண்ணதாசன் படைப்புகளின் முக்கிய அடையாளமாகப் பரவலாக ஒரு சித்திரம் ஏற்பட்டுள்ளதும் உண்மை.

‘உயரப்பறத்தல்’ கதை இந்த இரு வேறு மன உலகங்களையும் ஒரு சேரக் கைப்பிடித்து நம்மிடம் தருகின்ற கதை.

“அவள் அப்படி நின்ற தோற்றம் பிடித்திருந்தது”

“அவன் ‘மனுஷி’ என்று சொன்ன விதம்பிடித்திருந்தது”

“அப்படியே போய் அவளைக் கட்டிக்கொண்டால் நன்றாக இருக்கும்”

என்பது போன்ற உணர்வும், வரிகளும் மீண்டும் மீண்டும் வருவது இவ்வகைக்கதைகளின் பொதுவான அம்சமாக இருப்பதைக் காணலாம்.

பால்பேதமற்றுத் தொட்டுப் பேசும் ஒரு பண்பாடாக பிரியத்தை வெளிப்படுத்தும் முறையாக இந்தியப் பண்பாடு மாற வேண்டும் என்கிற கோரிக்கையை இக்கதைகள் முன் வைக்கின்றன. பரிசீலிக்கப்பட வேண்டிய கோரிக்கை என்பதில் மாற்றுக் கருத்தில்லை. அதற்கு முன்னதாக இந்தச் சமூகத்தைச் சற்றுக் கல்வி புகட்டிப் பெண்ணை சக மனுஷியாகப் புரிந்து கொள்ளப் பயிற்றுவிக்க வேண்டிய பெரிய வேலை பாக்கி இருக்கிறது. ஒரு ஆண் ஒரு பெண்ணை அல்லது ஒரு பெண் ஒரு ஆணை, நினைப்பதில் அல்லது தொடுவதில் மகிழ்ச்சி இருந்தால் அது ஆரோக்கியமானது. மயக்கம் இருந்தால் அது விவாதிக்கப்பட வேண்டியது. மகிழ்ச் சியை நோக்கி வண்ணதாசனின் கதைகள்

அழைக்கிறதாகக் கொள்ளலாம். ஒன்றிரண்டு கதைகளில் ஒன்றிரண்டு விவரிப்புகளில் உடல் சார்ந்ததாக இந்த மயக்கம் வெளிப்படுவதையும் காண்கிறோம்.

முகம்-8

பிற்காலக்கதைகளில், அவரே ஒரு முன்னுரையில் குறிப்பிடுவதுபோல, முதியவர்களின் மன உலகமும் வாழ்நிலையும் மிக விரிவாகப் பேசப்படுகின்றன. தன்னிடம் ஏதோ மறைக்கிறார்கள் என்று கவலைப்பட்டு அழுகிற ஒரு தாத்தா. பாலியல் வக்கிரத்தை வெளிப்படையாகக் காட்டி குடும்பத்தாரை மிரட்டும் இன்னொரு தாத்தா தனக்குத் தானமாகக் கொடுத்த நிலத்தை கொடுத்தவருக்கு திரும்பத் தானமாகக் கொடுக்கும் சந்தனம் தாத்தா. தன் மருமகளை 'இவதான் என் பெஸ்ட் ஃபிரண்ட்" என்று சேர்த்து இறுக்கிக் கட்டிக்கொள்ளும் இன்னொரு தாத்தா. ஆற்றில் பிடித்த மீனை ஆற்றில்தான் விட்டுவிட வேண்டும். அதக் கிணற்றில் விடக்கூடாது என்று இயற்கை அறம் பேசும் வேலம்மாப்பாட்டி. ஒண்ணைப் பிடுங்கினா ஒண்ணை நடணுமில்லையா என்று கேட்டு செடி நடுகிற நடுகைத்தாத்தா. தாத்தவுக்கு யாரும் அறியாமல் காசு கொடுத்துக் கௌரவமாக வைத்திருக்கும் "நிறை" பாட்டி. துயர்மிகு பெருவாழ்வைக்கடந்து நிற்கும் மாமு ஆச்சி என முந்தைய வாழ்வின் தொடர்பறாமல் வாழ்பவர்களாகவும் தொடர்பறுத்து வாழ்பவர்களாகவும் முதியவர்கள் வந்துகொண்டேயிருக்கிறார்கள். முதுமையின் தனிமை குறித்து இவ்வளவு கதைகளை இவ்வளவு நுட்பமாக தமிழில் வண்ணதாசனைத்தவிர வேறு யாரும் எழுதவில்லை.

"ஒரு பூஞ்செடித் தொட்டியை வெயிலில் வைக்கிற நேரத்தில் வெயிலில் வைத்தேன். நிழலில் வைக்கவேண்டிய நேரத்தில் நிழலில் வைத்தேன். நான் வேறு ஒன்றும் செய்ய வில்லையே" என்று சொல்லிச் சாதாரணமாகச் சிரிக்கும் சுயம்புலிங்கப் பெரியப்பா போல ஒரு மனசு முதுமையில் நமக்கு வாய்த்தால் போதும் என்கிற பெருமூச்சை இந்தக் கதைகளுக்கூடாகப் பெறுகிறோம்.

இன்னும் சொல்லிக்கொண்டே போகலாம். ஒவ்வொரு கதையிலும் புதுசாக ஏதேனும் ஒன்றைத் தராமல் வண்ணதாசன் ஏமாற்றியதே இல்லை-அது நமக்குப் பிடிக்கலாம் பிடிக்காமலும் போகலாம். ஒவ்வொரு கதையும் ஒரு முகம்தான்.

வாசிக்க வாசிக்க ஒரு புள்ளியில் வண்ணநிலவனின் கதையை வாசித்துக் கொண்டிருப்பதான ஒரு உணர்வு வந்துவிட்டது. எவ்வளவு கொடுமையானதாக இந்த வாழ்க்கை இருந்தாலும் பற்றிக்கொள்ள ஒரு கையும் சாய்ந்துகொள்ள ஒரு தோளும் உன்னைப்போல ஒரு மனுஷன் உண்டுமா நீ கலங்கலாமா என்கிற சொற்களும் கிடைத்துவிட்டால் போதுமே என்கிற மனநிலைக்கு வந்து சேர்கிறோம். ஆகவே, வண்ணநிலவன் கதைகள் மீது வைத்த அதே விமர்சனத்தை வண்ணதாசன் கதைகள்மீதும் வைக்கலாம்.

எப்போதும் ‘அய்யா... அய்யா...”என்று எல்லோரையும் அழைத்துக்கொண்டு தன்னலம் ஏதுமின்றி மலையப்பன்கள் உழைத்துக்கொண்டிருக்க வேண்டும். தனக்கென அவன் எடுத்துக்கொள்வதை வீழ்ச் சியாகப்பார்க்கும் மனிதர்கள் மத்தியில் அன்பை மட்டும் வைத்துக்கொண்டு வாழ்ந்துவிட முடியவில்லையே.

காசு சம்பாதிப்பதற்காக அல்லாமல் ஒரு அடையாளத்துக்காகப் பூ விற்கும் சுடலைகளுக்கு உத்தரவாதமான ஒரு வாழ்க்கையை அன்பும் தயவும் மட்டும் கொடுத்து விடவில்லையே.

எல்லோரும் எல்லாமும் பெறுகின்ற காலத்தைக் கனவு காண்பவர்தான் வண்ணதாசன். அதுவரை தாக்குப்பிடிக்க வண்ண நிலவனும் வண்ணதாசனும் முன்மொழிகிற ‘இன்னும் வற்றி விடாத இந்த ஈரத்தையும் அன்பையும்’ பற்றிக்கொண்டு போராடலாம்.

தமிழ்ச் சிறுகதை உலகில் இடைவெளி இன்றி இயங்கும் படைப்பாளி வண்ணதாசன். தமிழ்ச்சமூகத்தின் குரலாக அவர் பலவற்றையும் நம் முன் விரித்து வைத்திருக்கிறார். அவருடைய பல கதைகளில் வருவது போல, கதவைத் தட்டி விட்டுத் திறக்கக் காத்திருக்கிறார். அமர்ந்த முகத்தோடும் ஆதுரமான சொல்லோடும் கதவு திறக்கும் என நாமும் காத்திருப்போம்.

“உங்களுக்கு மண்டையிடி வருமா?”

வந்ததேயில்லை என்று அவன் மறுத்துச் சொன்னபோது, “எனக்கு வரும். குழவிக்கல்லைத் தூக்கி நச்சுண்ணு தலையில் போட்டுக்கொள்ளலாம்கிற மாதிரிகூட வலிக்கும்.”

அவளையே பார்த்துக் கொண்டிருப்பான், சொல்லச்சொல்ல.

"ஆமா, லேசு வலியிண்ணாத்தான் தாங்க முடியாது. வலி ஜாஸ்தியாக இருந்ததுண்ணாத் தேள் கொட்டினது மாதிரி விறுவிறுண்ணு சுகமா இருக்கும்."

இவனுக்குத் தேள் கொட்டின அனுபவமும் இல்லை, யென்றாலும், அது அவ்வளவு சுகமான விஷயமாக நிச்சயமாக இராது என்று தெரியும்.

இந்தமாதிரி அவள் நிறைய விஷயங்களில் வித்தியாச மாகவே இருந்தாள். காற்று, எவ்வளவு சிநேகிதமான விஷயம் என்று அவளிடமிருந்தே அவன் கற்றுக்கொண்டது. தன்னுடைய முதல் ஆசைகளில், "ஒரு டேபிள் ஃபான் வாங்குவமா?" என்பதை ஒன்றாகச் சொன்னாலும், அவள் மரங்களின் இலைகளும் கிளைகளும் தருவித்து அனுப்புகிற காற்றையே மரியாதையுடன் விரும்பினாள். காற்றுக்காக இரவுகளில் பின் கட்டுக் கதவுகளைத் திறந்து கொண்டு, அவிழ்ந்து கிடக்கிற கேசத்தோடு 'ஹப்பா' என்று மனதோடு மனதான குரலில், இருட்டுக்குள் உடம்பில் காற்றுப்பட அவள் நிற்கிற நேரம் ஒரு தேவதை மாதிரிதான் தெரியும். தூரத்து அரசமர இலைகளில், நிலவு, வெளிச்சம் தடவிக்கொடுக்க, சல் என்கிற மிருதுவான குரலுடன் வருகிற காற்றைச் சூடிக்கொள்கிற தேவதையேதான் அவள்.

(அன்பின் வழியது)

43

இன்குலாப்

இன்குலாப் சிறுகதை எழுதியிருக்கிறாரா என்கிற வியப்புத்தான், அவரது கதைத் தொகுப்பான "பாலையில் ஒரு சுனை" யைப் பார்த்ததும் மனதில் எழுந்தது. அன்னம் பதிப்பகம் 1992இல் வெளியிட்ட முதல் பதிப்பை தாமதாகவே வாசிக்க வாய்த்தது.

"எழுதியதெல்லாம்
மொழிபெயர்ப்புத்தான்.
இளைஞர் விழிகளில்
எரியும் சுடர்களையும்
போராடுவோரின்
நெற்றிச் சுழிப்புகளையும்
இதுவரை கவிதையென்று
மொழிபெயர்த்திருக்கிறேன்."

என்று தன் கவிதை எதைப் பேசுகிறது என்று பிரகடனம் செய்த இன்குலாப் சிறுகதையிலும் அதையேதான் செய்திருக்கிறாரா என்று பார்க்கும் ஆர்வமும் குறுகுறுப்பும் இயல்பாகவே ஏற்பட்டது. தவிர, போராடும் மக்களுக்கு உத்வேகம் ஊட்டக்கூடிய அவரது கவிதைகள், பிரகடனங்களையும் அறைகூவல்களையும் சற்றுத் 'தூக்கலான' தொனியிலும் மொழியிலும் பேசியவை. கவிதைகளுக்கேயுரிய இயல்பு அது. பிற்காலக்கவிதைகள் "நீளும் கைகளில் தோழமை தொடரும் நீளாத கையிலும் நெஞ்சம் படரும்" என நிதானம் கொண்டன என்றாலும் மண்ணிலிருந்து

சற்று மேலெழும்பிய தன்மை பொதுவாகக் கவிதைக்கு உண்டு. ஆனால் சிறுகதைக்கான மொழி முற்றிலும் வேறாயிற்றே? மண்ணோடு மண்ணாகத் தரையில் நின்றே பேசும் மொழி சிறுகதைக்கு அடிப்படை அல்லவா? அது மகத்தான கவியான இன்குலாப்புக்கு வாய்த்திருக்கிறதா என்று பார்க்கும் ஆவலும் ஏற்பட்டது.

தமிழ் இலக்கியத்தில் கவிஞர்கள் சிறுகதை எழுதுவது புதிதல்ல. பாரதி ஆரம்பித்து வைத்தான். ந. பிச்சமூர்த்தி, கு.ப.ரா. ரகுநாதன் (திருச்சிற்றம்பலக் கவிராயர்) சுந்தரராமசாமி (கவிதைக்குப் 'பசுவய்யா') வண்ணதாசன் (கவிதைக்குக் கல்யாண்ஜி) வண்ணநிலவன், மு. சுயம்புலிங்கம், கந்தர்வன், உதயஷங்கர் என கவிதை, சிறுகதை இரண்டையும் ஒரே நேரத்தில் படைத்தவர்கள் உண்டு. நீண்ட காலம் கவிதை மட்டுமே படைத்துவிட்டுப் பின்னாட்களில் நாவல், சிறுகதைக்கு வந்தவர்கள் எனச் சில ஆளுமைகள் உண்டு. சுகுமாரன், கலாப்ரியா, விக்கிரமாதித்யன், சமயவேல் போல. இந்த இரண்டாவது வரிசையில் வருபவர் இன்குலாப். 70களிலிருந்து கவிதை படைத்து வரும் இன்குலாப் தன் முதல் சிறுகதைத்தொகுப்பை 1992இல்தான் வெளியிடுகிறார்.

இன்னொரு வரிசையிலும் இன்குலாப் இடம் பெறுவார். ரகுநாதன், கு. சின்னப்பபாரதி, டி. செல்வராஜ், பொன்னீலன், கந்தர்வன், பா. செயப்பிரகாசம் போல ஒரு இடதுசாரி அமைப்புடன் தன்னை இணைத்துக்கொண்டு இயங்கிய, அமைப்புசார் படைப்பாளிகள் வரிசையிலும் இன்குலாப் இடம் பெறுவார். ஆகவே, இலக்கிய உலகின் "தர வாதிகள்" வீசுகின்ற "இவர்கள் இலக்கியக் கால் நனைப்புக் கொண்ட அரசியல்வாதிகள்" என்கிற வசை இவர்கள் எழுதுவது இலக்கியமே அல்ல என்கிற பாராட்டு இவர்மீதும் விழும். விழுந்தது.

இதுபோக, கிழக்கு இராமநாதபுரம் மாவட்டத்தின் மண்வாசனையோடு எழுதியவர்கள் என ஒரு பட்டியல் உண்டு. கந்தர்வன், வேல. ராமமூர்த்தி (கருவக்காட்டு எழுத்து எனத் தன் கதைகளை அடையாளப் படுத்தியவர்), அகாலத்தில் மறைந்து விட்ட இளம் படைப்பாளி தவசி (சேவல்கட்டு தொகுப்பு) இப்போது எழுதத்துவங்கி இருக்கும் சா. துரை, அதிரூபன் என்கிற அந்தப் பட்டியலிலும் இன்குலாப் இடம் பெறுவார்.

எந்த வரிசையில் வைத்துப் பார்க்கும்போதும் ஏமாற்றாத சிறுகதைகளை இன்குலாப் படைத்துள்ளார் என்றே குறிப்பிட

வேண்டும். கவிஞர் மீராவின் முன்னுரையோடு வெளியான இத்தொகுப்பில் 12 சிறுகதைகளும் ஒரு நெடுங்கதையும் இருக்கின்றன.

“கவிதை, கட்டுரை வாயிலாக உங்களைச் சந்தித்த நான் இப்பொழுது கதைகளோடு வந்து நிற்கிறேன். இதிலுள்ள அனைத்தையும் கதைகள் என்று சொல்ல முடியாது. கதை மாதிரி கொஞ்சம்.

என் அனுபவங்களைக் கதை வடிவத்தில் சொல்ல முயன்ற முயற்சிகள் இவை. இவற்றில் நான் நேரடியாகவும் வருகிறேன். ஒளிவு மறைவாகவும் வருகிறேன். இந்தக் கதைகளில் முன்னிலையில் மட்டுமல்லாமல், ஏதோ ஒரு மூலையிலேனும் நான் நின்று கொண்டிருக்கிறேன்.

என்னுள் பாதிப்பை ஏற்படுத்திய சமூக மனிதர்களை அறிமுகப்படுத்த விரும்பினேன்; இயற்பெயராலும், புனை பெயராலும் அவர்கள் உங்கள் முன் நிற்கிறார்கள்.” என்று தன் சிறுகதைகள் குறித்த தன் பார்வையை ‘என்னுரை’யில் வைத்துவிடுகிறார்.

எல்லாக் கதைகளுமே இராமநாதபுரம் மாவட்டத்தின் கடற்கரை ஓரக் கிராமங்களில் வாழும் இஸ்லாமியக் குடும்பங்களில் நிலைகொண்டு நம்மோடு பேசுகின்றன. சென்னையில் நடக்கும் ஒரே கதையான ‘கொரில்லாக்கள்’ கூட அந்தக் கரம்பை மண்ணின் வாசத்தோடுதான் எழுதப்பட்டிருக்கிறது. மண்வாசனை, இஸ்லாமிய அடையாளம் என ஏதும் இல்லாமல் போராட்ட வாசம் வீசும் அவரது கவிதைகளின் மொழிக்குச் சற்றும் தொடர்பற்ற, வெகு யதார்த்தமான சித்தரிப்புகளுடன் நேரடியான இராமநாதபுரம் வட்டார மொழியில் இந்த 13 கதைகளும் எழுதப்பட்டிருப்பது இக்கதைகளின் பலம். 'இந்த வடிவத்துக்கான மொழி இதுதான்' என்கிற முழுத்தன்னுணர்வுடன் அவர் இயங்கியிருப்பது குறிப்பிடத்தக்கது.

இந்த மொழியைப் பற்றி “உம்மாவோட முகம்” என்கிற கதைக்குள்ளேயே அவர் எழுதுகிறார்.

“இப்போது எழுதும்போது திருத்தமாக எழுத முயற்சி செய்கிறேன். ஆனால் இது ரொம்பவும் செயற்கை என்று தெரிகிறது. அம்மாவை நான் ஒரு போதும் அம்மா என்று

கூப்பிட்டதில்லை. உம்மாதான் எனக்குப் பழக்கப்பட்ட சொல். இப்பொழுது அம்மா என்று எழுதுகிறேன்.

எங்கோ இருக்கும் என் வயசான உம்மாவைப்பற்றி எழுதும் போதுதான் நான் எவ்வளவோ செயற்கையாக மாறிப் போய் விட்டேன் என்பது தெரிகிறது. இந்த எழுத்துகள் என் தாய்மொழியில்லை. என் தாய்மொழி ரொம்ப ரொம்ப இயற்கையானது. அதை நான் மறந்து விட்டேன்.... பள்ளியில் படிக்கும்போது கொஞ்சம் மறந்தேன். கல்லூரியில் படிக்கும்போது இன்னும் கொஞ்சம் மறந்தேன். இப்பொழுது தமிழ் கற்பித்துப் பெரும்பாலும் மறந்துபோய் விட்டேன். –

என் உம்மாவைப் பத்தி எழுதும்போது உம்மா எனக்குச் சொல்லித்தந்த சொல்லுலேதான் சொல்லணும். அதுதான் நான் அவுங்களுக்குச் செய்யும் மரியாதை. வேறெ எந்த மரியாதையையும் நான் இது வரைக்கும் செய்யலை. அவுங்களும் இதுவரைக்கும் எதையும் எதிர்பார்க்கலே... இந்த எழுத்துதான் நான் சம்பாதிச்சுக் கொடுக்கறது. அதைத்தான் அவுங்களும் விரும்புனாங்க. அதத்தான் சொல்லத் தொடங்குறேன். இனி அவுங்க சொல்லித்தந்த சொல்லுலேயே சொல்லுறேன்.

உம்மா பக்கத்துலே அவுங்க முந்தாணியைப் பிடிச்சபடி... ஒறக்கம் அவ்வளவு லேசிலே வராது... எனக்கு மட்டுமில்லே உம்மாவுக்குந்தான்..."

என்று அந்தக் கதை ஊரில் விட்டு வந்த தன் தாயையும் 'தாய் மொழி'யையும் பற்றித் தொடர்கிறது. தன் வட்டார மொழியைத்தான் 'தாய் மொழி' என்று இன்குலாப் குறிப்பிடுவதை இங்கு கவனிக்க வேண்டும். பள்ளிகளும், கல்லூரிகளும், பண்டிதர்களும் கொண்டாடும் 'பொதுத்தமிழை' அவர் தாய் மொழி எனக்கொள்ளாது தன் ஊரின் மொழியையே தாய்மொழி எனக் குறிப்பது முக்கியமான மொழி அரசியல்.

நகர்மயமாக்கலின் ஒரு முக்கியமான கூறாக இந்த 'ஊர்ப்பேச்சை மறத்தல்' என்பது நம் எல்லோர் வாழ்விலும் இருக்கிறது. ஊர்ப்பேச்சை மறத்தல் என்பது ஊரின் –கிராமத்தின் -பண்பாட்டு அசைவுகளையெல்லாம் மறத்தல் அல்லது துறத்தல் என்பதன் குறியீடுதான். இந்த மறத்தல் குறித்து வண்ணதாசன் தன்னுடைய 'சில வாழை மரங்கள்' என்கிற கதையில் அழுத்தமாக இப்படிப் பதிவு செய்திருப்பார்:-

“ஊர் ஞாபகம் வந்தால் நேராக சைலப்பன் வீட்டிற்கு வந்துவிடுவேன். அவனும் என்னைப் போல இந்தப் பட்டணத்தில் வந்து எலிப்பத்தயத்தில் மாட்டினது மாதிரித் திணறிக் கொண்டுதான் இருக்கிறான். என்னைவிட அவன் கூடக் கொஞ்சம் கஷ்டப்படுகிறான் என்றுதான் சொல்ல வேண்டும். அதில் என்ன விசேஷம் என்றால், இவ்வளவு கஷ்டத்திற்கு இடையிலும் அவன் பேச்சு இன்னும் எங்கள் ஊர்ப்பேச்சாகவே இருக்கிறது.

எனக்கென்னவோ ஊர் என்பது மனிதர்கள் மூலமாகவும், மனிதர்கள் என்பவர்கள் தங்களது பேச்சு மூலமாகவுமே பளிச் பளிச்சென்று அடையாளம் காட்டிக் கொள்வது போலத் தோன்றுகிறது. வனாந்திரங்களில் அடைக்கலாங் குருவிச்சத்தம் கேட்டது மாதிரி, திரும்பத் திரும்ப, இந்தப் பேச்சும் சொற்களுமே நகரத்தின் புழுதிகளுக்குள் புதையுண்டு போய்க் கொண் டிருக்கிற எங்களுடைய ஊர்த்தெருக்களையும், காரை வீடுகளையும் காப்பாற்றித் தருகிறது போல இருக்கிறது.”

இன்னும் தொடர்ந்து வரும் இவ்வாசகங்கள் உண்மையிலேயே நம்மை அதிர்ச்சிக்குள்ளாக்குபவைதாம்:

“பாட்டிலிலே தண்ணி விக்கிற மாதிரி, இன்னங் கொஞ்ச நாளில் இந்த மாதிரிப் பேச்சு எல்லாம் கூட டேப்புல வந்திரும்ணு நினைக்கேன். அந்த ஊர்ப் பேச்சு, இந்த ஊர்ப் பேச்சு, அப்பா கூடப் பேசுகிறது, மகன் கூடப் பேசுகிறது. பெண்டாட்டி கூடப் பேசுகிறது என்று அது அதுக்கு டேப் வந்திரும். உத்தேசமாக நீ என்ன என்ன எல்லாம் பேசுவியோ, அதுக்குப் பதில் பேச்சு அதிலேயே இருக்கும். ஸ்விட்சைப் போட்டு, காதில் மாட்டிக் கிட்டே பேச வேண்டியதுதான்...’ ஏதோ விளையாட்டாக ஆரம்பித்து விட்டேனே தவிர, பேச்சுக்கு ஆளற்றுப் போவோம் என்ற நிலைமை எனக்கே கஷ்டமாகத்தான் இருந்தது.”

இன்குலாப் இந்த மொழி இழப்பில் ஊடாடும் கல்வியின் அரசியலையும் சுட்டிக்காட்டுவது சிறப்பான ஒன்று. கி.ராஜநாராயணன், வண்ணதாசன், இன்குலாப் உள்ளிட்ட பல படைப்பாளிகள் இந்த ‘மொழிப்பிரச்னை’ குறித்த பிரக்ஞையுடன் பேசுகிறார்கள். பேச்சு வழக்கை எழுத்தில் வம்படியகக் கொண்டுவந்து கலகத்தை ஆரம்பித்து வைத்த ‘நைனா’ கி. ராஜநாராயணனின் பாட்டையில் இன்குலாப்பின் எல்லாச் சிறுகதைகளும் நடைபோடுவது ஒன்றைச் சுட்டுவதாக இருக்கலாமோ

என்கிற சந்தேகம் வருகிறது. 30 ஆண்டுகாலம் 'நல்ல' தமிழில் கவிதைகள் எழுதிய இன்குலாப் அவிழ்த்துவிடப் பட்ட கன்றுக்குட்டி தாய்மடியை நோக்கிக் கதறிக்கொண்டு ஓடுவதைப்போலச் சிறுகதைகளில் தன் 'தாய்மொழி'க்குத் தாவி ஓடியிருக்கிறார் எனலாமா?

நாடறிந்த மக்கள் எழுத்தாளரான இன்குலாப்பின் கதைகள் என்ன அரசியலைப்பேசும் என்பதை ஆராய்ந்து சொல்ல வேண்டிய அவசியமின்றி அது பளிச்செனத் துலங்கும்படியாக ஒவ்வொரு கதையிலும் வெளிப்படுகிறது. உழைக்கின்ற எளிய மக்களின் வாழ்வை அவர்களின் பக்கம் நின்று உரக்கப்பேசும் அரசியலே இன்குலாப் சிறுகதைகள் முன்னெடுக்கும் அரசியல்.

அத்தோடு நேரடியான கட்சி அரசியலைச் சொல்வதற்காகவென்றே ஓரிரு கதைகளை எழுதியிருக்கிறார்.

அதில் ஒன்றுதான் 'புதிய மனிதன்' என்கிற கதை. இன்குலாப் சார்ந்திருந்த நக்சல்பாரி இயக்கத்தின் உயர்வைச் சொல்ல இந்தியக் கம்யூனிஸ்ட் கட்சியையும் இந்தியக் கம்யூனிஸ்ட் கட்சி (மார்க்சிஸ்ட்) யையும் மட்டம் தட்டி எழுதப்பட்ட கதை. இந்தியக் கம்யூனிஸ்ட் கட்சி "அப்புராணிக் கட்சி. அது மூட்டைப் பூச்சியைக் கூட நசுக்காது" அவ்வளவுதான். மார்க்சிஸ்ட் கட்சி இந்திராகாந்தியை ஆதரிக்கலே அவ்வளவுதான். மற்றபடி அதும் இதுவும் ஒண்ணுதான். நக்சல்பாரி இயக்கம்தான் வெண்மணிக் கொலையாளியைச் சரியாகப் போட்டுத்தள்ளிய சரியான இயக்கம் என்கிற பெருமையைச் சொல்லும் கதை. அருளானந்தன், சந்திரன், வாசன் என்கிற மூன்று வேறு பட்ட கட்சித் தோழர்களைக் கதாபாத்திரங்களாக வார்த்து, ஒரு குடும்பக்கதைபோல ஆரம்பித்து கட்சி அரசியலைப் பேசுகிறார். வெண்மணியில் கோபாலகிருஷ்ண நாயுடு கொலைக்குப் பிறகு இந்த 'அழித்தொழிப்பு'அரசியல் பாதை தவறானது என்று நக்சல்பாரி இயக்கமே அதைக் கைவிட்டு விட்டது வேறு கதை. அவர் கட்சியை அவர் புகழ்கிறார். அது பிரச்னை இல்லை. அது கலையாகி நிற்கிறதா என்றுதான் நாம் பார்க்க வேண்டும்.

இக்கதையை விட, கடத்தல், மறுபடி வருவார்கள் என்கிற இருகதைகள் நக்சல்பாரி இயக்கத்தோழர்களின் தியாகத்தைப் பிரச்சாரமின்றிப் போற்றும் கதைகள். இவை இரண்டுமே அரசியல் தொடர்பில்லாத இரு குடும்பப்பெண்களின் பார்வையில் சொல்லப்படுவதால் உயிர்ப்புள்ள கதைகளாக மிளிர்கின்றன. கட்சி அரசியலைக் கதைக்குள் கலையமைதி கெடாமல் கொண்டு வர

விரும்பும் எக்கட்சி எழுத்தாளர்களும் அவசியம் வாசிக்க வேண்டிய கதைகள் இவ்விரண்டும்.

இம்மூன்று கதைகளைத்தவிர, பிற 10 கதைகளும் இராமநாதபுரம் மாவட்ட கிராமப்புற மக்களின்; இன்னும் குறிப்பாக, கிராமப்புற இஸ்லாமிய மக்களின் வாழ்வில் நிகழ்ந்து வரும் மாற்றங்களையும் சிதைவுகளையும் அம்மண்ணின் மொழியில் நுட்பமாகச் சொல்லுகின்றன.

கிராமத்திலிருந்து கிளம்பி பிழைப்புக்காகப் பெரு நகரம் சென்று நடுத்தர வர்க்கமாக மாறி வாழ்கிறவர்களுக்கு ஒரு ஊர்ப்பாசமும் ஊர் நினைவும் எப்போதும் அலையடித்துக் கொண்டிருக்கும். அப்படி அலையடிக்கும் நினைவுகளோடு நீண்ட காலத்துக்குப் பிறகு ஊர் செல்லும் மனிதர்கள் "ஊரு முன்னே மாதிரி இல்லே. ரொம்பக் கெட்டுப் போச்சு" என்று அறிந்து துயருறும் மனநிலையைப் பலரும் கதைகளில் வரைந்துள்ளனர். இன்குலாப் தன்னுடைய 'பாலையில் ஒரு சுனை' மற்றும் 'விபத்து' ஆகிய இரு கதைகளில் தன் பழைய ஊரைத் தேடிப்போகிறார்.

உச்சி வெயிலில் மெயின் ரோட்டில் இறங்கி கிராமத்துக்கு வறண்ட பாலை மணல் வெளியில் நடக்கும் தகப்பன், தாய், மகள் மூன்று பேரும் பேசிக்கொண்டே நடக்கிறார்கள். தாய் இதே போல ஒருநாள் சிறு வயதில் தான் செருப்பில்லாமல் நடந்து போகையில் எதிர்ப்பட்ட ஒரு கிராமத்து மனுஷி தன் செருப்பைக் கழற்றி தனக்கு அணிவித்த நிகழ்வைச் சொல்லி அந்த மதிரி ஈரமுள்ள மனுசங்களைப் பார்க்கத்தான் இன்று கிராமத்துக்கு வந்ததாகக் கூறுகிறாள். அந்த ஈரம் இப்போதும் இருக்குமா என்கிற கேள்வி இயல்பாக எழுகிறது. கதை இப்படி முடிகிறது:

"மூவரும் மணல்மேட்டின் உச்சியை நெருங்கினோம். அங்கு ஒரு மூதாட்டி தலையில் சுள்ளிக்கட்டைச் சுமந்தபடி நடந்து வந்தாள். எங்களைப் பார்த்துவிட்டு இந்த வேணாத வெயில்லே ஏன் நடந்து போறீங்க... பஸ்ஸுலே போகக்கூடாதா?என்று கேட்டபடி நடந்தாள்."

சக பயணிகளான மனுசர் மக்கள் மீது கொள்ளும் இந்த அக்கறைதான் பாலையிலும் ஒரு சுனையாக நம்மை நனைப்பதாக இன்குலாப் எழுதுகிறார்.

அதன் மறுபக்கமாக 'விபத்து' கதையில் ஊரின் சமூக மனநிலையில் ஏற்பட்டுள்ள வீழ்ச் சியை வரைந்து காட்டுகிறார்.

முன்பெல்லாம் யார் வீட்டுத்திண்ணையில் உட்கார்ந்தாலும் கொறிப்பதற்கு வேர்க்கடலையோ கொண்டைக்கடலையோ தட்டுகளில் நீளும். கடிப்பதற்கு முறுக்கோ சேவோ இருக்கும். குடிப்பதற்குச் சாயாவோ சர்பத்தோ தயாராகும். எல்லாவற்றுக்கும் மேலாக “வா” என்ற சொல்லிருக்கும்.

இப்பொழுதும் எல்லா வீடுகளிலும் மனிதர்கள் இருக்கிறார்கள். ஆனால் முன்பிருந்த முகங்களும் இல்லை. சொற்களும் இல்லை.”

தண்ணீருக்குத் திண்டாடும் இராமநாதபுரம் மண்ணின் வெக்கையை வற்றாது நிற்கும் சாதிக்கிறுக்குடன் பிணைத்துச் சொல்லும் கதை ’கிணறு’

“கடைசிச்சொட்டுத்தண்ணியையும் வெயில் குடிச்சிருச்சு”

“கொக்குக நிறங்கூட மாறிப்போயிருச்சு”

என்கிற வரிகளில் வறண்டுபோன நீர்நிலைகளைப் படம் பிடிக்கிறார்.

‘சின்ன வானத்தில்’ கதை சினிமாப்பைத்தியம் பிடித்த இளைஞர்கள் அவர்களின் கதாநாயகர்களை நேரில் காணச் சென்று அவமானப்பட்டுத் திரும்புவதைச் சொல்கிறது. கிணறு, சின்ன வானத்தில் இரு கதைகளும் எதிர்பார்த்த முடிவை நோக்கி நம்மை அழைத்துச் செல்கின்றன.

“மம்முராம்சா காக்காவின் ஜனநாயக அனுபவம்” என்கிற கதை நக்சல்பாரிக் கண்ணோட்டத்தில் பாராளுமன்ற ஜனநாயகத்தைக் கேலி செய்யும் கதை. நக்சல் அரசியலின் பிரச்சாரக் கதைதான். ஆனாலும் பிரச்சார நெடி தூக்கலாக இல்லாமல் சொல்ல முயன்ற கதை. மம்முராம்சா என்கிற அப்பாவி மனிதரின் குணாதிசயம் நுட்பமாகச் செதுக்கப்பட்டிருப்பதால் இது சாத்தியமாகியுள்ளது. பாராளுமன்ற அரசியலை நம்புபவர்கள் எல்லோருமே அப்பாவிகள் என்கிற நக்சல் அரசியலை அவர்மூலம் குறியீடாகச் சொல்வதில் வெற்றி பெற்ற கதை.

'கொரில்லாக்கள்' கதை சென்னை கடற்கரையில் முறுக்கு விற்கும் இராமநாதபுரத்துச் சிறுவர்களின் வாழ்வைப் பேசும் கதை. சரியாக முறுக்கு விற்பனை ஆகாவிட்டால் ‘முதலாளி அடிப்பார்’ என்று சொல்லும் ராமநாதபுரம் மாவட்டத்துப் பையன்களின் துயரத்தை மட்டும் சொல்லி நம் பரிவைக் கோராமல் அடிப்பதை

எதிர்த்துப் பையன்கள் ஒன்றுகூடிக் குரல் கொடுக்கும் கதையாகப் படைத்ததில்தான் இன்குலாப்பின் அரசியல் வெளிப்படுகிறது. சில நுட்பமான, கவித்துவமிக்க வரிகளில் அந்தப் பையன்களைப்பற்றி எழுதியிருப்பார்:

“நீயும் பரமக்குடிப் பக்கந்தானா” என்றேன்.

அவன் ஆச்சரியத்தோடு என்னைப்பார்த்து “ஆமாம் சார். உங்களுக்கு எப்படித் தெரியும்” என்றான்.

“அந்த ஊருக் கரம்பை மண்ணு இன்னும் உங்க மூஞ்சியிலே ஒட்டிக்கிட்டிருக்கே” என்றேன்.

முறுக்கு விற்கும் பையனை அறிமுகம் செய்யும் ஒரு பத்தியும் கூட கவித்துவமாக இருக்கும்

“இராமநாதபுரம் மாவட்டம் ஒன்றும் வளமான பகுதியில்லை. ஆயினும் அங்கும் கொஞ்சம் பசுமை ஒட்டிக்கொண்டிருந்தது. இப்பொழுது அந்தப் பசுமையும் களவு போய்க்கொண்டிருப்பதைக் காண முடிகிறது. அந்த ஊரிலிருந்து ஒரு மனிதத்துளி சென்னைக் கடற்கரையை நோக்கி வீசப்பட்டிருக்கிறது.”

இத்தொகுப்பின் மிகச்சிறந்த கதைகளாக “செடிக்கும் கொஞ்சம் பூக்கள்”, “தனிமையில் ஒரு தோழமை”, மற்றும் “மதம்” நெடுங்கதை ஆகிய மூன்றும் அமைந்துள்ளன.

“புகையில் பாதியாய்ப்
பொருமலில் பாதியாய்
கசியும் உனது
கண்களைத் துடைத்துக்கொள்”

என்று கவிதையில் சொல்லிவிடுவது எளிதுதான். அனைத்துலக மகளிர் நாளை ஒட்டி என் துணைவியாரை நோக்கி என்கிற அடைப்புக்குள்ளான வாசகத்தோடு இன்குலாப் எழுதிய கவிதை வரிகள்தாம் இவை. ஆனாலும் நம் பெண்கள் 'விலகி வீட்டிலோர் பொந்தில்' (இது பாரதியின் வரி) எவ்விதம் இந்தக் கசடுகளையும் சுமைகளையும் சுமந்தும் வாழ்கிறார்கள் என்பதை “இதோ பாருங்கள் இப்படித்தான்” என விளக்கும் கதைகள் செடிக்கும் கொஞ்சம் பூக்கள் மற்றும் தனிமையில் ஒரு தோழமை.

கணவர், குழந்தைகளை எழுப்பிக் குளிக்க வைத்து உணவு தயாரித்து எனப் பரபரக்கும் காலைப்பொழுதுகள்.

“கிளைகளை விட்டுப் பறவைகள் பறந்து விட்டன. இனி, நொடிமுள்ளுடன் போட்டியிட வேண்டியதில்லை. சாப்பிட்டுப் போட்ட பாத்திரங்கள், குளித்துப் போட்டுவிட்டுப் போன துணிமணிகள் மதியச் சாப்பாட்டுக்கு வேண்டிய காய்கறிகள். பாத்திரங்களைத் தேய்த்துக்கொண்டிருந்தவள் திறந்து கிடந்த கதவுக்கு அப்பால் தற்செயலாகப் பார்த்தாள். பூனையொன்று அவளைப் பார்த்துவிட்டு ஓடியது.

“ராஸ்கோல், நீதான் ராத்திரி வந்து குப்பை வாளியைக் கொட்டிவுட்டியா? மறுபடி வந்துபாரு... உன்னை என்ன செய்யுறேன் தெரியுமா?” என்றாள்.

இந்தப் பூனையோடு அவளுக்கு ஒரு தோழமை உருவாகிற கதைதான் இது.

தனக்குத்தானே பேசிக்கொள்ளும் புலம்பல்கள், குடும்பத்தாருடன் போடும் சண்டைகள், சிறு சிறு சச்சரவுகள், கணவனோடு கொள்ளும் ஊடல்கள், கெஞ்சல்கள், கொஞ்சல்கள், பிள்ளைகள் மீது கொள்ளும் பாசமும் கோபங்களும் என இவையெல்லாம்தான் நம் பெண்கள் பேசும் மொழி. இந்தக் கேடுகெட்ட வாழ்வையும் சகித்துக்கொள்ள இந்த மொழியே கைத்தாங்கலாக அவர்களுக்கு உதவுகிறது. இந்தப் புலம்பல்கள், பெருமூச்சுகள், கொஞ்சல்கள் போன்றவை ஒரு மொழியாக மட்டுமின்றி தங்களுக்குத் தேவையானதைச் சாதித்துக்கொள்ளும் போராட்ட வடிவங்களாகவும் அமைகின்றன. அவர்களின் குடும்ப ஆயுதங்கள். இவற்றால் எல்லாம்தான் பெண்கள் வாழ்ந்துகொண்டிருக்கிறர்கள்.

இந்த வரிசையில் ஒரு பூனையை அவளுக்குத் தோழமையாகக் கொண்டு நிறுத்துகிறார் இன்குலாப். அப்பூனையோடு அவள் நடத்தும் உரையாடல்கள் ஆயிரமாயிரம் ஆண்டுகாலத்துப் பெண்ணின் தனிமையை அதன் அழுத்தத்தை நமக்கு உணர்த்திவிடுகின்றன. உணர்ச்சிகரமான அதிர்வுகளை ஏற்படுத்தும் கதை இது.

இதே அலைவரிசையில் ராவியத்து என்கிற இளம் பெண்ணின் இன்னொரு கதை செடிக்கும் கொஞ்சம் பூக்கள். வயதுக்கு வந்ததால் படிப்பை இழந்த அவள் பூந்தோட்டத்தில் உழைத்து உழைத்துப் பூக்க வைக்கும் பூக்களை விற்றுக் குடும்பப் பொருளாதாரத்துக்கு உதவுகிறாள். விருந்தினராகச் செல்லும் நகரத்து மனுசர்கள் பார்வையில் கதை விரிகிறது. கதை இப்படி முடியும்:

“ஒவ்வொரு செடியிலும் ஒன்றிரண்டு பூக்கள் வெள்ளையாய்ச் சிரித்தன. ஆயிசாவும், மைமூனும் போய் அந்தப் பூக்களைப் பறித்து முகர்ந்து பார்த்தார்கள். வாசனையால் முகங்கள் மலர்ந்தன.

“இந்த மொட்டையெல்லாம் பறிக்காம உட்டுட்டியலே... இவ்வளவு பூவு செடியிலயே மிஞ்சிடுச்சே” என்றாள் ஆயிசா.

“ஆமாக்கா... நான் பார்க்காம உட்டுட்டேன்” என்றாள் பரகத்து.

“நான் ஒண்ணுரண்டு பூவைப் பறிக்காமயே உட்டுறுவேன்” என்றாள் ராவியத்து.

“ஏன்?” மைமன் கேட்டாள்,

“காலைலே அந்தப் பூவு செடியிலேயே மலர்ந்திருக்கும். மைமூன்குட்டி செடிக்கும் கொஞ்சம் பூ வேணாமா?” என்று ராவியத்து சிரித்துக் கொண்டாள்.”

அந்தக் கதையில் ஒரு பூனை எனில் இக்கதையில் செடிக்கும் கொஞ்சம் இருக்கணும் என்கிற ராவியத்தின் அறம்.

“மதம்” என்கிற நெடுங்கதை அல்லது குறுநாவல் 78 பக்கங்களில் 80களில் தமிழகத்தில் இந்துமுன்னணி காலூன்றுவதற்காக முன்னெடுத்த சதிவேலைகளின் முகத்தைக் கிழித்துக்காட்டும் கதை. அதே காலத்தில் இஸ்லாமியரிடையே மதப்பகை உணர்வை விசிறிவிட்ட இஸ்லாமியத் தீவிரவாத அமைப்புகளையும் தோலுரிக்கும் கதையாகவும் அமைகிறது. வேலாயி என்கிற கிராமத்துப் பெண் பாலியல் வல்லுறவு செய்யப்பட்டுக் கொலையுறுகிறாள். அவளைக் –இந்துப் பெண்ணான அவளைக்- கெடுத்துக் கொலை செய்தது மூன்று முஸ்லீம்கள் என்கிற வதந்தியை மூலதனமாகக் கொண்டு முன்னணி அவ்வட்டாரத்தில் இந்து-முஸ்லீம் பகையையும் கலவரத்தையும் எப்படித்தூண்டுகிறது என்பதை யதார்த்தமாகவும் நடுநிலையோடும் மக்கள் ஒற்றுமை என்கிற மேடையில் நின்று மதச்சார்பற்ற கண்ணோட்டத்தில் இன்குலாப் எழுதியிருக்கிறார். ஒரு நாவலாக விரிந்திருக்க வேண்டிய கதை.

இஸ்லாமிய வாழ்வுக்குள் நின்று மதச்சார்பற்ற கண்ணோட்டத்துடன் வலுவாகப் பேசுகிற ஒரு குரலை இழந்துவிட்டோமே என்கிற ஏக்கத்தை ஏற்படுத்தும் கதை இது. இக்கதையில் இந்து முன்னணி பயன்படுத்தும் பார்முலாவைத்தான் இந்தியா பூராவும் இன்று பயன்படுத்தி மதவெறி அரசியலை வெற்றிகரமாக நடத்திக்கொண்டிருப்பதை நாம்

பார்த்துக்கொண்டிருக்கிறோம். ஒரு அசலான கலைஞனாக, சமகால அரசியலையும் நிகழ்வுப்போக்குகளையும் நிதானத்துடனும் கலையழகுடனும் படைத்தவராக இன்குலாபை இந்தப் பதின்மூன்று கதைகளும் அடையாளம் காட்டுகின்றன.

பா. செயப்பிரகாசம் சொன்னது போல "கதைக்குள்ளேயே தீர்வைச் சொல்லிவிட வேண்டும் என்கிற இடதுசாரிப் படைப்பாளிகளின் 'மன நோய்'" ஓரிரு கதைகளில் இன்குலாப்பிடமும் வெளிப்படுகிறது. பொதுவான விவாதத்துக்கு எடுத்துக்கொள்ளப்பட வேண்டிய படைப்புப் பிரச்னை இது.

ஏழு நாவல்கள், ஒரு நூறு சிறுகதைகள் எழுதி, சாகித்ய அகாடமி விருது உள்ளிட்ட பல விருதுகளும் பெற்ற இடதுசாரிப் படைப்பாளியான பூமணி 70 வயதுக்கு மேல் இப்படிப் பேசுவதை நாம் உற்று நோக்க வேண்டும்:

"இப்போது எனக்கு குற்றவுணர்ச்சியே இருக்கிறது. அருமையான கதைகளை எழுதியுள்ள கு. அழகிரிசாமியின் எழுத்து கிராமங்களில் காலையில் ஆலங்குச்சியால் நிதானமாக ஒவ்வொரு பல்லாக விளக்குவதைப் போன்ற எழுத்து. புறவயமான சூழ்நிலைச் சித்திரத்தை அகவயப்படுத்தி அந்தக் கதையின் ஓட்டத்துக்கு இசைவாகவோ, கூடுதல் வெளிச்சம் தருகிற மாதிரியோ இருக்கிறது அவருடைய கதைகள். அவரையெல்லாம் விட்டு விட்டு காடு கரை என்று எதை எதையோ எழுதியாச்சு..."

"புறவயமான சூழ்நிலைச் சித்திரத்தை அகவயப்படுத்தி அந்தக் கதையின் ஓட்டத்துக்கு இசைவாகவோ, கூடுதல் வெளிச்சம் தருகிற மாதிரியோ" இடதுசாரிப் படைப்பாளிகள் எழுத வேண்டும் என்கிற பூமணியின் முன்வைப்பு ஆழ்ந்து உள்வாங்கி உரையாட வேண்டிய ஒன்று.

இப்படிப் பல விவாதப்புள்ளிகளை நோக்கி நம்மை அழைக்கிறதாக இன்குலாப் அவர்களின் சிறுகதைகள் அமைந்திருப்பதே அவரது கலையின் வெற்றி. தொடர்ந்து கதைகள் எழுதாமல் போனாரே என்கிற ஏக்கத்தை இக்கதைகள் ஏற்படுத்துகின்றன.

44

பிரபஞ்சன்

“**1961**இல் என் கட்டுரை, கதை, கவிதை மூன்றும் முதன் முதலாகப் பிரசுரம் ஆயின. 1968 தொடங்கி, பிரக்ஞையோடும், படைப்பு மனோபாவத்தோடும் எழுதத்தொடங்கினேன்” என்று குறிப்பிட்ட பிரபஞ்சன் என்கிற நம் காலத்தின் பெரும்படைப்பாளி 2018 டிசம்பரில் தன் 73 ஆவது வயதில் காலமானார். 2018 வரைக்கும் இடையாறாது எழுதிக்கொண்டிருந்தார். 58 ஆண்டுகள் எழுத்து வாழ்க்கையில் (‘பிரக்ஞையற்று’ எழுதிய முதல் ஏழு ஆண்டுகளைக் கழித்துவிட்டாலும் 51 ஆண்டுகள்) அவர் எழுதிய 10 நாவல்கள், 5 குறுநாவல்கள் அப்புறம் இரு நாடகங்கள், சில கட்டுரைத்தொகுப்புகள் இவை எதையும் வாசிக்காமல் அவருடைய 212 சிறுகதைகளை மட்டும் வாசித்தே அவரையும் அவரது படைப்பாளுமை அல்லது மேதமையையும் புரிந்துகொள்ள முடியும். இளமைக்காலம் தொட்டே முழுநேர எழுத்தாளனாக வாழும் ஒரு வாழ்க்கையை அவர் தனக்காக வடிவமைத்துக்கொண்டார். அல்லது அப்படியான ஒரு வாழ்க்கைக்கேற்பத் தன்னை அவர் செதுக்கிக்கொண்டார்.

2017 வரை அவர் எழுதிய 212 சிறுகதைகளும் மூன்று பெரும் தொகுதிகளாகத் (டிஸ்கவரி புக் பேலஸ்) தொகுக்கப்பட்டுள்ளன. சமூகத்தின் எல்லா அடுக்குகளையும் சேர்ந்த மனிதர்களைப்பற்றியும் – புதுச்சேரி குவர்னர் துரை முதல் தெருப் பிச்சைக்காரர் வரை- அவர் கதை எழுதியிருக்கிறார். என்றாலும் அவருடைய சாய்மானம் எளிய உழைப்பாளி மக்கள், பெண்கள், குழந்தைகள், திருநங்கைகள்

என சுரண்டப்படும் மக்கள் மீதுதான். மூன்று காலங்களையும் ஊடறுத்துப் பாயும் அவரது சிறுகதைகள் மானுட வாழ்வின் மேன்மைகளையும் கீழ்மைகளையும் எவ்வித மனத்தடையும், முன் முடிவுகளும் அற்றுப் பேசுகின்றன. அரசியல் பேச அவர் கதைகள் தயங்கவில்லை- சமகால அரசியல் உட்பட. புதுச்சேரியைக் களமாகக் கொண்டே அவரது பெரும்பாலான படைப்புகள் இயங்குகின்றன. சென்னை மாநகரமும் தஞ்சாவூரும் சில கதைகள் நிகழும் நிலப்பரப்பாக அமைகின்றன. அவர் வாழ்வு இம்மூன்று நகரங்களிலேயே மையம் கொண்டு சுழன்றது காரணம்.

பிரச்சார வாசனை சற்றும் இல்லாத எண்ணற்ற ‘முற்போக்கான’ சிறுகதைகளைப் படைத்தளித்த படைப்பாளி அவர்.

‘வர்க்கம்’ என்கிற அவரது சிறுகதை சாதியைத் தாண்டிய அல்லது சாதியை உள்வாங்கிய வர்க்க உணர்வைக் கொண்டாடும் கதை. போனஸ் பிரச்னை காரணமாக மூடப்பட்ட ஆலைத்தொழிலாளி வாசுதேவனின் ‘ஸ்ட்ரைக் கால வாழ்க்கை’யின் சில நாட்களே கதையின் புழங்குதளம். அவர் பிராமண வகுப்பில் பிறந்தவர். ஆலையில் ஒரு தொழிலாளி. “பிராமணனாகப் பிறந்தவன் பேனாப்பிடிக்கணும் அல்லது கரண்டி பிடிக்கணும்” என்று பழமொழியே உண்டு. ஆனால் இவன் ஆலைத்தொழிலாளி. ஸ்ட்ரைக் காலத்தில் அரைப்பட்டினி, முழுப்பட்டினி எனப்போகும் வாழ்க்கை. இதை ஒரு மூத்த பிராமணரான வக்கீல் ராமாச்சாரி குத்திக்காட்டுகிறார்.

“என்ன பிழைப்போ போ, பிராமணனா பொறந்துட்டுலை வேலையும், கூலி வேலையும் செஞ்சுண்டு வயித்தைக் கழுவிக்கணும்னு உன் தலையிலே எழுத்து. அதுவும் இல்லாமே, லங்கணம் போட்டிண்டு இருக்கியோன்னோ...”

வாசுதேவனுக்குச் சுருசுருவென்று எரிச்சல் ஏறியது. அது குரலில் தென்படாதபடிக்குச் சகஜமாகச் சொன்னார்.

“பெரியவா, நீங்களே தர்ப்பையைத் தூக்கி எறிஞ்சுட்டு, கறுப்புக்கோட்டைப் போட்டுண்டு, வக்கீல்னு நீட்டி முழக்கிண்டு கோர்ட் கோர்ட்டா ஏறி, வியாஜ்ஜியம் பேசறேன்னு பொய்யைச் சொல்லிண்டு, கள்ளன், திருடன், கேப்மாரிப்பயல்களோட காசை வாங்கிச் சீவிச்சுண்டுதானே மாமா பெரிய மனுஷாள் ஆனேள்? அப்புறம் நான் மட்டும் ஏன் ஆலையிலேயே பஞ்சு புடுங்கற உத்தியோகம் பண்ணப்படாது? இவ்வளவு பேசறேளே ...உங்க

பிள்ளை என்ன பண்றா? 'பாட்டா'விலே, வர்றவன் போறவன் காலைப் புடிச்சு செருப்பை மாட்டிண்டுதானே ஜீவனம் பண்ரார். பேண்ட்டும், சர்ட்டும் போட்டுண்டா அது சக்கிலியன் வேலை இல்லேன்னு ஆயிடுமா? இதே சக்கிலியனை நாமதானே நாலு அடி தள்ளி நில்லுடான்னு சொன்னோம். இப்போ நாலு காசு கிடைக்குதுன்னு தெரிஞ்சப்போ, நாமதனே செருப்பை மாட்டிவிடப்போறோம். பிராமணன் என்ன பிராமணன். நமக்கு என்ன கொம்பா முளைச்சிருக்கு?"

பூங்காவில் கேட்பாரற்று நின்ற விஷ்ணுவின் சிலையை பக்தனான வாசுதேவன் கழுவிச் சுத்தம் செய்து மாலை போட்டு பூசையும் செய்கிறான். இவ்வளவு சிரத்தையோடு பகவானைச்சுத்தம் செய்து சேவிக்கும் அவனைத் தூரத்திலிருந்து பார்த்துக்கொண்டிருந்த வசதியான பெரியவர் ஒருவர் அவன் கையில் நூறு ரூபாயைத் திணித்து சாமிக்குப் புஷ்பம் சாத்தி பிரசாதம் படைத்து வழிபட வழிகாட்டுகிறார். அப்படியே வாசுதேவனுக்கு அந்தப்பணி தொடர்கிறது. வாசுதேவன் பக்திமானுமல்ல. நாத்திகனுமல்ல. அப்பாவின் வற்புறுத்தலால் ஆண்டாளைக் கொஞ்சம் வாசித்திருக்கிறான். அது இப்போது கை கொடுக்க, பலரும் வந்து வழிபடத் தொடங்குகிறார்கள். அவனுக்கும் வரும்படி வருகிறது. ஸ்ட்ரைக் காலத்தில் சக தொழிலாளிகள் பட்டினி கிடக்கிறார்கள். கடன் வாங்குகிறார்கள். கடன்காரன் அவமானப்படுத்தும்போது தற்கொலையும் செய்து கொள்கிறார்கள். வாசுதேவன் குடும்பமும் பட்டினி கிடக்கும் குடும்பம்தான். தொழிற்சங்கத் தோழர்கள் அவ்வப்போது பகிர்ந்து கொள்ளும் கோதுமை, தானியங்கள் கொஞ்சம் காசு இதை வைத்துத்தான் ஓடும் வண்டி... இப்போது பெருமாள் புண்ணியத்தில் மோருஞ்சாதமும் ஆறுபேர் கொண்ட அக்குடும்பத்துக்குக் குறைவின்றிக் கிடைக்கிறது... சில பணக்காரக் குடும்பத்தினர் சிறப்புப் பூஜைகள் செய்யச் சொல்லிப் பணம் தரும் ஒரு கதவும் திறக்கிறது. வருமானத்துக்கு பகவான் அருள்பாலித்துவிட்டார்.

இதற்கிடையில் போராட்டம் முடிவுக்கு வந்து மில் திறக்கப்போகிறார்கள். பிரபஞ்சன் எழுதுகிறார்: "சுமார் முப்பது உயிர்களைக் கொள்ளை கொண்டபின், நாற்பது ஐம்பது குடும்பங்கள் ஊரைவிட்டுச் சென்ற பின், முன்னூறு நானூறு தொழிலாளர்கள் வேறுவேறு தொழில்களில் தம்மை ஈடுபடுத்திக்கொண்ட பின், ஒரு வழியாக இரண்டு இரண்டரை வருஷங்களுக்குப் பிறகு ஆலையை நாளை திறக்கிறார்கள்"

1992இல் எழுதப்பட்ட இவ்வரிகளை வாசித்ததும் என் மனம் பெருமூச்சுடன் விம்மித் தணிந்தது. என்னையறியாமல் கண்களில் நீர் துளிர்த்தது. கட்சி சார்ந்த, தொழிற்சங்க இயக்கத்தின் அங்கமாக இருக்கின்ற எழுத்தாளர்கள் மட்டுமே எழுதுவதற்கென இலக்கிய உலகில் பாகம் பிரித்து ஓரமாக ஒதுக்கி வைக்கப்பட்டிருந்த இந்த வெகு சாதாரணமான, பட்டினியில் காய்ந்துபோன (இலக்கியத் தரமற்ற!), வார்த்தைகளைப் பிரபஞ்சன் எழுதிவிட்டாரே என்று ஒரு விசும்பல். என் மனம் அவர் கரங்களைப்பற்றிக் கண்ணில் ஒற்றிக்கொண்டது. கோவை ஸ்டேன்ஸ் மில் போராட்டத்தின் "காலுக்குச் செருப்புமில்லை... கால் வயிற்றுக் கூழுமில்லை... பாழுக்கு உழைத்தோமடா என் தோழனே பசையற்றுப் போனாமடா..." என்கிற தோழர் ஜீவாவின் பாடல் வரிகள் சுமந்து நின்ற சோகத்தை பிரபஞ்சனின் இந்த வரிகள் நம்மிடம் கொண்டு வந்து சேர்க்கின்றன. இந்த நீளமான ஒற்றை வரிக்குள் எத்தனை எத்தனை தொழிலாளர் குடும்பங்களின் துயரக்கதைகள் புதைந்து கிடக்கின்றன? என்ன ஒரு அழுத்தமான சாய்மானம் கொண்டவரிகள்.

கதையின் முடிவு இதைவிட அபாரம். இப்போது வாசுதேவனுக்கு முன்னால் "ஆலைத்தொழிலாளி ஆவதா அல்லது பட்டாச்சாரியார் வேலையிலே தொடர்ந்து இருப்பதா?" என்கிற கேள்வி எழுந்து நின்றது. பசியும் பட்டினியுமாகத் தவித்த வேளையில் தனக்குக் கிடைத்த கொஞ்ச கோதுமையையும் பகிர்ந்து கொண்ட தோழர்களின் நினைவு வந்தது. தான் அவர்களில் ஒருவன் அல்லவா. அவர்களை விட்டு எப்படி விலகிச்செல்ல முடியும். சாமி கிடக்கட்டும் ஆலைக்கே போவோம் தோழர்களோடு என முடிவெடுக்கிறான். சாதியும் வர்க்கமுமாகவும் சாதியே வர்க்கமாகவும் பின்னிக்கிடக்கிற நம் சமூகத்தைச் சரியாகப் புரிந்துகொண்டு ஒரு சுத்தமான தொழிலாளி வர்க்கக்கதையாக இதை பிரபஞ்சன் படைத்திருக்கிறார்.

தமிழகத்தில் தொழிற்சங்க இயக்கமும் வேலைநிறுத்தமும் 1905 ஆம் ஆண்டு வ. உ. சி. தலைமையில் துவங்கிவிட்டது. தமிழ்ச் சிறுகதை 1920களில் பிறந்து விட்டது. ஆனாலும் தமிழ்வாழ்வின் பகுதியாகி நிற்கின்ற தொழிற்சங்கம்-வேலை நிறுத்தம்-அதன் காரணமாகப் பட்டினி- இதெல்லாம் மகத்தான தமிழ்ச் சிறுகதைப் படைப்பாளிகளின் மனங்களை இன்னும் அசைக்க/தொட முடியாத பரிதாபம் தொடர்கிறது. பிரபஞ்சனும் அப்படைவரிசையில் வரும் நடுத்தரவர்க்க வாழ்வைச் சேர்ந்தவர்தான் என்றாலும் இந்த ஒரு கதையை எழுதித் தனித்த இடத்தைப் பெற்றுவிட்டார்.

தொழிற்சங்க வாழ்வை எழுதினால்தானா ஒருவரைப் படைப்பாளியாக ஏற்பீர்கள்? என்று கேட்டால் நிச்சயமாக அப்படி எதிர்பார்ப்பில்லை. அதை மட்டும் ஓர் அளவு கோலாகக் கொள்வது ஏற்புடையதல்ல. ஆனாலும் ஒரு கதை. ஒருகதையில் நாலு வரி. அவ்வளவே நம் எதிர்பார்ப்பு.

அரசியல் மற்றும் வரலாற்றுக் கதைகள்

பிரபஞ்சனின் அரசியல் பார்வை அவருடைய எல்லாக்கதைகளிலும் உள்ளார்ந்து நிற்பதை நம்மால் உணரமுடிகிறது என்றாலும், நேரடியாக அரசியல் பேசிய கதைகள் என சுமார் இருபது கதைகளைச் சுட்ட முடியும். உண்மையில் இது பெரிய எண்ணிக்கைதான். பிரபஞ்சன் புதுச்சேரிக்காரர். புதுச்சேரி நீண்டகாலம் பிரான்ஸ் நாட்டின் ஆட்சியின் கீழ் இருந்தது. பிரஞ்சு இந்திய விடுதலைப்போராட்டத்தின் பின் விடுதலை பெற்றது. இன்றைக்கும் புதுச்சேரிக்கும் பிரான்ஸுக்கும் இடையிலான உறவுகள் தொடர்கின்றன. புதுச்சேரி நகரில் ஒயிட் டவுண் எனப்படும் வெள்ளை நகரத்தில் பிரஞ்சுக்காரர்கள் இன்றும் வாழ்கிறார்கள். தமிழர்கள் வாழும் பகுதி கறுப்பு நகரம் எனப்படுகிறது. பிரபஞ்சனின் இரு மகன்கள் உட்பட புதுச்சேரி மக்களில் பலரும் பிரான்சில் வேலை பார்த்து அங்கேயே குடியுரிமை பெற்று வாழும் யதார்த்தத்தை நாம் புரிந்துகொண்டு அவருடைய அரசியல், வரலாற்றுக் கதைகளை வாசிக்க வேண்டும். அவை புதுச்சேரியின் வரலாற்றோடும் பண்பாட்டோடும் கட்டுண்ட கதைகள்.

பாதுகை, பப்பா, தியாகி, ஓர் ஏழை நாடும் ஒரு பரம ஏழையும், வியாபாரம், பதவி, தோழமை, தியாகராஜன், மக்களின் கதை அல்லது லாராவின் கதை, வனமல்லி, இரண்டு நண்பர்களின் கதை, நீரதன் புதல்வர், குழந்தை அழுதுகொண்டே இருக்கிறது, தந்தையும் மகனும், அமைதி தவழும் நாடு ஆகிய கதைகள் கடந்த காலம் மற்றும் சமகால இந்தியாவின் அரசியலையும் வரலாற்றையும் களமாகக்கொண்டு இயங்குகின்றன.

“ஓர் ஏழை நாடும் ஒரு பரம ஏழையும்” கதை ஒரு கடித வடிவில் அமைந்தது. இந்திய நாட்டின் பிரதம அமைச்சருக்கு புதுச்சேரிப் பிரஜை ஒருவர் எழுதும் கடிதமாக அது தொடங்குகிறது. கடிதம் எழுதுபவரின் பள்ளித்தோழன் அந்த்துவான் படித்ததும் எந்தக் கேள்வியும் இன்றிப் பிரான்சுக்குப் போய் உத்தியோகத்தில்

சேர்ந்து 'அவனல்லவா பிள்ளை... நீயும் இருக்கியே' என்று இவருடைய அப்பா ஒப்பீடு செய்து திட்டும் வாய்ப்பை உருவாக்குகிறான். கடிதம் எழுதுபவரின் சொந்த மாமாவும் பிரான்சில் தங்கிவிட்டவர் அவரும் அழைத்துக்கொண்டே இருக்கிறார்அந்த மாமா இவரிடம் பேசுகிறார்:

"இந்த நாடு உருப்படாதுடா, இங்கே எம். ஏ. படி. அதற்கு மேலும் படி. உனக்கு வேலை கிடைக்காது. எத்தனை லட்சக்கணக்கான பேர் வேலை இல்லாமல் திரிகிறார்கள். நானும் பார்க்கிறேனே?" சுதந்திரத்திற்குப் பிறகாவது நிலைமை மாறும் என்று மக்கள் எதிர்பார்த்திருந்தனர். ஆனால்," கறுப்புத் துரைகள், வெள்ளைத் துரைகளைவிட மோசமானவர்களாக இருக்கக்கண்டு" மனம் உடைந்தனர்.

"ஆகவே இந்த நிலைமையில், நீ இந்தியாவை விட்டு பிரான்சுக்கு வருவதுதானே மேல்?" என்று கேட்டார் மாமா.

"இல்லை. இந்த நிலைமையில் நான் இங்கு இருப்பதுதான் உத்தமம். நீங்கள் சொன்ன அயோக்கியர்களால் பாதிக்கப்பட்டவர்கள் என் அண்ணன் தம்பிகள். அவர்களுடன் இருந்து அவர்களுக்காக உழைத்தால்தான், நான் மனிதன்" என்று சொன்னேன்.

இக்கடிதத்தில் பிரபஞ்சன் வெளிப்படுத்தும் கருத்துகள் தேசத்தின் பிரச்னைகளை அவர் புரிந்துகொண்டுள்ள பார்வையைப் பளிச்செனக் காட்டுகின்றன. கடிதத்தின் கீழ்க்கண்ட பத்தி அவரது அரசியல் பொருளாதாரப் புரிதலையும் காட்டுகிறது:

ஐயா, இந்தியர்கள் சபிக்கப்பட்டவர்கள் என்று நான் சொன்னால், கோபிக்கக்கூடாது. மலைச் சரிவுகளில் குளிரோடும், விஷப் பூச்சிகளோடும் போராடி தேயிலை உற்பத்தி செய்யும் ஆட்கள் நாங்கள். ஆனால் எங்களுக்குக் கிடைப்பதோ மூன்றாம் தரத் தேயிலை. அது மாதிரித்தான் இந்த எறாலும், நாங்கள் அதை எறா என்போம். ஒரு காலத்தில் – காலம் என்பது சுமார் இருபது வருஷங்களுக்கு முன்கூட, பெரிய பெரிய எறாக்கள் சுலபமாகக் கடைகளில் விற்றதுண்டு. இப்போது பெரிய எறாக்கள் கண்களிலே காணப்படுவதிலை. இது ஏன் இப்படி நேர்ந்தது? எங்கள் கடலில் எங்களால் பிடிக்கப்பட்டும், எங்களுக்கு உணவாகாமல் யாரோ அவற்றைத் தின்னும்படியாக நேர்ந்தது எப்படி?

என் தாத்தாவுக்குக் கல்யாணம் ஆனபோது, அவர் வகித்திருந்த கணக்குப்பிள்ளை உத்தியோகத்துக்கு மாதம் பத்து ரூபாய் சம்பளம்.

ஆறு பெண்கள், மூன்று பிள்ளைகள் அவருக்கு. நிம்மதியாக உண்டு உடுத்து, பெண்களுக்குத் திருமணம் முடித்து, பிள்ளைகளைப் படிக்க வைத்து, வீடு வாங்கி, அதை ஒழுங்குபெறத் திருத்திக் கட்டி நிறை வாழ்வு வாழ்ந்திருக்கிறார் அவர்.

நான் தங்களைக் கேட்பது இதுதான். பத்து ரூபாய்ச் சம்பளக்காரர் அவ்வளவு திருப்தியாகக் குடும்பம் நடத்தியது சாத்தியம் என்றால், ஆயிரம் ரூபாய்ச் சம்பாதிக்கிற ஒருவன் கடனாளியாக உழல்கிற நிலை எப்படி, ஏன் வந்தது? எனக்குச் சம்பளமாக என் உழைப்புக்குப் பதிலாக ஒரு ரூபாய் தரப்பட்டால், அதன் உண்மையான மதிப்பு பத்து பைசாவாக இருக்கிறதெனில், மீதியுள்ள தொண்ணூறு பைசாவுக்கு நான் ஏமாற்றப்படுகிறேன், என்பதுதானே பொருள் விலைவாசி ஏற்றத்தைக் கட்டுப்படுத்தி ஸ்திரப்படுத்தாமல் சம்பளம் என்று வெறும் பேப்பர் நோட்டுகளை வாரி வழங்குவதில் என்ன அர்த்தம் இருக்க முடியும்? நெல்லை உற்பத்தி செய்கிறவனிடம் ஒரு ரூபாய்க்கு வாங்கி, மூன்று ரூபாய்க்கு விற்கிற, நெல்லோடு சம்பந்தப்படாத ஓர் இடைத்தரகனை, வியாபாரியை வளர்ப்பது எந்த சக்தி? –

எங்கள் தாத்தாவும், ஏன் எங்கள் தாய், தந்தையரும் வாழ்ந்த வாழ்க்கையை மானம் கெடாமல் மனம் நோகாமல் நாங்கள் வாழ்வது எக்காலம்?”

'பாதுகை' கதை காலனியத்துக்கு எதிரான ஒரு போராட்டத்தைப் பேசும் கதை. “துரைகளோடு வாழ்க்கை நடத்தறது பேயோட சம்சாரம் பண்ணற மாதிரி, எப்போ மரம் ஏறும் எப்போ இறங்கும்னே கண்டுபிடிக்க முடியாது. கும்பிட்டவன் கூழ் குடிப்பான். வம்பிட்டவன் வைக்கோல் தின்பான்னு பெரியவங்க சொல்லுவாங்க” என்று தம் பிள்ளைகளுக்குச் சொல்லி வளர்த்த பிரஞ்சுக் காலனிய நாட்களில் புதிய சப்பாத்துகள் (ஷூக்கள்) அணிந்து நீதிமன்றத்துள் நுழைய தமிழ் வழக்கறிஞர் பொன்னுத்தம்பிக்கு அனுமதி மறுக்கப்படுகிறது. ஆனால் பொன்னுத்தம்பி பணிந்து ஏற்காமல் துணிச்சலுடன் ஒரு சட்டப்போராட்டத்தை நடத்தி ஓராண்டுக்குப் பின் சப்பாத்துகளுடன் நீதிமன்றத்துக்குள் நுழைகிறார். பிரஞ்சு ஆட்சியோடு நடத்திப்பெற்ற முதல் வெற்றியைப் பிரபஞ்சன் இக்கதையில் ஆவணப்படுத்தியிருக்கிறார் என்றுதான் சொல்ல வேண்டும்.

புதுச்சேரி தவிர்த்த இந்தியாவின் பிற பகுதிகளிலும் இந்த ஷூ அணிதல் தலைப்பாகை அணிதல் போன்றவை காலனியவாதிகளால்

தடை செய்யப்பட்டிருந்ததையும் கலாச்சார மேலாதிக்கத்துக்கான ஒரு அம்சமாக உடைசார் பண்பாடு கட்டமைக்கப்பட்டதையும் வரலாற்றாய்வாளர் கே. என் பணிக்கர் அவர்கள் அவருடைய *“The ‘Great’ Shoe question:Tradition, Legitimacy and Power in Colonial India* என்கிற அவருடைய புகழ்பெற்ற ஆய்வுக்கட்டுரையில் பேசியிருப்பார். வரலாற்றின் மிக முக்கியமான ஒரு போராட்டத்தை இலக்கியப்படைப்பாக்கியிருக்கிறார் பிரபஞ்சன் என்பது குறிப்பிடத்தக்கது.

‘பப்பா’ என்கிற இன்னொரு முக்கியமான கதை பெருந்தலைவர் காமராசர் போன்ற ஒரு புதுச்சேரிக் காங்கிரஸ் தலைவரைப் போற்றும் கதையாக விரிகிறது. மக்களை வதைத்த ஒரு காவல்துறை அதிகாரியை மக்கள் அடித்து உதைத்துவிடுகிறார்கள். அப்பிரச்னையில் ‘பப்பா’ அடித்தவர்களுக்கு சாதகமாக நிற்கிறார். அதுகண்டு இக்கதையைச் சொல்பவர் வியந்து பேசுகிறார். பிரபஞ்சன் இக்கதையை முடித்த இடத்தில் அவருடைய அரசியல் முத்திரை வெளிப்படுகிறது. கதைசொல்லியின் வியப்பை அவருடைய தோழர் உடைப்பதாக முடிக்கிறார்:

“இன்ஸ்பெக்டரை உதைத்தவர் காங்கிரஸ் நண்பர். அதே காரியத்தைக் கம்யூனிஸ்டுகள் செய்திருந்தால் ‘பப்பா’ அதை அனுமதித்திருப்பாரா?’பப்பா’ன்னா தமிழில் அப்பா என்று அர்த்தம். அதாவது மாநிலத்தின் தந்தை. தந்தை காங்கிரஸ் பிள்ளைக்குப் பிஸ்கோத்தும், கம்யூனிஸ்ட் பிள்ளைக்கும் பிரம்படியும் கொடுப்பானா?கொடுத்தால் அவர் தந்தையா? தோழர் வார்த்தையில் உண்மை இருந்தது” என்று கதையை முடிக்கிறார்.

பெருந்தலைவர் காமராசர், மூதறிஞர் ராஜாஜி, அண்ணா, கலைஞர், எம். ஜி. ஆர் போன்ற மாபெரும் மக்கள் தலைவர்கள் எத்தனை செல்வாக்குப் பெற்ற தலைவர்களாக இருந்தாலும் வர்க்க அரசியல் என்று வரும்போது சிறு சந்தேகத்துக்கும், எள்ளளவு பிசிறுக்கும் இடமின்றி முதலாளித்துவத்தையே சிக்கெனப் பற்றி நிற்பர் என்று கலாபூர்வமான இக்கதையில் நேரடியாகச் சொல்லியிருக்கிறார் பிரபஞ்சன்.

தஞ்சை வட்டாரத்தின், சாட்டையடிக்கும் சாணிப்பாலுக்கும் பேர்போன, பண்ணையடிமை முறை அதே காலகட்டத்தில் புதுச்சேரி வட்டாரத்தில் செயல்பட்ட முறையை வாசக மனம் அதிர்ச்சியடையும் வண்ணம் பேசியிருக்கும் கதை ‘வியாபாரம்’

பெரியய்யா என்றழைக்கப்பட்ட பண்ணையாரிடம் பண்ணையாளாகக் குடும்பத்தோடு அடிமைப்பட்டிருப்பவர் மண்ணாங்கட்டி. அவருடைய மனையாள் செவந்தி. அவர்களுக்கு ஒரு பெண் குழந்தை பிறக்கிறது. அக்குழந்தைக்கு ‘வடிவு’ என்று செவந்தி பெயர் சூட்டுகிறாள். அவளைத் தன் அண்ணன் வீட்டுக்கு அனுப்பி அவளையாவது இந்த அடிமை வாழ்விலிருந்து தப்புவிக்க வேண்டும் எனச் செவந்தி கனாக் காண்கிறாள். பெரியய்யாவிடம் குழந்தையைக் காட்டி 'வடிவு' என்று பேர் சூட்டியிருப்பதாக மண்ணாங்கட்டி சொல்லி நிற்கிறான்.

“பெரியய்யாவின் முகம் சுருங்கியது. பெரிய கோயில் சாமியின் பேரைப்போய், இந்த சனங்கள் வைத்திருக்கிறார்களே என்கிற சிறு எரிச்சல் மூண்டது அவருக்கு.

“என்னடா, வடிவு? உங்க சனத்துக்கு இந்தப்பேரு அடுக்குமாடா?” என்றபடி, அவர் யோசித்தார். செவந்தி தன் அருமை மகளுக்கு ஆசையாய் வத்த பேர் அது. அய்யா யோசித்தார். அந்நேரம் ஆள்காரன், பலசரக்குக் கடையிலிருந்து ஒரு மூட்டையைத் தூக்கிக்கொண்டு, அவ்விடம் வந்தான்.

“என்னடா மூட்டை?”

“துவரம்பருப்புங்க ஐயா” என்றான் ஆள்காரன்.

அய்யா, மண்ணாங்கட்டியைப் பார்த்துச் சொன்னார்.

“உன் குட்டிக்குத் துவரைன்னு பேர் வையடா. உங்க சனத்துக்கு அது போதும்”

சத்தம் இல்லாமல் வடிவு, துவரையானாள்.”

துவரைக்குட்டிக்கு ஏழெட்டு வயதானபோது பெரியய்யாவின் பார்வையில் பட்டு அவளை வீட்டு வேலைக்கு அடிமையாகக் கொள்கிறார். கதையின் முடிவில் தூய்மா துரை தன் நாட்டிலுள்ள தன் தேயிலைத் தோட்டத்தில் வேலை செய்வதற்காக அடிமைகளை வாங்கிக் கப்பலில் அனுப்புகிறான். அந்தக் கூட்டத்தில் மொட்டையடிக்கப்பட்ட துவரைக்குட்டியும் இருக்கிறாள். இறுதிப்பகுதி மனதை உருக்கும் வண்ணம் எழுதப்பட்டிருக்கிறது

‘சத்தமில்லாமல் வடிவு துவரையானாள்’ என்கிற ஒரு வரிக்குள் தமிழகப் பண்பாட்டு ஒடுக்குமுறை மற்றும் சாதிய ஒடுக்குமுறை வரலாற்றின் பல பக்கங்கள் சடசடத்து அடங்குகின்றன. ஆ.சிவசுப்பிரமணியனின் ‘தமிழகத்தில் அடிமை முறை’ நூலில்

விளக்கம் பெற்ற உண்மைகள் ஒரு படைப்பாக வெளிவரும்போது அது ஏற்படுத்தும் தாக்கம் பெரிது. கடந்த காலத்தின் ஒரு கதவு 'டப்'பெனத் திறந்து துயரம் பாரித்த காற்று நம் முகத்திலடித்ததுபோல நம்மை உடல் சிலிர்க்கச் செய்கிறது இக்கதை.

வரலாற்றில் ஒரு வரியாகக் கடந்துபோய்விடக்கூடிய நிகழ்வுகளை ஒரு படைப்பாளி புனைவாக்கும்போது அவ்வரலாறு ஒரு செய்தியைப்போல எளிதில் நம்மைக்கடந்து போய்விடுவதில்லை. நாமே அவ்வரலாற்றின் தெருக்களில் நடந்துகொண்டிருக்கிறோம். அன்றைய வெக்கையையும் குளிர்ச்சியையும் நாம் முகத்தில் வாங்குகிறோம். வாசிப்பில் அக்கடந்த காலம் நம் நிகழ்தருணமாகி உறைக்கிறது. சதத் ஹசன் மண்ட்டோ, அம்ரிதா பிரிதம் போன்றோர் தம் சமகால வரலாற்றுக்கு ஆற்றிய பங்களிப்பைத் தமிழில் பிரபஞ்சன் ஆற்றியுள்ளார். அவருடைய மானுடம் வெல்லும், மகாநதி, வானம் வசப்படும் போன்ற வரலாற்று முப்புதினங்களில் போலவே சில பத்துச் சிறுகதைகளில் அவர் வரலாற்றைக் கைக்கொண்டு சுழன்றாடியிருக்கிறார்.

போலீஸ்காரக் கோப்பையனின் சம்சாரம் வனமல்லி, அரைமூட்டை அரிசியைத்தூக்கி அனாயசமாக இடுப்பில் வைத்துக் கொண்டுபோகும் வலிமை உடையவள். புருசன் போலீஸ்காரன் என்பதால் பெருமை. மட்டுமின்றி வெள்ளைக்காரனை விரட்டிட்டு நம்ம ஊரு ஜனங்க ஆளப்போகுதுங்களாம். இதெல்லாம் நடக்கிற காரியமா என்கிற நினைப்பும் அவளுக்கு உண்டு. கண் அவன் என்பதால்.

அது 1942. வெள்ளையனே வெளியேறு இயக்கத்துக்குக் காந்திஜி அறைகூவல் விடுத்த காலம். பிரபஞ்சனின் 'வனமல்லி' கதை புயல் வீசிய அந்நாட்களின் ஒரு கீற்றை நமக்குள் பாய்ச்சுகிறது.

காந்திஜியின் அறைகூவலைக்கேட்டு 'மண் வெடித்துத் திடுமென்று ஒரு ஜனக்கூட்டம் தோன்றுவது போல, ஒரு பெரும் திரள். சில நிமிஷங்களில், அந்தத்தெருவில் சேர்ந்துவிட்டது. இசைவாக டேப் தங்கவேலு அங்கு பிரசன்னமாகிப் பாடத் தொடங்கினார்

"கடலைப் பாருடா வெள்ளைக்காரா-அதுல
கப்பலைப்பாருடா வெள்ளைக்காரா

மூட்டையக் கட்டிட்டு நாட்டையும் விட்டுட்டு

நடையைக்கட்டுடா கொள்ளைக்காரா"

தொண்டர்கள் உற்சாகத்தில் "மகாத்மா காந்திக்கு ஜே" என்றார்கள்.

ஊர்வலம் பேரோசையுடன் கிளம்புகிறது. துப்பாக்கிச்சூடு நடக்கிறது. ஆண்களையும் பெண்களையும் பிடித்துக்கொண்டுபோய் ஸ்டேசனில் வைத்துச் சித்திரவதை செய்கிறார்கள். நகக்கண்ணில் ஊசி ஏற்றுகிறார்கள். பெண்களை நிர்வாணமாக்கிச் சொல்லத்தகாத கொடுமையெல்லாம் செய்கிறார்கள். வனமல்லியின் தெருப்பெண்கள் இதைப்பற்றி வயிறெரியப் பேச்சிக்கொண்டிருக்கும்போது வனமல்லி தன் புருசன் அப்படி வேலையெல்லாம் செய்ய மாட்டான் என நம்புகிறாள். ஆனால் உண்மை வேறாக இருக்கிறது. மக்களைச் சுட்ட வெள்ளைக்கார லோன் துரையை மக்கள் அடித்துக் கொன்றுவிட்டதால் வெள்ளைக்காரப்போலீஸ் ஆவேசமாகியிருந்தது.

தன் சகதோழியான ராமக்காவையே போலீஸ் பிடிச்சிக்கிட்டுப் போனதைக் கேள்விப்பட்டு ஸ்டேசனுக்கு ஓடுகிறாள் வனமல்லி. அங்கே மூன்று பெண்கள் பிறந்த மேனியுடன் கைகால்கள் கட்டப்பட்டுத் தரையில் கிடந்தனர். ஆண்களும் அவ்விதமே. அந்நிலையில் அடித்துத் துவைத்துக்கொண்டிருந்தார்கள்.

"வனமல்லீ" என்ற அக்காவின் குரல் கேட்டு வனமல்லி தன் புடவையை உருவி அக்காவையும் இதர பெண்களையும் போர்த்தினாள். தன் கணவனைப் பார்த்துச் சொன்னாள், "அவங்க கட்டுகளை அவுத்து விடுய்யா. முதல்ல, அவங்க புடவையைக் கொடு. தாயைப் பெண்டாளறிங்கள்டா, பாவிகளா..." என்றாள், அனிச்சையாகத் தன் கைகளைக் குறுக்காக வைத்துக்கொண்டு. வெள்ளைக்கார அதிகாரி "கிக் ஹர் அவுட்" என்று கத்துகிறான். கோப்பையன் கொத்தாக அவள் கூந்தலைப் பற்றி நெட்டி வாசல் பக்கமாகத் தள்ளினான்." என் மானத்தை வாங்கறியே. என் பொண்டாட்டியா, நீ நாயே..."

"இல்லை. நான் உன் பெண்டாட்டி இல்லை. எனக்கு ஆம் படையானா இருக்க, உனக்கு என்ன யோக்யதை இருக்கு? பொம் பிளை மானத்தை வாங்கறியே. உனக்கு நான் உலைவைப்பனா? ஆக்குவேனா? முந்தானை விரிப்பனா, நீயும் ஒரு பொம்பிளை கிட்டே பிறந்தவன்தானேடா, ஐயோ. இப்ப சொல்றேன், கேளு.

இந்த வேலையை விட்டுட்டு மனுசனா வந்தியானா நான் உனக்குப் பொண்டாட்டி, இல்லைன்னா என் ஜென்மம் தீர்ற மட்டும் உன்னை நான் தீண்ட மாட்டேன். இது சத்தியம். இது சத்தியம்.''

மயக்கமுற்று தரையில் சரிந்தாள் வனமல்லி. என்று கதை முடிகிறது.

ஆவேசமும் உணர்ச்சிக் கொந்தளிப்புமான இக்காட்சியை வாசிக்கையில் நாம் மீண்டும் அந்தக் காலப்புள்ளியில் வாழ்பவர்களாகி விடுகிறோம்.

எழுத்தில் உறைந்துபோன வரலாற்றுக்கு வாழ்வளிப்பவனாகப் படைப்பாளி, தன் படைப்புகளின் மூலம் இன்றின் பிரச்னைகள் என்பவை நேற்றின் தொடர்ச்சி என்பதை உணர வைக்கிறான். இன்றைப் புரிந்துகொள்ளவே நேற்றை அவன் மீண்டும் இன்றாக்கிக் காட்டுகிறான்.

பிரபஞ்சனின் இதர அரசியல், வரலாற்றுக்கதைகள் பன்முகப்பட்ட பார்வைகளையும் பரிமாணங்களையும் முன் வைக்கின்றன.

தியாகி, தியாகராஜன் என்று இரு கதைகள். சுதந்திரப்போராட்டத்தியாகி ஒருவர் தனக்கு அளிக்கப்பட்டு வரும் தியாகிப் பென்ஷன் இனிமேல் வேண்டாம் என்று நிறுத்தச்சொல்லி மனுக் கொடுப்பதையும் அதற்கான காரணத்தையும் பற்றி 'தியாகி' கதை பேச 'தியாகராஜன்' கதை ஆரம்பத்தில் தியாகி பென்சன் வேண்டாம் என்று மறுத்தவர் பிற்காலத்தில் குடும்ப நெருக்கடி காரணமாக இப்போது பென்சன் வேண்டும் என மனுச் செய்கிறவர் பற்றிய கதை. இவ்விரு கதைகளிலும் நாட்டுக்காகப் போராடினோம் பென்சனுக்காகவா போராடினோம் என்கிற அவர்களின் உணர்வுதான் அடிப்படை. அரசியல் என்பது வியாபாரமல்ல எனக் கருதிய ஒரு தலைமுறைக் காந்தியவாதிகள் இருந்தனர் எனச் சொல்வதன்மூலம் பிரபஞ்சன் இன்று காந்தியைவிளம்பரச்சின்னமாகப் பயன்படுத்துவோரையே அம்பலப்படுத்துகிறார்.

புதுச்சேரி வரலாற்றின் புகழ்பெற்ற நாயகன் ஆனந்தரங்கம்பிள்ளை இரண்டு கதைகளில் மையக் கதாபாத்திரமாக வருகிறார். 'பதவி' கதையில் புதுச்சேரி பிரஞ்சு ராஜாங்கத்தின் துபாஷியாக இருந்த கனகலிங்க முதலியார் மறைவுக்குப் பின் அப்பதவியை லஞ்சம் கொடுத்து வாங்க லாசர் தானப்ப முதலியும் அன்னபூர்ண அய்யரும்

போட்டி போட்டு முயற்சித்துக்கொண்டிருக்க எதுவும் வேண்டாம் என்கிற மனநிலையை ழான் துரைக்கு வெளிப்படுத்துவதையே ஒரு தந்திரமாகக் கையாண்டு வெல்கிற ஆனந்தரங்கப்பிள்ளையின் மதியூகத்தை ஒன்றும் சொல்லாமலே உணர்த்தும் கதை.

தர்மபுரி பகுதியில் நக்சலைட்டுகளைப் பூண்டோடு வேரறுக்க ஐ.ஜி.தேவரம் காலத்தில் எடுக்கப்பட்ட காவல்துறையின் வன்முறை நடவடிக்கைகளைப் பற்றிய 'தோழமை' என்னும் கதை, தோழர் அப்புவைத் தப்பிக்கவிட்டுத் தான் கைதாகிச் சித்திரவதைக்குள்ளாகும் ஜானகி என்னும் பெண் தோழரின் மனத்திடத்தைப் பேசுகிறது.

நீரதன் புதல்வர், தந்தையும் மகனும் ஆகிய இரு கதைகளும் இன்றைய உள்ளீடற்ற கயமை நிறைந்த கட்சி அரசியல்வாதிகளைத் தோலுரிக்கும் கதைகள்.

மிகவும் சிறப்பாகக் குறிப்பிட வேண்டிய ஒன்று யாதெனில், தமிழகத்தின் வரலாற்றில் சாதிகளின் தொகுதியாக இடங்கை, வலங்கை என்கிற பிரிவினை இருந்ததும் அவற்றுக்கிடையில் மோதல்கள் இருந்ததும் நாமறிவோம். அம்மோதல்களைச் சிறுகதைகளில் படைத்தளித்த ஒரே எழுத்தாளர் பிரபஞ்சன்தான் என்று நினைக்கிறேன். சமபந்தி, நீதி போன்ற கதைகள் அழுத்தமாக இம்மோதலைப் பேசுகின்றன.

தொகுத்துப் பார்த்தால், இந்த அரசியல் மற்றும் வரலாற்றுக் கதைகள் வெவ்வேறு பரிமாணங்களைக் கொண்டுள்ளதோடு எப்படியான ஒரு அழுத்தமான அறம் சார்ந்த ஜனநாயக, இடதுசார்பு அரசியல் பார்வையை பிரபஞ்சன் கொண்டிருந்தார் என்பதையும் தெள்ளென வெளிக்காட்டி நிற்கின்றன. கட்சி மற்றும் அமைப்புகள் சாராத நவீன இலக்கியவாதிகள் எவரிடமும் வெளிப்படாத ஒரு நிலைப்பாடு இது.

சாதி, மதங்களைப்பற்றிய கதைகள்

வெளியேற்றம், சகோதரர் அன்றோ, பாயம்மா, நான் இருக்கிறேன், அமானுடன், அழகுப்பரதேசியின் அந்திப்பொழுதுகள் ஆகிய ஐந்து கதைகள் மத நம்பிக்கைக்குள் ஊடாடும் நேர்மறையான கூறுகள் மீது ஒளி பாய்ச்சும் அதே நேரத்தில் நாணயத்தின் மறுபக்கமாக அதன் எதிர்மறை அம்சங்களையும் மதவெறி அரசியலையும் கிழித்துப் போடுகின்றன. சாதி ஆணவக்கொலை குறித்த 'நேற்று மனிதர்கள்', துப்புரவுத் தொழிலாளியைப்

பெருமைப்படுத்தும் 'சுந்தரன்' ஆகிய கதைகள் அவருடைய சாதிக்கெதிரான கருத்தியலை நமக்குக் காட்டுகின்றன.

'சகோதரர் அன்றோ' கதை தமிழ்க் கிறித்துவத்துக்குள் பேயாட்டம் போடும் சாதியத்தை அடையாளம் காட்டுகிறது. பாதிரியார் லூர்து சுவாமியார் புதுச்சேரிக்கு வந்து நாலு தினங்களே ஆகிறது. சர்ர்ச்சுக்குள் சுவாமியார் பிரசங்கிக்கிற மேடைக்கு நேர் எதிராக, வயலுக்கு வரப்பெடுக்கிறமாதிரி ஒரு சுவர் கட்டப்பட்டிருந்தது. சுவருக்கு இந்தப்பக்கம் தாழ்த்தப்பட்ட மக்களும் அந்தப்பக்கம் மேல் சாதியார்கள், எசமானர்கள் இருந்து கொண்டு பூசை கேட்பார்கள் என்பதை அறிய மனம் வேதனைப்படுகிறார். லூர்து சாமியார் சேரிக்குச் செல்கிறார். சேரி மக்களைத் திரட்டிக்கொண்டு வந்து சர்ச்சுக்குள் இருக்கிற சுவரை இடித்துத் தகர்க்கப் பண்ணுகிறார். மேல்சாதிக்காரர்கள் வர்த்தகர் ஞானப்பிரகாசம் தலைமையில் பெரிய சாமியாரிடம் சென்று லூர்துசாமியார் மீது புகார் சொல்லுகிறார்கள்.

பெரிய பாதிரியார் சொன்னார்

"ஞானப்பிரகாசம், அந்தச் சுவரை இடிக்கப்பண்ணினது என் தப்பல்ல. அதை இதுநாள் வரைக்கும் அனுமதித்தேனே, அதுதான் என் தப்பு. மலரைப்படைத்து உங்களுக்கு அளித்த தேவனுக்கு முள்ளைப் பரிசாக அளிக்கிறீரே? மனுஷ்யருக்குள் பாரபட்சம் எமக்கு உடன்பாடு அன்று. அது தேவனுக்கு விரோதம்"

ஆனாலும் சாதி அடங்கிப்போகவில்லை. சர்ச் வாசலில் நின்று தகராறு பண்ணுகிறது. தகராறு செய்பவர்களைக் கழுத்தில் அறைந்து கிடங்கில் போடுமாறு குவர்னர் துரை உத்தரவிட்டதும் சலம்பல் அடங்குகிறது. ஆனால் சாதி பிறகும் அடங்கவில்லை. சர்ச்சுக்குள் கிடந்த நாற்காலிகளைக்கொண்டு ஒரு சுவரை நடுவில் அமைத்து இப்பக்கம் உயர்சாதியாரும் அப்பக்கம் மேல்சாதியாரும் அமர்ந்தார்கள்.

லூர்து பாதிரியார் தானாக விரும்பி மாற்றலுக்கு விண்ணப்பித்து, மாகியில் இருக்கும் சர்ச்சுக்கு மூட்டை முடிச்சுகளுடன் கப்பல் ஏறுகிறார். அவர் மனம் அழுதுகொண்டிருந்தது. கடற்கரையிலிருந்து, தேவாலயம் தெரிந்தது. சிலுவையும் தெரிந்தது. அவர் அதையே பார்த்துக்கொண்டிருந்தார்.

திடீரென்று அவருக்கு ஒரு பிரமை. சிலுவையிலிருந்து தேவகுமாரன், திடீரென்று காணாமல் போயிருந்தார்."

இந்தக்கதை நமக்கு நெல்லை மாவட்டம் வடக்கன்குளத்தில் நின்றிருந்த ‘டவுசர் சர்ச்’சின் கதையை நினைவூட்டுகிறது. தாழ்த்தப்பட்ட மக்களுக்குக் கல்வி அளித்துக் குடியிருப்புகள் கூடக் கட்டிக்கொடுத்து (சாயர்புரம் ஒரு உதாரணம்) நல்லது பண்ணின கிறித்துவத்துக்குள், இந்தியச் சாதி புகுந்து கொண்டு அங்கேயும் அழிம்பு பண்ணிக்கொண்டிருக்கும் யதார்த்தத்தின் மீது கட்டியெழுப்பப்பட்ட புனைவு இது. லூர்து பாதிரியார் மூட்டை முடிச்சுகளுடன் தப்பி ஓடுவதாக பிரபஞ்சன் எழுதியிருப்பது, சாதியிடம் தோற்று, மதம் ஓடுவதன் குறியீடென்று நாம் கொள்ளலாம். சாதி காக்காத மதம் இங்கு நீடிக்க முடியாது. தலித் கிறிஸ்தவர் விடுதலை இயக்கம் ஒன்று இன்றைக்கும் தேவையாகத்தானே இருக்கிறது.

லூர்து பாதிரியாரைப்போலச் சாதியத்திடம் தோற்றோடிய இந்துச்சாமியாராக ஒரு ஆத்மானந்தாவை “வெளியேற்றம்” கதையில் பிரபஞ்சன் படைக்கிறார். சுவாமி விவேகானந்தரால் ஈர்க்கப்பட்ட ஆறுமுகம் ஆத்மானந்தாவாக மாறி மடத்தின் தலைமைப்பீடாதிபதியாகிறார். மடத்துக்குள் நடக்கும் ஊழல்களைக்கண்டு மனம் கொதிக்கிறார். நதிக்கு இக்கரையில் மடம் இருக்க, அக்கரையில் நின்றுதான் தாழ்த்தப்பட்ட மக்கள் சுவாமியைத் தரிசிக்க வேண்டும். தினம் தினம் நதியின் இக்கரையில் நின்று அக்கரையில் “கழுவப்படாத படச்சுருளைப்போல, சேரிக்குடிசைகள் தெரிவதை” குற்ற உணர்வுடன் ஆத்மானந்தா பார்த்துக் கொண்டிருக்கிறார். மடத்தின் முக்கிய நிர்வாகியான நரசிம்மனின் மகள் தலித் சேரியைச் சேர்ந்த சோமுவைக் காதலிக்கிறாள். ஆத்மானந்தா அதை ஆதரிக்கிறார். ஆனால் சேரி கொளுத்தப்படுகிறது. சோமு தீக்குள் எறியப்படுகிறான். ஆத்மானந்தா அந்த லூர்துசாமியாரைப்போலச் சாதியிடம் தோற்று மடத்தை விட்டு வெளியேறுகிறார். ஒரு கடிதத்தை அவர் விட்டுச்செல்கிறார்:

‘முதலதிகாரிக்கு ஆசிகள். நான் மடத்தைவிட்டும், அது சார்ந்திருக்கிற மதத்தைவிட்டும் வெளியேறுகிறேன். வீடு கொளுத்தச் சொல்லாத, ஏற்றத்தாழ்வு கற்பிக்காத, குறைந்த பட்சம் மனச்சாட்சியைக் கட்டிக்காக்கிற, ஒரு மதத்துக்கு, நதிக்கு அப்புறம் இருக்கும் மக்கள் போகிறார்கள். அவர்களுடன் நானும் சங்கமிக்கிறேன். பேரறிவும், நல்ல சங்கமும் உண்மைச் சரணமும் கொண்ட மதம் இப்போதைக்கு என் விலாசமாக இருக்கட்டும்.

அந்த வீட்டையும் துறந்து, சகலத்தையும் நேசிக்கிற மனதையும் வரம்புகள் அற்ற அன்பையும் பகவான் எனக்கு அருளுவார். ஆசிகள்.''

ஆத்மா நதியைக்கடந்து இப்பக்கம் வந்து சேர்ந்தார். இருட்டு சுத்தமாக அகன்றிருந்தது.

இரு மதங்களுக்குள்ளிருந்தும் இரு இணைகளைப் படைத்துத் தன் கதைகளில் உலவவிடுவதில் காலூன்றி நிற்பது பிரபஞ்சனின் அரசியல். இஸ்லாத்துக்குள் நிலவும் பிற்போக்கான பார்வைகளையும் நேர்மறையான அம்சங்களையும் 'இப்ராஹிம் என்னும் வள்ளல்'கதையில் பேசியிருக்கிறார். நாட்டுப்புற தெய்வ வழிபாட்டில் உள்ள நம்பிக்கைகளையும் கருப்பனையே ஏமாற்றும் பூசாரி முத்துப்பாண்டியையும் 'அமானுடன்' கதையில் காட்டுகின்றார்.

கழியையும் கமண்டலத்தையும் போட்டுவிட்டுத் 'தான் மட்டுமே அறிந்த காரணங்களுக்காக' காஞ்சி மடத்தை விட்டு ஜெயேந்திரர் சில நாட்கள் 'காணாமல் போன' அந்த வெளியேற்றத்தை வைத்து ஒரு புனைவை மகத்தான பெரும் படைப்பாளி எழுத்தாளர் ஜெயகாந்தன் "ஜெய ஜெய சங்கர" என்கிற நெடுங்கதையில் தந்தார். ஜெயேந்திரரின் "வெளியேற்றம்" எதற்காக என்று ஒரு தத்துவ முலாம் பூசி விளக்கத்தை அளிக்க ஜெயகாந்தன் முயன்றிருப்பார். ஆனால் பிரபஞ்சன் படைத்த ஆத்மானந்தாவின் "வெளியேற்றத்தில்' ரகசியமோ மர்மமோ ஏதுமில்லை மத வரம்புக்குள், ஒரு சமூக நீதிக்காகக் குரல் எழுப்பித் தோற்று வெளியேறுகிறார் என்பதை குறிப்பிட்டுச் சொல்ல வேண்டும்.

"அம்மாவின் விரலைப் பிடித்துக்கொண்டு நடக்கையில், ஒரு பச்சை முருங்கையைப் பிடித்துக்கொண்டு நடப்பதாய் இருக்கும் எனக்கு" என்று ஆரம்பிக்கிற 'நான் இருக்கிறேன் -2' என்கிற கதையில் வரும் அம்மா குழந்தைக்கு முடியாவிட்டால் காலையில் பிள்ளையைத் தூக்கிக்கொண்டு புறப்பட்டு மாரியம்மன் கோவில் புற்றுக்கு பாலும் முட்டையும் படைத்து, கன்னி மரியம்மையின் முன்னால் அம்மா குழைந்து நின்று மெழுகுவர்த்தி ஏற்றி வணங்கி, மசூதி வாசலில் ஓதிக்கொண்டு நிற்கும் பக்கீரிடம் குழந்தையைக் காட்டி மயில் தோகையால் பக்கீர் ப்பூ என்று முகத்தில் ஊதிப் பிள்ளையின் தலைமுதல் கால்வரை தடவி அனுப்ப, வழியில்

பாயம்மா வீட்டில் முறுக்கும் எள்ளடையும் வாங்கித் தின்று (பாயம்மா அம்மா பார்வதியின் சினேகிதி), வீடு வந்து அப்பாவுடன் ஆஸ்பத்திரிக்குப் போய் மருந்தும் வாங்கிக் கொடுப்பார். இப்போதும் அம்மா பார்வதியின் பேரனுக்குக் காய்ச்சல் என்றதும் காலையிலேயே பயணம் புறப்பட்டு விட்டார் அம்மா. மாலை மகன் வந்து பேரனை ஆசுப்பத்திரிக்கும் எடுத்துப்போவான். அன்றைக்கு ஊருக்குள் கலவரம். முஸ்லீம்களை ஒரு கூட்டம் துரத்தித் துரத்தித் தாக்குகிறது. எங்கும் பீதி நிலவுகிறது. மகன் சற்றுப் பதட்டமாக இருக்க, அம்மா பார்வதி என்னப்பா என்று கேட்கிறாள். அவன் இந்தக் கலவரம் பற்றிச் சொல்கிறான். அம்மா சொல்கிறாள்:

“அதைச் சொல்றியா?” போக்கத்த, பைத்தியக்காரப் பசங்க. வர்ற வழியில பாயம்மாவைப் பார்க்கப்போயிருந்தேன். கதவைத்திறக்கவே பயந்து கிடக்கு. பாவம், தனியா இருக்கிற பொம்பிளை. ஆயிஷாவும் வேற இருக்கா. வீட்டுக்காரரோ துபாயில இருக்கார். என்னவாச்சும் ஆகுமா அக்கான்னு கேட்டுச்சு. என்ன ஆகும். நாமென்ன தீவிலயா இருக்கோம். மனுசங்க மத்தியிலதான இருக்கோம். ராத்திரி துணைக்கு நான் வந்து இருக்கேன்னுட்டு வந்திருக்கேன். நான் சித்தே இருந்துட்டு ஏழு மணிக்கா புறப்படறேன். நீ டாக்டர் வீட்டுக்குப் புறப்படு”என்றது அம்மா.

“நீ எதுக்கும்மா தனியா, அதுவும் ராத்திரிக்கு அங்கே போகணுமா?”

“இந்த நேரத்துலதானே நாம துணையா இருக்கோணும் அம்மா புறப்பட ஆயத்தம் செய்து கொண்டிருந்தது.

இந்தக் கதையை பாபர் மசூதி இடிக்கப்பட்டதைத்தொடர்ந்து சங்பரிவாரங்கள் நாடெங்கும் விஷம் விதைத்துக்கொண்டிருந்த காலத்தில் பிரபஞ்சன் எழுதியிருக்கிறார் என்பதை நாம் பார்க்க வேண்டும். மறைமுகமாகவோ பூடகமாகவோ சொல்லாமல் கலை நேர்த்தி குறையாமலேகூட முகத்திலடித்தாற்போல உண்மைகளைக் கதையில் நேரடியாகச் சொல்ல அவரால் முடிந்திருக்கிறது. ஒரு கலைஞன் செய்யவேண்டிய சமூகப்பணி இதுதான். களத்தில் இறங்கிப் போராட வந்தால் மகிழ்ச்சி. இல்லையென்றாலும் அவன் தன் படைப்பில் தன்னை வெளிப்படுத்திக்கொண்டாலே போதும். பிரபஞ்சன் அதில் ஒருபோதும் குறை வைத்ததில்லை.

பெண் வாழ்வையும் பெண் விடுதலையையும் பேசும் கதைகள்

பிரபஞ்சனின் 212 சிறுகதைகளிலும் பெண்களின் வாழ்வும் வலியும் பேசப்பட்டாலும் குறிப்பிட்டுச் சொல்ல வேண்டிய கதைகள் என அம்மா, 3 நாள், மனுஷி, மனசு, காலம் இனி வரும், காணாமல் போனவர்கள், தொலைந்து போனவர்கள், விட்டு விடுதலையாகி, 2000 வருஷத்து, அப்பாவுக்குத் தெரியும், ஒரு வித்யாவின் கதை, ஒரு பறவையுடன் சேர்ந்து பறத்தல் அல்லது ஒரு குருவியும் அதன் பறக்கும் தன்மையும், சுடச்சுட ஒளிரும், பரமு மாமாவுக்கு, இது ஒரு வித்தியாசமான காதல் கதை, பிந்து, மிதிப்பாளர்கள், ஈரம், சட்டை, மழை, இடம், குயிலம்மை, வாசனை-1, வாசனை-3 என ஒரு 25 கதைகளைச் சொல்ல வேண்டும். பிரபஞ்சன் தன் சிறுகதைகளில் மிக அதிகமாகப் பேசியிருப்பது நம் பெண்களின் நிலை பற்றியும் அவர்களின் விடுதலை பற்றியும்தான்.

பெண்விடுதலை குறித்த மிக நவீனமான பார்வை கொண்டவராக பிரபஞ்சனை இக்கதைகள் காட்டுகின்றன. ஆண் பெண் உறவு குறித்தும் மனத்தடைகள் தாண்டிய விசாலமான பார்வை கொண்டிருக்கிறார். மரபான இந்திய மனங்களை அதிர்ச்சியடைய வைக்கும் கதைகள் பல என்றாலும் ஊன்றி வாசிக்கும் எந்த வாசகனையும் ஏற்றுக்கொள்ள வைக்கும் அணுகுமுறையுடனும் மொழியுடனும் இக்கதைகள் நகர்கின்றன.

ஆரம்பகாலக் கதைகளில் புதுச்சேரிக் குடும்பங்களுக்குள் வீட்டிலேயே அடைந்து ஆண்களுக்குச் சேவகம் செய்யும் பெண்களைப் படைத்துக்காட்டும் பிரபஞ்சன் பின்னர், விட்டு விடுதலையான நவயுகப்பெண்களைப் படைத்துக் காட்டுகிறார்:-

மாதம்தோறும் விலக்கு ஏற்படும் 3 நாட்களும் சுமதி அவளுடைய அம்மா வீட்டுக்குப் போய்விட வேண்டும் என்பது மாமியாரின் கட்டளை. அவ்வளவு ஆச்சாரமும் மடியுமாக வாழ்பவர் மாமியார். மட்டுமின்றி வீடும் சின்னது. மாதவிலக்கு நாட்களில் அவளைத் தூரமாக உட்கார வைக்கத் தனி அறையோ பின்பக்கத் தோட்டமோ ஏதும் இல்லாத சிறு வீடு. ஆகவே மாதா மாதம் சுமதி ரயிலேறி அம்மா வீட்டுக்குப் போகிறாள். குளித்துவிட்ட நான்காம் நாள் கிளம்பி மீண்டும் கணவன் வீடு. அவள் இன்னும் கருத்தரிக்கவில்லை. குளிச்சிட்டுத்தான் இருக்கிறாள் என்பதை மாதாமாதம் அண்டைவீட்டாருக்கெல்லாம்

அறிவிப்பதாக இருக்கிறது அவளது மாதாந்திரப்பயணங்கள். அதில் அவள் மிகவும் கூசிப்போகிறாள்.

படுக்கையில் கணவனிடம் முறையிடுகிறாள்:

“இதெல்லாம் மத்தவங்களுக்குத் தெரியற விஷயமா?என் ரகசியத்துல உங்களுக்குப் பங்கில்லையா... எனக்கு அவமானம்னா அது உங்களுக்கும் இல்லையா... மாசா மாசம் அதை நினைச்சாலே பகீர்னு வருதுங்க . அவமானத்தால செத்துக்கிட்டு இருக்கேன். நீங்களாவது மாமிக்கு இதை எடுத்துச்சொல்லக்கூடாதா?”

“....”

“ஏண்ணா...”

இலேசான குறட்டை ஒலி அவனிடமிருந்து வெளிப்பட்டது. நிர்க்கதியாகிவிட்டது போல் இருந்தது அவளுக்கு.

பெண்களின் உள்காயங்களுக்கு மருந்திடுவது இரண்டாவது பிரச்னை. அவர்கள் காயம்பட்டு நிற்பதை, அது என்னவென்றே கூட அறிந்துகொள்ளத் துப்பற்றவர்களாகக் குறட்டைவிடும் ஜீவராசிகளாக ஆண்கள் இருப்பதைச் சுளீர் எனக் கூறும் கதை இது.

மடிசார் குடும்பத்து ஆண் என்றில்லை. மாடர்ன் உலகத்து ஆண் கூடப் பெண்ணைப் புரிந்துகொள்வதில் தடுமாறத்தான் செய்கிறான். “அந்தக் கதவு மூடப்படுவதில்லை” கதையில் நிறைய ஆண் நண்பர்கள் கொண்ட மெர்ஸி விடுதியில் தங்க முடியாத சிக்கல் வரும்போது அவள் வேணுவின் அறைக்கு வந்து சில நாட்கள் அவனோடு தங்கி, அங்கிருந்து தினமும் பல்கலைக்கழகம் சென்று வருகிறாள். அவள் மிகவும் நேசிக்கும் நண்பன் தான் அவன். இருவரும் சேர்ந்து இரவுகளில் மது அருந்தியபடி எல்லாவற்றையும்பற்றி மனந்திறந்து பேசுவார்கள். ஓர் இரவில் அவன் அவளை நெருங்கி வந்து முத்தமிடுகிறான். அவள் அதை மகிழ்வுடன் ஏற்கிறாள். ஆனால் அதற்குமேல் அவனுடைய அணைப்பு நெருக்குகையில் “வேணாம் ப்ளீஸ்” என்று மறுத்துவிடுகிறாள். அதே சமயம் அந்த மறுப்பினால் அவன் காயம் பட்டுவிடக்கூடாதே என்றும் நினைக்கிறாள்.

“நான் இன்னும் கன்னிதான். உடலுறவு கொள்ளலை. இன்னும் உனக்கு ஆச்சரியமாக இருக்கும். ஆனால், அது உண்மை . என்ன

காரணம் தெரியலை. அது, வேறு ஒரு சூழ்நிலையில், வேறு மாதிரியாக, நான் கதவைத் திறக்கும்போது, நான் தயாராகும்போது அது நடக்கணும். இடமும் சூழலும் ஒத்துழைக்கும் நேரம்தான் இது. நீயும் மிகவும் சரியான நபர்தான் உன்னிடம் முதல் உறவு என்பது எனக்குப் பரிசுதான், சந்தேகம் இல்லை. ஆனால் அதுக்கு நான் மனதளவில் தயாராகவில்லை. என் உடம்பு அனுமதிக்கத்தான் சொல்லுது. இப்பக்கூட உன்னோடு உடலுறவுகொள்ளணும்னுதான் ஆசையா இருக்கு. நமக்குள்ள எதுக்கு வெட்கம்? ஆனா, ஏனோ மனசு ஒத்துழைக்க மறுக்குது. வேணாம்னு ஏதோ ஒரு குரல் எனக்குக் காதில் கேட்குது. எனக்குக் கொஞ்சம் அவகாசம் கொடு. என் வாழ்நாள் முழுக்கவும் நான் குற்ற உணர்வே இல்லாமே, சந்தோஷமா இந்த அனுபவத்தை நினைவு கூரணும், இல்லையா, உனக்குப் புரியும். என் மேல உனக்கு இருக்கும் மரியாதை எனக்குத் தெரியும்."

பிரபஞ்சன் படைத்துள்ள பெண்கள் எந்த நிலையில் வாழ்ந்தாலும் புத்திக்கூர்மையுள்ள நேர்கொண்ட பார்வையுள்ள ஆரோக்கியமான சிந்தையுள்ள பெண்களாக வாழ்கிறார்கள். அப்படியெல்லாம் படைத்துப் பெண்களைக் கௌரவப்படுத்தியிருக்கிறார் என்று கொள்ள வேண்டும். ஆண்களும் ஆணாதிக்கச் சமூகமும் அதைப் புரிந்துகொண்டு ஏற்கும் தகுதியில் இல்லை என்பதையே பல கதைகளில் பல்வேறு வடிவத்திலும் மொழியிலுமாகச் சொல்லிக்கொண்டே இருக்கிறார் பிரபஞ்சன்.

என்ன சொல்லியும் கேட்காத ஆண்களை என்னதான் செய்வது? 'காலம் இனி வரும்' கதையில் அதற்கு விடை சொல்கிறார் பிரபஞ்சன்.

வேலைக்குப் போகிற, புத்தகம் வாசிக்கிற அறிவார்ந்த பெண்ணான சத்யாவின் முதல் இரவு இப்படி நடக்கிறது. "அவளை அவன் புயல் மாதிரிதான் எதிர்கொண்டான். என்ன நடக்கிறது என்று அவள் நிதானிக்குமுன்பே, அவள் உடம்பில் துணி எதுவும் இன்றி இருந்தாள்.

குளிக்க அழும் குழந்தையைக் குளிப்பாட்டும் ஓர் அம்மாவின் முரட்டுத்தனமும், இரண்டாவது ஷிப்டுக்குப் போகிறவன் அவசர அவசரமாகச் சாப்பிடுவது போலவும் அது நடந்து முடிந்திருந்தது.

காலம் காலமாக, இந்த மண்ணில் பிறந்த பெண் எதைக் காப்பாற்றி வைத்துக்கொள்ள வேண்டும் என்று கற்பிக்கப்பட்டு வந்ததோ, உயிரை இழந்தாலும் எதை இழக்கக்கூடாது என்று உபதேசிக்கப்பட்டு வந்ததோ அதைச் சில நிமிடங்களுக்குள் இழந்து விட்டாள் சத்யா.”

கதையின் இறுதிப்பகுதி பெண்ணின் ஆவேசமிக்க போராட்டமாக வாசக மனதை எழுச்சிகொள்ளவைக்கும் வண்ணமாக அமைந்துள்ளது. எரிகின்ற கொள்ளிகட்டையால் கணவனின் மூஞ்சியில் சத்யா அறைவதோடு கதை நிறைவு பெறுகிறது. கதைக்குள்ளேயே தீர்வு சொல்லும் ‘முற்போக்கு’க் கதை என ‘தரவாதி’கள் கூட முகம் சுளிக்க முடியாவண்ணம் அத்தனை அழகும் வலியும் இணைந்து பயணிக்கும் கதை இது.

விதவிதமாகச் சொல்லிப் பார்த்தும் மனம் நிறைவடையாத பிரபஞ்சன் இந்த ஆண்மையச் சமூகத்திடம் பேச வேண்டியதையெல்லாம் தொகுத்து சுபா, தன் பரமு மாமாவுக்கு எழுதும் கடித வடிவத்தில் எழுதிய கதை ‘பரமு மாமாவுக்கு’ மாதிரிக்கு ஒரு பத்தி:

“மாமா! தங்களுடன் சில மாலை வேளைகளில் நான் பேசினேன். பெண் சம்பாதிக்க வெளியே போவது உங்களுக்குப் பிடிப்பதில்லை என்று சொன்னீர்கள். சம்பாதிப்பது என்பது உப்பு, புளி, மிளகாய், மிக்ஸி டி. விக்காக மட்டும் இல்லையே! சமூகத்தில் நான் ஒரு அங்கம் என்ற முறையில், என் பங்களிப்பில் ஏதாவது இருக்க வேண்டும் என்ற காரணத்தால்தான், நான் வேலைக்குப் போக வேண்டும் என்கிறேன்....”

பரமு மாமாவுக்கு, அம்மாவுக்கு மட்டும்பிந்து, 3 நாள் போன்ற கதைகளையெல்லாம் கருத்துத் தாள்களாக்கி இளைஞர், மாதர், மாணவர் இயக்கங்கள் தங்கள் அணிகளுக்குள் சுற்றுக்கு விட்டு வாசிக்கவும் விவாதிக்கவும் வேண்டும். இயக்கங்கள் இலக்கியத்திலிருந்து எடுக்க வேண்டியவற்றை எடுத்துக்கொள்ளும் காலம் இன்னும் கனியவில்லை என்கிற பெருமூச்சு மட்டுமே இப்போதைக்கு நிற்கிறது.

இசையால் நிறையும் கதைகள்

கசப்புடன் இறங்கும் ஒரு நல்ல பில்டர் காஃபிக்காகவும் நல்ல இசைக்காகவும் தன் வாழ்நாளையே எழுதிக்கொடுக்கச் சித்தமாக

இருந்தவர் பிரபஞ்சன் என்பதை அவரோடு பழகியவர்கள் அறிவார்கள். 50க்கு மேற்பட்ட சிறுகதைகளில் பில்டர் காப்பி பற்றிய சித்தரிப்புகள், சிலாகிப்புகள், ஏக்கங்கள் விரவிக் கிடக்கின்றன. இசையை இசைக்கலைஞர்களின் வாழ்வைச் சுற்றிப் பின்னப்பட்ட கதைகள் என சுகி, சிட்சை, இப்படியாக ஒரு ஜீவிதம், மகிழம்பூ, சுந்தா மாமா ஆகிய கதைகளைச் சொல்லலாம். இந்த 'இசை'க்கதைகளிலும் ஆணாதிக்கம், மேட்டிமை வர்க்கத்தின் ஆணவம் எளியவர்களைப் பலி கொடுத்தல் போன்றவையே கதைகளின் அடிச்சரடாக அமைகின்றன.

'சுகி' கதையில் பாடகன் வரதுவும் ப்ரீதியும் ப்ரீதியின் அம்மாவிடம் சங்கீதம் பயின்றவர்கள்... வரதுவின் கலையின் மீதும் வரதுமீதும் பெருமதிப்பும் சினேகமும் கொண்ட ப்ரீதி இன்னொரு பாடகன் ரங்குவைக் கல்யாணம் செய்து கொண்டாலும் அவளது ப்ரீதி வரது மீதுதான். வரது ரங்குவின் இசையைச் சிலாகிக்கிறவனாக இருக்க, ரங்குவோ வரதுவை பகைக்கிறான். சபாக்களிலும் தஞ்சாவூர் உள்ளிட்ட பெரும் இசைப்புலங்களிலும் ரங்குவுக்குத்தான் இடமும் பேரும் புகழும் பணமும் கிடைக்கிறது. ஆனால் ப்ரீது மதிப்பது வரதுவின் இசையை. ரங்குவுக்கும் அவளுக்கும் இடையில் நடக்கும் உரையாடல் இக்கதையின் மிக முக்கியமான புள்ளி:

“இந்தத் தலைமுறைப்பாட்டுக்காரர்களிலே வரதுதான் உசத்தி. பரங்கி மலை, விராலிமலை, கல்வராயன் மலைக்கு மத்தியிலே அவன் இமயம். வராளி ஒன்று போதும்... அவன் மேதமையைக் காட்ட.... இல்லையா ரங்கு...”

“அது எப்படிச் சொல்ல முடியும்? நீ சொல்றது உண்மையானா, அவன் கச்சேரிக்கு சபாவிலே ஏன் சான்ஸ் தர மறுக்கிறா?”

“சபாக்காரன் ஒண்ணும் சங்கப்பலகை இல்லையே...... இது சர்க்கஸ். திறமைசாலி வேறே... கலைஞன் வேறே ரங்கு புரிஞ்சுக்கோ...”

“என் பாட்டைப்பற்றி என்ன சொல்றே?”

“உன் பாட்டு ஜூஸ் டப்பாவிலே 'எசன்ஸ்' போட்டு வாசனையா தர்றாளே ஜூஸ். அது.”

“வரது பாட்டு...?”

“அது கெட்டி மாம்பழம். ரொம்ப இயற்கையாகப் பழுத்தது. கொம்பிலே கனிஞ்சது. அணில் கடி படாதது. வெளியே இருந்து உள்ளே போகிற பயணம் அது. அவன் பாட்டு அழுக்கை எல்லாம் அடிச்சுத் துவைக்கிற பாட்டு.”

“நான் போலிங்கிறே?”

“இல்லை உன் சங்கீதத்துலெ சில்லறைச் சத்தம் கேட்குது. வெள்ளிக்காசோட சத்தம். அவன் பாட்டிலே அது இல்லே. ஆத்மார்த்தமா இருக்கு. கோயில் நந்தியாவட்டை மாதிரி அவன் மணக்கிறான்”

‘இப்படியாக ஒரு சங்கீதம்’ கதையில் வரும் பக்கிரி ஓர் அபூர்வமான கதாபாத்திரம். ஆள் பார்த்தால் கைவண்டி இழுக்கிற கூலித் தொழிலாளி மாதிரி அழுக்கு வேட்டியும் மேலே ஒரு துண்டுமாக தெருவில் திரிகிறவன். ஆனால் தாளத்தில் அவனுக்கு ஈடு இல்லை. எவ்வளவு பெரிய சங்கீதக்காரன் அந்த ஊருக்கு வந்தாலும் அவனைத்தேடி அழைத்து மேடைக்கு முன்னால் உட்கார வைத்துக்கொள்வார்கள். மேடையில் சங்கீதம் போய்க்கொண்டிருக்க, கீழே உட்கார்ந்து பக்கிரியும் தாளம் போட்டுக்கொண்டிருப்பான்.

பக்கிரிக்கு முன்னால் அழகுப்பிள்ளை தவில் கொண்டு கட்டும் வீடு எழும்பிக்கொண்டிருக்கிறது. தனித்தனிச் செங்கல்லாக அவர் எழுப்பும் வீடு, தனித்தனிச் சொல்லாக அவர் எழுப்பும் சப்த மாளிகை, காற்றின் திமிரங்களில், ஆகாசத்தில் கற்பனாஸ்திதியில் அவர் கட்டி எழுப்பிய ஸ்தூபியில் ஏறி உச்சியில் ஏறிக்கொண்டிருந்தார்கள் ரசிகர்கள்... மிக இசைவாக, லாவகமாகத் தாளம் போட்டுக்கொண்டிருந்தான் பக்கிரி. முத்தாய்ப்பு ஒவ்வொன்றும் தாளத்துக்குக் கச்சிதமாக உராயாமல் உறைக்குள் புகும் வாள் மாதிரிப் பொருந்திக்கொண்டிருந்தது.

திடீரென்று ஒரு கணம் தாளம் பிசகியது அழகுப்பிள்ளைக்கு. “மாமா... தாளம் தப்பிட்டுது...” என்று கத்திய பக்கிரியின் குரலில் இடிந்து போய் நிறுத்தினார் அழகு. ஒரு நிமிடம்தான். எல்லாம் ஒரு நிமிடம்தான். ஆனாலும் அவர் பலமெல்லாம் இழந்து சக்கையாக நிற்பதுபோல் நின்றார்.

மதியம் மாமா... என்று எப்பவும்போல சிரித்துக்கொண்டு வந்தான் பக்கிரி. அறைக்குள் அவனை இழுத்து நையப்புடைக்கிறார்.

எனக்கா தாளம் தப்பிட்டுதுன்னு சொன்னே என்று. ஆனாலும் உண்மை அவரை உறுத்துகிறது. மறுநாள் ரயிலேறும்போது எப்பவும்போல "மாமா…" என்றபடி வந்து நிற்கிறான் பக்கிரி. அவனைத் தனியாக அழைத்துக்கொண்டு போனார் அழகு, "ரொம்ப நீசத்தனமாக நடந்துட்டேண்டா பக்கிரி… மன்னிச்சிடு. நீ ஞானி. நான் வெறும் தவில்காரன்…" என்று கதை முடிகிறது.

இலக்கியமோ கலையோ எதுவானாலும் இரண்டும் பேசும் பாஷை ஒன்றுதானே. மனிதத்தை உன்னதப்படுத்தும் பாஷை. கசடுகளை வெளியேற்றும் பாஷை. துக்கங்களைக் கரைத்துவிடும் பாஷை. ஷணத்தின் கறைகளை அழித்து நித்தியத்துவத்தின் சிரிப்பைத் தவழவிடும் பாஷை. இசை குறித்த பிரபஞ்சனின் கதைகள் ஒவ்வொன்றும் ஒரு ரகம். ஒவ்வொன்றும் ஒரு ராகம்.

கல்விக்கதைகள்

பிரபஞ்சனின் அடுத்த அக்கறை குழந்தைகள்மீதும் கல்விமுறையின்மீதும் கவிகிறது. இந்தியக் கல்வியின் மீது தீராத மனக்குறையும் விமர்சனமும் கொண்டு பேசியவர், இயங்கியவர் பிரபஞ்சன். எது கல்வி என்பது குறித்துத் தீர்க்கமான கருத்துகள் அவருக்கு உண்டு. பூக்களை மிதிக்கக்கூடாது, சூரியனைப் பார்க்காமல், காணாமல் போனவர்கள், அடி, மரி என்ற ஆட்டுக்குட்டி, கமலா டீச்சர், கூண்டும் குழந்தையும், இப்ராஹிம் என்ற வல்லல், மூவர், பூக்களை மிதிப்பவர்கள், ஆகாசப்பூ போன்ற 11 கதைகளை கல்விக்கதைகள் என அடையாளப்படுத்தலாம்.

இக்கதைகளில் மிக அதிகமாக வாசிக்கவும் பேசவும்பட்ட கதை மரி என்ற ஆட்டுக்குட்டி. அது நாடகமாகவும் பல மேடை கண்டது. பள்ளியின் வகுப்பறையில் ஆசிரியர் எல்லாக்குழந்தைகளையும் சமமாகப் பாவிக்கும் மனநிலையைக் கேள்விக்குள்ளாக்கி, ஒவ்வொரு குழந்தையும் என்னமாதிரியான கலாச்சார, பொருளாதாரப் பின்னனி உள்ள குடும்பத்திலிருந்து வருகிறார்கள் என்பதைப் பள்ளி கவனத்தில் கொள்ள வேண்டும் என்கிற முக்கியமான கருத்தை வலியுறுத்தும் உணர்ச்சிகரமான கதை இது.

பிரபஞ்சனின் பல கதைகளில் தப்பி ஓட முடியாதபடிக்கு சிறைகளின் மதில் சுவர்களைவிடவும் உயரமான சுவர்களைக்கொண்டதாக பள்ளிகள் ஏன் கட்டப்பட்டுள்ளன என்கிற கேள்வி வந்துகொண்டே இருக்கும். கறாரான

ஜெயிலர்களைப்போல வரும் ஆசிரியர்கள் பிள்ளைகளுக்கு இம்பொசிசன் தருகிறார்கள். இம்பொசிசன் தராத கருணைமிக்க ஆசிரியர்களை குழந்தைகளுக்குப் பிடிக்கிறது. அவர்கள் நடத்தும் பாடங்களும் அவர்களுக்குப் பிடிக்கிறது என்பதைச் சொல்கிறது" பூக்களை மிதிக்கக்கூடாது" கதை.

"பூனைக்கு என்ன இங்கிலீஷ்?"

"கேட்"

"கேட்...?"

"கேட்... சி. ஏ. டி. கேட்..."

"பூனைக்கு எதுக்குக் 'கேட்'டுன்னு சொல்லணும். அது மியாவ், மியாவ்னுதானே கத்துது. மியாவ்னு பேர் இருந்தா நல்லா இருக்குமே!மியாவ்னா பூனை"

நாய்க்கு 'லொள்'னு பேர் வைக்கணும். குதிரைக்கு 'ஹிஹி'ன்னு பேர் வைக்கணும்.

இப்படியெல்லாம் ஞானவான்களாக இருக்கும் குழந்தைகளை இந்த வாழ்க்கை எப்படிக் காணாமல் அடிக்கிறது என்கிற துயரைப் பகிரும் கதை 'காணாமல் போனவர்கள்'

தான் நேசிக்கும் குழந்தைகளுக்குப் பாடம் சொல்லித்தரும் வாய்ப்பைப் பறிக்கும் திருமணத்தைப் புறக்கணித்து வாழ்நாள் முழுவதும் டீச்சராகவே இருக்கும் 'கமலா டீச்சர்' ஓர் அபூர்வமான படைப்பு... பள்ளிக்கூட வாத்தியார் பையனிடமிருந்து வகுப்புச் சாவியைத் தொலைத்துவிட்டதற்காக பணம் வசூலிக்கிறார். பள்ளிக்கு வெளியே மிட்டாய் விற்கும் தாத்தா அன்பையும் கருணையையும் கற்றுத்தருகிறார். நாம் சூரியனைப் பார்க்காமல் தார் ரோட்டைப் பார்த்துக்கொண்டு வாழ்கிறோம் என்கிற விமர்சனத்தை வைக்கிறது 'சூரியனைப் பார்க்காமல்'கதை. சோவியத் கல்வியாளர் மெகரங்க்கோ சொன்னதுபோல வகுப்பறை என்பது பள்ளிக்குள் இருக்கும் ஓர் அறை மட்டுமல்ல. குழந்தைகள் புழங்கும் வெளி அத்தனையையும் உள்ளடக்கி விரிவு கொள்வதே வகுப்பறை என்பதை வலியுறுத்தும் கதை.

ஆங்கிலக்கல்வி 'ஹராம்' என நினைக்கும் பிற்போக்கான இஸ்லாமியப் பெரியவர்களை மீறி திருவோடு ஏந்தி பிச்சை எடுத்துப் புதிய பள்ளியைக்கட்டுகிறார் இப்ராஹிம். "சீனா சென்றாகிலும் அறிவைத் தேடிக்கொள்ளுங்கள். அறிவு என்பது

இறை நம்பிக்கையாளர்களின் தவறிப்போன பொருளாகும். தவறிப்போன பொருள் உடையவர்க்கு மீண்டும் கிடைக்கும்போது அவர் எவ்வளவு மகிழ்ச் சியடைவார். கல்வி கற்கிற மகிழ்ச் சி அதற்குச் சமமானது. கல்விப்பயணம் என்பது உண்மையில் இறைப்பயணமே...” என்று நம்பிய ஒரு தலைமுறையின் பிரதிநிதியாக ‘இப்ராஹிம் என்ற வள்ளல்’ வருகிறார்.

மலைவாழ் மக்களின் மொழியைப்பற்றி ஆராய்ச்சி செய்ய மலைக்குப் போகும் சந்திரப்பிரபா அங்கே நூறு சதம் மனுசங்களாக வாழும் மலைவாழ் மக்கள் துப்பாக்கி முனையில் அரசால் தங்கள் வாழிடம் விட்டுத் துரத்தப் படுவதைப் பார்க்கிறாள். அவளால் அதைப்பற்றிக் கவலைப்படாமல் அவர்களின் மொழியைப்பற்றி ஆராய்ச்சி செய்துகொண்டிருக்க முடியவில்லை. ஆனால் நிறுவனம் மொழியை ஆராய்ச்சி பண்றது மட்டும்தான் உன் வேலை என்கிறது. ‘கல்விப்புலத்தின் அயோக்கியத்தனமே அந்த இடத்திலேதான் துவங்குது’ என்பதை சந்திரபிரபா மூலமாகச் சொல்கிறார் பிரபஞ்சன், ’ஆகாசப்பூ’ கதையில்.

நாம் வாழும் சமூகத்தின் மினியேச்சர் (குறு வடிவம்) தான் வகுப்பறை, முழுச்சமூகத்தையும் கற்றுத்தரும் இடமாகப் பள்ளி துலங்க வேண்டும் என்கிற புரிதல் பிரபஞ்சனுக்கு இருந்ததை அவருடைய கதைகள் வெளிப்படுத்துகின்றன. கல்வியின் அரசியலைச் சரியாகவே அவர் புரிந்துகொண்டு கதைகளை முன் வைத்துள்ளார்.

பிற கதைகள்

திரைப்பட உலகத்துக்குள் கால்வைத்துத் திரும்பியவர் பிரபஞ்சன் என்பதன் சாட்சியமாக நிழல், கதாநாயகி குளித்த கதை, அணிலாடும் முன்றில், அந்தக் குரல், காயம்பட்ட மாலை வானம் போன்ற கதைகள் இருக்கின்றன. இவற்றில் பிரதானமாக துணை நடிகர், துணை நடிகை, இரண்டாம் நிலைப் பாடகர்கள், கலைஞர்களின் வாழ்நிலையையும் வலிகளையுமே அதிகம் பேசியிருக்கிறார். கதாநாயகியைக் குளிக்க வைத்துக் காட்சிப்படுத்துவதை ஒரு ட்ரெண்டாக்கிய காலத்தில் (மழையில் குளிக்கும் காட்சி வைத்த ஒரு படம் வெற்றி பெற்றால்-அதே பாணியில் படம் எடுப்பார்கள்) ஒரு படத்துக்குத் தலைப்பு வைக்க ‘டிஸ்கசன்’ நடக்கிறது.

'மழையில் நனையும் மங்கை'

'பிரமாதம்' என்கிறார் தயாரிப்பாளர். மங்கை என்ற வார்த்தை தமிழர்களுக்குப் புரியுமா என்று கேட்டார்.

"மாது"

"இன்னும் புரியாது"

"இளம்பெண்"

"ஊகூம்"

"பருவக்குமாரி"

"'ஏ'சர்டிபிகேட் கொடுத்துருவான்யா"

"அழகி"

"விபச்சாரத்தில் கைதாகும் பெண்களுக்கு அந்தப் பேர் போய்விட்டது"

மீண்டும் ஜன்னல் ஓரம் போய் நின்றார் இயக்குநர்."மழை-ஓகே-'நனையும்' டபுள் ஓகே-அதுக்குப் பிறகு ஒரு வார்த்தை அதுதான் முக்கியம்"

"மழையில் நனையும் சுந்தரி" என்கிறார் இணை இயக்குநர். சபாஷ் என்கிறார் தயாரிப்பாளர். சுந்தரி மட்டும் போதாது கூட இன்னொரு வார்த்தை வேண்டும் என்கிறார் இயக்குநர். கடைசியில்"மழையில் நனையும் மத்தாப்பு சுந்தரி" என்று முடிவாகிறது. பிரபஞ்சன் "அணிலாடு முன்றில்"என்கிற இக்கதையில் மழையில் நனைக்கப்படும் அந்த நடிகையின் உள்ளத்து உணர்ச்சிகளை அவளுடைய அருவருப்பை அவளது தீய்ந்துபோன கலைக்கனவுகளையே விஸ்தாரமாகப் பேசுகிறார். ஆண்களாகக் கூடிப்பேசி அவளை மத்தாப்பு சுந்தரியாக்கி ஆண் ரசிகர்களுக்கான பண்டமாக அவள் மாற்றப்படும் அவலமே கதையின் உள்ளடக்கம்.

சின்னி, புனல்வழிப்படும் கதைகளில் திருநங்கையர் வாழ்வைச் சித்தரிக்கிறார். சின்னி கதையில் சின்னியின் காதல், காமம் இரண்டையும் உரிய கௌரவத்தோடு அங்கீகரித்து எழுதும் பிரபஞ்சன், சர்வதேச அளவில் இன்று திருநங்கையர், திருநம்பிகள் போன்றோர் குறித்து உருவாகியுள்ள புரிதலோடு கதையைப் படைக்கிறார். ஒரு கலைஞன் தன்னையும் தன் புரிதலையும் சதா

தற்காலப்படுத்திக்கொண்டே இருக்க வேண்டும் என்பதற்கான முன்னுதாரணமாகப் பிரபஞ்சன் திகழ்கிறார்.

மேற்குறிப்பிட்ட கதைகள் எல்லாம் போக பிரபஞ்சனின் அடையாளமாகப் பேசப்படும் அப்பாவின் வேட்டி. அடி, மீன் போன்ற கதைகளைப்பற்றி இங்கு இன்னும் பேசவில்லை. முழுக்க முழுக்க வாழ்க்கை அனுபவத்தின் மீது நின்று பேசும் கதைகள் என்பதால் பிரபஞ்சனின் சிறுகதைகள் வாசக மனதில் பெரும் தாக்கத்தை ஏற்படுத்துபவையாக இருக்கின்றன.

ரகுநாதன், புதுமைப்பித்தன், கு. அழகிரிசாமிக்குப் பிறகு பழந்தமிழ் இலக்கியங்களில் ஆழ்ந்த புலமை கொண்ட ஒரு படைப்பாளியாக, இசையில் அபரிமிதமான ஈடுபாடும் இடதுசாரி, பெரியாரிய அம்பேத்கரிய மரபுகளைச் சரியாக உள்வாங்கியவராக அவருடைய சிறுகதைகள் அவரை நமக்கு அடையாளம் காட்டுகின்றன. எதையும் விட்டுவைக்காமல் எழுதி விட்டார் என்கிற உணர்வை அவரது கதைகள் ஏற்படுத்துகின்றன.

அவர் புதுச்சேரிக்காரரா, சென்னைக்காரரா தஞ்சாவூர்க்காரரா என்று கேட்டால் அவருடைய ‘இடம்’ கதையில் வரும் வரிகளையே பதிலாகச் சொல்ல முடியும்:

“எந்த மண் மனிதர்க்குச் சொந்த மண்?

பிறந்த மண்ணா? வளர்ந்த மண்ணா?

எங்கே நேசிக்கும் நெஞ்சங்கள் இருக்கின்றனவோ அதுவே சொந்த மண்”

45

லிங்கன்

2010 வாக்கில் லிங்கன் காலமாகிவிட்டார். 1974 க்கும் 1978க்கும் இடைப்பட்ட ஐந்து ஆண்டுகளில் ‘தாமரை இதழில் 13 கதைகள் எழுதியிருக்கிறார். நாகர்கோவிலில் இருந்து வனமாலிகை அவர்கள் நடத்திய ‘சதங்கை’ மார்ச் 1975 இதழில் ‘ஓர் இரவுக்காக’ என்கிற ஒரே ஒரு கதையை எழுதியிருக்கிறார். இந்தப் 14 கதைகளையும் தொகுத்து நியூ செஞ்சுரி புக் ஹவுஸ் நிறுவனம் டிசம்பர் 1984இல் ‘கருணை மனு’ என்கிற தொகுப்பாக வெளியிட்டுள்ளது. ஜெயகாந்தன் அவர்களின் ஆதரவுடன் 80களின் முற்பகுதியில் வந்துகொண்டிருந்த ‘கல்பனா’ மாதநாவல் இதழில் “இன்னுமொரு உபநதி’ என்கிற சிறு நாவலை எழுதியிருக்கிறார். அதற்குப்பின் லிங்கன் எழுதுவதை நிறுத்திக்கொண்டார்.

அவர் மட்டும் தொடர்ந்து எழுதியிருந்தால் இன்று தமிழ்ச் சிறுகதை உலகின் மகோன்னதமான சிறுகதையாளராக, எல்லாத்தரப்புச் சிந்தனைப்பள்ளிகளைச் சேர்ந்தவர்களும் கொண்டாடும் படைப்பாளியாக மலர்ந்திருப்பார். அவருடைய 14 சிறுகதைகளும் அதற்குக் கட்டியம் கூறுபவையாக அமைந்திருப்பதை இப்போது வாசிக்கும்போதும் உணர முடிகிறது. அவர் ஒரு ’தாமரை’ எழுத்தாளர். 70களில் அப்படி ஒரு வழமை இருந்தது. தோழர் மேலாண்மை பொன்னுச்சாமியும் கோவை ஞானபாரதியும்

அருணனும் நானும்கூட செம்மலர் தவிர வேறு இதழ்களுக்கு எழுதுவதில்லை என இருந்தோம். அன்றைய இயக்கத் தோழர்களில் சிலரின் மனோபாவமாகவே இது இருந்தது. "நம்ம பத்திரிகையிலே எழுதுவோம் தோழர். அடுத்தவனுக்கு ஏன் கொடுக்கணும்?" நீண்ட காலத்துக்குப் பின்னரே அம்மனநிலை மாறியது.

லிங்கன் தாமரையில் எழுதினார். தமிழ்நாடு கலை இலக்கியப் பெருமன்றத்தில் இயங்கினார். ஓர் இடதுசாரி இலக்கிய இயக்கத்தைச் சேர்ந்த படைப்பாளி அவர். ஆனால் அவருடைய கதைகளில் கலை அமைதி மீறிய கதை என ஒன்றைக்கூடச் சொல்ல முடியாது. அவருடைய ஒரே தொகுப்புக்கு வல்லிக்கண்ணன் அவர்கள் எழுதிய முன்னுரையில் உள்ள கீழ்க்கண்ட இந்த வாசகங்கள் புகழ்ச் சியில்லை. நூற்றுக்கு நூறு சதம் உண்மை என்பதை இந்தப் 14 கதைகளை இப்போது வாசிக்கையிலும் அறிகிறோம்:

"சமீப காலத்தில் இத்தகைய தனித்தன்மையுடன் எழுதி, வாசகர்களின் கவனத்தை ஈர்த்து, தரமான ரசிகர்களின் பாராட்டுதலைப் பெற்றுள்ள இளைய படைப்பாளிகளுள் முக்கியமாகக் குறிப்பிடப்பட வேண்டிய சிலருள் எழுத்தாளர் லிங்கனும் ஒருவர்.

மனித நேயத்தோடு, சமூகத்தையும் தற்கால வாழ்க்கை அமைப்பு முறைகளையும், இவற்றிடையே உழல்கிற மனிதர் களையும் கவனிக்கிற எவரும்– அவை குறித்துச் சிந்திக்கிற யாரும் – இங்கு மலிந்து கிடக்கிற அவலங்களையும், குறைபாடு களையும், பொருளாதார பாதிப்புகள் ஏற்படுத்தி வருகிற சிதை வுகளையும் சீரழிவுகளையும் சுட்டிக் காட்டாமல் இருக்க இய லாது. இவற்றின் பிரதிபலிப்புகளை லிங்கன் எழுத்துக்கள் அனைத்திலும் காண முடிகிறது. அவை வெறும் தகவல் விவரிப்புகளாகவோ, நடைச் சித்திரங்களாகவோ, சிந்திக்கும் உள்ளத்தில் சலனங்கள் எழுப்பும் அழகிய மன நிழல்களா கவோ அமையவில்லை. ஆழமும் அழுத்தமும் நிறைந்த சிந் தனைச் சித்திரங்களாகப் பின்னப் பெற்றுள்ளன சில. சிறுமை களிலிருந்து மீட்சி பெறப் போராடும் உள்ளங்களின் வலிய உணர்ச்சித் துடிப்புகளாகவும், செயல்வேகம் காட்டும் புரட்சிக் குரல்களாகவும் எழுந்துள்ளன சில. உறுத்தும் உண்மைகளின் சத்தான, கனமான தாக்கங்களாகவும் சில எழுத்துவடிவம் பெற்றுள்ளன. அனைத்திலும் கலை நயம் ஊடு பாவு ஆக ஓடிக்கிடப்பதை ரசிகர்கள் உணர்ந்து மகிழ்வார்கள்.

தனிமனித, குடும்ப மற்றும் சமூக வாழ்க்கையை மட்டுமின்றி தனி நபர்களின் குண நலன்களையும் வறுமை எவ்வளவு தூரத்துக்குச் சிதைத்துப் பாழ்படுத்திக் கொண்டிருக்கிறது, பொருளாசை, சொத்தின் மீது ஏற்படும் மோகம், பணப்பாசம் மனித உள்ளங்களை எப்படியெல்லாம் கறைப்படுத்தித் தீய்த்து விடுகிறது – குடும்ப, சமூக உறவுகளை எவ்வாறு களங்கப் படுத்தி நற்பண்புகளைக் காவு கொடுக்கக் காரணமாகிறது, முதுமையில் மனிதரை வறுமை எப்படி அலைக்கழித்து, பலவீனர்களாக்கி வாழ்வை நாசப்படுத்துகிறது... இவ்வித மான நோக்கிலும் சிந்தனை அடித்தளத்திலும் லிங்கன் கதைகள் பல எழுதப்பட்டுள்ளன.

சில நுண் உணர்வுகளை அடிப்படையாக்கி அழகான உணர்ச்சிச் சித்திரங்களை சிறுகதை வடிவத்தில் அமைத்துக் கொடுக்கும் திறமையும் லிங்கனிடம் இருக்கிறது என்பதை அவருடைய சில கதைகள் புலப்படுத்தும். உதாரணத்துக்கு ‘‘ஒரு பெண் ஊரணியில் குளிக்கிறாள்’, ‘அவள் நாணம் கொண்டாடினாள்’ போன்றவற்றைக் குறிப்பிடலாம்

எதை கதைக்குரிய பொருளாக்க வேண்டும் என்று தேர்ந்து கொள்வதிலும், தேர்ந்தெடுத்த விஷயத்தை எவ் வாறு செறிவும் அழுத்தமும் அழகும் உடைய கதையாக எழுத வேண்டும் என்று நிர்ணயிப்பதிலும் லிங்கன் நல்ல அனுபவம் பெற்றிருக்கிறார். இதை அவருடைய அனைத்துக் கதைகளும் சுட்டுகின்றன.

அவருடைய ஆற்றல் மேலும் பிரகாசிக்கத்தக்க விதத்தில் மேன்மேலும் நல்ல கதைகள் பலவற்றைப் படைப்பதற்கு அவருடைய அனுபவமும், விசாலநோக்கும், சிந்தனைத் திறமும், தளராத உழைப்பும் துணை நிற்கும் என்று நம்புகிறேன்.’’ ஆனால் வல்லிக்கண்ணனின் எதிர்பார்ப்பு நிகழவில்லை. லிங்கன் தொடர்ந்து எழுதவில்லை. வாழ்க்கை அவரைப் பேனாவைத்தொட அப்புறம் அனுமதிக்கவே இல்லை...

2012இல் புதிய புத்தகம் பேசுது இதழில் என் சக பயணிகள் என்கிற தொடரில் லிங்கனின் கதைகள் பற்றி நான் இவ்விதமாக எழுதியிருக்கிறேன்:

‘‘என் வாசிப்பில் லிங்கனுடைய கதைகளின் முக்கியத்துவம் அக்கதைகளின் மொழியிலும் கதைத் தேர்விலும் இருப்பதாகக் கருதுகிறேன். 70களில் முற்போக்காளர்கள் பேசத் தயங்கிய பல விஷயங்களை அவர் எடுத்துப் பேசினார். பாலியல் சார்ந்த

விஷயங்கள் அவற்றின் சமூக பண்பாட்டுப் பின்புலத்தோடு ஒரு சமூகப் பிரச்சனையாக அவர் கதைகளில் ரூபம் கொண்டன. இது அன்று அபூர்வம். ஒவ்வொரு கதையிலும் பாத்திரங்களின் வார்ப்பு அத்தனை கச்சிதமாக அமைந்திட அவரது ஆற்றொழுக்கான மொழி கைகொடுக்கிறது. இரண்டாவதாக அவரது கதைகள் 70களின் தமிழகக் கிராமங்களின் அசலான படப்பிடிப்பாக அமைந்து இன்று வாசிக்கையில் ஒரு வரலாற்று ஆவணமாக கலைஞனின் ஒவ்வொரு எழுத்துமே ஆவணம் தான் என்பதன் சாட்சியாக – வடிவம் கொண்டு ஒளிர்கிறது.

‘சுயார்ஜிதம்’ கதையில் தாயை இழந்த இரு பெண்களான கமலமும் ஜெயாவும் தகப்பனின் பராமரிப்பில் வளர்கிறார்கள். இருவருக்குமே கல்யாண வயது வந்து பல ஆண்டுகளானாலும் தகப்பன் அவர்களுக்குக் கல்யாணம் செய்யும் சிந்தனையே இல்லாமல் இருக்கிறான். சின்ன மகள் ஜெயாவின் பார்வையில் கதை சொல்லப்படுகிறது. விவசாயம் பொய்ப்பதும் வறுமையும் ஒரு காரணம் என்றாலும் எல்லா ஆண்டுகளிலும் பூமி பொய்க்கவில்லை. நல்ல விளைச்சலும் லாபமும் கிடைக்கும் ஆண்டுகளிலும் தகப்பன் அப்பணத்தைக் கொண்டு புதிய நிலபுலன்களை வாங்கிக் குவிக்கவே பயன்படுத்துகிறான். தரகர் சுப்பையாக்கோனார் உதவியுடன் வாங்கி வாங்கிப்போடுகிறான் தகப்பன்.

பருவம் தப்புமுன் பெண்ணுக்குக் கல்யாணம் கட்ட வேண்டாமா? காமம் பருவ வயதின் முக்கியமான இயற்கை உணர்வல்லவா? என்பதுதான் கதையின் மையப்புள்ளி. ஆனால் நிலப்பசி என்பது கிராமத்து விவசாயியின் அடங்காத பசி அல்லவா? இரண்டுக்குமான மோதல் கதையில் பளிச்சென வெளிப்பட்டு நிற்கிறது.

ஜெயா அப்பாவின் போக்கை ஏற்க முடியாமல் ஒருநாள் பேசுகிறாள்.

“இப்ப எதுக்குப்பா நமக்கு நெலமெல்லாம்...?”

“ஏன், வேண்டாமா?”

“அக்காளுக்குக் கல்யாணத்த முடிச்சா என்ன?”

“சரிதான். எனக்கு யோசன சொல்ல வந்துட்டியோ? பேசாம உன் வேலக்கழுதையப்பாரு. அதெல்லாம் எனக்குத் தெரியும்” தந்தையின் அதட்டலில் ஜெயா அப்படியே அமுங்கிப் போய் விட்டாள்.

கதையின் முடிவு ‘கதைக்குள்ளேயே தீர்வைச் சொல்லும்’ 70 களின் ‘முற்போக்கு மரபை’ப் பின்பற்றினாலும் உறுத்தலாகவோ துறுத்தலாகவோ ஒரு வரி இல்லாமல் வெகு இயல்பாக நிறைவுபெறுகிறது.

“வீட்டிற்குள்ளிருந்து வந்து கொண்டிருந்த வேதனை முனகலை இடையிடையே அந்த இரவு லாரிகளின் இரைச்சல் தேய்த்துக்கொண்டு சென்றது. மற்ற நேரங்களில் அந்த முனகல்- சில சமயம் அது ஒரு நீண்ட கதறலாகவும் மாறி–கதவிடுக்கின் வழியே வந்து அவன் மனதைச் சுட்டுச்சுட்டுக் கருக்கிக்கொண்டிருந்தது” என்று துவங்கும் அடுத்த கதையான ‘சுதந்திர மண்ணில் சில புதைகுழிகள்” திகிலூட்டும் ஒரு கதை. வீட்டின் முன்பக்க வராந்தாவில் கோபால் உட்கார்ந்திருக்க, வீட்டுக்குள்ளே அவனுடைய தங்கை விஜயாவின் வயிற்றில், சாதி மீறிய அவளுடைய காதலால் உருவான, கருவைக் கலைக்கும் அவலம் நடந்து கொண்டிருக்கிறது. அவனுடைய தாயும் தகப்பனுமே அதில் ஈடுபட்டிருக்கிறார்கள். கதை நிகழும் இடம் கொடைக்கானல் மலை. தூரத்து ஊரான குற்றாலம் பக்கம் உண்டான காதலின் அடையாளத்தை மலையில் வைத்து அழித்துக்கொண்டிருந்தார்கள்.

பாரஸ்டராகப் பணியாற்றும் கோபாலை “இது என்ன வேலை? இதை விட்டொழித்துவிட்டு ஊருக்கு வா” என்று தகப்பன் அழைக்கும்போதெல்லாம், உடல் உழைக்காமலே சுகபோகத்துடன் வாழும் வாழ்க்கைதான் உயர்ந்தது என்று தன் தந்தை கணித்து வைத்திருப்பதை எண்ணி அவனுக்குள் ஒரு கசப்பு மேலெழுந்து வரும்.

“அவனிடம் வேலை பார்க்கும் அந்த நாற்பது கூலியாட்களின் முகங்கள்– அவர்கள் அனுபவிக்கிற சுக துக்கங்கள், அவர்கள் அவன் மேல் வைத்திருக்கும் காரணம் புரியாத சகோதர வாஞ்சை, அவனுக்கு மேலதிகாரியாக– பிளாண்டேஷன் ரேஞ்சராய் இருந்து அவனைப் பாராட்டி, ஒரு தந்தைக்குள்ள பிரியத்தோடு அரவணைத்துக் கொண்டிருக்கும், உழைப்பை மதிக்கத் தெரிந்த ஒரு உயர்ந்த மனிதர். அனைத்திற்கும் மேலாக, ஐந்து வருடங்களுக்கு முன்னால் அவன் வந்த புதிதில் நடவு செய்த வாட்டில் செடிகள் இளம் மரங்களாகி, பூப்பெய்தி, வனத்தில் வரிசைவரிசையாய் நின்றுகொண்டு எதன் வரவையோ அந்தரங்கமாய் அவனுக்கு முன்னறிவிப்பவைபோல் தங்கள் மஞ்சள் நிறப் பூங்கொத்துகளைக்

காற்றில் அசைத்து நிற்கும் காட்சி......! இவற்றுக்கெல்லாம் உள்ளோட்டமாய் நின்று, இவர்களை ஒருவர் மேல் ஒருவர் பற்றுக் கொள்ளச்செய்து இணைத்து வைத்திருக்கும் "உழைப்பு", — அது அந்த நேரத்தில் அன்பு, பாசம், நட்பு இவற்றின் பிணைப்பைவிட எவ்வளவோ உயர்ந்ததாயும், உறுதிமிக்கதாயும் தோன்றுவதை அவன் அப்போது உணர்வான்."

உறவுகளைப் பிணைக்கும் கண்ணியாக 'உழைப்பை'க் குறிப்பிடுகிறார் லிங்கன். உழைப்பின் உயர்வைப் பலரும் பாடியிருந்தாலும் உறவின் கண்ணியாக உழைப்பைச் சொன்னவர் லிங்கன் தான்.

கதையில் அந்தச் சட்டவிரோதக் கருக்கலைப்புக் காரியத்தில் விஜயா இறந்து போகிறாள். 1974 ஆகஸ்ட் மாதத்திலேயே இப்படி ஒரு ஆணவக்கொலை கதையை லிங்கன் "துள்ளத் துடிக்க" எழுதியிருக்கிறார் என்பதுதான் வியந்து போற்றத்தக்க ஒன்று.

"கருணை மனு" கதையில் வரதட்சிணையாக தர ஒப்புக்கொண்ட ஸ்கூட்டரை வாங்கித்தராததால் மனைவி அம்பிகாவைத் தள்ளி வைக்கிறான் கோபிநாதன். அம்மா இல்லாத அம்பிகா, அப்பாவுடன் கிராமத்தில் வாழ ஆரம்பித்து இரண்டு ஆண்டுகள் ஆகிவிட்டன. ஒவ்வொரு மாதமும் அவனுக்கு ஒரு கருணை மனுவைப்போல அவள் கடிதம் எழுதிக்கொண்டே இருக்கிறாள். "கடிதத்தை எழுதிவிட்டு கவருக்குள் போட்டு ஒட்டுமுன் கடைசி முறையாக அதை அவள் படித்துப்பார்க்கும்போது அவளே மனம் நெகிழ்ந்து அழுதிருக்கிறாள். ஆனாலும் அவனிடமிருந்து பதிலே வராது.

இம்முறை அவளுக்குப் பதிலாக அவளுடைய அப்பா சுந்தரேசய்யர் எழுதுகிறார். அதற்கு பதில் வருகிறது. கடிதத்துடன் அம்பிகா கையெழுத்துப்போட வேண்டிய விவாகரத்து சம்மத ஸ்டேட்மெண்ட்டையும் அனுப்பியிருக்கிறான். "நீ விவாகரத்துக்கு சம்மதிக்காவிட்டாலும் கூட நான் அதற்காகக் கவலைப்படவோ, கலங்கவோ போவதில்லை. ஏனெனில் எனக்கு மனைவி இல்லாததால் நான் எதையும் இழந்துவிடப் போவதில்லை. நான் ஆண். ஆயிரம் இடங்களுக்கு என்னால் சுதந்திரமாகப் போக முடியும், வரமுடியும்...!"

அம்பிகா டைவர்ஸ் பேப்பரில் கையெழுத்துப்போட முடிவு செய்கிறாள். போட்டு அனுப்பவும் செய்கிறாள். மனைவி

இல்லாமல் தன்னால் வாழ முடியும்னு அவனாலே சொல்ல முடிஞ்சா கணவன் இல்லாம மனோபலத்துடன் என்னாலும் வாழ முடியும் என்று சொல்கிறாள். சகிப்புத்தன்மையும் பிற உயிர்களின் வலிகளை அறியாத மனப்போக்கும் கொண்ட ஒருவனோடு வாழ முடியாது என்று தீர்க்கமாக முடிவெடுக்கிறாள்.

ஆனால், வாழ்க்கையின் திருப்பமாக கோபிநாதன் சாலை விபத்தில் சிக்கி ஒரு காலை இழந்து மருத்துவமனையில் சிகிச்சையில் கிடக்க நேரிடுகிறது. தான் செய்த குற்றங்களை மன்னித்துத் தன்னோடு வந்து வாழ வேண்டும் என அவன் அம்பிகாவுக்கு இப்போது கடிதம் எழுதுகிறான். சுந்தரேசய்யரும் மகளை அழைத்துக்கொண்டு செல்லத் தயாராகிறார். ஆனால் அம்பிகா உறுதியாக மறுக்கிறாள்.

''ஊனம்னா வெறும் உடல் ஊனம்தான் ஊனமா? கையிலே பொருள் இல்லாமே எத்தனையோபேர் உயிர் வாழறதுக்கு முடியாமே தவிக்கறாளே-அவங்களும் ஒரு வகையிலே ஊனமானவங்கதான். நம்பட்டே பணம் இல்லாமேதானப்பா நம்மாலே அவருக்கு ஸ்கூட்டர் வாங்கிக் கொடுக்க முடியலே. அந்த இயலாமைக்காக அவர் என் மேலே இரக்கப்பட்டாரோ?''என்று வாதிடுகிறாள். சமூகம் உண்டாக்கிய ஊனம்தான் பொருள் இல்லாமை என்பதே கதையின் சாரமாக விளங்குகிறது.

வரதட்சிணைக்கு எதிராக வசனம் ஏதும் பேசாமல் அதற்கு எதிரான உணர்வை இக்கதையில் உருவாக்கி விடுகிறார்.

பிராமணக் குடும்பத்தின் பிரச்னையாக 70 கள் வரை இருந்த வரதட்சிணை இப்போது சர்வஜாதிகளுக்கும் பரவிவிட்ட வியாதியாகிவிட்டது.

'ஓர் இரவுக்காக' கதை முற்றிலும் வித்தியாசமான பொருள் தேர்வைக்கொண்டது. பொருளாதாரத்தில் வசதியான வாழ்க்கை கிடைக்கும் என்கிற கணவனின் ஆசை வார்த்தைக்கு மயங்கி, சம்பாதிக்கும் தன் தங்கையைக் கணவன் இரண்டாந்தாரமாகக் கட்டிக்கொள்ளச் சம்மதிக்கும் ஒரு பெண் பாலா. இரு மனைவியருடன் வைகை அணைக்குச் சுற்றுலாப்போகும் ஒரு சனிக்கிழமை மாலைப்பொழுதே கதைக்களம். சனிக்கிழமை என்பது இளையவளுடன் அவன் இருக்க வேண்டிய நாள். ஆகவே, அவர்கள் இருவரையும் ஜோடியாக முன்னே நடக்க விட்டுச் சற்றே பின்னால் நடந்து வருகிறாள் பாலா. பாலாவின் மனநிலையே

கதையின் மையம். பூங்காவின் காட்சிகளிலும் கூட்டம் கூட்டமாக வரும் சுற்றுலாப்பயணிகளின் பேச்சுகள் விளையாட்டுகளிலும் தன்னை மறந்து நிற்கும் பாலா சுய நினைவுக்கு வரும்போது அவர்கள் இருவரும் காணாமல் போயிருப்பதைக் கண்டு திகைக்கிறாள். அந்தத் திகைப்புடன் வைகை அணை முழுவதும் தனித்தே அலைகிறாள். முன்னே விட்டுப் பின்னே நடந்தது, தனித்தே திரிவது ஆகிய இந்த இரு காட்சிகள் அவளுடைய வாழ்வின் அவலத்தை நம் மனம் கசியும் வண்ணம் உணர்த்துகின்றன. இரவு விடுதி வாசலில் அவர்கள் இருவரும் வரட்டும் எனக் காத்திருக்கிறாள். என்ன ஒரு சித்திரமான சித்திரவதையான காட்சி! ஓட்டலில் சாப்பிட்டுவிட்டு அவளுக்கும் ஒரு பார்சல் வாங்கிக்கொண்டு இருவரும் அப்புறமாக வருகிறார்கள். ஒரே அறையில் பாலா தரையில் படுத்துக்கொள்கிறாள். கட்டிலில் அவர்கள் இருவரும். பாலாவின் உள்மனதில் ஆற்றாமை இருட்டில் பொங்குகிறது. கு. ப. ராஜகோபாலனின் ‘ஆற்றாமை’ கதையில் வரும் சாவித்திரியின் மனநிலைக்குச் செல்கிறாள் பாலா. கு.ப.ரா. கதையைப்போல ஒரு வலுவான முடிவைக்கொண்ட கதை இந்த ‘ஓர் இரவுக்காக’. எந்தக் குற்ற உணர்வும் இல்லாமல் பொலிகாளையாகத் திரியும் அந்த ஆண் மீது நமக்குக் கோபம் வரச் செய்யும் கதையாகவும் இது உருக்கொள்கிறது.

‘தெருமணல் சுடும்போது’ ஒரு கிராமத்துக்கதைதான். ஆனாலும் மிக நவீனமான உள்ளடக்கத்தைக் கொண்ட கதை. கட்டுமானப்பணிகளில் தலைமைக் கொத்தனாராக இருக்கும் 70 வயதுக்காரரான இராமலிங்கக் கொத்தன் தனிக்கட்டை. எதிர்வீட்டில் குடியிருக்கும் மங்கம்மா 45 வயதான கணவனை இழந்த பெண். அவளும் தனிக்கட்டை. ராமலிங்கக் கொத்தனிடம் சித்தாள் வேலை பார்க்கும் மங்கம்மா காலில் செங்கல் விழுந்து காயம்பட்டு வீட்டில் கிடக்கிறாள். ஏனென்று கேட்க நாதியில்லை. நாலு நாளாக அவள் வேலைக்கு வரவில்லை. ஒருவாரம் கழித்துத்தான் மங்கம்மாவைப்பற்றிய நினைவு வந்து கொத்தனார் அவள் வீட்டுக்குச் செல்கிறார்.

“அப்போது நன்றாக இருட்டியிருந்தது. மங்கம்மாவின் வீட்டுக்கதவைத் திறந்துகொண்டு கொத்தனார் அவளைப் பெயர் சொல்லி அழைத்தபோது இருட்டுக்குள் எங்கோ ஒரு மூலையிலிருந்து தொண்டை நெரிந்தவளைப் போல “என்ன மாமா...” என்று அவள் குரல் கொடுத்தாள்.

கொத்தனார் வீட்டிற்குள் போனார்.

“கால் புண் எப்பிடி இருக்கு?”

“இன்னும் அப்பிடியேதான் இருக்கு”

“சாப்பாட்டுக்கெல்லாம் என்ன செய்றே?-என்று அவர் கேட்டதும் திடீரென்று அழ ஆரம்பித்துவிட்டாள். கொத்தனாருக்கு நிலைமை விளங்கி விட்டது. உடனே அவர் தன் வீட்டிற்குப் போய், ஒரு தட்டில் சோறு போட்டு, குழம்பு ஊற்றிக்கொண்டு வந்து கொடுத்தார். அதற்குப் பிறகும் இரண்டு நாள் அவர்தான் அவளுக்கு உணவளித்தார்”

என்ன ஒரு காட்சி இது. பசியின் சித்திரம். பசியில் தோய்த்த தூரிகையால் வரையப்பட்ட சித்திரம். லிங்கனின் பல கதைகளில் பசி இவ்விதமாகக் காட்சிப்படுத்தப்பட்டு நம் மனதைக் கரைப்பதைக் காணலாம். அங்கே கொத்தனாருக்கும் மங்கம்மாவுக்கும் இடையில் ஓர் உறவு மலர்கிறது.

கட்டுமானப்பணி முடித்து மாலையில் இருட்டும் நேரத்துக்கு வீடு வந்து அதற்கப்புறம் கிணற்றில் தண்ணீர் எடுத்து சமைத்துத் தானும் உண்டு மங்கம்மாவுக்கும் உணவளிக்கும் இந்த விகல்பமில்லாத ஒத்துழைப்பை, நட்பை ஊர் தப்பாகப் பேசுகிறது. உழைப்பும் பட்டினியும் இணைந்து உருவாக்கிய இந்தக் கிராமத்து நட்பை மிக அழகாகச் சொல்லும் இக்கதை மிக முக்கியமான, மிக நவீனமான கதை.

உடுமாத்துக்கு இன்னொரு சேலை இல்லாத கிராமத்துப் பெண்கள் வயல் வேலைகள் முடித்து வரும் வழியில் ஊருணியில் கரையில் சேலையை அவிழ்த்து வைத்துவிட்டு துணியின்றி ஓடிப்போய்த் தண்ணீருக்குள் உட்கார்ந்து மானத்தை மறைத்துக்கொண்டு குளிப்பது வழக்கம்... தனியாக அப்படி நீருக்குள் மூழ்கிக் குளிக்கும் ஓர் இளம்பெண்ணின் இக்கட்டை மன அவதிகளை நுட்பமாகச் சொல்லும் கதை “ஒரு பெண் ஊரணியில் குளிக்கிறாள்” ஆணாதிக்கச் சமூகத்தைச் சாட்டையால் அடிக்கும் கதை. ஆனால் ஒரு வரி அல்லது ஒரு வசனம் அதைப்பற்றிக் கிடையாது. வறுமையின் இன்னொரு வண்ணமாகவும் பெண்மையின் ஆவேசம் வெடிக்கும் களமாகவும் இக்கதை அமைகிறது. மு. சுயம்புலிங்கத்தின் “தூரம்” கதை இக்கதையை நினைவு படுத்தும்.

‘சந்திப்பு’ கதை ஒரு செவ்வியல் காதல் காவியம்தான். மலேரியா ஒழிப்புத்துறையின் தற்காலிக ஊழியரான தினகருக்கும் மூணு மாத லீவு வேகன்சியில் தற்காலிகமாக வேலைக்குச் சேரும் வசந்தாவுக்கும் இடையிலான காதலைச்சொல்லும் கதை. ரெண்டுபேரும் தற்காலிகம். எப்போ வேணாலும் வேலை போகலாம். “ஆகவே நமக்குள் ஏற்பட்ட காதல், அந்தச் சில நிமிஷச் சம்பவம் - இதற்காக நாம் கல்யாணம் செய்துகொண்டே ஆக வேண்டுமா? வாழ்க்கைக்கான வெளி ஆதாரங்களை முழுக்க முழுக்க ஒதுக்கிவிட்டு வெறும் உணர்வுக் கலப்பையும், சரீரக் கலப்பையும் சாக்காய் வைத்து ஏற்படுத்திக்கொள்கிற ஒப்பந்தங்கள் அவ்வளவு உறுதியாக நிற்காது” என்று தெளிவாக அன்பாக மென்மையாக ஆனால் உறுதியாக மறுக்கிற பெண்ணாக வசந்தா இக்கதையில் வருகிறாள். கதையின் முடிவு பதைபதைப்பை உண்டாக்கி சொற்றிறம்பாத தினகரின் கற்புடன் முடிவடைவது மிக நவீனம். மலேரியா ஒழிப்புத்துறை என ஒன்று இருந்ததே இன்றைய தலைமுறைக்குத் தெரியாது. அவ்வகையில் ஒரு வரலாற்று ஆவணமாகவும் இக்கதை திகழ்கிறது.

நடமாட்டம் அற்றுப்போன ஒற்றை ஆளான சீரங்கம் பாட்டி உட்கார்ந்த நிலையிலிருந்து பார்க்கும் ஒரு நாளின் காட்சிகளே “தோப்பிற்குள் சில தனிமரங்கள்”சமூக விமர்சனங்களைப் பாட்டியின் நினைவின் வழியே கூர்மைப்படுத்தும் கதை.

“பாவம் ஆடு நனைகிறது” என்று ஒரு கதை. அருமை அருமையான கதைகளுக்கெல்லாம் இப்படிக் கண்றாவியாகத் தலைப்பு வைத்திருக்கிறாரே என்று இன்றைய இளம் வாசகருக்குத் தோன்றும். 70 களில் “ஒரு ஊதாப்பு கண் சிமிட்டுகிரது” மாதிரித் தலைப்புகள் வைப்பது சிலருக்கு ஒரு ஃபேஷனாக இருந்தது என்கிற வரலாற்று உண்மையைச் சொல்லித்தான் சமாதானப்படுத்த வேண்டும்.

லீவு ப்ளேசில் வேலை பார்க்கும் ஜோதிக்கு அன்று ஆபீசுக்குப் போனதும் ஒரு கெட்ட சேதி. கன்னியப்பன் லீவை ரத்து செய்துவிட்டு வேலைக்கு வரப்போக்கிறான். அப்படியானால் அவள் வீட்டுக்குத்தான் போக வேண்டும். ஆபீசில் பல ஆண்கள் அவளுக்கு உதவத் தயாராக இருக்கிறார்கள். ஆனால் ஒவ்வொருவருக்கும் அவளிடமிருந்து ஒவ்வொரு எதிர்பார்ப்பு. ஆணாதிக்கச் சமூகத்தின் பன்முகமும் ஒரே நாளில் வெளிப்படும்

விதமாகச் செல்லும் கதை. ஆனால் ஒரு வார்த்தை தேவையில்லாமல் எழுதப்படவில்லை.

பெற்ற தாயைத்தவிர வேற என்ன வேணாலும் கிடைக்கும் என்று பேர் பெற்ற நத்தம் சந்தைக்குப் புறப்பட்டு ஒருவர் போய்த்திரும்புகிற ஒரு நாளின் நிகழ்வுகளே “ஒரு பெண் நாணம் கொண்டாடினாள்” கதை. வறுமையும் இல்லாமையும் வியாபாரமயமாகிவிட்ட தமிழ் வாழ்வின் பரிமாணங்களும் ஆணாதிக்கமும் பெண் மனமும் என ஒரு சின்னக்கதைக்குள் எவ்வளவு சித்திரங்களைத் தீட்ட முடிகிறது இவரால் என வியக்க வைக்கும் கதை.

ஜெகமே உதிர்க, ரேஷன் அட்டை இரண்டுமே இல்லாமையின் கதைகள். பட்டினியோடு ஒரு தாய் தன் மகனுக்காக நடத்தும் துயர்மிகு போராட்டமாக ‘ஜெகமே உதிர்க’ இருக்கிறதெனில் இல்லாமை, போதாமை யிலிருந்து கிடைக்கக்கூடிய அரைநாள் விடுதலையைக்கூட இழக்கும் ஒரு பெண்ணின் கதை ரேஷன் அட்டை.

எண்ணெய்ச்செக்கு வைத்து ஆட்டி எண்ணெய் வியாபாரம் செய்து செருக்காக வாழ்ந்த குடும்பம் நவீன எண்ணெய் ஆலைகளின் வரவால் சிதைந்து சின்னாபின்னமாகிறது. கல்யாணமாகி வந்த காலத்தில் எண்ணெய்ச்செக்குக்காரர் மனைவியாகத் தலைமுதல் கால் வரை தண்ணியாக எண்ணெயைத் தேய்த்துக்கொண்டிருந்த அவள், தொழிலும் நசிந்து, புருசனும் எங்கோ ஓடிப்போக பெற்ற ஒரு மகனுக்காக வாழ்கிறாள். தலைக்கு எண்ணெயும் வைத்துக்கொள்ள வக்கற்றுப்போன அவள் எப்போதும் மொட்டைஅடித்துக்கொண்டு எண்ணெய்ச்செலவில்லாமல் திரிகிறாள். இப்படியான காட்சிப்படுத்தல் மூலமாகவே வாழ்வின் சிதைவுகளைச் சொல்லிவிட லிங்கனால் முடிந்திருப்பதுதான் நாம் கற்றுக்கொள்ள வேண்டிய ஒன்று.

தொகுப்பின் கடைசிக்கதையான மறுபக்கம் படிப்பின் மூலம் முன்னேற்றம் காணத் தவிக்கும் தலித் வாழ்வில் வந்து விழுகின்ற முடிச்சுகளையும் சிக்கல்களையும் பேசும் கதை. வெள்ளையங்கிரியை எலே வெள்ளை என்றே எப்போதும் அழைக்கும் பண்ணையார் சுண்ணாம்புக்காரக் கவுண்டர், வெள்ளையின் மகன் ஊரிலேயே யாருக்கும் கிட்டாத மாதம் 700 ரூபாய்ச் சம்பளத்தில் பாங்கு

வேலைக்குப் போய்விட்டான் என்று அறிந்ததும், பலவிதமான கணக்குப்போட்டு வெள்ளையை இப்போது "என்னப்பா... வெள்ளியங்கிரி..." என்று மரியாதையாக அழைக்கத்துவங்குகிறார். வெள்ளைக்கு ஒன்றும் புரியவில்லை. தன்னை இவ்வளவு மரியாதையாக பண்ணையார் அழைக்கிராரே... இதனால் ஏதும் தனக்கு வம்பு வந்து சேருமோ என அஞ்சுகிறார்.

பாங்கு வேலைக்குபோன மகன் ஆறு மாசம் ஒழுங்காகப் பணம் அனுப்புகிறான். பின்னர் ஒரு தகவலும் இல்லை. மகனைத் வ்தேடிப் போகிறார் வெள்ளை. அங்கே அவன் ஒரு அய்யர் பொண்ணைக் கல்யாணம் கட்டிக்கொண்டு வாழ்வதைக்கண்டு திரும்புகிறார்.

"அவனும் இங்கே வரமாட்டான். இங்கிருந்து யாரும் அங்கே போகவும் கூடாது. பணமும் அனுப்ப மாட்டான். கடுதாசியும் எழுத மாட்டான். அவனுக்கும் இவர்களுக்கும் இனிமேல் ஒரு தொடுப்பும் இருக்கப்படாது. அந்த அய்யரு வீட்டுப்பொண்ணு அப்படி நீ இருந்தாத்தான் கட்டிக்குவேன்னு சொல்லிச்சாம். அது எல்லாத்துக்கும் செரி போட்டுச் சம்மதிச்சுக் கட்டிக்கிட்டானாம். ரிஜிஸ்தர் கல்யாணமாம்"

சாதி மறுப்புக் காதல், சாதிமறுப்புக் கல்யாணத்தின் ஒரு முக்கியமான முகம் இது. இதைக் கச்சிதமாக வரைகிறார் லிங்கன். இதெல்லாம் தெரிந்த பிறகு சுண்ணாம்புக் கவுண்டர் மறுபடி எலேய் ... வெள்ளை... என்று அழைக்கத்துவங்குவதோடு கதை முடிகிறது.

எல்லாக் கதைகளிலும் வர்க்க அரசியலையே பேசும் லிங்கன் எந்தக் கதையிலும் முஷ்டி உயர்த்தவில்லை. முழக்கம் இடவில்லை. போராடுவோம் என்று கூடச் சொல்லவில்லை. ஆனால் அத்தனையும் முத்தான முற்போக்கான கதைகள். உயிர்த்துடிப்புடன் நம் மனங்களை அசைக்கும் கதைகள். ஆங்காங்கே சிலும்புகளாகத் துருத்தும் சில சின்னச் சின்னக் குறைகளும் கூட அவர் தொடர்ந்து எழுதியிருந்தால் காணாமல் போயிருக்கும். ஓர் அற்புதமான படைப்பாளி தொடர்ந்து எழுதாமல் போனாரே....

ஏழெட்டு ஆண்டுகளுக்கு முன் (2012இல்) நான் எழுதிய வரிகள் இன்றைக்கும் பொருந்துவனவாக அப்படியே நிற்பதால் அப்பகுதியை மீண்டும் தருகிறேன்:

“லிங்கன் 80களுக்குப் பிறகு எழுதவில்லை. கலை இலக்கியப் பெருமன்ற இயக்கங்களிலிருந்தும் விலகி வாழ்ந்திருக்கிறார். ஆகவே அவருடைய தற்போதைய இருப்பு பற்றி இயக்கத்தோழர்கள் யாருக்கும் தெரியவில்லை. தோழர்கள் பொன்னீலன், ஹெச். ஜி. ரசூல், பா. ஆனந்தக்குமார் ஆகியோரிடமிருந்து கீரனூர் ஜாகிர்ராஜா திரட்டிய தகவல்கள் அடிப்படையில் திண்டுக்கல் தமுஎகச தலைவர் தோழர் இரா. சு. மணி அவர்களின் முயற்சியில் லிங்கன் திண்டுக்கல்லை அடுத்த நத்தம் என்கிற கிராமத்தைச் சேர்ந்தவர் என்பது அறியக்கிடைத்தது. அவரது மகன் விவேகானந்தன் அங்கேயே ஒரு பள்ளித் தலைமை ஆசிரியராகப் பணியாற்றும் தகவலும் அவரது செல்பேசி எண்ணும் திண்டுக்கல் மாவட்ட கலை இலக்கியப் பெருமன்ற செயலாளர் பிரபாகரன் மூலம் கிடைத்தது. இலக்கிய உலகுக்கு அருங்கொடையாக ‘கருணை மனு’ சிறுகதைத் தொகுப்பை வழங்கிய தோழர் லிங்கன் இப்போது நம்மோடு இல்லை. அவர் காலமாகி மூன்றாண்டுகள் ஆகிவிட்ட செய்தியை இதன் மூலம் இலக்கிய உலகுக்குக் கனத்த மனதுடன் தெரிவித்துக்கொள்கிறோம் இதைத் தெரிந்துகொள்ளவா இத்தனை தூரம் தேடினோம் என்று மனம் துக்கம் கொள்கிறது.

“எங்களுக்காகத்தான் அப்பா எழுத்தை விட்டுட்டு வேலை, விவசாயம் என்று போய்விட்டார்கள்” என்று விவேகானந்தன் ஒரு வருத்தமான குரலில் பேசினார். நான்கு குழந்தைகள் அவருக்கு. அவரது துணைவியார் பிள்ளைகளோடு நத்தம் கிராமத்தில் வாழ்ந்து வருகிறார். மகன் விவேகானந்தன் இப்போதும் என்சிபிஎச் கடையோடு தொடர்பில் இருக்கிறார். தொடர்ந்து இயங்காவிட்டால் நாம் யாரையும் மறந்து போவோம் என்பதற்கு ஓர் உதாரணமாக லிங்கன் அவர்களின் வாழ்க்கை நம் முன்னே விரிந்து கிடக்கிறது நுட்பமும் செறிவும் அழகும் கூடிய படைப்புகளைத் தந்த அவர் எப்படித்தான் எழுத்தை மறந்தாரோ என்று மனம் லேசான பதைப்புக் கொள்கிறது. இலக்கியத்தைவிட வாழ்க்கை, அதிலும் நம் குழந்தைகளின் வாழ்க்கை, மிக முக்கியமல்லவா?

ஆகவே அவர் பொருளாதாரம் தேடிப் பயணித்தது தவிர்க்க முடியாததாக இருந்திருக்கலாம். ஆனால் சக இலக்கியவாதிகளான நாம்தான் அவரோடு தொடர்ந்து பேசியிருக்க வேண்டும். வாழ்வோடு போராடிக்கொண்டே எழுத்தையும் விட்டு விடாதிருக்க நம் தூண்டுதல் அவசியம் அல்லவா? அங்கே நாம் எல்லோரும் தவறிழைத்து விட்டோம் என்கிற குற்ற உணர்வை நம் இலக்கிய

உலகம் அறியாமலே போன அவரது மரணமும் அவரது எழுத்தின் மரணமும் எனக்கு ஆழமாக ஏற்படுத்தி விட்டுள்ளது. தன் சிறுகதைத் தொகுப்பை எந்த இலக்கிய இதழும் கண்டுகொள்ளாமல் யாரும் ஒரு விமர்சனக்கூட்டமும் நடத்தாமல் சக எழுத்தாளர்கள் கூட யாரும் பேசாமல் போன பெரும் வருத்தத்தில் தன் முதல் சிறுகதைத் தொகுப்பின் அத்தனை பிரதிகளையும் எழுத்தாளர் சுப. புன்னைவனராசன் (தூத்துக்குடி) தீயிட்டுப் பொசுக்கிய செய்தி அறிந்து மனம் பதறியது.

இன்னும் நம் தொடர்பு எல்லைக்கு வெளியில் தனித்து நிற்கும் படைப்பாளிகள் யார் யார் என்று ஒரு சிறு பதட்டத்துடன் மாவட்ட வாரியாக மனம் தேடத் துவங்குகிறது. தான் எழுதுவது முக்கியம்தான் என்பதை ஒரு படைப்பாளிக்குச் சொல்ல சக படைப்பாளிக்குக் கடமை உண்டு. எல்லார்மீதும் சமமாக வெளிச்சம் படாதுதான். ஆனாலும் சிறிது வெளிச்சமும் படாதுபோனால் படைப்புமனம் கருகிப்போகுமே. கருகத்திருவுளமோ?

(பி. கு. இப்போது எங்கும் கிடைக்காத அவரது நாவலையும் 'கருணை மனு சிறுகதைத் தொகுப்பையும் அவரது குடும்பத்தாரின் அனுமதியோடு சேர்த்து மறுபதிப்புக் கொண்டு வருவது மிக மிக அவசியம். என். சி. பி. ஹெச் நிறுவனமே இதைச் செய்யலாம் என அன்புடன் வேண்டுகிறேன். முடியாத பட்சத்தில் நாமே கொண்டுவரலாம்)

என் எழுத்து முன்னோடி தனுஷ்கோடி ராமசாமி வீட்டிலிருந்து அவர் மகன் டாக்டர் அறம் எடுத்துக்கொடுத்த 'கருணை மனு'தொகுப்பின் பிரதியை என்னிடமிருந்து திரு. லிங்கன் அவர்களின் மகன் மே 2020இல் பெற்றுள்ளார். என்சிபிஹெச் மூலமாக அது மறுபதிப்புக் காணும் என்று சொல்லியிருக்கிறார்.

இளம் படைப்பாளிகள், முற்போக்கு இலக்கியவாதிகள் வாங்கிப்படிக்க வேண்டிய கதைகள் அவை.

46

சா. கந்தசாமி

மிகச்சமீபத்தில் 31ஜூலை 2020 அன்று மறைந்த சா. கந்தசாமி அவர்களின் சிறுகதைகளை வாசித்து, அவர் மறைந்து 15 நாட்களுக்குள் இக்கட்டுரை எழுதுவதை அவருக்குச் செலுத்தும் ஓர் அஞ்சலியாகவே கருதுகிறேன். கிழக்குப்பார்த்த வீடு, இன்னொரு மனிதன், முடிவின் தொடக்கம் போன்ற சில தொகுப்புக்கள் சட்டெனக் கையில் கிடைக்கவில்லை. கிடைத்த ஆறு தொகுப்புகளான தக்கையின் மீது நான்கு கண்கள் ((1983), சாந்தகுமாரி (1991), இரவின் குரல் (2002), பத்ரிநாத் (2003), நிறங்களின் நிறம் (2004), சொல்லப்படாத நிஜங்கள் (2009) ஆகியவற்றில் உள்ள 57 கதைகள், இவற்றுடன் இணையத்தில் கிடைத்த அவள், ஒருவருடம் சென்றது, காவல், மலையூர், தேவை ஆகிய ஐந்து கதைகள் சேர்த்து 62 சிறுகதைகளை முன் வைத்தே இக்கட்டுரை எழுதப்பட்டுள்ளது. பிற கதைகளையும் வாசித்த பின் இதை மீண்டும் திருத்தி எழுத வேண்டி இருக்கலாம்.

இந்த 62 கதைகளையும் வாசித்து முடித்த பின்னும் சா.க. அவர்களின் குரல் கேட்டுக்கொண்டே இருப்பதான உணர்வு ஏற்படுகிறது. அப்படி கதைகளை அவர் 'சொன்ன' உணர்வு கூடுதலாக ஏற்படுகிறது. ஏனெனில் அவர் எந்தக் கதையிலும் ஒரு

‘கதை’யைச் சொல்லிவிடவேண்டும் என்று மெனக்கெட்டது இல்லை. “உன்னைப் பார்க்க வரும்போது வழியிலே ஒரு சண்டை...” என்பதாக மிகத் தற்செயலாக இந்த வாழ்க்கையின் போக்கிலே நடக்கும் நிகழ்வுகளை, திருப்பங்களை எவ்விதக் குரல் உயர்த்தலோ உணர்ச்சி மேலிடலோ இல்லாமல் இப்பிடி இப்பிடியெல்லாம் நடந்தது என்பது போல அல்லது இப்பிடியெல்லாம் நடக்குது பாரேன் என்கிற அளவிலான தொனியுடனோ அவர் இக்கதைகளை எழுதிச் செல்கிறார். ’இக்கதைகளை எழுதியிருக்கிறார்’ என்று சொல்லாமல் ‘எழுதிச் செல்கிறார்’ என்றுதான் சொல்ல வருகிறது நமக்கும்.

ஆம். ஓடிக்கொண்டிருக்கும் வாழ்க்கை நதியிலிருந்து ஒரு குவளை நீரை ஒரு சிறுகதையாக நமக்குத் தருகிறார். அதே நேரத்தில், அதோ அங்கே ஓடிக்கொண்டிருக்கிற நதியிலிருந்து முகர்ந்து வந்த நீர்தான் இது என்பதையும் இதைக் கோரி வந்த பின்பும் நதி அதே போலவே ஓடிக்கொண்டிருக்கிறது பாருங்கள் என்பதையும் நமக்கு உணர்த்தும் விதமாகவும் சா.க. வின் சிறுகதைகள் நகர்கின்றன. இதுதான் அவரது கதைகளின் முக்கியமான, தனித்த அடையாளமாகப் படுகிறது. துவக்கமும் முடிவும் அழுத்தம் பெறாமல் வாழ்வின் இயக்கம்தான் அழுத்தம் பெறுகிறது. எது எப்படியானாலும் வாழ்க்கை போய்க்கொண்டே இருக்கிறது. முற்றும் என்கிற இயக்கமின்மை அவர் கதைகளில் இல்லை. விலக்காகச் சில கதைகள் நாம் அறிந்த சிறுகதை வடிவுடன் கச்சிதமாகப் பொருந்தியும் வந்துள்ளன. முதல் தொகுப்பின் கதைகள் உதாரணம்.

ஒன்று

பத்துப் பன்னிரண்டு வயதுப் பையன்களின் வாழ்க்கை, அவர்களின் மன உலகம் மீண்டும் மீண்டும் அவர் கதைகளில் வருவதைப் பார்க்கிறோம். ஆரம்பகாலத்தில் சா.க. அவர்களின் அடையாளமாக இதுவே பேசப்பட்டது.

பாய்ச்சல், உயிர்கள், நிழல், பிணைப்பு, தக்கையின் மீது நான்கு கண்கள் என அவரது முதல் தொகுப்பின் 7 கதைகளில் ஐந்து கதைகள் சிறுவர்களின் உலகம் பற்றியவை. முகில்வேந்தன், தெய்வம் வாழ வைக்கும், ஆறுமுகச்சாமியின் ஆடுகள், ஒரு வருடம் சென்றது, புதிர், பால்யகால சினேகிதன் போன்ற கதைகளும் சிறுவர் வாழ்விலிருந்து எழுந்த கதைகள். இவற்றோடு

பால்யகால சினேகிதன், சுழற்சி, இரவின் குரல், ஞானி, சதாசிவத்தின் சைக்கிள் பயணம் போன்ற கதைகளை இன்று பெரியவர்களாகிவிட்ட நேற்றைய பையன்களின் கதைகள் என்று சொல்ல முடியும். சிறுவர் வாழ்வில் ஏற்பட்ட ஏமாற்றங்கள், சந்தித்த வன்முறைகள், புறக்கணிப்புகள் எப்படி அவர்கள் வளர வளர அவர்களின் குணாதிசயத்தைத் தீர்மானிக்கும் சக்திகளாக, அவர்களின் ஆளுமையைச் செதுக்கும் கரங்களாகத் தொடர்வதையே இக்கதைகள் விவாதிக்கின்றன.

சிறுவர்களைப்பற்றி மீண்டும் மீண்டும் எழுதிய சா.க. ஏன் சிறுமிகளைப்பற்றி எழுதவில்லை என்கிற கேள்வி இயல்பாக எழுகின்றது. ஒருவேளை நான் இன்னும் வாசிக்காத தொகுதிகளில் ஏதும் எழுதி இருக்கிறாரா தெரியவில்லை. இந்த 62 கதைகளில் ஒன்றையும் பார்க்க முடியவில்லை. ஏன்?

எல்லாக் கதைகளையுமே ஆண் சொல்லுவதாகவே எழுதியிருக்கிறார் என்பதையும் இத்தோடு இணைத்துப் பார்க்க வேண்டும். தான் ஓர் ஆண் என்பதால் அப்படிச் சொல்வதுதான் சரி என அவர் நினைத்தரோ? கூடுவிட்டுக் கூடுபாய்தலில் நம்பிக்கை இல்லையோ அவருக்கு. ஒரு ஆண் எப்படிப் பெண்ணாகிக் கதை சொல்ல முடியும் என்று அவர் அந்தக் கேள்வியை நிராகரிப்பதாகக் கொண்டால்- சரிதான் என்று ஒப்புக்கொள்ளத் தோன்றுகிறது. சில பிடிவாதங்கள் அவருக்குண்டு என்பதை எழுத்திலும் பேச்சிலும் அவரது புற வாழ்விலும் காண முடியும்.

அவருக்குப் புகழ்சேர்த்த கதை “தக்கையின் மீது நான்கு கண்கள்”. மீன் பிடிக்கக் குளத்தில் வீசிய தூண்டிலின் தக்கையின் மீது நான்கு கண்கள் நிலைகொண்டிருக்கின்றன. தாத்தா மாணிக்கத்தின் இரண்டு கண்கள், பேரன் ராமுவின் இரண்டு கண்கள். மீன் பிடியில் வல்லுநரான தாத்தாவிடம் தூண்டில் போடக்கற்றுக்கொண்ட பேரன் தாத்தாவிடமிருந்து விலகி தனித்துத் தூண்டில் வீசுகிறான். தாத்தாவுக்குச் சிக்காத அரியவகை மீன்களெல்லாம் பேரனுக்குச் சிக்குகின்றன. தாத்தாவுக்குப் பேரன் குறித்த பெருமிதமும் பொறாமையும் ஒருசேர அவர் உள்ளத்தில் துளிர்ப்பதுதான் கதை.

“ஒருநாள் தூண்டில் முள் தன் உள்ளங்கையைக் கிழித்துக் காயப்படுத்தியதும் மாணிக்கம் ராமுவின் சின்னஞ்சிறிய கையைப்

பிடித்து வெற்றிலை இடிக்கக் கற்றுக்கொடுத்தார். அவனோ அவர் சொன்னதையெல்லாம் காதில் போட்டுக்கொள்ளாமல் கையை அழுத்திப் பிடித்து வேகமாக வெற்றிலை இடித்தான். அப்படி இடிப்பது அவனுக்கு உற்சாகமாகவும், மகிழ்ச் சியாகவும் இருந்தது. மூன்றாம் நாள் உலக்கையைக் கையில் பிடிக்க முடியவில்லை. புதிதாக இரண்டு கொப்புளங்கள் கிளம்பிவிட்டன.

அவனிடம் தன் பெரிய கையை அகல விரித்துக் காட்டி மாணிக்கம் கெக்கெக்கெக்க வென்று சிரித்தார்.

"தெரியுமா. நாப்பத்திரெண்டாம் வயசிலேயிருந்து வெத்தலே இடிக்கிறேன். இன்னும் ஒரு கொப்புளம் வரலே. ஆனா ஒனக்கு ரெண்டு நாளிலே நாலு கொப்பளம். இதுக்குத்தான் சொல்றதைக் கேக்கனுங்கறது..." என்ற படி வெற்றிலை இடிப்பதில் உள்ள சூட்சுமங்களைத் தாழ்ந்த தொனியில் விவரித்தார். அவன் ஒவ்வொரு வார்த்தையையும் கவனமாகக் காதில் வாங்கிக் கொண்டான். ஆனால் ஒரு முறையும் அவர் சொல்வதை பின்பற்றுவதில்லை. அவனுக்கொரு தனிக்குணம். ; முறித்துக்கொண்டு போவது.

மாணிக்கம் தெற்குத் துறையில் தூண்டில் போட்டால் அவனோ கிழக்குத் துறைக்குத் தூண்டிலை எடுத்துக் கொண்டு செல்வான். தாத்தாவிடமிருந்து பிரிந்து வந்த அன்றே அந்த இடத்தைக் கண்டுபிடித்தான்."

தானே தன் சிறகு விரித்துப் பறக்க முனையும் இளம் பறவையின் பறத்தல் கண்டு மூத்தது கொள்ளும் உளவியல் மிக நுட்பமாக இக்கதையில் முன்வைக்கப்படுகிறது.

ஆனாலும் முதல் தொகுப்பில் என்னை மிகவும் ஈர்த்த கதை 'உயிர்கள்'தான். அதிகம் பேசாத அற்புதராஜ் சார் கதாபாத்திரம் 70 களில் இக்கதையை வாசித்தபோது ஆழமாக மனதில் நின்றது. இன்றைக்கு வாசிக்கும்போதும் என்ன அற்புதமான உணர்வுகளைக் கிளர்த்துவதாக இக்கதை அமைந்துள்ளது!

ஆறாம் வகுப்புப் படிக்கும் தங்கையாவின் குரலில் கதை சொல்லப்படுகிறது. தங்கையாவுக்கும் அற்புதராஜ் சாருக்கும் நடக்கும் இந்த உரையாடல் தமிழ்ச் சிறுகதை வரலாற்றில் மிக முக்கியமான பக்கங்களில் ஒன்றென்று சொல்லலாம்.

"சார், உங்களுக்கு ரொம்பத் திமிரா சார்?"

முன்னே சென்றுகொண்டிருந்த அற்புதராஜ் அப்படியே நின்றார். காதிலே விழுந்த சொற்கள் ஒரு கணம் நினைவிற்கு வரவில்லை.

அவன் சாரைப் பார்த்துக்கொண்டே நின்றான். முகத்திலே ஒரு திருப்தி. 'அப்படியெல்லாம் இல்லே. எல்லாம் சுத்தப் பொய்' என்று தெரிந்து, உண்மை நிரூபணம் ஆகிவிட்டதால் ஏற்பட்ட ஆனந்தம்.

"என்ன?"

"உங்களுக்கு ரொம்பத் திமிரா, சார்?"

"அப்படியென்றால்...?"

"ராஜகுமாரி டீச்சர்கிட்டே வேலு சார் உங்களுக்கு ரொம்பத் திமிர் என்றாங்க. எனக்கு அப்பவே தெரியும் சார், அது பொய் யென்று. மூஞ்சிக்கு நேரேயே கேட்கணும்னு கோபம் கோபமா வந்துச்சு. ஆனா அவுரு சார் இல்லையா சார்...?" என்று கேட்டு விட்டு அவரை நிமிர்ந்து பார்த்தான்.

அற்புதராஜ் அவன் கைகளை இறுகப் பற்றிக்கொண்டு ஏறெடுத்துப் பார்த்து லேசாக முறுவலித்தார்.

பிடிபடாத படபடப்பு, எங்கிருந்தோ கோபம் ஆத்திரமெல்லாம் புகுபுகுவென்று பெருகிப் பெருகி வருகிறது.

அவருக்குத் தெரியும். 'தான் வேலைக்கு வந்த அன்றே முக்கால் வாசி ஆசிரியர்கள் தன்னை விரும்பவில்லை ; தனியாகப் பிரிந்து சென்றுவிட்டார்கள்' என்பது.

"உனக்கு என்ன தோணுது?" அற்புதராஜ் குனிந்து மெல்லிய குரலில் வினவினார்.

"நீங்க ரொம்ப நல்ல சார்."

சார் சிரித்தார்.

"இல்லே; இந்த சார் ரொம்ப கெட்ட சார்தான். கிளாசுக்கு வந்து ஒருநாள் பார்."

தங்கையா சிரித்தான். அதெல்லாம் பொய். வேணுமென்று அவனுக்காகவே சொல்வது மாதிரி ஒரு நினைப்பு. இப்படியெல்லாம் சிரித்துக்கொண்டு யார் பேசுவார்?"

பள்ளிக்கல்வி வாழ்க்கையின் அழகான பக்கம் இது. ஓர் ஆசிரியருக்கும் மாணவனுக்கும் இடையில் முகிழ்க்கும் நட்பு

எத்தனை அபூர்வமானது? எல்லோருக்கும் அது வாய்த்துவிடுவதுமில்லை. வாய்த்தால் பள்ளிக்கல்வியே அழகாகி- இனிமையாகி-நாடே அற்புதமான நாடாகிவிடுமே.

வகுப்பறைக்கு வெளியே எவ்வளவு அருமையான சாராக இருந்தாலும் வகுப்பறைக்கு உள்ளே நுழைந்ததும் அவர் கெட்ட சாராக ஆகிவிடும் அவலத்தை நாம் எல்லோருமே அனுபவித்துத்தான் வந்திருக்கிறோம். மாணவ நண்பர்களை வேட்டைக்கு அழைத்துச்செல்லும் அற்புதராஜ் அதை உணர்ந்தே இருக்கிறார். அவர் தன்னோடு உடன்வரும் எட்டாம் வகுப்பு கோபாலிடமிருந்து கற்றுக்கொள்வதற்கு மனதைத்திறந்து வைத்திருக்கிறார். எத்தனை சார்கள் அல்லது மிஸ் கள் இப்படிக் குழந்தைகளிடமிருந்து கற்றுக்கொள்பவர்களாக இருக்கிறார்கள்.

நமது கல்விமுறை எவ்வளவு நல்ல மனிதர்களையும் மனுஷிகளையும் மதிப்பெண்களுக்காகப் பிள்ளைகளை சட்டியில் போட்டு வறுத்தெடுக்கும் 'ஆசிரியர்களாக' ஆக்கி விடுகிற கொடுமையை இந்தக்கதையிலும் இன்னும் பல கதைகளிலும் சா.க. தொடர்ந்து பேசுகிறார்.

எத்தனையோ குயில்களையும் வெளவால்களையும் சுட்டுக்குவித்த அற்புதராஜ், தன் மாணவன் கோபாலின் மரணத்தோடு எல்லாவற்றையும் நிறுத்தித் தனக்குள் முடங்கிப்போகிறார். எல்லா உயிரும் ஒன்றன்றோ என்பதைச் சொல்லாமல் சொல்லும் கதையாக 'உயிர்கள்' 70 களிலேயே –சுற்றுச்சூழல் பற்றிய விவாதங்கள் தமிழ்ச்சூழலில் துவங்குவதற்கு முன்பாகவே- பேசியிருக்கிறது.

லகானைச் சுத்தமாகத் தூக்கி எறிந்து விட்டுக் கதையைத் தன் போக்கில் எவ்வளவு தூரம், எப்படி எப்படித் திரும்பி ஓடுமோ ஓடட்டும் என்று திசையறியாக் குதிரையின் கால்தடத்தைப் பின்பற்றிக் கதை எழுதும் போக்கு அவருடைய முதல் தொகுப்பின் 'பிணைப்பு' கதையிலேயே தொடங்கி விடுகிறது. அம்மா பேச்சுக் கேட்காதவனான செல்லையா என்கிற பையனின் ஒரு நாள் ஓட்ட சாட்டத்தின் பின்னால் தொடர்ந்து பயணிக்கும் கதை. தாழம்பூ விற்று அரையணா சம்பாதிக்கும் செல்லையா கதை முடியுமுன் விளையாட்டில் இரண்டு ரூபாய்க்குமேல் ஜெயித்து, அதைத்தொடர்ந்து வந்த சண்டையில் ஜெயித்த காசையும் இவன் வச்சிருந்த காசையும் சேர்த்தே இழந்து விட்டு சண்டையில் கிழிந்த சட்டையைக் கழற்றித் தூர எறிந்துவிட்டு வீடு வந்து சேருகிறான்.

அம்மா இன்னும் சந்தையிலிருந்து வீடு வந்து சேரவில்லை. அவளைத்தேடித்தான் அவன் சந்தைக்குப் போய் அங்கிருந்து கால் இழுத்துச் சென்ற வழியெல்லாம் பயணித்து இழந்தும் பெற்றுமாக வந்து நிற்கிறான். இன்னும் அம்மா வந்த பிறகு என்னென்ன இருக்கோ என்று கதை நம் மனதில் தொடர்கிறது.

இரண்டு

சிறுவர்களுக்கு அடுத்து அவருடைய கதைகள் கவனம் கொண்டு விஸ்தாரமாகப் பேசுவது சினேகம், சினேகிதர்கள், சினேகிதிகள் பற்றி. தொலைந்து போனவர்கள் என்று ஒரு நாவலையே சினேகிதர்களைத் தேடிய கதையாக எழுதியவர் சா.க. என்பது இவ்விடத்தில் நினைவுக்கு வருகிறது.

சில சினேகக் கதைகளின் வரிகளை கீழே பார்க்கலாம்: (பெரும்பாலும் இவை கதையின் துவக்க வரிகளாக வருபவை)

“என் சிநேகிதர்களிலேயே முக்கியமானவன் ஜெயராமன். அவன் எனது நட்பு வட்டத்தின் உள்ளே இருந்தது மாதிரி வெளியேயும் இருந்தான். அது எனக்கும் அவனுக்கு மட்டுந்தான் தெரியும்” (நிறங்களின் நிறம்)

“நானும் வைத்தியநாதனும் ரொம்ப சிநேகிதம். இரண்டு பேரும் தினமும் சந்தித்துக்கொள்வோம்... அப்படிச் சந்திக்க முடியாவிட்டால் பத்து நிமிடம் பதினைந்து நிமிடங்கள் போல டெலிபோனில் பேசிக்கொள்வோம். என்னைப் பார்ப்பதில் அவருக்கும் அவரைப்பார்ப்பதில் எனக்கும் சந்தோஷம்”(யாத்திரை)

“(அனந்த நம்பி) அவன் என் சிநேகிதர்களிலேயே கொஞ்சம் வித்தியாசமானவன். கொஞ்சமென்று நான் சொன்னது என்னைப் பற்றியவரையில் சரி. அவனைப்பற்றிய வரையில் சரியில்லை. ஏனெனில் அவன் எதற்கும் கட்டுப்பட மாட்டான். என்ன நினைக்கிறானோ அதைப்பேசுவான். இன்னும் சொல்லப்போனால் எந்த இடத்தில் என்ன பேசக்கூடாதோ அதை அங்கே பகிரங்கமாகப் பேசுவான். ஒளிவு மறைவு என்பதெல்லாம் அவனுக்குக் கிடையாது.”(அவன் இவனில்லை)

“அவனுக்கு நேர் எதிர் என்னுடைய சிநேகிதன் மேகநாதன். இரண்டு கிளாஸ் உள்ளே போய்விட்டால்தான், எழுந்து நின்று கொண்டு கையை ஆட்டியபடி சப்தமாகப் பேச ஆரம்பித்து விடுவான்.” (இவன் அவனில்லை)

“கல்லூரியில் அவனும் சுந்தரவதனமுந்தான் சிநேகிதம். அவனை விட்டு இவனும், இவனை விட்டு அவனும் பிரிந்து இருப்பதே இல்லை. அவனுக்காக இவன் –சுந்தரவதனம் அறையை மாற்றிக்கொண்டு வந்துவிட்டான்”(இரவின் குரல்)

“என் சிநேகிதன் ஒருநாள் சொன்னான், சீமான் வீட்டு நாய்களுக்கும், தெரு நாய்களுக்கும் உள்ள வித்தியாசம் பற்றி. அவன் சொன்னது சரிதான். அதாவது தெரு நாய்களுக்கு வாலில் ஒரு கண் இருக்கிறது என்று. மனுஷன், கல்லு இத்தனையும் சமாளித்துக்கொண்டு ஜீவிக்க வேண்டி இருக்கிறது தெரு நாய். ஆனால் சீமான் வீட்டு நாய்க்குத் தட்டில் சாப்பாடு. பெட்டில் படுக்கை. என் சிநேகிதன் சீமான் வீட்டு நாய் என்றால் – நான் தெருநாய்.” (அசூரன்)

“என் சிநேகிதர்களில் முதல் ஆள் தனபாலன். அவன் ஏன் முதல் ஆள் என்று கேட்டால் பதில் சொல்ல முடியாது. ஒவ்வோர் ஆணுக்கும் வேண்டிய ஆள் உண்டு. அதற்கெல்லாம் காரணம் சொல்ல வேண்டிய அவசியமில்லை. மற்றவர்களைவிட அவனை எனக்குப் பிடித்துப்போய் விட்டது. அதுதான் முக்கியம்”(நிறம் மாறுவதில்லை)

”தியாகராஜன் என்னுடைய சிநேகிதர்களில் கடைசி ஆள். ஆனால் அவன் மனசில் எனக்கும், என் மனசில் அவனுக்கும் முதல் இடம். அது என்னவோ நெருடுவது மாதிரி இருக்கும். ஆனால் அதுதான் உண்மை.”(ஞானி)

“பணிக்கர்க்கும் எனக்கும் ஆறு மாத பழக்கந்தான். ஆனால் பழக்கத்திற்கு மாதம் ஒரு கணக்கில்லை என்பதையும் தெரிந்து கொண்டேன். அது சாவுக்கு மட்டுமில்லை. சிநேகிதம், உறவுக்குக் கூடத்தான். நாலு வருடம், ஐந்து வருடம் ஒன்றாக இருந்தாலும், உறவு வருவதில்லை. வெறுப்பு, சண்டைதான் சிலரிடம் வருகிறது. அதுவும் பழக்கத்தால் வருவதுதான்”(பத்ரிநாத்)

“என்னுடைய சிநேகிதர்களிலேயே, எனக்கு ரொம்ப பிரிய மானவன் சிங்கப்பூர் பாலு, என்கிற பால சுப்பிரமணியன். அவனும் நானும் ஒரு வருஷந்தான் சிநேகமாக இருந்தோம். அதுவும் ஆறாம் வகுப்பு படிக்கிறபோது. படிப்பு முடிவதற்குள் அவனும் நானும் பிரிந்துபோய் விட்டோம் பத்து பதினைந்து வருஷம் சிநேகிதமாக இருந்தவன் எல்லாம், பிரியமான சிநேகிதனாக இல்லை. ஒரு வருஷங்கூட ஒன்னா சேர்ந்து

இருக்காத பாலு, பிரியமான சிநேகிதனாக இருக்கிறான். அதனைச் சின்ன வயது சிநேகிதம் என்று சொல்வதா? நிஜமான சிநேகிதம் என்பதா? சிநேகிதம் என்பது இந்த வயது சிநேகிதம் என்பதால் முக்கியமாகிறதா? சின்ன வயது சிநேகிதம் தொடர்ந்து வராமல் போக வாய்ப்புண்டு. இடம், ருசி மாறுகிறபோது, சிநேகிதமும் மாறி விடும். வயசு ஏற ஏற மாறாமல் இருப்பதுதான் நல்ல சிநேகிதம். அதெல்லாம் பாலுவிற்கு சரியில்லை. நான் அவனை, முப்பத்திரண்டு வருஷங்களுக்கு முன்னால் பிரிந்தேன். அப்புறம் அவனைப் பற்றி பத்துப் பன்னிரண்டு முறைகள் நினைத்திருக்கிறேன். ஆனால் ஒருமுறை கூட பார்க்கவில்லை. அவனைப் பார்க்க நானும் தேடிக்கொண்டு போகவில்லை; என்னைப் பார்க்க அவனும் வரவில்லை. ரொம்ப சிநேகிதம் அப்படித்தான் போய்விடுகிறது. ஆனால் சிநேகிதம் என்பது அடிக்கடி பார்த்துப் பேசிக்கொள்வதால் தான் வளர்கிறது என்று சொல்ல முடியுமா? (“சிநேகிதன்)

சாந்த குமாரி, தோழி, கமலா போன்ற கதைகளில் ஆண்-பெண் சினேகம் பற்றி எழுதியிருக்கிறார். தமிழின் மற்ற படைப்பாளிகளோடு ஒப்பிடுகையில் இது ரொம்பக் குறைவுதான்.

சினேகிதன், ரயில் சினேகம், பால்ய சிநேகிதன், தோழி, சிங்கப்பூர் சினேகிதன் என்று தலைப்பிலேயே சினேகம் வைத்தவராகவும் சா.க.வைக் குறிப்பிட வேண்டும். நிஜ வாழ்வில் அவருடைய காலை நேர நடைப்பயண சிநேகிதர்கள் அநேகம் பேர் உண்டு என்பது தவிர்க்கவியலாதபடி நினைவுக்கு வருகிறது.

சினேகிதம் பற்றிச் சிறுகதைகளில் இவ்வளவு விரிவாக எழுதிய இன்னொரு எழுத்தாளரைத் தமிழில் பார்க்க முடியாது என்றே எண்ணுகிறேன். ஆனாலும் எந்தக் கதையிலும் எந்த சினேகிதம் பற்றியும் மனம் உருகுவதெல்லாம் இல்லை. சினேகிதமா இருக்காங்க, உதவிகள் செய்து கொள்வதும் கூடச்சேர்ந்து தண்ணி அடிப்பதும், ஒன்றாக காரிலோ பைக்கிலோ ஊரைச் சுற்றுவதும் பரஸ்பரம் ஆதரவாகப் பேசிக்கொள்வதும் என்று இருக்கிறார்கள். சினேகிதம் பற்றி, அதன் அடர்த்தி பற்றிய அளவீடுகளுடன் தன்னுணர்வுடன் கதாபாத்திரங்கள் இருப்பதால் வாசகரால் வாசித்து ரசிக்க முடிகிறது. கரைந்து போக முடியவில்லை. அது தேவையில்லை என்பது சா.க. வின் நிலையாக இருக்கலாம். நட்பு என்கிற வார்த்தையை சா.க. பயன்படுத்தவில்லை. அதற்கு வேறு பொருள் கொண்டிருந்தாரா அல்லது சினேகம் என்கிற வார்த்தை

தரும் மன நெருக்கம் 'நட்பில்' கிடைக்காது என்று கருதினாரா என்பது தெரியவில்லை.

மூன்று

அடுத்து, சா.க. வின் கதைகளில் வரும் பெண்கள் பற்றிச் சொல்லியாக வேண்டும். பெண் நிலையில் நின்று சா.க. கதைகளில் பேசாவிட்டாலும், ஆணாதிக்கக் கொடுமைகளை அழுத்தமாகப் பல கதைகளில் சொல்லுகிறார். பத்துக்கும் மேற்பட்ட கதைகளில் மனைவியை அடித்துத் துவைக்கும் கணவன்மார்கள் வருகிறார்கள். கணவனைத் தெய்வமாகக் கும்பிடும் பெண்களும் வருகிறார்கள். "போடா" என்று உதறிவிட்டுச் செல்லும் கோபம் கொண்ட மாதர்களும் வருகிறார்கள்.

'சந்திரலேகா' என்று ஒரு கதை. அக்கதையைச் சொல்லும் ஆண் தனசேகரன். அவனோடு அலுவலகத்தில் பணிபுரியும் பெண் சந்திரலேகா. அலுவலகப்பணிகளில் அத்தனை ஒழுங்கைக் கடைப்பிடிப்பவராக சந்திரலேகாவை அறிமுகம் செய்கிறார் சா.க. கணவனோடு சண்டை போட்டுக்கொண்டு அவள் லேடீஸ் ஹாஸ்டலில் தங்கியிருக்கிறாள். அவள் கையில், பையில் எப்போதும் புத்தகங்கள், பத்திரிகைகள் வைத்திருப்பாள். மதியம் எல்லோரும் சாப்பிடப்போகும்போது அவர் புத்தகம் படித்துக் கொண்டிருப்பார். தனசேகரனோ யாரோ அவரோடு பேச்சுக்கொடுத்தால் அதைத் திரும்பிக்கூடப் பார்க்காமல் புத்தகத்தில் மூழ்கியிருப்பார். புத்தகம் படிப்பதனால்தான் புருசனோடு சண்டை வந்திருக்குமோ என்று தனசேகரன் நினைப்பான்.

"புருஷன் கூட சண்டை போட புத்தகங்கள்தான் காரணமாக இருக்குமா? அவனுக்குத் தெரியவில்லை. ஆனால் அவன் மனைவி புவனேஸ்வரி அடிக்கடி புத்தகங்கள் படித்துக் கொண்டுதான் இருந்தாள்.

ஒரு நாள், மாலைப்பொழுது, அது ஞாயிற்றுக்கிழமையோ, சனிக்கிழமையோ சரியாக நினைவு இல்லை. காபி கொடுத்துவிட்டு புவனேஸ்வரி ஒரு புத்தகத்தைப் புரட்டிக் கொண்டிருந்தாள்.

"என்ன, பரிட்சைக்குப் படிச்சிப் புடுங்கறது மாதிரி, எப்பப் பார்த்தாலும் படிச்சிக்கிட்டே இருக்க?"

புவனேஸ்வரி தலை நிமிர்ந்து பார்த்தாள்.

“என்னடீ பாக்கற”

அவள் லேசாகப் புன்னகை பூத்தாள்.

“என்ன இளிக்கற”

“ஒன்னும் இல்ல”

“நானும் ரொம்ப நாளா பார்த்துக்கிட்டுத்தான் வர்றேன். நீ பாட்டுக்குக் காபி கொடுத்துட்டு, சோறு போட்டுட்டு பெரிய மயிரு மாதிரி, நாளைக்கே பரிட்சைக்குப் போறது மாதிரி படிச்சிக்கிட்டு நிக்கறே”

“பரிட்சைக்குத்தான் படிப்பாங்களா?”

“பின்ன?”

புவனேஸ்வரி புத்தகத்தை எடுத்துக் கொண்டு – அவனை ஒரு பார்வை பார்த்துவிட்டு உள்ளே சென்றாள். அவனுக்கு அவள் தலைமயிரைப் பிடித்து அடிக்க வேண்டும் போல இருந்தது. கையில் இருந்து காபி டம்ளரை டக்கென்று கீழே வைத்தான். திடீரென்று அவனுக்கு சந்திரலேகா நினைவுக்கு வந்தாள். தலையை அசைத்துக் கொண்டு பின்னால் சாய்ந்து கொண்டான்.

சந்திரலேகாவை புத்தகம் படிப்பதற்காக அவள் புருஷன் அடித்து இருப்பானா? அதனால்தான் அவனை விட்டுவிட்டு ஹாஸ்டலுக்கு வந்துவிட்டாளா?”

உண்மையில் ஒரு கதையின் அற்புதமான துவக்கம் இது. மனைவியின் புத்தக வாசிப்பைக்கண்டு மனம் வெதும்பி ஆத்திரமடையும் ஆணாதிக்கக் கணவன்மாரின் உளவியலைப் பேசப்போகிறார் என்று நிமிர்ந்து உட்கார்ந்தால், கதை நம்மை ஏமாற்றிவிட்டு வேறு பக்கம் ஓடுகிறது. அதுதானே சா.க. வின் முத்திரை. தனசேகரன் அவனுடைய மகளின் வைத்தியச்செலவுகாக அந்த சந்திரலேகாவிடம் 100 ரூபாய் கடன் வாங்கிக்கொண்டு பஸ்ஸுக்குக் காத்திருக்கும்போது, யூனியன் செக்ரட்டரியான கதிரவன் வந்து அந்த நூறு ரூபாய்க்கு வேட்டு வைக்கிறான். தனசேகரன் செலவில் ஆப்பமும் பாயாவும் தின்றுவிட்டு மேற்கொண்டு ஐம்பது ரூபாயை தனசேகரனின் பர்ஸிலிருந்து தானே எடுத்துத் தன் பையில் வைத்துக்கொள்கிறான் அந்த சங்கத்தலைவன். பக்கா வழிப்பறிதான் அது. மகளுக்கு வைத்தியம்

பார்க்க என்ன செய்வது என்று தனசேகரன் விழித்து நிற்கிறான். அந்த சங்கத்தலைவன் தனசேகரனுக்கு கல்லூரியில் ஜூனியர். இரண்டாம் ஆண்டு படிக்கும்போதே சி. பி. எம். மில் சேர்ந்தவன். புருசனைவிட்டுத் தனியாக இருக்கும் சந்திரலேகாவை அடித்துக்கொண்டுபோக முயற்சி செய்து மூக்குடை பட்டவன்.

இளவயதில் சி.பி.எம்.மில் சேர்ந்து பின்னர் தொழிற்சங்கவாதியானவன் இப்படி அறமற்றவனாக இருக்கிறான் என்று சா.க. சொல்ல வருவதாக எடுத்துக்கொள்ளவில்லை. ஆனால் இப்படியெல்லாம் சா.க. எழுதியிருக்கிறார் என்பதைச் சொல்ல வேண்டுமல்லவா? எங்கோ ஆரம்பித்து இங்கே வந்து இப்படியாக முடிகிறது கதை.

“பிற்பகல்” என்றொரு க.தை ரவியும் சாரதாவும் வேலைக்குப் போகிற தம்பதி. சாரதாவுக்குப் பல்வலி. அவளுடைய பல்வலிதான் கதையின் மையமாகச் சுழல்கிறது. ஆபீசுக்கு லீவு போட்டுவிட்டு பஸ் ஸ்டாப்பில் நிற்கிறாள்.

“சாலையில் ஓர் ஊர்வலம். முன்னூறு முன்னூற்று ஐம்பது ஆட்கள். கையில் சிவப்புக்கொடி பிடித்துக் கொண்டு.

“மத்திய அரசே மூடாதே... மூடாதே தொழிற்சாலைகளை மூடாதே! அரசு தொழிற்சாலைகளை தனியாருக்கு தாரை வார்த்துக் கொடுக் காதே! பறிக்காதே.... பறிக்காதே வேலை வாய்ப்புகளைப் பறிக்காதே...” என்று கத்திக் கொண்டு போனார்கள்.

அவள் கத்திக்கொண்டு போகும் ஆட்களையே பார்த்தபடி இருந்தாள். அவர்கள் போடும் சப்தமே பல்வலியைக் கூட்டுவது மாதிரி இருந்தது. மெதுவாகத் தலையசைத்துக் கொண்டாள்.”

இப்படி ஒரு காட்சியை சா.க. எழுதுகிறார். தொழிற்சங்க ஊர்வலங்கள் பல் வலியைக் கூட்டுவதாக அவர் எழுதுவதாக ஒரு உள்நோக்கம் கற்பிக்க வேண்டியதில்லை. ஆனால் இப்படியெல்லாம் எழுதியிருக்கிறார் என்பதைச் சொல்ல வேண்டுமல்லவா?

ஓர் ஆணாதிக்க உலகத்தில் ஒரு பெண் வாழ்வதில் உள்ள அவலங்களின் ஒரு பக்கத்தை இக்கதையில், ஒரு பிற்பகல் நிகழ்வுகளை வைத்துக் கூர்மையாகச் சொல்லியிருக்கிறார். வேலைக்குப் போய் பணம் சம்பாதிக்கும் மனைவி கிடைத்தால் மட்டும் சமையலறைக்குப் போய் சிலபல உதவிகள் செய்யும் ஆண்களின் லட்சணத்தை ஒரே ஒரு சின்னக்காட்சியில் அற்புதமாகக்

நமக்குக் கடத்திவிடுகிறார் சா.க. பல்வலிக்காக லீவு போட்டு வீடு வந்து சேரும் சாரதா....

"அவள் கதவைச் சாத்திவிட்டு சமையலறைக்குள் சென்றாள்

அடுப்பின்மீது டீ வழிந்து காய்ந்து கிடந்தது. டீ வடிகட்டிய டம்ளரில் பாதிக்கு மேலே மீதியிருந்தது. அவள் டீ டம்ளரை எடுத்துக் கொண்டு போய் வாஷ் பேஸினில் போட்டுவிட்டு படுக்கையறைக்குள் சென்றாள். லுங்கி பாதி கட்டிலிலும் – பாதி தரையிலுமாகக் கிடந்தது. அதையெடுத்து கொடியில் போட்டுவிட்டு தலையணையை முன்னே எடுத்து வைத்துக்கொண்டு சாய்ந்து படுத்தாள்.".

இக்கதையை சா.க. முடித்திருக்கும் விதம் வலி மிகுந்தது.

"மணி விட்டு விட்டு ஒலித்துக்கொண்டே இருந்தது.

அவள் ஈரக் காலை மிதியடியில் துடைத்தபடி பாத்ரூமை விட்டு வெளியில் வந்தாள். கதவு படபடவென்று தட்டப்பட்டது. அவள் ஒவ்வொரு அடியாக எடுத்துவைத்து முன்னே போய் கதவைத் திறந்தாள்.

ரவிச்சந்திரன் நின்றுகொண்டிருந்தான். அவனைப் பார்த்ததும் அவள் முகத்தில் ஒரு புன்னகை மலர்ந்தது.

– "எவ்வளவு நேரமா கதவை தட்டிக்கிட்டு இருக்கேன். உள்ள என்ன புடுங்கிக்கிட்டா இருக்க!" அவளை இடித்துத் தள்ளியபடி உள்ளே சென்றான்.

அவள் திரும்பி அவனைப் பார்த்தாள். மின்னல் கீற்று போல ஒரு புன்னகை தோன்றி மறைந்து சென்றது."

அந்தப் புன்னகைக்கு எத்தனையோ அர்த்தங்கள் கற்பிக்க முடியும். அக்கதை முழுதும் பல்வலியால் அவள் படும் வேதனையே விவரிக்கப்பட்டு நம் உள்ளம் அவளுக்காக அவளைப்போன்ற பெண்களுக்காக மனமிரங்கி நிற்கும்போது இப்புன்னகை நம் முகத்தில் அடித்துக் கோபத்தை உண்டுபண்ணுகிறது -ஆண்களின் மீது.

இதே போன்ற முடிப்புக் கொண்ட பல கதைகளை சா.க. எழுதியிருக்கிறார்.

தேவை என்கிற கதை இப்படி முடியும்.

“மெதுவாகயேறிக் கதவைத் தட்டினான். வழக்கத்தைவிட வேகமாகத் தட்டினான். நிற்க முடியாதவன் போல் தட்டினான்.

‘யாரு?’ என்றாள் மஞ்சுளா, உள்ளே இருந்து.

‘தெரியல?’ இவன் கை படாரென்று கதவில் அறைந்தது.

‘இதோ வந்துட்டேன்.’ விளக்கைப் போட்டுவிட்டு, அவள் கதவைத் திறந்தாள்.

‘எவ்வளவு நேரமா தட்டுறேன், எட்டு மணிக்கெல்லாம் தூக்கமா?’

‘முதல் சத்தத்துக்கே வந்துட்டேனே.’

‘–திங்கறது; தூங்கறது’

‘நான் எங்கே தூங்கினேன்?’

‘பேசாதே. கொன்னுடுவேன்.’

மஞ்சுளா இவனை ஒரு முறை திரும்பிப் பார்த்துவிட்டு ஒரு மூலையில் போய் உட்கார்ந்தாள்...”

வீட்டுக்குள் திடீரென்று வெளிச்சம் பரவியது. அவன் மனைவி அவசரம் அவசரமாக வந்து கதவைத் திறந்தாள்.

திறந்த கதவை அடித்துத் தள்ளிக் கொண்டு, “என்னாடீ, அரைமணி நேரமா கதவைத் தட்டுறேன். தூங்கிக்கிட்டு கிடக்கிறே...” என்றான்.

“எங்க தூங்கினேன்? முதல் சத்தத்துக்கு எழுந்திருச்சிட்டேன்...”

“எங்கடீ எந்திருச்சே...?” என்று அவள் முகத்தில் குத்தினான்.

அவள் கண்களைக் கசக்கிக் கொண்டு அவனை ஏறிட்டுப் பார்த்தாள்.

“மொறச்சா கொன்னுடுவேன் கொன்னு...” அவள் பிடரியில் கை வைத்து முன்னே தள்ளினான்.

தடுமாறிக் கீழே விழுந்த அவள் திரும்பி ஒரு பார்வை பார்த்தாள். –

“எட்டு மணி ஆயிட்டா போதும் தின்னுட்டுப் பரப்பிக்கிட்டுத் தூங்க வேண்டியது.”- இரும்பு நாற்காலியை இழுத்து அவள்

முன்னே போட்டுக் கொண்டு உட்கார்ந்தான். அவள் எழுந்து அவனை ஒரு பார்வை பார்த்துவிட்டு உள்ளே சென்றாள்...''

'வீர முத்து' என்கிற கதை இப்படி முடியும். இரவின் மடியில் என்கிற கதையும் கிட்டத்தட்ட இதே வசனங்களுடன் மனைவி கதவைத்திறந்ததும் அடிப்பதுடன் முடியும். பல கதைகளில் ஆண்கள் அற்பக்காரணங்களுக்காகவோ அல்லது அவர்களின் வெளியுலக இயலாமையை அவள் மீது கொட்டுவதற்காகவோ பெண்களை அடித்துக்கொண்டே இருக்கிறார்கள். எல்லாக் கதைகளிலும் அடி வாங்கிக்கொண்டு பெண்கள் ஒரு பார்வை பார்க்கிறார்கள். அல்லது ஒரு புன்னகையை அவன்மீது எறிகிறார்கள். இந்தப் 'பார்வை' இந்தப் 'புன்னகை' என இந்த இரண்டையும் இவ்வளவு சக்தியுடன் பயன்படுத்தியிருப்பவர் சா. கந்தசாமி மட்டும்தான் என்று சொல்லலாம். ஆணின் குரூர மனதை மீண்டும் மீண்டும் தோலுரித்துக்கொண்டே இருக்கிறார்-தயவு தாட்சண்யமின்றி. சா.க. தன் கதைகளில் முன் வைக்கும் மிகக் குறிப்பிட்டுச் சொல்ல வேண்டிய அரசியல் இது.

கணவனைத் தெய்வமாக மதிக்கும் பழைய பண்பாட்டு மனுஷிகள் இன்னும் இருப்பதையும் சில கதைகளில் படம் பிடிக்கிறார். "அறியப்பட்டவன்" கதையில் முத்துக்குமாரசுவாமியின் வீட்டுக்கு வரும் நாகராஜன் முத்துக்குமாரசாமியை அவன் மனைவி சுவாமி... சுவாமி... என்று பேர் சொல்லிக் கூப்பிடுவதையும் இவன் ஓடி ஓடிப்போவதையும் பார்த்து பெருமிதம் கொள்கிறான். மறுநாள் அலுவலகத்தில் "நீ முற்போக்கான ஆள்" என்று பாராட்டுகிறான். வீட்டிற்கு வந்ததும், வச்சலகுமாரியிடம் நாகராஜன் சொன்னதைச் சொன்னேன். அவள் என்னை ஒரு முறை நிமிர்ந்து பார்த்தாள். அப்புறம், "அந்த நாகராஜனுக்குத் தான் புத்தி இல்லென்னா, உங்களுக்கு வேணாம். அவன் சொன்னான்னு வந்து சொல்றீங்களே" என்று கேட்டுவிட்டு அடுத்த கணமே என் கால்களில் விழுந்து "சுவாமி" என்று வணங்கினார். எனக்கு நாகராஜனை அறைய வேண்டும் போல இருந்தது. அவள் சொன்னது அந்த சுவாமி என்று நகைக்கிறார் சா.க. சின்ன வயதில் ஏற்படும் தாக்கங்கள் எதிர்மறையாகவும் ஒரு மனிதனின் குணாதிசயத்தைப் பிற்காலத்தில் செதுக்கக்கூடும் என்பதற்கான உதாரணமாக அவருடைய "அறியப்பட்டவன்" கதையில் வரும் இப்பகுதியைக் கூறலாம்:

"யோசித்துப் பார்த்தால், என்னவோ குறைபாடு மாதிரி இருக்கிறது. மனைவியிடம் அவள் சொல்வதிலும், சமைப்பதிலும் குறைபாடு காணவே கூடாது. உப்பு இல்லாமல் என் மனைவி குழம்பு ஊற்றினால்கூட ஒன்றுமே சொல்லமாட்டேன். ஜோக் அடித்துக் கொண்டு சிரித்துச் சாப்பிட்டு விடுவேன். அது எங்கள் குடும்பத்தின் குணமில்லை. அப்பா உப்பு குறைந்தால், குழம்பை அம்மா மூஞ்சியில் வீசியடிப்பார்; சோறு குழைந்துவிட்டால் தட்டுப் பறக்கும். அப்பாவிற்குச் சோறு போடும்போது அவர் சாப்பிட்டுவிட்டு எழுந்திருக்கும் வரையில் அம்மா பதைபதைப்போடு இருப்பாள். மோர் சோற்றில் ஒரு கல் இருந்துவிட்டது. அப்பா கையை நீட்டி அம்மாவைக் கூப்பிட்டார். அம்மா மெதுமெதுவாக வந்தார். அவர் சோற்றைக் காட்டினார். குனிந்து பார்த்தாள். அம்மா மூஞ்சியில் சோற்றைத் துப்பினார்.

"கல்லு, மயிரு இல்லாம சோறு ஆக்க துப்பு இல்ல" என்று தட்டை எடுத்துத் தரையில் அடித்தார். சோறு நாலாபக்கமும் சிதறியது. நான் திரும்பிப் பார்த்தேன்.

"என்ன மொறைக்கற" என்று என் முதுகில் ஓர் உதைவிட்டார். நான் குழம்புச் சோறு தின்றுகொண்டு இருந்தேன். கருவாட்டுக் குழம்பு. கன்னம், மூக்கு, நெற்றியெல்லாம் சோறும் குழம்புமாகிவிட்டது. ஒரு முள் கண்ணில் குத்திவிட்டது. கண் டாக்டரைப் பார்த்து, மூன்று நாட்கள் வைத்தியம் செய்துகொண்டேன். அப்பாதான் என்னை டாக்டரிடம் சைக்கிளில் ஏற்றிக் கொண்டு போனார். அதற்குப்பிறகு நான் கருவாடு தின்பதைவிட்டு விட்டேன்."

சா.க. எழுதியுள்ள ஏராளமான குடும்ப வன்முறை குறித்த கதைகளில் ஒன்றாகவும் இதைச் சேர்க்கலாம்.

பெண்கள் குறித்த சா.க. வின் மன ஓட்டமாக கீழ்க்கண்ட பத்தியை வைத்து பெண்கள் பற்றிய இப்பகுதியை நிறைவு செய்யலாம்:

"அவளைப்பற்றி நினைக்கவே பாவமாக இருந்தது. ஆபீசில் எத்தனை வேலை பார்க்கிறாள் என்று நினைத்துக் கொண்டான். மனசு இரங்கியது. பெண்கள் பாவப்பட்ட ஜென்மங்கள். தலையில் பூவும், கழுத்தில் தங்கமும், முகத்தில் பௌடரும், இடுப்பில் தகதகவென்று பட்டுப் புடவையும் மினுக்கிக் கொண்டிருந்தாலும் உள்ளுக்குள் புழுங்கிக் குமைகிற ஜென்மங்கள்தான் என்றுபட்டது.

அம்மா, அப்பாவிடம் எத்தனை கஷ்டப்பட்டு இருப்பாள் என்று நினைத்துப் பார்த்தான். எதற்காக அம்மா அற்பனும், முன்கோபியும் முரடனுமான அப்பாவை உதறிவிட்டு விட்டுப் போகவில்லை? அம்மாவின் முன்னே அப்பா ஒரு புழு. கேடுகெட்ட மனுஷன். இல்லை, அப்பா ஒரு மனுஷனே இல்லை. ஆனாலும் அம்மா அப்பாவைச் சகித்துக்கொண்டு வாழ்ந்தாள். ஏனெனில் அம்மா அந்தக் காலத்து மனுஷி. புருஷன் செய்வதெல்லாம் சரியென்று நினைக்கிறவள். அதுகூடச் சரியில்லை. புருஷனுக்கு மேல் ஒன்றுமே இல்லை என்பதுதான் அம்மா. அதை அம்மா சரியாக அறிவாள் என்றுகூடச் சொல்ல முடியாது.''(கிரிவலம்)

நான்கு

30 க்கும் மேற்பட்ட கதைகளில் மரணம், அகால மரணம் கதையின் போக்கை தீர்மானிக்கும் காரணியாக வருகிறது. மனைவியை இழந்த கணவன்மார்கள், கணவனை இழந்த மனைவிமார்கள், அப்பா இல்லாத/அம்மா இல்லாத பையன்கள் திரும்பத்திரும்ப சா.க. வின் கதைகளில் வந்து கொண்டே இருக்கிறார்கள். மரணம் துரத்தும் வாழ்க்கை அவருடைய படைப்பு மனதில் ஆழமான தாக்கத்தை ஏற்படுத்தியிருக்கிறது. ‘‘மரணத்தை முன் வைத்து வாழ்வை விசாரித்தல்'' என்று இலக்கிய உலகில் பேசுவார்களே அதை சா.க. வின் கதைகளில் விரிவாகக் காணலாம்.

ஐந்து

நல்ல தமிழ்ப்பெயர்களோடு உலவும் கதாபாத்திரங்களைத் தமிழ்ச் சிறுகதை உலகில் மிகுதியாகப் படைத்தவர் சா.கந்தசாமிதான் என்று அடித்துச் சொல்லலாம். அரசு, கலைச்செல்வி, கதிரவன், காத்தமுத்து, மதுரமொழி, தேன் மொழி, முகில்வேந்தன், பாரதி இளங்கோவன், கயல்விழி, முத்துச்செல்வன் என்று நல்ல தமிழ்ப்பெயர்களோடு, தமிழ்ச்சமூகத்தின் கள யதார்த்தத்தைப் பிரதிபலிக்கும் விதமாகத் தன் கதாபாத்திரங்களுக்கு சா. கந்தசாமி பெயர் சூட்டியுள்ளது குறிப்பிடத்தக்கது. பெயர்களின் அரசியலில் ஒருவகையில் சரியான நிலைப்பாட்டை சா.க. எடுத்திருக்கிறார் என்றே சொல்ல வேண்டும். ஒடுக்கப்பட்ட சாதிகளின் வாழ்வைக் களமாகக் கொண்ட கதைகள் குறைவென்பதால், அப்பெயர்கள் இடம் பெற வாய்ப்பற்றுப் போயிருக்கிறது. மீதிக்கதைகளைப் படிக்காமல் இதற்குமேல் இப்போது சொல்ல முடியவில்லை. ,

ஆறு

இச்சிறுகதைகளை முன் வைத்து சா.க. அவர்களின் கலையின் அரசியல் என்ன என்கிற கேள்வியை எழுப்பினால், அவர் அடித்தட்டு உழைப்பாளி மக்கள், கீழ் நடுத்தர மற்றும் நடுத்தர வர்க்கத்து மனிதர்களையும் மனுஷிகளையும் பற்றியே கதைகள் எழுதியிருக்கிறார். அதில் ஆணாதிக்கம், குழந்தைகள் உரிமை மறுப்பு, அன்பு, கருணை, மன்னிப்பு, சினேகம், துரோகம், பொறாமை, பாலியல் ஒழுங்கு மீறல்கள்பற்றியே எழுதியிருக்கிறார். பெரும்பாலும் சார்பற்று எழுதியிருக்கிறார். பத்துக்கு மேற்பட்ட கதைகளில் கணவன் மனைவி அல்லாத ஆண்கள் பெண்கள் சேர்ந்து வாழும் வாழ்க்கை பற்றி யதார்த்தமாக அதற்கான நியாயங்களுடன் மனத்தடையின்றி எழுதியிருக்கிறார்.

"வாழ்க்கையென்பது புதிர்த்தன்மை கொண்டது என்பதைச் சொல்லும் படைப்புகளைப் படிக்கிறபோது – வாழ்க்கைக்கு அர்த்தமும் சுவாரசியமும் கூடுகிறது. எந்தத் தலைமுறையை விடவும் – தற்காலத் தலைமுறை அதிகமான அம்சங்களில் அபாரமான அறிவும் தெளிவும் பெற்று இருப்பது போலவே, அறியாமல் இருப்பதையும் அறிந்து கொண்டு உள்ளது. எனவே அறிந்து கொள்ளமுடியாத சூட்சுமத்தை அறிந்து கொள்ளமுடியாத தொனியில் பலரும் தங்கள் அளவில் எழுதி வருகிறார்கள். நில்லாமல் சுழலும் வாழ்க்கையின் சில கணங்கள் எழுத்தில் பிடிபட்டு அதற்கு ஓர் அர்த்தமும் வலுவும் கொடுக்கின்றன. அதில் அடைந்ததை விட, அடைய முடியாமல் போவதுதான் அதிகம். ஆனாலும் அடைய ஆசையும் ஆர்வமும் தொடர்கிற பயணம். இலக்கியத்தில் பயணமே முக்கியம். ஏனெனில் அது பல தலைமுறைகளின் தொடர் பயணம். அதில் பங்கு கொள்வதே பெரும்பேறு." என்று அவர் 2003இல் வெளியான 'பத்ரிநாத்' தொகுப்பின் முன்னுரையில் கூறுகிறார்.

சிறுகதையை, படைப்பிலக்கியத்தை அவர் ஓர் 'அறிதல் முறை'யாக முன்னிறுத்துகிறார். இந்த வாழ்வையும் அதன் புதிர்களையும் புரிந்து கொள்ளும் ஓர் அறிவியலாகக் கலையை அவர் முன் வைக்கிறார்.

"நான் கதை சொல்கிறவன். என் கதைகளில் கதையே கிடையாது. சொல்லப்படாமல் விடுபட்டுப் போயிருக்கும். ஒருகதையைச் சொல்லிப்பார்க்கவே முயற்சி செய்கிறேன்.

அப்படிப் பலரும் முயன்று இருக்கிறார்கள் என்பதைத் தெரிந்து கொள்ளும்போது அதில் அக்கறை கூடுகிறது.

இந்தக் கதைகளில் தொடக்கம், முடிவு என்பதெல்லாம் ஒன்றுமில்லை. இன்னும் சொல்லப் போனால் – கதை எங்கே முடிவடைகிறதோ அந்தக் கடைசிப் பக்கத்தில் இருந்துதான் கதையே தொடங்குகிறது.” என்று இன்னொரு முன்னுரையில் சொல்கிறார். பெரும்பாலான அவருடைய கதைகளுக்கு இந்தக்கூற்று பொருந்துகிறது.

ஏழு

இக்கதைகளைச் சொல்ல அவர் தேர்ந்து கொண்டிருக்கும் மொழி மிகச் சாதாரணமானது. நேரடியானது. சற்றும் பூச்சற்றது. வாசகரை வசீகரிப்பதற்காக எந்த ஒப்பனையும் செய்துகொள்ளாதது. அதுவே நம்மை வசீகரிப்பதற்கான காரணியாக ஆகிவிடுகிறது.

எட்டு

சமகால அரசியல் மற்றும் சமூக நிகழ்வுகள் இவர் கதைகளில் இடம் பெறுகின்றனவா எனில், சில கதைகளைச் சொல்ல முடியும்.

’சரபோஜிபுரம்’ என்கிற கதையில் ஒரு சிற்றூருக்கு அருகே திடீரென்று ராணுவ முகாம் ஒன்று அமைக்கப்படுகிறது. ஏற்கனவே தண்ணீர்த் தட்டுப்பாடு உள்ள ஊரில் அந்த ஊருக்கான தண்ணீர்க்குழாய் ராணுவ முகாமை நோக்கித் திருப்பப்படுகிறது. அதை ஒட்டி ராணுவ வீரர்கள் சிலருக்கும் ஊர் மக்களுக்கும் இடையில் ஏற்படும் கைகலப்பில் ராணுவம் ஒரு பெண்ணைச் சுட்டுத்தள்ளிவிடுகிறது. ராணுவத்துக்கு எதிரான மனப்போக்கு இதில் வெளிப்படையாக இருக்கிறது. இலங்கை சென்ற இந்திய அமைதிப்படை மீதான எதிர்ப்புணர்வின் கதை வெளிப்பாடோ இது என்கிற சந்தேகம் வந்தது.

‘மே 21’ என்று ஒரு கதை. ஒரு குடும்பத்தில் பூட்டன், தாத்தா, அப்பா என எல்லோரும் 47 வயதில் காலமாகி விடுவது தொடர்ந்து நடக்கிறது. இப்போது பையனின் காலம். அவனுக்குப் புற்று நோய் வந்து விட்டது. ஆஸ்பத்திரியில் இருக்கிறான். அவன் அவன் வயது இப்போது 47. அவன் பிழைப்பானா என அழும் அம்மாவைத்தேற்றிவிட்டு ஊர் திரும்பும் அப்பையனின் நண்பன்(சினேகிதன்) மூலமாகக் கதை சொல்லப்படுகிறது.

பஸ்ஸில் ஊர் திரும்பும்போது வழியில் ஒரு விபத்தில் குழந்தை அடிபட்டு இறந்ததை ஒட்டிச் சாலை மறியல் பஸ் உடைப்பு. தாமதமாக சென்னை திரும்பியதும் மனைவி சொல்கிறார். ராஜீவ்காந்தி குண்டு வெடிப்பில் இறந்துவிட்டதாக அமெரிக்காவிலிருந்து போன் வந்ததாக பக்கத்து வீட்டுப்பெண் சொன்னதாகவும் இன்னும் டிவியில் நியூஸ் வரவில்லை என்றும் சொல்கிறாள். வழியில் ஏதும் கலாட்டாவா என்று கேட்கிறாள். ராஜீவ் காந்தி சாகும்போது அவருக்கு வயது சரியாக 47 என்பது கதையில் சொல்லப்படாமல் கதை போகிறது...

'எங்கள் ஆசிரியர்' என்கிற கதையில் வரும் அற்புதமான ஆசிரியர் குமரேசன் அவசரநிலைக் காலமாகையால் காவல்துறையால் அழைத்துச் செல்லப்பட்டுச் சுட்டுக்கொல்லப்படுகிறார். அவசரகால எதிர்ப்பு வசனம் ஏதுமே இல்லாமல் இத்தனை அற்புதமான அன்பான ஓர் ஆசிரியரை அவரநிலைக்காலம் கொன்றுவிட்டதை மட்டும் காட்டுவதன் மூலம் மௌனமாக ஓர் எதிர்ப்புணர்வை ஏற்படுத்துகிறார்.

மூன்றாவது பிரார்த்தனை கதையில் கும்பகோணம் மகாமகத்துக்குப் போகும் பெரியவர் முருகபூபதிப் பத்தர் அன்றைக்கு முதலமைச்சர் அம்மாவும் வந்து நீராடியதால் ஏற்பட்ட நெரிசலில் மிதிபட்டுக் குளத்தில் செத்து மிதக்கிறார். அவர் சாவதற்கு முன்னால் குளத்தில் மூழ்கி எழுந்து மூன்று பிரார்த்தனைகளை ஆண்டவனிடம் வைக்கிறார். ஒன்று அவருக்கு ஒரு பேரன் பிறக்க வேணும். இரண்டாவது அவர் மகனுக்கு வேலை மாறுதல் கிடைக்க வேண்டும். மூன்றாவது பிரார்த்தனை நல்ல மழை பெய்து நாடு சுபிட்சமாக இருக்க வேண்டும். மூன்றாவது பிராத்தனை என்று தலைப்பு வைத்து நம் கவனத்தை இப்படி ஒரு அரசியல் தலைவர் குளத்தில் குளிக்க வந்து மக்களைச் சாகடித்தால் அவரது மூன்றாவது பிரார்த்தனை எப்படி நிறைவேறும் என்று சொல்லாமல் சொல்கிறார். 1992 பிரவரி மாதம் 18 ஆம் தேதி அன்றைய முதல்வர் ஜெயலலிதா அம்மையாரும் சின்னம்மா சசிகலா அவர்களும் மகாமகக்குளத்தில் குளிக்கப்போய், 50 பேர் இறந்து 74 பேர் படுகாயமடைந்து தமிழகமே அதிர்ச்சியில் உறைந்த அந்தத் துயரத்தை கதையில் கொண்டுபோய் சேர்த்து முடிக்கிறார்.

இப்படி ஓரிரு கதைகள் சமகால அரசியல் சமூக நிகழ்வுகளைத் தொட்டுப் பேசியுள்ளன.

ஒன்பது

நாமறிந்தவரைக்கும் பகுத்தறிவாளரான சா.க. அவர்களின் சில கதைகள் அறிய முடியாப் புதிர்களைப் பேசுகின்றன. உதாரணமாக 'அறிந்தும் அறியாதது' கதையில் வரும் கொக்குச் சாமியின் மகிமைகள்.

ஜாதகம், சோதிடம் பார்ப்பது தவறில்லை என்று வாதிடுவதாக ஒரு கதையில் வருகிறது. அதை அப்படியே ஏற்க முடியாவிட்டாலும், கேட்க சுவாரசியமாக இருக்கிறது. அப்பகுதி:

"காட்டில் புலி வந்தால், அது முதலில் சிங்கவால் குரங்குகளுக்கும் பறவைகளுக்குந்தான் தெரியுமாம். பறவைகள் பயந்து போய் அலறித் துடித்துக் கொண்டு விநோதமாகப் பறந்து போகுமாம். சிங்கவால் குரங்குகள் கத்திக்கொண்டு மரத்திற்கு மரம் தாவி போகுமாம். அதைப் பார்த்துவிட்டு மற்ற பறவைகளும், விலங்குகளும் ஆபத்து வருகிறது என்பதைத் தெரிந்து கொண்டு பாதுகாப்பான இடத்தைத் தேடி போகுமாம். பறவைகளுக்கும், சிங்கவால் குரங்குகளுக்கும் இந்த அறிவு எப்படி வந்தது. எதற்காக அவை இப்படி விநோதமாக சப்தமிட்டு பறவைகளையும், விலங்குகளையும் எச்சரிக்க வேண்டும். யோசிக்க யோசிக்க ஆச்சரியமாக இருக்கிறது. அதில் இருந்துதான் சோதிடம், ஜாதகம் எல்லாம் வந்திருக்க வேண்டும். தெரியாததில் இருந்து தெரிந்து கொள்வது?

நேற்று வரையில் இல்லாததை இன்னொரு விஞ்ஞானி கண்டு சொன்னால் ஏற்றுகொள்ள வேண்டியிருக்கிறது. அது மாதிரிதான் சோதிடம், கைரேகை, ஜாதகம் எல்லாம். அவையெல்லாம் விஞ்ஞானம் இல்லை. தர்க்கரீதியில் காரண காரியம் சொல்ல முடியாது. ஆனால் மனசுக்கு தர்க்கம் எல்லாம் தேவையில்லை. ஆறுதலும் சாந்தியும் தேவைப்படுகிறது. அதைத் தரும் விஷயத்தைப் பற்றி தர்க்கம் செய்வது இல்லை. அதுதான் உண்மை . சூரியன் சந்திரனுக்குக் கீழே எல்லா நாள்களும் நல்ல நாள்தான் என்று சொல்கிற பெரிய ஜனநாயகவாதி என்றுதான் சொல்ல வேண்டும் ஏனெனில் எல்லோர்க்கும் தெரிந்த ஒன்றை மறுபடியும் மறுபடியும் எடுத்து சொல்லவேண்டும். மனசுக்கு ஆதரவானது எதுவோ அதுவே ஜெயிக்கும். அதில் கெட்ட அம்சம் ரொம்ப குறைவு. ஆனால் கெட்டதே இல்லை என்பது இல்லை. நல்லது உண்டு என்பது மாதிரி கெட்டதும் உண்டு.

அப்படித்தான் சோதிடம், ஜாதகம். நான் ரொம்ப நம்புவதில்லை. ஆனால் நம்பாமலும் இருப்பதில்லை. அதற்கு காரணம், சோதிடம், ஜாதகம் எல்லாம் பெரிய தீமை இல்லை. நம்பிக்கை கொடுக்கிறது. நாளைக்கு உனக்கு நல்ல காலம்; கஷ்டங்களுக்கு எல்லாம் விடிவு உள்ளது என்று சொல்கிறது. வாழ்க்கையே எதிர்காலந்தான். நம்பிக்கை வைக்கத் தூண்டும் ஒன்று எப்படிக் கெட்டதாகும். *(‘ஞானி’ கதையில்)*

பத்து

அவர் கதைகளை எழுதிச்சென்றாலும், ஏதோ ஒரு சொல்கதை மரபைப் பின்பற்றியே எழுதுவதாகப் பல கதைகள் கட்சியளிக்கின்றன. கதைகளுக்கு இடையிடையே வரும் கீழ்க்கண்ட வரிகள் அவர் கதையைச் “சொல்கிறார்” என்கிற உணர்வைத் தந்து விடுகின்றன. எழுத்து மரபுக்கும் பேச்சு மரபுக்குமிடையில் ஒரு பாலத்தை –கி. ராஜநாராயணன் ஒரு வழியில் என்றால்-சா.க. அவர் வழியில் கட்டமைப்பதாகத் தோன்றுகிறது:

“திருவானைக்காவல் சென்றதைச் சொல்ல வந்த நான் வேறு என்னவோ சொல்கிறேன்” *(சிங்கப்பூர் சிநேகிதன்)*

“விளையாட்டைப்பற்றிச் சொல்ல வந்த நான் வேற ஏதோ ஒன்றைப் பற்றிச் சொல்லிக்கொண்டிருக்கிறேன். எனக்கு எப்பொழுதும் ரயில் மாதிரி ஒரே தடத்தில் போக முடியாது.”

அவர் கதைகளை முற்போக்கு-பிற்போக்கு என்று வகைப்படுத்த முடியாதபடிக்குத் தன்போக்கில் எழுதிச்செல்பவர் என்று வகைப்படுத்தலாம்.

“சிறுகதை என்று எழுதப்படுகின்ற வாழ்க்கை புரிவது மாதிரி – நிஜத்தில் இருக்கும் வாழ்க்கை புரிபடாமல் இருக்கிறது என்பது இலக்கியச் சரித்திரமாக இருக்கிறது. இத்தனைக் காலமாக – எத்தனையோ மகாகவிகளும் பேரறிஞர்கள் எழுதியதும் – சொன்னதையும்விட வாழ்க்கை என்பது அறியவொண்ணாததாகவும் – அறிந்து கொள்ள ஆவலைத் தூண்டக்கூடியதாகவும் இருக்கிறது என்பதை அறிந்து கொள்ள இடம் இருக்கிறது என்பதை அறிந்து கொள்ளும்போது – மனிதன் என்பதின் மகத்துவம் தெரிகிறது.”

(சாந்தகுமாரி தொகுப்பின் இரண்டாம் பதிப்புக்கான முன்னுரையில் சா. கந்தசாமி-1999இல்)

47

மு. சுயம்புலிங்கம்

முன்மாதிரி இல்லாத, எவரும் பின்தொடரவும் முடியாத ஒரு எழுத்து முறைக்குச் சொந்தக்காரர் மு. சுயம்புலிங்கம். கோணங்கி கொண்டு வந்த ‘கல்குதிரை’-‘சுயம்புலிங்கம் சிறப்பிதழ்’ மூலமாகவும் கி . ராஜநாராயணன் தொகுத்த கரிசல் கதைத்திரட்டு வழியாகவும் வெளி உலகுக்குப் பரவலாகத் தெரிய வந்தவர் சுயம்புலிங்கம். அவரே நடத்திவந்த ‘நாட்டுப் பூக்கள்’ என்கிற கையெழுத்து இதழில் வெளிவந்திருந்த கவிதைகளையும் கதைகளையும் ‘கல்குதிரை’ முதல் முதலில் அச்சில் கொண்டு வந்தபோது நவீன தமிழ் இலக்கிய உலகில் பெரும் அதிர்ச்சி அலைகள் உருவாகின. இதுவரை தமிழ்ச் சிறுகதை உலகம் கண்டிராத புதிய எழுத்து முறையை மு. சுயம்புலிங்கம் கைக் கொண்டிருந்தார். அவருடைய படைப்புகளை ஊர்க்கூட்டம் என்கிற நூலாக முதலில் கொண்டு வந்தது சவுத்விஷன் புக் ஹவுஸ்

“சுயம்பு, எழுத்தாளனெல்லாம் இல்லை. நிறைய பேரு சுயம்புவை அப்படி ஏத்துக்கிறதும் இல்லை. அவன் எழுதுறதெல்லாம் வெறும் செய்திகள். அவனைப் பாதிக்கிற செய்திகள். வேறெந்த எழுத்தாளன்கிட்டயும் அவன் போறதில்லை. அவன் உலகம் ரொம்பச் சின்னது” என்று அவரே ஒரு நேர்காணலில் சொல்லியிருந்தபோதும் (அதெல்லாம் சும்மா ஒரு ‘மேப்பேச்சு’ என்பேன்), பிசிறின்றிச் செதுக்கப்பட்ட, அதே சமயம்

மிகமிகச் சாதாரணமான சொற்களின் மூலம் சொல்லப்படும் அவரது சிறுகதைகள் தமிழ்ச் சிறுகதை வரலாற்றில் எவரும் நடந்திராத புதிய பாதையில் நடை போடுபவை.

தூத்துக்குடி மாவட்டம் வேப்பலோடை என்கிற பனங்காட்டுக் கிராமத்திலிருந்து வாழ்வு தேடி 1964இல் சென்னைப்பட்டணம் வந்த சுயம்பு படாத கஷ்டமில்லை. பார்க்காத வேலை இல்லை. மாட்டுத்தீவனக்கடையில் தொழிலாளி, தள்ளு வண்டியில் வைத்துப் பொருட்களை விற்பது, சிறிய மிட்டாய்க்கடை போட்டு நடத்துவது என்று பெரிய அளவுக்குப் பொருளாதார வெற்றி தராத பல முயற்சிகளில் ஈடுபட்டார். சென்னையின் புறநகரப்பகுதிகளில் அலைந்து திரிந்த வாழ்க்கைதான் அவருடையது. ஆனால், எந்த நிலையிலும் அவர் எழுத்தைக் கைவிட்டதில்லை.

'மக்கள் எழுத்தாளர் சங்கம்'னு ஒரு அமைப்பு... நான் படிக்கப்போற நூலகத்துல மாசம் ஒருமுறை கூட்டம் நடக்கும். அதுல கடைசி வரிசையில போயி உட்கார்ந்திருப்பேன். தி. க. சி.செந்தில்நாதன், கார்க்கி, இளவேனில்னு பலபேர் இருப்பாங்க. ஆர்வக்கோளாறுல நான் ஒரு கதை எழுதிப் படிச்சேன். எல்லாப் பேரும் எழுந்து போயிட்டாங்க.

அந்தக் கூட்டத்திலதான் எனக்கு 'தாமரை' அறிமுகமாச்சு. தி. க. சி மூலமா அதுல ஒரு கதை வந்துச்சு. செந்தில்நாதன், 'சிகரம்' பத்திரிகையில கதை வாங்கிப் போடுவாரு. அதே வேகத்துல, 'நாட்டுப்பூக்கள்'னு ஒரு கையெழுத்துப் பத்திரிகை ஆரம்பிச்சேன். ஆனா, அதை சீண்டக்கூட ஆளில்லை. கோணங்கிதான் அதைக் கொண்டாடினார். 'கல்குதிரை'யில சிறப்பிதழ் எல்லாம் கொண்டுவந்தார். அப்பறம், கி. ரா என்னைப் பத்தி விசாரிச்சுட்டு, 'கரிசல்காட்டுத் திரட்டு'ல கதைகளை வாங்கிப் போட்டார். அதுக்குப் பெறவுதான் சுயம்புவுக்கு அடையாளமெல்லாம்..." என்பது அவர் பாணியில் நாலு வரியில் சொன்ன அவரது இலக்கிய வரலாறு.

"சுயம்புலிங்கம் பார்வையில சுயம்புலிங்கம் ஒரு பொழைக்கத் தெரியாத ஆளு. அன்னிக்கும் சரி, நேத்தைக்கும் சரி, இன்னிக்கும் சரி வருமானம் பார்க்கத் தெரியாத, வேலவெட்டி இல்லாத ஆளுதான் சுயம்பு. நாலு பயலுகளுக்கும்... ஒரு அப்பனா அவங்களுக்கு நான் எதுவும் செய்யலே. நல்ல பள்ளிக்கூடத்துல, நல்ல கல்லூரியில சேர்க்கலே. அவங்களா படிச்சுக்கிட்டாங்க. ஒரு

வேலை வாங்கிக் கொடுக்கக்கூடத் தெரியலே. ‘சரி... இந்தா பணம்... போயி ஒரு தொழில் தொடங்கு’னு சொல்லக்கூட முடியலே. ‘அப்பன் வேலைக்காக மாட்டான்’னு புரிஞ்சுக்கிட்டு, அவனவன் படிச்சு ஆளுக்கொரு பொழப்பைத் தேடிக்கிட்டான். காலாகாலத்துல பிள்ளைகளுக்கு கல்யாணம் பண்ணி வைக்கக்கூட முடியலே. அவ்வளவு பலவீனமா இருக்கேன்...” என்பது அவர் சொன்ன அவரது வாழ்க்கை வரலாறு.

அவருக்கென்று அழுத்தமான ஓர் இலக்கியக்கொள்கை உண்டு. அதை அவரது கவிதைகளும் சிறுகதைகளும் பறைசாற்றுகின்றன. சிறுகதைதான் அவருக்குப் பிடித்தமான வடிவம். சிக்கனமான வார்த்தைகளில் கதை எழுத ஒரு பயிற்சியாகவே அவர் கவிதை எழுதுவதாகச் சொல்லி அந்த நாட்களில் எழுதுகிறவர்களுக்கு ஒரு கலக்கத்தை உண்டுபண்ணினார். மொழிக்காக, வார்த்தைச் சிக்கனத்துக்காக இப்படி மெனக்கெடும், பயிற்சி எடுக்கும் தமிழ் எழுத்தாளர்கள் எத்தனை பேர் இருக்கிறார்கள்.

தீட்டுக் கறை படிந்த, பூ அழிந்த சேலைகள்

நாங்கள் சந்தோசமாக இருக்கிறோம்
எங்களுக்கு ஒரு குறையும் இல்லை.

டவுசர் இல்லை என்று குழந்தைகள் அழுகும்
ஒரு அடி கொடுப்போம், வாங்கிக்கொண்டு
ஓடிவிடுவார்கள்.

தீட்டுக்கறை படிந்த,
பூ அழிந்த சேலைகள்
பழைய துணிச் சந்தையில்
சகாயமாகக் கிடைக்கிறது.

இச்சையைத் தணிக்க
இரவில் எப்படியும் இருட்டு வருகிறது.

கால் நீட்டி தலை சாய்க்க
தார் விரித்த பிளாட்பாரம் இருக்கிறது.

திறந்தவெளிக் காற்று
யாருக்குக் கிடைக்கும்
எங்களுக்குக் கொடுப்பினை இருக்கிறது.

எதுவும் கிடைக்காதபோது
களிமண் உருண்டையை வாயில் போட்டு
தண்ணீர் குடிக்கிறோம்
ஜீரணமாகிவிடுகிறது.

எங்களுக்கு ஒரு குறையும் இல்லை
நாங்கள் சந்தோசமாக இருக்கிறோம்.

இந்திய சுதந்திரத்தின், இந்தியப் பொருளாதாரத்தின் முகத்தில் காறி உமிழப்பட்ட சுயம்புவின் கவிதை இது. முப்பது ஆண்டுகளுக்கு முன் சுயம்பு எழுதிய இந்தக்கவிதைதான் புலம் பெயர் தொழிலாளிகள் இத்தேசத்தின் தெருக்களில் நடந்து போன அந்த வாழ்க்கையின் அசலான மொழிபெயர்ப்பு. இந்தக்கவிதையில் ஒளிந்திருக்கும் துயர் பாரித்த அங்கதம்தான் சுயம்புவின் அடையாளம். இதுபோன்ற கவிதைகளில் எழுதிப் பயிற்சி எடுத்துக்கொண்டுதான் கதை எழுத வருகிறார் சுயம்பு.

“கரிசல்க்காட்டுப் பாலைவனம்” என்று ஒரு கதையில் சுயம்பு குறிப்பிடும் பனங்காடுகள் சூழ்ந்த கரிசல் கிராமத்து வாழ்க்கையே அவரது கதைகளின் களம். கவிதைகளுக்கும் அதுதான் களம். கரிசல் வாழ்வின் பிற நிலப்பரப்புகளிலிருந்து முற்றிலும் வேறுபட்ட கிழக்குக் கடைசிப் பகுதி இது. கரிசலின் முடிவில் கடல் துவங்கும் ஒரு நிலப்பரப்பு. அங்கும் அவர்களுக்குப் பாடல் பெற்ற நெய்தல் வாழ்க்கை லபிக்கவில்லை.

முத்துக்குளிப்பதோ, மீன் பிடித்தலோ அங்கு இல்லை. மாறாக உப்புச் சுமக்கும், கருவாட்டுக் கூடை சுமக்கும் ஒரு வாழ்க்கையே அவர்களுக்கு லபித்திருக்கிறது. நெய்தலின் பேசப்படாத மறுபக்கமும் கரிசலின் வெக்கை உச்சம் தொட்ட வாழ்வும்தான் சுயம்புவின் சிறுகதைகளின் சாரம். அக்கதையைச் சொல்ல அவர் கையாளும் பேச்சு மொழி கதைகளுக்குத் தனி அழகையும் அழுத்தத்தையும் தந்து விடுகின்றன.

மாத விலக்கன்று அழிநாத்தமும் மீன் நாத்தமும் சேலப்பீ நாத்தமும் மண்டிக்கிடக்கும் வத்திக்கெடக்குற கம்மாத்தண்ணியில் முங்கி முங்கி ஆசை தீரக்குளித்துவிட்டு அலுப்பில் வீட்டு வாசலில், வேப்ப மரத்தடியில் படுக்கிறாள் அவள் ‘தூரம்’ கதையில்.

“உப்பளத்துல உப்பு சொமக்குற வேல அவளுக்கு. அவா உப்பளத்துக்கு வேலைக்குப் போக வேண்டிய நேரம் எப்பமோ

வந்து எப்பமோ பீட்டுது. அவளால் எந்திரிக்க முடியல. அவா நெனவுல அந்தப் பெரிய உப்பளமும் அவா வேல பாக்குற அந்த வேலத்தலமும் அவா செய்ற வேலையும் சொப்பனம் மாதிரி அலை அலையா வந்துக்கிட்டேருக்கு. ஒரு பெரிய்ய ஓலப்பெட்டி. அந்த ஓலப்பெட்டி நெறய்யா கோவாரமா உப்பு அள்ளி வச்சிருக்கு. அவா முன்னால ஒரு எளவட்டம் நிக்கிறான். அவன் அந்த உப்புப் பெட்டிய இவா தலைக்கு தூக்கிவுடுதான். ரெண்டு கைட்டும் பிடிச்சிக்கிட்டு அவனுக்கு இணையா பெட்டிய உன்னித் தலைக்குத் தூக்குதாள். தலைல உப்புப் பெட்டியச் சொமந்துக் கிட்டு உப்பு அம்பாரத்துக்கு நடக்கிறாள். ஓட்டமும் நடையுமாப் போறாள். உப்பு அம்பாரம் ஒயரமாருக்கு. ஏறுதாள். ஏறி ஏறி உச்சாணிக்குப் போறாள். நடக்கும்போதும் ஓடும்போதும் உப்பு அம்பாரத்தில் மேலே மேலே ஏறும்போதும் அவள் தொடைகள் நசுங்குது. ரெண்டு தொடைகளும் ஒரசி ஒரசி அவளுக்குக் காந்தல் எடுக்குது. அவளுக்கு அழுகையா வருது. அழுவுதாள். ஏழ வீட்ல இப்படிப் பொண்ணாப் பொறந்து இந்த மாதிரி நொம்பலப்பட வேண்டியதிருக்கேன்னு அவள் கண்கள் கலங்குகிறது. அவா பெரண்டு படுக்குறாள். ஒரு கையை மடித்துத் தலைக்குக் கொடுக்கிறாள். அவளுக்கு அவா கண் இமைகள் கனத்துக் கெடக்குது. அவளால கண்ணத் தெறக்க முடியல. அவா இண்ணக்கி வேலைக்குப் போவல. வேலைக்குப் போவாட்டாக் கெடக்குன்னு மறுபடியும் அவா பெரண்டு படுத்துக் கிட்டாள்.” என்று கதையை முடிக்கிறார். வாசிக்கும் எவர் மனதையும் கசிந்துருகச்செய்யும் ஒரு வாழ்க்கைக்காட்சி இது. ஆனால் தான் எந்தச் சார்பும் கொள்ளாமல், இக்காட்சியின் மீது உணர்வேற்றம் ஏதும் செய்யாமல் ‘பாத்துக்குங்க எங்க மக்க பொழப்ப’ என்று எழுதிவிட்டு ஒதுங்கி நிற்கிறார் சுயம்பு.

இன்னொரு காலைக்காட்சி “பால்த்தங்கம் உப்புப்பெட்டிய அம்ம தலைக்குத் தூக்கி வுடுதாள். இவிய தலச் சொமையோட ஊர்ஊரா அலஞ்சி திரிஞ்சி உப்ப வித்துக் காசாக்கணும். செருப்ப அவிய கால்ல போடாம கைல வச்சிக்கிட்டுப் போறாவ.

மூணு பொட்டப் பிள்ளிவளும் உப்பளத்துல உப்புச் சொமக்குற வேலைக்குப் போறாளுவ. ஆம்பள மவனுக்கு உப்பளத்துல லாரி டிரைவர் வேல. இவிய அய்யாவுக்கு சீட்டாடிச் சீட்டாடிப் பகல் நேரம் கழிஞ்சிரும்.

ஒரு ஒரு ஆளா இனுமத்தான் இவிய வேலைக்குக் கெளம்புவாவ. இவிய எல்லாரும் வீட்டுக்குத் திரும்பி வரும்போது பொழுது மேக்க சாஞ்சிரும்.

இப்போத் தேரம் ஒரு குத்துமதிப்பாக் கெடியாரத்துல அஞ்சு மணிய நெருங்கிக்கிட்டு இருக்கும். வேப்ப மரத்துல தாழ்ந்த கிளையில் உக்காந்துக்கிட்டு ஒரு காக்கா சத்தம் குடுக்கு. வீட்டுக் கூரை மேல கால்கள அகலமா ஊனிக்கிட்டு ஒரு பெரிய சேவல் சத்தமாக் கூவுது. எதிர் ஒலியா ஏராளம் சேவல்கள் கூவுகிற சத்தம். பக்கத்து வீடுகளில் முத்தம் தெளிக்காக. நேரம் விடிஞ்சிக்கிட்டு வருது.” கதையின் இறுதிப்பத்தி இது. இக்கதைக்கு அவர் வைத்திருக்கும் தலைப்பு “ஒரு நாவலின் முதல்ப்பக்கம்”

இந்தக் கதை மட்டுமல்ல அவருடைய ஒவ்வொரு கதையுமே ஒரு நாவலின் ஏதாவது ஒரு பக்கமாகவே இருக்கிறது. முன்னேயும் பின்னேயும் நடப்பதை அவர் சொல்லாமல் விட்டு விடுகிறார். அவர் விட்டதையெல்லாம் வாசக மனம் தானே வரைந்துகொள்கிறபடி புள்ளிகளை மட்டும் இட்டுச் செல்வது அவரது பாணியாக இருக்கிறது. மேற்சொன்ன கதையில் ஒரு பொறுப்பற்ற ஆம்பிளைதான் குடும்பத்தலைவர் என்பதும் ஒரு நீண்ட நெடிய உடல் உழைப்பு-வாழ்க்கையின் ஒவ்வொரு அதிகாலைப் பொழுதின் ஒரு காலைதான் இது என்பதும் நமக்குப் பளிச்செனப் புலனாகிறது.

உணர்ச்சிவசப்படாமல் உரத்த குரலில் எதையும் சொல்லிவிடாமல் அச்சு அசலான பேச்சு மொழியில் கதை சொன்னாலும் சுயம்புவின் கதைகளில் பிரக்ஞாபூர்வமாக ஒரு ‘தொனி’ இருப்பதைக் காண முடியும்.” என் கதைகளைப் படிக்கும் நடுத்தர வர்க்கத்து வாசகர்களே... உங்களுக்கெல்லாம் எங்க பனங்காட்டு கிராமத்து வாழ்க்கை தெரியாது. நான் சொல்றேன்... கேட்டுக்கங்க...” என்கிற தொனி. இந்தத் தொனியை அவரது கவிதைகளிலும் கதைகளிலும் கேட்க முடிகிறது. யாருக்கு அல்லது யாரை நோக்கிப் பேசுகிறோம் என்கிற முழூத் தன்னுணர்வும் சுயம்புவுக்கு இருக்கிறது. அதுவே அவரது மொழியையும் குரலின் டெஸிபல்லையும் முடிவு செய்கிறது.

‘தனக்கு ஒண்ணுந்தெரியாது’ என்று அவர் பேட்டிகளில் சொல்லிக்கொண்டிருந்தாலும் தன் படைப்புகள், தன் எழுத்து, தன் பிரதேசத்து மக்களின் வாழ்க்கை, நவீன இலக்கிய உலகின் போக்குகள், வாசகர் மனோபாவம், நாட்டின் அரசியல் போக்குகள்

இவை பற்றிய முழுப் பிரக்ஞையோடுதான் அவர் எழுதிக்கொண்டிருக்கிறார்.

இரண்டு பக்கங்களுக்கு மேல் எந்தக் கதையையும் அவர் எழுதுவதில்லை. 'வளவள வைக்கப்படப்பு' என்று வார்த்தைகளை வளர்த்துக்கொண்டு போவது வள்ளுசாக அவருக்குப் பிடிக்காது. ஒண்ணரைப்பக்கத்தில் முடிகிற 'நடை' என்கிற, கருவாட்டு யாவாரம் பார்த்த தன் தந்தையைப் பற்றிச் சொல்லும் கதையை முடிக்கும்போது சுயம்பு எழுதும் இரண்டு வரிகள்:

"கொஞ்ச நடையா நடந்துருக்காவ எங்க அய்யா.

டூ வீலர்லேயே போய்க்கிட்டு இருக்கிற எனக்கு எங்க அய்யா நடந்த நடை அவ்வளவு பிரமிப்பா இருக்கு"

இவ்விரு வரிகளுக்குள்ளிருந்து வெளிப்படும் துயர் மிகு பெருமூச்சும் இரு தலைமுறைகளின் இடைவெளியும், நடந்தே திரிந்த ஒரு முழு வாழ்க்கையும் சேதாரமின்றி அப்படியே நம்மை வந்து தாக்குவதைக் காண்கிறோம்.

சுயம்புவின் அரசியல் எந்தச் சந்தேகமும் இல்லாமல் எளிய மக்கள் சார்ந்தது. உண்ண உணவும் உடுத்த உடையும் தலைசாய்க்க ஒரு நிழலும் இயல்பாகக் கிட்டாத ஒரு பகுதி மக்களையும் அவர்களின் பாடுகளையும்தான் மீண்டும் மீண்டும் வெவ்வேறு வண்ணங்களிலும் வார்த்தைகளிலும் தன் கதைகளில் வரைந்துகொண்டே இருக்கிறார்.

பனங்காட்டுக் கிராமத்தின் மக்கள் சாப்பிடும் காட்சி மீண்டும் மீண்டும் அவர் கதைகளில் வருவதைப் பார்க்கிறோம். அவர்கள் சாப்பிடுவதை, கஞ்சி குடிப்பதை லேசாகத் திரைச்சீலையை விலக்கி "இன்னா பாருங்க இதுதான் இவுக சாப்பாடு" என்று காட்டிக்கொண்டே இருக்கிறார். அதற்கு மேற்கொண்டு பிலாக்கணம் வைக்க மாட்டார். வேறு வேறு கதைளிலிருந்து எடுக்கப்பட்ட கீழ்க்கண்ட சாப்பாட்டு வரிகள் ஒவ்வொன்றும் நம் மனதை உலுக்குகின்றன. எங்கள் சக மனிதர்களான உங்களுக்குக் கிடைக்கும் உணவு இதுதானா? இவ்வளவுதானா? என்று நம் மனம் குற்ற உணர்வு கொள்கிறது. அங்கே நிற்கிறது சுயம்புவின் சிறுகதையின் அரசியல்.

"எங்க அய்யா காலையிலேயே எந்திரிச்சிருவார். கஞ்சியும் காலையிலேயே குடிச்சிருவார். அவர் கஞ்சி குடிக்கிறது ரொம்ப சிம்பிளாருக்கும்.

ஒரு மண் சட்டியில் கம்மங்கஞ்சியை நல்லாக் கரைப்பார். வெஞ்சனத் துக்கு ரெண்டு வத்தல், ரெண்டு உப்புக்கல் அம்மியில் வச்சித் தட்டுவார். மொளவாத் தூள ரெண்டு வெரல்ட்டு அள்ளுவார். நாக்குல வச்சித் தேய்ப்பார். கஞ்சி சரசரன்னு போகும். அம்மியில் மீதி இருக்கிற மொளவாத் தூள அள்ளி அடிநாக்குல வைப்பார். கண்ண மூடிக்கிட்டுக் கஞ்சியக் குடிப்பார். கஞ்சி குடிச்ச சட்டியை அவரே கழுவி திருணையில் கலக்கி வெச்சிருவார்'' *(நடை)*

(2)

''எங்களக் கஞ்சி குடிக்கக் கூப்பிட்டாள் எங்க அம்ம.

கனியப் பழுத்த தக்காளிப் பழங்களப் புடுங்கிக்கிட்டுப் போய் அம்மட்டக் குடுத்தோம். ரெண்டு மிளகாப் பழம் பிச்சிப் போட்டு ரெண்டு உப்புக் கல் சேர்த்துத் தக்காளியைப் பெனைஞ்சா எங்க அம்ம. கஞ்சிக்கூட்டுக்கு வெஞ்சனம் ரெடியாய்ட்டுது.'' *(புஞ்சைக்காடு)*

(3)

“முட்டங்கால்களை மடக்கிக்கொண்டு சம்மணம் கூட்டி அவன் உக்காந்திருக்கிறான். அவனுக்கு முன்னால் ஒரு வெங்கல வட்டிலில் பழைய சோறு இருக்கு. வட்டில் நிமூரத் தண்ணீர். அவன் கடித்துக் கொள்வதற்கு வறுத்த சீனியாவரக்காய் வத்தல் ஒரு அலுமினியத் தட்டில் இருக்கிறது. ஈக்கள் அவனை மொய்த்துக்கொண்டிருக்கின்றன. அவன் நீத்துத் தண்ணீர் சிந்தாமல் சோத்தை அள்ளிச் சாப்பிட்டுக் கொண்டிருக்கிறான்.'' *(சித்தாள்)*

(4)

“அக்கா வயசுல நல்லாச் சாப்டுவேன் தம்பி. ஒரு கும்பாக் கம்மஞ் சோறு வச்சிக்கிட்டுக் கம்மஞ் சோத்துல குழி பறிச்சி அது நெறையாபட்டுக் கொளுப்பை வச்சித் திம்பேன் தம்பி. களி தின்னாலும் ஒரு கும்பாக் களி திம்பேன் அக்கா. எங்க அம்ம களிக்கு அவ்வளவு வெண்ண ஊத்திக் குடுப்பா அக்காளுக்கு. பலகாரம் தின்னாலும் அப்படித்தான். பணியாரம் சுட்டால் அக்காள் ஒரு குத்துப்பெட்டி நெறையாப் பணியாரம் திம்பேன். அக்காளுக்கு இப்பச் சாப்பாடு செல்லல. வாய்க்கு ருசியா வேணும்ங்கது. வயசான காலத்துல திங்க என்னமெல்லாம் ஆச குடுக்கு'' *(வெள்ளச் சீல)*

(5)

"எனக்குச் சாப்பாடு ஒரு மெஸ்ஸில். காலையில் பழைய கஞ்சி வகுத்துக்கும் சாப்பிடலாம். தொட்டு க்கிறதுக்கு ராத்திரி சுண்ட வச்ச பழைய கொளம்பு இருக்கும் கொளம்பு இல்லாட்டாப் பொரிகடலத் தொவையல்.

மதியம் அளவு சாப்பாடு. ராத்திரிக்கும் அளவு சாப்பாடுதான் எக்ஸ்ட்ரா பொருள்கள் ஒண்ணும் நான் வாங்கிக்கக் கூடாது." (நேத்துக்கதை)

நாங்கள்(கரிசக்காட்டுச் சிறுவர்கள்) சின்ன வயதில் எங்க வீட்டுப்பிள்ளை படத்தில் எம். ஜி. ஆரும் நவராத்திரி படத்தில் சிவாஜி கணேசனும் விலாவரியாகச் சாப்பிடும் காட்சிகளுக்காக அந்தப்படங்களை மீண்டும் மீண்டும் பார்த்தது நினைவிலாடுகிறது. வயிறாரச் சாப்பிட்டாலே போதும். வேறென்ன வேண்டும் உலகத்திலே. வகுறு நெறஞ்சா வச்சு மூடத்தெரியாது என்பது நம் பாட்டிகளின் சொலவடை. சாப்பிடுவதைப் பற்றி மீண்டும் மீண்டும் எழுதுவதற்குள் ஓர் பனங்காட்டுப் பசித்த மனிதனின் உளவியல் வெளிப்படுகிறது.

இம்புட்டு எழுதியும் ஆறாத சுயம்புவின் மனசு "சோறு" என்றே ஒரு முழுக்கதையும் எழுதுகிறது. சத்துணவுச் சாப்பாட்டை நம்பிப் பிள்ளைகளை பள்ளிக்கு அனுப்பினால் அந்த வாத்தி பிள்ளைகளுக்கு அரைவகுத்துச் சோத்தைப் போட்டுவிட்டு அரிசி பருப்பைத் தான் அமுக்குகிறான் என்று ஒரு தாய்க்கு அம்புட்டுக் கோபம். குறை வகுத்துப் பிள்ளைகள் வீட்டுக்கு வந்து அய்யாவுக்கு என்று அம்மா மூடி வைத்துப் போயிருந்த ஒரு கும்பா கஞ்சியையும் முழுக்கக் குடித்துவிடுகிறார்கள். உழைத்துக் களைத்து வந்த மனுசனுக்குக் கஞ்சி இல்லை. சாயங்காலம் வீடுதிரும்பும் அம்மா பசியோடு படுத்துக் கிடக்கும் புருசனைப் பார்த்து மனம் கலங்குகிறாள். விறு விறு என்று பள்ளிக்கூடத்துக்குப் போய் வாத்தியாரை ஏசுகிறாள். ஏசுகிறாள்...அப்படி ஒரு ஏச்சு. உண்மையில் சுயம்புவின் கோபத்தை இந்தக் கதையில்தான் பார்க்க முடிகிறது.

இப்படிக் கண்டும் காணாத கஞ்சிப்பாட்டையே எழுதிய சுயம்புவுக்கு நல்லாத் திங்கிற ஒரு காட்சியையாவது ஒரு கதையிலேயாச்சும் எழுதிவிடணும் என்று தோன்றி விட்டது. நாலு குடிகாரங்க ஒரு ஆட்டை அறுத்துத் திங்கிறதை மட்டுமே ஒரு

கதையாக எழுதி விடுகிறார். அப்பத்தான் மனசு ஆறுது அவருக்கும் வாசிக்கிற நமக்கும். அது "ருசி" என்கிற கதை:

"நான் ஒரு பெரிய ஓலப்பட்டையில் தனிக்கறி அள்ளி வச்சிக்கிட்டு தனிக்கறியாத் தின்னுக்கிட்டிருக்கேன்.

பச்ச ஓலைப்பட்டையின் பச்சை வாசம் கறிக்கு இன்னும் ருசி கூட்டுகிறது.

நம்பமுடியாத அளவுக்குக் கறியை நான் பாட்டுக்கு விழுங்குகிறேன். கறி அதுபாட்டுக்கு உள்ள போகுது.

திரும்பவும் திரும்பவும் பட்டை நெறையாத் தனிக்கறியை அள்ளி வைத்துக்கொண்டு ரசித்து ரசித்து அதன் ருசியை அனுபவித்துச் சாப்பிடுகிறேன்.

கறி முழு வேக்காடு வெந்திருக்கு.

நான் ஒரு பெரிய மூட்டெலும்பை உதறுகிறேன். அந்த மூட்டெலும்பில் இருந்து கறி பூப்போல உதிர்கிறது. நான் அந்த மூட்டெலும்பை வாயில் வைத்து உறிகிறேன். மூட்டெலும்பில் மூளை அவ்வளவும் என் நாக்கில் உக்காந்து கரைகிறது.

கறி வெந்து கறியின் சாறு மசாலாவில் சேர்ந்திருக்கு. மசால் நல்லா வெந்து மசாலையின் சாறு கறியோடு நல்லா சேர்ந்திருக்கு.

திட்டமான உப்பு.

திட்டமான காரம்.

ஒரு தோல்க்கறி என் நாவில் தட்டுப்பட்டது. தோல்க்கறி மவிய வெந்திருக்கு. அதன் பொசுங்கிய ரோமங்கள் கூட அதன் ருசியை எனக்குச் சொல்லிக் கொடுத்தது.

குடல்த்துண்டுகள் பெருசு பெருசாருக்கு. அது என் நாக்கில் கரைந்து அன்னரசமாக என் தொண்டைக்குள் சுகமாக இறங்குகிறது.

பூவாக வெந்து மணந்து கொண்டு திங்கத்திங்க ஆசையைத் தூண்டுகிற ருசியான தனிக்கறி பூப்போல என் வயிற்றை நிறைக்கிறது.

கடேசியில் சோறும் கறியும் சேர்த்துப் பிசைந்த சோத்து உருண்டைகள் என் விலா எலும்புகள் புடைக்க என் வயிற்றை நிரப்புகிறது.

வயிறு முட்டத் தின்ன திருப்தி. கடல் தண்ணீரில் நின்று கொண்டு கை கழுவுகிறேன்.

தின்ன மயக்கம்.

கூட்டாளிகள் ஒரு ஓட மரத்தின் நிழலில் படுத்திருக்கிறார்கள். நானும் என் துண்டை விரித்துப் படுக்கிறேன்.”

நல்லாத் தின்னுட்டுப் படுத்தான் என்கிறதை மட்டுமே ஒரு கதையாக எழுதணும்னு சுயம்புவுக்கு ஏன் தோணுச்சி என்பதை நாம யோசிக்கணும். இந்தக் கதையை மட்டும் தனியாப் படிச்சா புரியாது. பசி... பசி... என அலையும் இந்த 85 கதைகளுக்கு நடுவுலே வச்சி இதை வாசித்தால்தான் ஆகா...அப்பாடா...என்று இருக்கும். இதுவும் சேர்ந்ததுதான் எங்க மக்க வாழ்க்கை என்று காட்டுகிறார்.

நேரடியான அரசியல் கதைகளையும் சுயம்பு எழுதுகிறார். எதுவானாலும் ரெண்டே பக்கம்தான். “ஒரு மாதிரிக்கிராமம்” என்கிற அரசியல் கதை இது:

“ரொம்பப் பாழடஞ்ச கிராமம் அது. பாலைவனம் மாதிரித்தான் இந்த ஊரு. எப்பமாவது ஒரு சமயம் முக்கிக்கிட்டு மொணங்கிக்கிட்டு வெண்டா வெறுப்புல மழை பெய்யும். ரொம்பக் காஞ்ச கிராமம்

அந்த ஊர்ல அடுப்பு எரிக்க வெறகுக்குக்கூடப் பஞ்சம்தான். வெறகுக்காகப் பெண்கள் வெகுதூரம் போய் முள்ளுப் பெறக்கிக்கிட்டு வந்து தான் உலை ஏத்துறது வழக்கம். சமுசாரிகள் பிஞ்சக் காட்டுக்குக் கோடைக்காலத்திலும் கொண்டிக் காவல் போட்டுருவாக. ஒரு காஞ்ச எருவையோ ஒரு கம்மந்தட்டத் தரையோ அடுப்பு எரிக்கிறதுக்குப் பெறக்கிக்கிட்டு வர முடியாது.

வாழ்க்கை இவ்வளவு தீஞ்சி போய் இருந்தாலும் ஊர் அமைதியாக இருந்தது. திருட்டுப் பயம் இல்ல. கொள்ளை நடக்கல. கொலை நடந்ததே கெடையாது. நம்ம நாட்ட அப்போ வெள்ளக்காரன் ஆண்டுக்கிட்டு இருந்தான். உங்கள் நாட்டை நீங்களே வச்சிக்கோங்க சாமின்னு இங்க உள்ள ரொம்பப் பெரிய மனுசங்ககிட்ட ஒப்படச்சிட்டு ஒரு நாள் அவன் கப்பல் ஏறினான்.

வெள்ளக்காரன் ராத்திரிக் கப்பல் ஏறியிருக்கான். மறுநாள் பட்டப் பகல்ல மொத மொத இந்த ஊர்ல ஒரு கொல விழுந்தது.

காட்டுக்கு வெறகு பெறக்கப் போன ஒரு பொம்பளைய அவா காதுல கெடந்த நகைக்கு ஆசப்பட்டு வெட்டிக் கொன்னுட்டாங்க. அந்தப் பொணத்த மொத மொதப் பார்த்தது ஒரு வெத்தல யாவாரி. அவர் நேராகக் கிராம முன்சீப்பட்டப் போய்ச் சொல்லியிருக்கார். அதிகாரி வெத்தல யாவாரிட்ட அந்த விசயத்தக் கேட்டுத் தெரிஞ்சிக் கிட்டார்."

இந்தக் கதையை ஒருகுறியீட்டுக் கதையாகவும் வாசிக்க முடியும். காந்தி மகான் என்ன சொன்னார். நடுச்சாமத்திலே ஒரு கன்னிப்பொண்ணு உடம்பு முழுக்க நகை அணிந்து ஒரு ஊருலேருந்து இன்னொரு ஊருக்கு பத்திரமாப் போகணும். அதுதான் சுதந்திரம். அன்னிக்குத்தான் நமக்குச் சுதந்திரம் அப்படின்னு சொன்னார். சுயம்பு என்ன எழுதுகிறார். "வெள்ளக்காரன் ராத்திரிக் கப்பல் ஏறியிருக்கான். மறுநாள் பட்டப் பகல்ல ஊர்ல ஒரு கொல விழுந்தது." என்று எழுதுகிறார். காந்தியையே அப்படித்தானே போட்டுத் தள்ளினாங்க-அவன் அங்கிட்டுப் போகவும். சொலவடைகளில் கிராமத்துப்பெண்கள் வெளிப்படுத்தும் உக்கிரமான பகடியின் வாசம் இக்கதையின் மீதேறி நிற்கிறது.

சுதந்திரத்துக்குப் பிறகு விவசாயிகளுக்கு உதவ என்று கூட்டுறவு சொஸைட்டிகள் பிறந்தன. எல்லோருக்கும் கடன் கொடுத்தார்கள். விவசாயம் பண்ணுங்க என்று சொன்னார்கள். அப்புறம் கொஞ்ச நாளில் கடனைக் கேட்டு வந்து விட்டார்கள். கரிசல் கிராமங்களின் வாழ்வோடு பிரிக்க முடியாத ஒன்று இந்தச் சொஸைட்டிக் கடனும் ஜப்தியும். கி. ராஜநாராயணனின் 'கதவு' முதல்க்கொண்டு கோணங்கியின் 'கைத்தடி கேட்ட நூறு கேள்விகள்' வரை இந்தக் கடன்காரங்களைப் பற்றி எழுதிவிட்டார்கள்.

"வெயில் அகோரமாய் இருக்கிறது. காற்று இல்லை . உடம்பு அசதியாய் இருக்கிறது. வியர்த்துக் கொட்டுகிறது. அந்த நேரம் உள்ளூர் சொசைட்டிக்காரர்கள் வந்தார்கள். பயிர்க் கடன் கூட்டுறவு சங்கத்தார். அவர்கள் என்னிடம் கடனைத் தரச் சொல்லிக் கேட்டார்கள்.

நான் ஒரு மானாவாரிச் சமுசாரி. மழையை மட்டும் நம்பி விவசாயம் செய்து பிழைக்கிறவன். பருவ மழை தவறும்போதெல்லாம் எனக்குக் கோபம் வரும் அப்போதெல்லாம் இந்த வானத்தையே நான் பகைத்துக்கொள்வேன். ஆரோக்கியம்

கெட்ட இந்த வானத்தை இடித்துத் தகர்த்தால் என்ன என்று எனக்குத் தோணும்.

இன்றைக்கு என் கோவம் இவர்கள் மேல் தாவியது. என்ன மனிதர்கள் இவர்கள்? உண்மையாகவே விவசாயிகளுக்கு உதவக்கூடியவர்கள் தானா இவர்கள்? நல்ல பெய சங்கம்? நல்ல பெய சர்க்க்கார்? நான் வானத்தை இடித்துத் தகர்க்க வேண்டும் என்று நினைத்துக் கொண்டிருந்தேன். இடித்துத் தகர்த்து நிர்மூலமாக்க வேண்டியது வானத்தை இல்லை, அரசு நிர்வாகத்தையாக்கும் என்று அப்போது புரிந்துகொண்டேன்.

கிணற்றில் குளித்துக்கொண்டிருக்கிறேன். சுகமாக இருக்கிறது." (மானாவாரி மனிதன்)

"இடித்துத் தகர்த்து நிர்மூலமாக்க வேண்டியது அரசு நிர்வாகத்தை" என்கிற வரியோடு கதையை முடித்திருந்தால் அது ஒரு கோபத்தோடு முடிந்திருக்கும். அப்புறம் ஏன் கிணற்றில் குளித்துக் கொண்டிருக்கிறேன். சுகமாக இருக்கிறது." என்று ஒரு வரியை எழுதி, அவரே கிளப்பிவிட்ட கோபத்தைத் தணிக்கிறார்? இதுதான் சுயம்புவின் கதைப்பாணி. குளிர்ச்சியான கிணத்துத்தண்ணிக்குள் உட்கார்ந்து சுகமாக உணரும்போது அந்த நாளின் வெக்கை நினைவில் அலையடிக்கிறது என்று கொள்ளலாம். அல்லது அப்படியே வெந்த நினைவோடு கதையை முடிக்கப்படாது என்று சுயம்பு நினைச்சிருக்கலாம். நடந்த சூடு தணிஞ்ச அப்புறம்தானே கதையை மத்தவுகளுக்குச் சொல்லுகிறோம். அந்தப் பிரக்ஞையும் காரணமாக இருக்கலாம். கல்லறைத்தோட்டம், நீர்மாலை, சீம்பால், , குருவி எனப்பல கதைகளில் இப்படி ஆற்றுப்படுத்தி அமத்தி முடிக்கிறதை தன் பாணியாகக் கொண்டுள்ளார் சுயம்பு.

"ஒரு சமுசாரியின் கதை" சிறுகதையில் போகிற போக்கில் ஒரு வரியைப் போடுகிறார் சுயம்பு "முதலமைச்சர் ஒத்த மனுசன் அவர் வீட்டுக்குப் பாப்பாரா? நக்கிக்குடிக்கிற இந்தச் சமுசாரிகளைப் பாப்பாரா?" என்று. என்ன நக்கல்? என்ன கிண்டல்? இதுமாதிரித் தெறிப்புகள் பல கதைகளில் வரும்.

சாக்கடைக்குழிக்குள் இறங்கும் மாநகராட்சித் துப்புரப்பணியாளர் வாழ்விலிருந்து ஒரு இணுக்கை நம் முன் தூக்கிப்போடுகிறார் சுயம்பு:

“தோவாளத்தில் வந்து உக்காந்திருக்கிறார். அவர் உடம்பு பூராவும் சாக்கடை. சாக்கடை அவர் உச்சந்தலையில் இருந்து வடிந்துகொண்டிருக்கிறது. சாக்கடையில் ஊறிய கைகளைக் கொண்டு முகத்தில் இருக்கிற சாக்கடையைத் துடைக்கிறார். பாதாளச் சாக்கடைக்கு உள்ளேயிருந்து அள்ளிய சாக்கடைச் சகதி இந்தத் தோவாளத்தைச் சுற்றிக் குவிந்துகிடக்கிறது. வண்டிகள் மெதுவாக நகர்கின்றன. நடந்துபோகிறவர்கள் கர்ச்சீப்பால் முகத்தைப் பொத்துகிறார்கள். அவர்கள் பிரயாசைப்பட்டு தங்கள் பார்வையை வேறு பக்கங்களுக்குத் திருப்புகிறார்கள். சாக்கடை தங்கள் ஆடைகளில் பட்டுவிடக் கூடாது என்று கவனமாக நடந்து போகிறார்கள்.

இரண்டு குட்டி விமானங்கள் இடித்துக்கொள்வதைப் போல் சேர்ந்து கீழே இறங்கி வருகின்றன. விமானங்கள் அந்தரத்தில் ஒரு குட்டிக் கரணம் அடித்துவிட்டுப் பறந்து பறந்து உச்சாணிக்குப் போய்விட்டன. தோவாளத்துக்கு உள்ளே பாதாளச் சாக்கடையில் சாக்கடைத் தண்ணீரின் மேல்மட்டத்தில் மனிதனின் சுவாசக் காற்று முட்டை இடுகிறது. அவர் இடுப்பில் கட்டியிருக்கிற கயிற்றைப் பிடித்துக் கொண்டு நிற்கிறார்கள் அவர் சகாக்கள். உடன்பிறப்புக்களை சாக்கடைக்குள் இறங்கி வேலை செய்யும் படி நிர்ப்பந்தப்படுத்துகிறது அரசாங்கம். சாக்கடைக்குள் முங்கி மூச்சுத் திணறிக்கொண்டிருக்கிற மனிதனை வேடிக்கை பார்த்துக் கொண்டிருக்கிறது விஞ்ஞானம். (தோவாளம்)”இரண்டே பத்திகளில் சாக்கடையில் அமிழ்த்தப்பட்ட ஒரு முழு வாழ்வையும் சொல்லிவிட முடிகிறதே என்று வியப்பாக இருக்கிறது. தூரம் கதையில் அழுக்குத் தண்ணியில் முங்கி எழுகிற பெண் நினைவுக்கு வருகிறாள்.

“எங்களுக்கு ஒரு மகன், ரெண்டு பொம்பள மக்கள்.

ரெண்டு மருமகன்களும் எங்களுக்குச் சரியா வாய்க்கல. ரெண்டு மருமகன்களும் குடிகாரன்கள். ஒருத்தன் ஜெயில்ல இருக்கான்.

எங்களுக்கு மகனும் சரி கிடையாது. எம் மகன் முழுக்குடிகாரன். இவனால வீட்லயும் தொல்ல. வெளியிலயும் தொல்ல.

எம்மகன் எங்க போனாலும் வம்பு இழுத்துக் கிட்டுத்தான் வருவான். வேலைக்குப் போக மாட்டான். வாங்குற கடன திருப்பிக் கொடுக்க மாட்டான். கடன் கொடுத்தவன் கேப்பான்ல... இவன் அருவாளத் தூக்குவான். ஓட்டலுக்குப் போய்த் திம்பான். மீனும் கறியும் பிரியாணியுமா விழுங்குவான். ஓட்டல்க்காரன்

பணம் கேப்பான்ல... கொடுக்கமாட்டான். கண்ணாடிகள் உடைப்பான். நாற்காலிகளத் தூக்கி எறிவான். ஓட்டல்க்காரன வெட்டுவான். தெனமும் எங்கயாகிலும் ஒரு கலவரம் பண்ணிட்டுத்தான் வருவான். யாரையாவது வெட்டிட்டு வருவான் அல்லது எவன்கிட்டயாவது அவன் வெட்டுப் பட்டுக்கிட்டு வருவான்.

போலீஸ் ஸ்டேஷனுக்கும் ஆஸ்பத்திரிக்கும் கட்டப்பஞ்சாயத்துக்கும் என்னால நடந்து முடியல. படுத்தால் உறக்கம் வல்ல. நிம்மதியா ஒருவாய்ச் சோறு திங்க முடியல. எனக்கு நிம்மதியில்லாத பொழப்பாப் போச்சு.

எம் மகன் மூத்த மருமகன வெட்டிக் கொன்னான்.

என் ரெண்டாவது மருமகன் எம் மகன வெட்டிக் கொன்னான்.

எம் மகன் செத்தான். எங்கள் கஸ்டம் விலகியது. நிம்மதியா இருக்கோம்.

ரெண்டு பொம்பள மக்களும் மருமகளும் வேலைக்குப் போகுதுக. அது அது கூரையில் நிம்மதியா இருக்குக.

(குடி)

அரைப்பக்கத்தில் இந்த 'குடி' என்கிற மொத்தக்கதையும் முடிந்து விடுகிறது. ஆம்பிளைக இல்லாட்ட பொம்பிளைக எம்புட்டு நிம்மதியாக வாழ முடிகிறது என்று ஒரு பெரிய குண்டைத் தூக்கிப் போட்டுவிட்டுப் போய்க்கொண்டே இருக்கிறார். எத்தனை கேள்விகளை இக்கதை எழுப்புகிறது? எத்தனை கேள்விகளுக்கு விடையாக இக்கதை அமைந்து விடுகிறது. முக்கியமான அரசியலையும் இக்கதை கொண்டிருக்கிறது.

அனலாய்க் கொதிக்கும் இந்த வாழ்க்கையையும் ரசித்து வாழுகிறார்கள் எங்கள் மக்கள் பாருங்க என்று ஒரு காட்சியை நமக்குக் காட்டுகிறார்:

"அது மதிய நேரம். சரியான வெயில்.

ஒரு வெயில் அலை வெட்டுக்கிடங்கில் இருக்கிற குளிர்ச்சியான மரங்களுக்கு மேல் அதன் உச்சியைத் தொட்டுக் கொண்டு தெற்காமல்ப் போய்க் கொண்டிருக்கிறது.

ஒரு நிழல் அலை அந்த வெயில் அலைக்குப் பின்னாலேயே தொடுத்து வந்து கொண்டிருக்கிறது.

வடக்க இருந்து இன்னொரு வெயில் அலை வேகமாக எழும்பி வருகிறது. அது தனக்கு முன்னால் போய்க் கொண்டிருக்கிற நிழல் அலையை எட்டிப் பிடித்து அதன் மேல் ஏறிச் சவாரி செய்து கொண்டு முன்னேறுகிறது.

அடிபம்பில் குளித்துக்கொண்டிருந்த பெண்களில் மூத்தவள் இந்தக் காட்சியைப் பார்த்து ரசித்துக் கொண்டிருக்கிறாள். அவள் பார்த்து ரசித்த அந்தக் காட்சியை ஆதியோடு அந்தம் வரை அவள் தன் தங்கச்சிட்டச் சொல்கிறாள்.''(ரசனை)

இவ்வளவுதான் கதையே. இதை மட்டுமே சொல்ல ஒரு கதை. இதெல்லாம் கூட எங்கள் வாழ்க்கையில் இருக்கு சார்களே... என்கிறார். அக்கா கண்டதை தங்கைக்கு எடுத்துச் சொல்லுவதில் உள்ள சந்தோசமே தனிதானே. அந்த அக்காவாக சுயம்பு நமக்கு அதைக் கடத்துகிறார். கடலில் அலையடிப்பதுபோல வெயிலும் நிழலும்தானே கரிசல்காட்டில் அலையடிக்க முடியும்?

ஒரு பனங்காட்டுக் கிராமம்(உயிர்மை பதிப்பகம்) நீர்மாலை (காலச்சுவடு பதிப்பகம்) ஆகிய இரு தொகுப்புகளில் இருக்கும் இந்த 85 கதைகளையுமே அவர் முழுத் தன்னுணர்வோடு, இப்படித்தான் கதை சொல்லவேண்டும் என்று முடிவு செய்து, இவ்வளவு சொற்களில்த்தான் சொல்ல வேண்டும், இந்தக் கதையைத்தான் சொல்ல வேண்டும் என்று தீர்மானகரமாகச் சிறுகதை எழுதுகிறார் சுயம்பு. அவர் பெரிய படிப்பாளி இல்லை. பண்டிதரும் இல்லை. ஆனால் தான் எழுதும் மொழி குறித்து இத்தனை ஓர்மை கொண்ட படைப்பாளிகள் அபூர்வமாகத்தான் தோன்றுவார்கள். அப்படி நமக்கு வாய்த்த ஆளுமை சுயம்பு.

தன் கதைகள் குறித்து எந்தச் சந்தேகமும் குழப்பமும் அவருக்கில்லை. 'ஒரு பனங்காட்டு கிராமம்' தொகுப்புக்கான முன்னுரையில் அவர் எழுதிய இவ்வரிகளே சான்று:

''கத சொல்றதுக்கு எப்படித்தான் ஆச வந்துச்சின்னே இவனுக்குத் தெரியல.

வாழ்க்கையைப் பற்றி எதையுமே அறிந்துகொள்ள முடியாத அவ்வளவு சின்ன வயதிலேயே கதை சொல்கிற ஆசை இவனிடம் பூந்தாலும் பூந்திருக்கலாம். நல்லா வெவரம் தெரிஞ்சதுக்குப் பெறகு ரொம்ப லேசியான வேல இந்தக் கத சொல்ற வேலதான்னு இவனாகத் தேர்வு செஞ்சிருந்தாலும் செய்திருக்கலாம்.

எங்க அம்ம என்ன பேசினாலும் அதை ஆர்வமாகக் கேப்பேன். எங்க அம்ம சொன்னதுகள் எல்லாத்தையுமே நான் கதைகளாகத்தான் எடுத்துக் கொண்டிருக்கிறேன். வாயக்கொண்டு எத்தன கதைன்னாலும் சொல்லிப்புடலாம். ஒரே ஒரு சின்னக் கதையை எழுதிச் சொல்றதுக்குள்ள விரல்கள் துவண்டு போகின்றன...

கதை சொல்லணும்னுட்டு சொயம்புக்கு அவ்வளவு ஆசை. தெனம்மும் இவன் எழுதிக்கிட்டேதான் இருக்கான். இந்தத் தொகுப்பில் உள்ள கதைகள் நல்ல கதைகள் தானா? ஒரு சின்னச் சந்தேகம்கூடத் தேவை இல்லை. எல்லாக் கதைகளுமே நல்ல கதைகள். நமக்கு முன்னால் இருக்கிற வாழ்க்கையை ஒளிவுமறைவு இல்லாமல்த் திறந்த மனதோடு பேசுகிற நல்ல கதைகள்."

48

நாஞ்சில் நாடன்

திருநெல்வேலியைப் பூர்வீகமாகக் கொண்ட சைவ வெள்ளாளர் குடும்பத்தில் பிறந்த இவருடைய பாட்டனார் பிழைப்புத்தேடி நாஞ்சில் வட்டாரத்திற்குச் சென்று அங்கேயே மணம் செய்துகொண்டு குடியிருக்கலானதால் நாஞ்சில்நாடன் குமரி மாவட்டத்துக்காரராகிறார். ஓர் ஏழை உழைப்பாளிக் குடும்பத்தில் பிறந்து, வறுமையான பொருளாதாரப் பின்னணியுடன் போராடிக் கல்லூரிக்கல்வி முடித்து 1972இல் பிழைப்புக்காக பம்பாய் நகரத்தில் குடியேறுகிறார். சுமார் இருபதாண்டுகாலம் மும்பை நகரில் ஒரு தனியார் நிறுவனத்தின் விற்பனைப் பிரதிநிதியாகப் பணியாற்றிய நாஞ்சில்நாடன் இந்தியா முழுவதும் தொழில் நிமித்தம் பயணம் செய்தவர். சில மொழிகளையும் பல கலாச்சாரங்களையும் அறிந்தவர். பழந்தமிழ் இலக்கியங்களின் மீது ஆழ்ந்த பற்றுதலும் புலமையும் பெற்றவர். 1989க்குப் பிறகு தன் குடும்பத்துடன் கோவை மாநகரில் குடியேறி இன்று அங்கு வசிக்கிறார். இந்தப் பின்னணி பற்றிய அறிதல் அவருடைய சிறுகதைகளைப் புரிந்துகொள்ள அவசியமாகிறது. அவருடைய மொத்தக் கதைகளுமே குமரி மாவட்டத்தின் நாஞ்சில் வட்டாரம், மும்பை மாநகரம், கோயம்புத்தூர் நகரம் என மூன்று

நிலப்பரப்புகளில்தாம் இயங்குகின்றன. தன் வரலாற்றுத் தன்மையுடன் அவருடைய கதைகள் இருப்பதாக அடையாளம் பெறுவது இந்நிலக்காட்சிகளாலும் அவருடைய அற்புதமான மண்சார்ந்த மொழியாலும் தான்.

நாஞ்சில் நாடு என்பது குமரி மாவட்டம் முழுவதையும் குறிப்பதாக பிற மாவட்டத்தினர் கருதுகின்றனர். அது சரியல்ல என்கிறார் நாஞ்சிலார். "நாஞ்சில் நாட்டு வெள்ளாளர் வாழ்க்கை" என்கிற அவரது நூலில் 'நாஞ்சில் நாட்டின் கிடப்பு' என்னும் முதல் கட்டுரையில், அதை விளக்குகிறார். கிழக்கே ஆரல்வாய்மொழிக் கோட்டைக்கும், மேற்கே பன்றி வாய்க்காலுக்கும், தெற்கே மணக்குடிக்கும், வடக்கே மங்கலம் எனப்படும் குலசேகரத்துக்கும் இடைப்பட்ட பூமி என நாஞ்சில் நாட்டைச் சொல்வார்கள். கன்னியாகுமரி மாவட்டத்தின் வடகிழக்கே அமைந்த தோவாளைத் தாலுகாவும் அகஸ்தீஸ்வரம் தாலுகாவின் சில பகுதிகளுமே ஆகும். வடக்கிலும் வடக்கிழக்கிலும் வடமேற்கிலும் மலைகள் சூழ்ந்த பகுதியும் ஆன செழிப்பான நிலத் துண்டு நாஞ்சில் நாடு எனக் கொள்ளலாம் என்பார். தான் பிறந்து வளர்ந்த வட்டாரத்தைப் பற்றி, அந்த மண்ணையும் மக்களையும் பற்றி நாஞ்சில்நாடன் அளவுக்கு விஸ்தாரமாக தமிழில் வேறு யாரும் எழுதியிருக்க முடியாது.

2004 வரை அவர் எழுதிய 80 கதைகள் 'தமிழினி' வெளியிட்ட 'நாஞ்சில் நாடன் கதைகள்' என்னும் தொகுப்பாக 2006 இல் வெளிவந்தது. அதற்குப்பின்னர் எழுதப்பட்ட கதைகள் 'சூடிய பூ சூடற்க' (சாகித்ய அகாடமி விருது பெற்ற நூல்)கான் சாகிப், தொல்குடி, சங்கிலிப்பூதத்தான் ஆகிய நான்கு தொகுப்புகளில் சேகரமாகியுள்ளன.

இருநூறை எட்டும் இக்கதைகளை இப்போது மீண்டும் வாசிக்கையில், ஒரு கதையைப் பற்றி மட்டும் தனியாக துவக்கத்திலேயே சொல்லிவிடவேண்டும் என்கிற உந்துதல் ஏற்படுகிறது. அக்கதை "யாம் உண்பேம்" என்னும் கதை. தோழர் பி. சாய்நாத்தின் கட்டுரைகள் மட்டுமே பேசிக்கொண்டிருக்கும் மராட்டிய மாநில விவசாயிகளின் தற்கொலைகளை முன் வைத்து, உறைக்கும் விதமாகத் தமிழில் ஒரு கதையை எழுதிய முதல் அல்லது ஒரே தமிழ் எழுத்தாளர் நாஞ்சில்நாடன் தான். மராட்டிய மாநிலத்தில் இருபதாண்டுகாலம் வாழ்ந்த அவரது வாழ்க்கையின் அர்த்தமாகவும் பெருங்கொடையாகவும் இக்கதையை நான்

பார்க்கிறேன்... இக்கதையுடன் சேர்த்துச் சமமாகப் பேச வேண்டிய இன்னும் இரு மிக முக்கியமான மும்பைக்கதைகள் என 'கான்சாகிப்' மற்றும் 'தன்ராம்சிங்' ஆகிய கதைகளைச் சொல்ல வேண்டும். முதலில் “யாம் உண்பேம்”:

“கோதுமை மாவை உப்புத் தண்ணீர் தெளித்துப் பிசைந்தால் மல வாடை வந்தது. எந்த முரட்டு ரகக் கோதுமையும் மட்ட ரக அரிசியும் கெட்ட நாற்றத்துடன் விளைவதில்லை. மலிவான ரகங்களை ஆதரவு விலை கொடுத்து வாங்கி, புழுங்க வைத்து, மக்க வைத்து, நிறம் மங்கவைத்து, கசக்க வைத்து, நாற வைத்து, ஒன்றிரண்டு ஆண்டுகள் மழையில் ஊறவைத்து, வெயிலில் காயவைத்து, புழுக்க வைத்து, மக்கள் தின்பதற்கென்று வள்ளன்மையுடன், பெருங்கருணையுடன், தாயின் சாலப்பரிவுடன் ரேஷன் கடைகளுக்கு அனுப்பினார்கள் தேசத் தலைவர் களும் தேசத்தைக் கட்டி எழுப்பிக் கொண்டிருந்த அதிகாரிகளும். அமெரிக்க ஐரோப்பிய நாட்டுப் பன்றிகள் தின்னாது அவற்றை கனிவுடன் பள்ளிக் குழந்தைகளுக்கு மதியம் ஒருவேளை மக்காச் சோள ரவை எனும் பெயரில் களி போன்றதொன்றைக் கிண்டிப் போட்டார்கள். வயிற்றின் காந்தல் உப்பின் சுவையைக் கூட எதிர்பார்க்கவில்லை. கொடுந்தீயொன்று குமுறிக்குமுறி எரிந்து கொண்டிருந்தது பங்கு பங்காக யாவர் வயிற்றிலும். பிள்ளைகளுக்குப் போட்டியாக கிழடுகட்டைகளும் அலுமினியத் தட்டேந்தி நின்றார்கள். செவலை நாய்கள் மலங்கள் தேடி எப்போதும் அலைந்தவாறிருந்தன.

ஈதல்லாம் ஆப்பிரிக்கக் கண்டத்துச் சின்னஞ்சிறு நாடொன்றின் பஞ்ச காலச் செய்திகள் என்றெண்ணிக் கொள்ளாதீர்! பொற்காலத்தை நோக்கி, வெளிநாட்டு நவீன சொகுசு ஊர்திகளில் வேகமெடுத்துப் பறந்து கொண்டிருக்கும் இந்தியத் திருநாட்டின் மத்தியப் பகுதியின் சமகாலச் சேதிகள்.” என்கிற மனதைப் பதைக்க வைக்கும் விவரிப்புடன் துவங்குகிற இக்கதை கன்பத் சக்காராம் நாத்ரே என்கிற விவசாயியின் கதையைச் சொல்கிறது. அவரது மகன் பாகோஜியும் ஒரு விவசாயி. தாண்ட முடியாத பாழ்கிணறாக வழிமறித்துக் கிடந்த பஞ்சத்தை எதிர்கொள்ள முடியாத பாகோஜி தானும் தன் மனைவி, இரு பெண்மக்களும் என ஒரே நாளில் நான்கு பேரும் தற்கொலை செய்து கொள்கிறார்கள். குடும்பத்தாரின் பசியாற 'போர்' என்கிற காட்டு இலந்தையையும் கிழங்குகளையும் தேடிக் காட்டுக்குள் சென்ற நாத்ரே மாலை வீடு திரும்புமுன் எல்லாம் முடிந்து விட்டிருந்தது.

வரிசையாகக் கிடத்தப்பட்டிருந்தன நான்கு சவங்கள். கொள்ளிக் குடம் சுமக்கையில் ஈரல் கீறிப் பிளந்து வேதனித்தது நாத்ரேக்கு.

திருட்டு ரயிலேறிப் போய் நாக்பூரிலோ ராய்ப்பூரிலோ ஜபல் பூரிலோ கட்டிடக் கூலியாக செங்கல்லோ ஜல்லியோ மணலோ சுமந்திருக்கலாம். கரகரத்த குரலில் ‘அபங்’ பாடிக் கையேந்தி நடந்திருக்கலாம். தினத்துக்கு ஐந்து ரொட்டி சம்பாதிக்க இயலாதா?

எதை அஞ்சினான் பாகோஜி?

வயிற்றை அஞ்சினானா? பருவமான பெண்களின் வாசம் கவர்ந்து வரும் கோரைப்பல் ஓநாய்களை அஞ்சினானா?

தன்னை மட்டும் ஏன் விட்டுப் போனான்?

உடைந்து உடைந்து பெருகியது கிழவனுக்கு. தன்னிலிருந்து தன்னை விலக்கி, தன்னைச் சேர்த்துத் தன்னை மாய்த்து...

தனியாகத் தன்னை மாய்த்துக் கொள்ளத் திராணியில்லை நாத்ரேக்கு!

கதையின் இரண்டாம் பகுதியில், ஒரு விற்பனைப் பிரதிநிதி யான பாபு ராவ் அடிலாபாத் ரயில்நிலையத்தில் அவசரமாக ஓடி வந்து ரயிலைப் பிடிக்கிறார். சாப்பிட நேரமில்லாததால் சோள ரொட்டியை பார்சல் வாங்கிக் கொண்டு ரயில் ஏறும் அவர், ரயில் புறப்பட்டதும் சாப்பிடத் துவங்குகிறார். வெளியில் வேடிக்கை பார்த்துக் கொண்டு, பறக்கும் தூசி ரொட்டியில் விழாமல் காபந்து செய்துகொண்டு, கார மிளகாய் கடித்துக் கொண்டு, நிதானமாக ரொட்டியைப் பிய்த்துத் தின்றுகொண்டிருந்தான்.

கால் துண்டு ரொட்டியும் கொஞ்சம் சப்ஜியும் இலையில் மீதம் இருந்தன. ஒரு துண்டு ரொட்டியை சப்ஜியுடன் விரல்கள் கவ்விப் பிடித்திருந்தன. வாய்க்குக் கொண்டு போகும் நேரம். பாபுராவின் உயர்த்திய கையை, முதிய, தோல் சுருங்கிய நாத்ரேயின் கை எட்டிப் பிடித்து வெட வெடத்தது. குலைந்து ஒலித்த குரலால் அதிர்வுற்று பாபுராவ் நிமிர்ந்து பார்த்தான்.

‘அமி காணார்... அமி காணார்...’,

‘எனக்குத் தா’ என்றல்ல, ‘நான் தின்பேன்’ என்றல்ல, “நாம் உண்போம்” என. தூய சங்கத் தமிழில் பெயர்த்தால் ‘யாம் உண்பேம்’ என.

கண்கள் கசிந்திருந்தன. பிடித்த கரம் நடுங்கியது. மீண்டும் மீண்டும் பதற்றம் பரவ, "அமி காணார்... அமி காணார்..."

பல்கிப் பெருகிக் கிளைத்துத் தழைத்த பசியின் மொழி பாபுராவை திடுக்கிடச் செய்தது.

நம்மையும்தான். ஒரு நவீனமயமாகிக் கொண்டிருக்கும் தேசத்தின் விவசாயியைச் சோற்றுக்கு அலையவிட்டுள்ள நம் காலத்தின் வெக்கையும் வேதனையும் இந்த ஏழு பக்கக் கதைக்குள் பொதிந்து வைக்கப்பட்டுள்ளது. சமகாலத்தின் கதையை கலை அமைதி கெடாமல், அதே சமயம் அரசின் மீதான விமர்சனத்தையும் வைத்து அழுத்தமான குரலில் பேசியிருக்கிறார் நாஞ்சிலார்.

பல்கிப் பெருகிக் கிளைத்துத் தழைத்த பசியின் மொழியை நாம் நாஞ்சில்நாடனின் 90 சதவீதக் கதைகளில் கேட்டுக்கொண்டே இருக்கிறோம். பசியும் பசித்த வயிற்றுக்கு உணவும் நாஞ்சில் நாடனின் சிறுகதைகளின் முக்கியப் பாடுபொருளாக அமைந்திருக்கிறது.

எண்பது கதைகள் கொண்ட தொகுப்பின் முதல் கதையான விரதம் கதையே சின்னதம்பியா பிள்ளையின் பசியோடு தான் துவங்குகிறது. சின்னத்தம்பியாபிள்ளை மட்டுமல்ல. நாஞ்சில் நாடனின் எந்த ஒரு கதாபாத்திரமும் கதைக்குள் தனியாக வருவதில்லை. தனியாக அறிமுகம் ஆவதும் இல்லை . அவருடைய கதைகள் ஊரை விரிவாக வர்ணித்து அவ்வூரில் நடமாடும் மனிதர்களை வர்ணித்து அந்த மனிதர்களில் ஒருவராகத்தான் ஒவ்வொரு கதையின் நாயகனும் நாயகியும் அறிமுகமாவார்கள். நாஞ்சில்நாடன் கதைகளின் மிக முக்கியமான அடையாளம் இது என்று சொல்லலாம்.

வண்ணதாசன் கதைகளில் விரிக்கப்படும் திரைச்சீலையைப் போலவே நாஞ்சில் நாடன் வரையும் ஓவியத்துடன் சேர்த்து அவர் விரிக்கும் பின் திரையும் மிகுந்த கவனமும் முக்கியத்துவமும் உடையவை.

I . நாஞ்சில் நாட்டுக் கதைகள்

நாஞ்சில்நாடனின் முக்கால்வாசிக் கதைகள் நாஞ்சில்நாட்டுக் கிராமத்தைக் களனாகக் கொண்டே இயங்குகின்றன. எல்லாம் சைவ வேளாளக் குடும்பங்களின் பண்பாட்டு அசைவுகளையும் அவர்களின் விவசாயம் சார்ந்த பொருளியல் கூறுகளையும்

அக்கிராமங்களுக்குள் ஊடும்பாவுமாகப் பின்னிக்கிடக்கும் திராவிடக் கட்சிகளின் அரசியலையும் வயல்வெளிகளில் அம்மக்கள் கொட்டும் உழைப்பின் மகத்துவத்தையும் அவர்களுக்குள் உள்ளூறையாகக் கிடக்கும் பாசத்தையும் துரோகத்தையும் ஆதிக்க உணர்வையும் அடிமைத்தனத்தையும் பக்தியையும் கடவுள் மறுப்பையும் மேன்மைகளையும் கீழ்மைகளையும் எந்த ஒளிவுமறைவுமின்றிப் பேசுகின்றன.

இக்கதைகளைச் சொல்ல அவர் கைக்கொள்ளும் மொழி தனித்துவமானது. பெரிதும் மக்களின் பேச்சு மொழியைச் சார்ந்து நிற்பது. அவசியப்படும் இடங்களில் சங்க இலக்கியத்திலிருந்து ஒரு வரி பளிச்சென மின்னுவது. இப்படிப் பின்னிப்பின்னிச் செல்லும் மொழிநடை நம்மை அப்படியே ஆகர்ஷித்து ஆலிங்கனம் செய்துகொள்கிறது.

ஒன்று

நாஞ்சில் நாட்டுக் கதைகளில் ஒரே சாதிக்குள்ளும் நிலவும் வர்க்க வேறுபாட்டைத் துல்லியமாக வேறுபடுத்திக்காட்டும் கதைகள் நம் கவனத்தை முதலில் ஈர்க்கின்றன.

“சில வைராக்கியங்கள்” கதையில் பண்ணையார் பரமசிவம் – அவருக்கு வில் வண்டி ஓட்டும் ஆறுமுகம் இருவரும் அவரவர் வீட்டில் காலையில் தயாராகும் காட்சியை அருகருகே வைத்து நமக்குக் காட்டுகிறார்.

“ஊருஞ் சதமல்ல உற்றார் சதமல்ல

உற்றுப் பெற்ற பேரும் சதமல்ல

பெண்டிர் சதமல்ல”

என்று நீட்டி முழக்கிப் பட்டினத்தடிகளைப் பரலோகம் வரை சென்று பற்றி இழுத்தது பரமசிவம் பிள்ளையின் வெண்கலக் குரல்…

பூஜையை முடித்துவிட்டுக் கூடத்துக்கு வந்தார் உடலெல்லாம் வரிவரியாக திருநீற்றுப் பூச்சு. கழுத்தில் தங்கத்தால் கோக்கப்பட்ட உருத்திராட்சம். அரையில் நூறாம் நம்பர் இரட்டை வேட்டி. வேட்டியை மீறிச் சரிந்திருந்த தொந்தியை இழுத்து பிடிக்க முயன்று தோற்றுக் கொண்டிருந்தது அரையில் சுற்றிக் கட்டிய துண்டு…

இன்னும் நேரம் இருக்கிறது. என்றாலும் சூட்டோடு சாப்பிடுவதில் அவருக்கு விருப்பம்' சூடு ஒரு ருசி; சிவப்பு ஒரு அழகு' இல்லையா? அடுக்களையை நோக்கி நடந்தார்.

நுனி வாழை இலையில் ஆவி பறக்க ஐந்தாறு இட்லிகளை வைத்து ஓரத்தில் இரண்டு மூன்று கரண்டி மிளகாய்ப் பொடியை வைத்து அவர் அதை விரலால் குழிக்க நல்லெண்ணெயை அதன் மீது சரித்தாள் மனைவி.

பரமசிவம் பிள்ளை சாப்பிட ஆரம்பித்தார். உள்ளே போய்க் கொண்டிருந்த இட்லிகளின் எண்ணிக்கையை கணக்கிட்டால் "ஊருஞ் சதமல்ல உற்றார் சதமல்ல" என்று சற்றுமுன் பாடியவர் இது ஒன்றைத்தான் சதம் என்று எண்ணுகிறாரோ என்று தோன்றும்.

சாப்பிட்டுவிட்டு வெளிப்படிப் புரையில் போடப்பட்டிருந்த சாய்வு நாற்காலியில் சாய்ந்தார் சுடச்சுடச் சாப்பிட்டதால் அந்தப் பனி மாதத்தில் கூட, அவர் மேனியில் வியர்வை பொடித்தது . தோளில் கிடந்த துண்டால் உடம்பைத் துடைத்துக் கொண்டு வெற்றிலை போட ஆரம்பித்தார்.

★

ஆறுமுகம் குதித்துக்கொண்டிருந்தான். அவனும் பிள்ளைமார்தான். வயதும் பரமசிவம் பிள்ளையைப் போல் அறுபது இருக்கும். என்றாலும் வறுமை காரணமாகவோ, இல்லை 'வண்டிக்காரன்' பதவி காரணமாகவோ அவனுக்கு 'ர்' மரியாதையோ, 'பிள்ளை' பட்டப் பெயரோ யாரும் தருவதில்லை. எல்லோருக்கும் அவன் வெறும் ஆறுமுகம் மட்டும்தான்

"செறுக்கி மவளே... நாகருகோயிலுக்குப் போணும்... காலப் பறையே வண்டிபோடணும்ணு நேத்தே சொல்லி இருந்தம்லா? ஒனக்கு இப்பத்தான் தொவையலரைக்க நேரங்கெடச்சா?" ஆறுமுகத்தின் கூக்குரல், அழுது கொண்டிருந்த அவன் கடைசி மூன்று வயது மகளின் வாயைக்கூட அடைத்து விட்டது.

"இன்னா ஆச்சு... ஆக்கப் பொறுத்தவரு ஆறப் பொறுக்க மாட்டாரா!" என்று சொல்லி அம்மியிலிருந்து துகையலை வழித்துவிட்டு எழுந்தாள் அவன் மனைவி.

"சரி.... சரி.... கஞ்சியை ஊத்து" என்று சொல்லி. 'பத்தும் தண்ணி யுமாகக் கலந்து வைக்கப்பட்டிருந்த தாலத்தின் முன் உட்கார்ந்தான்.

பூவரச இலையில் வைத்திருந்த புளித்துகையலைத் தொட்டு நாக்கில் தீற்றிக்கொண்டு அவன் விரல்கள் தாலத்தில் நீந்தின. கஞ்சியை குடித்து வாயைக் கொப்பளித்துவிட்டு மீசையைக் கையால் ஒதுக்கினான். “யேவ்... யேவ்” என்று இரண்டு ஏப்பமும் விட்டபிறகுதான் அவனுக்குத் தெரிந்தது, தான் அனாவசியமாகக் கோபப்பட்டு விட்டோம் என்று.

அடுத்தடுத்து, அருகருகே இவ்விரு காட்சிகளை வைப்பதன் மூலமும் பண்ணையார் சாப்பாட்டை எள்ளலுடன் குறிப்பிடுவதன் மூலமும் தன் சாய்மானத்தைச் சந்தேகத்திடமின்றிக் காட்டிவிடுகிறார். எல்லா அசலான கலைஞர்களையும் போலவே நாஞ்சில்நாடன் எளியவர்கள் பக்கமே நிற்கிறார். சாதி ஒன்றெனிலும் வர்க்கம் வேறு என்பதை இதைவிடக் கலாபூர்வமாக எப்படிச் சொல்வது?

‘எச்சம்’ என்கிற கதையில் பண்ணையார் பலவேசம்பிள்ளை செத்துப்போகிறார். அந்த மரணத்தைப் பண்ணையார் வீட்டார் எதிர்கொள்ளும் விதமும் அவர் பண்ணையில் உழைக்கும் தொழிலாளிகள் எதிர்கொள்ளும் விதமும் இருவேறு பார்வைகளாகக் கதையில் இயல்பாக வந்து நிற்பதைப் பார்க்கலாம்.

“கோலப்பன் வீட்டை நோக்கி நடந்தார். அவர் தலைமறைந்த பிறகு மாடசாமி முணுமுணுத்தான். “செத்தாரா...! மனுசன் நல்லா அழுந்தித் தான் செத்திருக்காருடே.... சின்ன நிலையா நிண்ணாரு...” –

பின் ஏர் அடித்துக்கொண்டிருந்த யாக்கோவு சொன்னான். “மச்சான்... உமக்கு யாபகம் இருக்கா...? பத்து வருசம் முன்னாலே... செவுத்தி யானுக்கு மக போட்டாளே போடு, வாரியக் கொண்டையால... மனுசனுக்குப் பொறகாவது சொணை வந்தா? கண்டவ பின்னாலே கார்த்திகை மாசத்து நாய்மாதிரி அலையத்தாலா செய்தாரு...” –

“அது மாத்திரமாடே.... இருபது வருசமா மாடா வேலை செய்யோம்... மூணாமாண்டு ஆடி மாசம்... பொட்டு நெல்லு இல்லே வீட்டிலே... பிள்ளைங்கெல்லாம் பட்டினி கெடக்கு... ஒரு அஞ்சுமரக்கா நெல்லுத் தாரும்ணு கேட்டேன்... மனுசன் பேப் பட்டியாட்டமா வள்ளுண்ணுல்லா விழுந்தாரு. திருப்பி வாங்காமலா விடுவாரு... சவம் பின்னே சொணை கெட்டுப் போய்த்தான் வேலை செய்யோம்... தூ... பெரிய பண்ணையாரு...” மாடசாமி காறி உமிழ்ந்தான்.”

“இருள்கள் நிழல்களல்ல” கதையில் ஒரு பெரிய வீட்டு கல்யாணம். கல்யாண வீட்டு வாசலில் கடைசிப் பந்தி முடிந்தபிறகு நமக்கும் மீந்த சாப்பாடு கிடைக்கும் என்ற நம்பிக்கையில் காத்திருக்கும் கையேந்திக் கூட்டம். கல்யாணப் பரபரப்புக்கு இடையில் வசதியான உறவினர்கள் கார்களில் வந்து இறங்கிக் கொண்டு இருக்கும் சூழ்நிலையில் இவர்கள் காத்திருக்கிறார்கள்.

“கொஞ்சம் தள்ளிப் போய் இரிங்கோ ... இப்பமே மாநாடு கூடியாச்சா... இன்னும் நேரமில்லா கிடக்கு...” என்று விரட்டும் குரல்கள்.

விரட்டலுக்குப் பயந்து ஒதுங்கி இருந்த அவர்கள் நசுங்கிய அலுமினியப் பாத்திரங்கள், மழிக்கப்பட்ட தேங்காய் சிரட்டைகள், பீழை வறண்ட கண்ணிமைகள், பூர்வாசிரமத்தில் இன்ன நிறமாக இருந்தது என்று சொல்லமுடியாத கிழிந்து நைந்த அழுக்குகள், அவசரகால நிவாரணமாக செப்பனிட வேண்டிய ஒட்டிய வயிறுகள், கனவுகளே இல்லாத வெளிறிய கண்கள்.

கோயில் உண்டியலை எண்ணிக் கணக்கிட வேண்டிக் கொட்டிக் கொடுக்கும் போது முழு ரூபாய் எட்டணா நாலணா நாணயங்களுக்கு இடையில் கிடைக்கும் செல்லாத ஓட்டைக் காலணாக்களைப் போன்று அந்த கும்பல் கூசிக் குறுகிப் புறக்கணித்துப் புறந்தள்ளப்பட்டு கிடந்தது. இந்தப் புறக்கணிப்புகள் என்றும் எங்கும் நிகழ்ந்து மரத்துப்போன மனம். அதனால் இது ஒன்றும் உறைக்காமல் ஓட்டியபோது நகரவும் நீங்கிய போது நெருங்குவது மாக இருந்த ஊமை நாடகம்...

முதல் பந்தி முடிந்தது. எச்சிற்கையைத் தாழ்த்தப்பட்ட சாதியைப் போல உடலிலிருந்து நீக்கித் தனியாக மடக்கிப் பிடித்துக்கொண்டு சாரிசாரியாக வந்துகொண்டிருந்தார்கள். தெருவில் இந்தக் கும்பல் ஒதுங்கி இருந்த இடத்தின் தெற்குப் புறம் பெரிய உருளியில் நிறைத்து வைத்திருந்த தண்ணீரைகச் செம்பினால் கோரி கோரிக் கையையும் வாயையும் கழுவிக் கொப்பளித்துப் பலருக்கும் முகத்தில் வியர்வை பிடித்திருந்தது. பனியன் போடாமல் சட்டை மட்டும் போட்டவர்களுக்கு வியர்வையில் சில இடங்களில் ஈரம் படிந்திருந்தன. சாப்பிடுவதே உழைப்பாகிப் போய்விட்டதால் உழைக்கும் போது வியர்க்காதா?

ஒவ்வொரு பந்தியும் முடிவதும் வீட்டுக்காரர்கள் கைகழுவுவதும் இந்தக் கும்பல் காத்திருப்பதும் எனக் கதை முழுவதுமே இவ்விரு

வர்க்கங்களையும் நாணயத்தின் இருபக்கங்களையும் மாற்றி மாற்றிக் காட்டுவதுபோலக் காட்டி வாசக மனதில் பெரும் மன உளைச்சலையும் வெறும் சோற்றுக்கோ வந்ததிந்தப் பஞ்சம் என்கிற பெருமூச்சையும் ஒருசேர உருவாக்கி விடுகிறார். இரண்டுக்கும் நடுவில் சிக்கிய பண்டாரம் என்கிற நாவிதரின் வழியே கதை சொல்லப்பட்டாலும் இருவேறு வர்க்கங்களின் படப்பிடிப்பாக அமைந்து நிற்கிறது.

'உபாதை' கதையில் பூமணி என்கிற உழைக்கும் வர்க்கப்பெண்ணும் கங்காதரம்பிள்ளை என்கிற பண்ணையாரும் முரண்படும் கோலம் வரையப்படுகிறது. "அண்ணைக்கு விடியக்காலம் எந்திரிக்கச்சிலேயே மலப்பா இருந்து... இண்ணத்தப்பாடு எப்படிப் போகப்போகோ? சின்னதுகோ மொகத்தை மொகத்தைப் பார்த்துக்கிட்டு பள்ளிக்கொடம் போச்சு..." என்றுதான் பூமணிக்குப் பொழுது விடியும். கங்காதரம்பிள்ளை வயலில் வேலை பார்த்தால் வெள்ளிக்கிழமை பொழுதுசாய்ந்து விட்டால் அவரிடம் கூலி வாங்க முடியாது.

"என்னட்டீ மூதி? இண்ணைக்கு வெள்ளிக்கிழமைன்னு தெரியாதா? மூந்தி கருக்கல்லே வந்து நிக்கே?...

"ஓர்மையில்லே நயினாரே... ஆனா நேத்தே பட்டினி... கும்பித்தீயை பச்சத்தண்ணி குடிச்சு அணைக்கவா முடியும்? தந்து அனுப்பும் நயினாரே..."

".... காலம்பற ஏழு மணிக்கு வந்து ஓங்காசை வாங்கீட்டுப்போ... சவங்களுக்கு என்னத்தைக்கொடு, நிறைவே கிடையாது..."

என்பது நடைமுறை. இன்றும் அதே போல வெள்ளிக்கிழமை வேலை சுணங்கி இருட்டிவிட்டது. என்ன சொல்லப்போறாகளோ என்கிற பதைப்புடன் ஓட்டமும் நடையுமாக வரப்பில் வந்துகொண்டிருக்கிறாள். வயல்வெளியில் ஆளரவமில்லை. அந்த இருட்டுக்குள் திடீரென்று கங்காதரம்பிள்ளை வந்து குறுக்கிடுகிறான்.

"...வழியை விடும்... போட்டும்..."

"அது சரிதான்...போறதுக்கா இவ்வளவு நேரம் தாயமாடிட்டு நிண்ணேன்... வா... கொஞ்சம் செண்ணு போகலாம்..." என்று கையைப் பிடிக்கிறான். அவள் கையை உதறிவிட்டுச் சுற்று முற்றும் பார்க்கிறாள். சற்று நிதானித்து "ஆமா... எம்புட்டுத் தருவேரு...?" என்று கேட்கிறாள். அவன் பத்துரூபாத்தாளை

எடுத்து நீட்டுகிறான். அதை வாங்கி மடியில் செருகிக்கொண்டு அவனைப் பள்ளத்தில் கிடந்த வயலில் தள்ளிவிட்டு தப்பி ஓடுகிறாள்.

"ஓட்டமும் நடையுமாக ஆற்றைக்கடந்து ரோட்டில் ஏறியபின்பும் பூமணியின் படபடப்பு அடங்கவில்லை. நடையைச் சற்று நிதானித்துக்கொண்டு, அரிசி வாங்க ரோட்டுக்கடைக்கு ஒதுங்கினாள்" என்று கதை முடிகிறது. நாஞ்சில்நாடன் நேர்காணல்களிலும் நேர்ப்பேச்சுக்களிலும் முற்போக்கு பிற்போக்கு என்று சொல்லுவதை மறுப்பவர் என்றாலும் இக்கதை மிக முக்கியமான ஒரு 'முற்போக்கு'க் கதை என்பதை தனியாகச் சொல்லத் தேவையில்லை. நாளை அவளுக்கு என்னா ஆகுமோ என்கிற கவலையுடன் கதை நம் மனதில் தொடர்கிறது. இத்தகைய வெளி முரண்பாட்டை மட்டுமின்றி பூமணி என்கிற அந்த ஒடுக்கப்பட்ட பெண்ணின் மனதில் ஓடும் உள் முரண்பாடுகளும் கச்சிதமாகக் கதையில் சொல்லப்படுகிறது.

'மார்த்தாளும் சாமிதாசும் பள்ளிக்கொடம் விட்டு வந்திருக்கும்... மூதி, உலையாவது வச்சா கொள்ளாம்... சமயத்திலே எங்கயாம் போயி வாயைப் பாத்துக்கிட்டு நிண்ணாலும் நிண்ணிரும்... சாமிதாசை அஞ்சாறு சுள்ளி பெறக்கிட்டு வர காலம்பறையே சொன்னேன்... சவம் போச்சோ? இல்லை எங்காயாம் போய் ஒந்தான் புடிச்சுக்கிட்டு நிக்கோவ்?'

அவளுடைய புருஷன் நினைப்பும் கூடவே வந்தது. 'அஞ்சு மணிக்கே வேல முடிஞ்சுரும்... தாளாக்குடிக்குப் போயி அரிசியும் மீனும் வாங்கீட்டு வந்திருப்பாரு... ஒண்ணும் தீர்ச்சையாச் சொல்ல முடியாது. சிலசமயம் எல்லாம் ஓர்மையில்லாம கள்ளத்தனமாக கள்ளு குடிச்சுக் கிட்டு வந்து நிண்ணாலும் நிக்கும்... சவம் மாடு கெணக்கதான். ஒரு சுவாவத்திலே எல்லாம் செய்யும். மொரண்டிச்சிண்ணா அதுவும் இல்லே... என்னமேளமா இருக்கோவ்? போய்ப் பாத்தாதான் தெரியும். நமக்கே பசி பொறுக்க முடியலேண்ணு இருக்கச்சிலே சின்னச் சவங்க எப்பிடிப் பொறுக்கும்?'

ஆண் தலைமையிலான குடும்பமாக வெளித்தோற்றம் கொண்டிருந்தாலும் உழைக்கும் வர்க்கக் குடும்பங்களில் பெண் தான் தலைமை ஏற்கிறாள் என்பதை இக்கதையிலும் இன்னும் பல கதைகளிலும் நாஞ்சில்நாடன் எழுதிச்செல்கிறார்.

அவள் பத்து ரூபாயைக் கைநீட்டி வாங்கியதும் இன்னொரு "பொன்னகரத்து" அம்மாளுதானோ எனத் தோன்றியது. ஆனால் அப்படி முடிந்துவிடாதது ஆறுதல் அளித்தது.

'வாய் கசந்தது' கதையில் அறுவடை செய்த பொலி நெல்லை அளப்பதற்கு வெண்கலப் பூண் போட்ட பொலி மரக்காலும் கூலி அளப்பதற்கு அதை விடச் சிறிதான கொத்து மரக்காலும் பண்ணைகள் வைத்திருந்ததைக் குறிப்பிடுகிறார். தஞ்சாவூர்ப் பண்ணைகளைப் போலத்தான் தமிழகம் முழுவதும் சுரண்டல் நடைபெற்றது என்பதன் அடையாளம் இது. தோழர் டி.செல்வராஜின் 'மலரும் சருகும்' நாவல் எழுதிச்செல்லும் 'முத்திரை மரக்கால்' போராட்டமும் இதையே பேசுகிறது.

இதுபோலப் பலகதைகளில் இந்த வர்க்க வேறுபாட்டை, இருப்பவன் இல்லாதவன் இடைவெளியை எந்த மெனக்கெடலும் இல்லாமல், வலிந்து சொல்லாமல், வாழ்வின் பகுதியாகவும் வாழ்வின் அடித்தளமாகவும் அது இருப்பதைச் சொல்லிக்கொண்டே போவதைப் பார்க்கிறோம். இரு வாழ்நிலைகளையும் "அருகருகே வைத்துக் காட்டுவது" என்பதுதான் மற்றவர்களிடம் காணக்கிடைக்காத, நாஞ்சில்நாடனின் தனித்துவமான பாணியாக இருக்கிறது. அவருடைய படைப்பின் அரசியலாகவும் அது அமைகிறது.

இரண்டு

கதாபாத்திரங்களுக்கு எந்த அளவுக்கு இடமும் முக்கியத்துவமும் அவர் கதைகளில் தரப்படுகிறதோ அதற்கு இணையாக ஊரின் மக்களும் ஊரின் மரம் செடி கொடிகளும் ஊரைச் சுற்றியுள்ள வயல்வெளிகளும் வாய்க்காலும் பழையாற்றின் கிளைகளும் முக்கியத்துவம் பெறுவது குறிப்பிடத்தக்கது. எந்தச் சூழலுக்கு நடுவில் இந்த கதாபாத்திரங்கள் இயங்குகின்றன என்பதை நமக்குச் சொல்வது முக்கியம் என்று அவர் கருதுகிறார். முழுமையின் ஒரு பகுதியாகத்தான் ஒவ்வொரு கதாபாத்திரமும் அவர் கதைகளில் நடமாடுகிறார்கள். இந்த சமூகவியல்ரீதியான அணுகுமுறை மிகவும் அறிவியல்பூர்வமானது. எந்த ஒன்றையும் அதன் சூழலிலும் வரலாற்றின் புள்ளியிலும் வைத்துப் பார்க்கும் இப்பார்வை மிக முக்கியமானது.

'கிழிசல்' என்கிற ஐந்தரைப்பக்கக் கதையில் கதை நாயகனான மாணிக்கம் இரண்டரைப்பக்கம் கடந்த பிறகுதான் கதைக்கு

உள்ளேயே வருகிறான். அவன் எந்தத் திருவிழாவுக்குப் போய் எந்தக் கடையில் சாப்பிடப்போகிறானோ அவற்றின் சித்திரம்தான் முதலில் விரிவாகத் தீட்டப்படுகிறது. இப்போது நாம் மையக்கதையைக் கேட்பதற்குத் தயாராகிவிட்டோம். வாசக மனநிலையைத் தயார்ப்படுத்தும் நாஞ்சில்நாடனின் முயற்சிகள் அபாரமானவை...

'படுவப்பத்து' கதையில் கதையின் நாலாம் பக்கத்தில்தான் வடக்குத்தெரு சங்கரசுப்பையருக்கு படுவப்பத்தில் முக்கால் கோட்டை விதைப்பாடு இருக்கிறது என்று கதைக்குள் நுழைகிறார். அதற்கு முன்னால் அழகிய நல்லூர் கிராமமும் அக்கிராமத்தின் சாதி அடுக்கும் வயல்களின் தன்மையும் படுவம் என்றால் என்ன படுவப்பத்து என்றால் என்ன என்பதெல்லாம் கொஞ்சமும் பாக்கி இல்லாமல் விளக்கப்பட்டு...சரியா... இப்பம் கதையைக் கேளுங்க என்று கதை துவங்கும்.

கதை முழுமையாகச் 'சென்று சேர' வேண்டும் என்பதில் நாஞ்சில் நாடன் கொள்ளும் அக்கறையும் எடுக்கும் பிரயத்தனங்களும் ஆகா...என்று சொல்ல வைப்பவை.

பெரும்பாலான கதைகளில் அவர் மக்கள் கூட்டத்தை விரிவாகக் காட்சிப்படுத்துவதை நாம் பார்க்கிறோம். காட்சிப்படுத்திவிட்டுப் பிறகுதான் ஒரு குறிப்பிட்ட கதாபாத்திரத்தின் மீது நம் கவனத்தைக் குவிமையப்படுத்துகிறார். மக்களை-மக்கள் கூட்டத்தை – அவர் மையப்படுத்துவது ஐசன்ஸ்டீனின் 'போர்க்கப்பல் பொடெம்கின்' படத்தை நினைவு படுத்துகிறது. உதாரணத்துக்கு ஒரு கதை:-

"லைன் வீடென்று சொல்வாரிங்கு" என்று ஆரம்பிக்கும் "கொங்கு தேர் வாழ்க்கை" கதையின் முதல் நாலு பக்கங்கள் லைன் வீடுகள் பற்றிய விவரிப்பாகவும் அவற்றில் வாழும் மக்களின் வாழ்வும் பாடுகளும் பண்புகளும் எனப் பேசி நான்காம் பக்கத்தில்தான் கதை துவங்குகிறது. பிறகும் அது லைன் வீட்டு மக்களைத்தான் படம் பிடிக்கிறது. ஒரே ஒரு முறை நாதஸ்வரம் வாசிக்கும் பெரியவரை மின்னலெனக் காட்டி மறைவதுதான் கதை. ஆனால் அதுவல்ல நாஞ்சில்நாடனின் நோக்கம். அதைச் சாக்கிட்டு இந்த மாநகரத்துக் கீழ் நடுத்தட்டு மக்களின் வாழ்வை நமக்குச் சொல்ல வேண்டும். தேன் தடவிக் கசப்பு மருந்தைக் குழந்தைக்கு ஊட்டும் தாயைப்போல மையக்கதை என்ற ஒன்றைக் காட்டி நமக்கு வேறொன்றைச் சொல்ல வருகிறார்.

“இதற்குள் எப்படி ஐயா நான்கு பேர் போக்குவரத்து நெரிசல் இல்லாமல் வாழமுடியும் என்ற வினா கிளைத்துப் பெருகுகிற வாசக அன்பர்கள் ஒன்றை மனதில் கொள்ள வேண்டும். மும்பையில் தாராவி யில், கோவண்டியில், சுன்னாபட்டியில், மான்கூர்டில், கோலிவாடா வில் இந்த லைன் வீட்டை மூன்றாகப் பிரித்து வீட்டுக்கு எட்டுப்பேர் ஆணும் பெண்ணுமாய் குழந்தையும் முதியவருமாய் தாயும் பிள்ளையு மாய் பிழைத்து வாழ்வார்கள். மனசிருந்தால் புளியிலையில் கூட மூன்று பேர் புரண்டு படுக்கலாம்.

பெரிய பூட்ஸ் ஒன்றினுள் குடித்தனம் நடத்திய கதை ஒன்று நம்மிடம் ஏற்கனவே உண்டு. உடம்பாடு இலாதார் வாழ்க்கை தான் குடங்கருள் பாம்பொடு உடன் உறைந்தற்று. லைன் வீட்டுக்காரர்கள் என்னதான் முன்னூற்று அறுபத்தாறு பிரிவுகளும் உப பிரிவுகளும் துணைப் பிரிவுகளும் பிற்சேர்க்கைகளும் கொண்ட வாடகைக் குடியுரிமை சட்டங்கள் செய்தாலும் உச்ச நீதி மன்றத்தின் துணை கொண்டு தம்பதியர் புணர்ந்தனர், கர்ப்பமுற்றாள், குழந்தை ஈன்றாள், பிறந்த நாள் கொண்டாடினர், நோயுற்றனர், நோய் நீங்கினர், மரண முற்றனர், விருந்தினர் வந்தனர், பெண் குழந்தைகள் சமைந்தன, லைனுக்குள் சண்டை இட்டனர், சமாதானம் ஆயினர், தக்காளியும் தோசைமாவும் கடன் கொடுத்தனர், மீன் குழம்பு செய்து கிண்ணத்தின் மேல் கிண்ணம் வைத்து மூடிக் கொடுத்தனர். எல்லாம் இன்பமயம்.

நான் குடியிருக்கும் வீட்டின் எதிர்முகத்திலும் பக்கவாடுகளிலும் ஏழெட்டு லைன்கள் இருந்தன. நான் இருப்பதும் ஏகதேச உருவகமாக லைன் வீடுதான்.

“பெரிய பூட்ஸ் ஒன்றினுள் குடித்தனம் நடத்திய கதை” என்று போகிறபோக்கில் அவர் குறிப்பிடுவது கிருஷ்ணன் நம்பியின் ‘தங்க ஒரு...’ கதையை. இப்படி நவீன இலக்கியம் மற்றும் எழுத்தாளர்களையும்கூடக் கதைக்குள் வெகு இயல்பாகக் கொண்டுவர அவரால் முடிகிறது. லேசான எள்ளலுடன் கூடிய அவரது நடை அதற்கு அகன்று இடம் கொடுக்கிறது.

காடு, “கால்நடைகள், கனகதண்டிகள்”, ராஜாக்களும் சீட்டுக்கம்பெனிகளும் ஆகிய கதைகளில் பேருந்து நிலையமும் பேருந்து நிறுத்தமும் அங்கு காத்திருக்கும் மக்களும் கதைமையமாக ஆகிறார்கள். பஸ்ஸில் ஏறும் கூட்டமே கால் நடைகள்

கனகதண்டிகள் கதையின் கதாநாயகம். ஒரு கும்பல் கலாச்சாரத்தின் உளவியல் இக்கதையில் பேசப்பட்டாலும் அதிலும் வர்க்க வேறுபாடு உள்ளூறையாக இருக்கிறது.

மூன்று

தெய்வங்கள், தெய்வ நம்பிக்கைகள், ஆச்சாரங்கள், அனுஷ்டானங்கள், சைவம், ஊரில் நிலைபெற்றிருக்கும் சாதியக்கட்டமைப்பு என கடவுளும் நம்பிக்கைகளும் சார்ந்து அவர் எழுதியுள்ள கதைகள் நமக்கு வியப்பூட்டுகின்றன." தெய்வங்கள், ஓநாய்கள், ஆடுகள்" ஒரு கதையே போதும். என்ன ஒரு நுட்பமான பதிவு! முத்தாரம்மனின் கதையை வில்லுப்பாட்டுக்காரர் சொல்லி, வரத்துப்பாடிக் கொண்டிருக்கிறார். வில்லிசைக்கும் குமரி, நெல்லை மாவட்ட நாட்டார் கோவில் தெய்வங்களுக்குமான உறவை இவ்வளவு விரிவாக வேறு தமிழ்க்கதைகள் பதிவு செய்ததில்லை. தொ. மு. சி. ரகுநாதனின் 'ஆனைத்தீ' கதைக்குப் பிறகு நாஞ்சில்நாடன் கதைகள்தான் இத்தெய்வங்களைப்பற்றி விரிவாகப்பேசி நம்மை மலைக்க வைக்கின்றன.

தெய்வத்தின் கதையும் கோவில் தர்மகர்த்தாக்களான முதலடிகளுக்கிடையிலான அரசியலும் சாமியைவிட முக்கியம் பெறுவதைச் சொல்லும் கதைதான் "தெய்வங்கள், ஓநாய்கள், ஆடுகள்" என்றாலும் கதையின் போக்கில் அவர் சொல்லிப்போகும் காட்சிகள் அவருடைய வர்க்கச் சார்பைத் துல்லியமாகக் காட்டுகின்றன.

"அது வேளாளர் சமுதாயக் கோயில். எனவே தாழ்த்தப்பட்ட இந்துக்களுக்கு அங்கே இடமில்லை. பலகை அளிக்கு வெளியில் இடம் பிடித்து அமர்ந்திருந்தனர். மனிதன் என்பதற்கான மரியாதையைக்கூடத் தேடித்தராத, தர இயலாத வக்கற்ற தெய்வத்தின் அருள்வேண்டி அவர்கள் பழியாகக் காத்துக் கிடந்தனர்"

பிரதான தெய்வமாகிய முத்தாரம்மன் கோவிலுக்கு வெளியே துணைத்தெய்வங்கள் நிலை கொண்டிருப்பது வழக்கம். அதுபற்றி நாஞ்சில்நாடன் எழுதுகிறார்:

அரவணைப்போத்தி கோவிலில் சிலை, சிங்காரம் எதுவும் வித்தாரமாகக் கிடையாது. சுண்ணாம்புக்காரையால் ஆன 'மொட்டை மொழுக்கட்டை'யான உருவம். சாதி குறைந்த

சாமிக்கு இதுகூட அதிகம் என்று தர்மகர்த்தாக்கள் நினைத்தார்களோ என்னவோ? என்றாலும் இன்று அவர் முகத்தில் செக்கச் செவேரென மஞ்சணை பூசி, அரளிப்பூ, பிச்சிப்பூ ஆரங்கள் கழுத்தில்- அதாவது கழுத்து என்று ஊகிக்கக் கூடிய பாகத்தில் – புரண்டன. எப்போதும் அடக்க ஒடுக்கமாகவே இருக்கும் அரவணைப்போத்தி, அன்றைய தடபுடலில் சற்று அரண்டு போயிருந்தார்.

அவர் முகத்தில் இருந்த பாவத்தைக் கண்டால் யாராவது பண்ணையார் அந்த வழியாக வந்தால் எழுந்து நிற்பார் போலத் தோன்றியது.

...அடாவடித்தனம் இல்லாத சாமி ஆனதால், அரவணைப்போத்தி மீது அவ்வூர்ச் சிறுவர்களுக்குப் பயமே கிடையாது. வாட்டசாட்டமாக வளர்ந்திருக்கும் நாற்பது வயது ஆண்பிள்ளையைக் கூட ‘எலே’ என்று விளிக்கும் ‘நுண்மாண் நுழைபுலம்’ உடைய சிறுவர்கள் ஆனபடியால், அவர்கள் இந்தச் சாமிக்குப் பயப்படுவார்கள் என்று எதிர்பார்ப்பதில் நியாயமில்லைதான்! கோவிலின் உள்ளே ‘ஒன்றுக்குப்’போனால்கூட, அவர் அலட்டிக்கொள்வதில்லை. சிறுவர்கள் – அதுவும் –மேல்சாதிச் சிறுவர்கள் அல்லவா?”

மேற்கண்ட பத்திகள் மிக முக்கியமான அரசியலைப் பேசுகின்றன. சாதியக் கட்டமைப்பும் இந்துசமயமும் –அது நாட்டார் தெய்வமாக இருந்தபோதும்கூட- எப்படிப் பின்னிக்கிடக்கின்றன என்பதைப் பிசிரற்ற குரலில் பேசுகின்றன. நாஞ்சில்நாடனின் குரல் ஒடுக்கப்பட்ட சாதி மக்களின் பக்கம் காலூன்றி நிற்கிறது.

சாதிக்கு ஒரு நீதி பேசுகிற மனுநீதி எப்படி நம் கிராமங்களில் தொழிற்படுகிறது என்பதை “நேர்விகிதம்” கதையின் ஒரு காட்சியில் அநாயசமாகத் தூக்கிப் போடுகிறார். கிராமத்தில் பள்ளி விடுமுறை நாளீல் மாங்காய்த் தோப்புகளுக்குள் புகுந்து மாங்காய் அடிப்பது விடலைப்பையன்களின் உரிமை அல்லவா? சூனாப்பிள்ளையின் தோப்புக்குப் பயல்கள் செட்டாகக் கிளம்பிப் போகிறார்கள். சாதியில் கீழ்ப்படுத்தப்பட்ட முருகப்பன் தான் குழுவின் கேப்டன். மற்றவர்களை விடவும் மரம் ஏறுதல், கொக்கு முட்டை எடுத்தல், கண்ணி வைத்து ஓணான் பிடித்தல் என்கிற சகல வித்தைகளிலும் அவன் தான் முன்னோடி. அப்படி அவர்கள் சூனாப்பிள்ளையின் தோப்பில் நுழைகிறார்கள். முருகப்பன்

மாங்காய் பறித்துப்போட கீழே நின்று மற்றவர்கள் காய்களைக் கடித்துக்கொண்டிருக்கிறார்கள். அப்போது சூனாப்பிள்ளை வந்து பயல்களைப் பிடித்து விடுகிறார். அதற்குப்பிறகு நாஞ்சில் நாடன் எழுதும் இக்காட்சிதான் கதையின் மையம்:

“மரத்திலே யாருலே? கீளே எறங்கு செறுக்கிவிள்ளா…” நெஞ்சுத் தோல் மரத்தின் உடம்பில் உரச, அரைகுறை உயிருடன் கீழே இறங்கினான் முருகப்பன். குதித்து நின்று வெடவெடத்த முருகப்பனை எட்டிப் பிடித்த சூனாப் பிள்ளை மற்ற பயல்களை அடையாளங் காண முயன்றார். நிதானமாக எல்லோரையும் பார்த்தார்.

நாராயணன் நிக்கரிலேயே ஒன்றுக்குப் போய்விட்டான். “என்ன அய்யரே? உமக்கும் கள்ளப்புத்தி வந்தாச்சா?” நாராயணன் அழத்தொடங்கினான். சூனாப் பிள்ளை இரண்டு காய்களைப் பொறுக்கி அவன் கையில் தந்தார். “இனி இந்தப் பயக்க கூடச் சேரப்பிடாது… கேட்டேரா? ஓடும் வீட்டைப் பாத்து.” நாராயணன் ஓட்டம் பிடித்தான்.

அவர் பார்வை மூத்தபிள்ளையின் மகன் சுந்தரத்தின் மீது சென்றது. “மக்கா, உனக்கு ஏம்லே இந்தத் தலையெளுத்து. எங்கிட்டே கேட்டா தரவா மாட்டேன்? உங்க அப்பன் அறிஞ்சா தொலைச்சுப் போடுவானே தொலைச்சு? போலே… போ… சத்த மூச்சுக்காட்டாம போயிரு…”

அடுத்தது பூதலிங்கம், பொன்னையா. பாக்கிப்பேர் மனதில் திடுக் திடுக்கென ஓசை. ரங்கையா ரெட்டியாரின் மருமகன் சிதம்பரத்தின் கண்களில் குளம் கட்டி நின்றது. “இது யாருலே? புதுசா இருக்கு?… ஆங்… ரெட்டியாருக்கு மருமகனா? கொள்ளாண்டே…. நல்ல கூத்துதான். உங்க தோப்பிலே இருந்து நீலமும் ஒட்டும் வண்டி வண்டியாப்போகுது. நீ இந்த புளிச்ச மாங்காய்க்கு வந்தியாக்கும்… பன்னிக்குக் கூடச் சேந்த கண்ணுக்குட்டியும் பீத்திங்கும்கது சரியாத்தான் இருக்கு….”

முருகப்பனைத் தீர்க்கமாகப் பார்த்தார். கையைப் பிடித்த பிடி அழுந்தியது. பளீரென கன்னத்தில் ஒன்று கொடுத்தார்.

“திருட்டித் தேவடியாவுள்ளா… களவாங்கவா வந்தே? சாதிகெட்ட பயலுக்கு ரொம்பத் தைரியம் தான்லே… குளியைத் தோண்டி மூடீருவேன்.”

கீழே கிடந்த சுள்ளி ஒன்றை எடுத்து வாங்கு வாங்கென்று வாங்கினார். முதுகு, விலா, பெருந்தொடை என்று வரிவரியாக... கதறக்கதற...

“இனி வரமாட்டேன்... இனி வரமாட்டேன்” மண்ணில் விழுந்து புரண்டு துடித்தவனைக் காலால் தள்ளி, “இனி இந்தப் பக்கம் எட்டிப்பாத்தே, வெட்டி வெலி குடுத்துப் போடுவேன்.”

மனுதர்மத்தின்படி சூனாப்பிள்ளை தண்டனை கொடுத்ததோடு கதையை முடிக்கவில்லை நாஞ்சில்நாடன்.

“மூன்று நாட்கள் கழிந்தன. சித்திரை பத்தாம் உதயத்துக்கு கோழியறுத்தான் வயலில் நட்ட தென்னங்கன்றுகள் எப்படி இருக்கின்றன எனப் பார்த்து வர சூனாப் பிள்ளை காலையில் போனபோது – கால்மாடு தலைமாடாக, குருத்து மண்டைகள் சிதைக்கப்பட்டு நாற்பது தென்னங் கன்றுகளும் கோரமாகக் கிடந்தன. இரண்டு மாதமாக, நிலத்தைப் பண்படுத்தவும் குழி எடுக்கவும் உரம் சுமக்கவும் பட்டபாடு. நக்க வாரித் தென்னங்கன்றுகள் வாங்க கொட்டாரம் பண்ணைக்கு அலைந்தது. பிள்ளைபோல பொதிந்தி தண்ணீர் ஊற்றி... சூனாப் பிள்ளை கண்களை மூடிக்கொண்டார்.”

என்று அவர் கதையை முடிக்கும்போது கதைக்கு அழுத்தமான ஒரு ‘முற்போக்கு முகம்’ (மரபார்ந்த!) கிடைத்து விடுகிறது.

நாஞ்சில்நாட்டுக் கதைகளில் 60களுக்கு முந்திய வாழ்க்கையை விவரித்தாலும் அந்த வாழ்க்கை சிதைந்துபோச்சே என்கிற மாதிரி அவ்வாழ்வைப் புனிதப்படுத்தும் வேலையை அவர் செய்வதில்லை. அவ்வாழ்வில் ஏற்பட்டு வரும் சமகால மாற்றங்களைத் தவறாமல் பதிவு செய்கிறார்.

சைவத்தில் ஊறிய நாஞ்சில் வாழ்க்கைக்குள் –சைவாள் காப்பி கிளப் நடத்தும் சுப்பையாபிள்ளை வீட்டுக்குள்ளேயே மாட்டுக்கறி உணவு நுழைந்து விட்டது. சுப்பையாபிள்ளையின் மருமகன் கவர்மெண்ட் உத்தியோகஸ்தன். மதுரை தாண்டி மேலூர்ப்பக்கம் குடியிருப்பு. மகளைப்பார்க்க, சைவாள் காபி கிளப்பை அடைத்துவிட்டு ஞாயிற்றுக்கிழமை பஸ் ஏறிப் போகும் சுப்பையாபிள்ளைக்கு கலாச்சார அதிர்ச்சி காத்திருக்கிறது. மருமகன் ஞாயிற்றுக்கிழமைகளில் ஆட்டுக்கறி, மாட்டுக்கறி எடுத்து மகளைச் சமைக்கச்சொல்லிச் சாப்பிடுகிறவர் என்பதை மகள் சொல்லக் கேட்டு சாப்பிட்டதையெல்லாம் ஓவ்... ஓவ்... என்று அங்கேயே

வாந்தி எடுத்துவிட்டு ஊர் திரும்புகிறார். ஆனால், அதைச் சமைத்துக் கொடுக்கும் மகளை நினைக்கையில் அவருக்குத் துக்கம் அடைக்கிறது.

கணவன் (அவனும் சைவப் பிள்ளைதான்) மூக்கில் நீர் ஒழுக கறியைச் சுவைப்பதைக் காண ஒரு மிருகத்தைப் பார்ப்பது போலிருக்கும் மனைவிக்கு. (கட்டமைக்கப்பட்ட சைவ வெள்ளாள மனம்) பதி கேட்டானே என்று அவள் சமைப்பாளே ஒழியச் சாப்பிடுவதில்லை. இனி மக வீட்டுக்குபோய் எப்படித் தண்ணி குடிக்றது? என்று கவலைப்படும் சுப்பையா பிள்ளையிடம் அவருடைய நண்பரான காத்தமுத்துத் தேவர் "எங்க வீட்டுக்கு வந்தா குடிக்கேரில்லா? அது மாதிரி நெனச்சுக்கிடும்" என்கிறார். இன்னும் சமாதானம் ஆகாத அவரிடம் "நாளைக்கி உம்ம பேத்தியா திம்பா... என்ன செய்வேரு? வேண்டான்னு தள்ளீருவேரா?" என்று கேள்வி கேட்பதுடன் கதை முடிகிறது. வேற்றுச் சாதி உணவுப்பழக்கம் சைவாள் வீடுகளுக்குள் நுழைந்துவிட்ட உண்மையை அவர்களால் செரிக்க முடியாவிடாலும் அதுதான் சமகால யதார்த்தம் என்பதை நாஞ்சில் நாடன் பதிவு செய்கிறார். உணவு அரசியலை முன்வைத்து விவாதிக்க உதவும் முக்கியமான கதை இது.

அன்றும் கொல்லாது, இன்றும் கொல்லாது, ஏவல், கறங்கு போன்ற கதைகளில் சாமிகளே கதாபாத்திரங்களாகக் களமிறங்கி வேலை செய்வதும் இயலாமையில் புலம்புவதுமாக அலைகிறார்கள். பரிசில் வாழ்க்கை ஒரு பூசாரியான நம்பியாரின் இல்லாமையைப் பரிவுடன் பேசுகிறது.

நான்கு

அவரது நாஞ்சில் வட்டாரக் கதைகளின் இன்னொரு முக்கியமான முகம் எனப்படுவது அவர் கதைகளில் உழைப்பைப் போற்றும் விதம். நெல் விவசாயத்தின் அத்தனை கட்டங்களிலும் செலுத்தப்படும் உழைப்பை நாமே வயலிலும் களத்து மேட்டிலும் நின்று உழைப்பதைப் போன்ற உணர்வைத் தரும் விதமாகத் துல்லியமாக எழுதிச்செல்கிறார். சொந்த உழைப்பு அனுபவமில்லாமல் இப்படி எழுத முடியாது.

உடைப்பு என்கிற கதையில் குளத்தில் ஏற்பட்ட உடைப்பை அடைக்கத் தொழிலாளிகள் இரவிலும் உழைக்கின்ற காட்சி இப்படி விரிகிறது:

“பழையாற்றங்கரையில் ஒரே பெகளமாக இருந்தது. மனிதக் கூச்சல்களின் ஆரவாரம். ‘சதக் சதக்’ என்று நனைந்து கொவர்ந்திருந்த வரப்புத்திரட்டில் மண்வெட்டி இறங்கும் ஓசை. ‘சொத்’தென்று பிரம்புக்குட்டைகளில் உரம் சுமைக் கடவங்களில் மண்வெட்டி முங்க வெட்டிக் கோரிய மண் விழும் சத்தம். ‘ம்’ என்று முக்கி வெட்டி உயர்த்தித் தலையில் சுமந்து ஓடுவோரின் தடதடப்பு...

– பிரியாகச் சுற்றிய வைக்கோல் வடங்களையும் வைக்கோல் கூளங்களையும் பலவீனமான கரையில் பரத்தும் சலசலப்பு. வெட்டிய மண்ணைச் சுமந்து ஆற்றங்கரையில் போட்டு மண்வெட்டுபவனிடம் மீண்டும் வந்து துரிதப்படுத்தும் அரவம்...

வெட்டுபவனுக்கு குறுக்குக் கடுக்கிறது என்று நிமிர முடியவில்லை. சுமப்பவனுக்குக் கழுத்து வலிக்கிறது என்று நிற்க முடியவில்லை. வீசிய வாடைக் காற்றையும் பொழிந்து கொண்டிருந்த மழையையும் மீறி வியர்வை துளிர்த்து, மழையில் கரைந்தது.”

வாய் கசந்தது, படுவப்பத்து, உப்பு, உபாதை, வைக்கோல், ஆங்காரம், விலாங்கு, கொடுக்கல் வாங்கல், சுரப்பு, அம்புரோஸ், எருமைக்கடா, சாலப்பரிந்து போன்ற பல கதைகளின் மையம் வேறாக இருந்தாலும் உழைப்பைப் பல ராகங்களில் பாடும் கதைகளாகவும் அமைவதைச் சொல்லியாக வேண்டும். அதிலும் குறிப்பாக உள் மாவட்டத்துக்குள்ளேயே புலம் பெயர்ந்து உழைக்கும் தொழிலாளியான ‘அம்புரோஸ்’ என்னும் உழைப்பாளியின் மரணத்தைப் பேசும் கதை மனதை அசைக்கும் கதை.

II . மும்பைக்கதைகள்

நாஞ்சில் வட்டாரத்தை களமாகக் கொள்ளாத பிற கதைகள் எல்லாவற்றையும் “மும்பைக் கதைகள்” என்கிற தலைப்பின் கீழ் வைத்துப் பேசலாம். இந்தியா முழுவதும் சுற்றியலைந்த அவரது வாழ்க்கை அனுபவமும், மும்பை என்கிற ஒரு சர்வதேச மாநகரத்தின் கீழ் மத்தியதர வர்க்கத்து வாழ்க்கை அவருக்கு வழங்கியுள்ள முதிர்ச்சியும் பக்குவமும் ஒரு தேசம் தழுவிய பார்வையும் மொழி, இன பேதங்கள் கடந்த அன்பும் கனிவும் இக்கதைகளில் துலாம்பரமாக வெளிப்பட்டு நிற்கின்றன.

பயணங்கள், அதுவும் நீண்ட தூரப் பயணங்கள் கொடுக்கும் பண்பாட்டுப் பாடங்கள் இவை. இவை தமிழர்களுக்குக்

கிடைத்திருப்பதைவிட சதா கோவில்களை நோக்கி ரயில்களில் கூட்டம் கூட்டமாகப் பயணித்துக்கொண்டிருக்கும் வட இந்தியர்களுக்குக் கிடைப்பது அதிகம். இதையே ஒரு கதையாக எழுதியிருக்கிறார். "வளைகள் எலிகளுக்கானவை" என்கிற அக்கதையில் ஏழைகளான மராட்டிய விவசாயிகளில் மூத்தோரெல்லாம் ஒன்று சேர்ந்து பாசஞ்சர் ரயிலில் மட்டும் பயணிக்கும் சுழல்முறை டிக்கட் எடுத்து கன்னியாகுமரிக்கு வருகிறார்கள். ஆங்காங்கே பிளாட்பாரங்களில் கிடைக்கும் கல்லில் அடுப்பு மூட்டி ரொட்டி சுட்டுச் சாப்பிட்டுக்கொண்டு, தண்ணீர் கிடைக்கும் இடத்தில் குளித்துக்கொண்டு வந்து சேர்கிறார்கள். அவர்கள் குமரியிலிருந்து திரும்புவதற்காக கன்னியாகுமரியில் ரயில் ஏறி பெட்டிகளில் இடம் அடைத்து அமர்கிறார்கள். அங்கே ரயிலேற வந்த உள்ளூர்க்காரர்களுக்கு இடமே இல்லை. அவர்கள் அதிகபட்சம் வள்ளியூர் வரை பயணிக்கிறவர்கள். அவர்கள் இவர்களைக் கையைப்பிடித்து இழுத்துக் கீழே போட, இவர்கள் மறுக்க என்று தள்ளுமுள்ளு ஆகிவிடுகிறது. கலவரம்போலக் கூச்சலும் குழப்பமும் ஆக, காவல்துறை பறந்து வர, சற்று நேரத்தில் மாவட்ட ஆட்சியரும் வந்து சேர்கிறார்.

அடிவாங்கிய மராட்டிய மக்கள் அதிகாரிகளிடம் முறையிடுகிறார்கள்:

"நாங்க ஏழைங்க சாப்... கற்சிரோசி விவசாயிங்க... வித்தவுட் பிச்சைக்காரங்க இல்லே... போன வருசம் காசி போனோம்... அதுக்கு முந்தி காளிகட் போனோம்... கன்னியாகுமரி வந்து நாங்க ரத்தக்கோறையோட போறோம்...இது நியாயந்தானா? உங்களுக்கே இது நல்லாருக்கா?"

ஒன்றரை மணி நேரம் தாமதமாக ரயில் புறப்பட, மாலையப்பன் முறுக்கை எடுத்து மகாதேவ் தெல்கேயிடம் நீட்ட எனக் கதை முடிகிறது.

தமிழர்கள் எலிவளைகளுக்குள், கிணற்றுத் தவளைகளாக வாழ்கிறார்கள், வட இந்தியர்கள் அப்படி அல்ல என்கிற கோணம் இக்கதையில் உள்ளது. இது விவாதத்துக்குரியது. அப்படிப் பொதுமைப்படுத்த முடியுமா? போக, வட இந்திய மக்களின் பயணம் முழுக்கவே பூஜா, மந்திர் என்றே அமைபவை. வட இந்தியாவில் மதவாத அரசியல் பெற்றுள்ள செல்வாக்குக்கு இந்தப் புனித பயணங்கள் உருவாக்கும் சமூக உளவியலும் துணை நிற்கிறது என்கிற கோணத்திலும் பார்க்க வேண்டுமல்லவா? 2006

இல் நாஞ்சில் நாடன் இக்கதையை எழுதியிருக்கிறார். இப்போது இக்கதையை எழுதினால் இந்தக் கோணத்தையும் கணக்கில் கொண்டு எழுதியிருப்பார் என்று நினைக்கத்தோன்றுகிறது.

மும்பை வாழ்க்கையின் வெதுவெதுப்பான சூழலில் கனிந்த ஒரு நட்பின் காவியமாக வந்திருக்கும் கதை 'கான் சாகிப்'. தன் வரலாற்றுக்கதையான இதில் நாஞ்சிலுக்கும் மும்பையில் வாழும் ஆம்பூர் இஸ்லாமியரான கான் சாகிப்புக்கும் இடையில் 1972இல் முகிழ்த்து 2010 இல் இக்கதையை எழுதும்வரையிலும் பிறகும் நீளும் தூய அன்பின் –சுகுமாரன் மொழியில் சொல்வதானால்- 'நடு ஆற்றில் அள்ளிய நீரைப்போன்ற' அன்பின் – நட்பின் கதை இது. ஒரு சைவ வெள்ளாளருக்கும் இஸ்லாமியருக்கும் இடையிலான இந்தக் காதலை 'பகை வளர்ப்புக் காலமாகிவிட்ட' இன்று அவர் எழுதியிருப்பதே முக்கியமான அரசியல் என்று சொல்ல வேண்டும்.

கூர்க்காக்கள் எனப்படுகிற இரவு நேரக் காவலர்கள் மீது அளவற்றை அன்பையும் பரிவையும் நம் உள்ளங்களில் ஊற்றெடுத்துச் சுரக்க வைக்கும் 'தன்ராம் சிங்' என்னும் கதை 2007இல் அவர் விகடனில் எழுதிய மாஸ்டர் பீஸ்.

"அவனுக்கு ஊரில் ஒரு குடும்பம் இருந்தது. இருக்கத்தானே செய்யும்? பெண்ணும் இரண்டு பையன்களும். இரண்டாண்டுக்கு ஒரு முறை மட்டுமே ஊருக்குப் போய் வரும் அபாக்யவான் அவன்.

பதினைந்து இருபது பேர் சேர்ந்துதான் பயணமாவார்கள். பம்பாயில் இருந்து வாரணாசி வரை ஒரு ரயில் வண்டி... இறங்கி வண்டி மாறி பாட்னா, பரூணி, மன்சி... மறுபடியும் வண்டி மாறி மீட்டர் கேஜில் சிலிகுரி. அங்கிருந்து மலைப்பாதையில் மங்கன் வழி சிக்கிம் எல்லை வரை கிழட்டு டப்பா பஸ். ஐம்பது கிலோமீட்டர் போக நான்கு மணி நேரமாகும். பிறகு மலைப்பாதையில் தலைச் சுமடாகவும் மட்டக் குதிரையிலும் பாரம் ஏற்றிக்கொண்டு எட்டு முதல் பத்து நாட்கள் வரை நடை. காலை எட்டு மணிக்கு மேல் பிற்பகல் நாலுமணிவரை மலைப் பயணம். மலைக் கிராமம் ஒன்றில் கிடை. ஆண்டாண்டு நடந்து பழகிய மலைத்தடம், பனிப்பொழிவு, பாறைகள், கொடுங்குளிர்... நமக்கு பொள்ளாச்சியில் இருந்து உடுமலைய பேட்டை போக அலுப்பாக இருக்கிறது. –" என்று நாஞ்சில் எழுதும் இந்த ஒரு பத்தியே போதும்.

சாப்பாட்டுக் கதைகள் இரண்டு

சாப்பாட்டின் மீது மிகுந்த கவனமும் அக்கறையும் எடுத்துக்கொள்ளும் பகுதிகள் நாஞ்சில்நாடனின் ஏராளமான கதைகளில் வந்துகொண்டே இருக்கும். சாப்பாடு முக்கியம் என்று பேசுகிற கலைஞன் நிச்சயம் பசியை அறிந்தவனாகவும் உணர்ந்தவனாகவும்தான் இருப்பான். கால்வயிற்றுக் கஞ்சியேனும் வயிறாரக் குடிக்கத்தானே இந்தப்பாடு.

இரண்டு கதைகளைப்பற்றி மட்டும் இப்பகுதியில் குறிப்பிட்டாக வேண்டும். ஒன்று 'இடலாக்குடி ராசா' இன்னொன்று 'துறவு. '. சோற்றுக்கு வழியில்லாதவரான இடலாக்குடி ராசா கிடைப்பதைக் கிடைக்கிற இடத்தில் சாப்பிட்டுக்கொள்பவர். சாப்பாட்டுப் பிரியரான நமச்சிவாயம்பிள்ளை இன்னொருவர். இவ்விரு கதாபாத்திரங்களோடும் நாம் ஒவ்வொருவரும் நம்மை நாமே அடையாளம் காண முடிவதுதான் இக்கதைகளின் சிறப்பு.

பார்த்தால் மனப்பிறழ்வானவர்போலத்தோன்றும் இடலாக்குடி ராசா உண்மையில் மனப்பிரச்னைக் காளானவரில்லை. எந்த ஊர், குடும்பம் உண்டா பெற்றவர் உற்றவர் யாரும் உண்டா என்பது ஏதும் தெரியாது. திடீரென்று அவசரமாக ஊருக்குள் நுழைவார். யாருடையதோ ஒரு வீட்டுத்திண்ணையில்-படிப்புரையில்-அமர்வார். அக்கா...பெரீம்மா...என்று ஏதேனும் ஒரு முறை வைத்து வீட்டுப்பெண்களை அழைப்பார். "ராசாக்குப் பசிக்கில்லே..." என்பார். இவன் போக்கை அறிந்தவர்கள் என்பதால் இருக்கும் பழையசோற்றைப் போட்டு விடுவார்கள். அப்பம் ராசா வண்டியை விட்டிரவா... என்று கேட்டபடி விறீர் என்று கிளம்பி விடுவார். சாப்பாடு போடாவிட்டாலும் "ராசா வண்டியை விட்டிரவா..." என்று கேட்டுவிட்டு விறீர் என்று கிளம்பிவிடுவார். இது வழமையாக நடைபெறும் காட்சி.

இளைஞர்கள் சிலர் ராசாவிடம் விளையாட்டுக்காட்ட காத்திருக்கிறார்கள். ஒரு கல்யாண வீட்டுச் சாப்பாட்டுக் கூடத்தில் இளைஞர்கள் பறிமாறிக்கொண்டிருக்கையில் ராசாவை அழைத்து வந்து வீட்டார் பந்தியில் அமர வைக்கிறார்கள்.

"நீள நீளமான தலைவாழை இலைகள், ஏந்திய கைகளில் எவர்சில்வர் மூக்கனில் இருந்து தண்ணீர். தண்ணீர் தெளித்து இலையைத் துடைத்து... விளம்ப நின்ற ஐந்து பையன்களின் முகத்தில் குறும்பின் தெறிப்பு. உப்புப் பரல் வந்தது. துவட்டல்

வந்தது. தயிர்ப் பச்சடி வந்தது. அவியல் வந்தது. எரிசேரி வந்தது. வந்தவன் எல்லாம் ராசாவின் இலையை மட்டும் விட்டு விட்டு விளம்பிச் சென்றான். பிரப்பிரம்மமாக ராசா இடமும் வலமும் பார்த்தான்.

நடப்பதைக் கவனித்த யாவரின் முகத்திலும் பிதுங்கி நின்ற சிரிப்பு, எப்போது வெடிக்குமோ என்ற தெறிப்பு... கறி வகைகள் வைத்து முடித்து பப்படம் போட்டு, ஏத்தங்காய் உப்பேரி வைத்து...

காது வைத்த செம்பு நில வாயில் சாதம் எடுத்து, பித்தளைக் கோடுவையால் பார்த்து, இலையிலையாக வைத்துக்கொண்டு போனான் ஒருவன். தன் இலை தாண்டிப் போனதும் இடலாக்குடி ராசா விளித்தான்.

"எண்ணேன்... ஏ எண்ணேன்... ராசாக்கும் போடாமாப் போறியே..."

பருப்புக்குப் பின்னால் நெய் வந்தது.

ராசாவின் முகத்தில் ஒரு பதைபதைப்பு அடர்ந்தது. "எண்ணேன்... ராசாக்கில்லையா? அப்பம் நான் வண்டியை விட்டிரட்டா..."

இதற்காகவே காத்துக்கொண்டிருந்ததைப் போல... "சோ"வென்று சிரிப்பு. ஒரே சமயத்தில் போட்டித் தெறித்த அலையாய் பந்தலின் கூரையைக் கிளப்பும் எக்காலி ஓசை...

ராசாவின் கண்களில்...

அவன் இலைக்கு ஒருவன் சாத நிலவாயை எடுத்து வருமுன்னால்... "அப்பம் நான் வண்டியை விட்டிடுரேன்..." சொற்கள் நனைந்து வந்தன. திடீரென்று சிரிப்பு நின்றது.

'விறீர்' என்று எழுந்து நடந்தான் ராசா.

"யாருக்குமே சாப்பிடப் பிடிக்கவில்லை." என்று கதை முடியும்போது இடலாக்குடி ராசாவுக்காக நம்முடைய கண்களிலும் நீர் திரண்டு நிற்கும்.

இதற்கு நேர் மாறானது நமச்சிவாயம்பிள்ளையின் கதை. சாந்தம் தவழும் முகம். நெற்றியில் வரி வரியாக அனுபவக்கோடுகள். குறுகத்தறித்த தலை மயிர்...தோளில் சுட்டி போட்ட துவர்த்து. மடியில் எப்போதும் தேவார திருவாசகத் திரட்டு. அவரது முதன்மையான பலவீனம் சாப்பாடு.

“ஆனால் அவருக்கு அப்படி குறிப்பிட்ட வகைகளின் மீதல்ல பலவீனம். மொத்தமாக சாப்பாட்டின் மீது. அதாவது சைவ சாப்பாட்டின் மீது. குளித்து முடித்துவிட்டு வீட்டுக்கு வந்தால் சமையலை முடித்து மூடி வைத்து விட்டு பெண்டாட்டி குளிக்கப் போயிருப்பாள். பிள்ளைகள் பள்ளிக்கோ, விளையாடவோ போயிருக்கும். சோற்றுப் பானை, வரிச்சட்டி, தண்ணீர்ச் செம்பு இவற்றை முன்னால் இழுத்து வைத்துக் கொண்டு சாப்பிடத் தொடங்குவார். சாப்பிட்டு முடியும்போது சில சமயம் இரண்டு அகப்பைச் சோறு மீதமிருக்கும். சிலசமயம் சில பருக்கைகள் மட்டும் பாசம் காரணமாகப் பானையில் ஒட்டிக் கொண்டிருக்கும். ‘பித்தா பிறைசூடி பெம்மானே அருளாளா’ என்று நாவுக்கரசர் பாணியில் ‘பாவி சண்டாளா பேயே பிணம்பிடுங்கி’ என்று பெண்டாட்டி எடுப்பாள். வாயை உரசிக் கொப்பளித்து மேல் துண்டால் கை துடைத்து நிற்கும் அவர் மீது இந்தப் பாணங்கள் ஏதும் பாயாது அதே சாந்தம் பரவிய முகம்

மூன்று பேர் சாப்பிடும் சாப்பாடானாலும் உள்ளே போன பிறகு நமச்சிவாயம் பிள்ளையின் வயிற்றுப் பரப்பில் மாறுதல் ஏதும் தெரியாது. சாப்பிடுமுன் வயிற்றில் திருநீற்றுக் கோடுகள் போல் இருந்த குறுக்கு வரிகள்

சாப்பிட்ட பின்னும் அப்படியே இருக்கும். முன்புறமோ பக்கங் களிலோ புடைத்தல் கிடையாது. தின்ற, தீற்றி எல்லாம் பிரம்மத்தில் கலந்து விடும் போல.

நாளாக ஆக, குளிக்கப் போகும்போது பெண்டாட்டி வீட்டைப் பூட்டிக்கொண்டு போனாள்; தனக்கும் பிள்ளைகளுக்குமான சோற்றை எடுத்து ஒளித்து வைத்துவிட்டு, மீதியைப் பானையில் விட்டுச் செல்வாள். நமச்சிவாயம்பிள்ளை குளித்துவிட்டு வருமுன்பே தானும் தின்று பிள்ளைகளுக்கும் போட்டு விடுவாள்.”

இப்பேர்ப்பட்ட நமச்சிவாயம்பிள்ளை கடைசியில் ஒரு சமையல் பரிசாரக அய்யரின் குழுவில் சேர்ந்து சோற்றோடே பயணிக்கும் வாழ்வை ஏற்கிறார்.

“சில நாட்கள் கல்யாணச் சாப்பாட்டை ஆர்வமாகத் தின்றார் நமச்சிவாயம்பிள்ளை. பிறகு, சாப்பாடு தயிரும்மாங்காய் உப்பிலிடும்தான்.” என்று நாஞ்சில் கதை முடிக்கிறார். சோற்றிலிருந்து துறவறம் என்கிற நிலைக்குப் போகிறார்.

சாப்பாடும் சாப்பாடு சார்ந்தும் கதைகளிலும் கட்டுரைகளிலும் நிறைய எழுதிய எழுத்தாளராக நாஞ்சில்நாடன் திகழ்கிறார்.

கும்பமுனி கதைகள்

கும்பமுனி என்கிற கற்பனைக் கதாபாத்திரத்தையும் அவருக்குத் துணையாக அவருக்கு ஆக்கிப்போட தவசிப்பிள்ளை என்கிற பாத்திரத்தையும் (சுஜாதாவின் கணேஷ்-வசந்த் –அயன் ஃபிளமிங்கின் ஜேம்ஸ் பாண்ட் போல) மையமாகக் கொண்டு தொடர்ந்து பல கதைகளை எழுதி வருகிறார். மறைந்த எழுத்தாளர் நகுலனின் சாயலில் படைக்கப்பட்ட ஒரு மூத்த எழுத்தாளர்தான் கும்பமுனி. தொடர்ந்து கும்பமுனி கதைகளை எழுதி எழுதி நாஞ்சில்நாடன் தான் கும்பமுனி என்று ஆகி விட்டது இலக்கிய உலகில். அவரைக் கும்பமுனி என விளிப்பதும் நடக்கிறது. இலக்கியவாதியான கும்ப முனி எல்லாவற்றின்மீதும் விமர்சனத்தை வைப்பவராக- எல்லாம் அறிந்த ஞான நிலையில் பேசுபவராக படைக்கப்பட்டிருக்கிறார். அவருடைய ஆல்டர் ஈகோ போல படைக்கப்பட்ட பாத்திரம் தவசிப்பிள்ளை. இருவரும் பேசிக்கொள்வதன் ஒரு சாம்பிள்:

“பாட்டா! சொல்லுறனே ண்ணு வெசண்டையா நெனக்கப்பிடாது. நீரு என்ன எழுதினாலும், பேசினாலும், நேர்காணல் குடுத்தாலும் ஓட்டுப்போட்டாலும் போடாட் டாலும் ஒம்மால ஒரு புல்லும் புடுங்கீர முடியாது... பின்ன என்னத்துக்குக் கெடந்த பெடங்கி அடிச்சுக்கிட்டு வரணும்? இல்லே, தெரியாமத்தான் கேக்கேன்! இளைய தளபதியா உம்மை அறிவிச்சா, உம்மைக் கொண்டு ஏலுமா? ஒரு வீல் செயர் வாங்கப்பட்ட காசு உண்டா உம்ம கோமணத்துக்கு உள்ளே? என்னத்துக்குப் போட்டு வெப்ராளப் படுகேரு?’

“அதுக்கு நான் இப்பம் ஒண்ணும் சொல்லல்லியே வே! தமிழ் எழுத்தாளன்னா உங்களுக்கெல்லாம் என்ன நெனப்புண்ணு எனக்கு மனசிலாகாதா? குளி முறியிலே சறுக்கி விழுந்து இடுப்பு எலும்பு முறிஞ்சாக் கூட, சவத்துக்குப் பொறந்த பய சாவட்டும்ணு ஸ்டேட்டஸ் போடக்கூடிய ஆளுததானவே நீங்க?”

தான் செத்துப்போனால் தவசிப்பிள்ளை என்ன செய்வார் என்று யோசித்தார் கும்பமுனி.

(காக்கைச் சிறகினிலே-2020)

கும்பமுனி கதைகளில் சிலவே சுவாரஸ்யம் தருகின்றன. பல கதைகள் ஆழமற்ற அரசியல் விமர்சனங்களுடன் அயர்ச்சியும் சலிப்பும் தருகின்றன. அளவுக்கு மிஞ்சினால் அமிர்தமும் நஞ்சு அல்லவா?

பெண்கள் கதைகள் இரண்டு

எழுத்தாளர் அம்பையுடன் நட்புடனும் தொடர்ந்த உரையாடல்களுடனும் வாழும் வாய்ப்புப் பெற்றிருந்தபோதும் நாஞ்சில்நாடன் படைப்புகளில் வெடிப்புறப் பேசும் நவீனப் பெண்களின் நடமாட்டத்தைக் காண முடியவில்லை. சமூகம் வரையறுத்த வரம்புகளில் நின்று வாழ்க்கைச் சக்கரத்தை (இந்தக் கேடுகெட்ட ஆம்பிளைகளையும் இழுத்துக்கொண்டு சுழற்றுபவர்களாக) பெண்கள் வருகிறார்கள்.

அமெரிக்காவுக்குப் போய் செட்டில் ஆகிவிட்டு மாதம் தவறாமல் கிராமத்தில் தனித்திருக்கும் அம்மாவுக்கு வங்கிக்கணக்கில் பத்தாண்டுகளுக்கு மேலாகத் தவறாமல் மாதாமாதம் பணம் மட்டும் போடும் பையனை "நேரில் வந்து என்னைப் பார்க்கணும் அல்லது உன் பணம் வேண்டாம்" என நிராகரிக்கும் ஒரு தாய்"பேச்சியம்மை" இருக்கிறாள்.

"சாலப்பரிந்து" மற்றும் "தெரிவை" ஆகிய இரண்டு கதைகளைப்பற்றிக் குறிப்பிட்டே ஆக வேண்டும்.

"காளியம்மை இட்டிலிக்கார அக்காவாக இருந்தபோது காலணாவாக இருந்தது. இட்டிலிக்கார அம்மாளானபோது இரண்டணா ஆகி, இட்டிலிக்கார பாட்டி ஆனபோது எட்டணா ஆகியது."

மகன் மலையப்பனைப் பெற்றுப் பிறந்த நாள் கழியுமுன்னே புருசன்காரன் காணாமல் போகிறான். மீண்டும் அவனை அவள் காணவே இல்லை. 'தேய்ந்து போனதோர் பழந்தாலியும் நெற்றிக்குங்குமமும் தவிர வேறு பொருளற்றுப் போனதோர் இல்வாழ்க்கை. தவறாது வந்த மாதவிடாய் போல அவன் நினைவு வந்தது கொஞ்ச நாட்கள் அதுவும் நின்று போனது"

இப்படியான வாழ்க்கையில் மகனை வளர்த்துப் படிக்க வைத்து அவனும் வேலைக்குப் போய்க் கலியாணம் கட்டிக்கொண்டு நகரத்தில் சொந்த வீடும் கட்டிக்கொண்டு அம்மையை வருந்தி வருந்தி அழைத்துச் சென்று கூட வைத்துக்கொள்கிறான். பழகிய

மாமியார் கசந்துதான் போகிறாள். வயதாகித் தொண்டுகிழமாகி அவளை ஒரு தனி அறைக்குள் போட்டு வைக்கிறார்கள். மகன் கூட எட்டிப்பார்ப்பது குறைச்சல்.''உடலில் இருந்த காளி செத்து ஆண்டுகள் ஆகிவிட்டன. மனதில் இருந்த காளியும் செத்துக்கொண்டிருந்தாள்''

ஒரு சோக காவியமாக காளியம்மையின் ஜீவிய சரித்திரம் முடிந்துபோவதை நம் மனம் உருகச் சொல்லிவிட்டார் நாஞ்சில்நாடன். காலமெல்லாம் உழைத்தே சாகும் கோடானு கோடி இந்தியப்பெண்களின் கதை இது.

“தெரிவை” என்கிற கதை மிக முக்கியமான கதை. கண்ணாடி பார்த்து நரைமயிர் பறிக்கும் நாற்பது வயதான நீலவேணி தமிழாசிரியராகப் பணியாற்றிக்கொண்டு பெண்பார்க்கும் படலங்களில் காப்பி சுமந்து கொண்டிருப்பவள். 42 பேருக்குக் காப்பி கொடுத்துவிட்டவள்.

“நாற்பத்திரண்டு என்பது தற்போதைய வரிசை எண். எத்தனை யெத்தனை காரணங்கள் நிராகரிப்புக்கு?

ஐந்து பவுன் பேரத்தில் தட்டியது, மாற்றல் கிடையாது என வழுகியது, நிறக்குறைவு என நிராகரிப்பானது,

மூங்கில் கழி போல் என்றும் முன்பல் தூக்கல் என்றும் வக்கை நாடி என்றும் ஏறு நெற்றி என்றும் கொக்குக் கழுத்து என்றும் கூனல் முதுகு என்றும்... மூல நட்சத்திரம் என்றும் பாவி கூடுதல் என்றும் மாரும் இல்லை மயிரும் இல்லை என்றும்...”

இப்படிப்பெண்கள் ‘காமத்துக்காக ஏங்கிக்கிடப்பவர்கள்’ எனக்கருதும் ஆண்மனங்களோடு நடத்தும் போராட்டங்கள் இன்னொரு புறம்.

“தோழியொருத்தி அடிக்கடி சொல்வதுண்டு, பரபுருடர் யாவர்க்குமே மறைவான நிகழ்நிரல் உண்டென. ஆடை கழற்றினால் யாவும் நிர்வாணம் என்பது போல, ஆண்மனத் தோலைச் சுரண்டினால் அரிப்பெடுக்கும் சேனைக் கிழங்கின் சிவப்புத் தெரிகிறது. புளிவிட்டு அவித்தாலும் தணியாத அரிப்பு, ஊரல், நாக்குத் தடிப்பு.”

வெளிநாட்டிலிருந்து அண்ணனும் அண்ணியும் வருகிறார்கள். அண்ணியின் தாய் சமீபத்தில் இறந்து போனாள். தன் தகப்பனுக்கு

நீலவேணியை இரண்டாந்தாரமாகக் கட்டிவைத்தால் என்ன என்கிற கோரிக்கையுடன் தான் அண்ணனின் சம்மதத்துடன் அண்ணி வந்திருக்கிறாள். அண்ணிக்காரி நீலவேணியுடன் இதுகுறித்துப் பேசும் கடைசிக்காட்சி உண்மையில் ஒரு ஆழமான துன்பியல் நாடகம்தான்.

கு. அழகிரிசாமியின் “தேவ ஜீவனம்” கதையில் வரும் அருணாசல முதலியாரைப்போல நாம் இந்த சமூகத்தை நோக்கி வெடித்துப் பேசும் மனநிலைக்கு நம்மை ‘தெரிவை’ கதை கொண்டு வந்து நிறுத்தி விடுகிறது. லா.ச.ரா.வின் “கன்னியாகுமரி” போல நீலவேணி காத்திருந்தால் கூடப் பரவாயில்லை என்று மனம் கடைசியில் பதைப்புக்கொண்டு விடுகிறது.

சொற்களின் தீராக்காதலராக நாஞ்சில்நாடன் இக்கதைகள் நெடுகிலும் சங்கச் இலக்கியத்திலிருந்தும் பேச்சு வழக்கிலிருந்தும் சொற்களைத் தேடித்தேடி எடுத்துப் பயன்படுத்துவதைக் குறிப்பிட்டாக வேண்டும், ஒரு எழுத்தாளன் மொழிக்கு ஆற்ற வேண்டிய தொண்டு அது.

பேரம்(1975), அம்பாரி மீது ஒரு ஆடு (ஏப் 1977) வைக்கோல்-ஜூலை 1977, விலக்கும் விதியும்-1977 ஆகிய நான்கு கதைகளை செம்மலர் ஏடு வெளியிட்டிருக்கிறது.

1975இல் தீபம் இதழில் வெளியான ‘விரதம்’ கதையிலிருந்து 2020 செப்டம்பரில் ஆவநாழி மின்னிதழில் அவர் எழுதியுள்ள ‘உண்டால் அம்ம’ கதை வரை படைப்பின் வேகமும் வீச்சும் குன்றா இளமையுடன் அவர் எழுதிக்கொண்டிருக்கிறார்.

தான் சரி என்று நம்புகிற உண்மைகளைத் தயக்கமின்றிப் பேசும், எழுதும் படைப்பாளியாக நாஞ்சில்நாடன் நம்முடன் என்றும் பயணிக்கிறார்.

பின்குறிப்பில்:

கும்பமுனியுடன் ஒரு பஞ்சாயத்து:

ஒன்றல்ல இரண்டு பஞ்சாயத்துக்கள்.

பஞ்சாயத்து 1:

15-08-2020 அன்று விஷ்ணுபுரம் வாசகர் வட்டம் சார்பில் நாஞ்சில்நாடனுடன் ஒரு கலந்துரையாடல் நடத்தப்பட்டது.

அ. முத்துலிங்கம், ஜெயமோகன் உள்ளிட்ட எழுத்தாளர்களும் வாசகர்களும் அவரிடம் கேள்விகள் முன்வைத்து நகர்ந்த நல்ல நிகழ்வு அது.

அதில் ஜெயமோகன் ஒரு கேள்வி கேட்கிறார். இன்றைய நவீன எழுத்தாளர்களும்கூட கட்சிகளுக்குப் பின்னால் போய்க்கொண்டிருக்கிறார்களே, அது பற்றி உங்கள் கருத்து என்ன? இந்தக் கேள்விக்குள்ளேயே ஜெயமோகன் எழுத்தாளர்களை இரண்டாகப் பிரிக்கும் ஒரு கூற்றையும் சொல்கிறார். கட்சிக்குப் பின்னால் போகும் எழுத்தாளர்கள் ஒரு வகை. தங்கள் மனச்சாட்சிப்படி எழுதும் எழுத்தாளர்கள் இன்னொரு வகை என்று.

அந்தக் கேள்விக்கான பதிலில் நாஞ்சில்நாடன் இவ்விதம் கூறுகிறார், "சொந்த லாபத்துக்காகத்தான் சில எழுத்தாளர்கள் கட்சிகளுக்குப் பின்னால் போகிறார்கள்." அப்படி ஆரம்பித்த பதில் நீண்டு கொண்டே சென்று கம்யூனிஸ் கட்சி என்று பேர் சொல்லாமல்"கி. ராஜநாராயணன், சுந்தரராமசாமி போன்ற பலரும் ஏன் கட்சியை விட்டு வெளியே போய்க்கொண்டே இருக்கிறார்கள். உள்ளே இருக்கமுடியாத மூச்சு முட்டல் இருக்கிறது" என்று முடிக்கிறார்.

கட்சி என்பது ஒரு குறிப்பிட்ட லட்சியத்துக்காகச் சிலர் ஒன்று கூடிக் கனவு கண்டு இயங்கும் ஓர் அமைப்பு. நான் கடந்த 40 ஆண்டுகாலமாக மார்க்சிஸ்ட் கட்சியின் ஊழியனாகப் பணியாற்றிக் கொண்டிருக்கிறேன். நானோ என்போன்ற பல எழுத்தாளர்களுமோ என்ன மாதிரியான சொந்த லாபத்தைக் கட்சியால் அடைந்திருக்கிறோம் என்பதை கும்பமுனி விளக்க வேண்டும். கட்சிக்குப் பின்னால் போகிறவர்கள் அல்ல நாங்கள். கட்சியே நாங்கள்தான். நாங்கள்தாம் கட்சியே. இந்த எங்கள் உளவியலை 'மனச்சாட்சி' எழுத்தாளர்களால் புரிந்துகொள்ளவே முடியாது என்று நினைக்கிறேன்.

அப்புறம் மனச்சாட்சி என்பது அந்தரத்தில் இருந்து ஆவி மாதிரி வந்து ஒருவரைப் பற்றிக்கொள்வதல்ல. அவரவர் பிறந்த சாதி, குடும்பம், நாடு, வாசித்த புத்தகங்கள், பிறந்த வர்க்கம் என எல்லாம் சேர்ந்து கட்டமைப்பதுதானே? ஆகவே சுதந்திரமான மனச்சாட்சி என்ற ஒன்றே இருக்க முடியாதே? அப்புறம் என்ன மனச்சாட்சிப்படி சார்பில்லாமல் எழுதுவது? குடும்பம்,

அலுவலகம், வாசகர் வட்டம் எல்லாமே அமைப்புத்தானே? அந்த அமைப்புகள் நம் மீது தாக்கம் செலுத்துவதுபோலத்தான் கட்சி என்கிற அமைப்பும். இப்படித்தான் நான் புரிந்து வைத்திருக்கிறேன். நாம் என்ன லட்சியத்துக்காக கட்சியில் இணைந்தோமோ அதைக் கை விட்டாலும் கட்சியை விட்டு வெளியேறலாம். அந்த லட்சியத்தை இந்தக் கட்சியால் நிறைவேற்ற முடியாது என்று நம்பிக்கை இழந்தாலும் வெளியேறலாம். ஒவ்வொருவருக்கு ஒரு காரணம். சொந்த லாபத்துக்காக அவர்கள் வெளியே போனார்கள் என்று கட்சி ஒருபோதும் சொல்வதில்லை.

இரண்டாவது பஞ்சாயத்து:

இன்னொரு நேர்காணலில் (பதாகை நேர்காணல்: த கண்ணன், வெ. சுரேஷ், அன்பழகன், செந்தில்)

நாஞ்சில்நாடன் வழங்கும் முன்னுரைகள் பற்றிய கேள்விக்குப் பதிலளிக்கும்போது கண்மணி குணசேகரனின் நாவலுக்குத் தான் முன்னுரை வழங்கியது பற்றிக் குறிப்பிட்டு விட்டு கண்மணியுடன் தான் பேசியதாகக் குறிப்பிடுகையில்

‘நீ பாமக உறுப்பினரா இருக்கலாம், இல்லாம இருக்கலாம். தொழிற்சங்க உறுப்பினரா இருக்கலாம், இல்லாம இருக்கலாம். உன்னுடைய படைப்புல அது interfere ஆகாமப் பார்த்துக்கோ.’ இந்தத் தப்பத்தான் நம்ம இடதுசாரிகள் அத்தனைபேரும் செஞ்சாங்க. மேலாண்மை பொன்னுசாமில இருந்து, தமிழ்ச்செல்வன்ல இருந்து எல்லாரும் இதைத்தான் பண்றாங்க.” என்று பதில் அளித்துள்ளார்.

மேலாண்மை பொன்னுசாமி இன்று நம்மோடு இல்லை. ஆனால் நானும் என் கதைகளும் கண்முன்னால் இருக்கிறோம். நான் எழுதிய கதைகள் இன்றுவரை 35 மட்டுமே. அதில் ஒரு கதையிலாவது கட்சி என்ற வார்த்தை கூட வந்ததில்லை. கட்சிப்போராட்டம் அல்லது கட்சியின் பெருமை என்று எதையுமே என் ஒரு கதை கூடப் பேசியதில்லை. கட்சிக்காகப் பிரசுரங்கள் எழுதுவேன். பிட் நோட்டீஸ் எழுதுவேன். புத்தகம் எழுதுவேன். அது தனி. ஆனால் சிறுகதையில் நான் கண்டதை என் பார்வையில்தான் எழுதுகிறேன். என் கதைகள் இலக்கியத் தரம் இல்லாதவை என்று சொல்லுங்கள். தலை தாழ்த்தி ஏற்றுக்கொள்கிறேன். முன்னோடியான உங்கள் கருத்துக்கு நான் மதிப்பளிப்பேன்... ஆனால் கட்சி சொன்னபடி எழுதப்பட்ட கதை

என ஒன்றைக்கூடச் சொல்ல முடியாது. அப்படி இருந்தால் கதையின் பேர் சொல்லிச் சுட்டிக்காட்டுங்கள் நான் ஏற்கத் தயாராக இருக்கிறேன். கட்சிக்கருத்தைக் கதையாக எழுதுவது ஒன்றும் தப்புமல்ல. அது கலையாக வந்திருக்கிறதா இல்லையா என்றுதான் பார்க்க வேண்டும்.

நாஞ்சில் நாடன் போன்ற புகழ்பெற்ற படைப்பாளிகள் இப்படிச் சொல்வது அவரைப் பின் தொடரும் வாசகர்கள் எங்கள் கதைகளை வாசிக்காமலே புறந்தள்ளும் நிலையைத்தான் உருவாக்கும். இடதுசாரி எழுத்தாளர்கள் எழுதின எந்தக் கதையையும் வாசிக்காமலேயே “அதெல்லாம் பிரச்சாரம்” என்று பிரச்சாரம் செய்யும் கநாசு காலத்து உளவியலுக்குள் நீங்களும்.... என்பது வருத்தமளிக்கிறது.

49

அம்பை

தமிழ்ச் சிறுகதை வரலாற்றில் அதுவரை கேட்டிராத ஒரு புதிய குரலாக, 70 களில் வெடித்தெழுந்தது அம்பையின் குரல். இன்றுவரை அக்குரல் இன்னும் அழுத்தமாகவும் பிசிறுகள் நீங்கியும் மேலும் பக்குவப்பட்டும் சமரசமின்றிச், சந்தேகத்திடமில்லாத உறுதியுடன் ஓங்கி ஒலித்து வருகிறது. 'ஓங்கி' என்று இங்கு குறிப்பிடுவது கதைக்குள் 'சத்தமாக' என்கிற அர்த்தத்தில் அல்ல – வாசக மனதில் என்று கொள்ள வேண்டும்.

பாரதி, வ.வே.சு. அய்யர், அ. மாதவய்யா ஆகிய சிறுகதை முன்னோடிகள் மூவரும் 'பற்றி நின்ற' சமூக அக்கறை, சமூக விமர்சனம், சமூக விடுதலை என்கிற பதாகையை இன்னும் புதிய அர்த்தங்களுடனும் ஆழங்களுடனும் புதிய பரிமாணங்களுடனும் தன் சிறுகதைகளில் உயர்த்திப் பிடித்திருப்பவர் அம்பை. இம்முன்னோடிகள் மூவரும் மறைந்த அடுத்த பத்தாண்டுகளில், "சமூகத்துக்காக அல்ல, அவரவர் மனத்திருப்திக்காக எழுதுவதுதான் எழுத்து" என்று எழுந்த வலுவான போக்கை அம்பை பின் தொடரவில்லை. கலை அமைதி மிக்க அவரது படைப்புகளில் சில, சமூகத்துக்குச் சொல்ல வேண்டியதைச் சொல்லி முடிப்பது முக்கியம் –அதற்காகச் சில சமயம் வடிவ அமைதி கெட்டாலும்

பரவாயில்லை என்கிற போக்குடையவை. இந்தப்புள்ளியில், நம் சிறுகதையின் முன்னத்தி ஏர்கள் மற்றும் அம்பையின் சமகாலப் படைப்பாளிகள் பலரிடமிருந்தும் அவர் வேறுபட்டும் தனித்தும் நிற்கிறார்.

அவருடைய தலைமுறை பிறந்து வளர்வதற்கு முன்பே அவரது தாய் மற்றும் தந்தைவழிக் குடும்பத்தினர் பாலக்காட்டிலிருந்து கோயம்புத்தூருக்குக் குடி வந்துவிட்டதால் அவர் கோயம்புத்தூரில் பிறந்து, அவரது தந்தையாரின் பணி மாற்றங்கள் காரணமாக எட்டு வயதுவரை மும்பையில் வாழ்ந்து, பின்னர் இருபது வயது வரை பெங்களூருவில் வாழ்ந்து, பி. ஏ. முடித்த பிறகு சென்னை கிறித்துவக்கல்லூரி வாழ்க்கை சில காலம். பின்னர் 11 ஆண்டுகள் டில்லியில் ஆய்வுப்படிப்பும் வேலையும் என. பிறகு 1978 முதல் இன்றுவரை மீண்டும் மும்பாய் வாழ்க்கை. பண்ருட்டியிலும் சில காலம் வாழ்ந்திருக்கிறார். இளவயதிலேயே வீட்டை விட்டு வெளியேறி, தமிழகத்தை விட்டு வெளியேறி இந்தியாவின் பல பாகங்களிலும் உலகின் பல நாடுகளிலும் வாழ்ந்து பார்த்த ஒரு 'யாதும் ஊரே' வாழ்க்கை அவருடையது. இந்த 'வெளியேற்றம்' குடும்பங்களையும் தமிழ் வாழ்வையும் இந்திய வாழ்வையும் 'விலகி நின்று' முழுதாகப் பார்க்கவும் விமர்சிக்கவும் உதவியுள்ளது. "இப்பூமியின் ஒவ்வொரு கண்டத்திலும் கொஞ்சம் கொஞ்ச நாள் வாழ்ந்து பார்க்க வேண்டும்" என்பது போல சமயவேல் எழுதிய ஒரு கவிதை நினைவுக்கு வருகிறது. விலகி நின்று பார்த்தால்தானே எதையும் பூரணமாகப் பார்க்க முடியும்.

குழந்தைகளைப் பெற்று, வளர்த்து, ஆளாக்கி என வாழக் கூடிய வழக்கமான குடும்ப அமைப்பு தன் ஆய்வுகளுக்கும் பணிகளுக்கும் ஒத்துவராது எனத் தீர்க்கமாக அவர் எடுத்த முடிவுக்கு ஒத்திசையும் அவரது இணையர், மற்றும் வளர்ப்பு மகளுடன் மும்பையில் வசித்து வருகிறார்.

பெண்களின் சரித்திரம், அன்றாட வாழ்க்கை, போராட்டம் இவற்றை ஒலி மற்றும் காட்சி வடிவங்கள் மற்றும் வாய்வழி சரித்திரப் பதிவுகள் மூலம் ஆவணமாக்கி வரும் ஒரே ஆவணக் காப்பகமான ஸ்பாரோ(SPARROW). SPARROW (Sound & Picture Archives for Research on Women) என்கிற அமைப்பை நிறுவி, அதன் இயக்குநராகச் செயல்பட்டு வருகிறார். 'எழுத்தாளனுக்கு அமைப்பு தேவையில்லை' என்கிற வாதத்தை இதன் மூலம் தகர்த்து இவ்வமைப்பின் வழி மிகச்சிறந்த சமூகப்பணி ஆற்றி

வருகிறார். எந்த அரசியல் இயக்கத்தோடும் தன்னை இணைத்துக்கொள்ளாத இவர், டெல்லி ஜவஹர்லால் நேரு பல்கலைக் கழகத்தில் ஆய்வு மேற்கொண்டு டாக்டர் பட்டம் பெற்றவர்.

வியத்நாமில் அமெரிக்கா நடத்திய ஆக்கிரமிப்பு யுத்தத்தை வியத்நாம் மக்கள் தங்கள் ஆன்ம பலத்தால் முறியடித்த நாட்களில் (70 களின் முற்பகுதி) அந்தப் போர்ப் பின்னணியில் ஒரு மகனைப் போராளியாகக் களத்துக்கு அனுப்பி விட்டு மூத்த மகனை ராணுவத்தின் வெறிக்குப் பலி கொடுத்துவிட்டுச் சின்ன மகளுடன் பயணிக்கும் ஒரு தாயின் வாழ்வைச் சொல்லும் 'சூரியன்' என்கிற கதையுடன் எழுத்துலகில் பிரவேசித்தவர் அம்பை.

தொடர்ந்த அவரது துவக்க காலக் கதைகளான மிலேச்சன், ஆள் காட்டி விரல், ஸஞ்சாரி, த்ரிசங்கு, சக்கர நாற்காலி, வாமனன் போன்றவை டெல்லியில் தங்கி ஆய்வு செய்யும் மாணவப்பருவத்து வாழ்க்கைப்பின்னணியில் எழுதப்பட்ட கதைகள்.

"பத்து வருடங்களுக்குக் குறைந்து அவரிடம் பி. ஹெச். டி. வாங்க முடியாது" என்று புரபஸரைப்பற்றி சக மாணவர்கள் கூறுகிறார்கள். தமிழ்நாட்டின் சின்ன ஊரிலிருந்து டெல்லிக்குப் போனவன் சாம்பு." அவன் போன்றோர்களிடம் இல்லாத ஒரு போகப் பொருள் காலத்தை அலட்சியம் செய்யும் மனப்பான்மை தான். அவன் காலத்துடன் ஒன்றி, அதனுடன் சண்டையிட்டு, அதனிடம் மண்டி போட வேண்டியவன். இல்லாவிட்டால் இந்துவின் வாழ்வு குலைந்துவிடும். தம்பியின் எதிர்காலம் இருள் அடையும். எங்கும் புகுந்து எப்படியும் வாழும் எலிகளில் அவன் ஒருவன். புரிந்தது. ஏற்க முடியவில்லை. இது மிலேச்சன்கதையில் வரும் சாம்பு எனில், ஓர் அறிவுஜீவிப் பெண்ணைக் காதலித்து திருமணம் செய்து கொள்ள வேண்டும் என்று ஆசைப்பட்டு அடுத்தடுத்துக் காதலில் தோல்வியுற்று தொடர் தற்கொலை முயற்சிகளில் ஈடுபட்டு சக மாணவர்களுக்கு ஒரு 'பேசு பொருளாகி' மனப்பிறழ்வு கொண்டு அலையும் ராஜனின் கதையை 'ஆள்காட்டிவிரல்' பேசுகிறது.

ஆண் மாணவர்கள் கதை இப்படி எனில் தன் சராசரித்தனத்தை வெட்டி வீழ்த்தி விட்டு ஏதாவது ஒரு முகம் தனக்கு கிட்டாதா ('ஐ வாண்ட் டு பி ஸம்படி' என்று தொண்டை அடைக்கப் பேசும்) என ஏங்கும் மாணவி அஞ்சனாவின் கதையை 'த்ரிசங்கு'

சொல்கிறது. ஜே. என். யு போன்ற உயர் பல்கலைக் கழகங்களில் ரோகித் வெமுலா துவங்கி இன்று தமிழக மாணவர்கள்வரை அடுத்தடுத்துத் தற்கொலை செய்து கொண்ட சம்பவங்கள் நம்மை உலுக்கிக்கொண்டிருக்கின்றன. சாதிய ஒடுக்குமுறையும் அவமதிப்பும் இத்தற்கொலைகளின் பின்னணியாக இருக்கின்றன. சாதி அல்லாமலும் இயல்பாகவே கிராமப்புற மற்றும் எளிய குடும்பப்பின்னணி கொண்ட மாணவ மாணவிகளை அரவணைக்கும் சூழல் உயர்கல்வி நிலையங்களில் 70 களிலேயே இல்லை என்பதை இக்கதைகள் உணர்த்துகின்றன. '70களில் தீவிரமாக மார்க்சியம் பேசிக்கொண்டிருந்த இளம் மாணவர்களிடம் குடிகொண்டிருந்த போலிமைகளை விமர்சிக்கும் கதைகளாகவும் இந்த 'ஆராய்ச்சி'க் காலக்கதைகள் அமைகின்றன.

ஆனால் அம்பையின் அடையாளமாகக் கருதப்படுபவை இக்கதைகள் அல்ல. பெண் நிலையில் நின்று இவ்வாழ்வைப் பார்க்கும் –இவ்வாழ்க்கையின் மீது கேள்விகளை முன் வைக்கும் – கதைகளே அவரது அடையாளம். இவருக்கு முன் இவ்வளவு கூர்மையாகவும் வெளிப்படையாகவும் 'பெண் பார்வை'யில் தமிழ்ச் சிறுகதை பேசியதில்லை.

அந்தப்பயணம் அவரது "தனிமையெனும் இருட்டு" கதையிலிருந்து துவங்குவதாகக் கொள்ளலாம். மிக மிக ஆரம்பத்தில் 1970 கணையாழி தீபாவளி மலரில் வந்த அக்கதை,

"அறையில் விளக்குப் போட அவளுக்கு மனம் வரவில்லை. அந்த வெளிச்சம் அவள் தனிமையை பிரகடனப்படுத்தும் என்று ஒரு மன உறுத்தல் அவளுக்கு எப்போதுமே அந்த இருட்டு பரவும் வேளையில் உண்டாகும். போடத்தான் வேண்டும் என்ற அவசியம் வரும் வரை அவள் சாதாரணமாக விளக்கைப் போட மாட்டாள்." என்று தொடங்குகிறது.

தனிமை பெண்களுக்குக் பிடித்தமான ஒரு நிலை அல்ல. அது அவர்கள் மீது வந்து விழுகிறது. அல்லது இவள் அதற்குள் தள்ளப்படுகிறாள். ஜெயகாந்தனின் 'காத்திருக்க ஒருத்தி' கதையில் வருவதைப் போல வீட்டில் காத்திருப்பவர்களாகப் பெண்கள் ஆக்கப்படுகிறார்கள். இக்கதையில் வரும் அருணாவும் அப்படித் தனிமையில் தள்ளப் பட்டவள்தான். பெங்களூரில் இருந்த அவளைக் கல்யாணம் கட்டிக்கொண்டு டெல்லிக்கு வரும் ரங்கநாதன், முதல் மூன்று மாதம் அவளோடே இருந்து

“வார்த்தைகளில் வெளியிட்டால் சோபையற்ற வெறும் செயல்களாக மாறிவிடும், உள்ளத்துக்குள்ளேயே வைத்துக் கொள்ளக்கூடிய பல அனுபவங்கள் அவளுக்கு ஏற்படக்” காரணமாக வாழ்கிறான்... பின்னர் சொல்கிறான் மாதத்தில் 20 நாட்கள் அவன் வேலைக்காக வெளியூர் சென்றுவிடுவான் என்பதை. மாதத்தில் 20 நாள் தனிமையை மீதிப் பத்துநாள் சேர்ந்து வாழ்ந்த நினைவுகளோடும் இனி வரப்போகும் பத்து நாட்கள் பற்றிய கனவுகளோடும் கழிக்க விதிக்கப்பட்ட வாழ்க்கை. நாட்கள் செல்லச் செல்ல அந்தத் தனிமையில் அவள் தனக்குள்ளே ஒரு ரங்கநாதனை உருவாக்கி அவனோடு வாழத்துவங்குகிறாள்.

ஜெயகாந்தனின் ‘காத்திருக்க ஒருத்தி’ யில் வரும் அழகம்மாளையும் பார்வதியையும் போலக் காத்திருத்தல் தன் விதி என்று சமாதானம் ஆகாமல், அருணா வேறு திசையில் பயணிக்கிறாள். ரங்கநாதன் நாளை வருவதாகக் கடிதம் போடுகிறான். அவளாகவே ஜோடித்த ஓர் அழகிய உலகினுள் புகும் வெளியாளாய் அந்தக் கடித ரங்கநாதன் தோன்றுகிறான்.

சந்திகரில் அவன் எடுத்துக்கொடுத்த பச்சைப் புடவையைக் கட்டிக்கொள்கிறாள். ஒரு பெரிய பிரயாணத்துக்கு முஸ்தீபு செய்வதுபோல எல்லா அறைகளுக்கும் சென்றுவிட்டு வந்தாள். பிறகு விளக்கை அணைத்துவிட்டுப் படுத்துக்கொண்டாள்.

தன் அருமையான உலகம் ஒன்றைக் காப்பாற்றிக்கொள்ளும் அசுர வெறியுடன் புட்டியைத் திறந்து ஒவ்வொரு மாத்திரையாக விழுங்கினாள்.

இந்தக் கதையில் முற்போக்கான முடிவு இல்லை. கற்பனாவாதம்தான். அசலோ நகலோ எதுவானாலும் ரங்கநாதன் என்கிற ஆணைச் சார்ந்தேதான் அருணா இருக்கிறாள். ஆனால் பெண்ணின் தீராத் தனிமை குறித்து ஒரு விவாதம் முன் வைக்கப்பட்டுள்ளது. 70இல் இப்படி ஒரு காவியத்தன்மை கூடிய துன்பியல் முடிவைச் சொன்ன அம்பை பின்னர் அதிலிருந்து முறித்துக்கொண்டு முற்றிலும் வேறான பாதைகளில் பயணிக்கிறார்.

உடலை முன் வைத்து...

அம்பையின் கதைகள் காட்டும் ஆண்களும் பெண்களும் சமூகம் வார்த்த அச்சில் தம்மைச் சரியாகப் பொருத்திக்கொள்ளப் போராடுகிறவர்களாகவும் சமூக, கலாச்சாரத் தளைகளிலிருந்து

தம்மை அறுத்துக்கொண்டு விடுபடத்துடிப்பவர்களாகவும் என இரு நிலைகளில் இயங்குகிறார்கள். ஒருவருக்குள்ளேயே இந்த இரு நிலைகளுக்குமான ஒற்றுமையும் முரணும் இருப்பதாகவும் பல கதைகள் காட்டுகின்றன.

முதலில் ஆண்-பெண் உடலை முன்வைத்துப் பேசும் கதைகளைப் பார்க்கலாம். உடம்பு, அம்மா ஒரு கொலை செய்தாள், வயது பதினைந்து, காட்டில் ஒரு மான், கைலாசம், சோக முடிவுடன் ஒரு காதல் கதை, பொய்கை ஆகிய கதைகளை இவ்வகையின்கீழ் வைத்து விவாதிக்கலாம். இப்படி வகைமைப்படுத்துவது வாசிப்பின் வசதிக்காகத்தானேயன்றி, ஒவ்வொரு கதையும் ஒவ்வொரு ரகம்தான் என்பதைச் சொல்ல வேண்டியதில்லை.

"உடம்பு" என்கிற கதையின் நாயகன் பாலாரெட்டி ஒரு நடனக் கலைஞர். இந்திரா குப்தா என்னும் பெண் கலைஞர் ஆடும் போதெல்லாம் அவரோடு சேர்ந்து சிவனாகவும் கிருஷ்ணனாகவும் ஒத்துழைப்பது பாலா ரெட்டி. புருவங்களைத் தீட்டி உதட்டுச் சாயம் பூசி உடம்பெல்லாம் மினுமினுக்க அவன் ஆடுவான் மேடையேறும் முன்பாக உடம்பில் உள்ள ரோமங்களை எல்லாம் கர்ம சிரத்தையாக மழித்துவிட்டு அவன் மேடை ஏற வேண்டும். பிறரின் கேலிப் பார்வைகளுக்கும் கிசுகிசுப்புக்களுக்கும் ஆளாகும் ஒரு அன்றாடத்திடம் தன் ஆண்மையை நிரூபித்துக் கொள்ள வேண்டிய நிர்ப்பந்தம் அவனுக்கு.

"இரவில் மூக்கில் விரலை வைக்கும் அவன் மனைவி லலிதா. இப்படியும் ஒரு புலிப் பசியா என்று சிணுங்கும் லலிதா. புலியின் பசியில் தன் பசியையும் ஆற்றிக் கொண்டு உடல் உறங்கும் லலிதா. புலியாய் பாலா ரெட்டி" என்று ஒரு பத்தியில் பாலா ரெட்டி என்கிற ஆண் தன் உடல்சார் அவமதிப்பை மனைவியின் உடல்மீது இறக்கிவைப்பதை சொல்லிச் செல்கிறார். திருநங்கைகள் சந்திக்கும் உடல்சார் அவமதிப்புகளை நினைவூட்டும் கதை.

"அம்மா ஒரு கொலை செய்தாள்" மற்றும் "காட்டில் ஒரு மான்" ஆகிய இரு கதைகளின் வழியாக பெண் உடல்சார்ந்த இரு நிலைகளை முன்வைத்து இரண்டுமே நம் கலாச்சாரத்திற்குப் பிரச்சனையாகவும் சுமையாகவும் இருப்பதைக் காட்டுகிறார். அம்மா ஒரு கொலை செய்தாள் கதையில் ஒரு பெண் குழந்தை பூப்படைகிறாள்... அக் குழந்தை நல்ல கருப்பு. அவளைப் பெற்ற

தகப்பனே கறுப்பி கறுப்பி என்றுதான் அழைக்கிறார். ஆனால் அவளுடைய அம்மா அவளை அழகி என்று கொண்டாடுகிறார். அம்மா ஊருக்குப் போன நாளில் அக்குழந்தை பூப்பெய்துகிறாள். வீட்டில் உள்ள அக்காவும் மற்றவர்களும் அசிரத்தையோடும் சாதாரணமாகவும் அதை எதிர்கொள்ள, அன்று ஏற்படும் பயமும் நடுக்கமாக, தன்னைச் சீராட்டும் அம்மாவை எதிர்பார்த்து அவளிடம் எல்லா மனக்கிலேசங்களையும் கொட்டுவதற்காக அக்குழந்தை காத்திருக்கிறாள். தங்கை மகளை பெண் பார்க்க வருகிறார்கள் என்பதற்காக, ஒத்தாசையாக இருக்க என்று, ஊருக்குப் போனா அம்மா மறு நாள் திரும்பி வருகிறாள். தங்கை மகள் கருப்பு என்பதால் வந்த வரன் தட்டிப் போகிறது . அந்தச் சோகத்தோடு வீடு திரும்பும் அம்மா தன் கருத்த மகளும் பூப்படைந்து நிற்பதைக் கண்டு, “உனக்கு இந்த இழவுக்கு என்னடீ அவசரம்... இதுவேற இனிமே ஒரு பாரம்...” என்று சுளீரெனக் கேட்கிறாள். ஒலி இல்லாக் கெவல்கள் அக்குழந்தையின் நெஞ்சில் முட்டக் கதை முடிகிறது. அக்குழந்தையின் மனதில் தெய்வமாக உயர்ந்து நின்ற அம்மாவை அம்மாவே கொலை செய்கிறாள்.

“காட்டில் ஒரு மான்” கதையில் வரும் தங்கம் அத்தை பூப்படையவே இல்லை. ஆனால் அவளுக்குத் திருமணம் ஆகிவிடுகிறது. திருமணத்தின் தொடர் நிகழ்வாகப் பிள்ளை பெற்றாகணுமே? தன்னால் தன் கணவனுக்கும் பிள்ளைப் பாக்கியம் இல்லாமல் போகக் கூடாது என்பதற்காகத் தானே முன்னின்று கணவனுக்கு இன்னொரு திருமணத்தை நடத்தி வைக்கிறாள். அவள் மூலம் ஏழெட்டுக் குழந்தைகள்.

அவளைப் பூப்படைய வைப்பதற்காகச் செய்யப்பட்ட வைத்தியங்கள் என்னும் சித்திரவதையிலிருந்து தப்பி ஓடிய நாட்கள் ரணமாக அவள் நெஞ்சில் நிலைத்து இருக்கின்றன. வீடு முழுக்க நிறைந்திருக்கும் குழந்தைகளுக்குத் தானே புனையும் கதைகள் சொல்வதை தங்கம் வழக்கமாகக் கொண்டிருக்கிறார். அவள் புனையும் கதைகளில் ஒன்றுதான் காட்டில் ஒரு மான். பழகிய காட்டிலிருந்து வழி தப்பி வேறு ஒரு காட்டுக்குள் புகுந்து விட்ட ஒரு மான் திகைத்து நிற்கிறது. பழகிய பாதைகள் இல்லை. பழகிய மரம் செடி கொடிகள் இல்லை. பல நாள் திகைத்து நிற்கும் மான் பின்னர் ஒரு பௌர்ணமி நிலவொளியில் மந்திரம் போட்டது போலப் புதிய காட்டைப் புரிந்து கொள்கிறது. வேற காடாக இருந்தாலும் இங்கும் அருவி இருந்தது. மரம் செடி

எல்லாம் இருந்தது. அந்தப் புதுக் காட்டோட இரகசியம் எல்லாம் அந்த மானுக்கு இப்பப் புரிய ஆரம்பித்தது.

இவ்விரு கதைகளும் உண்மையில் ஒரு சமூக ஆய்வையே நிகழ்த்துகின்றன. பெண்ணுக்கு என்று காலம் காலமாக இந்தச் சமூகமும் பண்பாடும் உருவாக்கி வைத்திருக்கும் சித்திரத்தோடு நூறு சதமும் பொருந்திப் போய்விட வேண்டும். இல்லாவிட்டால் துன்பம் தான். இது என்ன நியாயம்? இக்கதைகளில் வரும் இந்த இரு பெண்களின் குற்றம்தான் என்ன? அவர்கள் ஏன் துன்பப்படவும் அவமதிப்புகளைச் சந்திக்கவும் வேண்டும்?

உணர்வலைகளின்மீது பயணம் துவக்கி அறிவார்ந்த உரையாடலுக்குள் நம்மை இழுக்கும் இக்கதைகள் இரண்டும் அம்பையின் முத்திரை பெற்ற கதைகள்.

ஆணோ பெண்ணோ பிறப்பதில்லை. உருவாக்கப்படத்தான் செய்கிறார்கள் என்பதையே ஒரு கதையாகப் படைக்கிறார். 'புனர்' என்னும் கதை

பெண்கள் வாழத்தகுதியற்ற சமூகமாக இந்திய சமூகம் இன்று மாறிவிட்டதை சர்வதேசப் புள்ளிவிவரங்களின் வழியே புரிந்துகொள்வதைவிட அம்பையின் கதைகள் வழியாகப் புரிந்துகொள்வது உணர்வுப்பூர்வமாகவும் கூடுதலான தெளிவைத்தருவதாகவும் இருக்கிறது. அம்பை என்கிற நுட்பமான படைப்பாளிக்குள் இருக்கும் 'ஆய்வாளர்' பெரும்பாலான கதைகளில் மருத்துவச்சிபோல் உடன் நின்று பிரசவம் பார்க்கிறார்... நாவல்கள்தான் பொதுவாக சமூக ஆய்வுகளாக அமையும். ஆனால் அம்பையின் சிறுகதை ஒவ்வொன்றுமே ஒரு சமூக ஆய்வாக மலர்ந்திருக்கிறது.

"கைலாசம்" கதை ஆணுடல் பெண்ணுடல் ஏற்படுத்தும் மயக்கங்கள், தாபங்கள், அவ்வுடல்கள் அடையும் மாற்றங்கள் என மிக விரிவாகவும் வெளிப்படையாகவும் உளவியல்-உடலியல் ஆய்வு போலவும் ஆனால் நூறு சதம் ஓர் கலைப்படைப்பாகவும் வெளிப்பட்டிருக்கும்- ஒரு முதிர்ந்த கனி போன்ற படைப்பு. பண்பாடு எப்படி நம் உடல்களைச் சுமையாக மாற்றுகிறது என்பது கதையின் அடிநாதமாக ஓடுகிறது. இதுபோன்ற ஒரு கதையை இதற்கு முன்னும் பின்னும் தமிழில் யாரும் எழுதியதில்லை.

இரு பகுதிகளாக எழுதப்பட்டிருக்கும் இக்கதையின் முதல் பகுதி கல்லூரிக்காலத்து இளம் பெண்கள்-ஆண்கள் கொள்ளும்

உடல் ஈர்ப்பு பற்றிப் பேசுகிறது. "உடல் அப்போது ஒரு பிரம்மாண்டம். அதன் ஒவ்வொரு துளையும், ஒவ்வொரு மேடும், ஒவ்வொரு இடுக்கும், ஒவ்வொரு நெளிவும், ஒரு விடுபடும் ரகசியம். உடலே உலகாய் விச்வரூபம் எடுத்த காலமது. அதன் ஒரு சிறு இழைதான் கைலாசம்.

கமலாவின் உடல் தந்த கிளர்ச்சியால் கல்லூரி நாட்களில் அவளை நெருங்க முயன்று அவளால் துரத்தப்பட்டவன் கைலாசம். பின்னர் அவன் திருமணம் செய்து கொண்டபோதும் மனைவியைத் தொட அவனால் முடியவில்லை. அவன் மனைவி தேன்மொழி ஒரு டாக்டர். ஒருமுறை கமலத்தின் அறையில் அவள் வந்து தங்கும்படி நேர்கையில் அவன் எப்படி என்று கமலம் கேட்கையில் அவள் கூறுகிறாள்:

"அவர் யாருன்னே தெரியல. அவர் நல்லபடி தான் நடந்துக்கறாரு. ஒரு கோபமோ தாபமோ இல்ல. ஆனா என்னை அவர் தொடல இன்னம். நடக்கறப்போகூட என்மேல அவர் கை படல. தோளுல கை போட்டு அணைக்கல. இன்னும் கல்யாணம் கட்டாத உங்ககிட்ட சொல்றேன் இதையெல்லாம், தப்பா நினைக்காதீங்க. உடம்பு பத்தின மோகம், வெறி, ஆவேசம் எதுவுமே இல்லாம வெறும் பொம்மையா இருக்காரு. நல்ல மனுஷந்தான். கடிஞ்சு ஒரு வார்த்தை பேசல. ஹோட்டல்ல இருக்கலாமேன்னுட்டு எவ்வளவோ சொன்னேன். கேக்கல. இப்பிடி உங்க ரூம்ல உங்களுக்குத் தொல்லையா... ஏதோ ஒரு காலகட்டத்தில் அவர் உறைஞ்சுபோயிட்டாருன்னு படுது. எப்ப இளகப் போறாரோ யாருக்குத் தெரியும்...?"

அவள் புறக்கணித்த அந்தப் புள்ளிதான் கைலாசம் உறைந்துபோன புள்ளி என்பது நமக்குப் புரிகிறது.

தேன்மொழி மீண்டும் 25 ஆண்டுகளுக்குப் பின் கமலத்தைச் சந்திக்கிறார். ஓராண்டிலேயே கைலாசம் சொல்லி, கைலாசத்தை டைவர்ஸ் செய்துவிட்டு, அமெரிக்காவுக்குப் படிக்கப்போகிறாள். அங்கு டாக்டர் குமாரசாமி என்பவரைத் திருமணம் செய்து கொள்கிறாள். அவர்களுக்கு ஒரு பையனும் பெண்ணும். ஆனால் கைலாசத்தை முற்றிலும் முறித்துவிடாமல், இவர்களின் குழந்தைகள் பெரியப்பா என்று கைலாசத்தை அழைக்கும் வண்ணம் குடும்பத்துடன் உறவோடு வைத்திருக்கிறாள். இப்போது கைலாசம் ஏரியில் விழுந்து இறந்துவிட்டார். அவர் வீட்டைக்

காலி செய்தபோது கமலத்தின் பேர் அட்டையில் எழுதிய ஒரு நோட்டுப்புத்தகம் பிளாஸ்டிக் கவரில் கட்டப்பட்டு இருந்ததைக் கண்டு அதை அப்படியே பிரிக்காமல் கொண்டு வந்து கமலத்திடம் கொடுக்கிறார் தேன்மொழி.

“பெண்ணுடலின் ரகசியங்கள் என்ன? அவள் அல்குல் எப்படி அமைகிறது? அதன் மேலுள்ள ஐது மயிர் தொடும்போது பட்டுப்போல் இருக்குமா அல்லது கம்பளிபோல் முரடாய் இருக்குமா? அது படமெடுக்கும் பாம்பின் தலைபோல் இருப்பதாகக் கூறியிருக்கிறது ஒரு பழங்கவிதையில். கமலத்துடையது எப்படி இருக்கும்?”

“மோகம் என்பதுகூட ஒரு போதையா? ‘கிறுகிறுக்குதடீ’ என்று சொல்லிவிட்டு ‘மொந்தை பழைய கள்ளு போலே‘ என்றாரே பாரதி? மொந்தை பழைய கள்ளுக்கு இங்கே எங்கே போவது? வாட்ச்மேனிடம் பேசி இங்கே தயாராகும் சரக்கைக் குடித்தேன். அந்தக் கிறுகிறுப்பு வேறு. உடலை ஆட்டுவிப்பது அது. நான் உணர்வது வேறு. ஒரு முறை கமலம் குனிந்து, எட்டி எதையோ எடுக்க முனைந்தபோது அவள் முலை என்மேல் பட்டது. ஜிவ்வென்று ஓர் உணர்வு. மிகவும் லேசாகிப் பறப்பதுபோல். அதே சமயம் உலகத்தின் அத்தனை கனமும் என் குறியின் மேல் கவிந்து விட்டது போல் தோன்றியது. ஒரு பக்கம் கனம் கூட இன்னொரு பக்கம் கனமின்மை . தத்தளிப்பு. கிறுகிறுப்பு. மூச்சு முட்டியது. இதுதானா மோகம்? இச்சையின் இலக்கணம் தெரியவில்லை.”

- ★ நான் மோகமானேன்
- ★ கமலம் என் மேல் இரும்புக்குண்டு போல் உருள வேண்டும். என்னை அழுத்த வேண்டும். நான் அவள் மேல் பூப்பந்துபோல் புரள வேண்டும். நோகாமல். நசுக்காமல்.
- ★ அவளை நான் இறுக்கும்போது அவள் முலைகள் நசுங்க வேண்டுமென் மார்பில். முலைக்காம்புகள் விடைத்து நிற்க வேண்டும். அவளுள் நான் உறைந்து போய்விட வேண்டும்.
- ★ கைலாசத்தின் குறிப்புகளை வாசித்தபின் கமலம் அவனுடன் மானசீகமாக உரையாடுவது போன்ற ஒரு நீள் பத்தியை அம்பை எழுதுகிறார்;

“கைலாசம், உனக்குள்ளே இவ்வளவு தாபம் இருந்தது என்பதை நான் உணரவில்லை. அப்போது என் உடலே எனக்கு ஒரு விடுபடுத்த வேண்டிய புதிராகத்தான் இருந்தது. என் உடலை நான் சமாளித்துக் கொண்டிருந்தேன் என்றுதான் சொல்ல வேண்டும்... நீ என்னை அணுகியபோது நான் அங்கில்லை. எத்தனையோ கவலைகளில் மூழ்கியிருந்தேன். ஆராய்ச்சி பற்றிய கவலைகள். எதிர்காலம் பற்றிய கவலைகள். ஆணுடல் பற்றிய ஆர்வமும், குறுகுறுப்பும் இல்லாமல் இல்லை. அது அவ்வப்போது, ஓடும் மேகங்கள் போல் வந்து போய்க்கொண்டிருந்தது. ஆழமாக உள்ளிறங்கவில்லை.

...எந்த மிகையும் எந்த மட்டுப்படுத்தலும் இல்லாமல் என் உடலை அதன் அத்தனை குறைகளோடும் நிறைகளோடும் ஏற்க முடிந்தது தனஞ்செயனுடன் தான். அவன் என் உடலைப் பறக்க விட்டான். மீண்டும் என்னிடமே ஒப்படைத்தான்... நான் அவன் உடலை அறியாத பிரதேசங்களுக்கு இட்டுச் சென்றதாகவும், திரும்பி வர வழி அமைத்துத் தந்ததாகவும் கூறினான். ஆண் உடல் பற்றி இருந்த அவன் கர்வத்தை நான் சமனப் படுத்தினேன் என்றான்....

அவனை மணந்துகொண்டு இருபத்தைந்து ஆண்டுகளாகி விட்டன. இன்னும் காதல் புரியவில்லை, கைலாசம். மோகம் புரிவது எளிது. காதல் அப்படியல்ல. பெண்–ஆண் உறவு மிகவும் சிக்கலானது. அதில்தான் எத்தனை நெருக்கம், எத்தனை விலகல்? எத்தனை மர்மம், எத்தனை வெளிப்படை? எத்தனை வன்முறை, எத்தனை மென்மை? எத்தனை இறுக்கம், எத்தனை குழைவு? எத்தனை ஆதுரம், எத்தனை ஆவேசம்? காதலிக்கும் நபரையே விஷம் வைத்துக் கொல்லலாம் என்று ஆத்திரம் வருகிறது. தணிகிறது. பந்தம்போல் கட்டிப் போடுகிறது. கூடுபோல் ஆசுவாசம் தருகிறது. தகிக்கிறது. குளிர்விக்கிறது.

என் உடலை ஒரு பிரதியாகப் பார்க்கும்போது அது ஒரு நிலைத்தப் பிரதியாக இல்லை, கைலாசம். அது மாறியபடி இருக்கிறது. அதன் தோற்றமும் அர்த்தங்களும் மாறியபடி உள்ளன. என் முலைகள் தளர்ந்து, சற்றே கீழிறங்கி உள்ளன. என் தொடைகளில் பச்சை நரம்போடுகிறது. கால்களிலும் கைகளிலும்கூட. என் அல்குல் ஒரு பழுத்த இலை போல் இப்போது இருக்கிறது. என் ஐதுமயிர் முன் போல் அடர்த்தியாக இல்லை. கருமையாகவும் இல்லை. நரைத்து இருக்கிறது.

ஈரமில்லாமல் உலர்ந்து இருக்கிறது. – செயனின் உடலிலும் பல மாற்றங்கள். முறுக்கிக் கட்டியது போல் இருந்த அவன் உடல் இப்போது சில சமயம் நனைத்து வைக்கப்பட்ட துணிபோல் இருக்கிறது. குளித்து விட்டு அவன் வரும்போது ஈரம் உலராத அவன் குறி நத்தைபோல் சுருங்கி உள்ளது. அவன் முடி முற்றிலும் நரைத்துவிட்டது. என்னுடையதும். அவன் முதுகில் முலைகள் பட சாய்ந்துகொண்டு பின் கழுத்தில் இன்னமும் முத்தம் தருகிறேன். சிலிர்ப்பதாகக் கூறுகிறான். அவன் என்னை வருடும்போது இதமாக இருக்கிறது. குறுகுறுக்கிறது.

இப்படியாக உடல் பல தடங்களில் ஓடியபடி.

நீ ஏன் தொடர்பே கொள்ளவில்லை. கைலாசம்? தேன் மொழியைத் தோழியாக்கிக் கொண்டதுபோல் என்னையும் தோழியாக நினைத்திருக்கக் கூடாதா?”

இப்படியாக கதை இன்னும் நீள்கிறது. இக்கதையின் மையமான அச்சாக இருப்பவை கைலாசம் கமலத்துக்கு என எழுதிவைத்த அந்த நோட்டுக் குறிப்புகள் மற்றும் கமலம் கைலாசத்துடன் நிகழ்த்தும் மானசீகமான அந்த உரையாடல். உடலை ஒரு ஆண் எப்படி பார்க்கிறான் அதே உடல்களை ஒரு பெண் எப்படிப் பார்க்கிறாள், என்பதற்கான ஆவணங்களாக இப்பகுதிகள் திகழ்கின்றன.

நம் பண்பாட்டில் ஆரோக்கியமாக விவாதிக்கப்படாத மர்மப் பிரதேசங்களாக இருக்கும் பலவற்றை இக்கதைக் களத்தில் தானியங்களை விரித்துக் காயப் போடுவதைப் போல நம் முன் விரித்துப் பரத்தி வைக்கிறது. உடல் தொடாத கைலாசத்தை மணமுறிவு செய்து கொண்டாலும் முற்றிலுமாக முறித்து விடாமல் தன் குடும்பத்துக்கு உள்ளேயே ஒருவனாக அவனுக்கும் ஒரு இடத்தை உண்டாக்கித் தரும் தேன்மொழியின் கதாபாத்திரம் அம்பையின் அற்புதமான முன்வைப்பு. பெண் உடலும் மனமும் இந்த ஆணாதிக்க சமூகத்தால் கொடுமையாகச் சிதைக்கப் படுவதை மட்டுமே பேசிய படைப்பாளி அல்ல அம்பை. உடல்களை எப்படிக் கொண்டாட வேண்டும் என்பதையும் அதில் உள்ள உளவியல் அம்சங்களையும் சேர்த்தே பேசுகிறார். தன் உடல் மீதான தன் உரிமையை உணர்ந்த பெண்ணாகப் படைக்கப்பட்டிருக்கும் கமலம் கதாபாத்திரம் தமிழ் இலக்கியத்திற்குப் புதிய வரவு.

நினைத்தபோது நினைத்த உடலாகத் தன் உடலை மாற்றிக்கொள்ள முடிகிற மகிஷாசுரனின் காதல் தோல்வியை மறுவாசிப்புச் செய்யும் "சோகத்தில் முடிந்த ஒரு காதல் கதை" உடலை முன் வைத்த இன்னொரு விவாதக்களமாக அமைந்துள்ளது. "வயது பதினைந்து" என்கிற கதை பதின் பருவத்தின் நுழைவாயிலில் நிற்கின்ற பெண் குழந்தைகளின் மன உலகத்தை அப்படியே பிடித்து நம் கைகளில் கொடுக்கிறது. அப்பருவத்தின் குழந்தைகளின் அறியாமையும் அறிந்து கொள்ளும் குறுகுறுப்பும் அந்த வயதுக்கான வெள்ளந்தித்தனமும் என எதுவுமே விட்டுப் போகாமல் படம் பிடிக்கும் கதை இது.

'பொய்கை' கதையில் சமகாலத்தில் வனப் பயணம் செல்லும் ஒரு ஆண்கள் குழுவில் இணைந்து செல்கின்ற ஒரு ஆண் வனத்துக்குள் இருக்கும் ஒரு பொய்கையில் நீராடி எழும்பொழுது அவருடைய ஆணுறுப்பு மறைந்து அவ்விடத்தில் பெண்ணுறுப்பு இருப்பதை கண்டு அதிர்ச்சி அடைகிறார். மார்பகமும் வளர்ந்துவிடுகிறது.

ஆண்கள் பெண்களாய் மாறிய பல புராண இதிகாசக் கதைகளை முன் வைத்து விவாதிக்கும் கதையாக இதை மாற்றுகிறார் அம்பை.

நாரதர் குசுமசரோவரில் மூழ்கிப் பெண்ணாகி, கோபிகையாய்க் கண்ணனை விரும்பும் மனநிலையைப் புரிந்துகொண்டது, அதை எழுதியது என்று ஆரம்பித்து, பல புராணக் கதைகளினூடே கதை பயணிக்கிறது. விஷ்ணு மோகினியானது, ஈலா சுத்யும்னன் ஆன கதை, ஒரு மாதம் பெண்ணாகவும் ஒரு மாதம் ஆணாகவும் இருந்தது, பங்கஸ்வனன் பொய்கையில் மூழ்கிப் பெண்ணாகி, பின் ஒரு பெண்ணாய்க் குழந்தைகளை அதிகம் நேசிக்க முடியும் என்றும் பெண்ணாக மண வாழ்வில் துய்க்கும் இன்பம் அதிகம் என்றது, அம்பை சிகண்டியானது, அர்ஜுனன் பிருஹன்னளையானது, வாலி சுக்ரீவனின் தந்தை ரிக்ஷராஜன் அழகிய பெண் குரங்காய் மாறி அவர்கள் பிறந்தது, இரவு பெண்ணாகவும் காலை ஆணாகவும் இருந்த ஷிகித்வஜன், ஆணாக மாறிய அவன் மனைவி சுடலா, தன் மனைவிகள் கர்ப்பம் தரிப்பதற்காகத் தரப்பட்ட நீரைக் குடித்துக் கர்ப்பமுற்ற யுவனஷ்வன் இவ்வாறு சாபமும் விமோசனமும் காமமும் காதலும் தேவர்களும் கடவுளரும் முனிவர்களும் மந்திரகணங்களும் கூடிய கதைகளையெல்லாம் அம்பை இக்கதைக்குள் விவாதிக்கிறார்...

அந்தக் கதைகளின் நாடிபோல் இருந்த கருத்து "பெண்ணுடல் ஆணுடல் இவற்றின் வரையறைகள் பௌதிக ரீதியாக மட்டுமே தீர்க்கமானவை. மனத்தளவில் அவை ஒன்றில் இன்னொன்று புகும் வகையில் இருப்பவை. அவற்றுக்கான இயல்புகள் உலக வாழ்க்கையை ஒட்டியே வந்திருப்பவை. பெண்ணாக மாறியதுமே சில இயல்புகள் இருப்பதாக நினைப்பது, உணர்வது எல்லாமே அந்த உடலை ஒட்டி வகுத்திருக்கும் உலக விதிகளை ஏற்பதால்தான். மற்றபடி பெண், ஆண் என்பது கோடிட்டு வகுக்க முடியாத ஓடும் நதி போன்றதுதான்." என்று அம்பை சொல்கிறார். கருப்பையும் பாலூட்டும் மார்பகங்களும் என்பவை மட்டுமே உயிரியல் வேறுபாடு மற்ற வேறுபாடுகள் எல்லாமே கலாச்சாரமும் வரலாறும் ஏற்படுத்தியதுதானே என்பதைக் கதையாகச் சொல்வது 'பொய்கை'. அமபையின் ஆழ்ந்தகன்ற வாசிப்பும் சிந்தனை வீச்சும் வியக்க வைப்பது. ஆணுடல்-பெண்ணுடலை முன் வைத்து என்னவெல்லாம் பேசவேண்டுமோ அதையெல்லாம் தன் கதைகளில் பேசிவிட்டார் அம்பை. இந்த உடல்சார் புதிர்கள் புராண காலந்தொட்டு ஒரு பேசு பொருளாக உலகின் எல்லாச் சமூகங்களிலும் இருந்து வந்துள்ளதைப் பார்க்கும்போது, உடல்-ஆணுடல்-பெண்ணுடல்-தனி மனிதர்-சமூகம் –பண்பாடு என்று சமூகத்தின் பொருளாதார அடித்தளத்துக்கு அப்பாலும் அந்த அடித்தளத்தோடு இணைத்தும் விவாதிக்க வேண்டிய வெளிகளின் விரிவை நாம் புரிந்துகொள்ள முடிகிறது.

அடிமைப்பட்ட வாழ்க்கை

பிசிரற்ற கோடு கிழித்து அடிமைப்பட்ட வாழ்க்கை- விடுதலை பெற்ற வாழ்க்கை என வாழ்வையும் சரி இலக்கியத்தையும் சரி அப்படியெல்லாம் இரண்டாகப் பிளந்து காட்டிவிட முடியாது. ஒன்றிலிருந்து ஒன்றாகக் கிளை பிரிந்துதான் செல்லும். அம்பையின் கதைகளும் அவ்விதமே என்றாலும் தொகுத்துப் புரிந்துகொள்வதற்காக மட்டுமே இவ்வகைப் பிரிப்பு.

வல்லூறுகள், சிறகுகள் முறியும், அறைக்குள்ளிருந்தவன், வெளிப்பாடு, ஒரு கட்டுக்கதை, வீட்டின் மூலையில் ஒரு சமையலறை, ஆரம்பகாலக் கவிதைகள், காவு நாள் போன்ற கதைகளை அவ்வகையின் கீழ் வைத்து விவாதிக்க முடியும்.

"மொட்டை மாடியில் படுத்து அண்ணாந்து தாரகைகளைப் பார்த்தவாறே அம்மா சொல்கிறாள் ஒவ்வொரு நட்சத்திரமும்

பிணம் தின்னிக் கழுகு மாதிரி கொடூரமா மின்னரது பாரு ஷைலு.... திடீர்னு ஒருநாள் பாரு, நட்சத்திரங்களுக்குப் பதிலா இறக்கைகளை விரிச்சுண்டு மானத்தை அடைச்சுண்டு வெறும் வல்லூறுகள் இருக்கும். கீழே எல்லாம் பிணங்கள், பிணங்கள், பிணங்கள்தான்...” எனத் தன் கற்பனையை மகளுக்குத் தாய் சொல்லுவதாகத் துவங்கும் ‘வல்லூறுகள்’ கதையில் வரும் அம்மா அப்பாவின் கைதியாக அந்த வீட்டுக்குள் வாழ்கிறாள்.

டெல்லியிலிருந்து கல்லூரி விடுமுறைக்கு வீட்டுக்கு வந்துவிட்டுத் திரும்புகிற மகளிடம் “உனக்குத் தப்பிக்க ஓரிடம் இருக்கு” என்று சொல்கிறாள். தான் பெற்ற மகளைப் பார்த்தே பொறாமையுடன் ‘உனக்குத் தப்பிக்க ஒரு இடம் இருக்கு’ என்று சொல்கிற அந்த ஒரு வார்த்தைக்குள் எத்தனை கதைகள் உறைந்திருக்கிறது? தான் அடிமைப் பட்டிருப்பதை அவள் உணரும் தருணமாகவும் மகள் விடைபெறும் தருணம் மாறுகிறது.

வீட்டுக்குப் பின்னால் இருக்கும் ஒரு ஷெட்டுக்குள் நள்ளிரவில் எழுந்து சென்று போய் கதவைத்திறந்து உள்ளே ஒரு கிழிந்த பாயில் விழுந்து அம்மா பெருத்த ஓசையுடன் அழுவதை இந்த மகள் பார்த்திருக்கிறாள். அப்பாவுக்கு முன்னால் அவள் அழுவதில்லை. அப்பாவுடன் பேசுவதும் இல்லை. அப்பாவின் ஆண்மையையும் கணவன் என்ற பெருமிதத்தையும் வெறும் மௌனத்தாலே கொன்றவளாக அந்த அம்மா வாழ்கிறாள்.

“சிறகுகள் முறியும்” சாயா ஒரு மறக்க முடியாத கதாபாத்திரம். தன்னையறியாமலே தன்னை இழக்கும் பெண் சாயா.

சாயாவின் கணவன் பாஸ்கரன் சாப்பிட்டுக் கொண்டிருக்கும் போது ஊறுகாய் கேட்கிறான். ஊறுகாயை எடுக்கப் போனவள் அது கெட்டுப் போய்விட்டதைப் பார்க்கிறாள். பாஸ்கரன் அதற்காக அவளைத் திட்டுகிறான்.

உதட்டைக் கடித்துக் கொண்டாள் சாயா. அவள் தவறுதான். ஜாடியைக் குலுக்கி விட வேண்டும் என்று ஞாபகமே இல்லை.

“அத்தனை உப்பும் காரமும் எண்ணெயும் வீண். பணத்தோட அருமை தெரிந்தால்தானே” என்று கத்திவிட்டுக் கை அலம்பப் போய்விட்டான் பாஸ்கரன். உப்பும் காரமும் எண்ணெயும் ... ஹூம்... எங்கேயும் போய் விடவில்லை அத்தனை உப்பும் காரமும் சேர்ந்துதான் நெஞ்சில் பற்றிக்கொண்டு எரிகிறது. எண்ணெய் முகத்தில் வழிகிறதே”

பாஸ்கரன் சரியான கருமி. இஸ்திரி போட்டு பேண்டும் சட்டையும் போட்டால் செலவாகும் என்று இஸ்திரி போடாமலே உடை அணிபவன். சாயா அதற்கு நேர்மாறானவள். எல்லாவற்றுக்கும் காசுக் கணக்குப் பார்க்கும் அந்த வாழ்க்கை அவளுக்குச் சலிக்கிறது. இவன் ஏன் இப்படி இருக்கிறான் என்று அவ்வப்போது மனதுக்குள் பரிசீலனை செய்து பார்ப்பாள்.

பின்னர் அது பயனற்றது என்று அவளுக்கே தோன்றும். "கணவனை அனலைஸ் செய்வதுபோல் ஒரு முட்டாள்தனம் வேறு கிடையாது என்று இப்போது தோன்றியது. அவள் அவனுக்குத் தானம் செய்யப்பட்டவை அவன் வயதில் பெரியவன். சரீரத்தில் பலம் வாய்ந்தவன். சோபா செட் போல அவள் அவன் சொத்து. அவன் இறந்துபோனால் இவள்மேல் திரையை மூடி "த எண்ட்" என்று எழுதி விடுவார்கள். இதில் இவள் ஃபிராய்டு எல்லாம் படித்து மனத்தைக் குழப்பிக் கொண்டு அவன் நடத்தைக்கு காரணம் கற்பித்து என்ன பயன்? தான் ஆளப்பிறந்தவன் என்ற உரிமையைவிட வேறு எந்த உணர்வு அவனை இப்படி பலசாலியாக முடியும்?"

தான் அவன் ஆளுகைக்கு உட்பட்டவள் என்கிற உணர்வுதான் பெண்ணின் தாழ்ச் சிக்குக் காரணம் என்பது கதையில் சொல்லப்படாமலே விளங்குகிறது நமக்கு. காலப்போக்கில் சாயாவும் காசுக்கணக்குப் பார்க்கும் கருமிபோல் ஆகிவிடுவதும் அதை உணரும் தருணங்களில் அவள் உடைந்து போவதுமாகத் தொடர்கிறது வாழ்க்கை.

அம்பையின் கதைகளில் எனக்கு மிகவும் பிடித்த கதைகளின் பட்டியலில் முதலிடம் பிடிப்பவை வீட்டின் மூலையில் ஒரு சமையலறையும் 'வெளிப்பாடு'ம் ஆகும்.

'வெளிப்பாடு' கதையில் ஓர் ஆய்வாளர் பெண்மணி திருநெல்வேலிக்கு வருகிறார். பெண்களின் வாழ்க்கை பற்றிய ஆய்வு. அங்கே அவர் இரண்டு பெண்களைச் சந்திக்கிறார். முதல் பெண்மணி மணமானவர்.

அவள் தலையைப் பார்த்தாள். கருகருவென்று வெங்கலப் பானை மாதிரி முடிந்த தலைமயிர்.

"என் முடியைப் பாக்கீகளா? எனக்கு வயசு அம்பது. ஒரு முடி நரைக்கல. இன்னும் தூரம் போகலை."

உனக்கு மறைக்க ஒன்றுமே இல்லையா? உன்னையும் என்னை மாதிரி அடக்கி அடக்கித்தான் – தலைப்பு ஏன் இப்படித் தொங்கறது? இடுப்பில் செருகு. வாசல் பக்கம் என்ன பண்றே? வாயை மூடு. கொரல் வெளில வரக்கூடாது படிப்பு கிடக்கட்டும்; இந்தக் காயை நறுக்கித்தா. அப்புறம் தயிர் கடையலாம் – வளர்த்திருப்பார்கள். எந்த பலத்துடன் இப்படி வெள்ளையாய்ப் பேசுகிறாய்? சிரிக்கிறாய்?

– "பதினாலு வயசிலே கல்யாணம். இவுகளுக்கு வயசு இருபது அல்லு அசலு இல்ல. சொந்த மாமா பையன். பெறகு என்ன? சோறு வடிக்கிற ராச்சியந்தான். ரெண்டு பொட்டச்சிக. ஒரு மகன். கட்டிக் கொடுத்தாச்சு. அட, பேரன் எடுத்திட்டன்னா பார்த்துக்குங்களேன்."

"இதுதான் உன் வாழ்க்கையின் கதையா?" நாலு வரியில்! உள்ளாடைகளை எப்படி அணிவது என்று யோசித்தாள்

"தோசை வெச்சுட்டு வாரேன் அவுகளுக்கு. சாப்பிடச் சாப்பிட வெக்கணும். இல்லாட்டா மூக்கு மேல கோவம் புசுக்குன்னு. ஒரு அறை வெச்சார்னா ..." சிரித்தாள். வெளியே விரைந்தாள் வாழை இலையுடன். –

வேகமாக உடைகளை அணிந்தாள். சரியாகத் துடைக்காத உடம்பில் ரவிக்கை சுலபமாக ஏறவில்லை. முழங்கை அருகே பிடித்தது.

"சாப்பிட வரீகளா? எனக்குப் பசிக்கி."

"நான் தோசை சுடட்டுமா?."

"அட, தோசை சுடத் தெரியுமா?"

"ஏன், தெரியாதுன்னு நினைச்சீங்களா? உங்களை மாதிரி அவ்வளவு அழகா வராது. ஆனா சுடுவேன்."

"என்ன மாதிரின்னா, என் வயசு என்ன உங்க வயசு என்ன? பத்து வயசு தொடங்கி சுடறேன். நாப்பது வருஷத்துல ஒரு நாளைக்கு இருபது மேனிக்கு எவ்வளவு தோசை ... அம்மம்மா ...." |

ஒரு வருடத்துக்கு ஏழாயிரத்து முந்நூறு தோசைகள். நாற்பது வருடங்களில் இரண்டு லட்சத்துத் தொண்ணூற்றிரண்டாயிரம் தோசைகள். இது தவிர இட்லிகள், வடைகள், அப்பங்கள், பொரியல்கள், குழம்புகள். எவ்வளவு முறை சோறு வடித்திருப்பாள்? எவ்வளவு கிலோ அரிசி சமைத்திருப்பாள்? இவள் சிரிக்கிறாள்.

“என்னா ரிப்போர்ட்டு எளுதணும்?”

“பொம்பளைங்க பத்தி.”

“பொம்பளைக பத்தி எளுத என்ன இருக்கு?” –

“அதாவது அவங்க எப்படி வாழறாங்க, என்னெல்லாம் வேலை செய்யறாங்க, அவங்க தங்க வாழ்க்கையைப் பத்தி என்ன நெனக்கிறாங்க...”

“என்ன நெனக்கிறாங்க? புள்ள பெறுதோம். ஆக்கிப் போடுதோம்.”

“எப்பப்பாரு புள்ள பெறலியே? நடுவிலே ஏதாவது யோசிச்சிருப்பிங்க, இல்ல?”

“ஆமா, ரோசிச்சோம். போங்க.”

மௌனமாகச் சாப்பிட்டார்கள்.

இரண்டாவதாக அவர் சந்திக்கும் பெண் மணமாகாத ஓர் யுவதி.

ஒரு பேப்பரை எடுத்தாள். “கல்யாணம் கட்டிட்டு என்னெல் லாம் வேணும் சொல்லு. நான் பட்டியல் போடறேன்.”

“கேலியா?”

“சே, நிஜமாவே. சொல்லு.”

ஊஞ்சல் சங்கிலியில் தலையைச் சாய்த்து, முழங்காலைப் பலகையில் ஊன்றி நின்றாள். கூந்தல் அலையாய் நெற்றியில் விழுந்தது. பாய்மர இமைகள் மேலெழுந்தன படகுக் கண்கள் மிதக்க. பட்டியல் அவளிடம் இருந்தது.

தெருல நடக்கணும் தெனம்.

ஓட்டல்ல பலகாரம் சாப்பிடணும்.

கடைக்குப் போய் நானே பொடவை எடுக்கணும்.

சினிமா போகணும்.

நெறைய ஊர் பாக்கணும்.

பின்கட்டு உலகில் பதியப்பதிய நடந்தாள். எருமை மாட்டை அடக்கினாள். தீனி போட்டாள். தீட்டானால் குளிக்கும் இருட்குகை ஸ்நான அறையைக் காட்டினாள். எட்டிப் பார்க்கும்போதெல்லாம்

அடுப்படியில். தோசை சுடவா அக்கா? இட்டிலி ஊற்றித் தரட்டுமா? இரவில் புடவை விலகாமல் இரு கால்களையும் அடக்கி, மடக்கிப் படுத்தாள். யார் ஒரு தும்மல் போட்டாலும் எழுந்து மிளகு சீரகம் பொடித்த சுடுதண்ணி போட, விசை தட்டியவுடன் இயங்குபவள் போல் டாணென்று எழுந்தாள். இரவில் அவளுடைய கையை எடுத்து முகத்தில் வைத்துக்கொண்டாள். சோற்று மணம் அடித்தது. பல யுகங்களின் சோற்று மணம்.

அம்பை விவரிக்கும் இரு பெண்களின் வாழ்க்கைகளிலிருந்து எடுத்துத் தீற்றப்பட்ட இவ்விரு தீற்றல்களும் 'விலகி வீட்டிலோர் பொந்தில்' வாழ விதிக்கப்பட்ட நடுத்தர வர்க்கத்து இந்தியப்பெண்களின் மொத்த வாழ்வையும் நம்முன் திறந்து வைக்கின்றன. இன்னும் சில ஆண்டுகள் கழித்துப் போனால் அந்த இரண்டாவது பெண்ணும் இரண்டு லட்சத்துச் சொச்சம் தோசைகள் சுட்டு முடித்து முன்னேறிக்கொண்டிருப்பாள்."பல யுகங்களின் சோற்று மணம்" என்கிற ஒற்றை வரிக்குள் கடந்த பத்தாயிரம் ஆண்டுகால அடிமைத்தனத்தின் பெருமூச்சு புரள்வதை நாம் உணர்கிறோம்.

"வீட்டின் மூலையில் ஒரு சமையலறை" என்கிற தலைப்பே கதையின் உள்ளடக்கத்தைச் சட்டென விளக்கிவிடுகிறது.

ஆண்களும் பெண்களும் குழந்தைகளும் என வீடு நிறைந்திருக்கும் அப்பெரிய ராஜஸ்தானிக் குடும்பத்துக்குச் சமைத்துக்கொட்டும் உணவுத்தொழிற்சாலையான அடுப்படி மூலையில் சின்னதாக இருக்கிறது.

"ஆனால் சமையலறை என்ற பௌதிக விவரம் அவர்களைப் பாதிக்கவில்லை. அப்படிப்பட்ட ஒன்று இல்லாததுபோல் இருந்தார்கள். அவர்கள் கூட்டுக் குடும்ப வீடுகளில் பாக்க கல்தரை முற்றம், கூடம் இவற்றைத் தாண்டிய இருள் மூலை சமையலறை. பூஜ்ய வாட் விளக்கு எரியும் அங்கு. முக்காடுஅணிந்து, அழுத்தமான வண்ணப் பாவாடைகள் இருளை ஒட்டியே இருக்க, பெண்கள் நிழல்களாய்த் தெரிவார்கள் அந்த அறையில் அறைந்து அறைந்து சப்பாத்தி மாவு பிசைந்து கொண்டோ, அடுப்படியில் கும்மென்று மணக்கும் மஸாலா பருப்பைக் கிளறியவாறோ. சமையலறை ஓர் இடம் இல்லை. ஒரு கோட்பாடு மட்டுமே.

அத்தனை ருசியான, நாக்கை அடிமைப்படுத்தும் சாப்பாடும் மாயக் கம்பளத்தில் வந்தது போல் அலட்டிக்கொள்ளாமல் இருந்தார்கள்.

மீனாட்சிதான் ஒருமுறை சாப்பிடும் நேரத்தில் அந்த விஷயத்தைப் பற்றிப் பேச ஆரம்பித்தாள். பப்பாஜி அப்போது கீழே இருந்த கார் 'ஷெட்'டின் மேல் ஓர் அறை கட்டிக் கொண்டிருந்தார்.

"பப்பாஜி, சமையலறைக்கு வெளியே உள்ள தாழ்வாரத்தைப் பெரிது பண்ணிவிடுங்களேன். அதை நீங்கள் அகலமாக்கினால் நாற்காலி போட்டு உட்காரலாம். இடது பக்கம் ஒரு பாத்ரூம் கட்டினால் அதில் பெரிய தொட்டி போடலாம், பாத்திரம் தேய்க்க. பாத்ரூமுக்கு வெளியே துணி உலர்த்த அலுமினியக் கம்பி போட்டு விடலாம்."

பப்பாஜி இந்த அபிப்பிராயத்தால் தாக்கப்பட்டவர்போல் பார்த்தார்."

காதல் திருமணத்தால் அந்த வீட்டுக்குள் நுழைந்த மீனாட்சிதான் முதல் கல்லை உருட்டுகிறாள். அவள்தான் வெளியிலிருந்து அந்த வீட்டுக்குள் வந்தவள் என்பதால் விமர்சனபூர்வமாக அவ்வீட்டின் வழக்கங்களைக் கேள்வி கேட்க முடிகிறது. எந்தப் பிற்போக்கான நடைமுறையையும் சிந்தனையையும் புரட்டிப்போட வெளியிலிருந்து பார்க்கும் கண்கள் –கண்ணோட்டம்- தேவையாக இருக்கிறது. சமையலறையின் சாவி தன்னிடம் இருப்பதுதான் தனக்கான அதிகாரம், தனக்கான இடம் என்று அக்குடும்பத்தின் மூத்த பெண்மணியான ஜீஜீ நினைக்கிறாள். அதிலிருந்து விடுபடுவதே உண்மையான பெண் அதிகாரத்தின் துவக்கம் என்கிற புரிதல் மீனாட்சிக்கு இருக்கிறது.

இந்தியக் கூட்டுக்குடும்பங்களில் ஆட்சி செய்யும் ஆணாதிக்கப் பண்பாட்டைக் கேள்விக்குள்ளாக்கும் இக்கதை அம்பையின் முக்கியமான கதைகளில் ஒன்று.

குடும்பத்தினர் எல்லோரையும் அழைத்துக்கொண்டு ஏரியைப் பார்க்க ஒரு சுற்றுலா செல்ல முது மருமகள் மீனா ஏற்பாடு செய்கிறாள். பெண்களுக்கெல்லாம் ஒரு விடுதலை அல்லது இளைப்பாறுதல் இருக்கட்டுமே என்பது மீனாட்சியின் நினைப்பு. அன்று அதிகாலை நான்கு மணிக்கெல்லாம் சமையலறை விழித்துக்கொண்டு விடுகிறது. சுற்றுலாவுக்குச் செல்லும்

குடும்பத்தினருக்கான உணவுப்பொட்டலங்கள் தயாரிப்புத் துவங்கி விடுகிறது. சற்றுத் தாமதமாக எழுந்து சமையலறைக்கு வரும் மீனாவை இக்காட்சி தாக்குகிறது. அம்பை அந்த இடத்தில் ஒரு வரியை எழுதுகிறார் "ஏரிப்பயணத்தின் இந்த அம்சத்தைப் பற்றி மீனா யோசித்திருக்கவில்லை" என்பதாக. என்ன ஒரு வரி!

வாழ்வின் எந்தக் கணத்திலும்"இந்த அம்சத்தைப் பற்றி யோசிக்காத" எத்தனையோ ஆண்களின் தலைமுறைகள் கடந்துபோய் விட்டன. தின்று தீர்த்துவிட்டுப் போய்விட்டனர். அப்பெண்கள் இன்னும் அந்தச் சமையலறைக்குள்ளேயே கிடக்கின்றனர். வெளிப்பாடு கதையின் அந்த இரு பெண்களையும் இந்த ராஜஸ்தானத்துச் சமையலறைப் பெண்களையும் இணைத்துப் பார்க்கும்போது பெண்ணடிமையின் ஒரு தேசிய ஒருமைப்பாட்டை நம்மால் கண்டுணர முடியும். இந்தியப் பண்பாட்டு வரலாற்றின் மூஞ்சியில் அறையும் கதைகள் இவை.

தன்னுடைய நீல நிற டைரியில் கவிதைகள் எழுதும் ஓர் இளம்பெண்ணைப்பற்றிய "ஆரம்பகாலக் கவிதைகள்" கதை வாழ்வின் யதார்த்தம் காலப்போக்கில் அவளிடமிருந்து கவிதையைத் தட்டிப் பறித்துவிடுவதைச் சொல்கிறது. அக்கதையில் வரும் உடல் உழைப்பாளியான கெப்பம்மாவை அவள் அழைத்த எந்தத் தேவனும் வந்து அடிக்கும் புருசனிடமிருந்து காக்கவில்லை. அவள் அழைத்த வீட்டு நாயான மிக்கி வந்துதான் அவள் புருசனைக் கடித்து விரட்டுகிறது. இந்தக்காட்சிக்குப் பின் அந்த இளம்பெண்ணிடமிருந்து கவிதை விடைபெறத்துவங்குகிறதாகக் கதை முடியும்.

இசையரசியாகத் திகழும் பிரமராவிடமிருந்து இசையைப்பறித்து வீட்டுக்குப் பின்னால் இருக்கும் தெரு நடுவில் அவளை நிற்க வைக்கும் ஒரு 25 ஆண்டுகால வாழ்க்கையைச் சொல்லும் கதை "காவுநாள்". அடித்துக் கொல்லப்படும் பன்றிகளைப்போல பெண்ணுக்கும் இயற்கையான இயல்பான சாந்தம் தவழும் மரணம் எப்போதும் இல்லை என்பதைக் குறியீடாகச் சொல்லும் கதை "ஒரு கட்டுக்கதை"

பெண்களுக்கென இருக்கும் ஆற்றல்கள், அறிவு, திறன்கள் எல்லாவற்றையும் மறுதலித்து இச்சமூகம் அவளுக்கெனத் தீர்மானித்து வைத்திருக்கும் அச்சில் அவளை உருக்கி ஊற்றி வார்க்கும் அத்துமீறல்களை அம்பையின் பல கதைகள் அடையாளம் காட்டுகின்றன. விளக்கி விவாதிக்கின்றன.

அடையாளத்தேடல்

அப்பாவுக்கு உடம்பு முடியாமல்போனதும் மும்பையிலிருக்கும் மகன் நெல்லூர் வந்து அம்மா அப்பா இருவரையும் தன்னோடு அழைத்துச் செல்லும் திட்டத்துடன் வருகிறான். எவ்வளவு சாமான்களை மூட்டை கட்ட வேண்டியிருக்கும் என்று பார்ப்பதற்காக வீட்டை ஒரு சுற்றுச் சுற்றி வருகிறான்:

சமையலறைப் பக்கமும் குளியலறைப் பக்கமும் போனபோது தலையைச் சுற்றியது. பெரிய பித்தளை அண்டாக்கள், பித்தளைச் சொம்புகள். பித்தளைக் குடங்கள். அருக்கஞ்சட்டிகள், வாணலிகள். வெங்கல உருளிகள். அரிவாள் மணைகள் சிறியதும் பெரியதுமாய். கனமான பெரிய குழிவுடன் கரண்டிகள், பித்தளை அடுக்குகள். தாளிக்கும் இரும்புக் கரண்டிகள். சேவை நாழிகள். அப்பக்காரல்கள், இடுக்கிகள், கூஜாக்கள் பழைய ருக்மணி குக்கர், பால் தயிர் வைக்கும் வலை பீரோ. ஒரு பகுதியில் ரவிவர்மா வரைந்த கடவுள்கள், ஆரத்தித் கற்பூரத்தட்டுகள், சந்தனக் கல், கொலுப்படிகள், பண்ணுருட்டிக் கொலுப் பொம்மைகள், திரியை ஏற்றினால் ஓடும் படகுகள், கோலப் புத்தகங்கள். இன்னொரு திறந்த பீரோவில் குறுக்குத் தையலும் பூவேலைகளும் செய்த விரிப்புகள், மணிகள் கோர்த்த திரைச் சீலைகள். எல்லாவற்றுக்கும் மேலாக அம்மாவின் கறுப்பு வீணை மஞ்சள் பட்டு சுற்றியபடி...

சோர்வுடன் சங்கர் சாய்வு நாற்காலியில் அமர்ந்தபோது, "என்ன சங்கர், இப்படிக் குடைஞ்சு குடைஞ்சுப் பார்க்கறியே?" என்றபடி வந்தாள் அம்மா காப்பியுடன்.

"அம்மா, உன்னையும் அப்பாவையும் பம்பாய் கூட்டிட்டுப் போகலாம்னு வந்தேம்மா" என்றான் காப்பியைப் பருகியபடி.

'எதுக்குப்பா?'

அப்பாவை உன்னால தனியா எப்படீம்மா சமாளிக்க முடியும்? இங்க வந்தா ஏகப்பட்ட சாமான்கள். இதையெல்லாம் வெக்க பம்பாய்ல எங்கம்மா இடம்?'

அவன் காலருகே கீழே அமர்ந்துகொண்ட அம்மா, 'சங்கர், இதெல்லாம் சாமான்கள் இல்லடா. இதெல்லாம்தான் நாங்க'

சொல்லிவிட்டு அவன் கையிலிருந்த காலி டம்ளரை வாங்கிக்கொண்டு எழுந்தாள்.

தமிழில் உரையாடிப் பல ஆண்டுகள் ஆகிவிட்டதாலோ என்னவோ, அவள் கூறியது புரிய நேரம் பிடித்தது சங்கருக்கு. புரிந்தது. அது சாமான்கள் நிறைந்த வீடு அல்ல.

அது ஒரு வாழ்க்கை முறையின் சரித்திரம். அது இரண்டு சுய சரிதைகளுக்கான குறிப்புகள் கூடிய வெளி. அதில் ஒவ்வொன்றுக்கும் அம்மாவிடமும் அப்பாவிடமும் தேதி உண்டு: விவரங்கள் உண்டு; கதைகள் உண்டு. கட்டுக்கடங்காத சிரிப்பையும் உவகையையும் கண்ணீரையும் நெகிழ்வையும் உண்டாக்கும் நிகழ்வுகள் உண்டு. இசை உண்டு. ராகங்களின் பூச்சு உண்டு.

'அசர மரணங்கள்' கதையின் சாராம்சமாக அந்த மீட்டப்படாத வீணை அம்மாவுடன் பயணிக்கிறது.

பொருள்சார் பண்பாட்டில் சிக்குண்டுவிட்ட இன்றைய தலைமுறைக்கு வெறும் பொருட்களாகத் தெரிவதெல்லாம் சென்ற தலைமுறைக்கு உணர்வுகளோடு பிணைக்கப்பட்டதாக இருக்கின்றன. அவர்களை மும்பைக்குப் பிய்த்து எடுத்துச் செல்ல முடியவில்லை. அப்பா இறந்தபிறகு அம்மா மும்பைக்கு வருகிறாள். எல்லாப்பொருட்களையும் விட்டு விட்டாலும் அவளுடைய கறுப்பு மரத்தில் கடைந்த வீணையை மட்டும் சாகும்வரை கூடவே வைத்திருக்கிறாள். வீணை இசைப்பதை அவள் அப்பாவுடனான ஒரு சண்டைக்குப் பின் அம்மா நிறுத்திவிட்டிருந்தாலும் அந்த வீணையை அம்மா சாகும்வரை தன்னோடே வைத்திருக்கிறாள். வீணை அம்மாவின் சுய அடையாளத்தின் சின்னமாக இருந்திருக்கிறது.

இவ்வளவு பொருட்களோடும் வீணையோடும் மும்பையிலும் வெளிநாட்டிலும் வசிக்கும் பிள்ளைகளோடும் கூடிய உயர்சாதி நடுத்தர வர்க்கத்து வாழ்வை மட்டும் அம்பை எழுதி நிற்கவில்லை. மும்பையின் புறநகர்க் குடிசைப்பகுதி 'சால்' வாழ்க்கையையும் பயணம்-7, கறுப்புக் குதிரைச் சதுக்கம் போன்ற வேறு பல கதைகளில் பேசுகிறார். த்ரிசங்கு, அணில், பிளாஸ்டிக் டப்பாவில் பராசக்தி முதலியோர், காவுநாள்..., போன்ற கதைகளும் பெண்கள் தங்கள் அடையாளங்களைத் தேடும் கதைகளாக அமைகின்றன.

வெடித்தெழும் வாழ்வு

ஆய்வுக்காகப் பாரீஸ் போயிருந்தபோது, அவனோடு – விச்வாவோடு-கொண்ட உறவால் உருவான குழந்தையை – ரெட்டைக் குழந்தைகள்- புனேவுக்குப் போய்க் கலைத்துவிட்டு

வந்திருந்தாள். அவன் திருமணம் செய்துகொள்ளவோ அவை தன் குழந்தைகள் என ஏற்கவோ தயாராக இல்லை. காரணம் அவள் –சகு- கருப்பு. கருக்கலைப்புச் செலவுக்கு அவளுக்குப் பணம் அனுப்பியிருந்தான் அவனாலும் பொறுப்பை ஏற்க முடியும் என்னும் குறிப்புடன்.

இரண்டு மாதங்களுக்குப் பிறகு ஒரு பின் மாலையில், வாசகசாலையில் படித்துக்கொண்டிருந்த அவனைப் பார்க்கிறாள். அவனிடம் வந்து கொஞ்சம் வெளில வர முடியுமா?" என்றாள்.

"நான் அது பத்திப் பேசத் தயாராக இல்லை"

'இது அது பத்திப் பேச இல்லை' என்றாள்.

வெளியே பசும் புல் தரையில் யாருமில்லை . அது எல்லோரும் இரண்டாவது முறை தேநீர் பருகப் போகும் நேரம். மங்கலான நிலவு.

புல்வெளியின் நடுவே அவன் வந்ததும், அவன் எதிர்பாராத தருணத்தில் காலிலிருந்த செருப்பைக் கழற்றி அவனைப் பாய்ந்து பாய்ந்து அடித்தாள். அவன் தடுத்துக்கொள்வதற்கு முன்னால் முகம், முதுகு, தொடை, தலை என மாறி மாறி அடி விழுந்தது. இடுப்பில் சொருகி இருந்த பணத்தை அவன் மேல் வீசிவிட்டு மீண்டும் அடித்தாள். 'பாட்டுக்குப் புரண்டுதடா அது ரெண்டும்! உன் நிறமும் இல்லாமல் என் நிறமும் இல்லாமல் ரத்தச் சதையாய் இருந்ததுடா! கண், காது, கை, கால் எல்லாம் இருந்ததுடா!' ஒவ்வொரு சொல்லையும் அழுத்தி அழுத்திச் சொல்லிச் செருப்பால் அடித்தாள்.

'என்னால் திருப்பி அடிக்க முடியாதா?' என்று அவன் கத்தியபோது, தூரத்தே நின்றுகொண்டிருந்த அருள் அருகே வந்து, சினத்தால் நடுங்கிக்கொண்டிருந்த அவளை வலுக்கட்டாயமாய் அழைத்துப்போனான்.

"நிலவைத்தின்னும் பெண்" கதையில் வரும் ஒரு காட்சி இது. பெரிய படிப்புப் படித்து அறிவுஜீவிகளாக வாழ்ந்த நிலையிலும், உடலைப் பகிர்தல் என்பது விருப்பம் சார்ந்தது மண உறவு என்னும் பந்தம் கட்டாயமில்லை என்கிற சிந்தனைப்போக்குள்ள அறிவுசார் உலகத்திற்குள்ளே செருப்படியைக் கொண்டு வந்து சேர்க்கிறார் அம்பை. அவனுக்கு அது தகும் என்று அவனுடைய அம்மாவே சகுவுக்குக் கடிதம் எழுதுகிறார். தன்னை ஒரு மூத்த சினேகிதியாக ஏற்றுக்கொள்ளுமாறு கடிதத்தில் கோருகிறார்.

இப்படி ஒருமுகமாக அம்பையின் கதைகள் இருப்பதில்லை. பெரும்பாலும் கிளைக்கதைகள் இருக்கும். இக்கதையிலும் ஒரு கலைஞன் இப்படி இருக்கலாமா என்கிற சகுவின் கேள்வியை முன் வைத்து விச்வாவின் அம்மா பாகீரதி தன் கதையைக் கூறுகிறார்.

கலையும் கலைஞனும் வேறு வேறா? கலையால் கலைஞனா கலைஞனால் கலையா என்கிற நீண்ட கால விவாதத்தைச் சற்றே நினைவுபடுத்திப் பின் தொடர்கிறது கதை. விச்வாவின் அம்மாவும் சகுவைப்போல அந்தத் தலைமுறையின் விடுதலை பெற்ற ஒரு பெண்மணிதான். அதனால்தான் அவரால் சகுவைப் புரிந்து கொள்ள முடிகிறது.

“சிறகுகள் முறியும்” கதையிலும் சாயாவை அவளுடைய அம்மா மட்டுமே சரியாகப் புரிந்து கொள்வார். காரணம் அவர் அம்மா என்பதால் அல்ல. அவரும் அவருடைய வாழ்க்கையில் தன் கணவனைச் சந்தித்தவள் என்பதால். இப்படி அநேகமாக எல்லாக் கதைகளிலுமே இரண்டு தலைமுறைகள், மூன்று தலைமுறைகள் என அம்பை கதைகளை விரிப்பது தலை முறை தலைமுறையாகத் தொடரும் ஆணாதிக்க வாழ்முறையை உரித்துக் காட்டவே என்பதைச் சொல்ல வேண்டியதில்லை. நிலவைத் தின்னும் பெண் கதையில் இன்னும் கூட ஒரு கிளைக்கதை உண்டு. விச்வாவின் அப்பா பாகீரதியைப் பிரிந்த பின் இன்னொரு பாடகியோடு வாழத்துவங்குகிறான். அந்தப்பாடகியை ஒருமுறை பாகீரதி சந்திக்க நேர்கிறது. அவள் பாகீரதியின் அருகில் வந்து கிசுகிசுக்கிறாள், “நீ பறந்துட்டே.... நான் இன்னும் கூண்டில்...” சொல்லப்படாத கதை ஒவ்வொரு பெண்ணிடமும் தொக்கி நிற்கிறது என்கிற உணர்வை வாசகர்களுக்கு ஏற்படுத்திக்கொண்டே இருப்பவை அம்பையின் கதைகள் எனலாம்.

இந்தத் தலைப்பின் கீழ் கறுப்புக்குதிரைச் சதுக்கம், பிரசுரிக்கப்படாத கைப்பிரதி, மல்லுக்கட்டு, ராவணன் கோட்டை, காவுநாள், அந்தேரி மேம்பாலத்தில் ஒரு சந்திப்பு எனப்பல கதைகளை விவாதிக்க முடியும்.

“கறுப்புக்குதிரைச் சதுக்கம்” ரோஸா என்கிற பெண்ணின் கதை. மார்க்சிய அறிவுஜீவியான டெல்லியில் வசிக்கும் லெனின் என்கிற தோழரின் தங்கை ரோஸா. அம்மாவுடன் ரோஸா மும்பாயில் வசிக்கிறாள். ஆலைத்தொழிலாளர் சங்கத்தில் தீவிரமாக

இயங்குபவள். அதற்காகப் படிப்பையே விட்டவள். லெனினின் இணையர் அபிலாஷா ரோஸா வீட்டுக்குச் சென்று அவளைச் சந்தித்து அங்குள்ள நிலைமைகளை லெனினுக்கு எழுதும் ஒரு கடித வடிவில் இக்கதை எழுதப்பட்டிருக்கிறது.

புரட்சிகர இயக்கம் ஒன்றைச் சேர்ந்த பிரபாகர் ஷிண்டேயுடன் சேர்ந்து வாழும் ரோஸா கருவுற்றிருக்கிறாள். அந்த மகிழ்ச் சியைக் கொண்டாடத் திட்டமிட்ட அன்று காவல்துறை மில் கிடங்கில் தீ வைத்ததாகச் சொல்லி பிரபாகரை இழுத்துச் செல்கிறது. பிணமாகத்தான் மறுநாள் அவனைப் பார்க்கிறார்கள். ரோஸாவின் அம்மாவும் பிரபாவின் அம்மாவும் எனச் சிலர் மட்டுமே அவன் உடலை ஊர்வலமாக எடுத்துச் செல்கிறார்கள். மறுநாள் மில் கிடங்கில் தீ வைத்த வழக்கில் பிரபாகருடன் அவளும் உடந்தை என்று சொல்லி காவல்நிலையத்துக்கு விசாரணைக்கென ரோஸா அழைத்துச் செல்லப்படுகிறாள்.

“பொம்பளை, போலீஸ் ஸ்டேஷன் போனா என்ன ஆகும்? அதுதான் ஆச்சு. தடிதடியா வந்து விழுந்தாங்க மேல. மயக்கம் போட்டப்ப எல்லாம் தண்ணி அடிச்சு எழுப்பினாங்க. முழிக்கிற போதெல்லாம் ஒருத்தன் மேல இருந்தான். அவங்க பண்ணி சலிச்ச பெறகு இருக்கவே இருக்குது குச்சி, கம்பு, ஒயருன்னுட்டு, எதெது நுழையுதோ அது. அப்புறம் சிகரெட் நெருப்பால மார்ல சுட்டாங்க. கோடவுன்ல நெருப்பு வெச்சவன் கெடச்சுட்டான். உடம்புல பண்ண இன்னும் ஒன்றும் இல்ல – வெளீல அனுப்பிட்டாங்க”. அவள் கருவும் கலைந்து போனது.

ஆனால் அந்த வன்முறைக்கு எதிராகப் புகார் கொடுக்க அவள் தயாராக இல்லை. இந்த சட்ட ஏற்பாடுகளின் வர்க்கத்தன்மையை அவள் அறிந்திருந்ததால் அவற்றின் மீது அவள் நம்பிக்கை கொள்ளவில்லை.

“ரோஸாவைச் சம்மதிக்க வைக்க ஒரு வாரமாயிற்று. அவள் வாதம் தீர்மானமாக, துளி ஓட்டையில்லாமல் இருந்தது. தன் நிலை விளம்பரம் ஆவது பற்றி வெட்கமோ கூச்சமோ அவளுக்கு இருக்கவில்லை. ஆனால் நீதிமன்றங்களின் நீதிபற்றி அவளுக்கு உறுதியான அவநம்பிக்கை யிருந்தது. நான் சொல்லக்கூடியதெல்லாம் எந்த அமைப்பு உன்னை ஒதுக்குகிறதோ அதன் ஸ்தாபனங்களை – உன்னை ஒடுக்கப் பயன்படுகிறதே அவற்றை – நீயும் உன்னளவுக்கு உபயோகி என்பதுதான். ஜனநாயக உரிமைக் கழக

ராதாவும் இதை வந்து வற்புறுத்தினாள். ரோஸா டீ போட்டுத் தந்தாள். எங்களுடன் பல மணி நேரங்கள், இரவில்கூட, உட்கார்ந்திருந்தாள். நாங்கள் சொல்வதை எல்லாம் அவள் கவனமாகக் கேட்டாள். மாட்டேன் என்பதை அவள் வாய்விட்டுச் சொல்லாமலே அதன் அலைகளை அறையில் பரவவிட்டாள்.

கடைசியில் அவளைக் கனிய வைத்தது உன் அம்மாதான். சண்டையிடும் பாணியும், ஆயுதமும் இப்படித்தான் என்பது சாஸ்வதமாக்கப் பட்டது இல்லை. தண்ணீரில் சண்டை போடும்போது துடுப்புத்தான் ஆயுதம், படகு கவிழ்ந்தால் கரைவரை கைதான் துணை. சொன்னது உன் அம்மா.

உன் அம்மா போன்றவர்களிடம் ஒரு பாஷை இருக்கிறது. அதற்கு, சொற்களுள்ள மொழியின் ஏற்ற இறக்கங்களும், ஒரு புலப்படாத உருவ அமைப்பும் இருக்கிறது. இருந்தும் அதில் சொற்கள் இல்லை. கை வீச்சில், கண் பார்வையில், அழுத்தும் கையில், சிரிப்பில், அழுகையில், அரற்றலில் ஓலத்தில், சொற்கள் நிராகரிக்கப்பட்ட மௌனத்தில் அழுந்திக்கொண்டிருக்கிற பாஷை இது. எங்களையும் அவர்களையும் பிரிப்பது இந்த பாஷைதான். ஒருவருக்கொருவர் புரிந்துகொள்ளக்கூடிய மொழியில் நாங்கள் பேசினாலும், அது ஒரு செய்தியைப் பகிர்ந்துகொள்ளும் மொழிதான். வெறும் பாலம். நாங்கள் தேடுவது வேறு பாஷை என்று தோன்றுகிறது இந்தப் பக்கம் – அந்தப் பக்கம் என்று இல்லாத பாஷை. இரு கரைகளையும் முறுக்கிப் பிணைந்துவிடும் பாஷை. சிறு குழந்தை இரு கைகளையும் விரித்துத் தூக்கியவுடன் புரிந்துவிடும் பாஷை.”

மீண்டும் ரோஸாவிடம் வருகிறேன். அன்றையப் பேச்சுக்கு ரோஸா எந்த ஆயத்தமும் செய்யவில்லை. காலால் மிதித்து நசுக்கப்பட்டவர்களின் நாபியினுள் ஒரு மொழி ஊற்று இருக்கிறது. அது உன் எழுத்தில் இருக்கிறதென்று நான் எண்ணியதுண்டு. எவ்வளவு தவறு அது. உன்னிடமோ என்னிடமோ அது வர அதன் தாபம் நமக்குள் நுழைய வேண்டும். அதன் நாக்குகள் நம்மைத் தீண்டி நம் சருமத்தைக் கரகரவென்று நக்க வேண்டும்.

அம்மாவின் மொழி பற்றியும் ரோஸாவின் மொழி பற்றியும் அம்பை எழுதியுள்ள இவ்விரு பத்திகளும் மிக முக்கியமானவை. போராட்டப்பாதையில் பயணிப்பவர்கள் மக்களின் மொழியைக் கற்றுக்கொள்ளும் அவசியம் மற்றும் ஒரு வழிமுறை பற்றிய

அழுத்தம் இப்பத்திகளில் இருப்பதாகத் தோன்றுகிறது. தன் மீது நிகழ்த்தப்பட்ட வன்முறைகளையும் தாண்டி போர்க்களத்தில் உறுதி குலையாது நிற்கும் ரோஸா, அம்பை படைத்த பெண்களில் தனித்த ஒளியுடன் துலங்குபவள்.

மதவாதம் ஒழிக

திக்கு, கடற்கரையில் ஒரு காவிப்பிள்ளையார், ஓர் இயக்கம் ஒரு கோப்பு சில கண்ணீர்த்துளிகள் 1984, பயணம்-6, பயணம்-18, பயணம்-20 ஆகிய கதைகள் மதவெறி அரசியலுக்கு எதிராக வலுவான குரலில் பேசுகின்றன. கலைநுட்பம் கூடிய மதவெறி எதிர்ப்புக் கதைகளை தமிழில் இப்படி அம்பை அளவுக்கு வேறு யாரும் எழுதியதாகத் தெரியவில்லை. எவ்வித மனத்தடையுமின்றி ஒரு மதச்சார்பற்ற நிலைபாட்டில் காலூன்றி இக்கதைகளை அவர் எழுதியுள்ளார்.

'1984'இல் இந்திரா காந்தி கொல்லப்பட்ட அன்று சீக்கியர்கள் கொத்துக் கொத்தாகக் கொல்லப்பட்டார்கள். டெல்லியில் காங்கிரஸ் மத்திய அமைச்சர் தலைமையில் காங்கிரஸ் குண்டர்களும் ஆர். எஸ். எஸ். சங்கிக்குண்டர்களும் கைகோர்த்து இந்தப் படுகொலைகளையும் நடத்தினர். அம்பையின் '1984' கதை வாசிக்கும் எவரையும் கதறி அழ வைக்கும் கதை. ஜெர்மனியில் இருந்த ஒரு ஆய்வாளரான மலர், தன் சக ஆய்வாளரான – சீக்கியரான- தன் தோழி ஹர்ப்ரீத்தைத் தேடி அலைந்து அமிர்த்சரசில் தீவைக்கப்பட்டுச் சிதைந்த அவள் வீட்டில் 43 ஆண்டுகளுக்குப் பின் சந்திக்கிறாள். அந்தச் சந்திப்பில் மலரிடம் அன்று நடந்ததை ஹர்ப்ரீத் விளக்குகிறாள்:

இந்திராகாந்தியைச் சுட்ட பின்னால எங்களால திரும்ப முடியல. அதற்கடுத்த நாள் கூட்டம் கூட்டமாய் வந்தாங்க. கையில் கத்தி, கம்பு, துப்பாக்கி, கெரோஸின். என்ன நடக்குதுன்னே தெரியலை. மதன் என்னை மொட்டைமாடிக்குப் போகச் சொன்னார். நான் மகளுடன் போகத் திரும்பினேன், கதவு உடைபட்டுது. பாவ்ஜி, மதன், அர்மான், அம்ரிந்தர், காகாஜி எல்லாரையும் தரதரன்னு இழுத்துட்டுப் போனாங்க. டயரை எரிச்சு அவங்க மேல போட்டாங்க. லாஜ்வந்தியை யாரோ இழுத்துட்டு ஓடினாங்க. அவளோட உடலைத்தான் அப்புறம் பார்த்தேன். 14 வயதுக் குழந்தை அவள். அவளோட உடம்பைக் காகிதம் மாதிரிக் கிழிச்சு... "மம்மீ, பப்பா"ன்னு அலறல் கேட்டுது. கேட்டுட்டே

இருந்துது. பாவ்ஜி கத்தியது கேட்டுது. மதன் “ப்ரீத், ப்ரீத்”னு ஓலமிட்டது கேட்டுது. எல்லாச் சத்தமும் கலந்து கெரோஸின் வாசனையும் அலறலும்... நான் மயங்கிப் போயிட்டேன். மலர், நான் அப்புறம் பார்த்தது வெறும் கரிக்கட்டைகளைத்தான். கரிக்கட்டைகளைத்தான் திருப்பி சுடுகாட்டுல எரிச்சோம். நானும் மதனும் விரும்பிய குழந்தை வயிற்றுல இருந்துது. ரத்தமும் சதையுமா வெளில வந்துது.”

ஹர்ப்ரீத்தின் குரல் எந்த உணர்ச்சியின் ஈரமுமின்றி உலர்ந்திருந்தது.

“மலர், இத்தனை எல்லாம் ஆன பிறகும் நான் வாழ்ந்தேன். எனக்குப் பசிச்சுது. சாப்பிட்டேன். என்ன மாதிரி உடம்பு இது? எல்லாத்தையும் மாத்தினேன். வேற ஸ்கூல். வேற வீடு. ரிடயர் ஆனதும் நான் அமரித்ஸர் வந்தேன். இது எங்க பழைய வீடு. இந்த அறையை மட்டும் கொஞ்சம் ஒழுங்காக்கி இங்கே இருக்கேன். சாப்பாட்டைக் குறைச்சிட்டேன். சில நாள் சாப்பிடுவது இல்லை. அப்படியும் சாவு வரமாட்டேங்குது. ஏன் மலர்?” வறண்ட குரலில் கேட்டாள் மண்டியிட்டு அமர்ந்திருந்த அவளை நோக்கி.

அவள் கைகளை மெல்லத் தடவி, “ப்ரீத், நீ என் வீட்டுக்கு வா. மதன் என் கிட்ட எப்பவும் சொல்வார் ‘ஹர்ப்ரீத் உன் தோழி இல்லை, உன் சகோதரி. ’ என்னோட வா” என்றாள்.

மிகவும் களைத்தவள்போல் நாற்காலியை விட்டு எழுந்து தரையில் அமர்ந்து அவள் தோளில் சாய்ந்துகொண்டு பிறகு சரிந்து அவள் மடியில் தலை வைத்துப் படுத்தாள்.

“தூங்கணும் மலர். முப்பத்து நாலு வருஷமா தூங்கலை” என்றாள்.

அவள் தலையைத் தடவித் தந்தாள்.

இந்தக்கதை 1984 படுகொலைகளை மட்டும் பேசும் கதையாக அல்லாமல் ராஜீவ் காந்தி படுகொலை வரையிலான எல்லா வரலாற்று நிகழ்வுகளையும் விவாதிக்கிறது. கிளைக்கதைகளும் உண்டு.

குஜராத்தில் முதலமைச்சர் மோடி அரசின் பாதுகாப்பின் கீழ் முஸ்லீம்கள் மீது ஏவப்பட்ட இனப்படுகொலை நாட்கள் பற்றிப்

பேசும் கதை "பயணம்-20". ஆமதாபாத்திலிருந்து 2002இல் உயிர்தப்பி மும்பைக்கு ஓடி வந்த ஒரு ஜோடிக் காதலர்களை அறிமுகம் செய்கிறது இக்கதை. ஒருவர் இந்து. இன்னொருவர் இஸ்லாமியர். மோகன்பாய்-ஜமீலா. 2001இல் மதமறுப்புத் திருமணம் செய்துகொண்ட அவர்களுக்கு இங்கு வந்தபிறகுதான் குழந்தைகள் பிறக்கிறார்கள். பிறந்த குழந்தைகளுக்கு ராம் ரஹீம், கபீர் கிருஷ்ணா, ஜாஸ்மின் ஜோத்ஸனா என்று பெயர்சூட்டி வளர்க்கிறார்கள். இருவித மத வெறியையும் எதிர்க்கும் அரசியல் அத்தம்பதிகளின் உள்ளத்தில் இருக்கிறது. தையல் தொழில் பார்க்கும் மோகன்பாய் ஒருநாள் கைத்தையல்; எந்திரத்தோடு தண்டவாளத்தைத் தாண்டும்போது மின்சார ரயிலில் அடிபட்டுச் சாகிறார். அவர் தானாக விழவில்லை. யாரோ தள்ளி விட்டார்கள். துரோகி என்கிற சத்தமும் கேட்டது என்று பார்த்தவர்கள் சொல்கிறார்கள். துரோகி எனக்கத்தியது இந்துவா முஸ்லீமா என்பது தெரியவில்லை. குஜராத்தில் தப்பி இங்கு வந்து மும்பையில் வளர்ந்து வரும் மதவெறிக்குப் பாலியான கதை.

இக்கதையில் சொல்லப்படாமல் நம் யூகத்துக்கு விடப்பட்ட பல விஷயங்கள் இருக்கின்றன. 2001இல் திருமணமானாலும் குஜராத்தில் இருக்கையில் குழந்தை பெறவில்லை அவர்கள். மதவெறி உச்சத்திலிருந்த குஜராத்தில் தாங்கள் எப்போதும் தாக்கப்படலாம் என்கிற சூழ்நிலையில் காதலும் காமமும் முகிழ்க்காது என்பது சொல்லப்படவில்லை. ஆனால் நமக்குப் புரிகிறது. குஜராத்திலிருந்து அவர்கள் தப்பும் காட்சி மனதை அசைக்கிறது. வெளிப்படையாக ஏதும் சொல்லாமலேயே நமக்கு இந்து வெறிச் சங்கிகளின்மீதும் இஸ்லாமிய அடிப்படைவாதிகள் மீதும் கோபம் வருகிறது. அதுதான் அம்பையின் கலையின் அரசியல்.

குஜராத்தில் 2002 பிப்ரவரி முதல் மே வரை நடைபெற்ற இன அழித்தொழிப்புக் காலத்தின் உடனடித் தொடர்ச்சியாக 2002 ஜூலை காலச்சுவடு இதழில் அம்பை எழுதிய "ஓர் இயக்கம் ஒரு கோப்பு சில கண்ணீர்த்துளிகள்" என்கிற சற்றே நீண்ட கதை, சமகால நிகழ்வின் மீதான ஓர் படைப்பாளியின் காத்திரமான எதிர்வினை என்று சொல்ல வேண்டும். குஜராத்தில் அருகருகே வாழ்ந்த குடும்பங்களுக்குள் விஷக்காற்றாய்ப் புகுந்து விட்ட மதநோக்கை யதார்த்தம் குலையாமல் இக்கதை எடுத்துரைக்கிறது. நரோடா பாட்டியா தீ வைப்புப் போன்ற சம்பவத்தில் கலந்துகொண்டு

கையில் கெரசின் வாடையுடன் திரும்பும் பக்கத்து வீட்டுத்தோழியின் கண்களில் டாலடிக்கும் பகையுணர்ச்சியை அம்பையின் வார்த்தைகள் பதட்டத்துடன் பதிவு செய்கின்றன.

குஜராத்தில் அகதிகளாக்கப்பட்ட மக்களுக்காக இயங்கிய 'ஜாக்ருதி' என்கிற அமைப்பின் தீவிர செயல்பாட்டாளரான ஸகீனா மாடியிலிருந்து விழுந்து சாகிறாள். ஏன் செத்தாள்? எப்படிச் செத்தாள்?தற்செயல் மரணமா?தற்கொலையா? என்கிற பல கேள்விகளுக்குக் கதை விடை தேடுகிறது. அவள் சாவதற்கு முந்தின நாள் இரவு ஸகீனா தன் தோழியுடன் பேசிக்கொண்டிருக்கிறாள். அதைத் தோழி இப்போது நினைவு கூர்கிறாள்:

முதல்நாள் இரவு நடந்த ஒரு சம்பவத்தைச் சொன்னாள். அகதிகள் முகாமருகே இவள் போனபோது சற்று நேரமாகிவிட்டதாம். எதிரே ஒரு முஸ்லிம் இளம்பெண் இடுப்பில் ஒரு குழந்தையும், கையைப் பிடித்தபடி ஒரு குழந்தையுமாய் வந்துகொண்டிருந்தாளாம். குழந்தைகளையும் சமாளித்தபடி ஒரு கையில் பையையும் வைத்துக்கொண்டு வந்தவள், விரலிடுக்கில் மூவர்ணக் கொடி ஒன்றைப் பிடித்துக்கொண்டு அதை எதிரே நீட்டியபடி வந்துகொண்டிருந்தாளாம். ஒரு தற்காப்பு ஆயுதம் மாதிரி. நானும் இந்தத் தேசத்தின் பிரஜைதான் என்று முறையிடுவது போல்.

"நான் கேவிக்கேவி அழுதேன், செல்வி, அதைப் பார்த்து. அப்படி நிரூபிக்க வேண்டிய கட்டாயம் ஏன் சிலருக்கு மட்டும்? என் காலா சுதந்திரப் போராளி. என் மாமு இந்த நகரத்தின் பல தர்மஸ்தாபனங்களின் தலைவர். என் அம்மி ஒரு பள்ளி நிர்வாகியாக இருந்து ஓய்வு பெற்றவள். கருகிச் செத்தவள். என் அப்பா உயர் அதிகாரியாக இருந்தவர். இதோ நான் பாம்புக் கழுத்துடன் நடமாடுகிறேன். அந்தப் பெண்ணுக்கும் அப்படி ஒரு குடும்பம் இருக்கலாம் இல்லை, இந்தியாவில் உள்ள எத்தனையோ ஏழைப் பெண்களில் ஒருத்தியாய் அவள் இருக்கலாம். குழந்தைகள், பை, மூவர்ணக் கொடி என்று அவள் தடுமாறிக்கொண்டு நடந்ததைத் தாங்க முடியவில்லை..." என்று கூறிவிட்டு வெகுநேரம் அழுதாள். "என் காலா இப்படி, என் அம்மி இப்படி என்று நான் வரிசைப்படுத்த வேண்டிய காலம் வந்துவிட்டதே..." என்று சொல்லிச்சொல்லிப் பொங்கினாள்.

அவள் குடும்பத்தினர் இயல்பாகச் செய்தவைகளை நிரூபணங்களாகப் பார்க்கவேண்டி வந்துவிட்டதே என்று மாய்ந்து போனாள். “செல்வி, சாரு கூறுவாளே நினைவிருக்கிறதா? பறவை இறக்கத் தீர்மானித்ததும் ஏகப்பட்ட சிறு கற்களை விழுங்கிவிட்டு மேலே பறந்து, கற்களின் கனத்தால் பறக்க முடியாமல் தரையில் மோதி விழுந்து இறந்துவிடும் என்று? நிறையக் கற்களை விழுங்கிவிட்டது போல் கனக்கிறது மனது”

ஸகீனாவின் மரணத்துக்கு இதைவிடவும் முக்கியமான காரணம் இதே இயக்கத்தைச் சேர்ந்த நந்தினி அவளை முஸ்லீம் என்பதற்காக தன் குடும்பத்திலிருந்து ஒதுங்கி இருக்கச் சொன்னதுதான் என்பதை நந்தினியின் தாய் கண்டுபிடிக்கிறாள். நந்தினியை மன்னிக்கவே முடியாது என்பதால் அவளை வீட்டை விட்டு வெளியேறச் சொல்வதோடு கதை நிறைவு பெறுகிறது.

“வாழ்க்கை பற்றிய பெரும் நோக்கு மதங்களாகக் குறுகி, அவற்றின் குறியீடுகளாக்கி விட்டோம் நாம். வெறும் குறியீடுகள் அவர்கள் கணிப்பில் மதத்துக்கான, நாட்டுக்கான குறியீடுகள். அதில் அகப்பட்டுக் கொள்ளக் கூடாது. இந்த யுத்தத்தில் உங்கள் களம் அதுதான். அடையாளங்களால், விளக்கங்களால், குறுக்கப்படாத களம்” என்பதுதான் கதையில் சுதந்திரப்போராட்ட வீரர் நர்கீஸ் காலாவின் வழியாக அம்பை நமக்குக் கூறும் செய்தி.

ஒரு அசலான கலைஞன் சமூகத்துக்கு ஆற்ற வேண்டிய பங்களிப்பாக இக்கதையைப் பார்க்க வேண்டும். நேரடியான கலவரச் சித்தரிப்புகளைச் சொல்வதை விட, அது தனி மனித உறவுகளை ஊடறுத்துப் பாய்ந்த கதையைச் சொல்வதுதான் மிக முக்கியம். இன்று மெல்ல மெல்ல வலப்பக்கம் சாய்ந்து வரும் ஜனத்திரளுக்குள் சென்று வேலை செய்கிற செயல்வீரர்கள் அம்பையின் இந்தக் கதைகளையெல்லாம் வாசிப்பது அவசியம்.

அம்பையின் பயணக் கதைகள்

பயணம்-1, பயணம்-2, பயணம்-3…… என 23 கதைகளை இதுவரை அம்பை எழுதியிருக்கிறார். ஒரு பெண் இச்சமூக வெளியில் மேற்கொள்ளும் தனிப்பயணங்கள் (சாலைகளிலும், தண்டவாளங்களிலும், மன வெளிகளிலும்) தரும் அனுபவங்களும் படிப்பினைகளும் எத்தனை விதமானவை? இந்தப்பயணங்கள் சமூகத்தின் பிற்போக்கான சிந்தனைகளை ஊடறுத்துச் செல்பவையாகவும் அமைகின்றன.

பயணம்-1 கதையில் திருச்சிக்கு ஒரு வேலையாகத் தனித்துச் செல்லும் ஒரு பெண் "அங்கே உட்காராதீங்க... இங்கே உட்காருங்க" என்பதில் துவங்கி பயணம் முழுக்க யார் யாராலோ எது எதற்கோ வழிகாட்டப்பட்டு, விமர்சிக்கப்பட்டு, குறைகூறப்பட்டுக் கொண்டுமாகப் பயணிக்க வேண்டியிருக்கிறது. பெண் என்றால் அந்த விமர்சிக்கும் உரிமையை யார்வேண்டுமானாலும் பொதுவெளியில் எடுத்துக்கொள்கிறார்கள். இது உண்மையில் அந்தத் தனிப்பெண்ணின் பயணக்கதையாக அல்லாமல் குறியீடாக ஒட்டு மொத்தப் பெண் குலத்தின் வரலாற்றுப் பயணத்தைச் சொல்வதுபோலாகிவிடுகிறது.

பயணம்-3 இல் அம்மை போன்ற வியாதிகளைத் தடுக்கும் சாமியான மாரியம்மனை வணங்கிப் படையலிட வேலைக்காரப் பெண்ணுடன் தன் மகளை அனுப்பி வைக்கும் ஒரு தாய் வருகிறாள். ஆனால், அவள் மாரியம்மனை வணங்கப்போவதில்லை. ஏனெனில் அது "அவுங்க சாமி". சாதியில் 'குறைந்தோர்' வணங்கும் சாமியை சாதியில் மேலிருக்கும் அவள் எப்படி வணங்குவது?

பயணம்-5 இல் பாண்டிச்சேரிபோய் வோட்கா குடிக்கவேண்டும் என்று ஆவலுடன் திட்டமிட்டுச் செல்லும் ஒரு பெண்கள் குழு கதை முடிவில் முதியோரான ஒரு ஆண்-பெண் நட்பின் வளையத்தில் இணைந்து அருந்துவதாக முடியும். அவர்களின் மதுவைத்தேடிய பயணமாக கதை துவங்கினாலும் அந்த மூத்தோர் நட்பின் பயணத்தைச் சொல்லும் கதையாக மாற்றம் கொண்டு விடுகிறது.

பயணம் -14 சாதிக்கு எதிராகச் சண்டை போடும் ஒரு ரயில்பயணக் கதை. இப்பயணக்கதைகளில் மிக முக்கியமான கதை. சாதியைத் தெரிந்து கொண்டபின் தான் எதிர் சீட்டுப் பெண்ணிடம் தண்ணீர் கேட்க முடியும் என்பதில் உறுதியாக நிற்கும் முதியவரிடம் தன்னைத் தாழ்த்தப்பட்ட சாதிக்காரி என்று சொல்லி அவருக்குத் தண்ணீர் தர மறுக்கும் பெண்மணி இவ்வளவு சாதி பாக்கிற ஆளு விக்கிச் சாகட்டுமே என்று சக பயணிகளிடம் கூறுகிறாள்.

பயணம்-17 டில்லி எப்படி ஒரு பாலியல் வன்முறையின் தலைநகரமாகி விட்டது என்பதை விரிவாக விளக்கி, அந்த டெல்லியைப்பற்றி எதுவுமே தெரியாமல், தன்னுடைய பெற்றோரின் கட்டாயக் கல்யாண முயற்சியை முறியடிப்பதற்காக

ஓடி வந்து ரயிலேறி டெல்லி செல்லும் ஓர் இளம் பெண்ணின் கதையை நம் மனம் பதைக்கச் சொல்கிறது. பாதுகாப்பற்ற ஊரிலிருந்து பாதுகாப்புத் தேடி அதைவிடப் பாதுகாப்பற்ற டெல்லிக்கு ஓடும் அவலம்தான் கதை.

பயணம்-18 இந்தியா - பாகிஸ்தான் பிரிவினையின்போது தற்செயலாக எந்த சேதாரமுமின்றித் தப்பி வந்த ஒரு குடும்பத்தைச் சேர்ந்த திலீப் கன்னா நடிகனாகிப் புகழ் பெறத்துவங்கும் காலத்தைச் சொல்கிறது. தன்னுடைய குடும்பத்தில் எந்தப் பெண்ணுக்கும் ஏதும் நேராமல் இந்தியாவுக்குத் தப்பி வந்திருந்தாலும் திலீப் கன்னாவின் அப்பா மது அருந்தும் நாட்களில் "எல்லாம் போச்சே" என்று கதறுகிறார். தேசத்தின் துயரைத் தனிப்பட்ட துயரமாக உணரும் அந்தத் தலைமுறையின் பிரதிநிதியாக அந்த அப்பாவை அம்பை படைத்திருக்கிறார்.

பயணம்-19, 22, 23 போன்றவை வெளிநாடுகளுக்குப் பயணம் மேற்கொள்ளும் அனுபவங்களாக விரிகின்றன.

பயணம் -19இல் நார்வே செல்லும் பெண்மணி தமிழ்நாட்டு வழக்கப்படி பேசும்போது அவளுடைய குரல் ஓங்காரமாகக் கேட்கிறது. ஆஸ்லோ நகரில் அவளுக்குத் தங்கியிருக்க இடம் கொடுத்த வீட்டார் தொந்தரவுக்குள்ளாகிறார்கள். ஆஸ்லோ நகரம் மெல்லப்பேசும் கலாச்சாரத்தைக் கொண்ட நகரம். அந்த வீட்டு நாய் கூட இவள் பேசத்துவங்கினால் தெறித்து ஓடிவிடுகிறது. இப்படியே வெகு சுவாரசியமாகச் செல்லும் இக்கதையில் ஒரு கட்டத்தில் அந்தநாயுடன் பேசுகிறாள் நம் தமிழணங்கு:

"இதோ பார் தங்கமே, எங்க பண்பாடு வேற. நல்ல வெய்யில் எங்கள் குரலை இளக்கியிருக்கு. வெய்யில்ல கத்திப் பேசுவோம். குளிர்ல குளிரைத் தாங்கிக்கக் கத்திப் பேசுவோம். வசந்த காலத்துல உற்சாகமாக் கத்திப் பேசுவோம். இலையுதிர் காலத்துல மொட்டை மரங்களைப் பார்த்தபடி கத்திப் பேசுவோம். பொது டெலிபோன்ல ஊரைக் கூட்டும்படி குசலம் விசாரிப்போம். இருபதடி தூரம் இருப்பவரை இங்கிருந்தே கூப்பிட்டுக் கதை பேசுவாம். ஐந்தடி தூரத்தில் இருப்பவருடன் வாழ்க்கைக் கதையைப் பகிர்ந்துப்போம். கோபம், காதல், காமம், பிறப்பு, எல்லாமே சத்தத்தோடுதான். கொண்டாட்டங்கள், கோலாகலங்கள் எல்லாமே சத்தம் போட்டுத்தான். கார், இரைச்சலை மீறிச் சத்தமாப் பேசுவோம் நகரத்துல இருக்கிறவங்க. எங்களுக்குள் ரகசியமே கிடையாது.

மௌனமே கிடையாது எங்களுக்கு. நீ புரிஞ்சுக்கணும். நீ ஐரோப்பிய நாய்... உனக்கு எங்களைப் பற்றித் தெரியாது"

ஒருவகையில் இக்கதை வாசிக்கச் சுவையாக இருந்தாலும் மௌனக்கலாச்சாரப் பின்னணியில் ஒரு தமிழ்ப்பெண்ணைக் கொண்டுபோய் நிறுத்தி இப்புனைவின்வழி தமிழ் வாழ்க்கையை நக்கலடிப்பதாகக் கொள்ளலாம். அம்பைக்கு இந்தச் சத்தம் பிடிக்காவிட்டாலும் நமக்குப் பிடிக்கிறது. தவிர, சத்தமான சமூகம் என்று மொத்த சமூகத்தையும் ஒற்றை வரியில் அடையாளப்படுத்துவது சரியா?மௌனியின் குரல் இக்கதைக்குள் நூலிழை அளவு ஓடுவதாகத் தோன்றுகிறது.

முதுமையின் தனிமை போக்க...

சமயவேல் தன்னுடைய ஒரு கட்டுரையில் குறிப்பிடுவதுபோல "அம்பையின் சமீபத்திய (ஜன 2019 வெளியீடு) "சிவப்புக் கழுத்துடன் ஒரு பச்சைப் பறவை" சிறுகதைத் தொகுப்பில் பெரும்பாலான கதைகள் மூப்படைதல் மற்றும் முதியோர்கள் பற்றிய மிக ஆழமான கதைகளாக இருக்கின்றன. வீட்டில் ஒரு தேவையற்ற சுமையாக கருதப்படும் முதியோர்களை எவ்வாறு *dispose* செய்வது என்பது தற்கால இளம் தலைமுறையினருக்கு பெரிய பிரச்சினையாக இருக்கிறது." 60 வயதிலிருந்து 95 வயது வரையிலான பல பெண்களும் ஆண்களும் தொண்டை புடைத்த காகம், வீழ்தல், வில் முறியாத சுயம்வரங்கள், பிளாஸ்டிக் டப்பாவில் பராசக்தி முதலியோர்... அசர மரணங்கள் போன்ற பல கதைகளில் வருகிறார்கள். பெரியவர்களை என்ன செய்ய வேண்டும் என்பதை அவர்களுடைய குழந்தைகள் பேசி முடிவெடுத்துச் சொல்கிறார்கள். ஆனால் அதன்படி நடக்க பெரியவர்கள் விரும்பவில்லை என்பதையே எல்லாக் கதைகளிலும் அம்பை பேசுகிறார்.

அம்பை தன்னுடைய 76-77 ஆவது வயதில் எழுதியிருக்கும் இந்த நுட்பமான கதைகள் ஒவ்வொன்றும் ஒரு விதத்தில் முக்கியமான கதையாகிறது. "வில் முறியாத சுயம்வரங்கள்" கதையில் இரண்டு ஆண்டுகளுக்கு முன்னரே தன் கணவர் அருணை இழந்து, பிள்ளைகளை வெளிநாட்டுக்குக் கொடுத்துவிட்டுத், தனித்திருக்கும் சாந்தி சில நாட்களில் ஓய்வு பெற இருக்கிறாள். அவள் ஓர் ஆண் சக பயணியைத் தேர்வு செய்து கொள்ள வேண்டும் என்று வெளிநாட்டிலிருந்து பிள்ளைகள் கூறுகிறார்கள். அவரவர் சொத்து அவரவரிடம் இருக்க, மூத்த

குடிமக்களான ஓர் ஆணும் பெண்ணும் சேர்ந்து வாழ ஏற்பாடு செய்யும் "சுயம்வர்" என்கிற ஒரு அமைப்பு பற்றி மக்கள் கூறுகின்றனர். ஆனால் சாந்தியோ தன்னை இள வயதில் நேசித்த தன்னைவிட ஆறு வயது குறைவான, இன்னும் தனித்தே இருக்கிற பாரதி நந்துவுடன் சேர்ந்து வாழ முடிவெடுக்கிறாள்-பிள்ளைகளின் எதிர்ப்பை மீறி. கணவன் அருண் இறந்து இரண்டே ஆண்டுகள்தாம் ஆகின்றன. அவனை ஒருபோதும் மறக்க முடியாது. நினைவிலிருந்து அவனை நீக்க முடியாது. அருணை விலக்கித்தான் பாரதி நந்துவைச் சேர்க்க முடியுமா?

"அவள் ஏன் ஒன்றை வைக்க இன்னொன்றை நீக்க வேண்டும் என்று எல்லாவற்றையும் ஸ்தூல வடிவிலேயே பார்க்கிறாள்? ஒரு நதி கடலில் கலக்கும்போது வேறு எந்த நதியைத் தள்ளிவிடுகிறது? கடலில் கலந்த ஒன்றை எப்படி நீக்குவது? பிரவாகத்தில் உள்ள நீரின் கலவையை எப்படி அடையாளப்படுத்த முடியும்?

அருண் இறந்தபோது அவன் ஏன் வரவில்லை ?

அருணை இழந்த சோகம் அவளுக்கு உரியது. அந்தச் சோகத்துடன் உறவாட, அதை ஏற்றுக்கொள்ள, அருணின் நினைவுகளை அவள் மனத்தில் மெல்ல மெல்ல மென்சிட்டுகளாய்ப் பறக்கவிட அவளுக்குக் காலம் தேவைப்படாதா? இரண்டாண்டுக் காலம்தான் அதற்குத் தேவைப்படும் என்பதல்ல அவன் போட்ட கணக்கு. இரண்டாண்டுகள் அவளுக்கு மீண்டும் வலுவைத் தந்திருக்கும் என்ற கணிப்புத்தான். அவளிடம் எஞ்சியிருப்பது என்ன? முடி நரைத்துவிட்டது. உடல் தளர்ந்துவிட்டது.

அவளிடம் எஞ்சியிருப்பது அவள்தான். அறுபது ஆண்டுகளின் தென்றலையும் புயலையும் வலியையும் சுகத்தையும் உள்ளடக்கிய அவள்."

அந்த அவளை மட்டுமே நேசிக்கும் ஒருவனாக நந்து வந்து சேர்கிறான்.

ஆண்-பெண் உறவின் எல்லா வண்ணங்களையும் பரிமாணங்களையும் பேசித்தீர்த்துவிட்டார் அம்பை என்று தோன்றுகிறது.

சுதாகுப்தாவின் துப்பறியும் கதைகள் என வந்துள்ள மூன்று கதைகளிலும் வேறு வடிவத்தில் பெண்கள் மீதான ஒடுக்குமுறையைப் பேசியுள்ளார். வடிவங்களில் விதவிதமான சோதனை முயற்சிகளை அம்பை துவக்கக் கதைகளிலிருந்து துப்பறியும் கதைகள் வரை

செய்து கொண்டே இருக்கிறார். ஆரம்பகாலக் கதைகளில் வெளிப்படும் வேகமும் வீச்சும் போகப்போக குறையும் என்பார்கள். ஆனால் இந்த 77 வயதிலும் அதே படைப்பூக்கத்துடன் எழுதிக்கொண்டிருக்கும் நம் முன்னோடி-அம்பை.

அம்பையின் அரசியல்தான் என்ன?

பெண் விடுதலை, தனிமனித அறம், அதைவிடத் தனிமனித சுதந்திரம், சமூக அக்கறை, வெறுப்பு-பகைமையின் இடத்தில் அன்பை வைப்பது, மதவாத எதிர்ப்பு என்று பலவற்றைக் கூறலாம்.

அவருடைய கதைக்களன்கள் பெரும்பாலும் நடுத்தர வர்க்க வாழ்க்கையை மையமிட்டவை. பல கதைகள் பிராமணக் குடும்பப் பின்னணி கொண்டவை. இசையும் நாட்டியமும் கற்றுத்தந்த பிராமணக் குடும்பப்பின்னணி அவருடைய கதைகளின் வீச்சுக்கும் விரிவுக்கும் துணை செய்கின்றன. பரந்த ஞானமும், மேற்கொண்ட உலகளாவிய பயணங்களும் அவருடைய பார்வையைக் கூராக்க உதவியிருக்கின்றன.

பெண் பார்வையில் ஆணை முழுமையாகப் பார்க்க வைத்த அவர் ஒரு நேர்காணலில் சொன்ன வார்த்தைகளோடு கட்டுரையை நிறைவு செய்வோம்:

கேள்வி: ஆண்கள் பெண்களுக்கு (பெண் சமுதாயத்திற்கு) எதிராக இழைத்த கொடுமைகளில் மிகவும் குரூரமானது என்று எதை நினைக்கிறீர்கள்?

அம்பை: ஆண்வழிச் சமுதாயம், அதில் தொக்கி நிற்கும் மதிப்பீடுகள் இவைதான் பெண்களுக்குக் கொடுமை இழைத்திருப்பதாக நான் நினைக்கிறேன். பெண்ணின் உடலும், அதை ஒட்டிய தேர்வுகளும் பெண்ணின் வசம் இல்லாமல் இருப்பதுதான் ஆண்வழிச் சமுதாயம் இழைத்திருக்கும் குரூரம் என்று நினைக்கிறேன். இச்சையிலிருந்து தாய்மை வரை பெண்ணின் உடல் அவள் ஆளுமையில் இல்லாமல் இருப்பது, அவள் உடலை மற்றவர்கள் அவரவர் விருப்பத்திற்கேற்ப விளக்கிக்கொள்ள அனுமதி அளிக்கிறது.

50

தஞ்சை பிரகாஷ்

கு. ப. ராஜகோபாலன், மௌனி, ந. பிச்சமூர்த்தி, கரிச்சான்குஞ்சு, எம். வி. வெங்கட்ராம், தி. ஜானகிராமன், சிட்டி, க. நா. சு. , எனப் பல முன்னோடிகளைத் தமிழ் இலக்கிய உலகுக்கு அளித்த தஞ்சை மண்ணிலிருந்து வந்த இன்னும் ஒரு படைப்பாளி தஞ்சை ப்ரகாஷ். மற்ற படைப்பாளிகள் கும்பகோணத்தைச் சுற்றிய நிலப்பரப்பிலிருந்து வந்தவர்கள் எனில் தஞ்சை நகரத்தின் வாழ்விலிலிருந்து முகிழ்த்தெழுந்தவர் ப்ரகாஷ். பிரபஞ்சன் அவரைப்பற்றிக் குறிப்பிடுகையில், “ நான் அவரைச் சந்தித்தபோது அவர் ஜி. எம். எல். ப்ரகாஷ். அதன் விரிவு கார்டன் மார்ட்டின் லியோனல் பிரகாஷ். ஐயங்கார் மரபும் புரோட்டஸ்டண்ட் கிறித்துவ மரபும் கூடிய பெற்றோரின் ஒரு மகன் அவர். அவர் காலத்தில் காவிரியின் ஐந்து ஆறுகளிலும் இரு கரையும் நீர் புரண்டு ஓடியது. அவர் நண்பர்கள் சுவாமிநாத ஆத்ரேயன், தி. ஜானகிராமன், எம். வி. வி. , கரிச்சான் குஞ்சு, ந. பிச்சமூர்த்தி, க. நா. சு ஆகியோர்.

அவருடன் பிணைந்து பழகிய அந்த முப்பது ஆண்டுகளிலும் எந்த மதச்சார்பும், சாதிச் சார்பும் எள் முனை அளவுக்கும் இல்லாத மனிதராக அவர் இருந்ததை நான் பார்த்தேன். அவர் நண்பர்கள் அப்படி இருந்தார்களா என்று என்னால் சொல்ல முடியாது.

குறிப்பாக வெங்கட் சுவாமிநாதன் மேல் அவருக்கு இருந்த நட்பும், அவர் கருத்துகள் மேல் அவருக்கு இருந்த மதிப்பும் மிக இறுகியது. மிக அகன்றது. சாமிநாதனும் மிக நேசித்த நண்பர் ப்ரகாஷ்"

"வெ. சா. எ. (வெங்கட் சாமிநாதன் எழுதுகிறார்)" என்கிற பெயரில் அவருக்காக த் தன் செலவில் ஒரு இதழையே நடத்தியவர் ப்ரகாஷ். சாகும்வரை எல்லோரையும் திட்டிக்கொண்டிருந்த வெங்கட்சாமிநாதனைத் தன் குருவாகக் கொண்டவர் ப்ரகாஷ் என்பது வியப்புக்குரியது. அவருடைய கருத்துலகம் பற்றிப் புரிந்து கொள்ள இதுவும் ஒரு தடயம். ப்ரகாஷ் இறந்தபோது அவர் நாவல்களெல்லாம் எழுதியிருக்கிறாரா என்று கேட்டாராம் வெங்கட் சாமிநாதன் என்று சாருநிவேதிதா எழுதுகிறார்.

"தஞ்சாவூர் பிராமண வாழ்க்கையைத் தாண்டாத தஞ்சை எழுத்தாளர்களின் அந்த முதல் தலைமுறை எட்டாத கலை வெற்றியை ப்ரகாஷே சாதித்துக் காட்டினார். ஒரு முழுமையான தஞ்சையின் முழு விஸ்தீரணத்தைப் ப்ரகாஷின் எழுத்தே அளந்து காட்டியது" என்று பிரபஞ்சன் கணிக்கிறார். (கீரனூர் ஜாகிர்ராஜா தொகுத்த தஞ்சை ப்ரகாஷ் படைப்புலகம் நூலில் பிரபஞ்சன் எழுதிய கட்டுரையிலிருந்து).

10-06-1943 இல் பிறந்து 27-07-2003 இல் மறைந்த ப்ரகாஷ் கள்ளம், கரமுண்டார் வீடு, மீனின் சிறகுகள், மிஷின் தெரு ஆகிய நாவல்களையும் பல கட்டுரைகளையும் சுமார் 50 சிறுகதைகளையும் எழுதியிருக்கிறார். இதில் நமக்கு வாசிக்கக் கிடைக்கும் சிறுகதைகள் 32. காவ்யா வெளியிட்ட முழுத்தொகுப்பில் 31 கதைகளும் ஜாகீர்ராஜாவின் தொகுப்பில் ஒரு நெடுங்கதையும் (அகழ்மோடு) கிடைக்கின்றன. அவருடைய படைப்புகள் சிலவற்றை ஆங்கிலத்தில் மொழிபெயர்த்து சாரு நிவேதிதாவின் முன்முயற்சியில் ஜீரோ டிகிரி பதிப்பகத்தார் Boundless and Bare என்கிற தலைப்பில் நூலாகக் கொண்டு வந்துள்ளனர்.

இக்கதைகளில் காமம் சாராத கதைகள் என ராவணன் சீதை, வடிகால் வாரியம், திண்டி, ஆல மண்டபம், நியூசென்ஸ், என்னைச் சந்திக்க வந்த என் கதாபாத்திரம், உனக்கும் ஒரு பக்கம், தஞ்சையின் முதல் சுதந்திரப்போராட்டம் ஆகிய ஏழு கதைகளைக் குறிப்பிடலாம். ஏழு கதைகளைத்தான் குறிப்பிட முடியும்.

ஆகவே அவரது படைப்புகள், பிற படைப்பாளிகள் எழுதத்தயங்குகிற, பாலியல் மீறல்கள், பிறழ்வுகள், கற்பனைகளை

மனத்தடை ஏதுமின்றி உடைத்துப் பேசுகிறவை என்று சொல்லலாம். நாவல்களிலும் இத்தன்மை தொடர்வதைப் பார்க்க முடியும். “தி. ஜானகிராமன் பெண்களைக் கிளுகிளுப்போடு பார்த்தார் என்றால், ப்ரகாஷ் அவர்களின் கண்களுக்குள் பார்த்து அவர்களின் அசல் பரிமாணங்களை வெளிக்கொண்டு வருகிறார்.” என்பது பிரபஞ்ச வாக்கு.

1. காமம் செப்பாத கதைகள்

இந்த ஏழு கதைகளில் ‘திண்டி’ மற்றும் ‘தஞ்சையின் முதல் சுதந்திரப்போர்’ இரண்டும் மிக முக்கியமான கதைகள். திண்டி கதையில் வரும் திண்டி நல்ல திடகாத்திரமான ஆள். திண்டின்னா என்ன? திங்கிறது!நல்லா திங்கிறவனுக்குப் பேரு திண்டி... திண்டிப்பயல் பொடியனாக இருந்தப்பவே அவனை ஊர்ப்பொதுவுல உட்டுட்டு செத்துப்போயிட்டா அந்த ஆயி. அவ கள்ளப்பொம்புல.... அய்யோ பாவம் கள்ளப்புள்ளே என்று கள்ளவீட்டுப் பொம்பளயெல்லாம் ஆளுக்கொரு உருண்டையாகப் போக வர திண்டிப்பயலுக்கு ஊட்டிவிட்டு, அவனும் கஷ்டம் தெரியாம திமு திமுன்னு வளர்ந்துவிட்டான். திண்டி சும்மா சாப்பிடவில்லை. ஒவ்வொரு வீட்டிலேயும் காட்டுமாடு மாதிரி வீட்டு வேலைகளை எல்லாம் இழுத்துப்போட்டுச் செய்துவிட்டுத்தான் சாப்பிடுவான். சின்னப்பிள்ளையாக இருந்த காலத்தில் எல்லோருமே சோறு போட்டார்கள். காலம் ஆக ஆக அந்த வழக்கம் தேய்ந்துகொண்டே வந்து இப்போது அவனுக்கு 20 வயதாகையில் நிரந்தரமாக நின்று போனது. ஊர் பஞ்சாயத்து, ஆலமரம், குளத்தங்கரை, கோயில் மரத்தடி என்று கண்ட இடத்திலெல்லாம் பட்டினியாய் சுருண்டு கிடந்தான்.

பத்துநாள் இருபது நாளாச்சு. வாள் சுத்தியாரு வீட்டு தென்னந்தோப்புலே ஐம்பது இளநீர்க்காயை ஒரே நேரத்தில் வெட்டிக் குடிச்சான். அண்ணாமலை ரெட்டியாரு வாழைக்கொல்லையிலிருந்து முப்பதுதார் வாழைக்காயை வெட்டிக்கிட்டுப்போய் சந்தையில் வித்துப்போட்டான். படுகையில் இறங்கி வெத்தலைக்கொல்லையிலிருந்து ஐம்பது கவுளி வெத்தல, கர்ணக் கிழங்கு வெட்டி குமுச்சு கிடந்ததிலிருந்து இரண்டு வண்டி கிழங்கு காணும், அறுபது கிலோ வெண்டைக்காய், இன்னும் கண்ணுக்கெட்டுன தூரத்திலிருந்து மாங்காய், தேங்காய்ன்னு இப்டி ஏகப்பட்ட அழிமானம் செய்தான் திண்டி. ஊர் கிடுகிடுத்துப் போய்ட்டு! யார் இதையெல்லாம் செய்தார்கள் என்று யாருக்கும் தெரியாது.

அடுத்தநாளே செட்டியார் வீட்டு மாந்தோப்புல இரண்டு லாரி மாங்காய் காணும். "ஒரு மனுசன் செய்யிற வேலையா இல்லெ இதெல்லாம்" என்று ஊர் பூரா இதே பேச்சா இருந்தது. பகல்லயே நாயக்கர் வீட்டு அம்மா, கொல்லையில இருந்த பத்து சுரக்காயும் கொல்லையில கட்டிக் கிடந்த கன்னுக்குட்டியையும், தாய் பசுவையும் காணுமாம். ஊரே அல்லோல் கல்லோலப்பட்டுக்கிட்டு இருந்தது. யார் செஞ்சிருப்பாங்கன்னு ஒருத்தருக்கும் புரியல.

துப்புத் துலக்குறவங்களை ஊரார்க்கூட்டி வந்தா அன்னிக்கு அதே துப்புத் துலக்குறவன் வீட்டிலே கொள்ளை நடக்கும். போலீசைக் கூட்டி வந்தார்கள் கடைசியில்...

போலீஸ்காரங்களும், இன்ஸ்பெக்டரும் கிராமத்த சல்லடை போட்டுச் | சலிச்சாங்க. கேள்வி மேல் கேள்வி கேட்டாங்க திண்டிய! கொண்டு போய் குறுக்கும் மறுக்குமா விசாரணை பண்ணினாங்க. ஒன்றும் தேறல! ஆனா ஊர்க்கு வெளியேயிருந்த முசாரி பங்களாவுல நிறுத்தி வச்சிருந்த இன்ஸ்பெக்டரோட ஜீப் கார் மின்னல் வெட்டிய நேரத்துல காணும். திண்டிக்கி எப்படி ஜீப் கார் ஓட்ட தெரிஞ்சுது? காவலுக்கு அங்க நின்ன நாலு போலீஸ்காரங்களையும் கண்ணில மண்ண தூவிட்டு எப்படி ஜீப்ப அவனால கொண்டு போக முடிஞ்சுது? போலீஸ்காரங்களுக்கும் திண்டியப் பாக்க பயம்மா இருந்தது; ஏன்னா கையும் மையுமா அவனைப் புடிக்க முடியல. முடியாது அப்படிங்கிறதும் அவனப் பார்த்ததுமே தெரிஞ்சிக்கிட்டாங்க.

சாதாரணமா பெருந்தீனி திங்கிறவங்களுக்குப் பொதுவா சுறுசுறுப்பு இருக்காது. கூர்மையான அறிவு இருக்காது. சமயோசிதமா எந்தக் காரியமும் செய்ய மாட்டாங்க. ஆனா இங்க திண்டி அதுக்கு நேர் எதிர்மாறா இருக்கிறத இன்ஸ்பெக்டர் பாத்தார். திண்டி ஏராளமா திங்கிறத்தான் பாக்க முடிஞ்சதே தவிர அவன் திருடுறதெ பாக்கவே முடியலை! கன்னா பின்னான்னு திங்கிறவங்க கிட்ட இருக்கிற மந்த புத்தி திண்டிகிட்ட இல்ல. மின்னல்தான். மின்னல் வெட்ற நேரத்துல யாரும் கண்டு பிடிக்க முடியாம எல்லாரும் திகைச்சு நின்னுருக்கும்போது ஒரு ஊரையே கூட திண்டியால தூக்கிக்கிட்டு போயி ஒளிச்சு வச்சு வித்துட முடியும்.

போலீஸ்காரங்க அந்த ஊர் பொம்புளயள கூப்பிட்டு விசாரிச்சப்ப எல்லாம் ஒரே முட்டா 'திண்டி இல்லங்க

இதுக்கெல்லாம் காரணம்! அவன் நம்பூட்டு புள்ள' அப்படின்னு சொல்லிட்டாங்க . பிறகு ஊரார் எல்லாம் சேர்ந்து அவனுக்கு கமலம்பாள் என்கிற பெண்ணைக் கல்யாணம் கட்டி வைக்கிறார்கள். கால்கட்டுப் போட்டாச் சரியாகிவிடுவான் என்கிற நம்பிக்கையில். ஆனால் அதுவும் நடக்கவில்லை. நாலுநாளில் மறுபடி ஊரில் களவு. பின்னர் ஊரே கூடி அவனைப் பிடித்துச் சங்கிலியால் கட்டி பஞ்சாயத்தில் நிறுத்துகிறார்கள். அவனை மாறுகால் மாறுகை வாங்கணும் என்று தீர்ப்புச் சொல்கிறார்கள். அப்போது அவன் பேசுகிறான்:

“நான் எப்பவுமே ரொம்ப பேசுறவன் இல்லீங்க. தப்புன்னா யார் செஞ்சாலும் தப்புதான். நான் செஞ்சன்னு ஆனா ஒத்துக்க கூடாதுங்க! ஏன்னா ஒத்துக்கிட்டா ஊர் உலகத்தில இருக்கிற முக்காவாசி பேர் நாங்களும் திருடங்கதாங்க அப்படின்னு ஒத்துக்கவேண்டி வரும். என் மேல பத்துபேர் பிராது கொடுத்து இருக்கிறான். ஆனா அத நிரூபிக்கணுமில்லீங்க? அத இந்த ஊர்ல இருக்கிற ஆளுங்க மட்டுமல்ல; எவன் வந்தாலும் முடியாது! இதோ வாள் கத்தியார் மாமா இருக்கார்... பத்து ரூபாய்க்கு வேலை வாங்கிட்டு பரம்பரையா எம் பண்ணைக்காரன் எம் பண்ணைக்காரன்னு சொல்லி ஒன்னார் ரூவா கூலி கொடுக்கிறாரு. அது திருட்டு இல்லையா? கேட்டாக்கா அதாண்டா வழக்கங்கிறீங்க! அண்ணாமலை ரெட்டியார் ஊர்ல உள்ள அத்தனை கோயிலுக்கும் தர்மகர்த்தா. அதப்பத்தியெல்லாம் நீங்க யார்ரா பேசிறது? அப்படிம்பீங்க. என்ன பத்தியும் யாரும் பேசாதீங்க! சாமி காசு, சாமி காசுன்னு வாங்கின காசுல்லாம் தர்ம காசா நெனைச்சிக்கிட்டு அவர் ஊட்டு பெட்டிக்குள்ள கொண்டு வச்சிக்கிடார்ல்ல? பணத்தையெல்லாம் யார் போய் திருடிக்கிட்டு வாறது? நான் திருடுறேன் நான் திருடுறேன்னு சொல்றியே? ஊர்ல எவந்தான் திருடல. நான் எல்லோரோட திருட்டயும் பாத்துக்கிட்டே இருக்கிறவன். ஆனா எந்திருட்ட நான் திருடுவேன்னு உங்களால் நிரூபிக்க முடியாது.”

கட்டிய சங்கிலியெல்லாம் திராவகத்தில் உருகி வழிய மின்னல்போல திண்டி மறைகிறான். ஆனால் அதற்குப்பிறகு அவன் உள்ளூரில் கை வைப்பதை விடுகிறான். அடுத்த ஊர்களில் கொள்ளை தொடர்கிறான். இப்போது ஊரே அவன் திறமையைப் பாராட்டிப் பெருமிதம் கொள்கிறது. “பாத்தியா எல்லோருக்கும் தண்ணி காட்டுறான் நம்ப திண்டி.”

ஊர்ப்பொதுக்காரியத்துக்கு உதவி கேட்டு அவன் வீட்டு வாசலில் நிற்பவர்களாக ஊரார் மாறுவதோடு கதை முடிகிறது.

இக்கதை ஒரு மாயாஜாலக்கதைபோலப் பயணிக்கிறது. யாராலும் பிடிக்க முடியாத ஒரு திருடன் என்பது நம் தொன்மக்கதைகளில் வரும் கதாபாத்திரம். அதைச் சமகாலத்தில் கொண்டு வந்து நிறுத்தி ஊராரின் சமூக உளவியலைத் திறந்து காட்டப் பயன்படுத்துகிறார் ப்ரகாஷ். ஊர் மனதுக்கு என்று ஒரு நியாயமும் அறமும் இல்லை. பயன்படுத்தி எறியும் மனோபாவத்துடன் திண்டியை வேலை வாங்கி ஊதியம் தராமல் வெறும் சோற்றை மட்டும் போட்டு ஏமாற்றிய ஊர், அவன் பெரியவனாகி அதிகமாகத் தின்னும் கட்டம் வரும்போது தூக்கி எறிகிறது. அவனுக்குச் சோறூட்டி வளர்த்த ஊர்ப்பெண்கள் மட்டும் எப்போதும் அவனைக் காப்பவர்களாக இருக்கிறார்கள். இதில் காமம் இல்லை. ஆனால் கள்ளவூட்டுப் பயல் என்கிற தன் சாதி உணர்வு இருக்கிறது.

ஒட்டுமொத்தமாக தஞ்சைப்பகுதியின் கள்ளர்சாதி மக்களின் வரலாற்றுப் பாத்திரத்தை விமர்சிக்கும் கதையாக 'தஞ்சையின் முதல் சுதந்திரப்போர்' இருக்கிறது. சதா சர்வ காலமும் யாரேனும் ஒரு வம்சத்தின் கொள்ளைக்கும் கொடிய ஆட்சிக்கும் உள்ளாகிய வரலாறு கொண்ட தஞ்சையின் துயரத்தை அமர்சிங்கின் கடைசி நாட்களை முன் வைத்துப் பேசும் கதை இது. எந்த ஒரு நிலப்பரப்பிலும் வாழ்ந்த போர்க்கலையில் விற்பன்னர்களான (Warrior Caste எனப்படும்) சாதியாருக்கு எடுப்பார் கை அடியாட்களாக, இதுதான் கதியும் வரலாறும். கள்ளர் குலத்தலைவர் ஆதிரியார் பேசும்காட்சி இதன் விளக்கமாக அமைகிறது.

"மஹாராஜா! ஆறாயிரம் தலக்கெட்டா இருந்த நம்ம நாட்டுக் கள்ளக்குடி ஊருக்கு சேவுகம் செஞ்சு உசிர்வுட்டே முன்னூறு தலக்கெட்டா ஆயிப்போனது உங்களுக்கு தெரியாதுல! வடுக ஜனம் வந்தப்போ மடங்கமாட்டேன்னு செத்தது ஏராளம். அப்பறம் எந்த வடுக ஜனத்துக்கு எதுத்து நின்னானோ, அதே வடுக ஜனத்துகிட்டேயே போயி சண்டைக்கி ஆளு சேத்தப்போ சேனையில போயி சேந்தோம். தெலுங்கனுவளாவது ஆளுவானுவன்னு ராமநாதபுரம் தேவிப்பட்டிணம் மஹாதேவ பட்டணம் எல்லாம் கள்ளனுவ வடுகனுவளுக்கு தொணையா நின்னு சண்டை போட்டோம். ஆனா என்ன ஆச்சு? துலுக்கனும் நவாப்பும் வந்து வடக்க இருந்தும் தெக்கயிருந்தும் லட்சக்கணக்குல

கள்ளனுவளோட சண்டை போட முடியாம ஓடுனானுவளா? ஒங்க மராட்டியங்க வந்தப்போ திரும்பியும் வடுவ சனம் நெருப்புல பொசுங்கி மன்னர் கோட்டையிலும் மஹாதேவபட்டண கோட்டையிலயும் கொளுத்திகிட்டு வெள்ளக்காரனுக்கும் துலுக்கனுக்கும் ஈடுகுடுக்க முடியாம அழிஞ்சுதவ! அப்பவும் கள்ளன் தான் படை முழுக்க வெள்ளைக்காரனோட சண்டை போட்டான். நீங்க வந்திய!''

கள்ளர் சாதிப் பெருமித உணர்வைத் தூண்டிவிட்டு, ஆள்பவர் அவர்களைப் பயன்படுத்திக்கொள்ளும் யுக்தியும் கதையில் வெளிச்சமிடப்படுகிறது.

தஞ்சை மண்ணின் வரலாற்றுக்குள் இயல்பாகப் பயணிக்கும் இக்கதை தஞ்சை ப்ரகாஷின் வரலாற்று உணர்வையும் வரலாற்று ஞானத்தையும் அடையாளம் காட்டும் முக்கியமான கதை. ஆட்சியைத் துறக்கும் நிலையில் நிற்கும் அமர்சிங்கின் அந்தக் கடைசி ஓரிரு தினங்களில் நிலைகொள்ளும் கதை ஒட்டுமொத்தத் தஞ்சை மண்ணின் வரலாற்றையும் நம் நினைவுகளில் மீட்டெடுக்கிறது. அமர்சிங் நள்ளிரவில் தனித்து நிற்கும் காட்சி விவரிக்கப்படும் விதம் மனங்கொள்ளத்தக்கது:

“இருள் விலகாத உப்பரிகையிலிருந்து இருளில் நம்பிக்கையை எதிர்பார்த்து நின்ற அமர்சிங்கை தேடிய ஆங்கில துருப்புகள் மழபாடியில் அலைந்துலைந்த அதே நேரத்தில் அமர்சிங்கை வீழ்த்துவதற்கு சென்ஜார்ஜ் கோட்டை நோக்கி ஸ்வாட்ஸ் பாதிரியாரும் அவரது குதிரை வண்டியும் புறப்பட்டு இருளில் விரைந்தது. தார்சா உப்பரிகை சற்று உயரமானது. துளஜா மஹாராஜா கட்டிய தூபி! அங்கிருந்து சீரங்கம் ரங்கநாதர் விமான கோபுரம் தெரியும். தஞ்சாவூர் இருளில் முணகுவது அமர்சிங்கின் நெஞ்சுக்கு மட்டும் கேட்டது. வெள்ளைப்பறங்கியர் சிதைத்த தஞ்சாவூர் காவேரி கிளை விரித்து கால் ஊன்றி பாயும் வண்டல் விளைச்சல் பூமி விளைந்ததை எல்லாம் கேட்கிறார்கள் வெள்ளைக் கொள்ளைக்காரர்கள்!

ஒரு பக்கம் ஆர்காடு நவாப் படையுடன் பசுமையான விளைச்சலை அள்ளிப் போக சூறையாட வருகிறான். மறுபுறம் பட்டாணி முஸ்லீம்கள்! தரங்கம் பாடியிலிருந்து போர்த்துகீசியர்கள் வியாபாரம் என்ற பெயரில் தஞ்சையை சூறை உடைக்கிறார்கள். மேலே வடக்கு மராட்டியர்கள் மிரட்டி மிரட்டிப் பணம்

வசூலிக்கிறார்கள். இல்லையென்றால் கொள்ளை கொலை கொளுத்தி எரிய விடுகிறார்கள். ஹா! மறுபுறம் சின்ன ஜமீன்களும் தஞ்சாவூரை எரித்து கொள்ளையிடுகின்றன. தடி எடுத்தவன் தண்டல்காரன். தஞ்சை ஒரு விவசாய பூமி...''

இருள்பிரியாத தஞ்சை அதன் மாயாத நெல்வளம் குறையாத நீர்வளம் எல்லாம் வெள்ளைக் கொள்ளையராலும் துரானியராலும் எப்படி எல்லாம் நாசம் ஆயிற்று. பெண்களைத் தேடித்தேடி கற்பழித்தார்கள். வந்தவன் எல்லாம் வீடு வீடாகப் புகுந்து வேட்டுத்தீர்த்து கொன்றார்கள். கோவில்களைத் துரானிய பட்டாளங்கள் சூறையிட்டன. நாயக்கர் காலத்து தர்மங்கள் யாவும் அடியோடு முடங்கின. சத்திரங்கள் சாவடிகள் எல்லாவற்றையும் கொள்ளையிட்டார்கள். இடுப்பு கௌபீனம் /கோமணம் ஒன்று தவிர எல்லாவற்றையும் கொள்ளையிட்டனர். அமர்சிங்கும் துளஜாவும் ராஜ்ய பாரம் ஏற்ற பின்னர்தான் இந்தப் பத்தாண்டுகளாக ஓ! வெள்ளைப் பறங்கியர் கூட அஞ்சி விலகி நிற்க ஹிந்து மராட்டா தஞ்சாவூர் எழுந்து தர்மத்துடன் காத்து நின்றது. பாடசாலைகள் திறக்கப்பட்டன. தர்மசாலைகள் இயங்கின. அமர்சிங்கின் துணிச்சலில் சூறையாட முடியாமல் விரட்டப்பட்ட எதிரிகள் கண்கள் கரிக்க மீண்டும் தஞ்சை செழித்தது.

வந்தவன் போனவனால் குற்றுயிரும் குலையுயிருமாகச் சிதைக்கப்பட்டு ஒட்டச் சுரண்டப்பட்ட பின்னரும் எஞ்சி நிற்கும் மிச்சம் மீதிதான் நாம் இன்று காணும் 'தமிழக நெற்களஞ்சியமாம்' தஞ்சை பூமி என்கிற உணர்வு நம்மை ஆட்கொண்டு பெருமூச்செறிகிறோம். ப்ரகாஷின் கலையின் வெற்றி இது.

இன்னொரு வரலாற்றுக்கதை "ஆல மண்டபம்" தமிழ்வாழ்வையே ஒரு ஆலமரமாக வரித்து எழுதப்பட்ட ஒரு குறியீட்டுக்கதையாக விரியும் இக்கதையில் உயிருள்ள ஓர் ஆலமரமே காலப்போக்கில் ஒரு மண்டபமாக அதன் விழுதுகளே ஆயிரம்கால்களாக, தூண்களாக மாறி அதைத் தாங்கிப்பிடித்துக் கொண்டிருப்பதான கற்பனையில் தொடர்கிறது. கீழ்வரும் இரு பத்திகள் இக்கதை சொல்லிச்செல்லும் வரலாற்றிலிருந்து எடுக்கப்பட்ட இரு கீற்றுகள்:

"பத்தாயிரம் வருஷமா எந்த மரம் நிக்குமாம்? பயலுவளுக்கு அதான் பெரிய்ய கொண்டாட்டமாய் போச்சு. கல்லும் மண்ணும் தோணாத காலத்துலயே கட்டுனதுன்னு எவனோ சொல்லி வைக்ய, அவனவனுக்கும் மயக்கம் தாங்கல. மண்டபம் இப்பமும் மரம்

மாதிரியும் கோயில் மாதிரியும் அரண்மனை மாதிரியும் காச்சிகுடுக்குது. அஞ்ச அஞ்ச ஜனங்க பூந்து குடும்பம் நடத்துதுவொ. ஒரு ஊரு ஜனம்ல்லெ பல ஊரு பலசாதி கூட்டம். எடையனுவ தொடையனுவ கடையவனுவ பாப்பானுவ கூட்டம் திமிறி கிட்டு பிரிஞ்சு மண்டபத்துக்குள்ள பொழைக்கிதுவல்லெ? எத்தினு பொசலு, எத்தினி சூறக்காத்து சொழலு, வெள்ளம், தீன்னு எத்தினி விக்கினம் வெள்ளத்துல புடுங்கீட்டு அரிச்சி ஓடிப் பள்ளமாப் போனப்பவும் ஆலமண்டபம் அப்புடியே நிக்கிதே! எத்தனை பேரு வெறகு தறிச்சி, எத்தனை பேரு கெளை வெட்டி, உத்திரம் பண்ணி, ஊடு கட்டி, அடிமரத்தெக் கூறு போட்டு தேருக்கும், சாமி ரதத்துக்கும், ஊஞ்சலுக்கும் எத்தனை விழுதெ வெட்டிக் கொண்டு...''

''அப்பப்ப ஆழ்வானுவ நாயன்மாருங்கன்னு மண்டபத்துக்குள்ள விதானத்தை தாங்குறாப்ல நெறைய தேக்கந்தூணுகளெக் கொண்டாந்து நட்டாலும் தூணு நிக்கலியே! மண்டபம் சாஞ்சு கோணலா அஞ்சஞ்சா பொளந்து கிட்டு நிக்கிது அப்படீங்கிறதெ யாரும் ஒண்ணும் பண்ணலை. சமணனுவ புத்தனுவ சோனகன்க கிரேக்க யவன ரோமனுங்க சீனமிலேச்சனுவன்னு எத்தினியோ பயலுவ வந்து மண்டபத்துலதான் போனானுவ! ஆனா மரத்து உசிரு பெய்கிட்டேதானே இருக்கு? மரம் உசிர விடும்னு தோணுறப்ப எல்லாம் எவனாவுது கவிஞனா வந்து மண்டபமே நில்ன்னு பாடி வெச்சுட்டுப் பெய்கிட்டே இருந்தானுவளா?''

தமிழ்வாழ்வின் வரலாற்றை இப்படிச் சொல்லிப்பார்க்க வேண்டும் என்று ப்ரகாஷுக்குத் தோன்றியிருக்கிறது. தமிழர்கள் தம் வாழ்வுகுறித்தும் வரலாறு குறித்தும் கொண்டிருந்த எண்ணற்ற கற்பிதங்கள், வீண் பெருமிதங்கள் எல்லாவற்றையும் நாட்டார் வழக்காற்று மொழியில் கலைத்துச் சொல்கிறார் ப்ரகாஷ்.

'நியூசென்ஸ்' என்கிற கதையில் வேலையற்ற இளைஞன் ஒருவனின் அதீதச் செயல்பாடுகள் அவனை நியூசென்ஸ் கேஸில் உள்ளே தள்ள வைக்கின்றன. ஆனால் ப்ரகாஷ் இந்த சமூகம்தான் இதன் போக்குதான் நியூசென்ஸ் ஆக இருப்பதாகவும் அது இத்தகைய இளைஞர்கள் உருவாக அடிப்படைக்காரணமாக இருப்பதாகவும் முழுமைக்குள் ஒரு பகுதியாக அந்த இளைஞனின் கதையைக் கொண்டு நிறுத்துகிறார். இது முக்கியமான ஒரு கோணம். பொருள் முதல்வாதக் கோணம்.

வடிகால் வாரியம், கதை உண்மையில் தண்ணீர் வியாபாரத்துக்கு எதிராகத் தனியாகப் போராடிச் சாகும் ராமுப்பாட்டியின் கதை. நடுத்தர வர்க்கத்தினர் தண்ணீர்க்கொள்ளை பற்றி வெறுமே புலம்பிக் கொண்டிருக்க, ராமுப்பாட்டிதான் இறுதிவரை போராடுகிறாள். சாகடிக்கப்படுகிறாள். ஏப்ரல் 1992 இல் ப்ரகாஷ் இக்கதையை எழுதியிருக்கிறார். காவிரிபாயும் தஞ்சை மண்ணில் இந்தத் தண்ணீர் வியாபாரிகளால் தண்ணீர்ப்பஞ்சம் வரும் என்பதை அன்றைக்கே எழுதியிருக்கிறார். பேசப்பட வேண்டிய கதை இது.

2. காமம் போற்றும் கதைகள்

காமத்தைப் பாடுபொருளாகக் கொண்டு எழுதிய முதல் தமிழ்ப்படைப்பாளி என ப்ரகாஷைச் சொல்ல முடியாது. தொ. மு. சி. ரகுநாதனின் முதல் நாவலான 'முதலிரவு', 'காம உணர்ச்சி, மனிதனின் இதய உணர்ச்சியை மழுங்கடிக்கும் கீழ்த்தரமான உணர்ச்சி' என்ற பழங்கொள்கையைத் தவிடுபொடியாக்குவதற்காக எழுதப்பட்டது. அன்று அது தமிழக அரசால் தடை செய்யப்பட்டது. ரகுநாதனின் சிறுகதைகளான 'ஆனைத்தீ', 'வென்றிலன் என்றபோதும்', 'சுருதி பேதம்' போன்ற கதைகளும் புதுமைப்பித்தனின் 'விபரீத ஆசை' ந. பிச்சமூர்த்தியின் 'பதினெட்டாம் பெருக்கு' தி. ஜானகிராமன் மற்றும் ஜெயகாந்தனின் பல நவீன கதைகள் எனக் காமம் பாடிய கதைகள் ஏற்கனவே நம்மிடம் உண்டு.

தஞ்சை ப்ரகாஷ் எங்கே வேறுபடுகிறார் அல்லது தனித்து நிற்கிறார் எனில், அவருடைய படைப்புலகின் மைய அச்சாகவே காமத்தைக் கைக்கொண்டிருப்பதில்தான். காமத்தின் பாடலை விதவிதமான ராகங்களிலும் வர்ண மெட்டுக்களிலும் பாடித் தீர்த்திருக்கிறார் ப்ரகாஷ்.

'அங்கிள்' கதையில் மிஷன் தெருவில் வசிக்கும் சாளிப்பிள்ளை என்கிற சாள்ஸ் பிள்ளை பெண்களைப் பொறுத்தவரை பேதமில்லாத மனிதர். ஏற்றத்தாழ்வு இல்லாத சமத்துவம் பூண்டவர். பதினெட்டு வயதில் இண்டர் பாஸ் செய்தபின் அவர் போட்ட ஆட்டங்களுக்கு அளவே இல்லை. பத்தோடு பதினொன்றாக பக்கத்து வீட்டு ஏழைப்பெண் குழந்தை லிடியின் மீது கை வைக்கிறார். அவளுக்குப் பதினெட்டு வயது. இவர் ராணுவத்திலிருந்து ஓய்வு பெற்று வந்து தனித்திருக்கும் கிழவர்.

விகற்பமின்றி அங்கிள் அங்கிள் என்று அவரைச் சுற்றி வரும் லிடியைச் சேர்த்தணைக்கிறார்.

“வாண்டாம் அங்கிள்!”

“வாண்டாங்கிள்”

“உட்டுடுங்களேன்!உட்டுடுங்களேன்!”

என்று துடித்து அவரிடமிருந்து தப்பி ஓடுகிறாள் லிடி. இந்த சின்னக்கதறல் பின்னர் அவருடைய மனதில் எதிரொலித்துக்கொண்டே இருக்கிறது.”நீ உன் இருதயத்திலிருந்து சஞ்சலத்தையும், உன் மாமிசத்திலிருந்து தீங்கையும் நீக்கிப்போடு. இளவயதும் வாலிபமும் மாயையே.” என்கிற தேவ வாக்கியம் அவரைத் தன் செயலுக்காகக் குற்ற உணர்வு கொள்ள வைக்கிறது. லிடி என்னை மன்னிச்சுடு என்று மானசீகமாக அழுகிறார். லிடி அவள் வயதுப்பையன் பாண்டியுடன் உறவு கொண்டு கர்ப்பமுற்று நிற்கிறாள். பாண்டிப் பயலை அடித்துத் துரத்தியதும் சாளிப்பிள்ளைதான். லிடியின் ஏழைத்தாய் அவளை அழைத்துக் கொண்டு வந்து சாளிப்பிள்ளையிடம் ஒப்படைக்கிறாள். நீங்க அவளை என்ன பண்ணுவீங்கட்டு எனக்குத் தெரியாது மாமா... ஆனா, ஒங்ககிட்ட இவளெ உட்டுட்டுப் போறேன்.”

“மெதுவாக நடந்து சென்று சுவரோடு சாய்ந்து கிடந்து விம்மிக்கொண்டிருந்த லிடியை இரு கைகளையும் கொடுத்துத் தூக்கி நிறுத்தினார். அவள் கண்களைப் பார்த்தார். கண்ணீர் பொங்கி வடிந்து கொண்டே இருந்தது. அவள் அவர் கண்களுக்குள் பார்த்துக்கொண்டே இருந்தாள்-அலை பொங்கி மோதிப் புரண்டது. “அங்கிள்” –ஒரு விம்மலுடன் அவரைத் தழுவிக்கொண்டாள். இந்தப் பிணைப்பில் அந்த வயசு செத்தது!இந்த அணைப்பில்’ அந்த சுகம் ‘செத்தது. இந்த மடியில் அந்த அமைதி அமர்ந்தது.

“அங்கிள்”-மீண்டும் ஒரு விசும்பல்.

“வாண்டாங்கிள்... உட்டுடுங்களேன்... உட்டுடுங்களேன்...” என்று கதைக்குள் கேட்கும் சின்னக்கதறல் கதையை வாசித்து முடித்தபிறகும் வாசக மனதில் மோதிக்கொண்டே இருக்கிறது. இன்றைய பொள்ளாச்சியில் பாலியல் கொடுமைக்கு ஆளாக்கப்பட்ட இளம் பெண்களின் “அடிக்காதிங்க அண்ணா...” என்கிற கதறலுடன் வந்து இணைகிறது லிடியின் குரல்.

ஆனால் இக்கதையில் இயங்கும் ஆணின் குற்ற மனம் மற்றும் கிளர்ந்தெழும் நியாய உணர்வு ப்ரகாஷின் எல்லாக் காமம்சார் கதைகளிலும் இயங்கிவிடவில்லை.

“சுயம்” கதையில் வித்யாசாகர் என்கிற சிற்பி எட்டு வயதே ஆன கான்வெண்ட் செல்லும் சிறுமியான கார்த்தியாயினி மீது காமம் கொள்கிறார். அது குறித்து அவருக்குக் குற்ற மனம் எதுவும் இல்லை. அந்த எட்டு வயதுச் சிறுமியைப் பார்க்கும்போது நெஞ்சுக்குள் ஒலிக்கும் “ஐயோ” எனும் குரல் யாருக்குக் கேட்கப்போகிறது? தெய்வ உருவங்களிலிருந்து மனித உருவங்களைத்தான் தான் செதுக்கி எடுப்பதாகக் கருதினார். இந்த எட்டு வயதுப்பெண்ணைச் சிற்பமாக வடித்துவிட முடியாத சவால் அவள் பின்னால் அவரை ஓட வைப்பதாகக் கருதுகிறார்.

ஆனால் கதை அப்படியே சிற்பம், கலை என மட்டும் பாய்ந்துவிடாமல் அச்சிறுமியின் மீது காமம் கொள்ளும் மனநிலை பற்றிப் பேசுகிறது.

”இன்னும் கொஞ்ச நாளில் கார்த்தியாயினியின் கான்வெண்ட் கவுன் பெரியதாய் விரிந்து உயர்ந்துவிடும். இந்த அழகு சுயநலமாகும். தனக்கென்று முட்டிக் கனியும் கூர்மையும், ஆழமும் உடலை வடிக்கும் யாரோ ஒருவனின் செதுக்கலில் நுணுங்கிச் சிதறும் விரகத்தில் பசலை படரும். உடலும் உள்ளமும் கன்னத்தில் விண்டு போகும். வித்யாசாகருக்குச் சிரிப்புத் தாங்கவில்லை. தெருவிலிருந்த ரிக்ஷாவிலிருந்து அவரை நோக்கி அல்ல... இந்த உலகையே விரிந்த ஆச்சர்யத்துடன் பெருகிய கண்களுடன், அகன்ற நெஞ்சத்தின் ஆச்சர்யக் கனவுகளுடன், எல்லாவற்றையும் பார்த்து, வியந்து கொண்டே இருந்த கார்த்தியாயினியை இன்னும் காமக் கண்களுடனும், கோணல் மாணலாக தனது குதர்க்க புத்தியுடனும், அந்த எட்டு வயதுச் சிறுமியை அள்ளி விழுங்கி விடுகிற காமத்துடனும், கரைகடந்த அன்புடனும் பார்த்த அவரை அந்தச் சிறுமி புரிந்து கொண்டாளா? என்பது மற்றவர்களுக்குச் சந்தேகமாயிருக்கலாம். ஆனால் அறிவறியாப் பருவத்தில்தான் விந்தைகள் நேர்கின்றன. அவள் அவரை அனுகிரகித்தாள். தீச்சுடர் போன்ற அந்த உதடுகள் கேலியாகச் சுழித்து சிரித்தன. அவள் கண்களிலிருந்து பெருகி வரும் பசியை அவர் மட்டுமே அனுபவித்தார். நிரம்பிய புன்னகை தனித்தனியாய் திவலைகளாய் மாறி படர்ந்து வந்து அவரை அடைந்தன. அந்த மோகனச் சிரிப்பின் மாயம் புரியவிலலை. புரிந்திருந்தால்தான் அவர் உலகை

வீழ்த்தியிருப்பாரே...! அவள் சிரிப்பில், அவள் கண்களில் கனிந்த திருட்டுப் பழம் சொரிந்தது. வித்யாசாகரின் நரம்புகள் முறுக்கேறின. மூளை செத்தது. உடலும் மனமும் ஒன்றையொன்று பாம்பாய் பின்ன ஒன்றையொன்று கொத்திக் கொண்டு விஷம் கக்கின. நெடுஞ்சாண்கிடையாய் விழுந்து வணங்கும் பக்தன் போல் எழுந்து அவளை நோக்கி விழப்போனார் "

சிறுமிகள் மீதான பாலியல் குற்றங்களுக்கென போக்சோ சட்டம் போட வேண்டிய நிலையில் இன்றைய இந்தியா வளர்ந்திருக்கிறது. சிறு பெண்ணானாலும் காமம் கொள்ளும் மனநிலையை ஆண் அடைகிறான் என்கிற உண்மை இக்கதையில் வெளிப்படையாக எழுதப்பட்டிருக்கிறது. ஏற்கனவே 13 வயதுப்பெண்ணின் மீது மையல் கொள்ளும் கதையை(அழியாச்சுடர்) மௌனி எழுதியிருக்கிறார். மௌனி காலத்தில் குழந்தைத் திருமணங்கள் இயல்பாக எடுத்துக்கொள்ளப்பட்ட நிலையின் வழி அன்றைய மரபின் பிடிக்குள் நின்ற மௌனியின் ஆண் மனநிலையைப் புரிந்துகொள்கிறோம். 90 களில் கதை எழுதும் ப்ரகாஷ் சமூகத்தின் ஆண் மைய உளவியலைப் புரிந்துகொண்டு எழுதினாரா என்கிற கேள்வி எழுகிறது. இக்கதை எந்த இதழிலும் வெளிவரவில்லை. அவர் அனுப்பவில்லையா? யாரும் பிரசுரிக்கவில்லையா என்பது தெரியவில்லை. எப்படியானாலும் வித்யாசாகர் வாகனத்தில் அடிபட்டுச் சாவதாகக் கதையை முடித்திருந்தாலும்" அவள் சிரிப்பில், அவள் கண்களில் கனிந்த திருட்டுப் பழம் சொரிந்தது."என்று இரண்டாம் வகுப்பு படிக்கும் குழந்தை பற்றி எழுதி வைப்பதை ஏற்க இயலவில்லை. ஆண்மனதின் வக்கிரம் தோலுரிக்கப்பட்டிருப்பது சரி. ஆனால் அக்குழந்தையும் அனுக்கிரகித்ததாக எழுதியது(அவள் கண்களிலிருந்து பெருகி வரும் பசியை அவர் மட்டுமே அனுபவித்தார் என்றெல்லாம் எழுதியது) எப்படி சரியாகும்? "இதையெல்லாம் எழுத வேண்டுமா என்று கேட்காதீர்கள். இதெல்லாம் இந்த சமூகத்தில் ஏன் இருக்கிறது என்று கேளுங்கள்" என்கிற ஜி. நாகராஜனின் பிரகடனத்திற்குள் இதைக் கொண்டுசேர்த்துச் சமாதானம் கொள்ள முடியவில்லை.

திருமணத்துக்கு அப்பாலான பாலுறவு, அதை ஒட்டி எழுகின்ற உறவுச் சிக்கல்கள் பற்றி ஜானுப்பாட்டி அழுது கொண்டிருக்கிறாள், நாகம், அஞ்சுமாடி, புலன் விசாரணை, எரித்ததும் புதைத்ததும் ஆகிய கதைகள் பேசுகின்றன.

“சோடியம் விளக்குகளின் கீழே” ஒரு பாலியல் தொழிலாளியான அகிலாவின் பொழுதுகளைப் பேசினாலும் கதையின் மையமாக இருப்பது வெளிச்சமும் இருட்டும். பங்களாக்களில் வாழ்பவருக்கும் அங்கு சென்று தன் உடலைத் தருபவளாக அகிலா இருந்தாலும் அவள் வாழ்வது எப்போதும் தெருவில்தான். அவள் ஒரு ‘தெருப்பெண்’ என்பதாகத்தான் தன்னைத் தான் அடையாளம் காண்கிறாள். ஆகவே அவள் தொழிலுக்கு இருட்டே துணை ஆகிறது. தஞ்சாவூரில் நிர்வாகம் ஏற்பாடு செய்து பொருத்திய சோடியம் விளக்குகள் எங்கும் ஒரு மஞ்சள் நிற வெளிச்சத்தை வாரி வழங்கி அவளுக்கான இருட்டைத் துரத்தியடிக்கிறது. அவள் தொழில் இல்லாமல் பட்டினி கிடக்கும் நிலை ஏற்படுகிறது. சோடியம் விளக்குகளைக் கல்லால் அடித்து அவள் உடைப்பதோடு கதை முடிகிறது. பாலியல் தொழிலாளி பற்றிய கதையானாலும் இக்கதை காவல்துறை, நீதிமன்றம், ஆணாதிக்க சமூகத்தின் பல்லிளிப்பு என்று கூர்மையான சமூக விமர்சனமாக விரிகிறது.

’மேபல்’ கதை ஒரு காவியம்போலப் படைக்கப்பட்ட கதை. தான் சொல்வதை மட்டுமே குடும்பத்தில் எல்லோரும் கேட்டு நடக்க வேண்டும் என்று உத்தரவு போடும் முன்னாள் ராணுவத்தினரான ஒரு தகப்பன். பிள்ளைகள் விருப்பப்படி அல்லாமல் தன் முடிவுப்படி திருமணங்களை நடத்தி வைக்கிறார். எல்லாப்பிள்ளைகளும் அவரை விட்டு விலகிச் செல்கிறார்கள். கடைசி மகளான ‘மேபல்’ மட்டும்-அவளுக்கும் ஒரு காதலன் உண்டு என்றாலும்- கடைசிவரை அப்பாவுடனே இருக்கிறாள். தகப்பனுக்கும் மகளுக்கும் இடையில் அப்படி ஓர் ஈர்ப்பு. இதைக் காமம் என்கிற தளத்துக்கு ப்ரகாஷ் எடுத்துச் செல்லவில்லை. ஒரு வினோதமான பிணைப்பு இருப்பதை நுட்பமாகச் சித்தரிக்கிறார். கு. அழகிரிசாமியின் ‘அழகம்மாள்’ கதை போல மனித மனதின் பிடிபடாப் புதிர்களில் ஒன்றைப் பேசும் கதை ‘மேபல்’. இதைப்போலவே ‘பேய்க்கவிதை’ யில் அண்ணனுக்கும் தங்கைக்கும் இடையில் ஏற்படும் உடல்சார் ஈர்ப்பு பேசுபொருளாகியிருக்கிறது. பிறழ்வின் வகைகள் அத்தனையையும் பேசிப்பார்த்துவிடவேண்டும் என்று ப்ரகாஷ் தீர்மானித்ததுபோல விதவிதமாக எழுதிச்செல்கிறார்.

‘இருட்டின் நிறங்கள்’ கதை பெண் தன்மையுள்ள கல்லூரி மாணவன் ஒருவனை சமூகம் எப்படி பாலியல் தொல்லை கொடுக்கிறது, எப்படிப் பயன் படுத்தி நுகர்கிறது என்பதை வலி

மிகுந்த அவனுடைய குரலில் சொல்கிறது. கல்லூரி விடுதியில் அவனுக்குப் பெயர் ‘வார்டன் பொண்டாட்டி’. வார்டன் லாசரஸ்ஸின் அக்கா டோரா ஆண்டி அவனைத் தன்னுடன் அழைத்துச் சென்று கூடவே வைத்துக்கொள்கிறாள். மூச்சு முட்டுது... மூச்சு முட்டுது... ஆண்ட்டியோட கட்டில்ல என்று கதை முடியும். பெண்மீதான பாலியல் வன்முறையின் நிழல் இத்தகைய ஆண் உடல்மீதும் படரும் சமூக யதார்த்தம், உறைக்கும் விதமாகப் பேசப்பட்டுள்ளது.

3. கண்ணனும் கோபியரும்

ஆணைக் கண்ணனாகப் படைத்து கண்ணனைக் காமுற்று அவன் பின்னால் சுற்றித்திரியும் கோபியராகப் பெண்களைப் படைக்கும் ஓர் உந்துதல் தஞ்சை ப்ரகாஷின் நாவல்களில் போலவே சில சிறுகதைகளிலும் வெளிப்படுவதைக் காண்கிறோம். ஆண் மையப் பார்வையுடன் தான் ப்ரகாஷ் கதைகளைப் படைக்கிறார் என்று விமர்சிக்க இடம் தருபவை இக்கதைகள். பெண்ணின் காமத்தைப் பேசக்கூடாதா என்பதல்ல இங்கு பிரச்னை. பின்னால் திரிபவர்களாகப் படைப்பதுதான் கேள்வி.

கடைசிக்கட்டி மாம்பழம், பூகோஸ், அகழ்மோடு, பொறா ஷேக்கு ஆகிய கதைகள் இந்த ரகமானவை.

இக்கதைகளில் ’கடைசிக்கட்டி மாம்பழம்’ ஒரு செவ்வியல் முழுமையுடன் சுடரும் கதை. வீட்டின் ஒரே ஆண் ஆன குடும்பத்தலைவன் இறந்து போக ‘ஆண் துணை இல்லாத வீட்டில்’ அடியெடுத்து வைக்கும் கலியராஜன் அந்த வீட்டு வேலைகள் அனைத்தையும் இழுத்துப் போட்டுச் செய்கிறான். அவனுக்கென ஊரில் ஒரு சொந்த வீடும் உத்தியோகமும் இருந்தாலும் ராத்திரி தூங்க மட்டுமே அந்த வீட்டுக்குப் போவான். மற்ற எல்லா நேரமும் ஒன்பது பெண்குழந்தைகளும் தாய் மதுரம்பாளும் ஆக பத்துப் பெண்கள் உள்ள இந்த வீட்டிலேயே கிடப்பான். தர்மு, லலிதா, நாகலஷ்மி, ஜோதி, ராஜலஷ்மி, சுநந்தா என ஒன்பது பெண்களும் கலியராஜனின் கழுத்தைக் கட்டிக்கொண்டு என்னைக் கட்டிக்கோ மாமா என்று கொஞ்சுகிறவர்களாக இருக்கிறார்கள். கதையில் சஸ்பென்ஸாக இருப்பது அவன் எந்தப்பெண்ணைக் கட்டிக்கப்போகிறான் என்பதாகவே இருக்கிறது. ஆனால் அவன் ஒரு தகப்பனைப் போலப் பொறுப்பாக இருந்து ஒவ்வொரு பெண்ணுக்கும் மாப்பிள்ளை பார்த்துக் கட்டி

வைக்கிறான். பத்துப்பிள்ளை பெற்ற மதுராம்பாள் மீதுதான் காதலும் காமமும் அவன் கொண்டிருப்பதைக் கடைசியில் போட்டு உடைக்கிறான். அவளுக்கும் அது தெரியும். ஆனால் தனக்குள் மூடி வைத்திருக்கிறாள். அவன் இந்த வீட்டுக்குள் நுழையும் முன்பே அவனை அவள் 'ஏறிட்டுப் பார்த்தவள்'தான்.

'தினமும் சிங்கப்பெருமாள் குளத்தில் குளிக்கும்போது அவனைப் பார்க்கிறவள்தான் இவள். ஒரு பார்வையிலேயே பெண்கள் ஆம்பளைகளைக் கண்டுபிடித்து விடுவார்கள். கலியராஜனை மிக நன்றாகப் புரிந்தது மதுரம்பாளுக்குத்தான். அவனுடைய தோற்றமே வித்தியாசமாக இருந்தது அவளுக்கு. மதுரத்துக்கும் அவனுக்கும் 20 வயது வித்தியாசமிருந்தாலும், ஒரு ஆம்பிளைய இன்னும் திரும்பிப்பார்க்க அவளுக்கு இருந்த திமிரைப்பற்றி அவளே வருத்தப்பட்டு, எட்டு நாள் விரதமிருந்து, தண்ணீரோட அம்பாளுக்கு வேண்டுதல் செய்து விரதத்தை முடிச்சது இன்னும் ஞாபகமிருக்கு" என்று கதையின் துவக்கத்தில் ப்ரகாஷ் எழுதிச் செல்லும் வரிகளில் கதையின் முடிச்சு மறைந்திருக்கிறது.

காரணம் பிடிபடாத வினோத ஈர்ப்புகள் மனித வாழ்வில் இருக்கும். அதில் இது ஒரு வகை. இப்படி ஒரு வரியில் கதைச்சுருக்கம் சொன்னாலும், வாசித்து அனுபவிக்க வேண்டிய – பாத்திரப்படைப்பிலும் கதை சொன்ன விதத்திலும் பல அழகுகளும் நுட்பங்களும் உள்ள முத்திரை பதித்த கதை இது.

'பூகோஸ்' என்கிற கதை ஓவியன் வித்யாசாகருக்கு மாடலாக பணியாற்ற முன் வரும் ஏகப்ஜானாவின் மனைவி மீரா மெல்ல மெல்ல ஓவியனின் மீது காமுற்று, கலையாக மட்டுமே அவள் உடம்பைப்பார்க்கும் அவனைத் தன்பால் இழுக்கும் கதை. 'அவர் விரல்கள் அவள் உடலைக் காகிதத்தில் ஸ்கெட்ச் ஆகக் கீறக் கீற அவள் உடல் சிலிர்த்துத் தன்னை இழக்க ஆரம்பிக்கிறாள். அவள்தான் முதலில் அவனை காமத்தின் பாதையில் இழுக்கிறாள். "அவர் வழுவிப் பிரிய முயன்ற போது மீரா வித்யாசாகரை முறுக்கித் தழுவி தழுவி பாய்ந்து... வியர்வை ரத்தமாய் வடிய வடியப் பாய்ந்து மோதி மோதி..."

இன்னொரு கண்ணனாக, கோபியர் கொஞ்சும் ரமணனாக, இன்னொரு வித்யாசாகர் 'அகழ்மோடு' நெடுங்கதையில் வருகிறார். சின்னா என்கிற தோட்டிப் பெண்ணை அடைய அந்தக் காலனியில்

பல ஆண்கள் முயன்று தோற்றுக்கொண்டிருக்க, அவளோ வித்யாசாகரைத்தான் நாடுகிறாள். இந்தக் கதையில் பெண்களை அடமானம் வைத்துப் பணம் பெறும் வழக்கமுள்ள, துயர்மிக்க ஒரு காலனி வாழ்க்கை கதையின் பின் திரையாக அமைகிறது. ஆனால் அதை விவரிப்பது அல்லது அப்பொருளியல் வாழ்வு குறித்துப் பேசுவது ப்ரகாஷின் நோக்கமல்ல என்பதால் அத்திசையில் பயணிக்காமல் அந்தப் பின் திரையிலும் காமத்தின் வர்ணங்களையே தீட்டுகிறார். உயர்குலத்து மனைவி லலிதாவைப் பிரிந்து இந்தக் காலனியில் ஒரு சிமிண்டுக்குழாய்க்குள் சின்னாவுடன் உறவு கொண்டு வாழ்கிறார் அந்த வித்யாசாகர்.

"நிஜமாவே ஆச்சரியத்தில் அவளைப் பார்த்து அயர்ந்து போனார் வித்யாசாகர்!"

அவளது கொச்சைத் தெலுங்கு – தோட்டிப்பன்றிவாடை. அற்புதமான உடம்பு – ஆச்சர்யமான உயிர் – வேகமான வெறியும் தாகமும். எல்லாவற்றையும் அமுக்கிக் கீழே அடக்கும் சுடர் போன்ற அவளது இளமையும் புத்தியும் ஆ!

எல்லா ரகசியங்களையும் உடைத்து "இந்தா நான்டா! எல்லாம் நான்டா" என்று அள்ளி அள்ளித்தந்த இந்த ரகசியம் இந்த இளமையுடையதுதானா?! அது மட்டுமல்ல; இவளுக்கும் அவருக்கும் வேறு எந்தக் காரணமும் இல்லாமலே இணைந்த ரகசியம் எது? லலிதாவை விட்டு வந்ததே இதே காரணத்துக்காக அல்லவா? லலிதாவும் இப்படித்தான் நேசித்தாள் அல்லவா ! ஆனால் அவள் ராஜகுமாரி! அந்தஸ்த்தோடு ஜாதியோடு முறையோடு கிரமமாய்த்தான் எதையும் செய்யக் கூடும் அவளால் இது முடியாது! கூடாது. சின்னாவின் கூர்மையும் வேகமும் முரட்டுத் தனமும் சின்னாவை கெடுக்கவில்லை. எல்லாவற்றிலும் அவளுக்கு வித்தியாசாகர்தான் வேணும்! வேறு ஒண்ணும் வேண்டாம் எல்லாமே வித்யாசாகருக்குத் தான். இவள் ராஜகுமாரி அல்ல தெரு போதும் இவளுக்கு! இருட்டு போதும்! மண்டபத்தில் அகழி ஆற்று புதாற்றுக் காற்றில் கிடந்த வெற்றுடம்பை வந்து எழுப்பியவள். அவளேதான் சின்னா!"

"கள்ளம்" நாவலில் வரும் பத்மராஜுவை நினைவூட்டும் ஒரு கதாபாத்திரமாக இந்த வித்யாசாகர் படைக்கப்பட்டிருக்கிறார். எளிய மக்களின் வாழ்க்கையின் ஒரு பகுதியாக இருக்கும் காமத்தைப் பிரதான அம்சமாகக் கவனப்படுத்துகிறார் ப்ரகாஷ்

பக்கவாத்தியமாக அவர் வாசிக்கும் ஒடுக்கப்பட்டோர் வாழ்வு குறித்த பதிவுகள் இதை முன்னிலைப்படுத்தி எழுதாமல் போனாரே என்று நினைக்க வைக்கின்றன.

4. மீறும் பெண்கள்

நம் சமூகம் வார்த்தெடுக்க நினைக்கும் வடிவத்தை, சட்டகத்தை உதறிச் சுய அடையாளத்துடன் நிற்கத் துடிக்கும் மூன்று பெண்களை ப்ரகாஷ் படைத்திருப்பது கவனத்துக்குரியது."பள்ளத்தாக்கு" கதையில் வரும் மைதிலி,"பற்றி எரிந்த தென்னை மரம்" கதையின் லோச்சனா அப்புறம் "உம்பளாயி" கதையின் உம்பளாயி.

ஊருக்கு வெளியே காவேரி ஆற்றுக்கு அந்தப்புறம் புத்தாற்றின் சரிவில் யாரும் அண்டாத ஒரு தனி வீட்டில் தனித்து ஒண்டியாக வாழும் மைதிலி தனக்கென சொந்த ருசிகள் கொண்டவள்.

"லாமினேட்டட் மேஜைப்பரப்பில் ஆவி பறக்கும் சூப்!வத்தக்குழம்பு!நெய்!புட்டிங்!சம்பந்தமில்லாத ருசிகள்!இஷ்டம் போலக் கொறித்துத் தள்ளுவாள். ஒருத்திக்குச் சமைத்தது. சூப்பும் வத்தக்குழம்பும் புட்டிங்கும் இல்லாவிட்டால் ஸாண்ட்விச்சும் ரசமும்!"

சாப்பாட்டில் மட்டுமல்ல வாழ்க்கையின் ஒவ்வொரு துளியிலும் தனக்கென வித்தியாசமான ருசிகள் கொண்டவள். அப்பாவால் வளர்க்கப்பட்ட அவள் சுதந்திரமாக வளர்ந்தாள். அப்பா எதையும் அவள் மீது திணிக்காமல் அவளுக்கான வாழ்வை அவளே தேர்ந்து கொள்ளப் பழக்கியிருந்தாள். அந்த சுதந்திரத்திலிருந்து அவளால் விடுபட முடியவில்லை. பகலில் வேலைக்குப் போய்விட்டு இரவிலும் விடுமுறை நாட்களிலும் மட்டும் அந்தப்பள்ளத்தாக்கு வீட்டில் தனித்திருப்பாள். அவளைப்பொருத்தவரை அவள் இதுவரை சந்தித்த ஆண்களெல்லாம் புழுக்கள். புழுக்களுடன் ஜீவிக்க முடியுமா? ஆனாலும் அவளுடைய அப்பா அவளிடத்திற்கு மாப்பிள்ளைகளையும் ஜாதகங்களையும் அனுப்பிக்கொண்டே இருந்தார்.

நாலு கேள்வியில் அந்த மாப்பிள்ளைகள் புழுக்களாக நெளிவதைக் கண்டு பிடித்துவிடுவாள் மைதிலி. யாரையாவது ஒரு பையனை லவ் பண்ணக்கூடாதா என்று அவளுடைய அப்பாவே கேட்டார் ஒருநாள். அப்பா பரவாயில்லையே என்று ஒரு நிமிடம் நினைத்தாள். ஆனால் அடுத்த நிமிடம் அப்பா புழுவாகி நின்றார். "லவ் பண்றது தப்பு இல்லே!ஆனா நம்மளவளா இருக்கணும்.

கோத்திரமறிஞ்சு பொண்ணைக்குடுன்னு பெரிவா சொல்லீருக்காளே!" அப்பா புழு அல்லாமல் என்ன?

தனித்து வாழும் தைரியமான பெண்ணாக மைதிலியைப் படைத்திருப்பதும் ஆண்களின் புழுத்தன்மையை சட்டென அவள் அடையாளம் கண்டு விலக்குவதுமான அவள் போக்கு என நகரும் இக்கதை ப்ரகாஷின் குறிப்பிடத்தக்க கதைகளில் ஒன்று.

எல்லோரும் கொண்டாடும் கதை என "பற்றி எரிந்த தென்னை மரம்" கதையைச் சொல்ல வேண்டும். இக்கதையின் லோச்சனாவும் ஒரு பிராமணப்பெண். வண்ணங்களோடு வாழும் ஓவியரான அவளுக்குக் குழந்தை பிறக்கிறது. தாய்ப்பால் ஒவ்வாமை காரணமாக அவள் உடல் முழுக்க சிவப்பு சிவப்பாய் தடிப்புகள் பரவ, குழந்தைக்கும் அது பரவ அவளிடமிருந்து குழந்தை பிரிக்கப்படுகிறாள். எல்லா டாக்டர்களும் இது மதர் அலெர்ஜி என்று சொல்கிறார்கள். எல்லோரும் இருந்தும் எல்லோருடன் இருந்தும் அவள் கொல்லையில் ஒரு குடிசையில் தனித்திருக்க நேர்கிறது. கணவன் ராகவன் உட்பட குடும்பத்தார் யாரும் அவள் கிட்ட நெருங்குவதும் இல்லை. ஒருநாள் அவள் எல்லோரும் தடுத்தும் கேளாமல் வீட்டை விட்டுக் கிளம்பி அஞ்சினி என்கிற காவிரிக்கு அப்பால் தீவு போல தனித்திருக்கும் இடத்தில் தானே வீடு கட்டி அங்கே வாழத்துவங்குகிறாள். எட்டு ஆண்டுகளாகியும் அவள் அங்கேயேதான் இருக்கிறாள்.

"தன்னந்தனியே வினோதமான உருவத்துடன் அந்தக் கிராமத்தின் மூலை முடுக்குகளிலெல்லாம் சுற்றிக் கொண்டிருந்த அந்தப் பொண்ணுக்கு யாரும் வேண்டாம். அவள் ஒரு தாய் இல்லை. யாருக்கும் அவள் தமக்கையில்லை. தங்கை இல்லை. மனைவி இல்லை. அவள் வெறும் மனுஷி! ஐந்தாறு வருடங்களாக அந்த மண்ணில் உழலும். சாதாரணமான மனிதர்களோடும், மனுஷிகளோடும் அவளும் ஒருத்தி. அவளே கல் அறுத்து பெரிய பெரிய செங்கற்கல்லாய்ச் சுட்டு அவளே வினோதமாய் கட்டிய அந்த வினோதமான வீடும் லோச்சனாவைப் போலவே, முரட்டுத்தனமாய் கவலையற்று இயற்கையின் சீற்றங்களை எதிர்த்து நின்றது... வீடுகளின் வாசல்கள் எட்டுப்புறமும் திறந்து கிடந்தன. வாசல்களுக்கு கதவுகள் இல்லை. சுவர்களில்லை, ஆலய வாசல்கள் போல் சிற்பச் சாதுரியமாய் அவள் கையாலயே கட்டிய வாசல்களாய் இருந்தன. வாசலுக்கு நேர் எதிரே அவளும் அந்தப் பக்கத்து பறையர்களும் பள்ளர்களும் சேர்ந்து வெட்டிய குளம்

ஒன்று நீல நிறத் தடாகமாய் காட்சி அளித்தது. இதெல்லாம் யாருக்குப் பிடிக்கும்? யாருக்குப் பிடிக்க வேண்டும்? ஆனால் அந்தப் பக்கத்து மீன் பிடிக்கும் வலையர்களுக்கும் ஆடு வளர்க்கும் கிதாரிகளுக்கும் லோச்சனாவை ரொம்பப் பிடித்தது. அவள் தரும் காரமான டீயும் உப்புச் சுவை மிகுந்த எலுமிச்சை பழச்சாறும், பல காய்கறிகள், கீரைகள் மிதக்கும் சாம்பாரும், சோறும் அவர்கள் எங்கும் ருசித்ததேயில்லை. அந்தத் தொழு நோயாளிப் பெண்ணின் நோய் அவர்களுக்குத் தெரியவேயில்லை. ஏகாலிப் பெண்கள் கொண்டு வந்து கொடுக்கும் ஒவ்வொரு வெள்ளைத் துணியிலும் அவள் மெழுகால் வரைந்து கொடுத்த Batic (பேத்திக்) டிசைன்கள் அபாரமாய் இருந்தன. அந்த வீட்டுச் சுவர்கள் எங்கும் அவள் வரைந்த காளியின் உருவங்கள் சாந்தமாகிச் சிரித்தன."

கீழ்த்தட்டு உழைப்பாளி மக்கள் அவளை மனுஷியாக மட்டுமே பார்த்து இயல்பாகப் பழக, வெள்ளாள அய்யர் வீட்டு ஆட்கள் அவளை நோயாளியாக மட்டுமே பார்த்தனர். நோய் சரியான பின்னும் அவளை அப்படியே பார்த்துக்கொண்டிருந்தனர். எட்ட இருந்து கருணை பொழிந்தார்கள். அவள் தன் உடம்பெங்கும் தூரிகையில் வண்ணங்களைக்குழைத்து பசிய இலை தழைகளை ஓவியமாக வரைந்து கொண்டிருந்தாள். தொழுநோயை வர்ணங்களால் பூசி மறைத்தபோதும் வலையர்களும் கீதாரிகளும் மீன் பிடிக்கும் குறவர்களும் அவளுடன் அட்டகாசமாகப் பேசிச் சிரித்துக்கொண்டிருந்தனர். அவள் ஊற்றும் கஞ்சியில் அவர்கள் எப்போதும்தொழுநோயின் அருவருப்பைக் காட்டவில்லை.

உண்மையில் இக்கதை பெண்மையின் எழுச்சிமிக்க அத்தியாயம் போல அமைந்துள்ளது. தன் மீது வர்ணம்பூசி மறைப்பதை ஒரு குறியீடாகக் கொண்டால், கதை மனித குல வரலாற்றில் பயணிக்கும் பெருங்கதையாக ரூபம் கொள்வதைக் காணலாம். உழைக்கும் மக்களின் இயல்பான பார்வைக்கும் நடுத்தரவர்க்கத்தின் பொய்மைக்கும் இடையில் துல்லியமான கோடு கிழிக்கும் கதையாகவும் இதை வாசிக்கலாம்.

குடும்பச்சிறைக்கு வெளியே இவ்விரு பெண்களையும் வாழ வைத்த ப்ரகாஷ் உம்பளாயி என்னும் பெண்ணை சாதிக்கு வெளியே நிறுத்தி வாழ வைக்கிறார். கள்ளர் சாதிப்பெண்ணான உம்பளாயிக்கு சகவாசம் எல்லாம் பள்ளப் பையன்களோடும் தன் மீது காதல் (அல்லது காமம்) கொண்ட 'பாப்பாரப் பையன்' சாரநாதனுடனும்தான். தினசரி சேற்றில் உழன்று சேற்று மீன்

பிடித்து அவளே சமைத்து உண்டால்தான் அவளுக்குத் தூக்கம் வரும். இது ஒரு மன வியாதி போல அவளைப் பீடித்துள்ளதாக அவள் வீட்டார் நம்பினர். இவள் இப்படிச் சாதி பாராமல் பழகுவதும் சேற்றிலேயே கிடப்பதும் பெண் பார்க்க வரும் அவள் சாதிப் பையன்கள் யாருக்கும் பிடிக்கவில்லை. அது பற்றி அவள் கண்டுகொள்வதில்லை. ரவிக்கை போடும் பழக்கமில்லாத அவளுடைய உடல் மீது ஆயிரம் கண்கள். ஆனாலும் அவள் அம்பி சாரநாதனின் கண்களின் அழைப்பை மட்டுமே ஏற்கிறாள்.

சாரநாதனுடன் முற்றிலுமாக இழையும் அவள் அவனுடனான கலவியின்போது அவன் இவள் உடம்பின் நாற்றம் தாங்காமல் மூக்கைப் பிடித்துக்கொண்டு இயங்குவதைப் பார்த்துவிடுகிறாள். தன் மீதிருந்த அவனைப் பிய்த்து எறிந்து: “போடா! பாப்பார நாயே!கம்மனாட்டி!அருவருப்பா இருக்கா. தேடி வந்து பொறுக்கும்போது தோணலியா நாத்தம். இனிமே இங்க வந்தியின்னா செருப்படிதான் வுழுவும். எந்திரிச்சி ஓடு பொறுக்கி நாயே!” என்று கத்துகிறாள். காமத்தைப் பேசினாலும் இக்கதை கள்ளர் மற்றும் பார்ப்பனர் சமூகங்களின் வாழ்க்கை முரண்களையும் லேசாகத் தொட்டுச் செல்வதைக் காண்கிறோம். அடர் வண்ணத்தில் தீட்டப்பட்ட அழுத்தமான படைப்பு ‘உம்பளாயி’

5. அடிக்கும் ஆண்கள் அல்லது உதைபடும் பெண்கள்

கூசாமல் பெண்களைக் கைநீட்டி அடிக்கும் ஆண்கள் மீண்டும் மீண்டும் ப்ரகாஷின் கதைகளில் வந்துகொண்டே இருக்கிறார்கள். ஆண்களின் இந்த அதிகாரத்திமிரை, ஆதிக்க மனோபாவத்தை எத்தனை எழுதினாலும் தீராது என்பதனால்தான் ப்ரகாஷ் பல கதைகளிலும் எழுதிக்கொண்டே இருந்திருக்கிறார்.

அங்கிள் கதையின் சாளிப்பிள்ளை, மேபல் கதையில் வரும் அப்பா, வடிகால் வாரியம் கதையின் மங்கையின் கணவன், அங்குசம் கதையின் மின்னியின் அண்ணன் நாராயணன், பூகோஸ் கதையின் மீராவின் கணவன் ஏகப்ஜானா, வெட்கங்கெட்டவன் கதையின் காத்தையன், வத்ஸலி கதை நாயகி வத்ஸலியின் கணவன் தேவராஜ் என்று ஏழுகதைகளில் பெண்களுக்கு அடி விழுந்துகொண்டே இருக்கிறது. இதெல்லாம் இந்திய வாழ்வில் சகஜம். உலகமே நம்மைப் பார்த்து, நாம் பெண்களை நடத்தும் விதம் பார்த்து கோபத்துடனும் கவலையுடனும் என்ன நடக்கிறது உங்க நாட்டில் என்று கேட்டுக்கொண்டிருக்கிறது. இதுதான் நடந்துகொண்டிருக்கிறது என்று காட்டுகிறார் ப்ரகாஷ்.

இக்கதைகளில் அடிவாங்கும் அப்பெண்கள் யாரும் திருப்பி அடிக்கவில்லை. கோபப்பட்டு "போடா" என்று அவர்களை உதறிவிட்டு வந்துவிடவும் இல்லை. அடிகளையும் வாங்கிக்கொண்டு அங்கேயே அதே வாழ்க்கையின் பொந்துக்குள்ளேயே கிடக்கிறார்கள். இக்கதைகளை வாசிக்கும்போது நம் கண்முன்னால் நடக்கும் அந்த வன்முறையைத் தடுக்க முடியாமல் நிற்கிற தவிப்பு நமக்கு வந்துவிடுகிறது. அந்த வகையில் இது ப்ரகாஷின் கலையின் வெற்றி என்று சொல்ல வேண்டும்.

'அங்குசம்' கதையில் மின்னி என்றழைக்கப்படும் மீனாட்சிக்கு ரத்தன் ராஜுடன் காதல். பஸ் நிலையத்தில் சந்தித்து ஏதேனும் ஒரு பஸ்ஸில் பயணித்தபடி பேசிப் பின் இறங்கிக்கொள்வதே அவர்கள் காதலின் இயங்குதளம். அப்பா பேச்சற்றுப்போன பிறகு அண்ணன் நாராயணன்தான் அவளைக் கேள்வி கேட்பவன்.

"மொளச்சு மூணெல விடல்லே உனக்கு! அதுக்குள்ள ஆம்படையான் வேணுமாமில்லே?"

.... அடி விழப்போவது தெரிந்தும் அமைதியாகிப் போகும் மின்னியைத் தாங்க முடியாது நாராயணனுக்கு! வெறி பிடித்து விடும். அடித்து நொறுக்குவான். இரண்டு கால்களுக்கு இடையில் துவைத்து எடுப்பான். அந்த வீட்டில் யாரும் தடுப்பதில்லை."சாதி கெட்ட பயலைத் தேடிண்டு போவியா?"என்று சாத்தும்போதும் ஆத்திரம் அடங்காது அவனுக்கு."

அண்ணன் நாராயணன் அவளை அடிக்கும்போது அவளுக்குத் தன் காதலன் ரத்தன் ராஜுவின் நினைப்பே அவளுக்கு வரும். பலர் முன்னிலையில் அடிப்பவன் நாராயணன் என்றால் பலர் முன்னிலையில் -பஸ்ஸில்-ரயிலில்-அணைப்பவன் ரத்தன்ராஜு. சாதாரணமாய்ப் பக்கம் பக்கமாய் இருந்தே உரசி தீ கனன்று நசுங்கும் அந்த வேளைகளின் இரக்கமற்ற வெறும் கசங்கல்பயங்கரமாய் நாராயணனையே நினைவூட்டி பயங்கரம் தரும்.

அங்குசம் கதையின் மையச்சரடாக இருப்பது இதுதான். அடிக்கிற கையும் அணைக்கிற கையுமாக இருக்கும் ஆணின் கை வழியே வெளிப்படும் வன்மம், வன்முறை பெண்ணை, அவள் காதலை-காமத்தைக் கட்டுக்குள் வைத்திருக்கும் அங்குசம் என்கிறார் ப்ரகாஷ். ஆண் பெண் உறவுக்குள் ஊடாடும் இதுபோன்ற ரகசியங்களைத் தேடித்தான் ப்ரகாஷ் பயணிக்கிறார்.

ஒரு காரணத்தை முன்வைத்தும் ஆண் அடிப்பான். ஒரு காரணமும் இல்லாமெலும் பெண்ணை அடிப்பான் என்று பேசுவது”வெட்கங்கெட்டவன்”.

‘ரங்கம் நிம்மதியாய் அழுதுகொண்டிருந்தாள்’ எனத்துவங்கும் அக்கதையில் ரங்கம் வயசுக்கு வந்த பத்தாவது நாள் அவளுக்குக் கல்யாணம் செய்து வைத்தார்கள்.

“ரங்கம் அழுதா போகமாட்டேன்னு. ரூமுக்குள்ளே அம்மா கழுத்த கட்டிகிட்டு அழுதா. சாரங்கபாணி கோயிலுக்குப் போறோம்னு கூட்டிகிட்டுப் போயி, காத்தையங்கிட்ட உட்டுட்டு வந்துட்டாங்க எல்லாரும். கும்மாணம் சாரங்கபாணி கோயில் அவளுக்குப் ரொம்ப பிடிக்கும். வில்லோட ராமர்! “ நாங்க தஞ்சாவூருக்குப் போறோம் ரங்கம்! சாத்தையா! பொண்ணு புதுசு! அம்மா இது ஒங்க பொண்ணு. முதல் முதல் பால் கொண்டு போயி குடுக்கணும்!” சொல்லிக்குடுத்ததைதான் செய்தாள் ரங்கமும். பளீர்! அறை விழுந்தது. எதுக்கு அடிச்சான்னு! இப்பகூட தெரியாது. உறுமினான். அவனே போய் கதவை சாத்தி தாழ்ப்பாள் போட்டுட்டு வந்தான். பாவி! லைட்டெ அணைச்சதும் எதுவும் தெரியலை. பயம் ஏண்ணுதான் – இண்ணைக்குப் பயம்தான்! ராத்திரி மட்டும்தான் அவன் ஆம்பளை!.... குளிச்சிட்டு இருப்பான். துண்டு எடுத்துகிட்டு போற வழக்கமே கிடையாது. அலறுவான். ஓடிப்போயி துண்டெ குடுப்பாள் ரங்கம். பாத்ரூம் கதவு வழியாவே பளிச்சின்னு அறை விழும்! துண்டெ வரிஞ்சு கட்டிகிட்டே “ஏண்டி இவ்வளவு நேரம்.... செறுக்கி.... ம்?” கன்னத்திலும் ஒரு மிருகத்தனமான நிமிண்டல். சாயங்காலம் வரைக்கும் வலிக்கும். ஏன் கண்ணாடியில் ரெண்டு மூணு நாள் வரைக்கும் நீலம் பாரிச்சிருக்கிறது தெரியும்! அவன் விரல் நகம் புரியும்.... அழக்கூட நேரம் தரமாட்டான்!...... அவன் சாப்பிட்டுகிட்டிருக்கும்போது திடீர்ன்னு கையெப்பிடிச்சு இழுக்கிறது புரியிறதுக்குள்ள தலைல நறுக்குன்னு ஆணியால குத்தின மாதிரி ஒரு கொட்டு! “உப்பு ஜாஸ்த்தி“

இன்னொருநாள்.... ராத்திரி பத்து பதினோரு மணிக்கு தூக்க கலக்கத்தோட வந்து கதவெ திறப்பா ரங்கம். கழுத்தெப் பிடிச்சு ஒரு உந்து! பளார்ன்னு முதுகுல அறை! நேரம் கழிச்சு கதவெத்திறந்தா வுன்னெ! .... வெக்கக்கேடு! சாயங்காலம் திடீரென்று ரங்கத்தெப் பிடிச்சு கதவுகிட்டேயே சாச்சு ரெண்டுமூணு!! உதட்டெ துடச்சிக்கக் கூட இல்லெ – இடுப்புல குறடு போட்ட

மாதிரி ஒரு பிடுங்கு! ஜன்னலெ சாத்தல்லியாம். எதிர் வீட்டு மாடியிலிருந்து எவனோ இத பாத்துட்டானாம். கண்களில் நீர் சுவர திரும்பி அப்படியே திரும்பி எதிர்வீட்டு மாடியப் பாத்தா – யாரையும் காணும். மறுபடியும் அறை! “அஞ்ச என்னடி பார்வை!” உறுமல் “தேவடியா!”

கையில் குழந்தை இருந்தப்போ எத்தனை தடவை வயிற்றிலேயே உதை! வலி சுருளும் நாள் முழுதும், மனுஷனா அவன்?! கால்ராயரு ஊட்டுப் பொண்ணு! ஓடியாந்துடுச்சு வாழாமெ! இந்தக் காலத்திலியும் சொல்வாளுங்க. யாரும் சொல்லக்கூடாதாம். தொண்டையெ அடச்சது. குலுங்கி அழுதாள் ரங்கம்.

இப்பக்கூட பயமில்லாமெ – வெக்கமில்லாம பின்னாலியே வந்து அடிச்சிட்டுப் போறவரைக்கும் எல்லாருந்தான் இருந்தாங்க, தடுக்கலியே!”

எல்லோரும் பார்த்திருக்க, சமூகம் மௌனம் சாதிக்க பெண் அடி வாங்கிக்கொண்டிருக்கிறாள்-காலம் காலமாக-இந்த தேசத்தின் எல்லாத் தெருக்களிலும் எல்லா வீடுகளிலும். அதை உணர வைக்கும் கூர்மையான கதைகளை ப்ரகாஷ் எழுதிவிட்டார். ப்ரகாஷ் என்றால் பாலியல் கதைகளை எழுதியவர் என்றே பேராகிவிட்டது. ஆனால் என் வாசிப்பில் அவருடைய எழுத்தின் முக்கியமான அடையாளமே “பெண்ணை வதைக்கும் இந்திய வாழ்வு” என்பதுதான். காமமானாலும் காதலானாலும் இல்லறம்(அறம்?) ஆனாலும் உதைகள் தின்னும் வாழ்க்கையை அவளுக்கு நாம் அளித்திருக்கிறோம். அந்தப் பதை பதைப்பையும் குற்ற உணர்வையும் உண்டாக்கும் பெண்ணரசியலை ப்ரகாஷ் இந்தக் கதைகளில் பிரமாதமாக முன்னெடுக்கிறார்.

கல்யாணம் என்றால் பெரும் பணப்பரிவர்த்தனை என்று ஆகிவிட்ட நம் சமூக நடைமுறையை ‘வைரமாலை’ கதையைப்போல கூர்மையாக விமர்சித்த வேறு தமிழ்க்கதை உண்டா என்று தெரியவில்லை. வரதட்சிணைக்காகத் தன் சொத்துக்களையெல்லாம் விற்று மகள் சாவித்திரியை பார்த்தனுக்குக் கலியாணம் பண்ணி வைக்கிறார் அப்பா. பார்த்தனுக்கு இதெல்லாம் பிடிக்கவில்லை. ஆனாலும் பெரியவர்கள் முன்னால் வாய் பேசிப்பழகாத அவனது சுபாவம் அவனை மௌனியாக்குகிறது. நகை, நட்டு, பணம் என்று உழலும் இந்த வாழ்க்கையிலிருந்து அறுத்துக்கொண்டு அவனும் சாவித்திரியும் மட்டும் உலவுகின்ற எளிய இயற்கையோடியைந்த வாழ்க்கைக்காக ஏங்குகிறான்.

“சாவித்திரி, இன்னம் எதுக்கடி இந்த நகையெல்லாம் பணம், காசு எல்லாம் மதிப்பா மனுசமேல தொங்கிக்கிட்டேயிருக்கணுமா, எனக்கு நீ இருந்தா போதுண்டி சாவித்திரி! ஒரு நூல்புடவை, ஒரு முழம் பூ இது போதாதா அம்மனுக்கு பூ சாத்திப்பாத்தா போதாதா”.

“என்ன ஒள்ர்ரீங்க! நூல் புடவையாவது, பூவாவது. ஒங்கப்பாவும், அம்மாவும் ஒவ்வொரு வேளைக்கும் மாட்டி, மாட்டி கழட்டிவிடுறாங்க தெரியுமா! நாத்தினாருவளும், கொழுந்தியாளுவளும், இதுதா பொண்ணான்னு கேட்டுகிட்டு வந்து என்னோட நகையைத்தான். புடிச்சு புடிச்சு பாக்கிறாளுவோ உங்களுக்கென்ன மாப்பிள்ளையாச்சே மணவறையில உட்கார்ந்தப்பக்கூட கையில் பத்து பவுன்ல ஒரு மகரச் சங்கிலி போட்டிருந்தீங்க, யாரு பாக்கப்போறா? ஆனா ஏங்கத அப்படியா? ஒவ்வொருத்தரும் பொண்ணு எத்தின பவுனு நகைப் போட்டிருக்கு. வைரம் எத்தன லெட்சத்துக்கு போட்டிருக்கு அப்படின்னு கையாலெ தூக்கித் தூக்கிப் பாப்பாளுவ” – என்று ஆக்குரோஷமாக கேட்டாள் சாவித்திரி!

பார்த்தன் அவள் முதற்கோபத்தின் முதற்கனலை மிகக் கஷ்டத்துடன் வாங்கிக் கொண்டான். அவன் அருவிக்கரையோரம் மலைப்பாறைகள் பிளந்து விழுந்தன. மலைக்குடில் அவனே கட்டிய அமைதியான பிளவிலிருந்து பள்ளத்தாக்கில் விழுந்தன. பூக்களும் புல்வெளிகளும் சிதறுண்டு போயின.

முதல் பார்வையிலேயே தன் மனதில் ஓவியமாக வந்தமர்ந்துவிட்ட சாவித்திரியை வரதட்சிணை இல்லாமல் கல்யாணம் பண்ணிக்கொள்ள தன் வீட்டுப் பெரியவர்களிடம் குரல் எழுப்பாத கோழையான பார்த்தன்மீது நமக்கு எரிச்சல் உண்டாகிறது. ப்ரகாஷின் வெற்றி இது. இந்தப் பண்பாட்டுக்கு நடுவே எதிர்நீச்சல் போடத் தெம்பில்லாதவர் கனவு மட்டும்தான் காண முடியும். அதுவும் கூடப் பள்ளத்தாக்கில் இடிந்துதான் வீழும் என்கிறார் ப்ரகாஷ்.

6. அடியாட்களின் வாழ்விலிருந்து இரண்டு பக்கங்கள்

தஞ்சை வட்டாரத்தில் வாழ்ந்த தொழில்முறை அடியாட்கள் இருவரையும் அவர்களைச் சார்ந்து வாழ நேரும் இரு பெண்களின் மண மற்றும் மன வாழ்வு பற்றி “கொலைஞன்” “க்யாமத் எனும் இறுதித்தீர்ப்பின் நாள்” என்று இரண்டு கதைகளை எழுதியிருக்கிறார்.

க்யாமத் என்னும் இறுதித்தீர்ப்பின் நாளில் வரும் அடியாளான

ரங்கராஜன் மேல் மையல் கொண்ட நூரி என்கிற இஸ்லாமியப் பெண்ணுக்காக மதம் மாறி முத்தலீப் என்கிற கணவனாக மாறுகிறான் ரங்கராஜன். கல்யாணத்துக்குப் பின்னும் அவன் வியாபார உலகின் பெருந்தனக்காரர்களுக்காக கொலைகள் செய்வதைத் தொடர்கிறான். நூரியால் சகித்துக்கொள்ள முடியவில்லை அந்த வாழ்க்கையை. தெருவிலேயே பிறந்து தெருவிலேயே அடியும் வெட்டும் குத்தும் எனப் பழகிய அவனை உயிர்த்தலத்தில் மிதித்தே ஒருநாள் கொன்று போடுகிறாள்.

அவன் யார் "என்ன ஜாதி" அவனுடைய தந்தை யார் என்பது யாருக்குமே தெரியாது. ஆஸ்பத்திரியில் அவனைப்பெற்ற தாய் இறந்துபோக நர்ஸ் ராஜம் அவனை எடுத்து வளர்க்கிறாள்.

இன்னொரு கதையான 'கொலைஞன்' கதையில் வருபவன் பெயரும் ரங்கராஜன். அவன் அப்பா அம்மா இரண்டு பேரும் இல்லை. பீடிக்கம்பெனியில் வேலை செய்வதாகச் சொல்லி சகுந்தலாவைக் கல்யாணம் கட்டிக்கொண்டு போகிறான். தனிக்குடித்தனம். அவன் அடியாள் என்பது மெல்ல மெல்லப் புரிகிறது அவளுக்கு. அடிக்கடி ஒரு வீடு மாற்றிக்கொண்டே இருக்கிறான். பலநாள் வராமல் இருப்பான். ஒரு இரவில் வருவான். அவன் யார்?என்ன மாதிரியான ஆள்? என்னதான் செய்கிறான்? என்று எதுவுமே தெரியாத புதிருடன் சகுந்தலா வாழ்கிறாள்.

"எனக்கு உங்க உடம்பைத்தவிர வேற என்ன தெரியும்?வேற எதையும் நீங்க எனக்குக் கொடுக்கவும் இல்லை" என்று அவனிடமே ஒருநாள் கேட்கிறாள் சகுந்தலா. அவன் அப்போதும் தன்னைப்பற்றி ஏதும் சொல்லவில்லை. இரவுகளில் வந்து அவன் அவளைப் புணரும்போது, அவனை அவள் தழுவும்போது கையில் பிசிபிசுக்கும் ரத்தம். சற்றுமுன் அவன் பெற்ற காயத்திலிருந்து வழியும் ரத்தம். காயத்துக்கு ஒரு கட்டுக் கூடப் போடாமல் வந்து தன் மீது சாயும் அவனைப் பார்க்க அச்சத்தில் உறைவாள் சகுந்தலா.

உண்மையில் அவன் யார்?இளம் வயதில் பட்டினியால் அவனது குடும்ப மொத்தமும் செத்துப் போன நினைவு அவனைத் துரத்திக்கொண்டே இருக்கிறது. அந்தக் காட்சியை ப்ரகாஷ் எழுதிச்செல்லும் விதம் நம்மை உறையச்செய்வது.

"வீடு முழுவதும் ஒழுவுகிறது. வெளியே மழை பெய்யவில்லை. வீட்டிற்குள்ளே தான் மழை கொட்டுகிறது; எங்கு பார்த்தாலும்

ஜலம் பசி வேகம் காதைத் துளைக்கிறது. பசி வயிற்றில் எரிப்பதைத்தான் சகுந்தலா கேள்விப்பட்டிருப்பாள். பசி காதை குடைவது, பசி நெஞ்சில் அதிர்வது கடைசியாக உயிரைக் குடிப்பது, சகுந்தலா கேட்டுகூட தெரிந்திருக்க மாட்டாள்! இருபத்தி எட்டாவது நாள்! மழை நிற்கவில்லை. தொண்ணூறு வயது தாத்தா திண்ணையில் மல்லாந்து விட்டார். வீட்டின் ஒவ்வொரு மூலையிலும் குழந்தைகள் கைகால்களை அசைக்க முடியாமல் செத்துக் கிடந்தனர். அப்போதும் தரை எல்லாம் மழை ஓடிக்கிடந்தது. அம்மா லோகாம்பாள் முற்றத்தில் மழையில் விறைத்துக் கிடந்தாள். உயிர் இரவே கூட்டைவிட்டு கடந்திருந்தது. அப்போதும் அத்தனையும் கொலைகள் தான் என்று தெரிந்து கொண்டான் ரெங்கராஜன். தன்னை மட்டும் இவர்கள் யாரோ தப்பிக்க விட்டுவிட்ட ரகசியம் மட்டும் இன்றுவரை புரியாத புதிராகவே இருந்தது.

பசியால் மரணம் என்பது லேசான விஷயம் அல்ல. வேறு எதனால் நேர்ந்தாலும் அது கொலை அல்ல சாவுதான்! பசியால் நேர்ந்தால் அது கொலைதான்! கொலை மட்டும் அல்ல படுகொலை!! என்று சகுந்தலாவிற்கு அவனால் சொல்ல முடியுமா, சொன்னாலும் அவளுக்குப் புரியுமா? முதலில் பசி பின்னர் வயிற்றில் தீ, அதன் பின் காடு எரிவதுபோல் உடம்பின் ஒன்பது வாசல்களிலும் தீ சரங்கள் பறக்கும், உடல் வியர்வையில் குளிக்கும். பின்னர் பசித் தீ வயிற்றில் அடங்கிவிடும். காதுகள் இரையும் விம்மென்று ஓங்கார ஓலம் கேட்கும். நெஞ்சு துடிப்பு கொஞ்சம் கொஞ்சமாக அந்த ஓசைக்குள் அடங்கும்போது உடம்பின் சத்து முழுவதும் வெளியேறும், உடம்பு உயிரைப் பிரிய முடியாமல் வெட்டி வாங்கும்.

கொட்டும் மழையில், இந்தப் பட்டினி விடாயை அந்த குடும்பம் முழுவதும், இரவு முழுவதும் கொஞ்சம் கொஞ்சமாக அனுபவித்து பஞ்ச பூதங்களில் கலந்து கொஞ்சம் கொஞ்சமாக செத்துக் கொண்டிருந்ததை தானும் செத்துக் கொண்டே அனுபவித்த கோரத்தை எப்படி யாரிடம் சொல்ல முடியும் யாருக்கு விளங்க வைக்க முடியும். யாரும் ஒத்துக் கொள்ள வேண்டாம். சட்டம் சொல்கிறது. கொல்லாதே, சட்டம் சொல்கிறது திருடாதே. ஆனால் இந்த கொலைகளைச் சட்டம் ஏற்றுக் கொள்ளாது. எனவேதான் அன்று அந்த சாவின் விளிம்பில் அந்த வாடாத உடம்புடன் ரெங்கராஜன் சக்தியோடு போராடினான். பசி, அவனைக் கொலை

செய்ய முடியவில்லை ! வீடு முழுவதும் எட்டு ஒன்பது, பிணங்கள் மாறிக் கொண்டிருக்க, அங்கிருந்து ஏனென்று தெரியாமல் படி இறங்கி மழையில் கொலையில் இருந்து தப்பி ஓடினான் ரெங்கராஜன். அவனை இன்றுவரை துரத்தும் கொலை வெறியை அவன் யாரிடம் சொல்வான். சகுந்தலாவிடமா? சகுந்தலாவிற்குப் புரியுமா?"

இது ஒருபுறம் எனில், இக்கதை முன்வைக்கும் மிக முக்கியமான இன்னொரு பார்வை என்னவெனில், கணவன் யார் எப்படிப்பட்டவன், வெளி உலகில் அவன் என்னவாக இருக்கிறான் என்கிற மர்மம் விலகாமலே அவனோடு வாழ்ந்து பல பிள்ளைகளும் பெற்று முடித்துவிடுகிற பெண்களின் வாழ்வை ஒரு சகுந்தலாவின் வழியாகச் சொல்ல முயற்சிக்கும் கதையாக இதை வாசிக்கலாம். கடலின் ஆழத்தை அறிந்தாலும் அறியலாம் பெண்ணின் மன ஆழத்தை அறியவே முடியாது என்று ஏதோ ஒரு காலத்தில் ஆண்களால் அவுத்து விடப்பட்ட கற்பிதத்தை நொறுக்கி அது ஆணைப்பற்றியதாகத்தான் இருக்க முடியும். அவன் தான் தன்னை முழுவதுமாகப் பெண்ணுக்குத் திறந்து காட்டாதவன் என அதற்கான பின்புலத்தோடு வைத்துப் பேசும் முக்கியமான புள்ளி இக்கதையில் இருக்கிறது.

7. பொறா ஷோக்கு

இது ஒரு முற்றுப்பெறாத கதை. இக்கதையில் என்னவெல்லாம் எழுதவிருக்கிறேன் என்று அவர் நண்பர்களோடு பேசிய பேச்சுக்கள் ஒரு எதிர்பார்ப்பை உண்டு பண்ணியிருந்தது. ஒரு நாவலாக விரிவுகொள்ளும் பறத்தலுக்கான யத்தனிப்புகளை இப்போது கிடைத்திருக்கும் இந்த 27 பக்கப் பிரதியில் காண முடிகிறது. காசீம் ராவுத்தர் வானத்தைப் பார்த்தபடி நிற்பதில் கதை துவங்குகிறது. 75 வயது அவருக்கு. அவரைப்போலவே ஒரு நூற்றாண்டு வயதான தஞ்சைப் புழுதியின் மீது ஓடிய குதிரைகள்தாம் எத்தனை.... அப்புழுதியின் மீது நின்று வானத்தில் தஞ்சையின் வரலாற்றையே வாசிப்பது போல நிற்கிறார் காசீம் மொகைதீன் ராவுத்தர்- தூய்மையின் வடிவமாக.

"இருநூறு வருடங்களுக்கு முன் தஞ்சைக்குள் நுழைந்த மாலிக்காபூரின் படை துரத்தித் துரத்தி அடித்துத் தஞ்சாவூர் மக்களின் உடுதுணிகளையும் சேலைகளையும்பிடுங்கி முதுகில் கொறடாவால் ஒவ்வொருவருக்கும் ஒரு முத்திரை போட்டுவிட்ட ரத்த அடையாளம். கொள்ளை அடித்துச் சென்ற கோடிக்கணக்கான

கோயில் சொத்துக்கள். இதே அகழ்நீரில் மிதந்த நூற்றுக்கணக்கான பிராமண உத்தமர்களின் சடலங்கள் பின்னர் விரட்டி வந்த காலத்தில் மூன்றரை லட்சம் போர் வீரர்களோடு தஞ்சையைச் சூறையாடிய மாதவராவ் சிங்ளே அவனைத் தொடர்ந்து இந்தப் புழுதி மண்ணை நோண்டி இதில் ………… கழுதை கட்டி ஏர் உழுது விளைச்சலைப் பார்த்து மறுபடியும் உழுது தஞ்சை மண்ணைப் பூண்டற்றுப் போக பிராமனார்கள் சொல்லிய வானகத் திணையின்படி குலநாசம், ஸ்தலநாசம், பூமிமாதா நாசம் செய்த மாறவர்மன் சுந்தரபாண்டியன் ஆடிய ஆட்டம் அந்தப் புழுதிக்குத் தெரியும் வரலாற்று ஆசிரியர்கள் உணர மாட்டார்கள். –

அடுத்துக் குறுக்கில் வந்த ஹைதர் அலி ஸ்ரீரங்கப்பட்டணத்தில் இருந்து திண்டுக்கல் வழியே தஞ்சையைக் கவிழ்க்க பாய்ந்து வந்த முஸ்லீம் படைகள். அங்கே தஞ்சையில் வெடித்துச் சிதறிய பீரங்கிக் கங்குகள். தஞ்சை பலமுறை சுடுகாடாகி, வந்ததெல்லாம் விற்றுப் பறித்ததை எல்லாம் தின்று, சாலையோரத்துப் புளியமரத்தில் இருந்த புளியைக் கரைத்துக் குடித்து இந்த அகழ் தண்ணீரில் இறங்கி எத்தனை பெண்கள் மானமிழந்த உடல்கள், எத்தனை நூற்றாண்டுகளாக மிதக்கின்றன. ‘ஹோ‘ என்று அலறும் காளியின் நர்த்தன வீரியம் நூற்றாண்டுகளுக்குப் பின் இன்னும் தஞ்சையில் சுடர்விடுகிறது.

நூற்று இருபத்தியொரு பள்ளிவாசல்கள் ஒருபுறம் பாங்கொலி எழுப்ப, ஒரு நேரம் நகராவின் பேரிடி ஓசை லாஇலாஹா கூக்குரலும் தொடர்ந்து மருட்டும் இருளும் தஞ்சையின் நிசும்ப சூதினியாகிய ராவுகால காளிகளும் சம்மதம். இது ராவுத்தருக்குத் தெரியும். ஒரு நூற்றாண்டாக அவர் காளியமர்த்தனத்தையும் வானத்தில் பார்த்துக் கொண்டே இருக்கிறார்.”

வானத்தையே பார்த்துக் கொண்டிருக்கும் அந்த முதியவரைப் பூமியைப் பார்க்க வைத்தது ஜைத்தூன் என்கிற 17 வயதுப்பெண்ணின் பேரழகும் அவளை அவர் கையில் பிடித்துக்கொடுத்த அவளுடைய தாய் ஷம்சாத்துவின் சாகசம். கல்யாணமான அன்றைக்கு ராத்திரியே சைக்கிள் கடை மஸ்தானுடன் ஜைத்தூன் ஓடிப்போகிறாள். சில நாள் கழித்து மீண்டும் காசீம் ராவுத்தரிடமே திரும்பி வந்து அவருக்கு ஒரு பிள்ளை பெறுகிறாள்…. என்று கதை போகிறது.

தஞ்சை வட்டார எழுத்தாளர்கள் என அறியப்பட்ட ஜாம்பவான்கள் எவருக்கும் இல்லாத வரலாற்றுணர்வைக்

கொண்டவர் ப்ரகாஷ். தஞ்சை மண்ணில் பதிந்த அத்தனை கால்தடங்களையும் தன் தீட்சண்யமிக்க கண்களால் கண்டவரும் இம்மண்ணின் குறுக்கும் நெடுக்குமாக ஓடிய குதிரைகளின் குளம்படிகளையும் பெண்களின் இறுதிக்கதறல்களையும் பீரங்கிச் சத்தங்களையும் செவிகொடுத்துக் கேட்டவர் ப்ரகாஷ். அவர் பறக்கத்துவங்கும்போதே காலத்தால் சுட்டுவீழ்த்தப்பட்டார்.

அவர் ஒரு தனிமனிதராக இலக்கிய உலகுக்கு அளித்த கொடைகள் ஏராளம்... நிறைய மொழிகளைக் கற்றுக்கொண்டவர். இலக்கியவாதிகள் சந்திப்புக்கென்றே தஞ்சையில் 'யுவர் மெஸ்' என்ற உணவு விடுதியை நடத்தியவர். பல சிறுபத்திரிகைகளையும் நடத்தியவர். 'ஒளிவட்டம்', 'சும்மா இலக்கியக் கும்பல்', 'கதைசொல்லிகள்', 'தளி', 'தமிழ்த்தாய் இலக்கியப் பேரவை', 'தனிமுதலி', 'தாரி', 'கூடுசாலை' என ஏராளமான இலக்கிய அமைப்புகளை நடத்தினார் ப்ரகாஷ்.

ப்ரகாஷ் நிறைய இதழ்களை நடத்தியிருக்கிறார். இதழ்களையும் ஓர் இயக்கம்போலவே நடத்துவார். இதழ்களின் செலவுக்கென எவரிடமும் போய் நிற்க மாட்டார். 'குயுக்தம்' இதழின் இரண்டாவது அட்டையில் கொட்டை எழுத்தில் இப்படி அறிவிப்பு இருக்கும்: "நீங்கள் துணிச்சல் மிகுந்த கலைஞரா? உங்கள் படைப்புகளை பத்திரிகைகள், புத்தக நிலையங்கள், பண்டித, புலவ, வித்வ சிரோன்மணிகள் மறுக்கின்றனரா? இதோ, குயுக்தம் அதற்கென வெளியிடக் காத்திருக்கிறது. எதை வேண்டுமானாலும் எழுதுங்கள். யாருடைய எழுத்தும் எந்தப் புரட்சியையும் எந்தக் காலத்திலும் செய்ததில்லை. செய்வோம் நாம். மறுப்பவர்களை மறுப்பதே அடுத்த கட்டத்துக்கு நம்மைக் கொண்டுசெல்லும். மறுப்போம், எதிர்ப்போம். எந்தத் தலையாட்டி மாடுகளுக்கும் நாம் துணை அல்ல. குயுக்தமாய் தவறு செய்வதில்லை. ஜெயிப்போம்!"

அவரைப்பற்றி விகடன் இதழில் வெ. நீலகண்டனுக்கு அளித்த நேர்காணலில், எந்த இழப்பும் அவரைப் பாதிக்காது. இந்த வீடு மட்டும்தான் மிச்சம். தொடக்கத்துல அவரைப் புரிஞ்சுக்கிறதே கஷ்டமா இருந்துச்சு. அதுக்கப்புறம் அவர் போக்குல விட்டுட்டேன்.

எப்பவும் இந்த வீட்டுல ஏதாவது ஒரு குரல் கேட்டுக்கிட்டே இருக்கும். அவர் இறந்தபிறகு என்னால இந்த அமைதியைத் தாங்க முடியலே...ரொம்பச் சிரமப்பட்டேன். காலப்போக்குல பழகிடுச்சு.

பல நேரங்கள்ல வீட்டுல விளக்குகளைக்கூட போடத் தோணாது. இருட்டும் அமைதியும் பழகிடுச்சு. அவரோட மூக்குக் கண்ணாடியை மட்டும் எப்பவும் என் கைக்குப் பக்கத்துல வெச்சிருப்பேன். அவரே கூட இருக்கிற மாதிரி தோணும்.

சிகரெட், தண்ணினு எந்தக் கெட்டப் பழக்கமும் அவருக்கு இல்லை. எந்தச் செலவும் பண்ணிக்க மாட்டார். நல்லா சமைப்பார். மீன் பிரியாணி, இறால் பிரியாணி ரொம்ப ருசியா செய்வார். உருண்டைக் குழம்பு பிரமாதமா வைப்பார். ஏதாவது ஸ்பெஷலா சமைச்சார்னா, நண்பர்களுக்கெல்லாம் டிபன் கேரியர்ல எடுத்துக்கிட்டுப் போய்க் கொடுப்பார். அவர் எழுதியதைவிட, அவருடைய கதைகளைப் பதிப்பித்ததைவிட, நண்பர்களை எழுதத் தூண்டி அவற்றை இவருடைய முனைப்பிலேயே புத்தகங்களாக்குவார். அதனால்தான் இன்றைக்கும் அவருடைய பெயரை எங்கோ, யாரோ உச்சரிச்சுக்கிட்டே இருக்காங்க...” என்று தன் கணவரைப் பற்றிய நினைவுகளைப் பல்வேறு உணர்வுகளினூடாகப் பகிர்ந்துகொண்டார் மங்கையற்கரசி.

அவரை ஒரு செக்ஸ் எழுத்தாளர் என்று இலக்கிய உலகம் புறக்கணித்தது. காமத்தைப் பிரதான பாடுபொருளாக எழுதியது உண்மைதான். அதில் சில கதைகளில் கலை வெற்றியும் பலவற்றில் தோல்வியும் அடைந்திருக்கிறார். ஆனால் எல்லா எழுத்தாளர்களும் அந்த விஷயத்தில் நாசூக்கான எல்லையில் நின்றுவிட ப்ரகாஷ் இன்னும் ஆழமாக அதனுள் ஊடுருவிச் சென்றார். சமூக வாழ்வு என்கிற முழுமையின் பகுதியாக காமத்தை வைத்துப் பார்க்காமல் அதையே முழுமைபோலச் சித்தரித்தார் என்று அவரை விமர்சிக்கலாம். அப்படி அவரை விமர்சிக்கவும் வேண்டும். பல கதைகள் ஆண்மையப்பார்வை கொண்டிருந்தன என்றும் விமர்சிக்கலாம்.

ஆனால் காமம் தாண்டி, பன்முகக் கலாச்சார அடையாளங்களைக் கொண்ட தஞ்சை மண்ணை அதன் அத்தனை அழகுகளோடும் சிதைவுகளோடும் முழுமையாகக் கண்டுணர்ந்த முதல் தமிழ்ப்படைப்பாளி அவர்தான் என்பது உண்மையிலும் உண்மை. அதை எவரும் மறுக்க முடியாது.

“பல அர்த்தங்ளும் பல வழிகளும்இலக்கியத்திற்குச் சொல்லப்பட்டு விட்டாலும் எனது அபிப்ராயத்தில் அது வாழ்வின் விமர்சனம் என்பதே முடிவு”

- தஞ்சை ப்ரகாஷ்

51

கி. ராஜநாராயணன்

“**போ**த்திநாயுண்டுக்கு இன்னும் விடியலை; இவருக்கு மட்டுமில்லை, இந்த ஊர் சம்சாரிகளுக்கும் சுத்துப்பட்டி சம்சாரிகளுக்கும் கூட.”

இந்த அறுபது வருஷங்களில் இப்படி ஒரு திகைப்பைக் கண்டதுமில்லை கேட்டதுமில்லை இவர். இந்த நாடு நம்மை எங்கே அழைத்துக்கொண்டு போகிறது என்று யோசித்தார். சந்தேகமில்லாமல் சுடுகாட்டுக்குத்தான் என்று சொல்லிக்கொண்டார்.

கி. ரா. வின் “விடிவு” கதையின் துவக்க வரிகள் இவை. கரிசல் கிராமங்களில் உழலும் நடுத்தர விவசாயியின் குரலாகத்தான் அவர் சிறுகதைகள் அத்தனையும் அமைகின்றன. விவசாயியின் பொருளாதார வாழ்க்கையின் இல்லாமைகளை மட்டும் பேசவில்லை. அரசின் பாராமுகத்தையும் அது விவசாயிகளுக்கு இழைத்துவரும் அநீதிகளையும் பேசினார். அவர்களின் தாம்பத்திய வாழ்வும் பாலியல் தேட்டங்களும் ஏக்கங்களும் சேர்ந்தே எந்தக்கழிப்பும் இல்லாமல் அவர் கதைகளில் இடம் பெற்றன. ஒவ்வொரு மனிதர், மனுஷியின் தனித்த பண்புகளையும் இயல்புகளையும் மென்மைகளையும் மேன்மைகளையும் கீழ்மைகளைப் பற்றியும் பேசினார்.

“சம்சாரி உற்பத்தி செய்யிற எதுவும் விலையில்லாமலும், சம்சாரி வாங்குகிற எதுவும் அகாத விலையில் இருப்பதுக்கும் யார் காரணம்?எல்லா லகானும் சர்க்கார் கையிலெ இல்லாமல் நம்ம பாட்டனார் கையிலேயா இருக்கு... விலையை நிர்ணயிக்கிற சக்தி இந்த வியாபாரிகளிடம் இருக்கிற வரை சம்சாரி பாப்பர்தான் என்று நினைத்தார்” என்று கி. ரா. 1980இல் எழுதிய கதைதான் இன்றைக்கும் தொடர்கிறது. இப்போது வேளாண்சட்டங்கள் வந்து சர்க்கார் கை லகானை கார்ப்பொரேட்டுகளிடம் ஒப்படைத்துள்ள கதை நடந்துகொண்டிருக்கிறது. இத்தகைய வேளாண் அரசியல் பார்வையுடன் அவருடைய பல கதைகள் இயங்குவதைக்காண முடிகிறது.

நடந்து முடிந்த வரலாறெல்லாம் வர்க்கப்போராட்டங்களின் வரலாறே. வர்க்கங்களுக்கிடையில் உணர்வுப்பூர்வமாகவும் உணர்வற்ற நிலையிலும் வர்க்கப்போராட்டங்கள் பல்வேறு வடிவங்களில் நிகழ்ந்துகொண்டே வருவதுதான் வரலாறு. வர்க்கப்போராட்டத்தில் தொழிலாளி வர்க்கமே ஒரு முன்னணிப்படையாகவும் முற்போக்கான வர்க்கமாகவும் திகழும். புரட்சிப்பயணத்தில் விவசாயி வர்க்கம் தொழிலாளி வர்க்கத்தின் சக பயணியாக நடைபோடவேண்டும். தொழிலாளி வர்க்கம் விவசாயிகளைத் திரட்ட வேண்டும். ஆனால், அது அவ்வளவு எளிதான காரியமல்ல.

“அவன் எங்கு சென்றாலும் கல்லில் நார் உரித்தமாதிரி இருந்தது. விவசாயிகளைத் தன் ஆவேசமான பிரசங்கத்தினால் ஒன்று திரட்டி விட முடியும் என்று நினைத்திருந்தான். கூட்டமும் பரவாயில்லை பேச்சும் நன்றாகவேதான் அமைந்திருந்தது. ஆனால் முடிவு என்ன “சரிதான், நன்றாகத்தான் இருக்கிறது” என்று சொல்லிவிட்டுப் போய் விட்டார்கள் விவசாயிகள்! அவர்கள் தொழிலாளர்களைப்போல் “அதெப்படி?” என்று கேட்கவில்லை. ‘எல்லோரும் நன்றாக இருக்க வேண்டும்‘ என்ற ஆசீர்வாத மனப்பான்மை கொண்டிருந்தார்கள் அதுவும் கரிசல்காட்டு விவசாயிகளைப்பற்றிக் கேட்கவா வேண்டும். அவர்களுக்கு. வழிகாட்டுதல் தேவையாக இருந்தது. தலைமையும் தேவையாக இருந்தது. ஆனால் அந்தப் பாத்திரத்தை எப்படி வகிப்பது என்பது தான் ஒருவருக்கும் புரியவில்லை. அந்த ஜில்லாவுக்கே அது ஒரு பெரிய பிரச்சினையாக இருந்தது.”

மேற்கண்ட பகுதி கி. ரா. வின்''தோழன் ரங்கசாமி'' கதையில் வரும் பகுதியாகும். தொழிலாளி வர்க்கம் கேள்வி கேட்பதைப்போல விவசாயிகள் கேள்வி கேட்பவர்களாக இல்லாமல் 'ஆசீர்வதிக்கும் மனப்பான்மை' உள்ளவர்களாக இருக்கிறார்கள் என்பது கி. ரா. வின் முக்கியமான கணிப்பு. கண்டுபிடிப்பு. உழுதும் உழுவித்தும் அவர்கள் உருவாக்கும் விளைச்சல்களைப் பிறருக்கு வழங்கியே பழகிய சமூக மனம் அது. ஆனாலும் போர்க்குணமும் கொண்ட வர்க்கம் அது என்பதை டெல்லியை முற்றுகையிட்டு இன்று 2020-21இல் 200 நாட்களுக்கும் மேலாக அவ்வர்க்கம் நிரூபித்துக்கொண்டிருக்கிறது. இந்தக் கோபத்தையும் கி. ரா தன்னுடைய 'ஒரு வெண்மைப்புரட்சி' 'அவுரி' போன்ற கதைகளில் வெளிப்படுத்தியிருக்கிறார்.

கி. ரா 1940களில் ஒன்றுபட்ட கம்யூனிஸ்ட் கட்சியின் தீவிர ஊழியராகச் செயல்பட்டவர். போராட்டங்களில் பங்கேற்றவர். தோழர் பி. சீனிவாசராவ் போன்ற தலைவர்களின் வகுப்புகளில் அமர்ந்து மார்க்சியம் கற்றவர். இரண்டு முறை சிறைவாசத்தையும் அனுபவித்திருக்கிறார்.

அதனால் அவர் மனக்கட்டமைப்பில் இயங்கியல் பூர்வமான கண்ணோட்டமும் முற்போக்கான மற்றும் இடது திசை நோக்கி நகரும் உந்துதலும் எப்போதும் (அவருடைய இறுதி நாள் வரை) இருந்து கொண்டிருந்தது-எழுத்திலும் சொந்த வாழ்விலும். அதே நேரத்தில் தன்னை ஒரு சம்சாரியாக –நடுத்தர விவசாய வர்க்கத்தின் பிரதிநிதியாக-அடையாளம் கண்டுகொண்டவராக-உணர்பவராக-இருந்ததால் அந்த வர்க்கத்துக்குரிய முற்போக்கு மற்றும் பிற்போக்குப் பார்வைகளும் அவருடைய சிறுகதைகளில் ஊடும்பாவுமாகப் பரவிக்கிடப்பதையும் காண முடியும்.

கி. ரா எழுதியுள்ள இரண்டு குறுநாவல்கள் உள்ளிட்ட 82 சிறுகதைகளின் பாடுபொருளும் விவசாய வாழ்க்கைதான். விதிவிலக்காக அசல், திரிபு, இளைய பாரதத்தினாய்..., மோசம், சொந்தச்சீப்பு, ஒரு காதல் கதை போன்ற ஐந்தாறு கதைகளைத்தான் பார்க்க முடிகிறது. கரிசல்காட்டு விவசாயம் எப்போதுமே மழையை நம்பிய விவசாயம். பின்னர் மின்சாரம் வந்த பிறகு சில பகுதிகளில் கிணற்றுப்பாசனம். அது கரண்ட்டை நம்பிய விவசாயம். ஆனாலும் பெரும்பகுதி இன்றைக்கும் 'மானம்பார்த்த பூமி'தான். ஆகவே இயல்பாகவே இயற்கையுடனான போராட்டமே இன்னும் முடிவுக்கு வராத ஒரு வாழ்க்கைதான் கரிசல் வாழ்க்கை.

“அதோ மேகங்கள்

மழையைக்கொண்டுபோகிறது

நம்முடைய குளங்கள் வறண்டுவிட்டன

நம்முடைய பயிர்கள் வாடிவிட்டன

விடாதே

மேகங்களை மடக்கு

பணிய வை.”

என்பது கரிசல் கவி சுயம்புலிங்கத்தின் வாக்கு. சுயம்பு கவிதையில் சொன்னதன் விரிவாக்கம் போல கி. ரா. வின் மாயமான் கதையில் வரும் இப்பகுதி இயற்கையோடு கரிசல் சம்சாரிகள் நடத்தும் முடிவுறாப்போராட்டத்தின் ஒரு துளியாக :

”பயிர் பொதிவுக்கு வந்த சமயத்தில் கிணற்றில் தண்ணீர் இல்லை. மழை பெய்வதாகக் காணோம். ஊரிலுள்ள தோட்டப்பயிர்களும் மானாவாரி புஞ்சைப் பயிர்களும் வாடின; கருகின.

ஊரார் எல்லோரும் சேர்ந்து மழைக்கஞ்சி எடுத்தார்கள்; கொடும் பாவி கட்டி இழுத்தார்கள். ஊர்தேவதைகளுக்கும் வனதேவதைகளுக்கும் கிடாய் வெட்டிப் பொங்கலிட்டார்கள். விராட பர்வம் வாசித்தார்கள். தினப்பத்திரிகைகளில் போட்டிருக்கும் காலநிலையை ஊன்றிப்படித்தார்கள். சாதாரண ஜோஸியர்களிடம்கூட “மழை எப்பொழுது பெய்யும்?” என்று கேட்டார்கள். மழை பெய்வதாக இல்லை. வெள்ளைவெயில் அடித்தது. என்றாவது ஒரு நாள் கருமேகங்கள் கூடி சூரியனை பலமாகப் பந்தல்போட்டு மறைக்கும். சூல்மேகங்கள் கனம் தாங்காது இப்போது பூமியில் இறங்கிவிடும் போலிருக்கும். திடீரென்று எங்கிருந்தோ பெருங்காற்று வந்து மேகங்களையெல்லாம் பாய் சுருட்டுவதுபோல் சுருட்டிக்கொண்டு போய்விடும். ஜனங்கள் முணுமுணுப்பார்கள். முகத்தைச் சுளித்துக் கொள்வார்கள். ஒருவரிடம் ஒருவர் மாறிமாறி ஒன்றுமில்லாமல் போய்விட்டதே இப்படி என்று கேட்டுக்கொள்வார்கள். “நாம் என்னத்தைப் பிழைக்கப் போகிறோம்” என்று சலித்துக்கொள்வார்கள். செட்டியாரின் முகத்திலிருந்து கவலை மாறி பீதிபடர்ந்தது.

பயிர்கள் எல்லாம் கருகிச் சருகாக மாறின. விவசாயிகள் வெறும் தாளை அறுவடை செய்தார்கள். கால்நடைக்கு கொஞ்சம் தீவனம் கிடைத்துவிட்டது; மனிதனுக்கு என்ன செய்வது?

கிணறுகளில் குடிதண்ணீர் இல்லை. வாளிக்கு உழக்கு தண்ணீர் வந்தது. வயது முதிர்ந்த கிழவர்கள் தாதுவருஷ பஞ்சத்தைப்பற்றிப் பேச ஆரம்பித்தார்கள்.''

இயற்கையுடனான போராட்டத்துக்கு விவசாயிகள் பக்கம் உற்ற துணையாக நிற்க வேண்டிய அரசாங்கம்''கிணறு வெட்டிப் பிழைத்துக்கொள்ளுங்கள்'' என்று லோன் கொடுத்து, அது கிணறு வெட்டப் போதாத தொகையானபடியால் விவசாயிகள் தனியாரிடம் மேலும் கடன் வாங்கி, வாங்கிய கடனுக்கு வட்டி கட்ட முடியாமல் காட்டையே இழந்து வாழ்க்கைக்கான பிடிதாரத்தைத் தொலைத்து நிற்கிறார்கள்.

இப்போது அவர்கள் இயற்கையை எதிர்த்த போராட்டத்தோடு இரண்டாவது போர்முனையாக அரசாங்கத்தை எதிர்த்த போராட்டத்தையும் கையிலெடுக்க வேண்டியவர்களாக இருக்கிறார்கள். கி. ராவின் அரசியல் கதைகள் என இங்கு அடையாளப்படுத்தப்படும் 15 கதைகளில் பெரும்பாலான கதைகளில் சம்சாரிகளின் இவ்விரு போராட்டங்களுமே முக்கியப்பேசுபொருளாக இருக்கின்றன.

அரசியல் பேசிய கதைகள்

மாயமான் (சரஸ்வதி நவ 1958), கதவு (தாமரை-ஜன 1959), தோழன் ரங்கசாமி (தாமரை ஜன 1960), கரண்டு (சாந்தி ஏப் 1962), குடும்பத்தில் ஒரு நபர் (சாந்தி ஏப், 1963), அவத்தொழிலாளர்கள் (1965), எங்கும் ஓர் நிறை (சாந்தி ஜூலை 1971)வேட்டி (தாமரை ஏப் 1972), பாரதமாதா (பாலம் 1977), ஒரு வெண்மைப்புரட்சி (ஜூன் 1980), விடிவு (நாற்றங்கால்-செப் 1980)அவுரி (தினமணி கதிர் ஜன 1982) தாவைப் பார்த்து (ஆக 1984 அன்னம் விடு தூது) நடிப்புச் சுதேசி (ஓம் சக்தி தீபாவளி மலர் 2007) ஆகிய கதைகளில் சமகால அரசியலைப் பேசியிருக்கிறார்.

மிகவும் பேசப்பட்ட கதை 'கதவு' வரிகட்டமுடியாத ஒரு வாழ்ந்துகெட்ட குடும்பத்தின் கதை அது. சுதந்திர இந்தியாவில் கிராமப்புற மக்களிடம் வீட்டுத்தீர்வை கறாராக வசூலிக்கும் நடைமுறை அன்று இருந்தது. புதிய முதலாளித்துவ ஜனநாயக

அரசிற்கு முக்கியமான வருவாய் வரிகளின் மூலம் வந்தது. வரிகளில் இரண்டு வகை உண்டு. ஒன்று நேர்முக வரி. இன்னொன்று மறைமுக வரி. நேர்முக வரி என்பது பணக்காரர்களிடம் வசூலிக்கப்படும் சொத்துவரி, வணிகவரி, வருமான வரி போன்றவை. மறைமுக வரி என்பவை மக்கள் வாங்கும் பொருட்களின் விலைகளுக்குள் முகம் புதைத்து ஒளிந்திருக்கும் வரிகள். இவை போகவும் நிலத்தீர்வை, வீட்டுத்தீர்வை போன்றவையும் ஏழை மக்களிடம் நேரடியாக வசூலிக்கப்படும் வரிகள்... விளைந்தாலும் விளையாவிட்டாலும் வரி கட்டணும். ஆண்டாண்டு காலமாய் மன்னர்கள் காலந்தொட்டு இன்றுவரை ஆட்சியாளர்கள் மக்கள் மீது தொடுக்கும் பொருளாதாரத் தாக்குதலின் முக்கிய ஆயுதம் இந்த வரி மற்றும் தீர்வை.

கதவு கதையில் வரும் தாய் தன் கணவன் கூலி வேலை தேடி மணிமுத்தாறு போய் ஐந்து மாதங்களுக்கு மேல் ஆகிவிட்ட பின்னணியில், காட்டு வேலைக்குச் சென்று தன் மூன்று குழந்தைகளைக் காப்பாற்றி வருகிறாள். வீட்டுத்தீர்வை கட்டாத காரணத்தால் வீட்டுக்கதவைக் கழற்றிக்கொண்டு போய்விடுகிறது நிர்வாகம். கதவில்லாத வீட்டுக்குள் குளிர்ந்த காற்றும் மழைச்சாரலும் பாம்பும் பூச்சிகளும் வந்து போகின்றன. காய்ச்சி வைத்த கஞ்சியை நாய் குடித்துப்போகிறது. இதையெல்லாம் பிரச்சாரமாக இக்கதை பேசவில்லை. அந்தக் கதவை ஒரு வண்டியாகப் பாவித்துக் குழந்தைகள் அதில் டிக்கெட் எடுத்துக்கொண்டு ஏறுவதும் இறங்குவதுமான விளையாட்டைத் தினமும் ஆடுகிறார்கள். அவர்களுக்குக் கிடைக்கும் தீப்பெட்டிப்படங்களை சோற்றுப்பசை தடவி அதில் ஒட்டுகிறார்கள். அவர்களுடைய அப்பா சிறுவயதில் ஒட்டிய படம் கூட அக்கதவில் மங்கலாகத் தெரிகிறது. அப்பேர்ப்பட்ட கதவைத்தான் தூக்கிக்கொண்டு போய் விட்டார்கள்.

சத்யஜித்ரே யின் “பதேர்பாஞ்சாலி” படத்தில் வரும் குடிசையும், மழையோடு மல்லுக்கு நின்று, கதவில்லாத தன் குடிசைக்குள் தன் குழந்தைகளைக் காப்பாற்ற அந்தத்தாய் (கருணா பேனர்ஜி) போராடும் காட்சியும் கதவு கதையை வாசிக்கும்போது தவிர்க்கவியலாதபடி நினைவுக்கு வருகிறது. ’70 களின் பிற்பகுதியில் இப்படத்தை கி.ரா. கோவில்பட்டியில் தோழர்கள் ’ஆதர்ச’ திரைப்படக்கழகத்தின் வழி திரையிட்டபோது பார்த்து வியந்திருக்கிறார்.

பெரியவர்கள் பார்வையில் அக் கதவின் அர்த்தம் வேறு. குழந்தைகள் பார்வையில் அர்த்தம் வேறு. அரசு எந்திரத்தின் பார்வையில் அதன் பொருள் வேறு. தங்கள் வீட்டுக்கதவை தலையாரி தூக்கிச்செல்லும்போது அதன் துயரம் புரியாமல், அதையும் ஒரு விளையாட்டாகக்கருதிக் கதவுக்கு முன்னால் பீப்பி ஊதி டண்டணக்கா போட்டு நடக்கும் குழந்தைகள் உலகம் வாசக மனதை அதிரச்செய்கிறது. குழந்தைகள் மனதில் வறுமையையையும் பெரியவர் உலகத்து நீதிகளையும் ஏற்றுவதைப்போல ஒரு துயரம் உலகில் உண்டா? கஞ்சியை நாய் குடித்துவிட்டுப்போக, "தன் தாய் பசியோடு காட்டிலிருந்து வருவாளே என்று நினைத்து உருகினாள் லட்சுமி" என்கிற ஒரு வரி நம்மை உருக்கி விடுகிறது. குழந்தைகளின் உலகத்துக்குள் இருந்து இந்தக்கதையைச் சொன்ன விதம்தான் மிகப்பெரிய தாக்கத்தை ஏற்படுத்துகிறது.

நீண்ட காலத்துக்கு "கதவு" கதையே அவரது அடையாளமாக இருந்தது. அந்தக் கதையை எழுத நேர்ந்த கதையை விரிவாக "கதைக்கு ஒரு கரு" (தாமரை-செப் 1965) என்னும் கட்டுரையில் எழுதியிருக்கிறார்.

"ஒரு நாள், தீர்வை போடுவதற்கு நான் எங்கள் ஊர் கிராம முன்சீப் கச்சேரிக்குப் போயிருந்தேன். கிராம முன்சீப் ஐயர் உட்கார்ந்திருந்த அறைக்குப் பக்கத்து அறைக்குள் தற்செயலாக எட்டிப் பார்த்தேன். அங்கே தரையில் சுவரின் மேல் ஒரு கதவு சாத்தி வைக்கப்பட்டு இருந்தது. உள்ளுக்குப் போய்ப் பார்த்தேன். அந்தக் கதவின் மீது கறையான் பற்றி ஏறி இருந்தது, ஐயரிடம் கேட்டேன் "ஏது இந்தக் கதவு" என்று. ஐயர் சொன்னார், "தீர்வை பாக்கிக்காக இந்தக் கதவைப் பிடுங்கிக்கொண்டு வந்திருக்கிறோம்" என்று. எனக்கு இதைக் கேட்க ஆச்சரியமாக இருந்தது! "எவ்வளவு பாக்கிக்காக" என்று கேட்டேன். "எட்டு அணா" என்றார், "எட்டு அணாவுக்காகவா? இது என்ன 'கூத்து'! ஏன் கதவைப் பிடுங்கிக்கொண்டு வரணும்; வேறு எதையாவது செய்யக் கூடாதா?"

"ஸ்தாவர, சங்கம சொத்துக்களில் முதலில் சங்கம சொத்தைத்தான் பறிமுதல் செய்து கொண்டு வரவேண்டுமென்று சர்க்கார் உத்தரவு எங்களுக்கு"

"ஸ்தாவரம்" என்றால் அசையாப் பொருள்; சங்கமம் என்றால் அசையும் பொருள். கதவு அசையும் பொருளல்லவா!!

என் சங்கடத்தைப் புரிந்து கொண்டு ஐயர் மேலும் சொன்னார். "சாப்பிடுகிற வட்டில் அல்லது கும்பா, செம்பு ஏதாவதுதான் எடுத்துக்கொண்டு வருவோம், ஆனால், அந்த வீட்டில் கும்பாவோ, செம்போ ஒன்றும் இல்லை."

அந்தக் கதவை இன்னும் பார்த்துக் கொண்டிருந்தேன். கவனித்துப் பார்த்ததில் அதில் ஒரு தீப்பெட்டிப் படம் ஒட்டியிருப்பது தெரிந்தது. அதைப்பார்த்ததும் என் மனசு மிகவும் வேதனை அடைந்தது; அது அழுதது என்று சொன்னால் சிரிப்பீர்கள் நீங்கள்!

பிஞ்சு மனமும் பிஞ்சு விரல்களும் ஒட்டிய படம் அது. பால்ய வயசில் என் வீட்டுக் கதவில் நானும் அந்த மாதரி படம் ஒட்டியிருக்கிறேன். கதவில் ஏறி நின்றுகொண்டு தள்ளி ஆட்டி விளையாடி இருக்கிறேன், எல்லாக் குழந்தைகளையும்போல. இப்பொழூது நானே தீர்வை போடமுடியாத நிலையில் இருப்பதாகவும், என் வீட்டுக் கதவையே உருவிக்கொண்டு போவதைப் போலவும் ஒரு காட்சி என் மனக்கண் முன் தோன்றியது. அதற்காகத் துக்கப்பட்டேன்!

கச்சேரியில் பார்த்த இந்தக் கதவு விஷயம் ரொம்ப நாளாக என் மனசில் கிடந்து உறுத்திக்கொண்டே இருந்துகொண்டே இருந்தது.

ரொம்பநாள் கழித்து, லியோ டால்ஸ்டாய், குழந்தைகளை வைத்து எழுதிய ஒரு கதைத் தொகுதியைப் படிக்க நேர்ந்தது. அதில் ஒரு கதை. ஒரு குழந்தை வாசலில் நின்று கொண்டிருக்கிறது. வரி வசூலிக்கிற அதிகாரி வரிபாக்கியைக் கேட்க அந்த வீட்டுக்கு வருகிறான். வீட்டில் வேறு யாருமில்லை, அந்தக் குழந்தையைத் தவிர. "அப்பா வந்தவுடன் சொல்லு, வரி கேட்பதற்கு இன்னார் வந்திருந்தார் என்று?" என்று அதிகாரி குழந்தையைக் கேட்டுக் கொள்கிறார். சரி என்று தலையை ஆட்டிவிட்டு குழந்தை அவரிடம் ஒரு சந்தேகம் கேட்கிறது. 'வரி என்றால் என்ன?" என்று வந்த அதிகாரிக்குச் சங்கடமாக போய்விடுகிறது இதை எப்படி இந்தக் குழந்தைக்கு விளக்கிச் சொல்ல என்று. 'குழந்தே' நம்முடைய ஜார் சக்கரவர்த்திக்கு நாம் எல்லோரும் கொடுக்கிற பணத்துக்குத்தான் வரி என்று சொல்லுகிறது" என்கிறார்.

'ஜார் சக்கரவர்த்திக்காக! அவர்தான் பெரிய பணக்காரர் ஆச்சே, அவருக்கு ஏன் நாம் பணம் கொடுக்கணும்?'

'சே, இது பொல்லாத விரியன் பாம்புக் குட்டியாக இருக்கும் போலிருக்கிறதே!' என்று குழந்தையைப் பற்றி நினைத்துக் கொள்கிறார்.

"நம்மைப் பாதுகாக்க போலீஸ் பட்டாளம் வைத்திருக்கிறார். நமக்கு படிப்பு சொல்லிக் கொடுக்க பள்ளிக்கூடங்கள் வைத்துத் தந்திருக்கிறார், நம்முடைய சக்கரவர்த்தி நம்முடைய நன்மைக்காக நம்மிடம் வரிவசூல் செய்கிறார்". 'வரிகொடுக்க முடியாவிட்டால் என்ன செய்கிறது?' 'சே; சே. இது பொல்லாத சைத்தான் குட்டியாக வரும் போலிருக்கிறதே!' என்று நினைத்துக்கொண்டு, "வரி கொடுக்க முடியாவிட்டால் உங்கள் வீட்டுப் பசுமாட்டை பிடித்துக்கொண்டு போய்விடுவோம்."

"நம்முடைய நன்மைக்காகத்தான் ஜார் சக்கரவர்த்தி நம்மிடம் வரிவசூல் செய்கிறார் என்று சொன்னீர்களே; எங்களுடைய பசு மாட்டையே பிடித்துக்கொண்டு போய்விட்டால் எங்களுக்கு என்ன நன்மை?"

அந்தக் குழந்தையின் இந்தக் கேள்வியோடு முடிகிறது கதை. இந்தக் கதையைப் படித்து முடித்தவுடன், என்னுடைய "கதவு" கதையாக எழுதவேண்டுமென்ற தாகம் என்னைப் பிடுங்கித் தின்றது.

நண்பர்களிடம் பேசிக் கொண்டிருக்கும்போது, இப்படி ஒரு கதை எழுதப் போகிறேன், எழுதப் போகிறேன் என்று சொல்லிக்கொண்டே திரிந்தேனே தவிர எழுதிவிடவில்லை .

ரொம்ப நாளைக்குப் பிறகு, ஆனந்த விகடனில் ஒரு பெரிய சிறுகதைப் போட்டி வைத்தார்கள். சிறுகதைகள் எழுதியே பழக்கமில்லாத என்னை, என் மனைவி இந்தப் போட்டிக்கு ஒரு கதை எழுதும்படி தூண்டினாள்.

கதைக்கு மூணாவது பரிசுகூட கிடைக்காதது மாத்திரமல்ல சாதாரணக் கதையாகக்கூட அது பிரசுரமாகவில்லை என்பதை இங்கே சொல்லத் தேவையில்லை!

'தாமரை யின் பொங்கல் மலரில் ஒரு வருஷம் கழித்து "கதவு" பிரசுரமானபோது தமிழ்நாட்டில் பிரபல எழுத்தாளர்கள் சிலர் "சிறந்த கதை இது" என்று பாராட்டி எனக்குக் கடிதம் எழுதினார்கள். என் வாழ்க்கையில் நடந்த ஆச்சரியங்களில் இதுவும் ஒன்று!

பொதுவாக நான், கேள்விப்படும் விஷயங்களை வைத்துக் கதை எழுதுகிறதில்லை.''

இந்த நீண்ட பகுதி 'கதவு' காலத்துக் கி. ரா அவர்களின் அன்றைய (60 களின்) படைப்பு மனநிலையையும் பத்திரிகைகளின் தராதரத்தையும் எடுத்துக்காட்டுகிறது.

கூடுதலாக கதவு கதைக்கு இன்னொரு அரசியல் பின்புலமும் இருப்பதாக தோழர் ஆர். நல்லக்கண்ணு அவர்கள் கூறியதாகக் கேள்விப்பட்டு 12-06-2021 அன்று அவரோடு பேசினேன். அவர் என்னிடம் கூறியது:

“அன்றைக்கு ஒன்றுபட்ட நெல்லை மாவட்டத்தில் இருந்த கோவில்பட்டி, விளாத்திகுளம் வட்டாரத்தில் இந்த மாதிரி கெடுபிடியான தீர்வை வசூலை அரசாங்கம் நடத்திக்கொண்டிருந்தது. மாடுகளைப் பிடித்துக்கொண்டுபோய் பவுண்டில் அடைப்பது. ஒன்றுமில்லாத வீடுகளில் கதவுகளைக் கழற்றிக்கொண்டு போய்விடுவது என்று அராஜகமாக நடந்துகொண்டிருந்தது. அதற்கு எதிராக 100 நாட்கள் கம்யூனிஸ்ட் கட்சி இடைவிடாத போராட்டம் நடத்தியது. “வரிவஜா இயக்கம்'' என்று அழைக்கப்பட்ட அந்த இயக்கம் விளாத்திகுளத்திலிருந்து சங்கரன்கோவில் வட்டாரம் வரை தீவிரமாகப் பரவியது. அந்தப்போராட்டத்தில் கி. ராஜநாராயணனும் பங்கேற்றார். இந்தப் போராட்டத்தின் இலக்கிய விளைச்சலாக வந்ததுதான் 'கதவு' கதை.''

கம்யூனிஸ்ட் கட்சி சார்ந்த ஒரு எழுத்தாளராக அன்று இருந்த கி. ரா. இந்தக் கட்சிப்போராட்டம் பற்றியெல்லாம் கதைக்குள் எதையுமே கொண்டுவராமல் நேரடியாக ஒரு வரிகூட அரசியல் பேசாமல், ஆனால் வாசக மனதில் என்ன உணர்வைத் தூண்ட வேண்டுமோ அதைத்துல்லியமாகத் தூண்டியுள்ளார். கலை இலக்கியம் யாவும் மக்களுக்காக என்று இயங்கும் படைப்பாளிகளுக்கான பாடமாக இக்கதையை நாம் பரிந்துரைக்கலாம்.

அரசின் நலத்திட்டங்கள் ஒவ்வொன்றும் எப்படி விவசாயிகளுக்குக் கெடுதலையே கொண்டு வந்தன என்பதையும் அரசு எந்திரம் சம்சாரிகளை எப்படிப் புறக்கணித்தது என்பதையும் ஒவ்வொரு கதையிலும் கலாபூர்வமாகப் பேசுகிறார்.

'குடும்பத்தில் ஒரு நபர்' கதையில் ஊராட்சி ஒன்றிய அலுவலகத்துக்கு வெட்னரி டாக்டரைப் பார்க்கப்போய் வெறுத்துத்திரும்பும் தொட்டணக்கவுண்டரைப் பார்க்கிறோம்.

"பிளாக் டெவலப்மெண்ட் ஆபீஸில், கண்ட அதிகாரிகளையெல்லாம் தொட்டணன் ஏற்கனவே அவனுடைய ஊரில் வைத்துப் பார்த்தவர்கள் தாம். ஆனால் அதில் யார் யார் இன்னார் என்று தெரியாது. அவர்கள் கிராமத்துக்கு வருவதும் போவதும் பார்க்கவே ஒரு வேடிக்கையாக இருக்கும். என்ன சோலிக்காக வருகிறார்கள், என்ன சோலிக்காகப் போகிறார்கள் என்றே தெரியாது. சர்க்கஸில் ஒரு சைக்கிளில் கூடியபட்சம் எத்தனை பேரை ஏற்றமுடியுமோ அத்தனைபேரையும் ஏற்றிக்கொண்டு சுற்றிவருகிற மாதிரி இவர்கள் தங்கள் ஜீப்பில் எத்தனை பேர் அதிகம் கொள்ளுமோ அதற்கும் அதிகமானவர்கள் அதில் வருவார்கள். அவர்கள் கூட ஒரு பெண்ணும் வந்திறங்குவாள் ஜீப்பிலிருந்து. அந்தப் பெண் வரும்போதெல்லாம் ஒவ்வொருவிதமாகத் தன்னுடைய கூந்தலை முடிந்திருப்பாள். அடேயப்பா சேலைகள் தான், அதில் கலர்கள் தான் எத்தனைவிதம்! அந்த அம்மாள் இறங்கி கைகளை அப்படியும் இப்படியும் வீசி ஒரு சின்ன யானைக்குட்டியே வந்தமாதிரி நடந்து வருவாள்.

தொட்டணன் இப்பொழுது வெட்னரி டாக்டர் மேஜைக்கு முன்னால் போய் நின்றான். இடுப்பில் துண்டைக் கட்டிக்கொண்டு ஒரு கும்பிடு போட்டான். தலை அசைப்பாலேயே அதை ஏற்றுக் கொண்டார் டாக்டர். முதலில் ஊர், அப்புறம் மாட்டுக்கு என்ன செய்கிறது, இரண்டொரு அறிகுறிகளைச் சொன்னவுடனே 'சரி நிறுத்து' என்ற பாவனையில் கையை அசைத்தார். உடனே தீப்பெட் டியை எடுத்து அதில் ஒரு குச்சியை ஒடித்து தன்னுடைய பல் இடுக்குகளிலுள்ள ஊத்தையை குத்தி இழுத்து இழுத்து நாக்கில் தடவிக் கொண்டார். அப்புறம் குச்சியை முகர்ந்து பார்த்து தூர எறிந்துவிட்டு, "சரி பீடிஓ இடம் போய்ச் சொல்லிவிட்டு வா" என்று கை காண்பித்து அனுப்பினார். இந்த டாக்டருக்கும் "பீடிஓ" வுக்கும் சதா தகராறு. அவசரக் கேஸ்களுக்கு ஜீப் கொடுத்து உதவமாட்டார். தொட்டணன் விஷயத்திலும் அப்படியே ஆயிற்று."

கிராமத்துக்கு வந்து போகும் அதிகாரிகள் பற்றிய முதல்பத்தி சம்சாரிகள் உலகத்திலிருந்து அதிகார வர்க்கத்தைக் கேலி பேசும் பகுதி. இந்த நக்கல்பார்வை இன்றைக்கும் கிராமப்புறங்களிலும் நாட்டார் இலக்கியங்களிலும் தொடர்வதைப் பார்க்கிறோம்.

இரண்டாவது பத்தியில் பல் ஊத்தையைக் குத்துபவராக ஒரு அதிகாரியைச் சித்தரிப்பது வாசக மனதில் அதிகார வர்க்கத்தின் மீது அருவருப்பு உணர்வை ஏற்படுத்தும் நோக்கம் கொண்டது. தீர்மானகரமாக அவர்களெல்லாம் இப்படித்தான் என்று ஓங்கி முத்திரை குத்தும் சித்தரிப்பு. இது கி. ரா என்கிற சம்சாரியின் கலை அரசியல்.

'மாயமான்' கதை முழுக்கவே கிணற்று லோன் வழங்கி சம்சாரிகளைச் சீரழிக்கும் அரசுத்திட்டம் பற்றிய கதை. மானம் பார்த்த பூமியான கரிசல் நிலத்தில் வாழும் விவசாயிகளுக்கு "மழை இல்லியே என்று இனி விவசாயிகள் கவலைப்பட வேண்டாம். புஞ்சைப்பகுதிகளில் உள்ள விவசாயிகளுக்கு சர்க்கார் கிணறு தோண்ட ஒரு கிணற்றுக்கு நானூறு ரூபாய் இனாமாகக் கொடுக்கிறரகள்" என்கிற அரசாங்க அறிவிப்பு இன்பத்தேனாக வந்து பாய்கிறது. ஆனால் எல்லோருக்கும் அழுதது போக அப்பாவுச் செட்டியாருக்கு முந்நூறு ரூபாய் மட்டுமே கை வந்து சேர்கிறது. மீதிப் பணத்துக்கு, வட்டிக்கு விட்டு விவசாயிகளின் நிலங்களை அபகரிக்கும் 'நல்லவரான' ஸ்ரீமான்அய்யவார் நாயக்கரிடம் வந்து வசமாக மாட்டிக்கொண்டு நிற்கிறார். வட்டி கட்ட முடியாமல் தன் நிலத்தை இழந்து பஞ்சம் பிழைக்க தஞ்சாவூருக்கு ரயில் ஏறுகிறது அப்பாவுச் செட்டியாரின் குடும்பம். கதையைக் கி. ரா. முடிக்கும் விதம் முக்கியம்.

சோழவந்தானைத் தாண்டி ரயில் போய்க்கொண்டிருக்கையில் ரயிலின் சகபயணி ஒருவர் பக்கத்தில் கிடந்த பத்திரிகையை எடுத்து பலமாக வாசிக்கிறார்:

"கிணறு வெட்ட சர்க்காரால் இனாமாக ரூபாய் வழங்கப்படும் திட்டத்தை, விவசாயிகளின் நன்மையை உத்தேசித்து நீடித்திருக் கிறார்கள், இந்த வருஷம் கிணறு ஒன்றுக்கு ஐநூறு ரூபாய் இனாமாகக் கிடைக்கும். விவசாயிகள் இத்திட்டத்தைப் பயன்படுத்தி உணவு உற்பத்தியைப் பெருக்கி தேச சுபிட்சத்துக்குப் பாடுபடும்படி கேட்டுக்கொள்ளப்படுகிறார்கள்."

செய்தியைக் கேட்ட மற்றவர்கள் சந்தோஷப்பட்டார்கள். செட்டியாரின் ரோமங்கள் குத்திட்டு நின்றன. கண்கள் கோவைப்பழம் போல் ஜிவ் என்று சிவந்தன. வேகமாகப் பாய்ந்து பத்திரிகையை 'டபக்' என்று பிடுங்கி சுக்குநூறாகக் கிழித்தார். எல்லோரும் திகைத்தார்கள். என்ன காரணம் என்று ஒருவருக்கும்

ஒன்றும் விளங்க வில்லை! நல்லசிவம் செட்டியார் மாத்திரம் ஒரு கோணல் புன்னகை செய்தார்."

கி. ரா. இக்கதையில் அரசாங்கத்தைத்தான் சுக்கு நூறாகக் கிழித்து எறிகிறார்... அழுத்தமான அரசியல் முத்திரையுடன் கூடிய ஒரு கதை முடிப்பு.

"கரண்டு" கதை கரிசக்காட்டுக்கு மின்சாரம் வந்து விவசாயத்தைச் சீரழித்த கதையைப் பேசுகிறது. "கரண்ட்டை நம்பிக் கலியாணம் வைக்காதே. எலக்ட்ரியை நம்பி எலை போடாதே" என்றொரு சொலவடையே கரிசல்காட்டில் உண்டு. சொலவடைகள் என்பவை மக்கள் மனங்களிலிருந்து இயல்பாக வெடித்துச் சிதறும் வார்த்தைக் கங்குகள். ராமசாமி நாயக்கர் தன்னுடைய நாலு ஏக்கர் தோட்டத்தில் சோளம் முளைக்கட்டி இருந்தார். தொடர்ந்து தண்ணீர் பாய்ச்சணும். இல்லாவிட்டால் எறும்புகள் தானியத்தைக் காலி செய்துவிடும். ஆனால் இந்த எழவெடுத்த கரண்டு ஷிப்டு முறையில்தான் வரும். பாதியில் கரண்டு போய்விட, "படுபாவிப்பயல்கள். இன்னும் கொஞ்ச நேரம் கரண்டு கொடுத்தால் என்ன;கொள்ளையா போகிறது?" என்று சொல்லி மண்வெட்டியை நங்கென்று ஓசையெழ விட்டெறிந்தார்." விட்டெறிந்த அந்தத் திசையில் மின்சார அமைச்சரோ அல்லது மின்சார போர்டு கனம் மெம்பர்களோ இருந்தால் செத்தொழிந்திருப்பார்கள் என்று கடுமையான வார்த்தைகளில் கி. ரா. எழுதுகிறார்.

"நாள் முழுதும் கரண்டு வேண்டும்-சோளம் முளைக்கட்ட தற்காலிகமாவது நாள் பூராவும் கரண்ட் வேண்டும் என்று ஒரு மனு எழுதிக்கொண்டு ராமசாமி நாயக்கர் கோவில்பட்டிக்கு வந்தார்" அங்கே மின்சார இலாக்கா அதிகாரிகளிடம் அவமானப்பட்டு அலைந்து திரிந்து நடந்தே ஊர் திரும்புகிறார். அவர் இன்னும் நகரத்தின் மையத்தைத்தான் தாண்டி இருந்தார். பையப்பைய இருள்பரவ ஆரம்பித்தது; ஜில்லென்று நகரமே மின்சார ஒளிவிளக்கில் மூழ்கிப் பிரகாசித்தது.

விளம்பர அலங்கார ஒளி எழுத்துக்கள். அவைகளில் தான் எத்தனை கலர்கள்; அணைந்து அணைந்து தானாகப் பொருந்திக் கொள்ளும் பல்புகளின் சரவரிசை வேறு; ஒரு, தெய்வலோகமாகக் காட்சி அளித்தது நகரம்.

எவ்வளவு பிரகாசம் வெளியில் இருந்ததோ, அவ்வளவு மன இருட்டில் புழுங்கித் தவித்தார் நாயக்கர்.

தண்ணீரில் விழுந்த கோழி, கரையேறி தன் இறக்கைகளை சட சடவென்று அடித்து உதறுவதுபோல், நாயக்கர் தன் மனதைக் கவ்வியிருந்த கோழைத்தனமான எண்ணங்களை உதறி எறிந்தார். வேஷ்டியை அவிழ்த்து இறுகக் கட்டித் தார் பாய்ச்சினார், கால்களை அகலப் பரப்பிக்கொண்டு மேல்த்துண்டை உதறி, அழுத்தமாகத் தலையில் லேஞ்சி கட்டிக்கொண்டு டிரான்ஸ்பார்மரை நோக்கிப் போனார்.

ஒன்றையும் தொடாமலேயே அவருக்கு ஒரு "ஷாக்" அடித்தது. செய்யவேண்டிய காரியம் இது அல்ல; அது இதைவிட முக்கியமானது என்று தோன்றியது. தன் சக விவசாயிகளை நோக்கி நடந்தார்!"

1962இல் இக்கதையை தோழர் எஸ். ஏ. முருகானந்தம் நடத்திய 'சாந்தி' இதழில் எழுதியிருக்கிறார். கிராமத்தில் விவசாயத்துக்கே கரண்டு இல்லை இங்கே நகரத்தில் இப்படி வெட்டியாகச் செலவழிக்கிறார்களே என்கிற ஆத்திரம் தலைக்கேறி ட்ரான்ஸ்பார்மரை உடைத்து நகரை இருட்டாக்க வேண்டும் என்று ஆத்திரம் கொள்ளும் விவசாயியை அடுத்த வரியிலேயே கி. ரா 'நல்வழிப்படுத்தி' தன் சக விவசாயிகளை நோக்கி நடக்க வைக்கிறார். தன் வர்க்கத்தை அணிதிரட்ட அனுப்பி வைக்கிறார். ஒரு 'முற்போக்கான' முடிவைத் தயக்கமின்றி முன்வைக்கிறார்.

ஆனால் விவசாயிகளை அவ்வளவு லேசில் திரட்டிவிட முடியாது என்று தோழன் ரங்கசாமி கதையில் சொல்லியிருப்பது இங்கே நினைவுக்கு வருகிறது. அதை எழுதியது 1960இல். கரண்டு எழுதியது 1962இல்.

"அவத்தொழிலாளர்கள்" கதையில் கோவில்பட்டி பேருந்து நிலையத்தில் இடைசெவல் கிராமத்துக்கு பஸ் எங்கே நிக்கும்? டிக்கெட் எங்கே போடுறாக என்று பிச்சை கேட்பதைப்போல ஒரு 'பட்டிக்காட்டுக் கிழவி' கண்ணில்பட்ட கண்டக்டர், டிரைவரிடமெல்லாம் கேட்டுக்கொண்டு அலைகிறாள். ஆனால் அந்தப் பேருந்துத் தொழிலாளர்களோ இவளுக்குப் பொறுப்பாகப் பதில் சொல்லாமல் ஒரு ஆனந்த விளையாட்டில் ஈடுபட்டிருந்தார்கள். அந்தப்பேருந்து நிலையத்தில் மூட்டைதூக்கிப்பிழைக்கும் ஒரு 18 வயதுச் சிறுவன். கருத்து மொழு மொழுவென்று இருக்கும் அவனது திரேகத்தைப் பார்த்தாலே இந்தக் கண்டக்டர் டிரைவர்களுக்கு அவனை அடித்து விளையாட வேண்டும் என்று

தோன்றிவிடும்போல. அவன் கோபத்தில் கல்லை எடுத்துக்கொண்டு எறிவது போல வருவான். ஆனால் எறிய மாட்டான். அவன் கல்லைக் கீழே போட்டதும் எல்லோரும் சேர்ந்து அவனை மொத்துவார்கள். அவன் அழுதுகொண்டே எல்லோரையும் கண்டபடி திட்டுவான். "இது தினம் தவறாமல் நேரம் தவறாமல் நடக்கும் கண்கொண்டு பார்க்க முடியாத 'கங்காட்சி'".

இக்கதையை முடிக்கும்போது 50 வருடங்களுக்குப் பின்னால் எல்லாமே மாறி கண்டக்டர்கள் தேவதூதர்களைப்போல பயணிகளிடம் அன்பாகவும் கண்ணியமாகவும் நடந்துகொள்ளும் காட்சியை ஒரு கனா போலச் சொல்லி முடிக்கிறார். இக்கதையில் அரசியலாக ஒரு கனவு இருக்கிறது. அதைவிடக் கூர்மையாக அந்த கூலித்தொழிலாளியை பேருந்துத்தொழிலாளிகள் தேவையில்லாமல் அடித்து அழ வைக்கும் காட்சியைப்பற்றி கி. ரா. எழுதும் ஒரு வரி இயங்கியல் பூர்வமாக, கதையின் மைய அச்சுப்போல நிலைக்கிறது.

அவ்வரி: "யார் யாரிடமோ தாங்கள் பட்ட துன்பங்களையும் யார் யார் மீதோ தாங்கள் காட்ட வேண்டிய ஆங்காரத்தையும் எவ்வித முகாந்தரமும் இல்லாமல் இந்த மூட்டை தூக்கிப் பிழைக்கும் அனாதையிடம் காட்டிக்கொண்டிருந்தார்கள்"

இன்னொரு வலுவான அரசியல் கதை "அவுரி". கரிசல் காட்டுக்கு அவுரிச்செடி வந்தது ஆங்கிலேயர் காலத்தில். அது நம் நாட்டில் பயன்படவில்லை."அவ்வளவும் வெளிநாட்டுக்குத்தான். இதனால் சர்க்காருக்குப் பவுன் பவுனா வெளிநாட்டுச் செலவாணி கிடைக்குது...இதை ஒழுங்குபடுத்தத்திராணி இல்லையே இவனுகளுக்கு, என்னவோ விவசாயிகளுக்குக் கிளிக்கப்போறதா பேச்சுத்தான்;காரியத்திலே ஒரு புண்ணாக்கையும் காணோம்." என்று பொட்டில் அறைவதுபோன்ற வாசகங்களை இக்கதை முழுதும் எழுதிச்செல்கிறார், கி. ரா. அவுரிக்கு விலை இல்லாமல்போய் உழைத்து விளைவித்த அவுரி முழுவதையும் குப்பையில் கொட்டுகிறார் தாசரி நாயக்கர். அவர் தனக்குத்தானே பேசிக்கொள்ளும் பகுதிகள் மனதைக் கலங்க வைக்கின்றன.

ஆனால் கதையைச் சோகமாக முடிக்காமல் இப்படி முடிக்கிறார்; "இதுசரியில்லை. இப்படிச் செம்மறி ஆடுகளைப்போல சம்சாரிகள், வருகிற துன்பங்களையெல்லாம் சகித்துக்கொண்டு தலையைத் தொங்கப்போட்டுக்கொண்டு கிடப்பது முறையில்லை. ஏதாவது

செய்யணும்;செய்தே ஆகணும்'' என்று தீர்மானித்தார். 'கரண்டு' கதையில் வரும் விவசாயியைப்போலவே அவுரி கதையின் விவசாயியும் ஏதாவது செய்யணும் என்பதன் மூலம் அணிதிரளும் அரசியலையே முன் வைக்கிறார் கி. ரா. இந்த அவுரி கதையை அவர் ஜனவரி 1982இல் தினமணிக் கதிர் இதழில் எழுதியிருக்கிறர். ஆகவே வெகுசன இதழ்களுக்கு எழுதப்போனதால் அவர் தேய்ந்து போனார், அவர்களுக்கு ஏற்ற கதைகளை எழுதினார் என்று வரும் விமர்சனங்களை ஏற்க இயலவில்லை. 60 களுக்குப் பிறகு அவர் கம்யூனிஸ்ட் கட்சியிலிருந்து விலகியபிறகு மக்கள் பிரச்னைகளை வைத்துக் கதை எழுதவில்லை என்கிற வாதமும் அடிபடுகிறது.

1942 வெள்ளையனே வெளியேறு இயக்கக் காலத்தில் அரசு விதித்த தடையை மீறி ஒரு தலைமறைவு அரசியல்வாதிக்கு தன் குடிசையில் ஒளிந்திருக்க இடம் கொடுத்த தூங்கா நாயக்கர் பிரிட்டிஷ் காவல்துறையால் தாக்கப்படுகிறார். "அடியென்றால், அது உங்க வீட்டு அடி எங்க வீட்டு அடி அல்ல. பழைய பித்தளைப்பாத்திரக்கடைக்காரன் அருமையான பாத்திரங்களையெல்லாம் தெருவிலே போட்டு அடித்து நைப்பானே அந்த மாதிரி அவரைப்போட்டு அடி 'நச்சி' எடுத்தார்கள். உட்கார்ந்தால் மிதி. எழுந்தால் அடி.'' அடித்த போலீசுக்குக் காலும் கையும் வலித்ததால் பிழைத்துப்போ என்று விட்டுவிட்டார்கள். இல்லாவிட்டால், அவரும் ஒரு 'ஆகஸ்ட்டு தியாகி' ஆகியிருப்பார்.

அப்பேர்க்கொந்த தூங்காநாயக்கருக்கு இன்று இருப்பது ஒரே ஒரு வேட்டிதான். அதுவும் இன்று குனியும்போது பிய்ந்துவிட்டது. கிழியவில்லை பிய்ந்து விட்டது. சுதந்திர தினக்கொண்டாட்டத்துக்காக அவரிடம் நன்கொடை கேட்டு ஊர்ப்பிரமுகர்கள் வருகிறார்கள்.''தூங்கா நாயக்கருக்கு இன்னது செய்வதென்று தெரியவில்லை. பரபரப்போடு எழுந்து நின்று இடது கையால் வேட்டியின் பிய்ந்த கிழிசலை மறைத்துக்கொண்டு அவர்களை வரவேற்கத் தயாரானார்'' வெள்ளையனை எதிர்த்து தேசபக்த உணர்வுடன் போராடிய எத்தனையோ தியாகிகள் சுதந்திர இந்தியாவில் மதிக்கப்படவில்லை. அன்றைக்கு கதை எழுதிய எல்லா எழுத்தாளர்களுமே இது பற்றி ஒரு கதையாவது எழுதியிருப்பார்கள். பிரபஞ்சன் கூட தியாகி, தியாகராஜன் என்று இரண்டு கதைகள் எழுதியிருக்கிறார்.

தோழர் ஜீவானந்தம் ஒற்றை வேட்டியோடு வாழ்ந்த கதை உலகறிந்தது. மாற்றுச்சேலையோ மாத்து வேட்டியோ இல்லாத

மக்கள் கரிசல் வெளியெங்கும் நிறைந்திருக்கிறார்கள். அவர்களில் ஒருவராகத்தான் தூங்காநாயக்கரும் மதிக்கப்படுகிறார்.''கேவலம் ஒரு 'குண்டி வேட்டிக்கு'இப்படியொரு 'தரித்திரியம்' வந்திருக்க வேண்டாம்.'' என்கிற இக்கதையின் துவக்கவரி சுதந்திர இந்தியாவின் ஆட்சியாளர்கள் மீது காறி உமிழப்பட்ட வரி.

இப்படி இருக்கிற இடம் தெரியாமல் வாழும் ஒரு தியாகிக்கு நேர்மாறாக பொதுவாழ்வை வியாபாரமாக்கிய ஓர் அரசியல்வாதியை "நடிப்புச் சுதேசி" கதையில் காட்டியிருப்பார். அவர் பேரே 'காந்தி நாயக்கர்'. காந்தியைப்போல பேரீச்சம்பழம் சாப்பிடுவது, வறுத்த வேர்கடலையை உரித்துச் சாப்பிட்டுவிட்டு ஆட்டுப்பால் குடிப்பது, இராட்டையில் நூல் நூற்பது, கதர் உடுத்துவது போன்ற அவரது நடைமுறைப் பழக்கவழக்கத்தை வைத்து ஊர்மக்கள் அவரைக் காந்தி நாயக்கர் என்று பட்டப்பெயர் வைத்து அழைத்தார்கள்.

இவரைப்போன்றவர்கள் உருவாகிவிடக்கூடாது. அதற்கான தளமாக காங்கிரஸ் கட்சி இருந்துவிடக்கூடாது என்பதற்காகவே மகாத்மா காந்தி''காங்கிரஸ் கட்சியைக் கலைத்துவிட்டு 'லோக் சேவா சங்' என்கிற பேரில் அதை ஒரு மக்கள் சேவை அமைப்பாக மாற்ற வேண்டும் ' என்று எழுதிவைத்துவிட்டுப்போனார். அதை அவருடைய தளபதிகள் யாரும் கண்டுகொள்ளவில்லை. காந்தி நாயக்கர்கள் நாடு முழுவதும் எழுந்து வந்தார்கள். அதில் ஒரு காந்தி நாய்க்கரின் கதையைத்தான் நடிப்புச்சுதேசி என்கிற கதையாக கி. ரா. எழுதியிருக்கிறா.

"தனது அய்ந்து பிள்ளைகளையும் கொண்டு வந்து நகரத்துத் தொழில்களில் "பதியன்" போட்டார். மைய அரசில் தனது செல்வாக்கைப் பயன்படுத்தி பர்மிட், லைசென்ஸ் என்று பெற்றுத் தொழில் துறையில் இறங்கினார். இதற்கு அவர் இருமுறை நாடாளுமன்ற உறுப்பினராக வகித்த பதவி பயன்பட்டது.

தான்மட்டிலும் காந்திகட்சியில் இருந்து கொண்டு, சிகப்புக் கட்சிகளில் இரண்டு பிள்ளைகள், கருப்புக் கட்சிகளில் இரண்டு பிள்ளைகள், ராமர் கட்சியிலும் ஒரு பிள்ளை என்று பிரித்து விட்டு விட்டார்! பயல்கள் அந்த அந்த அரசியல் கட்சிகளில் பிரகாசம் அடைந்து சக்கைப்போடு போட்டார்கள்." காங்கிரஸ்காரர்கள் நாட்டை ஆட்டையைப்போட்ட கதையைத்தான் கி. ரா. சொல்கிறார். கம்யூனிஸ்ட் கட்சி உடைக்கப்பட்டதே அது என்றென்றைக்கும் ஆட்சிக்கு வந்துவிடக்கூடாது. அது

எதிர்க்கட்சியாகவே இருக்கவேண்டும் என்பதற்காகத்தான் என்கிறார் காந்தி நாயக்கர். இரு கட்சி ஆட்சி முறையைத் தொடரத்தான் ராமர் கட்சியும் நல்லவேளைக்கி வந்தது என்கிறார்.

"கம்யூனிஸ்ட் கட்சி போன்ற அறிவுசார் இயக்கங்கள் இனி வளரமுடியாது. அதற்கான முழு ஏற்பாடும் பண்பாட்டுத்தளத்தில் இருக்கிறது" என்று மகிழ்ச் சியோடு காந்தி நாயக்கர் ஒரு நேர்காணலில் விவரிக்கிறார்.

"தம்பீ, போதை என்பது என்னத்துக்காக இருக்கிறது? அபின் மட்டுந்தான் போதையா? டாஸ்மார்க் கடைகள் என்னத்துக்கு இருக்கின்றன. மக்கள் தொகையில் சரிபாதிப் பெண்களை தொலைக்காட்சிப் பெட்டியின் முன்னால் உட்காரவைத்து மூக்கைச் சிந்திச் சிந்தி வீசவைத்தாகிவிட்டது. இளவட்டப் பிள்ளைகளைச் சினிமாவும் கிரிக்கெட்டும், போதெ வஸ்துகளும் பார்த்துக்கொள்ளும். கிழடு கெட்டை கொஞ்சம் காரசாரமாக விவாதித்துக்கொண்டு முதியோர் இல்லங்களுக்குப் போய்விடும். பத்திரிகைகள் போன்ற ஊடகங்களெல்லாம் இடதுசாரிகளுக்கு எதிர்ப்பக்கம்தான் என்பது உங்களுக்கும் தெரிந்திருக்கும் (இலக்கிய இதழ்களெல்லாம் சினிமா இதழ்களாக மாறிவிட்டன). மீதி மக்களை பக்தி, பஜனை, யோகா பார்த்துக்கொள்வார்கள். என்ன செய்யமுடியும் இந்த முற்போக்கு, நற்போக்கு" சொல்லிக்கொண்டு??"

பிற்காலத்தில் கி. ரா. அரசியல் கதைகளே எழுதவில்லை என்கிற குற்றச்சாட்டை இக்கதை மறுதலிக்கிறது. (2007-ல் இக்கதையை "ஓம்சக்தி" இதழில்) எழுதியிருக்கிறார்.

"பசுவைப்பேணி நாட்டைப்பேணு" என்ற முழக்கத்தோடு விவசாயிகளுக்கு சர்க்கார் மாட்டு லோன் கொடுத்தது. அதுதான் வெண்மைப்புரட்சி எனப்பட்டது. ஒருவாய் மோருக்கு ஊரெல்லாம் சுத்த வேண்டாமே என்று விவசாயிகளும் லோன் வாங்கி மாடு வாங்கினார்கள். ஆனால் "மாட்டுப்பாலை சொஸைட்டிக்காரனுக்கு ஊத்தித்தான் கடனைக் கழிக்கணும்" என்று சொல்லிவிட்டபடியால் நாம வளர்க்கும் மாட்டுப்பாலை நாமளோ நம்ம பிள்ளை குட்டிகளோ குடிக்க முடியாது. இது சின்னப்பயலான தர்மருக்கு எப்படிப் புரியும்? மோர் இல்லைங்கிற கோபத்திலே மோர்ச்சட்டியை உடைச்சிட்டான். அப்பன்காரன் வந்து அடி வெளுக்கிறான். தர்மருக்கு யார் மீதெல்லாமோ கோபம் வருகிறது. பால்வெண்டரின் மண்டையைக் குறி வைத்து கல்லெறிகிறான்.

அது குறிதப்பி, பால் கேன் மீது விழுகிறது. பால் பண்ணைப் பிரசிடெண்ட்டுக்குப் பழியாகக் கோபம் வருகிறது. பஞ்சாயத்தைக் கூட்டுகிறார். அம்பலகார நாயக்கர் பையனின் கோபத்தின் பின் இருக்கும் நியாயத்தைப் புரிந்துகொள்கிறார். கல்லெறிந்தது சரிதான் எனப் புன்னகைக்கிறார். ஆனால் இவன் மேமேலே எறிஞ்சு என்னாகப்போகுது என்று சொல்கிறார். எடுப்பும் தொடுப்பும் முடிப்பும் எனக் கச்சிதமான அரசியல் கதையாக வந்திருக்கும் இக்கதையை 1980இல் தாமரை இதழில் எழுதியிருக்கிறார்.

ஒருகட்டத்துக்குப் பிறகு அரசியல் கதைகள் எழுதுவதை நிறுத்திக்கொண்டார் என்று சொல்லவே முடியாது. 1959இல் வெளியான "கதவு" கதை முதல் 2007இல் வெளியான "நடிப்புச் சுதேசி" வரை நேரடியான அரசியல் பிரச்னைகளை கலாபூர்வமாக எழுதும் போக்கில் ஒரு தொடர்ச்சி இருந்துள்ளது.

"கரிசல்காட்டு விவசாயம்" என்பது தஞ்சை, நெல்லை போன்ற தீரவாசத்து விவசாயம் போன்றதல்ல. நில உடைமை வர்க்கம் என்பது பெரும்பாலும் நடுத்தர விவசாயிகளாகவும் பணக்கார விவசாயிகளாகவும் இருப்பார்கள். தஞ்சை போல ஐயாயிரம் ஆறாயிரம் ஏக்கர் நிலத்துக்கு உடைமையாளராக ஒருவரே இருப்பதோ, சைவ மடங்களின் உடைமையாக நிலங்கள் இருப்பதோ, இங்கு இல்லை. எட்டயபுரம், காடல்குடி போன்ற கரிசல் ஜமீன்களும் சிதைந்து சிதறுண்ட பிறகான வாழ்க்கையே கி. ரா. வின் படைப்புகளில் விரிகின்றன. வர்க்கப்பகைமை கூர்மைப்பட்ட ஓர் அரசியல் போராட்டம் இங்கு இல்லை. மாறாக சின்னச்சின்னப் பகைமைகள் தனிநபர் மோதல்கள் என இருக்கின்றன. ஆகவே முதலாளித்துவ அரசுக்கு எதிரான போராட்டமே பிரதானமான பகை முரணாக கரிசல் பூமியில் நிற்கிறது. அதைத்தன் கதைகளில் கச்சிதமாகக் கொண்டு வந்த முன்னோடியாக் கி. ரா. திகழ்கிறார். அவரது சமகாலத்து எழுத்தாளர்கள் எழுதியதைவிடவும் அதிகமான எண்ணிக்கையில் இந்த முரண்களை கி. ரா. எழுதியிருக்கிறார். அப்படிக்கதைகளில் எல்லாம் மக்களைத் திரட்டிப் போராட வேண்டும் என்கிற முடிவையே முத்தாய்ப்பாக வைக்கிறார்.

ஒரு சாதிக்கதைகள் மட்டும்தானா?

அவர் எழுதியுள்ள 82 சிறுகதைகளில் குடும்பத்தில் ஒருவர், மின்னல், மாயமான், எழுத மறந்த கதை, பலாப்பழம், சிநேகம்,

மனிதம், ஒரு காதல் கதை, வந்தது, பேதை, புறப்பாடு, ஓர் இவள், ஜீவன், சந்தோஷம், கறிவேப்பிலைகள், தான் போன்ற சுமார் 20 கதைகளில் நாயக்கர் சமூகம் அல்லாத கவுண்டர், செட்டியார் மற்றும் சாதி குறிப்பிடப்படாத சாதிகளைச் சேர்ந்தோர் கதை நாயகர்களாக வந்துள்ளனர். கி. ரா. வின் மணிவிழாவை ஒட்டி வெளியான கட்டுரைத்தொகுப்பான ‘ராஜநாராயணீயம்’ நூலில் தோழர் ராஜ்கௌதமன்,”” கோவில்பட்டி சுற்று வட்டாரத்தின் நாயக்கர்கள் பற்றிச் சிறுகதைகள் பல தந்துள்ள ராஜநாராயணன் கோபல்ல கிராமம் என்ற நாவல் முயற்சியில் இறங்கியிருக்கிறார்.”என்று தன் கட்டுரையைத் துவக்கியிருக்கிறார். இது நியாயமற்ற விமர்சனம் அல்லது கணிப்பு என்று நான் கருதுகிறேன். மேலே குறிப்பிட்ட, அரசுக்கு எதிரான விவசாயிகளின் போராட்டங்கள் பற்றிய கதைகளையெல்லாம்”நாயக்கமார்களைப் பற்றிய” கதைகள் என்று புறங்கையால் தள்ளுவதைப்போலத் தள்ளிவிட முடியுமா? அவர் அறிந்த வாழ்க்கையைப் பின்புலமாகக் கொள்ளும்போது சாதியும் சேர்ந்துதான் வரும். எல்லா எழுத்தாளர்களுக்குமே இது பொருந்தும். சாதிநீக்கம் செய்யப்பட்ட கதைகள் இந்திய சமூகத்தில் பொய்யானவையாகவே இருக்க முடியும். தவிர அவர் நாயக்கமார் ஊர்களில் நடப்பதாகச் சொல்லும் இவ்விவசாயப் பிரச்னைகள் வேறு சாதியார் வாழும் கரிசல் கிராமங்களுக்கும் பொதுவான பிரச்னைகளாகத்தானே இருக்கின்றன? வட்டிக்குக் கொடுத்து விவசாயிகளின் நிலங்களை ஏப்பம் விடும் அய்யவ நாயக்கரையும், ஏமாற்றும் அரசியல்வாதி காந்தி நாயக்கரையும் நம் மனங்களில் வில்லன்களாகத்தான் அவர் விதைத்திருக்கிறார். அப்பாவுச்செட்டியார் கதாநாயகன். அய்யவநாயக்கர் வில்லன். சாதி அல்ல வர்க்கம்தான் அவரது அரசியல். சாதிக்கோரிக்கைகளை ஒரு கதையில்கூட அவர் வைக்கவில்லையே. ஆகவே இவற்றைச் ‘சாதிக் கதைகள்’ என்று யாரும் லேசாகச் சொல்லிக்கடக்கக் கூடாது.

நவீன சிறுகதையாளர்கள் எல்லோரையும்போலவே கி. ரா. வும் தலித் மக்களின் வாழ்க்கையைத் தன் கதைகளில் எழுதவில்லை என்கிற விமர்சனத்தை அவர் மீது வைக்கலாம். செத்த மாடுகளைத் தூக்கிப்போக இரண்டு கதைகளில் சக்கிலியர் சமூகத்தவர் வருகிறார்கள். ’நிலை நிறுத்தல்’ கதையில் வருகிற மாசாணமும் அவர் மனைவி மாசாணமும் தாழ்த்தப்பட்ட சமூகத்தவரோ என்கிற சந்தேகம் நமக்கு வருகிறது. ஆனால் தெளிவாகக் கதையில் குறிப்பு இல்லை.

இடைசெவல் கிராமத்தை ஒட்டியே ஒரு தலித் மக்கள் வாழும் சேரி இப்போதும் இருக்கிறது. பொதுவாகக் கரிசல் நஞ்சை விவசாயத்தில் கூலிகளாக கட்டி மிதித்தல், நாற்று நடுதல், களை பறித்தல், நீர்பாய்ச்சுதல், கதிர் அறுப்பு, கதிர்க்கட்டு சுமத்தல், கதிரடிப்பு, தூற்றுதல் என எல்லாப்பணிகளிலும் பெருவாரியாகத் தாழ்த்தப்பட்ட மக்களே பங்கேற்பர். கி. ரா. வின் கரிசல் புஞ்சைப்பகுதி என்பதால் பெரிதும் பருத்தி, நவதானியங்கள், பயறு வகைகள், அவுரி, மிளகாய் வத்தல் போன்ற பணப்பயிர் விவசாயம் பெரிதாக இருக்கும். நாயக்க மன்னர்கள் ஆண்ட காலத்தில் வந்து காடாகக்கிடந்த கரிசல் நிலப்பரப்பில் குடியேறிய நாயக்கர், கன்னடக் கவுண்டர் போன்ற சமூகத்தினர் 'பண்டு விளைந்தறியாக் களர் நிலங்களைக் கழனிகளாக்கித்' தங்கள் குடும்பத்தினரே உழைத்து விவசாயம் செய்தனர் . கூலிக்கு ஆள் வைத்து விவசாயம் பார்ப்பது பெருவழக்காக இல்லை என்பதும் ஓர் நடப்பு. பெரு நிலக்கிழார்கள் மட்டுமே கூலிக்கு ஆள் வைப்பது வழக்கம். 'கன்னிமை' கதையில் பள்ளுப்பெண்கள் பருத்தி எடுப்பதுபற்றி ஓரிரு வரிகளில் கி. ரா. சொல்லிச்செல்கிறார்.

ஆனால் கரிசல் சம்சாரிகளிடம்-கம்மவ நாயக்கர் சாதி உள்ளிட்ட அனைத்து இடைநிலைச்சாதிகளிடத்திலும் இன்றளவும் தீண்டாமை நடப்பில் இருப்பது உண்மை. அதைக் கி. ரா. வும் தன் கதைகளில் பதிவு செய்துள்ளார். உதாரணமாக, "தாவைப்பார்த்து" என்கிற கதையில் ஊருக்குப் புதுசாக வந்த ஒரு ஆள் ஊர் மடத்தில் படுத்திருப்பதாகத் தாக்கல் கிடைக்கிறது. வேலைக்கு ஆள் கிடைக்காத இந்தக் காலத்தில் திடகாத்திரமான ஆள் என்று அறிந்து அவனை அமுக்கிவிட வேண்டும் என சுப்பா நாய்க்கர் வேகமாக மடத்துக்குப் போகிறார்.

"கேள்விப்பட்டது சரிதான்; ஆள் வாட்டசாட்டமா... ஒருப்பூட்டான ஆள்தான். மட்ட மல்லாக்கப் படுத்துக் கிடந்தான். செப்பையில் சின்ன மாசத்துக்கு ஒரு மாசத்தாடி, வயசும் அப்பிடி ஒண்ணும் அதிகம் இருக்காது; முப்பதுக்கு உள்ளெதான் சொல்லணும். விரிந்து கிடக்கும் உள்ளங்கை நல்ல காய்காச்சி இருந்தது. வேலைக்காரன் தான்; பருத்த மார்பும் சிறுத்த வயிறும்; நாய் உடம்பு.

விரித்துப் படுத்திருந்த கந்தல்த் துண்டிலிருந்து விலகிக் கிடந்தது உடம்பு.

என்னா தூக்கம்! அந்தத் தூக்கத்தையும் உடம்பையும் பொறாமையோடு பார்த்துக்கொண்டிருந்தார்.

முகத்தைக் கவனித்து ஜாதியை யோசித்தார். நிதானம் பிடிபட வில்லை. தொட்டுக்கிடுற ஜாதியா இருந்தா தண்ணி வென்னி எடுக்கத் தோது; பார்ப்பம்....

“எந்த ஊரு?” பிள்ளையார் சுழி போட்டார் நாயுண்டு .

“கங்கரிசல்பட்டியூரு”

சொல்லும் ஒலி உச்சரிப்பிலிருந்து “இது தெலுங்கு நாக்கு” என்று கண்டு கொண்டார். தெலுங்கிலேயே தொயந்தார்.”

கதையின் இந்தப்பகுதி மிக முக்கியமான பகுதி. தீண்டத்தக்க சாதிதானா என்பதை அறிய சுப்பா நாயுண்டு துடிக்கும் துடிப்பு நிலவும் சாதியத்தீண்டாமையின் ஆவணமாகிறது. தமிழ்ச்சொல் உச்சரிப்பிலேயே தெலுங்கு நாக்கு என்பதை கரிசல் காட்டில் வாழ்பவர் எவரும் கண்டுகொள்வார்கள். இது இன்றும் நடப்புத்தான். ஆனால் கி. ரா. வுடன் பழகியவர்களுக்குத் தெரியும் அவருடைய சொல் உச்சரிப்பில் தெலுங்கு நாக்கை நம்மால் அறிய முடியாது. அவருடையது சுத்தமான பேச்சுமொழித் தமிழாக இருக்கும். அவருடைய மொழி அரசியல் தனியாக விவாதிக்கப்படவேண்டிய முக்கியத்துவம் பெற்றது.

‘ஊர்க்காலி’ கதையில் மயானபூமியான சுடுகாட்டில் கூட சாதிவாரியான பிரிவினை இருப்பதையும் கிச்சம்மா ஓடைக்கு மேல்புறம் இருப்பவை மேல்சாதியார் சுடுகாடாகவும் கீழ்ப்புறம் இருப்பவை கீழ்ச்சாதியார் சுடுகாடாகவும் இருப்பதை லேசான கிண்டலுடன் எழுதியுள்ளார்.

நகர்ப்புறத் தொழிலாளி வர்க்கத்தின் கதையை கி.ரா. எழுதியிருந்தால் அது நிச்சயமாக நாயக்கர் சாதிப் பின்புலத்தோடு இருந்திருக்காது. புதுச்சேரிக்கு வாழப்போனபிறகு அவர் எழுதிய திரிபு, மோசம் போன்ற கதைகள் அதற்கு நல்ல உதாரணம். ஆனால் 1989இல் புதுச்சேரிக்குப் போன கி. ரா. அந்த 30 ஆண்டு வாழ்க்கைக்குள்ளிருந்து கதைகளே எழுதவில்லை. புதுச்சேரி போன பிறகு 17 கதைகள் எழுதியிருக்கிறார். அதில் கரிசல் அல்லாத கதைகள் ஒரு நாலு இருக்கலாம். அவ்வளவுதான். வாழ்ந்தது புதுச்சேரி என்றாலும் எழுதியது கரிசலைத்தான் என்கிற வார்த்தைகளில் உண்மை இருக்கிறது. 'வேதபுரத்தார்க்கு...' என்கிற

தன்வரலாற்று நாவல்போன்ற ஒன்று அவரது புதுச்சேரி வாழ்க்கையைப் பதிவு செய்த நினைவுக்குறிப்புகள் என்று சொல்லவேண்டும்.

இடைசெவலில் இருந்தபோது எழுதிய கதைகளிலும் நகர்சார் கதைகளான புவனம், அசல், கிலி, இளையபாரதத்தினாய், புத்தக உலகம் போன்ற பல கதைகளின் பாத்திரங்கள் சாதி நீக்கம் செய்யப்பட்டவர்களாக வருவதைப் பார்க்கலாம். அவருடைய முதல் கதை என்று சமீபத்தில் 'கண்டுபிடிக்கப்பட்ட' சொந்தச் சீப்பு என்னும் கதை 1953-54 வாக்கில் கு. அழகிரிசாமி ஆசிரியராக இருந்த "சக்தி" மாத இதழில் வெளியாகியுள்ளது. அதிலும் சாதியோ கரிசலோ இல்லை. இந்த நுட்பமான வேறுபாட்டைப் புரிந்து கொண்டுதான் நாம் கி. ராவின் சிறுகதைகளை அணுக வேண்டும்.

கி.ரா. தன் கதைகளில் தன்னைச் சாதி நீக்கம் செய்தவராக அடையாளப்படுத்திக்கொள்ள எத்தனிக்கவில்லை எனலாம். அது எதுக்குப் பொய்யி... என்று விட்டுவிட்டார் என்று தோன்றுகிறது.

ஏன் தலித் வாழ்க்கையை நீங்கள் எழுதவில்லை என்கிற ஒரு கேள்விக்கு "அவன் வாழ்க்கை எனக்குத் தெரியாதே" என்று பதில் சொல்லி 'அவன்' என்று சொல்லி இழிவு படுத்திவிட்டதாக ஒரு தரப்பினர் வழக்குத்தொடுக்கும் நிலைமை வந்துவிட்டது. பின்னர் நீதிமன்றம் அப்படி அவர் கூற்றை எடுத்துக்கொள்ள முடியாது என்று சொல்லி அவரை விடுவித்தது. வழக்கு ஒருபக்கம் இருக்கட்டும். அவ்வாழ்க்கை தெரியாது என்று சொல்லித் தப்பிக்கிறார் என்கிற விமர்சனம் தலித் அல்லாத எல்லாப்படைப்பாளிகள்மீதும் வைக்க முடியும்-என் மீது உட்பட. அதேபோலச் சிறுபான்மை மக்களைப்பற்றியும் அப்பகுதிப் படைப்பாளிகளைத்தவிர பிறர் எழுதவில்லைதான். வருங்காலத்தில் இது மாறவேண்டும்.

ஒரு படைப்பாளியை அவருடைய எல்லாப்படைப்புகள் வழியாகவும் அவர் வாழ்க்கையிலிருந்தும் அவர் வாழ்ந்த காலத்தில் வைத்தும் முழுமையாகப் பார்க்க வேண்டும்.

"தோழன் ரங்கசாமி" கதையில்"கட்சியைச் சட்டவிரோதமாக ஆக்கப்போகிறார்கள் என்றும் ஊழியர்கள் எல்லோரும் தலைமறைவாகப் போய்விடும்படியும் கட்சியின் மேலிடத்திலிருந்து தகவல் கிடைத்தது.

இரவோடு இரவாக ரங்கசாமி படி இறங்கினான். புறப்படும் முன்பு முக்கியமான தஸ்தாவேஜுகள் எல்லாவற்றையும் ஒன்றுவிடாமல் தேடி எடுத்துத் தீயிட்டுக் கொளுத்தினான். ஆபிஸின்மேல் பறந்த கொடியை அவிழ்த்து மடக்கிச் சுருட்டி மடியில் வைத்துக்கொண்டான். கொடியே, இப்படியே இரு. நீ கைவீசிச் சடசடத்து ஆரவாரத்தோடு பறக்கக் காலம் வரும்' என்று தனக்குள் சொல்லிக்கொண்டான்.

அதிகாலையில் பக்கத்து ஊரில் தனக்குத் தெரிந்த ஒரு டாக்டரிடம் போனான். உடம்பைப் பரிசோதித்துவிட்டு, டாக்டர் அவனிடம் க்ஷயரோகம் நோய் முற்றியநிலையில் இருக்கிறதென்றும் எதாவது ஒரு 'சானிடோரியத்தில்' போய் உடனே சேர்ந்து சிகிச்சை செய்துகொள்ள வேண்டுமென்றும், அல்லது உயிருக்கு ஆபத்து நேருமென்றும், அது வரை முட்டை, பால், தயிர், வெண்ணெய், மீன் எண்ணெய் போன்ற மஸ்தான ஆகாரங்களை ச் சாப்பிட்டுக்கொண்டு பூரண ஓய்வு எடுத்துக் கொள்ள வேண்டுமென்று சொல்லி ஒரு சீட்டில் சிலவரிகள் எழுதி "இதிலுள்ள மருந்துகளையும், ஊசிகளையும் தற்காலிக சிகிச்சையாகக் கொள்ளவேண்டும்" என்றும் கூறினார், ரங்கசாமியோ சிரித்தான்."

நடந்தே மாவட்டக் கட்சி அலுவலகத்துக்குப் பயணப்படும் ரங்கசாமி தாகத்தாலும் பசியாலும் வழியில் ரயில் தண்டவாளத்துக்கருகே மயங்கி விழுகிறான். கதையின் அந்த இறுதிப்பகுதி மெய் சிலிர்க்க வைக்கும் காட்சியாகும்:

"அவன் கண்விழித்துப் பார்த்தபோது ஒன்றும் விளங்கவில்லை. முதலில் நிழல்களைப்போல் தெரிந்தவை மனித உருவங்களாக மாறின. அவர்கள் அவன் வாயில் நீத்துப்பாகத்தை ஊற்றிக்கொண்டிருந்தனர். தெளிவு கண்டது. விளக்கின் பிரகாசமான தெளிவு.

"அண்ணன்மார்களே, நீங்கள் யார்? என்னையும் ஒரு பொருட்டாக மதித்து என் தொண்டையில் நீர் வார்க்கும் நீங்கள் யார்?"

ஈனஸ்வரத்தில் எழுந்த இந்தக் கேள்வி அவர்கள் இதயத்தைத் தொட்டு, நீர்மல்கச் செய்தது.

"ஐயா, நாங்கள் காங்கித் தொழிலாளிகள்; ஹரிஜனங்கள்".

இந்தப் பதில் அவன் காதுகளில் அமுததாரை பொழிவதுபோல் இருந்தது. ரங்கசாமி அவர்களின் கரங்களைப் பற்றிக்கொண்டான்.

உணர்ச்சிவயத்தால் பேச நா எழவில்லை. கண்கள் பனித்து நீர் சிந்தின. தேவர்கள் வந்து காட்சியளிப்பதுபோல் இருந்தது அவர்கள் வருகை.

"என்னுடைய தாயும், தந்தையரும் நீங்கள். தன் மடியிலிருந்த கொடியை எடுத்து அவர்கள் கையில் வைத்தான். பிற்பகல் நான்கு மணிக்கெல்லாம் ரங்கசாமி இறந்துபோனான்."

செங்கொடியைத் தலித் மக்கள் கையில் ஒப்படைத்துத் தன் உயிரை விடுகிறான் ரங்கசாமி என்று கதையை கி. ரா. முடித்திருக்கிறார். 1960 இல் இப்படி எழுதி இருக்கிறார் என்பதை மட்டும் முன்வைத்து இப்பகுதியை முடிப்போம்.

நிலமற்ற விவசாயத்தொழிலாளர்கள் பக்கம்

கரிசல் விவசாய வாழ்வின் பிரிக்க முடியாத பகுதியாக இருப்பவர்கள் கூலி உழைப்பாளிகள். ஒவ்வொரு பெரிய சம்சாரி வீட்டிலும் பொறுப்பாகச் சுற்றுவேலைகள் பார்க்க ஒரு தொழிலாளி அல்லது தொழிலாளியின் குடும்பம் இருக்கும். இது தஞ்சை மண்ணின் பண்ணையடிமைகள் போன்ற ஏற்பாடு அல்ல. வருடத்துக்கு இவ்வளவு கூலி என்று பேசுவார்கள். வருட முடிவில்தான் கூலியை தானியமாக அளந்து கொடுப்பார்கள். அடுத்த வருடமும் தொடர்வதும் எழுதப்படாத அந்த ஒப்பந்தத்தை முறிப்பது அந்தத்தொழிலாளியின் விருப்பம். இத்தகைய தொழிலாளிகளைக் கதை நாயகர்களாக வைத்து கி. ரா ஏழு கதைகள் எழுதியுள்ளார்.

கதவு -1959, கறிவேப்பிலைகள்-1969, விளைவு-1974, பூவை-1975, நிலைநிறுத்தல்-1981, தாவைப்பார்த்து-1984, ஊர்க்காலி (ஆண்டு தெரியவில்லை) ஆகியன அக்கதைகள்.

புகழ்பெற்ற "கதவு" கதைபற்றி நிறையவே பேசிவிட்டோம். ஆனால் இன்னும்கூடப் பேச இருக்கிறது. அக்கதையில் வரும் குடும்பத்தலைவி இப்போது காட்டுவேலைக்குப் போகும் கூலித்தொழிலாளி. சம்சாரியாக இருந்து நொடித்துப்போனால் பஸ் கீழே இறக்கிவிடுவதைப்போல கூலிவேலைக்கு வந்து இறங்கி விடுவார்கள். ரொம்ப மானம் மரியாதை பார்க்கும் பெரிய சம்சாரிகள் "மாயமான்" கதையில் வருவதுபோல ஊரைவிட்டே

போய் தஞ்சாவூர்ப்பக்கம் கூலி வேலைக்குப் போய்விடுவார்கள். மழை தண்ணி இல்லாமல் பஞ்சம் என்று வந்துவிட்டால் எல்லோருமே ஊரைக்காலி செய்துவிட்டு 'தஞ்சாவூரு'க்கு ரயில் ஏறிவிடுவார்கள்.

"கதவு" கதையில் குடும்பத்தலைவனாகிய (லட்சுமி, சீனிவாசனின்) அப்பா கூலிவேலைக்காக மணிமுத்தாறு போனவன் அஞ்சு மாசத்துக்கு மேலே ஆகியும் ஒரு தாக்கலும் இல்லை. மணிமுத்தாறுக்கு ஏன் போனான் என்கிற விளக்கம் கதைக்குள் இல்லை. ஆனால் வரலாற்றில் இருக்கிறது. 1950 களில் சுதந்திர இந்திய அரசு உருவானதும் உணவு உற்பத்தியைப் பெருக்க நீர்ப்பாசனத்துக்காகவும் நீர் மின்சார உற்பத்திக்காகவும் ஆறுகளை மறித்து அணைகள் கட்டியது நேரு அரசாங்கம். பக்ரா நங்கல், ஹிராகுட் போன்ற மகா அணைகளைப் பற்றிப் பாடப் புத்தகங்களில் படித்திருக்கிறோம். அந்தப்பெரிய சஞ்சீவி மலைகளிலிருந்து சிந்திய சிதறிய சின்னச்சின்ன அணைகளில் ஒன்றுதான் மணிமுத்தாறு அணை. அணைகட்டக் கூலித்தொழிலாளிகள் கரிசல் மண்ணிலிருந்து கிளம்பிப்போன கதைகள் நாட்டார் பாடல்களில் பதிவாகியுள்ளன. 'எரியும் பனிக்காடு' நாவலில் தேயிலைத் தோட்டத்துக்கு அடிமைகளாகப் போகும் கரிசல் உழைப்பாளிகள் கயத்தாற்றிலிருந்து புறப்படுவார்கள். அப்படிப்போன ஒரு கூலி உழைப்பாளிதான் 'கதவு' கதையில் வரும் அப்பன். வரலாற்றிலிருந்து உருவி எடுத்த ஒரு வரியைக் கி. ரா. எழுதிச்செல்கிறார்.

கூலித்தொழிலாளிகள் கதைகளின் சிகரம் என்று 'கறிவேப்பிலைகள்' கதையைச் சொல்ல வேண்டும். பப்புத்தாத்தா, பப்புப் பாட்டி என்கிற ஒரு ஜோடி உழைப்பாளிகள்.

"அந்தத் தம்பதியர் பஞ்சம் பிழைப்பதற்காகக் கீகாட்டிலிருந்து இந்த ஊருக்கு வந்தவர்கள். அப்படியே இங்கேயே இருந்துவிட்டார்கள்.

அவர்களைப் பொறுத்தமட்டில் அவர்கள் எங்கிருந்தாலும் ஒண்ணுதான். அவர்கள் கூலி வேலை செய்யும் விவசாயக் கூலிகள். எந்த உடமையும் அவர்களுக்குக் கிடையாது. கைகள் ஒன்றுதான் அவர்களுடைய உடமை. அவைகள் தான் அவர்களுடைய மூலதனம். –

தலைக்கோழி கூப்பிட எழுந்திருக்கணும். எதாவது ஒரு ‘மகராஜன்‘ வீட்டில் போய், பருத்திமாரால் தொழுவத்தைத் தூத்துப் பெரிய கூடைக்கு ஒரு நாலைந்து கூடை குப்பையைக் கொண்டுபோய்க் குப்பைக்குழியில் தட்டணும்.” என்று ஆரம்பிக்கும் கதை அவர்களின் முழுவாழ்க்கையையும் சொல்கிறது. ஐப்பசியில் அடைமழைக் காலத்தில் சாப்பிட ஒன்றுமில்லாமல் போகும். ஈரத்துணியை வயிற்றில் மடித்துப் போட்டுக்கொண்டால் பசிக்கிறது தெரியாது

“தாத்தா சொன்னார் ‘சன்னகுட்டி (தன்னுடைய மனைவியை அவர் பிரியமாகக் கூப்பிடும்போது இப்படிப் பெயர் சூட்டித்தான் அழைப்பார்!) இந்த ஈரத்துணிதான் வயித்துக்கு எம்புட்டு இதமா இருக்கு. இதைக் கண்டுபுடிச்ச அந்தப் புண்ணியவாளன் நல்லா இருக்கணும்.’”

பதினாறு வயதில் மேழிபிடித்த அந்த உடம்பு எழுபது வயதுக்குப்பிறகு தளர்ந்துவிட்டது. ஆகவே தன் ஒன்பது வயசில் செய்த மாடு மேய்க்கும் வேலைக்குப் போனார்.

“பாட்டியிடமிருந்து அவர் புறப்படும்போது அவள் அவருடைய உடம்பைத் தடவிவிட்டுக்கொண்டே சொல்லுவாள், ‘பெரியவரே, நீர் என்னைக் கட்டிக்கொண்டு ஒரு சொகத்தையும் அடையலை...” என்பாள். அவளுடைய வயோதிக முகத்தில் சோகம் நிழலிடும். பார்வை எங்கேயோ நிலைக்கும்.

‘கோட்டிப் பொம்பளை! அப்படியெல்லாம் பேசாதே...உனக்குத் தான் நான் ஒரு சவுரியமும் செய்யலை‘ இப்படிச் சொல்லிவிட்டு, அவர் அடக்கமுடியாமல் ‘நமக்கு ஒரு பிள்ளை இல்லை. இருந்திருந்தால், இந்தத் தள்ளாத வயசில் இப்படி நாம அல்லாடவேண்டாம்.’

அவர் இப்படிச் சொல்லும்போதுமட்டுமே பாட்டியால் தாங்கிக் கொள்ள இயலாது. கொஞ்சநேரம் உட்கார்ந்து அழுவாள். அப்புறம் மூக்கைச் சிந்தி எறிந்துவிட்டு வயத்துப்பாட்டைக் கவனிக்க ஆரம்பித்து விடுவாள்

ஒரு காவியம்போல நகரும் இக்கதையில் நம்மை உலுக்கும் ஒரு இடம் “பப்புத்தாத்தாவின் வாழ்க்கையில் குறிப்பிட்டுச் சொல்லும்படியாக ஏதேனும் சம்பவங்கள் நடக்கவில்லையா?” என்கிற கேள்வியை எழுப்பி மரத்திலிருந்து கீழே விழப்போன

சிறுவனை அவர் காப்பாற்றியது, தீப்பிடித்த நேரங்களில் தன் உயிரைத் துச்சமாக மதித்து மக்களைக் காப்பாற்றியது, மாடுகளைக் காப்பாற்றியது போன்ற சம்பவங்களைப் பட்டியலிடுவார் கி. ரா.

உண்மையில் குறிப்பிட்டுச் சொல்லும்படியான வாழ்க்கையே அவர்களுக்கு இல்லை. உழைத்தார்கள். சாப்பிட்டார்கள். பட்டினி கிடந்தார்கள். ஊருக்கெல்லாம் உதவினார்கள். கடைசிக்காலத்தில் பிச்சை எடுத்தார்கள். பிறகு செத்துப்போனார்கள். அவர்கள் வாழ்ந்த சுவடே தெரியாமல் காற்றிலே கரைந்து போனார்கள். இப்படி எத்தனை கோடி உழைக்கும் மக்களின் வாழ்க்கை முடிந்து போகிறது என்கிற பெருமூச்சையும் ஆவேசத்தையும் உருவாக்கும் மிக முக்கியமான கதை. கறிவேப்பிலையைப்போல இவர்களை இந்த நில உடமைச் சமூகம் பயன்படுத்திக்கொண்டு குப்பையில் எறிகிறது. ஒரே கதைக்குள் இத்தனைகோடி கூலி உழைப்பாளிகளின் வாழ்வையும் சொல்லிவிட முடிந்திருக்கிறதே கி. ரா. வால்!

குறிப்பிட்டுச் சொல்ல வேண்டிய இன்னொரு கதை "பூவை"

பெரிய சம்சாரி வீட்டில் வேலைக்காரர்களாக இருக்கும் பேரக்காள், குமரய்யா இருவரின் கதை இது. அனாதைகளாக அந்த வீட்டுக்கு அடைக்கலமாக வந்த அவர்கள் மாட்டுத்தொழுவத்திலிருந்து காடுகரை வரை வஞ்சனையின்றித் தம் உழைப்பை விதைத்தார்கள். அவர்கள் இருவருக்கும் கலியாணம் செய்து வைத்து அவர்களை நிரந்தர அடிமைகளாக வைத்திருக்க அக்குடும்பம் முடிவு செய்கிறது. கலியாணத்திற்கு முன்னால் பெண்கள் கூடியிருந்த அந்த வீட்டுக் கூடத்தில் கூட்டத்துக்கு நடுவே பேரக்காள் மயக்கம் போட்டு விழுகிறாள். வெளியே உட்கார்ந்து நமக்குக் கதை சொல்லும் இவருக்கு (கி.ரா?) என்ன ஏதென்று புரியாமல் தவிப்பு. நமக்கும்தான். கொஞ்சநர்ரம் கழித்து உள்ளேயிருந்து பாட்டிதான் சிரித்துக்கொண்டு வெளியே வந்தாள்.

"கழுதை! ஒருநாளாவது தலையில் பூ வைத்திருந்தாலல்லவா; இண்ணைக்குச் சிங்காரிக்கும்போது பூ வாசம் தாங்காமல் மயக்கம் போட்டுட்டது"

பாட்டி சொன்னதைக் கேட்ட எல்லோருடைய முகங்களிலும் ஆச்சரியம் விரிந்து, பிறகு அது சிரிப்பாக வழிந்தது.

எனக்குச் சிரிப்பு வரவில்லை"

நமக்கும் சிரிப்பு வரவில்லை. என்ன ஒரு வாழ்க்கை அந்தப்பிள்ளைகளுக்கு என்கிற துக்கமே நம்மைத் தழுவுகிறது. ஒரு பூவுக்கும் வகையற்ற சாணி அள்ளும் வாழ்க்கை பெற்ற பேரக்காளின் கதைக்கு “பூவை” என்று பேர் வைத்து உழைக்கும் கரிசல் பெண்களின் வாழ்நிலையைத் தீட்டுகிறார். பெண் என்றால் பூ வைத்துத்தான் ஆக வேண்டுமா என்பது

இது குமுதம் இதழில் 1975 இல் வெளியான கதை. குமுதத்துக்கு எழுதப்போய் விட்டாரே என்று அவரை விமர்சித்தவர்கள் உண்டு. குமுதத்தில் என்ன எழுதியிருக்கிறார் என்று பார்க்க வேண்டுமல்லவா?

கூலி உழைப்பாளிக் கதைகளில் இன்னொரு முக்கியமான கதை ‘நிலை நிறுத்தல்’ ஊரின் பெரிய முதலாளி வீட்டில் வருடக்கூலிக்கு இருப்பவன் மாசாணம். அந்த ஊருக்குப் பஞ்சம் பிழைக்க வந்த ஒரு குடும்பத்தைச் சேர்ந்தவன் மாசாணம். தற்செயலாக அவனைப் பார்த்து, வீட்டுக்கு அழைத்துவருகிறார் பெரிய முதலாளி. அந்த வீட்டு அம்மா யார் முதல் முதலாக வேலைக்கு வந்தாலும் உட்கார வைத்து சட்டி நிறையக் கம்பஞ்சோறு வைத்துக்கொடுத்து அவன் சாப்பிடுவதையே பார்த்துக்கொண்டிருக்கும். மீண்டும் மீண்டும் சோறு வைக்க அவன் சாப்பிட்டுக்கொண்டே இருந்தான். பெரிய முதலாளிக்குச் சந்தோசமாகிவிட்டது.”சோத்தை அள்றதிலேருந்தும் நாத்தை அள்றதிலேருந்தும் தெரிஞ்சிரும் பூளாக்கு” என்பது சொலவம். மாடு பிடிப்பதுபோலத்தான் வேலைக்கு ஆளும் பிடிப்பார்கள். அப்படிப்பிடிபட்டவன் தான் மாசாணம்.

வாரத்துக்கு ஒரு தலைமுழுக்கு உண்டு. வருசத்துக்கு ஒரு ஜோடி வேட்டி. சாப்பாடு போக மாசம் மூணு ரூபாய் சம்பளம். அவன் வந்தது ஐப்பசி. ஆனால் வருகிற சித்திரையிலிருந்துதான் கணக்கு. அடுத்த சித்திரைவரை இருந்தால்தான்; பாதியிலேயே அரைகுறையாகப் போனால் போனதுதான். சம்பளம் கிடையாது.

இந்தக் கூலி ஏற்பாடுதான் கரிசல் வட்டாரத்தில் அன்று நிலவியது. பெரிய முதலாளியின் நாற வசவுகளையும் அடிகளையும் சகித்துக்கொண்டு சித்திரையை விட்றக்கூடாது என்று சகித்துக்கொண்டு வேலை பார்த்தான்.

சாணிப்பால் கிடையாது. சாட்டையடி உண்டு. சாப்பாடு வயிற்றுக்கு கிடைக்கும். வசவுகளும் வயிறு நிறையக்கிடைக்கும். இக்கதையில் ஓர் அபூர்வநிகழ்வாக சாத்திரைப்பொங்கல் வருகிறது.

ஏழுநாள் திருவிழாவில் ஏழுநாளும் ராத்திரி விடிய விடிய நாடகம் பார்க்கும் மாசாணம் பகலெல்லாம் வேலை ராவெல்லாம் முழிப்பு என்று இருக்கிறான். ஏழாம்நாள் அதிகாலை தன்னுசார் இல்லாமல் வீடு வந்து, யாரும் புழங்காத ரெண்டு தானியப்பட்டறைகளுக்கு நடுவே தூசியில் துண்டை விரித்துப் படுத்துவிடுகிறான். ஒருவாரம் தூங்குகிறான். ஒருவாரம் கழித்து ஒருநாள் அதிகாலை கோழி கூப்பிட எழுந்து வழக்கம்போல வேலையைப்பார்க்கிறான். ஒருவாரமா எங்கேடா போனே என்று முதலாளி சாட்டைக்கம்பால் அடிக்கும்போதுதான் அவனுக்கே தெரிகிறது. ஒருவாரமா என்று வியக்கிறான். ஒருவாரம் தூங்காம இருந்தவன் ஒருவாரம் மொத்தமா தூங்கிட்டான் என்று ஊரே பேசிச்சிரிக்கிறது. அமெரிக்க எழுத்தாளர் வாஷிங்டன் இர்விங் எழுதிய “ரிப் வான் விங்க்கிள்” சிறுகதையை நினைவூட்டும் இக்கதை தூக்கத்துக்கும் விதியற்றுப்போன ஒரு கூலி உழைப்பாளியின் பொழுதுகளைப் பாடியுள்ளது.

மாட்டைப்போல நடத்தப்பட்ட தன்னை ஒரு மனிதனாக –அதி மனிதனாக-மாசாணம் நிலைநிறுத்தும் கதையே நிலை நிறுத்தல். 1981இல் கணையாழியில் வெளியான இந்தக்கதை கூலி உழைப்பாளியின் கோபத்தை சக தொழிலாளிகளை அணிதிரட்டும் திசையில் பயணிக்கவில்லை. வைத்தியம், மாந்திரீகம் என்றுபோய் பெரிய முதலாளி உள்ளிட்ட ஊரையே வணங்க வைத்து ஊருக்கே திருநீறு பூசும் இடத்துக்கு வந்து நிலை கொள்கிறது. இது ஒருவகையான பழிவாங்கல்தான். எதிர்க்கலாச்சாரப் போராட்டம்தான். நேரடியான வர்க்க மோதலுக்கும் தீர்வுக்கும் வழி இல்லாதபோது இப்படி மக்கள் மதப்புரட்சிக்குப் போவார்கள் என்கிற வரலாற்றோடு இணைத்து இக்கதையை வாசிக்க இடம் உண்டு.

இந்த ஏழு கதைகள் போக கரிசல்காட்டுக்குப் பருவ காலத்தில் அவ்வப்போது குடும்பங்களாக வந்து பொது இடங்களில் தங்கி, சமைத்துச் சாப்பிட்டுச் சிலகாலம் கழித்துத் தத்தம் ஊர் திரும்பும் கூலி உழைப்பாளிகளை வலசைத் தொழிலாளர் என்று கி. ரா. பல கதைகளில் குறிப்பிடுகிறார். அப்படி வந்து ஊர்திரும்பும் குடும்பங்கள் தவறி விட்டுப்போகும் ஆணோ பெண்ணோ உள்ளூர் சம்சாரி வீடுகளில் வருடச்சம்பளத்துக்கு நின்று விடுவதையும் பல கதைகளில் எழுதுகிறார். புகழ்பெற்ற ‘பேதை’ கதையில் வரும் பேச்சியும் கூட அப்படி வந்த ஒரு வலசைத்தொழிலாளர் குடும்பத்துப் பெண் தான்.

“மேகாட்டிலிருந்து பருத்தி வெடிக்கும் காலத்தில் மட்டும் வந்து, பருத்தி எடுக்க வரும் வலசைக்காரர்களில் ஒருத்தியே பேச்சி. அந்தக் கிராமத்துக்கு அந்த சீஸனில் நூற்றுக் கணக்கான வலசைப் பெண்கள் வருவார்கள். அவர்களில் சிலர் சம்சாரிகளின் தொழுக்களில் தங்கிக் காய்ச்சிக் குடிப்பார்கள். இடம் கிடைக்காதவர்கள் பொது இடங்களிலும் வசிப்பார்கள். பகிர்ந்து கொண்டு வருகிற பருத்தியில் ஒரு பகுதியை சம்சாரிகளின் வீடுகளிலேயே ஒரு சாக்கில் போட்டுக் கட்டி வைத்துவிட்டு மீதிப் பருத்திக்குக் கடைகளில் சீனிக்கிழங்கும், மொச்சைப் பயறும், கருப்பட்டியும் வாங்கித் தின்பார்கள். முக்கியமான உணவு அவர்களுக்கு மூன்று வேளையும் சீனிக்கிழங்குதான்.

அவர்கள் குளித்து யாரும் பார்த்ததில்லை. பருத்தி எடுத்துக் கொண்டு வெயிலோடு வெயிலாக வந்ததும், தெருக்களில் இருந்து கொண்டு மாராப்புச் சீலையை மட்டும் நீக்கி இடுப்பில் சுற்றிக் கொண்டு ஒரு போகிணித் தண்ணீரினால் முகம், கக்கம், முதுகு, மார்பு, மக்கள் முதலியவைகளை மட்டிலும் கழுவிக்கொள்வார்கள். போகிணியில் மீந்த தண்ணீர் இருக்குமானால் பாதங்களையும் நனைப்பது உண்டு.”

வலசைத்தொழிலாளர்களின் வாழ்முறையை இப்படிச் சித்திரமாக நமக்கு வரைந்தே காண்பிக்கிறார் கி. ரா.

கி. ரா. படைத்த பெண்கள்

கி. ரா படைத்த பெண்கள் பற்றி யோசிக்கும் நேரத்தில் முந்திக்கொண்டு நம் மனதில் வந்து நிற்பவர்கள் கு. அழகிரிசாமியின் நரசம்மாவும் அவர் மகள் வெங்கட்டம்மாவும்தான். 'திரிபுரம்'கதையில் ஆந்திராவிலிருந்து பஞ்சம் பிழைக்க தெற்கு நோக்கி வரும் ஒரு தாயும் மகளுமான அவ்விரு பெண்களுமே இடைசெவல் பெண்களின் முன்னத்தி ஏர்கள். அவர்களுக்கு ஒரு வீரவணக்கம் செய்துவிட்டு கி. ராவின் பெண்கள் பக்கம் திரும்ப வேண்டும் என்று ஏனோ தோன்றுகிறது.

எல்லோரும் கொண்டாடும் 'கன்னிமை' கதையின் நாச்சியாரம்மா முதலில்.

ராஜாதான் கதையின் முதல் பாதியைச் சொல்கிறான். இரண்டாம் பாதியை ரங்கையா சொல்கிறான். இரண்டுபேருமே ஒரே விஷயத்தைத்தான் சொல்கிறார்கள். நாச்சியாரம்மா அடியோடு மாறிவிட்டாள் என்கிற விஷயம்.

ராஜாவின் ஒன்றுவிட்ட சகோதரிதான் நாச்சியாரம்மா. இந்த வீட்டில் பெண் வாரிசு இல்லாததால் அவளைத் தத்து எடுத்து இந்த வீட்டில் வளர்க்கிறார்கள். அழகிலும் புத்திசாலித்தனத்திலும் அவளுக்கு நிகர் அவளேதான். அவள் பருவமடைந்து வீட்டுக்கே விளக்காக ஒளி ஏற்றிக்கொண்டிருந்தாள். பிறருக்கு அள்ளிக்கொடுப்பதில் ஆனந்தம் காண்பாள். வேலைக்காரர்களுக்குகூட அவள் கையினால் கஞ்சி ஊற்றினால்தான் திருப்தி.

காட்டில் பருத்தி எடுக்கும் பள்ளுப்பெண்களுக்கும் நாச்சியாரம்மா வந்துதான் கூலி கொடுக்க வேண்டும். பருத்திதான் கூலி. மடிப்பருத்தி, பிள்ளைப்பருத்தி, போடுபருத்தி என்று நாச்சியாரம்மா அள்ளி அள்ளிக்கொடுப்பாள். அவளை அதே தெருவில் ஐந்து வீடு தள்ளி இருந்த ரங்கையாவுக்குத்தான் கட்டிக்கொடுத்தார்கள். இருவரும் ஒருவர்மீது ஒருவர் உயிரையே வைத்திருப்பவர்கள்தான்."அவளுக்கு நாங்கள் விடை கொடுத்து அனுப்புவது என்பதில் அர்த்தமில்லைதான். ஆனால் ஏதோ ஒன்றுக்கு நிச்சயமாக விடை கொடுத்து அனுப்பியிருக்கிறோம். அந்த ஒன்று இப்போது எங்கள் நாச்சியாரம்மாவிடம் இல்லை, அது அவளிடமிருந்து போயே போய்விட்டது." என்று ராஜா சொல்வதை கதையின் இரண்டாம் பாகத்தில் ரங்கையா வழிமொழிகிறான். எவ்வளவுக்கெவ்வளவு எல்லோருக்கும் அன்பை அள்ளிக்கொடுப்பவளாக இருந்தாளோ அவ்வளவுக்கவ்வளவு சுயநலமியாக நாச்சியாரம்மா மாறிவிட்டாள். வாசலில் வந்து நிற்கும் ஏகாலிக்கும் குடிமகனுக்கும் சோறுபோட முகம் சுளிக்கிறாள். வேலைக்காரர்கள் என்ன தீனி தின்கிறார்கள் என்று வாய்விட்டே சொல்ல ஆரம்பித்துவிட்டாள். மூன்று பிள்ளைகள் ஆகிவிட்டன. கோவில்பட்டிக்குப்போய் வீட்டுச்சாமான்கள் வாங்கி வந்த ஒருநாள் ரங்கையா காய்ச்சலோடு கட்டிலில் விழுகிறான். அவள் அதைப்பற்றி என்னான்னு கூடக் கேட்காமல் அவன் கொண்டு வந்த சிட்டைக்கும் மீதிக்காசுக்கும் கணக்கு உதைக்கிறதே என்று சரி பார்த்துக்கொண்டே இருக்கிறாள். தன் நெற்றியில் கைவைத்து இதமான ஒத்தடம் கொடுப்பாள் என எதிர்பார்த்து ஏமாந்து கண்ணீர் வடிக்கிறான். அவள் இன்னும் கணக்குவழக்கிலேயே இருக்கிறாள்.

அவள் எங்கே? அவள்தான்:என் அருமை நாச்சியாரு.

"நாச்சியாரு, என் பிரியே !நீ எங்கிருக்கிறாய்?" என்று கதையை முடிக்கிறார் கி. ரா.

“கன்னிமை” என்று தலைப்பிட்டதன்மூலம் கி. ரா சொல்ல வருவது; நாச்சியாரம்மாவின் தயாள குணமும் பிறருக்கு அள்ளிக்கொடுக்கும் இயல்பும் எல்லோரிடத்திலும் அன்புகாட்டும் முகமும் எல்லாமே அவளது கன்னிமையின் பகுதியாக இருந்தவை. அந்தக் காலத்துப் பெண்கள் தங்களுக்குக் கல்யாணம் நிச்சயமானவுடன் உட்கார்ந்து அழுவார்கள். நாச்சியாரம்மாவும் ஒரு மூணு நாள் உட்கார்ந்து கண்ணீர் வடித்து ‘விசனம்’ காக்கிறாள். அந்தக் கண்ணீரோடு காணாமல் போகிறது 'கன்னிமை'.

ஆணைப்போல பெண்ணின் வாழ்க்கை ஒரு நேர்கோட்டில் தங்கு தடையின்றிச் செல்வதல்ல. அவள் உடலில் ஏற்படும் மாற்றங்களைப் பருவம் என்கிற காலநிலை வார்த்தையால் நாம் சொல்லப் பழகியிருக்கிறோம். மாத விலக்கு, கருவுறுதல், குழந்தைப்பேறு, மாதவிலக்கு நிறுத்தம் என்று பல திருப்பங்களை அவள் உடல் சந்திக்கிறது. உடலியல் மாற்றங்கள் உண்டாக்கும் குணநல மாற்றங்களை ஆய்கின்ற கதையாகக் கன்னிமை நகரவில்லை. ஏதோ ஒன்றைப் பெண் இழக்கிறாள். அது என்ன என்கிற தேடல்தான் கதை. எல்லாப் பெண்களும் இப்படித்தானா என்பது ஆய்வுக்குரியது. ஆணும்கூட எவற்றையெல்லாமோ வழியில் தவறவிடுகிறான் தான். ஒவ்வொருவருமே பயணத்தில் எதை எதையோ இழக்கிறோம்; விட்டுப்பிரிகிறோம். பலதும் நம் தன்னுணர்வு இல்லாமலே வாடி உலர்ந்து உதிர்ந்து போகின்றன. அவற்றைப்பற்றியெல்லாம் யோசிக்க வைக்கும் நுட்பமான கதை இது.

*17-04-1959*இல் தீப. நடராஜனுக்கு எழுதிய கடிதத்தில் இப்படிக்குறிப்பிடுகிறார் கி.ரா.; “கன்னிமை கதையை எழுதத்தொடங்கி இருக்கிறேன். ரொம்பவும் அருமையான கதையாக அமையலாம். பெண்ணினுடைய பருவங்களிலே, அவள் கல்யாணம் செய்து கொள்ளுவதற்கு முன்னுள்ள கன்னிமைக்காலமே பொற்காலம். அவளுக்கு மாத்திரமல்ல லோகத்துக்கே பெண்மையில் அதுவே சிறந்தது. அப்பொழுது இருக்கும் பெண்ணே பெண். இதுதான் கதையின் கரு.”

இதே போல இன்னொரு “ஆய்வு” மஞ்சம்மா என்கிற பெண்ணைப்பற்றி ‘ஓர் இவள்’ கதையில் நடக்கிறது. பத்து வருடம் அவளோடு குப்பை கொட்டியும் அவளைப் புரிந்துகொள்ள முடியவில்லை அவனால். அணைப்புக்கு அல்லாடும் இளங்காலையில் கழுத்தடியில் வந்து கிச்சமூட்டும் சில்லிடும்

அல்லிக்கரம். அந்தக் கரங்கள் இப்பொழுது எங்கே போயின என்று அவன் மனது ஏங்கித்தவித்தது. எதில் அவன் மனம் லயித்தாலும் அதுக்கு ஒருவகை எதிர்ப்பு இருக்கும் அவளிடம். அப்படி மாறிவிட்டாள்.

வேலை... வேலையே வாழ்க்கை. கதையில் கெங்கம்மாவை ஆய்வு செய்கிறார் கி. ரா. “தலைக்கோழி கூப்பிட்டதும் வழக்கம்போல முழிப்புத்தட்டியது. தொழுவில் மாடுகள் மணியோசையும் அவைகள் கூளம் தின்னும்போது காடிப்பலகையின் சத்தமும் கேட்டது. கெங்கம்மா படுக்கையில் இல்லை.” அவள் எழுந்து வேலைகளைத் துவங்கிவிட்டாள். ஒரு நாளின் பொழுது முழுவதும் வேலை வேலை எனக்கடக்கும் கிராமத்து விவாசாயக்குடும்பத்துப் பெண்ணின் வாழ்விலிருந்து தறித்து எடுக்கப்பட்ட ஒரு கீற்றாக இக்கதை விளங்கும். அக்கதை முடியும் பத்தி முக்கியமானது;

“புருஷன் பக்கத்தில் வந்து படுக்கையை விரித்தாள். லாந்தரை சுருக்குவதற்குமுன் நாகையா அவளை ஒருதரம் பார்த்தார். அந்த முகத்தில் துளிகூடக் களைப்போ ஆயாசமோ இல்லை. எப்படி அவளால் இப்படித் திகழ முடிகிறது? அந்தக் கணத்தில் அவருக்குப் பளிச்சென்று மனசில் ஒன்று தட்டுப்பட்டது. ’நாம் வாழ்க்கை வேறு வேலை வேறு என்று நினைக்கிறோம்;இவளோ வேலையே வாழ்க்கையாக விளங்குகிறாள்’. தன் அருகே தலை சாய்த்த தன் மனையாட்டியை இறுகப்பற்றி முகர்ந்தார். பூசுப்பொடியோ சோப்பு வாடையோ முதலிய எதுவும் இன்றி சுயம்பான, தனீ மனுஷி வாடைதான் அவளிடம் இருந்தது.”

உழைக்கும் மக்களின் பண்பாடாக இருப்பது உழைப்பு. உழைப்பது ஏதோ ஒன்றை அடைவதற்காக அல்லது பெறுவதற்காக என்பது ஒருபுறம் இருக்க, அவர்களால் உழைக்காமல் சும்மா இருக்கவே முடியாது. உழைப்பே அவர்களின் குணம். இயல்பு. அடையாளம். பண்பாடு. இதைத்தான் கெங்கம்மாவை முன்வைத்துக் கி. ரா. விவாதிக்கிறார். நாச்சியாரம்மாவையும் மஞ்சம்மாவையும் விட கெங்கம்மா வேறானவள். உழைப்பின் மகள். முந்தைய இருவருமே கடுமையான உழைப்பாளிகள்தாம். ஆனால் அந்தக் குணம் அக்கதைகளில் விவாதிக்கப்படவில்லை. குணநல விசாரமாக அக்கதைகள் நின்று போகின்றன. எல்லோரும் கன்னிமையையும் ஓர் இவளையும் கொண்டாடினால் எனக்குக் கெங்கம்மாவே முக்கியமானவளாகப் படுகிறாள். உழைக்கும்

வர்க்கத்தின் பண்பாட்டு அரசியல்கூறு இதில் வெளிப்படுகிறது.

கொத்தைப்பருத்தி, உண்மை, காய்ச்சமரம், முதுமக்களுக்கு, கீரியும் பாம்பும், இவர்களைப் பிரித்தது ஆகிய ஆறு கதைகளிலும் வரும் மருமகள்கள் ஒன்றாயிருக்கும் குடும்பங்களை ரெண்டாகவும் நாலாகவும் பிரிக்கிறார்கள். முதுமக்களுக்கு கதையில் மட்டும் பெரியவர்களே முன்னின்று பிரித்துக்கொடுத்துவிடுகிறார்கள்.

'கொத்தைப்பருத்தி'யில் "செங்கன்னாவின் குடும்பம் முந்தி கூட்டுக்குடும்பமாகத்தான் இருந்தது. அப்புறம் அவர் வீட்டுக்கு வந்த "மகாலட்சுமிகள்" ஒருத்தருக்கொருத்தர் பேச்சண்டை போட்டு, கூட்டுக்குடும்பத்தை உடைத்தார்கள். பாத்தா ரொம்ப;பகுந்தா கொஞ்சம்"

'காய்ச்ச மரம்' கதையில் பாறைப்பட்டி கந்தசாமி நாயக்கரை மத்தியஸ்தராக வைத்து நாலுபிள்ளைகளுக்கும் சொத்தைப் பிரித்துக்கொடுக்கிறார் நிம்மாண்டு நாயக்கர். சொத்து பூராத்தெயும் நாலு பாகமா வச்சி, சரிதானான்னு கேட்டார் பாறைப்பட்டி. அபிப்பிராயம் கேட்க அவனவன் பொண்டாட்டி கிட்டெப் போனாங்க. வந்து சரிதாம்னு சொன்னதும் கரசீட்டு எழுதிப்போட்டு எடுத்துக்கிங்கன்னாங்க. வீடுகளைப் பிரிக்கும்போது"அந்த வேளையிலிருந்தே தம்பிமாரோட பொஞ்சாதிகளுக்கு வயித்தெரிச்ச தொடங்கி விட்டது. நவதானியங்கள், வத்தல், கோட்டைக்கணக்கிலே உளுந்து, பருத்திப்பொதிகள் என எல்லாவற்றையும் பிரித்துக் கொடுக்கிறார்கள். அப்புறம் உள்ளே போய் ஒரு தவலைப்பானையைத் தூக்கி வருகிறார் நிம்மாண்டு நாயக்கர். அது நிறைய வெள்ளி நாணயங்கள். அந்தப் பணத்தை அப்படியே கொட்டி 2000 ரூபாய் வெள்ளிக்காசுகளையும் நாலு பங்காக பிரித்துக்கொடுக்கிறார்கள்.

பிள்ளைக நெனைச்சாங்க;

நம்ம அப்பா மாதிரி இந்த ஊருல யாரு பிள்ளைகளுக்கு இப்பிடிப் பகுந்து கொடுத்துருக்காங்க!

மருமக்கமாரு நெனைச்சாங்க;

பொல்லாத கிழவம். இத்தென நா யாரு கண்ணுக்குந்தெரியாம இம்புட்டுப் பணத்தைப் பொதைச்சி வச்சிருந்திருக்கே! இப்பிடி இன்னும் எம்புட்டுப் பணத்தெ எங்கென எங்கென பொதைச்சி வச்சிருக்குமோ; யாரு கண்டது

கடைசிக்கட்டத்தில், நாலுபிள்ளைகளும் நாலு மருமக்கமாரும் கைவிட்டு நிம்மாண்டு நாயக்கரும் அவர் சம்சாரம் பேரக்காளும் ராமேஸ்வரம் கோயில்ல தலையெல்லாம் மொட்டையடிச்சி பிச்சை எடுத்திட்டிருப்பாங்க. தற்செயலாக அங்கே போன பாறைப்பட்டி நாயக்கர் அந்தக் கோலத்தில் இருவரையும் கண்டு கண்ணீர் உகுப்பார். என்ன பேசுறதுன்னு யாருக்கும் தெரியலே. அப்போதும் பேரக்காள் மட்டும் வாயைத்திறந்து ஒரு வார்த்தை கேட்டா...

"ஏம் பிள்ளைக எல்லாரும் நல்லா இருக்காகளா?"

இந்த வரியில் கதை முடியும்.

உலகமே கொண்டாடிய கதை இது. பேரக்காள் என்னும் தாயின் அன்பைக்கண்டு வாசக உலகம் நெக்குருகி நின்றது. கி. ரா. படைத்த பெண்களில் தனித்துத் தெரிபவளாக அந்தப்பாட்டி இருக்கிறாள். ஆனால் நாம் இங்கு விவாதிப்பது மருமகள்களை கி. ரா. எப்படிப் படைத்திருக்கிறாள் என்பது.

"கீரியும் பாம்பும்" கதையில் வரும் மருமகள் லோகு இன்னும் கொடுமைக்காரியாக நிற்கிறாள். "நீங்க என்னையக் கலியாணம் செஞ்சிக்கிட்டீங்களா உங்க அம்மாவைக் கலியாணம் செஞ்சிக்கிட்டீங்களா?" என்று ஒரு கேள்வியைக் கணவனைப் பார்த்துக் கேட்கிறாள். அந்தக் கேள்வியைத் தாங்க முடியாமல் அந்தப் பூர்வீக வீட்டிலுள்ள மூதாதையரின் ஆவிகள் காதைப் பொத்திக்கொண்டு ஓட்டம் எடுத்தன. அவன் மயக்கம் வந்து தள்ளடுகிறான். அம்மா வந்து தாங்கிப்பிடிக்கிறாள். என்ன ஒரு கேள்வி?

குடும்பத்தை ரெண்டாக்குவதற்காக என்றே பிறவி எடுத்தவர்கள் போல மருமக்கள்மாரைப் படைக்கிறாரே கி. ரா? இது நியாயமா? மாமியார்-மருமகள் முரண்பாட்டை அறிவியல்பூர்வமாக கி. ரா. அணுகவில்லையே? அரசியல் கதைகளில் தொழிற்படும் இயங்கியல்பூர்வமான அணுகுமுறையை மருமகள்களிடம் ஏன் காட்டவில்லை கி.ரா? என்கிற கேள்வி நமக்கு எழுகிறது. இதில் மட்டும் ஒரு சராசரி சம்சாரியாக-கிராமத்துப் பெரியவராக மட்டுமே தங்கி நிற்கிறார். எப்படி இருக்கோ அப்படியே ஆவணப்படுத்திவிட்டேன் என்று நாட்டார் கதைத்தொகுப்பில் சொல்லலாம். ஆனால் சிறுகதைக்குள் வரும்போது அங்கே படைப்பாளியின் சார்புநிலை முக்கியமல்லவா?. மஞ்சம்மாளையும்

நாச்சியாரம்மாவையும் நுணுகிப் பார்த்தது போல கரிசல் உலகத்து மருமகள்களை அவர் உற்றுநோக்கவில்லை. குடும்பத்தைப் பிரிக்கும் ஒரே முகத்தை மட்டுமே அவர்களுக்கு வழங்குகிறார்.

இந்தப் பிரச்னையே வேண்டாம் என்றுதான் 'முதுமக்களுக்கு' கதையில் வரும் பொய்யாளி நாயக்கரும் நாணம்மாளும் தங்கள் சொத்தை ஒன்பது பிள்ளைகளுக்குப் பிரித்துக்கொடுக்கும்போது பத்துப்பாகமாகப் பிரித்து தங்களிருவருக்கும் என ஒரு பங்கை வைத்துக்கொண்டனர். தம் வீட்டை இயற்கையோடு அமைந்த கூரைவீடாகவே வைத்துக்கொண்டு ஊருக்கே பொதுவான மனிதர்களாக வாழ்ந்து வருகிறார்கள்.

“காய்ச்ச மரம்” கதையில் ராமேஸ்வரத்தில் நிம்மாண்டு நாயக்கரும் பேரக்காளும் பிச்சை எடுப்பதோடு கதை முடியவில்லை. அதன் தொடர்ச்சியை 'முதுமக்களுக்கு' கதையில் பொய்யாளி நாயக்கர் கூறுகிறார்:

“ராமேஸ்வரம் கோவிலுக்கு முன்னால் நிம்மதியாப் பிச்சை எடுத்து வாழ்ந்துக்கிட்டிருந்தவங்களெ அங்கெ போயி அழுது தொழுது ஊருக்குக் கூட்டீட்டு வந்தாங்களே என்ன ஆச்சி?”

“ஊருக்கு வந்ததும் நிம்மதியில்லாம பாழுங்கிணத்திலே விழுந்து செத்தாங்க”

“காய்ச்சமரம்” கதையையும் “முதுமக்களுக்கு” கதையையும் இரு எத்ர்வுகளாக வைத்துக் காட்டுகிறார் கி. ரா. பிள்ளைகள் என்றால் அதுகள் சொத்துக்குத்தான் வாரிசே தவிர பாசத்துக்கு அல்ல என்கிற பொய்யாளி நாயக்கரின் கண்டுபிடிப்பை கி. ரா. ஏற்றுக்கொள்கிறார். ஒரு கட்டுரையிலும் இக்கருத்தை வலியுறுத்துகிறார். “பாசம் என்பது வேர்போலக் கீழேதான் இறங்கும். கொடிபோல மேல்நோக்கி வளராது” அதாவது தங்கள் பிள்ளைகள், பேரன் பேத்திகள் என்றுதான் பாசம் கீழ்நோக்கியேதான் போகும். அப்பா அம்மா, தாத்தா பாட்டி என மேல்நோக்கிப் படராது என்பது பொய்யாளி நாயக்கரின் தத்துவம்.

இதை கி.ரா. பொதுமைப்படுத்துவது சரியாகப்படவில்லை. எதிர்பார்ப்புகள் இல்லையென்றால் எந்த உறவும் நிலைக்கத்தான் செய்யும். சொத்தோடு பிணைக்கப்படுவதால்தான் உறவுகள் விரிசல் காண்கின்றன. இங்கு பிரச்னை மனமா சொத்தா என்கிற கேள்விதான் எழுகிறது.

ஜடாயு, பேதை ஆகிய இரு கதைகளில் வரும் இரு பெண் கதாபாத்திரங்கள் பற்றிப் பேச வேண்டும். அப்புராணி நாயக்கர் என்று பேர் பெற்ற தாத்தைய நாயக்கர் கோவில்பட்டிக்குப்போய் வீட்டுக்குத் தேவையான சாமான்களை வாங்கிக்கொண்டு ராத்திரி ஆகிவிட்டதால் ஊரின் கடைசியில் உள்ள தெரிந்த வீட்டில் சாமான்களை வைத்துவிட்டுத் திண்ணையில் படுத்துக்கொள்கிறார். அப்போது ஒரு பெண்ணை சில ஆண்கள் துரத்திக்கொண்டு வருகிறார்கள். யாரோ எவரோ. ஆனால் தப்பான நோக்கத்தோடு அவளைத் துரத்துகிறார்கள் என்பது தெரிகிறது. அந்தப் பெண்ணும் தாத்தைய நாயக்கரின் காலில் வந்து விழுந்து காப்பாற்றக் கோரிக் கதறுகிறாள். அது ஏதோ புருசன் பெண்டாட்டி தகராறு என்று பொய்சொல்லி அவளை இழுத்துப்போக முயற்சிக்கிறார்கள். தாத்தைய நாயக்கர் தலையிடுகிறார். பெரிய யுத்தமே நடக்கிறது. அந்த ரவுடிகள் இவருடைய கைகளை வெட்டி எறிகிறார்கள். அப்போதும் போராடுகிறார்.

“ஐயோ தாயே உனக்கு நான் உதவ முடியாமல் போய்விட்டதே, இவர்களைக் கொன்று உன்னை மீட்க வல்லமை இல்லாமல் போய்விட்டதே?கடவுளே நீ இருக்கிறாயா?” என்று விம்மிக் கதறியபடி சாகிறார். ராமாயணத்தில் ராவணனோடு போராடிச் சீதையைக் காக்க முடியாமல் செத்துமடிந்த ஜடாயு பேரைக் கதைத் தலைப்பாக வைத்துத் தாத்தைய நாயக்கரை காவியநாயகனாக உயர்த்துகிறார் கி. ரா. சிறப்பான கதை. ஆனால் அந்தப் பெண்? போலம்மாள் என்கிற அந்தப்பெண் கணவன் அடித்ததால் கோபித்துக்கொண்டு தனியாகக் கிளம்பி வந்து காமுகர்களிடம் மாட்டிக்கொண்டு விட்டாளே? காந்தி கனவு கண்டதுபோல் தன்னந்தனியாக ஓர் இளம்பெண் சுதந்திர இந்தியாவில் இரவு நேரத்தில் நடந்து வர முடியவில்லையே? எத்தனையோ பெண்களின் பிரதிநிதியாக அந்தப்பெண் போலம்மாள் நம்மை நோக்கிக் காப்பாத்துங்க... என்று கதறியபடி இழுத்துச் செல்லப்படுகிறாள். அதோ...கதறல் கொஞ்சம் கொஞ்சமாகக் குறைந்து கொண்டே போகிறதே...என்ன செய்யப்போகிறோம் என்கிற பதட்டத்தைக் கி.ரா. நமக்கு உண்டாக்கி விடுகிறார். கதைக்குள் கி.ரா. எதையும் விவாதிக்கவில்லை. வாசக மனதில் விவாதங்களையும் குற்ற உணர்ச்சியையும் தூண்டுகிறார். அதுதான் கலையின் வெற்றி.

“பேதை” கதையில் வரும் பேச்சி ஒரு மறக்கமுடியாத பெண். வலசைத்தொழிலாளர்கள் குடும்பத்துடன் அந்த ஊருக்கு காட்டுவேலைக்காக வந்த கன்னி அவள். மனவளர்ச்சி போதிய அளவுக்கு இல்லாத கன்னி அவள். உடை மரத்தைப் போன்ற பறட்டை மயிர்த்தலை. வாயின் உதட்டோரங்களில் நீண்டு வெளி வந்திருக்கும் சிங்கப்பல்கள் என்று அவளுடைய உருவத்தை அகோரமாக வரைகிறார் கி. ரா. ஆனால் கோயில் சிற்பங்களையெல்லாம் விஞ்சக்கூடிய ஒரு அப்சரஸின் ஸ்தன்யங்களைப் பெற்றிருந்தாள் அவள். இது போதாதா ஆண்களுக்கு? அவள் திடீரென்று அவள் அறியாமலே கருவுற்றுவிடுகிறாள். யார் காரணம் என்று அடித்துக்கேட்டாலும் அவளுக்குத் தெரியவில்லை. இதுகூடத்தெரியாம அப்படி என்ன உறக்கம்? என்று ஊர் பேசியது. அவளுடைய குடும்பத்தினர் அவளை அடித்து உதைத்து அங்கேயே விட்டுவிட்டுப் போய்விட்டனர். அவள் ஊரார் கொடுக்கும் சாப்பாட்டை உண்டு உயிர் வளர்க்கிறாள். அந்தக் கோட்டிக்காரி வயித்திலே முத்துக்குட்டிபோல ஒரு ஆண்பிள்ளை பிறக்கிறது. வீடுகளில் வேலை செய்து அவர்கள் கொடுக்கும் சாப்பாடு பத்தாமல் பிச்சை எடுத்தும் சாப்பிட்டாள். மரத்தடியில் உட்கார்ந்து போகிற வருகிற ஆண்களின் முகத்தையும் தன் குழந்தையின் முகத்தையும் ஒப்பிட்டுப்பார்த்துக்கொண்டிருப்பாள். ஆனால் டிப்தீரியா வந்து அந்தக் குழந்தை இறந்துவிடுகிறது. அதை நம்பாமல், அவள் குழந்தையின் சடலத்தை இடுப்பில் வைத்துக் கொஞ்சிக்கொண்டு திரிந்தாள். ஊரார் பிடுங்கிக்கொண்டுபோய் அடக்கம் செய்தாலும் சுடுகாட்டில் வெந்துகொண்டிருக்கும் பிள்ளையைத் தோண்டி எடுத்து அணைத்துக்கொள்கிறாள். சுடுகாட்டிலேயே வாழ்கிறாள். அவளுடைய குடும்பத்தார் வந்து இழுத்துச் சென்றாலும் மீண்டும் சில காலம் கழித்து அதே ஊருக்கு வருகிறாள். பிறந்த மேனியாக மீண்டும் நிறை மாசமாக கர்ப்பிணியாய் வயிற்றைத் தள்ளிக்கொண்டு அந்தக் “கோட்டிக்காரி” ஸ்தனங்கள் ஆட, ஒரு ஆணைப்போல் கைகளை முன்னும் பின்னும் வீசிக்கொண்டு திட் திட் என்று பூமி அதிர அந்தக் கிராமத்தின் நடுத்தெருவே நடந்து சென்றுகொண்டிருந்தாள்.

பேச்சியைக் காக்க ஒரு ஜடாயு தோன்றவில்லை. வாசிக்கையில் பேதை கதை நம் மனதை மருட்டுகிறது... குற்ற உணர்வை ஏற்படுத்தும். ஒரு அறியாப்பெண்ணுக்கு என்ன கொடுமையைச்

செய்து விட்டது சமூகம். பெண்கள் வாழத்தகுதியற்ற நம் நாட்டின் இழிநிலையைக் குறியீடாகச் சொல்லும் கதை இது. இக்கதையின் வர்ணிப்புகள் கதை வெளியான சமயத்தில் விமர்சனத்துக்குள்ளானது. பேதை கதையின் விவரிப்புகள் "அருவருப்பூட்டுவதாக" பேராசிரியர் அ. மார்க்ஸ் "ராஜநாராயணீயம்" புத்தகத்தில் தன் கட்டுரையில் குறிப்பிடுகிறார். ஆனால் சுடலையில் தனித்து வாழும் பெண் பற்றிச் சித்தரிக்கும்போது ஒரு அதிர்ச்சி மதிப்பீட்டை உருவாக்கவே கி.ரா. அப்படி எழுதியிருப்பதாகத் தோன்றுகிறது. பெண் என்றால் இப்படி இப்படி இருக்கவேண்டும் என்று பல பவ்வியங்களையும் நாசூக்குகளையும் கற்பிக்கின்ற நம் சமூகத்தின் நடுத்தெரு வழியே திட் திட் என்று அவள் நடந்து போவது கி. ராவின் பண்பாட்டுக் குறுக்கீடு என்று பார்க்கலாம்.

அவர் புதுச்சேரி சென்ற பிறகு எழுதிய சின்னக்கதையான 'மோசம்' கதையில் வரும் எதிர்வீட்டுப் பெண் இன்றைய காலத்தின் அடையாளம். "வலி வலி" கதையின் ராதை இளவயதிலேயே கணவனை இழந்த பின் வலி வலி என்று தன் உடம்பில் ஏற்பட்டுள்ள புதிய புதிய வலிகளைச் சொல்லிக்கொண்டே இருக்கும் மனப்பிறழ்வுநிலைப் பெண்ணாகிறாள்.

ஊரில் தேவைப்படுவோர்க்குத் தன் உடம்பைத் தருகிற தொண்டைச் செய்கிற காமு என்கிற காமம்மா ஒரு வேறுபட்ட கதாபாத்திரம்.

விளைவு-சுப்பாலு, கனிவு-மல்லம்மா, பூவை-பேரக்கா, குடும்பத்தில் ஒருவர்-அயிரக்கா, சினேகம்-ராமி, பலாப்பழம்-மாமி, மருமகள், ஒரு காதல் தோல்வி- மேரி மற்றும் லட்சுமி, சாவு-ஜக்கு, வால் நட்சத்திரம்-ஜானு, புவனம்-புவனா, காலம் கடந்து-சன்னக்குட்டி, நிலை நிறுத்தல்-மனைவி மாசாணம், முது மக்களுக்கு-நாணம்மா, கண்ணீர்- பூசாரி மாடத்தி, செவத்தம்மாள், பேத்தி சப்பாணியம்மா, அரும்பு-ரோஸம்மா, கிடை-செவணி என்று கி. ராவின் சிறுகதைகள் வித விதமான இயல்புகள் கொண்ட பெண்களால் ததும்பி வழிகிறதைப் பார்க்கிறோம். கரிசல் வானில் ஒளிரும் நட்சத்திரங்களாக கி. ரா. படைத்த பெண் கதாபாத்திரங்கள் தனி மனுஷி வாசனையுடன் நம் மனங்களில் நிரந்தரமாகத் தங்கி விடுகிறார்கள்.

குடும்பத்துக்கும் ஆண்களுக்கும் நம்பிக்கைகளுக்கும் கட்டுப்பட்ட மரபார்ந்த பெண்கள்தாம் கி. ராவின் பெண்கள்.

ஆனால் உழைப்பாளிகள். அதில் கம்பீரம் பெற்றவர்கள். அசலானவர்கள். ஒரே ஒரு சிறுகதையில் மரபை மீறுகிறாள் ஒரு பெண். “தொண்டு” கதையில் வரும் காமு தன் கணவன் மரணத்துக்குப் பிறகு வெள்ளைச்சேலை கட்ட மறுக்கிறாள். அதில் உறுதியாக நிற்கிறாள். ஊரை எதிர்த்தே நிற்கிறாள். அந்தப் போராட்டத்தை அவள் தொடரவில்லையே என ஊரின் முற்போக்கு வாலிபர்கள் வருத்தப்படுகிறார்கள்.

சிறுகதைகளில் இத்தனை பெண்களைப் படைத்தும் இன்னும் முழுமையாகச் சொல்லவில்லை என்கிற உணர்வு கி. ராவுக்கு இருந்திருக்கும் போல.”பெண்கதை என்னும் பெருங்கதை” என்று தனியாக ஒரு நூலை 2017இல் வெளியிடுகிறார். அதில் சிறுகதைத்தன்மையுள்ள குட்டிக்கதைகள் வழியே கூனம்மாள் என்கிற கூனிப்பாட்டியின் கதையைச் சொல்கிறார். இந்த ஆணாதிக்கச் சமூகத்தில் பெண்கள் தங்கள் இருப்பைத் தக்க வைத்துக்கொள்ளவும் ஆணை “வெற்றி கொள்ள”வும் பல உபாயங்களை உருவாக்கிக்கொள்வதை எழுதுகிறார். செவ்வாக்கிழமை விரதம் அல்லது அவ்வை நோன்பு என்கிற பெயரில் பெண்கள் உருவாக்கும் ஆண்கள் நுழையமுடியாத ஒரு புதிய வெளியை உருவாக்கித் தங்களுக்குள் உரையாடுகிறார்கள். எழுத்தைச் சொல்லித்தராத பள்ளிக்கூடங்களாக இந்த ராத்திரிச் சந்திப்புகளை அவர்கள் தக்க வைத்திருக்கிறார்கள். தங்களுக்குள் பேசிக்கொள்ள ஒரு சமிக்ஞை மொழியையும்கூடப் பெண்கள் உருவாக்கி வைத்திருக்கிறார்கள் என்கிறார் கி. ரா.

“ஒடுக்கப்பட்ட சீவன்கள் தங்களுக்குள் ஏற்படுத்திக்கொண்ட கமுக்கங்கள் இப்படி இன்னும் எத்தனை இருக்குமோ தெரியவில்லை” என்கிற கி. ரா. வின் வாசகம் மிக முக்கியமான கண்டுபிடிப்பாகவும் பண்பாட்டு வரலாற்றில் நம் தேடலைத் தூண்டுவதாகவும் அமைகிறது.

அவருடைய சிறுகதைகளுக்குள் அத்தனை பெண்கள் வந்து நம்மை ஆட்டுவிக்கிறார்கள் என்பது உண்மை. எல்லாவற்றுக்கும் மேலாக 'கன்னிமை' கதையில் அவர் ஓரிரு வரிகளில் விவரிக்கும் ஒரு காட்சி மட்டும் மனதில் நின்றாடுகிறது.

பள்ளுப்பெண்கள் பருத்தி எடுத்து முடித்து கூலியாக வாங்கிய பருத்தியுடன் வீடு திரும்பும் அந்தக் காட்சி

“வருகிற பாதையில் மடியில் பகிர்ந்த பருத்தியுடன் நடந்துவருகிற

பெண்டுகளின் கூட்டத்தைக் கடந்து கொண்டே வந்தது வண்டி. அவர்கள் வேண்டுமென்று குடிகாரர்களைப்போல தள்ளாடி நடந்து கொண்டே வேடிக்கைப்பாடல்களைப் பாடிக்கொண்டும் ஒருவருக்கொருவர் கேலி செய்து தள்ளிக்கொண்டும் வந்தார்கள்''

என்ன மனோரம்மியமான காட்சி. உழைத்துக்களைத்த இந்தப்பெண்கள் வேலை முடிந்து வீடு திரும்பும் சந்தோசத்தை ஒருவரை ஒருவர் தள்ளிக்கொண்டும் பாடிக்கொண்டும் குடித்ததுபோல தள்ளாடி நடித்துக்கொண்டும் போகும் காட்சி... அடடா எல்லாக்காலமும் எல்லா நேரமும் இப்படியான ஒரு பொழுது நம் நாட்டுப்பெண்கள் எல்லோருக்கும் அமைந்துவிடக்கூடாதா என ஏங்க வைக்கும் ஒரு காட்சி.

''கறிவேப்பிலைகள்'' கதையில் வரும் பப்புப்பாட்டி சந்தோசமாக இருக்கும் இரவுகளில் பக்கத்தில் படுத்திருக்கும் பப்புத்தாத்தாவின் காதுக்குள் கல்யாணப்பட்டைப்பாடுவாளாம். அந்த சம்சாரித்தெருச் சந்தோசம் கமுக்கமானது. ஆனால் இந்த உழைக்கும் பெண்களின் 'விடுபட்ட உணர்வி'லிருந்து வரும் சந்தோசம் வெளிப்படையானது. கொண்டாட்டமானது. கூட்டாக அனுபவிப்பது. பெரிய சங்கீதக் கச்சேரியில் இசைக்கருவியை வாசித்துக்கொண்டிருக்கும் இசைக்கலைஞர் யாரும் எதிர்பார்த்திராத ஒரு நேரத்தில் யாரும் எதிர்பார்த்திராத ஒரு ராகத்தின் கீற்றை வாசித்து சபையோரை அசத்துவது போல இக்காட்சியைக் கி. ரா. வாசித்துவிட்டார். கி.ரா. வின் கதைகளுக்குள் தாழ்த்தப்பட்டமச்சான் வருவதும் இந்த இடத்தில்தான்.

கரிசல் வாழ்வின் ஆவணமாக...

50களின் பிற்பகுதியில் தன் முப்பது வயதுக்கு மேல் எழுதத்துவங்கிய கி. ரா. சமூகப்பிரச்னைகளையும் விவசாய வர்க்கப்பிரச்னைகளையும் இயங்கியல் பூர்வமாக எழுதிக்கொண்டிருந்தார். ஒரு கட்டத்துக்குப் பிறகு ''பிரச்னைகளாக வாழ்வைப் பார்க்கக்கூடாது. ரசனையும் வேண்டும். எல்லாவற்றையும் பார்க்க வேண்டும். எதையும் கழிக்க வேண்டியதில்லை. எல்லாம் சேர்ந்ததுதான் வாழ்க்கை'' என்கிற மனநிலை அவருக்கு ஏற்பட்டுவிடுகிறது. ரசிகமணி டி. கே. சி அவர்கள் மீது கி. ரா. கொண்ட மயக்கம், அவரை வேறொருவராகத் தவமைக்கத் துவங்கியது. ஆனால் அப்படியே வெறும் ரசனை மட்டும் போதும் என்று சௌந்தர்ய உபாசகராகச் சுருங்கிவிடாமல்,

கரிசல் வாழ்வை முழுமையாகப் பார்க்கணும்;அதை முழுதாக ஆவணப்படுத்தனும் என்கிற வேகம் அவருக்குள் வேர்விடுகிறது.

இலக்கியத்தை ஓர் அறிதல் முறையாகவும் புரிந்துகொள்ள வேண்டிய அவசியம் இருப்பதால் ஆவணப்படுத்தும் பணியையும் இலக்கியம் செய்வதில் ஆட்சேபம் இருக்க முடியாது. ஆனால் ஆவணப்படுத்தும் வேகத்தில் கலை அமைதி கெட்டுப்போவது பற்றிய பிரக்ஞை அற்றுப்போவது உண்டு. அந்த விபத்து கி. ராவுக்கும் நேர்ந்தது.

'வேட்டி' கதையில் ஒரு ஆகஸ்ட்டுப் போராட்ட தியாகிக்கே வேட்டி இல்லை என்பதுதான் கதை. ஆனால் அதில் எத்தனை விதமான வேட்டிகளை உள்ளூர்ப் பிரமுகர்கள் கட்டுகிறார்கள், அவற்றை எப்படித் துவைக்கிறார்கள், எப்படி பராமரிக்கிறார்கள் என்கிற விளக்கத்துக்குள் விலாவாரியாக இறங்கிவிடுகிறார். கன்னிமை கதையில் வேலைக்காரர்களுக்கும் கூட தன் அன்பைக் குறையில்லாமல் பரிமாறுவாள் நாச்சியாரம்மாள் என்பதைச் சொல்லவரும்போது, கி. ரா. அந்தச் சாப்பாட்டுக் காட்சிக்குள் ஆழமாக இறங்கிவிடுகிறார்.

நிறைய்ய மோர்விட்டுக் கம்மஞ்சோற்றைப் பிசைந்து கரைத்து, மோர் மிளகு வத்தலைப் பக்குவமாக எண்ணெயில் வறுத்துக் கொண்டு வந்து வைத்து விடுவாள். சருவச்சட்டியிலிருந்து வெங்கலச் செம்பில் கடகடவென்று ஊற்ற, அந்த மிளகு வத்தலை எடுத்து வாயில் போட்டு நொறு நொறுவென்று மென்றுகொண்டே, வந்து கஞ்சியை விட்டுக்கொண்டு அவர்கள் ஆனந்தமாய்க் குடிக்கும்போது பார்த்தால் 'நாமும் அப்படிக் குடித்தால் நன்றாக இருக்கும்போலிருக்கிறதே!' என்று தோன்றும்.

ஒரு நாளைக்கு உரித்த பச்சை வெங்காயம் கொண்டு வந்து 'கடித்துக்' கொள்ள கொடுப்பாள். ஒரு நாளைக்குப் பச்சை மிளகாயும், உப்பும். பச்சை மிளகாயின் காம்பைப் பறித்து விட்டு அந்த இடத்தில் சிறிது கம்மங்கஞ்சியைத் தொட்டு அதை உப்பில் தோய்ப்பார்கள். உப்பு அதில் தாராளமாய் ஒட்டிக்கொள்ளும். அப்படியே வாயில் போட்டுக்கொண்டு கசமுச என்று மெல்லுவார்கள். அது, கஞ்சியைக் கொண்டா கொண்டா' என்று சொல்லுமாம்! இரவில் அவர்களுக்கு வெது வெதுப்பாகக் குதிரைவாலிச் சோறுபோட்டு தாராளமாக பருப்புக்கறி விட்டு நல்லெண்ணெயும் ஊற்றுவாள். இதுக்குப் புளி ஊற்றி அவித்த

சீனியவரைக்காய் வெஞ்சனமாகக் கொண்டு வந்து வைப்பாள். இரண்டாந்தரம் சோற்றுக்குக் கும்பா நிறைய ரஸம். ரஸத்தில் ஊறிய உருண்டை உருண்டையான குதிரைவாலிப் பருக்கைகளை அவர்கள் கை நிறைய எடுத்துப் பிழிந்து உண்பார்கள்."

வேலைக்காரர்கள் கஞ்சி குடிக்கும் காட்சியில் நாச்சியாரம்மாவின் அன்பை விளக்க இவ்வளவு விவரணைகள் தேவையா என்கிற விமர்சனம் அப்போதே வந்தது. கதையின் போக்கிலிருந்து வாசகரை கஞ்சி குடிக்கும் அழகை நோக்கித் திருப்புகிறதல்லவா? கலை ஒருமை சிதைகிறதல்லவா என்பதே விமர்சனம். சுருக்கமான வரிகளில் இதைச் சொல்லிச்செல்லலாமே.

அன்புள்ளம் கொண்ட முதலாளியம்மாக்களும் கரிசல் வாழ்வில் இருந்தார்கள். அவர்கள் வேலைக்காரர்களுக்கு எப்படியெல்லாம் கஞ்சி ஊற்றினார்கள் என்பதற்கான ஆவணமாக இப்பகுதி திகழ்கிறதே? கரிசல் உணவு வகைகளும் உண்ணும் முறைகளும் பற்றிய பதிவாகவும் இக்காட்சி அமைகிறதே. அந்த லாபத்துக்காகச் சிறுகதை வடிவம் சற்றுச் சிதைந்தால்தான் என்ன?என்கிற மனநிலை கி. ரா. வுக்கு வந்திருக்க வேண்டும்.

நாட்டுப்புறவியல் அல்லது நாட்டார் வழக்காறுகள் மீது அவருக்கு ஈர்ப்பு வந்ததும் ரசிகமணியின் தாக்கத்தால் ரசனை மனோபாவம் இணைந்ததும் கம்யூனிஸ்ட் கட்சியிலிருந்து அவர் விலகியதும் ஏகதேசம் ஒரே காலத்தில் நடந்திருப்பதை அறிய முடிகிறது.

ஒன்றுபட்ட கம்யூனிஸ்ட் கட்சியின் பொதுச்செயலாளர் தோழர் பி. சி. ஜோஸி 1957 இல் எழுத்தாளர்களுக்கு ஓர் அறைகூவல் விடுத்தார். 1857 சிப்பாய்ப்புரட்சியின் நூற்றாண்டு விழா மேடையிலிருந்து அவர் சொன்னது:"நாடெங்கும் சென்று உழைக்கும் மக்களின் நாட்டுப்புற வழக்காறுகளைச் சேகரியுங்கள். எழுதப்பட்ட வரலாற்றில் இடம் மறுக்கப்பட்ட உழைக்கும் மக்களின் பங்கும் பாத்திரமும் அவர்களின் உலகக்கண்ணோட்டமும் அவற்றில் பொதிந்திருக்கின்றன".

முன்னுதாரணமாக, தோழர் ஜோஷி தொகுத்து வெளியிட்ட 1857 புரட்சி என்கிற நூலின் பிற்சேர்க்கையாக அப்புரட்சி பற்றிய நாட்டுப்புறப்பாடல்களைத் தொகுத்திருப்பார். அதன் தொடர்ச்சியாக, 1961 ஆம் ஆண்டு கோவையில் நடைபெற்ற தமிழ்நாடு கலை இலக்கியப் பெருமன்றத்தின் அமைப்பு மாநாடு,

நாட்டுப்புற இலக்கியங்களைச் சேகரித்துத் தொகுப்பதற்கென்று ஒரு குழுவை (தோழர் ஜீவா ஆலோசனையின் பேரில்) பேராசிரியர் நா. வானமாமலை அவர்களின் தலைமையில் அமைத்தது.

கம்யூனிஸ்ட் கட்சியை விட்டு வெளியேறினாலும் ஒரு கம்யூனிஸ்ட்டாக இந்த அறைகூவல் கி. ரா. வின் மனதில் அவர் வாழ்ந்த காலம் முழுவதும் ஒலித்துக்கொண்டே இருந்திருக்க வேண்டும்.

“பொதுவுடைமைக் கொள்கையின்பேரில் உள்ள ஈர்ப்பு வேறெ, அந்தக் கட்சிகள் பேரில் உள்ள ஈர்ப்பு என்பது வேறெ. அந்தக் கொள்கையில் ஒரு ஈர்ப்பு ஏற்பட்டுவிட்டால் பிற்பாடு-அனேகமாய்-அது மாறவே மாறாது. கட்சிகள் சமாச்சாரம் அப்படி இல்லை. சாரதி (ஓட்டுநர்) சரியில்லை என்றால், “அப்பா நிப்பாட்டு நா இறங்கிக்கிறேங்க” என்று ஆகிவிடுவதில்லையா, அப்படித்தாம்.

கட்சியைவிட்டு விலகினாலும் மார்க்சியத்திலிருந்து விலக முடியாது என்பதே கி. ரா. வின் நிலைப்பாடு. ஆகவேதான் கதைகள் எழுதுவதைக்கூட நிறுத்திவிட்டு நாட்டுப்புற இலக்கியங்களைச் சேகரித்துப் பதிப்பிக்கும் வேலையைக் கி.ரா. இறுதிநாள் வரை செய்து வந்தார். இது குறித்த வரலாற்றுக் குறிப்பொன்று பேராசிரியர் நா.வா அவர்களின் வாழ்க்கைவரலாற்றை எழுதிய ஆ. சிவசுப்பிரமணியன் அவர்கள் “பண்பாட்டுப் போராளி நா. வானமாமலை” என்கிற தன் நூலில் இவ்விதம் குறிப்பிடுகிறார்:

“இம்முயற்சிக்கு வித்திட்டவர் இந்தியக் கம்யூனிஸ்ட் கட்சியின் மூத்த தலைவர்களுள் ஒருவரான பி.சி.ஜோஷி என்று அழைக்கப்பட்ட பூரண சந்திர ஜோஷியாவார்

1857இல் நிகழ்ந்த இந்தியச் சிப்பாய் எழுச்சியின் நூற்றாண்டு விழா 1957இல் கொண்டாடப்பட இருந்ததையொட்டி அது தொடர்பாகக் கருத்தரங்கு ஒன்றை நடத்த அவர் திட்டமிட்டிருந்தார். அக்கருத்தரங்கில் இந்திய விடுதலைப் போராட்டம் தொடர்பான நாட்டார் பாடல்களை மையமாகக் கொண்ட கட்டுரையொன்றையும் எழுதிப் படிக்க முடிவு செய்திருந்தார். தமிழ்நாட்டில் விடுதலைப் போராட்டத்தை மையமாகக் கொண்ட நாட்டார் பாடல்களைத் தனக்கு சேகரித்துக் கொடுக்கும்படி பி. சி. ஜோஷி கேட்டதற்காக, ஒன்றிரண்டு பாடல்களைச் சேகரித்து அவற்றை ஆங்கிலத்தில் மொழிபெயர்த்து வானமாமலை அவருக்கு அனுப்பி வைத்தார்.

இந்த அனுபவம் நாட்டார் பாடல்களின் பக்கம் அவரைத் திருப்பியது. இக்கால கட்டத்தில் இந்தியக் கம்யூனிஸ்ட் கட்சியின் திருநெல்வேலி மாவட்டச் செயலாளராக இருந்த தோழர் ப.மாணிக்கம் இம்முயற்சியில் அவர் ஈடுபடும்படி உற்சாக மூட்டினார். ஆகவே கி.ரா என்கிற நாட்டுப்புறவியலாளரின் பின்னணி இதுதான்.

இந்த ஆவணப்படுத்தும் ஆர்வம் அப்படியே அவரது சிறுகதைகள், நாவல்கள் என அவர் தொட்ட அனைத்து இலக்கிய வடிவங்களிலும் வெளிப்பட்டது.

சங்க இலக்கியம் தொட்டு நம் பழந்தமிழ் இலக்கியங்களின் அடித்தளமாக அமைவது "நிலமும் பொழுதும்"தானே?கரிசல் இலக்கியம் என்பது கரிசக்காட்டின் நிலமும் பொழுதுமன்றி வேறென்ன?

கி. ரா. வின் சிறுகதைகளில் கரிசலின் அதிகாலைப்பொழுதுகளும் மத்தியான வெயிலும் மாலைக் காற்றும் ராத்திரிக்குளிரும் வெக்கையும் அதனதன் அழகுகளோடு பதிவாகியுள்ளன.

"தலைக்கோழி கூப்பிட எழுந்திருந்து தொட்டணன் தொழுவைத்தூத்து சாணியைக் குப்பையில் கொண்டுபோய்ப் போட்டுவிட்டு, பருத்திக்கொட்டையை ஆட்ட ஆரம்பித்தான்." (குடும்பத்தில் ஒரு நபர்)

"காலையில் எழுந்ததும் ராமசாமி கால்கை கழுவிக்கொண்டு ஒரு லோட்டா நீத்து தண்ணீர் குடித்துவிட்டு, எருமை மாட்டை அவிழ்த்தான். ஊர்க்கம்மாக்கரையில் பத்திவிட்டுவிட்டு, கரையிலிருக்கும் நவ்வாப்பழ மரத்தின் மேல் ஏறிக்கொண்டான்" (ஜெயில்)

."தலைக்கோழி கூப்பிட்டதும் வழக்கம்போல முழிப்புத்தட்டியது. தொழுவில் மாடுகள் மணியோசையும் அவைகள் கூளம் தின்னும்போது காடிப்பலகையின் சத்தமும் கேட்டது. கெங்கம்மா படுக்கையில் இல்லை."(வேலை வேலையே வாழ்க்கை)

எல்லாக் காலைப்பொழுதுகளுமே வேலைதுவங்கும் பொழுதுகளாகவே கரிசல் வாழ்வில் அமைவதைச் சிறுகதைகளில் ஆவணப்படுத்துகிறார். நிலக்காட்சிகளை அவர் பல கதைகளில் மனங்கொள்ளத்தக்க வகையில் விவரித்துச் செல்கிறார்.

“நினைத்ததும் முதல் ஞாபகத்துக்கு வந்தது அந்த மலைதான். மூணு சின்ன மலைகள்; நெருக்கமாக அக்கன்னா எழுத்து போல ஓட்டிப் பிறந்த பிறப்பு. உச்சியிலிருந்து கீழே வரையும் பெரிசும் சிறுசுமான பலவித உருண்டை வடிவிலான பாறைகள். மரமும் அல்லாத செடியும் அல்லாத உயரங்களில் நெடுகிலும் வளர்ந்து மண்டிக்கிடக்கும் தாவரக்கூட்டம். என்ன செடிகள் என்றே அடையாளம் தெரியாத பறட்டைத்தலைச் செடிகள்.

பாறை இடுக்குகளில் விரல் நீட்டிக்கொண்டிருக்கும் அகலச் சோகைகள் கொண்ட புல்லைக் கிள்ளி முகர்ந்து பார்த்தால் வரும் மணம் அவனுக்கு ரொம்பப் பிடிக்கும். எத்தனை தரம் முகர்ந்து பார்த்தாலும் அலுக்காது. அப்படி ஒரு ரஞ்சிதம். மலையின் நிறம் கருப்பு, மழைகளினால் காலங்காலமாக நனைந்த கன்னங்கருப்பு. பல்லாண்டு மழையில் நனைந்த சுண்ணாம்புக்காரை வீடுபோலக் கருத்துப்போயிருந்தது. (விடுமுறை நாளில்...)

நிலமும் பொழுதும் மட்டுமின்றி உள்ளே கரிசல் தாவரங்கள், விலங்கினங்கள், பறவைகள், திருமண உறவுகள், கல்யாணம்-கருமாதிச் சடங்குகள், சிறார் விளையாட்டுக்கள் என அவர் எதை விட்டு வைத்தார். கி. ரா. வை “உணர்வார்ந்த இன வரைவியலாளர்” என்றும் சுதேசி இன வரைவியலாளர் என்றும் அடையாளம் காணும் தமிழின் மூத்த மானுடவியலாளரான திரு. பக்வத்சலபாரதி “கி. ராவின் கரிசல் பயணம்’ என்கிற தன் நூலில்,” பண்பாட்டு நெசவின் ஊடாக அர்த்தங்களைக் காணும் கி. ரா. வின் எடுத்துரைப்பு மகத்தானது. ஒரு பண்பாட்டை விவரிப்பதற்கு / எடுத்துரைப்பதற்கு இனவரைவியலர்கள் அவசியம் தேவைதானா என்பதை கி. ரா. வின் எழுத்து கேள்வி எழுப்புகிறது. ஏனெனில் அவருடைய பன்முகப் புலன் உணர்வு சார்ந்த விவரிப்பு பண்பாட்டு நெசவாகப் பரிணமித்திருக்கிறது. இதன்மூலம் படைப்பாளனும் இனவரைவியலராக முடியும் என்பதை நிரூபிக்கிறார்.

பண்பாடு என்பது மரபு வழியாக வழங்கி வரும் சமூக அறிவு. கி. ரா. வின் எழுத்துக்களில் கரிசல் மக்களின் பாரம்பரிய அறிவாக அறியக்கூடிய விடயங்கள் ஏராளம். கி. ரா. வின் எழுத்துலகத்துக்குள் செல்வது என்பது கரிசல் பண்பாட்டுக்குள் செல்வதாகும்.”

கி. ரா வின் சிறுகதைகள் ஒவ்வொன்றுக்குள்ளும் நாம் நுழையும்போதும் பக்தவச்சலபாரதி அவர்களின் இந்தக்கூற்று

எவ்வளவு உண்மை என்பதை உணர்வோம். கி. ரா. வின் படைப்புகளை முழுமையாகவும் நுட்பமாகவும் உள்வாங்கிக்கொள்ள பக்தவச்சல பாரதி அவர்களின் நூல் மிக முக்கியமான வழிகாட்டும் கருவியாக(காம்பஸ்) விளங்குகிறது.

கரிசல்வாழ்வின் அறங்கள் பல சிறுகதைகளில் பேசப்படுகின்றன. தன்னிடமிருந்த ஜோடிமாடு செத்துப்போனதால் கூட்டுமாட்டுக்காரனுக்கு வாக்களித்த ஒரு சொல்லைக்காப்பதற்காக மாட்டுக்கு ஜோடியாகத் தானே மேழி பிடித்து உழப்போகும் தொட்டணக்கவுண்டர்(குடும்பத்தில் ஒருவர்) துவங்கி

“மாடுகள் தெருவில் நடந்து போகும்போது போடும் சாணியை அடையாளத்துக்குக் காலால் கொஞ்சம் புறட்டி வைத்துவிட்டால் யாரும் தொடமாட்டார்கள். சாயந்திரம் வந்து பார்த்தாலும்கூட அப்படியே கிடக்கும்”(ஊர்க்காலி) வரை கரிசலின் வாழ்வியல் அறங்களைப் பதிவு செய்துள்ளார். வாசிக்கிற புத்தகத்தில் மீண்டும் வாசிக்க நினைக்கும் பக்கத்தின் மூலையைச் சற்று மடித்து வைப்பதுபோல சாணியைக் காலால் புரட்டி வைக்கும் பழக்கம் அம்மக்களுக்கு.

ஒவ்வொரு வீட்டாரும் அவரவர் மாடுகளை அவிழ்த்துக்கொண்டு வந்து மந்தையில் விடுவார்கள். மந்தையிலிருந்து மாடுகளை புல்வெளி தேடி காடுகளுக்குள் மேய்க்க பத்திச் செல்வது ஊர்க்காலி எனப்படும் ஊருக்குப் பொதுவான மேய்ப்பர். நாம் இன்று பள்ளிக்கூடப்பஸ்சில் குழந்தைகளை ஏற்றிவிடுவதும் சாயந்தரம் பஸ்ஸை எதிர்பார்த்து சாலையில் காத்திருப்பதுபோலவும்தான் அன்று மாடுகளுக்கான இந்த ஊர்க்காலி ஏற்பாடு. இப்படி வியப்பூட்டும் வகையில் எண்ணற்ற வாழ்வியல் மற்றும் வாழ்க்கை வட்டச் சடங்குகளை பதிவு செய்துள்ள ஆவணமாகவும் கி. ரா வின் சிறுகதைகள் அமைந்துள்ளன.

சிறுகதையே நோக்கமாக இருந்த ஒரு மனநிலை, ஒரு காலகட்டத்துக்குப் பிறகு பண்பாட்டு ஆவணமாக எழுத்தை மாற்றுகிற நோக்கமாக அவருக்குள் புகுந்துகொண்டது. அதுவே சிறுகதை என்கிற வடிவத்துக்குச் செய்யவேண்டிய அழகியல் நியாயத்தைச் செய்யவிடாமல் தடுத்தது.

வரலாற்றுப் பதிவுகளாகச் சிறுகதைகள்

பாரதியைப்போல சொற்ப காலமே வாழும்படி ஆகாமல் தந்தை பெரியாரைப்போல நீண்ட காலம் வாழும் பேறு கி. ரா. வுக்கு

வாய்த்தது. ஆங்கிலேயர் ஆட்சிக்காலத்தில் (1922-23) பிறந்து ஒரு கால்நூற்றாண்டு காலம் அடிமை இந்தியாவில் வாழ்ந்து, 1947இல் சுதந்திரம் கிடைத்த பிறகு சுமார் 75 ஆண்டுகாலம் சுதந்திர நாட்டில் வாழும் பெருவாழ்வு அவருக்குக் கிட்டியது. 21ஆம் நூற்றாண்டின் முழுவரலாற்றையும் தானே கண்கொண்டு பார்த்து எழுதிய மார்க்சிய வரலாற்றாசிரியர் எரிக் ஹோப்ஸ்வாம் போல தமிழ்நாட்டின், கரிசல் வட்டாரத்தின் நூறாண்டுகால பண்பாட்டு/ அரசியல் வரலாற்றைத் தன் சிறுகதைகளில் எழுதியவராக கி. ரா இருக்கிறார்.

1958இல் மணிமுத்தாறு அணை கட்டி முடிக்கப்பட்டது. அங்கே கூலி வேலைக்குப் போன ஒரு தொழிலாளியின் குடும்பம்தான் 'கதவு'கதையில் வாழ்கிறது. கம்யூனிஸ்ட் ஊழியர்கள் பிரிட்டிஷாரின் சித்திரவதைக்கு ஆளாவதும் கட்சி தடை செய்யப்படுவதுமான வரலாற்றை "தோழன் ரங்கசாமி" கதை பேசுகிறது. காசுக்காக அல்லாமல் காமப்பசி தீர்க்கும் கருணைமனம் கொண்டவளான காமு (தொண்டு) காப்பிக்கடை ஆரம்பித்ததைச் சொல்லும்போது சடாரென்று கதை வரலாற்றுக்குள் பாய்கிறது;

அப்போது இரண்டாம் உலகப் பெரும்போர் நடந்துகொண்டிருந்த நேரம். இந்திய சுதந்திரப் போராட்டம் கடுமையாகச் சூடுபிடித்த காலம்,

அப்போதைய வெள்ளை அரசு, நாட்டை நிர்வகிக்கவும் போருக்கு ஒத்துழைக்கும்படியும் தலைவர்களையும் மக்களையும் கேட்டுக் கொண்டபோது இவர்கள் மறுத்துவிட்டதோடு, எந்தவிதத்திலும் அரசுக்கு ஒத்துழைப்பதில்லை என்பதோடு நிற்காமல் மக்களிடம் போர் எதிர்ப்புப் பிரச்சாரமும் செய்தது அவனுக்கு மூக்குமுட்டக் கோபம் ஏற்பட்டிருந்தது. இதனால் அரசியல் அல்லாத சாதாரணக் கிரிமினல் குற்றங்களைக்கூடக் கண்மண் தெரியாமல் பயங்கரமாக ஒடுக்கி அடக்கி வந்தது."

இந்திய வரலாறும் தமிழ்நாட்டு வரலாறும் உள்ளூர் வரலாறும் தனிநபர்/குடும்ப வரலாறும் ஒன்றுடன் ஒன்று ஊடாடியும் ஊடறுத்தும் செல்வதாகக் கி. ரா. வின் சிறுகதைகள் பயணிக்கின்றன. கதையின் போக்கில் ஒரு வரியிலோ ஒரு பத்தியிலோ வரலாறு குறுக்கிட்டு வாசகரை ஒரு நிலைக்குக் கொண்டுவரும்.

வரலாறு கரிசல் கிராமத்துக்குக் கொண்டு வந்து சேர்த்த பல பொருட்கள், பழக்கங்களை, நவீன கருவிகளை அவருடைய

சிறுகதைகளில் பார்க்கலாம். ஊருக்குள் வந்த முதல் நாற்காலி ‘நாற்காலி’ என்ற கதையில் வருகிறது. அந்த நாற்காலியை அந்த வீட்டார் ’பழக்கி’ வசத்துக்குக் கொண்டுவரும் பக்கங்கள் மிக ரசமானவை. ஊருக்குள் மின்சாரம் வருவதை ‘கரண்டு’ கதையும் நவீன கழிப்பறைகள் வந்தும் மக்கள் ஏற்காத மனப்போராட்டத்தை சுற்றுப்புற சுகாதாரம், அங்கணம் போன்ற கதைகளும் தையல் மிஷின் வருகையை ‘புவனம்’கதையும் பழைய எடைக்கற்களுக்கு மாற்றாக புதிய கிலோகிராம் படிக்கற்கள் கறுப்புக் கோபுரமாகவும் மஞ்சள் கோபுரமாகவும் வந்து சேர்வதை ‘எங்கும் ஓர் நிறை’ (தலைப்பு வேறொன்றையும் இணைக்கிறது)கதையும் மாட்டுக்குத் தடுப்பூசிகள் வந்ததை ‘குடும்பத்தில் ஒருவர்’ கதையும் தீப்பெட்டித்தொழிலின் வருகையை ‘ஒரு செய்தி’ மற்றும் சில கதைகளும் மாட்டுலோன், கிணற்று லோன் போன்றவற்றை முறையே ‘ஒரு வெண்மைப்புரட்சி’’மாயமான்’ கதைகளும் பதிவு செய்கின்றன.

விவசாய வேலைகளுக்கு வெயிலில் போய் வதங்க விருப்பமின்றிப் பெண்கள் நிழல் வேலைகளான தீப்பெட்டி ஒட்டுதல் குச்சி அடுக்குதல் இவற்றில் சாய்மானம் பெற்றதை கொத்தைப்பருத்தி போன்ற கதைகள் பேசுகின்றன. சம்சாரிக்குப் பெண் கொடுக்க மறுக்கும் காலமும் வந்த கதையைத்தான் கொத்தைப்பருத்தி பேசுகிறது.

ஒரு நூறாண்டுக் காலமாற்றம், வரலாற்று மாற்றங்களைக் கி. ரா. வின் சிறுகதைகள் தன்னுள் கொண்டுள்ளன.

நாட்டுப்புறத் தெய்வ வழிபாட்டைப்பற்றி கண்ணீர், பொய் என்பதும் உண்மைதான், குருபூசை போன்ற கதைகள் பேசினாலும் அந்த நம்பிக்கை மற்றும் வழிபாட்டுக்குள்ளும் நடந்துள்ள சீரழிவுகளைப் பேசும் “குருபூசை” மிக முக்கியமான கதை. நேத்திக்கடனுக்காக சாமியார்களுக்குச் சாப்பாடு போடும் சடங்கில் சாப்பிட ஒரு ஆளுக்கு அஞ்சு ரூபா கொடுத்தால்தான் வருவோம் என்று சாமியார்கள் ‘ரேட்’ பேசுவதை சாமி சங்கதி கூட வியாபாரம் ஆகிப்போன கரிசல் நிலத்து மாற்றங்களை ’குருபூசை’ சுவையாகவும் வேதனையுடனும் விளக்குகிறது.

பாலினம்-பாலியல்

கி. ரா. வின் மிக முக்கியமான கதை என யார் பட்டியல் போட்டாலும் அதில் ‘கோமதி’ கதை இருக்கும். கோமதிச்

செட்டியார் என்கிற இந்தக் கோமதி, சமையல்கலையில் மன்னன். தன்னைப் பெண்ணாக உணர்பவன். அவனுடைய சமையலில் மயங்கிய ரகுபதி நாயக்கர் அவனை தன் வீட்டுக்கு அழைத்துச் செல்கிறார். அங்கே நாய்க்கரின் பேரன் ரகுவின்மீது மையல் கொள்கிறாள் கோமதி. கோமதியின் கொஞ்சல்கள், உரசல்களால் அருவருப்படைந்த ரகு ஒருநாள் அவளை நையப்புடைத்து நெஞ்சின் மீது காலால் எட்டி உதைக்கிறான். ரகுவின் தங்கை சுலோச்சனா வந்து தடுக்கிறாள். அன்றிரவு மூன்று பேருமே தூங்கவில்லை. இரவு முழுவதும் கோமதி ஒப்பாரி வைத்து அழுகின்ற குரல் கேட்டுக்கொண்டே இருந்தது. "தீபம்" இதழில் 1964 இலேயே இக்கதை வெளிவந்துள்ளது. திருநங்கையர் வாழ்வு குறித்த புரிதல் இன்னும்கூட நம் சமூகத்தில் உருவாகாத பின்னணியில் வைத்துப் பார்த்தால் அந்தக் காலத்திலேயே இத்தனை பரிவோடும் நியாயமாகவும் கி. ரா. இக்கதையை எழுதியிருப்பது வியப்பளிக்கிறது.

இன்னொரு கதை 'ஜீவன்' கிராமமுன்சீப் பிள்ளையின் மூத்த மகன் அங்குப்பிள்ளை திருநங்கை அல்லன். ஆனால் பெண்களோடே எப்போதும் பேசிக்கொண்டும் பழகிக்கொண்டும் இருக்கும் பையன். "நல்ல இளவட்டமான அங்குவைக் குமரிப்பெண்டுகள் விஷமில்லாத தண்ணிப்பாம்பு போல் நினைத்து நடத்தி வந்தார்கள்."அவன் வாய்பேசாத பையன். மாமாவை 'ஹாமா' என்று சொல்கிற அளவுக்குப் பேச்சு வரும். அவனுடைய அப்பா அம்மா உட்பட அவனுடைய வீட்டில் உள்ள யாருக்குமே அவனைப்பிடிக்கவில்லை. இப்படி நம்ம குடும்பத்திலே வந்து ஒரு ஊமையன் பிறந்துட்டானே என்று வெறுத்தார்கள். சாப்பிட மட்டும்தான் வீட்டுக்குப்போவான். அவனுக்குக் கல்யாணம் பண்ணி வைப்பதாகவும் சாத்தூரில் ஒரு மாமா பொண்ணு அவனுக்காகக் காத்திருப்பதாகவும் அவனுடைய அப்பா அவனிடம் சும்மா சொல்லி வைத்திருக்கிறார். உண்மையில் அவனது தம்பிக்குத்தான் தடபுடலாக கல்யாண ஏற்பாடு நடக்கிறது. தனக்கும் சேர்த்து ஏற்பாடு இல்லை என்று தெரிந்ததும் தன் குடும்பமே தன்னை சாத்தூரில் பொண்ணு இருக்கு என்று சும்மா சொல்லி ஏமாத்திவிட்டார்களே என்று அழுகையும் ஆத்திரமுமாக வருகிறது. கல்யாணவீட்டைக் கலவர வீடாக மாற்றுகிறான். எல்லாவற்றையும் உடைத்துப்போட்டுவிட்டு ஓர் அறைக்குள் சென்று தாளிட்டுக்கொள்கிறான். தட்டி உடைத்துக் கதவைத்

திறந்தால் அவன் தன் பிறப்புறுப்பைக் கத்தியால் அறுத்துக்கொண்டு ரத்தம் நனைய நிற்கிறான்.

மிக நுட்பமான உளவியல் சித்திரமாக படரும் இக்கதை உள்ளடக்கத்திலும் வடிவத்திலும் கச்சிதமான கதை.

பாலியல் சார்ந்த உணர்வுகள், உறவுகள் இவைபற்றியெல்லாம் தன் சிறுகதைகளில் எவ்வித மனத்தடையும் இன்றி எழுதிச்செல்கிறார். கிராமப்புற மக்களிடம் இயல்பாகப் புழங்கும் மறைவாய்ச்சொல்லும் கதைகளின் தொனியில் அவர் எல்லாவற்றையும் பேசிவிடுகிறார். "கனிவு" கதையில் முதலிரவுக்கு மாற்றாக அவர்களுக்கு முதல்பகல்தான் அமைகிறது. அதை நோக்கிச் செல்லும் கதை இயல்பான துவக்கமும் முடிப்பும் கொண்டு நெருடல் இல்லாமல் வெற்றி பெறுகிறது.

"விளைவு" கதை பாவய்யாவின் கோவணத்தை சுப்பாலு அவிழ்த்துவிடும் கதை. அதை விரசமில்லாமல் கி. ரா. வால் சொல்ல முடிந்திருக்கிறது. "வால்நட்சத்திரம்" கதை ஜானு ருதுவான கதையை பாவாவின் பாலியல் கோணல்பார்வையுடன் பேசுகிறது. அறுபது வயதுக்கு மேல் உடலிச்சை கொள்ளும் கணவனின் அவஸ்தையையும் அவனை வெளியே படுக்க வைத்து கடவடைத்து உள்ளே படுக்கும் அவனது சன்னக்குட்டியான கிழவியின் மனநிலையையும் சம அளவில் உணர்த்தும் கதை 'காலம் கடந்து'.

எல்லப்பனும் இன்னும் வயதுக்கு வராத செவுனியும் காட்டில் சேர்ந்திருக்கும் விவரிப்புகளோடு விரியும் "கிடை" என்று பல கதைகளைச் சொல்ல முடியும்.

பாலியல் சித்தரிப்புகளை ஒரு கவன ஈர்ப்புக்காகச் செய்வதுதான் தவறு. அதைச் சரியான கோணத்தில் விவாதிப்பது சமூகத்துக்கு மிக மிக அவசியம். பெண்கள் தங்களுக்குள் மிக விரிவாகப் பேசிக்கொள்ளும் இடமாக செவ்வாக்கிழமை விரத இரவுகள் அமைவதை "பெண்கதை எனும் பெருங்கதை" என்கிற கூனப்பாட்டி கதையில் பேசியிருக்கிறார்.

பள்ளிக்கூடத்துக்கு வெளியே

மழைக்குக்கூடப் பள்ளிக்கூடத்தில் ஒதுங்கியதில்லை என்பது பழம் மொழி. கி.ரா. சொன்ன புதுமொழிதான் இப்பப் பழமொழியாக இருக்கிறது."மழைக்குத்தான் பள்ளிக்கூடத்தில்

ஒதுங்கினேன். அப்போதும் மழையையே பார்த்துக்கொண்டிருந்து விட்டேன்.''

சிறுவயதில் எழுத்தாளர் சுந்தரராமசாமியைப்போலவே உடல்நலம் பாதிக்கப்பட்ட காரணத்தால் 7 ஆம் வகுப்புக்குமேல் பள்ளிக்குப் போகமுடியாத நிலையில் கி. ரா. வுக்கு முறைசார்ந்த முழுமையான கல்வி கிட்டவில்லை. ஆனால் சொந்த வாசிப்பு மற்றும் வாழ்வனுபவத்தின் பலத்திலேயே அவர் மாபெரும் படைப்பாளியாக எழுந்து நின்றார். ஒரு வகையில் இது நம்முடைய முறைசார் கல்வி முறைக்கு கி. ரா. விட்ட சவால் என்று சொல்லலாம்

அவருடைய சிறுகதைகளில் பள்ளிக்கூடத்தைச் சிறையாகப் பாவிக்கும் சிறுவர்கள் வருகிறார்கள். 'ஜெயில்' என்றே ஒரு கதை எழுதியிருக்கிறார். பள்ளிக்கூடம் போவதாக வீட்டில் பாவலா காட்டிவிட்டு காட்டுவழியில் உள்ள மரத்தில் ஏறுவது, மரத்திலேயே ஒரு தூக்கம் போடுவது, அப்பக்கம் ஒரு வீட்டுக்குள் பெற்றவர்களால் பூட்டிவைக்கப்பட்ட ஒருவயதுச் சிறுவனுடன் சன்னல் வழியே பேசி விளையாடுவது இடையில் ஊருக்குள் போய் பக்கடா வாங்கிட்டு வந்து தின்பது என்று 'பல கல்வி' கற்றுக்கொண்டிருக்கும் ராமசாமியைப் பிடித்து பாளையங்கோட்டையில் கான்வெண்ட்டில் சேர்த்து ஹாஸ்டலில் போடுகிறார். அப்பத்தான் நீ சரி வருவே என்று. அங்கிருந்து சுவரேறிக்குதித்துத் தப்பி ஊர் வந்து சேருகிறான். வீட்டுக்குப் போகப் பயந்து தன் பள்ளிக்கூடமான அந்த மரத்துக்குப் போகிறான். பக்கத்து வீட்டில் பூட்டி வைக்கப்பட்டிருக்கும் குழந்தையைப் பூட்டைக் கல்லால் உடைத்து விடுதலை செய்கிறான். குழந்தை "நீ இத்தனை நாள் எங்கே போயிருந்தே என்று கண்கலங்கக் கேட்கிறது. இந்தக் கேள்வியை, பரிசுத்தமான அன்பை ராமசாமியால் தாங்க முடியவில்லை. குழந்தையோடு விளையாடிக்கொண்டிருக்கும்போதே குழந்தையின் பெற்றோர் வருவதைப் பார்த்து அப்படியே ஓட்டம் எடுக்கிறான். எங்கே போவதென்று தெரியாமல் ஓடிக்கொண்டே இருந்தான் என்று கதை முடியும்.

பாவம் அந்தப்பையன் எங்கே போவான்?என்ன ஆவான்? என்கிற பெரும் கவலையை நம் மனதில் ஏற்றிவிட்டுக் கதையை முடித்துக்கொண்டாரே என்று இருக்கும்.

“ஒரு சிறிய தவறு” கதையில் பள்ளிக்கே போகாமல் வீட்டில் விளையாடிக்கொண்டிருந்த ஆறாவது வயதில் அடியெடுத்து வைக்கும் ராகவலுவைக் குட்டி பாலர் வகுப்பில் கொண்டுபோய் உட்கார வைக்கிறார்கள். “வகுப்பில் கொஞ்ச நேரம்தான் உட்கார முடிந்தது அவனால். பக்கத்தில் வரிசையாயிருந்த பூச்செடியின் மலர்கள் அவனை வா வா என்று அழைத்தன. மெல்ல எழுந்திருந்து அதன்கிட்டே போய் இமைக்காமல் அதையே பார்த்துக் கொண்டிருந்தான். ஆசைப்பட்டு ஒரு பூவைப் பறித்தான். அப்பொழுது அவனுக்குப் பின்னால் இடிமுழக்கம்போல் ஒரு உறுமல் கேட்டது. கையில் பிரம்புடன் ‘ருத்ராவதார’மாக வாத்தியார்நின்றுகொண்டிருந்தார். குழந்தையின் கையிலிருந்து பூ நழுவி மண்ணில் விழுந்தது.” அத்தோடு ராகவலுவின் கல்வியிலும் மண் விழுந்தது. அவனை வீட்டுக்குத் தூக்கிச் சென்றபோது உடம்பு அனலாகச் சுட்டது. இந்த ஒரு மணிநேர நிகழ்வு அவனுடைய பிஞ்சு மனதில் ஆழமான காயத்தை ஏற்படுத்திவிட்டது.

அப்புறம் அவன் வீட்டாரின் நெருக்கடிகளுக்கு அஞ்சிப் பள்ளிக்குப் போவது போல கிளம்பிப் பள்ளிக்கூடம் ஆரம்பித்ததும் எங்காவது மாயமாய் மறந்துபோவான். பகலில் ஊரில் யாரும் இருக்க மாட்டார்கள் காட்டு வேலைகளுக்குப் போய்விடுவார்கள்.

”ராகவலு மனித சஞ்சாரமற்ற தெருக்களில் திருடனைப்போல் யார் கண்ணுக்கும் தட்டுப்படாமல் சுற்றி அலைந்துகொண்டே இருப்பான்”

இந்த ஒரு வரிதான் இக்கதையின் மைய அச்சுப்போல நின்று நம் மனதை அலைக்கழிக்கிறது. ஒரு பச்சிளம் பாலகனை ஈர்க்கும் ஈரமும் கருணையும் வாஞ்சையுமற்ற, பள்ளிக்கூடம் மற்றும் துரத்தும் வீடு ஆகிய நம் பெரியவர்கள் உலகம் அச்சிறுவனை இப்பிரபஞ்ச வெளியில் அனாதையாக உணர வைத்துவிட்டதே. அவனை அவனுடைய பிரியமான அம்மா “பள்ளிக்கூடத்துக்கு போவியா போவியா” என்று அடித்து அழுகின்ற காட்சியுடன் கதையை முடிக்கிறார் கி. ரா குழந்தைகளின் மீது வன்முறை செலுத்தும் கூடங்களாகக் குடும்பங்களும் பள்ளிகளும் இருக்கின்றனவே. கற்பது கருப்பட்டியாக இருக்க வேண்டாமா?

‘விடுமுறையில்’ என்றொரு கதை. பள்ளி விடுமுறைக்கு மாமா வீட்டுக்குப் போகும் சிறுவன் அங்கே மலைகளையும் மரங்களையும் அங்குள்ள நண்பன் எங்கட்ராயலுவுடன் சேர்ந்து அனுபவிக்கிறான்.

ஒருநாள் கண்மாய்க்கரையில் ஒரு வேட்டைக்காரரைச் சந்திக்கிறான். ராமர் தோளில் வில் வைத்திருப்பதுபோல தோளில் தெப்பை வில்லைப் போட்டுக்கொண்டு மரங்களின் உச்சியை அண்ணாந்து பார்த்துக்கொண்டிருந்தார். நைசாய் அவரோடு பேச்சுக்கொடுத்து சிநேகம் கொள்ள நினைத்தான். அவர்கள் இருவருக்கும் இடையில் நடக்கும் உரையாடல்தான் இக்கதையின் சாரமான பகுதி. சற்று நேரப் பேச்சில் அச்சிறுவன் பல விஷயங்களைக் கற்றுக்கொள்கிறான். வேட்டைக்காரர் ஆசிரியராவதும் கண்மாய்க்கரை பள்ளிக்கூடம் ஆவதுமான மாயம் நிகழ்கிறது. வகுப்பறையில் மட்டுமே குழந்தைகள் கற்றுக்கொள்வதில்லை. குழந்தைகள் புழங்கும்வெளியெலாம் வகுப்பறைகள்தாம் என்கிற சோவியத் கல்வியாளர் மெகரங்க்கோவின் புகழ்பெற்ற வாசகம்தான் இங்கு கதை ஆகியிருக்கிறது.

பள்ளிக்கு வெளியே உள்ள வெளிகளில் சிறுவர்கள் கல்வி பெறும் கதைகளில் உச்சம் “ஊர்க்காலி”. அக்கதையில் வரும் மாடுமேய்க்கும் சிறுவனான கொத்தாளி ஒரு காட்டுவாசியாகவே அலைகிறான். பள்ளிக்கு டேக்கா கொடுத்துவிட்டு அவனோடு சுற்றும் சிறுவன் அவன் வழியாகக் காடாறிகிறான். இயற்கை அறிகிறான். அந்தச் சிறுவன் தான் கி. ரா. என்பதையும் அறிகிறோம்.

கி. ரா. வின் கதைகளைப் படித்தால் பள்ளிக்கூடம் போறதே சுத்த வேஸ்ட் என்பது மாதிரி ஓர் உணர்வு வருவது தவிர்க்க முடியாது. ஆனால் அப்படிச் சொல்வது சரியா?முறைசார்ந்த கல்வி குழந்தைகளுக்கு மிக மிக அவசியம். உலகத்து அறிவையெல்லாம் நம் குழந்தைகள் பெற முறைசார் கல்விதான் வழி. அந்தக் கல்வியைக் கற்கண்டாகவும் கருப்பட்டியாகவும் தராமல் மனப்பாடம், தேர்வுகள், தோல்விகள், தோல்வி பயங்கள், தோற்ற அவமானம், பிரம்புகள், திட்டுகள் என்று வன்முறைக்களமாக ஆக்கி வைத்திருப்பதுதான் தப்பிதம். இத்திசையில் கல்வி குறித்த விவாதத்தை முன்னெடுக்க கி. ரா. வின் உயிர்த்துடிப்பு மிக்க இத்தகைய கதைகள் உதவும்.

சின்ன விஷயங்களின் கதைகள்

“ஓட்டம்”கதையில் வளரிளம்பருவத்துச் சிறுவனான வேம்புலுவின் மன உலகத்தைப் படம் பிடிக்கிறார். சின்னக்குழந்தைகளும் அவனை ஆட்டைக்குச் சேர்ப்பதில்லை.

அவனுடைய அண்ணன் ‘செட்’டும் அவனைச் சேர்ப்பதில்லை. இரண்டுங்கெட்டானான தன் அன்றாடம் சகிக்கமுடியாததாகிக் கொண்டிருக்க ஒருநாள் வீட்டை விட்டு ஓடிப்போகிறான். கோவில்பட்டியில் அவனுக்குத் தெரிந்த வீடு ஒன்று உண்டு. ஆனால் அந்த வீட்டுக்கு வழி தெரியவில்லை. அங்கே பெரிய பள்ளிக்கூடத்தில் படிக்கும் இளவட்டங்களைப் பார்க்கிறான். வழி கேட்கிறான். ஏதாச்சும் அடையாளம் சொல்லு என்கின்றனர். அவுத்துப் போட்ட தேர் ஒண்ணு நிக்கும் என்கிறான். அவர்கள் அவனை அழைத்துச் செல்கிறார்கள். தேரைப் பார்த்ததும் அவனுக்கு வழி தெரிந்துவிட்டது. அவ்வளவுதான் கதை. இது நான் எழுதீருக்க வேண்டிய கதையல்லவா என்று வண்ணதாசன் முகநூலில் எழுதினார். “தெருவில் அந்தத் தேரைப் பார்த்ததும் வீடு தெரிந்து விட்டது” என்கிற கடைசிவரிதான் கதை. அவனுடைய வளரிளம் பருவக்குழப்பங்களுக்கும் எங்கே போவது என்கிற குழப்பத்துக்கும் எல்லாம் விடை கிடைக்காவிட்டாலும் இப்போதைக்கு அந்த வீட்டுக்காச்சும் வழி தெரிந்துவிட்டதே என்கிற ஆசுவாசம் நமக்கு ஏற்பட்டு விடுகிறதே. அவ்வளவுதானே கதை.

‘திரிபு’ கதையில் அந்த ஒருவயதுப் பெண்குழந்தைக்கு பெரியவர்கள் எல்லாம் சேர்ந்து கோழி அமுக்குவது போல அமுக்கி மொட்டை போட்டுக் காது குத்துகிறார்கள். அப்படி ஒரு எதிர்பாரா அவஸ்தை அவள் வாழ்நாளில் ஏற்பட்டதே இல்லை. அவள் பார்த்ததெல்லாம் சந்தோசமான முகங்கள், பிரியமான தடவுதல்கள், இனிமையான பார்வைகள் இவைதாம்.

இந்த வலுவந்தத்துக்குத் தன்னைப் பெற்ற அம்மாவும் அப்பாவுமே உடந்தையாக இருப்பதைக் குழந்தையால் செரித்துக்கொள்ள முடியவில்லை. மண்ணில் கீழே அவளுடைய கண்ணீரோடு சுருள்முடிகள் கொத்துக்கொத்தாக விழுந்தது.

குழந்தையின் மனசு உடைந்து, கண்ணீர் வற்றி ஏங்கி ஏங்கிக் கேவியது. அதைப் பார்த்துத் தாங்காமல் அவள் தாயாரும் கண்ணீர் வடித்தாள். அந்த நாளுக்குப் பிறகு அந்தப் பாப்பா பழைய பப்லுப்பாப்பாவாக இல்லை. வேற்றுமுகம் விழுந்துவிட்டது. அதுதான் கதை.

கி. ரா. வின் முதல் கதையென இப்போது கண்டெடுக்கப்பட்ட ‘சொந்தச் சீப்பு’ கதையும் இதுபோல ஒரு சின்ன விஷயம்

பற்றியதுதான். நாலைந்து நண்பர்கள் சேர்ந்து ஒரு அறை எடுத்துத் தங்கியிருக்கும் மேன்சன் வாழ்க்கை. அவனுடைய சொந்தச் சீப்பை எல்லோருமே பயன்படுத்துகிறார்கள் அவனுக்கு அசூயையாக இருக்கிறது. சொல்லிப்பார்க்கிறான். மாற்றமில்லை. நாள் செல்லச் செல்ல அவன் அதுக்குப் பழகி விடுகிறான். அவ்வளவுதான் கதை.

ஒரு சிறுகதையில் இப்படி ஒரு சின்ன மனமாற்றத்தைச் சொன்னால்கூடப் போதும்தான். இதையும் செய்து பார்த்திருக்கிறார் கி.ரா.

பேச்சு மொழி

கி. ரா. வின் சாதனைகளில் முக்கியமானதாகப் பேசப்படுவது பேச்சு மொழியை நவீன இலக்கியத்துக்குள் கொண்டு வந்து அதற்குரிய அங்கீகாரத்தைப் பெற்று நிலை நிறுத்தியதுதான். 'நிலை நிறுத்தல்' என்கிற சிறுகதையில் எல்லோரும் கீழாகப் பார்த்த தன்னைத் தன் கடும் தவத்தால் உயர்வான இடத்துக்கு உயர்த்திக்கொண்ட மாசாணம் என்கிற கதாபாத்திரம் போல கி.ரா. தன்னையும் தன் மக்கள் மொழியையும் உயர்த்தினார். அதுக்காகப் போராடினார்.

அவருடைய சிறுகதைகளின் மொழி, அவருக்குப் பின்னர் எழுத வந்தவர்களைப்போல முற்று முழுக்கவும் கரிசல்காட்டு மொழியிலேயே, அமையவில்லை. பொதுத்தமிழும் எங்கே தேவையோ அங்கே கரிசல் வட்டார மொழியுமாகத்தான் எழுதியிருக்கிறார். கதவு கதையில் கதவைப்பிடுங்கிக்கொண்டு போகும் தலையாரி, முன்னால் ஆடிக்கொண்டு போகும் குழந்தைகளைப் பார்த்துச் சத்தம் போடும்போது "இப்போ போகிறீர்களா இல்லையா கழுதைகளா" என்றுதான் பேசுகிறார். போறிகளா இல்லயா என்று எழுதலை.

'தல மாட்டுல யாரோ வந்து நிக்கது போலத் தெரிஞ்சது' என்று துவங்கும் 'உண்மை' கதையைப்போல சில கதைகளில் மட்டுமே முழுக்கப் பேச்சு மொழியைக் கைக்கொள்கிறார். தூய தமிழ் என்பது அவருக்கு அலர்ஜியான ஒன்று. பேச்சுத் தமிழை முன்னெடுப்பது என்பது கம்யூனிஸ்ட்டான அவர் அடிமனம் உழைக்கின்ற அடித்தட்டு வர்க்கத்தின் மீது கொண்ட சாய்மானத்தின் தொடர்ச்சி. பிற்காலத்தில் பாமா உள்ளிட்ட படைப்பாளிகள் முற்றிலும் பேச்சுவழக்கிலேயே ஒடுக்கப்பட்ட மக்களின் பாடுகளை

எழுதக் கதவைத்திறந்து வைத்தவர் கி. ரா. அவரே ஒரு நேர்காணலில் இதைக் குறிப்பிடுகிறார். யாரும் ஒப்புக்கொள்கிறார்களோ இல்லையோ இதுதான் உண்மை என்கிறார்.

ஜூனியர் விகடனில் அவர் எழுதிய 'மக்கள் தமிழ் வாழ்க' என்கிற அவருடைய தொடர் அவருடைய மொழிக்கொள்கையை ஓடைச்சுப் பேசுகிறது.

பழம், பளம், பலம், பயம் இந்த நான்கும் தமிழ் மக்கள் பேசுகிற தமிழ்ச் சொற்கள் என்று அங்கீகரிக்கும் ஒரு மனது நமக்கு வரவேண்டும். பழம்தான் சரி, மற்றது மூன்றும் பிழை என்று நான் சொல்லமாட்டேன். முன்னே சொன்னதுபோலவே, தமிழ் அம்மைக்குப் பல முகங்கள் உண்டு என்பதால் ஒவ்வொரு முகத்துக்கும் ஒரு நாக்கு உண்டு. ஒவ்வொரு நாக்கும் அதன் ஒவ்வொரு அழகுடன் பேசும். இவைகள் அவ்வளவும் நூத்துக்கு நூறு சதம் தமிழ் நாக்குகளே என்பதைக் கவனிக்கவேண்டும்; இது முக்கியம், அகத்தியன் உட்கார்ந்து தமிழ் வளர்த்த இடமான பொதிகையில் வாழும் தமிழ் மக்கள்தான் "வாளைப்பளம்" என்று சொல்லுகிறார்கள். பரம்பரையான அசல்த் தமிழ் மக்கள் ஏன் தமிழினை இப்படி ஒலிக்கவேண்டும் என்பதைக் கொஞ்சம் யோசித்துப் பாருங்களேன்.

தமிழ் மக்கள் பேசும் தமிழைத் தமிழ் இல்லை என்று சொல்ல எவருக்குத் தைரியம் வரும்?

அவர்கள் தமிழ் மக்கள்தான் அதில் சந்தேகமில்லை . ஆனால் அவர்கள் பேசுவது செம்மையான தமிழ் இல்லை. அதெப்படி; தமிழ் மக்கள் – சரியாக – செம்மையான தமிழ் பேச மாட்டார்கள் என்பது எப்படிச் சொல்லுகிறீர்கள். இப்படிச் சொல்ல உங்களுக்கு வெட்கமாக இல்லையா;

நான் சொல்லுகிறேன் : இலக்கண சுத்தமாக வலிந்து பேசுவது சரியான இயல்பான தமிழ் இல்லை ; அவர்கள் பேசுவது மக்களிடமிருந்து அந்நியப்பட்ட ஒரு மொழி."

கி. ரா. கட்டுரைகள் தொகுப்பில் சேர்க்கப்பட்டுள்ள 50 பக்கங்களுக்கு மேற்பட்ட இம்மொழி பற்றிய பகுதி அவர் நமக்குக் கையளித்துச் சென்றிருக்கும் ஆயுதம்-கைவாள்.

பெருவாழ்வின் படைப்புகள்

எழுத ஆரம்பித்த காலத்தில் கம்யூனிஸ்ட் கட்சியின் துடிப்புமிக்க ஊழியராக இருந்து, இடைவழியில் "பஸ்ஸை நிப்பாட்டு" என்று (எந்த பஸ்ஸும் நிற்காத) இடைசெவல் பஸ் ஸ்டாப்பில் இறங்கிக் கொண்ட கி. ரா, அடுத்த பஸ் ஏறி குற்றாலம் போகிறார். ரசிகமணி டி. கே. சி யின் எட்டுவீட்டு வாசலில் போய் ஏக்கத்துடன் நிற்கிறார். "சாப்பிடலாம்தானே" என்று டி. கே. சி கேட்டதும் நெக்குருகி தீப. நடராஜனுடன் சேர்ந்து அமர்கிறார். கடுதாசிகளாக எழுதிப்பெற்ற பயிற்சியும் விட்டகலாப் பொதுவுடமைக்கொள்கையும் ரசிகமணி அள்ளித்தந்த ரசனை மனோபாவமும் கு. அழகிரிசாமி என்கிற நண்பனுடன் சேர்ந்து கற்ற இலக்கியமும் இசையும், விளாத்திகுளம் சாமிகளும் சாத்தூர் பிச்சக்குட்டியும் காருகுறிச்சியாரும் விரித்த இசைமகா சமுத்திரத்தில் முங்கிக்குளித்த குளிப்பும் என எல்லாமுமாகச் சேர்ந்த அவரது குரல், தன் இடைசெவல் மண்ணைப் பாடத்துவங்குகிறது. வள்ளிசாக எல்லாத்தையும் எழுதிப்போட்றணும் என்கிற ஆவேசமே அவரை வழி நடத்தியது.

50 வயதுக்கு மேல் முதுமை துவங்கிவிடுகிறது. கி. ராவுக்கு மிக நீண்ட 50 ஆண்டுகால முதுமை வாய்த்தது. முதுமை ஒரு எழுத்தாளனுக்கு வழங்கும் சுதந்திரங்களை அவர் முழுமையாகக் கொண்டாடினார். தன் சமூகத்தை நோக்கி விரல் நீட்டிப் பேசினார். இது இப்படித்தான் என்று தீர்மானகரமாகச் சில விஷயங்களைச் சொல்ல "முதுமை முகம்" அவருக்கு உதவியது.

சிறுகதை என்கிற வடிவத்தில்தான் அவர் தன் பயணத்தைத் துவக்கினார். பழைய கடுதாசிகள் நினைவுக்கு வரப் பின்னர் கரிசல்காட்டுக் கடிதாசிகள் எழுதினார். கதைகள் எழுதுவதை நிறுத்திவிட்டு நாட்டுக்கதைகளை(நாட்டுக்கத்திரிக்கா, நாட்டு மருந்து, நாட்டுச்சரக்கு மாதிரி) தேடித்தேடித் தொகுத்தளித்தார். மீண்டும் சில கதைகளை எழுதினார். ஆவணப்படுத்தும் மனம் காலப்போக்கில் சிறுகதை மனதின் மீது நிழலாகப் படியத்துவங்கியது. சிறுகதை, நாவல், கடுதாசி, கட்டுரை, நினைவுக்குறிப்புகள் என எல்லாக்கழுதைகளும் ஒண்ணுதான் என்கிற மனநிலைக்காட்பட்டு முன்னர் கட்டுரைத்தொகுப்பில் சேர்த்தது கடிதாசிகள் தொகுப்பில் சேர்த்தது நேர்காணலில் சொன்னது பலவற்றையும் கி. ராஜநாராயணன் கதைகள்

தொகுப்பில் சேர்த்தார். எல்லாமே கதைதான். கதை சொல்லி என்று பத்திரிகையே ஆரம்பித்தார்.

ஆற்று நீர் சலசல என பாறைகளின் மீது ஆண்டுக்கணக்கில் ஓட ஓடக் கூழாங்கற்கள் உருவாகின்றன. எத்தனை அழகழகான கூழாங்கற்களை இயற்கை நமக்கு வழங்கி வருகிறது. ஆனால் அந்தக் கூழாங்கற்களை நாம் கலைப்படைப்பு என்று சொல்லுவதில்லை. ஏன்? அவற்றின் மீது மனித முயற்சி ஏதுமில்லை. மனிதனின் கை பட்டால்தான் எதுவும் கலையாகும். கி. ரா. வின் சிறுகதைகள் பலவற்றில் கரிசல் வாழ்வில் உள்ளதை உள்ளபடி எதுவும் செய்யாமல் அப்படியே தூக்கிக் கொடுத்துவிடுகிறார்-குடும்பத்தைப் பிரிப்பவர்கள் மருமக்கள்மார் என்பதைப்போல. அவை கூழாங்கற்கள். அதில் கி. ராவின் கை படவில்லை. ஆவணப்படுத்தும் தன்முனைப்பு காலப்போக்கில் ஒரு சிறுகதையாளனை அழித்த கதை இது.

வட்டார வழக்குகளைப் பயன்படுத்திய முன்னோடி சண்முகசுந்தரம்தான். சண்முக சுந்தரத்தின் அக்கறையோ சொத்துடமையில் உழலும் மனித முரண்பாடுகளை வெளிப்படுத்துவதாகத்தான் இருக்கிறது. பூமணி, பொன்னீலன், சின்னப்பபாரதி போன்றோரின் கிராமம் வர்க்க முரண்பாடுகளும் மோதல்களும் நிறைந்தது. ராஜ நாராயணனின் கிராமத்தில் வாழ்க்கைப்பிரச்சனை கள் இல்லாமல் இல்லை. வறுமையும், சுரண்டலும் கபடத்தனங்களும் இல்லாமல் இல்லை. ஆயினும் இவற்றுக்கெல்லாம் மேலாக அவரது அக்கறையெல்லாம் கிராமத்துப் பண்பாட்டம்சங்களை வெளிக்கொண்டு வரு வதிலேயே இருக்கின்றது. கிராமத்து மக்களின் பழக்க வழக்கங்கள், நம்பிக்கைகள், நடத்தைக் கோலங்கள், மொழிவழக்குகள் முதலியவற்றை வெளிக் கொண்டு வருவதிலேயே இருக்கின்றது. கிராமத்தவர்களின் குணச் சித்திர விசித்திரங்களைப் பற்றிய சொல்லோவியங் களைத் தீட்டிக் காட்டுவதிலேயே இருக்கிறது. கிராமத்துப் பறவைகள், விலங்குகள் கூட இதில் இணைந்து விடுகின்றன. இதுவே இவருடைய தனித்துவத்தின் பலம் என்றும் அதே வேளை இதுவே இவருடைய பல வீனம் என்றும் எனக்குத் தோன்றுகின்றது. ஒருகணம் இவர் ஒரு உன்னதமான கலைஞனாகக் காட்சியளிக் கிறார். மறுகணம் இவர் ஒரு நுட்பமான நாட்டுப் புற வியலாளனாகத் (Folklorist) தோற்றம் கொடுக்கிறார். பல சந்தர்ப்பங்களில் இவருக்குள் இருக்கும் இந்த நாட்டுப்புறவியலாளன்

அந்தக் கலைஞனை அமுக்கிக் கொண்டு மேலே வந்துவிடத்தான் செய்கிறான்.'' என்பது எம். ஏ. நுஃமானின் தீர்ப்பு (ராஜநாராயணீயம் நூலில்)

“வர்க்கங்களின் அமைப்பாகக் கிராமத்தைப் பார்த்துச் சரியான படிக்கு நான் எழுதியிருக்கிறேன் என்று என்னால் சொல்லமுடியவில்லை. இதை எனது இலக்கிய வாரிசுகள் பூமணி போன்றவர்கள் -சிறப்பாகச் செய்திருக்கிறார்கள்'' என்று பேரா. க. பஞ்சாங்கத்தின் கேள்விக்குப் பதில் சொல்கிறார் கி.ரா. தன் எல்லையைத் தெரிந்துதான் இருந்தார் கி.ரா.

கு. அழகிரிசாமி சொன்னது போல கி. ரா. ஒரு அபூர்வம்தான்.

52

கந்தர்வன்

"கந்தர்வன்" என்ற புனைபெயரை எப்போது வைத்துக்கொண்டீர்கள்?

தமிழ் எழுத்தாளர் சங்க விமர்சனக் கட்டுரையை நான் "கண்ணதாசன்" இதழுக்குக் கொடுத்தேன் அல்லவா, அப்போது இராம. கண்ணப்பன், "நீங்கள் அரசு அதிகாரியாக இருக்கிறீர்கள். வி. வி. கிரி, அண்ணா போன்றவர்கள் கலந்து கொண்ட நிகழ்ச்சியை விமர்சனம் செய்திருக்கிறீர்கள். அதனால், நீங்கள் புனை பெயர் வைத்துக் கொள்ளுங்கள்" என்று சொன்னார். என்ன பெயர் வைக்கலாம் என்று யோசித்தோம். அப்போது நான், திருலோ சீதாராமின் "கந்தர்வ கானம்" படித்துக் கொண்டிருந்தேன். அதில் உள்ள பெயரை "கந்தர்வன்" என்ற போடும்படி கேட்டுக் கொண்டேன். அதன் பிறகு, அந்தப் பெயரிலேயே எழுதினேன். 'கந்தர்வன்' என்றுன்ற பெயரிலே எழுதுவது நா. பா. தான் என்று அவரிடம் பலர் விசாரித்ததாக என்னிடம் அவரே கூறினார். திருலோக சீதாராமிடமிருந்து பச்சை மையில் எழுதப்பட்ட ஒரு கடிதம் எனக்கு வந்தது. அதை ரொம்ப நாள் பாதுகாத்து வைத்திருந்தேன்.

இலக்கிய விமர்சகராக இருந்த நீங்கள் சிறுகதை எழுத்தாளராக எப்படி மாறினீர்கள்?

அதற்குக் காரணம் தி. க. சி. தான். 'மக்கள் எழுத்தாளர் சங்கக் கூட்டம் ஒவ்வொரு மாதமும் பாவாணர் நூலகத்தில் நடக்கும். கூட்டத்திற்கு முன்வரிசையில் நா. பா., ஞானக்கூத்தன், சா. கந்தசாமி, ஜெயகாந்தன் ஆகியோர் தவறாது பார்வையாளர்களாக இருந்தார்கள். ஒவ்வொரு கூட்டம் முடிந்ததும் பாவாணர் நூலகத்திலிருந்து தி. நகர் பனகல் பூங்கா வரை நாங்கள்

நடந்துபோய் அங்கு ஓர் ஆலோசனைக் கூட்டம் நடத்துவோம். அதில் அடுத்த கூட்டத்திற்கான 'அஜெண்டா' தயாராகும். அப்படியான ஒரு கூட்டத்தில் தி. க. சி. சொன்னார், "அடுத்த கூட்டத்தில் கந்தர்வன் நீர் ஒரு கதை படிக்கிறீர் என்றார்."

இதுவரை விமர்சனங்களும் சட்டாம்பிள்ளைத்தனமும் பண்ணிக் கொண்டிருந்த எனக்கு இது ஒரு சோதனையாக இருந்தது. ஒரு வாரம் வரை, சிறுகதைக்கான ஒரு கருவும் முழுமையாகத் தோன்றவில்லை. எல்லாம் அரைகுறையாக, தெளிவில்லாமல் வந்துபோயின. அவற்றைக் கதையாக்கும் கலை பிடிபடவில்லை. இந்நிலையில், ஒரு நாள் நான் சாலையோரம் நடந்து வருகையில், ஒரு மரண ஊர்வலம் பார்த்தேன். அவர்கள் மிகவும் எளியவர்கள். பிணம் ஏற்றிய பாடையின் முன்கம்பில் ஒரு கோழிக்குஞ்சு தொங்கவிடப்பட்டு ஆடிக்கொண்டே போனது. பிணம் கோழிக்குஞ்சு இரண்டும் எனக்கு முரண்பாடாகத் தெரிந்தன. வீட்டுக்கு வந்து "இது ஏன்" என்று என் அம்மாவைக் கேட்டேன். அவர், "சனிப்பிணம் தனிப் போகாது என்பதால் ஒரு கோழிக் குஞ்சையும் அடித்துக் கட்டிவிட்டிருப்பார்கள்" என்றார். எனக்குக் கதைக்கரு கிடைத்துவிட்டது. உட்கார்ந்து எழுத ஆரம்பித்தேன். ஒரு சொல்கூட வரவில்லை பேனாவிலிருந்து. மூன்று நாள் முயற்சிக்குப் பின்னும் ஒரு பத்தி கூட எழுதி முடிக்கவில்லை . அப்புறம்தான் எனக்குத் தெரிந்தது, சென்னையில் நான் பார்த்த இந்தக் காட்சியை, சென்னைச் சேரியில் நடந்த நிகழ்ச் சியாக எழுத முயற்சித்திருக்கிறேன். சென்னை மொழியும் வாழ்க்கை முறையும் எனக்கு அந்நியமானவை - என்று அறிந்தேன். அடுத்த வினாடியே இந்தக் கருவை அப்படியே என் கிராமத்துக்குக் கொண்டுபோய் அடைகாத்தேன். மறுவாரத்தில் கதையை எழுதமுடிந்தது. ஆனாலும், கூட்டத்துக்குப் புறப்படும் நிமிடம் வரை எழுத வேண்டியிருந்தது. அந்தக் கதையை 'மக்கள் எழுத்தாளர் சங்கக்' கூட்டத்தில் பெரும் எழுத்தாளர்கள் கூடிய சபையில் படித்தேன். வாசித்து முடிந்ததும் பலமான கைத்தட்டலில் அங்கீகரிப்பு கிடைத்தது. வாசித்துவிட்டு கையில் கதையோடு நான் உட்காருவதற்கு வருகையில் கூட்டத்திலிருந்து ஒருகை நீண்டு அந்தக் கதையைப் பறித்துக் கொண்டது. அந்தக் கைக்காரர் தி. க.சி.! தாமரையில் அந்தக் கதை வெளிவந்தது. 'சனிப்பிணம்' என்கிற அந்தக் கதைதான் நான் எழுதி வெளிவந்த முதல் கதை. 1970-ல் வெளி வந்தது.

பிறகு, 10 ஆண்டுகள் தொழிற்சங்கம், சிறைவாசம், சஸ்பென்சன் என்று காலம் ஓடியது. பத்தாண்டுகள் கதை எதுவும் எழுதவில்லை. பத்தாண்டுகளுக்குப் பிறகு சஸ்பென்சனில் இருந்தபோது 'மைதானத்து மரங்கள் 'என்கிற கதையை எழுதினேன்.

(சூரியசந்திரனுக்கு கந்தர்வன் அளித்த நேர்காணலிலிருந்து...)

ஆம். கந்தர்வனை எழுத வைத்ததும் தி. க. சிவசங்கரன் தான். 70 களின் சிறுகதை எழுச்சிக்கு வித்திட்டவரும் அவர்தான். தாமரை இலக்கிய இதழின் ஆசிரியராக அவர் பொறுபேற்றிருந்த காலம் சிறுகதையின் பொற்காலம் எனலாம். பிரபஞ்சன், வண்ணநிலவன், வண்ணதாசன், பூமணி, பா. செயப்பிரகாசம், ஆ. மாதவன் எனப் பல ஆளுமைகளை தாமரையில் எழுத வைத்தார். இவர்கள்தான் பின்னர் எழுபதுகளின் எழுச்சி நாயகர்களாக சிறுகதை வரலாற்றில் இடம் பெற்றனர். பி. எஸ். ராமையா ஆசிரியராக இருந்து நடத்திய மணிக்கொடி இதழுக்கு எவ்வளவு முக்கியத்துவம் உண்டோ அவ்வளவு முக்கியத்துவம் தாமரை இதழுக்கு உண்டு. கந்தர்வனும் ஓர் இயக்கவாதியாகவும் இலக்கியவாதியாகவும் சிறுகதை எழுத்தாளராகவும் எழுபதுகளில் எழுந்து வந்தார். அவருடைய 61 சிறுகதைகளை வம்சி பதிப்பகம் மொத்தத் தொகுப்பாக வெளியிட்டுள்ளது.

“சனிப்பிணம்” என்கிற அவரது முதல் சிறுகதையைப் பார்ப்போம்:

“ராமு நாடாரின் மளிகைக் கடையை விட்டுக் கிளம்பிய ஆராயி முறத்தையும் விளக்குமாற்றையும் தூக்கி நார்ப் பெட்டிக்குள் போட்டுக் கொண்டு சேரியை நோக்கி நடக்க ஆரம்பித்தாள். பொழுது நன்றாக இருட்டிவிட்டது. மேற்கேயுள்ள நெடுஞ்சாலையின் இருபுறமும் அந்த வருடம் விளையாமல் சாவியறுத்த வயல்களைத் தாண்டிக்கொண்டிருந்தாள். ஊர்ப் பஞ்சம் போனபிறகு பெரும்பான்மையான குடும்பங்கள் சிந்தாமணிக்கும் தஞ்சாவூர் சீமைக்கும் போனது போக மிஞ்சிய ஆட்களில் சிலர் அங்கங்கே சிமெண்டு மேடைகளின் மேல் உட்கார்ந்து வம்பளந்து கொண்டிருந்தனர்.

சாவகாசமாக இப்படிச் சிலர் உட்கார்ந்து வம்பளந்து கொண்டிருந்ததைப் பார்க்கப் பார்க்க, அவள் வேகம் இன்னும் அதிகரித்தது. அவள் போய்த்தான் வெள்ளைக் கிழவனுக்குக் கஞ்சி வைத்துக் கொடுக்கவேண்டும். வெள்ளையனுக்குப் பக்கவாதம்.

எழுந்து நடமாட முடியாது. பத்து அடி நடப்பதற்குள் இரண்டு தடவையாவது விழுந்து விடுவான். காலையில் ஆராயி கிளம்பும்பொழுது அவனுக்குக் கொஞ்சம் கூழும் கருப்பட்டியும் கொடுத்துக் குடிக்க வைத்துவிட்டுத்தான் வந்தாள். ஓலைப் பாயை உதறி விரித்து கிழவனைப் படுக்க வைத்து விட்டுக் கூடையைத்திறந்து கோழிகளை மேய்வதற்காக விரட்டி விட்டுத்தான் வந்திருந்தாள். கிழவன் உயிரோடிருக்கிறானா போய்விட்டானா என்பதை அவள் போய்ப் பார்த்துத்தான் தெரிந்துகொள்ள வேண்டும். அவளுக்கு இப்படிக் கெட்டதாகவே நினைத்துப் பழக்கம். இதிலெல்லாம் தைரியமாக இருக்க அவளுக்குத் துணைக்கு இப்போது ஒரு தூணில்லை. ஒரு சிறு குச்சிகூட இல்லை. அவள் நாலையும் நினைத்து அடிக்கடி மனத்தைப் புரட்டிக் கொள்வாள். கடைசியில் அவள் நினைத்ததைப் போலெல்லாம் கெடுதியாக ஒன்றும் நடக்கவில்லையே என்பதில் பேரானந்தம் வரும். இதில் அவளுக்கு 60 வருஷம் சர்வீஸ். ஆராயி எட்டி நடை போட்டாள். அவள் மடியில் இரண்டு மூன்று அழுகல் தக்காளிப் பழங்களும் தலையிலிருந்த பெரிய நார்ப்பெட்டியின் மூலையில் கொஞ்சம் குறுணை அரிசியும் இருந்தது, அவளுக்கு அன்றைய இரவை ஒப்பேற்றப் போதுமான தைரியத்தை அளித்திருந்தது. ஊர் விளைந்திருந்தால் கதிரறுப்பிலும் களம் கட்டு கூட்டுவதிலும் கணிசமாக நெல் சேர்த்திருப்பாள். அதுவும் போக வடக்குத் தெரு பிள்ளைமார் வீட்டிலும் முஸ்லீம் வீடுகளிலும் அவ்வப்போது ரைஸ் மில்லிலும் அரைக்கும் அரிசியைத் தவிடு புடைப்பதிலும் தினப்படிக்குச் சாப்பாட்டிற்குப் பார்த்துக் கொள்வாள். இந்தக் கொள்ளைப் பஞ்சத்தில் ரைஸ்மில்லே தூங்க ஆரம்பித்துவிட்டது. பிள்ளைமார் வீட்டு நெல்லும், மலேயா சவராளிகளான முஸ்லீம்களின் வீடுகளிலும் கூட நெல் கொட்டியிருந்த மரசல்களில் அண்டும் அழுக்கும்தான் மிஞ்சியிருந்தன.

அப்போதுதான் அவள் புதிய வேலை தேடலானாள். மளிகைக் கடை நாடார் கடையில் அரிசி வியாபாரம் அமோகமாக நடந்தது. கிராமத்து ஜங்களுக்கேற்றபடி கல், நெல் எல்லாம் போக்கிச் சுத்தமான அரிசி போடுவது போல் பாவனை செய்து கொண்டிருந்தார். அங்கே இரண்டு மூன்று சேரிப் பெண்கள் உட்கார்ந்து அரிசி புடைப்பதும் கல் பொறுக்குவதுமான வேலையில் ஈடுபடச் செய்வதை பப்ளிக்காக எல்லோரும்

பார்க்கும்படிச் செய்து வியாபார வேலைகளைக் காட்டிக் கொண்டிருந்தார் மளிகைக் கடைக்காரர். அதிலே ஒருத்தியாக ஆராயியும் ஒண்டிக் கொண்டாள்.''

என்று கதை துவங்குகிறது. பொதுவாக முற்போக்கு இயக்க எழுத்தாளர்கள் தங்கள் கதா பாத்திரங்களைச் சாதி அடையாளத்தோடு படைப்பதில் தயக்கம் காட்டுவார்கள். ஆனால் கந்தர்வன் எந்த மனத்தடையும் இன்றிச் சமூகத்தில் உள்ளதைத்தானே எழுதுகிறோம் என்று எழுதுகிறார். கதைக்கு ஓர் நம்பகத்தன்மையையும் உண்மைத்தன்மையையும் அது அளிப்பதை நாம் பார்க்க/ஏற்க வேண்டும். அவருடைய புகழ்பெற்ற 'சீவன்' கதையையும் "கூழுப்பிள்ளைக்கு ஒரு வாரமாகவேள மனது சரியில்லை'' என்றே ஆரம்பிக்கிறார்.

இடதுசாரிப்படைபாளிகளில் சிறுகதைக்குள் வரும் கதாபாத்திரங்களை இத்தனை தீர்மானமான கோடுகளுடனும் அழுத்தமான வண்ணங்களோடும் தீட்டியவர்கள் வேறு யாரும் (நான் உட்பட) இல்லை என்று சொல்லலாம். அதுதான் கந்தர்வனின் தனித்துவம். ரகுநாதனையே பட்டியலில் சேர்க்காத 'தூய இலக்கியவாதிகளில் சிலர் கந்தர்வனைச் சேர்த்துக்கொள்வார்கள். இந்தத் தூய இலககிய்வாதி என்றால் யார்? என்று நானும் யோசிப்பேன். அதாவது சமூக அக்கறை, வாழ்க்கைப் பிரச்னைகள் போன்ற 'கறைகள்' படாமல் சுத்திகரிக்கப்பட்டவரே தூய இலக்கியவாதி என்று புரிந்துகொள்கிறேன். என்ன சொல்கிறோம் என்பது முக்கியமே இல்லை. எப்படிச்சொல்கிறோம் என்பதே அவருக்கு முக்கியம். கந்தர்வன் அவர்களுக்கு எதிர்த் திசையில் கம்பீரமாக நடை போட்ட கலைஞன்.

போதாமைகளாலும் இல்லாமைகளாலும் சூழப்பட்ட வாழ்க்கையில் தள்ளப்பட்ட எளிய மனிதர்களின் உலகமே எப்போதும் அவரது கதை மாந்தர்கள். சமூகமும் மனித வாழ்க்கையுமே அவரது கவிதைகள், சிறுகதைகளின் பாடுபொருள். அதை அத்தனை வடிவ அமைதியோடும் உயிர்த்துடிப்போடும் நல்ல அங்கதத்தோடும் சுவைபடச் சொல்லியிருப்பார்... சனிப்பிணம் கதையில் ஆராயி என்கிற சக்கிலியர் குலக் கிழவியையும் அவளுடைய கணவர்கிழவனையும் ஏன் அந்தக் கோழியையும் கூட கச்சிதமாக வார்த்திருப்பார். இந்த வார்ப்புக்கலை இன்னும் இன்னும் துலக்கம் பெற்று அவருக்குள் வளர்ந்து வந்ததை அவரது கதைகள் நமக்குக் காட்டுகின்றன. அவர்

காலமாவதற்குச் சற்று முன்பாக எழுதிய “வெள்ளைப்பேய்” என்கிற கதையில் தாமு என்கிற கதாபாத்திரத்தை அப்படி ஒரு அழகுடன் வார்த்திருப்பார். பாத்திர வார்ப்புக்கு ஊடாகவே அவர்கள் வாழ்வின் அவலத்தையும் நமக்குக் கடத்திவிடும் வல்லமை அவர் எழுத்துக்கு உண்டு.

அவரது மறைவுக்குப் பின் தோழர் ஜனநேசன் அவர் நினைவாக ஒரு கட்டுரைத்தொகுப்பைக் கொண்டு வந்தார். அதில் நான் அப்போது (ஜுன் 2005இல்) எழுதிய கட்டுரையில் அவரது படைப்புகள் பற்றிய என் பார்வையும் வெளிப்பட்டிருப்பதால் அக்கட்டுரை இங்கே:

"கவிஞர் கந்தர்வன்' என்றுதான் எல்லோரும் குறிப்பிடுவார்கள். ஆனால் அவர் எப்போதும் ஒரு கதைஞராகவே -சிறுகதை யாளராகவே-என் மனசில் நிற்கிறார். அவர் எழுதிய கவிதைகளிலும் தயாரித்து இயக்கிய சில நாடகங்களிலும் எண்ணற்ற கூட்டங்களில் அவர் பேசிய பேச்சுகளிலும் எப்போதும் கதைகளையே விரித்துச் சென்றார். அவரது மனமே ஒரு "கதை மனம்" தான். அவ்வப்போது தோன்றுவதை, அப்படி அப்படியே பேசி - எழுதிச்செல்லும் படைப்பாளி அல்ல அவர். ஒவ்வொரு கதையிலும் கவிதையிலும் பேச்சிலும் நிச்சயிக்கப்பட்ட இலக்கு இருக்கும். அதை நோக்கி நம்மை அவர் அழைத்துச்செல்லும் போது அதில் எவ்விதத் திட்டமிடலும் இல்லாதது போல இயல்பாக இருக்கும்! பேச்சுக் கொடுத்துக்கொண்டே அவர் திட்டமிட்ட இலக்கிற்கு நம்மை கொண்டு சென்று நிறுத்தி சுலீரென்ற ஒரு அதிர்ச்சியை எதிர்பாராத தருணத்தில் தந்து முடிப்பார். இத்தகைய படைப்பாளிகள் தமிழில் அபூர்வம்தான்.

தணிகைச்செல்வன் இயக்கத்தைவிட்டுச் சென்றபிறகு தலைமைக் கவிஞராகிய பெரிய பொறுப்பை கந்தர்வன் தானே சென்று ஏற்றுக் கொண்டார். கவியரங்குகளுக்காக ஆங்காங்கே 'பஞ்ச்'களுடன் கைதட்டலைக்கோரும் பத்தி முடிப்புகளுடன் அவர் எழுதியக் கவிதைகள் ஏராளம். இப்படியான கவிதைகள் அன்றைய கூட்டம் முடிந்து எழுந்து கூட்டத்தினர் தட்டிவிடும் தூசியோடு போய்விடுவது தான் வாடிக்கை. ஆனால் கந்தர்வனின் கவிதைகளில் அவர் பொதிந்து வைத்த கதைகள் காரணமாக இன்றளவுக்கும் அவரது கவியரங்கக் கவிதைகளும் நின்று நம்மோடு பேசிக்கொண்டிருக்கின்றன. கதைத்தன்மை கொண்ட கவிதைகள் என்று மட்டும் சொன்னாலும் அது முழுமையாகாது.

காட்சிப்பூர்வமாக படிப் படியாக விரிந்து செல்லும் தன்மை கொண்டவை அவருடைய எல்லாப்படைப்புகளும்!

எம். எல். ஏ. சட்டையில் ஒரு பை வைத்தார். எம். பி. பல பை வைத்தார். என்று ஏறிச்செல்லும் கவிதை மந்திரி பையையே சட்டையாக மாட்டிக்கொண்டார் என்று முடியும் போது ஒரு வெடிப்பைத் தருகிறது. அதேபோல, மாதர்சங்க மாநாட்டில் அவர் வாசித்த கவிதையின் பத்தி அடுக்கி அடுக்கிச் சென்று "நாளும் கிழமையும் நலிந்தோர்க்கில்லை ஞாயிற்றுக்கிழமையும் பெண்களுக்கில்லை" என்று முடிந்தபோது பல்லாயிரம் ஆண்டுகளாய் பெண்கள் சுமந்துவரும் சுமையின் கனம் நம் மனசில் ஏறிவிடும்! கவியரங்கக் கவிதைகளில் தெறிக்கும் இந்தத் திட்டமிட்ட நகர்த்துதல் அவர் கதைகளில் இன்னும் துல்லியமாய் வெளிப்படும். கூழுப்பிள்ளைக்கு எரிச்சலை உண்டாக்கும் கிறுக்கன் பற்றிய சித்திரத்தை விரித்துக் கொண்டே செல்லும் கந்தர்வன் அப்பேர்பட்ட கிறுக்கன் புயல் காற்றில் தப்பிவிட்டான். காவல் தெய்வமான முனியசாமி கீழே விழுந்து நொறுங்கிப்போனார் என்று கதையை (சீவன்) முடிக்கும் போது மனம் அதிர்வுடன் பெரும் வெடிச்சிரிப்புடன் முழுக்கதையையும் உள்வாங்கும். "மங்கலநாதர்" கதையிலும் கல்யாணத்துக்கு அண்டா அண்டாவாகச் சோறு பொங்கித் தன் சாதி சனத்துக்கெல்லாம் போட்டு நொடித்துப்போகும் மாமா மங்கலநாதர் கோயிலில் சரணடையும் நியாயம் நிதானமாக அடுக்கிச் சொல்லப் படும். தனித்தனியாக நுட்பமாக பல வேலைப்பாடுகளுடன் செதுக்கிய ஒவ்வொரு உறுப்பையும் ஒன்றாகச் சேர்த்து சரியாகப் பொறுத்தி பூரணமான ஒரு முழுச் சிலையை உருவாக்கும் ஒரு சிற்பியின் கையைப் போல கந்தர்வனின் கை பேனாவைக் கையாளும். தனியே செய்து பொறுத்தியது யாராலும் கண்டுபிடிக்க முடியாது. 'திட்டம்' இருந்ததை அறிந்து கொள்ளவே முடியாது. அப்படி ஒரு அமைதி கதைகளில் இருக்கும். பூரணத்துவம் பெற்ற தேஜஸ்சுடன் ஒவ்வொரு கதையும் ஜொலிப்பதை வாசகன் அனுபவிக்கலாம்...

ஒரு தேர்ந்த நாடகக் கலைஞனைப் போல தான் அழாமல் வாசிப்பவனை அழவைக்கும் வரிகள் கந்தர்வனுடையவை. அவர் வாழ்ந்த காலத்தில் அவர் கதைகள் எப்போதும் கரையில் நின்றே பேசுகின்றன. குதித்து ஆற்றோடு கரைந்து போவதில்லை என்று அதை ஒரு குறையாக அவரிடம் சொல்லிக்கொண்டே இருப்பேன். ஆனால் இப்போது பார்க்கிறேன். அதுதான் கந்தர்வனின் இடம்

என்று தெளிவாகப் புரிகிறது. எங்கே நின்று, யாராக இருந்து கதை சொல்வது என்பது இன்றும் பலருக்கும் பிரச்சனையாக இருக்கிறது. தன்னை ஒரு வாத்தியார் ஸ்தானத்தில் வைத்துக்கொண்டு வாசகனுக்குப் பாடம் சொல்லும் படைப்பாளிகள் உண்டு. தன்னை அப்பா ஸ்தானத்தில் நிறுத்திக்கொண்டு வாசகனுக்கு தர்ம அட்வைஸ் வழங்கும் எழுத்தாளர்கள் உண்டு. தன்னை ஒரு குழந்தையாகப் பாவித்து ஒன்றையுமே கோர்வையாகச் சொல்லாமல் தத்துப்பித்தென்று உளறித்திரியும் எழுத்தாளரும் உண்டு. அண்ணாக்கப் பார்த்தபடி கதையை விட்டு விட்டு வேதாந்தம் பேசும் ஞானிகளான எழுத்தாளரும் உண்டு. ஆனால் கந்தர்வன் தன்னை யாராகப் பாவித்தார்? எந்த இடத்தில் தன்னை நிறுத்திக்கொண்டு நமக்குக்கதை சொன்னார்? இந்த இரண்டு கேள்விகளும் ஒரு படைப்பாளியை அடையாளம் காண முக்கியமான கேள்விகளாகும். எல்லாப் படைப்பாளிகளிடமிருந்தும் இதற்கான விடையை அவ்வளவு எளிதில் பெற்று விடவும் முடியாது. ஆனால் கந்தர்வனிடம் குழப்பமே இல்லை. அவர் எப்போதும் வாசகனுக்கு நெருக்கமான ஒரு தோழன் என்கிற இடத்தில் தான் தன்னை வைத்துப் பேசினார். இக்குணம் அவருக்கு இயக்கத்தால் வாய்த்தது. போராட்டங்களில் புடம்போட்ட சொந்த வாழ்க்கையால் அவருக்கு வாய்த்தது. அதிகாரி என்கிற முகம் ஒருபோதும் ஒட்டவே முடியாத ஒரு தனி வாழ்க்கையை நடத்தியதால் அவருக்கு வாய்த்தது. படைப்பு வேறு; தன் சொந்தவாழ்க்கை வேறு என்று பிரித்தறிய முடியாவண்ணம் அவர் அமைத்துக்கொண்ட வாழ்க்கைப்பாதை இக்குணத்தை அவருக்கு நல்கியது. எப்போதும் அவர் தோழராகவே இருந்தார். மகன் வெங்கட்டைப் பிரிந்தபோதும் அவருடைய நெருக்கமான ஒரு தோழனைத்தான் அவர் இழந்தார் என்பதை நாம் அறிவோம். ஆகவே வாசகனோடும் ஒருவிதத் தோழமை உறவையே இறுதி வரைக் கொண்டிருந்தார். தோழமையான குரலிலேயே கதையும், கவிதையும் சொன்னார். இது ரொம்ப ரொம்ப முக்கியமான ஒரு இடம். நாம் ஒவ்வொருவரும் அடைய வேண்டுமென ஆசைப்படவேண்டிய இடம்.

அப்புறம் அடுத்த கேள்வி. எங்கே நின்று அவர் கதை சொன்னார்? கதாபாத்திரமாக மாறி அவர் ஒருபோதும் கதை சொன்னதில்லை. அவருடைய பாணி அதுவல்ல. கதாபாத்திரங்களுக்கு வெகு அருகாமையில் நின்று நமக்குக்

கதையைச் சொன்னார். வீட்டுக்குள் கதை நடக்கிறதென்றால் வீட்டுக் கதவுப்பக்கமாக நின்று நாம் நன்றாகப் பார்க்கும் படியாக கதவை மட்டும் சற்றே அகலத் திறந்து வைத்துவிட்டு மீதியை நீங்க பாத்துக்கிடுங்க என்கிறமாதிரியான ஒரு இடத்தில் நின்றுகொள்வார். இதைவிடச் சிறந்த இடம் வேறு இருக்க முடியாது என்று இப்போது எனக்குப்படுகிறது. தேவைப்பட்டால் ஒரு காலை உள்ளே வைத்துப் பாத்திரங்களோடு ஒன்றியும் பேசலாம். அல்லது நாலு எட்டு வெளியே வைத்தால் தெரு வந்து விடும். தெருவில் நின்று நாட்டையும் வீட்டையும் பற்றிக்கூடப் பேசிக் கொள்ள முடியும். மிகச்சரியான இடத்தில் நின்றுதான் கந்தர்வன் நம்மோடு இதுகாறும் பேசிக்கொண்டிருந்திருக்கிறார். அவர் கதைகளுக்காகத் தேர்வு செய்த உள்ளடக்கங்களை முன்வைத்தும் அவருடைய இடத்தை நாம் அளக்க வேண்டும். கடவுள் மறுப்பு, பெண்களின்மீதும் ஒடுக்கப்பட்ட மக்களின் மீதுமான குற்றவுணர்வு கூடிய பரிவு, உழைக்கும் மக்களின் மீது அளவற்ற பாசம், மத்திய வர்க்கத்தின் மீது சகோதர வாஞ்சையுடன் கூடிய கடும் விமர்சனம், அரசியல்வாதிகள் மீது நாறிப்போகுமளவுக்கான கிண்டல், தொழிற்சங்க இயக்கத்தின் மீது மரியாதை, குழந்தை உழைப்பாளிகள் மீது மனம் வெடிக்குமளவுக்கான உணர்ச்சிகரமான அக்கறையும் வருத்தமும் இப்படி இப்படியாக ஒவ்வொருகதையும் சமூகத்தின் மீது கொண்ட அக்கறையாகவே விரிந்து கொண்டிருந்தது. வேஸ்ட்டாக ஒரு வரி எழுதாத மக்கள் கலைஞனாக அவரை அவரது படைப்புகள் நமக்கு அறிமுகப்படுத்துகின்றன - படைப்புகளுக்கு அப்பால் கலாச்சாரத் தளத்தில் நிறைய மாற்றுகள் தேவை என்பதை சொல்லிக்கொண்டே இருந்தார். ஒன்றிரண்டு பத்திரிகைகள் போதாது நமக்கு, என்பதில் உறுதியான கருத்துக் கொண்டிருந்தார். புது விசை என்றொரு கலாச்சாரக்காலாண்டிதழ் துவங்கிடக் காரணமாக இருந்தார். அவர் விரும்பிய அளவுக்கு அவ்விதழோடு பணியாற்ற முடியாமல் தூர தூர ஊர்களுக்கு மாறுதலாகிப் போய்க்கொண்டே இருந்தார். அரசு ஊழியர் சங்கம் என்கிற அமைப்பை படைத்தளித்த - உருவாக்கியகைகளில் அவருடையதும் ஒன்று. அமைப்புகளுக்கு ஆள் சேர்ப்பது என்பதையும் ஒரு ஆக்கப்பூர்வமான படைப்பு நடவடிக்கையாகவே நான் பார்க்கிறேன். ஒரு நாவல் எழுதுவதும் அமைப்புக்கு பத்துப் பேரைச் சேர்த்துக் கொண்டுவருவதும் சமமான வேலைகள் என்றே நான் எப்போதும் மதிப்பேன். கந்தர்வன் இரண்டையும் செய்த படைப்பாளி. எழுதத்

துவங்கிவிட்டதாக அவர் சொன்ன நாவல் நமக்குக் கிடைக்குமுன்னே நம்மைவிட்டுப் பிரிந்து விட்டார். கந்தர்வனின் முதல் கதையான சனிப்பிணத்தையும் அவர் கடைசியாக எழுதிய சிம்மாசனம் கதையையும் பற்றி மூத்த இலக்கிய விமர்சகர் தி. க. சி. ஒரு கட்டுரை எழுதியிருக்கிறார்.

அதிலிருந்து சில பகுதிகள்''

''சனிப்பிணம் என்னும் முதல் கதையிலேயே, இவரது ஆளுமையும், படைப்பாற்றலும் புலப்படுகிறது.

இராமநாதபுரம் மாவட்டத்தில் உள்ள ஒரு சின்னஞ்சிறிய கிராமத்தில் சேரிப் பகுதிதான், இக்கதையின் கதைக்களம். 'ஆராயி' என்ற சேரிக்கிழவியும், அவரது நோயாளி கணவனும் தான் இக்கதையின் பாத்திரங்கள். ஆராயி ஒரு கூலித் தொழிலாளி அவர் ஒரு மளிகை கடையில் அரிசி புடைக்கும் வேலை பார்க்கிறாள் ஒருநாள் அவளின் முதுமையை காரணம் காட்டி கடைக்காரர் அவளை வேலையில் இருந்து நீக்கிவிடுகிறார். அது பஞ்சகாலம் வேறு.

அவள், வளர்த்து வரும் மூன்று கோழிகளில் இரண்டு கோழிகளை விற்க வேண்டிய நிலைக்குத் தள்ளப்படுகிறாள். ஒரு கோழி மிஞ்சுகிறது அக்கோழியை அடித்துச் சமைத்துக் கோழிச்சாறு சாப்பிட வேண்டும் என்ற ஆசையில் கோழி மீது கல் எறிந்து பார்க்கிறான். கோழியுடனான சண்டையில் கீழே விழுந்து கிழவன் அப்போது பரிதாபமாகச் செத்து விடுகிறான்.

கிழவனின், பாடையுடன் சனிப்பிணம் தனியே போகக்கூடாது போனால் 'காவு வாங்கிவிடும்' என்று கிராமத்து முதியவர் கூறுகிறார் எனவே, ஆராயிக் கிழவியின் கணவன் பாடையுடன் கிழவன் ஆசைப்பட்ட அதே விடலைக் கோழிக்குஞ்சும் பாடையில் கட்டித் தொங்கவிடப்படுகிறது இதுதான் சனிப்பிணத்தின் கதை.

இந்தக் கதையில், வறண்ட பூமியில் வாழும் ஒரு வயதான கூலி தொழிலாளிப் பெண், வாத நோயில் முடங்கிக் கிடக்கும் அவள கணவன் இவர்களின் ஆசைக் கனவுகளும் வாழ்க்கைப் போராட்டங்களும், மிக எதார்த்தமாகச் சித்தரிக்கப்பட்டுள்ளன.

கிராமத்து மக்களின், வறுமையினூடே, அங்கு நிலவும் மூட நம்பிக்கையையும் சித்தரிக்கிறது. எனவே, இவரது கதைகள் பொருளாதார ரீதியில் மட்டுமின்றி சமுதாயத்தில் மேலோங்கி

நிற்கும் மூடப் பழக்க வழக்கங்களையும் ஒருங்கே அம்பலப்படுத்துகிறது.

இந்த வகையில், இவரது முதல் கதையே, குறிப்பிடத்தக்க கலைப்படைப்பாக விளங்குகிறது.

அடுத்து, 2004-ல் எழுதிய, "சிம்மாசனம்'' என்ற கதையைப்பார்ப்போம்.

இக்கதை, குறுநில, மன்னராட்சியின், சுரண்டல்களையும் அதிகார வர்க்க அட்டகாசங்களையும், நாட்டு விடுதலைக்குப்பிறகு அவர்களின் சிம்மாசனம் கேலிக்குரிய காட்சிப் பொருளானதையும் சித்தரிக்கும் ஒரு உருவகக் கதையாகும்.

பரமராஜ விசுவாசியான, ஒரு தாத்தா, தமது பேரனிடம் மகாராஜாவின், வீர பிரதாபங்களைப் பற்றிப் புகழ்ந்துரைக்கின்றார் ஆனால், நாட்டு விடுதலைக்குப் பிறகு ஒரு இளவயதுக்காரனால், அந்த மகாராஜா தேர்தலில் தோற்கடிக்கப்படுகின்றார்.

காலப்போக்கில் மன்னரின் சிம்மாசனம், தொல்பொருள் துறையில் ஒரு காட்சிப் பொருளாக்கப்படுகிறது. கிராமத்துச் சிறுவர்களும், பெரியவர்களும், அச்சிம்மாசனத்தின் மேல் ஏறி உக்கார்ந்து விளையாடுகிறார்கள். சிம்மாசனத்தின் மேல் தோல் கிழிந்து தொங்குகிறது.

நிலப்பிரபுத்துவ ஆட்சியின் சின்னமாக, விளங்கும் சிம்மாசனம் ஜனநாயக யுகத்தில் எவ்வளவு அபத்தமான காட்சிப் பொருளாக மாறி விடுகிறது என்பதை இக்கதை மிக அருமையாகவும் நுட்பமாகவும் சித்தரிக்கிறது. -

பலமுறை, பல கோணங்களில், படித்து அனுபவிக்கப்பட வேண்டிய, பல பரிமாணங்களைக் கொண்ட சீரிய கதையாகும் இக்கதை.

கந்தர்வனின் ஒட்டுமொத்த கதைகளையும் படித்துப் பார்த்த போது, தமிழில் புதுமை, இலக்கியம், புரட்சிகர இலக்கியம், களை நயத்துடன் எப்படிப் படைக்கப்பட வேண்டும் என்பதற்கு சான்றாகத் திகழ்கிறது என்பதை உணர முடிகிறது

டால்ஸ்டாய், செகாவ், மாக்சிம் கார்க்கி, பிரேம் சந்த், வைக்க முகம்மது, பஷீர், தகழி, புதுமைப்பித்தன் இவர்களின் மரபை ஒட்டித் தமிழ்ச் சிறுகதைக்கு வலிவும், பொலிவும் தந்தவர் கந்தர்வன் என மயங்காமல் கூறலாம்.

1970இல் முதல் கதையை எழுதியிருந்தாலும் அவரது முதல் தொகுப்பான பூவுக்குக் கீழே 17 ஆண்டுகள் கழித்து 1987இல்தான் வெளி வந்தது. முதல் கதையை எழுத வைத்த தி.க.சி.யின் புதல்வர் வண்ணதாசனே அத்தொகுப்புக்கு முன்னுரை வழங்கியிருக்கிறார். தன்னுடைய இயக்கத் தலைவர்கள் யாரிடமும் கேட்டு முன்னுரை வாங்கவில்லை அவர்.

வண்ணதாசனும் “இவருக்கு எதையும் லேசில் விட்டுக் கொடுத்து விட முடியாது. அனைத்தின்மீதும் தீராத அக்கறை, சேட்டை பண்ணுகிற குழந்தையை விசாரிக்கிறது மாதிரி, வாழ்க்கையின் ஒழுக்கத்தின் மீது இவரின் விசாரிப்புக் களும் கேள்விகளும் விழுந்து கொண்டே இருந்தாலும், இன்னொரு பக்கத்தில் கண்ணை உற்றுப் பார்க்கத் தயங்குற பையனின் வலது தோளில் தனது இடது கையைப் பதித்து ஆதரவாகப் பற்றிக் கொண்டேதான் இருக்கிறது.

பூவுக்குக் கீழே, மங்கல நாதர், அரண்மனை நாய் ஆகிய மூன்று கதைகளும் இந்தத் தொகுப்பில் அமைதி கூடி நிற்கிற கதைகள். கடைசிவரியில் பாண்டியா பிள்ளை மகன் உடைத்துச் சொன்னாலும் கூட, “சீவன்” கதையிலும் இந்த அமைதி இருக்கிறது” என்று நாலு கதைகளை மட்டும் தனித்துக் குறிப்பிட்டு எழுதியிருக்கிறார்.

என் கணிப்பில் சீவன் கதையே அவருக்கு உச்சமான புகழைப் பெற்றுத் தந்த கதை. ஒரு நாத்திகப் பிரச்சாரத்தை இத்தனை அழகியலோடும் நம்பகத்தன்மையோடும் வாழ்வோடு ஒட்டியும் செய்ய முடியுமா என்கிற வியப்பு இன்றைக்கும் எனக்கு இருக்கிறது.

சீவன் கதையில் ஒரு கிறுக்கனை கந்தர்வன் அறிமுகம் செய்கிறார்: “ஒரு மாதத்திற்கு முன் எங்கேயோ கிடந்து இந்த ஊருக்கு வந்து சேர்ந்தான் கிறுக்கன். வெயில் வந்து வெகு நேரத்திற்குப்பின் கோயிலடியிலிருந்து எழுந்து ஊருக்குள் வருவான். அலுமினியத் தட்டெடுத்து வீடு வீடாய்க் கஞ்சி கேட்பான்.

'கஞ்சீ' என்று ஒரு சத்தம்போட்டு விட்டு வாசலில் உட்கார்ந்து விடுவான். கஞ்சி ஊற்ற வேண்டும்; அப்புறம்தான் எழுந்திருப்பான். ரொம்ப வீடுகளில் அந்நேரத்திற்குக் கஞ்சி இருக்காது. நீராரத் தண்ணீரை சொர சொரவென்று ஊற்றிப் பொம் பிளைகள் அவனை ஏமாற்றுவார்கள். தட்டில் என்ன விழுந்தது என்பதைப் பார்த்தறியத்

தெரியாது. தட்டில் என்னமாவது விழுந்ததும் எழுந்து அடுத்த வீட்டிற்குப் போவான். 'கஞ்சீ' என்று சொல்லிக் கொண்டே மறுபடியும் உட்கார்ந்து விடுவான்.

கையில் என்ன கொடுத்தாலும் வாங்குவதில்லை. எல்லாம் தட்டில் தான் போடவேண்டும். ஒரு நாள் கந்துப் பிள்ளை வீட்டிற்கு டவுனிலிருந்து விருந்தாளிகள் வந்ததால் இட்லி சுட்டுக் கொண்டிருந்த வேளை; கிறுக்கன் 'கஞ்சி' என்று வந்து உட்கார்ந்து விட்டான். கந்துப் பிள்ளை சம்சாரம் இருந்தால் குடுக்கக்கூடிய பொம்பிளை. ரெண்டு இட்லியை சட்னியில் பெரட்டி எடுத்து வந்தது. கிறுக்கன் முன்னாலிருந்த தட்டில் அநேக பொம்பிளைகள் ஏமாற்றி ஏமாற்றி நிறைய நீராரத் தண்ணீரை ஊற்றியிருந்தார்கள் போல; தட்டில் தண்ணீர் அலை அடித்தது. கந்துப்பிள்ளை சம்சாரம் ரெண்டு இட்லிகளையும் கிறுக்கன் முகத்திற்கு நேரே நீட்டியது. கிறுக்கன் கையை நீட்டவில்லை; தட்டைக் காண்பித்தான். கந்துப் பிள்ளை சம்சாரத்திற்குச் சங்கடமாய்ப் போய்விட்டது.

“கையிலே வாங்கிக்க. பொம்பிளைகளுக்கு ஒம் மேலெ எறக்கம் பொத்துக்கிட்டு வந்து ஊருணித் தண்ணிய ஊத்தி விட்டிருக்காக" என்றது. மறுபடியும் கிறுக்கன் தட்டைக் காண்பித்து விட்டுப் பேசாமல் உட்கார்ந்து விட்டான். கந்துப் பிள்ளை சம்சாரம் ஒன்றும் தோன்றாமல் கொண்டுவந்த ரெண்டு இட்லிகளையும் தட்டுத் தண்ணீருக்குள் போட்டுவிட்டுப் போனது. சட்னியில் ஒட்டியிருந்த கடுகும் இட்லிகளும் நீராரத் தண்ணீரில் மிதந்தன. தட்டு நிறைந்ததும் கோயிலடிக்கு நடக்கையில் இளவட்டக் கூட்டம் கிறுக்கனை வழி மறிக்கும். ஒரு ஆள் பீடி கொடுக்கும். கிறுக்கன் கையால் வாங்க மாட்டான், தட்டில் போட வேண்டும். நீராரத் தண்ணிரில் பீடி அசிங்கமாய் மிதக்கும். எடுத்துத் துடைத்துக் காதில் சொருகிக் கொள்வான். சமயத்தில் காய வைத்து மடியிலிருந்து தீப்பெட்டி எடுத்துப் பற்ற வைப்பான்.

மறுநாள் மடியிலிருந்து தீப்பெட்டியை எடுத்தான். குச்சியில்லை இளவட்டங்களைப் பார்த்தான். ஒருவன் தீப்பெட்டியை அவன் கைக்கு நேரே நீட்டி “இதையாச்சுங் கையிலெ வாங்கிக்க” என்றான்.

கிறுக்கன் கையை நீட்டவில்லை. தட்டை நீட்டினான், தீப்பெட்டி நீராரத் தண்ணீரில் மிதந்தது. பட்டென்று எடுத்து ரெண்டு ஓரங்களையும் தேய்த்து விட்டுப் பற்ற வைத்தான். இள

வட்டங்கள் என் னென்னவோ செய்து பார்த்தும் கிறுக்கனின் கை நீளவில்லை; தட்டுத்தான் நீண்டது. கிறுக்கனுக்கு நாற்பது வயதிற்கு மேல் இருக்கும். பேச்சுக் கொஞ்சம்தான் ; அதுவும் முன் பின்னாய்க் குழறிக் குழறி வரும். கிட்ட வந்தால் ஏழூரு நாத்தம் நாறும் இப்படி நம் மனதில் கிறுக்கனை சக்கென உட்கார வைத்துவிட்டு ஊரின் எல்லையில் நிற்கும் துடியான சாமியான முனியசாமியைப்பற்றிப் பேச ஆரம்பிக்கிறார்.

இருட்டு நேரத்தில் கோயில் பக்கமாய் நடந்து செல்ல எளகின மனசுக்காரன் எவனாலும் முடியாது. இருட்டில் முனி நடமாடத் தொடங்கி விடும். யார் எதிர்ப்பட்டாலும் திரும்பி நின்று பிடரியில் அடிக்கும். ரத்தம் ரத்தமாய்க் கக்கிச் சாவான். பொம்பளைகள் ராத்திரிகளில் ஒக்காந்து ஊர்க்கதை உலகக் கதைகளெல்லாம் பேசுவார்கள். ஒரு பேச்சாவது முனியசாமி மகிமையைப் பற்றிப் பேசாமல் மகாநாடுகள் முடிவதில்லை. வாய்பார்க்க வரும் நண்டு சுண்டுகளுக்கு அவைகளைக் கேட்டு நெஞ்சுக் குலை நடுங்கும்.

ஒரு சமயம் பண்ணந்தையிலிருந்து ஒரு நடுவயது ஆள் மொட்டைவண்டி நிறைய நெல்லை ஏற்றிக்கொண்டு இந்த ஊருக்கு வந்து கொண்டிருந்தான். கோயில் பாதையில் முனி நடமாட்டம் இருக்கும் என்பதைத் தெரியாத ஆள் அண்டை அசலில் உண்டா? சாவடிப் பாதையில் வண்டியை ஓட்டிக் கொண்டு போயிருக்க லாம். சுத்துப் பாதையில் போவானேன் என்று கோயில் பாதையிலேயே வண்டியை ஓட்டிக்கொண்டு வந்தான். கோயில் நெருங்க நெருங்க 'அருவமா ஏதேதோ தென்படவும் ஆளுக்கு அடிவயிறு கலங்க ஆரம்பித்து விட்டது. வெரட்டிக் கொண்டு ஓடி விடலாம் என்று மாட்டு வாலை முறுக்கியிருக்கிறான். நாலுகால் பாய்ச்சலில் வண்டி வந்து கொண்டிருக்கிறது.

ஒரு சொடக்குப் போடும் நேரத்தில் கோயிலைத் தாண்டி விடலாம். ஆனால் திடீரென்று இரண்டு மாடுகளும் எதையோ பார்த்து மிரண்டு திமிறிப் பூட்டாங் கயிற்றை அறுத்துக் கொண்டு தறிகெட்டு ஊருணிப்பக்கம் ஓடின. வண்டிக்காரன் ஏறிட்டுப் பார்த்தால் மேக்கால் அந்தரத்தில் நிற்கிறது. வண்டியிலிருந்து இறங்கியிருக்கிறான். என்ன பார்த்தானோ எது பார்த்தானோ முழிச்சது முழிச்சபடி வாயிலிருந்து கட்டி கட்டியாய் ரத்தம் கக்கிக் கிடந்தான்.

கீழவீட்டு வள்ளி அம்மாச்சி கண்ணால் பார்த்தது

ஒரு நாள் காவாங்கரைப் பக்கம் வெறகு பொறக்கப் போய்விட்டு வரும்போது பொழுது அடையத் தொடங்கி விட்டது. 'இன்னுந்தான் இருட்டலையே, பொழுது மசமசவென்ற நேரந் தானே கோயில் பாதையிலேயே போய் விடலாம்' என்று ஓட்டமும் நடையுமாய் தலையில் விறகுக் கட்டோடு வந்து கொண்டிருந்ததாம். கோயிலுக்கு நேரா வரும் போது "கறுப்பா" என்னமோ ஒண்ணு வழியை மறைத்திருக்கிறது. "இது முனியய்யா தான்" என்று வள்ளி அம்மாச்சிக்கு அனுமானம். கும்பிடக் கூடக்கை வரவில்லை. கும்பிட்டிருந்தால் ஒருவேளை அது தன் பாதையில் போயிருக்கும். கும்பிடுவோமென்று கையைத் தூக்கினால் கை இரும்பாய்க் கனக்கிறது. எதிரே அது மலை போல் நிற்கிறது. ஒரு பாக்குக் கடிக்கிற நேரம் தான் சடாலென்று தலைகுப்புற விழுந்துவிட்டது அம்மாச்சி. கோயில் காரியமாய் வந்த கூழுப்பிள்ளைதான் தூக்கி நிறுத்தி விபூதி பூசிக் கூட்டிவந்தார். பத்துநாள் படுக்கையில் கிடந்து சௌகரியம் ஆனது.

சுருள் காத்து எப்போதாவது சுழற்றிச் சுழற்றி அடிக்கும். புள்ளைகளை அந்தப் பக்கம் போகக் கூடாதென்று பொம்பிளைகள் பிடித்து வீட்டிற்குள் நிறுத்திவிடுவார்கள். முனியய்யா வேட்டைக்குப் போய்விட்டுத் திரும்பி வருகிறார் என்று மெதுவான குரலில் சொல்வார்கள்.

மழை "சோ" வென்று கொட்டும். முனியய்யா எச்சி தப்புகிறார் என்பார்கள் பொம்பிளைகள்அந்தப்பக்கம் ஒண்ணுந்தெரியாத கிறுக்கனையும் இந்தப்பக்கம் ஊரே நடுங்கும் சக்தி வாய்ந்த முனியனையும் நிறுத்திவிட்டு மூன்றாவதாக ஒரு காட்சியில் இருவருக்கும் ஊடே ஒரு புயல்காற்றை அனுப்புகிறார்:

மறு மறு நாட்களில் வழக்கம்போல் கிறுக்கன் 'கஞ்சீ என்று வீட்டுவாசல்களுக்கு வருவதும், மற்ற நேரமெல்லாம் முனியய்யா கோயில் அரசமரத்தடியில் தூங்குவதும் நிற்கவில்லை . இளவட்டங்கள் அவனிடம் கூழுப்பிள்ளை பற்றி வேடிக்கையாய் எதாவது கேட்டால் சம்மந்தமில்லாமல் பேசிவிட்டு ஓடிவிடுகிறான். கூழுப்பிள்ளை மட்டும் கையில் கம்போடு அவனை விரட்டி விரட்டிப் பார்த்தார். ஆனால் அவன் வேறு இடத்தில் படுப்பதாக இல்லை; வேறு ஊருக்கும் போவதாக இல்லை.

ஒரு நாள் சாயங்காலம் வடக்குப் பக்கமாயிருந்து காற்று பலமாய் ஊருக்குள் வீச ஆரம்பித்தது. முதலில் யாருக்கும் அது பெரியதாய்த் தோன்றவில்லை. நேரம் ஆக ஆகக் காற்று உக்கிரம் அடைந்தது. பிரி போட்டுக் கட்டிய வைக்கோல் படப்புகளும் கூரைகளிலிருந்து ஓலைகளும் லேசாய்ப் பறக்கப்பார்த்தன. வைக்கோல் படப்புக்கு மேல் காற்றுக்கு அணைவாய் வாசல் கல்லைத் தூக்கி ஏற்றிக் கொண்டிருந்தார் கூழுப்பிள்ளை.

கீரந்தையிலிருந்து கோயில் பாதை வழியாய்க் காற்றில் அல்லாடி வந்த ஒரு ஆள் தலைவிரி கோலமாய் அந்நேரம் கத்திக் கொண்டு தெருவில் போனார். "காத்துக்குக் கோயில் அரசமரம் வேரோடு ஆடுது. கீழே அந்தக் கிறுக்கன் படுத்திருக்கான். காத்திலே மரம் விழுந்தால் சாமி என்ன ஆகுமோ. ஆள் என்ன ஆவானோ? எனக்குக் கிட்டப் போகப் பயமாயிருந்திச்சு. ரோட்டிலெ பாத்துட்டு ஓடியாறேன். "

ஏத்திக்கொண்டிருந்த வாசல் கல்லைக் கீழே போட்டுவிட்டுக் கூழுப்பிள்ளை தார்ப் பாச்சாகக் கட்டிக்கொண்டு கோயிலைப் பார்த்து ஓடினார். அவர் ஓடுவதைப் பார்த்துப் பின்னால் ஆட்கள் திரண்டு காற்றுக்கு மீறி ஓடி வந்தார்கள்.

கோயிலுக்கு சமீபத்தில் முதலில் கூழுப்பிள்ளைதான் வந்து கொண்டிருந்தார். அத்துவானப் பொட்டலில் காற்றை மறிக்க ஒரு சுவரில்லை . கோயிலடி அரசமரத்தைத் தவிர ஒருசெடி கொடியுமில்லை. அரச மரம் வில்லாய் வளைந்து ஆடியது. வேர்ப் பக்கங்கள் விரிந்து வெளியே வந்து கொண்டிருந்தன.

கூழுப்பிள்ளை கண்ணாலேயே பார்த்தார். அந்தக் கிறுக்கன் அப்போதுதான் தூக்கத்திலிருந்து எழுந்து அழுக்கு மூட்டையையும் தகர டப்பாவையும் அலுமினியத் தட்டையும் தூக்கிக் கொண்டு மரத்தடியை விட்டு இருபது அடி நடந்திருப்பான். சட சடவென்று அரசமரம் வேரோடு தூரோடு முனியசாமி சிலை மேல் விழுந்தது. கூழுப்பிள்ளை கிட்டவந்து பதறப் பதறப் பார்க்கிறார். சின்னச் சின்னக் கற்களாய்ச் சிலை பரவிக்கிடந்தது. ஊர் ஜனம் கூடி விட்டது. கூழுப்பிள்ளைக்குக் கண்கள் பொங்கி வந்தன. "கிறுக்கன் தப்பிச்சுட்டான் சாமி போயிருச்சே".

இப்போதும் பாண்டியாப்பிள்ளை மகன்தான் பதில் சொன்னான். "அவன்கிட்ட சீவன் இருந்துச்சு. காத்து ஓறைக்கவும் எந்திரிச்சு நடந்திட்டா ன்இந்தியக் காவிய மரபைப்பின்பற்றி இரு எதிரெதிர் குணநலன் கொண்ட கதாபாத்திரங்களை அழுத்தமாக வரைந்து

மூன்றாவது காட்சியில் எளிய கிறுக்கன் ஜெயிப்பதாகக் கதையை முடித்திருக்கிறார் "கிறுக்கன் தப்பிச்சுட்டான் சாமி போயிருச்சேஎன்கிற வரியுடன் கதையை முடித்திருக்கலாம்தான். ஆனாலும் பாண்டியாபிள்ளை மகனுக்கும் கூழுப்பிள்ளைக்கும் இடையிலான முரண்பாட்டை ஏற்கனவே கதைக்குள் நிலைநிறுத்தியிருப்பதால் அவன் கூடுதலாக ரெண்டு வார்த்தை பேசி முடித்திருப்பது துறுத்தலாக இல்லை.

சிறுகதைப் பயிலரங்குகளீல் ஒரு கதையை எப்படித் துவங்கி எப்படி வளர்த்துக்கொண்டுபோய் எங்கே கச்சிதமாக முடிக்க வேண்டும் என்பதற்கு இலக்கணமாகப் பயன்படும் கதை இது. இக்கதையை வாசித்ததும் கவிஞர் மீரா சொன்னாரம் “பெரியார் மட்டும் இருந்திருந்தால் உடனே ரயில் ஏறிப்போய் அவரிடம் இந்தக் கதையைக் கொடுத்துவிட்டு வந்திருப்பேன்”என்று.

“பூவுக்குக் கீழே” தொகுப்பை வாசித்துவிட்டு கி. ராஜநாராயணன் கந்தர்வனுக்கு ஒரு கடிதம் எழுதுகிறார். அந்தக் கடித வரிகளுடன் இதை முடிப்போம்:

“நான் இதில் கதையைப் படித்தேன்; பிறகு அடுத்ததாக கடேசிக் கதையை படித்து முடித்தேன்; அப்புறம் தலைப்புக் கதையை படித்துப் பார்தேன். பிறகு கிடைத்த கதையெல்லாம்... படிக்கப் படிக்க ஆனந்தமாக இருந்தது. இப்படியும் ஒன்று இருந்திருக்கே நமக்கு தெரியாமல்! என்று பட்டது. (ஆக, “பன்னிரெண்டு ஆள்வார்களில் நீங்களும் ஒருத்தர்” என்றாகிவிட்டது.)

எனக்கென்று சில அபிப்ராயங்கள் உண்டு. இது 65 வயசுக்கு மேல் அனுபவத்தில் வந்தது. கலையாளியை உண்டாக்க முடியாது. அவனிடம் ஒரு சிறு பொறியாவது இருக்கணும். அதை ஊதிப் பெருக்கலாம், வெறும் வாழை மட்டைகளில் எந்த நல்லதங்காள் வந்தாலும் தீப்பற்ற வைக்கமுடியாது. பிறவியிலேயே பால் மரங்கள் என்று உண்டு. எல்லா மரங்களிலுமே கீச்சியவுடன் பால் சொட்டுவதில்லை மனிதர்களிலும் இதேபோலத்தான்.

இந்தத் தொகுதியைப் படித்து முடித்ததும் கந்தர்வன் ஒரு பால் மரம் என்று கண்டுகொண்டேன்.

சில இடங்களில் என்னுடைய மனசுக்குச் சமீபம் - மிகச் சமீபம் - வருகிறீர்கள். என்னுடைய சஹிருதயனாக இருக்கிறீர்கள். எனது ஸ்ருதியில் பாடுகிறீர்கள்.

என்னுடைய “*O*” குரூப் ரத்தமாக இருக்கிறீர்கள்”

■

துணை நின்ற நூல்கள்:

1. தமிழ்ச் சிறுகதை பிறக்கிறது -சி. சு. செல்லப்பா
2. தமிழில் சிறுகதையின் தோற்றமும் வளர்ச்சியும் – பேராசிரியர் கா. சிவத்தம்பி
3. மணிக்கொடிகாலம்-பி. எஸ். ராமையா
4. குருஷேத்திரம்- நகுலன் -1968
5. தமிழ்ச் சிறுகதை-வரலாறும் வளர்ச்சியும் – சிட்டி- சோ. சிவபாதசுந்தரம் இணைந்து
6. சரஸ்வதி களஞ்சியம் –வ. விஜயபாஸ்கரன்
7. தாமரை ஜீவா சிறப்பு மலர்-ஏப் 1, 1963
8. மணிக்கொடி மரபும் பாரதிதாசனும்-ய. மணிகண்டன்
9. புதுமைப்பித்தன் என்னும் பிரம்மராச்சஷ்-ராஜ் கௌதமன்
10. புதுமைப்பித்தனும் ஜெயகாந்தனும் –எம். வேதசகாயக்குமார்
11. புதுமைப்பித்தனும் கயிற்றரவும்-ராஜமார்த்தாண்டன்
12. புதுமைப்பித்தன் வரலாறு-ரகுநாதன்
13. மௌனியின் இலக்கியாண்மை –ஜமாலன்
14. தமிழ் இதழ்கள்-1915-1966 –ரா. அ. பத்மநாபன்
15. புனைவின் வரலாறும் வாசிப்பின் அரசியலும் –வீ. அரசு
16. நாவலும் வாசிப்பும் –ஆ. இரா. வேங்கடாசலபதி
17. அழகிரிசாமி இலக்கியத்தடம் –மு. பரமசிவம்
18. எழுத்து இதழ்த்தொகுப்பு-கி. அ. சச்சிதானந்தம்
19. ரகுநாதனின் ‘சாந்தி’ இதழ்கள்- பேராசிரியர் நா. ராமச்சந்திரன் வீட்டில்
20. ரகுநாதன் நினைவோடை-சுந்தரராமசாமி
21. ந. பிச்சமூர்த்தி-நினைவோடை –சுந்தரராமசாமி
22. ஜி. நாகராஜன் - நினைவோடை –சுந்தரராமசாமி
23. தமிழ்ச் சிறுகதை வரலாறு-எம். வேதசகாயக்குமார்
24. தமிழ்ச் சிறுகதைகள்-ஒரு மதிப்பீடு-ச. செந்தில்நாதன்
25. மூன்று பார்வைகள்-தமிழ்ச் சிறுகதைகள்-என். ஆர். தாசன்
26. புதுமைப்பித்தன் - ஆர். கே. கண்ணன்
27. மணிக்கொடி காலம்-முற்றுப்புள்ளிகளும் காற்புள்ளிகளிம்- வே. மு. பொதியவெற்பன்
28. நினைவின் குட்டை கனவு நதி- புதியகலாச்சாரம் வெளியீடு
29. திராவிட இயக்கச் சிறுகதைகள்- தொகுப்பு- க. திருநாவுக்கரசு

30. காலவெளிக்கலைஞர்கள்- தொகுப்பு-சுப்பிரமணி இரமேஷ்
31. இலக்கிய விமர்சனங்கள்-க. நா. சு. கட்டுரைகள் –இரு தொகுதிகள்- காவ்யா பதிப்பகம்
32. தமிழ்ச் சிறுகதையின் பெருவெளி – சு. வேணுகோபால்
33. தீபம் கட்டுரைகள் –கலைஞன் பதிப்பகம்கதைகளின் கதை –ம. மணிமாறன்
34. என் சக பயணிகள் –ச. தமிழ்ச்செல்வன்
35. மங்கையர்க்கரசியின் காதல் –வ.வே.சு. அய்யர்
36. குசிகர் குட்டிக்கதைகள் –அ. மாதவய்யா
37. அ. மாதவய்யா படைப்புகள் –தொகுப்பு- காவ்யா சண்முகசுந்தரம்
38. பாரதியார் கதைகள்-முழுத்தொகுப்பு –பூம்புகார் பிரசுரம்
39. புதுமைப்பித்தன் கதைகள் –முழுத்தொகுப்பு –காலச்சுவடு பதிப்பகம்
40. புதுமைப்பித்தன் கதைகள் –தொகுப்பு –வீ. அரசு-சீர் வாசகர் வட்டம்
41. புதுமைப்பித்தன் -சில விமர்சனங்களும் விஷமத்தனங்களும்-ரகுநாதன்
42. புதுமைப்பித்தன் கட்டுரைகள்-காலச்சுவடு பதிப்பகம்
43. மௌனி-கி. அ. சச்சிதானந்தன்
44. மௌனியுடன் கொஞ்ச தூரம் –திலீப்குமார்
45. என் இலக்கிய நண்பர்கள் –எம். வி. வெங்கட்ராம்
46. தமிழ்ச் சிறுகதைகளும் மனிதப் பெருவெளியும்- முனைவர் க. பஞ்சாங்கம்
47. சிறுகதை-தொகுப்பு –எஸ். செந்தில்குமார்
48. கு.ப.ரா. சிறுகதைகள் முழுத்தொகுப்பு-பெருமாள் முருகன் –காலச்சுவடு
49. கு.ப.ரா. கட்டுரைகள்-பதிப்பு-அ. சதீஷ் –அடையாளம் பதிப்பகம்
50. மௌனியின் படைப்புலகம் –காலச்சுவடு
51. ந. பிச்சமூர்த்தியின் தேர்ந்தெடுத்த கதைகள்-வெங்கட்சாமிநாதன் – சாகித்ய அகாடமி வெளியீடு
52. நிழலாட்டம்-ந. பிச்சமூர்த்தி-சந்தியா பதிப்பகம்
53. ஜம்பரும் வேஷ்டியும் – ந. பிச்சமூர்த்தி –
54. மலரும் மணமும் – பி. எஸ். ராமையா
55. பிரசிடெண்ட் பஞ்சாஷரம் – பி. எஸ். ராமையா
56. ஷணப்பித்தம்- தொ. மு. சி. ரகுநாதன்

57. சேற்றில் மலர்ந்த செந்தாமரை-ரகுநாதன். சி. பி. ஹெச்
58. ரகுநாதன் கதைகள்-மீனாட்சி புத்தக நிலையம் –தமிழ் இணையப்பல்கலை வழி தரவிறக்கம்
59. தீட்டுத்துணி –அண்ணா –காலச்சுவடு
60. அண்ணா சிறுகதைகள் –இரு தொகுதிகள்பூம்புகார் பதிப்பகம்
61. கூடுசாலை-சி. சு. செல்லப்பா
62. சரசாவின் பொம்மை-சி. சு. செல்லப்பா
63. வாடிவாசல் –சி. சு. செல்லப்பா
64. சக்ரவாகம் –ந. சிதம்பரசுப்பிரமணியன்
65. இதயநாதம் நாவல்- ந. சிதம்பரசுப்பிரமணியன்
66. ஹாஸ்யக்கதைகள்-எஸ். வி. வி
67. தீபாவளிக்கதைகள்-எஸ். வி. வி-அல்லயன்ஸ்
68. சந்தனக்காவடி – தி. ஜ. ரங்கநாதன்
69. கல்கி சிறுகதைகள் –இரு தொகுதிகள் – செண்பகா பதிப்பகம்
70. பொன்னியின் புதல்வன் –சுந்தா –வானதி பதிப்பகம்
71. ராஜாஜி கதைகள்-வானதி பதிப்பகம்
72. ருசியான கதைகள்-அநுத்தமா-கலா நிலையம்
73. அற்புதமான கதைகள்-அநுத்தமா
74. பிரமாதமான கதைகள்-அநுத்தமா-கல நிலையம்
75. படு பேஷான கதைகள்-அநுத்தமா
76. அழகான கதைகள்-அநுத்தமா
77. கு. அழகிரிசாமி கதைகள் முழுத்தொகுப்பு-காலச்சுவடு பதிப்பகம்
78. கிருஷ்ணன் நம்பி ஆக்கங்கள்-முழுத்தொகுப்பு-ராஜமார்த்தாண்டன்காலச்சுவடு
79. பாற்கடல்- லா. ச. ராமாமிர்தம்
80. பச்சைக்கனவு-லா. ச. ராமாமிர்தம் சிறுகதைகள்-தொகுத்தவர் பாரதிபாலன்-நற்றிணைப்பதிப்பக்ம் -
81. லா. ச. ரா. சிறுகதைகள் –மூன்று தொகுதிகள்-உயிர்மை பதிப்பகம்.
82. விந்தன் கதைகள்-முழுத்தொகுப்பு-தொகுத்தவர்-பேரா. சு. சண்முகசுந்தரம் –காவ்யா பதிப்பகம்
83. ஞானக்கூத்து-மா. அரங்கநாதந்வேள் பதிப்பகம்
84. மா. அரங்கநாதன் கதைகள் –ராஜராஜன் பதிப்பகம்

85. ஜி. நாகராஜன் ஆக்கங்கள் –முழுத்தொகுப்பு –காலச்சுவடு
86. மீதமிருக்கும் சொற்கள் –பெண் படைப்பாளிகளின் சிறுகதைகள்-அ. வெண்ணிலா-என்சிபிஹெச்
87. ஆ. மாதவன் கதைகள் –முழுத்தொகுப்பு-நற்றிணை பதிப்பகம்
88. ஜெயகாந்தன் கதைகள் –இரு தொகுதிகள் –கவிதா பப்ளிகேஷன்ஸ்
89. தேவன் வருவாரா- ஜெயகாந்தன்
90. ஒருபிடி சோறு –ஜெயகந்தன்
91. ஜெயகாந்தன் இலக்கியத்தடம்-காவ்யா
92. போகமும் யோகமும் –கிருத்திகா
93. ஜானகிராமன் சிறுகதைகள்-முழுத்தொகுப்பு-தொகுத்தவர் சுகுமாறன் காலச்சுவடு
94. ஜானகிராமம்-தி. ஜா. நூற்றாண்டுக்கட்டுரைகளின் தொகுப்பு –கல்யாணராமன் –காலச்சுவடு
95. தி. ஜானகிராமன் நாவல்களில் பாலியல் –க. பரிமளம்
96. அசோகமித்திரன் சிறுகதைகள் -1956-1986-தொகுப்பாசிரியர் –க. மோகனரங்கன் காலச்சுவடு-இரு தொகுதிகளாக
97. எம். வி. வெங்கட்ராம் சிறுகதைகள் – முழுத்தொகுப்பு-தொகுத்தவர்கள் ரவி சுப்பிரமணியன், கல்யாணராமன் –காலச்சுவடு
98. இந்திரா பார்த்தசாரதி சிறுகதைகள்-இரு தொகுதிகள் – கிழக்கு பதிப்பகம்
99. அமரபண்டிதர் –சார்வாகன் –காலச்சுவடு பதிப்பகம்
100. சார்வாகன் கதைகள் முழுத்தொகுப்பு –நற்றிணைப் பதிப்பகம்
101. சுந்தரராமசாமி சிறுகதைகள் முழுத்தொகுப்பு –காலச்சுவடு பதிப்பகம்
102. சுந்தரராமசாமி –கருத்தும் கலையும் –ராஜ்கௌதமன் அடையாளம் பதிப்பகம்
103. அன்று பூட்டிய வண்டி-ந. முத்துச்சாமி-உயிர்மை பதிப்பகம்
104. நீர்மை-ந. முத்துச்சாமி-க்ரியா பதிப்பகம்
105. மேற்கத்திக்கொம்பு மாடுகள்- ந. முத்துச்சாமி-க்ரியா
106. வண்ணநிலவன் கதைகள்-சந்தியா பதிப்பகம்
107. பா. செயப்பிரகாசம் சிறுகதைகள் –வம்சி பதிப்பகம்
108. வனத்தின் குரல்-கட்டுரைகள்-பா. செயப்பிரகாசம்-சந்தியா பதிப்பகம்

109. நதிக்கரை மயானம்-பா. செயப்பிரகாசம்-சந்தியா
110. . காற்றடிக்கும் திசையிலில்லை ஊர்கள்-சிறுகதைகள்-பா. செயப்பிரகாசம்
111. அக்னிமூலை-தேர்ந்தெடுக்கப்பெற்ற கதைக்களஞ்சியம் =பா. செயப்பிரகாசம்-தோழமை வெளியீடு
112. பூமணி சிறுகதைகள்-டிஸ்கவரி புக் பேலஸ் வெளியீடு
113. ரீதி-பூமணி
114. வயிறுகள் –பூமணி
வண்ணதாசனின் தொகுப்புகள் அனைத்தும் சந்தியா பதிப்பக வெளியீடு
115. கலைக்கமுடியாதஒப்பனைகள்-1978
116. தோட்டத்துக்குவெளியிலும்சிலபூக்கள்-1978
117. சமவெளி-1983-
118. பெயர்தெரியாமல்ஒருபறவை-1985-
119. **கனிவு**-1992
120. நடுகை -1996-
121. உயரப்பறத்தல்-1998-
122. பெய்தலும்ஓய்தலும் -2007
123. ஒருசிறுஇசை-2013
124. ஒளியிலேதெரிவது -2010
125. கிருஷ்ணன்வைத்தவீடு -2015
126. நாபிக்கமலம் -2016
127. கமழ்ச் சி-2017
128. மதுரம் -2018
129. பாலையில் ஒரு சுனை-சிறுகதைகள்-இன்குலாப்-அன்னம் பதிப்பகம்
130. ஒவ்வொரு புல்லையும் –இன்குலாப் கவிதைகள்
131. பிரபஞ்சன் கதைகள்-மூன்று தொகுதிகள்-டிஸ்கவரி புக் பேலஸ்
132. தக்கையின்மீதுநான்குகண்கள்((1983), -சா. கந்தசாமி-நற்றிணை பதிப்பகம்
133. சாந்தகுமாரி(1991)- -சா. கந்தசாமி கவிதா பப்ளிகேஷன்ஸ்
134. இரவின்குரல்(2002) -சா. கந்தசாமி கவிதா பப்ளிகேஷன்ஸ்
135. பத்ரிநாத்(2003), -சா. கந்தசாமி கவிதா பப்ளிகேஷன்ஸ்
136. நிறங்களின்நிறம் (2004)சா. கந்தசாமி கவிதா பப்ளிகேஷன்ஸ்

137. சொல்லப்படாதநிஜங்கள் (2009) -சா. கந்தசாமி கவிதா பப்ளிகேஷன்ஸ்
138. நாஞ்சில்நாடன் கதைகள்-தமிழினி பதிப்பகம்
139. சூடிய பூ சூடற்க-நாஞ்சில்நாடன் - தமிழினி பதிப்பகம்
140. சங்கிலி பூதத்தான் –நாஞ்சில் நாடன் –விஜயா பதிப்பகம்
141. அம்பை சிறுகதைகள்-முழுத்தொகுப்பு- காலச்சுவடு பதிப்பகம்
142. சிவப்புக்கழுத்துடன் ஒரு பச்சைப்பறவை-அம்பை
143. சொல்வனம்-அம்பை சிறப்பிதழ்
144. தஞ்சை பிரகாஷ் கதைகள்-காவ்யா பதிப்பகம்
145. ஞாபகார்த்தம்-மொழிபெயர்ப்புக்கதைகள், கட்டுரைகள், கவிதைகள்-தஞ்சை பிரகாஷ்—நந்தி பதிப்பகம் தஞ்சை
146. கி. ரா. கதைகள் முழுத்தொகுப்பு-அன்னம் பதிப்பகம்
147. கி. ரா. கட்டுரைகள் –அன்னம்
148. மறைவாய்ச்சொன்ன கதைகள்-கி. ரா, கழனியூரான்
149. கரிசல்காட்டுக்கடுதாசி
150. ராஜநாராயணீயம்-அன்னம்
151. கந்தர்வன் கதைகள் முழுத்தொகுப்பு- வம்சி பதிப்பகம்
152. பூவுக்குக்கீழே-கந்தர்வன்
153. மறக்கப்பட்ட பதிவுகள்-பெண் எழுத்து வரலாறு-1896-1950-ப. பத்மினி-புலம் வெளியீடு
154. விந்தன் எனும் ஓர் ஆளுமை-கருத்தரங்கக்கட்டுரைகள்-விந்தன் அறக்கட்டளை வெளியீடு
155. இன்குலாப்-சாகாத வானம்-பா. செயப்பிரகாசம்-புலம் வெளியீடு
156. வ. வே. சு ஐயர் அரசியல்-இலக்கியப்பணிகள்-பெ. சு மணி-உலகத்தமிழ் ஆராய்ச்சி நிறுவனம்
157. நிலைபெற்ற நினைவுகள்- வல்லிக்கண்ணன் –சந்தியா
158. தொ. மு. சி. ரகுநாதன் செ. திவான் –ரெகான் சுலைமான் பதிப்பகம், திருநெல்வேலி-2
159. முன்னோடிகள், ஆளுமைகள் சந்திப்பு-சூரியசந்திரன் எழில் பதிப்பகம்
160. என் பயணம் –அசோகமித்திரன் நற்றிணைப்பதிப்பகம்
161. நாஞ்சில் நாடன் படைப்புகளுடன் ஒரு பயணம்-தி. சுபாஷிணி-மித்ரஸ் பதிப்பகம்
162. எழுத்துக்கலைஞன் கந்தர்வன் –மு. முருகேஷ் – அகநி வெளியீடு

163. கண்மணி கமலாவுக்கு –புதுமைப்பித்தன் கடிதங்கள்-தொகுப்பு –இளையபாரதி-சாந்தி பிரசுரம்-டிச-1994
164. பெண்கதை எனும் பெருங்கதை-கி. ராஜநாராயணன் அன்னம் பதிப்பகம்
165. பிரபஞ்சன் நினைவலைகள்-எல்லை சிவக்குமார்
166. எங்கள் ரகுநாதன் - பொன்னீலன் என்சிபிஹெச்
167. கு.ப.ரா. –கரிச்சான் குஞ்சு –வானதி பதிப்பகம்-ஏப் 1990
168. கு. அழகிரிசாமி நினைவோடை-சுந்தரராமசாமி-காலச்சுவடு
169. அண்ணா ஒரு சரித்திரம் –அரு. சின்னசாமிபூம்புகார் பதிப்பகம்
170. தி. ஜ. ர. வின் எழுத்தும் தேசிய உணர்வும் –கி. விட்டல்ராவ் –வானதி பதிப்பகம்
171. எஸ். வி. வி எனும் ரஸவாதி –வாஸந்தி –வானதி பதிப்பகம்
172. கந்தர்வன் காலடித்தடங்கள்-புலவர் வை. சங்கரலிங்கம் –ஏ. ஆர். பப்ளீகேஷன்ஸ், மதுரை
173. இந்திய இலக்கியச் சிற்பிகள் வரிசையில் சாகித்ய அகாடமி வெளியிட்டுள்ள நூல்கள்:
174. புதுமைப்பித்தன் – வல்லிக்கண்ணன்
175. ராஜாஜி – ஆர். வெங்கடேஷ்
176. விந்தன் –மு. பரமசிவம்
177. ஜெயகாந்தன் - கே.எஸ். சுப்பிரமணியன்
178. சுந்தரராமசாமி-அரவிந்தன்
179. ந. பிச்சமூர்த்தி- அசோகமித்திரன்
180. கு. ப. ராஜகோபாலன்
181. கல்கி-இரா. மோகன்
182. அறிஞர் அண்ணா- சு. சண்முகசுந்தரம்
183. கு. அழகிரிசாமி –வெளி ரங்கராஜன்
184. வை. மு. கோதைநாயகி அம்மாள்
185. கிருஷ்ணன் நம்பி –சுந்தரராமசாமி
186. கிருத்திகா – அ. மங்கை
187. ஜி. நாகராஜன் –சி. மோகன்
188. கந்தர்வன் –ஜனநேசன்
189. தஞ்சை ப்ரகாஷ் படைப்புலகம்-கீரனூர் ஜாகிர்ராஜா

www.ingramcontent.com/pod-product-compliance
Ingram Content Group UK Ltd.
Pitfield, Milton Keynes, MK11 3LW, UK
UKHW042140021026
15589UKWH00003B/951